சிறுமைகளும் அவமதிப்புகளும்

ஃபியோதர் தஸ்தயெவ்ஸ்கி

தமிழில் : எம்.ஏ. சுசீலா

நற்றிணை பதிப்பகம்

சிறுமைகளும் அவமதிப்புகளும் * நாவல் * ஃபியோதர் தஸ்தயெவ்ஸ்கி * தமிழில் : எம்.ஏ. சுசீலா * மொழிபெயர்ப்பு உரிமை : எம்.ஏ. சுசீலா * முதல் பதிப்பு: மார்ச் 2023 * வெளியீடு: நற்றிணை பதிப்பகம் (பி) லிமிடெட் * எண். 136, தரைத்தளம், சோழன் தெரு, ஆழ்வார்திருநகர், சென்னை–600 087.

* மின்னஞ்சல் : natrinaipathippagam@gmail.com
* கைப்பேசி : 94861 77208
* தொலைபேசி : 044 – 4273 2141
* அச்சாக்கம் : துர்கா பிரிண்டர்ஸ், சென்னை–600 005.

பாகம் – 1

1

சென்ற ஆண்டு, மார்ச் 22 ஆம் தேதி மாலை, வினோதமான ஓர் அனுபவத்தை நான் எதிர்ப்பட நேர்ந்தது. அன்று முழுவதும் நான் வசிப்பதற்கு ஒரு குடியிருப்பைத் தேடியபடி நகரெங்கும் அலைந்து கொண்டிருந்தேன். என் பழைய இருப்பிடம் மிகவும் ஈரப்பதத்தோடு இருந்ததால் நான் பயங்கரமாக இருமத் தொடங்கியிருந்தேன். வரப்போகும் ஏதோ ஒரு பெரிய நோய்க்கான முன்னெச்சரிக்கையைப் போல அது இருந்தது. இலையுதிர் காலத்தின்போதே இங்கிருந்து சென்றாக வேண்டும் என்று நான் நினைத்துக் கொண்டிருந்தாலும் அது எப்படியோ வசந்த காலம் வரும் வரை இழுத்தடித்துக் கொண்டு போய்விட்டது. அன்று முழுநாளும் அலைந்தாலும் எனக்குப் பொருத்தமான இடத்தை என்னால் கண்டுபிடிக்க இயலவில்லை. என் முதல் தேவை, எல்லா வசதிகளும் கொண்ட ஒரு தனிக் குடியிருப்பு. மற்றவர்களின் வீட்டில் ஒண்டிக் குடித்தனமாகச் செல்ல எனக்கு விருப்பமில்லை. இன்னொன்று அது ஒரே ஒரு அறையாக இருந்தாலும் கூடப் பெரிதாக இருக்க வேண்டும்; முடிந்தவரை குறைவான வாடகைக்கும் கிடைக்க வேண்டும். இட நெருக்கடி உள்ள இடத்தில் எண்ணங்களும் கூட சுதந்திரமாக சஞ்சரிக்க முடியாதபடி நெருக்குண்டு போய் விடுவதை அனுபவத்தில் நான் கண்டிருக்கிறேன்.

வருங்காலத்தில் நான் எழுதப் போகும் கதைகளைப் பற்றிக் கற்பனை செய்து கொண்டிருக்கும் தருணங்களில் அறையின் குறுக்கும் நெடுக்கும் நடந்துகொண்டே இருக்க வேண்டும் என்பது என் விருப்பம். அந்தப் படைப்புகள் எப்படி உருவாகப் போகின்றன என்பதை அசைபோட்டுக் கொண்டிருப்பது, அவற்றை எழுத்தில் உண்மையாக வடிப்பதை விட எனக்கு உவப்பானதாக இருந்தது. உண்மையில் அதற்குச் சோம்பேறித்தனமும் காரணமில்லை. பிறகு ஏன் அப்படி.....? எனக்கே அது ஆச்சரியம்தான்!

அன்று முழுவதுமே எனக்கு உடம்பு சரியாக இல்லை; மாலை மறைவதற்குள் உடல்நிலை மிகவும் மோசமாகப் போயிற்று. ஏதோ ஒரு வகையான காய்ச்சலின் தொடக்கம் போலவே அது இருந்தது. மேலும் அன்று நாள் பூராவும் கால்நடையாகவே அலைந்து திரிந்திருந்ததால் மிகவும் களைத்துப் போயிருந்தேன். மாலையாகி இருள் படர்வதற்குச் சற்று முன்பு வாஸ்நெஸன்ஸ்கி பிராஸ்பெக்ட் வழியாக நடந்து சென்றுகொண்டிருந்தேன். பீட்டர்ஸ்பர்க்கின் மார்ச் மாத சூரிய ஒளி எனக்கு மிகவும் பிடித்தமானது. அதுவும் குறிப்பாக அந்தி மயங்கும் வேளையில் – தெளிவாக உறைபனி படர்ந்திருக்கும் பருவ காலங்களிலும் அப்படித்தான்! அப்போது தெரு முழுவதும் பிரகாசமான ஒளி வெள்ளத்தில் குளித்ததைப் போலச் சட்டென ஒளிரும். அங்கிருக்கும் வீடுகளெல்லாம் திடீரென்று ஜொலிப்பதைப் போல் இருக்கும். பொதுவாக சாம்பலும், மஞ்சளும் படர்ந்திருப்பது போன்ற அழுக்கான தோற்றத்துடன் காட்சியளிக்கும் அவை, கண நேரத்துக்குச் சோகை பிடித்த இருள் கப்பிய தங்கள் தோற்றத்தைத் தொலைத்துவிட்டது போல ஒளியோடு தோன்றும். திடீரென்று 'பளிச்' சென்று ஆகிவிட்டதைப் போல – சட்டென்று நம்மை பிரமிக்க வைப்பது போல – எவரோ தன் முழங்கையால் நம்மைச் சுண்டிவிடுவது போலிருக்கும். முற்றிலும் புதிய கோணத்தில் ஒரு பார்வை, புதுமையான ஓர் எண்ண ஓட்டம் பிறக்கும். சூரிய ஒளியின் ஒரே ஒரு ரேகை மனித ஆன்மாவுக்குள் எப்படிப்பட்ட மாயத்தைச் செய்து விடுகிறது என்பது விந்தைதான்.

சூரியக் கதிர்கள் விரைவாகவே மடிந்து சுருங்கத் தொடங்கி விட்டன. ஊசியால் குத்துவது போலக் கடுமையாகிக் கொண்டே சென்ற பனியில் என் மூக்கு மரத்துப் போயிற்று. அந்தி சாய்ந்து விட்டது. கடைகளில் 'கேஸ்' விளக்குகள் ஏற்றப்பட்டிருந்தன. மில்லர் காஃபிக் கடைக்குள் செல்லவிருந்த நான், சட்டென்று ஸ்தம்பித்து நின்றபடி தெருவையே வெறித்துப் பார்த்தேன். வழக்கத்துக்கு மாறான – வித்தியாசமான ஏதோ ஒன்று எனக்கு நிகழப் போகிறது என்ற உள்ளுணர்வு பிறந்ததைப் போலிருந்தது. மிகச் சரியாக அதே

நேரத்தில் தெருவின் மறுபக்கத்திலிருந்த கிழவனையும், அவன் கையில் பிடித்திருந்த நாயையும் நான் பார்த்தேன். ஏதோ ஒரு விதமான வெறுப்புணர்வு அப்போது என் இதயத்தைக் கவ்விக் கொண்டது என்பது மட்டும் எனக்கு நினைவிருக்கிறது; ஆனால் அது என்ன மாதிரியான உணர்வு என்பதை என்னால் வகைப் படுத்திச் சொல்ல முடியவில்லை.

நான் ஒரு ஞானி இல்லை. வருவது உரைக்கும் உள்ளுணர்வு களிலும், தீர்க்கதரிசனங்களிலும் எனக்கு நம்பிக்கை இல்லை. ஆனாலும் கூடப் பெரும்பாலான மனிதர்களுக்கு ஏற்பட்டிருப்பது போல இன்னதென்று விளக்க முடியாத பல அனுபவங்களை என் வாழ்விலும் எதிர்ப்பட்டிருக்கிறேன்; இதோ, இப்போது இந்தக் கிழவனை எதிர்ப்பட்டிருப்பது போல. அவனைப் பார்த்த அடுத்த கணத்திலேயே அசாதாரணமான ஏதோ ஒன்று அன்று மாலையே நேரப்போகிறது என்று எனக்குள் சட்டென்று ஏன் தோன்ற வேண்டும்? நானே உடல்நலமில்லாமல் இருந்தேன்; அப்போது தோன்றும் உணர்வுகள் எல்லாம் பெரும்பாலும் நம்மை ஏமாற்றக் கூடியவையாகத்தான் இருக்கும்.

தான் வைத்திருந்த ஊன்றுகோலால் நடைபாதையில் தட்டிக் கொண்டே கடையருகே மெல்ல, பலவீனமாக அடி போட்டு நெருங்கி வந்தான் அந்தக் கிழவன். தன் கால்களைக் கம்புக்குச்சிகள் போல விறைப்பாக வைத்தபடி நடந்து வந்தான் அவன். இப்படிப்பட்ட வினோதமான ஓர் உருவத்தை என் வாழ்க்கையில் நான் எதிர்ப் பட்டதே இல்லை. மில்லரின் கடையில் அவனைப் பார்க்க நேர்ந்த போதெல்லாம் எனக்கு ஏதோ ஒரு அசௌகரியமான உணர்வே ஏற்பட்டிருக்கிறது. அவனது உயரமான உருவம், கூன் விழுந்த முதுகு, எண்பது வருடங்கள் வாழ்ந்து முடித்த சுவடுகளைத் தாங்கிய சவக்களை கொண்ட கூடிய முகம், கிழிந்து தொங்கும் ஓவர்கோட், கந்தலாகிப் போன வட்டமான தொப்பி! நிச்சயம் அந்தத் தொப்பி இருபது வருடப் பழையதாகவாவது இருக்கும். வெண்மையான நரையாக இல்லாமல் பழுப்பு மஞ்சள் நிறத்தில் ஒருபுறம் தொங்கிக் கொண்டிருந்த கொத்து முடியோடு வழுக்கையாக இருந்த அவனது தலையை அந்தத் தொப்பி மூடியிருந்தது. அவனது இந்தத் தோற்றமும் – தன்னிச்சையானவையாக இல்லாமல் ஏதோ சாவி கொடுத்து முடுக்கப்பட்டவனைப் போன்ற அவனது இலக்கற்ற அசைவுகளும், அவனை முதன்முறையாக சந்திக்க நேரும் எவருக்குமே வியப்பை ஏற்படுத்துவதாகத்தான் இருக்கும். தன்னைக் கவனித்துக் கொள்ளும் நபர்களிடமிருந்து எப்படியோ தப்பித்து வெளியேறி வந்த பைத்தியக்காரனைப் போல அவன் தென்பட்டதால், பார்த்துக் கொள்ள யாருமே இல்லாமல் இந்தக் கிழவன் எப்படி இத்தனை

நாள் இயற்கை விதிகளுக்குத் தப்பி வாழ்ந்து வருகிறான் என்பது எவருக்குமே உண்மையில் ஆச்சரியமூட்டுவதுதான். என்னை வியப்பில் ஆழ்த்திய இன்னொன்று அவனது மிக மிக மெலிவான தோற்றம். அவன் உடம்பில் சதைப் பிடிப்பு என்பதே இல்லை. 'எலும்பு தோல் போர்த்தியது' போலத்தான் அவன் உடல் தெரிந்தது. அவன் கண்கள் மிகவும் பெரிதாகவும், ஈரப்பசையற்று வறட்சியாகவும் இருந்தன. அவற்றுக்கடியில் நீலம் பாரித்த கருவளையங்கள். அந்தக் கண்கள் ஒருபோதும் – எந்தப்புறமும் அசையாமல் நிலைகுத்திய பார்வையுடன் நேருக்கு நேர் மட்டுமே பார்த்துக் கொண்டிருந்தன. அவை எதையுமே ஒருபோதும் பார்ப்பதில்லை என்பதை என்னால் உறுதியாகச் சொல்லிவிட முடியும். அவன் நம்மையே பார்ப்பதாகத் தோன்றினாலும் கூடத் தன் கண்ணுக்கெதிரே எவருமே இல்லாததைப் போல நம்மை நேரடியாகத் தாண்டி சென்று விடுவான். பல முறை இதை நான் கவனித்ததுண்டு. சமீப காலமாகத்தான் மில்லரின் கடைக்குத் தன் நாயையும் கூட்டிக்கொண்டு வரத் தொடங்கி இருக்கிறான் அவன். அவன் எங்கிருந்து வந்தான் என்பது எவருக்கும் தெரியாது. மில்லரின் வாடிக்கையாளர்களில் அவனை விசாரிக்கவோ, அவனோடு பேசவோ யாருமே ஒருபோதும் துணிந்ததில்லை. அவனும் அவர்கள் எவருடனும் பேசியதில்லை.

"நடக்க முடியாமல் நடந்து கொண்டு ஏன் இப்படி மில்லரின் கடைக்கு வந்துகொண்டிருக்கிறான் அவன்? அப்படி அவனுக்கு இங்கே என்னதான் வேலை?" – இன்னமும் கூடத் தெருவின் எதிர்ப் பக்கத்தில் நின்றபடி அவனிடமிருந்து கண்களை அகற்ற முடியாமல் ஆச்சரியப்பட்டுக் கொண்டிருந்தேன் நான். உடம்பு முடியாத தாலும், மிகுந்த களைப்பாலும் ஒரு விதமான எரிச்சலும் சலிப்பும் என்னுள் குமுறிக்கொண்டிருந்தன. "அவன் என்னதான் நினைத்துக் கொண்டிருக்கிறான்?" என்பது தொடர்ந்து எனக்கு வியப்பாகவே இருந்தது. 'அவன் மனதுக்குள் என்னதான் ஓடுகிறது? அவன் ஏதாவது நினைக்கிறானா இல்லையா? அவன் முகம் எந்த உணர்ச்சியையும் வெளிப்படுத்தாமல் இருக்கிறது. அருவருப்பான அந்த நாயை எங்கேயிருந்து பொறுக்கி எடுத்தான் அவன். பிரிக்க முடியாத ஒரு பாகத்தைப் போல அவனோடு ஒட்டிக்கொண்டு அவனை விட்டு விலகாமல் இருக்கிறதே அது! அதுவும் அவனைப் போலவே இருக்கிறது.'

அசிங்கமான அந்த நாய்க்கும் கூட எண்பது வயது இருக்கக் கூடும். ஆமாம் நிச்சயம் அதற்குக் குறைவாக இருக்காது. சாதாரண மாகப் பார்க்கும் நாய்களை விட மிகவும் வயதானதாக இருப்பது போலத்தான் முதலில் அது தோன்றியது. பிறகு எனக்கு ஏன் அப்படித் தோன்ற வேண்டும் என்பது தெரியவில்லை. அதைப்

பார்த்ததுமே–எடுத்த எடுப்பிலேயே மற்ற நாய்களைப் போல அது இல்லை என்பதும் இது ஏதோ ஒரு அசாதாரணத் தன்மை கொண்டது என்றும் மனதில் பட்டது. ஏதோ ஒரு விசித்திரத் தன்மையும், மர்மமும் அதில் பொதிந்திருப்பதாகத் தோன்றியது. நாயின் உருவத்தில் வந்த மெஃபிஸ்டோபிலிஸாக* அது இருக்குமோ! அதன் விதி ஏதோ ஒரு மர்மமான வகையில் அதன் எஜமானரின் விதியோடு பிணைக்கப்பட்டிருக்கக் கூடும் என்றும் எனக்குத் தோன்றியது. பார்த்த அளவிலேயே அது கடைசியாகச் சாப்பிட்டு இருபது வருடங்களாவது ஆகியிருக்கும் என்று எவராலும் சொல்லி விட முடியும். தன்னுடைய எஜமானரைப் போலவே மிகவும் மெலிந்து போய் எலும்புக்கூடாகவே இருந்தது அது. அதன் உடலி லிருந்த ரோமங்களெல்லாம் பெரும்பாலும் உதிர்ந்து போயிருந்தன. அதன் கால்களுக்கு நடுவே தொங்கிக் கொண்டிருந்த வால், மொட்டையான மரக்குச்சி போலவே இருந்தது. நீண்ட காதுகளோடு கூடிய அதன் முகம், கடுகடுப்புடன் முன்பக்கமாகத் தொங்கிக் கொண்டிருந்தது. என்னை இந்த அளவு வெறுப்பூட்டும் நாயை என் வாழ்க்கையில் இதுவரை நான் கண்டதே இல்லை. தெருவில் இருவரும் நடந்து போகும்போது, அதன் எஜமானர் முதலில் போவார்; அவருடைய கோட்டின் கீழ்ப் பகுதியில் தன் மூக்கை உரசிக்கொண்டு அதோடு ஒட்டப்பட்டது போலத் தன் குதிகாலால் நடந்தபடி அந்த நாய் கூடவே போகும். அவர்கள் நடந்து செல்லும் பாணியும் –ஏன், அந்தக் காட்சி முழுவதுமே “எங்களுக்கு வயதாகி விட்டது, ஐயோ கடவுளே! நாங்கள்தான் எத்தனை வயதானவர் களாக இருக்கிறோம்” என்று எடுத்து வைக்கும் ஒவ்வொரு அடி யிலும் ஓலமிட்டுக் கதறுவது போலிருக்கும்.

ஹாஃப்மேன்** எழுதிய புத்தகத்தில் இருக்கும் கவர்னி*** வரைந்த ஓவியம் உயிர் பெற்று உலகத்தில் உலவுவதைப் போலவும், அந்தப் பதிப்புக்கான விளம்பரம் போலவும் கிழவனும் நாயும் சேர்ந்திருக்கும் அந்தக் காட்சி எனக்குத் தோன்றுவதாகக் கூட நான் எண்ணிப் பார்த்திருக்கிறேன் என்பது எனக்கு நினைவிருக்கிறது.

சாலையைத் தாண்டிச் சென்ற நான் கடைக்குள் சென்ற கிழவனைப் பின்தொடர்ந்தேன்.

கடையில் அந்தக் கிழவன் நடந்துகொள்ளும் முறை எப்போதுமே மிக வினோதமாகத்தான் இருக்கும். இப்போதெல்லாம்

---

* மெஃபிஸ்டோபிலிஸ் : ஃபாஸ்ட் புராணத்தில் வரும் ஒரு பிசாசின் பெயர். டாக்டர் ஃபாஸ்ட், தன் ஆன்மாவை அதற்கு விற்கிறார்.

** ஹாஃப்மேன்: புகழ்பெற்ற ஜெர்மன் எழுத்தாளர் அவரின் செல்வாக்கு தஸ்தயெவ்ஸ்கியிடம் உண்டு.

*** பால்கவர்னி: புகழ்பெற்ற ஃபிரெஞ்சு கார்டூனிஸ்ட், ஓவியர்.

அந்த வேண்டாத விருந்தாளி உள்ளே வரும் சமயங்களில் கல்லாவில் நின்று கொண்டிருக்கும் மில்லர் சற்று முகம் சுளிக்கத் தொடங்கி யிருந்தார். அதற்கான முதல் காரணம், அந்த வித்தியாசமான விருந்தாளி எந்த உணவுப் பொருளைக் கொண்டு வருமாறும் ஒரு போதும் பணித்ததில்லை. கணப்பு அடுப்பின் அருகிலுள்ள மூலைக்கு நேராகச் சென்று அங்கிருக்கும் நாற்காலியில் உட்கார்ந்து விடுவான் அவன். கணப்புக்குப் பக்கத்திலிருக்கும் நாற்காலியில் வேறு எவரேனும் உட்கார்ந்திருந்தால் தன் இடத்தைப் பிடித்துக்கொண்டி ருக்கும் அந்த மனிதருக்கு முன் வெறுமையான பார்வையோடு அவரைச் சிறிது நேரம் வெறித்துக் கொண்டிருந்து விட்டு ஏதோ புதிர் விலகாதவனைப் போல அங்கிருந்து நகர்ந்து சென்று ஜன்னலருகே உள்ள அடுத்த மூலைக்குப் போவான். அங்கே ஒரு நாற்காலியைத் தேடிக்கொண்டு அதில் மெல்ல உட்கார்ந்து தன் தொப்பியைக் கழற்றி அருகில் தரை மீது வைப்பான்; கைத்தடியையும் தொப்பிக்குப் பக்கத்தில் வைத்து விடுவான். பிறகு அந்த நாற் காலியில் சாய்ந்தபடி, மூன்று நான்கு மணிநேரம் சற்றும் அசை யாமல் அப்படியே இருப்பான். அங்கிருக்கும் எந்தச் செய்தித் தாளையும் அவன் ஒருபோதும் எடுத்ததில்லை. ஒரு வார்த்தை, ஒரு சிறிய ஒலி கூட அவனிடமிருந்து பிறந்ததில்லை; அகலத் திறந்த விழிகளுடன் தனக்கு நேரே வெறித்துப் பார்த்தபடி அப்படியே உட்கார்ந்திருப்பான். உயிரே இல்லாத அந்த வெற்றுப் பார்வையி லிருந்தே அவனைச் சுற்றி நடக்கும் எதுவும் அவன் மனதில் பதிய வில்லை என்பதை எவராலும் மிக எளிதாக ஊகித்து விட முடியும். அந்த இடத்தை இரண்டு மூன்று தடவை சுற்றி வந்து விட்டு அவனது பூட்ஸ்களுக்கிடையில் மூக்கை வைத்தபடி அந்த நாயும் அவன் காலடியில் தொய்வாகப் படுத்துக் கிடக்கும். தன் உடல் முழுவதையும் தரையில் நீட்டிக்கொண்டு நீண்ட பெருமூச்சு விட்டபடி அதுவும் அப்படியே மாலை முழுவதும் அசையாமல் கிடப்பதைப் பார்த்தால், அது செத்துப் போய் விட்டதைப் போலத் தான் தோன்றும். பகல் முழுவதும் எங்கோ ஓரிடத்தில் செத்துப் போய்க்கிடந்த இரண்டு ஜீவன்கள், ஏதோ மர்மமான புனிதமான ஒரு கடமையைச் செய்ய – அதற்காக மட்டுமே அந்திநேரத்தில் மில்லரின் கடையை நாடி வருவது போலிருக்கும். மூன்று நான்கு மணி நேரங்கள் இப்படியே உட்கார்ந்திருந்த பிறகு கடைசியாகத் தன் தொப்பியை எடுத்துக் கொண்டு கிழவன் எழுந்திருப்பான்; வீடு என்று அவனுக்கு எங்கேயாவது இருந்தால் அதை நோக்கிக் கிளம்புவான். அந்த நாயும் அவனுடனேயே எழுந்து கொள்ளும். முன் போலவே தொய்ந்து தொங்கும் வாலோடும், தொங்கப் போட்டுக்கொண்ட முகத்தோடும் இயந்திர கதியில் – அதே போன்ற

மெதுவான நடையில் அது அவனைத் தொடர்ந்து செல்லும். அந்தக் கடைக்கு வந்து செல்லும் வாடிக்கையாளர்கள் பல வகைகளில் அந்தக் கிழவனைத் தவிர்க்க ஆரம்பித்திருந்தார்கள். அவனோடு வெறுப்புக் கொண்டிருப்பது போல – அவனுக்கு எதிர்ப்புக்காட்டுவதுபோல அவனருகே அவர்கள் உட்காருவது கூட இல்லை. அவனோ இவற்றையெல்லாம் சற்றும் கண்டுகொள்ள வில்லை.

அந்தக் கடைக்கு வருபவர்களில் பெரும்பாலானவர்கள் ஜெர்மானியர்கள். வாஸ்நெஸன்ஸ்கி பிராஸ்பெக்டின் பல பகுதி களில் வசிப்பவர்களே அங்கே கூடுபவர்கள். தச்சுத் தொழில், பேக்கரி நடத்துதல், தொப்பி மற்றும் சேணங்கள் தயாரித்தல் என்று சொந்தமாக வேறு வேறு தொழில் நடத்திக் கொண்டிருந்தவர்கள் அவர்கள். ஜெர்மன் மொழியில் வழங்கும் பொருள் அடிப்படையில் அர்த்தப்படுத்திப் பார்த்தால் அவர்கள் எல்லோருமே "பாட்ரீஷியன்' கள் என்று சொல்லலாம். அதனாலேயே மில்லரின் கடையில் அவர்களுக்குக் கூடுதல் மரியாதையும் இருந்தது.

கடை முதலாளி, தனக்கு அறிமுகமான ஏதேனும் ஒரு வாடிக்கையாளரோடு அவர் அமர்ந்திருக்கும் மேசையில் போய் இணைந்து கொள்வார். கணிசமான அளவுக்கு மதுபானமும் அங்கே பரிமாறப்படும். கடைக்காரரின் வீட்டிலிருக்கும் நாய்களும் சின்னக்குழந்தைகளும் கூட சில சமயம் வாடிக்கையாளர்களின் அருகில் எட்டிப் பார்ப்பதுண்டு; அவர்களும் அந்தக் குழந்தை களோடும் நாய்களோடும் கொஞ்சி விளையாடுவார்கள். அவர்கள் எல்லோருக்குமே ஒருவரை ஒருவர் நன்கு தெரியும்; ஒருவர் மீது மற்றவருக்குப் பரஸ்பர மரியாதையும் இருந்தது. உணவகத்திலிருக்கும் விருந்தாளிகள் ஜெர்மன் செய்தித்தாள்களைப் படிப்பதில் ஆழ்ந் திருக்கும்போது கடைக்காரர் வீட்டிற்குச் செல்லும் அறைகளின் கதவிடுக்கிலிருந்து 'அகஸ்டினைப்' பற்றிய பாடல்** பியானோ வழியாக மெல்லக் கசிந்து வரும். கடைக்காரரின் மூத்த மகளாகிய ஜெர்மானிய இளம்பெண் அதை வாசித்துக் கொண்டிருப்பாள். இளம் பழுப்பு நிறச் சுருட்டை முடியோடு ஒரு வெள்ளெலி

---

* பாட்ரீஷியன் : இடைக்கால ஜெர்மனியில், பிரபுக்கள் அல்லாத பிற பணக்காரக் குடிமக்கள் 'கில்ட்' போன்ற அமைப்புகளை உருவாக்கி வந்தனர். அவர்கள் 'பாட்ரைசியர்' என்று அழைக்கப்பட்டனர். உள்ளாட்சி அமைப்புகளிலும் சம்பிரதாயமான அரசுப் பதவிகளிலும் அவர்கள் பங்கேற்றனர். வழிவழியாகப் பிறப்பின் அடிப்படையில் இந்தப் பட்டம் அவர்களைப் போய்ச்சேர்ந்தது.

** அகஸ்டின் : 17ஆம் நூற்றாண்டைச் சேர்ந்த வியன்னா நாட்டுப்புறப் பாடல். மார்க்ஸ் அகஸ்டின் என்ற தெருப் பாடகனைப் பற்றியது.

போலவே இருப்பாள் அவள். அந்தச் சங்கீதத்தை அங்கிருக்கும் எல்லோரும் மகிழ்ச்சியோடு வரவேற்பார்கள். மில்லர் கடையில் வருவிக்கப்படும் ரஷ்யப் பத்திரிகைகளை வாசிப்பதற்கென்றே ஒவ்வொரு மாதத் தொடக்கத்திலும் அங்கே நான் செல்வது வழக்கம்.

நான் கடைக்குள் சென்ற போது அந்தக் கிழவன் ஜன்னலருகே உட்கார்ந்திருந்ததை நான் பார்த்தேன். அவன் காலடியில் அந்த நாய் வழக்கம் போலக் கிடந்தது. எதுவும் பேசாமல் அங்கிருந்த ஒரு மூலையில் போய் அமர்ந்தேன். உண்மையில் அங்கே செய் வதற்கு எனக்கு எதுவும் இல்லை; மேலும் நான் உடல்நலம் பாதிக்கப்பட்டும் இருந்தேன். சீக்கிரமாக வீட்டுக்குச் சென்று தேநீர் அருந்திவிட்டுப் படுக்கச் செல்வதே எனக்கு ஏற்றதாக இருக்கும் என்ற நிலையில் இங்கே எதற்காக நான் வரவேண்டும் என்று என்னுள்ளேயே கேட்டுக்கொண்டேன். இந்தக் கிழட்டு மனிதனை வெறுமனே வெறித்துப் பார்த்துக் கொண்டிருக்கவா நான் இங்கே வந்தேன்? எனக்கு என் மீதே எரிச்சல் மண்டியது. தெருவில் அவனைப் பார்த்தபோது எனக்கு ஏற்பட்ட வினோதமான வேதனை யான உணர்வை நினைவு கூர்ந்தபடி ‘எனக்கும் அவனுக்கும் என்ன சம்பந்தம்?’ என்று எண்ணிக்கொண்டேன். மந்தமான இந்த ஜெர்மானியர்களோடும் கூடத்தான் எனக்கென்ன வந்தது? என் மனநிலை ஏன் இப்படி விசித்திரமாக இருக்கிறது? அற்ப விஷயங் களுக்குப் போய் ஏன் இப்படி பதட்டப்படுகிறேன் நான்? சமீப காலமாகவே என்னிடம் அப்படி ஒரு குணம் இருப்பதை நானும் கவனித்துக் கொண்டுதான் வருகிறேன். அன்றாட வாழ்க்கைக்கும், வாழ்க்கையைப் பற்றிய தெளிவான பார்வையை வகுத்துக் கொள்வதற்கும் அது எனக்கு இடைஞ்சலாகத்தான் இருக்கிறது. என் சென்ற நாவலைக் குறித்த கடுமையான விமர்சனம் எழுதிய கூர்மையான விமர்சகர் ஒருவரும் கூட அதில் இதைச் சுட்டிக் காட்டியிருந்தார்.

ஆனால் இவ்வாறு ஏதேதோ அசைபோட்டுக் கொண்டே நான் வருத்தப்பட்டுக் கொண்டிருந்தாலும் இருந்த இடத்திலிருந்து நான் கொஞ்சமும் அசையவில்லை. நேரம் செல்லச் செல்ல என் நோய்க் கடுமையும் கூடிக்கொண்டே போயிற்று. இறுதியில் குளிருக்கு இதமான அந்த அறையை விட்டு வெளியேற மனமில்லாதவனாக ஆனேன். ஃப்ராங்க்ஃபர்ட் செய்தித்தாள் ஒன்றை எடுத்துப் பிரித்து ஓரிரண்டு வரிகள் படித்துவிட்டு லேசாகத் தூக்க மயக்கத்தில் செருகிப் போனேன். அங்கிருந்த ஜெர்மன்காரர்களை நான் கொஞ் சமும் பொருட்படுத்தவில்லை. அவர்கள் ஏதோ வாசித்தார்கள்; புகைத்தார்கள்; அரைமணி நேரத்துக்கு ஒரு தடவை ஏதேனும் ஒரு ஃப்ராங்க்ஃபர்ட் செய்தித் துணுக்கை அடிக்குரலில் திடீர்

திடீரென்று தங்களுக்குள் பரிமாறிக் கொண்டார்கள் அல்லது மிகவும் பிரபலமான ஜெர்மன் நகைச்சுவையாளரான 'சஃபி'ரின்* நகைச்சுவைத் துணுக்கையோ குறுஞ்செய்தியையோ பற்றிப் பேசிக் கொண்டார்கள். அதன் பிறகு தங்கள் தேசத்தின் மீது பிறந்த இரட்டிப்பான பெருமித உணர்வுடன் தாங்கள் வாசித்து வந்த செய்தித்தாள் பகுதிகளில் மூழ்கிவிடுவார்கள் அவர்கள்.

நான் அரைமணி நேரம் கண்செருகி உறங்கிய பின், பயங்கர மாக நடுங்கியபடி விழித்துக்கொண்டேன். நிச்சயமாக நான் வீட்டுக்குச் சென்றே ஆக வேண்டிய நேரம்தான் இது. ஆனால் அந்தக் கணத்தில் அங்கே–அந்த அறையில் அரங்கேறிக் கொண்டி ருந்த உரையாடல்களற்ற ஒரு நாடகம் என்னை மீண்டும் தடுத்து நிறுத்திவிட்டது. நாற்காலியில் உட்கார்ந்த அளவிலேயே அந்தக் கிழவன் எதன் மீதாவது தன் கண்களை நிலைகுத்திப் பதித்து விடுவான் என்றும் மாலை முழுவதும் அதிலிருந்து வேறு இடத் துக்குத் தன் பார்வையைப் பெயர்க்க மாட்டான் என்றும் முன்பே சொல்லியிருக்கிறேன். இன்னதென்று இனம் விளங்காத– தொடர்ச் சியான –அந்த இலக்கற்ற பார்வைக்கு நானும் கூட ஒருமுறை ஆளாகியிருக்கிறேன். அந்த உணர்ச்சி அருவருப்பூட்டுவதாகவும் பொறுத்துக்கொள்ள முடியாததாகவும் கூட இருக்கும். அதனாலேயே எத்தனை விரைவாக முடியுமோ, அத்தனை விரைவாக நான் உட்கார்ந்திருக்கும் இடத்தை மாற்றிக் கொண்டு விடுவேன். இப்போது இந்தக் குறிப்பிட்ட கணத்தில் அந்தக் கிழவனின் பார்வைக்கு இலக்காகி இருந்தவர், குள்ளமும் பருமனுமாக இருந்த ஒரு ஜெர்மானியர். மிகவும் சுத்தமாக உடையணிந்திருந்த அவரது கழுத்துப்பட்டி, கஞ்சி மொடமொடப்போடு விறைத்து நின்றிருந்தது. வழக்கத்தை மீறிய மிகையான சிவந்த முகத்தோடு காட்சியளித்த அவர், அந்தக் கடைக்கு வருகை தந்த புது வாடிக்கையாளர். ஆடம் இவானிச் ஷுல்ட்ஸ் என்ற பெயர் கொண்ட அவர் ரீகாவைச் சேர்ந்த ஒரு வியாபாரி. அவர், மில்லருக்கு மிக நெருங்கிய நண்பர் என்பதை நான் பின்னால் அறிந்து கொண்டேன்; ஆனாலும் கூட அந்தக் கிழவனைப் பற்றியோ அங்கிருந்த மேலும் பல வாடிக்கை யாளர்களைக் குறித்தோ அவர் இன்னும் எதுவும் அறிந்திருக்கவில்லை. மதுபானத்தை மெல்ல ரசித்துச் சுவைத்தபடி 'டோர்ஃப் பார்பிய'ரைப் படித்துக் கொண்டிருந்த அவர், சட்டென்று தன் கண்களை உயர்த்திப் பார்த்தபோது அந்தக் கிழவனின் பார்வை தன் மீது சற்றும் அசையாமல் பதிந்திருந்ததைக் கண்டார். அது

---

* சஃபிர் : (1795–1858) ஆஸ்திரியாவைச் சேர்ந்த பத்திரிகையாளர். சிக்கலான, நகைச்சுவைத் துணுக்குகள் எழுதி சர்ச்சையில் மாட்டிக்கொள்பவர்.

அவரைச் சங்கடப்படுத்துவதாக இருந்தது. ஆடம் இவானிச்சும் கண்ணியம் வாய்ந்த பிற ஜெர்மன் பிரபுக்களைப் போலவே தொட்டாற்சிணுங்கியாக எளிதில் உணர்ச்சிவசப்படுபவராக இருப்பவர்தான். எந்தக் காரணகாரியமும் இல்லாமல் தன்னை இப்படி ஒருவர் வெறித்துப் பார்த்துக் கொண்டிருப்பது அவருக்கு வினோதமாகவும் தன்னை அவமானப்படுத்துவது போலவும் இருந்தது. கோபத்தையும் வெறுப்பையும் உள்ளுக்குள் அடக்கிக் கொண்டு நாகரிகமற்ற அந்த மனிதனிடமிருந்து தன் பார்வையைத் திருப்பிக் கொண்டார் அவர். தனக்குள் ஏதோ முணுமுணுத்தபடி செய்தித்தாளுக்குள் அடைக்கலம் புகுந்தார். ஆனாலும் ஓரிரு நிமிடங்களுக்கு மேல் அந்தச் செய்தித்தாளிலிருந்து எட்டிப் பார்க் காமல் இருக்க அவரது சந்தேக புத்தி அவரை விடவில்லை. அப்போதும் அதே தொடர்ச்சியான பார்வை, அர்த்தமில்லாமல் துருவுவதைப் போன்ற நோக்கு!

இந்தத் தடவையும் ஆடம் இவானிச் எதுவும் கூறவில்லை. ஆனால் மூன்றாவது முறையாகவும் அது தொடர்ந்தபோது அவரால் சினம் கொள்ளாமல் இருக்க இயலவில்லை. தன் கௌரவத்தைக் காப்பாற்றிக் கொள்ள வேண்டியது தன் கடமையென்று அவருக்குப் பட்டது. மிகவும் கௌரவமான கனவான்கள் கூடியிருக்கும் ஓரிடத்தில்–அவர்களின் கண்ணெதிரே – சிறப்பு மிகுந்த ரீகா நகரத்தின் பிரதிநிதியாக இருக்கும் தானும், தனது ஊரும் சிறுமைப்படுத்தப்படுவதை அவர் விரும்பவில்லை. கையில் பிடித்திருந்த செய்தித்தாளை ஆத்திரத்தோடு மேசையில் வீசியெறிந்து விட்டு அது சுற்றப்பட்டிருந்த கம்பைக் கொண்டு அதன்மீது தட்டினார். வெறுப்பாலும், மதுவாலும் சிவந்திருந்த முகத்தில் கர்வம் ஒளிவீச–தன் பங்குக்கு–இரத்தச் சிவப்பான தன் சிறு கண்களை, தன்னை எரிச்சலூட்டிக் கொண்டிருந்த கிழவன் மீது செலுத்தத் தொடங்கினார். தங்கள் வெறித்த பார்வைகளின் காந்த சக்தியைக் கொண்டு அந்த ஜெர்மானியரும், அவரது எதிரியும் ஒருவரையொருவர் வெற்றி கொள்வதற்கு முயற்சிப்பது போலிருந்தது. கண்களைக் கீழே போட்டுப் பார்வையைத் தாழ்த்திக் கொள்ள முதலில் முன்வரப் போகிறவர்கள் யார் என்பதற்காக அவர்கள் இருவருமே காத்துக் கொண்டிருப்பதைப் போலிருந்தது. கம்பால் தட்டும் ஓசையும் ஆடம் இவானிச்சின் வினோதமான நடத்தையும் அங்கிருந்த எல்லா வாடிக்கையாளர்களின் கவனத்தையும் ஈர்ப்ப தாக இருந்தது. அனைவரும் அவரவரர் ஈடுபட்டிருந்த செயல்களை அப்படியே விட்டுவிட்டு எதுவும் பேசாமல் அவர்கள் இருவரையும் மட்டுமே ஆழமாகக் கவனிக்கத் தொடங்கினர். அது ஒரு பெரிய நகைச்சுவைக் காட்சி போல ஆகத் தொடங்கியிருந்தது. எனினும்

முகம் சிவந்தபடி எதிர்ப்பையும் கோபத்தையும் காட்டிக் கொண்டிருந்த அந்தக் கனவானின் காந்தப்பார்வை வீண்தான் என்றே சொல்ல வேண்டும். கோபம் கொண்டு குமுறிக் கொண்டிருந்த ஷுல்ட்ஸைப் பற்றிக் கொஞ்சமும் கவலை கொள்ளாதவனாக அவரையே நேருக்கு நேராக வெறித்துப் பார்த்துக்கொண்டே இருந்தான் அந்தக் கிழவன். அங்கிருந்தோரின் கவனம் முழுவதும் தன் மீது படிந்திருப்பதை அவன் சற்றுக்கூட உணர்ந்ததாகத் தெரியவில்லை. அவனது எண்ணங்கள் பூமியில் நிலை கொள்ளாமல் சந்திரனில் நிலை கொண்டிருப்பதைப் போலிருந்தது. இறுதியில் ஒரு வழியாக ஆடம் இவானிச்சின் பொறுமை எல்லை மீறிச் சென்றுவிட அவர் இவ்வாறு வெடித்தார்.

"என்னை எதற்காக இப்படி உற்றுப் பார்த்துக் கொண்டிருக்கிறீர்கள்" என்று அதட்டும் தோரணையில் ஜெர்மானிய மொழியில்–துளைப்பது போன்ற குரலில் கூச்சலிட்டார் அவர்.

ஆனால் அவரது எதிரியோ அந்தக் கேள்வியே காதில் விழாதது போல–எதுவுமே புரியாததுபோல அமைதியாக அமர்ந்திருந்தான். ஆடம் இவானிச் அவனிடம் ரஷ்ய மொழியில் பேசலாமென்று முடிவு செய்துகொண்டார்.

"என்னை நீங்கள் இப்படி உற்றுப் பார்ப்பது ஏன் என்று கேட்கிறேன்" என்று இரு மடங்காய்ப் பெருகிய கோபத்தோடு கத்தினார் அவர்.

"சமூகத்தில் அனைவருக்கும் நன்றாக அறிமுகமாகி இருக்கும் மனிதன் நான்! உங்களைப் பற்றி யாருக்குமே தெரியாது" என்ற வார்த்தைகளையும் கூடவே சேர்த்துக் கொண்டவர், நாற்காலியிலிருந்து துள்ளினார்.

ஆனால் அந்தக் கிழவன் அசையக்கூட இல்லை. அங்கிருந்த ஜெர்மானியர்கள் வெறுப்போடு முணுமுணுத்துக் கொள்வது கேட்டது. அங்கே ஏதோ சத்தம் கேட்பதைக் கண்டு மில்லருமே அந்த அறைக்குள் வந்தார். விஷயம் இன்னதென்பது தெரிந்ததும் ஒருக்கால் அந்தக் கிழவன் செவிடாக இருக்கக் கூடுமோ என எண்ணியபடி அவனது காதருகே குனிந்தார்.

"தன்னை இவ்வாறு வெறித்துப் பார்க்க வேண்டாமென்று திரு ஷுல்ட்ஸ் உங்களிடம் சொல்கிறார்" எப்படிப்பட்டவனென்று புரிந்துகொள்ள முடியாதபடி இருந்த அந்த மனிதனை ஆழமாகப் பார்த்தபடி தன்னால் முடிந்தவரை உரத்த குரலில் இவ்வாறு கூறினார் மில்லர்.

கிழவன் இயந்திரத்தனமாக மில்லரை ஏறெடுத்துப் பார்த்தான். இவ்வளவு நேரமும் சற்றும் அசையாமல் இருந்த அந்த முகத்தில்

சட்டென்ற கலவரமானது போன்ற அறிகுறிகளும், ஏதோ ஒரு வகையான பதட்டமும் தென்படத் தொடங்கின. அவனது குழப்பம் கூடிக்கொண்டே சென்றது. பெருமூச்சு வாங்கியபடி கீழே குனிந்து தன் தொப்பியையும் கம்பையும் கையிலெடுத்துக் கொண்டு தான் அமர்ந்திருந்த நாற்காலியில் இருந்து எழுந்து கொண்டான். தெரியாமல் தவறுதலாக உட்கார்ந்து கொண்டு விட்ட ஓர் இடத்தி லிருந்து எழுந்து கொள்ளும் ஒரு பிச்சைக்காரன் புரியும் பரிதாப மான புன்னகையைப் போலப் பாவப்பட்ட புன்னகை ஒன்றுடன் அறையை விட்டு வெளியேற முனைந்தான் முதுமையால் தளர்ந்து போன அந்த ஏழைக் கிழவன். எந்த எதிர்ப்பும் காட்டாமல் உடனடியாகப் பணிந்து போன அவனது அந்தச் செயல் அங்கிருந்த அனைவரின் உள்ளத்திலும் அனுதாபத்தை வருவித்தது; அவர்களது இதயத்தைப் பிசைவதாகக் கூட அது இருந்தது. ஆடம் இவானிச்சின் பார்வையுமே கூட உடன் வேறு வகையில் மாறிவிட்டது. அந்தக் கிழவன் எவரையும் அவமானப்படுத்தத் துணியாதவன் என்பது மட்டுமல்லாமல் தான் ஒரு பிச்சைக்காரனைப் போல எந்த இடத்திலிருந்தும் எப்போதும் விரட்டப்படலாம் என்பது தெரிந்தவ னாகவும் இருந்திருக்கிறான் என்பதும் அப்போது தெளிவாகத் தெரிந்தது.

மில்லர் கனிவான இதயம் கொண்டவர்; இரக்கமுள்ள ஒரு மனிதர்.

“இல்லை இல்லை... வேண்டாம்... அப்படியே உட்கார்ந்து கொள்ளுங்கள்” என்று அவனது தோள்களில் ஆதரவாய்த் தட்டிக் கொடுத்தபடி “ஆல்பர்ட் ஹெர் ஷுல்ட்ஸ் என்ன சொல்கிறாரென்றால் நீங்கள் அவரை அப்படி உற்றுப் பார்க்க வேண்டாமென்று மட்டும்தான்! அவரைச் சமூகத்தில் எல்லோருக்கும் மிக நன்றாகத் தெரியும்.”

ஆனால் பாவப்பட்ட அந்த மனிதனால் அதையும் கூடப் புரிந்து கொள்ள இயலவில்லை. முன்பை விட மிகுதியான தடுமாற்றத்தில் இருந்தான் அவன். அவனது தொப்பியிலிருந்து கீழே விழுந்து கிடந்த கந்தையான தன் பழைய நீல நிறக் கைக் குட்டையைக் கீழே குனிந்து எடுத்துக்கொண்டான். பாதங்களுக் கிடையே மூக்கைப் பதித்தபடி – சற்றும் அசையாமல் – ஆழ்ந்த உறக்கத்தில் இருப்பதைப் போலக் காணப்பட்ட தன் நாயைக் கூப்பிட ஆரம்பித்தான்.

“அஸோர்கா... அஸோர்கா” என்று முதுமையால் நடுங்கும் குரலில் மெல்ல முணுமுத்தான்.

“அஸோர்கா...”

அஸோர்கா அசைந்து கொடுக்கவில்லை.

"அஸோர்கா... அஸோர்கா" என்று மிகுந்த கவலையோடு திரும்பத் திரும்ப அதை அழைத்த கிழவன் தன் கைத்தடியால் அதைச் சுண்டி எழுப்பினான்; அப்படியும் அதே நிலையில்தான் அது கிடந்தது.

கிழவனின் கைகளிலிருந்து அவன் பிடித்திருந்த கம்பு நழுவிக் கீழே விழுந்தது. அவன் கீழே குனிந்து மண்டியிட்டபடி அஸோர் காவின் தலையைத் தன் இரு கைகளிலும் ஏந்திக்கொண்டான். பாவம் அஸோர்கா! அது இறந்து போயிருந்தது! தன் எஜமானனின் காலடியிலேயே முதுமையினாலோ... பசி தாங்க முடியாமலோ அது அமைதியாக இறந்து கிடந்தது. இடி விழுந்ததைப் போல அந்த முதியவன் ஒரு நிமிடம் அதையே பார்த்துக் கொண்டிருந்தான். அஸோர்கா இறந்து போய்விட்டது என்பதையே புரிந்து கொள்ளா தவனைப் போல அப்போது அவன் இருந்தான். பிறகு தன் பழைய வேலையாளும், நண்பனுமான அதை நோக்கி மென்மையாக மண்டியிட்டான். இறந்துபோன நாயின் முகத்தைத் தன் வெளிறிப் போன கன்னத்தோடு வைத்து அழுத்திக் கொண்டான். ஒரு நிமிடம் அமைதியாகக் கழிந்தது. நாங்கள் அனைவருமே அப்போது நெகிழ்ந்து போயிருந்தோம். இறுதியாக அந்தப் பாவப்பட்ட மனிதன் எழுந்து கொண்டான். அவன் முகம் வெளிறிப் போயி ருந்தது; காய்ச்சல் வந்தவனைப் போல நடுங்கிக் கொண்டிருந்தான் அவன்.

"நீங்கள் இதைப் பதப்படுத்திக் கொண்டு விடலாம்" என்று அந்தக் கிழவனுக்கு ஆறுதலளிக்க முற்படும் வகையில் இரக்கத்தோடு பேசினார் மில்லர்.

"இதை நீங்கள் மிக நேர்த்தியாகப் பதப்படுத்தி விடலாம். ஃபியதோர் கார்லிச் க்ரகர் அந்த வேலையை அருமையாகச் செய்து விடுவார். பதப்படுத்தும் வேலையில் அவர் மிகவும் தேர்ந்தவர்" என்று திரும்பவும் சொன்னபடி தரையில் கிடந்த ஊன்றுகோலை எடுத்து அந்தக் கிழவனிடம் தந்தார் மில்லர்.

"ஆமாம்! நான் பிரமாதமாகப் பதப்படுத்தி விடுவேன்" என்று சற்று முன்னால் வந்தபடி மில்லர் சொன்னதைத் தானும் உறுதிப் படுத்தினார் க்ரகர்.

நெடுநெடுவென்ற உயரத்தோடு, ஒல்லியாக இருந்த அந்த ஜெர்மானியர் நல்ல பண்பு கொண்டவர். செம்பட்டையான சுருள் முடியோடு இருந்தார்; அவரது வளைவான மூக்கின் மீது அவர் அணிந்திருந்த கண்ணாடி ஒட்டிக்கொண்டிருந்தது.

“ஃபியதோர் கார்லிச் க்ரகர் எல்லா வகையான பதப்படுத்தும் வேலைகளையும் செய்வதில் மிகப் பெரும் நிபுணர்” என்று முதலில் தான் சொன்ன செய்திக்கே கூடுதல் அழுத்தம் தந்து உற்சாகத்தோடு சொன்னார் மில்லர்.

“ஆமாம்! அற்புதமான பதப்படுத்தல் வேலைகள் பலவற்றைச் செய்யும் திறமை என்னிடம் உண்டு” என்று மீண்டும் க்ரகரும் அதை உறுதிப்படுத்தினார்.

“ஊதியம் எதுவும் பெற்றுக் கொள்ளாமலே உங்கள் நாயைப் பதப்படுத்தித் தந்து விடுகிறேன்” என்று சுயநலம் கலவாத தன் பெருந்தன்மையையும் கூடவே வெளிப்படுத்திக் கொண்டார் அவர்.

“வேண்டாம்! நீங்கள் பதப்படுத்துவதற்கான தொகையை நான் தந்து விடுகிறேன்” என்று ஆவேசமாக உரக்கக் கத்தினார் ஆடம் இவானிச் ஷுல்ட்ஸ். முன்பை விட அவர் முகம் இருமடங்கு அதிகம் சிவந்திருந்தது. தன் பங்குக்குத் தன் பெருந்தன்மையைக் காட்டிக் கொண்டார் அவர்; நடந்து போன அந்தத் துர்ச்சம்பவத் துக்குத் தான் காரணமாக இருந்திருப்போமோ என்ற அப்பாவித் தனமான ஒரு உணர்வும் அவரிடம் இருந்தது.

அவர்கள் பேசியதில் ஒரு வார்த்தை கூடப் புரியாதவனாய்–முன்போலவே உடல் முழுவதும் நடுங்கியபடி நின்றிருந்தான் அந்தக் கிழவன்.

“கொஞ்சம் பொறுங்கள்... ஒரு கோப்பை மது அருந்துங்கள்” – எளிதில் புரிந்துகொள்ள முடியாத அந்த விருந்தாளி, அங்கிருந்து கிளம்பத் தயாராவதைக் கண்டு சத்தமாய் அவனை உபசரித்தார் மில்லர்.

மதுக்கோப்பை வருவிக்கப்பட்டதும் இயந்திரம் போலக் கோப் பையைக் கையில் எடுத்துக் கொண்டாலும் அந்த முதியவனின் கரங்கள் நடுங்கிக் கொண்டிருந்தன. உதட்டுக்கு மேல் அதை உயர்த் துவதற்கு முன் பாதிக் கோப்பை சிந்திப் போயிற்று. துளிக்கூட அருந்தாமல் திரும்ப வைத்து விட்டான் அவன். பிறகு வினோத மான... கொஞ்சமும் பொருத்தமற்ற ஒரு புன்னகையோடு விரை வான சீரற்ற நடையில் கடையை விட்டு வெளியேறினான். அஸோர்காவைத் தரையில் அப்படியே விட்டு விட்டுச் சென்றிருந் தான் அவன். எல்லோரும் திகைப்பில் ஆழ்ந்திருந்தனர். அவர்கள் ஆச்சரியப்பட்டுப் பேசிக்கொள்வதையும் கேட்க முடிந்தது.

விழிகளை உருட்டி ஒருவரை ஒருவர் பார்த்தபடி அந்த ஜெர்மானியர்கள் தங்களுக்குள் ஏதேதோ கேட்டுக்கொண்டனர்.

நான் மட்டும் அந்த முதியவனைத் தொடர்ந்து விரைந்தேன். கடையிலிருந்து வலப்புறத்தில் சில அடிகள் தள்ளினாற்போல

இருட்டான, ஒடுக்கமான ஒரு சந்து இருந்தது. அதை அடைத்தாற் போல சில பெரிய வீடுகள் இருந்தன. அந்தக் கிழவன், அந்தப் பக்கமாகத்தான் சென்றிருக்க வேண்டுமென்று எனக்குள் ஏதோ தோன்றியது. மூலையிலிருந்து இரண்டாவதாக இருந்த வீட்டில் ஏதோ கட்டிட வேலை நடந்து கொண்டிருந்ததால் அதைச் சுற்றிலும் கட்டுமானப் பொருட்கள் குவிந்து கிடந்தன. அந்த வீட்டைச் சுற்றிலும் இருந்த வேலி, சந்தின் நடுப்பகுதியை ஒட்டி இருந்தது. வேலியைச் சுற்றி ஒரு நடைபாதையும் இருந்தது. வேலியும் வீடும் ஒன்று சேர்ந்து இருட்டாக்கியிருந்த ஒரு மூலையில் அந்தக் கிழவனைக் கண்டுபிடித்து விட்டேன் நான். மரத்தினால் செய்யப் பட்டிருந்த அந்த நடைபாதை ஓரமாக உட்கார்ந்திருந்த அவன் தன் இரண்டு கைகளாலும் தலையைத் தாங்கிப் பிடித்தபடி முழங் கைகளை முழங்கால்கள் மீது முட்டுக் கொடுத்திருந்தான். நான் அவனருகே போய் அமர்ந்துகொண்டேன்.

"இதோ பாருங்கள்" என்றபடி, எப்படி ஆரம்பிப்பது என்று சரியாகத் தெரியாமல் பேச்சை ஆரம்பித்தேன்.

"அஸோர்காவை நினைத்து வருத்தப்பட்டுக் கொண்டிருக்காமல் என்னோடு வாருங்கள். நான் உங்கள் வீட்டுக்கு அழைத்துச் செல் கிறேன் வருத்தப்படாதீர்கள். இதோ... உடனே ஒரு வண்டி ஏற்பாடு செய்து விடுகிறேன். நீங்கள் எங்கே வசித்து வருகிறீர்கள்?"

– கிழவன் பதிலேதும் கூறவில்லை. என்ன செய்வதென்பதை என்னால் தீர்மானிக்க முடியவில்லை. சந்துக்குள் பிற வழிப்போக் கர்கள் யாருமில்லை. சட்டென்று அவன் என் கையைப் பற்றிக் கொண்டான்.

"காற்று... காற்று..." என்று மிகவும் பலவீனமான குரலில் எவருக்கும் கேட்காதபடி முணுமுணுத்தான்.

"உங்கள் வீட்டுக்குப் போகலாம் வாருங்கள்" என்று சத்தமாகச் சொன்னபடி எழுந்து கொண்டேன். அவனையும் வலுக்கட்டாயமாகத் தூக்கி நிறுத்தினேன்.

"கொஞ்சம் தேநீர் அருந்திவிட்டு உறங்கச் செல்லுங்கள். நீங்கள் போவதற்கு வண்டி பிடித்துக் கொண்டு வருகிறேன்... ஒரு மருத்துவரையும் அழைக்கிறேன். எனக்கு ஒருவரைத் தெரியும்."

அவனிடம் இன்னும் வேறு என்ன சொன்னேன் என்பது எனக்குத் தெரியவில்லை. எழுந்திருக்க முயற்சி செய்த அவன், மறுபடியும் தரையில் விழுந்தான். அதே மாதிரியான கரகரப்பான, மூச்சடைக்கும் குரலில் மீண்டும் ஏதோ முணுமுணுக்கத் தொடங் கினான். நான் இன்னும் நெருக்கமாகச் சென்று அவனருகே குனிந்தபடி அதைக் கவனிக்கத் தொடங்கினேன்.

“வாஸிலெவ்ஸ்கி தீவில்...” என்று சொன்ன அவனுக்கு மூச்சிரைத்தது.

“அந்த ஆறாம் தெரு... ஆறாவது தெருவில்” பிறகு அவன் அமைதியாகி விட்டான்.

“நீங்கள் வசிப்பது வாஸிலெவ்ஸ்கி தீவிலா? ஆனால் நீங்கள் தவறான பாதையிலல்லவா வந்திருக்கிறீர்கள்? அது இடப்புறம் அல்லவா இருக்கிறது? வலப்புறம் இல்லையே? வாருங்கள் உங்களை நேராக அங்கே அழைத்துச் செல்கிறேன்.”

அந்த முதியவனிடம் எந்த அசைவும் இல்லை. அவன் கையைத் தூக்கிப் பார்த்தேன். அது செத்துப் போனது போல அப்படியே தொய்ந்து விழுந்தது. அவன் முகத்தை ஊன்றிப் பார்த்தேன். அவனைத் தொட்டுப் பார்த்தேன். அவன் இறந்திருந்தான்.

எல்லாமே ஏதோ கனவில் நடப்பதைப் போல இருந்தது எனக்கு.

அந்தச் சம்பவம் ஏற்படுத்திய கவலை மிகுதியில் என் காய்ச்சல் கூட என்னை விட்டுத் தானாகப் போயிருந்தது. கிழவனின் குடியிருப்பைக் கண்டுபிடிக்க முடிந்துவிட்டது. ஆனால் அவன் வசித்தது வாஸிலெவ்ஸ்கி தீவில் இல்லை. அவன் இறந்துபோன இடத்திலிருந்து இரண்டு தப்படி தள்ளியிருந்த க்ளூகனின் வீட்டில் தான் அவன் குடியிருந்தான். கூரைக்கு நேர் கீழே ஐந்தாவது மாடியில் ஒரு தனிக் குடியிருப்பில் இருந்தான் அவன். ஒரு மிகச் சிறிய வரவேற்பறையும், தாழ்வான கூரையும் ஜன்னல் என்ற பெயரில் மூன்று நீண்ட துவாரங்களும் கொண்ட பெரிய அறை ஒன்றும் அங்கிருந்தன. அவன் கொடுமையான வறுமைத் துன்பத்தில் உழன்றிருக்க வேண்டும். அவன் வைத்திருந்த சாமான்கள் ஒரு மேசை, இரண்டு நாற்காலிகள் மற்றும் மிக மிகப் பழைய ஒரு சோஃபா அவ்வளவுதான்! கல்லைப் போலக் கடினமாக இருந்த அந்த சோஃபாவின் உள்ளிருந்த மெத்தைகளெல்லாம் நைந்து கிழிந்து நாலாபுறங்களிலும் பிதுங்கி வழிந்து கொண்டிருந்தன. அந்தப் பொருள்களும் கூட வீட்டுச் சொந்தக்காரருடையவைதான். அங்கே இருந்த கணப்பு அடுப்பு மூட்டப்பட்டு வெகு காலமாகி இருக்க வேண்டும்; அங்கே மெழுகுவர்த்திகளும் கூட இல்லை. வெளிச்சமும், கதகதப்பும் உள்ள அறை ஒன்றில் சிறிது நேரம் சும்மா உட்கார்ந்திருக்க வேண்டுமென்பதற்காகவே அந்தக் கிழவன் தினந்தோறும் மில்லரின் கடைக்குப் போயிருக்க வேண்டுமென்று இப்போது தீவிரமாய் நினைத்துப் பார்க்கும் போது எனக்குத் தோன்றியது. மேசையின் மீது காலியான ஒரு மண்குவளை இருந்தது; அதன் அருகிலேயே காய்ந்துபோன ரொட்டித் துண்டும் இருந்தது. எங்கும் ஒரு கோபெக் காசு கூட இல்லை. அவனைப் புதைக்கும்போது மாற்றுவதற்கு ஒரு சட்டைகூட அங்கே இல்லை.

வேறு யாரோ அதற்காகத் தங்களது சட்டையைத் தந்தார்கள். இப்படி அவன் மட்டும் தனியாக வாழ்ந்திருக்க முடியாது என்பதும் அவ்வப்பொழுதாவது அவனைத் தேடி எவராவது வந்து போயிருக்க வேண்டும் என்பதும் தெளிவாகத் தெரிந்தது. மேசை இழுப்பறைக்குள் இருந்த அவனது கடவுச் சீட்டிலிருந்து அவன் ரஷ்யக் குடிமகனாக இருந்தபோதும் வெளிநாட்டில் பிறந்திருக்கிறான் என்பதைத் தெரிந்து கொள்ள முடிந்தது. ஜெரெமி ஸ்மித் என்ற பெயர் கொண்ட அவன் ஓர் இயந்திரப் பொறியாளன்; வயது 78. அங்கே இருந்த மேசையின் மீது இரண்டு புத்தகங்கள் இருந்தன. ஒன்று புவியியல் சுருக்கப் பயிற்சிப் புத்தகம். மற்றொன்று ரஷ்ய மொழியில் பெயர்க்கப்பட்ட புதிய ஏற்பாடு. அதன் பக்க ஓரங்கள் சிலவற்றில் பென்சில் குறி அடையாளங்களும், அவை நகத்தால் கீறப்பட்டிருப்பதும் தெரிந்தன. அந்தப் புத்தகங்களை எனக்கென்று எடுத்துக் கொண்டேன். வீட்டுச் சொந்தக்காரரையும், மற்ற குடித் தனக்காரர்களையும் பல கேள்விகள் கேட்டார்கள். அவர்களுக்கு அந்தக் கிழவனைப் பற்றி அதிகமாக எதுவுமே தெரிந்திருக்க வில்லை. அங்கே எக்கச்சக்கம் பேர் குடியிருந்தார்கள். அவர்கள் பெரும்பாலும் கொல்லு வேலை அல்லது தச்சு வேலை செய்பவர்கள்; அல்லது ஜெர்மானியப் பெண்கள். அந்தப் பெண்கள், தங்கள் வீட்டின் ஒரு சில பகுதிகளைச் சாப்பாட்டு வசதியோடு சேர்த்து ஒண்டுக் குடித்தனமாக வாடகைக்கு விட்டிருந்தனர். உயர்குடியில் பிறந்தவராகிய அந்தக் கட்டிடத் தொகுதியின் கண்காணிப்பாளரும் கூட முன்பு வாடகைக்கு இருந்த அந்த மனிதனைப் பற்றி அதிகமாக எதுவும் சொல்ல முடியவில்லை. அவன் குடியிருந்த இடத்துக்கான வாடகை ஆறு ரூபிள் என்பதையும், அங்கே அவன் நான்கு மாதங்கள் வசித்தான் என்பதையும், அதிலும் கடைசி இரண்டு மாதங்களாக அவன் ஒரு கோபெக் கூடத் தராததால் வலுக்கட்டாயமாக அங்கிருந்து அவன் காலி செய்ய நேர்ந்தது என்பதையும் மட்டுமே அவரால் சொல்ல முடிந்தது. அந்த மனிதனைப் பார்க்க எவரேனும் வருவதுண்டா என்ற கேள்விக்கு எவராலும் திருப்திகரமான பதிலைக் கூற முடியவில்லை. நோவாவின் கப்பலைப் போல நிறைய பேர் வந்து செல்லும் மிகப் பெரிய அந்த வீட்டில் அப்படி எவரையும் நினைவு வைத்துக் கொள்வதும் சாத்தியமில்லாதது. ஐந்து வருடங்களாக அந்தக் குடியிருப்புகளின் வாயிற்காவலாளியாக இருந்தவனுக்கு ஒருவேளை ஒரு சில தகவல்கள் தெரிந்திருக்கலாம்; ஆனால் தனக்குப் பதிலாகத் தன் மருமகனை வைத்து விட்டு இரண்டு வாரம் முன்புதான் அவன் தன் சொந்த கிராமத்துக்குச் சென்றிருந்தான். அந்த மருமகன் வயதில் இளையவன்; அங்கே குடியிருந்த பலரைத் தனிப்பட்ட முறையில் அவனுக்குத் தெரிந்திருக்கவில்லை. இப்படிப்பட்ட விசாரணைகளின் மூலம் இறுதியாகக் கிடைத்த முடிவு என்ன

என்பது எனக்கு உறுதியாகத் தெரியவில்லை; கடைசியில் ஒரு வழியாக அந்தக் கிழவன் நல்லடக்கம் செய்யப்பட்டான். இவையெல்லாம் நடந்து கொண்டிருந்த அந்த நாட்களில், நான் பார்க்க வேண்டியிருந்த வேறு வேலைகளோடு சேர்த்து நான் வாஸிலெவ்ஸ்கி தீவிலிருந்த ஆறாவது தெருவுக்கும் சென்றேன்; அங்கே சென்றதும் நானே எனக்குள் சிரித்துக் கொண்டேன். மிகச் சாதாரணமாக... வரிசையாக இருந்த வீடுகளைத் தவிர அந்த ஆறாவது தெருவில் அப்படிப் பார்ப்பதற்கு என்னதான் இருந்தது? பிறகு அந்த ஆறாவது தெருவைப் பற்றியும் வாஸிலெவ்ஸ்கி தீவைப் பற்றியும் தான் சாகும் நேரத்தில் அந்தக் கிழவன் ஏன் பேச வேண்டும்...? அதுவும் எனக்கு ஆச்சரியமாகத்தான் இருந்தது. ஒருக்கால் அவன் ஏதேனும் ஜுர வேகத்தில் இருந்திருப்பானோ?

ஸ்மித் விட்டுவிட்டுச் சென்ற அந்தக் குடியிருப்பைப் பார்த்தேன்; அது எனக்குப் பிடித்திருந்தது. மிக மிகத் தாழ்வான கூரையோடு இருந்தாலும் அறை பெரியதாக இருந்ததென்பதே அதற்கு முதற் காரணம்.

அந்தக் கூரையில் என் தலை முட்டிக்கொள்ளும் என்றுதான் முதலில் நினைத்தேன். பிறகு சீக்கிரமே அது எனக்குப் பழகிப் போய்விட்டது. ஆறு ரூபிள் மாத வாடகையில் இதைவிட சிறந்தது கிடைக்காது. அது தனிமையான இடம் என்பதும் என்னைக் கவர்வதாக இருந்தது. நான் செய்ய வேண்டியதெல்லாம் என் பணிவிடைக்கு ஓர் ஆளை ஏற்பாடு செய்துகொள்ள வேண்டியது மட்டும்தான்; காரணம் முழுக்க முழுக்க பணியாளே இல்லாமல் என்னால் சமாளிக்க முடியாது. அதுவரை தினம்தோறும் ஒருமுறை வந்து எனக்கு வேண்டிய உதவிகளை செய்து போவதாக அந்தக் காவற்காரன் எனக்கு உறுதியளித்தான். ஒருக்கால் அந்தக் கிழவனைத் தேடிக் கொண்டு கூட யாரேனும் வரலாம்... அது யாருக்குத் தெரியும் என்று நினைத்துக் கொண்டேன். ஆனால் அவன் இறந்து போய் ஐந்து நாட்கள் கழிந்த பிறகும் இன்னும் எவருமே அப்படி வரவில்லை.

2

ஒரு வருடம் முன்பு – சரியாக அதே காலகட்டத்தில் நான் சில செய்தித்தாள்களுக்காக வேலை செய்து கொண்டிருந்தேன். அவற்றில் கட்டுரைகள் எழுதி வந்தேன். என்றேனும் மிகப் பெரும் அளவில் சிறப்பாக எதையாவது எழுதி எழுத்துலகில் வெற்றி பெறுவேன் என்று அப்போது உறுதியாக நம்பிக் கொண்டிருந்தேன். அப்போது என்னுடைய நீண்ட நாவல் ஒன்றை எழுதுவதில் நான்

பரபரப்பாக முனைந்திருந்தேன். ஆனால்... இப்போது இப்படி மருத்துவமனையில் இருக்கும்படி எல்லாம் முடிந்து போய்விட்டது. நான் விரைவில் இறந்துவிடப் போவது வெளிப்படை. இறக்கும் நிலையில் இருக்கும் நான் இதையெல்லாம் எதற்காக எழுத வேண்டும் என்று கேட்கலாம்.

என் வாழ்க்கையின் கசப்பான கடந்த ஆண்டைத் தொடர்ச்சி யாக நினைவுகூராமல் என்னால் இருக்க இயலவில்லை. எல்லா வற்றையும் எழுதிவிட வேண்டுமென்பதே என் விருப்பம்; இப்படி ஒரு வேலையை எனக்கு நானே தேடிக் கொள்ளாமல் போயிருந்தால் துயரமே என்னைச் சாகடித்திருக்கக் கூடும் என்று எண்ணுகிறேன். கடந்த காலத்தின் தாக்கங்கள் எல்லாம் ஒருங்கே சேர்ந்து சில வேளைகளில் துயரத்தின் உச்சநிலைக்கு என்னைக் கொண்டு சென்று உணர்ச்சிவசப்படச் செய்து விடுகின்றன. ஆனால் அவற்றை எழுத்தில் வடிக்கும் போது அவை பெரிதும் சமனப்பட்டு இணக்க மாகி விடுகின்றன. கனவு போல லேசாகி விடுகின்றன. அதனாலேயே நான் கற்பனை செய்கிறேன். எழுதுவது என்ற ஒன்று மட்டுமே போதும்; அதற்குள் எத்தனையோ பொதிந்திருக்கிறது. அது எனக்கு ஆறுதல் அளிக்கிறது, என்னைக் குளிர்விக்கிறது; என்னிடம் உறைந்திருக்கும் இலக்கிய ஆர்வத்தைத் தட்டி எழுப்பி என்னைப் புதிய உயிராக ஆக்குகிறது. ஆம்! அதுதான் நான் கண்டறிந்த நல்ல உபாயம். மேலும் அப்படி நான் எழுதுவது மருத்துவரின் உதவியாளருக்குக் கூட ஒரு வகையில் பயன்படுவதாக அமையலாம்; குளிர்காலத்தில் ஜன்னல்களுக்கு இரண்டு சட்டங்களை அடைக்க வேண்டி வரும்போது குறைந்தபட்சம் அங்கே ஒட்டுவதற்காகவாவது என் கையெழுத்துப் பிரதிகள் அவனால் பயன்படுத்தப்படலாம்.

ஆனால் நான் என் கதையைத் தொடங்கி விட்டேன். ஏனோ தெரியவில்லை இடையிலிருந்து ஆரம்பித்திருக்கிறேன். எல்லா வற்றையும் எழுதியாக வேண்டுமென்றால் தொடக்கத்திலிருந்து ஆரம்பித்தாக வேண்டும். சரி... ஆரம்பத்தில் இருந்தே தொடங்கி விடலாம்! எப்படியோ என் சுயசரிதம் அவ்வளவு பெரிதாக ஒன்றும் இருக்கப் போவதில்லை.

நான் இங்கே பிறந்தவனில்லை. தொலைதூரத்து எக்ஸ் மாகாணம் ஒன்றில்தான் பிறந்தேன். என் பெற்றோர் மிகவும் நல்லவர்களாகத்தான் இருந்திருக்க வேண்டும்; ஆனாலும் ஏனோ நான் என் குழந்தைப் பருவத்தில் ஓர் அநாதையாகத்தான் விடப்பட்டிருந்தேன். அருகில் குடியிருந்த நிகோலாய் செர்கிச் இக்மெனெவ் என்பவர் என்னை எடுத்து வளர்த்து ஆளாக்கினார். அவருக்கு நடாஷா என்ற ஒரே ஒரு பெண்குழந்தை மட்டும்தான். அவள் என்னை விட மூன்று வயது இளையவள். நாங்கள்

இருவரும் அண்ணன்-தங்கை போல் ஒன்றாக வளர்ந்தோம். ஓ... எத்தனை இனிமையான பால்யப் பருவம் அது? இப்போது இந்த இருபத்தைந்து வயதில்-அதுவும் மரணப்படுக்கையில் தனியாக இருக்கையில் அந்தக் காலகட்டத்தை நன்றியோடும் பரவசத்தோடும் எண்ணிப்பார்த்தபடி அதற்காக ஏங்கி வருந்துவதுதான் எத்தனை முட்டாள்தனமானது? அந்த நாட்களில், பீட்டர்ஸ்பர்க்கில் வழக்கமாக இருக்கும் சூரிய ஒளியை விட அதன் பிரகாசம் மிக மிகக் கூடுதலாக இருக்கும்; அப்போது எங்கள் குட்டி இதயங்களும் கலகலப்பாகவும், குதூகலமாகவும் இருந்தன. இப்பொழுது இருப்பதைப் போல மொட்டைப் பாறைகளாக இல்லாமல் எங்களைச் சுற்றிலும் பசுமையான புல்வெளிகளும், காடுகளுமே இருந்தன. நிகோலாய் செர்கிச் மேற்பார்வையாளராகப் பணிபுரிந்து கொண்டிருந்த வாஸிலெவ்ஸ்கி பகுதியிலிருந்த தோட்டம், பூங்கா இவையெல்லாம்தான் எவ்வளவு அற்புதமாக இருந்தன? நடாஷாவும் நானும் அந்தத் தோட்டத்துக்குள் நடந்து கொண்டிருப்போம். அந்தத் தோட்டத்துக்கு அப்பால் ஈரப்பதம் மிகுந்த மிகப் பெரிய காடு ஒன்று இருந்தது; ஒருமுறை அங்கே நாங்கள் இருவரும் காணாமல் தொலைந்துகூடப் போயிருக்கிறோம். மகிழ்வான, பொன்னான நாட்கள். வாழ்க்கை பற்றிய முதல் அனுபவம் புதிரும், கவர்ச்சியும் நிரம்பியது; அதன் அறிமுகம் அத்தனை சுவை கூடியதும் கூட! எங்களுக்கு முன்பின் தெரியாத எவரோ ஒருவர் ஒவ்வொரு புதருக்குப் பின்னாலும், மரத்துக்குப் பின்னாலும் ஒளிந்து கொண்டிருப்பதைப் போல அப்போதெல்லாம் எங்களுக்குத் தோன்றும். தேவதைக் கதைகளின் கனவுலகமும், யதார்த்த உலகும் வேறுபாடு இல்லாமல் பிணைந்திருந்த காலம் அது. மாலை நேர மழை மேகங்கள் ஒன்று திரண்டு மிகப் பெரிய கற்பிளவுகளில் மண்டிக் கிடக்கும் சாம்பல் நிறப் புதர்களுக்குள் சிக்கிக் கொண்டிருப்பதை நானும் நடாஷாவும் –ஒருவரோடொருவர் கைகோர்த்தபடி பாறை விளிம்பில் நின்று அப்பாவித்தனமான ஆச்சரியத்தோடு ஆழத்தில் எட்டிப்பார்த்தபடி இருப்போம். அந்தக் கற்பிளவின் அடியிலிருந்து இப்போதோ... அல்லது எந்த ஒரு கணத்திலோ எவரேனும் சட்டென்று வெளிப்பட்டு எங்களைக் கூப்பிட்டு விடுவார்களோ என்று நாங்கள் எதிர்பார்த்துக் கொண்டிருப்போம். எங்கள் ஆயா சொல்லியிருக்கும் தேவதைக் கதைகள் உண்மை யாகவே நிரூபணமாகி விடும் என்று நினைத்தபடி இருப்போம். வெகுநாட்களுக்கு முன்பு ஒருமுறை – குழந்தைகளுக்கான கதைப் புத்தகம் ஒன்றை எங்களுக்காக நடாஷா கொண்டு வந்தது எனக்கு நினைவிருக்கிறது. அப்பொழுது தோட்டத்திலிருக்கும் சின்னக் குளத்துக்குப் பக்கத்திலுள்ள எங்களுக்கு விருப்பமான பச்சைநிற

ஆசனத்தில் உட்கார்ந்து கொள்வதற்காக நாங்கள் எப்படி ஓடினோம் தெரியுமா? இலைகள் அடர்ந்த 'மாப்பிள்' மரத்தடியில் இருந்த அந்த இடத்தில் வசதியாக உட்கார்ந்தபடி 'அல்ஃபோன்சோவும் டலிண்டாவும்' என்ற தேவதைக் கதையை உடனே படிக்க ஆரம்பித்து விட்டோம். இன்றுவரை, அந்தக் கதையை எப்போது நினைவுகூர்ந்தாலும் என் இதயத்தில் வினோதமான ஒரு பரபரப்பு ஏற்படத் தவறுவதே இல்லை. கிட்டத்தட்ட ஒரு வருடத்துக்கு முன்பு 'என் கதையின் நாயகனாகிய அல்போன்சா போர்ச்சுகலில் பிறந்தான்; அவனது தந்தை டான் ரமிரோ' என்ற முதல் வரிகளை நடாஷாவுக்கு நினைவுபடுத்திய போது நான் அழுது விட்டேன். இப்படிச் செய்வது மிக மோசமான ஒரு முட்டாள்தனமாகத்தான் தோன்றியிருக்கும்; ஒருவேளை அப்போது என் உற்சாகக் கிளர்ச்சியை வினோதமாகப் பார்த்தபடி நடாஷா புன்னகைத்ததற்கும் கூட அதுவே காரணமாக இருக்கலாம். ஆனால் சட்டென்று அவள் தன்னைக் கட்டுப்படுத்திக் கொண்டு எனக்கு ஆறுதலளிக்கும் வகையில் பழைய நாட்களை நினைவுகூரத் தொடங்கி விட்டதும் கூட எனக்கு நினைவிருக்கிறது. ஒவ்வொரு விஷயமாய்த் தாவித் தாவி நினைவுபடுத்திக் கொண்டே போனதில் அவளும் கூட நெகிழ்ந் திருந்தாள். அது, மிக இனிமையான ஒரு மாலைப்பொழுது! நாங்கள் எல்லாவற்றைப் பற்றியும் பேசிக் கொண்டிருந்தோம். மாகாணத்தில் இருந்த நகரம் ஒன்றின் பள்ளிக்கூடத்துக்கு நான் அனுப்பப்பட்ட போது.... கடவுளே... அவள்தான் எப்படி அழுதாள்? வாஸி லெவ்ஸ்கியை ஒரேயடியாய் நான் விட்டுச் சென்றபோது எங்களுக் குள் நிகழ்ந்த கடைசி சந்திப்பு அது! அதுவரை விடுதியோடு இணைந்த பள்ளிக்கூடத்தில் இருந்த நான், பல்கலைக் கழகத்தில் காலெடுத்து வைப்பதற்காக பீட்டர்ஸ்பர்க் செல்ல இருந்தேன். அப்போது எனக்குப் பதினேழு வயது; அவள் வயது பதினைந்து, அந்தச் சமயத்தில் நான் அத்தனை அவலட்சணமாக–மிக மிக மெலிவாக உயரமாக இருப்பேனென்றும் என்னை ஏறெடுத்துப் பார்க்கும் எவராலும் சிரிக்காமல் இருக்க முடியாது என்றும் நடாஷா சொன்னாள். அவளைப் பிரியப் போகும் அந்தக் கணத்தில் அவளைத் தனியாக ஒருபக்கம் இழுத்துக்கொண்டு போய் முக்கியமான ஏதோ ஒன்றைச் சொல்ல நான் கஷ்டப்பட்டு முயன்றேன்; ஆனால் என் நாக்கு என்னைக் கைவிட்டபடி மேலண்ணத்தில் அழுத்தமாக ஒட்டிக்கொண்டுவிட்டது. நான் அப்போது மிகுந்த பதட்டத்துடன் இருந்தது இப்போதும் அவளுக்கு நினைவிருக்கிறது. எங்கள் உரையாடல் தட்டுத்தடுமாறிக் கொண்டுதான் இருந்தது. என்ன பேசுவதென்பதே தெரியாதவன் போல அப்போது நான் இருந்தேன்; அதனால் அவளாலும் என்னை விளங்கிக் கொண்டிருக்க முடியாது

தான். வருத்தத்தோடு அழ மட்டுமே செய்த நான், எதுவுமே பேசாமல் கிளம்பிச் சென்று விட்டேன். பிறகு நீண்ட நாள் கழிந்த பின் – இரண்டு வருடங்களுக்கு முன்புதான் பீட்டர்ஸ்பர்க்கில் இருவரும் ஒருவரை ஒருவர் சந்தித்துக் கொண்டோம். பெரியவர் நிகோலாய் செர்கிச், தன் வழக்கின் நிமித்தமாக பீட்டர்ஸ்பர்க் வந்திருந்த நேரம் அது; நானும் என் இலக்கிய வாழ்க்கையை அப்போதுதான் தொடங்கியிருந்தேன்.

3

நிகோலாய் செர்கிச் இக்மெனெவ், ஒரு நல்ல குடும்பத்தைச் சேர்ந்தவர்தான்; ஆனால் வெகுகாலத்துக்கு முன்பே தன் செல்வச் செழிப்பைத் தொலைத்துவிட்ட குடும்பம் அது. எப்படியோ தன் பெற்றோரின் மறைவுக்குப் பிறகு சுமாரான ஒரு பண்ணையும், நூற்று ஐம்பது அடிமைக்கூலிகளும் பரம்பரைச் சொத்தாக அவருக்கு வந்து சேர்ந்தன. இருபது வயதில் அவர் இராணுவத்தின் 'ஹுசார்' குதிரைப்படையில் சேர்ந்தார். எல்லாம் நன்றாகத்தான் போய்க் கொண்டிருந்தது; ஆனால் பட்டாளத்தில் சேர்ந்து ஆறு வருடம் சென்றபின் ஒரு துரதிருஷ்டகரமான மாலை நேரச் சீட்டு விளையாட்டில் தன் சொத்து முழுவதையும் இழந்தார் அவர். அன்று இரவு முழுவதும் அவர் தூங்கவே இல்லை. மறுநாள் மாலை, மீண்டும் சீட்டு விளையாடும் மேசைக்கு வந்து தன்னிடம் எஞ்சியிருந்த ஒரே ஒரு சொத்தான குதிரையைப் பணயம் வைத்து ஆட ஆரம்பித்தார். அன்று அவரது சீட்டுக்கு ஜெயிக்கும் வேளை! மூன்று முறை வெற்றி பெற்று அரைமணி நேரத்துக்குள் தன் கிராமங்களில் ஒன்றான இக்மெனெவ்காவை மீட்டுவிட்டார். கடைசியாக எடுத்த மக்கள்தொகைக் கணக்கெடுப்பின்படி ஐம்பது பேரைக் கொண்ட ஊர் அது. அதற்கு மேல் அவர் விளையாட வில்லை. உரிய ஆவணங்களை அனுப்பி வைத்து, மறுநாளே பணி யிலிருந்து ஓய்வு பெற்றுவிட்டார். நூறு அடிமைகளை இழந்தது இழந்ததுதான்! இரண்டு மாதங்கள் சென்ற பிறகு, பணியிலிருந்து விடுவிக்கப்பட்ட அவர் 'லெஃப்டினெண்ட்' என்ற தகுதியுடன் பணியிலிருந்து விடுவிக்கப்பட்டு சொந்த கிராமத்துக்குத் திரும்பி வந்து சேர்ந்தார். அதன் பிறகு சீட்டாட்டத்தில் தனக்கு ஏற்பட்ட இழப்பைப் பற்றித் தன் வாழ்நாளில் அவர் ஒருபோதும் பேசவே இல்லை; ஊரறிந்த நல்ல மனிதரென்றாலும் கூட அதைப் பற்றி அவர் முன் எவராவது தைரியமாகப் பேச்செடுத்திருந்தால் அவர் களோடு அவர் நிச்சயம் சண்டை போடத் துணிந்திருப்பார்.

கிராமப்புறத்துக்கு வந்து சேர்ந்த பிறகு தனது நிலத்தைக் கவனிப்பதில் மும்முரமாகத் தன்னை ஈடுபடுத்திக்கொண்ட அவர், தன் முப்பத்தைந்தாவது வயதில் நல்ல குடும்பத்தைச் சேர்ந்த ஏழைப் பெண்ணாகிய ஆனா ஆண்ட்ரேயேவ்னா ஷுமிலோவாவைத் திருமணம் செய்து கொண்டார். அவள், சீர்வரிசை என்று எதுவும் கொண்டு வரவில்லை. மான்ரிவெஷ் என்ற பிரெஞ்சுக்காரர் ஒருவர் நடத்திய பிரத்தியேகமான விடுதியோடு சேர்ந்த பள்ளியில் தான் படித்ததை மட்டும் வாழ்நாள் முழுவதும் சொல்லிப் பெருமை யடித்துக் கொண்டே இருப்பாள் அவள்; அங்கே அவள் பெற்ற கல்வியால் விளைந்த பயன் என்ன என்பதை மட்டும் இதுவரை எவராலும் கண்டுபிடிக்க முடியவில்லை.

நிகோலாய் செர்கிச் அற்புதமான ஒரு நிர்வாகியாக இருந்தார். அண்டை அயலில் இருந்த நிலக்கிழார்களெல்லாம் தங்கள் பண்ணையை எப்படி நிர்வகிப்பது என்பதை அவரிடமிருந்து கற்றுக் கொண்டார்கள். சில ஆண்டுகள் சென்றதும் பக்கத்திலிருந்த வாஸிலெவ்ஸ்கோயே பண்ணைக்கு இளவரசன் பியோதர் அலெக்ஸாண்ட்ராவிச் வால்காவ்ஸ்கி என்ற பெயர் கொண்ட பெருநிலச் சொந்தக்காரன் ஒருவன் பீட்டர்ஸ்பர்க்கிலிருந்து திடீரென்று வந்து சேர்ந்தான். அவனது பண்ணையில் தொள்ளாயிரம் அடிமை கள் வேலை பார்த்து வந்தார்கள். அவனது வருகை, அங்குள்ள சுற்றுப்புறத்தைக் கொஞ்சம் உலுக்கிப் போட்டதென்றே சொல்ல லாம். வாலிபத்தின் தொடக்க நிலையில் இருந்தான் என்று அவனைச் சொல்ல முடியாதென்றாலும் இன்னும் கூட இளைஞ னாகத்தான் தோற்றமளித்தான் அவன். இராணுவத்தில் சற்று உயர்ந்த பதவி வகித்த அவனுக்கு முக்கியமான பல தொடர்புகள் இருந்தன; நல்ல சொத்தோடு கூடிய அவன் அழகாகவும் இருந்தான். சொல்லப் போனால் அவன் மனைவியை இழந்தவன். அதுவே அக்கம்பக்கத்திலிருந்த எல்லாக் கன்னிகளுக்கும், பிற பெண்களுக்கும் அவன் மீது தனிப்பட்ட ஆர்வம் ஏற்படக் காரணமாக அமைந்தது. ஒரு வகையில் அவனுக்கு உறவுக்காரருமான ஆளுநர், அவனுக்கு அளித்த ஆரவாரமான வரவேற்பைப் பற்றி மக்கள் அதிகமாகப் பேசிக்கொண்டார்கள். அவனது சாகசங்களும், படாடோபமும் அங்கிருந்த எல்லாப் பெண்களையும் அவன் பக்கம் திருப்பியது எப்படி என்பது பற்றியும்... இன்னும்... இன்னும் பலவற்றைப் பற்றியும் அவர்கள் பேசிக் கொண்டார்கள். சுருக்கமாகச் சொல்வ தென்றால் மாகாணங்களில் மிக அரிதாகவே காணக்கூடிய பீட்டர் ஸ்பர்க் மேட்டுக்குடி வர்க்கத்தின் அட்டகாசமான ஒரு பிரதிநிதி அவன். அப்படி அந்த வர்க்கத்தைச் சேர்ந்த ஒருவர் அங்கே

தலைகாட்டும்போது அளவுக்கு மீறிய பரபரப்பு ஏற்படுவது வழக்கமாக நிகழ்வதுதான்.

தனக்குத் தேவைப்படாதவர்கள் மீதும், தன்னைவிடக் கீழான வர்கள் என்று எண்ணுபவர்கள் மேலும் வால்காவ்ஸ்கி மரியாதை யோடும் அன்போடும் நடந்துகொள்ளவில்லை. கிராமப் புறத்தில் தனது அண்டை அயலாரை அறிந்துகொள்ளவும் அவன் மனம் கொள்ளவில்லை; அதனாலேயே சட்டென்று பல எதிரிகள் அவனுக்கு உருவாகி விட்டார்கள். அப்படிப்பட்ட ஒரு சூழ்நிலையில், திடீரென்று நிகோலாய் செர்கிச்சைக் காண்பதற்கு அவன் வரப்போகிறான் என்ற செய்தி எல்லோருக்குமே மிகுந்த ஆச்சரியத்தை அளித்தது. இத்தனைக்கும் நிகோலாய் அவருக்கு மிகவும் பக்கத்தில் குடியிருப்ப வர் என்பதென்னவோ உண்மைதான்!

இக்மெனெவ் குடும்பத்தினரின் வீட்டுக்கு வருகை புரிந்த பியோதர் வால்காவ்ஸ்கி அங்கே உள்ள அனைவரையும் எப்படியோ அசர அடித்து விட்டான். கணவன், மனைவி இரண்டு பேரையுமே உடனடியாக அவன் வசியம் செய்துவிட்டான். குறிப்பாக ஆனா ஆண்ட்ரேயேவ்னா அவனது வருகையில் பெரிதும் உற்சாகமடைந் திருந்தாள். மிகக் குறுகிய காலத்துக்குள் அவர்களோடு மிகவும் நெருக்கமாகப் பழகத் தொடங்கிவிட்ட அவன் தினமும் அங்கே சென்றான்; தன் வீட்டுக்கும் அவர்களை அழைத்தான். அவர் களோடு கதை பேசுவான், நகைச்சுவைத் துணுக்குகளைப் பகிர்ந்து கொள்வான்; அவர்கள் வீட்டிலிருந்த பாடாவதியான பியானோவில் வாசிப்பான்; பாட்டுப் பாடுவான். இக்மெனெவ் தம்பதியர் ஒரே யடியாகக் குழம்பிப் போயிருந்தனர். இத்தனை இனிமையான வசீகரமான ஒரு மனிதனைப் போய் அகம்பாவம் பிடித்தவன், கர்வி, தன்முனைப்புக் கொண்டவன் என்று ஏன் இப்படி அண்டை அயலார் எல்லாரும் ஏகமனதாகப் பிரகடனம் செய்து கொண்டி ருக்கிறார்கள் என்பது அவர்களுக்குப் புதிராக இருந்தது. எளிமை யான இதயம் கொண்டவரும், நேர்மையாளரும், சுயநலமற்றவரும் பெருந்தன்மையுள்ளவருமான நிகோலாய் செர்கிச்சை உண்மை யாகவே வால்காவ்ஸ்கிக்குப் பிடித்துத்தான் இருந்தது; அது வெளிப் படையாகவும் தெரிந்தது.

விரைவிலேயே வால்காவ்ஸ்கியின் நடவடிக்கைகளுக்கான விளக்கங்கள் கிடைக்க ஆரம்பித்துவிட்டன. வாஸிலெவ்ஸ்கோயே பண்ணைக்கு அவன் வந்ததற்கான முதன்மையான நோக்கம், தனது பழைய மேற்பார்வையாளரை வேலையை விட்டு விலக்கிவிட்டு வேறொருவரை அமர்த்திக் கொள்வதுதான். முன்பு வேலையில் இருந்த அந்த ஜெர்மானியர் ஊதாரித்தனமானவர். வேளாண் மையைப் பொறுத்தவரை நிபுணர் என்றாலும் அகந்தை உடையவர்.

நரைமுடியும், கண்ணாடியும், வளைந்த மூக்குமாய் வணங்கத்தக்க தோற்றத்தில் இருப்பவரைப் போலத் தோன்றினாலும் தான் வேலை பார்த்த எஜமானரிடமே வெட்கமில்லாமல் அளவுக்கு மீறிக் கொள்ளையடித்தவர்; அதையும்விட மோசமானது என்னவென்றால் நிறைய விவசாயிகளை அடித்தே கொன்றிருப்பவர் அவர். இவான் கார்லோவிச் என்ற பெயருடைய அவர்–தன் தவறுகளால் பிடிபட்டு அவை வெளிச்சத்துக்கு வந்தபோது ஆழமாகப் புண்பட்டுப் போனார். ஜெர்மானியர்களின் நேர்மைப் பண்பைப் பற்றி நிறையப் பேசினார். ஆனாலும் அதையெல்லாம் மீறி அவர் வேலையிலிருந்து நீக்கப்பட்டு விட்டார்; அவருக்குக் கொஞ்சம் அவமதிப்பும் உண்டாகி விட்டது.

இப்போது வால்காவ்ஸ்கிக்கு வேறொரு மேற்பார்வையாளர் தேவையாக இருந்தது. அவனது பார்வை நிகோலாய் செர்கிச் மீது விழுந்தது. நிகோலாய் திறமையான நிர்வாகி. அப்பழுக்குச் சொல்ல முடியாத–ஐயத்துக்கு அப்பாற்பட்ட ஒரு நேர்மையான மனிதரும் கூட! நிகோலாய் செர்கிச் தானாகவே முன்வந்து பொறுப்புகளை ஏற்றுக்கொள்ள உதவக்கூடும் என்று வால்காவ்ஸ்கி எதிர்பார்த்துக் கொண்டிருந்தான். அதுதான் அவனது விருப்பமாக இருக்குமென்று தோன்றியது. ஆனால் அவ்வாறு எதுவும் நிகழவில்லை. அதனால் ஒருநாள் காலைப் பொழுதில்–மிகுந்த நட்புணர்வோடு அவனே முன்வந்து தன் விருப்பத்தை ஒரு பணிவான வேண்டுகோளாக வெளிப்படுத்தினான். முதலில் நிகோலாய் செர்கிச் அதை ஏற்றுக் கொள்ளாமல் மறுத்தார். ஆனால் கணிசமாகக் கிடைக்கவிருந்த ஊதியத்தொகை ஆனா ஆண்ட்ரேயேவ்னாவை சபலப்பட வைத்தது. மேலும் வால்காவ்ஸ்கி காட்டிய இரட்டிப்பு மரியாதையும், விநயமும் கொஞ்சநஞ்சம் இருந்த தயக்கத்தையும் நிகோலாயிடமிருந்து போக்கிவிட்டன. தான் விரும்பியதை சாதித்துக் கொண்டு விட்டான் அந்த வால்காவ்ஸ்கி. மனிதர்களின் குணங்களை எடை போடுவதில் அவன் தேர்ந்தவன் என்பதை இதைக் கொண்டே அனுமானித்து விடலாம். இக்மெனெவோடான குறுகிய காலப் பழக்கத்திலேயே அவர் எப்படிப்பட்டவர் என்பதையும், அவரை எவ்வாறு அணுகுவது நல்லது என்பதையும் அவன் கற்றுக் கொண்டு விட்டான். இதமான நட்பு முறையில் பழகி அவரது இதயத்தை வெல்ல வேண்டுமே தவிர பணத்தை வைத்து ஆசை காட்டுவது அந்த அளவு பயனளிக்காது என்பதை அவன் புரிந்து கொண்டு விட்டான். மேலும் அவனுக்குத் தேவையாக இருந்த தெல்லாம் ஒரு நல்ல மேற்பார்வையாளர் மட்டுமே! கண்ணை மூடிக்கொண்டு எல்லாப் பொறுப்பையும் அவரிடமே ஒப்படைத்து விடுகிற அளவுக்கு நம்பக் கூடியவராய் அவர் இருக்கவேண்டும்.

பிறகு வாஸிலெவ்ஸ்கோயே பக்கம் எட்டிக் கூடப் பார்க்காமல் அவன் இருந்து விடலாம். உண்மையில் அதுதான் அவன் போட்டு வைத்திருந்த திட்டம். நிகோலாய் செர்கிச்சைத் தன் பக்கம் ஈர்ப்பதற்கு அவன் கையாண்ட வழிமுறைகளின் தாக்கம் மிகவும் வலுவாக இருந்ததால், நிகோலாயும் அந்த நட்பை உண்மையாகவே நம்பத் தொடங்கிவிட்டார். நம்மிடையே ரஷ்யாவில் வசிக்கும் இனிமையான மனிதர்களில் ஒருவர் நிகோலாய் செர்கிச். அன்பான இதயமும், கள்ளங்கபடமற்ற உணர்வுகளும் கொண்டவர். அவரைப் போன்ற மனிதர்களைப் பற்றி யார் என்ன குறை சொன்னாலும் சரி... தாங்கள் காட்டும் அன்பிலும் விசுவாசத்திலும் மட்டும் மிகவும் உறுதியாக இருப்பவர்கள் அவர்கள். எவர் மீதாவது அவர்கள் அன்பு வைத்துவிட்டால் போதும் (சில சமயம் ஏன் அப்படி அன்பு வைக்கிறார்கள் என்பது கடவுளுக்கு மட்டும் தான் தெரியும்)–பிறகு தங்கள் உடல், உயிர் என்று சகலத்தையும் அவருக்காகவே அர்ப்பணம் செய்யக்கூடத் தயங்க மாட்டார்கள். சில வேளைகளில் அதீதமான அந்தப் பற்று, வேடிக்கையான எல்லைவரை கூட அவர்களை இட்டுச் சென்று விடுவதுண்டு.

பல ஆண்டுகள் கடந்து சென்றன. பியோதர் வால்காவ்ஸ்கியின் பண்ணை செல்வத்தில் கொழித்தது. வாஸிலெவ்ஸ்கோயேயின் உடமைக்காரருக்கும், மேற்பார்வையாளருக்கும் இடையிலிருந்த உறவு, இரண்டு பக்கமும் எந்த ஒரு சிறிய உரசலும் இல்லாமல் தொடர்ந்து கொண்டிருந்தது; அதே வேளையில் முழுக்க முழுக்க வேலை நிமித்தமான தொடர்பாக மட்டுமே அது இருந்ததே தவிர அந்த எல்லையைத் தாண்டிச் செல்லவில்லை. நிகோலாய் செர்கிச்சின் நிர்வாகத்தில் வால்காவ்ஸ்கி தலையிடுவதில்லை யென்றாலும் சில வேளைகளில் ஆலோசனை மட்டும் தருவதுண்டு. அவற்றில் பொதிந்திருக்கும் அபாரமான மதிநுட்பமும், நடை முறைக்கேற்ற திறமையும் நிகோலாயை ஆச்சரியத்தில் ஆழ்த்தும். செல்வத்தை வீணாக்குவதை விரும்பாததோடு அதை எப்படி ஈட்டுவது என்பதையும் புரிந்து வைத்திருப்பவன் அவன் என்பது அதன் மூலம் வெளிப்படையாகத் தெரிந்தது. வாஸிலெவ்ஸ்கோயேக்கு வந்து சென்று ஐந்தாறு வருடங்கள் கழிந்த பின்பு அதே மாகாணத்தில் நானூறு அடிமைகளோடு கூடிய இன்னுமொரு அருமையான பண்ணையைத் தன் சார்பில் வாங்க நிகோலாய் செர்கிச்சுக்கு உரிமையளித்தான் வால்காவ்ஸ்கி. நிகோலாய் பெரிதும் மகிழ்ச்சி யடைந்தார். வால்காவ்ஸ்கிக்குக் கிடைத்த வெற்றிகள், அவன் அடைந்து வரும் வளர்ச்சியையும் முன்னேற்றத்தையும் பற்றிய செய்திகள் இவை அனைத்துமே அவர் மனதுக்கு மிகவும் இதமாக இருந்தன. தன் உடன்பிறந்த சகோதரனுக்கு ஏற்பட்ட வெற்றிகளைப்

போலவே அவற்றை அவர் எண்ணினார். ஒருமுறை, தனது மிக அதிகபட்சமான நம்பிக்கையை வால்காவ்ஸ்கி வெளிப்படுத்திய ஒரு சந்தர்ப்பத்தில் நிகோலாய் அடைந்த மகிழ்ச்சி அதன் உச்சக் கட்டத்தையே எட்டிவிட்டது. அது நடந்தது இப்படித்தான்...!

ஆனால் இந்த இடத்தில் என் கதையின் மிக முக்கிய கதாபாத்திரமாகிய வால்காவ்ஸ்கியின் வாழ்க்கையைப் பற்றிய ஒரு சில தகவல்களை முதலில் குறிப்பிடுவது அவசியமென்று நினைக்கிறேன்.

4

வால்காவ்ஸ்கி, மனைவியை இழந்தவன் என்று முன்பே குறிப்பிட்டிருக்கிறேன். மிக இளம் வயதிலேயே பணத்துக்காகத் திருமணம் செய்து கொண்டவன் அவன். தங்களிடமிருந்த சொத்து முழுவதையும் மாஸ்கோவில் சீர்குலைத்து விட்ட பெற்றோரிடமிருந்து அவனுக்கு எதுவும் கிடைக்கவில்லை. வாஸிலெய்வ்ஸ்கோயே பண்ணைதான் திரும்பத் திரும்ப அடகு வைக்கப்பட்டுக் கொண்டே இருந்தது. எக்கச்சக்கமாக மீதமிருந்த கடன்களுக்குப் பிணையாக அது இருந்தது. தனது இருபத்தி இரண்டாவது வயதில் மாஸ் கோவில் அரசுத் துறைப் பணி ஒன்றில் வேலை ஏற்றாக வேண்டிய நிர்ப்பந்தம் அவனுக்கு நேர்ந்தபோது, அவன் கையில் ஒரு கோபெக் நாணயம் கூட இல்லை. பழமையான பாரம்பரியம் கொண்ட ஒரு குடும்பத்தின் பிச்சைக்கார வாரிசாகத் தன் பணிவாழ்வை அவன் தொடங்க வேண்டி இருந்தது. வரி ஒப்பந்தக்காரர் ஒருவரின் வயதுக்கு மீறிய முதிர்ச்சி கொண்ட மகளைத் திருமணம் செய்து கொண்டது அவனைக் கொஞ்சம் காப்பாற்றியது. வரதட்சிணை, சீர்வரிசை ஆகியவற்றில் அந்த ஒப்பந்தக்காரர் அவனை ஏமாற்றி விட்டதென்னவோ உண்மைதான். ஆனாலும் தன் மனைவி கொண்டு வந்த பணத்தை வைத்துப் பண்ணையை ஒருவாறு மீட்டுக்கொண்டு அதில் அவனால் கால்பதிக்க முடிந்துவிட்டது. ஒப்பந்தக்காரரின் மகள் கிட்டத்தட்ட படிப்பு வாசனையே இல்லாதவளைப் போலத்தான்; இரண்டு வார்த்தை கூட சேர்ந் தாற்போல சொல்லத் தெரியாது அவளுக்கு. அவலட்சணமாகவும் இருப்பாள். ஆனால் இதையெல்லாம் ஈடுகட்டும் ஒரு அம்சம் அவளிடம் இருந்தது. அவள் மிக மிகப் பணிவானவள்; அன்பான இதயம் கொண்டவள். அவளது இந்த இயல்பை எந்த அளவு முடியுமோ அந்த அளவுக்கு—அதிகபட்சமாகவே பயன்படுத்திக் கொண்டான் வால்காவ்ஸ்கி. திருமணமாகி ஓராண்டு முடிந்த

பிறகு, மனைவியையும், அப்போதுதான் பிறந்திருந்த மகனையும் மாஸ்கோவில் இருந்த ஒப்பந்தக்காரரான அவளது தந்தையின் பொறுப்பில் விட்டு விட்டு 'எக்ஸ்' மாகாணத்தில் பணிபுரியச் சென்று விட்டான் அவன். பீட்டர்ஸ்பர்க்கில் இருந்த செல்வாக்கு மிகுந்த உறவினர் ஒருவரின் துணையால் அவனுக்கு அங்கே முக்கியமான ஒரு பதவி கிடைத்திருந்தது. பட்டம், பதவி, நல்ல வேலை இவற்றில் மேன்மேலும் முன்னேறிக் கொண்டே செல்ல வேண்டுமென்று அவனது உள்ளம் தாகம் கொண்டிருந்தது. இந்த மனைவியை வைத்துக் கொண்டு பீட்டர்ஸ்பர்க்கிலோ மாஸ்கோவிலோ வாழ்வது கடினம் என்று புரிந்து கொண்ட அவன் ஏதாவது ஒரு நல்ல வாய்ப்பு வரும் வரையில் ஏதேனும் சில மாகாணங்களிலேயே தன் பணிவாழ்க்கையைத் தொடங்கலாம் என்று முடிவு செய்திருந்தான். திருமணமாகி ஓராண்டுக்குள்ளேயே தன் மனைவியைக் கொடுமைப்படுத்திக் குரூரமாக நடத்தி கிட்டத்தட்ட அவளைக் கல்லறைக்கு அனுப்பி விட்டவன் அவன் என்று கூட எல்லோரும் பேசிக் கொண்டார்கள். இப்படிப்பட்ட ஒரு வதந்திகூட நிகோலாய் செர்கிச்சைக் கோபப்படுத்தியது; அவனை ஆவேசமாக ஆதரித்துப் பேசிய அவர் இப்படிப்பட்ட கேவலமான செயலுக்கு ஒருபோதும் துணியக் கூடியவனில்லை அவன் என்று பிரகடனமே செய்தார். இறுதியில் ஏழு வருடங்களுக்குப் பிறகு மனைவி இறந்த பின்பு, அவன் உடனடியாக பீட்டர்ஸ்பர்க்குக்குத் திரும்பி வந்துவிட்டான். உண்மையில் அவனது வருகை அங்கே லேசான ஒரு சலசலப்பை உண்டாக்கிய தென்றே சொல்லலாம். அவனிடமிருந்த சொத்து, அவனது அழகான தோற்றம், இளமை, அற்புதமான அவனது குணங்கள், எவராலும் மறுக்க முடியாத கெட்டிக்காரத்தனம், அவனது ரசனை, ஒருபோதும் குறையாமல் பொங்கித் ததும்பும் களிப்பான மனோபாவம் இவையனைத்தும் ஒன்று சேர்ந்து மிகச் சிறப்பான சுதந்திரமான ஒரு தகுதி கொண்டவனாக அவனை முன்னிறுத்தினவேயன்றி சொத்து சேர்ப்பதற்காக அங்கே வந்தவனாக அவனை வெளிப்படுத்தவில்லை. எல்லோரையும் ஈர்க்கக் கூடிய ஏதோ ஒரு அம்சம் அவனிடம் இருந்தது; மற்றவர் களைக் கட்டிப் போட்டு விடக் கூடிய சக்தி வாய்ந்ததாக அது இருந்தது. பெண்களை மிக அதிகமாகக் கவரக் கூடிய வசீகரம் அவனுக்கு வாய்த்திருந்தது. சமூகத்தில் அழகியாகப் போற்றப்பட்ட பெண் ஒருத்தியோடு அவன் கொண்டிருந்த இரகசியமான உறவு, வதந்தியாகப் பேசப் பட்டதோடு அவனது மதிப்பையும் உயர்த் தியது. கிட்டத்தட்ட ஒரு கருமி என்று சொல்லக் கூடிய அளவுக்கு முன்ஜாக்கிரதை உணர்வு கொண்ட அவன் அதையெல்லாம் மீறிப் பணத்தை அளவுக்கு மீறி வாரி இறைத்துக் கொண்டிருந்தான்.

சீட்டு விளையாட்டில் பிரபலமான முக்கியமான மனிதர்களிடம் சிறிது கூடக் கவலைப்படாமல், அசந்து போகாமல் பெருந் தொகையைப் பறி கொடுத்தான்.

மிக அதிகமான பணத்தைக் கூடக் கொஞ்சம் கூட அலட்டிக் கொள்ளாமல் விட்டுக் கொடுக்க அவன் ஆயத்தமாக இருந்தான். ஆனால் அவன் பீட்டர்ஸ்பர்க்கிற்கு வந்தது வெறும் களியாட்டத் துக்காக அல்ல. தனக்கென்று நிலையான ஒரு தொழிலை அமைத்துக் கொள்வதும், தன் முடிவான ஸ்தானத்தை உறுதிப்படுத்திக் கொள் வதுமே அவன் கொண்டிருந்த தீவிர நோக்கங்களாக இருந்தன. தன் நோக்கத்தை அவன் எட்டிவிட்டான். வால்காவ்ஸ்கியின் மதிப்பிற்குரிய உறவினரான சீமான் நைன்ஸ்கி, அவன் ஒரு சாதாரண மனிதனாக – ஏதோ ஒரு ஆதாயத்துக்காக மட்டுமே தன்னை நாடி வருபவனாக இருந்திருந்தால் அவனைக் கண்டு கொள்ளாமலே விட்டிருப்பார்; ஆனால் சமூகத்தில் அவன் இப்போது அடைந் திருக்கும் மகத்தான வெற்றி அவரை அதிசயத்தில் பிரமிக்க வைத்தது. அவன் மீது உரிய மரியாதையும் கவனமும் செலுத்திய தோடு வால்காவ்ஸ்கியின் ஏழு வயது மகனையும் தன் வீட்டில் வளர மனமிணங்கி ஒப்புதலளித்து விட்டார் அவர். இந்தக் காலகட்டத்திலேதான் அவனது வாஸிலெய்வ்ஸ்கோயே வருகை யும், இக்மெனெவ் குடும்பத்தோடான அறிமுகமும் நேர்ந்தன. சீமானின் செல்வாக்கால் மிக முக்கியமான தூதரகம் ஒன்றில் இன்றியமையாத முதன்மையான பதவி ஒன்றைத் தேடிக் கொண்டு விட்ட வால்காவ்ஸ்கி வெளிநாட்டுக்குச் சென்றுவிட்டான். அதன் பிறகு அவனைப் பற்றிக் கிடைத்த செய்திகள் அத்தனை தெளிவாக இல்லை; அவன் வெளிநாட்டில் இருந்த சமயத்தில் விரும்பத்தகாத சம்பவம் ஏதோ ஒன்று நேரிட்டதாகப் பேச்சு நிலவியது; என்றாலும் அது என்னவென்பதைக் குறிப்பாக எவராலும் சொல்ல இயல வில்லை. நானூறு அடிமைகளோடு கூடிய இன்னுமொரு பண்ணை அவனது சொத்தில் கூடுதலாகச் சேர்ந்தது என்பது மட்டுமே எல்லோருக்கும் நன்றாகத் தெரிந்த செய்தியாக இருந்தது. நானும் கூட ஏற்கனவே அதைப் பற்றிக் குறிப்பிட்டு விட்டேன். அரசுப் பணியில் மிக உயர்ந்த தரத்தில் பதவி வகித்த பிறகு, பல ஆண்டுகள் கழித்து வெளிநாட்டிலிருந்து அவன் திரும்பி வந்தான். இங்கு வந்த உடனேயே பீட்டர்ஸ்பர்க்கில் முக்கியமான ஒரு பொறுப்பை ஏற்றுக் கொண்டு விட்டான். செல்வ வளமும், மதிப்பும், அதிகார பலமும் கொண்ட குடும்பத்தைச் சேர்ந்த பெண் ஒருத்தியை அவன் இரண்டாவதாகத் திருமணம் செய்துகொள்ளப் போகிறான் என்ற வதந்திகள் இக்மெனெவை ஏராளமாய் எட்டிக்கொண்டிருந்தன. "அடுத்தாற்போல... அவர் அரசவைப் பிரபுவாவது ஒன்றுதான்

பாக்கி!" என்று தன் கைகளை ஒன்றோடொன்று உரசியபடி சந்தோஷத்தை வெளிப்படுத்திக் கொண்டார் நிகோலாய் செர்கிச். அப்போது நான் பீட்டர்ஸ்பர்க்கில் – பல்கலைக்கழகத்தில் படித்துக் கொண்டிருந்தேன். அந்த வதந்தி உண்மையானதுதானா என்று கண்டுபிடிக்குமாறு இக்மெனெவிடமிருந்து குறிப்பான ஒரு கடிதம் எனக்கு வந்தது நினைவிருக்கிறது. எனக்கு உதவிப்பணம் வழங்கி ஆதரிக்குமாறு அவர் வால்காவ்ஸ்கிக்கும் கூட ஒரு கடிதத்தை எழுதியிருந்தார்; ஆனால் அவன் அதற்கு எந்தப் பதிலும் அளிக்க வில்லை. முதலில் சீமான் வீட்டில் வளர்ந்து வந்த வால்காவ்ஸ்கியின் மகன், பிறகு பிரெஞ்ச் நடுநிலைப் பள்ளியொன்றில் படித்ததாகவும் இப்போது பத்தொன்பது வயதாகும் நிலையில் அவன் படிப்பை முடித்து விட்டான் என்றும் மட்டும் நான் கேள்விப்பட்டேன். இக்மெனெவ் குடும்பத்தாருக்கும் அது குறித்து ஒரு கடிதம் எழுதி னேன்.

வால்காவ்ஸ்கிக்குத் தன் மகன் மீது மிகுந்த பிரியம் என்றும், அதனாலேயே அவனைக் கெடுத்துக் கொண்டிருக்கிறான் என்றும், அவனது வருங்காலம் குறித்து இப்போதே பல திட்டங்கள் போட்டுக் கொண்டிருக்கிறான் என்றும் அதில் குறிப்பிட்டிருந்தேன். இவையெல்லாம் என் சக மாணவர்களிடமிருந்து அந்தச் சிறிய இளவரசன் பற்றி நான் அறிந்துகொண்டவை. கிட்டத்தட்ட இதே சமயத்தில்தான் வால்காவ்ஸ்கியிடமிருந்து நிகோலாய் செர்கிச்சுக்கு ஒரு கடிதம் வந்து சேர்ந்தது; அது அவரை மிகுந்த வியப்பில் ஆழ்த்துவதாகவும் அமைந்திருந்தது.

அதுநாள் வரையிலும் நிகோலாய் செர்கிச்சுடன் தொழில் தொடர்பான சத்தில்லாத கடிதப் பரிமாற்றங்களை மட்டுமே வால்காவ்ஸ்கி செய்து வந்தான் என்பதை முன்பே குறிப்பிட்டிருக் கிறேன். இப்பொழுது தன் குடும்ப விஷயங்களை மிக விரிவாக – நட்பு முறையிலும் வெளிப்படையாகவும் அவன் எழுதியிருந்தான். தன் மகன் நடந்துகொள்ளும் முறை தனக்கு வருத்தத்தை அளிப்பதாக அதில் புகார் கூறியிருந்த அவன் பிள்ளைத்தனமான சின்னக் குறும்புகளை அத்தனை பெரிதாக எடுத்துக்கொள்ள வேண்டிய அவசியமில்லையென்றாலும் (மகனின் செயலை நியாயப்படுத்த அவன் முயன்றது வெளிப்படையாகத் தெரிந்தது) மகனுக்கு ஒரு தண்டனை அளிப்பதன் மூலம் ஒரு பாடம் கற்பிக்கத் தான் முடிவு செய்திருப்பதாக எழுதியிருந்தான். சிறிது காலம் கிராமப்புறத்தில் இக்மெனெவின் பொறுப்பில் இருக்குமாறு அவனை அனுப்பி வைப்பதே தனது முடிவு என்றும் அன்பான உள்ளமும், பெருந் தன்மையும் கொண்ட தன் பிரியத்துக்குரிய நிகோலாய் செர்கிச் மீதும் குறிப்பாக ஆனா ஆண்ட்ரேயேவ்னாவின் மீதும் தான் முழு

நம்பிக்கை வைத்திருப்பதாகவும் கடிதத்தில் குறிப்பிட்டிருந்தான் அவன். சிறுபிள்ளைத்தனமான அந்தக் குறும்புக்கார வாலிபனைத் தங்கள் குடும்பத்தில் ஒருவனாக ஏற்றுக்கொள்ளுமாறு அவர்களை அவன் இறைஞ்சிக் கேட்டுக் கொண்டிருந்தான். நகரத்தின் சபலமூட்டும் வாழ்க்கையிலிருந்து விலகி சற்று அறிவுத்தெளிவை அவன் பெற அவர்கள் அவனுக்குத் துணை செய்ய வேண்டும். விளையாட்டுத்தனமான அவனது நடத்தையில் மாற்றத்தை ஏற்படுத்தி அவனைச் சீர்திருத்த வேண்டும்; செம்மையான நடை முறை வாழ்க்கைக்கு ஏற்ற அனுகூலமான குணநலன்களை அவனுக்குள் புகுத்த அவர்கள் உதவ வேண்டும்.

முதியவரான இக்மெனெவ் அந்த வேலையை மிகுந்த உற்சாகத் தோடு ஏற்றுக்கொண்டார். சிறிய இளவரசனும் அங்கு வந்து சேர்ந்தான். தங்கள் சொந்த மகனைப் போலவே அவர்கள் அவனை வரவேற்றனர். வெகு சீக்கிரத்திலேயே தன் சொந்த மகள் நடாஷாவைப் போலவே அவனையும் நேசிக்கத் தொடங்கி விட்டார் நிகோலாய் செர்கிச். பின்னாளில் அந்த வாலிபனின் தந்தைக்கும் அவருக்கும் இடையே கடைசி கடைசியாகப் பிளவு ஏற்பட்ட பிறகும் கூடத் தன் அன்புக்குரிய அல்யோஷாவைப் பற்றி அவர் அடிக்கடி நினைத்துப் பார்ப்பதுண்டு. அலெக்ஸி பெத்ரோவிச் என்ற அந்தச் சிறிய இளவரசனை அவர் அப்படித்தான் அழைப்பது வழக்கம். உண்மையிலேயே அவன் மிகவும் வசீகரமான ஒரு பையன். அழகும், மென்மையும் கொண்டவன். பெண்ணைப் போலத் தொட்டாற்சிணுங்கியாக இருந்தாலும் எப்போதும் மகிழ்ச்சியோடு இருப்பவன். அவன் உள்ளம் மிக எளிமையானது; பண்பட்ட உணர்வுகளைக் கொண்டிருப்பது; அவற்றை ஏற்கத் தயாராக இருப்பது. அன்பான அந்த இதயம் கள்ளம் கபடமற்ற இயல்பும், செய்நன்றி மறவாத குணமும் கொண்டது.

இக்மெனெவ் குடும்பத்தினரின் பேரன்புக்கு உரியவனாக ஆகிப் போனான் அவன். பத்தொன்பது வயது நிறைந்தவன் என்றாலும் இன்னும் கூட ஒரு குழந்தையைப் போல மட்டுமே அவன் இருந்தான். அவனது தந்தை அவனை மிகவும் நேசிப்பதாக எல்லோரும் பேசிக்கொண்டாலும் அவனை எதற்காக இங்கே துரத்தி விட்டிருக்கிறார் என்று எவராலும் கற்பனை செய்துகூடப் பார்க்க முடியவில்லை. பீட்டர்ஸ்பர்க்கில் சோம்பேறித்தனமான– சிறுபிள்ளைத்தனமான ஒரு வாழ்க்கையை அவன் நடத்தி வந்த தாகவும், பணியில் சேர மறுத்ததாகவும் அது அவன் தந்தையை ஏமாற்றமடைய வைத்ததாகவும் வதந்திகள் உலவியபடி இருந்தன. தன் மகனை அவ்வாறு அங்கே அனுப்பி வைத்ததற்கான உண்மை யான காரணத்தைக் கடிதத்தின் எந்த இடத்திலும் வால்காவ்ஸ்கி

குறிப்பிடவே இல்லை; அதைச் சொல்ல அவன் விரும்பவில்லை என்பது வெளிப்படையாகத் தெரிந்ததால் நிகோலாய் செர்கிச்சும் அதைப் பற்றி அல்யோஷாவிடம் எதுவும் கேட்கவில்லை. தன் அசட்டுத் துணிச்சலால் ஏதோ ஒரு மன்னிக்க முடியாத காரியத்தை அல்யோஷா செய்து விட்டான் என்றும், யாரோ ஒரு பெண்ணுடன் பிறரறியாமல் தொடர்பு வைத்திருந்தான் என்றும், ஒற்றைக்கு ஒற்றைப் போருக்கு வருமாறு யாருக்கோ சவால் விட்டான் என்றும், சீட்டு விளையாட்டில் எக்கச்சக்கமான தொகையை இழந்து விட்டானென்றும் அதைப் பற்றிப் பலவிதமான பேச்சுக்கள் அடிபட்டுக் கொண்டிருந்தன. மற்றவர்களுடைய பணத்தை அவன் வீணாக்கியதும் உண்டு என்றும் சொல்லிக் கொண்டார்கள். வால்காவ்ஸ்கி தன் மகனை அனுப்பி வைத்ததற்குக் காரணம் அவனது தவறான நடத்தையில்லை; சுயநலமான தன்னுடைய தனிப்பட்ட சில நோக்கங்களை நிறைவேற்றிக் கொள்ளத்தான் அவன் அவ்வாறு செய்திருக்கிறான் என்ற வம்புப் பேச்சும் ஒரு பக்கம் இருந்து வந்தது. அப்படிப்பட்ட வதந்திகளை வெறுப்போடு ஒதுக்கித்தள்ளி மறுத்தார் நிகோலாய் செர்கிச். காரணம் தன் குழந்தைப் பருவத்திலும் தான் சிறுவனாய் இருந்தபோதும் தந்தையோடு அதிகம் பழகி அறிந்திராதபோதும் அவரை அல்யோஷா மிகவும் நேசித்து வந்தான். தந்தையைப் பற்றி பிரமிப்போடும் உற்சாகத்தோடும் பேசுவான் அவன். தந்தையின் முழுமையான கட்டுப்பாட்டில் – அவர் மீதான பிரியத்தோடுதான் அவன் இருக்கிறான் என்பது வெளிப்படையாகப் புலப்பட்டது. சில வேளைகளில் தாங்கள் இருவருமே எப்படி ஒரு சீமாட்டியோடு உல்லாசமாக இருந்தோம் என்பதைப் பற்றியும் வளவளப்பான். அந்தத் தொடர்பிலிருந்து தந்தையைத் தான் வெட்டிவிட்டது எப்படி என்பது குறித்தும் அதனால் அவருக்கு ஏற்பட்டிருந்த எரிச்சல் பற்றியும் பேசுவான். இந்தக் கதையை எப்பொழுது சொன்னாலும் சிரித்துக் களித்துக் கொண்டே, குழந்தைத்தனமான எளிமையோடும், மகிழ்ச்சியோடும் சொல்லுவான்; ஆனால் அதை அவன் தொடங்கியதுமே அந்தப் பேச்சைக் கட்டுப்படுத்தி விடுவார் நிகோலாய் செர்கிச். தன் தந்தை இன்னொரு திருமணம் செய்து கொள்வதாக இருக்கிறார் என்ற செய்தியையும் உறுதிப்படுத்திப் பேசினான் அல்யோஷா.

மரியாதை மிகுந்த புத்திசாலித்தனமான கடிதங்களை அவ்வப் போது தந்தைக்கு எழுதி அனுப்பியபடி கிட்டத்தட்ட ஓராண்டுக் காலத்தைத் தன் 'நாடு கடத்த'லில் கழித்து முடித்து விட்டான் அவன். வாஸிலெய்வ்ஸ்கோயே அவனுக்கு மிகவும் பிடித்தும் பழகியும் போயிருந்தது. அந்தக் கோடைக்காலத்தில் அவனது தந்தை அங்கே வந்தபோது (தன் வருகை பற்றி முன்கூட்டியே நிகோலாய்

செர்கிச்சிடம் எச்சரித்த பிறகுதான்) நாடு கடத்தப்பட்ட அவனே முன்வந்து முடிந்தவரை வாஸிலெய்வ்ஸ்கோயேயில் தொடர்ந்து வசிக்க தன்னை அனுமதிக்குமாறு அவரிடம் இறைஞ்சி முறை யிட்டான். அப்படிப்பட்ட நாட்டுப்புற வாழ்க்கையே தன் உண்மை யான தொழில் தேர்வு என்றும் பிரகடனம் செய்தான். அல்யோஷா வின் உணர்வெழுச்சிகளும், முடிவுகளும் – எடுத்ததற் கெல்லாம் பாதிக்கப்பட்டு உணர்ச்சிவசப்படும் மிகைத் தன்மையின் விளை வாகப் பிறந்தவை மட்டுமே! பொறுப்பில்லாத தன்மையும் சில நேரங்களில் அறியாமையும் கூட அதில் கலந்திருந்தது. தான் எதிர்ப்படும் எல்லாவற்றாலும் எளிதில்–அதிலும் மிக அதிகமாக பாதிக்கப்படும் தன்மைதான் அவனது முடிவுகளில் மேலோங்கி இருந்ததே தவிர சுயமான விருப்பம், ஆர்வம் ஆகியவை அவற்றில் சுத்தமாகவே இல்லை. அல்யோஷாவின் வேண்டுகோளை வால்காவ்ஸ்கி கொஞ்சம் சந்தேகத்துடனேயே கேட்டுக் கொண்டி ருந்தார். மொத்தத்தில் நிகோலாய் செர்கிச்சால் தன் முன்னாள் 'நண்ப'ரை இனம் காணமுடியவில்லை; இளவரசன் வால்காவ்ஸ்கி பெரிதும் மாறிப் போயிருந்தான். நிகோலாய் செர்கிச் மீது திடீரென்று–வினோதமாகக் குற்றம் கண்டுபிடிக்கத் தொடங்கி யிருந்தான் அவன். பண்ணைக் கணக்குகளை அவர்கள் இருவரும் பார்க்கத் தொடங்கியபோது அருவருப்பூட்டும் வகையில் தன் பேராசையையும், கருமித்தனத்தையும், ஏனென்று புரிந்துகொள்ள முடியாதபடி ஒரு அவநம்பிக்கையையும் வெளிப்படுத்திக் கொண்டி ருந்தான் வால்காவ்ஸ்கி. நல்ல மனம் கொண்டவரான இக்மெனெவ் இவற்றால் பெரிதும் புண்பட்டுப் போனார்; வெகு நேரத்துக்கு அவரால் தன்னைத் தானே கூட நம்ப முடியவில்லை. இம்முறை நடப்பவை எல்லாமே பதினான்கு வருடங்களுக்கு முன்பு–அவன் முதன்முதலாக வந்தபோது நடந்ததற்கு நேர்மாறாகவே இருந்தன. இம்முறை அக்கம் பக்கத்திலிருந்த முக்கியமான சில மனிதர்களை நண்பர்களாக்கிக் கொண்டான் வால்காவ்ஸ்கி. நிகோலாய் செர்கிச்சைப் பார்க்க அவன் ஒரு தடவைகூட வரவில்லை. தனக்குக் கீழான வேலையாட்களில் ஒருவரைப்போல மட்டுமே அவரை நடத்தினான். அதன் பிறகுதான் இன்னதென்று விளங்கிக் கொள்ள முடியாத அந்தச் சம்பவம் நடந்தேறியது. குறிப்பான வெளிப்படையான காரணம் எதுவுமே இல்லாமல் வால்காவ்ஸ்கிக்கும் நிகோலாய் செர்கிச்சுக்கும் இடையே மிகக் கடுமையான சண்டை ஒன்று மூண்டது. இரண்டு தரப்பிலும் சூடான, அவமதிப்பான வார்த்தைப் பரிமாற்றங்கள் நிகழ்ந்ததைப் பலரும் கேட்டார்கள். இக்மெனெவ் வாஸிலெய்வ்ஸ்கோயேவை விட்டு வெறுப்போடு வெளியேறிச் சென்றார்; ஆனால் அந்தச் சண்டை அதோடு முடிந்து

விடவில்லை. அக்கம் பக்கமெங்கும் அருவருப்பான வதந்திகள் திடீரென்று பரவத் தொடங்கின. சிறிய இளவரசனின் நடவடிக்கை களை முழுக்க முழுக்க கவனித்துப் பார்த்துக் கொண்டிருந்த நிகோலாய் செர்கிச், அவனது பலவீனங்களைத் தனக்குச் சாதக மாக்கிக் கொள்ள சூழ்ச்சி செய்துவிட்டார் என்று பலரும் அடித்துப் பேசினார்கள். அதன் ஒரு பகுதியாகவே அந்த இருபது வயது வாலிபனை அவரது மகள் நடாஷா (அவளுக்கு அப்போது பதினேழு வயது) தன் மீதான காதல் வலையில் சிக்க வைத்து விட்டாள். அவளது பெற்றோர் அதைப் பற்றி ஏதும் தெரியாததைப் போல பாவனை செய்த போதும் அவர்களும் கூட இந்தக் காதல் விஷயத்துக்கு உடந்தையாகத் துணையிருந்திருக்கின்றனர். அவர்கள் வகுத்த அந்தச் சூழ்ச்சித் திட்டமும், 'ஒழுக்கம் கெட்ட' நடாஷாவும் ஒன்றுசேர அந்த இளைஞன் முழுக்க முழுக்க அவர்கள் வசமாகி விட்டான். அருகாமையில் குடியிருந்த மதிக்கத்தக்க உயர்குடிமக்கள் பலரது வீடுகளில் அவனுக்கு உண்மையிலேயே பொருத்தமான இளம்பெண்கள் ஏராளமான பேர் இருந்தும் அவர்கள் யாருமே அவன் கண்ணில் படாமல் செய்துவிட்டாள் அவள். வாஸிலெவ்ஸ் கோயேயிலிருந்து 15 வர்ஸ்ட் தொலைவிலிருக்கும் கிரிகோரி யெவோ என்ற கிராமத்தில் வைத்துத் திருமணம் செய்துகொள்ள அந்தக் காதலர்கள் ஏற்பாடு செய்துவிட்டார்கள் என்றுகூட இறுதியில் உறுதிபடப் பலரும் பேச ஆரம்பித்து விட்டார்கள். 'வெளிப்பார்வைக்கு அதைப் பற்றித் தெரியாததைப் போல நடாஷாவின் பெற்றோர் பாவனை செய்தாலும் நுணுக்கமான தகவல் உட்பட எல்லாமே அவர்களுக்குத் தெரிந்திருக்கிறது; தங்கள் மகளை அந்த வகையில் ஊக்கப்படுத்திக் கொண்டும் அருவருப்பான முறையில் அவளுக்கு ஆலோசனைகளை வழங்கிக் கொண்டும் இருப்பவர்கள் அவர்களே.' சுருங்கச் சொன்னால் ஆண் பெண் என இருபாலாரும்–இந்த விஷயத்தைப் பற்றி இவ்வாறு திட்டமிட்டு இட்டுக்கட்டிய அவதூறுகளும், உள்ளூரில் நிலவிய வம்புப் பேச்சுகளும் ஒரு பெரிய புத்தகத்தின் அளவைக் கூடத் தாண்டிப் போய்விட்டன. ஆனால் இதில் மிகவும் முக்கியமாகக் குறிப்பிடத் தக்கது என்னவென்றால் இந்தச் செய்தியைக் கொஞ்சமும் ஆட்சே பணையின்றி அப்படியே வால்காவ்ஸ்கி ஏற்றுக்கொண்டதுதான். உண்மையில் இதைக் காரணமாக வைத்துத்தான் அவன் வாஸி லெய்வ்ஸ்கோயேவுக்கு வந்திருந்தான். மாகாணத்திலிருந்து இது குறித்து அநாமதேயக் கடிதம் ஒன்றும் அவனுக்கு வந்திருந்தது. நிகோலாய் செர்கிச்சைப் பற்றித் தெரிந்து வைத்திருக்கும் எவராலும் அவருக்கு எதிராக வைக்கப்பட்டிருக்கும் குற்றச்சாட்டுகளில் ஒரு வார்த்தையைக் கூட நம்ப முடியாது என்றுதான் பொதுவாக

நினைக்கத் தோன்றும். ஆனால்... பொதுவாக உலக வழக்கில் எப்போதும் நடப்பது போல எல்லோருமே அது குறித்துப் பரபரப் படைந்தார்கள்; எல்லோருமே வம்பு பேசினார்கள்; நடந்த விஷயங் களைச் சாட்சியத்தோடு உறுதிப்படுத்த முடியவில்லையென்றாலும் தலையைத் தலையை ஆட்டிக்கொண்டு எல்லோரும் அவரை ஒரு மனதாகக் கண்டித்தார்கள். அந்த வம்புப் பேச்சுக்களுக்கு விளக்கம் கூறித் தன் மகளைப் பாதுகாத்துக் கொள்ள இக்மெனெவின் தன்மதிப்பு இடம் தரவில்லை. அண்டை அயலாருக்கு எந்த வகை யான விளக்கங்களும் தர வேண்டியதில்லை என்று தன் மனைவி ஆனா ஆண்ட்ரேயேவ்னாவிடமும் கடுமையாகக் கூறித் தடை செய்திருந்தார் அவர். இந்த அளவு அவதூறுகளுக்கு ஆளான நடாஷாவுக்கும் கூடத் தன்னைச் சுற்றி நிலவிய வம்புப் பேச்சுகளும், கண்டனங்களும் கிட்டத்தட்ட ஒரு வருடம்வரை தெரியாமலேதான் இருந்தது. இந்த முழுக்கதையும் அவளிடமிருந்து கவனமாக மறைக்கப்பட்டிருந்தது; அதனால் அவள் பன்னிரண்டு வயதுக் குழந்தையைப் போலக் களிப்புடனும், கவலையற்றும் இருந்தாள்.

அதே வேளையில் வால்காவ்ஸ்கிக்கும், நிகோலாய்க்கும் இடையிலான சண்டை வலுவடைந்துகொண்டே சென்றது. விஷமிகள் அந்த நேரத்தைச் சரியாகப் பயன்படுத்திக் கொள்ளத் தவறவில்லை. பொய்சாட்சி சொல்பவர்களும், புனைசுருட்டு பேசுபவர்களும் அவனை வலியத் தேடி வந்தார்கள். வாஸி லெய்வ்ஸ்கோயேவில் பல ஆண்டுகளாக மேற்பார்வையாளராகப் பணியாற்றிய நிகோலாய் செர்கிச் அப்பழுக்கற்ற நேர்மை கொண்டவராக ஒன்றும் இருந்துவிடவில்லை என்று அவனை நம்ப வைப்பதில் அவர்கள் வெற்றி கண்டார்கள். மூன்று ஆண்டுகளுக்கு முன்பு புதர் மண்டிய சிறிய காட்டுப்பகுதி ஒன்றை விற்றதில் பன்னிரண்டாயிரம் ரூபிள்களுக்கு மேல் அவர் மோசடி செய்து விட்டாரென்றும், வால்காவ்ஸ்கியிடம் சட்டபூர்வமான சம்மதமும் அங்கீகாரமும் பெறாமல் தன்னிச்சையாக அவர் செயல் பட்டதால் நீதிமன்றத்துக்கு அதைக் கொண்டு செல்ல அசைக்க முடியாத ஆதாரம் உள்ளதென்றும் அவர்கள் அவரைக் குற்றம் சாட்டினார். ‘அதை விற்க வேண்டிய கட்டாயம் ஏற்பட்டதைக் காலம் தாழ்த்தித்தான் அவர் வால்காவ்ஸ்கிக்குத் தெரிவித்திருக்கிறார்; மேலும் விற்பனையில் கிடைத்த பணத்தில் மிகக் குறைவான தொகையையே அவர் தந்திருக்கிறார்.’ உண்மையில் இவையெல்லாம் வெற்று அவதூறுகள் மட்டுமே என்பது பின்னர் நிரூபணமாகி விட்டது. ஆனால் இதையெல்லாம் உண்மையென்று நம்பிய வால்காவ்ஸ்கி, சாட்சிகளின் முன்னிலையில் வைத்து நிகோலாய் செர்கிச்சைத் திருடன் என்று பழித்துக் கூறிவிட்டான். இக்மெனெ

வால் அதைப் பொறுத்துக்கொள்ள முடியாமல் போய்விடவே அவரும் அவமதிப்பான வார்த்தைகளில் திரும்பப் பதிலளித்தார்; பயங்கரமான சண்டை மூண்டது. அதைத் தொடர்ந்து ஒரு வழக்கும் பதிவு செய்யப்பட்டது. நிகோலாய் செர்கிச்சிடம் சில ஆவணங்கள் இருப்பில் இல்லை; அவரை ஆதரிக்கக் கூடிய அதிகார பலம் கொண்டோரும் எவருமில்லை; நீதிமன்ற வழக்குகளைப் பொறுத்த வரை அவருக்கு இதுவரை எந்த அனுபவமும் இருந்ததும் இல்லை. இவையெல்லாம் ஒன்று சேர, தான் தோற்றுப் போய்க்கொண்டி ருப்பதை உணர்ந்தார் அவர். அவரது சொத்து ஜப்தி செய்யப்பட்டது. எரிச்சலும், கடுப்பும் எல்லை மீறிச் சென்ற நிலையில் கடைசியாக எல்லாவற்றையும் வீசியெறிந்துவிட்டு பீட்டர்ஸ்பர்க்கிற்குப் பெயர்ந்து செல்ல அவர் முடிவெடுத்தார். மாகாணத்திலிருந்த தன் உடமை களை அனுபவசாலியான ஏஜண்ட் ஒருவரது வசம் விட்டுவிட்டுத் தன் வழக்குத் தொடர்பான விஷயங்களைத் தானே முயற்சித்துப் பார்க்க முனைந்தார் அவர். நிகோலாய் செர்கிச்சைத் தான் தேவை யில்லாமல் அவமானப்படுத்தி விட்டோமென்பதை வால்காவ்ஸ்கி சீக்கிரமாகவே உணரத் தொடங்கிவிட்டான்; ஆனால் இரண்டு தரப்புகளிலுமே நேர்ந்திருக்கும் அவமானங்கள் மிகவும் கடுமையான வையாக இருந்ததால் சமரசப் பேச்சு வார்த்தை என்பதற்கே அங்கு இடமில்லை. கோபத்தில் கொந்தளித்துக் கொண்டிருந்த வால் காவ்ஸ்கி தனக்கு நேர்ந்த அவமானத்துக்குப் பழிக்குப் பழி தீர்த்துக் கொள்ள மிகுந்த ஆவேசத்தோடு செயல்பட்டுக் கொண்டிருந்தான்; தன் முன்னாள் மேற்பார்வையாளரைச் சொச்சமிச்சம் எதுவுமில் லாதவராக– இறுதியாக ஒரு ரொட்டித்துண்டு கூட இல்லாதவராக ஆக்குவதே அவனது நோக்கமாக இருந்தது.

5

இவ்வாறாக, இக்மெனெவ் குடும்பம் பீட்டர்ஸ்பர்க் நகருக்குப் பெயர்ந்தது. இத்தனை நீண்ட காலப் பிரிவுக்குப் பிறகு எனக்கும் நடாஷாவுக்கும் நேர்ந்த சந்திப்புக் குறித்து நான் விவரிக்கப் போவதில்லை. கடந்த நான்கு வருடங்களாக நான் அவளை ஒரு போதும் மறந்ததில்லை. எப்படிப்பட்ட உணர்வுகளோடு அவளைப் பற்றி நான் நினைத்துக் கொண்டிருந்தேன் என்பது உண்மையில் எனக்கு விளங்கவில்லை; ஆனால் நாங்கள் மீண்டும் சந்தித்த உடனேயே அவளை என்னவள் என்று விதி வகுத்துத் தந்திருப்பதை நான் உணர்ந்து கொண்டேன். அவர்கள் இங்கு வந்து சேர்ந்திருந்த தொடக்க நாட்களில், கடந்த நான்கு ஆண்டுகளில் அவள் அதிகம்

வளரவில்லை, அவளிடம் அதிக மாற்றம் இல்லை என்ற எண்ணத் துடனேயே நான் இருந்தேன். நாங்கள் பிரியும்போது நான் பார்த் திருந்த அதே குட்டிப் பெண்ணாகவே அவள் எனக்குத் தெரிந்தாள். பிறகு ஒவ்வொரு நாளும் அவளிடம் ஒவ்வொரு புதுமை எனக்குக் காட்சியாகத் தொடங்கியது. இதுவரை எனக்குத் தெரிந்திராத ஏதோ ஒன்று... வேண்டுமென்றே என்னிடமிருந்து மறைக்கப் பட்டிருக்கும் ஏதோ ஒன்று! அந்தச் சிறுமிக்குள் மறைந்துகிடந்த இளம்பெண் வேண்டுமென்றே அதை என்னிடமிருந்து மறைக்கிறாள் என்று தோன்றியது. ஒவ்வொன்றாக அதைக் கண்டுபிடிப்பதுதான் எத்தனை பரவசமூட்டும் அனுபவமாக இருந்தது?

பீட்டர்ஸ்பர்க்கிற்குக் குடிபெயர்ந்து வந்திருந்த அந்த முதியவர், ஆரம்பத்தில் எடுத்ததற்கெல்லாம் எரிந்து விழுந்து கொண்டும் 'சுள்'ளென்றும் கோபப்பட்டுக் கொண்டும் இருந்தார். அவருக்கு எல்லாமே மோசமாக நடந்து கொண்டிருந்தன. கோபத்தில் குமுறிக் கொண்டிருந்த அவர் வெவ்வேறு ஆவணங்கள் குறித்த விஷயத்தில் மும்முரமாக ஈடுபட்டிருந்ததால் எங்களைப் பற்றிக் கவலை கொள்ளவில்லை. ஆனா ஆண்ட்ரேயேவ்னாவும் தொடக்கத்தில் கொஞ்சம் குழம்பிப் போயிருப்பவள் போலவும், எதையுமே புரிந்துகொள்ள முடியாதவளைப் போலவும்தான் இருந்தாள். பீட்டர்ஸ்பர்க் நகரம் அவளைக் கலவரப்படுத்தி இருந்தது. அவள் பெருமூச்சு விட்டபடி பயத்தில் சுருண்டு போவாள்; தன் பழைய வாழ்க்கை முறையை எண்ணியும் தங்களது குடும்பச் சொத்தான இக்மெனெவ்காவைக் குறித்தும் அவள் கண்ணீர் வடிப்பாள். நடாஷாவுக்கு இப்போது திருமண வயது வந்துவிட்டபோதும் அது பற்றி எவரும் சிந்திக்கவில்லையே என்பதும் அவளைக் கவலைக் குள்ளாக்கியது. அவளுடைய நம்பிக்கைக்குரியவர்களாக யாரும் கிடைக்காததால் தன் உள்ளத்திலிருந்த வினோதமான ரகசியங்களை யெல்லாம் என்னுடன் பகிர்ந்துகொண்டு வந்தாள் அவள்.

அப்போதுதான் – அவர்கள் இங்கு வந்து சேருவதற்குச் சற்று முன்புதான் நான் என் முதல் நாவலை எழுதி முடித்திருந்தேன். என் இலக்கிய வாழ்க்கையும் அதனுடன் தொடங்கியிருந்தது. அந்தத் துறையில் அப்போது நான் ஒரு கற்றுக்குட்டி என்பதால் அதை முதலில் எவரிடம் தருவது என்பதுகூடத் தெரியாதவனாக நான் இருந்தேன். இக்மெனெவ் தம்பதியரிடம் நான் அதைப் பற்றி எதுவும் கூறியிருக்கவில்லை. காரணம், நான் ஒரு சோம்பேறித்தனமான வாழ்வை நடத்துவதாகவும், ஏதாவது அரசு வேலையில் சேர்ந்து ஒரு நல்ல பதவிக்கு வர நான் முயற்சி செய்யவில்லை என்றும் எப்போதும் என்னோடு அவர்கள் சண்டை பிடித்துக்கொண்டே இருந்தார்கள். முதியவர் வெறுப்போடும் கோபத்தோடும் என்னைத்

திட்டிக் கொண்டே இருந்தாலும் உண்மையில் அது ஒரு தந்தைக் குரிய அக்கறை மட்டும்தான். நான் என்ன செய்து கொண்டிருந்தேன் என்பதைச் சொல்ல எனக்குச் சற்றுக் கூச்சமாக இருந்தது. எனக்கு அரசுப்பணியில் சேர விருப்பமில்லை என்றும் நாவல் எழுதவே நான் விரும்புகிறேன் என்றும் அவர்களிடம் நேரடியாக என்னால் எப்படிச் சொல்ல இயலும்? அதனால் வேலை எதுவும் கிடைக்க வில்லை என்றும் முடிந்தவரையில் அதற்காகத்தான் கடுமையாக முயற்சித்துக் கொண்டிருக்கிறேன் என்றும் அப்போதைக்கு அவர் களிடம் சொல்லி ஏமாற்றி வைத்திருந்தேன். அதையெல்லாம் காது கொடுத்துக் கேட்டுக் கொண்டிருக்க அவருக்கு நேரமில்லை. எங்கள் உரையாடல்களையெல்லாம் கேட்டபடி இருந்த நடாஷா ஒருநாள் என்னை எவருமறியாமல் ஓரிடத்துக்கு இழுத்துச் சென்று என் எதிர்காலம் பற்றி யோசித்துப் பார்க்குமாறு என்னிடம் கண்ணீ ரோடு மன்றாடியது எனக்கு நினைவிருக்கிறது. நான் என்னதான் செய்து கொண்டிருக்கிறேன் என்பதைச் சரியாக அறிந்துகொள்ள அவள் என்னிடம் பல வகையான கேள்விகள் கேட்டுக் கடுமையாக முயற்சி செய்தாள். என்னுள் மறைத்து வைத்திருந்த ரகசியத்தை அவளிடமும் கூட நான் வெளிப்படுத்த மறுத்தபோது நான் ஒரு சோம்பேறியாக, வீண் பொழுதுபோக்கும் உதவாக்கரையாக என் வாழ்க்கையைப் பாழடித்துக்கொள்ளக் கூடாதென்று என்னிடம் சத்தியம் வாங்கிக் கொண்டாள்.

அவளிடம் கூட உண்மையை ஒத்துக் கொள்ளாமல் நான் இருந்தபோதும் – விமர்சகர்களும், திறனாய்வாளர்களும் என்னைப் பாராட்டிச் சொல்லுவதாகக் காதில் விழும் சில சொற்களை அவளது ஒரு வார்த்தை அங்கீகாரத்துக்காகப் பின்பு எப்போதோ அவளுடன் பகிர்ந்திருக்கிறேன் என்பது எனக்கு நினைவிருக்கிறது. பிறகு கடைசியில் ஒரு வழியாக என் முதல் நாவலும் வெளிவந்து விட்டது. அது வெளிவருவதற்கு வெகுகாலம் முன்பே இலக்கிய உலகில் ஒரு பெரும் சலசலப்பையும் உண்டாக்கியிருந்தது. என் கையெழுத்துப் பிரதியைப் படித்தபோதே 'பி' ஒரு குழந்தையைப் போலக் களிப்படைந்திருந்தான். ஆனால் நான்...! வெற்றியின் போதையூட்டும் முதல் தருணங்களை விடவும், என் கையெழுத்துப் பிரதியை எவருக்கும் வாசித்துக் காட்டாத, வாசிக்கக் கொடுக்காத அந்தக் கணங்களிலேதான் நான் மிகுந்த மகிழ்ச்சியோடு இருந்தேன். என் படைப்பைப் பற்றிய உயர்வான நம்பிக்கைகளுடனும் கனவு களுடனும், படைப்பின் மீது கொண்ட அளவற்ற நேசத்துடனும் நான் கழித்த நீண்ட இரவுகளே என் மகிழ்ச்சிக்குரியவை. நான் உண்டாக்கியிருந்த கற்பனைக் கதையில் வரும் ஒரு பாத்திரமாகவே நான் ஆகிப் போயிருந்தேன்; நானே உருவாக்கிய கதாபாத்திரங்களை

என் சொந்தக் குடும்பத்தார் போலவும் உண்மையாகவே உயிருடன் உலவும் நபர்கள் போலவும் நான் எண்ண ஆரம்பித்திருந்தேன். அவர்களை நேசித்தேன், அவர்களோடு இணைந்து மகிழ்ந்தேன், அவர்களது வருத்தத்தில் பங்கு கொண்டேன். சில வேளைகளில் கள்ளம் கபடமற்ற என் கதாநாயகனை எண்ணி உண்மையாகவே நான் கண்ணீர்விடக்கூடச் செய்தேன்.

நான் அடைந்த வெற்றியில் அந்த முதியவர்கள் எந்த அளவு மகிழ்ந்தார்கள் என்பதை விவரிக்கவே முடியாது. தொடக்கத்தில் அவர்களுக்கு ஏதோ ஒரு வகையான ஆச்சரியம்தான் ஏற்பட்டது. அவர்களைப் பொறுத்தவரை இது வினோதமாகப்பட்டிருக்க வேண்டும். எல்லோராலும் பாராட்டப்படும் இந்தப் புது எழுத்தாளன் தன்னுடைய அதே பழைய வான்யாதான் என்பதை – எதையெதையோ செய்து கொண்டிருப்பவன் அவனேதான் என்பதைக் குறிப்பாக ஆனா ஆண்ட்ரேய்வ்னாவால் நம்பவே முடியவில்லை. மகிழ்ச்சியோடு தலையசைத்துக் கொண்டிருந்தாள் அவள். முதியவரால் சிறிது நேரம் நிதானத்துக்கே வர முடிய வில்லை; முதலில் இதைப் பற்றிக் கேள்விப்பட்டதும் அவர் உண்மையில் சற்றுக் கலவரம் அடைந்தார். ஒழுங்கான வேலை இல்லாமல் நான் தொலைத்துக் கொண்டது பற்றியும், பொதுவாக எழுத்தாளர்களின் ஒழுங்கீனமான நடத்தை பற்றியும் அவர் பேசத் தொடங்கிவிட்டார். ஆனால் செய்தித்தாள்களில் தொடர்ச்சியாக வந்து கொண்டிருந்த குறிப்புகளும், தகவல்களும், இறுதியாக அவரது மதிப்புக்குரியவர்களாக இருந்த ஒரு சிலரிடமிருந்து என்னைப் பற்றிக் கேள்விப்பட்ட புகழுரைகளும் ஒரு வழியாக அவரது பார்வையை மாற்றிக்கொள்ளும் படி செய்துவிட்டன. எனக்கு 'சட்'டென்று நிறைய பணம் கிடைத்ததைப் பார்த்த பிறகும் இலக்கியப் படைப்புக்காக ஒருவர் பெறும் ஊதியம் பற்றிக் கேள்விப்பட்ட பிறகும் கடைசி கடைசியாக அவரிடமிருந்த சந்தேகங்கள் கூட அகன்றுவிட்டன. அதுவரை என்மீது அவருக்கு இருந்த ஐயம், உற்சாகத்தோடு கூடிய நம்பிக்கை யாக உடனே மாறி விட்டது. எனக்கு நல்ல பொருள் வசதி சேர்ந்ததில் குழந்தையைப் போல மகிழ்ச்சி கொண்ட அவர் இப்போது வேறோர் எல்லைக்குச் சென்றுவிட்டார்; என் எதிர்காலத்தைப் பற்றிக் கட்டுக்கடங்காத நம்பிக்கையும் ஒளிமயமான கனவுகளும் அவருக்குத் திடீரென்று ஏற்பட ஆரம்பித்துவிட்டன. என் நலனுக்காகப் புதிய புதிய சாத்தியக் கூறுகளும், திட்டங்களும் அவர் மனக்கண்ணில் தென்பட்டுக்கொண்டிருந்தன; அந்தத் திட்டங்களில் அவர் காணாத கனவாக எதுதான் இருக்க முடியும்? இதுநாள் வரை இல்லாத வகையில் வினோதமான ஒரு வகையான மரியாதையையும் என்னிடம் அவர் காட்டத் தொடங்கியிருந்தார்.

ஆனால் பரவசமான அந்தக் கனவுகளுக்கு நடுவிலும் திடீர் திடீரென்று சில ஐயங்கள் தோன்றி அவரைத் தாக்கிக் குழப்புவதுண்டு.

"எழுத்தாளன்.... கவிஞன்! என்னவோ வித்தியாசமாகத்தான் தோன்றுகிறது! உலகியல் வாழ்க்கையைப் பொறுத்தவரை ஒரு கவிஞன் எங்கே வெற்றி அடைந்திருக்கிறான்...? உயர் பொறுப்புக்களுக்குச் சென்றிருக்கிறான்? சும்மா எதையாவது கிறுக்கிக் கொண்டிருப்பதோடு சரி! அவர்களையெல்லாம் நம்ப முடியாது."

இப்படிப்பட்ட சந்தேகங்களும், நம்மைக் கூச்சமடையச் செய்யும் கேள்விகளும் பொதுவாக அந்திசாயும் நேரத்திலேயே அவருக்கு ஏற்படுகிறதென்பதை நான் கவனித்திருக்கிறேன். (அந்த இனிமையான மகிழ்ச்சியான நாட்களின் ஒவ்வொரு சிறிய தகவலும் எனக்கு எத்தனை துல்லியமாக நினைவிருக்கிறது?) மாலை நேரத்தில் என் வயதான அந்த நண்பர் தேவையில்லாத பதட்டத்தோடும், உணர்ச்சிவசப்பட்ட நிலையிலும், அவநம்பிக்கை யோடுமே இருப்பார். நானும் நடாஷாவும் இதற்குள் அதைப் பற்றி ஓரளவு தெரிந்து வைத்துக்கொண்டிருந்ததால் அதைப் பற்றி முன்கூட்டியே லேசாகக் கிண்டலடிப்போம். சுமரோகோவ் எவ்வாறு படைத் தளபதியானார் என்றும், ஒரு பொடி டப்பி நிறைய தங்கக் காசுகளை டெர்ஸாஹாவின் எப்படிப் பரிசாகப் பெற்றார் என்றும், லோமோனோஸோவைப் பார்க்க அரசியே வருகை தந்தது பற்றியும் பல்வேறு கதைகளைச் சொல்லி அவரை மகிழ்ச்சிப்படுத்த நான் முயன்றதெல்லாம் எனக்கு நினைவிருக்கிறது. புஷ்கின் பற்றியும் கோகோல் பற்றியும் கூட அவருக்கு நான் சொன்னேன்.

"எனக்குத் தெரியும் பையா! எல்லாமே எனக்குத் தெரியும்" என்றார் கிழவர். ஆனால் அந்தக் கதைகளைப் பற்றி அப்போதுதான் அவர் கேள்விப்பட்டிருக்கக்கூடும்.

"ம்! ஆனால் இதோ பார் வான்யா! ஏதோ உன்னுடையது குறைந்தபட்சம் கவிதையாகவாவது இல்லையே என்று கடைசியில் நான் சந்தோஷப்படுகிறேன். கவிதையெல்லாம் வெறும் பேத்தல் பையா! நீ வேண்டுமானால் என்னோடு விவாதிக்கலாம், ஆனால் என்னைப் போன்ற வயதானவன் மீது கொஞ்சம் நம்பிக்கை வை! நல்லதைத் தவிர வேறெதையும் நான் செய்யமாட்டேன் எண்ண மாட்டேன்! அதெல்லாம் வெறும் பிதற்றல்...! சோம்பேறித்தன மாகப் பொழுதை வீணாக்கும் வேலை. கவிதை எழுதுவதெல்லாம் பள்ளிக்கூடத்தில் படிக்கும் பையன்களுக்குத்தான் தேவை! அவர் களுக்குத்தான் அது நல்லது. உன்னைப் போன்ற நிறைய இளைஞர் களைப் பைத்தியக்கார விடுதிக்குக் கொண்டுவந்து சேர்த்து

விட்டிருப்பது கவிதைதான்! புஷ்கின் ஒரு மாமனிதர் என்று ஒத்துக்கொள்கிறோம்... என்றால் அது... தனி! வேறு எதனோடும் அதை ஒப்பிட முடியாது; ஆனாலும் கவிதையெல்லாம் வெறும் வார்த்தை ஜாலம் மட்டும்தான்! சும்மா அப்போதைக்கு மகிழ்வளிக்கும் அவ்வளவுதான். நான் அதை அதிகமாகப் படித்த தில்லை என்றாலும் என் எண்ணம் அதுதான். ஆனால் உரைநடை என்பது வேறு விஷயம்! உரைநடை எழுதுபவன் நாட்டுப்பற்று, நல்லொழுக்கங்கள் என்று ஏதாவது ஒன்றைக் கற்றுக் கொடுப்ப வனாகக் கூட இருக்கலாம். அவ்வளவுதான் பையா... இதற்கு மேல் எதை எப்படிச் சொல்வது என்பது எனக்குத் தெரியவில்லை. ஆனால் நீ என்னைப் புரிந்துகொள்வாய். நான் என் இதயத்திலிருந்து பேசுகிறேன் சரி... போகட்டும் அதை விடு... எங்கே உன் நாவலைப் படி கேட்போம்" என்று ஏதோ எனக்குக் கருணை கூர்ந்து மனமிரங்கி அனுமதிப்பது போலப் பேச்சை முடித்தார். அப்போது தான் என் புத்தகத்தை ஒரு வழியாக அவர்களிடம் நான் கொண்டு வந்து காட்டியிருந்தேன். தேநீர் பருகி விட்டு மேசையைச் சுற்றி நாங்கள் அனைவரும் அமர்ந்திருந்தோம்.

"சரி... நீ என்னதான் கிறுக்கி வைத்திருக்கிறாயோ அதை யெல்லாம் எங்களுக்குப் படித்துக் காட்டு! என்னவோ உன்னைப் பற்றி எல்லோரும் இவ்வளவு பெரிதாகப் பேசிக் கொண்டிருக் கிறார்களே... நாங்களும்தான் கொஞ்சம் என்னவென்று கேட்டுக் கொள்கிறோம்.... ஆமாம்... நாங்களும் கேட்டுக்கொள்கிறோம்."

– நான் புத்தகத்தைப் பிரித்துக் கொண்டு அதைப் படிக்க ஆயத்தம் செய்து கொண்டேன். அச்சகத்திலிருந்து என் நாவல் அன்றுதான் என் கைக்கு வந்திருந்தது; இறுதியில் எப்படியோ ஒரு பிரதி கைக்குக் கிடைத்துவிட்ட மகிழ்ச்சியில் நான் அவர்களிடம் அதைப் படித்துக்காட்ட அவசரப்பட்டேன்.

நாவலின் கையெழுத்துப் பிரதி, பதிப்பாளரிடம் இருந்ததால் அதை இவர்களிடம் முன்பே வாசித்துக் காட்ட முடியாமல் போயிற்றே என்று எத்தனை எரிச்சலும் வருத்தமும் அடைந்திருக் கிறேன் நான்?

உண்மையில் அதற்காகக் கோபமும் ஏமாற்றமும் அடைந்து நடாஷா கண்ணீர் விட்டதுகூட உண்டு. அவள் படிப்பதற்கு முன்பு மற்றவர்கள் படிக்க நான் அனுமதி அளித்து விட்டேனென்று என்னுடன் சண்டை பிடித்திருக்கிறாள்; என்னைப் பலவாறு திட்டியும் இருக்கிறாள் அவள். ஆனால்... இப்போது இறுதியாக நாங்கள் அனைவரும் மேசையைச் சுற்றி அதற்காகவே அமர்ந்து விட்டோம். வேண்டுமென்றே தீவிரமானதும், குற்றம் கண்டு பிடிப்பதுமான ஒரு முகபாவனையை வருவித்துக் கொண்டார்

முதியவர். தனக்குத் தானே உறுதிப்படுத்திக்கொள்ள வேண்டு மென்றால் அதைக் கடுமையாக எடைபோட வேண்டுமென்று விரும்பினார் அவர். அந்த முதியவளும் கூட மிக அமைதியாக, பயபக்தியோடு அமர்ந்திருந்தாள். இந்தக் கதை வாசிப்பு நிகழ்ச்சிக் காகவே அவள் ஒரு புதிய தொப்பிகூட அணிந்து கொண்டிருந் தாளென்று நினைக்கிறேன். விலைமதிப்பற்ற பொக்கிஷமான தன் மகள் நடாஷாவை நான் எல்லையற்ற அன்போடு பார்த்துக் கொண்டிருப்பதை அவள் எப்போதோ கவனித்து விட்டாள். நடாஷாவைப் பார்த்துப் பேசும்போது எனக்கு மூச்சடைத்தது.... பார்வை மங்கிக் கொண்டு வந்தது. நடாஷா என்னைப் பார்க்கும் பார்வையிலும் கூட முன்பை விடக் கூடுதலான பிரகாசம் தெரிந்தது.

ஆம்! கடைசியாக அந்த நேரம் வந்து விட்டது! வெற்றியின் நேரம்... பொன்னான நம்பிக்கைகளுக்கும், முழுமையான–மிகுதியான மகிழ்ச்சிக்கும் உரிய அந்தக் கணம்... எல்லாமே திடீரென்று வந்துவிட்டது. முதியவரான தன் கணவர் என்னை வானளாவப் புகழத் தொடங்கிவிட்டதையும், என்னையும் தன் மகளையும் வினோதமாகப் பார்த்துக் கொண்டிருப்பதையும் கூட அந்தக் கிழவி கவனித்து விட்டாள். ஆனால் இருந்த இருப்பில் திடீரென்று அவளை ஒரு பயம் கவ்விக் கொண்டுவிட்டது. நான் ஒரு சீமானோ, பிரபுவோ, அரசாட்சிக்குரிய இளவரசனோ அல்ல; அவ்வளவு ஏன்...? விருதுகளையும் பதக்கங்களையும் மார்பில் சூடிக் கொண்டி ருக்கும் ஒரு தளபதியாகக் கூட நான் இல்லை! தன் விருப்பத்தை அரைகுறையாக நிறைவேற்றிக் கொள்ளும் வழக்கம் ஆனா ஆண்ட்ரேயேவ்னாவுக்கு ஒருபோதும் இருந்ததில்லை.

“இந்த மனிதனைப் போய் இப்படிப் பாராட்டுகிறார்களே... அது ஏனென்றே புரியவில்லை! எழுத்தாளனாம்... கவிஞனாம்! எழுத்தாளன் என்றால் என்ன...? அதில் அப்படி என்ன இருக் கிறது?’

6

ஒரே ஒரு அமர்வுக்குள் என் நாவலை அவர்களுக்கு நான் வாசித்துக் காட்டிவிட்டேன். தேநீர் அருந்தியபின் படிக்கத் தொடங்கிய நாங்கள் விடியற்காலை இரண்டு மணிவரை அதைத் தொடர்ந்தோம். முதியவர் முதலில் சற்றே முகம் சுளித்தார். மிக மிக உயர்வான உன்னதமான ஏதோ ஒன்றை அவர் எதிர்பார்த்துக் கொண்டிருந்தார்; அவராலேயே புரிந்துகொள்ள முடியாததாக

அது இருந்தாலும் கூட அது உயர்வாக இருந்தாக வேண்டும். ஆனால் அதற்கு நேர்மாறாக—அவர் இந்தப் படைப்பில் திடீரென்று எதிர்ப்பட நேர்ந்தவை எல்லோருக்கும் பரிச்சயமாகியிருக்கும் – பொதுவான விஷயங்கள். சுருக்கமாகச் சொன்னால் அன்றாட வாழ்க்கையில் அவரைச் சுற்றி நடந்து கொண்டிருப்பது போன்றவை. குறைந்தபட்சம் அதன் கதாநாயகனாவது மிகச் சிறந்தவனாகவோ, ஆர்வத்தை எழுப்புவனாகவோ அல்லது ரோஸ்லேவ்லெவ், யூரி மிலோஸ்லேவ்ஸ்கி ஆகியோரைப் போல ஒரு வரலாற்று நாயகனாக இருந்திருந்தால் நன்றாக இருந்திருக்கும். ஆனால் இந்த நாவலிலோ அவன் எளியவன்; நசுக்கப்பட்டவன்; சில பொத்தான்கள் கூட இல்லாமலிருக்கும் சீருடையை அணிந்து கொண்டிருக்கும் முட்டாள் தனமான அரசு குமாஸ்தா இவன். மேலும் இந்தப் படைப்பு முழுவதுமே மிகவும் எளிமையான மொழியில் எழுதப்பட்டிருக்கிறது. நாம் பேசிக்கொள்வதற்கும் அதிலுள்ள மொழிக்கும் அதிக வித்தியாசமில்லை. அதிசயம்தான்! நிகோலாய் செர்கிச்சைக் குழப்பமாகப் பார்த்துக் கொண்டே வெறுப்பும், கோபமும் கலந்த பாவனையில் உதட்டைக் கொஞ்சம் பிதுக்கினாள் அந்த முதியவள். "இப்படி அச்சிட்டுப் பதிப்பதற்கும் உட்கார்ந்து கேட்பதற்கும் இதில் அப்படி என்ன விஷயம் இருக்கிறதென்று இதற்குப் பணம் வேறு கொடுக்கிறார்கள்" என்று அவள் நினைப்பதை அப்படியே அவள் முகம் காட்டிக் கொடுத்துக் கொண்டிருந்தது. நடாஷா மிகுந்த கவனத்தோடு, மிக மிக ஆவலோடு என்னைக் கண்கொட்டாமல் பார்த்தபடி நான் வாசிப்பதைக் கேட்டுக் கொண்டிருந்தாள். ஒவ்வொரு சொல்லையும் நான் உச்சரிக்கும்போது அதைக் கவன மாய்ப் பார்த்து தன் அழகான உதடுகளால் அப்படியே அதைத் திரும்பச் சொல்லிக் கொண்டிருந்தாள். அதற்கு பிறகு என்ன நடந்திருக்கு மென்பதை உங்களால் ஊகிக்க முடிகிறதா? நான் பாதி புத்தகத்தைக் கூடப் படித்து முடித்திருக்க வில்லை. அதற்குள் அதைக் கேட்டுக் கொண்டிருந்த மூன்று பேரின் கண்களிலிருந்தும் கண்ணீர் பெருகிக் கொண்டிருந்தது. ஆனா ஆண்ட்ரேயேவ்னா என் கதாநாயகனுக்காக மனப்பூர்வமாக வருத்தப் பட்டபடி நிஜமாகவே அழுது கரைந்துகொண்டிருந்தாள். ஏதாவது ஒருவகையில் அவனுக்கு உதவி செய்து அவனைச் சிக்கல்களிலிருந்து கரையேற்ற வேண்டும் என்று எளிமையான கள்ளம் கபடமற்ற அவளது உள்ளம் ஏங்கிக் கொண்டிருந்ததை அவள் வெளிப்படுத்திய கண்ணீரிலிருந்து என்னால் புரிந்துகொள்ள முடிந்தது. மிக உயர்ந்த மனிதர்களைப் பற்றியதாக என் நாவல் இருக்குமென்ற நம்பிக்கையைக் கிழவர் எப்போதோ இழந்துவிட்டிருந்தார்.

“நீ உச்சாணிக் கொம்பைப் போய்த் தொடப்போவதில்லை என்பது ஆரம்பத்திலேயே தெளிவாகி விட்டது. இது சாதாரணமான எளிமையான கதைதான். ஆனாலும் இதயத்தை முறுக்கிப் பிழிந்து விடுகிறது” என்றபடி மேலும் தொடர்ந்தார்.

“உன்னைச் சுற்றி நடப்பவைகளையெல்லாம் நீ பார்க்கவும் புரிந்து கொள்ளவும் தொடங்கியிருக்கிறாய் என்பது தெரிகிறது. மிக மோசமாக நசுக்கப்பட்ட, மிக எளிமையான மனிதனும் கூட நம்மைப் போன்ற ஒருவன்தான்... நம்முடைய சகோதரன்தான் அவன் என்பதை நீ நன்றாக உணர்ந்திருக்கிறாய்.”

எல்லாவற்றையும் கேட்டுவிட்டு அழுதுகொண்டிருந்த நடாஷா, மேசைக்கடியில் எவருமறியாமல் என் கைகளை ரகசியமாய் அழுத்திப் பிடித்துப் பிசைந்தாள். நாவல் வாசிப்பு அதன் முடிவை எட்டியிருந்தது. அவள், தன் இடத்தை விட்டு எழுந்து கொண்டாள்; அவளது கன்னங்கள் சிவந்து போயிருந்தன; கண்களில் கண்ணீர் ததும்பிக் கொண்டிருந்தது. சட்டென்று என் கையை இழுத்துப் பற்றி அதில் முத்தமிட்டுவிட்டு அறையிலிருந்து ஓடிப் போய் விட்டாள் அவள். அவளது தாயும் தந்தையும் ஒருவரை ஒருவர் பார்த்துக் கொண்டனர்.

“ஹும்... எப்படி உணர்ச்சிவசப்படுகிறாள் பார்” என்று தன் மகளின் செயலைப் பார்த்து வியந்தார் முதியவர். “ஆனால் பரவாயில்லை... அதைப் பற்றிப் பரவாயில்லை... இது நல்ல விஷயம்தானே...! அவளுடைய பரந்த மனதில் இருந்து தானாக எழுந்து வந்த உணர்ச்சி வேகம்... அவ அன்பான பொண்ணு” என்று முணுமுணுத்தபடியே தன் மனைவியை ஓரக் கண்ணால் பார்த்தார் அவர். நடாஷாவின் செயலை நியாயப்படுத்தும் அதே நேரத்தில் என்னைக் குற்றவாளியாக்காமல் இருக்கவும் அவர் முனைந்தது போல் இருந்தது.

நாவல் வாசிப்பின்போதே கதையைக் கேட்டுத் துயருற்றபடி மிகவும் நெகிழ்ந்து போயிருந்தாலும் இப்போது ஆனா ஆண்ட்ரே யேவ்னாவைப் பார்த்தால் அவள் இப்படிச் சொல்லுவதைப் போலிருந்தது.

“மாஸிடோனின் அலெக்ஸாண்டர் ஒரு கதாநாயகன்தான். ஆனால் அதற்காக சாமான்களை உடைக்க வேண்டுமா என்ன?”*

நடாஷா உடனே உள்ளிருந்து வெளியே வந்துவிட்டாள். குதூகலமாக... களிப்பாகக் காணப்பட்ட அவள் என்னைத்

* கோகோலின் இன்ஸ்பெக்டர் ஜெனரலில் வரும் பகுதி. (எல்லாமே நல்லது தான்; ஆனாலும் அதற்காக இந்த அளவுக்கு உருகிப்போக வேண்டுமா என்ன?)

தாண்டிச் செல்லும் போது ரகசியமாகக் கிள்ளக்கூட செய்தாள். என் நாவலை மீண்டும் கடுமையாக விமர்சிக்க வேண்டுமென்றுதான் முதியவர் நினைத்தார். ஆனால் அவருக்கு ஏற்பட்டிருந்த அளவுக்கு மீறிய மகிழ்ச்சி அதைச் செய்ய விடாதபடி அவரைத் தடுத்து விட்டது.

“நன்றாக இருக்கிறது வான்யா! ஆமாம் பையா... இது மிகவும் நன்றாக இருக்கிறது! நீ என்னைச் சந்தோஷத்தில் ஆழ்த்திவிட்டாய். நான் எதிர்பார்த்ததை விடக் கூடுதலாகத் திருப்தி கொள்ளச் செய்து விட்டாய்...

‘மாஸ்கோவின் விடுதலை’ என்ற நூலையே எடுத்துக் கொள்ளேன். உனக்குத் தெரியும் அது மாஸ்கோவில் எழுதப்பட்டது தான்! என்னிடம் கூட ஒரு பிரதி இருக்கிறது. அதில் முதல் வரியிலிருந்து அந்த எழுத்தாளர், ஒரு கழுகைப் போல கர்ச்சனை செய்து கொண்டிருப்பார் பையா! ஆனால் உன்னுடையதை எடுத்துக்கொண்டால்... உன்னுடையது மிக எளிமையாக இருக்கிறது வான்யா. புரிந்து கொள்ள லகுவாக இருக்கிறது. புரிந்து கொள்ள எளிதாக இருப்பதால்தான் எனக்கு அது பிடித்திருக்கிறது. நம் வாழ்க்கையோடு மிகவும் சம்பந்தப்பட்டது போல அது தோன்றுகிறது. அதிலுள்ள சம்பவங்களெல்லாம் எனக்கே நடந்தது போலிருக்கிறது. அப்படி மிக மிகக் கடினமாக எழுதுவதில் என்ன பயன் இருக்கிறது? அப்படி எழுதினால் எழுதுபவருக்கே அது புரியாது. ஆனால் ஒன்று மட்டும் சொல்வேன். நீ உன் மொழி நடையை மட்டும் இன்னும் கொஞ்சம் நன்றாகச் சீராக்கிக் கொள்ள வேண்டும். நான் உன்னைப் பாராட்டுவது ஒரு பக்கம் இருக்கட்டும்! ஆனால்... நீ என்ன வேண்டுமானாலும் சொல்லிக்கொள். இது அவ்வளவு உயர்வாகச் சிறப்பாகச் சொல்லக்கூடியதாக இல்லை. ஆனால் இனிமேல் காலம் தாழ்ந்து விட்டது. இது அச்சிலும் வந்து விட்டது. ஒருவேளை இரண்டாவது பதிப்பு வந்தால் பார்த்துக் கொள்ளலாம். ஆனால் பையா... கட்டாயம் இது இரண்டாவது பதிப்பும் வந்துவிடும் என்கிறேன். அப்படி வந்தால் மறுபடியும் பணமும் கிடைக்கும்... ஹ்ம்...”

“நிஜமாகவே உனக்கு இதற்கு நிறைய பணம் கிடைத்ததா இவான் பெத்ரோவிச்?” என்று கேட்டாள் ஆனா ஆண்ட்ரேயேவ்னா.

“உன்னைப் பார்த்தால் ஏனோ எனக்கு நம்ப முடியவில்லை... ஆச்சரியமாகத்தான் இருக்கிறது! ம்...! இந்தக் காலத்தில் எந்த மாதிரி வேலைகளுக்கெல்லாம் இப்படிப் பணம் கொடுக்கிறார்கள்?”

“இதோ பார் வான்யா...” என்று பேசத் தொடங்கிய முதியவர் மேலும் மேலும் உற்சாகமாகிக் கொண்டே சென்றார். “இது ஒரு

சேவையில்லையென்றாலும் கூட இதுவும் ஒரு வகையான வேலை தான். புகழ்பெற்ற பல மனிதர்கள் இதைப் படிக்கவும் செய்யலாம். ஆண்டுக்கணக்கில் ஊதியத் தொகை கணக்கிட்டுத் தந்தபடி கோகோலை வெளிநாட்டுக்கு அனுப்பி வைத்திருப்பதாக அன்று நீதான் என்னிடம் சொல்லிக் கொண்டிருந்தாய் வான்யா. உனக்கும் அப்படி எதுவும் கிடைக்குமா...? இல்லையென்றால் அதற்குரிய நேரம் இன்னும் வரவேண்டுமா...? நீ இன்னும் கூட அதிகமாக எழுத வேண்டுமா...? அப்படியானால் எழுது பையா! எத்தனை வேகமாக எழுத முடியுமோ அத்தனை வேகமாக எழுது. உன் புகழுக்குள்ளேயே இளைப்பாறிக் கொண்டிருக்காதே! அப்படி எழுத முடியாமல் எது உன்னைத் தடுக்கிறது?"

– அவரது நல்ல மனமும், என் மீது அவர் வைத்திருந்த அளவு கடந்த நம்பிக்கையும் இந்தச் சொற்களில் வெளிப்பட்டதைப் பார்த்தபோது என்னால் அவரை ஒரு எல்லைக்கு மேல் தடுக்கவோ, அவரது கனவுகளை நீரூற்றி அணைக்கவோ முடியவில்லை.

"அப்படி எழுதவில்லையென்றால் உனக்கு ஒரு பொடி டப்பா தான் கொடுப்பார்களோ என்னவோ? ஆனால் அவர்கள் உன்னை ஊக்கப்படுத்த வேண்டுமென்றுதான் விரும்புவார்கள். ம்... யாருக்குத் தெரியும்? ஒருவேளை நீ அரசவைக்கே கூட அழைக்கப் படலாம்" –லேசான –கிசுகிசுப்பான தொனியில் இவ்வாறு கூறியபடி தன் இடக்கண்ணைச் சுருக்கிக் கொண்டு பொருள் பொதிந்த பார்வையை என் மீது செலுத்திய அவர்... "ஏன் முடியாதா...? அரசவைக்கு அழைக்கப்படும் அளவுக்கு இன்னும் நேரம் கனிய வில்லையோ?" என்றார்.

அவர் அவ்வாறு ஐயத்தோடு கூறியது என் மதிப்பைக் குறைத்து விட்டதோ என எண்ணியபடி...

"அதெல்லாமில்லை... கட்டாயம் அரசவைக்குச் செல்வது உறுதி" என்றாள் ஆனா ஆண்ட்ரேயேவ்னா.

"இன்னும் ஒரு நிமிடம் போனால் என்னை ஒரு தளபதியாகக் கூட பதவி உயர்த்தி விடுவீர்கள்" என்று பதிலளித்தபடி மனம் விட்டுச் சிரித்தேன்.

முதியவரும் சிரித்தார். அவர் அளவுக்கு மீறிய மனநிறைவுடன் இருந்தார்.

"மாண்பு தங்கிய பெருமகனே... ஏதேனும் கொஞ்சம் சாப்பிடு கிறீர்களா?" என்று விளையாட்டுத்தனமாகக் குரல் கொடுத்தாள் நடாஷா. எங்களுக்கான இரவு உணவைப் பரிமாறுவதற்கு ஆயத்தம் செய்திருந்தாள் அவள். கலகலவென்று சிரித்துக்கொண்டே

தந்தையிடம் ஓடிய அவள், அவரைத் தன் கரங்களால் வளைத்துக் கொண்டாள்.

"அன்பான அப்பா... என் செல்ல அப்பா" கிழவர் அதில் நெகிழ்ந்து போனார்.

"சரி சரி... எல்லாம் போதும்! நான் ஏதோ என் மனதுக்குப் பட்டதை எளிமையாகச் சொன்னேன்... அவ்வளவுதான்! தளபதியோ... இல்லையோ, அதைப் பற்றி என்ன! வாருங்கள் சாப்பிடலாம்...! ஆனாலும் ரொம்ப உணர்ச்சி வசப்படும் பெண்ணம்மா நீ" என்று சொன்னபடி நடாஷாவின் கன்னத்தில் செல்லமாகத் தட்டிக்கொடுத்தார் அவர். வாய்ப்பு நேரும் போதெல் லாம் அப்படிச் செய்வது அவருக்கு மிகவும் பிடித்தமான ஒன்று.

"நான் என்னுடைய இதயத்திலிருந்து பேசினேன் வான்யா... உனக்கே அது தெரிந்திருக்கும்! ஆனால் தளபதியாக இல்லா விட்டாலும் (அதற்கு நேர்மாறாக) நீ இப்போது எப்படியோ மிக முக்கியமான ஒரு மனிதன்... அதிலும் நீ ஒரு கதைசொல்லி என்பது நிச்சயம்!"

"இப்பொழுதெல்லாம் அவர்களை எழுத்தாளர்கள் என்று சொல்கிறார்கள் அப்பா"

"அப்படியா...? கதை சொல்பவர்கள் என்று சொல்லக் கூடாதா? எனக்கு அது தெரியாது! சரி... அப்படியென்றால் எழுத் தாளர்கள் என்றே இருந்துவிட்டுப் போகட்டும். ஆனால் நான் சொல்ல நினைத்தது இதுதான். நாவல் எழுதுவதற்காகவே யாரையும் 'காமார்ஹெர்'*களாக ஆக்கிவிட மாட்டார்கள். அதனால் அதைப் பற்றிக் கனவு காண வேண்டாம். ஆனாலும் நீ கட்டாயம் ஒரு முத்திரையைப் பதிப்பாய். ஏதாவது ஒரு வகையில் உனக்கு ஒரு தனிப் பொறுப்பு தரப்படலாம். அவர்கள் உன்னை எங்காவது இத்தாலி போன்ற வெளிநாடுகளுக்கு அனுப்பலாம். உன் உடல் நலத்தைச் சீராக்கிக் கொள்வதற்காகவோ, உன் படிப்பை நிறைவு செய்து கொள்வதற்காகவோ அப்படி அனுப்பலாம். உனக்குப் பண உதவி கிடைக்கும். அதே நேரத்தில் உன் பங்களிப்பையும் நீ சிறப்பாகச் செய்ய வேண்டும். அது ஒரு முறையான, உண்மையான வேலையைப் போலவே இருக்க வேண்டும். அப்போது உனக்குப் பணமும் கிடைக்கும் அதற்குப் புகழும் கிடைக்கும். வேறு எதையுமே – எவர் தயவையும் கூட நம்பிக்கொண்டிருக்க வேண்டிய தில்லை."

---

* 'காமார்ஹெர்' : அரச குடும்பத்தின் மேற்பார்வைப் பணியாளர்கள்.

“அப்பொழுது உனக்கு மிகவும் பெருமையாக இருக்கும்... இல்லையா இவான் பெத்ரோவிச்?” – சிரித்துக் கொண்டே கேட்டாள் ஆனா ஆண்ட்ரேயேவ்னா.

“நீங்கள் அவருக்கு உடனடியாக ஒரு நட்சத்திரப் பதக்கம் தந்து விடலாம் அப்பா! போயும்... போயும் வெறுமனே ஒரு பொறுப்புக் கொடுக்கப்படுவதில் அப்படி என்ன இருக்கிறது” என்று சொன்ன படி மீண்டும் என் கையை ரகசியமாய்க் கிள்ளினாள் நடாஷா.

“இந்தப் பெண் என்ன... எப்போது பார்த்தாலும் என்னைக் கேலி செய்து கொண்டே இருக்கிறாள்?” என்றபடி முதியவர் நடாஷாவைப் பார்த்தார். அவளது கன்னங்கள் மினுமினுத்துக் கொண்டிருக்க, அவள் கண்களோ விண்மீன்களைப் போலச் சுடர்விட்டுக் கொண்டிருந்தன.

“குழந்தைகளே... உண்மையில் நான் சற்று அதீதமாகத்தான் பேசி விட்டேனென்று நினைக்கிறேன்... ஆனால் நான் எப்பொழு துமே அப்படிப்பட்டவன்தான். வான்யா... உன்னைப் பார்த்தால் எனக்கு எவ்வளவு அதிசயமாக இருக்கிறது தெரியுமா? உண்மை யாகவே நீ மிக மிக எளிமையாக இருக்கிறாய்...”

“ஐயோ... அப்பா! அவர் வேறு எந்த மாதிரி இருக்க முடியும் என்கிறீர்கள்?”

“இல்லை இல்லை... நான் அதைப் பற்றிச் சொல்லவில்லை...! ஆனால் வான்யா உன் முகம் அப்படி ஒரு கவிஞருக்குரிய முகம் போல இல்லையே? இந்தக் கவிஞர்கள் சற்று வெளிறிப்போன முகத்தோடு... நீள் முடியோடு இருக்கும் கவிஞர்கள்! பிறகு பார்த்தால் அவர்கள் கண்களில் ஏதோ ஒன்று இருக்கும்... ‘கதே’ மற்றும் வேறு சில பேரைப் பாரேன்! அதைப் பற்றி நான் ‘அபடோனாவில்’* படித்திருக்கிறேன். என்ன சரிதானா? அல்லது மறுபடியும் நான் ஏதாவது தவறுதலாக சொல்லி விட்டேனா? பார் பார்... அந்தக் குறும்புக்காரி என்னைப் பார்த்து எப்படிச் சிரிக்கிறாள்? என் செல்லங்களே... நான் ஒன்றும் கற்றறிந்த பெரிய மேதாவியில்லை; ஆனால் எது என்ன என்பதை என்னால் உணர்ந்து கொள்ள முடியும். சரி... முகம் எப்படி இருந்தாலென்ன? அது ஒன்றும் ஒரு பெரிய விஷயமில்லை. உன்னுடைய கதை எனக்குச் சரியாகத்தான் தோன்றுகிறது. எனக்கு மிகவும் பிடித்தும் இருக்கிறது. அதைப் பற்றி நான் எதுவுமே குறை சொல்லவில்லை. வான்யா... நேர்மையாக இரு போதும். நேர்மையாக மட்டும் இரு, அதுதான் முக்கியம். இந்தப் புகழெல்லாம் தலையில் ஏறிப் பாதை

---

* அபடோனா: நிகோலாய் போலெவோய் எழுதிய நாவல். (1834) அதில் வரும் கதாநாயகன் ஒரு கவிஞன், கற்பனாவாதி.

மாற விட்டுவிடாதே. உனக்கான பாதை உன் முன் திறந்து கிடக்கிறது. உன் வேலையை மட்டும் உண்மையாகச் செய்து கொண்டிரு போதும்! அதைத்தான் நான் சொல்ல நினைத்தேன். ஆம்! நான் சொல்ல எண்ணியது அதுதான்."

அது ஒரு அற்புதமான காலகட்டம். ஒவ்வொரு மாலை வேளையிலும், எப்பொழுதெல்லாம் ஓய்வு நேரம் கிடைக்கிறதோ அப்போதெல்லாம் அவர்களோடு சேர்ந்து பொழுதைக் கழித்துக் கொண்டிருந்தேன் நான். இலக்கிய உலகைப் பற்றியும் எழுத்தாளர்களைப் பற்றியும் அவருக்கு அவ்வப்போது பல செய்திகளைக் கொண்டுவந்து கொடுத்துக் கொண்டிருந்தேன் நான். அவற்றின் மீது அவருக்குத் திடீரென்று ஒரு ஆர்வம் ஏற்படத் தொடங்கியது எப்படி என்று எனக்குப் புரியவில்லை. 'பி' எழுதும் விமர்சனக் கட்டுரைகளைக் கூட வாசிக்கத் தொடங்கியிருந்தார் அவர். 'பி'யைப் பற்றி அவரிடம் நான் நிறையப் பேசியிருக்கிறேன். அந்தக் கட்டுரைகள் அவருக்கு அவ்வளவாக விளங்கவில்லையென்றாலும் அவற்றை அவர் பரவசத்தோடு வானளாவப் புகழ்வதுண்டு. அதே போல 'நார்தர்ன் ட்ரோ'னில் எழுதிக் கொண்டிருந்த 'பி'யின் எதிரிகளையும் பயங்கரமாகப் பழித்துப் பேசுவார்.

அந்த முதியவள் என்னையும், நடாஷாவையும் கண் கொட்டாமல் கவனித்துக் கொண்டிருந்தாலும், அவளால் எல்லா வற்றையும் புரிந்துகொள்ள முடியவில்லை. அதற்குள் எங்களுக்குள் மிகச் சிறிய ஒரு வார்த்தைப் பரிமாற்றம் நிகழ்ந்திருக்கும். தன் தலையைத் தாழ்த்திக் கொண்டு, உதடுகளைப் பாதி பிரித்தபடி 'ஆமாம்' என்று மெல்லிய முணுமுணுப்பாய் அவள் சொல்வது எனக்குக் கேட்கும். வயதான அந்தத் தம்பதியருக்கும் அது தெரிந்து தான் இருந்தது. அவர்கள் அதைப் பற்றிச் சிந்தித்துப் பலவாறு குழப்பிக் கொண்டார்கள். ஆனா ஆண்ட்ரேயேவ்னா மட்டும் நெடுநேரம் உடன்படாத பாவனையில் தலையசைத்தபடியே இருந்தாள். அவளுக்கு ஏனோ இது வினோதமாகவும், அச்சம் தருவதாகவும் கூட இருந்தது. அவளுக்கு என்னிடம் அவ்வளவு நம்பிக்கையில்லை.

"எல்லாம் சரிதான்! உன் புத்தகம் வெற்றியடைந்துவிட்டால் நல்லதுதான் இவான் பெத்ரோவிச்! ஆனால் தோல்வியடைந்து விட்டால்... ஏதாவது வேறு மாதிரி ஆகிவிட்டால்... பிறகென்ன செய்வது? எங்கேயாவது உனக்கு என்று ஏதாவது ஒரு வேலை இருந்தால்...?"

"நானும் இதையேதான் சொல்வதாக இருந்தேன் வான்யா" என்று ஒரு தீர்மானத்துக்கு வந்துகொண்டிருப்பவரைப் போலப் பேசத் தொடங்கினார் முதியவர்.

"நானே கண்ணாரப் பார்த்திருக்கிறேன்... கவனித்திருக்கிறேன். எனக்கு ஒருவகையில் சந்தோஷம்தான் நீயும் நடாஷாவும் இப்படி இருப்பதில். நான் எதைப் பற்றிச் சொல்கிறேன் என்பது உனக்குத் தெரியாமல் இருக்காது. ஆனால் இதோ பார் வான்யா! நீங்கள் இருவரும் மிகவும் இளமையானவர்கள். ஆனா ஆண்ட்ரேயேவ்னா சொல்வது சரிதான். நாம் கொஞ்சம் காத்திருப்போம். உனக்குத் திறமை இருக்கிறது என்பதை ஒப்புக்கொள்கிறேன், அதுவும் குறிப்பிடத் தகுந்த வித்தியாசமான ஒரு திறமை...! ஆனால் அவர்கள் உன்னைப் பற்றிச் சொன்னது போல நீ மேதாவியாக இல்லாமல் இருக்கலாம். அது வெறுமனே ஒரு திறமையாகக் கூட இருக்கலாம். ('ட்ரோன்' இதழில் இன்று உன்னைப் பற்றி வெளி வந்திருக்கும் கட்டுரையை நான் படித்துப் பார்த்தேன். உன்னைப் பற்றி நாகரிகமற்ற முறையில் எழுதியிருக்கிறார்கள். விட்டுத்தள்ளு... அது அப்படிப்பட்ட பத்திரிகைதான்!) அது இருக்கட்டும்! ஆனால் இதோ இன்னொன்றையும் யோசித்துப் பார். திறமை என்பது வங்கியிலுள்ள பணத்தைப் போன்றதில்லை, மேலும் நீங்கள் இருவரும் பொருள் வசதியற்றவர்கள். இன்னும் கொஞ்ச காலம் – ஒரு வருடமோ, ஒன்றரை வருடமோ சற்றுக் காத்திருப்போம். எல்லாம் சரியான பிறகு உனக்கென்று ஒரு வலுவான அடித் தளத்தை அமைத்துக் கொள். பிறகு நடாஷா உனக்கே உரியவளாகி விடுவாள். இதில் உனக்குச் சம்மதமில்லையென்றால் என்ன செய்வதென்பதை நீயே முடிவு செய்து கொள். நீ நேர்மையானவன்... நீயே யோசித்துப் பார்"

அத்துடன் அந்தப் பேச்சை முடித்துக் கொண்டோம். இதெல்லாம் முன்பு நடந்தவை. ஆம்! இப்போது சொல்லப் போவது அதற்குச் சரியாக ஒரு வருடம் கழித்து நடந்தது. வானம் தெளிவாக இருந்த ஒரு செப்டம்பர் மாத மாலைப் பொழுதில் நான் உடல்நலமின்றி நலிந்துபோய் என் பழைய நண்பர்களைப் பார்க்க வந்தேன். என் இதயத்தில் ஒரு நடுக்கம்... படபடப்பு! கிட்டத்தட்ட நாற்காலியில் சரிந்து விழுந்து விடுபவனைப் போல் நான் இருந்ததைக் கண்டு அவர்கள் என்னைப் பார்க்கவே பயந்து போனார்கள். என் தலை சுழன்று கொண்டிருந்தது. கடும் வேதனை என் நெஞ்சைக் கவ்விப் பிடித்திருந்தது. பத்துப் பன்னிரண்டு தடவை முயற்சி செய்த பிறகுதான் அவர்களுடைய வீட்டுக்குள்ளேயே என்னால் காலடி எடுத்து வைக்க முடிந்தது. நான் மேற்கொண்டிருந்த வேலையில் நான் தோற்றுப் போனதோ, பணம், புகழ் என எதுவுமே எனக்குக் கிடைக்காமல் போனதோ அதற்குக் காரணமில்லை. நான் இன்னும் ஒரு பொறுப்பாளராகக்கூட ஆகவில்லை என்பதோ, என் உடல்நலத்தைக் கவனித்துக் கொள்வதற்காக இத்தாலி போன்ற

இடங்களுக்கு நான் அனுப்பப்படவில்லை என்பதோ அதற்கான காரணமில்லை. அந்த ஒரு வருடத்துக்குள் பத்து வருடங்களைத் தாண்டி விட்டது போல நானிருந்தேன்; என் நடாஷாவும் அப்படித் தான் இருந்தாள். ஏதோ பெரும் அகழி ஒன்று எங்களுக்குக் குறுக்கே இருந்ததைப் போலிருந்தது. அந்தக் கிழவருக்கு முன்னால் எதுவும் பேசாமல் அமர்ந்திருந்தேன். ஏற்கனவே நைந்துபோய்க் கிடந்த என் தொப்பியின் ஓரத்தை என் விரல்கள் தன்னிச்சை யாக – இன்னும் அதிகமாக நசுக்கிக் கொண்டிருந்தன. நான் அப்படியே உட்கார்ந்தபடி நடாஷாவின் வருகையை நோக்கிக் காத்திருந்தேன். நான் அணிந்திருந்த ஆடை கசங்கியும், எனக்குப் பொருந்தாமல் தொள தொளப்பாகவும் இருந்தது. நான் மெலிந்து வெளிறிப் போயிருந்தேன். முகத்தில் ஒடுக்கு விழுந்திருந்தது! ஆனால் கூட நான் எந்த வகையிலும் ஒரு கவிஞனைப் போலத் தோற்றமளிக்கவில்லை. நல்ல மனம் படைத்தவரான நிகோலாய் செர்கிச் ஒரு வருடம் முன்பு கரிசனத்தோடு சொன்னதைப் போல என் கண்களிலும் எந்தப் பிரகாசமும் இல்லை. உண்மையான இரக்கத்தோடும் கூடுதல் பரிவோடும் என்னைப் பார்த்துக் கொண்டிருந்தாள் ஆனா ஆண்ட்ரேயேவ்னா.

'இப்படி ஒரு மனிதனைப் போய் நடாஷாவுக்குத் திருமணம் செய்துதர இருந்தோமே! நல்ல வேளை கடவுள் காப்பாற்றினார்.'

என்று தனக்குத் தானே அவள் நினைத்துக் கொண்டிருந் திருக்கலாம்.

"இவான் பெத்ரோவிச்... கொஞ்சம் தேநீர் குடிக்கிறாயா?" என்று என்னிடம் கேட்டாள். மேசை மீது சமோவரில் தண்ணீர் கொதித்துக் கொண்டிருந்தது.

"ஆமாம்... எப்படிப் போகிறது வாழ்க்கை? உன்னைப் பார்த்தால் உடல்நலமில்லாதது போல இருக்கிறதே" – மிகவும் துக்ககரமான குரலில் இவ்வாறு அவள் கேட்டது இந்தக் கணம் வரை நினைவிருக்கிறது.

அவள் என்னுடன் உரையாடிக் கொண்டிருந்தபோதும் வேறு ஏதோ ஒரு கவலை அவளிடம் குடிகொண்டிருந்ததை அவள் கண்கள் காட்டிக் கொடுத்தபடி இருந்தன. அதே வகையான ஒரு கவலை, அந்த முதியவரையும் சூழ்ந்திருந்தது; ஏதோ ஒன்றை எண்ணி மறுகியபடி தனது தேநீர் ஆறிப்போகும் வரை அவர் உட்கார்ந்திருந்தார். வால்காவ்ஸ்கிக்கும் அவர்களுக்கும் இடையே நடந்து கொண்டிருந்த வழக்கு, அவர்களுக்கு அதிகம் சாதகமாக இல்லை என்பதை நான் அறிந்திருந்தேன். அவர்களுக்குப் புதிதாக

வேறு கவலைகளும் இருந்தன. நிகோலாய் செர்கிச் நோய்வாய்ப்படும் அளவுக்கு அது பாதித்திருந்தது.

வழக்குத் தொடர்பான சிக்கல்களுக்குக் காரண கர்த்தாவான இளைய இளவரசன் ஐந்து மாதங்களுக்கு முன் இக்மெனெவ் குடும்பத்தாரைப் பார்க்க ஒரு சந்தர்ப்பத்தை ஏற்படுத்திக் கொண்டு இங்கே வந்திருந்தான். தன் மனதுக்குப் பிரியமான அல்யோஷாவை – மகன் போல நேசித்த அவனை மகிழ்ச்சியோடு வரவேற்றார் அவர். ஒவ்வொரு நாளும் அவனைப் பற்றியேதான் பெரிதும் பேசிக் கொண்டிருந்தார் அவர். ஆனா ஆண்ட்ரேயேவ்னா வாஸிலெவ்ஸ்கோயே நாட்களை நினைவுகூர்ந்தபடி அழுதாள். தன்னுடைய தந்தைக்குத் தெரியாமலேயே அடிக்கடி – பலமுறை – அவர்களைப் பார்க்க வரத் தொடங்கினான் அல்யோஷா. உண்மை யாகவும், நேர்மையாகவும், வெளிப்படையான குணத்தோடுமே வாழ்ந்து பழகிய நிகோலாய் செர்கிச் அதற்குத் தகுந்த முன்னெச் சரிக்கை எதுவும் தேவை என்று நினைக்கவில்லை. அதை ஒரு பொருட்டாகவே எண்ணாமல் வெறுப்போடு புறமொதுக்கியிருந் தார் அவர். இக்மெனெவ்களின் வீட்டுக்கு மீண்டும் தன் மகன் வந்து போவதை அறிந்தால் வால்காவ்ஸ்கி என்ன சொல்லுவான் என்பதைப் பற்றியோ, எவ்வாறான சந்தேகங்களை அவன் வளர்த்துக் கொள்ளக் கூடும் என்பது குறித்தோ யோசித்துப் பார்க்கக்கூட அவரது தன்முனைப்பு இடம் தரவில்லை.

தொடர்ந்து வரப்போகும் புதிய அவமானங்களைத் தாங்கிக் கொள்ளும் அளவுக்குத் தன்னிடம் சக்தி இருக்கிறதா என்பதைப் பற்றியும் அவர் எண்ணிப் பார்க்கவில்லை. கிட்டத்தட்ட – ஒவ்வொரு நாளும் அல்யோஷா அவர்களது வீட்டுக்கு வந்துகொண்டே இருந்தான். அவனது வருகையில் வயதான அந்த தம்பதியர் பெரிதும் மகிழ்ச்சியடைந்தனர். மாலை முழுவதும் – நள்ளிரவு நேரம் வரையிலும் கூட அவன் அவர்களோடு தங்கியிருந்தான். கடைசியில் அவன் தந்தைக்கு எல்லாமே தெரிந்து போயிற்று. அதைத் தொடர்ந்து நடந்த எல்லாமே சலிப்பூட்டும் சம்பவங்கள். முன்பு நடந்து கொண்டதைப் போலவே இப்போதும் கடுமை காட்டிய வால்காவ்ஸ்கி, நிகோலாய் செர்கிச்சை பயங்கரமாக அவமானப்படுத்தும் வகையில் ஒரு கடிதத்தை அனுப்பி வைத்தான். இக்மெனெவ் குடும்பத்தாரைத் தன் மகன் பார்க்கச் செல்லக் கூடாதென்று உறுதியாகக் கட்டளை விதித்துத் தடுத்தான்.

இப்போதைய என் வருகைக்கு இரண்டு வாரம் முன்புதான் இதெல்லாம் நடந்து முடிந்திருந்தது. முதியவர் கடுமையான மனச்சோர்வுடன் இருந்தார். நல்ல குணங்களும் அப்பாவித்தனமும் கொண்ட அவரது அருமை மகள் நடாஷாவை மையமிட்டபடி

மறுபடியும் இப்படிப்பட்ட வெட்கக்கேடான... ஆபாசமான அவ தூறுகளா? முன்பே ஒருமுறை அவளைக் குறிவைத்து அவமதித்து இழிவு செய்த அதே மனிதன் இப்போதும் அவளை அவமானப் படுத்தியிருக்கிறான். இதற்குப் பதிலடி தர என்ன செய்யலாம்? எப்படி இந்தப் பழியைத் தீர்த்துக் கொள்வது? ஆரம்பத்தில் சில நாட்கள் இந்தக் கவலையிலேயே அவர் படுத்த படுக்கையாகி இருந்தார்.

எல்லா விஷயங்களையுமே நான் அறிந்திருந்தேன். கடந்த மூன்று வாரங்களாக நான் மிகவும் உடல்நலம் குன்றிப்போய் ஏக்கம் பீடித்த நிலையில் என் அறையிலேயே அடைந்து கிடந்தேன்; அவர்களைப் பார்க்க நான் வரவே இல்லை; ஆனாலும் இது சார்ந்த ஒவ்வொரு தகவலும் என்னை எட்டியிருந்தது. அதோடு... இன்னும் ஒன்றும்கூட இருப்பதை நான் அறிந்திருந்தேன்...! இல்லை... அறிந்திருக்கவில்லை. அதைப் பற்றி ஏதோ ஒரு வகையான உள்ளுணர்வு மட்டுமே எனக்கு இருந்தது. அவர் அதை நம்பாமல் கூட இருக்கலாம்! ஆனால் அவர் எதிர்ப்பட்டிருக்கும் இந்தச் சிக்கல்களையெல்லாம் மீறி வேறு ஏதோ ஒன்று அவர்களைக் குடைந்து கொண்டிருந்தது, இந்த உலகத்திலுள்ள வேறெதையும் விட அதுவே அவர்களுக்குத் துன்பமளித்துக் கொண்டிருந்தது என்பதை நான் அறிந்து கொண்டிருந்தேன். மிகுந்த கவலையோடு அவர்களைக் கவனித்துக் கொண்டிருந்தேன்; ஆம்... நான் அதில் வேதனையடைந்திருந்தேன். அது என்ன என்பதைச் சரிவர ஊகிக்கவும், அதை நம்பவும் எனக்குப் பயமாக இருந்தது. கொடுமை யான அந்தக் கணத்தை முடிந்தவரை ஒத்திப் போடுவதற்கே நான் முயன்று கொண்டிருந்தேன். ஆனால் அதுதான் என்னை இன்று மாலை அவர்களைப் பார்க்க வருமாறு பிடர் பிடித்து உந்தி அழைத்து வந்திருந்தது.

"வான்யா... இதோ பாரேன்" சட்டென்று யாரோ உசுப்பி விட்டதைப் போல என்னிடம் பேசத் தொடங்கினார் முதியவர். "உனக்கு உடல்நலம் நன்றாகத்தானே இருந்தது? பிறகு ஏன் வெகு நாட்களாக எங்களை வந்து பார்க்காமலே இருந்தாய்? நானும் உன்னிடம் மன்னிப்புக் கேட்டுக்கொள்ள வேண்டும்தான்! ரொம்ப நாட்களாய் உன்னை வந்து பார்க்க வேண்டுமென்று நினைத்துக் கொண்டேதான் இருந்தேன்... ஆனால் ஏதோ எல்லாம்..." என்றபடி மறுபடியும் தன் யோசனைக்குள் மூழ்கிப் போனார்.

"நான் உடல்நலம் குன்றி இருந்தேன்" என்று பதில் தந்தேன்.

"ஓ... உடல்நலமில்லையா?" என்று ஐந்து நிமிடம் கழித்து அவரும் அதையே சொன்னார்.

"நான் அதை இல்லையென்று சொல்ல மாட்டேன். நான் முன்பே உன்னிடம் சொல்லியிருக்கிறேன், எச்சரித்தும் இருக்கிறேன் இல்லையா வான்யா? ஆனால் நீதான் என் பேச்சைக் கேட்கவே இல்லை. ஹ்ம்! இல்லை வான்யா பையா! காலம் காலமாகக் கற்பனாதேவி, பரண் மீது பசியோடுதான் கிடந்து கொண்டிருக்கிறாள். தொடர்ந்தும் கூட அப்படித்தான் இருக்கப் போகிறாள். அது அப்படித்தான் இருக்கும்" ஆம்! முதியவர் சற்று நிலை தடுமாறித் தான் போயிருந்தார். அவருடைய இதயத்திலேயே ஏதோ ஒரு காயம் இல்லாமலிருந்தால் அவர் பசித்துக் கிடக்கும் கற்பனா தேவியைப் பற்றி என்னிடம் பேசியிருக்க மாட்டார். நான் அவரது முகத்தையே ஆழ்ந்து கவனித்தேன். நோயுற்றது போலக் களைத்துப் போயிருந்தது அது. அவரது கண்களில் தன்னால் பதில் கூற முடியாத கேள்வியைக் குறித்த ஏதோ ஒரு திகைப்பு தேங்கிக் கிடந்தது. அவர் 'வெடுக் வெடுக்'கென்று பேசிக்கொண்டிருந்தார். வழக்கத்துக்கு மாறான சிடுசிடுப்போடு இருந்தார். அவரது மனைவி அவரைக் கவலையோடு பார்த்தபடி தலையசைத்துக் கொண்டிருந் தாள். அவர் வேறுபுறம் திரும்பியதும் என்மீது அவள் பார்வை பட்டது; உடனே அவர் இருந்த திசையைப் பார்த்து ஏதோ சங்கேதம் செய்வது போல் தலையசைத்தாள்.

"நடால்யா நிகோலாயேவ்னா (நடாஷா) எப்படி இருக்கிறாள்? வீட்டில் இல்லையா" – கவலை தோய்ந்த முகத்துடன் இருந்த அந்தப் பெண்மணியிடம் கேட்டேன்.

"அவள் வீட்டில்தான் இருக்கிறாள் என் அன்புப் பையா! வீட்டில்தான் இருக்கிறாள்."

– என் கேள்வியால் குழம்பிப் போனவள் போல இவ்வாறு பதிலளித்தாள் அவள்.

"இதோ இப்பொழுது உன்னைப் பார்க்க வந்துவிடுவாள். கடவுளே... நீங்கள் இரண்டு பேரும் பார்த்துக்கொண்டு மூன்று வாரங்களாகிவிட்டது. அவள் எப்படியோ வித்தியாசமாக ஆகி விட்டாள். அவளை எப்படிப் புரிந்துகொள்வதென்றே தெரிய வில்லை. நன்றாக இருக்கிறாளா, இல்லையா எதுவும் புரியவில்லை. கடவுளைத்தான் நீ வேண்டிக்கொள்ள வேண்டும்."

இப்படிச் சொல்லிவிட்டுத் தன் கணவரை அவள் பயத்தோடு பார்த்தாள்.

"நீ என்ன பேசுகிறாய்? அவளுக்கு ஒன்றும் இல்லையே?" என்று நிகோலாய் செர்கிச் ஏதோ தூக்கிவாரிப் போட்டாற்போலத் தயக்கத்தோடு சொன்னார்.

"அவள் மிகவும் நன்றாக இருக்கிறாள். குழந்தைப் பருவத்திலிருந்து மாற்றமடைந்து பருவப் பெண்ணாக வளர்ச்சியடைந்து கொண்டிருக்கிறாள், அவ்வளவுதான். அந்த வயதிலிருக்கும் பெண்களின் மனநிலைகளையும், விசித்திரமான ஆசைகளையும் யாரால் புரிந்துகொள்ள முடியும்?"

"உண்மையிலேயே விசித்திரம்தான்" என்று ஏதோ புண்பட்ட மாதிரி அவருக்குப் பதிலளித்தாள் ஆனா ஆண்ட்ரேயேவ்னா.

கிழவர் எதுவும் பதில் சொல்லாமல் விரல் நுனிகளால் மேசையில் தாளம் போட்டுக் கொண்டிருந்தார்.

"கடவுளே... ஏற்கனவே அவர்களுக்குள் வேறு ஏதாவது ஓடிக் கொண்டிருக்கிறதா என்ன?" – கலவரமும் ஆச்சரியமும் அடைந்திருந்தேன் நான்.

"சரி... அதிருக்கட்டும் உங்கள் படைப்பாளிகள் விஷயமெல்லாம் எப்படிப் போய்க் கொண்டிருக்கிறது?" என்று மீண்டும் பேச்சை ஆரம்பித்தார் அவர்.

" 'பி' இன்னும் கூட விமர்சனக் கட்டுரைகள் எழுதிக் கொண்டிருக்கிறாரா?"

"ஆமாம்" என்றேன்.

"ஓ வான்யா... வான்யா" என்று அதிருப்தியோடு கையை வீசியபடி அதைப் புறந்தள்ளியவர்

"அந்தக் கட்டுரைகளுக்கெல்லாம் இப்போது என்ன அர்த்தம் இருக்கிறது" என்றார்.

கதவு திறந்துகொள்ள நடாஷா உள்ளே வந்தாள்.

7

தலைத் தொப்பியைக் கழற்றி பியானோ மீது வைத்துவிட்டு என்னருகே வந்து எதுவும் பேசாமல் என் கரங்களைப் பற்றிக் கொண்டாள் அவள். என்னிடம் ஏதோ சொல்ல நினைப்பது போல – என்னை வரவேற்பது போல அவள் உதடுகள் துடித்தன. ஆனால் அவள் எதுவும் பேசவில்லை.

நாங்கள் ஒருவரையொருவர் பார்த்து மூன்று வாரங்களாகி இருந்தன. அவளை வியப்போடும் அச்சத்தோடும் பார்த்தேன் நான். இந்த மூன்று வாரங்களில் அவள்தான் எவ்வளவு மாறிப் போய்விட்டாள்? வெறுத்துப் போய்க் குழி விழுந்த அந்தக் கன்னங்களையும், காய்ச்சலடித்தது போல வற்றிப்போய் உலர்ந்து போன

உதடுகளையும், கருமையும், அடர்த்தியும் கொண்ட நீண்ட புருவங்களுக்குக் கீழே பற்றுறுதியோடும், ஜுரத்தின் தகிப்புப் போலவும் மின்னிக் கொண்டிருந்த கண்களையும் பார்த்ததும் என் இதயம் வலித்தது.

கடவுளே! அவள்தான் எத்தனை அழகாக இருந்தாள்? அந்தக் கொடுமையான நாளில் அவளைப் பார்த்தது போல இதுவரை–ஏன் இன்று வரையிலும் கூட அவளை நான் ஒருபோதும் பார்த்ததில்லை. ஒரே ஒரு வருடத்துக்கு முன்னால் கண்கள் என் மீது பதிந்திருக்க, உதடுகள் நான் சொன்ன சொற்களைத் தொடர்ந்து கொண்டிருக்க, என் நாவல் வாசிப்பைக் கேட்டபடி உற்சாகமாக, கவலைகள் இல்லாதவளாய்த் தன் தந்தையோடும் என்னோடும் வேடிக்கையாகப் பேசிச் சிரித்துக் கொண்டிருந்த அதே பெண்தானா இவள்? அதே நடாஷாதானா இவள்? இதே அறையில் வைத்து எனக்குச் சம்மதம் தெரிவித்துவிட்டுத் தலையைத் தொங்கப் போட்டுக்கொண்டு நாணிச் சிவந்தாளே அந்த நடாஷாதானா இவள்? கோயிலில் பூசை தொடங்குவதற்கு அறிகுறியாக அழுத்தமான மணியோசை கேட்டது. அவள் திடுக்கிட்டாள். ஆனா ஆண்ட்ரேயேவ்னா சிலுவைக்குறி போட்டுக் கொண்டாள்.

“நீ சர்ச்சுக்குப் போகத் தயாராகி விட்டாய்தானே நடாஷா! பூசை நடக்கப் போவதற்கான மணியும் அடித்துவிட்டது. போ நடாஷா! போய் வேண்டிக்கொள்! நல்லவேளை ‘சர்ச்’ மிகவும் பக்கத்திலேதான் இருக்கிறது. அதே நேரத்தில் உனக்கும் வெளியே போய்விட்டு வந்தது போல இருக்கும். ஏன் இப்படி வீட்டுக்குள்ளேயே அடைந்து கிடக்க வேண்டும்? பார் எப்படி வெளிறிப்போய் விட்டாய் நீ, யாரோ மந்திரம் போட்டு மயக்கியதுபோல.”

“ஒருவேளை நான் இன்று போகாமலும் கூட இருந்துவிடலாம்” என்று ரகசியம் பேசுவது போன்ற அடங்கிய குரலில் மெள்ளச் சொன்னாள் நடாஷா.

“எனக்கு, எனக்கு உடம்பு முடியவில்லை” என்று கூடவே சேர்த்துக் கொண்டபோது வெள்ளைத் தாள்போல வெளிறிப் போனாள் அவள்.

“போனால் உனக்கு நல்லது நடாஷா. போக வேண்டுமென்று இப்போதுதான் ஆசைப்பட்டாய். தொப்பியையும் எடுத்துக் கொண்டு கிளம்பினாய். கடவுளிடம் வேண்டிக்கொள் நடாஷா. உனக்கு நல்ல உடல் ஆரோக்கியம் வேண்டுமென்று கடவுளிடம் பிரார்த்தனை செய்து கொள்” என்று தன் மகளைத் தூண்டிய ஆனா ஆண்ட்ரேயேவ்னா, மகளைக் கண்டு மிரண்டது போல அவளைப் பயத்தோடு பார்த்துக் கொண்டிருந்தாள்.

"ஆமாம்! போய் விட்டு வா. வெளியே கொஞ்சம் நடந்து போனது போலவும் இருக்கும்" என்று கிழவரும் சொன்னார். அவரும் கூட மகளைச் சற்றுப் பதட்டத்தோடுதான் பார்த்தார்.

"அம்மா சரியாகத்தான் சொல்கிறாள். இதோ பார், வான்யா உன்கூடத் துணையாக வருவான்"

நடாஷாவின் இதழ்களில் ஒரு கசப்பான புன்னகை நெளிந்ததைப் போல எனக்குத் தோன்றியது. பியானோ அருகில் சென்று தொப்பியை எடுத்துத் தலையில் அணிந்துகொண்டாள். அவளது கரங்கள் நடுங்கிக்கொண்டிருந்தன. தான் செய்து கொண்டிருப்பது என்னவென்பதை அவளே அறியாதவள் போல அவளது இயக்கங் கள் தன்னிச்சையாக நடந்து கொண்டிருந்தன. அவளது பெற்றோர் அவளைக் கவனமாகப் பார்த்துக் கொண்டிருந்தனர்.

"குட்பை" என்று சத்தமே இல்லாமல் சொன்னாள் அவள்.

"என் தேவதைப் பெண்ணே, ஏன் குட்பை எல்லாம் சொல் கிறாய்? கோயில் என்ன அவ்வளவு தூரத்திலா இருக்கிறது. கொஞ்சம் காற்றாடப் போய்விட்டு வந்தால் உனக்கு நல்லது. எப்படி வெளுத்துப் போயிருக்கிறாய் பார். ஓ, சொல்ல மறந்துவிட்டேனே (நான் எல்லாவற்றையும்தான் மறக்கிறேன்) நான் உனக்காக ஒரு சிறிய தாயத்தைப் பின்னியிருக்கிறேன். அதற்குள்ளே ஒரு ஜபத்தையும் வைத்திருக்கிறேன். 'கீ'வில் இருக்கும் ஒரு கன்னியாஸ்த்ரீ போன வருடம் அப்படிச் செய்வதற்கு எனக்குச் சொல்லித் தந்தாள்; மிகவும் பொருத்தமான ஒரு ஜபம். இப்பொழுதுதான் பின்னி முடித்தேன். அதைப் போட்டுக்கொள் நடாஷா. கடவுள் உனக்கு நல்ல உடல்நலத்தைத் தரட்டும். எங்களுக்கென்று இருப்பது நீதான்."

தான் வேலை செய்து கொண்டிருந்த மேசை இழுப்பறையிலிருந்து நடாஷா வழக்கமாகத் தன் கழுத்தில் அணிந்துகொள்ளும் தங்கச் சிலுவையை எடுத்தாள் அன்னை. அதே ரிப்பனில், சற்று முன் அவள் பின்னி முடித்த தாயத்து தொங்கிக்கொண்டிருந்தது.

"உன் உடல் ஆரோக்கியத்தை இது கொண்டு வரட்டும்" என்று சொல்லியபடி மகளுக்குச் சிலுவைக்குறி போட்டு அந்தத் தங்கச் சிலுவையையும் அணிவித்தாள் அவள்.

"ஒரு காலத்தில் தினமும் நீ தூங்கப்போகும் முன் உனக்கு ஒரு ஜபம் சொல்லி ஆசீர்வதிப்பேன் நான். நீயும் என்னோடு சேர்ந்து அதைத் திரும்பச் சொல்லுவாய். இப்போது நீ அந்தப் பழைய ஆளாக இல்லை. கடவுள் உனக்கு அந்த நிம்மதியான மனநிலை யைத் தரவில்லை. ஐயோ நடாஷா, நடாஷா. உன் தாயின் பிரார்த் தனையால் உனக்கு எந்தப் பயனும் இல்லை"

பிறகு அம்மா அழத் தொடங்கினாள். எதுவும் பேசாமல் அம்மாவின் கையில் முத்தமிட்ட நடாஷா வாசலை நோக்கி ஒரு அடி எடுத்து வைத்தாள். பிறகு சட்டென்று வேகமாய்த் திரும்பி அப்பாவிடம் வந்தாள். அவள் நெஞ்சம் கனத்திருந்தது.

"அப்பா நீங்களும் உங்கள் மகளுக்குச் சிலுவை இடுங்கள்" என்று மூச்சிரைக்கச் சொல்லியபடி அவருக்கு முன்னால் முழந் தாளிட்டு வணங்கினாள்.

கொஞ்சமும் எதிர்பாராத, மிகையான இந்தச் செயல் கண்டு நாங்கள் எல்லோரும் குழம்பிப் போனோம். சில நொடிகள் அவள் தந்தை ஏதோ பறிகொடுத்ததைப் போல அவளைப் பார்த்துக் கொண்டிருந்தார்.

"நடாஷா, என் குட்டிப் பெண்ணே, என் செல்ல மகளே உனக்கு என்னதான் ஆயிற்று" என்று இறுதியில் கத்தினார். அவரது கண்களிலிருந்து கண்ணீர் பெருகிக் கொண்டிருந்தது.

"எதற்காக இப்படி வருத்தப்படுகிறாய்? இரவும் பகலும் ஏன் இப்படி அழுது கொண்டிருக்கிறாய். எல்லாவற்றையும் நான் பார்த்துக் கொண்டேதான் இருக்கிறேன், தெரியுமா? நான் இரவில் தூங்குவ தில்லை. உன் அறைக் கதவுக்குப் பக்கத்தில் நின்று எல்லாவற்றையும் கேட்டுக் கொண்டிருக்கிறேன். சொல் நடாஷா, எல்லாவற்றையும் சொல். என்னிடம் அதைப் பற்றிச் சொல்லிவிடு. நான் வயதான வன். நாங்கள்..."

பேச்சை முடிக்காமல் எழுந்து நின்று அவளைத் தழுவிக் கொண்டு, தன்னருகே நெருக்கமாக இருத்திக் கொண்டார் அவர். அவள் இழுப்பு வந்தது போல அவர் நெஞ்சில் சாய்ந்துகொண்டு அவரது தோளில் முகத்தைப் புதைத்துக் கொண்டாள்.

"ஒன்றுமில்லை. ஒன்றுமே இல்லை. எனக்கு உடம்பு கொஞ்சம் சரியில்லை, அவ்வளவுதான்" என்று திரும்பத் திரும்பச் சொன்ன படி கண்ணீரைக் கட்டுப்படுத்திக் குமுறலை அடக்கிக் கொண்டாள்.

"நான் உன்னை ஆசீர்வதிப்பது போல கடவுளும் உன்னை ஆசீர்வதிக்கட்டும் என் செல்லக் குழந்தையே, என் கண்மணியே" என்றார் தந்தை.

"உன் மனதுக்கு எப்போதும் அவர் அமைதியைத் தரட்டும். எல்லாத் துன்பங்களிலிருந்தும் உன்னைப் பாதுகாக்கட்டும். பாவப்பட்ட என் பிரார்த்தனை அவரை எட்ட வேண்டுமென்று கடவுளிடம் வேண்டிக்கொள் பிரிய மகளே."

"என் ஆசீர்வாதமும் கூட, என் ஆசிகளும் உனக்கு" என்று கண்ணீரில் கரைந்தபடியே அம்மாவும் சொன்னாள்.

"குட்பை" என்று முணுமுணுத்தாள் நடாஷா.

கதவருகே மீண்டும் ஒருமுறை தாமதித்து நின்றபடி, மறுபடியும் ஒரு முறை அவர்களைப் பார்த்து இன்னும் ஏதோ சொல்ல முயன்றாள். ஆனால் அவளால் அது முடியவில்லை. அறையை விட்டு வேகமாக வெளியேறினாள். ஏதோ ஒரு தீங்கு நிகழப் போகிறது என்று அனுமானித்தபடி நானும் விரைவாக அவளைத் தொடர்ந்தேன்.

8

அவள் தன் தலையைத் தொங்கப் போட்டபடி அமைதியாக என்னை ஏறெடுத்தும் பார்க்காமல் வேகமாக நடந்து சென்றாள். வீதியைக் கடந்து ஆற்றங்கரைப் பக்கம் சென்றபின் சற்று நேரம் நின்று என் கையைப் பற்றிக்கொண்டாள்.

"எனக்கு மூச்சடைக்கிறது" என்று முணுமுணுத்தாள்.

"நெஞ்சடைக்கிறது, மூச்சுத் திணறுகிறது."

"திரும்பி வந்துவிடு நடாஷா" என்று கலவரத்தோடு கத்தினேன்.

"நான் வெகுதூரம் சென்றுவிட்டேன் என்பதை நீ நிச்சயம் பார்த்திருப்பாய் வான்யா. எப்போதைக்குமாய், என்றென்றைக்குமாய் அவர்களை விட்டு விலகி வந்துவிட்டேன். இனி ஒருபோதும் திரும்பிச் செல்ல மாட்டேன்" இன்னதென்று விளக்கிச் சொல்ல முடியாத பெருந் துயரத்தோடு என்னைப் பார்த்துக் கொண்டே இவ்வாறு சொன்னாள் அவள்.

என் இதயம் சோர்ந்து போயிற்று. அவர்கள் வீட்டுக்குச் சென்று கொண்டிருக்கும்போதே இதையெல்லாம் நான் எதிர் பார்த்திருந்தேன். சொல்லப் போனால் வெகு நாட்களுக்கு முன்பே இதையெல்லாம் பனிமூட்டம் போன்ற மசமசப்போடு நான் மனக் கண்ணில் பார்த்திருந்தேன். ஆனாலும் இப்போது அவள் சொன்ன வார்த்தைகள் என் மீது இடியாய் இறங்கின.

நாங்கள் கரையின் மீது வருத்தத்தோடு நடந்து சென்று கொண்டிருந்தோம். நான் பலவற்றையும் நினைவுபடுத்திக் கொண்டு யோசித்துப் பார்க்க முயற்சித்தேன். எதுவும் பிடிபடவில்லை. என் மனம் குழப்பத்தில் சுழன்று கொண்டிருந்தது. நடைமுறை சாத்தியமே இல்லாத அசுரத்தனமான ஒன்று நடந்து கொண்டிருப்ப தாகத் தோன்றியது.

"என் மீது குற்றம் சொல்கிறாயா வான்யா?" என்று அவள் இறுதியாகக் கேட்டாள்.

"இல்லை. அப்படியில்லை. ஆனால் என்னால் அதை நம்ப முடியவில்லை. அப்படி இருக்க முடியாது" நான் என்ன சொல்லிக் கொண்டிருக்கிறேன் என்பதே புரியாமல் ஏதோ பதிலளித்தேன்.

"ஆமாம் வான்யா! உண்மையாகவே அது அப்படித்தான்! நான் அவர்களிடமிருந்து விலகி வந்துவிட்டேன். அவர்களுக்கு என்ன ஆகப் போகிறதென்றோ எனக்கு என்ன ஆகுமென்றோ எனக்குத் தெரியவில்லை."

"நீ அவனிடம் போகிறாயா நடாஷா? அப்படித்தானா?"

"ஆமாம்" என்றாள் அவள்.

"ஆனால் அது நடக்கவே முடியாதது" என்று மூர்க்கமாகக் கத்தினேன்.

"நடாஷா, பாவப்பட்ட என் பெண்ணே! அது கொஞ்சம் கூட சாத்தியமில்லாதது என்று நீ புரிந்துகொள்ளவில்லையா என்ன? அது வெறும் பைத்தியக்காரத்தனம் மட்டும்தான். நீ அவர்களையும் கொன்று போட்டு உன்னையும் அழித்துக் கொண்டுவிடப் போகிறாய். நான் சொல்வது புரிகிறதா நடாஷா?"

"எனக்கு அது தெரியும். ஆனால் என்னால் என்ன செய்ய முடியும்? வேறு வழியில்லை எனக்கு" என்றாள் அவள். தூக்கு மேடையை எதிர்கொள்ளச் செல்பவள் போல அவள் குரலில் துயரம் நிரம்பி வழிந்தது.

"இதோ பார். திரும்பி விடு. காலம் கடப்பதற்குள் திரும்பி விடு" என்று

எந்த அளவு அனுசரணையோடும், அழுத்தம் திருத்தமாகவும் அவளிடம் நான் மன்றாடினேனோ அதைவிட அதிகமாக அப்படிச் சொல்வதன் அபத்தத்தையும், அது பயன்படப் போவதில்லை என்பதையும் நான் அந்த நேரத்தில் உணர்ந்திருந்தேன்.

"நீ உன் தந்தைக்கு என்ன செய்து கொண்டிருக்கிறாய் என்பதைப் புரிந்து கொண்டிருக்கிறாயா நடாஷா? அதைப் பற்றி நினைத்துப் பார்த்தாயா? அவன் தந்தை, உன் தந்தைக்கு விரோதி என்று உனக்குத் தெரியும். அவ்வளவு ஏன்? அந்த வால்காவ்ஸ்கி உன் அப்பாவை அவமதித்திருக்கிறான். பணத்தைத் திருடியதாகக் குற்றம் சாட்டியிருக்கிறான். திருடன் என்றே கூடச் சொல்லியிருக் கிறான். அவர்கள் இருவரும் ஒருவருக்கொருவர் எதிராக வழக் காடிக் கொண்டிருப்பதும் உனக்குத் தெரியும். கடவுளே! அது கூட அத்தனை மோசமானதில்லை. ஆனால் இந்த விஷயம்

தெரியுமா நடாஷா? (கடவுளே உனக்கு இதெல்லாம் நிச்சயம் தெரிந்திருக்கும்) கிராமத்தில் அல்யோஷா உங்களோடு தங்கியிருக்கும் போது உன் தாயும் தந்தையும் உன்னையும், அவனையும் வேண்டுமென்றே ஒன்றாக வைத்திருந்தார்கள் என்று அல்லவா அந்த வால்காவ்ஸ்கி சந்தேகப்பட்டிருக்கிறான்? அது உனக்குத் தெரியுமா? ஒரு நிமிடம் யோசித்துப் பார். அப்படிப்பட்ட அவ தூறுகள் உன் அப்பாவை என்னவெல்லாம் செய்திருக்கும்? இந்த இரண்டு ஆண்டுகளுக்குள் அவரது முடி எப்படி நரைத்துப் போய் விட்டது? அவரைக் கொஞ்சம் பார். இதற்கு மேல் என்ன இருக் கிறது? உனக்கு இதெல்லாமே தெரியும் நடாஷா. கடவுளே! உன்னை என்றென்றைக்குமாய் இழப்பதென்பது அவர்கள் இருவருக்கும் எப்படி இருக்கும் என்பதைச் சொல்ல வேண்டியதே இல்லை. நீதான் அவர்களது பொக்கிஷம், அவர்களது முதுமைக் காலத்துக்கென்று எஞ்சியிருக்கும் ஒரே ஒரு சொத்து நீ மட்டும்தான். அதைப் பற்றியெல்லாம் நான் பேச வேண்டியதே இல்லை. உனக்கே தெரிந்திருப்பதுதான். உன்மீது காரணமில்லாமல் பழிதூற்றப் படுவதாகவும் பழி தீர்க்க நினைப்பவர்களாலும் கர்வம் பிடித்தவர் களாலும் நீ இழிவுபடுத்தப்படுவதாகவும் உன் தந்தை நினைக்கிறார் என்பதை மனதில் வைத்துக்கொள். இப்போது இந்த வேளையில் எல்லாப் பகைமைகளுமே மீண்டும் மூண்டெழுந்து விட்டன. முன்னிலும் கூடுதலாக உறுத்தலான அந்தப் பழைய வன்மம் மேலும் கசப்பானதற்குக் காரணம் நீ அல்யோஷாவை சந்தித்தது தான்.

வால்காவ்ஸ்கி மறுபடியும் உன் தந்தையை அவமதித்துவிட்டான். இந்தப் புதிய அவதூறுகளால் கிழவரின் கோபம் இன்னும் கூட சூடு ஆறாமல் இருக்கும்போது இப்போது திடீரென்று இப்படி யெல்லாம் வேறு நடந்தால் அவர்களுடைய குற்றச்சாட்டுகளெல் லாம் உண்மையென்று ஆகிவிடும். இதைப் பற்றி அறிந்திருப்பவர்கள் எல்லோருமே இப்போது வால்காவ்ஸ்கியின் செயலை நியாயப் படுத்தியபடி உன்மீதும், உன் தந்தையின் மீதுமே குற்றம் சுமத்து வார்கள். அவருக்கு என்ன ஆகுமோ... அது, அவரைக் கொன்று கூட விடலாம். நாணக்கேடு, அவமானம், அதுவும் யாரால்? உன்னால், அவரது மகளால், அவரது கண்ணின் மணி போன்ற ஒரே குழந்தையால். அப்புறம் உன் அம்மாவுக்கு என்ன ஆகும்? உன் வயதான தந்தை போன பிறகு அவளால் அதற்கு மேல் உயிர்வாழ முடியாதென்பதும் உனக்குத் தெரிந்ததுதான் நடாஷா? என்ன காரியம் செய்கிறாய் நீ? பேசாமல் திரும்பிவிடு. நீ என்ன செய்து கொண்டிருக்கிறாய் என்பதை நினைத்துப் பார்."

அவள் எதுவும் பேசவில்லை. இறுதியில் என்னைக் கடிந்து கொள்பவள் போலப் பார்த்தாள். அவளைத் துளைத்துக் கொண்டிருந்த கடுமையான துன்பமும், வேதனையும் அவளது விழிகளில் நிறைந்திருந்தன. நான் பேசிய வார்த்தைகளால் மட்டுமன்றிப் புண்பட்டிருந்த அவள் இதயம் ஏற்கனவே இரத்தம் சொரிந்து கொண்டிருந்தது என்பதை நான் கண்டுகொண்டேன். அவள் எடுத்திருந்த முடிவால் அவளே வருத்தப்பட்டுக் கொண்டிருந்த நிலையில், காலம் தாழ்த்தி வந்த உபயோகமில்லாத வார்த்தைகளால் நான் அவளை எந்த அளவுக்கு வதைத்துக் கொண்டும், அலைக்கழித்துக் கொண்டும் இருந்தேன் என்பதை என்னால் புரிந்துகொள்ள முடிந்தது. எல்லாவற்றையும் உணர்ந்து கொண்ட போதும் என்னைக் கட்டுப்படுத்திக்கொள்ள முடியாமல் நான் தொடர்ந்து பேசிக் கொண்டுதான் இருந்தேன்.

"ஏன் சற்று முன் ஆனா ஆண்ட்ரேயேவ்னாவிடம் நீயே கூடச் சொன்னாயே, ஒருவேளை சர்ச் பூசைக்குப் போகாமல் இருந்து விடலாமா என்று யோசிப்பதாக! அப்படியானால் நீ அங்கே வீட்டில் இருக்கத்தான் நினைத்திருக்கிறாய். உனக்கு இன்னும் கூடத் தயக்கம் இருந்திருக்கிறது."

அவள் பதிலுக்கு ஒரு கசப்பான புன்னகை செய்தாள்.

ஆனால் நான் ஏன் அப்படியெல்லாம் பேச வேண்டும்? எல்லாமே அவளுக்குள் மாற்றமின்றி முடிவாகி விட்டது என்பது எனக்குப் புரிந்திருக்க வேண்டும். ஆனாலும் என்னால் பொறுத்துக் கொள்ள முடியவில்லை.

"அப்படியென்றால் உனக்கென்ன அவன்மீது அத்தனை பைத்தியக்காரத்தனமான காதலா?" – மனதளவில் தளர்ந்து போயிருந்த நான், என்ன கேட்கிறேன் என்பதே தெரியாதவனாய் இப்படி அவளிடம் கத்தினேன்.

"உன்னிடம் நான் என்னவென்று சொல்ல முடியும் வான்யா? இதோ பார், அவர் என்னை வரச் சொல்லி இருக்கிறார். நானும் இங்கே அவருக்காகக் காத்திருக்கிறேன்" என்று அதே போன்ற கசப்பான புன்னகையுடன் பதிலளித்தாள் அவள்.

"ஆனால் இதைக் கொஞ்சம் கேள். இதை மட்டும் கேட்டுக் கொள்" என்று ஏதோ ஒரு துரும்பைப் பிடித்துக்கொண்டு மீண்டும் தொடங்கினேன்.

"இதையெல்லாமே வேறு வகையில், முழுக்க முழுக்க வித்தியாசமாக ஏற்பாடு செய்துகொண்டு விடலாம். நீ, வீட்டை விட்டுப் போக வேண்டியதில்லை. எப்படி இதைச் சமாளிப்பது என்று உனக்கு நான் சொல்லித் தருகிறேன் நடாஷா. உங்கள் சந்திப்பு

களையும், மற்ற எல்லாவற்றையும் உனக்காக ஏற்பாடு செய்து தரும் பொறுப்பை நான் ஏற்றுக் கொள்கிறேன். வீட்டை விட்டு மட்டும் வெளியே போய்விடாதே. உன் கடிதங்களைக் கூட நான் எடுத்துக் கொண்டு போகிறேன். ஏன் அப்படிச் செய்யக் கூடாது? நீ இப்போது செய்து கொண்டிருக்கும் காரியத்தை விட அது எவ்வளவோ நல்லதுதான். எல்லாவற்றையும் எப்படி ஏற்பாடு செய்வது என்று எனக்குத் தெரியும். உங்கள் இரண்டு பேருக்காகவும் நான் எதை வேண்டுமானாலும் செய்வேன். நீயே பாரேன்! அப்படிச் செய்தால், இப்போது போல உன் வாழ்வை நீயாகவே அழித்துக்கொள்ள மாட்டாய் என் அன்பு நடாஷா. இப்போது நீ இப்படிச் செய்தால் உன்னை முழுக்க முழுக்க நாசமாக்கிக் கொண்டுவிடுவாய். ஆம் உருப்படவே முடியாதபடி! நான் சொல்வதை மட்டும் ஒத்துக்கொள் நடாஷா. எல்லாமே நன்றாக, சந்தோஷமாக நடந்துவிடும். நீங்கள் இருவரும் விரும்பும் அளவுக்கு ஒருவரை ஒருவர் எவ்வளவு முடியுமோ அவ்வளவு நேசித்துக் கொள்ளலாம். எப்போது உங்கள் இருவரின் தந்தைகளும் தங்கள் சண்டையை நிறுத்திக் கொள்கிறார்களோ (என்றாவது ஒருநாள் அவர்கள் அப்படிச் செய்துதானே ஆகவேண்டும்) அப்போது..."

"போதும் வான்யா போதும் நிறுத்து" என்று குறுக்கிட்ட அவள், என் வலக்கரத்தைப் பற்றி அழுத்தினாள். கண்ணீருக்கு நடுவே புன்னகை செய்து கொண்டிருந்தாள் அவள்.

"அன்பு வான்யா, பிரியமான வான்யா! நீ மிகவும் நல்லவன்; கௌரவமான மனிதன். உன்னைப் பற்றி ஒரு வார்த்தை கூட நீ பேசவே இல்லையே. நான் உன்னை வஞ்சித்து விட்டேன், நீயோ என்னை மன்னித்து விட்டாய். என் மகிழ்ச்சியைத் தவிர வேறெதை யுமே நீ நினைக்கவில்லை. எங்களுக்காகக் கடிதம் கொண்டு செல்லக்கூட நீ தயாராக இருக்கிறாய்."

அவள் அழுகையில் வெடித்தாள்.

"நீ எந்த அளவு என்னைக் காதலித்தாய் என்பதும் இன்னும் கூட என்னை எப்படிக் காதலித்துக் கொண்டிருக்கிறாய் என்பதும் எனக்குத் தெரியும். ஆனால் இவ்வளவு நேரமும் என்னைக் குற்றம் சாட்டும் வகையில் ஒரு கசப்பான வார்த்தைகூட உன்னிடமிருந்து வரவில்லை. ஆனால் நானோ...? கடவுளே, உன்னை எவ்வளவு மோசமாக நடத்தியிருக்கிறேன் நான்? உனக்கு நினைவிருக்கிறதா வான்யா, நாம் ஒன்றாக இருந்தோமே அந்தக் காலங்கள் உனக்கு ஞாபகம் இருக்கிறதா? நான் அவரை ஒருபோதும் பார்க்காமலே இருந்திருந்தால் நன்றாக இருந்திருக்கும். ஆம் ஒருபோதும் பாராமல்! அப்படி இருந்திருந்தால் நான் உன்னோடு வாழ்ந் திருப்பேன் என் அன்பான, பிரியமான வான்யா. என் அன்புக்

குரியவனே, இல்லை, நான் உனக்குத் தகுதியானவள் இல்லை. நான் எப்படிப்பட்டவள் என்பதை நீயே பார்த்துக்கொள். இந்த மாதிரி ஒரு நேரத்தில் போய்—அதுவும் நீயே அதுபற்றி அளவு மீறி வருத்தப்பட்டுக் கொண்டிருக்கும்போது நான் நம் கடந்தகால மகிழ்ச்சியைப் பற்றிப் பேசிக் கொண்டிருக்கிறேன். சென்ற மூன்று வாரங்களாக நீ எங்களைப் பார்க்க வரவில்லை. ஆனால் நீ என்னை வெறுத்து சபித்திருப்பாய் என்ற எண்ணம் ஒரு கணம் கூட என்னுள் தோன்றவில்லை என்று சத்தியமாகச் சொல்கிறேன். நீ ஏன் வராமல் இருந்தாய் என்றும் எனக்குத் தெரியும். எங்கள் வழியில் குறுக்கிடவோ எங்களை எப்போதும் பழிதூற்றிக் கொண்டிருக்கவோ நீ விரும்பவில்லை, அதுதான் காரணம். எங்களைப் பார்ப்பது உனக்கும் கூட வேதனையாகத்தானே இருந்திருக்கும். உன்னைப் பார்க்காமல் நான் எப்படி இருந்தேன் தெரியுமா வான்யா, எந்த அளவு நான் உன்னை நினைத்தேன் தெரியுமா வான்யா? வான்யா, இதைக் கேட்டுக்கொள். அல்யோஷாவை கிறுக்குத்தனமாக, பைத்தியக்காரத்தனமாக நான் காதலிக்கிறேன் என்றால் உன்னை ஒரு நண்பனாக அதைவிட அதிகமாகவே நேசிக்கிறேன். நீ இல்லாமல் என்னால் வாழ முடியாது என்பது எனக்குத் தெரியும், அப்படித்தான் நான் உணர்கிறேன். எனக்கு நீ வேண்டும், உன் ஆன்மா எனக்கு வேண்டும். தங்கமான உன் இதயம் வேண்டும். ஓ வான்யா, நம் முன் இருப்பது எப்படிப்பட்ட கொடுமையான, கசப்பான ஒரு காலம்.”

அவள் கண்ணீர் வெள்ளத்தில் கரைந்து கொண்டிருந்தாள். ஆம் அவள் மிக மோசமாகத் துயருற்றிருந்தாள்.

“உன்னைப் பார்க்க வேண்டுமென்று நான்தான் எவ்வளவு ஏங்கிக் கொண்டிருந்தேன்” என்று கண்ணீரோடு போராடியபடியே அவள் தொடர்ந்தாள்.

“நீதான் எவ்வளவு மெலிந்து, சோகை பிடித்து நோயுற்றவனாய் ஆகிவிட்டாய். உண்மையிலேயே நீ உடம்புக்கு முடியாமல்தான் இருந்தாய், அப்படித்தானே வான்யா? நான் அதைக்கூடக் கேட்காமல் என்னைப் பற்றியே பேசிக்கொண்டிருக்கிறேன். சரி, சொல், விமர் சகர்களை இப்போது எப்படிச் சமாளித்துக் கொண்டிருக்கிறாய்? உன் புது நாவல் எப்படி... நன்றாகப் போய்க் கொண்டிருக்கிறதா?”

“இப்போது போய் என்னைப் பற்றியும் என் நாவல்களைப் பற்றியும் உன்னால் பேச முடியும் என்பது போல் இதெல்லாம் என்ன நடாஷா? ஏதோ அந்த விஷயம்தான் முக்கியமானது என்பது போல. அதெல்லாம் ஒரு பக்கம் இருக்கட்டும். எல்லாம் நன்றாகத் தான் இருக்கிறது. சரி, இப்போது இதைச் சொல் நடாஷா.

அவனிடம் வந்தாக வேண்டுமென்று உன்னை அவன் வற்புறுத்தினானா?"

"இல்லை, அவர் மட்டும் இல்லை. அதிகம் அப்படி நினைப்பது நான்தான். அவரும் அப்படிச் சொன்னது உண்மைதான், ஆனால் நானுமேதான். அன்புள்ளவனே! எல்லாமே சொல்லிவிடுகிறேன், கேட்டுக்கொள். மிக உயர்ந்த நிலையில் இருப்பவளும், மிகவும் செல்வாக்குப் படைத்தவர்களுக்கு உறவு கொண்டவளும், பணக் காரக் குடும்பத்தைச் சேர்ந்தவளுமான ஒரு பெண்ணை அவருக்குத் திருமணம் செய்து வைப்பதற்காக ஏற்பாடு செய்து கொண்டிருக் கிறார்கள். அவளைத்தான் மணந்து கொள்ள வேண்டும் என்று அவரின் தந்தை கடுமையாக வற்புறுத்தி வருகிறார்; உனக்கே தெரியும் அவருடைய தந்தை திட்டம் போட்டு வேலை செய்வதில் எப்படி ஒரு கெட்டிக்காரர் என்று. தேவைப்படும் எல்லாவற்றையும் அவர் முடுக்கி விட்டுவிட்டார். இப்போது விட்டுவிட்டால் இன்னும் கடினம். நல்ல உயர்மட்டத் தொடர்புகள், பணம்! அவள் மிகவும் அழகானவள், படித்தவள், நல்ல மனம் படைத்தவள் என்றும் சொல்கிறார்கள். அவளைப் பற்றிய எல்லாமே நன்றாக இருக்கிறது. அல்யோஷாவையும் ஏற்கனவே அவள் கவர்ந்து விட்டாள். இனிமேல் என்ன, சீக்கிரம் திருமணத்தை நடத்த முடித்து விட வேண்டுமென்று அவருடைய தந்தை மிகவும் தீவிரமாக இருக்கிறார். அதை முடித்தால்தான் அவரும் கல்யாணம் செய்துகொள்ள முடியுமென்று நினைக்கிறார். அதனால் எங்கள் காதலைப் பிரித்துவிட வேண்டுமென்பதில் அவர் முனைப்பாக இருக்கிறார். என்னைப் பார்த்து, அல்யோஷா என்மீது காட்டும் அன்பைப் பார்த்து அவர் பயப்படுகிறார்.

"அப்படியென்றால் வால்காவ்ஸ்கிக்கு உங்கள் காதல் விஷயம் தெரியுமென்றா சொல்ல வருகிறாய்?" – என்றபடி ஆச்சரியத்தோடு அவள் பேச்சை இடைமறித்தேன்.

"அவர் சந்தேகப்பட மட்டும்தானே செய்தார்? அப்படித்தானே? அதுவும் இலைமறை காயாகத்தானே?"

"அவருக்குத் தெரியும். அவருக்கு எல்லாமே தெரியும்."

"எப்படி? அவரிடம் சொன்னது யார்."

"சற்று முன் அல்யோஷா எல்லாவற்றையுமே அவரிடம் சொல்லிவிட்டார். அப்படி எல்லாவற்றையும் சொல்லிவிட்டதாக என்னிடமும் அவரே சொல்லிவிட்டார்."

"கடவுளே, என்னதான் நடக்கிறது தெரியவில்லையே. இப்படிப்பட்ட ஒரு நேரத்தில் போய் எல்லாவற்றையும் சொல்லி யிருக்கிறானே அவன்?"

“அவரைப் பழிக்காதீர்கள் வான்யா” என்றபடி என் பேச்சில் குறுக்கிட்டாள் நடாஷா.

“அவரைக் கேலி செய்யாதீர்கள். மற்ற மனிதர்களைப் போல நம்மால் அவரை எடை போட முடியாது. கொஞ்சம் விலகி நின்று நடுநிலையோடு பாருங்கள். அவர் முறையாக வளர்க்கப்படவில்லை. தான் என்ன செய்து கொண்டிருக்கிறோம் என்பதைக்கூட அவர் புரிந்துகொள்வதில்லை. ஒரு நிமிடம் முன்னால்தான் ஒரு விஷயத்தைப் பற்றி உறுதியாகச் சத்தியம் செய்து சொல்லியிருப்பார்; உடனேயே அவருக்கு ஏற்பட்டு விடும் முதல் அபிப்பிராயமோ அவர் சந்திக்க நேரும் முதல் மனிதரால் ஏற்பட்டு விடும் தாக்கமோ முன் சொன்னதை அப்படியே மாற்றிப் போட்டுவிடும். அவருக்கு நிலையான குணம் ஏதுமில்லை. உங்களுக்கு உண்மையாக இருப்ப தாக உறுதி சொல்லியிருப்பார்; அதே நாளில் அதே போன்ற நேர்மையோடும் உண்மையோடும் இன்னொருவரிடமும் தன்னை அர்ப்பணித்து விடுவார். தான் அப்படிச் செய்ததாக உங்களிடம் நேரில் வந்து சொல்லும் முதல் மனிதராகவும் அவரேதான் இருப்பார் என்கிற போது இதற்கு மேல் சொல்ல என்ன இருக் கிறது? சில விஷயங்களை மோசமாகச் செய்துவிடுவார்; ஆனாலும் அதற்காக நம்மால் வருத்தப்படத்தான் முடியுமே தவிர அவர் மீது குற்றம் சுமத்த முடியாது. தன்னையே கூடத் தியாகம் செய்யக் கூடியவர் அவர், எப்படிப்பட்ட தியாகம் தெரியுமா அது? ஆனால் அடுத்த ஒரு நிமிட யோசனைக்குள் எல்லாவற்றையுமே மறந்தும் போய்விடுவார். அவர் அப்படி இருப்பதால், தொடர்ந்து நான் அவரோடு இருக்கவில்லையென்றால் என்னையும் மறந்து விடுவார் அவர். அப்படிப்பட்டவர் அவர்.”

“ஆனால் இதெல்லாம் உண்மையாக இல்லாமல்கூட இருக்க லாம் நடாஷா. வெறும் வதந்தியாக மட்டுமே இருக்கலாம். அவனைப் போன்ற ஒரு பையனுக்குப் போய்த் திருமணம் செய்வதாவது?”

“நான்தான் சொன்னேனே. அவருடைய தந்தை தனக்கென்று சில சொந்தத் திட்டங்களை வைத்திருக்கிறார்.”

“அது சரி, ஆனால் அந்த இளம்பெண் அத்தனை அழகானவள் என்பதும் அவருக்கு ஏற்கனவே அவள் மீது ஒரு விதமான கவர்ச்சி ஏற்பட்டுவிட்டதென்பதும் உனக்கு எப்படித் தெரியும்?”

“ஏன், என்னிடம் அவரேதான் அப்படிச் சொன்னார்.”

“என்னது? தான் இன்னொரு பெண்ணைக் காதலிப்பதாக ஒரு பக்கம் சொல்லிக் கொண்டே இப்போது இந்த வகையான தியாகத்தையும் உன்னிடம் எதிர்பார்க்கிறானா அவன்?”

"இல்லை வான்யா, இல்லை. உனக்கு அவரைப் பற்றித் தெரியாது. நீ அதிகம் அவரோடு இருந்ததில்லை. அவரைப் பற்றி நீ எதுவும் முடிவு செய்து கொள்வதற்குமுன் அவரை நன்றாகத் தெரிந்துகொள்ள வேண்டும். இந்த உலகிலேயே அவரைப் போன்ற தூய்மையான, உண்மையான இதயம் வேறு யாருக்கும் இல்லை. இல்லையென்றால் சுலபமாக என்னிடம் பொய் சொல்லியிருக்கலாமே அவர்? அவளிடம் அவருக்குக் கவர்ச்சி ஏற்பட்டிருப்பது பற்றிச் சொல்கிறேன். ஒரு வார காலம் என்னைப் பார்க்காமலிருந்தால் கூட அவர் என்னை மறந்துவிட்டு வேறொரு பெண்ணைக் காதலிக்க ஆரம்பித்து விடுவார். பிறகு என்னைப் பார்த்த உடனேயே மறுபடியும் என் காலடியில் கிடப்பார். நல்ல காலம் இது எனக்குத் தெரிந்துவிட்டது, அந்த உண்மை என்னிடமிருந்து மறைக்கப்படவில்லை. இல்லாவிட்டால் சந்தேகத்திலேயே செத்துப்போய்க் கொண்டிருந்திருப்பேன். ஆமாம் வான்யா! நான் ஒரு முடிவுக்கு வந்துவிட்டேன். ஒவ்வொரு நிமிடமும் நான் அவரோடு இருந்தாக வேண்டும், இல்லையென்றால் அவர் என்னைக் காதலிப்பதை மறந்து போய் என்னைக் கைவிட்டு விடுவார். அவர் அப்படித்தான்; எந்தப் பெண் வேண்டுமானாலும் அவரைக் கவர்ந்துவிட முடியும். அதற்கப்புறம் நான் என்ன செய்வது? சாக வேண்டியதுதான். கட்டாயம் சாக வேண்டியதுதான். அதற்கு இப்போதே சாவதில் எனக்குச் சந்தோஷமே! அவர் இல்லாத வாழ்க்கையில் எனக்கு என்ன அர்த்தம் இருக்கிறது? அது மரணத்தை விடக் கொடுமையாக, வேறெந்த வேதனையையும் விட மோசமாக இருக்கும். ஓ வான்யா! வான்யா, அவருக்காக நான் அப்பா அம்மாவை விட்டுவிட்டு வந்ததில் அர்த்தமில்லாமல் இல்லை. என்னை வற்புறுத்த முயற்சிக் காதே. எல்லாமே முடிவு செய்யப்பட்டுவிட்டது. ஒவ்வொரு மணிநேரமும், ஒவ்வொரு நிமிடமும் அவர் என் பக்கத்திலேயே இருந்தாக வேண்டும். என்னால் திரும்பிச் செல்ல முடியாது. நான் அழிந்து போகிறேன் என்பதும் மற்றவர்களையும் நாசமாக்கிக் கொண்டிருக்கிறேன் என்பதும் எனக்கு நன்றாகவே தெரியும். ஐயோ வான்யா" என்று திடீரென்று அழத் தொடங்கியபடி நடுநடுங்கிக் கொண்டிருந்தாள் அவள்.

"ஒருவேளை இப்போது அவர் என்னைக் காதலிக்காமல் கூட இருக்கலாம். அவர் என்னை வெறுமனே ஏமாற்றிக் கொண்டு தான் இருக்கிறாரென்றும், வெளிப்பார்வைக்கு உண்மையாக நேர்மையாக இருப்பது போலிருந்தாலும் நிஜத்தில் அவர் கெட்டவர், அகம்பாவம் கொண்டவர் என்றும் சற்றுமுன் நீ சொன்னது (நான் அப்படி எதுவுமே சொல்லவில்லை) ஒருவேளை உண்மையாகி விட்டால் என்ன செய்வேன்? அவர் சார்பாக இப்போது நான் உன்னிடம்

பேசிக் கொண்டிருக்கிறேன், ஆனால் ஒருவேளை இப்போது இதே நிமிடத்தில் வேறொரு பெண்ணருகில் இருந்தபடி என்னைப் பார்த்து அவர் சிரித்துக் கொண்டிருக்கலா மல்லவா? எல்லாவற்றையும் தூக்கி எறிந்துவிட்டு வீதியில் நடந்தபடி அவருக்காகக் காத்துக் கொண்டிருக்கும் நான்தான் எவ்வளவு கேவலமானவள்? ஐயோ வான்யா."

அவளது இதயத்திலிருந்து பொறுக்க முடியாத வேதனையோடு வெடித்து வந்த அந்தப் புலம்பலில் என் ஆன்மா முழுவதும் துயரத்தால் நிரம்பியது. நடாஷா, தன் சுயக்கட்டுப்பாட்டை முற்றும் இழந்துவிட்ட நிலையிலிருப்பதை உணர்ந்து கொண்டேன். கண்மூடித்தனமான, பைத்தியக்காரத்தனமான, ஆழமான ஏதோ ஒரு பொறாமைதான் இப்படிப்பட்ட மூர்க்கமான முடிவுக்கு அவளை இட்டு வந்திருக்க வேண்டும். ஆனால் என் மனதிலும் கொழுந்துவிட்டு எரிந்து கொண்டிருந்த பொறாமை சட்டென்று வெடித்தது. என்னால் என்னைக் கட்டுப்படுத்திக் கொள்ள முடிய வில்லை. அருவருப்பான ஒரு கொடிய உணர்வு என்னை ஆட் கொண்டு இயக்கியது.

"நடாஷா, ஒரே ஒரு விஷயம் மட்டும்தான் எனக்கு விளங்க வில்லை. அவனைப் பற்றி நீயே இவ்வளவு சொன்னபின் உன்னால் அவனை எப்படிக் காதலிக்க முடிகிறது? உனக்கு அவன் மீது மதிப்பு இல்லை, அவனது காதலைக் கூட நீ நம்பவில்லை. நீ அவனைத் துரத்திக் கொண்டு அவனுக்காக எல்லோருக்கும் மரண அடி கொடுத்துக் கொண்டிருக்கிறாய். இதற்கு என்ன அர்த்தம். உன் முழு வாழ்வும் பாழாகிவிடும் வகையில் உன்னை அவன் வதைக்கப் போகிறான். ஆமாம், உன்னுடையது, தன்னுடையது இரண்டு பேர் வாழ்க்கையையும்தான்! நீ அவனை அளவு மீறி நேசிக்கிறாய் நடாஷா, அளவுமீறி. அப்படிப்பட்ட காதலை என்னால் புரிந்துகொள்ள முடியவில்லை."

"ஆமாம், ஏதோ பைத்தியம் பிடித்தது போலத்தான் நான் அவனைக் காதலிக்கிறேன்" என்று வலியால் வெளிறிப் போனது போன்ற முகபாவத்தோடு அவள் பதிலளித்தாள்.

"நான் உன்னை ஒருபோதும் அப்படிக் காதலித்ததில்லை வான்யா. எனக்குப் புத்தி பேதலித்து விட்டது. அவரை எப்படிக் காதலிக்க வேண்டுமோ அப்படி நான் காதலிக்கவில்லை. சரியான முறையில் அவரை நான் நேசிக்கவில்லை. இதைக் கேள் வான்யா. அவரால் எனக்குத் துன்பத்தைத்தான் தரமுடியும் என்பதை நான் மிகவும் முன்கூட்டியே – ஏன் எங்கள் மகிழ்ச்சியான தருணங்களில் கூட அறிந்துதான் இருந்தேன். ஆனால் இப்போது அவரால் வதைக்கப்பட்டாலும் கூட அதுவும் எனக்கு மகிழ்ச்சியாக இருக்

கிறதே, அதற்கென்ன செய்ய முடியும்? சந்தோஷத்தை நாடி நான் அவரிடம் செல்வதாகவா நீ நினைக்கிறாய்? அவரிடமிருந்து எனக்கு என்ன கிடைக்குமென்பதோ, எனக்காகக் காத்துக் கொண்டிருப்பது எது என்பதோ எனக்கு முன்னாலேயே தெரியா தென்றா நினைக் கிறாய்? அவர் என்னைக் காதலிப்பதாக ஆணை யிட்டுச் சொல்லி யிருக்கிறார், எல்லா வகையான சத்தியங்களும் செய்து தந்திருக் கிறார். ஆனால் அவற்றில் ஒன்றைக்கூட நான் நம்புவதாக இல்லை. அவற்றின் மீது எனக்கு மதிப்பே இல்லை. ஒருபோதும் இல்லை. அவர் என்னிடம் பொய்யாக அப்படிச் சொல்லவில்லை என்றாலும், அவற்றை நம்புவதாக என்னால் பொய் சொல்ல முடியாது. அவரை எந்த வகையிலும் நான் கட்டுப்படுத்த விரும்பவில்லை என்பதை அவரிடம் நானே சொல்லிவிட்டேன். அவரோடு அப்படி இருப்பதுதான் நல்லது. எவருமே கட்டுப்பட்டு இருப்பதை விரும்புவதில்லை. எனக்கும் அது சுத்தமாகப் பிடிக்காதுதான். ஆனாலும் அவருக்கு அடிமையாக இருப்பதில், வலிந்து நானே அடிமையாக இருப்பதில் நான் மகிழ்ச்சி கொள்கிறேன். அவர் என்னோடு இருப்பதற்காக, அவரைப் பார்த்துக் கொண்டே இருப்பதற்காக எதை வேண்டுமானாலும் நான் சகித்துக் கொள்ளத் தயார். நான் அவரோடு உடனிருக்கும்போது அவரது அருகில் இருக்கும்போதே கூட அவர் வேறொரு பெண்மீது கூடக் காதல் கொள்ளலாம். அது எத்தனை இழிவானது இல்லையா வான்யா" என்று சட்டென்று காய்ச்சல் கண்டது போல், களைத்துப் போனது போன்ற முகபாவத்துடன் என் பக்கம் திரும்பிக் கேட்டாள் அவள். ஏதோ ஜன்னி கண்டதுபோல் இருப்பதாக ஒரு கணம் எனக்குத் தோன்றியது.

"அப்படிப்பட்ட விருப்பம் இழிவானதுதான் இல்லையா? சரி, அப்படி இருந்தால்தான் என்ன? அது கேவலமானது என்று நானே கூடத்தான் சொல்லுவேன். ஆனாலும் அவர் என்னைக் கைவிட்டு விட்டால் உலகத்தின் கோடிவரை கூட அவருக்குப் பின்னாலேயே ஓடுவேன், அவர் என்னை வெறுத்தாலும் துரத்தியடித்தாலும் கூட. நீ என்னைத் திரும்பிப் போகச் சொல்கிறாய். அதனால் என்ன பயன்? இப்போது திரும்பிப் போய்விட்டாலும் நாளைக்கே நான் திரும்ப வர வேண்டியிருக்கும். அவர் என்னை வரச் சொல்வார், நானும் போவேன். அவர் அழைப்பார், நாயைப் பார்த்து விசில டிப்பது போல என்னைக் கூப்பிடுவார், நானும் அவரிடம் ஓடியாக வேண்டும். சித்திரவதைதான். ஆனால் அவர் செய்யும் எந்தச் சித்திரவதையாலும் நான் துவண்டுவிட மாட்டேன். அவர் வழியாக அதை அனுபவிக்கிறேன் என்று தெரிந்து வைத்திருப்பேன். இதற்கு மேல் சொல்வதற்கு எதுவுமில்லை வான்யா."

ஃபியோதர் தஸ்தயெவஸ்கி ✸ 73

'அவளுடைய அப்பா அம்மாவின் கதி'–ஒரு நிமிடம் அதை நினைத்துப் பார்த்தேன். அவர்களை அவள் எப்போதோ மறந்து விட்டாள் என்றே தோன்றியது.

"அப்படியென்றால் அவன் உன்னைத் திருமணம் செய்து கொள்ளப் போவதில்லையா நடாஷா?"

"அவர் வாக்குக் கொடுத்திருக்கிறார். அவர் எல்லாமே வாக்களித்திருக்கிறார். இப்போது அதற்காகத்தான் என்னைக் கூப்பிட்டு அனுப்பியிருக்கிறார். நகருக்கு வெளியே வைத்து நாளைக்கு ரகசியமாகக் கல்யாணம் செய்துகொள்வதற்காக. ஆனால் உனக் கொன்று சொல்கிறேன். தான் என்ன செய்து கொண்டிருக்கிறோம் என்பதே அவருக்குத் தெரிவதில்லை. கல்யாணம் என்பது எப்படி நடக்கும், ஒரு கணவனாக எப்படி இருப்பது என்று எதுவுமே அவருக்குத் தெரியாமல் கூட இருக்கலாம். உண்மையில் அதெல் லாமே அபத்தம்தான். ஆனால் என்னைத் திருமணம் செய்து கொண்டாலும் கூட அவர் அதற்காகப் பின்னால் வருத்தப்படுவார்; என்னைத் திட்ட ஆரம்பித்து விடுவார். எதற்காகவும், எப்போதும் அவர் என்னைத் திட்டக்கூடாதென்றே நான் விரும்புகிறேன். எல்லாவற்றையுமே அவருக்காக விட்டுவிடப் போகிறேன்; அவர் எனக்கு எதுவுமே செய்ய வேண்டாம். என்னைத் திருமணம் செய்துகொள்வது அவருக்கு மகிழ்ச்சியைத் தராதென்றால் அவரை ஏன் அப்படி வருத்தப்படுத்த வேண்டும்?"

"இதெல்லாமே ஒரு வகையான கிறுக்குத்தனம்தான் நடாஷா" என்றேன்.

"ஆமாம், இப்போது நேரே அவனிடம் போய்க் கொண்டிருக் கிறாயா?"

"இல்லை. என்னை அழைத்துப் போக வருவதாக அவர் வாக்குத் தந்திருக்கிறார். நாங்கள் இருவருமே சம்மதித்திருக்கிறோம்."

அவள் ஆவலோடு தூரத்தில் பார்த்தாள். ஆனால் எவருமே வரவில்லை.

"அவன் இன்னும் இங்கே வந்து சேரவில்லை. நீயோ முதலிலேயே வந்து விட்டாய்" என்று வெறுப்போடு கத்தினேன்.

தாக்கப்பட்டதைப் போலத் தள்ளாடினாள் நடாஷா. அவள் முகம் வலிப்பு வந்த மாதிரியில் துடித்தது.

"ஒருவேளை அவர் வராமலே கூட இருந்து விடலாம்" என்று கசப்போடு சிரித்துக் கொண்டாள் அவள்.

"நான் கட்டாயம் வருவேன் என்று வாக்குறுதி தராவிட்டால் என்னைத் திருமணம் செய்து கொள்ளும் திட்டத்தைக் கைவிட்டு

விட்டுப் போய்விட வேண்டியதாக இருக்கும் என்று முந்தா நாள்தான் எனக்குக் கடிதம் எழுதினார். அப்புறம் அவரது தந்தை அவரை அந்த இளம்பெண்ணிடம் கூட்டிக்கொண்டு சென்று விடுவார். ஏதோ ஒன்றுமே இல்லாத ஒரு அற்ப விஷயத்தைப் போல இதை அவ்வளவு சாதாரணமாக எழுதியிருந்தார் அவர். உண்மையாகவே அவர் அவளிடம் சென்றிருந்தால் என்ன செய்வது வான்யா?"

நான் பதிலளிக்கவில்லை. அவள் என் கையை இறுகப் பிடித்து முறுக்கினாள். அவள் கண்கள் தழல்போல ஜொலித்தன.

"அவர் அவளோடுதான் இருப்பார்" என்று சத்தமே இல்லாமல் மெதுவான குரலில் சொன்னாள்.

"நான் இங்கே வருவேன் என்று நம்பாமல் அவளிடம் போயிருப்பார். தான் வரமாட்டேன் என்பதை முன்கூட்டியே என்னிடம் சொல்லியிருப்பதாகவும் அதனால்தான் தானும் வரவில்லை என்றும் சொல்லி விடுவார். அவருக்கு நான் சலித்துப் போய்விட்டேன், அதனால்தான் என்னிடமிருந்து விலகிப் போகிறார். ஐயோ கடவுளே, எனக்குக் கிறுக்குத்தான் பிடித்திருக் கிறது. நான் அவரைச் சலிப்பாக்குவதாகப் போன முறை என்னி டமே அவர் சொன்னார். நான் எதற்காகக் காத்துக் கொண்டிருக்க வேண்டும்."

"இதோ அவன்" - ஆற்றங்கரையில் சற்றுத் தொலைவில் அவன் வருவதைச் சட்டென்று பார்த்துவிட்ட நான் கத்தினேன்.

நடாஷா ஒரு கணம் திடுக்கிட்டுக் கூச்சலிட்டாள். அருகே நெருங்கி வரும் அல்யோஷாவின் உருவத்தையே உற்றுப் பார்த்தாள். பிறகு சட்டென்று என் கையை விடுவித்து விட்டு அவனைச் சந்திக்க விரைந்தோடினாள். அவனும் சற்று வேகமாக நடந்து வந்தான். ஒரு நிமிடத்தில் அவள் அவன் கரங்களின் அரவணைப்பில் இருந்தாள்.

அந்தச் சாலையில் எங்களைத் தவிர வேறு யாருமில்லை. அவர்கள் ஒருவரை ஒருவர் முத்தமிட்டுக் கொண்டார்கள்; சிரித் தார்கள். முடிவில்லாத ஒரு நீண்ட பிரிவுக்குப் பிறகு சந்தித்ததைப் போல ஒரே சமயத்தில் நடாஷா சிரிக்கவும் அழவும் செய்தாள். அவளது வெளிறிய கன்னங்களில் செம்மை படர்ந்திருந்தது. ஏதோ ஒன்றால் ஆட்கொள்ளப்பட்டதைப் போன்ற நிலையில் இருந்தாள் அவள். நான் இருப்பதைக் கவனித்ததுமே என்னை நோக்கி வந்தான் அல்யோஷா.

9

அந்த நிமிடத்திற்கு முன்பு பலமுறை அவனைப் பார்த்திருந் தாலும் அப்போது அவனை ஆர்வத்தோடு பார்த்தேன். அவன் கண்களுக்குள் ஊடுருவிப் பார்த்தேன். என்னை இந்த அளவு பதட்டப்படுத்தி வருத்தப்பட வைத்தது எதுவென்பதற்கும், அவளை இப்படிக் கவர்ந்திழுத்து அவன்மீது பைத்தியமாய்க் காதலிக்க வைத்துத் தன்னுடைய முக்கியமான கடமையை மறக்கச் செய்து, அவளுக்கு அந்த நிமிடம்வரை மிகப் புனிதமாக இருந்த எல்லா வற்றையும் பொறுப்பில்லாமல் துறக்க வைத்ததற்குமான விளக்கம் அந்தக் கண்பார்வையில் கிடைக்கக் கூடுமா என்று பார்த்துக் கொண்டிருந்தேன். அல்யோஷா என் கைகள் இரண்டையும் பற்றிக் கொண்டு அன்போடு அழுத்தினான். அவனது பார்வை மென்மை யாகச் சூதுவாது இல்லாமல் இருந்தது; அது என் இதயத்தை ஊடுருவிச் சென்றது.

அவன் என் எதிரி என்ற காரணத்தாலேயே அவனைப் பற்றி நான் முடிவு கட்டி வைத்திருந்ததெல்லாம் தவறாக இருக்குமோ என்று எனக்குத் தோன்றியது. ஆமாம். எனக்கு அவனைப் பிடிக்காதுதான். அவனை எப்போதுமே நான் ஒரு பொருட்டாகக் கருதியதில்லை என்பதை ஒத்துக்கொள்கிறேன். அந்த வகையில் அவனோடு அறிமுகம் கொண்டிருப்பவர்களில் நான் வித்தியாச மானவன். அவனிடமிருந்த நிறைய விஷயங்கள் எனக்கு வெறுப் பூட்டியதை என்னால் தவிர்த்துக்கொள்ள முடியவில்லை. அவனு டைய நேர்த்தியான தோற்றமும் கூடத்தான். ஒருவேளை அது அளவுக்கதிகமான நேர்த்தியோடு இருந்ததுகூட அதற்கு ஒரு காரணமாக இருக்கலாம். நான் அவனை ஏதோ ஒரு வகையான காழ்ப்புணர்ச்சியுடனேயே எடை போட்டிருக்கிறேன் என்பதைப் பின்னரே உணர்ந்து கொண்டேன். அவன் உயரமும் ஒல்லியுமாக அழகாக இருந்தான். நீளமான அந்த முகம் எப்போதும் வெளிறியே இருந்தது. அடர்த்தியான நல்ல முடியோடும் கனவு காண்பது போன்ற மென்மையான நீண்ட நீலநிறக் கண்களோடும் இருந்தான் அவன். அவ்வப்போது அந்தக் கண்களில் குழந்தைத்தனமான ஒரு களிப்பு தன்னிச்சையாய்த் தெறிக்கும். அற்புதமான வடிவமைப்போடு கூடிய சிறிய வாய், சிவந்த உதடுகள். அதில் எப்போதுமே தீவிர மான ஒரு பாவனை இருந்து கொண்டிருக்கும். உதடுகளிலிருந்து திடீரென்று அரும்பும் புன்னகைக்கு எதிர்பாராத, வசீகரமான ஒரு கவர்ச்சியை அது அளிக்கும். அந்தப் புன்னகை, மிக மிக அப்பாவித் தனமானதாக, கள்ளம் கபடற்றதாக இருப்பதால் அதை எதிர்ப்பட

நேரும் எவரும் – எந்த மனநிலையில் இருந்தாலும் அதே போன்ற ஒரு புன்னகையை உடனே எதிர்வினையாகத் தருமாறு தூண்டப் பட்டு விடுவது இயற்கை. அவன் அளவுகடந்த டாம்பீகமாக உடை உடுத்துவதில்லை என்றாலும் எப்போதுமே நாகரிகமான நேர்த்தி யுடன் இருந்தான். அத்தகைய நறுவிகம் நேர்த்தியும் அவனுள் எப்போதுமே இருப்பவை, என்பதும், அவற்றை அவன் வலிந்து மேற்கொள்ளவில்லை என்பதும் வெளிப்படையாகப் புலப்பட்டது.

மேல்மட்டத்திலிருப்பவர்களுக்கே உரித்தான மோசமான பழக்கங்களும், விரும்பத்தகாத இயல்புகளும் அவனிடமும் இருந்த தென்னவோ உண்மைதான். விளையாட்டுத்தனமாக மேம்போக்காக இருப்பது, தன்னைத் தானே உயர்வாகக் கருதிக்கொள்வது, லேசான துடுக்குத்தனம் ஆகிய ஒரு சில குணங்கள். ஆனால் மனதளவில் மிகவும் எளிமையாகவும், வெளிப்படையாகவும் இருந்ததால் அந்தக் குறைபாடுகளைக் கேலி செய்து, அவற்றுக்காகத் தன்னைத் தானே கடிந்து கொள்பவனாகவும் அவனே இருப்பான். இந்தப் பையனால் விளையாட்டுக்காகக் கூடப் பொய் சொல்லி யிருக்க முடியாது என்று நான் நினைத்துக் கொண்டேன்; அப்படிச் சொல்லியிருந்தாலும் அது பொய்யென்ற சந்தேகம் அவனுக்குத் துளியும் இருந்திராது என்பதும் எனக்கு உறுதியாகத் தோன்றியது. அவனிடம் வெளிப்பட்ட தன்முனைப்பும் கூடக் கவர்ச்சியாகத்தான் இருந்தது; காரணம் அது வெளிப்படையாக இருந்தது, அதை மறைத்துக் கொள்ள அவன் முயலவில்லை. அவனைக் குறித்த எதுவுமே ஒளிவுமறைவாக இல்லை. அவன் பலவீனமானவனாக, எதையும் எளிதில் நம்பக் கூடியவனாக, மென்மையான இதயம் கொண்டவனாக இருந்தான். அவனை ஏமாற்றுவதும் புண்படுத்து வதும் ஒரு பாவகரமான கொடூரச் செயல்; அது ஒரு குழந்தையை ஏமாற்றுவதற்கும்; காயப்படுத்துவதற்கும் நிகரானது. அவன் வயதுக்கு அவன் கள்ளங்கபடமற்ற அப்பாவியாகவே இருந்தான்; ஒருவேளை நாற்பது வயதாகும் போது கூட அவன் அப்படியே இருக்கலாம். நடப்பியல் வாழ்க்கை பற்றிய எந்த அறிவும் அவனிடம் இல்லை. அவனைப் போன்ற மனிதர்கள் வளர்ச்சி பெறாமல் விடலைப் பருவத்துடனேயே நின்றுவிடுகிறார்கள். எந்த மனித ராலும் அவனை வெறுக்க முடியாதென்றே எனக்குப் பட்டது. அவன் ஒரு குழந்தையைப் போலப் பாசமாக இருந்தான். நடாஷா சொன்னது உண்மைதான். ஏதாவது ஒரு தாக்கத்தால் தவறான செயலைச் செய்ய நேர்ந்து விட்டால் அவன் அதற்காகக் குற்ற உணர்வு கொண்டு விடுவான்; அந்தச் செயலின் மோசமான விளைவைப் பற்றிப் பின்னால் அறிய நேர்ந்தாலோ அதற்காக வருந்தியே செத்துவிடுவான் என்று எனக்குத் தோன்றியது. அவனைத்

ஃபியோதர் தஸ்தயெவ்ஸ்கி ✱ 77

தன் கைப்பாவையாக ஆக்கி அவன்மீது ஆதிக்கம் செலுத்தி ஆட்டி வைக்கக் கூடத் தன்னால் முடியும் என்று நடாஷா உள்ளூர அறிந்திருந்தாள். தான் காதலிக்கும் ஒருவன் மீது உணர்ச்சிகரமாக அன்பைப் பொழிந்து அவனை வதைக்கவும் செய்வதான பரவசமான மகிழ்வான கணங்களை அவள் கனவு கண்டுகொண்டிருந்தாள். அவனைக் காதலிப்பது மட்டுமே அதற்கான காரணமே தவிர வேறேதுமில்லை. அதனாலேயே தன்னை அவனுக்கு முதல் பலியாக ஆக்கக் கூட அவள் சித்தமாக இருந்தாள். ஆனால் அவனது கண்களிலும் கூடக் காதலின் ஜொலிப்பைக் காண முடிந்தது; அவளைப் பரவசத்தோடு பார்த்துக் கொண்டிருந்தான் அவன். அவள் என்னை வெற்றிப் பெருமிதத்தோடு திரும்பிப் பார்த்தாள். அந்தக் கணத்தில் அவளுக்கு எல்லாமே மறந்து போயிருந்தது. தன்னுடைய பெற்றோர், அவர்களை விட்டுவிட்டுத் தான் விலகி வந்தது, தான் கொண்டிருந்த சந்தேகங்கள் என்று எல்லாமே! அவள் மகிழ்ச்சியோடு இருந்தாள்.

"வான்யா" என்று என்னை அழைத்தாள்.

"நான் அவரைப் பற்றித் தவறாக எண்ணிவிட்டேன், அது நியாயமற்றது. நான் அவருக்குத் தகுதியானவள் இல்லை. அல்யோஷா! நீங்கள் வரமாட்டீர்கள் என்று நான் எண்ணி விட்டேன். அந்த மோசமான நினைப்புகளை மறந்துவிடுங்கள் வான்யா. அதை இப்போதே ஈடுகட்டி பிராயச்சித்தம் செய்து விடுகிறேன்" என்று எல்லையற்ற அன்போடு அல்யோஷாவைப் பார்த்துக்கொண்டே சொன்னாள் அவள்.

அவன் புன்னகையோடு அவள் கையில் முத்தமிட்டான். அவளது கையைப் பற்றியபடியே என் பக்கம் திரும்பியபடி பேசினான்.

"என்னைத் தவறாக எண்ண வேண்டாம். உங்களை ஒரு சகோதரனைப் போல ஆரத் தழுவிக்கொள்ள வேண்டுமென்று பல நாட்களாய் ஆவலோடு இருக்கிறேன். அவள் உங்களைப் பற்றி நிறையச் சொல்லியிருக்கிறாள். ஏனோ நாம் இருவரும் இதுவரை நண்பர்களாகவில்லை, சந்தித்திருக்கவும் இல்லை. இனி, நாம் நண்பர்களாக இருப்போம்" என்றான்.

"எங்களை மன்னித்துவிடுங்கள்" என்று லேசான கூச்சத்துடன், மெல்லிய தொனியில் கூடவே சேர்த்துக் கொண்டான். அப்போது அவன் முகத்திலிருந்த வசீகரமான புன்னகையைக் கண்டபோது அவனது கோரிக்கையை என்னால் மனதார ஏற்றுக் கொள்ளா மலிருக்க முடியவில்லை.

“ஆமாம் அல்யோஷா” என்று உற்சாகத்தோடு நடுவில் நுழைந்தாள் நடாஷா.

“அவர் நம் பக்கம்தான்! நமக்கு ஒரு சகோதரனைப் போன்றவர் அவர். எப்போதோ அவர் நம்மை மன்னித்துவிட்டார். அவர் இல்லையென்றால் நாம் சந்தோஷமாக இருக்க முடியாது, நான்தான் முன்னாலேயே உங்களிடம் சொல்லியிருக்கிறேனே? ஐயோ அல்யோஷா, நாமெல்லாம் மிகவும் மோசமான கொடுமைக்காரக் குழந்தைகள்தான். ஆனால் நாம் மூன்று பேரும் ஒன்றாக இருப் போம்” என்றவள் “வான்யா” என்று கூப்பிட்டபடி பேச்சைத் தொடர்ந்தாள். அவளது உதடுகள் துடிக்கத் தொடங்கியிருந்தன.

“வான்யா, இப்போது நேராக வீட்டுக்கு – அவர்களிடம் செல்லுங்கள். உங்கள் இதயம் தங்கமானது. அவர்களால் என்னை மன்னிக்க முடியாவிட்டாலும், நீங்கள் என்னை மன்னித்து விட்டது தெரிந்தால் அது அவர்களுக்குக் கொஞ்சம் ஆறுதலாக இருக்கும். அவர்களிடம் எல்லாவற்றையும் சொல்லுங்கள்! உங்கள் சொந்த வார்த்தைகளில், உங்கள் இதயத்திலிருந்து எல்லாவற்றையும் சொல்லுங்கள். சரியான வார்த்தைகளாகக் கண்டுபிடித்துச் சொல் லுங்கள். எனக்குத் துணையாக நின்று என்னைக் காப்பாற்றுங்கள். இப்போது உங்களுக்குப் புரிந்துவிட்டதால் அவர்களுக்கு எல்லா வகையான காரணங்களையும் விளக்கமாகச் சொல்லுங்கள். இன்று மட்டும் நீங்கள் என்னுடன் துணையாக இல்லாமல் போயிருந்தால் இதைச் செய்யும் துணிச்சல் எனக்கு இருந்திருக்காது. என் மீட்சிக் கான வாயில் நீங்கள்தான். அவர்களிடம் எப்படிச் சொல்வதென்று உங்களுக்குத் தெரியும் என்பதால் உடனே உங்கள் மீது என் எல்லா நம்பிக்கையையும் வைத்துவிட்டேன். குறைந்தபட்சம், முதலிலிருந்த பயமாவது அவர்களுக்குக் குறைந்துவிடக்கூடும். கடவுளே...! கடவுளே! என் சார்பில் அவர்களிடம் இதைச் சொல்லுங்கள் வான்யா. இப்போது என்னை மன்னிக்க அவர்களால் இயலாது என்பதை நான் அறிந்திருக்கிறேன். அவர்கள் மன்னித்தாலும் கடவுள் என்னை மன்னிக்க மாட்டார். ஆனால் அவர்கள் என்னைச் சபித்தாலும் கூட நான் எப்போதும் – என் வாழ்வின் இறுதிவரை அவர்களை வாழ்த்திக் கொண்டே இருப்பேன். என் இதயம் முழுவதும் அவர்கள் வசம்தான் இருக்கிறது. ஐயோ, நாம் எல்லோரும் ஏன் சந்தோஷமாக இருக்க முடியவில்லை? ஏன் அப்படி? ஏன்...? கடவுளே! நான் அப்படி என்ன காரியம் செய்து விட்டேன்” என்றபடி திடீரென்று அப்போதுதான் தன்னுணர்வுக்கு வந்தது போலக் கூச்சலிட்டாள் அவள். அவளது உடல் முழுவதும் பயத்தால் நடுங்கிக் கொண்டிருந்தது. தன் முகத்தைக் கைகளால் பொத்திக் கொண்டிருந்தாள். அல்யோஷா எதுவும் பேசாமல் தன்

கரங்களால் அவளை வளைத்துக் கொண்டு, அவளைத் தன் அருகே நெருக்கமாக இருத்திக்கொண்டான். தொடர்ந்து பல நிமிடங்கள் மௌனமே நீடித்துக்கொண்டிருந்தது.

"இது இப்படி ஒரு எல்லைவரை செல்ல வேண்டுமென்பதுதான் உன் விருப்பமா?" என்று அவனைப் பார்த்தபடி பழிதூற்றுவதுபோலக் கத்தினேன்.

"என் மீது குற்றம் சொல்லாதீர்கள்" என்று அதையே திரும்பச் சொன்னான் அவன்.

"இப்போது படும் துன்பம் எவ்வளவு கொடியதாக இருந்தாலும் அது தற்காலிகமானது மட்டும்தான் என்று நான் உங்களிடம் உறுதியாகச் சொல்கிறேன். நமக்குத் தேவைப்படுவதெல்லாம் இந்தக் கணத்தைப் பொறுமையாகத் தாங்கிக் கொள்ளும் தைரியம் மட்டும்தான். குடும்பப் பெருமை, தேவையில்லாத சண்டைகள், முட்டாள்தனமான ஏதோ வழக்குகள் இவையெல்லாம் இதற்குக் காரணம் என்பது உங்களுக்குத் தெரியும். ஆனால் இதைப் பற்றி நான் நிறைய யோசித்துப் பார்த்துவிட்டேன் என்று உங்களிடம் உறுதியாகச் சொல்கிறேன். இதெல்லாம் ஒரு முடிவுக்கு வந்தாக வேண்டும். மீண்டும் எல்லோரும் ஒன்றுபட வேண்டும். அப்போது தான் முழுமையான சந்தோஷம் கிடைக்கும். எங்களைப் பார்த்து விட்டு வீட்டுப் பெரியவர்களும் கூட சமாதானமாகி விடுவார்கள். யாருக்குத் தெரியும்? ஒருவேளை அவர்கள் தங்களுக்குள் இணக்க மாகப் போவதற்கு எங்கள் திருமணம் கூட முதல் அடி எடுத்துக் கொடுப்பதாக இருக்கலாமில்லையா? சொல்லப் போனால் அது அப்படித்தான் இருக்க வேண்டுமென்று எண்ணுகிறேன். நீங்கள் இதைப் பற்றி என்ன நினைக்கிறீர்கள்?"

"சரி திருமணத்தைப் பற்றி இப்போது சொன்னாய். அந்தத் திருமணம் எப்போது நடக்கப் போகிறது?" -நடாஷாவைப் பார்த்துக் கொண்டே அவனிடம் கேட்டேன்.

"நாளையோ நாளை மறுநாளோ இருக்கலாம். எப்படியும் நாளை மறுநாளுக்கு மேல் போகாது என்பது முடிவான விஷயம். எனக்கே இன்னும் விஷயங்கள் அவ்வளவு தெளிவாக இல்லை. உண்மையில் நான் இன்னும் எந்த ஏற்பாடுமே செய்யவில்லை. ஒருவேளை நடாஷாவால் இன்று வரமுடியாதோ என்றுதான் நான் நினைத்துக் கொண்டிருந்தேன். மேலும் எனக்காக நிச்சயம் செய்யப்பட்டிருக்கும் பெண்ணைப் பார்ப்பதற்கு என்னை அழைத்துச் செல்லவேண்டுமென்று என் தந்தை வேறு என்னை வற்புறுத்திக் கொண்டிருக்கிறார் (எனக்குப் பொருத்தமான ஒரு பெண்ணை அவர்கள் பார்த்துக் கொண்டிருக்கிறார்கள். நடாஷா அதையும்

உங்களிடம் சொல்லியிருப்பாள்தானே? ஆனால் நான் அதை ஒத்துக்கொள்ளப் போவதில்லை.) இப்படிப்பட்ட பல காரணங்களால்தான் என்னால் உறுதியாக எதையும் ஏற்பாடு செய்ய முடியாமல் இருக்கிறது. ஆனால் எது எப்படியிருந்தாலும் நாளை மறுநாள் நாங்கள் திருமணம் செய்து கொண்டு விடுவோம். குறைந்தபட்சம் அப்படி நினைக்கவாவது செய்கிறேன்... வேறு எந்த மாதிரியும் அது இருக்க முடியும் என்று எனக்குத் தோன்றவில்லை. நாளை 'ப்ஸ்காவ்' செல்லும் சாலையில் நாங்கள் சென்று கொண்டிருப்போம். எனக்கு மிக நல்ல பள்ளித் தோழன் ஒருவன் இருக்கிறான். நகரத்துக்கு வெளியே அந்தப் பக்கம் வாழ்ந்து வருகிறான் அவன். அவனை நீங்கள் கட்டாயம் சந்திக்க வேண்டும். அங்குள்ள கிராமத்தில் ஒரு பாதிரியாரும் உண்டு... ஆனால் அப்படி யாரும் அங்கே இருக்கிறார்களா இல்லையா என்பதெல்லாம் எனக்குத் தெரியாது. நான் அதைப் பற்றி விசாரித்திருக்க வேண்டும், ஆனால் எனக்கு அதற்கெல்லாம் நேரமில்லாமல் போய்விட்டது. அவையெல்லாம் உண்மையில் அற்ப விஷயங்கள்தான் இல்லையா? முக்கியமான காரியத்தில் கவனமாக இருக்க வேண்டும் அவ்வளவுதான். பக்கத்து கிராமத்திலிருந்து ஒரு பாதிரியாரை வருவித்துக் கொண்டால் போகிறது, நீங்கள் என்ன நினைக்கிறீர்கள்? அங்கே பக்கத்தில் கிராமங்கள் இருக்கக் கூடுமென்றுதான் நினைக்கிறேன். ஒரு வரி எழுதக் கூட எனக்கு நேரமில்லாமல் போய்விட்டது வருத்தமாகத்தான் இருக்கிறது. நாங்கள் வருகிறோம் என்பதை நான் முன்கூட்டியே சொல்லியிருக்க வேண்டும். ஒரு வேளை என் நண்பன் இப்போது வீட்டில் இல்லாமலும் இருக்கலாம். ஆனால், அதைப் பற்றிப் பரவாயில்லை. உறுதியான முடிவாக இருந்தால் போதும், எல்லாம் தானாகவே சரியாக நடந்துவிடும், அப்படித் தானே? இதெல்லாம் ஒருபுறம் நடந்துகொண்டிருக்கும் வேளையில் – நாளை வரையோ, நாளை மறுநாள் வரையோ அவள் என்னுடன் இங்கே இருப்பாள். நாங்கள் திரும்பி வந்த பின் தங்குவதற்காகவே ஒரு குடியிருப்பை வாடகைக்கு எடுத்திருக்கிறேன். என் அப்பாவுடனேயே வசித்துக் கொண்டிருக்க என்னால் முடியாது. அது முடியுமா என்ன? நீங்கள் வந்து எங்களைப் பார்க்க வேண்டும். நான் அவ்வளவு நன்றாக அதை அமைத்திருக்கிறேன். என் பள்ளிக்கூட நண்பர்கள் வந்து எங்களைப் பார்ப்பார்கள். மாலை வேளைகளில் நாங்கள்..."

நான் குழப்பத்தோடும், துயரத்தோடும் அவனைப் பார்த்தேன். அவனிடம் அன்பாக இருக்குமாறும், அவளைப் பற்றிக் கடுமையாக முடிவு செய்துவிட வேண்டாமென்றும் நடாஷாவின் கண்கள் என்னிடம் மன்றாடின. அவன் பேசியதையெல்லாம் லேசான

சோகப் புன்னகையோடு கேட்டுக் கொண்டிருந்தாள் அவள். அதே நேரத்தில் அழகான, சந்தோஷமான ஒரு குழந்தையைப் பார்ப்பது போல... அதன் இனிமையான அர்த்தமில்லாத உளறலை ரசிப்பது போல அவனை ரசித்துக் கொண்டிருந்தாள் அவள். அவள் மீது குற்றம் சாட்டுவது போல நான் அவளைப் பார்த்தேன். என் நிலைமை, தாங்கிக்கொள்ள முடியாத அளவுக்குப் பரிதாபகரமாக இருந்தது.

"ஆனால் உன் தந்தை?" என்று அவனிடம் கேட்டேன்.

"அவர் உன்னை மன்னித்து விடுவார் என்பதில் நீ அத்தனை உறுதியாகவா இருக்கிறாய்?"

"அவர் அப்படித்தான் செய்தாக வேண்டும்" என்று பதிலளித் தான் அவன்.

"அவரால் வேறென்ன செய்துவிட முடியும்? முதலில் என்னை அவர் நிச்சயம் சபிக்கலாம்; அவர் அப்படித்தான் செய்வார் என்று எனக்கு உறுதியாகத் தெரியும். அவர் அப்படிப்பட்டவர்தான். என்னிடம் மிகக் கடுமையாக இருப்பவர். எனக்கு எதிராகச் சட்ட பூர்வமான நடவடிக்கைகள் கூட அவர் எடுக்கலாம். தந்தையென்ற அதிகாரத்தைப் பயன்படுத்தி...! ஆனால் அதையெல்லாம் அவ்வளவு பெரிதுபடுத்திக் கொண்டிருக்க வேண்டாம். வேறெதையும் விட என்னை அதிகமாக நேசிப்பவர் அவர். கோபப்படுவார்தான். ஆனால் எங்களை உடனே மன்னித்தும் விடுவார். பிறகு எல்லோரும் சமாதானமாகி விடுவார்கள். நாம் எல்லோருமே சந்தோஷமாக இருக்கலாம். அவளுடைய தந்தையும் கூடத்தான்."

"சரி, ஒருவேளை அவர் மன்னிக்காமல் இருந்துவிட்டால்? அதைப் பற்றி எப்போதாவது நினைத்துப் பார்த்திருக்கிறாயா?"

"அவர் எங்களை நிச்சயம் மன்னித்து விடுவார். ஒருவேளை அது உடனடியாக நடக்காமல் போகலாம். ஆனால் அதைப் பற்றி என்ன? எனக்கென்று ஒரு தனிப்பட்ட குணம் இருப்பதை அவருக்கு நான் காட்டிவிடுவேன். எனக்கென்று அப்படி ஒரு ஆளுமை இல்லாமல் நான் முட்டாள்தனமாக இருப்பதாக எப்போதும் என்னை அவர் திட்டிக்கொண்டே இருக்கிறார். நான் முட்டாள் தனமானவனா இல்லையா என்பதை இப்போது அவர் பார்த்துக் கொள்ளட்டும். திருமணமான மனிதனாக இருப்பதென்பது சற்றுத் தீவிரமான விஷயம். அந்த நேரத்தில் நான் ஒரு சிறுவனைப்போல இருக்க முடியாது. மற்றவர்களைப் போல, அதாவது திருமணமான பிற மனிதர்களைப் போலத்தான் அப்போது நானும் இருப்பேன். எனக்கென்று ஒரு வேலை செய்து அதில் வாழ்க்கை நடத்துவேன். வழக்கமாக எல்லோரும் செய்வது போல! மற்றவர்களின் காசில் வாழ்க்கை நடத்துவதை விட அது எவ்வளவோ நல்லது என்று

சொல்கிறாள் நடாஷா. அவள் எவ்வளவு நல்ல விஷயங்களை எனக்குக் கற்றுத் தருகிறாள் தெரியுமா? நானாக அவற்றையெல்லாம் ஒருபோதும் யோசித்துப் பார்த்திருக்க மாட்டேன். அப்படி நான் வளர்க்கப்படவில்லை. முறையான கல்விப் பயிற்சியும் எனக்குத் தரப்படவில்லை. எனக்கே தெரியும்... நான் முட்டாள் என்பது உண்மைதான், எதற்கும் தகுதியில்லாதவன்தான் நான். ஆனால் நேற்று முன்தினம் எனக்கு ஒரு அற்புதமான யோசனை தோன்றியது தெரியுமா? அதைச் சொல்வதற்கான நேரம் இதுவல்ல என்றபோதும் நான் உங்களிடம் அதைச் சொல்லப் போகிறேன்; காரணம் நடாஷாவும் அதைக் கேட்க வேண்டும், உங்கள் அறிவுரையும் எனக்குத் தேவை. நீங்கள் செய்வதைப் போலவே நானும் கதைகள் எழுதவும், பத்திரிகைகளுக்கு அனுப்பவும் ஆசைப்படுகிறேன். பத்திரிகை ஆசிரியர்கள் விஷயத்தில் நீங்கள் எனக்கு உதவ வேண்டும், அதை நீங்கள் செய்ய மாட்டீர்களா என்ன? நீங்கள் துணையாக இருப்பீர்கள் என்ற நம்பிக்கையோடு இரவு முழுவதும் ஒரு நாவலைப் பற்றிக் கற்பனை செய்தபடி நான் விழித்துக் கொண்டிருந்தேன். அது சும்மா ஒரு சோதனை முயற்சிதான். ஒருவேளை அது ஒரு அற்புதமான விஷயமாகக் கூட ஆகலாமே. அதற்கான கருப்பொருளை 'ஸ்க்ரைப்'* எழுதியிருக்கும் ஒரு 'காமெடி'யிலிருந்து நான் எடுத்துக் கொண்டேன். அதைப் பற்றிப் பிறகு உங்களிடம் சொல்கிறேன். அதில் முக்கியமான விஷயம் என்னவென்றால் அவர்கள் அதற்காக நமக்குப் பணம் தருவார்கள் என்பதுதான். ஆமாம், அவர்கள் பணம் தருவார்கள்."

என்னால் புன்னகையைக் கட்டுப்படுத்த முடியவில்லை.

பதிலுக்குத் தானும் புன்னகைத்தபடி "நீங்கள் நன்றாகச் சிரியுங்கள்" என்று சொன்ன அவன், நம்பவே முடியாத எளிமை யுடன் தொடர்ந்து பேசினான். வெளிப் பார்வையை வைத்து நான் மோசம் என்று எடை போட்டு விடாதீர்கள். உண்மையில் நான் எல்லாவற்றையும் ஆழ்ந்து கவனிப்பவன், அதை நீங்களே பார்க்கத் தான் போகிறீர்கள். நான் ஏன் முயன்று பார்க்கக் கூடாது?... ஒருவேளை ஏதாவது உருப்படியாக வரலாம் இல்லையா? யதார்த்த வாழ்க்கையைப் பற்றி எனக்கு நிஜமாகவே எதுவும் தெரியாதுதான்! நடாஷா அப்படித்தான் என்னிடம் சொல்கிறாள்; சொல்லப் போனால் எல்லோருமே அப்படித்தான் சொல்கிறார்கள். நான் ஒரு வினோத வகை எழுத்தாளனாக இருப்பேன். நீங்கள் சிரிக்க லாம், ஆனால் நீங்கள் சிரித்தாலும் என்னைச் சரிசெய்து விடுவீர் கள். அவளை உங்களுக்கு மிகவும் பிடிக்கும் என்பதால் அவளுக்காக

---

* ஸ்க்ரைப் : ஃபிரெஞ்சு நாடக ஆசிரியர் யூஜின் ஸ்க்ரைப்–(1791 –1861) சமூகக் கற்பனாவாதப் படைப்புகளை எழுதியவர்.

அதைச் செய்வீர்கள். உங்களிடம் உண்மையைச் சொல்லி விடுகிறேன், நான் அவளுக்குப் பொருத்தமானவன் அல்ல; அது எனக்கே புரிகிறது. அந்த விஷயம் எனக்கே பெரும் துயரத்தை அளிப்பதாகத் தான் இருக்கிறது. அவள் ஏன் என்னிடம் இத்தனை பிரியமாக இருக்கிறாள் என்றும் எனக்குத் தெரியவில்லை. ஆனால் அவளுக் காக என் உயிரையும் கொடுக்க வேண்டுமென்றுதான் எனக்குத் தோன்றுகிறது. இதுவரை உண்மையில் எதற்காகவும் நான் பயந்த தில்லை; ஆனால் இப்போது இந்தக் கணத்தில் எனக்கு அச்சமாக இருக்கிறது. நாங்கள் எப்படிப்பட்ட ஒரு காரியத்தை செய்து கொண்டிருக்கிறோம்? கடவுளே! தன் கடமையில் மட்டுமே கண்ணாக இருந்தாக வேண்டிய ஒரு மனிதனுக்கு அதற்கேற்ற மூளையும், தைரியமும் இல்லாமல் போவது சாத்தியமா? எப்படியோ, நீங்கள் தான் எங்களுக்கு உதவ வேண்டும்; நீங்களே எங்களது நண்பர். எங்களுக்கென்று எஞ்சியிருக்கும் ஒரே நண்பர் நீங்கள்தான். நாங்கள் தனியாக என்ன செய்துவிட முடியும்? இந்த விஷயத்தில் இப்படி உங்களை நம்பி, உங்களைச் சார்ந்து இருப்பதற்கு என்னை மன்னித்து விடுங்கள். மிகச் சிறந்த உன்னதமான ஒரு மனிதரென்றும், என்னை விட எவ்வளவோ உயர்ந்தவர் என்றும் உங்களைப் பற்றி நினைத்துக் கொண்டிருக்கிறேன் நான். ஆனால், என்னை நம்புங் கள், கொஞ்சம் கொஞ்சமாகத் தேறி விடுவேன்; உங்கள் இருவருக் கும் ஏற்ற தகுதி கொண்டவனாகி விடுவேன்."

– இந்தக் கட்டத்தில் அவன் மீண்டும் என் கைகளைப் பற்றி அழுத்தினான். அழகான அவனது கண்கள் மிகுந்த நேசத்தோடும், உண்மையான உணர்வுகளோடும் நிரம்பித் தளும்பிக் கொண்டி ருந்தன. நான் அவனது நண்பனாக இருப்பேன் என்ற அளவற்ற நம்பிக்கையோடு எனக்குக் கை கொடுத்தான் அவன்.

"நான் இன்னும் கூட என்னை மாற்றிக் கொண்டு மேம் படுவதற்கு அவள் உதவி செய்வாள்" என்றபடி அவன் பேச்சைத் தொடர்ந்தான்.

"ஆனால் என்னைப் பற்றி மிகவும் மோசமாக நீங்கள் எண்ணி விட வேண்டாம். எங்களைப் பற்றி அதிகமாக துக்கப்படவும் வேண்டாம். எனக்கு நிறைய நம்பிக்கை இருக்கிறது. எது எப்படிப் போனாலும் பொருளாதாரத்தைப் பொறுத்தவரை நாம் கவலைப் பட வேண்டிய தேவை இருக்காது. ஒரு வேளை என் நாவல் வெற்றியடையாமல் போய்விட்டது என்று வைத்துக் கொள்வோம். உண்மையில் சொல்ல வேண்டுமென்றால் நாவல் எழுதுவதென்பது ஒரு முட்டாள்தனமான யோசனை என்று இன்று காலையில்தான் எனக்குத் தோன்றியது, உங்கள் அபிப்பிராயத்தைத் தெரிந்து கொள் வதற்காகத்தான் இப்போது அதைப் பற்றிப் பேசினேன். சரி, நாவல்

முயற்சி தோற்றுப் போனால் என்ன குடிமுழுகி விட்டது, நான் சங்கீத வகுப்புக்கள் எடுப்பேன். எனக்குச் சங்கீதம் நன்றாகத் தெரியு மென்பது உங்களுக்குத் தெரியாதல்லவா?

அப்படியெல்லாம் வேலை செய்து வாழ்க்கை நடத்த நான் வெட்கப்படவே மாட்டேன். அதற்கெல்லாம் புதுப்புது யோசனைகள் நிறைய வைத்திருக்கிறேன். விலையுயர்ந்த சின்னச் சின்ன அழகுப் பொருட்கள் என் ஒப்பனை மேசையில் நிறைய இருக்கின்றன. அவற்றை வைத்துக் கொண்டு என்ன செய்வது? அதையெல்லாம் விற்றுவிடப் போகிறேன். அந்தப் பணத்தைக் கொண்டே பல நாட்கள் காலத்தை ஓட்டிவிடலாம். அதையும் விட மோசமான நிலை வந்தால் ஏதாவது ஒரு அரசுத் துறையில் நான் வேலைக்குச் சேர்ந்து விடுவேன். அது என் தந்தைக்கு மிகவும் சந்தோஷம் தருவதாக இருக்கும். எப்போது பார்த்தாலும் அவர் என்னை அரசாங்கப் பணிக்குப் போகச் சொல்லிக்கொண்டேதான் இருக் கிறார்; நான்தான் எனக்கு முடியவில்லை என்று காரணம் காட்டிக் கொண்டிருக்கிறேன் (ஆனால் என் பெயர் ஏதோ ஒன்றில் பதிவு செய்யப்பட்டிருப்பதாகவே நினைக்கிறேன்). திருமணம் எனக்கு நல்லது செய்து நிலைப்படுத்தியிருப்பதையும், நான் அரசாங்க வேலைக்குப் போவதையும் பார்த்தால் அவர் மகிழ்ச்சியோடு என்னை மன்னித்துவிடுவார்."

"ஆனால் அல்யோஷா... உன் தந்தைக்கும் அவள் தந்தைக்கும் இடையே இப்போது எப்படிப்பட்ட மோதல் ஏற்படும் என்பதைப் பற்றி, அதன் விளைவுகளைப் பற்றி நீ யோசித்துப் பார்த்தாயா? இன்று மாலை இவள் வீட்டு நிலைமை எப்படி இருக்கும் தெரியுமா? அதை நினைத்துப் பார்த்தாயா நீ?"

நான் அவளருகே நெருங்கினேன். என் சொற்களால் அவள் வெளிறிப் போயிருந்தாள். நான் இரக்கம் காட்டாமலே இருந்தேன்.

"ஆமாம் ஆமாம்! நீங்கள் சொல்வது சரிதான்! அது மிகவும் கொடுமைதான்" என்று பதிலளித்தான் அவன்.

"அதைப் பற்றி நான் ஏற்கனவே யோசித்துப் பார்த்து வருத்தமும் பட்டேன். ஆனால் நம்மால் என்ன செய்ய முடியும்? நீங்கள் சரியாகத்தான் சொல்கிறீர்கள். அவளது பெற்றோரால் மட்டும் எங்களை மன்னிக்க முடிந்தால்...? ஐயோ அவர்கள் மீது நான் எப்படி அன்பு வைத்திருக்கிறேன் என்பது மட்டும் உங்களுக்குத் தெரிந்தால் எப்படி இருக்கும்? அவர்கள் இருவரும் எனக்குத் தாய்-தந்தைபோலத்தான் இருந்தார்கள். ஆனால் பதிலுக்கு நான் அவர்களுக்கு எதைக் கொடுக்கிறேன் பாருங்கள்! சே... இந்தச் சண்டைகளும், வழக்குகளும்! இப்போது அதெல்லாம் எவ்வளவு

மோசமான நிலைக்குப் போய்விட்டது என்பதை உங்களால் கற்பனை கூடச் செய்ய முடியாது. எதற்காக இப்படிச் சண்டை போட்டுக் கொள்ள வேண்டும்? நாம் எல்லோருமே ஒருவரை ஒருவர் நேசிக்கிறோம், ஆனாலும் சண்டை போட்டுக்கொள்ளவும் செய்கிறோம். அவர்கள் மட்டும் சமாதானமாய்ப் போய் இதற்கு ஒரு முடிவைக் கொண்டு வந்துவிட்டால் எப்படி இருக்கும்? அவர்களது இடத்தில் இருந்தால் நான் அப்படித்தான் செய் திருப்பேன். இப்போது நீங்கள் சொல்வதைக் கேட்டால் எனக்குப் பயமாக இருக்கிறது. நடாஷா, நானும் நீயும் செய்து கொண்டிருக்கும் காரியம் மோசமானதுதான், முன்பே உன்னிடம் அதைச் சொல்லி யிருக்கிறேன் நான். நீதான் திரும்பத் திரும்ப அதை வற்புறுத்திக் கொண்டே இருந்தாய். ஆனால் இவான் பெத்ரோவிச், இதைக் கொஞ்சம் கேளுங்கள். ஒருவேளை இதெல்லாமே நல்லதற்காகக் கூட இருக்கலாம் இல்லையா? அப்படி நினைத்துப் பார்க்கவில்லையா நீங்கள்? முடிவில் அவர்கள் சமாதானமாகி விடுவார்கள். நாம் அவர்களைச் சமாதானப்படுத்தி விடலாம். அது அப்படித்தான் நடக்கும். அதில் எந்தச் சந்தேகமும் இல்லை. எங்கள் காதலை அவர்களால் எதிர்க்க முடியாது.

வேண்டுமானால் எங்களைச் சபித்துக் கொள்ளட்டும். ஆனால் நாங்கள் எப்போதும் போலவே அவர்களிடம் அன்பாக இருப் போம்; அப்போது அவர்களால் எதுவும் செய்ய முடியாது. என் அப்பாவின் இதயம் சில வேளைகளில் எவ்வளவு அன்பு மயமாக இருக்கும் தெரியுமா? அதைப் பற்றி உங்களுக்குத் தெரியாது. பார்ப்ப தற்குத்தான் அவர் மூர்க்கமாகத் தெரிவார்; மற்ற நேரங்களில் மிகவும் நிதானமாக நியாயமாகத்தான் நடந்து கொள்வார். தான் நினைத்த செயலைச் செய்யத் தூண்டுவதற்காக என்னிடம் இன்று எவ்வளவு மென்மையாகப் பேசினார் தெரியுமா? ஆனால் நானோ இன்று அவர் சொன்னதற்கு நேர் எதிராக நடந்து கொண்டிருக்கிறேன். அதுதான் எனக்கு வருத்தமாக இருக்கிறது. இதற்கெல்லாம் காரணம், வேண்டாத முட்டாள்தனமான காழ்ப்புணர்ச்சிகள்தான்! வெறும் பைத்தியக்காரத்தனம்! இவளை நன்றாக ஒரு தடவை பார்த்துவிட்டு அரைமணிநேரம் இவளோடு கூட இருந்தால் போதும், ஒரு நொடியில் எல்லாவற்றையும் அனுமதித்து விடுவார்.”

அல்யோஷா பரிவோடும், உணர்ச்சி வேகத்தோடும் நடாஷாவைப் பார்த்தான்.

“இதை ஆயிரம் முறை கற்பனை செய்து ஆனந்தப்பட்டிருக்கிறேன் நான்” என்றபடி அவன் தொடர்ந்து பிதற்றிக்கொண்டே போனான்.

“அவளைப் பற்றி மட்டும் அறிந்து கொண்டால் அவருக்கு அவளை எப்படிப் பிடித்துப் போகும் தெரியுமா? எல்லோரையுமே

ஆச்சரியப்பட வைத்து விடுவாள் அவள். ஏன் அவளைப் போல ஒரு பெண்ணை அவர்களால் ஒருபோதும் பார்த்திருக்கவே முடியாது. அவள் ஏதோ சதிவேலை செய்பவள் என்பது போலத் தான் என் தந்தை நினைத்துக் கொண்டிருக்கிறார்.

அவளுடைய கௌரவத்தை மீட்டுத்தர வேண்டியது என் கடமை, அதை நான் செய்வேன். நடாஷா, எல்லோருக்கும் உன்னைப் பிடிக்கும், எல்லோருக்குமே. உன்னிடம் பிரியமாக இல்லாமல் இருக்க எவராலும் முடியாது" என்று பரவசத்தோடு பேசிக்கொண்டு போனான் அவன்.

"நான் உனக்குக் கொஞ்சம் கூடப் பொருத்தமானவன் இல்லை யென்றாலும் நீ கட்டாயம் என்னைக் காதலிக்க வேண்டும் நடாஷா... நான்... என்னைப் பற்றி உனக்குத் தெரியும். நம்மைச் சந்தோஷப் படுத்தக் கூடுதலாக வேறென்ன வேண்டும்? எதுவும் வேண்டாம். இன்றைய மாலைப் பொழுது நமக்கு எல்லாவிதமான மகிழ்ச்சி யையும், அமைதியையும், ஒற்றுமையையும் கொண்டுவந்து சேர்க்க விருக்கிறது என்று நான் நம்புகிறேன். இந்த மாலையை அதற்காகவே வாழ்த்துகிறேன். அப்படித்தானே நடாஷா? சரிதானே...? ஆனால்... இதென்ன? ஐயோ கடவுளே, என்ன ஆயிற்று?"

அவள் சவம்போல வெளுத்துப் போயிருந்தாள். அல்யோஷா எதையோ உளறிக்கொண்டிருந்த நேரம் முழுவதும் அவள் அவனையே ஆழ்ந்து கவனித்துக் கொண்டிருந்தாள்; ஆனால் அவள் கண்கள் நிலைகுத்திப் போனபடி மங்கலாகிக் கொண்டே வந்தன; அவளது முகம் படிப்படியாக வெளிறிக்கொண்டே வந்தது.

இறுதியில் அவள் திக்பிரமை பிடித்து மயக்க நிலையில் இருப்பவள் போலவே எனக்குத் தோன்றினாள். அவனது பேச்சு அவள் காதில் விழுந்ததாகவே தெரியவில்லை. கடைசியில் அவன் போட்ட சத்தத்தில் தன்னிலைக்குத் திரும்பியவளாய்ச் சுற்றும் முற்றும் பார்த்துவிட்டுச் சட்டென்று என்னிடம் விரைந்தோடி வந்தாள். ஏதோ அவசரத்தில் இருப்பதுபோல மிக வேகமாக – அல்யோஷாவிடமிருந்து மறைக்க விரும்புவதுபோலத் தன் சட்டைப்பையிலிருந்து ஒரு கடிதத்தை எடுத்து என்னிடம் தந்தாள். அது நேற்றிரவு அவள் தன் பெற்றோருக்கு எழுதிய கடிதம். என்னிடம் அதைத் தந்தபோது என் மேலிருந்து தன் கண்களை மீட்டுக்கொள்ள முடியாதது போல என்னை ஆழமாகப் பார்த் தாள். அந்தக் கண்களில் துயரம் கப்பியிருந்தது. வருத்தம் தரக் கூடிய அந்தப் பார்வையை என்னால் ஒருபோதும் மறக்க முடியாது. என்னை அப்போது பயமும் ஆட்கொண்டிருந்தது. தான் செய்து கொண்டிருக்கும் செயல் எவ்வளவு கொடூரமானது என்பதை இப்போதுதான் அவள் முழுமையாக உணர்ந்திருக்கிறாள் என்பதை

நான் புரிந்துகொண்டேன். என்னிடம் ஏதோ சொல்லப் போராடி னாள், ஏதோ பேசத் தொடங்கினாள், திடீரென்று மயங்கிச் சரிந்து விட்டாள். மிகச் சரியான நேரத்தில் அவளை நான் தாங்கிப் பிடித்துவிட்டேன். கலவரத்தால் வெளிறிப் போயிருந்தான் அல்யோஷா. அவளது நெற்றிப் பொட்டுகளைத் தேய்த்துவிட்டு, அவளது கைகளிலும் இதழ்களிலும் முத்தமிட்டான் அவன். இரண்டு நிமிடங்களில் சுயப்பிரக்ஞைக்கு மீண்டாள் அவள். அல்யோஷா வந்த வண்டி சற்று அருகிலேதான் நின்று கொண்டி ருந்தது. அவன் அதை அருகில் வரவழைத்தான். வண்டியில் ஏறிக்கொண்ட பின் என் கையை ஆவேசமாகப் பற்றிக் கொண் டாள் நடாஷா. சூடான கண்ணீர்த்துளி ஒன்று என் விரல்களில் தெறித்தது. வண்டி கிளம்பியது. வெகுநேரம் அதைப் பார்த்தபடி நின்றிருந்தேன். அந்தக் கணத்தோடு என் அனைத்துச் சந்தோஷங் களும் சிதைந்தழிந்து போயின; என் வாழ்க்கை பாதியில் முறிந்தது என்பதை நான் ஆழ்ந்த வருத்தத்தோடு உணர்ந்தேன். வயதில் மூத்தவர்களான என் நண்பர்களிடம் மெதுவாகத் திரும்பிச் சென்றேன். அவர்களிடம் என்ன சொல்வதென்று எனக்குத் தெரிய வில்லை, எப்படி அவர்களை எதிர்கொள்வதென்றும் புரியவில்லை. என் சிந்தனை மரத்துப்போயிருந்தது. என் கால் பூமியிலிருந்து நழுவிக்கொண்டிருந்தது.

என் கதையின் சந்தோஷமான பகுதி இவ்வளவுதான். என் காதலுக்கு ஒரு முற்றுப்புள்ளி விழுந்து, அது முடிந்து போய்விட்டது.

இப்போது விட்ட இடத்திலிருந்து என் கதையைத் தொடர ஆரம்பிக்கிறேன்.

10

ஸ்மித் மரணமடைந்து கிட்டத்தட்ட ஐந்து நாட்கள் சென்ற பின், நான் என் இருப்பிடத்தை அவனது குடியிருப்புக்கு மாற்றிக் கொண்டேன். அன்று முழு நாளும் தாங்க முடியாத துயரத்தில் இருந்தேன். மிகவும் குளிர்ச்சியான மந்தமான பருவ நிலை. மழைத் தூறல்களோடு பனிப்பொழிவும் இருந்தது. மாலை வேளை வந்த போதுதான் கணநேரம் சூரியன் எட்டிப் பார்த்தது; எப்படியோ ஒரு சூரிய ஒளிக்கற்றை என் அறையையும் நோட்டம் விட்டது; ஒருக்கால் ஏதாவது ஒரு ஆர்வத்தால் இருக்கலாம். என் இருப் பிடத்தை இங்கே மாற்றிக் கொண்டதற்காக நான் வருத்தப்படத் தொடங்கியிருந்தேன். அறை விசாலமாக இருந்தாலும் கூரை

தாழ்வாக இருந்தது; புகை மண்டி அழுக்கேறிப் போயிருந்தது; முடை நாற்றம் வீசியது. என்னிடம் ஒரு சில சாமான்கள் இருந்தாலும்கூடப் பார்க்கச் சகிக்காதபடி அறை காலியாய்க் கிடந்தது. மிச்ச சொச்சம் எஞ்சியிருக்கும் ஆரோக்கியத்தைக் கூட நான் அந்த அறைக்குள் தொலைத்துக்கொண்டு விடுவேன் என்றே எண்ணினேன். அதுவே நடக்கவும் செய்தது.

காலை முழுவதும் என் தாள்களை வரிசைப்படுத்தி ஒழுங்காக வைப்பதிலேயே நான் முனைந்திருந்தேன். அவற்றை அடுக்கி வைக்க ஒரு 'ஃபைல்' தேவைப்பட்டதால் ஒரு தலையணை உறைக்குள் அவைகளைப் பொதிந்து வைத்தேன். அவையெல்லாம் கசங்கிப் போய்க் கலைந்து போயிருந்தன. பிறகு நான் எழுத உட்கார்ந்தேன். அந்தச் சமயம், நான் தொடங்கியிருந்த பெரிய நாவலின் வேலையே இன்னும் பாக்கியிருந்தது; ஆனால் என்னால் அதில் பொருந்த முடியவில்லை. வேறு பல விஷயங்களால் என் உள்ளம் நிரம்பியிருந்தது.

பேனாவைத் தூக்கி வீசிவிட்டு ஜன்னலருகே உட்கார்ந்து கொண்டேன். மாலை மயங்கிக்கொண்டே வந்தது; என் துன்ப உணர்வும் அதிகரித்துக் கொண்டே செல்வதாக உணர்ந்தேன். சலிப்பும் சோர்வும் தரக்கூடிய பலதரப்பட்ட எண்ணங்கள் என்னைச் சூழ்ந்து கொண்டன. முடிவாக, பீட்டர்ஸ்பர்க்கில்தான் நான் இறந்து போக வேண்டும் என்று நினைத்துக் கொண்டே இருந்தேன். வசந்த காலம் விரைவில் வர இருந்தது; நான் மட்டும் இந்தக் கூட்டை விட்டு வெளியேறி, வெளிக்காற்றைச் சுவாசிக்க முடிந்தால்-வயல்களும் காடுகளும் அளிக்கும் புத்துணர்வை நுகர முடிந்தால் நிச்சயமாக உயிரோட்டமுள்ள வாழ்க்கைக்குத் திரும்பி வந்துவிடுவேன் என்று எண்ணிக்கொண்டேன்.

நான் அவர்களைச் சந்தித்து நீண்ட காலம் ஆகியிருந்தது. ஏதாவது ஒரு மாயாஜாலத்தாலோ அற்புதத்தாலோ, கடந்த சில வருடங்கள் நடந்ததையெல்லாம் என்னால் மறக்க முடிந்தால் எவ்வளவு நன்றாக இருக்கும் என்று நான் நினைத்ததும் எனக்கு ஞாபகமிருக்கிறது. எல்லாவற்றையும் முழுமையாக மறந்துவிட்டு என் மனதுக்குப் புத்துணர்ச்சி அளித்தபடி - புதிய சக்தியோடு மீண்டும் எல்லாவற்றையும் தொடங்க வேண்டும். அந்த நாட்களில் - அப்போதெல்லாம் எனக்கு ஒரு மறுபிறவி கிடைக்குமென்று நம்பியபடி அதைக் கனவு கண்டு கொண்டிருந்தேன் நான்.

"ஒருவேளை மனநலக் காப்பகம் போன்ற ஏதாவது ஒரு இடத்துக்கு நான் போவது கூட நன்றாக இருக்கலாம்; என் மூளையைப் பிடித்து உலுக்கிப் புதிதாகச் சீரமைத்துச் சரியாக்க அது உதவலாம்" என்று கூடக் கடைசியில் யோசித்தேன். அப்படியென்றால்

வாழ்க்கையின் மீது எனக்கு இன்னும் கூட தாகமும் நம்பிக்கையும் இருந்திருக்கிறது. ஆனால் அப்படியெல்லாம் நினைத்ததை எண்ணி நானே சிரித்துக் கொண்டதும் கூட எனக்கு நினைவிருக்கிறது. "அப்படிப் பைத்தியக்கார விடுதிக்குப் போய் விட்டால் பிறகு என்னால் என்ன செய்ய முடியும்? திரும்ப நாவல் எழுதுவதா?"

மனம் தளர்ந்து போன நிலையில் அதைப் பற்றியே சிந்தித்துக் கொண்டிருந்தேன். நேரமோ ஓடிக் கொண்டிருந்தது. இரவு நெருங்கி வந்தது. அன்று மாலை நான் நடாஷாவைப் பார்க்கச் சென்றாக வேண்டும். நான் வரவேண்டுமென்று உண்மையாக இறைஞ்சியபடி முதல் நாள்தான் அவள் எனக்கொரு குறிப்பை அனுப்பி வைத்திருந்தாள். நான் துள்ளியெழுந்து ஆயத்தமாகத் தொடங்கினேன். வெளியே மழையும் சகதியுமாக இருந்தாலும் கூட என் அறையை விட்டு வெளியே சென்றால் போதும் என்று அவசரப்படுபவனைப் போல நடந்து கொண்டேன்.

இருள் பரவப் பரவ என் அறை பெரிதாகிக் கொண்டே செல்வது போலவும் ஏதோ சுவர்களெல்லாம் பின்வாங்கிச் சென்று கொண்டிருப்பது போலவும் எனக்குத் தோன்றியது. ஒவ்வொரு நாள் இரவும் அந்த அறையின் ஒவ்வொரு மூலையிலிருந்தும் ஸ்மித் என்னைப் பார்த்துக் கொண்டிருப்பது போல ஒரு கற்பனை அப்போது முதல் திடீரென்று என்னுள் தோன்றத் தொடங்கியது. அன்று அந்தக் கடையில், அவனது நாய் அஸோர்கா அவன் காலடியில் படுத்துக் கிடந்தபோது ஆடம் இவானிச்சை அவன் எப்படி வெறித்துப் பார்த்துக்கொண்டிருந்தானோ அதேபோல இங்கேயும் உட்கார்ந்து கொண்டு என்னை உற்றுப் பார்த்துக் கொண்டிருந்தது போல எனக்குத் தோன்றியது. அந்தக் கணத்தில் எனக்கு ஏற்பட்ட ஓர் அனுபவம் என்னுள் மிகப் பெரிய தாக்கத்தை ஏற்படுத்திவிட்டது.

எப்படியோ மிகவும் வெளிப்படையாக ஒன்றை மட்டும் நான் ஒத்துக்கொண்டுதான் ஆகவேண்டும்.

என் நரம்புக் கோளாறு காரணமாகவோ, புது இடத்தில் குடியேறியிருப்பதன் தாக்கத்தாலோ, சமீபத்தில் எனக்கு நேர்ந்த துன்பத்தாலோ – இவற்றில் ஏதோ ஒன்றால், மாலை மயங்க ஆரம்பித்ததுமே நான் ஏதோ ஒரு இருண்மையான மனநிலைக்கு ஆட்பட்டு விடுவேன். இப்போதெல்லாம் நான் நோயுற்றிருக்கும் இந்த வேளைகளில் இரவு நேரத்தில் அதை அடிக்கடி என்னால் உணர முடிகிறது. இனம் புரியாத, அறிவுக்கெட்டாத மர்மமான ஒரு பயங்கரம் என்று அதைச் சொல்வேன். மிகுந்த மன அழுத்தத் துக்கு ஆளாக்கி சித்திரவதை செய்யும் ஏதோ ஒரு கொடிய பயம். அதைத் துல்லியமாக எப்படி வரையறுப்பது என்று எனக்குப்

புரியவில்லை. ஆனால் எல்லா வகையான புரிதல்களுக்கும், இயற்கையாக நடக்கும் நிகழ்வுகளுக்கும் அப்பாற்பட்டதாக அது இருந்தது. இந்த நிமிடம் வரையிலும் கூட அதைப் பற்றிய முழுமையான சித்திரம் உருவாகவில்லையென்றாலும், காரண, காரியங்களையெல்லாம் எள்ளி நகையாடியபடி தவிர்க்க முடியாத ஒன்றாக என்னருகில் வந்து கொடூரமாக, கோரமாக இரக்கமற்றதாக அது நின்று கொண்டிருக்கிறது. பகுத்தறியும் திறன் காட்டும் எதிர்ப்புக்களையெல்லாம் மீறிக்கொண்டு அந்தப் பயம் படிப்படியாக வளர்ந்து கொண்டே செல்லும்; இத்தனைக்கும் அப்படிப்பட்ட தருணங்களில் மனம் என்னவோ தெளிவாகத்தான் இருக்கும், ஆனாலும் அத்தகைய உணர்வுகள் எழாமல் தடுக்கும் சக்தியை எப்படியோ அது இழந்திருக்கும். மனம் அப்போது அசட்டையாக, செயலற்றுப் போனதாக இருக்கும். இந்தப் பிளவுபட்ட போக்கு உள்ளே நிகழும்போது, புதிர் என்னவென்பதைத் தெரிந்து கொள்ளும் பரபரப்பு மேலும் கூடிக்கொண்டே போகும். இறந்தவர்களை எண்ணி பயப்படுவர்களிடம் காணப்படும் துயரம் கலந்த பதட்டத்தைப் போன்றது இந்த அனுபவம் என்று நான் எண்ணிக் கொள்வேன். ஆனால் நான் வேதனைப்படும் அந்த வேளையில், அது எதனால் என்று தெரியாத தெளிவற்ற தன்மை என் துன்பத்தை இன்னும்கூட அதிகமாக்கிவிடும்.

எனக்கு நன்றாக நினைவிருக்கிறது. கதவுக்கு முதுகு காட்டியபடி மேசை மேலிருந்த தொப்பியை எடுத்துக் கொண்டிருந்தேன். அப்போது மட்டும் நான் திரும்பிப் பார்த்தால் கட்டாயம் ஸ்மித்தைப் பார்த்துவிடக் கூடும் என்ற எண்ணம் 'சட்'டென்று என்னுள் மின்னலடித்தது. முதலில் அவன் கதவை மெதுவாகத் திறப்பான், வாசல் அருகே நின்றபடி அறைக்குள் சுற்று முற்றும் பார்த்துவிட்டுத் தலையைத் தொங்கவிட்டபடி மெல்ல என்னை நோக்கி வருவான்; ஒளியிழந்த தன் கண்களால் என் மீதே பார்வையை நிலையாகப் பதிய விட்டபடி அப்படியே நின்று கொண்டிருப்பான்; சட்டென்று என் முகம் பார்த்துச் சிரிப்பான்; சத்தமே வெளிவராத நீண்ட ஒரு பொக்கைவாய்ச் சிரிப்பு! அந்தச் சிரிப்பால் அவன் உடல் முழுவதுமே குலுங்கும், வெகுநேரம் அப்படியே குலுங்கிக் கொண்டும் இருக்கும். இப்படிப்பட்ட ஒரு சித்திரம் அபாரமான தெளிவோடு – மிக மிகத் துல்லியமாக என் மனக்கண்ணில் சட்டென்று விரியும். இவையெல்லாமே கொஞ்சமும் மாறாமல், தவிர்க்கவே முடியாமல் நடந்துவிடத்தான் போகிறது என்ற மிகத் துல்லியமான முடிவையும் அதே நேரத்தில் நான் எட்டியிருப்பேன். ஆமாம்... எல்லாமே நடந்து கொண்டுதான் இருக்கிறது, கதவுக்கு முதுகு காட்டியபடி நான் நின்று கொண்டி

ருப்பதனால்தான் அதை என்னால் பார்க்க முடியவில்லை. ஒரு வேளை... சரியாக இதே கணத்தில் கதவு ஏற்கனவே திறந்து கொண்டிருக்கவும் வாய்ப்பிருக்கிறது. நான் வேகமாய்ச் சுழன்று திரும்பிப் பார்த்தேன். கதவு திறந்துகொண்டுதான் இருந்தது; ஒரு நிமிடத்துக்கு முன்னால் நான் எப்படிக் கற்பனை செய்து கொண்டிருந்தேனோ... அதே போல மென்மையாக, ஓசையே எழாதபடி! நான் உடனே கூச்சலிட்டு விட்டேன். வெகு நேரம் கதவின் வழியாக யாருமே உள்ளே வரவில்லை, கதவு தானாகவே திறந்து கொண்டு விட்டதைப் போலத்தான் இருந்தது. திடீரென்று வாயிலருகே வினோதமான ஓர் உருவம் தோன்றியது. அந்த இருட்டில் என்னால் பார்க்க முடிந்த அளவுக்குச் சொல்வதென்றால் எவருடைய கண்களோ என்னை நிதானமாக, ஆழமாகத் துருவிப் பார்த்துக் கொண்டிருப்பதைப் போல்! என் உடலெங்கும் மயிர்க் கூச்சலிட்டது. மிகக் கடுமையான நடுக்கத்துக்கு நடுவே, அது ஒரு குழந்தை, சிறுமி என்பதை நான் புரிந்துகொண்டேன். வினோத மான–எதிர்பாராத–அறிமுகமில்லாத அந்தக் குழந்தையின் உருவம், அப்படிப்பட்ட ஒரு தருணத்தில், அப்படி ஒரு நேரத்தில் என் அறைக்குள் புலப்பட்டதில் நான் மிகவும் பயந்து போயிருந்தேன். ஒருவேளை அப்போது ஸ்மித்தே வந்திருந்தாலும் கூட அந்த அளவுக்கு நடுங்கியிருந்திருக்க மாட்டேன்.

நான் ஏற்கனவே சொன்னபடி அந்தக் குழந்தை மிக மிக மெதுவாக, ஓசையே எழாமல்தான் கதவைத் திறந்திருந்தாள்; உள்ளே வர பயப்படுபவள் போலத் தோன்றினாள் அவள். இறுதியில் கதவைத் திறந்துவிட்டு வாசலில் நின்றபடி என்னை வெறித்துப் பார்த்தபோது அதில் வியப்போடு கூடவே லேசான திகைப்பும் கலந்திருந்தது. முடிவில், மென்மையாக, மெதுவாக என் அறைக்குள் இரண்டடி எடுத்து வந்து என் முன்னால் நின்றாள்; இன்னும் கூட அவள் ஒரு வார்த்தையும் பேசியிருக்கவில்லை. அவளை இன்னும் அதிகமான நெருக்கத்தில், பக்கத்தில் பார்த்தேன். பன்னிரண்டு, பதின்மூன்று வயதான சிறுமி அவள்; குட்டையாக மெலிவாக இருந்தாள்; ஏதோ ஒரு கொடிய நோயிலிருந்து அப்போதுதான் மீண்டெழுந்தவள் போல வெளிறியும் தெரிந்தாள். ஆனால் சோகை பிடித்த அவளது அந்தத் தோற்றம் விழிகளை அழுத்தமாக, எடுப்பாகக் காட்டிக் கொண்டிருந்தது. அவளது இடது கையில் கிழிந்து போன ஒரு பழைய சால்வை இருந்தது. தன் நெஞ்சுப்பகுதியில் அதைப் போர்த்திக் கொண்டிருந்தாலும், அந்த மாலை நேரக் குளிரில் அவள் நடுங்கிக் கொண்டுதான் இருந் தாள். அவள் அணிந்திருந்த ஆடைகள் கந்தல் கந்தலாகக் கிழிந்து தொங்கிக் கொண்டிருந்தன. அடர்த்தியான கறுப்பான அவளது

முடி, தாறுமாறாகக் கலைந்தபடி வாரப்படாமல் இருந்தது. நாங்கள் இருவரும் ஓரிரு நிமிடங்கள் ஒருவரையொருவர் உற்றுப் பார்த்தபடி அப்படியே நின்றோம்.

"தாத்தா எங்கே?" என்று தொண்டைக் கட்டாலோ, நெஞ்சுக் கட்டாலோ சிரமப்பட்டுக் கொண்டிருப்பவளைப் போலக் கம்மிப் போன குரலில், சரியாகக் கூடக் காதில் விழாமல் கேட்டாள்.

அந்தக் கேள்வியிலேயே எனக்கிருந்த மர்மமான நடுக்கம் அகன்று போய்விட்டது. அது ஸ்மித்தைக் குறித்த விசாரணைதான். அவரைப் பற்றிய சில தடயங்கள் எதிர்பாராமல் அப்போது வெளிப்பட்டுவிட்டன.

"உன் தாத்தாவா? அவர் இறந்தல்லவா போய்விட்டார்."

– அவள் இப்படி ஒரு கேள்வியைக் கேட்கக் கூடுமென்பதற்கு ஆயத்தமாக இல்லாததால் சட்டென்று இப்படிச் சொல்லிவிட்டு உடனே அதற்காக வருத்தமும் கொண்டேன் நான். தான் இருந்த இடத்திலேயே அவள் ஒரு நிமிடம் அப்படியே நின்றாள்; திடீரென்று அவளது உடல் முழுவதும் நடுங்கத் தொடங்கியது. ஏதோ மிக மிக அபாயகரமான நரம்புக் கோளாறுக்கு ஆட்பட்டு, வலிப்பு வந்தவளைப் போல பயங்கரமாக நடுங்கிக் கொண்டிருந்தாள் அவள். அவள் விழுந்து விடாமல் இருப்பதற்காக நான் அவளைத் தாங்கிக் கொண்டேன். ஒரு சில நிமிடங்களில் அவள் கொஞ்சம் சரியாகி விட்டாள். என் முன்னிலையில் தன் உணர்ச்சியைக் காட்டிக் கொள்ளாமல் இருப்பதற்கு அவள் பெரு முயற்சி செய்து கொண்டிருப்பது மிகத் தெளிவாகத் தெரிந்தது.

"மன்னித்து விடு! என்னை மன்னித்துவிடு பெண்ணே! குழந்தாய், தயவுசெய்து என்னை மன்னித்து விடு. நான் அப்படிச் சட்டென்று சொல்லியிருக்கக் கூடாதுதான், அது தவறுதான்! பாவம்! ஆமாம், நீ யாரைத் தேடி வந்தாய்? இங்கே முன்பிருந்த கிழவரைத் தேடிக் கொண்டா?"

"ஆமாம்" என்று மிகவும் சிரமத்தோடு முணுமுணுத்தபடி என் பதிலை ஆர்வத்தோடு எதிர்நோக்கிக் கொண்டிருந்தாள் அவள்.

"அவருடைய பெயர் ஸ்மித். அப்படித்தானே" என்று கேட்டேன்.

"ஆமாம்"

"அப்படியென்றால்... அது அவர்தான், அவரேதான். வருத்தப் படாதே குழந்தாய்... வருத்தப்படாதே. நீ முன்னாலேயே வந்திருக்கக் கூடாதா? இப்போது எங்கேயிருந்து வந்திருக்கிறாய்? அவர் திடீரென்று இறந்து விட்டார்; நேற்று அடக்கம் செய்யப்பட்டு

ஃபியோதர் தஸ்தயெவஸ்கி ✱ 93

விட்டார்... அப்படியென்றால் நீ அவரது பேத்தியாக இருக்க வேண்டும், சரிதானா?"

ஒன்றுக்கொன்று சம்பந்தமில்லாமல் வேக வேகமாக நான் கேட்டுக் கொண்டு போன கேள்விகளுக்கு அந்தப் பெண் எந்தப் பதிலும் அளிக்கவில்லை. அமைதியாகத் திரும்பியபடி அறையை விட்டு வெளியேற முற்பட்டாள். அவளைத் தடுக்கவோ, மேலும் ஏதாவது கேள்வி கேட்கவோ நான் முற்படாதது எனக்கே ஆச்சரிய மாக இருந்தது. வாயிலின் அருகே நின்று, அங்கிருந்தே லேசாகத் திரும்பிப் பார்த்தபடி

"அஸோர்காவும் இறந்துவிட்டதா?" என்று கேட்டாள்.

"ஆமாம் அஸோர்காவும்தான்" என்று விடையளித்தேன். அவளது கேள்வி எனக்கு மிகவும் வினோதமாக இருந்தது. அந்தக் கிழவரோடு கூடவே அஸோர்காவும் இறந்திருக்க வேண்டும் என்று அவள் உறுதியாக எண்ணியிருக்க வேண்டும்.

என் பதிலைக் கேட்டுக் கொண்ட பிறகு ஓசை எழாமல் அறையை விட்டு வெளியேறிச் சென்ற அந்தச் சிறுமி, கவனமாகக் கதவையும் அடைத்துவிட்டுப் போனாள்.

ஒரு நிமிடம் கழித்து அவள் பின்னாலேயே ஓடினேன் நான். அவளை அப்படிப் போக விட்டதற்காக என்னை நானே கடுமை யாக நொந்து கொண்டிருந்தேன்... படிக்கட்டுப் பக்கம் போகும் வெளிக் கதவைத் திறக்கும் சத்தம் கூடக் கேட்காமல் அவ்வளவு மெதுவாக வெளியேறியிருந்தாள் அவள்.

'அவள் இன்னும் படியிறங்கிப் போயிருக்க முடியாது' என்று எண்ணியபடி என்ன சத்தம் கேட்கிறது என்று கவனித்துக் கொண்டே நின்றிருந்தேன் நான். எதுவும் கேட்கவில்லை, எல்லாம் நிசப்தமாக இருந்தது. காலடி ஓசைகளும் கூடக் கேட்கவில்லை. கீழ்த்தளத்தில் யாரோ கதவை அறைந்து மூடும் சத்தம் மட்டும் கேட்டது, பிறகு மீண்டும் எல்லாம் அமைதியாகி விட்டது.

நான் படிக்கட்டில் விரைந்தேன். ஐந்தாவது தளத்திலிருந்த என் குடியிருப்பிலிருந்து நான்காவது தளத்துக்குச் செல்லும் படிக்கட்டு, சுழல் படிக்கட்டு. பிறகு நான்காவதிலிருந்து இறங்கிச் செல்வது வழக்கமான படிக்கட்டுதான். அது மிகவும் இருட்டான, அழுக்கான படிக்கட்டு. சின்னச் சின்னக் குடியிருப்புகள் வாடகைக்கு விடப்படும் பெரிய வீடுகளில் பொதுவாகக் காணப் படுவது போல அந்தப் படிக்கட்டும் எப்போதும் இருட்டாகவே இருக்கும். குறிப்பிட்ட அந்த நேரத்தில், படிக்கட்டு மிகவும் இருள டர்ந்து இருந்தது. தட்டித் தடவிக் கொண்டு நான்காவது தளம் வரை இறங்கிப் போன நான் அப்படியே நின்றேன்; அந்த

நடைவழியில் என்னிடமிருந்து ஒளிந்து கொண்டு யாரோ நிற்பதாக என்னுள் சட்டென்று ஓர் உள்ளுணர்வு எழுந்தது. என் கைகளால் துழாவியபடி அது யாரென்று பார்க்கத் தொடங்கினேன். அந்தப் பெண் அங்கேதான் ஒரு மூலையில் இருந்தாள்; சுவர்ப் பக்கம் முகத்தைத் திருப்பிக் கொண்டு சத்தம் எழாமல்... மென்மையாக அழுது கொண்டிருந்தாள் அவள்.

"இதோ பார், எதற்காக இப்படிப் பயந்து போயிருக்கிறாய்" என்றபடி பேச ஆரம்பித்தேன்.

"உன்னைப் பயமுறுத்தியது என் குற்றம்தான்! உன் தாத்தா இறந்து போகும் நேரத்தில் உன்னைப் பற்றிப் பேசினார்; அவரது கடைசி வார்த்தைகள் உன்னைக் குறித்ததாகத்தான் இருந்தன. அவர் விட்டு விட்டுப் போன சில புத்தகங்கள் என்னிடம் இருக் கின்றன. அவை பெரும்பாலும் உன்னுடையவையாக இருக்கலாம். ஆமாம்... உன் பெயரென்ன? நீ எங்கே குடியிருக்கிறாய்? அவர் ஏதோ ஆறாவது தெரு என்று எதைப் பற்றியோ பேசினார்..."

நான் பேச்சை முடிப்பதற்குள் அவள் பயந்து கூச்சலிட்டு அழுதாள். தான் குடியிருக்கும் இடம் பற்றி எனக்குத் தெரிந்து விட்டதில் கலவரமடைந்தது போலத் தெரிந்தாள். எலும்பும் தோலுமாக இருக்கும் தன் மெலிவான கரங்களால் என்னைப் பிடித்துத் தள்ளிவிட்டுப் படிக்கட்டில் இறங்கி ஓடினாள். நான் அவளைப் பின்தொடர்ந்து சென்றேன். கீழே அவளது காலடி ஓசை எனக்குக் கேட்டது. திடீரென்று அது நின்று விட்டது. நான் தெருவில் இறங்குவதற்குள் அவள் எங்கோ சென்றிருந்தாள். வாஸ்நெஸன்ஸ்கி பிராஸ்பெக்ட் வரையில் தொடர்ந்து சென்ற பிறகுதான் என் முயற்சிகளெல்லாம் வியர்த்தனமானவை என்பதை நான் கண்டுகொண்டேன். அவள் எங்கேயோ போய் மறைந்து கொண்டு விட்டாள்.

'படிகளில் கீழே இறங்கும் போதே கூட என்னிடமிருந்து எங்காவது அவள் ஒளிந்து கொண்டிருக்கலாம்' என்று நினைத்துக் கொண்டேன் நான்.

11

சகதியும் ஈரமுமாய் இருந்த 'பிராஸ்பெக்'டின் நடைபாதையில் அடி வைத்ததுமே அங்கே சென்று கொண்டிருந்த ஒரு வழிப் போக்கரோடு மோதிக் கொள்ள நேரிட்டு விட்டது. தலையைத் தொங்க விட்டபடி ஏதோ ஞாபகத்தில் வேகமாகச் சென்று

கொண்டிருந்தார் அவர். என் முதிய நண்பரான இக்மெனெவ்தான் அவர் என்பதைப் பார்த்து நான் ஆச்சரியப்பட்டேன். எதிர்பாராத சந்திப்புக்கள் நேரும் மாலையாக எனக்கு அது இருந்தது. மூன்று நாட்களுக்கு முன்புதான் அவரது உடல்நலம் மிகவும் பாதிக்கப் பட்டிருந்தது என்பது எனக்குத் தெரியும்; இப்போதோ இப்படிப் பட்ட ஈரப்பதம் மிகுந்த ஒரு சூழலில் தெருவில் அவரை நான் எதிர்ப்பட்டுக் கொண்டிருக்கிறேன். இப்படியெல்லாம் மாலை வேளைகளில் அவர் ஒருபோதும் செல்லக் கூடியவர் அல்ல. மேலும் நடாஷா வேறு வீட்டை விட்டுச் சென்றுவிட்டதால் கடந்த ஆறுமாதங்களாக அவர் வீட்டுக்குள்ளேயேதான் இருந்து கொண்டி ருக்கிறார். என்னைப் பார்த்ததில் அவருக்கு ஏற்பட்ட மகிழ்ச்சி வழக்கமானதை விட அலாதியாக இருந்தது. தன் எண்ணங்களை மனம் விட்டுப் பகிர்ந்துகொள்ள இறுதியாக ஒரு தோழன் கிடைத்து விட்டானே என்ற சந்தோஷம் அது. என் கையைப் பற்றி அன்போடு அழுத்தியவர், நான் எங்கே போய்க் கொண்டி ருக்கிறேன் என்று கூடக் கேட்காமல் என்னைத் தன்னோடு இழுத்துக் கொண்டு சென்றார். ஏதோ ஒன்று அவரைத் தடுமாறவும் நிலைகுலையவும் வைத்திருந்தது. அவரது போக்கில் ஒரு அவசரமும் இருந்தது. 'எங்கேதான் போகிறார்' என்று நான் வியப் படைந்தபோதும் அவரைக் கேள்வி கேட்பது தவறாகி விடலாம். மிக மிகச் சாதாரணமாக ஏதாவது விசாரித்தாலும் எதையாவது சொன்னாலும் கூட அவர் அதைப் பயங்கரமான சந்தேகத் தோடும், சில வேளைகளில் தன்னைக் குற்றம்சாட்டுவது போலவும் தான் எடுத்துக் கொள்ளத் தொடங்கியிருந்தார்.

அவரறியாமல் அவரைப் பார்த்தேன். அவரது முகத்தில் நோயின் அறிகுறிகள் இருந்தன; முன்பை விட மிகவும் மெலிந்து போயிருந்தார். ஒரு வார தாடி வளர்ந்திருந்தது. கசங்கி நசுங்கிப் போயிருந்த அவரது தொப்பிக்குக் கீழே முழுவதும் நரைத்துப் போன அவரது முடி தாறுமாறாகத் தொங்கிக் கொண்டிருந்தது. அவர் அணிந்திருந்த கசங்கிப் போன சாம்பல் நிறக் கோட்டின் கழுத்துப் பட்டைக்கருகே அது சுருள் சுருளாக முடிச்சிட்டுக் கிடந்தது. வரவர அவருக்குத் தன் மறதி அதிகமாகிக் கொண்டு வருவதை முன்னரே கவனித்திருந்தேன். உதாரணத்துக்குச் சொல்லப் போனால், அறையில் தான் தனியாக இருப்பதையே மறந்தபடி தனக்குத் தானே பேசிக்கொள்வார்; கைகளை ஆட்டி சைகை செய்து கொள்வார். அந்த நிலையில் அவரைப் பார்ப்பது மிகவும் வேதனை யளிப்பதாக இருந்தது.

"என்ன வான்யா...? நன்றாக இருக்கிறாயா?" என்று பேசத் தொடங்கினார் அவர்.

"எங்கே போய்க் கொண்டிருக்கிறாய்? நானும் ஒரு வேலையாக வெளியே வந்திருக்கிறேன். நீ நலமாய் இருக்கிறாய் என்றே எண்ணுகிறேன்."

"சரி! நீங்கள் எப்படி இருக்கிறீர்கள்?" என்று கேட்டேன்.

"அன்று பார்த்தபோது நீங்கள் முடியாமல் இருந்தீர்கள். இப்போதோ இப்படி வெளியே வந்து விட்டீர்கள்?"

கிழவர் நான் சொன்னதைக் கேட்டுக் கொண்டதாகவே தெரியவில்லை. எந்தப் பதிலும் அவர் அளிக்கவுமில்லை.

"ஆனா ஆண்ட்ரேயேவ்னா எப்படி இருக்கிறார்?"

"அவள் நன்றாக இருக்கிறாள்... ஆமாம் நன்றாகத்தான் இருக்கிறாள், ஆனாலும் ஏதோ கொஞ்சம் சுகமில்லாமலும் இருக்கிறாள். விதவிதமான மனச்சோர்வுகள் அவளுக்கு. உன்னைப் பற்றியும் கூடப் பேசிக் கொண்டிருந்தாள். நீ ஏன் பல நாட்களாக வராமல் இருக்கிறாய் என்று ஆச்சரியப்பட்டாள். நீ இப்போது எங்களைப் பார்க்கத்தான் கிளம்பினாயா. அல்லது வேறெதற்காகவாக வான்யா? ஒருவேளை உன் வேலையைச் செய்ய விடாமல் நான் உன்னைத் தாமதப்படுத்திக் கொண்டிருக்கிறேனோ?" –என்னை நம்பிக்கையில்லாமல் துருவிப் பார்த்தபடி சந்தேகத்துடன் இப்படி ஒரு கேள்வியைத் திடீரென்று கேட்டார் அவர்.

உணர்ச்சிவசப்பட்டிருந்த அந்தக் கிழவர் மிகவும் தொட்டாற் சிணுங்கியாகவும், சிடு சிடுப்பானவராகவும் ஆகிப் போயிருந்ததால் அவர்களைப் பார்ப்பதற்காக நான் இப்போது போய்க் கொண்டி ருக்கவில்லை என்று பதிலளித்தால் நிச்சயம் புண்பட்டுவிடுவார்; என்னிடமிருந்தும் கோபத்தோடு அகன்று சென்றுவிடுவார். அதனால் நான் அவசர அவசரமாக அவருக்குச் சாதகமாகவே பதில் அளித்தேன். ஆனா ஆண்ட்ரேயேவ்னாவைப் பார்க்கத்தான் சென்று கொண்டிருப்பதாகச் சொன்னேன். அப்படிச் சொல்வதால் நான் செல்லத் தாமதமாகி நடாஷாவையே பார்க்க முடியாமலும் போய் விடலாம் என்பதை அறிந்திருந்தும் அப்படியே சொன்னேன்.

"நல்லது நல்லது... ரொம்ப நல்லது... ரொம்ப நல்லது" என்றார் கிழவர். என் பதிலில் முழு சமாதானம் அடைந்திருந்தார் அவர். பிறகு திடீரென்று அமைதியானபடி பேச்சில் கொஞ்சம் இடைவெளி விட்டார். ஏதோ சொல்ல எண்ணியதை சொல்லாமல் விட்டுவிட்டது போல் சற்று மௌனமாக இருந்தார்.

ஐந்து நிமிடங்கள் சென்ற பிறகு ஏதோ பகற்கனவு கண்டு விழித்துக் கொள்பவரைப் போல வேறு ஏதோ ஞாபகத்தோடு,

"ஆமாம்... அது நல்லதுதான்" என்றார்.

ஃபியோதர் தஸ்தயெவ்ஸ்கி ✱ 97

"ஹ்ம்! வான்யா, உனக்குத் தெரியுமா? நீ எப்போதுமே எங்களுக்கு ஒரு மகனைப் போன்றவன்தான். கடவுள் எங்களுக்கு ஒரு மகனைக் கொடுக்காவிட்டாலும் உன்னை எங்களிடம் அனுப்பி வைத்திருக்கிறார். அதைத்தான் எப்போதும் நினைத்துக் கொள்வேன். என் கிழட்டு மனைவியும் கூட அதே மாதிரிதான். நீயும் ஒரு நன்றியுள்ள மகனைப்போல எங்களிடம் எப்போதும் பிரியமாகவும், மரியாதையாகவுமே இருந்து வந்திருக்கிறாய். அதற் காகக் கடவுள் உன்னை ஆசீர்வதிக்கட்டும் வான்யா! வயதான நாங்கள் இருவரும் உன்னை ஆசீர்வதித்து அன்பு காட்டுவது போல அவரும் ஆசி தரட்டும்! ஆமாம்...!"

அவரது குரல் நடுங்கியது. ஒரு நிமிடம் பேச்சை நிறுத்தினார்.

"அதுசரி, உன் உடல்நலம் நன்றாக இருக்கிறதுதானே? என்ன... அப்படித்தானே? பிறகு ஏன் இவ்வளவு நீண்ட காலம் எங்களைப் பார்க்க வராமல் இருந்தாய்?"

நான் ஸ்மித்தைப் பற்றிய முழு விவரத்தையும் அந்தச் சம்பவத் தையும் அவரிடம் சொன்னேன். நான் வராததற்கு அதுதான் காரணம் என்று மன்னிப்புக் கோரியதோடு அப்போது நோய் வாய்ப்பட்டதையும் சொன்னேன். இவற்றோடு கூடவே நீண்டதூரம் வாஸிலெவ்ஸ்கி தீவுக்குச் சென்று அவர்களைப் பார்ப்பதும் எனக்குக் கடினமாக இருந்தது என்றேன். (அப்போது அவர்கள் அங்கேதான் வசித்தார்கள்) ஆனாலும் கூட எப்படியோ நடாஷாவை மட்டும் பார்த்துவிட்டேன் என்று உளறத் தொடங்கிவிட்டுச் சரியான சமயத்தில் என்னை நானே கட்டுப்படுத்திக் கொண்டு விட்டேன்.

ஸ்மித் குறித்த விஷயங்களைக் கிழவர் ஆர்வத்தோடும், மிகுந்த கவனத்தோடும் கேட்டார். என் பழைய குடியிருப்பை விட இப்போதிருக்கும் புதிய குடியிருப்பு மிகவும் மோசமாகவும் ஈரப்பத முள்ளதாகவும் இருப்பதோடு மாத வாடகையும் ஆறு ரூபிள்கள் என்பது தெரிய வந்தபோது அவர் உண்மையிலேயே கொதிப் படைந்து விட்டார். அண்மைக்காலமாகக் கொஞ்சம் கூடப் பொறுமையில்லாமல் முன் கோபப்பட்டுக் கொண்டே இருந்தார் அவர். அப்படிப்பட்டவரை ஆனா ஆண்ட்ரேயேவ்னாவால் மட்டுமே சமாளிக்க முடியும். ஆனால் இப்போதெல்லாம் அவளாலும் கூட அது எப்போதும் சாத்தியமாவதில்லை.

"ம்! எல்லாவற்றுக்கும் காரணம் உன் இலக்கியம்தான் வான்யா" என்று வெறுப்போடு சொன்னார் அவர்.

"அது உன்னை ஒரு பரணுக்குள் கொண்டு வந்து சேர்த்து விட்டது; இதுவரை கல்லறைக்குக் கொண்டுபோய் விடாமல் இருக் கிறது, அவ்வளவுதான். அப்போதே நான் சொன்னேன்... பின்னால்

இப்படித்தான் நடக்கப் போகிறதென்றே சொன்னேன்... ஆமாம்! 'பி' இன்னும் கூடத் திறனாய்வுக் கட்டுரைகள் எழுதிக் கொண்டிருக்கிறரா?"

"அவர் இறந்துவிட்டாரே? காசநோயால் இறந்துபோய் விட்டார் என்று முன்னாலேயே உங்களிடம் சொன்னேன் என்று ஞாபகம்."

"இறந்து விட்டாரா...ம்! வேறென்ன எதிர்பார்க்க முடியும்? அதுசரி, அவருடைய மனைவிக்கும், குழந்தைகளுக்கும் ஏதாவது விட்டுவிட்டுப் போயிருக்கிறாரா, இல்லையா? அவருக்கு மனைவி உண்டு என்று நீ சொன்னதாக ஞாபகம். இப்படிப்பட்ட ஆட்களெல்லாம் ஏன்தான் கல்யாணம் செய்து கொள்கிறார்களோ?"

"இல்லை, அவர் எதுவும் வைத்துவிட்டுப் போகவில்லை." என்று பதிலளித்தேன்.

"பார்த்தாயா... நான் நினைத்தது போலவேதான்... அப்படியேதான்" என்று கூச்சலிட்டார். இறந்துபோன 'பி' அவரது சகோதரரைப் போலவும், அந்த விஷயம் அவரோடு நேரடியாகச் சம்பந்தப்பட்டிருப்பது போலவும் உணர்ச்சிவசப்பட்டிருந்தார் அவர்.

"எதுவுமில்லை! ஒன்றுமே இல்லை... ஆமாம்! அது அப்படித்தான் இருக்கும்! வான்யா! உனக்குத் தெரியுமா? அவருடைய முடிவு இந்த மாதிரிதான் இருக்கப் போகிறது என்று எனக்குள் ஒரு உள்ளுணர்வு இருந்தது, நீ அவரைப் பற்றிப் புகழ்ந்து பாடுவதற்கு முன்பே அது என்னிடம் இருந்தது, உனக்கு ஞாபகமிருக்கிறதா? ஒன்றுமே விட்டு விட்டுப் போகாமல் இருப்பது சுலபமானது!! ஹ்ம்! புகழைச் சம்பாதித்திருக்கிறார். அப்படித்தான் இருக்கவேண்டும். ஆனால் அது இறவாப் புகழாக இருந்தாலும் அதுவா சாப்பாடு போட்டுவிடப் போகிறது? வான்யா... உனக்கும் அதே மாதிரி ஆகிவிடுமோ என்று எப்போதும் எனக்குள் ஒரு யோசனை. ஒரு பக்கம் உன்னைப் புகழ்ந்தாலும்... இன்னொரு பக்கம் எப்போதுமே சந்தேகமும்தான். சரி... அப்படியானால் 'பி' இறந்துவிட்டார் என்கிறாய்! சரி அது இருக்கட்டும்... நாம் எப்படிப்பட்ட அருமையான ஓர் இடத்தில் எவ்வளவு அருமையாக வாழ்ந்து கொண்டிருக்கிறோம் பார்!" என்று சொன்னபடி வேகமாகக் கைகளை ஆட்டிப் பனிமூட்டம் அப்பிக் கிடக்கும் அந்தத் தெருவைச் சுட்டிக்காட்டினார் அவர். ஈரமும், பனியும் நிறைந்திருந்ததால் மங்கலாக எரிந்துகொண்டிருந்த தெருவிளக்குகள், அழுக்கு மண்டிய வீடுகள், ஈரத்தோடு மினுமினுத்துக் கொண்டிருந்த நடைபாதைக் கற்கள், கோபமும் சிடுசிடுப்புமாய்த் தாண்டிப் போய்க் கொண்டிருந்த நனைந்து போயிருந்த வழிப்போக்கர்கள். கறுப்பு மசியை அப்பி வைத்திருந்தது போலக் காணப்பட்ட

பீட்டர்ஸ்பர்க் வானக் கூரையின் கீழே தெரிந்த இந்தச் சித்திரம் முழுவதையும் அவர் காட்டினார். நாங்கள் இப்போது ஐசக் சதுக்கத்துக்கு வந்து சேர்ந்திருந்தோம். இருட்டில் எங்களுக்கு முன்பு அந்த நினைவுச் சின்னம் நின்றுகொண்டிருந்தது. கீழ்ப்பகுதியில் 'கேஸ்' விளக்குகள் ஏற்றப்பட்டிருந்தன. சற்றுத் தள்ளினாற்போல– இருண்ட வானத்திலிருந்து வித்தியாசப்படுத்திப் பார்க்க முடியாத வகையில் புனித ஐசக் ஆலயம் பிரம்மாண்டமான கறுப்பு நிறத்தில் உயர்ந்தோங்கி நின்றிருந்தது.

" 'பி' மிகவும் இனிமையானவர், நல்லவர், தாராள மனம் கொண்டவர், உணர்ச்சிகரமானவர், அன்பான இதயம் படைத்தவர் என்றெல்லாம் அவரைப் பற்றி நீ சொல்வதுண்டு வான்யா. நீ சொல்லும் இனிமையான நல்லிதயம் கொண்ட எல்லாருமே ஒரே மாதிரியானவர்கள்தான்! அவர்களால் செய்ய முடிவதெல்லாம் அனாதைகளை உருவாக்குவதுதான். ஹ்ம்...! அந்த மாதிரி இறந்து போவதில் அவருக்கு நிறைய சந்தோஷம் கூட இருந்திருக்குமென்று தோன்றுகிறது. சே... எப்படியாவது இங்கே இருந்து தப்பித்துப் போனால் போதும்... சைபீரியாவுக்குக் கூடத்தான்..." என்று பேசிக்கொண்டே சென்றவர் 'சட்'டென்று நடைபாதையில் பிச்சை யெடுத்துக் கொண்டிருந்த ஒரு குழந்தையைப் பார்த்து,

"என்ன இது பெண்ணே" என்றார்.

அது வெளிறிப் போய் மெலிந்திருக்கும் ஏழெட்டு வயதுக் குழந்தை. நாற்றமடிக்கும் கந்தைகளைச் சுற்றிக் கொண்டிருந்தது அது. சாக்ஸ் அணியாத அதன் சிறிய பாதங்களில் கிழிந்து போய்ப் பொத்தல் பொத்தலான ஷூ காணப்பட்டது. குளிரால் நடுநடுங்கிக் கொண்டிருந்த தன் சின்ன உடலை, அளவு சிறியதாய்ப் போய்ப் பழசாகி விட்ட 'உடை' என்று சொல்லக் கூடிய ஒன்றால் போர்த்திக் கொள்ள முயற்சித்துக் கொண்டிருந்த அவள் நோயுற்று வாடி வதங்கி வெளிறிப் போயிருந்த தன் முகத்தை எங்கள் பக்கம் திருப்பினாள். பயத்தோடு எதுவும் பேசாமல் எங்களைப் பார்த்துக் கொண்டே நடுங்கிக் கொண்டிருந்த தன் கரங்களை எங்களிடம் நீட்டினாள். ஆனாலும் நாங்கள் மறுத்துவிடக் கூடுமோ என்ற அச்சம் அவள் பார்வையில் இருந்தது. கிழவர் அவளையே உற்றுப் பார்த்துக் கொண்டிருந்துவிட்டுச் சட்டென்று அவள் பக்கம் வேக மாகத் திரும்பியதில் அவள் பயந்து சுருங்கிக் கொண்டாள்.

"என்ன இது... என்ன இது குழந்தாய்" என்று கத்தினார் அவர்.

"நீ பிச்சையெடுத்துக் கொண்டிருந்தாய், அப்படித்தானே? இந்தா இது உனக்குத்தான் எடுத்துக்கொள்."

உணர்ச்சிவசப்பட்டிருந்ததால் பதட்டம் கொண்டு நடுங்கியபடி தன் பாக்கெட்டுக்குள் கைவிட்டு இரண்டு மூன்று வெள்ளிக் காசுகளை வெளியில் எடுத்தார் அவர். ஆனால் அது மிகக் குறைவு என்று அவருக்குத் தோன்றி விட்டதால் தன் பர்ஸிலிருந்து ஒரு ரூபிள் நோட்டை எடுத்தார்; அதில் இருந்தது அது மட்டும்தான். அந்தச் சிறிய பிச்சைக்காரச் சிறுமியின் கையில் அதை வைத்தார்.

“கடவுள் உன்னைக் காப்பாற்றட்டும்! தேவதைகள் எல்லாம் உனக்குப் பாதுகாவலாக இருக்கட்டும்.”

பிறகு தன் நடுங்கும் கரங்களால் அந்தக் குழந்தைக்குப் பல தடவை சிலுவைக் குறிபோட்டு விட்டார் அவர். திடீரென்று நானும் அங்கே உடனிருந்து, எல்லாவற்றையும் பார்த்துக் கொண்டிருப்பதை உணர்ந்தவராய்ச் சிறிது முகச்சுளிப்போடு என்னைப் பார்த்து விட்டு விரைவாகக் காலடி வைத்து நடக்க ஆரம்பித்தார்.

“என்னால் பார்க்கப் பொறுக்காத ஒரு விஷயம் அதுதான் வான்யா” என்றபடி சற்று நீண்ட, கோபம் கலந்த அமைதிக்குப் பிறகு பேச ஆரம்பித்தார்.

“சின்னச் சின்ன அப்பாவிக் குழந்தைகள் தெருக் குளிரில் நடுங்கிக் கொண்டிருப்பதுதான் அது. எல்லாம் பாழாய்ப்போன அவர்களது தாய் தந்தையரால்தான். தானே இப்படிப்பட்ட ஒரு கொடும் துன்பத்தில் இல்லாவிட்டால் எந்தத் தாயாவது பெற்ற குழந்தையை இப்படி அனுப்பி வைத்திருக்க முடியுமா? அவளது வீட்டின் மூலையில் இன்னும் கூட அநாதரவான பல சின்னக் குழந்தைகள் நெருக்கியடித்துக் கொண்டு இருக்கலாம்; இந்தக் குழந்தை மூத்ததாக இருக்கலாம்; அந்த அம்மாவுமே கூட வியாதிக் காரியாக இருக்கலாம்... ஹ்ம்! இவர்களெல்லாம் வால்காவ்ஸ்கியின் குழந்தைகள் இல்லையே? வான்யா... இந்த உலகத்தில் அவனுடைய குழந்தைகளைத் தவிர வேறு குழந்தைகளும் இருக்கிறார்கள்... ஹ்ம்”

– அதற்கு மேல் என்ன பேசுவதென்று தெரியாமல் சிறிது நேரம் இடைவெளி விட்டார் அவர்.

“வான்யா... நான் ஆனா ஆண்ட்ரேயேவ்னாவுக்கு ஒரு வாக்குக் கொடுத்திருக்கிறேன்” என்று சிறிது தயக்கத்தோடும், லேசான தடுமாற்றத்தோடும் பேச ஆரம்பித்தார் அவர்.

“அவளுக்கு நான் சத்தியம் செய்திருக்கிறேன். அதாவது ஆனா ஆண்ட்ரேயேவ்னாவும் நானும் சேர்ந்து ஒரு சிறிய அனாதைக் குழந்தையை–ஏதாவது ஒரு ஏழைச் சிறுமியைத் தத்தெடுத்து வளர்க்கலாமென்ற முடிவுக்கு வந்திருக்கிறோம். எங்கள் வீட்டிலேயே முழுக்க வைத்துக்கொண்டு! வயதான எங்கள் இருவருக்கும் தனி யாக இருப்பது சோர்வாக்குகிறது. ஆனால் இப்போது எப்படியோ

அவள் அந்த யோசனைக்கு எதிராகப் பேசத் தொடங்கிவிட்டாள். அவளிடம் நீ பேச வேண்டும், பேசுவாயா? என்னிடமிருந்து தெரிந்து கொண்டதாக இல்லாமல் உன் சொந்த யோசனையைப் போலச் சொல்லி அவளை அதற்காகச் சம்மதிக்க வைக்கவேண்டும். புரிகிறதா? நான் அதற்காக அவளை வற்புறுத்துவது அபத்தமாக இருக்கும். எப்படியோ அது முக்கியமும் இல்லை. எனக்குக் குழந்தை எதற்கு? எனக்கு வேண்டாம்... ஒருக்கால் குழந்தையின் குரலைக் கேட்பது ஒரு சின்ன ஆறுதலாக இருக்கலாம். ஆனால் உண்மையை உள்ளபடி சொல்லப் போனால் அந்தக் கிழவிக்காகத்தான் இதைச் செய்ய நினைக்கிறேன். என்னோடு மட்டுமே தனியாக இருப்பதை விட அது அவளுக்குச் சற்று மகிழ்ச்சியைத் தரக்கூடும்! என்னவோ உளறிக் கொண்டிருக்கிறேன் நான்... வான்யா, இப்படியே போனால் அங்கே போய்ச் சேர அதிக நேரம் ஆகிவிடும். அதிக தூரம் இருக்கிறது. ஒரு வண்டி அமர்த்திக் கொள்வோம் வா! ஆனா ஆண்ட்ரேயேவ்னாவும் கவலைப்பட்டுக் கொண்டிருப்பாள்." நாங்கள் வீட்டை அடைந்த போது ஏழரை மணி ஆகியிருந்தது.

12

இக்மெனெவ் தம்பதியர் ஒருவர் மீது ஒருவர் மிகுந்த அன்பு வைத்திருந்தார்கள். அவர்கள் கொண்டிருந்த பிரியமும், பல ஆண்டுகள் ஒன்றிணைந்து வாழ்ந்ததும் இருவரையும் ஒன்றாகப் பிணைத்து வைத்திருந்தன. ஆனால் நிகோலாய் செர்கிச், இப்போது தான் இப்படி இருக்கிறார் என்று சொல்ல முடியாது—மிக முன்னாலிருந்தே—அவர்களது மிக மகிழ்ச்சியான நாட்களிலும் கூடத் தன் மனைவி ஆனா ஆண்ட்ரேயேவ்னாவிடம் எப்போதுமே அவர் அத்தனை சகஜமாக இருந்ததில்லை. குறிப்பாக மற்றவர்களின் முன்னிலையில் அவளை ஒதுக்கிக்கூட வைத்திருக்கிறார் அவர். மெல்லிய நுட்பமான உணர்வுகளைத் தங்கள் இயல்பாகக் கொண்டிருப்பவர்கள், அவற்றைப் புனிதமாக எண்ணுவதால் வெளிப்படுத்திக் கொள்வதை விரும்ப மாட்டார்கள். அவ்வாறு வெளிக்காட்டிக் கொள்ளக் கூடாதென்ற வினோதமான பிடிவாதம் கூட அவர்களிடம் இருக்கும். தங்கள் மென்மையான நேசத்தைத் தங்களுக்கு மிக நெருக்கமானவர்களிடம் கூட அவர்கள் காட்டிக்கொள்ள மாட்டார்கள்.

பொது இடங்களில் மட்டுமல்லாமல் தனித்திருக்கும் போதும் கூட அதே மாதிரிதான்; சொல்லப் போனால் தனியாக இருக்கும் வேளைகளில் கூடுதலாகவே கூட! அபூர்வமாக எப்போதாவது

சில சமயங்களில் அவர்கள் கொண்டுள்ள நேசம் பீறிட்டுக் கொண்டு வெளியே வரும். எத்தனை காலமாய் அது அடக்கி வைக்கப்பட்டி ருந்ததோ அத்தனைக்கத்தனை உணர்ச்சிபூர்வமாகவும், தன்னெழுச்சி யோடும் அப்போது அந்த நேசம் தன்னை வெளிக்காட்டிக் கொள்ளும்.

இக்மெனெவ், தன் பிரியத்துக்குரிய ஆனா ஆண்ட்ரேயேவ் னாவுடன் ஆரம்பம் முதலாகவே அப்படித்தான் நடந்து கொண்டு வந்தார். அவர் மீது அன்பு செலுத்துவதைத் தவிர வேறேதும் அறியாத ஒரு நல்ல பெண் மட்டும்தான் அவள் என்பதை அறிந்திருந்த அவர் அவளை அளவு கடந்து நேசித்தார்; மரியாதை செலுத்தியும் வந்தார். சில சமயங்களில் தனது எளிமையான மனப்போக்கால் அஜாக்கிரதையான வெளிப்படைத் தன்மையுடன் அவள் நடந்து கொள்வது அவருக்கு எரிச்சலூட்டியும் இருக்கிறது.

ஆனால் நடாஷா அங்கிருந்து சென்ற பிறகு அவர்கள் இருவரும் ஒருவரிடம் மற்றவர் மிகவும் பரிவாக, மென்மையாக இருக்க ஆரம்பித்து விட்டனர். இந்த உலகில் யாருமே இல்லாமல் தனித்து விடப்பட்டிருப்பது போன்ற வலியை உணர்ந்திருந்தனர். சில வேளைகளில் நிகோலாய் செர்கிச் மிகவும் கடுமையான வாட்டத்துடன் தன்னுள்ளேயே மூழ்கிக் கிடப்பதும் உண்டு. ஆனாலும் இரண்டு மணி நேரத்துக்கு மேல் ஒன்றாகச் சேர்ந்து துயரப்படாமலோ பதட்டப்படாமலோ இருக்க அவர்களால் முடிந்ததில்லை. நடாஷா என்ற ஒருத்தியே உலகில் இல்லை என்று நினைத்தபடி அவளைப் பற்றி ஒரு வார்த்தைகூடப் பேசக்கூடாது என்று இருவருக்குமிடையே மறைவான ஒப்பந்தம் ஒன்றும்கூட இருந்தது. இப்படிப்பட்ட கட்டுப்பாடு ஆனா ஆண்ட்ரேயேவ்னாவால் பொறுக்க முடியாததாக மிகவும் கடுமையானதாக இருந்தபோதும் கணவருக்கு முன்னிலையில் அந்தப் பேச்செடுக்க அவள் ஒரு போதும் துணிந்ததில்லை. தன் மனதுக்குள் வெகுகாலம் முன்பே நடாஷாவை மன்னித்திருந்தாள் அவள். ஒவ்வொருமுறை இங்கே வரும்போதும் அவளது அன்புக்குரிய, மறக்க முடியாத அந்தக் குழந்தையைப் பற்றிய ஒரு செய்தியோடுதான் நான் வரவேண்டு மென்பது வாடிக்கையான ஒரு வழக்கமாகவே ஆகிவிட்டிருந்தது.

ஒரு சில நாட்கள் எந்தச் செய்தியும் வராமல் போனால் அந்த முதிய பெண்மணி மிகவும் உடல்நலமில்லாமல் போய்விடுவாள்; நான் திரட்டிக்கொண்டு போன செய்திகளைக் கேட்கும்போது அவற்றிலுள்ள மிகச் சிறிய விஷயங்களைப் பற்றிக்கூட அறிந்து கொள்ள ஆசை கொண்டவளாய், ஆர்வத்தால் ஆட்கொள்ளப்பட்டு என்னை வினாக்களால் துளைத்தெடுப்பாள். நான் கொண்டு சென்ற செய்திகள் அவளது இதயத்துக்கு நிம்மதியளித்தன. ஒரு முறை நடாஷா நோயுற்றிருப்பதைக் கேள்விப்பட்டதும் பயந்து

போய்க் கிட்டத்தட்ட இறந்து போனது போல் ஆகிவிட்டாள். தானே நேரில் சென்று அவனைப் பார்த்தாக வேண்டும் என்ற நிலைவரை கூடத் துணிந்து விட்டாள். ஆனால் இது எப்போதோ அவள் காட்டும் தீவிரம் மட்டும்தான். தொடக்கத்தில் தன் பெண்ணைப் பார்க்க வேண்டும் என்ற விருப்பத்தை என் முன்னிலையில் கூட வெளிப்படுத்த மனம் ஒப்பாதவளாகத்தான் அவள் தன்னைக் காட்டிக்கொண்டாள். கிட்டத்தட்ட ஒவ்வொரு தடவை எங்கள் பேச்சு முடியும் போதும் – என்னிடமிருந்து தேவையான செய்திகளையெல்லாம் அவள் நன்றாகக் கறந்து கொண்டு விட்ட பிறகு – தன்னைச் சற்று இறுக்கமாகக் காட்டிக் கொள்வதை அவள் ஒரு கட்டாயச் செயல்பாடாக, ஒரு போலியான பாவனையாகவே செய்து வந்தாள். தன் மகளின் எதிர் காலத்தில் தனக்கு அக்கறை இருந்தாலும் கூட நடாஷா நடந்துகொண்ட மோசமான முறையைத் தன்னால் ஒருபோதும் மன்னிக்க முடியாது என்றே பிரகடனம் செய்வாள் அவள். ஆனால் அதெல்லாம் வெறும் பாசாங்கு மட்டும்தான். மனக்கலக்கம் மிகுதியாகி நிலைகுலைந்து போயிருக்கும் சமயங்களும் ஆனா ஆண்ட்ரேயேவ்னாவுக்கு ஏற்படுவதுண்டு. அப்போதெல்லாம் எனக்கு முன்னாலேயே அவள் அழுவாள்; பிரியமான செல்லப் பெயர்களெல்லாம் சொல்லி நடாஷாவை அழைப்பாள்; நிகோலாய் செர்கிச் மீது கசப்போடு புகார் சொல் வாள்; சில சமயம் அவர் இருக்கும்போதே கூட ஒரு சில மனிதர் களின் தற்செருக்கைப்பற்றி, கடினமான மனதைப் பற்றி – மிகுந்த கவனத்தோடு ஜாடைமாடையாகப் பேசியபடி தாங்கள் புண் பட்டதை மன்னிக்க முடியாமல் இருப்பதைச் சுட்டிக்காட்டுவாள். பிறரை மன்னிக்காதவர்களுக்குக் கடவுளின் மன்னிப்பும் கிடை யாது என்பாள். ஆனால் அவர் உடன் இருக்கும் போது குறிப் பிட்ட இந்த எல்லையைத் தாண்டிப் பேசிவிட மாட்டாள். அப்படிப்பட்ட சந்தர்ப்பங்களில் அந்த முதியவரும் கடுகடுப்பாக ஆகிவிடுவார். சிடுசிடுப்பான முகபாவத்தோடு அமைதியாக உட்கார்ந்தபடி முகம் சுளித்துக் கொண்டிருப்பார்; இல்லையென்றால் பேசிக் கொண்டிருக்கும் விஷயத்தையே சம்பந்தா சம்பந்தமில்லாமல் சட்டென்று மாற்றிய படி உரத்த குரலில் பேச ஆரம்பிப்பார்; இவை எதுவுமே கைகொடுக்கவில்லையென்றால் எங்களைத் தனியாக விட்டு விட்டுத் தன்னுடைய அறைக்குள் சென்றுவிடுவார். என்னிடம் கண்ணீர் விட்டுப் புலம்ப ஆனா ஆண்ட்ரேயேவ்னாவுக்கும் அது வசதியாகப் போய்விடும். நான் அவர்கள் வீட்டுக்குச் செல்லும் போதெல்லாம் பெரும்பாலும் அவர் தன் அறைக்குள் சென்றுவிடுவார்; சில வேளைகளில் முகமன் செலுத்தாமலும் கூட... நடாஷாவைப் பற்றிய அப்போதைய புதுத் தகவலை ஆனா

ஆண்ட்ரேயேவ்னாவிடம் சொல்ல எனக்கு ஒரு வாய்ப்பு ஏற்படுத்தித் தருவது போல இருக்கும் அவர் நடந்துகொள்ளும் முறை. இப்போதும் அதையேதான் செய்தார் அவர்.

"எனக்கு உடம்பு முழுவதும் நனைந்து போய்விட்டது" என்று சொல்லியபடியே தன் அறைக்குச் சென்றார் அவர்.

"நான் என் அறைக்குப் போகிறேன். வான்யா! நீ கொஞ்ச நேரம் இங்கேயே இரு! இப்போது குடியிருக்கும் வீட்டில் அவன் எப்படியெல்லாம் கஷ்டப்பட்டிருக்கிறான் தெரியுமா ஆனா? அதை யெல்லாம் அவளிடம் சொல் வான்யா. நான் இதோ இப்போது வந்துவிடுவேன்."

எங்களைத் திரும்பிக் கூடப் பார்க்காமல் அவர் விரைந்தார். அப்படித் தனியே சேர்ந்திருக்க எங்களுக்குச் சந்தர்ப்பம் ஏற்படுத்தித் தந்ததற்கு வெட்கப்படுவது போலிருந்தது அவர் நடந்து கொண்ட முறை. அப்படிப்பட்ட சந்தர்ப்பங்களில் – குறிப்பாகத் திரும்பிவரும் போது அவர் வெடுவெடுப்பாக, எரிச்சலோடுதான் இருப்பார். என்னிடமும் ஆனா ஆண்ட்ரேயேவ்னாவிடமும் குற்றம் கண்டு பிடிப்பது போலக் கோபமாகவும் நடந்துகொள்வார்.

ஆனால் அப்போது அவர் உண்மையாகக் கோபப்படுவது தனது மென்மையான சுபாவத்தின் மீதும், இப்படி ஒத்துப்போக வேண்டியிருக்கிறதே என்ற எண்ணத்திலேயும்தான்.

"நீயே பார்த்துக்கொள் அவர் எப்படி இருக்கிறார் என்று" என்றாள் ஆனா ஆண்ட்ரேயேவ்னா. சமீப காலமாக என்னிடம் அவநம்பிக்கை கொள்வதை விட்டு விட்டுத் தன் இறுக்கத்தைத் தளர்த்தி சகஜமாகப் பேசத் தொடங்கியிருந்தாள் அவள்.

"அவர் எப்போதும் என்னிடம் இப்படித்தான் நடந்து கொள்கிறார். ஆனால் அவர் கடைப்பிடிக்கும் தந்திரங்களைப் பற்றி நமக்குத் தெரியாமல் இருக்காது என்பதும் அவருக்குத் தெரியாமல் இல்லை. ஆனால் என்னிடம் அவர் ஏன் இப்படிப் பொய்ப் பாசாங்கு காட்ட வேண்டும்? நான் என்ன அவருக்கு அந்நியமா? எங்கள் மகளைப் பொறுத்த விஷயங்களிலும் கூட அவர் இப்படித்தான் இருக்கிறார். அவரால் அவளை மன்னிக்க முடியும், ஒருவேளை மன்னிப்பதற்குக் கூட அவர் விரும்பலாம். ஆனால் அது கடவுளுக்குத்தான் தெரியும். இரவு நேரங்களில் அவர் அழுவது எனக்குக் கேட்கும். ஆனால் வெளிப்பார்வைக்கு வேறு வகையாகக் காட்டிக்கொள்கிறார். பிடிவாதமாகப் பெருமை பாராட்டிக் கொண்டிருக்கிறார். இவான் பெத்ரோவிச், என் அன்புப் பையா...! அவர் இன்றைக்கு எங்கேதான் போயிருந்தார்? கொஞ்சம் சீக்கிரமாகச் சொல்லேன் எனக்கு."

"அதைப் பற்றி எனக்கொன்றும் தெரியாதே? நானே அதைப் பற்றி உங்களிடம் கேட்கத்தான் வாயெடுத்தேன்."

"அவர் வெளியே போவதற்கு இந்த அளவு நான் ஒருபோதும் பயந்ததே இல்லை. அவருக்கு உடம்பு முடியவில்லை என்பது உனக்குத் தெரிந்ததுதானே? அதிலும் இப்படிப்பட்ட ஒரு பருவ நிலையின் போது... இத்தனை தாமதமாய்! ஏதோ முக்கியமான விஷயத்துக்குத்தான் போயிருப்பார் என்று நினைத்துக் கொண்டேன். வேறென்ன முக்கியமான விஷயம் இருக்கப் போகிறது, நமக்குத் தெரிந்ததுதானே? மனதுக்குள் அப்படி நினைத்துக் கொண்டாலும் அதை வெளியே கேட்கும் துணிச்சல் என்னிடம் இல்லை. இப்போ தெல்லாம் எதைப் பற்றி அவரிடம் கேட்கவும் நான் துணிவதில்லை. கடவுளே! அவரைப் பற்றியும் அவளைப் பற்றியும் நினைத்தால் எனக்கு மயக்கம் போடாத குறைதான்! ஒருவேளை அவர் அவளைப் பார்க்கப் போயிருப்பாரோ, ஒருக்கால் அவளை மன்னித்து விடலாமென்று முடிவு கட்டிக்கொண்டு விட்டாரோ? எப்படி யிருந்தால்தான் என்ன? அவருக்கு எல்லா விஷயமுமே தெரியும். அவளைப் பற்றிய மிக சமீபத் தகவல்வரை எல்லாமே தெரியும். அவருக்கு அதெல்லாம் தெரிந்திருக்கும் என்று எனக்கு உறுதியாகத் தோன்றுகிறது. ஆனால் இந்தத் தகவலெல்லாம் அவருக்கு எப்படிப் போய்ச் சேருகிறது என்றுதான் என்னால் புரிந்துகொள்ள முடிய வில்லை. நேற்று மிகுந்த மனச்சோர்வோடு அவர் இருந்தார், இன்றும் கூடத்தான்! அதுசரி, நீ ஏன் எதுவுமே சொல்லாமல் இருக்கிறாய்? அங்கே நடப்பது என்னவென்று என்னிடம் சொல் பையா! கடவுளால் அனுப்பப்பட்ட தேவதைகளில் ஒருவரைப் போல உன் வரவை எதிர்பார்த்து நான் காத்திருக்கிறேன். வழிமேல் விழி வைத்தபடி உன்னை எதிர்பார்த்திருக்கிறேன். சரி, சொல்! அந்த வில்லன் நடாஷாவைக் கைவிட்டுவிடப் போகிறானா?"

உடனே எனக்குத் தெரிந்த எல்லா விஷயங்களையும் ஆனா ஆண்ட்ரேயேவ்னாவிடம் தெரிவித்தேன். எதையும் அவளிடமிருந்து ஒளிக்க நான் முற்படவில்லை. நடாஷாவுக்கும், அல்யோஷாவுக்கும் இடையிலான பிணக்கு, உண்மையிலேயே முன்பிருந்தவற்றை விடவும் இப்போது கடுமையாக இருப்பதுபோலத்தான் தோன்றியது என்பதை அவளிடம் சொன்னேன். மாலை ஒன்பது மணிக்குத் தன்னைச் சந்திக்க வருமாறு நடாஷா என்னிடம் கெஞ்சிக் கேட்டு முதல் நாள் ஒரு செய்தி அனுப்பி வைத்திருந்தாளென்றும், அதனால் இவர்களைப் பார்க்க இங்கே வரும் எண்ணமே என்னிடம் இல்லை என்றும் என்னை இங்கே அழைத்து வந்தது நிகோலாய் செர்கிச் தான் என்றும் அவளிடம் சொன்னேன். நிலைமை இப்போது கிட்டத் தட்ட மோசமாகி இருப்பதை அவளிடம் தெளிவாக விளக்கினேன்.

'சில நாட்கள் எங்கோ போயிருந்த அல்யோஷாவின் தந்தை இரண்டு வாரம் தங்குவதற்காகத் திரும்பி வந்திருக்கிறார். அவர் தன் பேச்சுக்கு எந்த எதிர்ப்பேச்சையுமே கேட்டுக்கொள்ள மாட்டார், அல்யோஷாவையும் தன் பிடியில் உறுதியாக வைத்துக் கொண்டிருக்கிறார் அவர். இதில் முக்கியமாகக் கவனிக்க வேண்டிய விஷயம் என்னவென்றால் தந்தை தனக்காகப் பார்த்து வைத்திருக்கும் பெண்ணை மணந்துகொள்ள அல்யோஷாவுமே எதிர்ப்புக் காட்டவில்லை என்பதோடு அந்த இளம்பெண்ணின் மீது அவன் காதல் கொண்டுவிட்டான் என்றும் கூட சொல்லிக் கொள்கிறார்கள். நடாஷா எனக்கு அனுப்பியிருக்கும் துண்டுச்சீட்டு மிகப் பெரிய மனப் பதட்டத்துடன் எழுதப்பட்டிருக்கிறது என்பதை என்னால் ஊகிக்க முடிகிறது என்றும் அவளிடம் சொன்னேன். இன்று இரவு எல்லாம் முடிவாகிவிடும் என்று நடாஷா எழுதியிருக்கிறாள். எதைப் பற்றி என்ன முடிவாகுமோ எனக்குத் தெரியாது. நேற்று இந்தச் செய்தியை எழுதியிருக்கும் அவள், இன்று மாலை ஒன்பது மணி என்று நேரம் குறித்து என்னைச் சந்திக்கச் சொல்லியிருப்பதும் வினோதமாகத்தான் இருக்கிறது. அதனால் எவ்வளவு சீக்கிரம் போக முடியுமோ அவ்வளவு சீக்கிரம் நான் போயாக வேண்டும் என்று ஆனாவிடம் சொன்னேன்.

"ஆமாம் பையா... கட்டாயம் நீ போய்த்தான் ஆக வேண்டும்" என்று ஆர்வத்தோடு என்னைத் தூண்டினாள் ஆனா ஆண்ட்ரேயேவ்னா.

"அவர் திரும்பி வந்ததும் தேநீர் மட்டும் குடித்துவிட்டுப் போய்விடு. அடக் கடவுளே! அந்த சமோவரை இன்னும் கொண்டு வரவில்லையா? மேட்ரியோனா! அந்த சமோவருக்கா இத்தனை நேரமாக்குகிறாய்? இவள் – இந்தப் பணிப்பெண் எப்போதுமே இப்படித்தான் என் உயிரை எடுத்துவிடுவாள். இதோ பார்! டீயை மட்டும் குடித்துவிட்டு ஏதாவது சாக்குப் போக்கு சொல்லிவிட்டுப் போய்விடு. ஆனால் கட்டாயம் நாளைக்கு நீ வந்து நடந்ததை யெல்லாம் என்னிடம் சொல்லிவிட வேண்டும், சரியா? கடவுளே! புதிதாக ஏதாவது நடக்கக் கூடாதது நடந்திருக்குமோ? ஆனால் ஏற்கனவே நடந்திருப்பதை விட மோசமாக வேறு என்னதான் நடந்துவிட முடியும்? எனக்குத் தெரியவில்லை. ஆனால் ஒன்று மட்டும் என் மனதுக்கு நன்றாகப் புலப்படுகிறது. நிகோலாய் செர்கிச்சுக்கு எல்லாமே தெரிந்திருக்கும் என்பதுதான் அது. எனக்கு மேட்ரியோனா மூலமாக நிறைய விஷயங்கள் தெரியவரும்; அவளுக்கு அகாஷா, வழியாக; அகாஷா மரியா வேஸிலேய்னாவின் ஞானப்புதல்வி. மரியா குடியிருப்பது இளவரசரின் வீட்டில். இந்த விஷயமெல்லாம் ஏற்கனவே உனக்கும் தெரிந்ததுதானே? இன்று

என் நிகோலாய்தான் எவ்வளவு கோரமாக இருந்தார்? நானும் எப்படியாவது–எந்த வழியிலாவது அவரைச் சாந்தப்படுத்திவிடலாம் என்றுதான் முயற்சித்தேன். திடீரென்று என் மீது பாய்ந்தபடி சத்தம்கூடப் போட்டார்; பிறகு அதற்காக வருத்தம் தெரிவிப்பது போலப் பேசிவிட்டு வீட்டின் பணப்பற்றாக்குறை பற்றிச் சொன்னார். ஏதோ பணத்துக்காகத்தான் என்னிடம் கத்தியதைப் போல! அது போகட்டும், உனக்குத்தான் எங்கள் நிலைமை பற்றி நன்றாகத் தெரியுமே. இதைக் கேள். பொதுவாகச் சாப்பிட்டு முடிந்ததும் இரண்டு பேரும் ஒரு குட்டித்தூக்கம் போடப் போய்விடுவோம். நான், அறைக் கதவிலுள்ள ஒரு ஓட்டை வழியாக (கதவில் இருக்கும் ஓட்டை அவருக்குத் தெரியாது) அவரைப் பார்த்தேன். பாவம்! அந்த அன்பான மனிதர், முழந்தாளிட்டபடி தெய்வ உருவங்களின் முன்னிலையில் பிரார்த்தனை செய்துகொண்டிருந்தார். அந்தக் காட்சியைப் பார்க்கும்போது பூமியே என் காலடியிலிருந்து நழுவு வது போலிருந்தது. அவர் தூங்கவும் இல்லை; தேநீரும் குடிக்க வில்லை; தொப்பியை எடுத்துக்கொண்டு நான்கு மணிக் கெல்லாம் சட்டென்று வெளியே போய்விட்டார். அவரைக் கேள்வி கேட்க எனக்குத் தைரியமில்லை. கேட்டிருந்தாலும் என்னிடம் எரிந்து விழுந்திருப்பார். வர வர அதிகம் சத்தம் போட ஆரம்பித்திருக்கிறார். பெரும்பாலும் மேட்ரியானோவிடம்! சில நேரங்களில் என்னிடமும் கூடத்தான். அவர் இப்படி என்னிடம் கத்த ஆரம்பிக்கும் போதெல் லாம் என் கால்கள் வெலவெலத்துப் போய் மரத்துப் போய்விடு கின்றன; என் இதயமும் துவண்டுபோய் விடுகிறது. அதெல்லாம் வெறும் வெற்றுக் கூச்சல்தான் என்பது உறுதியாகத் தெரிந்தாலும் ஏனோ பயந்து போய்விடுகிறேன். அவர் வெளியே போன பிறகு அவருக்கு ஒரு நல்ல தெளிவான மனதைத் தருமாறு கடவுளிடம் ஒருமணி நேரம் பிரார்த்தித்துக் கொண்டேன்... அதுசரி அவள் உனக்கு அனுப்பி வைத்த துண்டுச்சீட்டு எங்கே, அதைக் கொஞ்சம் என்னிடம் காட்டேன்.”

நான் அதை அவளிடம் காட்டினேன் சில சமயங்களில் வில்லன் என்றும், அடுத்த நிமிஷமே இதயமில்லாத முட்டாள் பையன் என்றும் அல்யோஷாவைப் பழித்தாலும் ஆனா ஆண்ட்ரேயேவ்னாவின் மனதுக்குள் அவன் நடாஷாவைத் தன் தந்தையின் ஒப்புதலோடு திருமணம் செய்து கொண்டு விடுவான் என்று ஒரு ரகசியக் கனவும் இருந்தது. எப்போதாவது என்னிடம் கூடத் தப்பித் தவறி அதை அவள் பகிர்ந்து கொண்டு விடுவாள்; பிறகு அதற்காக வருத்தப்பட்டபடி தான் அப்படி நினைக்கவே இல்லை என்றும் சொல்லுவாள். ஆனால் நிகோலாய் செர்கிச் இருக்கும்போது மட்டும் தான் கொண்டிருக்கும் அப்படிப்பட்ட

நம்பிக்கைகளை வெளிக்காட்டத் துணியமாட்டாள்; ஆனாலும் தன் கணவர் தன்னை அதற்காகச் சந்தேகப்படுவது அவளுக்குத் தெரியாமலில்லை. ஓரிரு முறை மறைமுகமாக அவளை அதுகுறித்து அவர் கடிந்துகொண்டதும் உண்டு. இப்படி ஒரு திருமணம் நிகழ்வதற்கான சாத்தியக்கூறு இருக்கிறது என்று லேசாகத் தெரிந்தாலும் கூட நடாஷாவைப் பயங்கரமாய்ச் சபித்துத் தூற்றித் தன் நெஞ்சிலிருந்தே கூடத் தூக்கி எறிந்துவிடுவார் அவர்.

அந்தச் சமயத்தில் நாங்கள் அப்படித்தான் நினைத்துக் கொண்டிருந்தோம். தன் மகளுக்கான ஏக்கம் அவரது மனம் முழுவதும் வியாபித்துக் கிடந்தது. ஆனால் தன் செயலுக்காக வருத்தப்பட்டபடி அவள் தங்களை நாடித் தனியாக வந்துசேர வேண்டுமென்றே அவர் ஏங்கினார். அல்யோஷாவைப் பற்றிய எல்லா நினைவுகளும் அவள் நெஞ்சிலிருந்து சுத்தமாகத் துடைத்தெறியப்பட்டுவிட வேண்டும்! அவளை மன்னித்து ஏற்க அவர் வைத்திருந்த ஒரே ஒரு நிபந்தனை அது மட்டும்தான். அதை அவர் தன் வார்த்தைகளால் வெளிப்படையாகச் சொல்லவில்லை யென்றாலும் அவரைப் பார்த்த அளவிலேயே அது புரிந்துவிடும்.

"அந்தப் பையன் ஒரு முட்டாள், முதுகெலும்பு இல்லாதவன். ஆமாம் முதுகெலும்பே இல்லை அவனுக்கு! அவன் ஒரு கொடுமைக்காரன்! நான் எப்போதுமே இப்படித்தான் சொல்லி வந்திருக்கிறேன்" என்றபடி மறுபடியும் பேசத் தொடங்கினாள் ஆனா ஆண்ட்ரேயேவ்னா.

"அவனை ஒழுங்குமுறையாக எப்படி வளர்ப்பதென்றே அவர் களுக்குத் தெரியவில்லை. அதனால் நேரத்துக்குத் தகுந்தபடி நிறம் மாறும் பச்சோந்தியைப் போல ஆகிவிட்டான் அவன். அவன்மீது அத்தனை அன்பு செலுத்தியும் அவளை அவன் ஒதுக்கித் தள்ளுகிறானென்றால்... என்ன சொல்வது கடவுளே? பாவப்பட்ட என் குழந்தையின் கதி என்ன ஆகப் போகிறது? அப்படி இந்தப் புதிய ஆளிடம் அவன் எதைக் கண்டுவிட்டான்...? எனக்கு ஆச்சரியமாகத்தான் இருக்கிறது."

"அவனுக்காக நிச்சயம் செய்யப்பட்டிருக்கும் மணப்பெண் மிக அழகானவள் என்று நான் கேள்விப்பட்டேன் ஆனா ஆண்ட் ரேயேவ்னா. நடாஷாவும் அப்படித்தான் சொல்கிறாள்" என்று பதிலளித்தேன்.

"நீயும் அதை நம்பிவிட்டாய் அப்படித்தானே?" என்று பேச்சின் இடையில் நுழைந்தாள் அவள்.

"நிச்சயம் அழகுதான்! உங்களைப் போல எழுத்தில் கிறுக்கிக் கொண்டிருப்பவர்கள் எல்லோருக்குமே பாவாடை அணிந்திருக்கும்

பெண் என்றாலே அழகுதான். நடாஷாவும் அந்தப் பெண்ணைப் பற்றி நன்றாகத்தான் பேசுகிறாள், அதற்குக் காரணம் அவள் மனதில் இருக்கும் பெருந்தன்மை. அவனைத் தன் பிடியில் எப்படி வைத்துக்கொள்வதென்று அவளுக்குத் தெரியவில்லை; அவன் செய்யும் எல்லாவற்றையும் மன்னித்துவிட்டுத் தன்னைத் தானே வதைத்துக் கொண்டு துன்பப்படுகிறாள் அவள். இதற்கு முன்னாலும் கூட அடிக்கடி அவளை அவன் ஏமாற்றி இருக்க வில்லையா என்ன? கொடிய மனம் படைத்த வில்லன்கள்! எனக்கு மிகவும் பயமாக இருக்கிறது இவான் பெத்ரோவிச். அவர்கள் எல்லோருமே அகம்பாவத்தால் குருடாகிப் போனவர்கள். என் கணவரான இந்த நல்ல மனிதர் மட்டும் இப்படிப் பெருமை பாராட்டிக் கொண்டி ருப்பதைக் கொஞ்சம் விட்டுக் கொடுத்துவிட்டு எங்கள் செல்லப் பெண்ணை மன்னித்து வீட்டுக்குக் கூட்டிக் கொண்டு வந்தால் எப்படி இருக்கும்? அவளை அப்படியே என் நெஞ்சோடு ஆரத் தழுவிக் கொண்டு பார்ப்பேன் பார்ப்பேன், பார்த்துக் கொண்டே இருப்பேன். ஆமாம், அவள் என்ன மிகவும் மெலிந்து போயிருக் கிறாளா?

"ஆமாம் ஆனா! அப்படித்தான் இருக்கிறாள் அவள்."

"ஐயோ என் கண்ணே! நான் மிகுந்த வருத்தத்தில் மனம் குழம்பிக் கிடக்கிறேன் இவான் பெத்ரோவிச். இரவும் பகலும்... முழுக்க முழுக்க அழுது கொண்டே இருக்கிறேன், சரி அது கிடக் கட்டும். அதைப் பற்றிப் பின்னொரு சமயம் உன்னிடம் சொல் கிறேன். அவளை மன்னித்துவிடுமாறு அவரிடம் எத்தனை முறை நான் பூடகமாய்ச் சொல்ல ஆரம்பித்திருக்கிறேன் தெரியுமா உனக்கு? நேருக்கு நேராகச் சொல்ல எனக்குத் துணிச்சல் வராது. சுற்றி வளைத்து எப்படியோ தந்திரமாகச் சொல்லப் பார்ப்பேன். ஆனால் முழு நேரமும் என் நெஞ்சு படபடத்துக் கொண்டேதான் இருக்கும். அவருக்குக் கோபம் வந்து அவளை ஒரேயடியாகச் சபித்து விட்டால்...? அப்படி அவர் அவளைச் சபிப்பது இதுவரை என் காதில் விழுந்ததில்லை. ஆனால் எனக்குள்ள பயமெல்லாம் அதுதான்...! அவர் அவளைச் சபித்து விடுவாரோ என்பதுதான். தந்தை சபித்துவிட்டாரென்றால் பிறகு அந்தக் குழந்தை கடவுள் கொடுக்கும் தண்டனையை ஏற்க வேண்டியதாகிவிடும். அதனால் முழுநேரமும் பயக் காய்ச்சலுடனேயே நான் இருந்து கொண்டிருக் கிறேன். நீயும் கூட வெட்கப்பட வேண்டியவன்தான் இவான் பெத்ரோவிச்! நீ எங்கள் குடும்பத்திலேயே ஒருவனாக – எங்கள் இருவருக்கும் மகனைப் போல வளர்ந்தவன். இப்போது பார்த்தால் அந்தப் பெண் ரொம்ப அழகு அது இது... என்றெல்லாம் முட்டாள்தனமாகப் பேசிக் கொண்டு இங்கே வருகிறாய். அழகாம்

அழகு... வெட்கக்கேடு! ஏதோ உனக்கு ரொம்பத் தெரிந்த மாதிரி! ஆனால் அவர்களைத் தெரிந்து வைத்திருக்கும் மரியா வாஸிலேய்வ் னாவுக்கு இன்னும் நன்றாகவே எல்லாம் தெரியும். (நான் செய்த தவறுக்காக என் மனசாட்சியிடம் மன்னிப்புக் கேட்டுக் கொண்ட படி, என் கணவர் ஏதோ வேலையாக வெளியே போயிருந்த ஒரு நாள் காலையில் அவளை காஃபி குடிக்க வீட்டுக்கு அழைத்திருந்தேன்). உள் விஷயம் எல்லாவற்றையும் அவள் எனக்கு உடைத்துச் சொல்லி விட்டாள். அல்யோஷாவின் தந்தையாகிய வால்காவ்ஸ்கிக்கு, சீமாட்டியோடு தகாத உறவு இருந்து வந்திருக்கிறது. தன்னைத் திருமணம் செய்துகொள்ளுமாறு அந்தச் சீமாட்டி அவரை வற்புறுத்தியும், அவர் அதற்கு இடம் தராமல் இழுத்தடித்துக் கொண்டே போயிருக்கிறார். தன் கணவன் உயிரோடு இருக்கும்போதே அப்படிப்பட்ட அவமானகரமான நடவடிக்கைகளில் ஈடுபடுவது அந்தச் சீமாட்டிக்கு வழக்கம்தான். அதில் பெயர் பெற்றவள் அவள். மதுவாணிகம் செய்து வந்த கணவன் இறந்த பிறகு அவள் வெளிநாடு சென்றுவிட்டாள்; அவளைச் சுற்றிலும் இத்தாலிக்காரர் களும், பிரெஞ்சுக்காரர்களுமாக நிறைய பேர். அங்கே வைத்துதான் பியோதர் அலெக்ஸேண்ட்ராவிச் வால்காவ்ஸ்கியை அவள் பிடித்திருக்கிறாள். அதே நேரத்தில் சாராய ஒப்பந்தக்காரரான அவளது முதல் கணவரின் மகளான அவளின் வளர்ப்பு மகளும் வளர்ந்து கொண்டு வந்தாள். அந்தப் பெண் வளர்ந்து வந்த சமயத்தில் தன்னிடம் இருந்த எல்லாவற்றையும் செலவழித்து முடித்திருந்தாள் சீமாட்டி. வளர்ப்பு மகளுக்காக அவளது தந்தை முதலீடு செய்து வைத்திருந்த இரண்டு கோடியும் அவளோடு சேர்ந்தபடி வளர்ந்து கொண்டிருந்தது. இப்போது அவளிடம் மூன்று கோடி இருக்கக்கூடும் என்று சொல்லிக் கொள்கிறார்கள். அதனால் அந்தப் பெண்ணைத் தன் மகன் அல்யோஷாவுக்குப் பொருத்தமானவளாகத் தேர்ந்தெடுக்கும் எண்ணம் வால்காவ்ஸ் கிக்குத் தோன்றிவிட்டது. (அவன் ஒரு கெட்டிக்காரன் கிடைத்த சந்தர்ப்பத்தை நழுவி விடாமல் பிடித்துக் கொள்பவன், எது பற்றியும் அவனுக்குப் பயமில்லை). அவர்களது சொந்தக்காரரும், அரசாங்கச் செல்வாக்குப் பெற்ற கனவானாகிய மற்றொரு கோமகனும் கூட அதற்கு ஒப்புதலளித்து விட்டார். மூன்று கோடி சொத்தை அவ்வளவு எளிதாக உதறிவிட முடியுமா என்ன? ‘சரி, அதைப் பற்றி சீமாட்டியிடம் பேசிப் பாருங்கள்’ என்று அவர் வால்காவ்ஸ்கியிடம் சொல்ல அவனும் தன் விருப்பத்தை சீமாட்டி யிடம் முன் வைத்தான். அவள் அதற்குக் கடுமையாக எதிர்ப்புக் காட்டியிருக்கிறாள். அவள் எந்த வழிமுறைக்கும் கட்டுப்படாத அடங்காப்பிடாரி என்று சொல்லிக்கொள்கிறார்கள். இங்கே

வாழும் பலரும் தங்கள் வீட்டில் வரக்கூட அவளை அனுமதிப்ப தில்லை; வெளிநாடு என்றால் விஷயமே வேறு. 'அதுமட்டும் முடியவே முடியாது. நீங்கள் வேண்டுமானால் என்னைத் திருமணம் செய்து கொள்ளுங்கள். ஆனால் என் வளர்ப்பு மகளை நிச்சயம் அல்யோஷாவுக்கு மணம் செய்து தரமாட்டேன்' என்று சொல்லி விட்டாள் அவள். அந்த வளர்ப்புப் பெண்ணைப் பொறுத்தவரை தன்னை வளர்த்த தாய் மீது அவள் மிகுந்த அன்பு வைத்திருக்கிறாள் என்றும், அவள் வார்த்தையைத் தட்டவே மாட்டாள் என்றும்தான் கேள்விப்படுகிறேன். அந்தப் பெண் ஒரு கண்ணியமான மெல்லிய ஜீவன் என்றும், ஒரு தேவதையைப் போன்றவள் என்றும் சொல்லிக் கொள்கிறார்கள். நிலைமை என்ன என்பதைப் புரிந்துகொண்டுவிட்ட வால்காவ்ஸ்கி, சீமாட்டியிடம் கவலைப்படாமல் இருக்குமாறு சொல்லியிருக்கிறான். 'இதோ பார்! உன்னிடமிருந்த பணத்தை யெல்லாம் நீ செலவு செய்து தீர்த்து விட்டாய். நீ வைத்திருக்கும் கடன்களை ஒருபோதும் உன்னால் அடைக்க முடியப் போவதில்லை. உன் வளர்ப்புப் பெண்ணை அல்யோஷா மணந்துகொண்டால் ஜோடிப் பொருத்தம் சரியாக இருக்கும். உன் மகள் ஒரு அப்பாவி, என் மகன் ஒரு பெரிய முட்டாள். அவர்களை நம் பொறுப்பில் எடுத்துக்கொண்டு, அவர்கள் காரியங்களை நாம் கவனித்துக் கொண்டு விடுவோம். அப்படிச் செய்தால் உனக்கும் வேறு பணத் தேவை ஏற்படாது. என்னைத் திருமணம் செய்து கொண்டு உனக்கு என்ன ஆகப் போகிறது' என்றெல்லாம் நரித் தந்திரத்தோடு அவளிடம் பேசியிருக்கிறான். கிட்டத்தட்ட ஆறுமாத காலம் அதற்கு அவள் உடன்படாமலேதான் இருந்திருக்கிறாள். பிறகு அவர்கள் இருவருமாய் வார்சா சென்று வந்த பிறகு ஏதோ ஒரு சமரசமான முடிவுக்கு வந்து சேர்ந்து விட்டார்கள். நான் கேள்விப்பட்டது இதுதான். மரியா வேஸிலேய்வ்னா, அங்கே நடக்கும் எல்லா உள் விஷயங்களையும் என்னிடம் சொல்லி விட்டாள். உறுதியாக நம்பத் தகுந்த ஒரு ஆளிடமிருந்து அவள் கேட்டுத் தெரிந்து கொண்டவைதான் அந்த விஷயங்கள். அதனால் கோடிக்கணக்கிலான பணம் செய்கிற வேலைதான் இது. மற்றபடி அழகு, அழகில்லை என்பதற்கெல்லாம் இங்கே இடம் இல்லை."

ஆனா ஆண்ட்ரேயேவ்னா சொன்ன கதை என்னையும் சிந்திக்க வைத்தது. அல்யோஷாவிடமிருந்து நேரடியாக நான் கேள்விப்பட்ட விஷயங்களோடு அது சரியாக ஒத்துப் போயிற்று. என்னிடம் இதே செய்திகளைப் பற்றிப் பேசியபோது, தான் மிகவும் துணிவாக இருப்பதாகவும், பணத்துக்காக ஒருபோதும் திருமணம் செய்துகொள்ள மாட்டேன் என்றும்தான் பிரகடனம் செய்திருந்தான் அல்யோஷா. ஆனாலும் காதரீனா ஃபியோதோரோவ்னாவின்

(காத்யா) அழகு அவனைக் கவர்ந்து வசீகரித்து விட்டிருந்தது. தன் தந்தை திருமணம் செய்து கொள்ள உத்தேசித்திருப்பதும் கூட உண்மைதான் என்றே என்னிடம் அவன் சொன்னான். 'இப்போதைக்கு சீமாட்டியை எரிச்சலூட்டி விடாமல் இருப்பதற்காகத் தனது திருமணம் குறித்த வதந்திகளை அவர் மறுத்துக் கொண்டிருக்கிறார், அவ்வளவுதான்.' அல்யோஷாவுக்குத் தன் தந்தை மீது எவ்வளவு பிரியம் இருக்கிறது என்பதைப் பற்றி நான் முன்பே சொல்லி யிருக்கிறேன். தந்தையை எப்போதும் வியந்து பார்த்து ஆராதிப்பவன், பெருமையாகப் பேசுபவன்; தந்தை சொல்வதை வேத வாக்காக நம்புபவன் அவன்.

"அழகு, அழகென்று நீ பெரிதாகப் புகழ்ந்தாயே அவள்... அந்தப் பெண் ஒன்றும் அப்படி உயர்குடியில் பிறந்த சீமாட்டி யில்லை" என்றபடி பேச்சைத் தொடர்ந்தாள் ஆனா ஆண்ட்ரே யேவ்னா. அல்யோஷாவின் மணமகளாக நிச்சயிக்கப் பட்டிருக்கும் அந்தப் பெண்ணைப் பற்றி நான் புகழ்ந்து சொன்ன வார்த்தை இந்த மூதாட்டியை இன்னும்கூட எரிச்சல்பட வைத்துக் கொண்டு தான் இருந்தது.

"அவனுக்கு நடாஷாதான் நல்ல பொருத்தமாக இருப்பாள். அந்தப் பெண் ஒரு சாராய வியாபாரியின் மகள்தான்! நடாஷா நல்ல குடும்பப் பின்னணி கொண்டவள்; மேன்மையான பாரம் பரியப் பெருமை உடையவள். சொல்ல மறந்துவிட்டேனே ? நேற்று இவர், துருப்பிடித்து இற்றுப்போன தன் இரும்புப் பெட்டியைத் திறந்து வைத்துக் கொண்டு எங்கள் குடும்ப ஆவணங்களை வெகுநேரம் குடைந்து கொண்டிருந்தார். மாலை முழுவதும் என் எதிரில் உட்கார்ந்தபடிதான் அதை வெகு தீவிரமாகச் செய்து கொண்டிருந்தார். நான் ஒரு 'ஸ்டாக்கிங்'ஸைப் பின்னிக் கொண்டி ருந்தேன். அவரை ஏறெடுத்துப் பார்க்கக் கூட எனக்குப் பயம்தான். நான் ஒரு வார்த்தைகூடப் பேசாமலிருந்ததில் கொஞ்சம் கோப மானவர், பிறகு தானாகவே பேச ஆரம்பித்தார். எங்கள் குடும்பத் தின் மூதாதையர் பற்றி, 'வம்ச விருட்'சத்தைப் பற்றி முழுநேரமும் என்னிடம் விளக்கமாகச் சொன்னார். 'கொடூரன் இவான்' (Ivan the Terrible)* காலத்திருந்தே இக்மெனெவ் குடும்பத்தார் பிரபுத்துவ நிலையில் மேன்மை பெற்றவர்களாகத்தான் இருந்து வந்திருக் கிறார்கள். ஷுமிலோவ்ஸ் என்று குறிப்பிடப்படும் என் குடும்பத் தாரும் ஜார் மன்னனராக இருந்த அலெக்ஸி மிகாலோ விச்சின் காலகட்டத்திலேயே புகழ்பெற்றவர்களாக இருந்திருக்கிறார்கள்.

---

* 'இவான் தி டெரிபிள்' இவ்வாறு அழைக்கப்படும் நான்காவது இவான் வாஸிலியேவிச் மாஸ்கோவின் முதல் ஜார் அரசனாகத் தன்னைப் பிரகடனப்படுத்திக்கொண்டவர்.

இவற்றையெல்லாம் நிரூபிக்கும் ஆவணங்கள் எங்கள் வசம் இருக்கின்றன. கரம்சின் எழுதிய வரலாற்று நூலிலும் எங்களைப் பற்றிக் குறிப்பிட்டிருக்கிறார். அதனால் அக்கம்பக்கத்திலிருக்கும் எவரை விடவும் நாங்கள் குறைந்துவிடவில்லை. அந்தக் கிழவர் என்னிடம் இந்த விஷயங்களைப் பற்றிப் பேசத் தொடங்கிய போதே அவர் மனதில் இருப்பது என்னவென்பதை நான் கண்டு கொண்டு விட்டேன். நடாஷாவை அவர்கள் தரம் தாழ்த்திப் பேசுவதில் அவர் புண்பட்டுப் போயிருப்பதுதான் அதற்குக் காரணம். பணம் ஒன்றால் மட்டும்தான் அவர்கள் எங்களைவிட மேலான நிலையில் இருக்கிறார்கள். இருக்கட்டும், அந்தத் திருட்டுப் பயல் பியோதர் அலெக்ஸாண்ட்ராவிச் வால்காவ்ஸ்கி பணத்தைப் பற்றிக் குற்றம் சொல்லிக்கொண்டே இருக்கட்டும். இரக்கமேயில்லாத பேராசைக்காரன் அவன் என்பது எல்லோருக்கும் தெரிந்ததுதான். வார்சாவில் இருக்கும்போது ரகசியமாக கிறிஸ்தவப் பாதிரிகளுடன் கூட அவன் சேர்ந்துகொண்டான் என்று சொல்கிறார்களே? அது உண்மைதானா?"

"அது முட்டாள்தனமான அபத்தமான ஒரு வம்புப் பேச்சு" என்று பதில் தந்தேன். இப்படிப்பட்ட வதந்திகள் விடாமல் தொடர்ந்து கொண்டிருப்பது கண்டு நான் வியப்படைந்திருந்தேன். தன் கணவர் குடும்ப ஆவணங்களைத் தோண்டியெடுத்த செய்தியை அவள் சொல்லக் கேட்டது என்னை இன்னும் ஆச்சரியப்படுத்தியது. தன் 'வம்ச விருட்'சத்தைப் பற்றி இதுவரை ஒருபோதும் அவர் பெருமை பேசியதில்லை.

"அவர்கள் எல்லோருமே கொடுமைக்காரர்கள், வில்லன்கள்" என்றபடி பேச்சைத் தொடர்ந்தாள் ஆனா ஆண்ட்ரேயேவ்னா.

"சரி... இப்போது என் செல்லப் பெண்ணைப் பற்றிச் சொல். அவள் துன்பத்தோடு அழுது கரைந்து கொண்டிருக்கிறாளா? அதைச் சொல்....! ஐயையோ...! இப்போது அவள் சொன்னபடி நீ போக வேண்டிய நேரம் வந்துவிட்டதே! (மேட்ரியோனா, மேட்ரியோனா... சரியான வேலைக்காரிதான் போ). ஆமாம்! அவர்கள் அவளைச் சிறுமைப்படுத்தவில்லைதானே? அல்லது அப்படி ஏதும் செய்தார்களா? என்னிடம் சொல் வான்யா."

அவளுக்கு என்னால் என்ன பதில் தர முடியும்? அந்தப் பாவப்பட்ட பெண்மணியின் கண்களிலிருந்து கண்ணீர் பெருகி ஓடிக்கொண்டிருந்தது. அவள் என்னிடம் சொல்ல முற்பட்ட புதிய சிக்கல் என்ன என்பதை அவளிடம் கேட்டேன்.

"ஐயோ... என் அன்புப் பையா! நாங்கள் படும் துன்பம் போதாது போலிருக்கிறது... இன்னும் கூட எங்கள் துயரத்தின்

கோப்பை நிரம்பியதாகத் தெரியவில்லை. உனக்கு இந்த விஷயம் நினைவிருக்கிறதோ, இல்லையோ தெரியாது. என்னிடம் ஒரு தங்க 'லாக்கெட்' இருந்தது. அதை மிக பத்திரமான ஒரு நினைவுச் சின்னம் போல வைத்துக் கொண்டிருந்தேன். அதில் குழந்தை நடாஷாவின் ஓவியம் இருந்தது. என் குட்டி தேவதைக்கு அப்போது எட்டு வயதிருக்கும். ஊர் ஊராக அலைந்து திரியும் ஒரு நாடோடி ஓவியன் வரைந்து தந்தது அது! பார்த்தாயா? உனக்கு அது ஞாபகமில்லைதானே? அந்த ஓவியன் ஓர் அற்புதமான கலைஞன். பிரமாதமான பேரழகோடு அதில் அவளை வரைந்திருந்தான் அவன். அப்போது அவளுக்கு அடர்த்தியான பளபளப்பான சுருண்ட கூந்தல் இருந்தது. மெல்லிய மஸ்லின் ஆடையில் அந்தச் சிறுமியின் உடல் வனப்புத் தெரியும் வகையில் அவன் அதை வரைந்திருந்தான். அதில் அவள் அவ்வளவு அழகாக இருப்பாள்; பார்த்த கண்ணைப் பெயர்த்து எடுத்துக் கொள்ளவே முடியாது. அந்த ஓவியத்தில் சின்னதாகச் சிறகுகளையும் பொருத்துமாறு அந்த ஓவியனிடம் நான் கெஞ்சினேன்; ஆனால் அவன் அதற்குச் சம்மதிக்கவில்லை. அப்புறம் எங்களுக்கு இப்படிப்பட்ட பயங்கர மான சிக்கல்களெல்லாம் வந்த பிறகு அதைப் பெட்டியிலிருந்து எடுத்து என் கழுத்தில்–சிலுவைக்குப் பக்கத்தில் தொங்கவிட்டுக் கொண்டிருந்தேன். அதே சமயம், அவர் அதைப் பார்த்து விடுவாரோ என்று பயந்து செத்துக்கொண்டும் இருந்தேன். அந்த நேரத்தில் அவர் மிகவும் கோபமாக இருந்ததால் வீட்டிலிருந்த எந்தப் பொருளும் அவளை நினைவுபடுத்தக் கூடாதென்றும், எல்லா வற்றையும் தூக்கி எறிய வேண்டும் அல்லது நெருப்பிட்டுக் கொளுத்திவிட வேண்டுமென்றும் சொல்லியிருந்தார்.

ஆனால் அவ்வப்போது நான் பார்த்துக் கொள்ள அவளது படமாவது எனக்கு வேண்டியிருந்தது. சில சமயம் நான் அதைப் பார்த்து அழவும் செய்வேன்; அது எனக்கு ஓரளவுக்கு ஆறுதலாக இருந்தது. சில சமயம் நான் தனியாக இருக்கும் நேரங்களில் அவளையே முத்தமிடுவதாக எண்ணியபடி அதை முத்தமிட்டுக் கொண்டிருப்பேன், எனக்குப் பிரியமான எல்லாச் செல்லப் பெயர்களிலும் அவளைக் கூப்பிடுவேன். இரவு நேரங்களில் அவள் படத்தின் மீது சிலுவைக்குறி இடுவேன். தனியாக இருக்கும் சந்தர்ப்பங்களில் அவளோடு சத்தமாகக் கூடப் பேசுவேன், அவளிடம் கேள்வி கேட்பேன், அவள் பதில் சொல்லிவிட்டதாகப் பாவித்துக் கொண்டு இன்னொரு கேள்வி கேட்பேன்! மகனே வான்யா, அதையெல்லாம் பற்றிப் பேசுவதற்குக் கூட எனக்கு வருத்தமாக இருக்கிறது. அவருக்கு அந்த 'லாக்கெட்'டைப் பற்றி எதுவுமே தெரியாது, அதை அவர் கவனிக்கவில்லையென்று நான்

மகிழ்ச்சியாக இருந்தேன். ஆனால் நேற்றுக் காலையில் பார்த்தால் அந்த 'லாக்கெட்'டைக் காணவில்லை. அதைத் தொங்கவிட்டிருந்த கயிறு தளர்ந்து போய்த் தொங்குகிறது. அந்தக் கயிறு ஒருவேளை இற்றுப் போய் 'லாக்கெட்'டை நான் தவற விட்டிருக்கலாம். அதிர்ச்சியில் உறைந்துபோன நான் அங்கும், இங்கும்–மேலும் கீழும் எல்லாம் தேடினேன். ஒரு சுவடுகூட இல்லை. எங்கோ போய் மறைந்துவிட்டது. நான் அதை எங்கே தவற விட்டிருப்பேன்? ஒருவேளை அது என் படுக்கையில் விழுந்திருக்குமோ என்று புரட்டியெடுத்துப் பார்த்து விட்டேன். அது எங்கேயுமே இல்லை. அது, தவறிப்போய்க் கீழே விழுந்து எவரேனும் எடுத்திருப்பார் களென்றால் அது மேட்ரியோனாவைத் தவிர வேறு யாராக இருக்க முடியும்? ஆனால் அவளை நான் ஒருபோதும் நான் தவறாக நினைக்கவே மாட்டேன். இதயபூர்வமாக என்னிடம் தன்னை அர்ப்பணித்துக் கொண்டிருப்பவள் அவள். (ஏ மேட்ரியோனா! நீ அந்த சமோவரைக் கொண்டுவரப் போகிறாயா இல்லையா?) அவர் கண்ணில் அது பட்டுவிட்டால் என்ன ஆகும் என்றும் யோசித்துக்கொண்டிருந்தேன். அந்த விஷயம் என்னை மிகவும் வருத்தப்படுத்தியதால் நான் தொடர்ந்து அழுது கொண்டே இருந்தேன்; பொங்கி வந்த கண்ணீரை என்னால் கட்டுப்படுத்திக் கொள்ளவே முடியவில்லை. நான் எதற்காக வருத்தப்படுகிறேன் என்று தெரிந்து வைத்திருப்பவரைப் போல நிகோலாய் செர்கிச் என்னிடம் அன்பாகவும் கனிவாகவும் நடந்து கொள்கிறார். எனக்காகத் தானும் வருத்தப்படுகிறார். அவருக்கு இந்த விஷயம் எப்படித் தெரிந்திருக்க முடியுமென்று நான் ஆச்சரியப்பட ஆரம்பித்தேன். ஒருவேளை உண்மையிலேயே அந்த 'லாக்கெட்' அவர் கையில் சிக்கி அதை ஜன்னல் வழியாக அவர் வெளியே தூக்கிப் போட்டுவிட்டாரோ? கோபத்தில் அப்படியும் செய்யக் கூடியவர்தான் அவர் என்று உனக்கே தெரியும். அதை வெளியே தூக்கி எறிந்து விட்டு அப்படிச் செய்ததற்காகவே வருத்தப்பட்டுக் கொண்டிருக்கிறார் போலிருக்கிறது. ஜன்னலுக்கு வெளிப்புறம், கீழே மேட்ரியோனாவின் துணையோடு தேடியும் பார்த்துவிட்டேன். எதுவுமே கிடைக்கவில்லை. அது எங்கேயோ மறைந்துவிட்டது. இரவு முழுவதும் அழுது தீர்த்தேன். அவளுக்கு நான் ஆசி கூறாமல் இருந்த முதல் தடவை அதுதான். அது ஒரு தீய அறிகுறி இவான் பெத்ரோவிச்...! தீய அறிகுறி. ஏதோ ஒரு தீமை நடக்கப் போவதற் கான முன்னறிவிப்பு. இப்போது இரண்டு நாட்களாக என் கண்கள் வற்றிப் போகும் வரையில் அழுது தீர்த்துக் கொண்டிருக்கிறேன் நான். கடவுள் அனுப்பி வைத்த தேவதூதனைப் போல உன் வரவுக் காகத்தான் நான் காத்துக் கொண்டிருந்தேன் அன்புப் பையா, என்

மனபாரம் அப்போதாவது தணியாதா என்றுதான்" பாவப்பட்ட அந்தப் பெண்மணி உடைந்து போய்க் குமுறினாள்.

"பார்த்தாயா, உன்னிடம் ஒரு விஷயத்தைச் சொல்ல மறந்து விட்டேன்" என்று திடீரென்று எதையோ ஞாபகப்படுத்திக் கொண்டு பேசத் தொடங்கினாள் அவள்.

"அவர் உன்னிடம் அந்த அனாதைப் பெண்ணைப் பற்றி ஏதாவது சொன்னாரா?"

"ஆமாம் ஆனா ஆண்ட்ரேயேவ்னா, நீங்கள் இருவரும் அதைப் பற்றி யோசித்திருப்பதைப் பற்றியும், ஏழையான அனாதைப் பெண் ஒருத்தியை வளர்க்க முடிவு செய்திருப்பது குறித்தும் சொன்னார். அது உண்மைதானா?"

"இல்லை பையா, எனக்கு அதில் சம்மதம் இல்லை. எனக்கு எந்த அனாதைப் பெண்ணும் வேண்டாம். அது, நாங்கள் பட்ட கஷ்டங்களையும், அனுபவித்த துரதிருஷ்டங்களையும்தான் இன்னும் ஞாபகப்படுத்தும். எனக்கு நடாஷாவைத் தவிர வேறு எவருமே வேண்டாம். அவள் என் ஒரே குழந்தை; என்றென்றும் அவள் மட்டுமே என் குழந்தை. ஆனால் அப்படி ஒரு அனாதைப் பெண்ணை வளர்ப்பதைப் பற்றி அவர் ஏன் நினைத்துப் பார்த்தார், எனக்குத் தெரியவில்லை. நீ அதைப் பற்றி என்ன நினைக்கிறாய் இவான் பெத்ரோவிச்? நான் விடும் கண்ணீரைப் பார்த்து விட்டு எனக்கு ஆறுதலளிப்பதற்கா, அல்லது தன் சொந்தப் பெண்ணைப் பற்றிய நினைவுகளை மனதிலிருந்து ஒட்டுமொத்தமாகத் துடைத்துப் போட்டுவிட்டு வேறொரு குழந்தையோடு ஒட்டிக்கொள்ள ஆசைப் படுகிறாரா? உன்னோடு வரும் வழியில் என்னைப் பற்றி உன்னிடம் என்ன சொன்னார்? அவர் கடுமையாக, கோபமாக இருப்பதைப் போல உனக்குத் தோன்றியதா? ஸ்ஸ்... இதோ அவரே வந்து விட்டார். அப்புறம் எனக்கு எல்லா விஷயங்களையும் சொல் பையா... அப்புறம் நாளைக்கு இங்கே வர மட்டும் மறந்து விடாதே."

13

கிழவர் உள்ளே வந்தார். எதற்காகவோ வெட்கப்படுவதைப் போல எங்களை ஆர்வத்தோடு உற்றுப் பார்த்துவிட்டு மேசை யருகே சென்றுவிட்டார்.

"சமோவர் எங்கே" என்று கேட்டார் அவர்.

"இவ்வளவு நேரமா அவள் இதைக் கொண்டு வராமலிருக் கிறாள்."

"இதோ வந்து விட்டது... பாருங்கள்" என்று வேகமாகப் பதிலளித்தாள் ஆனா ஆண்ட்ரேயேவ்னா.

நிகோலாய் செர்கிச் வருவதற்காகவே காத்துக் கொண்டி ருந்ததைப் போல மிகச் சரியாக அதே நேரம் சமோவரோடு உள்ளே வந்தாள் மேட்ரியோனா. அவள் அந்தக் குடும்பத்தோடு வெகு காலம் பழகிப் போன நம்பகமான பணிப்பெண்; முழு ஈடு பாட்டோடு வேலை செய்பவள். ஆனாலும் கூடத் தான் நினைத்த படிதான் எல்லாம் நடக்க வேண்டும் என்று எண்ணும் பிடிவாத மான குணமுள்ள வேலைக்காரி இந்த உலகத்திலேயே அவளாகத் தான் இருக்கும்.

நிகோலாய் செர்கிச்சிடம் அவளுக்குமே கூட பயம் உண்டு தான்; அவர் முன்னிலையில் தன் நாக்கைக் கட்டுப்படுத்திக் கொண்டுதான் இருப்பாள் அவள். ஆனால் அதை ஈடுகட்டும் வகையில் ஒவ்வொரு தடவையும் ஆனா ஆண்ட்ரேயேவ்னாவிடம் முரட்டுத்தனமாகத்தான் அவள் நடந்துகொள்வாள். தன் எஜமானியின் மீதே மேலாதிக்கம் செலுத்தவும் வெளிப்படையாகவே முயற்சி செய்வாள். அதே நேரத்தில் தன் எஜமானியின் மீதும் நடாஷாவின் மீதும் உண்மையான நேசமும், பிடிப்பும் அவளுக்கு இருந்து வந்தது. இக்மெனெவ்காவின் அந்தப் பழைய நாட்களிலிருந்து மேட்ரியோனாவை எனக்கு நன்றாகத் தெரியும்.

"நனைந்து போய் வருவதே கெடுதல். வீட்டுக்கு வந்தால் இவர்கள் என்னவென்றால் தேநீர் கூடக் கொடுக்க மாட்டேனென் கிறார்கள்" என்று முணுமுணுத்துக் கொண்டார் கிழவர்.

ஆனா ஆண்ட்ரேயேவ்னா உடனே என்னைப் பார்த்துக் கண்ணால் ஜாடை செய்தாள். இப்படிப்பட்ட ஒளிவுமறைவான சங்கேதங்களை அவரால் பொறுத்துக்கொள்ள முடியவில்லை. எங்களைப் பார்க்காமலிருக்க அவர் முயற்சி செய்தபோதும் தன்னைப் பற்றி அவள் ஏதோ ஜாடையில் சொல்லியிருக்கிறாள் என்பதை அவரது முகம் மிகத் தெளிவாகக் காட்டியது.

"என் வழக்கு விவரங்களைப் பார்ப்பதற்காகப் போயிருந்தேன் வான்யா" என்றபடி சட்டென்று பேச்சைத் தொடங்கினார் அவர்.

"விஷயம் கொஞ்சம் மோசம்தான். உன்னிடம் நான் அதைப் பற்றிச் சொன்னேனா? எல்லாமே எனக்கு எதிராகத்தான் போய்க் கொண்டிருக்கிறது. என்னிடமும் நிரூபிப்பதற்கான ஆதாரங்கள் இல்லை. சில போதுமான ஆவணங்கள் இல்லை. இருப்பவையும் அவ்வளவு பொருத்தமாக இல்லை... ஹ்ம்."

வால்காவ்ஸ்கிக்கும் தனக்கும் இடையில் இழுத்தடித்தபடி போய்க்கொண்டிருக்கும் வழக்கைப் பற்றித்தான் அவர் அப்போது பேசிக் கொண்டிருந்தார். நிகோலாய் செர்கிச்சின் தரப்புக்கு அது பாதகமாகத்தான் போய்க்கொண்டிருந்தது. என்ன பதிலளிப்பது என்று தெரியாமல் நான் அமைதியாக இருந்தேன். அவர் என்னை ஏதோ சந்தேகத்தோடு பார்த்தார்.

எங்கள் மௌனத்தால் எரிச்சலடைந்தவராய் "இருக்கட்டும்... அப்படியே இருந்துவிட்டுப் போகட்டும்" என்று திடீரென்று கத்தினார்.

"எல்லாம் சீக்கிரம் நடந்து முடிந்தால் நல்லதுதான். நான்தான் பணம் செலுத்தவேண்டியிருக்கும் என்று அவர்கள் முடிவு செய்தாலும் கூட என்னை நேர்மையில்லாதவன் என்று எவராலும் சொல்லிவிட முடியாது. என் மனசாட்சி மிகவும் தெளிவாக இருக் கிறது. அவர்களுக்கு எப்படி விருப்பமோ அப்படி முடிவு செய்து கொண்டு போகட்டும். வழக்காவது முடிந்து தீரும். என்னை நாசமாக்கி அழித்த பிறகுதான் அமைதியாக விடுவார்கள். நானும் எல்லாவற்றையும் உதறிவிட்டு சைபீரியாவுக்குப் போய் விடுவேன்."

"கடவுளே, எப்படிப்பட்ட இடத்துக்குப் போக வேண்டும் என்று சொல்கிறார் இவர்? ஏன் அவ்வளவு தொலைவு போக வேண்டும்?"

– ஆனா ஆண்ட்ரேயேவ்னாவால் இதைக் கேட்காமல் தன்னைக் கட்டுப்படுத்திக்கொள்ள முடியவில்லை.

அவள் காட்டிய எதிர்ப்பால் மகிழ்ந்தபடி

"பக்கத்தில் இங்கே அப்படி என்ன வைத்திருக்கிறது நமக்கு?" என்று கடுமையாகப் பதில் சொன்னார்.

"ஏன்? எப்படியும் நமக்கு வேண்டிய ஜனங்கள் பக்கத்தில் இருக்கிறார்கள்தானே" என்று என்னை வருத்தத்தோடு பார்த்துக் கொண்டே தொடங்கினாள் ஆனா ஆண்ட்ரேயேவ்னா.

"என்ன மாதிரியான ஜனங்கள்?" என்று கூச்சலிட்டார் அவர். ஜுர வேகத்தில் இருந்த அவரது கண்பார்வை என்னையும், அவளையும் மாறி மாறிப் பார்த்துக்கொண்டிருந்தது.

"எப்படிப்பட்ட ஆட்கள்? திருடர்கள், வம்பு பேசுபவர்கள், துரோகிகள், அப்படிப்பட்ட மனிதர்கள் எல்லா இடங்களிலுமே நிறைய பேர் இருப்பார்கள். கவலைப்படாதே, சைபீரியாவிலும் கூட அப்படிப்பட்ட ஆட்களை நாம் கண்டுபிடித்து விடலாம். ஆனால் என்னோடு கூட வர உனக்கு விருப்பமில்லையென்றால் நீ

இங்கேயே இருந்து கொள்ளலாம். நான் அதற்காக உன்னைக் கட்டாயப்படுத்த மாட்டேன்."

"ஐயோ கடவுளே, நிகோலாய் செர்கிச், நீங்களா இப்படிச் சொல்கிறீர்கள்? உங்கள் துணை இல்லாமல் நான் இருப்பேன் என்று நீங்கள் எப்படி நினைக்கலாம். இந்த உலகத்தில் உங்களை விட்டால் எனக்கு வேறு யார் இருக்கிறார்கள்" என்றபடி அழுது கரைந்தாள் பாவப்பட்ட ஆனா ஆண்ட்ரேயேவ்னா. அவள் தடுமாறிப் போய் உடைந்து போயிருந்தாள். என்னிடமிருந்து உதவியும், ஆதரவும் வேண்டுவது போலக் கலவரத்தோடு என்னைப் பார்த்தாள். கிழவரோ உச்சபட்ச எரிச்சலோடு இருந்தார். எவர் என்ன சொன்னாலும் அதில் குற்றம் கண்டுபிடிக்க அவர் அப்போது தயாராக இருந்தார். தன் பேச்சுக்கு எந்த எதிர்ப் பேச்சையும் ஏற்கும் நிலையில் அவர் இல்லை.

"இதோ பாருங்கள் ஆனா ஆண்ட்ரேயேவ்னா" என்று நான் பேச ஆரம்பித்தேன்.

"நீங்கள் நினைப்பது போல சைபீரியா ஒன்றும் அவ்வளவு மோசமில்லை. ஒருவேளை வழக்கு பாதகமாகவே முடிந்து இக்மெனெவ்காவை நீங்கள் விற்க நேரிடுகிறது என்று வைத்துக் கொள்வோம்; அப்போது அந்த நிலையில் நிகோலாய் செர்கிச் போட்டு வைத்திருக்கும் திட்டம் மிகவும் நல்லதென்றே சொல்லுவேன். சைபீரியாவில் அவருக்கு ஒரு நல்ல வேலை கூடக் கிடைக்கலாம். அப்புறம்...

"அப்பாடா, நீயாவது ஏதோ கொஞ்சம் புத்தியோடு பேசுகிறாயே? நான் நினைத்ததும் அதுவேதான். எல்லாவற்றையும் விட்டு விட்டு நான் போய்விடப் போகிறேன்."

"ஐயோ, இப்படி ஒன்றை நான் ஒருபோதும் எதிர்பார்க்கவே இல்லை" என்று தன் கைகளை வீசி ஆட்டிக் கொண்டே அழுதாள் ஆனா ஆண்ட்ரேயேவ்னா.

"வான்யா... நீ கூடவா அவரோடு சேர்ந்து கொண்டாய்? உங்கள் இருவரிடமும் நான் இதை எதிர்பார்க்கவே இல்லை. வான்யா, உனக்கு அன்பை மட்டுமே ஊட்டி வளர்த்திருக்கிறோம் நாங்கள். இப்போது நீயும் அவரோடு..."

"ஹ... ஹ... ஹ...! நீ வேறு என்னதான் எதிர்பார்க்கிறாய்? யோசித்துப் பார். நம்மிடமுள்ள பணமெல்லாம் செலவழிந்து விட்டது. கடைசி ஃபார்திங்கை வைத்துப் பிழைக்க வேண்டிய நிலைக்கு இப்போது வந்துவிட்டோம். ஒருவேளை நீ அந்த இளவரசன் பியோதர் அலெக்ஸேண்ட்ராவிச் வால்காவ்ஸ்கியிடம் போய் என்னைப் பிச்சையெடுக்கச் சொல்கிறாயோ?"

அந்தப் பெயரைக் கேட்ட மாத்திரத்தில் பயத்தால் நடுநடுங்கிப் போனாள் ஆனா ஆண்ட்ரேயேவ்னா. அவள் கையில் பிடித்திருந்த ஸ்பூன் நழுவிப் போய் சாஸரில் விழுந்து ஓசையெழுப்பியது.

"இல்லையில்லை... நிஜமாகவேதான் கேட்கிறேன்" என்றபடி தன் வன்மமான பேச்சில் மேன்மேலும் இன்பம் கண்டபடி பேசிக் கொண்டே போனார் இக்மெனெவ்.

"நீ இது பற்றி என்ன நினைக்கிறாய் வான்யா? ஒருவேளை நிஜமாகவே நான் அவனிடம் போக வேண்டியதாக இருக்குமோ? ஆமாம் அது சரிதான்... சைபீரியாவுக்கெல்லாம் ஏன் அநாவசிய மாகப் போய்க்கொண்டிருக்க வேண்டும்."

"நாளைக்கு என்னிடமிருப்பதிலேயே மிகவும் நல்ல உடுப்பை அணிந்து கொண்டு தலையைச் சீப்பால் நன்றாக வாரிக் கொள் கிறேன். ஆனா ஆண்ட்ரேயேவ்னா எனக்கு நன்றாகச் சலவை செய்த சட்டை ஒன்றைக் கொண்டுவந்து கொடுப்பாள். (அப்படிப் பட்ட ஒரு மனிதனை இதெல்லாம் இல்லாமல் எப்படிப் பார்க்கப் போவது?) புதிதான நீண்ட கையுறை ஒரு ஜோடி வாங்கிப் போட்டுக்கொள்கிறேன். பிறகு மேன்மை தங்கிய அந்த மனிதனைப் பார்க்கப் போகிறேன். 'மேன்மை தங்கிய எங்கள் தந்தையே, எங்கள் புரவலரே, என்னை மன்னித்து இரக்கம் காட்டுங்கள். ஒரு ரொட்டித் துண்டு கொடுங்கள். எனக்கு மனைவி மக்கள் இருக்கிறார்கள்' என்று சொல்கிறேன். அது சரிதானே ஆனா ஆண்ட்ரேயேவ்னா? நீ விரும்புவது அதைத்தானே?"

"ஐயோ கடவுளே! எனக்கு அப்படியெல்லாம் எதுவுமே வேண்டாம் அன்பே, ஏதோ யோசிக்காமல் வாய் தவறிப் பேசி விட்டேன். உங்களை வருத்தப்படுத்தியிருந்தால் என்னை மன்னித்து விடுங்கள். தயவுசெய்து கோபமாகக் கத்தாதீர்கள் அது போதும்" – மேன்மேலும் பயந்து நடுநடுங்கியபடி தன் சொற்களை வெளிப் படுத்தினாள் அவள்.

தன் பாவப்பட்ட மனைவியின் கண்ணீரும், கலவரமும் கண்டு அவரது இதயமும் வலித்திருக்கும் என்பதும் அது அவரது நெஞ்சை முறுக்கிப் பிழிவதாக இருந்திருக்கும் என்பதும் எனக்கும் புரிந்தது. சொல்லப் போனால் அவளைவிட அதிகமான துயரத்தை அவர் அனுபவித்துக் கொண்டிருப்பார் என்று எனக்கு உறுதியாகத் தோன்றியது. ஆனால் அவரால் தன்னைத் தானே கட்டுப்படுத்திக் கொள்ள இயலவில்லை. மிகுந்த நல்லிதயம் படைத்த சிலரிடமும் கூடக் காணக் கூடிய குணம்தான் இது. எளிதில் உணர்ச்சிவசப்படக் கூடிய அத்தகையவர்கள், தங்கள் அன்பான குணத்தையும் மீறித் தங்கள் சொந்த சோகமும், கோபமும் தங்களை ஆட்கொள்ள

விட்டுவிடுவார்கள். அதிலேயே சுயநலமான ஒரு இன்பம் காணு மளவுக்கு அந்த உணர்வுகளைப் போக விட்டுவிடுவார்கள். மற்றவர்களை – குறிப்பாக அப்பாவிகள் அல்லது தங்களுக்கு மிக நெருக்க மானவர்கள், அன்பானவர்கள் ஆகியோரைப் புண்படுத்துகிறோமே என்றுகூட நினைத்துப் பார்க்காமல் எப்படியாவது தங்களை வெளிப்படுத்திக் கொண்டுவிட வேண்டும் என்பதிலேயே குறியாக இருப்பார்கள். சில சமயங்களில் துன்பப்படுவதற்கு எந்தக் காரணமும் இல்லாமலே ஒரு பெண் வருத்தமாக இருப்பதுண்டு. அந்த வகையில் அந்தப் பெண்ணை ஒத்திருக்கும் பல ஆண்களும் உண்டு; எந்த வகையிலும் பலவீனமானவர்களோ, பேடிகளோ அல்லாத ஆண்கள்தான் அவர்கள். ஆனால் அவர்களும் கூட அப்படித்தான் நடந்து கொள்வார்கள். இந்தக் கிழவருக்கும் கூடச் சண்டைபோட வேண்டுமென்ற ஒரு கட்டாயத் தூண்டுதல் இருந்தது. அதன் விளைவாகத் தானும் துன்பப்படக் கூடுமென்று அறிந்திருந்தாலும் கூட அவர் அப்படித்தான் நடந்துகொண்டார்.

அந்த நேரத்தில் என் மனதில் மின்னல் கீற்றாக ஒரு எண்ணம் தோன்றியது எனக்கு நினைவிருக்கிறது; ஒருவேளை ஆனா ஆண்ட்ரேயேவ்னா சந்தேகப்படுவது போல அப்படி ஒரு காரியத் திற்காகத்தான் அவர் வெளியே சென்றிருப்பாரோ? ஒருவேளை கடவுளின் அருளால் அவரது மனம் இளகிப்போய் உண்மையிலேயே நடாஷாவைப் பார்க்கப் போயிருப்பாரோ? அப்புறம் பாதி வழியிலேயே ஒருவேளை அவரது மனம் மாறியிருக்கலாம் அல்லது ஏதாவது தவறாகப் போய் அவர் செய்ய எண்ணியதைச் செய்ய முடியாமல் போயிருக்கலாம்; அப்படிச் செய்ய முடியாமல்தான் போகுமென்பது நிச்சயம். அதனால் கோபத்தோடும், அவமானத் தோடும் அவர் வீடு திரும்பியிருப்பார். தனக்குள் ஏற்பட்டுவிட்ட விருப்பத்தையும் மென்மையான உணர்வுகளையும் எண்ணிக் கூச்சப்பட்டபடி அந்தப் பலவீனத்தால் விளைந்த கோபத்திற்கு வடிகால் தேடி, அதே மாதிரி உணர்வுகளையும், விருப்பங்களையும் உடையவரென்று அவர் சந்தேகப்படும் நபரின் மீது அதைக் கொட்டிவிட்டிருக்கிறார். மகளை மன்னித்துவிட அவர் விரும்பிய போது பாவப்பட்ட ஆனா ஆண்ட்ரேயேவ்னா அதனால் அடையக்கூடிய மகிழ்ச்சியும், பரவசமும் ஒருக்கால் அவருள் கற்பனையாகத் தோன்றியிருக்கலாம்; இப்போது அது ஒன்று மில்லாமல் போனபோது அதனால் முதலில் கஷ்டப்படுபவளும் இவளாகவே ஆகிவிட்டாள்.

ஆனால் பயத்தால் நடுங்கியபடி அடிபட்ட பார்வையோடு அவள் தன் முன்னிலையில் நின்றிருந்த கோலம் அவரை நெகிழ வைத்தது. தனது மூர்க்கமான செயல் குறித்து வெட்கப்படுவதைப்

போலக் காட்சியளித்த அவர், ஒரு நிமிடம் தன்னைத் தானே கட்டுப்படுத்திக் கொண்டார். நாங்களெல்லாம் அமைதியாக இருந்தோம். நான் அவரைப் பார்க்காமலிருக்க முயற்சி செய்தேன். ஆனால் அது மிகக் குறுகிய காலமே நீடித்தது. என்ன ஆனாலும் சரி அது சாபமே ஆனாலும் தன் உள்ளக் குமுறலைக் கொட்டியே தீர்த்தாக வேண்டும் என்று முடிவு செய்திருந்தவரைப் போலிருந்தார் அவர்.

"இதோ பார் வான்யா" என்றபடி திடீரென்று பேசத் தொடங்கினார் அவர்.

"நான் அப்படிப் பேசியிருக்கக் கூடாதுதான். அது எனக்கு வருத்தமாகத்தான் இருக்கிறது. ஆனால் சுற்றி வளைத்துப் பேசிக் கொண்டிருக்காமல் வெளிப்படையாகப் பேசியாக வேண்டிய நேரம் வந்துவிட்டது. ஒரு உண்மையான மனிதன் அப்படித்தான் செய்ய வேண்டும். உனக்குப் புரிகிறதா வான்யா? நீ வந்ததில் எனக்குச் சந்தோஷம். உன் முன்னிலையில் என்னால் சத்தமாகப் பேச முடிகிறது. இப்படிப்பட்ட அபத்தமான பேச்சுக்களும், கண்ணீர்ப் புலம்பல்களும், பெருமூச்சுகளும், துன்ப அரற்றல்களும் என்னை எப்படிப் பாதித்திருக்கின்றன என்பதை மற்றவர்களும் கேட்டுக் கொள்வார்கள் இல்லையா? வலியின் வேதனையோடு என் இதயத்தை இரத்தம் சொட்டச் சொட்டத் திறந்து காட்டி விட்டேன். இனிமேல் அதில் எதற்கும் இடமில்லை. நிச்சயம் இல்லை. நான் என்ன சொன்னேனோ அதைத்தான் செய்யப் போகிறேன். ஆறு மாதங்களுக்கு முன்னால் நடந்ததைப் பற்றிப் பேசிக் கொண்டிருக்கிறேன். உனக்குப் புரிகிறதுதானே வான்யா? நான் இதைப் பற்றி நேரடியாக, வெளிப்படையாகவே பேசுகிறேன்... என் வார்த்தைகளை நீ தவறாகப் புரிந்துகொள்ளக் கூடாது இல்லையா?" – இரத்தம் போலச் சிவந்திருந்த தன் கண்களால் என்னை நோக்கியபடியே பேசிக்கொண்டிருந்தார் அவர். தன் மனைவியின் மிரண்ட பார்வையை வேண்டுமென்றே தவிர்த்தபடி பேசினார் அவர்.

"நான் மறுபடியும் சொல்கிறேன். இப்படிப்பட்ட அபத்தங்கள் எனக்குத் தேவையில்லை. ஏதோ மான உணர்வு இல்லாத முட்டாளைப் போல கோழைத்தனமான பலவீனமான உணர்ச்சி களோடு நான் இருப்பதாக எல்லோரும் நினைத்துக் கொண்டி ருப்பதுதான் என்னைக் கோபப்படுத்துகிறது.

துக்க உணர்வு என்னைப் பைத்தியமாக்கி விட்டதென்று அவர்களெல்லாம் நினைக்கிறார்கள், மூளையில்லாதவர்கள். முன் பிருந்த உணர்வுகளையெல்லாம் நான் தூக்கி எறிந்து விட்டேன்; அவற்றை அடியோடு மறந்து போய் விட்டேன். எனக்கு இப்போது

ஞாபகங்களே இல்லை. சுத்தமாக இல்லை. எந்த ஞாபகமும் அடியோடு இல்லை... இல்லவே இல்லை."

தன் நாற்காலியிலிருந்து குதித்தெழுந்த அவர், தன் முஷ்டியால் மேசையில் ஓங்கிக் குத்தினார்.

"நிகோலாய் செர்கிச், ஆனா ஆண்ட்ரேயேவ்னாவின் மீது உங்களுக்குப் பரிதாபம் ஏற்படவே இல்லையா... அவர்களை எப்படி ஒரு நிலைக்குக் கொண்டுவந்து வைத்திருக்கிறீர்கள் பாருங்கள்" என்று என்னைக் கட்டுப்படுத்திக்கொள்ள முடியாமல், அவரை வெறுப்போடு பார்த்தபடியே சொன்னேன். ஆனால் அது, எரியும் நெருப்பில் எண்ணெய் ஊற்றுவது போலத்தான் இருந்தது.

"இல்லை... எனக்கு அப்படி எந்தப் பரிதாபமும் ஏற்படவில்லை" என்று உடல் நடுங்கக் கத்தினார் அவர். அவரது முகம் வெளிறிப் போயிருந்தது.

"என் மீது எவருக்கும் பரிவில்லாதபோது நானும் யாரைப் பார்த்தும் அனுதாபம் கொள்ளவில்லை. என் வீட்டில் என் கூரைக் கடியிலேயே உட்கார்ந்தபடி என்னை அவமதிப்புக்கு ஆளாக்கும் திட்டங்களைத் தீட்டுகிறார்கள். அதுவும் அந்த ஓடுகாலிப் பெண்ணுக்கு ஆதரவாக! கருணையே காட்டாமல் தண்டிக்கப்படவும் சபிக்கப்படவும் வேண்டியவள் அவள்."

"நிகோலாய் செர்கிச், அவளைச் சபித்து விடாதீர்கள். வேறு என்ன செய்தாலும் நம் பெண்ணைச் சபிக்க மட்டும் செய்து விடாதீர்கள்" என்று ஓலமிட்டாள் ஆனா ஆண்ட்ரேயேவ்னா.

"ஆமாம், நான் அவளைச் சபிக்கத்தான் செய்வேன்" என்று முன்னை விட இருமடங்கு சத்தத்தோடு உரக்கக் கத்தினார் கிழவர். அவமானமும், சிறுமையும் அனுபவித்துக் கொண்டிருக்கும் நான், கேவலமான, சபிக்கத் தகுந்த அந்தப் பெண்ணைத் தேடிப் போய் மன்னிப்புக் கேட்க வேண்டுமென்பதல்லவா இங்கே உள்ள எதிர் பார்ப்பு? ஆமாம்! ஆமாம்! அப்படித்தான் அதற்கு அர்த்தம். என் சொந்த வீட்டில் நிம்மதியாக இருக்க முடியாதபடி இரவும் பகலும் இந்தக் கண்ணீராலும், பெருமூச்சாலும், அபத்தமான பூடகப் பேச்சுக்களாலும் நானல்லவா அலைக்கழிவு படுகிறேன். அப்படி ஒரு வழியைக் கையாண்டு என் மனதை இளக்கி என்னைப் பரிதாபப்படத் தூண்டப் பார்ப்பது! அப்படித்தானே? இதைப் பார் வான்யா, பார்" என்றபடி பக்கவாட்டுச் சட்டைப் பையிலிருந்து அவசரமாகப் பல தாள்களை நடுங்கும் கரங்கள் கொண்டு உருவியெடுத்தார் அவர்.

"இதெல்லாம் எங்கள் வழக்கு சார்ந்த குறிப்புகள். நான் ஒரு திருடன், ஏமாற்றுக்காரன், என் சொந்த எஜமானரின் சொத்துக்

களையே திருடியவன் என்று இதில் தெளிவாகச் சொல்லப் பட்டிருக்கிறது. என் மானம் மரியாதை எல்லாம்... எல்லாமே அவளால் போய்விட்டது. இதோ பார்...! நீயே பார்!" என்றபடி தன் கோட்டுப்பையிலிருந்து ஒன்றன் பின் ஒன்றாக நிறைய தாள்களை உருவியெடுத்து மேசையின் மீது வீசியெறியத் தொடங்கினார் அவர். அந்தக் குறிப்புக்களிலிருந்து எனக்கு எதைக் காட்ட வேண்டுமென்று நினைத்தாரோ அதைப் பொறுமையிழந்தபடி ஆவேசமாகத் தேடிக்கொண்டும் இருந்தார். ஆனால் ஏனோ அவர் தேடியது மட்டும் அகப்படவே இல்லை. மேலும் பொறுமை இழந்தவராகக் கோட்டுப் பையிலிருந்து தன் கைக்கு அகப்பட்டதை யெல்லாம் கொத்தாக எடுத்து மேசை மீது அப்படியே கவிழ்த்தார். அவற்றோடு கூடவே ஓசையெழுப்பிக் கொண்டு 'சட்'டென்று ஒரு பொருளும் மேசைமீது விழுந்தது. ஆனா ஆண்ட்ரேயேவ்னா அதைப் பார்த்துக் கூச்சலிட்டாள். தொலைந்து போயிருந்த அந்த 'லாக்கெட்'தான் அது.

என்னால் என் கண்களையே நம்ப முடியவில்லை. இரத்தம் தலைக்கேறிப் போனது போல முகம் சிவந்து திடுக்கிட்டார் கிழவர். நிலைகுத்திப் போனவளாய்த் தன் கைகள் இரண்டையும் கோர்த்தபடி அவரை மன்றாடுவது போலப் பார்த்துக் கொண்டிருந் தாள் ஆனா ஆண்ட்ரேயேவ்னா. அவளது முகம் மகிழ்ச்சியோடும், நம்பிக்கையோடும் பிரகாசித்துக் கொண்டிருந்தது. அப்போது அந்த முதியவர் நாணிச் சிவந்ததும், தர்மசங்கடம் கொண்டதும்!!! ஆமாம், உண்மை தான் அவளது கணிப்பு தவறாகியிருக்கவில்லை. தன்னுடைய 'லாக்கெட்' எப்படி மறைந்தது என்பது அவளுக்குத் தெரிந்துதான் இருக்கிறது.

தன் கண்ணில் பட்டுப் பொறுக்கியெடுத்த அந்த 'லாக்கெட்'டைப் பார்த்ததும் அவருக்கு முதலில் சந்தோஷம்தான் ஏற்பட்டிருக்கும். மகிழ்ச்சிக் கிளர்ச்சியால் விளைந்த பொறாமை உணர்வோடு பிறர் கண்களில் படாமல் அதை அவர் ஒளித்து வைத்திருக்க வேண்டும் என்று இப்போது அவள் புரிந்துகொண்டாள். யாரும் பார்க்காமல், தான் மட்டும் தனிமையாக இருக்கும் வேளை களில் அளவுகடந்த அன்போடு சீராட்டி வளர்த்த தன் அருமை மகளின் முகத்தையே அவர் திரும்பத் திரும்பப் பார்த்துக் கொண்டே இருந்திருக்க வேண்டும். பாவப்பட்ட அந்த அன்னையைப் போலவே அவரும் ஏதாவது ஒரு அறைக்குள் தன்னை அடைத்துக் கொண்டு தன் கண்மணியான நடாஷாவிடம் பேசிக் கொண்டிருக்க வேண்டும்; அவள் தரும் பதில்களைத் தனக்குத்தானே கற்பனை செய்து கொண்டு அவற்றுக்குத் தானும் பதிலளித்தபடி இருந்திருக்க வேண்டும்.

இரவு நேரங்களில் கட்டுக்கடங்காத துயரத்துடன் பொங்கி வரும் விம்மல்களை அடக்கியபடி அந்தப் பெண்ணின் அன்பு முகத்தைக் கொஞ்சி முத்தம் தந்திருக்க வேண்டும்; யாரை அவர் பார்க்க மறுக்கிறாரோ, பிறர் முன்னிலையில் யாரை அவர் சபிக்கிறாரோ அந்தப் பெண்ணுக்கு மன்னிப்பையும், ஆசியையும் வழங்கியிருக்க வேண்டும்.

"அப்படியென்றால் நீங்கள் அவளை இன்னும் நேசிக்கத்தான் செய்கிறீர்கள்" என்று அதற்குமேல் தன்னைக் கட்டுப்படுத்திக் கொள்ள முடியாமல் – நடாஷாவை ஒரு நிமிடம் முன்புதான் திட்டித் தீர்த்திருந்த அந்தக் கண்டிப்பான தந்தையை நோக்கிக் குமுறித் தீர்த்தாள் ஆனா ஆண்ட்ரேயேவ்னா.

ஆனால் அவளது கூக்குரல் அவர் காதை எட்டுவதற்கு முன்பே மூர்க்கதனமான வெறி அவர் கண்களில் மின்னியது. அந்த 'லாக்கெட்'டைப் பற்றி எடுத்துத் தரை மீது தூக்கியெறிந்து விட்டுத் தன் கால்களால் அதை ஆவேசமாக மிதித்துத் துவைத்துச் சின்னா பின்னமாக்கிச் சிதைத்துக்கொண்டிருந்தார் அவர்.

"நான் உன்னைச் சபிக்கிறேன். ஆமாம் சபிக்கிறேன்" என்று கரகரத்த குரலில் உரக்கக் கத்தினார்.

"எப்போதைக்குமாய்... எப்போதைக்குமாய்..."

"கடவுளே!" என்றபடி ஓலமிட்டுக் கரைந்தாள் அன்னை.

"அவளைப் போயா? நம் நடாஷாவையா? கண்ணான அந்த முகத்தை இப்படிக் கால்களால் சிதைப்பதா? உணர்ச்சியே இல்லாத கொடுமைக்கார அரக்கன்... ராட்சசன்."

மனைவியின் கூக்குரலைக் கேட்டதும் மூர்க்காவேசம் கொண்ட அந்த முதியவர் சற்றே தணிந்தார்; தான் செய்து கொண்டிருக்கும் செயல் அவருக்கே சற்று நடுக்கமூட்டியது. சட்டென்று தரையிலிருந்த 'லாக்கெட்'டை எடுத்துக்கொண்டு கதவருகே விரைந்தார். ஆனால் தொடர்ந்து இரண்டடி எடுத்து வைப்பதற்குள் மண்டியிட்டுச் சரிந்தார். தனக்கு முன்னால் இருந்த சோஃபாவின் மீது கைகளைத் தொங்கப்போட்டுக்கொண்டு, தன் சக்தியெல்லாம் வற்றிப் போனவர் போலத் தலையை அவற்றுக்கிடையே கவிழ்த்துக் கொண்டார்.

அவர் ஒரு குழந்தையைப் போல, ஒரு பெண்ணைப் போல விம்மி அழுது கொண்டிருந்தார். இதயமே வெடித்துவிடுவதைப் போலக் குமுறினார். கோபத்தின் உச்சத்தில் இருந்த அந்தக் கிழவர், மின்வெட்டும் நேரத்தில் ஒரு குழந்தையை விட பலவீனமாகியிருந்தார். இப்போது அவரால் அவளைச் சபிக்க முடியாது. எங்கள் முன்னிலையில்தான் உணர்ச்சிகளைக் காட்ட நேர்ந்ததில் இப்போது அவர்

கூச்சப்படவில்லை. தன்னுள் சட்டென்று கிளர்ந்தெழுந்த அன்பின் பெருக்கில் ஆழ்ந்து போனவராய்ச் சற்றுமுன் தன் காலடியில் போட்டு மிதித்து நசுக்கிய அந்தப் படத்துக்குப் பாசத்தோடு முத்தமாரி பொழிந்தார். இதுவரை அவர் மனதுக்குள் கட்டுப்பட்டுக் கிடந்த மென்மையான உணர்வுகளும், மகள் மீது கொண்ட அளப் பரிய நேசமும் மடையுடைத்துக் கொண்டு பீறிட்டுப் பாய்ந்துவர அவர் அதற்கு ஆட்பட்டுக் கிடந்தார்.

"அவளை மன்னியுங்கள், அவளை மன்னித்து விடுங்கள்" என்றபடி அவர் பக்கம் குனிந்து, அவரைத் தழுவிக்கொண்டு கண்ணீ ரோடு கெஞ்சினாள் ஆனா ஆண்ட்ரேயேவ்னா.

"அவளை வீட்டுக்கு அழைத்துவந்து விடுங்கள் அன்பே. நீங்கள் காட்டும் கருணைக்காகவும், உங்களைத் தாழ்த்திக் கொள்ளும் எளிமைக்காகவும் இறுதித் தீர்ப்பு நாளன்று கடவுளே உங்களுக்கு வெகுமதி நல்குவார்."

"இல்லை... அது முடியாது, இந்த உலகமே சொன்னாலும் முடியாது" என்று தழுதழுத்துக் கம்மிப்போன குரலில் பிரகடனம் செய்தார் அவர். "அது ஒருபோதும் முடியாது!"

14

நான் மிகவும் தாமதமாக, பத்து மணி அளவிலேதான் நடாஷாவைப் பார்க்கச் சென்றேன். செமியோனோவ்ஸ்கி பாலத்துக்கருகே ஃபாண்டங்காவில்தான் அப்போது அவள் வசித்து வந்தாள். கோலோடுஷ்கின் என்ற வணிகனுக்குச் சொந்தமான அழுக்கேறிய குடியிருப்புக்களில் ஒன்றில் நான்காம் தளத்தில் இருந்தாள் அவள். வீட்டை விட்டு முதலில் அவள் வெளியேறியபோது சிறிது காலம் மிக நல்ல குடியிருப்பு ஒன்றில் அல்யோஷாவுடன் கூட இருந்தாள் அவள். அது சிறியதுதான் என்றாலும் அழகானது, வசதியானது. லிடெய்னியில் இருக்கும் ஒரு வீட்டின் மூன்றாம் தளத்தில் அது இருந்தது. தான் சொன்னபடி அல்யோஷா இசை கற்பிக்கும் ஆசிரியனாக ஆகிவிடவில்லை; தொடர்ந்து பலரிடமும் கடன் வாங்கிக்கொண்டே இருந்த அவனது கடன் சுமை மிக அதிகமாக ஏறிவிட்டது. தாங்கள் இருந்த குடியிருப்பை அலங்கரிப் பதிலும், நடாஷாவுக்குப் பல வகையான பரிசுகள் வழங்குவதிலும் பணத்தைச் செலவிட்டான் அவன். அவனது ஊதாரித்தனத்தைக் கட்டுக்குள் கொண்டுவர நடாஷாவும் முயற்சி செய்தாள். அவனைக் கடிந்து கொள்வாள், சில சமயம் அதைப் பற்றிச் சொல்லி அழவும்

செய்வாள். இயல்பிலேயே மென்மையான சுபாவம் கொண்டவனும், எளிதில் உணர்ச்சிவசப்படக் கூடியவனுமான அல்யோஷா, அவளுக்கு என்ன பரிசு தரலாம் என்பதையும் அதை அவள் எப்படி ஏற்றுக்கொள்ளப் போகிறாள் என்பதையும் கனவு காண்பதிலேயே ஒரு வாரம் முழுவதும் ஆனந்தமாகச் செலவிடுவான். அது, அவனுக்கே ஒரு களிப்பான அனுபவமாக இருக்கும். பரவசத்தோடு தன் கனவுகளையும் எதிர்பார்ப்புகளையும் என்னிடத்திலும் அவன் பகிர்ந்து கொள்வான்.

பிறகு அவள் விடும் கண்ணீரையும், அவளது வசவுகளையும் பார்த்து அவன் சோர்வாகி விடுவதைப் பார்க்க நமக்கே பரிதாப மாகத்தான் இருக்கும். காலம் செல்லச் செல்ல இத்தகைய பரிசுகளே அவள் திட்டுவதற்கும், அவர்களிடையே ஏற்படும் கசப்புகளுக்கும், சண்டைகளுக்கும் காரணமாக அமைந்து போயின. இதைத் தவிர நடாஷாவிடம் சொல்லாமலே நிறைய பணத்தை இன்னொருபுறம் செலவழித்துக் கொண்டிருந்தான் அல்யோஷா. தன் பழைய நண்பர்களோடு தொடர்பு வைத்துக் கொண்ட அவன், அவளுக்குத் துரோகம் இழைக்கும் வகையில் ஜோஸபீன்கள், மின்னாக்கள் என்று பல பெண்களிடமும் செல்ல ஆரம்பித்திருந்தான்; ஆனால் அதே நேரத்தில் நடாஷா மீதான காதலும் அதே வகையான அன்புடன் அவனிடம் தொடர்ந்து கொண்டிருந்தது. அவள் மீது அவன் கொண்டிருந்த காதல் அவனைச் சித்திரவதைப்படுத்தும் காதலாக இருந்தது. மனம் சோர்ந்து துயருற்ற நிலையில் அடிக்கடி என்னைச் சந்திக்க வரும் அவன், நடாஷாவின் சுண்டுவிரலுக்குக் கூட அருகதையற்றவன் என்று தன்னைத் தானே குறை சொல்லிக் கொள்வான். பண்பாடு இல்லாதவன், மோசமானவன் என்று தன்னைத் தானே பழித்துக் கொள்ளும் அவன், அவளைப் புரிந்து கொண்டு, அவளது அன்புக்குத் தகுதியாக இருக்கத் தன்னால் இயலவில்லை என்றும் சொல்லிக்கொள்வான். அவன் சொல்வது ஓரளவு உண்மையும் கூடத்தான். அவர்களுக்கிடையே சரியான பொருத்தம் இல்லை. அவளோடு ஒப்பிடுகையில் தன்னை ஒரு குழந்தையைப் போலவே அவன் உணர்வான். அவளும் அவனை எப்போதும் ஒரு குழந்தையைப் போலத்தான் 'பா'விப்பாள். ஜோஸபீனோடு தான் கொண்டிருக்கும் தொடர்பைப் பற்றிக் கண்ணீரோடு என்னிடம் ஒப்புக்கொள்ளும் அவன், நடாஷாவிடம் அதைப் பற்றி ஒரு வார்த்தைகூடச் சொல்லக் கூடாது என்று என்னிடம் மன்றாடுவான். இப்படி எல்லாவற்றையும் என்னிடம் சொல்லி முடித்த பிறகு பயந்து நடுங்கிக்கொண்டு நடாஷாவிடம் திரும்ப வருவான் (நானும் தன்னோடு கூட வரவேண்டுமென்று என்னை வற்புறுத்துவான்; இப்படி ஒரு செயலைச் செய்த பிறகு

அவளைப் பார்க்கக் கூடத் தனக்குப் பயமாக இருக்கிறதென்றும் என்னால் மட்டுமே தனக்கு உதவ முடியுமென்றும் சொல்வான்). அவனைப் பார்த்த மாத்திரத்திலேயே விஷயம் என்னவென்பதை விளங்கிக்கொண்டு விடுவாள் நடாஷா. பயங்கரமான பொறாமை குணம் கொண்டவளாகிய அவள், இவன் செய்யும் தவறுகளை எப்படி மன்னித்து ஏற்கிறாள் என்பதை மட்டும் என்னால் புரிந்துகொள்ள முடிந்ததில்லை. வழக்கமாக எப்போதும் நடப்பது அதுதான். அல்யோஷா என்னையும் துணைக்கழைத்துக் கொண்டு அவளிடம் செல்வான். பயந்துகொண்டே அவளை அழைத்தபடி அச்சம் கலந்த பரிவோடு மென்மையாக அவளைப் பார்ப்பான். ஏதோ தவறு செய்து விட்டான் என்பதை அவள் உடனே ஊகித்து விடுவாள்; ஆனால் அதற்கான எந்த அடையாளத்தையும் வெளிக் காட்டிக் கொள்ள மாட்டாள். அந்த விஷயத்தைப் பற்றித் தானாகப் பேசத் தொடங்கவும் மாட்டாள்; அவனிடம் எந்தக் கேள்வியும் கேட்கவும் மாட்டாள்; மாறாக இருமடங்கு அதிகமான நேசத்தோடு அவனைச் சீராட்டி அன்புகாட்டி மகிழ்விப்பாள். அவள் இவ்வாறு செய்வதை நடிப்பு என்றோ, திட்டமிட்ட ஓர் அணுகுமுறை என்றோ சொல்வது சரியாகாது, அப்படி எதுவும் இல்லை. அவள் கொண்டிருந்த நயத்தகு நாகரிகம் அவனை மன்னிப்பதிலும், அவனுக்குக் கருணை காட்டுவதிலும் எல்லையற்ற பேரானந்தம் கொள்ளுமாறு அவளைச் செய்திருந்தது. அவனை மன்னிப்பது என்ற அந்தச் செயல் ஒன்றே அவளுக்கு வினோதமான நுட்பமான இன்பத்தை அளிப்பதாக இருந்தது. அதுவரை அந்த விஷயம், 'ஜோஸபீன்கள்' சார்ந்ததாக மட்டுமே இருந்தது நிஜம்தான்.

அத்தனை மென்மையாக அவள் தன்னை மன்னித்து ஏற்பதைப் பார்க்கும்போது அல்யோஷாவாலும் அதற்கு மேல் தன்னைக் கட்டுப்படுத்திக் கொள்ள முடியாது, உடனே அவள் எந்தக் கேள்வியும் கேட்காமலேயே தன் கதை முழுவதையும் சொல்லி முடித்துவிடுவான் அவன்; அப்போதுதான் தன் மனசாட்சியின் உறுத்தல் தீரும், பழையபடி தன் மனம் தூய்மையாகி விடுமென்று சொல்லிக்கொள் வான். அவள் தரும் மன்னிப்பு அவனை உன்மத்தம் கொண்ட வனாக்கிவிடும்; சில வேளைகளில் மகிழ்ச்சிப் பரவசத்தால் கண்ணீர் விட்டு அழக்கூடச் செய்வான்; அவளை முத்தமிடுவான், தழுவிக் கொள்வான். அதன் பிறகு உற்சாகத்தில் மிதக்கத் தொடங்கிவிடுவான். கள்ளம் கபடமற்ற குழந்தைத்தனத்துடன் ஜோஸஃபீனுடனான தன் அனுபவங்கள் முழுவதையும் வெளிப்படையாக அவளிடம் விவரிப்பான். மனம் விட்டுச் சிரிப்பான், நடாஷாவுக்கு நன்றி சொல்லி வாழ்த்தி அவளை வானளாவப் புகழ்வான். அதோடு அந்த மாலை நேரமும் களிப்பாக, குதூகலமாக முடிவுக்கு வந்து சேர்ந்து விடும்.

பணமெல்லாம் தீர்ந்த பிறகு அவன் பொருட்களை விற்க ஆரம்பித்தான். நடாஷாவின் வற்புத்தலுக்காக ஃபாண்டங்காவில் மலிவான ஒரு சிறிய குடியிருப்பு ஏற்பாடு செய்யப்பட்டது. அவர்கள் தொடர்ந்து பொருட்களை விற்றுக் கொண்டே இருந்தனர். தான் அணியும் 'கவுன்'களையெல்லாம் கூட நடாஷா விற்க வேண்டியிருந்தது. தனக்கென்று ஒரு வேலை தேடத் தொடங்கினாள் அவள். அதைக் கேள்விப்பட்டதும் அல்யோஷா அடைந்த துன்பத்துக்கு அளவே இல்லாமற் போயிற்று; தன்னைத் தானே சபித்துக்கொண்டான்; தன்னைத் தானே வெறுத்தபடி அழுது கரைந்தான். ஆனாலும் அதே நேரத்தில் குறிப்பிட்ட அந்த நிலைமையை மாற்ற அவன் உருப்படியாக எதையுமே செய்யவில்லை. கடைசி கடைசியாக மிஞ்சியிருந்ததும் இப்போது தீர்ந்துபோய் விட்டதால் தான் பார்த்துக் கொண்டிருந்த மிகச் சிறிய வேலையில் கிடைத்த ஊதியத்தைத் தவிர நடாஷாவுக்கென்று எஞ்சியது வேறெதுவும் இல்லை.

தொடக்கத்தில், அவர்கள் இருவரும் சேர்ந்து வாழ்ந்து வந்த காலத்தில் தன் தந்தையோடு அதுபற்றி பயங்கரமாகச் சண்டை போட்டிருக்கிறான் அல்யோஷா. தன் மகனை, சீமாட்டியின் வளர்ப்புப் பெண்ணான காதரீனா ஃபியோதோரோவ்னாவுக்குத் திருமணம் செய்து வைக்க வேண்டுமென்பது வால்காவ்ஸ்கி கொண்டிருந்த எண்ணம், அப்போது ஒரு திட்டம் என்ற அளவில் மட்டும்தான் இருந்தது. ஆனால் அதை அவன் கடுமையாக வற்புறுத்தினான். அந்த இளம்பெண்ணைப் பார்க்க அல்யோஷாவை அழைத்துச் சென்றான்.

அந்தப் பெண்ணை அல்யோஷா விரும்ப வேண்டுமென்று முயற்சித்தபடி அதற்குத் தூண்டுதலளிக்கவும் முனைந்தான். அல்யோஷாவுடனான விவாதங்களில் கடுமை காட்டியபடியும் அதை முயற்சித்திருக்கிறான் அவன். ஆனால் அவை எல்லாமே சீமாட்டியின் எதிர்ப்பால் தோற்றுப் போய்விட்டன. பிறகு நடாஷா வுடன் தன் மகனுக்கு ஏற்பட்ட தொடர்பைப் பற்றிக் கொஞ்ச நாள் கண்டும் காணாமல் விட்டுவிட்டான். காலப் போக்கில் அதுவே சரியாகி விடுமென்பது அவனது எண்ணம். தன் மகன் அல்யோஷா வின் விளையாட்டுத்தனமான, சிறுபிள்ளைத் தனமான போக்கை அறிந்திருந்ததால் அந்தக் காதல் விவகாரமும் சீக்கிரமே முடிவுக்கு வந்துவிடுமென்று அவன் எண்ணினான். அல்யோஷாவும் நடாஷா வும் திருமணம் செய்து கொண்டு விடக் கூடுமோ என்ற கவலை அண்மைக்காலமாக அவன் மனதில் இல்லை. அல்யோஷாவின் தந்தையிடமிருந்து முறையான சம்மதம் பெறுவதற்காகவும், நிலை மையில் சற்றேனும் மாற்றம் ஏற்படுமோ என்று பார்க்க வேண்டியும் காதலர்களும் அந்த விஷயத்தைத் தள்ளித்தான் போட்டிருந்தார்கள்.

நடாஷா, அந்த விஷயத்தைப் பற்றிப் பேச்செடுக்கவே விரும்பவில்லை. ஒருவகையில் இப்போது நடந்து கொண்டிருப்பது தன் தந்தைக்கு ரகசியமான மகிழ்ச்சியளிப்பதாகக் கூட இருக்கலாம் என்று என்னிடம் தன் அந்தரங்கமான பேச்சில் குறிப்பிட்டான் அல்யோஷா. இதன் வழி இக்மெனெவ் குடும்பத்தார் அனுபவித்துக் கொண்டிருக்கும் பதட்டத்தை ஒருவேளை தன் தந்தை ரசித்துக் கொண்டிருக்கக் கூடும் என்றான் அவன். ஆனால் வெளிப்பார்வைக்குத் தன் மகன் மீது கொண்டிருக்கும் அதிருப்தியை அடிக்கடி வெளிக்காட்டியபடி அவனுக்குத் தந்து கொண்டிருக்கும் பணத்தை வெகுவாகக் குறைத்துவிட்டான் அவன். (மகனைப் பொறுத்தவரை எப்போதுமே கஞ்சத்தனமாக நடந்து கொள்பவன்தான் அவன்) அதைக்கூட நிறுத்திவிடப் போவதாகவும் மகனைப் பயமுறுத்தி வைத்திருந்தான் அவன். ஆனால் அதற்குப் பிறகு, தன்னுடைய வேலைக்காக போலந்து சென்றிருந்த சீமாட்டியைத் தேடிச் சென்றபடி திருமண ஏற்பாடு குறித்த தன் திட்டங்களை விடாப்பிடியாகத் தொடர ஆரம்பித்துவிட்டான். அல்யோஷாவுக்கு இன்னும் திருமண வயது வரவில்லையென்பதும், அவன் ஒரு சிறுவனாக மட்டுமே இருப்பதும் உண்மைதான்; ஆனால் அந்தப் பெண் மிகப் பெரும் சொத்துக்காரி, இப்படி ஒரு வாய்ப்பைக் கை நழுவ விடுவதென்பது நினைத்துக்கூடப் பார்க்க முடியாதது. கடைசியாக வால்காவ்ஸ்கி தான் நினைத்ததை சாதித்து விட்டான். அவன் நினைத்த விஷயம் அவனுக்குச் சாதகமாகத் திரும்பப் போகிறது என்ற வதந்திகள் எங்களை வந்தடைந்திருந்தன. நான் இப்போது எதைப் பற்றி சொல்லிக் கொண்டிருக்கிறேனோ அது நடந்தபோது அப்போதுதான் வால்காவ்ஸ்கி செயிண்ட் பீட்டர்ஸ்பர்க்குக்குத் திரும்பி வந்திருந்தான். பாசத்தோடு தன் மகனைச் சந்தித்தான்; ஆனால் நடாஷா – அல்யோஷாவின் காதல் இன்னும் கூடத் தொடர்ந்து கொண்டிருப்பது அவனுக்கு அதிருப்தியளித்து ஆச்சரியமூட்டியது. அவன் சந்தேகமும் கலவரமும் அடையத் தொடங்கினான். தன்னுடைய மகன் அந்தத் தொடர்பை முறித்துக் கொள்ள வேண்டுமென்று கண்டிப்பாகவும், அழுத்தம் திருத்தமாகவும் அவனிடம் வற்புறுத்தினான். ஆனால் அதை விடப் பயனளிக்கும் திட்டம் ஒன்று சீக்கிரமாகவே அவன் மனதில் உருவாகி விட அல்யோஷாவை சீமாட்டியிடம் அழைத்துக் கொண்டு சென்றான்.

சீமாட்டியின் வளர்ப்புப் பெண் கிட்டத்தட்ட ஒரு குழந்தையைப் போலத்தான் இருந்தாளென்றாலும் முழுமையான வனப்புடன், மகிழ்ச்சியே உருவாக, புத்திசாலித்தனம் கொண்டவளாக இருந்தாள். மிகவும் இனிமையான அவளது உள்ளம், அரிதில் காண முடியாத அளவுக்கு அபூர்வமானது. ஒளிவுமறைவு இல்லாத சூதுவாது இல்லாத ஜீவனாக அவள் இருந்தாள். ஆறு மாதங்கள்

ஆகியிருந்ததால் தன் மகனின் மனதில் நடாஷாவைக் குறித்த புதுமைக் கவர்ச்சி குறைந்து போயிருக்குமென்றும், தனக்காக நிச்சயிக்கப்பட்ட மணப்பெண்ணை ஆறுமாதம் முன்பு பார்த்ததை விட வித்தியாசமான மனநிலையுடன் அவன் பார்க்கக் கூடு மென்றும் கணக்குப் போட்டு வைத்திருந்தான் வால்காவ்ஸ்கி. அவனது கணக்கு ஓரளவுக்குச் சரியாகவே இருந்தது. அந்தப் பெண் அல்யோஷாவைக் கவரவே செய்திருந்தாள். அவனது தந்தை திடீரென்று அவன்மீது அளவு கடந்த அன்பு காட்டத் தொடங்கி யிருந்ததையும் நான் இங்கே சொல்லியாக வேண்டும் (அவனுக்குப் பணம் கொடுக்க இன்னும் கூட மறுத்துக் கொண்டிருந்தாலும்) தன் தந்தை காட்டும் அளவுக்கு மீறிய பரிவுக்குள் ஒளிந்திருப்பது, என்றும் மாறாததும் எந்த வகையிலும் வளைத்துவிட முடியாததுமான உறுதியான ஒரு தீர்மானம்தான் என்பதை அல்யோஷாவும் உணர்ந்துகொண்டான். அது அவனை வருத்தப்படுத்தவே செய்தது. ஆனால் காதரீனா ஃபியோதோரோவ்னாவை தினந்தோறும் அவன் சந்தித்து வந்ததால் அந்த வருத்தம் அவனை அதிகமாகப் பாதிக்க வில்லை.

இப்போது நடாஷாவை அவன் சந்தித்து ஐந்து நாட்கள் ஆகி யிருந்தது என்பது எனக்குத் தெரியும். இக்மெனெவ் தம்பதியரிட மிருந்து விடை பெற்று அவளைக் காணச் சென்று கொண்டிருந்த போது அவள் என்னிடம் எதைப் பற்றி சொல்ல நினைத்திருப்பாள் என்று எண்ணி ஆச்சரியப்பட்டுக் கொண்டிருந்தேன். அவளது ஜன்னலில் ஒரு விளக்கு எரிந்து கொண்டிருந்ததை தூரத்திலிருந்தே நான் பார்த்துவிட்டேன். அப்படி ஒரு ஏற்பாட்டை நாங்கள் எங்களுக்குள் பேசி வைத்துக் கொண்டிருந்தோம். மிகப் பெரிய அவசர உதவி எதுவும் தேவைப்படும் நிலையில் அவள் இருந்தா ளென்றால் ஜன்னலில் ஒரு மெழுகுவர்த்தியை ஏற்றி வைத்துவிட வேண்டும். அந்த வழியாக நான் தாண்டிப் போக நேர்ந்தால் (தினந்தோறும் மாலை அப்படிப் போய்க்கொண்டுதான் இருக் கிறேன்) அந்த விளக்கைப் பார்த்ததும் என்னை அவள் எதிர்பார்க் கிறாள் என்பதையும், என் உதவி அவளுக்குத் தேவை என்பதையும் புரிந்துகொண்டுவிட முடியும். அண்மைக்காலமாக அவள் ஜன்ன லில் மெழுகுவர்த்தி ஏற்றி வைப்பது அடிக்கடி நடந்து கொண்டி ருந்தது.

15

நடாஷா தனியே இருப்பதை நான் பார்த்தேன். நெஞ்சில் கைகளைக் கோர்த்து வைத்துக்கொண்டு ஏதோ சிந்தனையில்

மூழ்கியபடி அறையின் குறுக்கும் நெடுக்கும் நடந்து கொண்டிருந்தாள் அவள். மேசையின் மீது ஒரு சமோவர் கொதி நிலையில் எனக் காகக் காத்துக்கொண்டிருந்தது. ஒரு புன்னகையோடு அவள் எனக்குக் கை கொடுத்து வரவேற்றாள். அவள் முகம், அவள் படும் வேதனையை வெளிக்காட்டியபடி வெளிறிப் போயிருந்தது. பரிவான அமைதியான அவளது புன்னகையைப் பார்க்கும்போது ஏதோ ஒரு தியாகத் தன்மை அதில் ஒளிந்திருப்பது போல் இருந்தது. அவளது தெளிந்த நீல விழிகள் முன்னைவிடப் பெரிதாகத் தோன்றின; அவளது முடியும் முன்பைவிட அடர்த்தியாக இருந்தது போலிருந்தது. மெலிந்து போய் சோகை பிடித்துக் கிடந்த அவளது முகத்தோற்றம்தான் அப்படியெல்லாம் எண்ண வைத்தது.

"நீ ஒருவேளை வரமாட்டாயோ என்று நினைக்க ஆரம்பித்து விட்டேன் நான்" என்றாள் அவள்.

"மாவ்ராவை அனுப்பி விசாரிக்கலாமா என்று யோசித்துக் கொண்டிருந்தேன். மறுபடியும் ஒருவேளை உடம்பு சரியில்லாமல் போய்விட்டாயோ என்று பயந்து போனேன்."

"இல்லை... என் உடம்புக்கு ஒன்றுமில்லை. தாமதமாக வரும்படி ஆகிவிட்டது. அதை அப்புறம் என்னவென்று சொல்கிறேன். இப்போது இங்கே என்ன விஷயம்? அதைச் சொல் நடாஷா? என்ன நடந்தது?"

"ஒன்றுமே நடக்கவில்லையே..." என்று ஆச்சரியப்படுவது போல பதிலளித்தாள் அவள். "ஏன் அப்படிக் கேட்கிறாய்?"

"என்ன இது? நீதானே எனக்கு எழுதியிருந்தாய். என்னை வரச் சொல்லி நேற்று எழுதியிருந்தாயல்லவா? சரியான நேரத்தைக் கூடக் குறிப்பிட்டு அனுப்பியிருந்தாய்; அதற்கு முன்னாலோ, பின்னாலோ கூடாது என்று... அது கொஞ்சம் வித்தியாசமாகப் பட்டது."

"ஆமாம்... அவரை நேற்று நான் எதிர்பார்த்துக் கொண்டிருந்தேன்."

"அவன் வரவில்லையா?"

"இல்லை... அவர் ஒருவேளை வராமல் போனால் உன்னிடம் சில விஷயங்களைப் பேச வேண்டுமென்று நான் நினைத்துக் கொண்டிருந்தேன்" ஒரு இடைவெளி விட்டபின் இவ்வாறு சொன்னாள் அவள்.

"இன்று மாலை அவன் வருவானென்று எதிர்பார்த்தாயா?"
"இல்லை. இன்று மாலை அவர் 'அங்கே' இருக்கிறார்."

"நீ என்னதான் நினைத்துக் கொண்டிருக்கிறாய் நடாஷா? அவன் திரும்பி வருவானா, மாட்டானா?"

"கட்டாயம் அவர் வருவார்" –வினோதமான, தீவிர முகபாவத்துடன் என்னைப் பார்த்துக்கொண்டே இவ்வாறு பதிலளித்தாள் அவள். அப்படிப்பட்ட 'வெடுக்' 'வெடுக்'கென்ற என்ற என் கேள்விகளை அவள் விரும்பவில்லை. நாங்கள் சிறிதுநேரம் அமைதியாக இருந்தபடி அறையின் குறுக்கும், நெடுக்கும் நடந்து கொண்டிருந்தோம்.

"முழு நேரமும் உனக்காகத்தான் காத்துக்கொண்டிருந்தேன் வான்யா.

நான் என்ன செய்து கொண்டிருந்தேன் தெரியுமா?" என்று மீண்டும் ஒரு புன்னகையோடு பேசத் தொடங்கினாள் அவள்.

"குறுக்கும் நெடுக்கும் நடந்தபடி நான் ஒரு கவிதையைச் சொல்லிக்கொண்டிருந்தேன். உனக்கு நினைவிருக்கிறதா? ஒலிக்கும் மணிகள், குளிர்காலச் சாலை...

'ஓக் மரத்தாலான என் மேசைமீது பளிச்சென்று மின்னியபடி தளதளவென்று கொதிக்கும் சமோவர்' நாம் இருவரும் அப்போது அதைச் சேர்ந்து படிப்போம்.

"புயல் அடித்து ஓய்ந்து விட்டது
இரவின் எண்ணிலடங்காத கண்கள்
வானிலிருந்து கீழே நோக்குவதால்
சாலை கொஞ்சம் வெளிச்சமாயிருக்கிறது"

அதற்கப்புறம் இப்படி...

"அழைப்பு மணியின்
ஒலியோடு ஒன்றிக் கலந்தபடி
மகிழ்ச்சியான ஒரு பாடலைப்
பாடுகிறான் பாடகன்
'ஓ... எனக்குப் பிரியமான
என் காதலன்
எப்போது இங்கே வந்து
ஓய்வாக என் நெஞ்சில் தலை சாய்ப்பான்?
இப்படி ஒரு வரவேற்பு
வேறெங்கே கிடைக்கும் அவனுக்கு?
கண்ணாடி ஜன்னலின்
பனிப்படலம் வழி
ஊடுருவும் கதிரொளியில்

என் வீடுதான் எத்தனை பேரானந்தமாய்ப் பொலிகிறது?
தளதளவென்று கொதிக்கும் சமோவரை
நான் மேசைக்கு எடுத்து வருவேன்
அடுப்புத் தழல்தான் எத்தனை களிப்பாக எரிகிறது
என் படுக்கையின் மீதும் பூப்போட்ட வண்ணத்
திரைச்சீலையின் மீதும்
ஒளிக்கீற்றைப் படர விட்டபடி...”

எவ்வளவு அழகான பாடல்? இந்தப் பாடல் வரிகள்தான் எப்படி அலைக்கழிக்கின்றன வான்யா? நம் கற்பனைக்குத் தரப்பட்ட எத்தகைய தெளிவான சித்திரம் இது? ஒரு மெல்லிய கோட்டோவியம் மட்டும்தான் இதில் இருக்கிறது. அதற்கு இன்னும் கூட அழகு சேர்ப்பது உன்னைப் பொறுத்தது.

இரண்டு வகை உணர்வுகள்.

ஒன்று முந்தையது, இன்னொன்று இப்போதையது, புதியது! அந்த சமோவர், பூப்போட்ட திரைச்சீலை இவை எல்லாமே எப்படி நமக்குப் பழக்கப்பட்டதாக இருக்கின்றன? நம்முடைய சிறிய ஊரில் இருக்கும் ஏதோ ஒரு சின்னக்குடிலைப் பார்ப்பது போல இருக்கிறது. அந்தக் குடிலைப் பார்ப்பது போலவே நான் உணர்கிறேன். ஒரு புத்தம் புதிய குடில். மரக்கட்டைகளால் ஆனது, ஆனால் இன்னும் சரியாகக் கூரை வேயப்படாதது.

அப்புறம்... இன்னும் ஒரு காட்சி!

“இப்போதும் அழைப்பு மணி ஒலிக்கிறது
ஆனால் பாடலின் சோகத் தொனியை
என்னால் இனம் காண முடிகிறது.
‘ஓ... என் காதலன்தான் எங்கே போனான்?
அவன் இங்கே வந்தால்தான் என்ன?
என்னைக் காதலுடன் அணைத்தால்தான் என்ன?
எங்கே மறைந்தது என் பேரானந்தம்?
என் அறை சிறியது, இருட்டானது...
மோசமான குளிர்நடுக்கம் ஊட்டியபடி
அது களையிழந்து கிடக்கிறது

வெளிப்புறம் தனியே நிற்கும் செர்ரி மரத்தைப்
பனி உறைந்த ஜன்னல்
பார்க்க விடாமல் செய்கிறது
எனக்கு அறிமுகமான எல்லாமே
எப்போதோ மடிந்து போயிருக்கலாம்
எங்கே என் பேரானந்தம்?

பூப்போட்ட திரைச்சீலையின் வண்ணம்
காலத்தால் சாயம் மங்கிக் கிடக்கிறது
தேற்ற முடியாத ஆற்றாமையோடு

நான் குறுக்கும் நெடுக்குமாய் நடக்கிறேன்
உறவுகளிடம் நான் ஒருபோதும்
திரும்பிப் போகப் போவதில்லை
என்னைக் கடிந்து கொள்ளவோ
அன்பு காட்டவோ
வீட்டில் ஒரு ஜீவனும் இல்லை
வயதான பணிப்பெண் மட்டும்
முனகிக் கொண்டு கிடக்கிறாள்'

"நான் வருத்தமாய் இருக்கிறேன்... மேலும் கீழும் நடக்கிறேன்" வருத்தம் என்ற சொல் அங்கே எவ்வளவு அழகாகப் பொருந்திப் போயிருக்கிறது? 'என்னைக் கடிந்துகொள்ள எவரும்...' எப்படிப்பட்ட மென்மை அந்த வரியில்...? எப்படிப்பட்ட பழைய ஞாபகம் அந்த வரியில்? துயரத்தைக் கிளர்ந்தெழச் செல்லும் நினைவுகள்... உனக்கு நீயே உருவாக்கிக் கொண்ட துன்பங்கள், இப்போதோ அதைப் பெருமை பேசிப் பாராட்டிக் கொண்டிருக்கிறாய் நீ...! கடவுளே... எவ்வளவு அழகாக இருக்கிறது? எத்தனை உண்மை அது?"

ஏதோ தொண்டை அடைத்துக் கொண்டது போல சற்று நேரம் பேச்சை நிறுத்தி அமைதியாக இருந்தாள் அவள்.

ஒரு நிமிடம் கழித்து "அன்பே வான்யா" என்று பேசத் தொடங்கி விட்டு மறுபடியும் சற்று இடைவெளி விட்டாள். திடீரென்று ஏற்பட்ட உணர்ச்சிப் பெருக்கில் பேச எண்ணியது மறந்துபோனது போலவோ, யோசிக்காமல் எதையோ பேசி விட்டதைப் போலவே இருந்தது அவள் நடந்துகொண்ட முறை.

அப்போதும் கூட நாங்கள் அறையின் குறுக்கிலும் நெடுக்கிலும் நடந்து கொண்டேதான் இருந்தோம். தெய்வ உருவத்தின் முன்னால் ஒரு விளக்கு எரிந்துகொண்டிருந்தது. அண்மைக்காலமாக நடாஷா மிகுந்த தெய்வபக்தி கொண்டவளாக ஆகி வந்தாள். ஆனால் அதைப் பற்றி எவரும் குறிப்பிட்டுப் பேசுவதை அவள் விரும்ப வில்லை.

"நாளைக்கென்ன..." என்று கேட்டேன்.

"உன் விளக்கு எரிந்து கொண்டிருக்கிறதே?"

"இல்லை... நாளைக்கு..." என்றபடியே பேச்சை மாற்றினாள் அவள்.

"வான்யா உட்கார்ந்து கொள்ளேன். நிச்சயம் களைப்பாக இருப்பாய். டீ குடிக்கிறாயா? இன்னும் குடித்திருக்க மாட்டாயென்று நினைக்கிறேன்."

"ஆமாம்... உட்கார்ந்து பேசலாம்தான் நடாஷா. ஆனால் நான் தேநீர் குடித்தாயிற்று."

"நீ எங்கிருந்து வருகிறாய்?"

"அவர்களிடமிருந்து"

அவளது பழைய வீட்டை பற்றி அப்படித்தான் நாங்கள் எப்போதும் குறிப்பிட்டு வந்தோம்.

"அவர்களிடமிருந்தா? எப்படிச் சமாளித்தாய்? தற்செயலாய் நீயாகச் சென்றாயா? அல்லது அவர்கள் உன்னை வரச் சொல்லி யிருந்தார்களா?"

என்னைக் கேள்விக் கணைகளால் துளைத்தெடுத்தாள் அவள். அவளது முகம் உணர்ச்சி மேலீட்டால் மேலும் வெளிறிப் போயி ருந்தது. அவளது தந்தையை சந்தித்ததையும், தாயுடன் பேசியதையும், அந்த 'லாக்கெட்' பற்றிய சம்பவத்தையும் அவளிடம் விரிவாக எடுத்துச் சொன்னேன். அதைப் பற்றி மிக மிக விளக்கமாகவும், அவர்கள் அனுபவித்துக் கொண்டிருக்கும் உணர்வின் ஒரு சிறிய நிழல் கூட விட்டுப் போகாமலும் அவளிடம் எடுத்துரைத்தேன். அவளிடமிருந்து நான் எதையுமே மறைக்கவில்லை. நான் பேசிய ஒரு வார்த்தையைக் கூடத் தவற விட்டு விடாமல் அவளும் ஆர்வத் தோடு கேட்டாள். அவளது கண்களில் நீர்த் துளிகள் மின்னல டித்தன. 'லாக்கெட்' தொடர்பான அந்த நிகழ்ச்சி அவளை அளவுக்கு மீறி ஆட்டிப் படைத்து விட்டது.

"நிறுத்து... வான்யா கொஞ்சம்" என்றபடி நான் சொல்லிக் கொண்டிருந்த கதையை இடைமறித்தாள் அவள்.

"இன்னும் கொஞ்சம் நிறுத்தி நிதானமாக எல்லாவற்றையும் சொல். என்ன நடந்ததோ அதைக் கூடிய வரை அப்படியே–எதையும் விடாமல் சொல் வான்யா. நீ அந்த மாதிரி சொல்ல மாட்டேன் என்கிறாய்."

நான் திரும்பத் திரும்ப அந்தக் கதையையே சொன்னேன். இடையிடையே சின்னச் சின்ன விஷயங்களைக் கூட அறிந்து கொள்வதற்காக என்னைத் தொடர்ச்சியாகக் கேள்வி கேட்டுக் கொண்டிருந்தாள் அவள். நானும் அதற்கேற்ப பதில் சொல்லியபடி அவ்வப்போது நிறுத்தி நிறுத்திக் கதையைத் தொடர்ந்தேன்.

"அப்பா என்னைப் பார்க்க வருவார் என்று நீ உண்மையாகவே நினைக்கிறாயா வான்யா?"

“எனக்குத் தெரியவில்லை நடாஷா. சொல்லப் போனால் அவரைப் பற்றி எப்படிப்பட்ட அபிப்பிராயத்தை உருவாக்கிக் கொள்வ தென்பதே எனக்குப் புரியவில்லை. அவர் ஒரு பக்கம் உனக்காக ஏங்குகிறார், உன்னை நேசிக்கிறார் என்பதெல்லாம் தெளிவாகத் தெரிகிறது. ஆனால் அவர் உன்னைப் பார்க்க வருவாரா என்று...”

“அவர் அந்த லாக்கெட்டை முத்தமிட்டார்தானே?” என்று என்னை இடைவெட்டினாள் அவள்.

“முத்தமிட்டபோது அவர் என்ன சொன்னார்?”

“அவரால் கோர்வையாக எதையும் சொல்ல முடியவில்லை. வெறும் உணர்ச்சி வெளிப்பாடுகள்தான்... செல்லப் பெயர்கள் எல்லாம் சொல்லி அவர் உன்னை அழைத்தார். தன்னிடம் வரச் சொன்னார்.”

“அப்படியா? என்னை அழைத்தாரா?”

“ஆமாம்”

“பாவம் அவர்கள்” என்றாள் அவள்.

“அவருக்கு எங்களைப் பற்றி எல்லா விஷயங்களும் தெரிந் திருந்தாலும் கூட நான் ஆச்சரியப்பட மாட்டேன். வால்காவ்ஸ்கியின் நடவடிக்கைகள் எல்லாம் அவர் காதில் விழுந்து கொண்டுதான் இருக்கிறது.”

“நடாஷா” என்று சற்றுத் தயக்கத்தோடு அழைத்தேன்.

“வா, நாம் அவர்களிடம் போய்விடலாம்.”

“எப்பொழுது?” என்று கேட்டபடி நாற்காலியிலிருந்து முகம் வெளிறிப் போய் எழுந்திருந்தாள் அவள்.

அவளை உடனே வரச் சொல்லி நான் அவசரப்படுத்துவதாக அவள் நினைத்திருக்க வேண்டும்.

“வேண்டாம் வான்யா” என்று சொன்னபடி என் தோள்களைத் தன் இரண்டு கைகளாலும் கோர்த்துக்கொண்டு சோகமாகப் புன்னகைத்தாள்.

“அது வேண்டாம் என் அன்புக்குரியவனே... நீ என்னவோ எப்போதும் அப்படித்தான் சொல்லிக் கொண்டிருக்கிறாய். ஆனால்... நாம் அது பற்றிப் பேச வேண்டாமே?”

“அப்படியானால் இந்தப் பிளவுக்கு ஒருபோதுமே முடிவு ஏற்படப் போவதில்லையா?”

– நான் துயருற்றுக் கரைந்தேன்.

“முதல் அடியை எடுத்து வைக்க விருப்பமில்லாமல் அப்படி ஒரு கர்வக்காரியாக உன்னால் எப்படி இருக்க முடிந்தது? உன்

கையில்தான் அது இருக்கிறது. நீதான் முதல் முயற்சியை மேற் கொண்டாக வேண்டும். ஒருவேளை உன்னை மன்னிப்பதற்காகவே உன் தந்தை காத்துக் கொண்டிருக்கிறாரோ என்னவோ? என்ன இருந்தாலும் அவர் உன் தந்தை. உன்னால் புண்பட்டுப் போயிருப் பவர். அவருடைய தன்மான உணர்வுக்கு நீ மதிப்புக் கொடுக்க வேண்டும். அதுதான் நியாயம், அதுதான் இயற்கை. நீ அதைச் செய்தே ஆகவேண்டும். ஒரு முயற்சி செய்துதான் பாரேன்... அவர் எந்த நிபந்தனையுமே இல்லாமல் உன்னை மன்னித்துவிடுவார்."

"என்ன... நிபந்தனை இல்லாமலா? அது சாத்தியமே இல்லை. தேவையில்லாமல் என்மீது பழிசுமத்தாதே வான்யா. இரவும் பகலும் எப்போதும் என் சிந்தனையில் அது தொடர்ந்து இருந்து கொண்டேதான் இருக்கிறது. அவர்களைப் பிரிந்து வந்தபின் ஒருநாள்கூட நான் அதைப் பற்றி யோசித்துப் பார்க்காமல் இருந்த தில்லை. மேலும் நானும் நீயும் வேறு அடிக்கடி அதைப் பற்றிப் பேசியிருக்கிறோம். அது முடியவே முடியாதென்பது உனக்கே தெரிந்ததுதான்."

"முயற்சி செய்துதான் பாரேன்."

"இல்லை நண்பா, என்னால் முடியாது. ஒருவேளை நான் அப்படிச் செய்யப் பார்த்தாலும், அவருக்கு என்மீது உள்ள கசப் புணர்வு இன்னும்கூட அதிகரிக்கும்படி செய்துவிடுவேன். கடந்த காலத்தை ஒருபோதும் திருப்பிக் கொண்டு வந்துவிட முடியாது தெரியுமா? அதிலும் குறிப்பாக எதைக் கொண்டுவர முடியாது தெரியுமா? அவர்களோடு நான் குழந்தைப் பருவத்தில் கழித்த அந்த மகிழ்ச்சியான இனிமையான நாட்களை! இப்போது நான் எப்படியிருக்கிறேன் என்பது தெரியாததால் அப்பா என்னை மன்னித்துவிடக் கூடும். ஆனால் அவர் ஒரு சின்னஞ்சிறுமியை நேசித்தார்; வளர்ந்த பின் என்னை ஒரு பெரிய குழந்தையாய் நினைத்து அன்பு செலுத்தினார். குழந்தைத்தனமாக, கள்ளங்கபட மில்லாமல் நான் இருப்பதை ரசித்தார். ஏழு வயதுக் குழந்தையாக அவர் மடியில் உட்கார்ந்துகொண்டு நான் பாடும் சின்னச் சின்ன பாப்பா பாட்டுகளைக் கேட்கும்போது அவர் என் தலையைப் பாசமுடன் வருடிக்கொடுத்தது போலவே இப்போதும் செய்தார்.

நான் சின்னக் குழந்தையாக இருந்தது முதல் கடைசி நாள்வரை இரவு நேரத்தில் என் படுக்கைக்கருகே வந்து அவர் என்னை ஆசீர்வதிக்காமல் இருந்ததே இல்லை. நான் வீட்டை விட்டு வெளியேறுவதற்கு ஒருவாரம் முன்பு என்னை ஆச்சரியப்பட வைப்பதற்காகச் சில காதணிகளை வாங்கிக் கொண்டு வந்தார் (ஆனால் அதைப் பற்றி நான் முன்பே கண்டுபிடித்து விட்டிருந்தேன்). திடீரென்று அப்படி ஒரு பரிசைப் பார்த்தால் நான் எவ்வளவு

ஃபியோதர் தஸ்தயெவ்ஸ்கி ★ 139

சந்தோஷப்படுவேன் என்று எண்ணி ஒரு குழந்தையைப் போலக் குதூகலித்துக் கொண்டிருந்தார் அவர். ஆனால் அவர் அதை வாங்கியிருக்கும் விவரம் எனக்கு எப்போதோ தெரிந்துவிட்டது என்பதை அறிந்து கொண்ட பிறகு எல்லோர் மீதும் பயங்கரமாகக் கோபித்துக் கொண்டார், குறிப்பாக என்மீது. அங்கிருந்து கிளம்பு வதற்கு மூன்று நாட்களுக்கு முன் நான் சோர்வாக இருப்பதைக் கண்டு அவரும் சோர்ந்து போய்விட்டார்; அது, அவரது உடல் நலத்தைக் கூட பாதித்துவிட்டது. அதற்குப் பிறகு... என்ன செய்தார் தெரியுமா? உன்னால் இதை நம்ப முடியுமா வான்யா...? என் மனமாற்றத்துக்காக நாடகம் பார்க்கப் போகலாமென்று அதற்கு டிக்கெட் வாங்கக் கூடத் தீர்மானித்து விட்டார். ஆமாம்... நிஜமாகவே அது என்னைச் சரியாக்கி விடக் கூடுமென்று எண்ணி னார் அவர். மறுபடியும் சொல்கிறேன் கேட்டுக்கொள். அவர் என்னை ஒரு சிறுமியாக மட்டுமே நினைத்துக் கொண்டிருக்கிறார். என்றோ ஒருநாள் நானும் ஒரு பெரிய பெண்ணாக வளர்ச்சியடைந்து விடுவேன் என்பதை நினைத்துப் பார்க்கக்கூட அவருக்கு மன மில்லை. அப்படிப்பட்ட ஒரு எண்ணம் அவர் மூளையில் உதித்ததே இல்லை. இப்போது நான் வீட்டுக்கே திரும்பிப் போனாலும் கூட அவரால் என்னைப் புரிந்துகொள்ள முடியாது. ஒருக்கால் என்னை அவர் மன்னித்தாலும் கூட முழுக்க முழுக்க மாறுபட்ட ஒரு ஆளாகத்தான் என்னை அவர் சந்திக்க முடியும். நான் முன் பிருந்தவள் இல்லை. இனிமேலும் நான் ஒரு குழந்தையாகவே இருக்க முடியாது. நான் நிறைய அனுபவித்து விட்டேன். என்னிடம் எந்தக் குற்றமும் கண்டுபிடிக்காவிட்டாலும் கூட கடந்த காலத்தின் மகிழ்ச்சியான நாட்களை நினைவுபடுத்திக்கொண்டு ஏக்கப் பெருமூச்சு விடாமல் அவரால் இருக்க முடியாது. ஒரு காலத்தில் தான் நேசித்த அந்தக் குழந்தையைப் போல் இப்போது நான் நடந்துகொள்ளவில்லை என்றுதான் அவர் வருத்தப்படுவார். கடந்து போன காலம் என்பது எப்போதுமே அருமையானதுதான். அதை வேதனையோடுதான் நினைத்துப் பார்க்க வேண்டியிருக்கிறது. சே... அந்தக் காலம்தான் எவ்வளவு நன்றாக இருந்தது வான்யா?" என்று சொன்னபடி அழுதாள் அவள். அவள் பேசிய வார்த்தைகள் அவளையே பாதித்திருந்ததால் பேச்சுக்குச் சற்று இடைவெளி விட்டபடி இதயக் குமுறலை வலியோடு இவ்வாறு வெளிப் படுத்தினாள்.

"நீ சொன்னதெல்லாம் உண்மைதான் நடாஷா" என்றேன் நான்.

"அவர் முதலில் உன்னைப் பற்றிப் புரிந்துகொண்டு பிறகு பழையபடி அன்பு செலுத்த வேண்டும். அவர் உன்னைப் புரிந்து

கொள்வதுதான் முதலில் தேவைப்படுவது. பிறகென்ன? நிச்சயம் உன்மீது அன்பு காட்டத் தொடங்கிவிடுவார். அவரால் உன்னைப் புரிந்துகொள்ள முடியாது என்றா நினைக்கிறாய்? அவரது இதயம் விசாலமானது."

"ஐயோ வான்யா, அப்படியெல்லாம் எதுவும் சொல்லாதே. புரிந்துகொள்ள வேண்டிய அளவுக்கு என்னிடம் என்ன இருக்கிறது? நான் அப்படிச் சொல்லவில்லை. இதோ பார்! இதில் இன்னொன்றும் இருக்கிறது. ஒரு தந்தையின் அன்பு பொறாமை கலந்த அன்பும் கூட. தனக்குத் தெரியாமல் இதெல்லாம் எப்படியோ ஆரம்பித்து எப்படியோ முடிகிறதே என்றுதான் அவர் புண்பட்டுப் போயிருப்பார். தனக்கு அதெல்லாம் தெரியவில்லையே, தான் அதைக் கவனிக்காமல் விட்டுவிட்டோமே என்று நினைத்துக் கொண்டும் இருப்பார். தனக்குத் துளிக் கூட சந்தேகம் வரவில்லை என்பது அவருக்குத் தெரியும். எங்கள் காதலுக்கு நேர்ந்து கொண்டிருக்கும் துர்பாக்கியமான விளைவுகள், நான் வீட்டை விட்டு ஓடிப்போனது என்று இவையெல்லாமே எனது நன்றி கெட்ட ரகசிய நடத்தையினால் ஏற்பட்டவை மட்டுமே என்று முடிவு கட்டியிருப்பார். ஆரம்பத்திலேயே அவரிடம் நான் சொல்லவில்லை; என் இதயத்தின் ஒவ்வொரு அசைவையும் அவருடன் நான் பகிர்ந்துகொண்டிருக்கவில்லை; மாறாக எனக்குள்ளேயே எல்லாவற்றையும் போட்டுப் புதைத்துக்கொண்டு விட்டேன். ஒரு ரகசியம் போல அவருக்குத் தெரியாமல் ஒளித்து வைத்துக் கொண்டேன். அவரது அடிமனதில் ஏற்பட்ட ஆழமான காயம், அவருக்கு ஏற்பட்ட மோசமான அவமானம் அது மட்டும்தான் என்று நான் உன்னிடம் அடித்துச் சொல்கிறேன் வான்யா. அவர்களை விட்டு... வீட்டை விட்டு என் காதலனோடு நான் ஓடிப் போனதை விடவும் அவரை அதிகமாகப் பாதித்துக் கொண்டிருப்பது இதுதான். ஒருக்கால் ஒரு தந்தைக்கே உரிய அன்போடும் ஆதரவோடும் பாசமாக என்னை அவர் எதிர் கொண்டாலும், அந்த வெறுப்பின் விதை நிச்சயம் அவருள் தங்கியிருக்கத்தான் செய்யும். மறுநாள் அல்லது அதற்கு அடுத்த நாளிலேயே எங்களிடம் கருத்து வேறுபாடுகள் தொடங்கிவிடும். எதிர்பார்ப்பு, ஏமாற்றம் அதை ஒட்டிய வசவுகள் எல்லாமே. அதற்கு மேலும் சொல்ல என்ன இருக்கிறது? நிபந்தனையில்லாமல் என்னை மன்னித்து ஏற்பதற்கு அவர் முன்வரவே மாட்டார். சரி, இப்படி யோசித்துப் பார்ப்போம். அவரை நான் புண்படுத்தி விட்டேன் என்பதைப் புரிந்து கொள்வதாகவும், அவருக்கு மிகப் பெரிய தவறொன்றை இழைத்துவிட்டதாகவும் – உண்மையாகவே என் அடிமன ஆழத்திலே இருந்து சொல்கிறேன் என்றே வைத்துக்

கொள்வோம். அல்யோஷாவுடன் சேர்ந்து மகிழ்ந்திருக்க நான் எப்படிப்பட்ட விலையைத் தர வேண்டியிருந்தது, அதற்கு என்னென்ன துன்பங்களையெல்லாம் நான் அனுபவிக்க நேர்ந்தது, அவற்றையெல்லாம் நான் எப்படி எதிர்கொண்டேன், அவை என்னை மூச்சுத் திணற வைத்தது எப்படி என்பதையெல்லாம் நான் எவ்வளவு விளக்கினாலும் அவர் புரிந்துகொள்ளப் போவ தில்லை. அது என்னைப் புண்படுத்தும். மேலும் இப்படி நான் சொல்லுவதோடு அவர் என்னை விட்டுவிட மாட்டார். அது அவருக்குப் போதாது. என்னால் ஏற்றுக்கொள்ளவே முடியாத ஒரு தண்டனையைத்தான் அவர் எனக்குத் தருவார். அல்யோஷா வுடன் பழகிய அந்த நாட்களை நான் மறந்துவிட வேண்டும்; அல்யோஷாவை வெறுக்க வேண்டும்; அவனைக் காதலிக்க நேர்ந்ததற்காக நான் கழிவிரக்கப்பட வேண்டும். அவர் என்னை இப்படியெல்லாம் வற்புறுத்துவார். சாத்தியமே இல்லாத ஒன்றைச் செய்யும்படி கட்டாயப்படுத்துவார். எங்கள் வாழ்க்கையின் கடந்த ஆறு மாதங்களை அடியோடு அழித்துத் துடைத்துப் போட்டுவிட்டு அதற்கு முந்தைய பழைய வாழ்க்கைக்கு நான் சென்றுவிட வேண்டும் என்பார். ஆனால் என்னால் யாரையும் வெறுக்கவோ, சபிக்கவோ முடியாது. அவன்மீது அன்பு வைத்ததற்காக வருத்தப்படவும் முடியாது. நடந்தது எப்படியோ நடந்து விட்டது... அதைப் பற்றிச் சொல்லுவதற்கு வேறெதுவும் இல்லை. இல்லை வான்யா, இப்போது வேண்டாம். அதற்குரிய நேரம் இன்னும் வரவில்லை."

"அந்த நேரம் எப்போதுதான் வரும்?"

"அதுபற்றி எனக்குத் தெரியவில்லை. எங்கள் எதிர்கால மகிழ்ச்சிக்காக இப்போது நாங்கள் துன்பங்களை அனுபவித்துத்தான் ஆகவேண்டும். புதிது புதிதான கஷ்டங்களும் கூட வரலாம். என்ன செய்வது? துன்பம்தான் எல்லாவற்றையும் தூய்மைப்படுத்துகிறது. ஓ வான்யா, இந்த உலக வாழ்க்கைதான் எத்தனை வலி நிறைந்ததாக இருக்கிறது?"

நான் அமைதியாக–ஏதோ யோசித்தபடி அவளைப் பார்த்துக் கொண்டிருந்தேன்.

"என்னை ஏன் அப்படிப் பார்க்கிறாய் அல்யோஷா? இல்லை யில்லை... வான்யா"– தான் தவறாக சொல்லி விட்டதை எண்ணிப் புன்னகை செய்தாள் அவள்.

"நீ புன்னகை செய்வதைத்தான் பார்த்துக் கொண்டிருக்கிறேன் நடாஷா. இதை எங்கே கற்றுக்கொண்டாய்? இதற்கு முன்னால் நீ இப்படிப் புன்னகை செய்ததில்லையே?"

"அது என்ன...? புன்னகையில் அப்படி என்ன இருக்கிறது?"

"எப்போதும் உள்ள பழைய குழந்தைத்தனமான எளிமை அதில் இருக்கிறது என்பதென்னவோ உண்மைதான். ஆனால் நீ சிரிக்கும் அதே வேளையில் ஏதோ ஒரு வலி உன் இதயத்தை அழுத்திக் கொண்டிருப்பதைப் போலவும் தோன்றுகிறது. நீ மிகவும் மெலிந்து போயிருக்கிறாய் நடாஷா. ஆனால் உன் தலைமுடி அடர்த்தியாக வளர்ந்திருக்கிறது. ஆமாம் நீ போட்டுக் கொண்டிருப்பது என்ன உடுப்பு? இங்கே வீட்டில் இவர்களோடு இருக்கும் போதே தைத்துக்கொண்டதா அது?"

"உனக்குத்தான் என்மீது எத்தனை பிரியம் வான்யா" என்றபடி என்னை மென்மையாகப் பார்த்தாள் அவள்.

"சரி, நீ இப்போது என்ன செய்து கொண்டிருக்கிறாய் என்று சொல். எல்லாம் எப்படிப் போகிறது?"

"அதே மாதிரிதான். நான் என் நாவலைத்தான் இன்னும் எழுதிக் கொண்டிருக்கிறேன். ஆனால் கஷ்டமாகத்தான் இருக்கிறது... எப்படித் தொடரப் போகிறேனோ தெரியவில்லை. அதற்குரிய தூண்டுதல் வறண்டு போய்விட்டது. அதோடு வேறு எதையாவது கலந்து ஒப்பேற்றினால் எல்லோரும் ரசிக்கக் கூடியதாக இருக்கலாம். ஆனால் ஒரு நல்ல உள்ளடக்கத்தை அப்படி நாசமாக்குவது சரியில்லை... அது வெட்கக்கேடு. மேலும் இந்த நாவல் எனக்கு மிகவும் பிடித்தமானவைகளில் ஒன்றும்கூட. ஆனால் பத்திரிகைக்காரர்கள் வைத்திருக்கும் கெடுவுக்குள் அதைத் தயார் செய்துவிட வேண்டும். அதனால் நான்கூட அந்த நாவலைக் கொஞ்சம் தள்ளி வைத்துவிட்டு வேகமாக வேறொரு கதையை எழுதி விடலாமா என்று யோசித்தேன். எளிமையான கதை, மனதுக்கு இனிமையான ஒரு கதை. அவநம்பிக்கையின் தொனி கொஞ்சம் கூட இல்லாமல்... ஆமாம், அவநம்பிக்கை லேசான ஒரு இழையாகக் கூட அதில் தெரியக் கூடாது. எல்லோரும் அதைப் படித்துவிட்டு மகிழ்ச்சியாக, ஆனந்தமாக இருக்க வேண்டும்."

"பாவம் ரொம்பவே கஷ்டப்படுகிறாய் நீ! ஆமாம் அந்த ஸ்மித்தின் நிலைமை எப்படி?"

"ஸ்மித்தான் இறந்துவிட்டாரே."

"ஆனாலும் அவர் உன்னைத் துரத்திக் கொண்டுதானே இருக்கிறார்? நான் உண்மையிலேயே தீவிர அக்கறையோடுதான் பேசிக்கொண்டிருக்கிறேன் வான்யா. உனக்கு உடம்பு சரியில்லை; உன் நரம்புகளெல்லாம் தாறுமாறாகச் செயல்பட்டுக் கொண்டிருப்பதால், நீ எப்போதுமே அப்படிப்பட்ட கனவுகளால் அலைக்கழிக்கப் பட்டுக் கொண்டிருக்கிறாய். அந்த அறையை வாடகைக்கு எடுத்துக்

கொள்ளப் போவதாக நீ சொன்னபோதே அதை உன்னிடம் நான் கவனித்தேன். அந்த அறை ஈரப்பதமாக–புழுக்கமாக மோசமாய் இருப்பது நிஜம்தானே.”

“ஐயோ... பார்த்தாயா? இதைச் சொல்லவே மறந்து விட்டேனே? இன்று மாலை எனக்கு அங்கே ஒரு வியப்பான ஒரு அனுபவம் ஏற்பட்டது... ஆனால் இப்போது வேண்டாம், பிற்பாடு உனக்கு அதைச் சொல்கிறேன்.”

– ஆனால் நான் சொன்ன எதையும் அதற்கு மேல் அவள் கேட்டுக் கொள்ளவில்லை. ஆழ்ந்த யோசனையில் மூழ்கிப் போய் உட்கார்ந்திருந்தாள் அவள்.

“அப்போது அவர்களை விட்டுவிட்டு நான் எப்படி வெளி யேறினேன் என்பது எனக்கே புரியவில்லை. ஏதோ ஜுர வேகத்தில் நான் இருந்திருக்க வேண்டும்” என்று கடைசியாக என்னைப் பார்த்துக்கொண்டே சொன்னாள். ஆனால் அவளது முகத்தி லிருந்த பாவனை நான் பேசியதற்கு எந்தப் பதிலையும் அவள் எதிர்பார்க்கவில்லை என்பதைப் புலப்படுத்திவிட்டது.

அந்த நேரத்தில் நான் ஏதாவது பேசியிருந்தால் அது நிச்சய மாக அவளுக்குக் கேட்டிருக்காது.

“வான்யா” என்று அழைத்தபடி மிகத் தணிவான குரலில் பேச ஆரம்பித்தாள் அவள்.

“உன்னை நான் வரச் சொன்னதற்கு ஒரு குறிப்பான காரணம் இருக்கிறது.”

“என்ன அது?”

“நாங்கள் பிரியப் போகிறோம்.”

“நீ அவனிடமிருந்து பிரிந்து விட்டாயா? அல்லது இனிமேல் தான் பிரியப் போகிறாயா?”

“எல்லாவற்றுக்கும் நான் ஒரு முடிவு கட்டியாக வேண்டும். என் மனதுக்குள் அடுக்கடுக்காய்க் குவிந்து கிடப்பதை–இதுவரை நான் உன்னிடம் சொல்லாமல் மறைத்ததை–எல்லாம் நான் சொல்லியாக வேண்டும். அதற்காகத்தான் உன்னை வரச் சொன் னேன்.”

தன் மனதில் மறைத்து வைத்திருந்த உண்மைகளை இந்தப் பீடிகையோடுதான் அவள் என்னிடம் சொல்லத் தொடங்கினாள். ஆனால் அவற்றையெல்லாம் அவள் வாயிலிருந்தே எப்போதோ கேட்டு அறிந்திருந்தேன் நான்.

“நடாஷா, இதோ பார்! இதையெல்லாம் ஆயிரம் முறை நீ சொல்லி நான் கேட்டுவிட்டேன். தொடர்ந்து அவனோடு வாழ்வ

தென்பது உனக்குச் சாத்தியம் இல்லைதான். உங்கள் உறவே ஒரு மாதிரி வினோதமாகத்தான் இருக்கிறது. பொதுவான எதுவுமே உங்கள் இருவருக்கிடையிலும் இல்லை. அது சரி! ஆனால் அதற்கான துணிச்சலும் வலுவும் உன்னிடமிருக்கிறதா?”

“இதற்கு முன்னால் அது ஏதோ ஒரு எண்ணம் என்ற அளவில் மட்டும்தான் இருந்தது வான்யா. ஆனால் இப்போது நான் ஒரு முடிவுக்கே வந்துவிட்டேன். அவனை எல்லாவற்றையும் விட மேலாக–அளவு கடந்து நான் நேசிப்பது உண்மைதான். ஆனாலும் அவனுடைய மோசமான எதிரியும் நானாகத்தான் இருப்பேன் என்றே தோன்றுகிறது. அவனுக்காகக் காத்திருக்கும் எதிர்காலத்தை நான் நாசமாக்கிக் கொண்டிருக்கிறேன். அவனைச் சுதந்திரமாக விட்டுவிட வேண்டும். அவனால் என்னைத் திருமணம் செய்து கொள்ளவே முடியாது; தன் தந்தையின் விருப்பத்துக்கு எதிராக நடந்து கொள்ளும் துணிச்சல் அவனுக்கு இல்லை. நானும் அவனை என்னோடு கட்டிப்போட்டு வைக்க விரும்பவில்லை. அதனால் அவனுக்காக அவர்கள் பார்த்து வைத்திருக்கும் பெண் மீது அவன் காதல் கொண்டு விட்டதைப் பார்த்து உண்மையாகவே நான் சந்தோஷப்படுகிறேன். எங்களிடையே நிகழப் போகும் பிரிவை அது அவனுக்குச் சுலபமாக்கும். நான் அதைச் செய்தே தீரவேண்டும். அது என் கடமை. நான் அவனைக் காதலிப்பது உண்மையென்றால் அவனுக்காக எல்லாவற்றையுமே நான் தியாகம் செய்தாக வேண்டும். அவன் மீது நான் கொண்டிருக்கும் காதலை நிரூபிக்க வேண்டும். அதுதான் என் கடமை... சரிதானே?”

“ஆனால் அப்படிச் செய்யுமாறு உன்னால் அவனைத் தூண்ட முடியாது தெரியுமா?”

“நான் அப்படியெல்லாம் அவனைத் தூண்டவே போவதில்லை. இதோ இந்த நிமிடம் அவன் உள்ளே வந்தாலும் கூட நான் எப்போதும் போலத்தான் நடந்து கொள்வேன். ஆனால் மனசாட்சியின் உறுத்தல் இல்லாமல் அவன் என்னைப் பிரிவதை நான் சுலபமாக்க வேண்டும், அதற்கான வழியை நான் கண்டுபிடித்தாக வேண்டும். என்னை அலைக்கழிப்பது அதுதான் வான்யா.”

“வான்யா, எனக்குக் கொஞ்சம் உதவி செய்யேன். உனக்கு ஏதாவது யோசனை தோன்றுகிறதா பார்.”

“ஒரே ஒரு வழிதான் இருக்கிறது” என்றேன்.

“நீ அவனைக் காதலிப்பதை அடியோடு விட்டுவிட்டு வேறு எவரையாவது காதலிக்க வேண்டியதுதான். ஆனால் அதுகூட சரியாக இருக்குமா என்பது எனக்குச் சந்தேகம்தான். அவனைப் பற்றி உனக்கு நிச்சயமாகத் தெரியும்... அப்படித்தானே? கடந்த

ஐந்து நாட்களாக அவன் உன்னைப் பார்க்கவில்லை. ஒருவேளை ஏதோ ஒரு கணநேரம் உன்னை அடியோடு மறந்துவிட்டுவிட்டான் என்றே கூட வைத்துக்கொள்வோம். அவனை விட்டுப் பிரியப் போவதாக நீயாகவே ஒரு முடிவெடுத்து விட்டதாக நீ அவனுக்கு எழுதினால் போதும்; உடனே அம்பு போல் பாய்ந்து உன்னிடம் ஓடிவந்து விடுவான்."

"அவனை ஏன் வெறுக்கிறாய் வான்யா?"

"நானா?"

"ஆமாம்! நீதான் நீயேதான்! ரகசியமாகவும் வெளிப்படையாகவும் நீதான் அவனுக்கு எதிரி. பழிவாங்கும் உணர்ச்சி இல்லாமல் அவனைப் பற்றி உன்னால் பேசவே முடியாது. அவனைப் பற்றித் தவறாகப் பேசுவதும், அவனைத் தூற்றுவதும் உனக்கு எவ்வளவு மகிழ்ச்சியாக இருக்கிறது என்பதை நான் ஆயிரம் தடவை பார்த்திருக்கிறேன்; கவனித்திருக்கிறேன். ஆமாம், நீ அவனை எப்போதுமே மட்டம் தட்டிக்கொண்டுதான் இருக்கிறாய். அதுதான் உண்மை."

"நீயும் இப்படி என்னிடம் ஆயிரம் முறை சொல்லி விட்டாய். போதும் நடாஷா. இந்தப் பேச்சை விட்டு விடுவோம்."

சிறிது நேரம் மௌனமாக இருந்த பிறகு,

"நான் இங்கிருந்து வேறு இடத்துக்குக் குடிபோக விரும்புகிறேன்" என்றாள் அவள்.

"இப்போது உடனே அதற்குக் கோபப்பட்டு விடாதே வான்யா."

"அவனும் அந்த இடத்துக்கு வந்துவிடுவான் அவ்வளவுதான். உறுதியாக நான் கோபமே இல்லாமல்தான் இதைச் சொல்கிறேன்."

"காதல் வலிமையானது. ஒரு புதிய காதல் அவனைப் பிடித்து வைத்துக்கொள்ளலாம். ஒருவேளை என்னிடம் அவன் திரும்பி வந்தாலும், அது கணநேரத்துக்கு மட்டுமானதாகக் கூட இருக்கலாம்... நீ அப்படி நினைக்கவில்லையா?"

"எனக்குத் தெரியவில்லை நடாஷா. அவன் சார்ந்த எல்லாமே முன்னுக்குப் பின் பயங்கர முரணாக இருக்கின்றன. அவன் அந்த இன்னொரு பெண்ணைக் கல்யாணம் செய்துகொள்ள விரும்புகிறான். அதே நேரத்தில் உன்னையும் காதலிக்கிறான். இரண்டையும் எப்படியோ ஒரே சமயத்தில் சாத்தியமாக்கிக்கொள்ளப் பார்க்கிறான்."

"அவன் அவளைக் காதலிக்கிறான் என்பது மட்டும் எனக்கு நிச்சயமாகத் தெரிந்துவிட்டால் என் மனதை மாற்றிக் கொண்டு

விடுவேன். வான்யா, தயவுசெய்து என்னிடமிருந்து எதையும் மறைக்காதே. உனக்கு ஏதாவது விஷயம் தெரிந்து என்னிடம் சொல்லாமல் இருக்கிறாயா?"

அவள் என்னைக் கவலையோடு, துருவுவதுபோலப் பார்த்தாள்.

"எனக்கு எதுவும் தெரியாது என் அன்புப் பெண்ணே! நான் சத்தியம் செய்துதரக் கூடத் தயாராக இருக்கிறேன். எப்போதுமே உன்னிடம் நான் ஒளிவுமறைவில்லாமல்தான் இருந்து வந்திருக்கிறேன். ஆனால் நான் என்ன நினைக்கிறேன் என்பதைக் கேள். ஒருவேளை அந்தச் சீமாட்டியின் வளர்ப்பு மகளிடம் நாம் நினைக்கும் அளவு அவன் காதல் கொள்ளாமலும் இருக்கலாமே? ஒருவேளை அது போகிற போக்கில் ஏற்படும் கவர்ச்சியாக இருந்தால்?"

"உனக்கு அப்படித் தோன்றுகிறதா வான்யா? கடவுளே! எனக்கு மட்டும் அதை உறுதியாகத் தெரிந்துகொள்ள முடிந்தால்...? இப்போது இந்தக் கணம் அவனைப் பார்த்தாக வேண்டும் என்று நான்தான் எவ்வளவு ஆசைப்படுகிறேன். சும்மா அவனைப் பார்த்தாலே போதும். மற்ற எல்லாவற்றையும் அவனது முகமே சொல்லிவிடும். ஆனால் அவன் வரப் போவதில்லை, அவன் வரமாட்டான்."

"நீ அப்படியென்றால் அவனை எதிர்பார்த்துக் கொண்டிருக்கிறாயா நடாஷா?"

"இல்லை. அவன் இப்போது அவளோடு இருக்கிறான். எப்படியோ அதை நான் கண்டுபிடித்தேன். அவளையும் கூடப் பார்க்க வேண்டுமென்று நான் எவ்வளவு ஆசைப்படுகிறேன் தெரியுமா? கேள் வான்யா, நான் ஏதோ உளறிக்கொண்டுதான் இருக்கிறேன். ஆனாலும் கூட அவளைப் பார்க்க வேண்டும். உண்மையிலேயே என்னால் அவளைப் பார்க்க முடியாதா? எங்கே யாவது வைத்துச் சந்தித்துவிட முடியாதா? நீ என்ன நினைக்கிறாய்?"

நான் என்ன பதில் சொல்லப் போகிறேனோ என்று அவள் கவலையோடு காத்திருந்தாள்.

"நீ அவளைப் பார்த்துவிடலாம். ஆனால் வெறுமனே பார்ப்பதில் என்ன இருக்கிறது?"

"எனக்கு அவளைப் பார்த்துவிட்டால் போதும். பிறகு எனக்கு நானே ஏதாவது சமாதானம் சொல்லிக் கொண்டு விடுவேன். நான் மிகவும் முட்டாளாகி விட்டேன் தெரியுமா? மேலும் கீழும்... முன்னும் பின்னும் என்று இங்கே எப்போதும் நடந்துகொண்டே இருக்கிறேன். எப்போதும் தனியாக... எப்போதும் ஏதோ சிந்தனை

யுடன் எண்ணங்கள் புயல்காற்றைப் போல எனக்குள் சுழன்றடிக் கின்றன. தாங்கவே முடியவில்லை, வான்யா. எனக்கொரு யோசனை தோன்றியது. நீ அவளை அறிமுகம் செய்துகொள்ள முடியுமா? உன் நாவலை அந்த சீமாட்டி பாராட்டிப் பேசியதாக முன்பொரு முறை நீயே சொல்லியிருக்கிறாய். வால்காவ்ஸ்கி வீட்டில் நடக்கும் மாலை விருந்துகளுக்கும் அவ்வப்போது நீ போகிறாய். ஒருவேளை அவளும் அங்கே இருக்கலாம். எப்படியாவது அவளை அறிமுகம் செய்துகொள். ஒருக்கால் அல்யோஷாவேகூட அவளை உன்னிடம் அறிமுகப்படுத்தி வைக்கலாம். அதன் பிறகு அவளைப் பற்றி எல்லா விஷயங்களையும் எனக்கு நீ சொல்லலாம்."

"பிரிய நடாஷா, அதைப் பற்றிப் பிறகு பேசிக்கொள்ளலாம். இப்போது இதை மட்டும் சொல். அவனிடமிருந்து பிரிந்து வருவதற்கான மன உறுதி உன்னிடம் இருப்பதாக நீ உண்மையிலேயே நினைக்கிறாயா? இப்போது உன்னை நீயே கொஞ்சம் பார்த்துக் கொள். நீ துளிக்கூட அமைதியாக, சமாதானமாக இல்லை."

"நான் அப்படித்தான் செய்தாக வேண்டும்" என்று மிக மெல்லிய குரலில் முணுமுணுத்தாள் அவள்.

"அவனுக்காக நான் எதை வேண்டுமானாலும் செய்வேன். அவன் பொருட்டாக என் வாழ்க்கையையே கூட விட்டுவிடுவேன். ஆனாலும் வான்யா உனக்கொன்றும் தெரியுமா? அவளோடு இருக்கும் சமயங்களில் என்னை அவன் மறந்து விடுவதுதான் என்னால் பொறுத்துக் கொள்ளவே முடியாததாக இருக்கிறது. இப்போது இந்த நேரம், அவன் அவளோடு பேசிச் சிரித்துக் கொண்டிருப்பான். இங்கே எப்படி உட்கார்ந்திருப்பானோ அதே போல... உனக்கு அது ஞாபகமிருக்கிறதா? அவன் அவளது கண்களுக்குள் ஊடுருவுவது போலப் பார்த்துக் கொண்டிருப்பான். எப்பொழுதும் எல்லோரையுமே அவன் அப்படித்தான் பார்ப்பது வழக்கம். நான் இங்கே இருப்பது... உன்னோடு இருப்பது எதுவுமே அவன் மூளையில் உறைக்கவே உறைக்காது."

பேச்சை முடிப்பதற்குள் உடைந்து போன அவள் கலக்கத்தோடு என்னையே பார்த்தாள்.

"என்ன நடாஷா இது...? இப்போதுதான் நீ வேறு மாதிரி சொல்லிக் கொண்டிருந்தாய்."

"எங்கள் பிரிவு, பரஸ்பர சம்மதத்தோடு இருவருமாய்ச் சேர்ந்து எடுக்கும் முடிவாக இருக்க வேண்டும். அப்படி நாங்கள் செய்ய வேண்டும்" என்றபடி என் பேச்சின் இடையே குறுக்கிட்டாள் அவள். அவளது கண்கள் மின்னிக்கொண்டிருந்தன.

“நான் அவனுக்கு வாழ்த்துக் கூற கூடத் தயார்தான். ஆனாலும் வான்யா, என்னை முதலில் மறக்கப் போவது அவன் தான் என்று நினைக்கும்போது பொறுத்துக்கொள்ளவே முடியவில்லை. ஐயோ வான்யா... என்ன வேதனை இது. என்னையே என்னால் புரிந்து கொள்ள முடியவில்லையே? காரணகாரியங்களோடு யோசித்துப் பார்க்கும்போது ஒரு மாதிரி தோன்றுகிறது. அதையே செயல்படுத்த வேண்டுமென்றபோது வேறு மாதிரி அல்லவா இருக்கிறது? எனக்கு என்னதான் ஆகிவிட்டது? என்ன ஆகப் போகிறது எனக்கு?”

“நடாஷா, கொஞ்சம் உன்னை நீயே அமைதிப்படுத்திக் கொள்ளப் பார்.”

“இதோ இப்போதே ஐந்து நாட்களாகி விட்டது. ஒவ்வொரு மணியும், ஒவ்வொரு நிமிடமும்–விழித்திருக்கும் போதும், தூங்கும் போதும் அவனைத் தவிர வேறெந்த சிந்தனையுமே என்னிடம் இல்லை. ஆம், அவனைத் தவிர வேறு எதுவுமே இல்லை. நாம் இருவரும் அங்கே போய்விடலாம் வான்யா, என்னை நீ அழைத்துச் செல்.”

“கொஞ்சம் உணர்ச்சிவசப்படாமல் இரு நடாஷா.”

“வேண்டாம், வா, நாம் இரண்டு பேரும் அங்கே போய் விடுவோம். நான் உனக்காகத்தான் காத்திருந்தேன். சென்ற மூன்று நாட்களாக இதைப் பற்றியேதான் யோசித்துக் கொண்டிருந்தேன். உனக்கு நான் எழுதியிருந்த கடிதத்திலும் அதைத்தான் குறிப் பிட்டிருந்தேன். நீ என்னைக் கூட்டிச் சென்றே ஆக வேண்டும். இதைச் செய்ய நீ கட்டாயம் மறுக்கக் கூடாது. மூன்று நாட்களாக நான் உன்னைத்தான் எதிர்பார்த்துக் கொண்டிருந்தேன். இன்று மாலை அங்கே ஒரு விருந்து நடக்கப் போகிறது. அவன் அங்கேதான் இருப்பான். வா, போகலாம்.”

காய்ச்சல் கண்டு பிதற்றுபவள் போலப் பேசிக் கொண்டிருந்தாள் அவள். வாசற்பக்கம் ஏதோ சத்தம் கேட்டது. மாவ்ரா யாருடனோ வாதம் செய்து கொண்டிருந்தது போலிருந்தது.

“கொஞ்சம் பொறு நடாஷா. அதைக் கேள். யாரது?” என்றேன்.

அவள், நம்ப முடியாத புன்னகையோடு அந்தச் சத்தத்தைக் கேட்டாள். பிறகு திடீரென்று பயங்கரமாக வெளிறிப் போய் விட்டாள்.

“கடவுளே, யாரது” என்று மிக மெதுவான குரலில் சொன் னாள்.

என்னை அவள் தடுக்க முயற்சித்தும் நான் அதை மீறிக் கொண்டு முன்பக்கம் மாவ்ராவிடம் சென்றேன். அங்கே வந்திருந்தது அல்யோஷாவேதான். மாவ்ராவிடம் ஏதோ கேட்டுக் கொண்டிருந்தான் அவன். முதலில் அவனை உள்ளே அனுமதிக்க மறுத்தாள் அவள்.

"இப்போது எங்கே இருந்து திடீரென்று வந்திருக்கிறாய் நீ?" என்று அவனிடம் அதிகார தோரணையுடன் கேட்டாள் அவள்.

"இங்கே என்ன வேலை உனக்கு. போ, போ. இங்கிருந்து போய்விடு... உன் வார்த்தை ஜாலத்தால் என்னை மயக்கலாமென்று முயற்சிக்காதே போய்விடு. உனக்குள்ளேயே பேசிக் கொண்டிருக்காமல் என்ன சொல்ல வேண்டுமோ, சொல்."

"எனக்கு யாரிடமும் பயமில்லை... நான் உள்ளே போகப் போகிறேன்" என்றான் அல்யோஷா. ஆனாலும் கூடக் கொஞ்சம் குழப்பத்தோடுதான் காணப்பட்டான் அவன்.

"நல்லது. போய்க் கொள். என்னைப் பொறுத்தவரை நீ வீண் பெருமை பேசுபவன் மட்டும்தான்."

"நான் உள்ளே போகிறேன்" என்று கூறியவன் "அட, நீங்களும் இங்கேதான் இருக்கிறீர்களா?" என்றான் என்னைப் பார்த்தபடி.

"நீங்கள் இங்கே இருப்பது எவ்வளவு நல்லதாய்ப் போயிற்று...? நான் இங்கே வந்துவிட்டேன்... நான் வேறு என்னதான் செய்ய முடியும் சொல்லுங்களேன்."

"நீ சும்மா உள்ளே போக வேண்டியதுதானே? எதற்குப் பயம்?" என்றேன்.

"எனக்கு எது குறித்தும் பயமில்லை. நான் உங்களிடம் உறுதியாக-சத்தியம் செய்துகூடச் சொல்கிறேன். நான் எந்தத் தவறும் செய்யவில்லை. நீங்கள் அப்படி நினைக்கிறீர்களா? நானே நேரடியாக விளக்குகிறேன். பார்த்துக் கொள்ளுங்கள். நடாஷா! நான் உள்ளே வரலாமா?"

– மூடிய கதவுக்கு முன்னால் நின்றபடி வருவித்துக் கொண்ட ஏதோ ஒரு தைரியத்தோடு சத்தமாகக் கேட்டான் அவன். எந்தப் பதிலும் இல்லை.

"என்னதான் விஷயம்...? என்ன ஆயிற்று?" என்று பதட்ட மாகக் கேட்டான் அவன்.

"ஒன்றுமே இல்லை. அவள் இப்போது கூட இங்கேதான் இருந்தாள்... ஒருவேளை ஏதாவது..." என்றேன்.

அல்யோஷா, கவனமாகக் கதவைத் திறந்து அறை முழுவதும் பயத்தோடு பார்வையை ஓட்டினான். அங்கே யாருமே இல்லை. திடீரென்று அவள் அவன் பார்வையில் பட்டாள். ஜன்னலுக்கும், அலமாரிக்கும் இடையே ஏதோ ஒரு மூலையில் – ஒளிந்து கொண்டிருப்பதைப் போல – நின்று கொண்டிருந்தாள் அவள். உயிரோட்டமே இல்லாத சவம்போல அவள் நின்று கொண்டிருந்த அந்தக் காட்சியை இப்போது நினைத்துப் பார்த்தாலும் என்னால் புன்னகை செய்யாமலிருக்க முடியவில்லை. மெதுவாக, எச்சரிக்கையோடு அவளிடம் சென்றான் அல்யோஷா.

"என்ன இது நடாஷா? குட் ஈவினிங்" என்று சற்றுத் தயக்கத்தோடு அவளைப் பார்த்துக் கொண்டே பேசினான் அவன். அவன் முகத்தில் பீதி படர்ந்திருந்தது.

"ஐயோ... ஒன்றுமே இல்லையே? அப்படி நான் எதுவும் செய்துவிடவில்லையே" என்று, ஏதோ தான் தவறு செய்து விட்டதைப் போல பயங்கரமான தர்மசங்கடத்தோடு பதிலளித்தாள் அவள்.

"உங்களுக்கு... உங்களுக்கு டீ கொண்டு வரவா."

"நடாஷா, இதைக் கேள்" என்றபடி பேச்சைத் தொடங்கினான் அல்யோஷா. பெரும் தடுமாற்றத்துடன் இருந்தான் அவன்.

"ஒருவேளை எல்லாமே நான் செய்த தவறுதான் என்றுகூட நீ முடிவு செய்திருக்கலாம். ஆனால் நான் எதுவுமே செய்யவில்லை... துளிக்கூட எதுவும் செய்யவில்லை. இப்போது நேரடியாக நானே எல்லாவற்றையும் சொல்லி விடுகிறேன். நீயே கேட்டுக்கொள்."

"அதெல்லாம் எதற்கு" என்று மெல்லிய குரலில் முணுமுணுத்த நடாஷா, "வேண்டாம்... வேண்டாம்! அப்படியெல்லாம் நீங்கள் எதுவுமே செய்ய வேண்டாம். என்னிடம் வந்து வழக்கம் போல உங்கள் கையைக் கொடுங்கள், அதுபோதும்..." என்று கூறியபடி மூலையிலிருந்து வெளியே வந்தாள். அவள் கன்னங்களில் மீண்டும் செம்மை ஏறியிருந்தது. அல்யோஷாவை நேருக்கு நேர் பார்க்க அஞ்சுவது போலக் கண்களைத் தாழ்த்திக்கொண்டிருந்தாள்.

"கடவுளே!" என்று பரவசமடைந்தபடி கூச்சலிட்டான் அவன்.

"நான் உண்மையிலேயே தவறு செய்திருந்தால் அதற்குப் பிறகு அவள் முகத்தில் விழிக்கக்கூடத் துணிந்திருக்க மாட்டேன். பாருங்கள்... பாருங்கள். நீங்களே பாருங்கள்" என்று சொல்லிக் கொண்டே என் பக்கம் திரும்பினான் அவன்.

"தவறு என்னிடம் இருப்பதாக அவள் நினைக்கிறாள். எல்லாமே எனக்கு எதிராகத்தான் இருக்கிறது. எல்லாச் சாட்சிகளுமே எனக்கு எதிராகத்தான். நான் கடந்த ஐந்து நாட்களாக இங்கே இல்லை. எனக்காக நிச்சயிக்கப்பட்டிருக்கும் பெண்ணோடு நான் இருப்பதாகத்தான் ஊர் முழுவதும் பேச்சு. ஆனால் இங்கே நான் பார்ப்பதென்ன? அவள் என்னை எப்போதோ மன்னித்துவிட்டாள். 'உங்கள் கையைக் கொடுங்கள் அதுமட்டும் போதும்' என்று சொல்லி விட்டாள். நடாஷா, என் கண்மணியே, என் தேவதையே, நான் எந்தத் தவறும் செய்துவிடவில்லை என்பதை நீ கட்டாயம் தெரிந்து கொள்ள வேண்டும். ஒரு சின்னத் தப்புக் கூட என்மேல் இல்லை. அதற்கு நேர்மாறாக... முற்றிலும் மாறாகத் தான் எல்லாம்."

"அது இருக்கட்டும். ஆனால் இப்போது நீங்கள் அங்கே அல்லவா இருந்தாக வேண்டும்? உங்களை அங்கே விருந்துக்கு அழைத்திருந்தார்களே? பிறகெப்படி இந்த நேரத்தில் இங்கே? இப்போது என்ன நேரம்?"

"பத்தரை மணி. நான் அங்கேதான் இருந்தேன், ஆனால் எனக்கு உடம்பு சரியில்லை என்று சொல்லிவிட்டு வெளியே வந்துவிட்டேன். இப்போதுதான் முதல் தடவை. ஆமாம்... இந்த ஐந்து நாட்களில் என்னால் சுதந்திரமாக வெளியே வரமுடிந்தது, முதல் தடவையாக இப்போதுதான். என்னைப் பிய்த்தெடுத்துக் கொண்டு உன்னிடம் வர முடிந்த முதல் சமயம் இதுதான் நடாஷா.

உண்மையில் சொல்லப்போனால் நான் முன்னாலேயே கூட வந்திருக்கலாம்தான். ஆனால் நான் வேண்டுமென்றேதான் அப்படிச் செய்யவில்லை. அது ஏனென்று இப்போது விளக்கமாகச் சொல்கிறேன் கேள். அப்படி அதை விவரமாகச் சொல்வதற்காகத்தான் நானே வந்திருக்கிறேன். இந்த முறை உண்மையாகவே என்மீது கொஞ்சம் கூடத் தவறே இல்லை என்று என்னால் சத்தியம் செய்ய முடியும்... ஆமாம், துளிக்கூட என்மீது தப்பு இல்லை."

நடாஷா, தன் தலையை உயர்த்தி அவனைப் பார்த்தாள். அவளை நேருக்கு நேர் எதிர்கொண்ட அவனது பார்வையில் கள்ளங்கபடமே இல்லை; அவனது முகம் மகிழ்ச்சியாக இருந்தது, அதில் உண்மை இருந்தது, குதூகலம் ததும்பிக் கொண்டிருந்தது. அதை நம்பாமல் இருக்க எவராலும் இயலாது. அவர்கள் இருவரும் அழுது கரைந்தபடி ஒருவரை ஒருவர் ஆரத் தழுவிக் கொள்ளக் கூடும் என்றே நான் எதிர்பார்த்துக் கொண்டிருந்தேன். இப்படி அவர்கள் சமரசம் செய்து கொள்ளும் நேரங்களில் முன்பெல்லாம் அடிக்கடி அப்படித்தான் நடக்கும். ஆனந்தப் பெருக்கை அதற்கு

மேலும் தாங்கிக் கொள்ள இயலாதவளைப் போலத் தன் தலையைத் தொங்கவிட்டுக் கொண்டு மென்மையாக அழ ஆரம்பித்தாள் நடாஷா. இப்போது அல்யோஷாவும் தன்னைக் கட்டுப்படுத்திக் கொள்ள முடியாதவனாக அவள் காலடியில் விழுந்தான். மூர்க்கா வேசத்துடன் காணப்பட்ட அவன் அவளது கால்களிலும் கைகளிலும் மாறி மாறி முத்தமிட்டான். நான் அவளருகே ஒரு சாய்வு நாற்காலியை எடுத்து வந்தேன். அவள் அதில் சரிந்தாள். அவனது கால்களும் அவளருகே மடங்கித் துவண்டன.

பாகம் – 2

1

ஒரு நிமிடம் கழிந்தபின் நாங்கள் மூவரும் பைத்தியம் பிடித்த வர்களைப் போல விடாமல் சிரித்துக் கொண்டிருந்தோம்.

"என்னைச் சொல்லவிடுங்கள், விளக்கமாகக் கொஞ்சம் பேச விடுங்கள்" கத்தினான் அல்யோஷா. எங்கள் சிரிப்பொலிகளை மிஞ்சித் தனது கணீரென்ற குரல் கேட்பதற்காக அதை மேலும் உயர்த்திக் கொண்டான் அவன்.

"வழக்கம் போல அபத்தமான ஏதோ ஒன்றைச் சொல்லவும், உளறவும்தான் நான் இங்கே வந்திருக்கிறேன் என்று நீங்கள் நினைத்துக் கொண்டிருக்கிறீர்கள். உண்மையாகவே சுவாரசியமான விஷயம் ஒன்றை உங்களிடம் நான் சொல்லப் போகிறேன். தயவு செய்து இப்போது கொஞ்சம் அமைதியாகக் கேட்கிறீர்களா?"

தன் கதையைச் சொல்ல அவன் அளவு கடந்த ஆர்வத்துடன் இருந்தான். அவனிடம் ஏதோ ஒரு முக்கியமான செய்தி இருப்பதை அவனது எல்லா நடவடிக்கைகளுமே புலப்படுத்திக் கொண்டிருந்தன. ஆனால் அப்படி ஒரு செய்தியைச் சொல்லப் போகிறோம் என்ற சூதுவாதற்ற பெருமிதத்தோடு அவன் பூண்டு கொண்டிருந்த பிரமாதமான தோரணைதான் நடாஷாவை உடனே சிரிக்க வைத்தது. என்னாலும் சிரிப்பைக் கட்டுப்படுத்திக்கொள்ள முடிய

வில்லை. நாங்கள் அதிகமாக சிரிக்க சிரிக்க, அவனது கோபமும் கூடிக் கொண்டே போயிற்று. கடைசி கடைசியாக அல்யோஷாவின் எரிச்சலும், குழந்தைத்தனமான கோபமும் கண்டு—எவராவது விரலை உயர்த்தினாலே விழுந்து விழுந்து சிரிக்கும் கதாசிரியர் கோகோலின் மிட்ஷிப்மேன்* பாத்திரத்தைப் போல ஆகிவிட்டோம் நாங்கள்.

சமையலறையிலிருந்து வெளியே வந்து கதவருகே நின்றபடி எங்களைக் கடுமையான எரிச்சலோடு பார்த்துக் கொண்டிருந்தாள் மாவ்ரா. கடந்த ஐந்து நாட்களாக அவள் எதிர்பார்த்துக் கொண்டிருந்ததைப் போல நடாஷா, அல்யோஷாவைக் கடிந்து கொள்ளாததும், அதற்கு மாறாக நாங்கள் மூவரும் சிரித்துக் கொண்டிருந்ததும் அவளுக்குக் கடுப்பேற்றுவதாக இருந்தது.

இறுதியில் ஒரு வழியாக எங்கள் தொடர்ந்த சிரிப்பு அல்யோஷாவைப் புண்படுத்துகிறதென்பதைப் புரிந்து கொண்டு விட்ட நடாஷா சிரிப்பதை நிறுத்திக் கொண்டாள்.

“சரி... எங்களிடம் என்ன சொல்ல விரும்புகிறாயோ சொல்” என்றாள்.

“சமோவரைப் பற்ற வைக்கவா” என்று கொஞ்சம் கூட இங்கிதமில்லாமல் குறுக்கே புகுந்து கேட்டாள் மாவ்ரா.

“உள்ளே போ மாவ்ரா, முதலில் இங்கிருந்து போய்த் தொலை” என்று அவளை நோக்கிக் கைகளை ஆட்டியபடி கத்தினான் அவன். அவளை அங்கிருந்து வேகமாக உள்ளே அனுப்புவதிலேயே குறியாக இருந்தான் அவன்.

“நான் இப்போது உங்களிடம் இதுவரை நடந்தது, நடந்து கொண்டிருப்பது, இனிமேலும் நடக்க இருப்பது என்று எல்லாவற்றையும் சொல்லப் போகிறேன். காரணம் எல்லாமே எனக்குத் தெரிந்து விட்டது. கடந்த ஐந்து நாட்களாக நான் எங்கிருந்தேன் என்று தெரிந்து கொள்ள நண்பர்களாகிய நீங்கள் விரும்பலாம். அதைத்தான் நான் சொல்ல வருகிறேன், நீங்கள் என்னைச் சொல்ல விடுவதாக இல்லை. முதலில் சொல்ல வேண்டியது என்னவென்றால் இத்தனை நாளாக நான் உன்னை ஏமாற்றிக் கொண்டிருந்தேன் என்பதுதான் நடாஷா!

வெகு காலமாகவே நான் உன்னை ஏமாற்றிக் கொண்டிருக்கிறேன். உண்மையில் சொல்லப் போனால் அதுதான் இப்போது முக்கியமான விஷயம்.”

---

* கோகோலின் மிட்ஷிப்மேன் : 1842இல் கோகோல் எழுதிய ‘திருமணம்’ என்னும் நாடகத்தில் வரும் பாத்திரம்.

"என்னது? என்னை ஏமாற்றிக் கொண்டிருக்கிறாயா?"

"ஆமாம், கிட்டத்தட்ட ஒரு மாதமாகவே அப்படித்தான் உன்னை ஏமாற்றிக் கொண்டிருக்கிறேன். என் தந்தை திரும்பி வருவதற்கு முன்பே நான் அப்படிச் செய்ய ஆரம்பித்து விட்டேன். இப்போது எல்லாவற்றையும் வெளிப்படையாகப் பேசுவதற்கான நேரம் வந்து விட்டது. அப்பா வருவதற்கு ஒரு மாதம் முன்னால் திடீரென்று அவரிடமிருந்து ஒரு பெரிய கடிதம் எனக்கு வந்தது. உங்கள் இரண்டு பேரிடமிருந்தும் நான் அந்த விஷயத்தை மறைத்து விட்டேன். அந்தக் கடிதத்தில் அவர் நேரடியாகவே விஷயத்தை எழுதியிருந்தார். அதில் இருந்த சற்றுத் தீவிரமான தொனி எனக்கு மிகவும் அச்சமூட்டுவதாக இருந்தது. என் திருமண ஏற்பாடு ஏற்கனவே முடிவு செய்யப்பட்டுவிட்ட ஒரு விஷயம் என்றும், எனக்கான மணமகள் எந்தக் குறையும் இல்லாதவள் என்றும், நான் அவளுக்கு ஏற்றவனில்லையென்றாலும் எப்படியாவது அவளைத் திருமணம் செய்து கொண்டே ஆக வேண்டும் என்றும் அதில் வெளிப்படையாக எழுதியிருந்தார்; அதனால் என்னை நான் அதற்காக ஆயத்தம் செய்துகொள்ள வேண்டும், வேண்டாத உதவாக்கரைகளையெல்லாம் என் மூளையிலிருந்து எடுத்துப் போட்டுவிட வேண்டும்... இத்யாதி... இத்யாதி! அவர் உதவாக்கரை என்று எதைச் சொல்கிறார் என்பது நமக்கெல்லாம் தெரிந்ததுதான். அந்தக் கடிதத்தைத்தான் நான் உங்களிடமிருந்து மறைத்து விட்டேன்."

"ஐயையோ! நீ அப்படிச் செய்யவே இல்லை" என்று அவன் பேச்சில் குறுக்கிட்டாள் நடாஷா.

"நீயாக அப்படிக் கற்பனை செய்து பொய்த் தம்பட்டம் அடித்துக்கொள்ளாதே. உண்மையில் நீ அதையெல்லாம் உடனே எங்களிடம் சொல்லிவிட்டாய். ஏதோ நீயே ஏதோ குற்றம் செய்து விட்டது போன்ற உணர்வுடன் அப்போது என்னிடம் எவ்வளவு ஆதரவாய், அன்பாய், நெருக்கமாய் நடந்துகொண்டு என் பக்கத்திலேயே இருந்தாய் என்பது எனக்கு நினைவிருக்கிறது. கடிதம் முழுவதையும் நீ துண்டு துண்டாகச் சொல்லி முடித்து விட்டாய்."

"அப்படி இருக்கவே முடியாது. முக்கியமான விஷயத்தை நான் உன்னிடம் சொல்லவே இல்லை. ஒருவேளை நீங்கள் இரண்டு பேரும் ஏதாவது ஊகித்திருக்கலாம். ஆனால் அது நீங்களாகச் செய்ததுதான். நான் சொல்லவில்லை. நான் அதை ரகசியமாகவே வைத்திருந்தேன். அதனாலேயே வருத்தமாகவும் இருந்தேன்."

"அல்யோஷா, எனக்கு ஞாபகம் இருக்கிறது. அந்தச் சமயத்தில் நீ தொடர்ச்சியாக என்னிடம் ஆலோசனை கேட்டுக் கொண்டே

இருந்தாய். எல்லாவற்றைப் பற்றியுமே என்னிடம் சொல்லிவிட்டாய்... ஆனால் ஒரு நேரம் கொஞ்சம், இன்னொரு நேரம் கொஞ்சம் என்று துண்டு துண்டாகத்தான் சொன்னாய். ஏதோ சுற்றி வளைத்து இட்டுக்கட்டிச் சொல்வதைப் போல..." என்று சொல்லிக் கொண்டே நடாஷாவைப் பார்த்தேன் நான்.

"ஆமாம், நிச்சயமாக நீ எல்லாவற்றையுமே எங்களிடம் சொல்லிவிட்டாய். தயவுசெய்து அப்படி எதையோ மறைத்து வைத்ததாகப் பெருமை பீற்றிக்கொள்ள வேண்டாம்" என்று உறுதியாகச் சொன்னாள் அவள்.

"உன்னால் அப்படி எதையாவது மறைத்து வைத்துவிட முடியுமா என்ன? அவ்வளவு ஏன்? உன்னால் ஒருபோதும் ஒருவரையும் ஏமாற்றவும் முடியாது. மாவ்ராவுக்குக் கூட அதைப் பற்றித் தெரியும், இல்லையா மாவ்ரா?"

"அதெப்படி எனக்குத் தெரியாமல் போகும்?" என்று கதவருகே தலையை நீட்டி எட்டிப் பார்த்தபடி பதிலளித்தாள் மாவ்ரா.

"விஷயம் நடந்து மூன்று நாட்களுக்குள்ளேயே நீ எங்களிடம் எல்லாவற்றையும் சொல்லிவிட்டாய். அப்படி எதையும் ஒளித்து மறைக்கக் கூடிய சுபாவம் உன்னிடம் இல்லை."

"சே! உங்கள் எல்லோரிடமும் பேசுவதுதான் எவ்வளவு சலிப்பாக இருக்கிறது? நடாஷா, நீங்களெல்லாம் வேண்டுமென்றே ஏதோ ஒரு வெறுப்பில் பேசுகிறீர்கள். மாவ்ரா! நீயும் கூட தவறாகத் தான் ஏதோ புரிந்து கொண்டிருக்கிறாய். அந்தச் சமயத்தில் நான் ஒரு பைத்தியக்காரனைப் போல இருந்தது எனக்கு ஞாபகமிருக்கிறது. உனக்கு அது நினைவிருக்கிறதா மாவ்ரா."

"அதைப் போய் நான் மறந்துவிட முடியுமா என்ன? இப்போதும் நீ பைத்தியக்காரன் மாதிரிதான் இருக்கிறாய்."

"இல்லையில்லை. நான் அதைப் பற்றி இப்போது பேசவில்லை. உனக்கு நினைவிருக்கிறதா? அப்போது எங்களிடம் பணமே இல்லை. என் வெள்ளி சிகரெட் டப்பாவை எடுத்துக் கொண்டு நீ அடகு வைக்கப் போனாய். என்னவென்று சொல்வது மாவ்ரா? இப்போதெல்லாம் உனக்கு மறதி கூடுதலாகிவிட்டது. நடாஷாதான் உனக்கு இடம் கொடுக்கிறாள். நல்லது... ஒருவேளை அப்போதே உங்களுக்கு நான் எல்லாவற்றையும் துண்டு துண்டாய்ச் சொல்லி விட்டேன் என்றே வைத்துக் கொள்வோம் (இப்போது அப்படிச் சொன்னது எனக்கும் நினைவு வருகிறது). ஆனாலும் அதிலிருந்த தொனி... அந்தக் கடிதத்தில் இருந்த தொனியைப் பற்றி உங்களுக்குத் தெரியாதே? அந்தக் கடிதத்தைப் பொறுத்தவரை அதன்

தொனிதான் முக்கியமாகக் கவனிக்கப்பட வேண்டியது. நானும் இப்போது அதைப் பற்றித்தான் பேசிக் கொண்டிருக்கிறேன்."

"ஏன்... அப்படி என்ன தொனி அதில்" என்றாள் நடாஷா.

"சொல்கிறேன் கேட்டுக்கொள் நடாஷா. நீ கேட்பதைப் பார்த்தால் ஏதோ பரிகாசமாகக் கேட்பதுபோல் இருக்கிறது. அதைப் பற்றி அப்படி வேடிக்கையாகப் பேசாதே. அது மிகவும் முக்கியமானது என்று நான் உறுதியாகச் சொல்கிறேன். அதைப் பார்த்து நான் இடிந்துபோய் விட்டேன் என்றால் அதன் தொனி எப்படி இருக்கும் பார்த்துக்கொள். அதுபோல என் தந்தை இதுவரை என்னிடம் பேசியதே இல்லை. 'இந்த உலகமே மண்ணோடு மண்ணாய்ப் போனாலும் தான் நினைத்ததை சாதிக்காமல் விடப்போவதில்லை' – அதுதான் அந்தக் கடிதத்திலிருந்த தொனி."

"சரி, இப்போது அதையெல்லாம் எங்களிடம் சொல். அதை என்னிடமிருந்து நீ ஏன் மறைக்க வேண்டும்?"

"ஐயோ கடவுளே, உன்னைப் பயப்படுத்தாமல், உன்னைக் கவலைக்குள்ளாக்காமல் நானே எல்லாவற்றையும் சரி செய்துவிட முடியுமென்று நம்பினேன். அதனால்தான் மறைத்தேன். சரி... கேள்! அந்தக் கடிதம் வந்த பிறகு என் தந்தையும் திரும்பி வந்து விட்டார். என் சிக்கல்களெல்லாமும் திரும்ப ஆரம்பித்து விட்டன. அவரிடம் திடமாகப் பேச வேண்டுமென்று என் மனதை ஆயத்தம் செய்து வைத்திருந்தேன். உறுதியாக, தெளிவாக, தீவிரமாக! ஆனால் ஏனோ அப்படிப்பட்ட ஒரு தருணம் வாய்க்கவே இல்லை. அவரும் என்னிடம் எந்தவிதமான கேள்விகளையும் கேட்கவில்லை. அப்படி ஒரு தந்திரக்காரர் அவர். அதற்குப் பதிலாக எல்லா ஏற்பாடும் ஏற்கனவே முடிவு செய்யப்பட்டு விட்டது போலவும் எங்களுக்கிடையே எந்தக் கருத்து வேறுபாடோ, விவாதமோ எழ இடமில்லை என்பது போலவுமே நடந்து கொண்டார். கேட்டீர்களா? வாதத்துக்கே இடமில்லை. அப்படி ஒரு தன்னம்பிக்கை. அதன் பிறகு என்னிடம் மிக மிக அன்பாக, பாசமாக நடந்து கொள்ளவும் தொடங்கிவிட்டார். உண்மையில் அது எனக்கு ஆச்சரியமாகவே இருந்தது. இவான் பெத்ரோவிச்! அவர் எப்படிப்பட்ட கெட்டிக்காரர் என்று மட்டும் உங்களுக்குத் தெரிந்தால் எப்படி இருக்கும்? அவர் எல்லாவற்றையும் படித்துவிட்டார்; எல்லாவற்றையுமே அறிந்து வைத்திருக்கிறார். ஒருமுறை அவரை நீங்கள் பார்த்தாலே போதும், தன் எண்ணங்களைப் படிப்பது போலவே உங்கள் மனதிலிருக்கும் எண்ணங்களையும் அறிந்து கொண்டு விடுவார். ஒருவேளை அதனால்தான் அவரைப் 'பாதிரியார்' என்று அழைத்தார்களோ என்னவோ? அவரை நான் புகழ்வது நடாஷாவுக்குப் பிடிக்காது. சரி சரி கோபப்படாதே நடாஷா, அவ்வளவுதான்

விஷயங்கள். ஓ... இன்னொன்றும் இருக்கிறது. நேற்று எனக்குக் கொஞ்சம் பணம் வேறு கொடுத்தார்... இத்தனை முறை அவர் அப்படித் தந்ததே இல்லை.

நடாஷா, என் தேவதையே, இப்போது நம் பஞ்சம் தீர்ந்து விட்டது. இதோ பார். போன ஆறுமாதங்களாக எனக்குக் கொடுக் காமல் இருந்ததையெல்லாம் ஈடுகட்டும் வகையில் நேற்று சேர்த்துக் கொடுத்துவிட்டார். எவ்வளவு இருக்கிறதென்று பார். நான் இன்னும் எண்ணக் கூட இல்லை. மாவ்ரா, எவ்வளவு பணம் என்று பார். நாம் ஸ்பூன்களையும், காதுத் தோடுகளையும் இனிமேல் அடகு வைக்க வேண்டியதில்லை."

அவன் தன் கோட்டுப் பையிலிருந்து சற்றுத் தடிமனான பணக் கட்டு ஒன்றை வெளியிலெடுத்தான். கிட்டத்தட்ட ஆயிரத்தைந்நூறு ரூபிள்கள். அவற்றை மேசையில் வைத்தான். பணத்தை சந்தோஷத் தோடு பார்த்த மாவ்ரா அல்யோஷாவைப் புகழ்ந்தாள்.

கதையைத் தொடர்ந்து சொல்லுமாறு நடாஷா அவனைத் தூண்டினாள்.

"பிறகு... நான் என்ன செய்யவேண்டும் என்பதை யோசித்துப் பார்த்தேன்" என்றபடி அவன் தொடர்ந்தான்.

"அவரை என்னால் எப்படி எதிர்க்க முடியும்? அவர் என்னி டம் மோசமாக நடந்து கொண்டிருந்தால், என்னிடம் இணக்கமாக இல்லாமல் இருந்திருந்தால் – நான் ஒரு தடவைக்கு இரண்டு தடவை அப்படி யோசிக்க வேண்டி வந்திருக்காது, சத்தியமாகச் சொல்கிறேன். அவர் விரும்புவதையெல்லாம் என்னால் செய்து கொண்டிருக்க முடியாது, நான் ஒரு வளர்ந்த மனிதன் என்று அப்போது வெளிப்படையாகவே சொல்லியிருப்பேன். அவ்வளவு தான்... கதையும் அதோடு முடிந்திருக்கும். நான் என் வழியைப் பார்த்துக் கொண்டு போயிருப்பேன். ஆனால் இப்படி, இந்த மாதிரி ஒன்று நடந்த பிறகு நான் அவரிடம் என்னவென்று சொல்ல முடியும்? அதற்காக என்னைக் குற்றம் சாட்டவேண்டாம். நடாஷா... உன்னைப் பார்த்தால் அதிருப்தியாக இருப்பது போலிருக்கிறதே? ஏன் நீங்கள் இருவரும் ஒருவரை ஒருவர் இப்படிப் பார்த்துக் கொள்கிறீர்கள்? 'அவர் தன் விரல் நுனியில் இவனை வளைத்துப் போட்டுவிட்டார், இவனிடம் துளிக்கூட உறுதியில்லை' என்று நீங்கள் நினைப்பதாகத் தோன்றுகிறது. நீங்கள் நினைப்பதை விட அதிகமான திடம் என்னிடம் இருக்கிறது. அதற்கு என்ன ஆதாரம் என்பதைச் சொல்கிறேன். நான் அப்போதிருந்த சூழ்நிலையையும் மீறி, "இது நான் செய்தாக வேண்டிய கடமை. என் தந்தையிடம் எல்லாவற்றையும், ஒன்று விடாமல் சொல்லிவிட வேண்டும்"

என்று எனக்குள் உடனேயே சொல்லிக் கொண்டேன். அவரிடம் உடனே பேசினேன்; எல்லாவற்றையும் சொன்னேன், அவரும் கேட்டுக்கொண்டார்."

"அவரிடம் அப்படி நீ என்னதான் சொன்னாய்? நீ சொன்னதை அப்படியே சொல்" என்று ஆர்வத்தோடு கேட்டாள் நடாஷா.

"வேறு யாரையும் மணக்க எனக்கு விருப்பமில்லை. நான் ஏற்கனவே ஒரு பெண்ணைத் தேர்ந்தெடுத்து விட்டேன் என்பதைத்தான். நீதான் அது. ஆனால் இந்த விஷயங்களையெல்லாம் இதே மாதிரி நான் நேரடியாக அவரிடம் சொல்லவில்லைதான். இதைக் கேட்பதற்கு அவரைத் தயார்ப்படுத்தி மட்டும் வைத்திருக் கிறேன். நாளைக்குச் சொல்லிவிடுவேன். அதற்கு என் மனத்தை ஆயத்தமாக்கி விட்டேன். அவரோடு பேச்சை ஆரம்பிக்கும் போது நான் சொன்னது இதுதான். பணத்துக்காகத் திருமணம் செய்து கொள்வது நாணக்கேடான, அகௌரவமான விஷயம்; நாம் மிக மேல்மட்டத்திலிருப்பவர்களாகப் பொய்யாகப் பாசாங்கு செய்து கொண்டிருப்பது முட்டாள்தனமானது. (ஒரு சகோதரன் இன்னொரு சகோதரனிடம் பேசுவதைப் போலவே நான் மிக மிக வெளிப்படை யாக இதை அவரிடம் பேசினேன்) பிறகு, சராசரியான மனிதர்களில் ஒருவன் மட்டுமே நான் என்றும் அப்படி எல்லோரைப் போலவும் இருப்பதிலேயே பெருமைப்படுவதாகவும், வித்தியாசமாக இருப்ப தில் எனக்கு விருப்பமில்லை என்றும் சொன்னேன். உண்மையில் வலுவான இந்த எண்ணங்களையெல்லாம் முடிந்தவரை அவர் முன் போட்டு வைத்துவிட்டேன். அவர் ஏற்றுக்கொள்ளும் வகையில் இவற்றையெல்லாம் இதமாகப் பேசினேன். அப்படி நான் பேசியது எனக்கே ஆச்சரியமாக இருக்கிறது.

அவருடைய தரப்பிலிருந்தும் சில விஷயங்களை எடுத்துக்காட்டி நிரூபித்தேன். எளிமையான நேரடியான வார்த்தைகளால் இப்படிச் சொன்னேன். 'எந்த வகையில் நம்மை இளவரசர்கள் என்று சொல்ல முடியும்? வேண்டுமானால் பிறப்பின் அடிப்படையில் இருக்கலாம், ஆனால் எந்த அரசகுலத் தகுதி இருக்கிறது நம்மிடம்? முதலில் எடுத்துக் கொண்டால் நாம் மிகப் பெரும் செல்வந்தர்கள் இல்லை. செல்வ வளம்தான் முதல் முக்கியத்துவம் பெறுவது. அதை வைத்துப் பார்த்தால் இந்தக் காலகட்டத்தின் மிகப் பெரிய இளவரசர் ரோத்ஷீல்டு*தான். அடுத்ததாகச் சொல்லப் போனால் உயர்மட்ட சமூகத்தில் வெகுகாலமாகவே நம்மைப் பற்றி எவரும் கேள்விப்படவில்லை. இறுதியாக அப்படி அறியப்பட்ட ஒரே

* ரோத்ஷீல்டு : வங்கித் தொழிலில் கொடி கட்டிப் பறந்த ஐரோப்பியப் பெரும் பணக்காரர்.

மனிதர், மாமா செமியோன் வால்காவ்ஸ்கிதான். அவரும் மாஸ்கோ அளவில் மட்டும்தான். பிற்காலத்தில், தான் பட்டிருந்த கடனை அடைப்பதற்காகத் தன்னிடமிருந்த கடைசி முன்னூறு அடிமைகளை அவர் விற்க வேண்டிய நிலையும் ஏற்பட்டது. அவரது தந்தை மட்டும் அந்தக் கடனிலிருந்து அவரைக் காப்பாற்றாமல் போயிருந்தால் இத்தனை நேரம் அந்தக் குடும்பத்துப் பேரக் குழந்தைகள் நிலத்தை உழுதுதான் பிழைத்துக் கொண்டிருக்க வேண்டி வந்திருக்கும். அப்படி வேறு சில மேல்மட்ட இளவரசர்களையும் என்னால் சுட்டிக்காட்ட முடியும். அதனால் நாம் வீண் பெருமை பேசிக் கொள்ள எதுவுமில்லை. சுருக்கமாகச் சொல்லப் போனால் என்னுள் குமுறிக் கொண்டிருந்த எல்லாவற்றையுமே நான் மிக வெளிப்படையாக – நேருக்கு நேராகச் சொல்லிவிட்டேன். சொல்லப் போனால், அங்கும் இங்குமாகப் பலவற்றைச் சேர்த்துக் கொண்டு கூட நான் சொன்னேன். அவர் அதற்கெல்லாம் எந்தப் பதிலும் சொல்லவில்லை. மாறாக நைன்ஸ்கி பிரபுவைப் பார்க்கும் வழக்கத்தை நான் கைவிட்டு விட்டதற்காக என்னைக் கடிந்துகொள்ள ஆரம்பித்து விட்டார். என் ஞானத்தாயான இளவரசி 'கே'யை நான் அடிக்கடி சென்று பார்த்து அவளது நன்மதிப்பைப் பெற முயற்சி செய்ய வேண்டுமென்றும் சொன்னார். இளவரசி 'கே' என்னை நல்ல முறையில் வரவேற்று மதிப்புக் கொடுத்தால் எல்லா இடங்களிலுமே நான் மதிக்கப்பட ஆரம்பித்து விடுவேன் என்றும் என் வருங்காலத்துக்கு அப்போது உத்தரவாதம் கிடைத்துவிடும் என்றும் குறிப்பிட்டார். மேலும் மேலும் இப்படிப்பட்ட விஷயங ்களையே வலியுறுத்திப் பேசிக் கொண்டிருந்தார். உன்னோடு கூட இருப்பதால்தான் அவர்களோடு நான் தொடர்பு வைத்துக் கொள்ளமலிருக்கிறேன் என்பதையும் அவர் லேசாகக் கோடி காட்டினார் நடாஷா. அதனால் ஒருவேளை நீ அதற்குக் காரண மாக இருக்கக்கூடுமோ என்றும் நினைக்கிறார். ஆனாலும் இதுவரை உன்னைப் பற்றி நேரடியாக அவர் எதுவுமே பேசவில்லை. வேண்டுமென்றே அதைத் தவிர்க்கிறார். நாங்கள் இருவரும் ஒருவரை ஒருவர் மிஞ்சுவதற்குப் போட்டி போட்டுக் கொண்டு புத்திசாலித்தனமாகக் கண்ணாமூச்சி விளையாடிக் கொண்டிருக் கிறோம். ஆனால் இறுதியில் நாம்தான் ஜெயிக்கப் போகிறோம்."

"சரி சரி! அது இருக்கட்டும். எல்லாம் எப்படி முடிந்தது? அவர் என்ன தீர்மானம் செய்தார்? அதுதானே முக்கியமான விஷயம்...? நீ ஆனாலும் பெரிய வாயாடி அல்யோஷா... வளவளவென்று பேசிக் கொண்டே போகிறாய்."

"அவர் என்ன முடிவு செய்தாரோ அதெல்லாம் கடவுளுக்குத் தான் தெரியும். அவர் எதுவும் சொல்லவில்லை. நான் ஒன்றும்

வீண் வம்பளக்கவில்லை. விஷயத்தோடுதான் பேசுகிறேன். அவர் எந்தத் தீர்மானத்துக்கும் வந்து சேரவில்லை. நான் முன்வைத்த விவாதங்களைக் கேட்டுப் புன்னகை செய்தார், அவ்வளவுதான். அந்தப் புன்னகையைப் பார்த்தால் அவர் எனக்காக வருத்தப்படுவது போலிருந்தது. அது என்னை அவமானப்படுத்துவது போலவும் இருந்தது; ஆனால் அதற்காக நான் ஒன்றும் வெட்கப்படவில்லை.

'இதோ பார், நீ சொன்னதையெல்லாம் நான் ஒத்துக் கொள் கிறேன். இப்போது நாம் இருவரும் நைன்ஸ்கி பிரபுவைப் பார்ப்ப தற்குப் போவோம். ஆனால் இந்த மாதிரியெல்லாம் அங்கே பேசி விடாமல் கவனமாக இரு. நான் உன்னைப் புரிந்து கொள்கிறேன். ஆனால் அவர்களுக்கு அது புரியாது' என்றார்.

என் தந்தையை அவர்கள் உரிய மதிப்போடு வரவேற்றிருக்க வில்லை என்றே நினைக்கிறேன். ஏதோ காரணத்தால் அவர்கள் எல்லாரும் அவரிடம் கோபமாக இருக்கிறார்கள். இப்போது அந்த உயர்குடிச் சமூகத்தில் என் தந்தை சற்று வெறுக்கப்படுகிறார் என்று தோன்றுகிறது.

நாங்கள் அங்கே போன போது நைன்ஸ்கி பிரபு என்னை ஆடம்பரமாகத்தான் வரவேற்றாரென்றாலும் அதில் கோபமான பாராமுகமும் இருந்தது. அவரது வீட்டிலேதான் நான் வளர்ந்தேன் என்பதையே மறந்து விட்டதைப் போலத்தான் நடந்துகொண்டார். பிறகு உண்மையாகவே அதை நினைவுபடுத்திப் பார்க்க முயற்சி செய்தார். நான் நன்றி மறந்தவன் என்று என்மீது கோபமாக இருந்தார் அவர்; ஆனால் என் பங்குக்கு நான் ஒன்றும் அப்படி நன்றி மறக்கவில்லை. அவரது வீடு எனக்குப் பயங்கர சலிப்பூட்டுவதாக இருந்ததால் நான் அங்கே போவதை நிறுத்தியிருந்தேன் அவ்வளவு தான். பிரபு, என் தந்தையை எந்தச் சம்பிரதாய முறைப்படியும் இல்லாமல் மிகச் சாதாரணமாக... சர்வ சாதாரணமாக வரவேற்றார். இவர் எப்படித்தான் அங்கே போகிறாரோ அது எனக்குப் புரிய வில்லை. எனக்கு அதைப் பார்த்துக் கடுமையான ஆத்திரம் வந்தது. அப்பா பாவம்... கிட்டத்தட்ட அவர்கள் முன் தாழ்ந்து பணிவது போல் இருக்க வேண்டியிருந்தது. அதெல்லாம் எனக்காகத்தான் என்று எனக்குப் புரிகிறது; ஆனால் எனக்கு எதுவுமே தேவை யில்லை. நான் உணர்ந்ததை அப்பாவிடம் சொல்ல நினைத்துப் பிறகு என்னை நானே கட்டுப்படுத்திக் கொண்டு விட்டேன். ஆமாம்... நிஜம்தான், அதனால் என்ன லாபம்? அவர் நினைப்பதை என்னால் மாற்ற முடியாது. அவரை அது இன்னும் கவலைப் படுத்தும். ஏற்கனவே நேரம் மோசமாக இருக்கிறது அவருக்கு.

அதனால் நான் இப்படி நினைத்துக் கொண்டேன்... நான் ஒரு தந்திரமான உபாயத்தைக் கையாண்டு அவர்களையெல்லாம்

மடக்கி விட வேண்டுமென்று எண்ணிக்கொண்டேன். அந்தப் பிரபுவையும் எனக்கு மதிப்பளிக்க வைத்துவிட வேண்டும் என்று நினைத்தேன். பிறகு என்ன நடந்ததென்று நினைக்கிறாய்? நான் நினைத்ததை சாதித்து விட்டேன். ஒரே நாளில் எல்லாம் மாறி விட்டது. இனிமேல் நைன்ஸ்கி பிரபுவால் என்னை எதுவும் செய்ய முடியாது... எல்லாவற்றுக்கும் காரணம் நான்தான், நான் செய்த தந்திரமான விஷயங்கள்தான். என் தந்தையே பயங்கரமாக ஆச்சரியப்பட்டுப் போய்விட்டார்."

"இதோ பார் அல்யோஷா! நீ சட்டென்று விஷயத்துக்கு வந்தால் நன்றாக இருக்கும்" என்று பொறுமையிழந்து கத்தினாள் நடாஷா.

"நம்மைப் பற்றிய எதையோ நீ சொல்ல வருகிறாய் என்று நான் எதிர்பார்த்துக் கொண்டிருக்க, நைன்ஸ்கி பிரபுவின் வீட்டில் உனக்குக் கிடைத்த கௌரவத்தைப் பற்றியே நீ சொல்லிக் கொண்டி ருக்க விரும்புகிறாய்? உன் பிரபுவைப் பற்றி எனக்கென்ன வந்தது?"

"உனக்கென்ன வந்ததா? இவான் பெத்ரோவிச்! கேட்டீர்களா இவள் சொல்லுவதை? ஆனால் முக்கியமான விஷயமே அதில்தான் இருக்கிறது. முதலில் என்னைச் சொல்ல விடுங்கள். பிறகு கடைசி யில் என்ன காத்திருக்கிறது என்பதை நீங்களே பார்த்துக் கொள்ள லாம். சரி... இன்னொன்றும் கூட.... அதையும் நானே மறைக்காமல் சொல்லிவிடுகிறேனே? நடாஷா, இவான் பெத்ரோவிச்! நீங்கள் இரண்டு பேருமே கேட்டுக் கொள்ளுங்கள். ஒருவேளை சில சமயங்களில் நான் அறிவே இல்லாமல் மிக மிக முட்டாள்தன மாகக் கூட நடந்து கொள்வதாக இருக்கும். (எனக்கே அது தெரியும். ஒரு சில சமயங்களில் மட்டும்தான்) ஆனால் இந்த விஷயத்தைப் பொறுத்தவரை நான் மிகவும் சாமர்த்தியமாகவும், புத்திசாலித்தன மாகவும்தான் நடந்துகொண்டேன் என்று என்னால் அடித்துச் சொல்ல முடியும். அதனால் நான் ஒன்றும் எப்போதுமே அப்படிப் புத்தியில்லாமல் நடந்து கொள்வதில்லை என்று நீங்கள் சற்று ஆறுதல் கொள்ளலாம்.

"ஐயோ என்ன இது அல்யோஷா? நீ என்ன இப்படியெல்லாம் பேசுகிறாய்? நீ என் கண்மணியில்லையா?"

அல்யோஷாவை அப்படி ஒரு முட்டாள் என்று எடை போடுவதை நடாஷாவால் பொறுத்துக்கொள்ள முடியவில்லை. அல்யோஷா முட்டாள்தனமாக ஏதாவது செய்யும்போது அவனிடமே நேரடியாக அதை நான் அடிக்கடி நிரூபித்திருக்கிறேன். அப்போ தெல்லாம் நடாஷாவுக்கு என் மீது கோபம் வரும்; அவளது இதயத்தில் அது ஓர் ஆறாத புண். அல்யோஷா இவ்வாறு அவ மதிக்கப்படுவதை அவளால் பொறுத்துக் கொள்ள முடிவதில்லை;

ஆனாலும் அவனது குறைபாடுகள் அவளுக்குத் தெரியாமல் இல்லை, அதனாலேயே அவன் அவமதிக்கப்படும்போது அவளது வருத்தம் கூடுதலாகிக் கொண்டிருந்தது. ஆனால் அவனைப் புண்படுத்தி விடுவோமோ என்று அஞ்சி அதை அவள் அவனிடம் துளிக்கூட வெளிப்படுத்திக் கொண்டதில்லை. ஆனால் குறிப்பான இந்த விஷயத்தைப் பொறுத்தவரை அவன் சற்று நுண்ணுணர்வோடு இருந்ததால் அவளது உள்ளத்து உணர்வுகளை அவனாலும் ஊகிக்க முடிந்திருந்தது. நடாஷாவுக்கும் இதுபுரிந்தது, அது அவளை வருந்தவும் வைத்தது. அதனால் அவள் உடனே அவனைப் புகழ்ந்து பேசவும், சீராட்டவும் தொடங்கிவிடுவாள். அதனால்தான் இப்போது அவனது சொற்கள் அவள் இதயத்தில் வலியோடு எதிரொலித்துக் கொண்டிருந்தன.

“சே... சே... அப்படியெல்லாம் சொல்லாதே அல்யோஷா! நீ சில சமயம் அசட்டையாக இருந்துவிடுவாய். அவ்வளவுதான். மற்றபடி நீ சொன்னது போல எதுவுமில்லை” என்றவள்,

“ஆமாம், நீ ஏன் இப்படி உன்னை நீயே தாழ்த்திக் கொள் கிறாய்” என்று கேட்டாள்.

“நல்லது... அப்படியென்றால் சரி, இப்போது நான் சொல்லிக் கொண்டிருந்த கதையை முடிக்கிறேன். பிரபுவின் வீட்டில் தன்னை எதிர்கொண்ட விதம் அப்பாவை மிகவும் கோபப்படுத்தியிருந்தது. ‘கொஞ்சம் காத்திருங்கள்’ என்று எனக்குள் நினைத்துக் கொண்டேன். அப்போது நாங்கள் இளவரசியின் வீட்டுக்குச் சென்று கொண்டி ருந்தோம். இளவரசிக்கு வயதாகி விட்டதால் முதுமையில் மிகவும் தளர்ந்து போயிருக்கிறார் என்றும், காதுகூடக் கேட்பதில்லை என்றும் வெகு நாட்களுக்கு முன்பே அறிந்திருந்தேன். நாய்க்குட்டிகள் மீது அவருக்கு அளவற்ற பிரியம் இருப்பதையும் தெரிந்து கொண்டிருந்தேன். நிறைய நாய்க்குட்டிகளைச் சீராட்டி வளர்த்து வந்தார் அவர். முதுமை, பிற குறைபாடுகள் இவற்றையெல்லாம் மீறி, சமூகத்தில் இன்னும் கூடப் பெரிய செல்வாக்கோடு இருந்து வந்தார் அவர். நைன்ஸ்கி பிரபுவையும் கூட அவர் ஆட்டிப் படைத்துக் கொண்டிருந்தார். அதனால் என் எதிர்காலச் செயல் திட்டங்களையெல்லாம் இளவரசியின் வீட்டுக்குப் போகும் வழியிலேயே வகுத்து விட்டேன். எதை அடிப்படையாக வைத்து அதைச் செய்தேனென்று நினைக்கிறீர்கள்? எல்லாம் நாய்களை வைத்துத்தான். பொதுவாகவே நாய்களுக்கு எப்போதும் என்னைப் பிடிக்கும்; அதை நான் கவனித்திருக்கிறேன். ஏதாவது ஒரு காந்த சக்தி என்னிடம் இருந்திருக்க வேண்டும்; பொதுவாகவே எனக்கு மிருகங்கள் மீது விருப்பம் உண்டு என்பதும் அதற்குக் காரணமாக இருக்கலாம். எப்படியோ நாய்களுக்கு என்னைப் பிடித்திருக்கிறது,

அவ்வளவுதான். அதிருக்கட்டும்... இப்போது காந்தசக்தி பற்றிப் பேசினேன் இல்லையா? நடாஷா, உனக்கொன்று சொல்ல விட்டுப் போய் விட்டது. அன்றொரு நாள் நாங்கள் ஆவிகளை வரவழைத் தோம்; அப்படிப்பட்ட ஒருவரிடம்– ஆவிகளை எழுப்புபவரிடம் அப்போது நான் சென்றிருந்தேன். அது எனக்கு மிகவும் ஆச்சரிய மாக இருந்தது இவான் பெத்ரோவிச். மிகவும் வினோதமாக இருந்தது. நான் ஜூலியஸ் சீஸரின் ஆவியை அழைத்தேன்.

"அடக் கடவுளே! ஜூலியஸ் சீஸரிடம் உனக்கென்ன வேலை" என்று, தாங்க முடியாமல் சிரித்துக்கொண்டே கேட்டாள் நடாஷா.

"போதும் போதும்... இதற்கு மேல் தாங்க முடியாது."

"ஏன் இருக்கக் கூடாது... என்னை என்னவென்று நினைத்தாய்? ஜூலியஸ் சீஸரை நான் ஏன் கூப்பிடக் கூடாது? அதனால் அவருக்கு என்ன ஆகிவிடும்? பாருங்கள் பாருங்கள், சிரிக்கிறாள் பாருங்கள்."

"நிச்சயமாக அவருக்கு எதுவும் ஆகிவிடாது. ஐயோ... என் அன்பே, சரி சொல், ஜூலியஸ் சீஸர் உன்னிடம் என்ன சொன்னார்?"

"அவர் ஒன்றும் சொல்லவில்லை. நான் சும்மா பென்சிலைப் பிடித்துக் கொண்டிருந்தேன். அது, தாள்மீது நகர்ந்து தானாகவே ஏதோ எழுதியது. அவர்கள் ஜூலியஸ் சீஸர் எழுதியதாகச் சொன் னார்கள். நான் அதை நம்பவில்லை."

"அவர் அப்படி என்னதான் எழுதினார்?"

"கோகோ'லுக்குள் மூழ்க வையுங்கள்... இப்படி ஏதோ! சரி... போதும், சிரிப்பை நிறுத்து"

"நல்லது... அப்படியானால் இப்போது இளவரசியைப் பற்றிச் சொல்."

"தொடர்ந்து சொல்ல விடாமல் நீதான் என்னை இடைமறித்துக் கொண்டே இருக்கிறாய்.

நாங்கள் இளவரசியின் வீட்டுக்குப் போனதும் நான் மிமியிடம் பழகி அன்பு காட்ட ஆரம்பித்தேன். அங்கே உள்ளதிலேயே மிக மோசமான, பயங்கரமான கிழட்டு நாய் அது. பிடிவாதமானதும் கூட. பிறரைக் கடிப்பதில் விருப்பம் கொண்டது. இளவரசிக்கு அதன்மீது அப்படி ஒரு பாசம், கிட்டத்தட்ட அதைக் கும்பிடும் அளவுக்கு.

இரண்டு பேருக்கும் ஒரே வயதாக இருக்கலாமென்று நினைக் கிறன். மிமிக்கு ஒரு சில இனிப்புப் பண்டங்கள் ஊட்டுவதிலிருந்து என் வேலையை ஆரம்பித்தேன். பத்தே நிமிடங்களில் அந்த நாயைக் கைகுலுக்கப் பழக்கிவிட்டேன். இத்தனை நாட்களாக

அவர்களுக்கு அதைக் கற்றுக் கொடுக்க முடிந்ததே இல்லை. பரவச நிலைக்கே போய்விட்ட இளவரசி. “மிமி! மிமி… கை குலுக்குகிறது” என்று சொல்லியபடி ஆனந்தக் கண்ணீரே விட்டுவிட்டார். அப்போது யாரோ உள்ளே வந்தார்கள். அவர்களிடம், “மிமி கைகுலுக்குவதைப் பாருங்கள். இதோ இங்கே இருக்கும் என் ஞானப்புதல்வன்தான் கற்றுக் கொடுத்தான்” என்றார். பிறகு நைன்ஸ்கி பிரபு உள்ளே வந்தார். அவரிடமும் “மிமி கை கொடுக் கிறது” என்றார். உணர்ச்சிப் பெருக்கில் கண்ணீர் விட்டபடி என்னைப் பார்த்தார். மிக இனிமையான நல்ல மூதாட்டி அவர். எனக்கு அவரைப் பார்க்கக் கொஞ்சம் பாவமாகக்கூடத்தான் இருந்தது. கிடைத்த வாய்ப்பை நழுவ விடாமல் அவரை மேலும் புகழ்ந்தேன். அவரிடம் ஒரு பொடி டப்பி உண்டு. அதன் மேல் அவரது படம்தான் வரையப்பட்டிருக்கும். கிட்டத்தட்ட அறுபது வருடங்களுக்கு முன்பு–அவர் மணப் பெண்ணாக இருந்த காலத்தில் அவரை வைத்து வரையப்பட்ட படம் அது. அந்த டப்பாவைக் கையில் எடுத்துக் கொண்டு எதுவுமே தெரியாதவன் போல,

“அட, என்ன அழகான ஒரு படம்? எப்படி முழுமையான ஒரு பேரழகு” என்று சொன்னேன். அவ்வளவுதான். அதில் அப்படியே உருகிப் போய்விட்டார் அவர். என்னிடம் வேண்டியது வேண்டாதது என்று பல விஷயங்களைப் பற்றிப் பேசினார். நான் எங்கே படித்தேன், என் நண்பர்கள் யார் யார் என்றெல்லாம் கேட்டார். என் முடி அத்தனை அழகாக இருக்கிறது என்றார். இப்படிப் பலதும் பேசினார். தொடர்ந்து ஒரு வதந்தித் துணுக்கைச் சொல்லி நான் அவரைச் சிரிக்கக்கூட வைத்துவிட்டேன்.

அவருக்கு அப்படிப்பட்ட பேச்சுக்கள் பிடிக்கும். போதும் போதுமென்று தன் விரலை என்னை நோக்கி அசைத்தபடி விழுந்து விழுந்து சிரித்தார். எனக்கு விடை தரும் போது என்னை முத்தமிட்டு ஆசீர்வதித்தார். தினமும் அங்கே வந்து அவரை மகிழ் விக்க வேண்டுமென்று என்னைக் கேட்டுக்கொண்டார். நைன்ஸ்கி பிரபு என் கையைப் பற்றி அழுத்தினார். அவரது கண்களும் வியப்பால் விரிந்திருந்தன. என் தந்தையைப் பற்றிச் சொல்லவே வேண்டாம். மிக மிக அன்பானவரும் மிகவும் நேர்மையானவரும் இந்த உலகிலேயே பெரிதும் மதிக்கத்தக்கவருமான என் தந்தை, நாங்கள் வீடு திரும்பிக் கொண்டிருக்கும்போது ஆனந்தக்கண்ணீர் விட்டாரென்றால் உன்னால் அதை நம்ப முடிகிறதா? அவர் என்னைக் கட்டித் தழுவிக்கொண்டார், மிகவும் ரகசியமாக என் எதிர்கால வாழ்க்கையைப் பற்றி, எனது தொடர்புகளைப் பற்றி திருமணம் பற்றி, பணத்தைப் பற்றி என்று எல்லா விஷயங்களையும் சொன்னார். அதில் நிறைய செய்திகளை என்னால் புரிந்துகொள்ள

முடியவில்லை. அதற்குப் பிறகுதான் அவர் எனக்குப் பணம் தந்தார். அது, நடந்தது நேற்று. நாளை மீண்டும் நான் இளவரசியிடம் செல்ல வேண்டும். என் தந்தை உண்மையிலேயே மிகவும் கௌரவமான மனிதர்தான். நான் இப்படிச் சொல்வதற்காக என்னைத் தவறாக எண்ணாதே நடாஷா. உன்னிடமிருந்து என்னை அவர் பிரிக்கப் பார்ப்பதற்குக் காரணம் காத்யாவிடம் இருக்கும் கோடிக்கணக்கான பணம் அவரை அசர அடித்திருப்பதுதான். உன்னிடம் அதிக செல்வம் இல்லையே? ஆனால் அந்தப் பணத்தை அவர் விரும்பு வதும் கூட எனக்காகத் தான். உன்னிடம் அவர் கடுமையாக இருப்பதற்குக் காரணம் இப்படிப்பட்ட அறியாமைதான். தன் மகன் சந்தோஷமாக இருப்பதை விரும்பாத தந்தை யாராவது இருக்க முடியுமா? ஆனால் கோடிகளின் அடிப்படையில் சந்தோஷத்தை மதிப்பிடுகிறார் என்றால் இது அவருடைய தவறு மட்டுமில்லை. அவர்கள் எல்லோருமே அப்படித்தான்.

இப்படி ஒரு கண்ணோட்டத்திலிருந்து அவரைப் பார்த்தால் அவர் சொல்வது சரிதான் என்பதை உடனே கண்டுகொள்ள முடியும். நடாஷா, நான் உன்னைத் தேடி இப்போது இங்கே விரைந்து வந்ததற்குக் காரணம் இதைச் சொல்வதற்குத்தான். நீ அவர் மீது காழ்ப்புணர்ச்சியோடு இருக்கிறாய் என்பது எனக்குத் தெரியும். ஆனால் அதற்கான காரணம் உன்னிடம் இருப்பதால் நான் உன்னையும் குற்றம் சொல்ல மாட்டேன்."

"இளவரசியிடம் உன்னை நிலை நாட்டிக் கொண்டு விட்ட தாகச் சொல்கிறாய். நடந்ததெல்லாம் அது மட்டும்தான். இதுதான் நீ கையாண்ட தந்திரமா?" என்று கேட்டாள் நடாஷா.

"இல்லவே இல்லை. நிச்சயமாக இல்லை. அது வெறும் தொடக்கம் மட்டும்தான். நான் இளவரசியைப் பற்றிச் சொல்லக் காரணம், அவர் வழியாக என் தந்தையிடம் எனக்கொரு பிடி கிடைத்திருக்கிறது என்று நீ புரிந்துகொள்வதற்கு மட்டும்தான். ஆனால்... என் நிஜமான கதை இன்னும் ஆரம்பிக்கவே இல்லை."

"சரி... அதையும் சொல் கேட்போம்."

"இன்று காலை எனக்கு வேறொரு அனுபவம் ஏற்பட்டது. அது மிகவும் வித்தியாசமானதாகவும் இருந்தது. இன்னும் அதன் பிடியிலிருந்து நான் விடுபடவில்லை" என்றபடி பேச்சைத் தொடர்ந்தான் அல்யோஷா.

"எங்கள் திருமண நிச்சயதார்த்தம் பற்றி என் தந்தையும் சீமாட்டியும் பேசி முடித்து விட்டார்களென்றாலும் முறையான எந்த அறிவிப்பும் இதுவரை வெளியாகவில்லை என்பதை உனக்கு நான் சுட்டிக்காட்ட விரும்புகிறேன். அதனால் எந்த வகையான

அவதூறுக்கும் இடம் தராமல் எப்பொழுது வேண்டுமானாலும் அதை முறித்துக்கொண்டுவிட முடியும். நைன்ஸ்கி பிரபுவுக்கு மட்டும்தான் அதைப் பற்றித் தெரியும், ஆனால் அவர் எங்கள் குடும்ப உறவினர், எங்கள் நலம் நாடுபவர். இன்னொரு விஷயம் என்னவென்றால் கடந்த இரண்டு வாரங்களாக நானும் காத்யாவும் நன்றாகப் பழகி ஒருவரை ஒருவர் அறிந்து கொண்டிருந்த போதும்– இப்போது இன்று மாலைவரை நான் அவளிடம் எங்கள் எதிர் காலத்தைப் பற்றி ஒரு வார்த்தை கூடச் சொல்லவில்லை. அதாவது திருமணம் குறித்தோ... அல்லது காதலிப்பது குறித்தோ எது பற்றியுமே. மேலும் நாங்கள் முதலில் இளவரசி 'கே'யின் சம்மதத் தைப் பெற்றாக வேண்டும். அவர்தான் எங்கள் புரவலர்; எல்லா வற்றையும் சமன் செய்யக் கூடியவர். அவர் சொல்லுவது எதுவென் றாலும் அதை இந்த உலகம் கேட்கும். அப்படிப்பட்ட சமூகத் தொடர்புகள் வைத்திருப்பவர் அவர். என்னைக் குறித்து அவர்கள் ஆசைப்படுவதெல்லாம் சமூகத்தில் ஒரு நல்ல நிலைக்கு என்னை எப்படியாவது ஆளாக்கிவிட வேண்டுமென்பதுதான். ஆனால் காத்யாவின் வளர்ப்புத் தாயான சீமாட்டிதான் இந்தத் திருமண ஏற்பாட்டில் மிகவும் குறியாக இருக்கிறாள். வெளிநாடுகளில் சீமாட்டி எப்படி நடந்து கொண்டிருக்கிறாள் என்பதெல்லாம் ஒருவேளை தெரிய வந்தால் இளவரசி, சீமாட்டியை ஏற்றுக்கொள்ள மாட்டார்; அவர் அப்படிச் செய்தால் மற்றவர்களும் ஒருவேளை சீமாட்டியை நிராகரிக்கக் கூடும். அதனால் காத்யாவுடனான என் திருமண நிச்சயதார்த்தத்தைத் தனக்கு ஒரு வாய்ப்பாகப் பயன் படுத்திக் கொள்ள நினைக்கிறாள் சீமாட்டி. அதனால் முதலில் இந்தத் திருமண ஏற்பாட்டுக்கு எதிராக இருந்த சீமாட்டி, இன்று இளவரசி முன்னிலையில் நான் அடைந்த வெற்றி குறித்துப் பெரு மகிழ்வு கொண்டிருக்கிறாள். ஆனால் இப்போது விஷயம் அதுவல்ல. முக்கியமானது இதுதான். காதரீனா ஃபியோதோ ரோவ்னாவைப் (காத்யா) போன வருடத்திலிருந்து எனக்குத் தெரியும். ஆனால் அப்போது நான் ஒரு சிறுவனாக மட்டுமே இருந்தேன். எனக்கு அப்போது எதுவுமே புரியாத பருவம். அதனால் அவளிடம் எனக்கு எதுவும் தெரியவில்லை."

"அதற்குக் காரணம் அப்போது என்னைச் சற்று அதிகமாக நேசித்து வந்தீர்கள்" என்று உடைந்து போனாள் நடாஷா.

"அதனால்தான் அவளிடம் உங்களுக்கு எதுவும் தெரியவில்லை... ஆனால் இப்போதோ..."

"நடாஷா, போதும், இதற்குமேல் ஒரு வார்த்தை கூடப் பேச வேண்டாம்" என்று கோபமாகக் கத்தினான் அல்யோஷா.

"நீ முழுக்க முழுக்கத் தவறாகப் புரிந்து கொண்டிருக்கிறாய்... என்னைப் புண்படுத்தி விட்டாய்... நான் உனக்குப் பதில்கூடத் தரப் போவதில்லை. இப்போது நான் சொல்வதைக் கேள். உனக்கே எல்லாம் புரிந்துவிடும். ஐயோ... நீ மட்டும் காத்யாவை அறிந்திருந்தால்...? எவ்வளவு மென்மையான, பரிசுத்தமான, இனிமையான ஜீவன் அவள் என்பது உனக்கு மட்டும் தெரிந்திருந்தால் எப்படி இருக்கும்? ஆனால் நீ அதை எப்படியும் தெரிந்துகொண்டு விடுவாய். சரி, நான் சொல்ல வந்ததைச் சொல்லி முடிக்கிறேன். இரண்டு வாரங்களுக்கு முன்னால் – அவர்கள் வந்த உடனேயே என் தந்தை, காத்யாவைப் பார்க்க என்னை அழைத்துச் சென்றார். நான் அவளை ஆழமாக ஆராய்ந்து பார்த்தேன். அவள் என்னைப் பார்த்ததையும் நான் கவனித்தேன். அது என் ஆர்வத்தை மேலும் தூண்டியது. ஏற்கனவே என் தந்தை எனக்கு எழுதியிருந்த கடிதம் என்னைப் பிரமிக்க வைத்து அவளைப் பற்றி இன்னும் நன்றாகத் தெரிந்து கொள்ள வேண்டுமென்ற எண்ணத்தை அது ஏற்படுத்தி யிருந்தது. இப்போது கூடவே இதுவும் சேர்ந்து கொண்டது. நான் அவளைப் பற்றி எதுவுமே சொல்லப் போவதில்லை... அவளைப் புகழப் போவதில்லை. ஒன்றே ஒன்று மட்டும் சொல்ல நினைக் கிறேன். தான் வாழ்ந்து கொண்டிருக்கும் வட்டத்திலிருந்து முழுக்க முழுக்க மாறுபட்டிருப்பவள் அவள். தனித்துவமான இயல்பு கொண்டவள்.

மிகவும் மன உறுதி கொண்ட, உண்மையான ஓர் ஆத்மா. அவளது தூய்மையும், நேர்மையும் அசைக்க முடியாதவை. அவளுக்குப் பக்கத்தில் வைத்துப் பார்த்தபோது, நான் ஒரு சிறு பையனைப் போல, அவளது தம்பியைப் போலத்தான் இருந்தேன். இத்தனைக்கும் அவளுக்குப் பதினேழு வயதுதான். நான் கவனித்த இன்னொன்று என்னவென்றால் அவளிடம் தென்படும் மிகுதியான சோகம்... அது ஏதோ மர்மமாக இருக்கிறது. அவள் அதிகமாகப் பேசக் கூடியவளில்லை. ஏதோ பேசவே பயப்படுவது போல வீட்டில் அமைதியாகவே இருக்கிறாள். ஏதோ ஒன்றைப் பற்றி நினைத்துக் கவலைப்பட்டுக் கொண்டிருப்பவளைப் போலத் தெரிகிறது. என் தந்தையை நினைத்துப் பயப்படுகிறாளென்று நினைக்கிறேன். தன் வளர்ப்புத்தாயை அவளுக்குப் பிடிக்காது. அதை நான் கவனித்திருக்கிறேன். தன் வளர்ப்பு மகள் தன்னை மிகவும் நேசிப்பதாக – ஏதோ ஒரு உள்நோக்கத்துடன் அந்தச் சீமாட்டியே கதை பரப்பிக் கொண்டிருக்கிறாள். அவையெல்லாம் தவறானவை. எதிர்த்துப் பேசாமல் தன் வளர்ப்புத்தாய் சொல்வ தற்குக் கீழ்ப்படிகிறாள் அவள், அவ்வளவுதான். அப்படி அவர்களுக் கிடையே ஏதோ ஒரு ஒப்பந்தம் இருக்கலாமென்று தோன்றுகிறது.

இவை எல்லாவற்றையும் நன்றாகக் கவனித்துப் பார்த்த பிறகு- நான்கு நாட்களுக்கு முன்னால் என் எண்ணத்தைச் செயல் படுத்தலாமென்று முடிவு செய்துகொண்டேன். இன்று மாலை அதைச் செய்து விட்டேன். காத்யாவிடம் எல்லாவற்றையும் சொல்லிவிடுவது, எல்லாவற்றையும் ஒத்துக்கொண்டு விடுவது, அப்படியே அவளை நம் தரப்புக்கு இழுத்துக் கொண்டு இவை எல்லாவற்றுக்கும் ஒரு முடிவு கட்டுவது இதுதான் என் திட்டம்."

"நீ என்னதான் சொல்கிறாய்? அவளிடம் எதைச் சொல்ல வேண்டும்? எதை ஒத்துக்கொள்ள வேண்டும்" என்று பரபரத்தாள் நடாஷா.

"எல்லாவற்றையும்தான், எல்லா விஷயங்களையுமேதான்" என்று பதிலளித்தான் அல்யோஷா.

"இப்படிப்பட்ட ஒரு எண்ணத்தை எனக்குள் தூண்டி விட்ட தற்காகக் கடவுளுக்கு நன்றி செலுத்துகிறேன். சரி... இப்போது விஷயத்தைக் கேள். உங்கள் இரண்டு பேரிடமும் வராமல் – உங்களிடமிருந்து விலகியிருந்து எல்லாவற்றையும் நானே முடித்துக் கொள்ள வேண்டுமென்றுதான் நான்கு நாட்களுக்கு முன்பு நினைத்தேன். உங்களோடு இருந்தால் நான் முழுநேரமும் தயங்கிக் கொண்டும், உங்கள் பேச்சையே கேட்டுக் கொண்டும் இருந் திருப்பேன். காரியத்துக்குத் துணிந்திருக்க மாட்டேன். ஆனால் தனியாக நான் மட்டுமே இருந்தபோது ஒவ்வொரு நிமிடமும் 'நான் இதை முடித்தாக வேண்டும், கட்டாயம் இதை ஒரு முடிவுக்குக் கொண்டு வர வேண்டும்' என்று எனக்குள்ளேயே சொல்லிச் சொல்லி என் தைரியத்தை முடுக்கி விட்டுக் கொண்டே இருந்தேன். அதை முடித்தும் விட்டேன். விஷயத்தை முடித்த பிறகுதான் உன்னிடம் வர வேண்டுமென்று நினைத்தேன். அப்படியே செய்தும் விட்டேன்."

"என்ன அது? அப்படி என்னதான் நடந்தது? சீக்கிரம் சொல்லேன்."

"ஒன்றுமே இல்லை... எல்லாமே மிகவும் சுலபமாய்த்தான், நான் அவளை வெளிப்படையாக, தைரியமாக, நேர்மையாக அணுகினேன்... ஆனால் அதற்கு முன்னால் நடந்த ஒரு விஷயத்தை முதலில் உன்னிடம் சொல்லியாக வேண்டும். அது என்னை மிகவும் அதிசயிக்க வைத்து விட்டது. நாங்கள் கிளம்புவதற்கு ஒரு நிமிடம் முன்னால் அப்பாவுக்கு ஒரு கடிதம் வந்தது. நான் தற்செயலாக அவரது படிக்கும் அறைக்குள் நுழையப் போனவன் அப்படியே வாசலில் நின்றுவிட்டேன். அவரும் என்னைப் பார்க்கவில்லை.

அந்தக் கடிதம் ஏதோ ஒரு வகையில் அவரை மிக அதிகமாக உணர்ச்சிவயப்படச் செய்திருந்தது.

அவர் தனக்குத் தானே ஏதோ பேசிக் கொண்டு, ஏதேதோ சொல்லிக்கொண்டு அறைக்குள் நடந்து கொண்டிருந்தார்; கடிதத்தைக் கையில் வைத்துக் கொண்டபடி திடீரென்று வெடித்துச் சிரித்தார். எனக்கு உள்ளே செல்ல பயமாக இருந்ததால் ஒரு நிமிடம் காத்திருந்தேன். அப்பா ஏனோ சந்தோஷமாக இருந்தார், மிகவும் சந்தோஷமாக இருந்தார். என்னிடம் எப்படியோ வித்தியாச மான ஒரு முறையில் பேசிக் கொண்டிருந்தார். பிறகு சட்டென்று பேச்சை நிறுத்திக்கொண்டு என்னை உடனே கிளம்பச் சொன்னார். ஆனால் நாங்கள் புறப்படுவதற்கோ இன்னும் நேரம் நிறைய இருந்தது. இன்று எங்கள் இருவரையும் தவிர அங்கே வேறு யாருமில்லை. நீ ஏதோ விருந்து என்று தவறாகப் புரிந்து கொண்டிருக்கிறாய் நடாஷா. யாரோ உன்னிடம் தவறாக அப்படிச் சொல்லியிருக் கிறார்கள்."

"ஐயோ, சுற்றி வளைக்காமல் விஷயத்துக்கு வாயேன் அல்யோஷா. காத்யாவிடம் என்ன சொன்னாய், எப்படிச் சொன்னாய், அதைச் சொல் எனக்கு."

"அதிர்ஷ்டவசமாக இரண்டு மணி நேரம் அவளோடு தனியாக இருக்க முடிந்தது. எங்கள் இருவரையும் இணைத்து வைக்க மற்ற வர்கள் விரும்புகிறார்களே தவிர, உண்மையில் அந்தத் திருமணம் நடக்க முடியாத ஒன்று என்பதை அவளிடம் நான் நேரடியாகவே சொன்னேன். என் உள்ளத்தில் அவள் மீது மிகுந்த அன்பு இருக்கிற தென்றும் அவள் மட்டும்தான் என்னைக் காப்பாற்ற முடியுமென்றும் சொன்னேன். பிறகு இதுவரை நடந்த எல்லாவற்றையுமே ஒளிவு மறைவின்றி அவளிடம் வெளிப்படுத்தி விட்டேன். நடாஷா... நம்பவே முடியவில்லை! அவளுக்கு என்னையும் உன்னையும் பற்றிய எந்தக் கதையுமே தெரிந்திருக்கவில்லை. அதைக் கேட்டு அவள் எப்படி நெகிழ்ந்து போனாள் தெரியுமா? முதலில் சற்றுக் கலவரம் கூட அடைந்தாள். அப்படியே வெளிறிப் போய்விட்டாள். நான் நம் கதை முழுவதையுமே அவளிடம் எடுத்துக் கூறினேன். எனக்காக நீ எப்படி உன் பெற்றோர் வீட்டை விட்டு வந்தாய், நாம் இருவரும் எப்படிச் சேர்ந்து வாழ்ந்தோம், இப்போது எவ்வளவு துன்பங்களை அனுபவிக்கிறோம், எப்படிப் பயப்படு கிறோம்... இப்போது எப்படி அவளிடம் இது குறித்து முறையிடு கிறோம் என்று எல்லாம் சொன்னேன் (நான் உன் சார்பாக, உன்னையும் சேர்த்துக் கொண்டுதான் அவளிடம் முறையிடுவதாகச் சொன்னேன் நடாஷா). அவள் நமக்கு உதவ வேண்டும், தன் வளர்ப்புத் தாயிடம் என்னை மணந்துகொள்ளப் போவதில்லை

என்று நேரடியாகச் சொல்லிவிட வேண்டும், அதிலேதான் நமது மீட்சி இருக்கிறது. நம் ஒரே நம்பிக்கை அது மட்டும்தான் என்று அவளிடம் எடுத்துச் சொன்னேன். அவள் எல்லா விஷயங்களையும் எவ்வளவு ஆர்வத்தோடும் அனுதாபத்தோடும் கேட்டாள் தெரியுமா? அப்போது அவள் கண்கள்தான் எப்படி இருந்தன? அவளது முழு ஜீவனுமே அவற்றில் குடிகொண்டிருந்தது. அவளுடைய கண்கள் முழு நீலநிறமானவை தெரியுமா? தன் மீது சந்தேகப்படாமல் இருந்ததற்காக எனக்கு அவள் நன்றி தெரிவித்தாள்; தன்னால் முடிந்த உதவியை எனக்குச் செய்வதாகவும் வாக்களித்தாள். பிறகு உன்னைப் பற்றிக் கேட்கத் தொடங்கிவிட்டாள். உன்னைப் பற்றித் தெரிந்து கொள்ள மிகவும் ஆசைப்பட்டாள். தன் சகோதரி போல உன்னை நேசிப்பதாகவும், அதே போல நீயும் அவளை நேசிக்க வேண்டும் என்று கூறுமாறும் என்னிடம் கேட்டுக் கொண்டாள். கடந்த ஐந்து நாட்களாக நான் உன்னைப் பார்க்கவில்லை என்று தெரிந்த உடன், என்னை உன்னிடம் செல்லுமாறு தூண்டினாள்”

– நடாஷா இதைக் கேட்டு நெகிழ்ந்தாள்.

“இதையெல்லாம் விட்டுவிட்டு அந்தக் காது கேட்காத இளவரசியை வெற்றி கொண்ட பெருமையை இவ்வளவு நேரமாக என்னிடம் சொல்லிக் கொண்டிருக்கிறீர்கள் நீங்கள். ஐயோ... அல்யோஷா... அல்யோஷா” என்று அவனைக் கடிந்து கொண் டாள் அவள்.

“சரி இப்போது காத்யாவைப் பற்றிச் சொல்லுங்கள். உங்களுக்கு விடை தந்து அனுப்பும்போது அவள் மகிழ்ச்சியாக, சந்தோஷமாக இருந்தாளா?”

“ஆமாம், பெருந்தன்மையான நல்ல காரியம் ஒன்றைச் செய்ய முடிந்ததில் அவளுக்கு சந்தோஷம்தான்; ஆனால் அவள் அழுது கொண்டிருந்தாள், ஏனென்றால் அவள் என்னைக் காதலிக்கிறாள் நடாஷா. என்னைக் காதலிக்கத் தொடங்கி விட்டதாக அவளே ஒத்துக் கொண்டாள். வேறு எந்த ஆண்களையுமே அவள் பார்த்ததில்லை; அதனால் நீண்ட நாட்களுக்கு முன்பே என்மீது அவளுக்கு ஒரு ஈர்ப்பு ஏற்பட்டு விட்டிருக்கிறது. குறிப்பாக அவள் என்னைக் கவனித்ததற்குக் காரணம், அவளைச் சுற்றிலும் அவள் கண்டவை தந்திரமும், ஏமாற்று வேலைகளும் மட்டும்தான். அதனால் நான் உண்மையும் நேர்மையுமுள்ள மனிதனாக அவளுக்குத் தோன்றியிருக்கிறேன். அவள் எழுந்து நின்று எனக்கு விடை கொடுத்தபடி,

“நல்லது, கடவுள் உங்களோடு துணையிருக்கட்டும் அலெக்ஸி பெத்ரோவிச்... நான் ஏதோ நினைத்தேன்...” என்றாள். சொல்ல

வந்தது முழுவதையும் சொல்லி முடிப்பதற்குள் குமுறி வந்த அழுகையோடு அறையை விட்டு வெளியேறி விட்டாள். என்னை மணக்கப் போவதில்லை என்று நாளை தன் வளர்ப்புத் தாயிடம் அவள் சொல்ல வேண்டும் என்றும், நானும் என் தந்தையிடம் எல்லாவற்றையும் தைரியமாகவும், உறுதியாகவும் சொல்லிவிட வேண்டும் என்றும் தீர்மானம் செய்து கொண்டோம். தன்னிடம் இது பற்றி முன்பே சொல்லாதது குறித்து அவள் என்னைக் கடிந்து கொண்டாள்; கௌரவமான மனிதர்கள் எதற்கும் பயப்படக் கூடாதென்றும் சொன்னாள். அப்படி ஒரு நல்ல மனம் படைத்த பெண் அவள். என் தந்தையையும் அவளுக்குப் பிடிக்காது. அவர் மிகவும் தந்திர குணம் கொண்டவரென்றும் பணத்தாசை கொண்டவரென்றும் சொல்வாள். நான் அவர் சார்பாகப் பேசுவேன்; ஆனால் அவள் என்னை நம்புவதில்லை. நாளை, தந்தையோடு பேசும்போது என் தரப்பு ஜெயிக்கவில்லையென்றால் (நிச்சயம் எனக்கு வெற்றி கிடைக்கப் போவதில்லை என்றே எண்ணுகிறாள் அவள்) எனக்குத் துணை நிற்கும்படி இளவரசி 'கே'யைக் கேட்டுக் கொள்ளலாமென்று நான் நினைப்பதை அவளும் ஒத்துக் கொள்கிறாள். அதன் பிறகு எதிர்க்க யாருக்கும் துணிச்சல் இருக் காது. நாங்கள் இனிமேல் சகோதர சகோதரிகளாக இருந்து விடலாமென்று சத்தியம் செய்து கொண்டோம். உனக்கு மட்டும் அவளுடைய கதை தெரிந்தால்... ஓ... நடாஷா.... அவள் எவ்வளவு வருத்தமாக இருக்கிறாள், வளர்ப்புத் தாயோடு வாழும் தன் வாழ்க்கையையும் தன் சூழலையும் அவள் எப்படி வெறுக்கிறாள் என்பதெல்லாம் உனக்குத் தெரிய வந்தால் எப்படி இருக்கும்? என்னிடமும் அவள் நேரடியாக எதுவும் சொல்லவில்லை, என் மீதும் பயம் கொண்டவளைப் போலத்தான் இருந்தாள். ஆனால் அவள் கூறிய சில விஷயங்களிலிருந்து நானாகவே ஊகித்துக் கொண்டேன். கண்ணே நடாஷா, உன்னைப் பார்த்தால் அவள் எவ்வளவு சந்தோஷப்படுவாள் தெரியுமா? அவளது இதயம்தான் எத்தனை அன்பானது? எவராக இருந்தாலும் உடனே அவளோடு சுலபமாகப் பழகிவிட முடியும். நீங்கள் இருவரும் சகோதரிகளாக– ஒருவரை ஒருவர் அன்பு செய்யப் பிறந்திருக்க வேண்டியவர்கள். முழு நேரமும் நான் அதைப் பற்றியேதான் நினைத்துக் கொண்டி ருந்தேன். உங்கள் இருவரையும் ஒன்றாகச் சேர்த்து வைத்துவிட்டு அருகில் நின்று ரசிக்க வேண்டும் என்று கூட விரும்பினேன். அன்பே நடாஷா... இப்படி நான் சொல்வதைத் தவறாக எடுத்துக் கொண்டு நீயாக எதையாவது கற்பனை செய்து கொள்ளாதே. அவளைப் பற்றிப் பேசுகிறேன் கேள். வேறு எவரிடமும் சொல்வதை விட அவளைப் பற்றி உன்னிடமும், உன்னைப் பற்றி அவளிடமும்

சொல்ல மட்டுமே நான் மிகவும் ஆசைப்படுகிறேன். வேறெவரையும் விட... அவளையும் விட... நான் உன்னை நேசிக்கிறேன். எனக்கு நீதான் எல்லாம்."

நடாஷா அவனையே அமைதியாக, மென்மையாக – ஆனால் வருத்தமாகப் பார்த்துக் கொண்டிருந்தாள். அவனது சொற்கள், அவளுக்கு இதமளித்த அதே வேளையில் அவளை அலைக்கழிக்கவும் செய்து கொண்டிருந்தன.

"கடந்த இரண்டு வாரங்களாகத்தான் காத்யா எவ்வளவு அற்புதமானவள் என்பதை நான் உணர்ந்து கொண்டு வருகிறேன்" என்றபடி அவன் தொடர்ந்து பேசினான்.

"நான் ஒவ்வொரு நாள் மாலையிலும் அவர்களைப் பார்க்கச் செல்வேன். வீடு திரும்பிய பின் உங்கள் இருவரைப் பற்றியும் நினைத்து நினைத்துப் பார்ப்பேன், ஒப்பிடுவேன்."

"எங்களில் சிறப்பாக முந்துவது யார்" என்று ஒரு புன்னகை யோடு கேட்டாள் நடாஷா.

"சில சமயம் நீ, சில சமயம் அவள், ஆனாலும் கூட மொத்தத் தில் எப்போதுமே நீதான் சிறந்தவளாகத் தெரிவாய். இன்னொரு பக்கம் பார்த்தால் அவளோடு பேசும்போது நான் இன்னும் கூட நன்றாக, புத்திசாலியாக... நேர்த்தியான மனிதனாக ஆவது போலவும் உணர்கிறேன். சரி... ஆனால், நாளைக்கு... நாளைக்கு எல்லாமே முடிவாகிவிடும்."

"நீ அவளுக்காக வருத்தப்படவில்லையா? அவள் உன்னை நேசிக்கிறாள், அப்படித்தானே? நீயே அதைக் கவனித்ததாகச் சொன்னாய்."

"ஆமாம், நடாஷா! நானும் அவளுக்காக வருத்தப்படத்தான் செய்கிறேன். நாம் மூன்று பேருமே ஒருவரையொருவர் விரும்பு கிறோம்... அப்புறம்..."

"அப்புறம் என்ன... குட்பைதான்" என்று தனக்குத் தானே சொல்வதைப் போல் 'சட்'டென்று சொன்னாள் நடாஷா.

அல்யோஷா குழம்பிப் போய் நின்றான்.

ஆனால் மிகவும் எதிர்பாராத வகையில் எங்கள் உரையாடல் திடீரென்று தடைப்பட்டுப் போயிற்று. சமையலறையாகவும், கூடமாகவும் இருந்த இடத்திலிருந்து, யாரோ வந்திருப்பது போல ஒரு சிறிய சத்தம் கேட்டது. ஒரு நிமிடத்துக்குப் பின் கதவைத் திறந்த மாவ்ரா, அல்யோஷாவை ரகசியமாக அழைத்தாள். நாங்கள் எல்லோரும் அவள் பக்கம் திரும்பினோம்.

"உன்னைத் தேடி யாரோ வந்திருக்கிறார்கள். கொஞ்சம் வந்து பார்க்கிறாயா?" என்று கள்ளக் குரலில் கேட்டாள்.

"இப்போது என்னைத் தேடி யார் வர முடியும்" என்று திகைப்போடு சொன்னபடி "நான் போய்ப் பார்க்கிறேன்" என்றான் அல்யோஷா.

அவனது தந்தையின் சீருடையணிந்த சேவகன் சமையலறையில் நின்றுகொண்டிருந்தான். வீடு திரும்பும் வழியில் தன் கோச்சு வண்டியை நடாஷா வீட்டருகே நிறுத்திவிட்டு அல்யோஷா அங்கே இருக்கிறானா என்று தெரிந்துகொள்ள ஆளனுப்பி இருந்தான் இளவரசன் வால்காவ்ஸ்கி. இதை மட்டும் சொல்லிவிட்டு அந்தச் சேவகன் உடனே சென்றுவிட்டான்.

"வித்தியாசமாக அல்லவா இருக்கிறது? இதற்கு முன்னால் இப்படி நடந்ததே இல்லையே" என்றபடி எங்களைக் குழப்பத்தோடு பார்த்தான் அல்யோஷா.

"இதற்கு என்ன அர்த்தம்?"

நடாஷா கவலையோடு அவனைப் பார்த்தாள். மீண்டும் கதவருகே வந்த மாவ்ரா,

"இதோ இளவரசரே வந்துவிட்டார்" என்று மெல்லிய தொனியில் வேகமாகச் சொல்லிவிட்டு அங்கிருந்து விரைந்தாள்.

நடாஷா வெளிறிப் போனவளாய், அமர்ந்திருந்த இடத்திலிருந்து எழுந்திருந்தாள். 'சட்'டென்று அவளது கண்கள் பளிச்சிட்டன. மேசையின் மேல் லேசாக சாய்ந்து நின்றுகொண்டு அந்த அழையாத விருந்தாளி வரப்போகும் வழியைப் பதட்டத்தோடு பார்த்துக் கொண்டிருந்தாள் அவள்.

"நடாஷா, பயப்படாதே! நீ இப்போது என்னோடு இருக்கிறாய். உன்னை எவரும் அவமதிக்க விட்டுவிட மாட்டேன் நான்" என்று கிசுகிசுப்பான தொனியில் சொன்னான் அல்யோஷா.

அவன் சிறிது தர்மசங்கடப்பட்டாலும் உறுதியாக இருந்தான். கதவு திறந்து கொள்ள, வால்காவ்ஸ்கியே நேரில் வந்திருந்தான்.

2

எங்கள் எல்லோர் மீதும் வேகமாகப் பார்வையை ஓட்டினான் அவன். அவனது பார்வையிலிருந்து அவன் இங்கே நண்பனாக வந்திருக்கிறானா, எதிரியாக வந்திருக்கிறானா என்பதைப் புரிந்து கொள்ள முடியவில்லை. ஆனாலும் அவனது தோற்றத்தைத்

துல்லியமாக விவரிக்கிறேன். குறிப்பாக அன்று மாலை அவன் என்னிடம் ஒரு பெரிய தாக்கத்தையே ஏற்படுத்திவிட்டான்.

அவனை நான் பார்ப்பது இது முதல் முறை அல்ல. அவனுக்கு நாற்பத்தைந்து வயதுக்கு மேல் இருக்காது. ஆளைக் கட்டிப் போடும் நேர்த்தியான அழகான தோற்றம். சூழலுக்கு ஏற்றபடி – மிக விரைவாக சட்டென்று முழுமையாக மாறும் முகபாவம். ஏதோ விசையால் இயக்கப்பட்டது போல – சுமுகமான முகபாவத்திலிருந்து அதிருப்தியை வெளிப்படுத்துவதாக உடனுக்குடன் மாறிவிடுவது அது. சிறிது மாநிறம் கலந்த நீள் வட்ட முகம், சீரான பல்வரிசை, அழகான சிறிய மெல்லிய உதடுகள், நேரான நீண்ட மூக்கு, சுருக்கம் எதுவும் இல்லாத எடுப்பான நெற்றி, அகலமான சாம்பல் நிறக் கண்கள் – இவை எல்லாம் ஒன்றிணைந்தபடி அவனைப் பூரணமான அழகு படைத்தவன் போலக் காட்டிக் கொண்டிருந்தன; ஆனாலும் அவனது முகம் மட்டும் ஏனோ இனிமையாக இல்லை; அது வெறுப்பூட்டுவதாக இருந்ததற்குக் காரணம் அதிலிருந்த பாவனை மிகவும் செயற்கையானதாக – வலிந்து புனையப்பட்டதாக, வருவித்துக் கொண்ட ஒன்றாக இருந்ததுதான்.

அவன் உண்மையில் என்ன நினைக்கிறான் என்பதை அதன் வழி நம்மால் ஒருபோதும் கண்டுகொள்ள முடியாது. அவனது முகத்தை இன்னும் ஆழமாகப் பார்க்கும்போது, அவன் எப்போதும் தரித்துக் கொண்டிருக்கும் பாவனையான அந்த முகமூடிக்குள் வெறுக்கத்தக்க வஞ்சகமும், ஆணவமும் ஒளிந்து கொண்டிருக்கிறதோ என்ற சந்தேகம் கூடத் தோன்ற ஆரம்பித்துவிடும். அவனது சாம்பல் நிறக் கண்கள் மிக அழகானவை; பெரியவை. நம் கவனத்தை ஈர்க்கக் கூடியவை. அவனுடைய விருப்பத்துக்கு ஏற்ப வளைக்க முடியாத வையாக அவை மட்டுமே இருந்தன. அன்பாகவும் நட்பாகவும் இருப்பது போல் காட்டிக்கொள்ள எவ்வளவுதான் முயற்சித்தாலும் இன்னொரு பக்கம் கொடூரத்தையும், அவநம்பிக்கையையும், வெறுப்பையும் வெளிக்காட்டியபடி அவனது கண்கள், எதிராளியைச் சந்தேகத்தோடு எடைபோட்டுக் கொண்டிருந்தன. அவன் நல்ல உயரமாக, கண்ணியமான தோற்றத்துடன், அதிக பருமனில்லாமல் அவனது – வயதுக்கு இளைஞனாகவே இருந்தான். அவனது மென்மையான செம்பழுப்பு நிறத் தலைமுடி இன்னும் நரைக்கத் தொடங்கவில்லை. அவனது காதுகளும் கைகளும் கால்களும் குறிப்பிடத்தகுந்த வகையில் நேர்த்தியாக இருந்தன. சொல்லப் போனால் பூரணத்துவம் பெற்ற அழகின் முழு வடிவமாகவே அவன் இருந்தான். இளைஞர்களைப் போன்ற பாணியில் நவ நாகரிகமாக, கண்ணியமாக உடையணிந்திருந்தான்; அது அவனுக்குப் பொருத்தமாகத்தான் இருந்தது. பார்ப்பதற்கு அல்யோஷாவின்

மூத்த சகோதரனைப் போலத்தான் அவன் காட்சியளித்தான். எது எப்படி இருந்தாலும் ஒரு வளர்ந்த வாலிபனின் தந்தை என்று எவரும் சொல்லிவிட முடியாதபடி இருந்தது அவனது தோற்றம்.

நேரே நடாஷாவை நோக்கிச் சென்ற அவன் அவளையே உற்றுப் பார்த்தான்.

"இப்படிப்பட்ட ஒரு நேரத்தில் – அதுவும் முன்கூட்டியே தெரிவிக்காமல் உன்னைப் பார்க்க நான் வந்திருப்பது சற்று வித்தியாசமாகப் படலாம்; அது முறையானதும் அல்ல. ஆனாலும் நான் நடந்து கொள்ளும் முறை சற்றுச் சரியில்லை என்பதை முழுமையாக உணர்ந்துகொண்டுதான் நான் அப்படிச் செய்கிறேன். இதை நீ நம்புவாய் என்றே நான் நினைக்கிறேன். யாரோடு பேசுகிறோம் என்பதையும் நான் உணர்ந்தே இருக்கிறேன். நீ அறிவாளி, பெருந்தன்மையானவள் என்பதை நான் அறிவேன். பத்தே நிமிடம் எனக்குப் பேசத் தந்தால் உன்னால் என்னைப் புரிந்துகொண்டுவிட முடியும். என் தரப்பையும் நான் நிரூபித்து விடுவேன்."

தகுந்த மரியாதையுடன் அவன் இந்த வார்த்தைகளைச் சொன்னாலும் அதில் ஒரு வகையான வலியுறுத்தலும் இல்லாமல் இல்லை.

"முதலில் உட்காருங்கள்" என்றாள் நடாஷா. இன்னும் கூடக் குழப்பம் நீங்காதவளாக, ஏதோ ஒரு பயத்துடனேயே இருந்தாள் அவள்.

அவன் லேசாகத் தலை தாழ்த்தி வணங்கிவிட்டு அமர்ந்து கொண்டான்.

"முதலில் அவனிடம் ஒரு சில வார்த்தைகள் பேசிக் கொள் கிறேன்" என்றபடி தன் மகனைச் சுட்டிக் காட்டினான் அவன்.

"அல்யோஷா, நீ எனக்காகக் காத்துக் கொண்டிருக்காமல் – யாரிடமிருந்தும் விடையும் பெற்றுக் கொள்ளாமல் போய்விட்டாய். உடனேயே காதரீனா ஃபியோதோரோவ்னாவுக்கு உடல் நல மில்லை என்ற செய்தி, சீமாட்டிக்குக் கிடைத்தது. சீமாட்டி அங்கே செல்வதற்குள் காதரீனாவே மிகுந்த வருத்தத்தோடும் பதட்டத் தோடும் திடீரென்று வந்துவிட்டாள். தான் உன்னை மணக்க முடியாது என்பதை எங்களிடம் நேரடியாகவே எங்களிடம் சொன்னாள். நடாஷா நிகோலாயேவ்னாவை (நடாஷா) விரும்புவ தாகவும் அதற்குரிய உதவி செய்யுமாறும் நீ அவளிடம் கேட்டுக் கொண்டதாகவும் அதனால் அவள் துறவியர் மடத்தில் சேர இருப்பதாகவும் எங்களிடம் கூறினாள். இப்படிப்பட்ட ஒரு கணத் தில் – வழக்கத்துக்கு மிகவும் மாறான ஒரு விஷயத்தை காதரீனா

ஃபியோதோரோவ்னா (காத்யா) அறிவித்திருக்கிறாள் என்றால், நீ அவளோடு நடத்திய மிகவும் வினோதமான பேச்சு வார்த்தைகள்தான் அதற்குத் தூண்டுதலாக இருந்திருக்க வேண்டும். அவள் அப்போது தன் சுயநிலையிலேயே இல்லை. இவற்றால் நான் எந்த அளவுக்கு அதிர்ச்சியும், கலவரமும் அடைந்திருப்பேன் என்பது உனக்கே புரியும்" என்றவன், இப்போது நடாஷாவைப் பார்த்தபடி பேச்சைத் தொடர்ந்தான்.

"இப்போது உன் வீட்டைத் தாண்டி நான் சென்றபோது ஜன்னலில் விளக்கொளி தெரிவதைப் பார்த்தேன். பல நாட்களாய் அலைக்கழித்துக் கொண்டிருந்த ஒரு எண்ணம் என்னை முழுமையாய் ஆட்கொண்டு விட உன்னைப் பார்த்தே ஆக வேண்டுமென்ற முதல் தூண்டுதலைக் கட்டுப்படுத்த முடியாமல் இங்கே வந்திருக்கிறேன். அது என்ன நோக்கம்? அதை இப்போது வெளிப்படையாகவே சொல்கிறேன். ஆனால் நான் தரப்போகும் விளக்கம் சற்று எதிர்பாராததாகக் கூட இருக்கலாம். அதைப் பார்த்து ஆச்சரியப்படாதே என்று முன்கூட்டியே உன்னிடம் கேட்டுக்கொள்கிறேன். இது எப்படியோ 'சட்'டென்று தோன்றியதுதான்..."

"நீங்கள் என்னிடம் சொல்லப் போவதை சரியாகப் புரிந்து கொண்டு ஏற்றுக் கொள்வேன் என்றே நம்புகிறேன்" என்று தயக்கத்தோடு சொன்னாள் நடாஷா.

வால்காவ்ஸ்கி அவளை ஆழமாக, ஆராய்வது போலப் பார்த்தான். அவளை எடை போட்டுவிட அவசரப்படுவது போலத் தோன்றினான் அவன்.

"நான் இப்போது பேசுவது உன் புத்திகூர்மையை நம்பித்தான்" என்றபடி பேச்சைத் தொடர்ந்தான் அவன்.

"இப்போது உன்னைப் பார்க்க நான் துணிந்திருக்கிறேன் என்றால் அதற்குக் காரணம், எவரோடு இதைப் பேசியாக வேண்டும் என்பதை நான் தெரிந்து வைத்திருப்பதுதான். உன்னை நீண்ட நாட்களாகவே நான் அறிந்திருக்கிறேன். ஆனால் முன்பொரு சமயம் நான் உனக்குத் தவறிழைத்திருக்கிறேன்; நியாயத்துக்கு மாறாகவும் நடந்து கொண்டிருக்கிறேன். நான் சொல்வதை முழுமையாக மட்டும் கேள். எனக்கும் உன் தந்தைக்கும் இடையே நெடுங்காலமாகவே தீர்க்கப்படாத சில சிக்கல்கள் இருப்பது உண்மைதான். நான் என்னை நியாயப்படுத்திக்கொள்ள முயற்சிக்கவில்லை. ஒருவேளை நான் நினைத்ததற்கு மாறாக அவரை அப்படி நடத்தியதில் குற்றம்சாட்டப்பட வேண்டியவன் நானாகக் கூட இருக்கலாம். அப்படி இருந்தால் நானே ஏதோ ஒரு வகையில் ஏமாந்துபோனதாகத்தான் அர்த்தம். நான் ஒரு சந்தேகப் பேர்வழி,

அதை நானே ஒத்துக்கொள்கிறேன். நல்லது நடக்குமோ என்று எதிர்பார்ப்பதை விடக் கெட்டது நடந்து விடுமோ என்று சந்தேகப் படுவதே என் இயல்பு. துரதிருஷ்டவசமாகக் கடுமையான இதயம் படைத்தவர்களிடம் இருக்கும் மோசமான குணம் அது. ஆனால் என்னிடமுள்ள குறைகளை மறைத்து எனக்குப் பழக்கமில்லை. எல்லா வம்புப் பேச்சுக்களையுமே நான் நம்பினேன்; நீ உன் பெற்றோரை விட்டு வெளியேறியபோது நான் அல்யோஷாவை நினைத்துப் பயந்தேன். ஆனால் அப்போது எனக்கு உன்னைப் பற்றி சரியாகத் தெரியாது. அங்கும் இங்குமாய்–சிறிது சிறிதாக நான் சேகரித்த தகவல்கள்தான் எனக்கு விஷயத்தை முழுமையாக உறுதிப்படுத்தின. நான் உன்னைத் தீவிரமாகக் கவனித்தேன், உன்னைப் பற்றி ஆராய்ந்து பார்த்தேன். இறுதியிலேதான் என் சந்தேகங்களுக்கு எந்த ஆதாரமும் இல்லை என்பதை உணர்ந்து கொண்டேன். உன் குடும்பத்தாருடன் சண்டை போட்டுக் கொண்டு நீ வெளியேறி விட்டாய் என்பது எனக்குத் தெரிந்தது. என் மகனை நீ திருமணம் செய்து கொள்வதை உன் தந்தை கடுமை யாக எதிர்க்கிறார் என்பதையும் அறிந்துகொண்டேன். அல்யோஷா விடம் உனக்கு அப்படி ஒரு செல்வாக்கு இருந்தாலும்–அவன் மீது நீ ஆதிக்கமே செலுத்த முடிந்தாலும்–அந்தச் செல்வாக்கையும், ஆதிக்கத்தையும் வைத்து உன்னைத் திருமணம் செய்து கொள்ளு மாறு அவனை வற்புறுத்தாமல் இருக்கிறாயே, அதுவே உன்னைப் பற்றி, உன் குணத்தைப் பற்றிப் பக்கம் பக்கமாகப் பேசிவிடும். அதேவேளையில் நான் என்ன செய்தேன் என்பதையும் தயக்க மின்றி ஒத்துக்கொண்டு விடுகிறேன். நீ என் மகனைத் திருமணம் செய்துகொள்ள எந்த வகையிலும் இடம் தரக்கூடாது என்பதில் அப்போது நான் மிக உறுதியாக இருந்தேன். நான் மிக மிக வெளிப் படையாகப் பேசுகிறேன் என்பது எனக்குத் தெரிகிறது; ஆனாலும் இந்த நேரத்தில் நான் வெளிப்படையாகப் பேசுவதுதான் மிகவும் தேவை. கடைசிவரை என் பேச்சைக் கேட்டால் நீயே அதை ஒத்துக்கொண்டு விடுவாய்.

நீ, உன் வீட்டை விட்டு வெளியேறிய ஒரு சில நாட்களுக்குள் நானும் பீட்டர்ஸ்பர்க்கை விட்டு வெளியே சென்றிருந்தேன். ஆனால் அப்போது அல்யோஷாவைப் பற்றி எனக்கு எந்தப் பயமும் இல்லை. உன் தன்மான உணர்வின் மீது நம்பிக்கை வைத்திருந்தேன் நான். நம் குடும்பப்பூசல்கள் ஒரு முடிவுக்கு வராமல் இருக்கும்போது இந்தத் திருமணத்துக்கு நீயே ஒத்துக்கொள்ள மாட்டாயென்றும் எனக்கும் அல்யோஷாவுக்கும் இடையிலுள்ள நல்லுறவைப் பாழ் படுத்த நீ விரும்பமாட்டாயென்றும் நான் எண்ணிக் கொண்டி ருந்தேன்.

காரணம் அவன் உன்னை மணந்துகொண்டால் அவனை நான் மன்னிக்கவே மாட்டேன் என்பது உனக்கும் தெரியும். எங்கள் குடும்பத்தோடு சம்பந்தம் வைத்துக் கொள்வதற்காகவே ஒரு இளவரசனை நீ வலை வைத்துப் பிடித்துக் கணவனாக்கிக் கொள்ளப் பார்க்கிறாய் என்று மற்றவர்கள் உன்னைப் பற்றிப் பேசுவதையும் நீ விரும்பமாட்டாய் என்று நான் நினைத்தேன். ஆனால் நீயோ அதற்கு மாறாக எங்களைக் கண்டுகொள்ளாமல் வெறுப்போடு இருந்தாய்; ஒருவேளை என் மகனைத் திருமணம் செய்துகொள் என்று நானே உன்னிடம் வந்து கெஞ்ச வேண்டு மென்றுகூட நீ காத்துக் கொண்டிருந்திருக்கலாம். ஆனால் நானோ பிடிவாதமாக உன் எதிரியைப் போலவேதான் நடந்து கொண்டேன். நான் செய்ததை நியாயப்படுத்தப் போவதில்லை என்றாலும் அதற்கான காரணங்களை மறைக்காமல் சொல்கிறேன் கேள்.

உங்களிடம் பணபலமும் இல்லை; பதவி அந்தஸ்தும் இல்லை. என்னிடம் சில சொத்துகள் இருந்தாலும் இன்னும்கூட மிகுதியான செல்வம் தேவைப்பட்டது. எங்கள் குடும்பம் பல வகைகளில் இறங்கு முகத்தில் இருந்தது. அதனால் பணமும் செல்வாக்கு உள்ள வர்களின் தொடர்பும் எங்களுக்கு அவசியமாக இருந்தது. சீமாட்டியின் வளர்ப்பு மகளுக்கு அப்படிப்பட்ட தொடர்புகள் இல்லையென்றாலும் அவள் மிகுந்த செல்வச் செழிப்பு உடைய வளாக இருந்தாள். நாங்கள் சற்றுத் தாமதித்தால் வேறு யாராவது வரன்கள் அவளைக் கொத்திக்கொண்டு போய் விடலாம். இப்படிப் பட்ட ஒரு வாய்ப்பைத் தவறவிடக் கூடாதென்று நினைத்தேன்; அல்யோஷா வயதில் மிகவும் சிறியவனாக இருந்தாலும் இந்தச் சம்பந்தத்தை ஏற்படுத்த நினைத்தேன்.

காழ்ப்புணர்ச்சியாலும், பணத்தாசையாலும் தூண்டப்பட்டுத் தன் மகனை இப்படிப்பட்ட தகாத காரியம் செய்ய வைக்க நினைத்த ஒரு தந்தையை நீ வெறுப்போடு பார்க்கலாம்; அதிலும் தனக்காக எல்லாவற்றையும் தியாகம் செய்துவிட்டு வந்திருக்கும் பெருந்தன்மையான ஒரு பெண்ணை – தான் மிகவும் நன்றிக் கடன்பட்டிருக்கும் ஒரு பெண்ணைக் கைவிட வைப்பது என்பது உண்மையிலேயே ஒரு தீய செயல்தான். அதற்கு நான் எந்தச் சாக்குப்போக்கும் சொல்லப் போவதில்லை; அது தவறுதான் என்று நானே ஒத்துக்கொள்கிறேன்.

என் மகனுக்கு அந்தத் திருமணத்தை முடிவு செய்துவிட வேண்டுமென்று நான் நினைத்ததற்கான மற்றொரு காரணம், மிகுந்த அன்புக்கும் மரியாதைக்கும் உரியவளாக அந்தப் பெண் இருந்ததுதான். அவள் அழகானவள்; அற்புதமான வகையில் வளர்க்கப்பட்டவள்; எவரையும் கவர்ந்துவிடும் இனிய நடத்தை

கொண்டவள்; பல வகைகளில் இன்னும் கூட ஒரு குழந்தை போலவே இருந்தாலும் நல்ல அறிவாளி. அல்யோஷா, நிலையான குணம் இல்லாதவன்; எதைப் பற்றியும் யோசித்துப் பார்க்காமல், தீர ஆலோசிக்காமல் காரியத்தை செய்துவிடுபவன்; இருபத்து இரண்டு வயதான ஒரு குழந்தை மட்டுமே அவன். அவனிடம் இருக்கும் இளகிய மனம் ஒன்றுதான் அவனது ஒரே ஒரு நல்ல தகுதி. அவனிடமிருக்கும் மற்ற குறைபாடுகளோடு சேரும்போது அந்தத் தகுதியே கூட ஆபத்தானதாகி விடுகிறது. ஒரு சில நாட்களாகவே அவன் மீது நான் செலுத்தி வந்த செல்வாக்கு படிப்படியாகக் குறைந்துகொண்டு வருவதை நான் கவனித்துக் கொண்டுதான் இருந்தேன். இளம் வயதுக்கே உரிய துடிப்பும், உற்சாகமும் அவனிடம் வலுவாக ஆதிக்கம் செய்யத் தொடங்கி விட்டன. கட்டாயமாகச் செய்தே ஆக வேண்டிய கடமைகளைக் கூட அவை மறக்கடித்து விட்டன. நான் அவன்மீது அளவு கடந்த அன்பு வைத்திருக்கலாம். ஆனால் ஒரு கட்டத்துக்கு மேல் அவனுக் கேற்ற சரியான வழிகாட்டியாக என்னால் இருக்க முடியாது என்பதை நான் உணர்ந்துகொண்டேன். ஆனாலும் அவனுக்கு ஆலோசனை சொல்லி வழிகாட்ட நிச்சயம் எவராவது எப்போதும் வேண்டும். அவன் சற்று அடங்கிப் போகும் சுபாவம் கொண்டவன்; அன்புள்ளம் கொண்டவன். பிறர் அன்போடு சொல்வதைக் கேட்டு அதற்கு இணங்கிப்போக நினைப்பானே தவிர, தான் பிறருக்கு ஆணையிட விரும்பமாட்டான். ஆயுள் முழுவதும் அவன் இப்படியேதான் இருக்கப் போகிறான். அப்படிப்பட்ட என் மகனுக்குப் பொருத்தமான மனைவியாக–நான் நினைத்த அதே வகையில் காதரீனா ஃபியோதோரோவ்னா கிடைத்ததில் நான் எவ்வளவு சந்தோஷப்பட்டிருப்பேன் என்பதை நினைத்துப் பார். ஆனால் அதற்குள் காலம் கடந்துவிட்டது. அசைக்க முடியாத உன் செல்வாக்கிற்கு அவன் ஏற்கனவே ஆட்பட்டுப் போயிருந்தான். ஒரு மாதம் முன்பு பீட்டர்ஸ்பர்க்கிலிருந்து திரும்பி வந்ததிலிருந்து நான் அவனைக் கவனித்துக்கொண்டு வருகிறேன். அவனிடம் சில மாற்றங்கள் தெரிவது எனக்கு வியப்பூட்டியது. அவனது பொறுப் பற்ற தன்மையிலும், குழந்தைத் தனத்திலும் எந்த மாற்றமும் ஏற்பட்டு விடவில்லை. ஆனால் ஒரு சில நல்ல போக்குகள் அவனிடம் வலுப்பெற்றிருந்ததை என்னால் பார்க்க முடிந்தது. சோம்பேறித்தனமான விளையாட்டுகளில் மட்டுமே பொழுதைப் போக்கிக் கொண்டிருக்காமல் மதிக்கத் தகுந்த நல்ல மேன்மையான சில விஷயங்களிலும் அவன் ஆர்வம் கொள்ளத் தொடங்கியிருந்தான். அவனுடைய சிந்தனைகள் வினோதமாக, ஒன்றுக்கொன்று முரணாக–சில வேளைகளில் அபத்தமாகவும் கூட இருந்தன.

ஆனால் அவனது உணர்வுகள், விருப்பங்கள் இவையெல்லாம் சிறப்பாக இருந்தன. எல்லாவற்றுக்கும் அதுதானே ஆதாரம்.

அவனிடத்திலுள்ள மிக நல்ல விஷயங்கள் எல்லாமே சந்தேகமில்லாமல் உன்னிடமிருந்துதான் வந்திருக்க வேண்டும். நீ அவனைப் புதுப்பித்திருக்கிறாய். வேறு எவரை விடவும் உன்னால்தான் அவனை மகிழ்ச்சியாக வைத்திருக்க முடியுமோ என்ற எண்ணம் அப்போது எனக்குள் தோன்றியது என்பதையும் நான் ஒத்துக் கொள்கிறேன். ஆனால் அந்த எண்ணத்தை மேலும் மேலும் வளர்த்துக்கொண்டு போகாமல் உடனே என் மனதிலிருந்து அகற்றி விட்டேன். எப்படியாவது அவனை உன் அருகிலிருந்து அகற்றிவிட வேண்டும் என்றே எண்ணிக்கொண்டேன். அதற்கான வேலைகளில் இறங்கினேன், என் இலக்கை அடைந்து விட்டதாகவும் கருதினேன். இதோ இப்போது ஒரு மணிநேரத்துக்கு முன்னால்தான் நான் வெற்றி பெற்றுவிட்டேன் என்று நினைத்தேன். ஆனால் சீமாட்டியின் வீட்டில் நடந்த நிகழ்ச்சிகள், நான் போட்டு வைத்திருந்த கணக்கையெல்லாம் தலைகீழாகப் புரட்டிப்போட்டுவிட்டன. எல்லாவற்றையும் விட என்னை ஆச்சரியப்படுத்தியது எதிர்பாராத ஒரு விஷயம். உன்மீது நிலையாக, உண்மையாக அல்யோஷா கொண்டிருக்கும் அன்புதான் அது. உயிரோட்டம் கொண்ட வீரியமான அந்தப் பேரன்பு, பக்தி, அவனது இயல்பைப் பொறுத்தவரை வித்தியாசமானதுதான். அதனால் நான் திரும்பவும் சொல்கிறேன். நீ அவனை முழுமையாகப் புதுப்பித்துவிட்டாய். நான் ஊகித்ததை விட அதிக அளவு மாற்றம் அவனிடம் ஏற்பட்டு விட்டது என்பது எனக்குத் திடீரென்று தென்படுகிறது. தன் புத்திலிசாலித்தனத்தை இன்று அவன் சட்டென்று வெளிப்படுத்தியிருக்கிறான்; அப்படி ஒன்று அவனிடம் இருப்பதாக நான் நினைத்ததே இல்லை. அதே சமயத்தில் ஆழ்ந்த நுண்ணறிவோடும், நுட்பத்தோடும் அவன் செயல்பட்டிருக்கிறான். தர்மசங்கடமான நிலையிலிருந்து தன்னை விடுவித்துக்கொள்ள மிகப் பொருத்தமான, உறுதியான ஒரு வழியை அவன் தேர்ந்தெடுத்து விட்டான். மனித மனத்தின் மேன்மையான உணர்வுகளை வருடி எழுப்பியிருக்கிறான். மன்னிப்பதும், தீமைக்குப் பதிலாக நல்லதைத் திருப்பித் தருவதும்! அவன் யாரைக் காயப்படுத்திக் கொண்டிருந்தானோ அந்தக் கரங்களுக்குள்ளேயே தன்னை அடைக்கலமாக்கிக் கொண்டு அவளிடமே இரக்கத்தையும், உதவியையும் கோரியிருக்கிறான். தன்னைக் காதலித்துக் கொண்டிருக்கும் ஒரு பெண்ணிடமே அவளுக்குப் போட்டியாக ஒருத்தி இருப்பதாக வெளிப்படையாகச் சொல்லி ஒரு பக்கம் அவளது தன்முனைப்பைத் தூண்டிவிட்டிருக்கிறான்; அதே நேரத்தில் தன் எதிராளி மீது அவள் இரக்கப்படுமாறும் செய்துவிட்டான்.

தன்னையும் மன்னித்து சகோதரபாவத்தில் அவள் தன்னை ஏற்பதை உறுதிப்படுத்திக் கொண்டு விட்டான். இத்தனை தெளிவாக, விவரமாக எல்லாவற்றையும் கொண்டு செல்வதென்பது – அதிலும் எவரையும் புண்படுத்தாமல் அதைச் செய்வது நுண்ணறிவு படைத்த மனிதர்களால் கூட இயலாத ஒரு காரியம். கறைபடாத தூய்மையான இளம் மனங்களால் – நன்கு வழிப்படுத்தப்பட்ட மனங்களால் மட்டுமே அது சாத்தியம். நடாஷா! இன்று அவன் செய்திருக்கும் இந்தக் காரியத்தில் சொல் வழியாகவோ ஆலோசனையாகவோ உன் பங்கு எதுவுமில்லை என்றே நம்புகிறேன். அவன் சொல்லித்தான் நீ அதைத் தெரிந்து கொண்டிருப்பாய்... அப்படித் தானே"

"ஆமாம், நீங்கள் சொல்வது சரிதான்" என்றாள் நடாஷா.

அவளது முகம் பிரகாசமாக ஒளிர்ந்து கொண்டிருந்தது. அவளது விழிகளில் வித்தியாசமான – நம்பிக்கை ஒளி மின்னியது. வால்காவ்ஸ்கி பொழிந்து தள்ளிய சொற்பெருக்கு தன் வேலையைத் தொடங்கிவிட்டது.

"நான் ஐந்து நாட்களாக அல்யோஷாவைப் பார்க்கவில்லை. அவனாகவே யோசித்து, அவனாகத்தான் செய்திருப்பான்."

"ஆமாம், அப்படியேதான்" என்று தானும் அதை உறுதிப் படுத்தினான் வால்காவ்ஸ்கி.

"அது ஒரு பக்கம் இருந்தாலும் – ஆச்சரியப்பட வைக்கும் நுண்ணறிவு, முடிவெடுக்கும் திறமை, கடமை குறித்த தன்னுணர்வு என்று இத்தகைய மேன்மையான இயல்புகளெல்லாம் இப்போது அவனிடம் இருப்பதற்குக் காரணம் உன்னால் ஏற்பட்ட பாதிப்புக் கள்தான். வீட்டுக்குப் போகும் வழியில் நான் இதைப் பற்றித்தான் சிந்தித்துக் கொண்டிருந்தேன். முழுமையாகப் புரிந்து கொண்டும் விட்டேன். என்னால் சட்டென்று ஒரு தீர்மானத்துக்கு வந்து சேரவும் முடிந்தது. சீமாட்டியின் மகளோடான திருமணப் பேச்சு முறிந்து போய்விட்டது, அதை இனிமேல் புதுப்பிக்க முடியாது. அதற்கு முயற்சித்தாலும் பயன் விளையாது. அது போகட்டும், அவனைச் சந்தோஷமாக வைத்திருக்கக் கூடிய ஒரே பெண் நீ மட்டும்தான் என்று இப்போது என்னை நானே சமாதானம் செய்து கொண்டுவிட்டேன். அவனுக்கு உண்மையாக வழிகாட்டக் கூடியவள் நீதான். அவனது எதிர்கால மகிழ்ச்சிக்கான அடித் தளத்தை நீ ஏற்கனவே அமைத்துத் தந்துவிட்டாய்.

உன்னிடமிருந்து நான் எதையும் மறைக்கவில்லை. இப்போதும் நான் எதையும் மறைத்துக் கொண்டிருக்கவில்லை. நான் வெற்றியை, பணத்தை, புகழை விரும்புகிறேன். உயர்ந்த பதவித் தரத்தையும்

கூட! இவற்றில் பெரும்பாலானவை வெறும் சம்பிரதாயமானவை மட்டுமே என்பதை நான் நன்றாக அறிவேன். ஆனாலும் இந்தச் சம்பிரதாயங்கள் எனக்குப் பிடித்திருக்கின்றன; அவற்றுக்கு மாறாக இருக்க எனக்குச் சுத்தமாக விருப்பமில்லை. ஆனால், ஒரே வகையான பொதுவான அளவுகோல்களைக் கொண்டு அளக்க முடியாத சில சூழல்கள் ஏற்படும்போது வேறு சிலவற்றையும் கருத்தில் கொண்டாக வேண்டியிருக்கிறது. அதோடு, நான் என் மகனை மிகவும் நேசிக்கவும் செய்கிறேன். சுருக்கமாகச் சொல்லப் போனால் அல்யோஷாவை உன்னிடமிருந்து பிரித்துவிடக் கூடாது என்ற முடிவுக்கு வந்து சேர்ந்திருக்கிறேன் நான்; நீ இல்லையென்றால் அவன் தொலைந்தே போய்விடுவான். உண்மையை ஒத்துக் கொள்வதென்றால் ஒரு மாதத்துக்கு முன்பே நான் இப்படிப்பட்ட முடிவுக்கு வந்து சேர்ந்திருந்தேன்; ஆனால் அது சரியான முடிவு என்பதை இப்போதுதான் உணர்கிறேன். இப்படி நள்ளிரவு நேரத்தில் உன்னைத் தொந்தரவு செய்துகொண்டிருக்காமல் நாளைக்கு வந்துகூட இதை உன்னிடம் சொல்லியிருக்கலாம். ஆனால் இப்படி அவசரமாக அதைச் செய்வதிலிருந்தே இந்த விஷயத்தில் நான் எவ்வளவு ஆர்வமாக இருக்கிறேன், அதற்கு எந்த அளவு முக்கியத் துவம் தருகிறேன், எந்த அளவு நேர்மையாக இருக்கிறேன் என்பதை நீ புரிந்துகொண்டு விடலாம். எதையும் கவனமாக யோசிக்காமல் செய்துவிடக் கூடிய சிறுபிள்ளை வயதில் நான் இப்போது இல்லை. இங்கே உள்ளே நுழைவதற்கு முன்பே எல்லாவற்றையும் சிந்தித்துப் பார்த்து முடிவு செய்துவிட்டேன். ஆனாலும் நான் உண்மை யானவன்தான் என்ற நம்பிக்கை உனக்கு ஏற்பட இன்னும் அதிக காலம் பிடிக்குமென்றே எனக்குத் தோன்றுகிறது.

சரி, இப்போது விஷயத்துக்கு வருவோம். இங்கே நான் ஏன் வந்தேன் என்பதை இப்போது விளக்குகிறேன். உன் வழியாக என் கடமை ஒன்றை ஆற்றுவதற்காகத்தான் இங்கே வந்திருக்கிறேன். என் மகனின் கரம் பற்றி அவனைத் திருமணம் செய்துகொள்ள வேண்டும் என்று உண்மையாகவும் மிகுந்த மரியாதையோடும் உன்னைக் கேட்டுக் கொள்கிறேன். கடைசி நேரத்தில் பிள்ளைகளை மன்னித்து, அவர்களது சந்தோஷத்துக்காகப் பெருந்தன்மையாக விட்டுக்கொடுத்துச் சம்மதிக்கும் கொடுமைக்காரத் தகப்பன்களில் ஒருவனாக என்னையும் நினைத்து விடாதே. அப்படி இல்லவே இல்லை! நீ என்னைப் பற்றி அப்படி எதுவும் நினைத்தால் அது எனக்கு இழைக்கும் அநீதியாகிவிடும். இன்னொன்றும் சொல்கிறேன். நீ என் மகனுக்காகச் செய்திருக்கும் தியாகங்களை வைத்து, நீ இதற்குச் சம்மதித்து விடுவாய் என்று நான் உறுதியாக எண்ணு வதாகவும் நினைத்து விடாதே. என் மகன் கள்ளங்கபடில்லாதவன்

நல்லவன் என்றாலும் உனக்குத் தகுதியானவன் இல்லை என்று உரத்துச் சொல்வதில் எனக்கு எந்தத் தயக்கமும் இல்லை. அவனுமே கூட அதை ஒத்துக் கொள்வான். சரி, ஆனால் இதுவரை நான் சொன்னதோடு எல்லாம் முடிந்துவிடவில்லை. இப்படிப்பட்ட ஒரு நேரத்தில் என்னை இங்கே கூட்டி வந்திருப்பது இது மட்டும் இல்லை. நான் இங்கே வந்திருப்பது (அவர், தன் இருக்கையை விட்டு மரியாதையாக, ஒரு புனிதச் செயல் செய்வது போல எழுந்து கொண்டார்) நான் இங்கே வந்திருப்பது உன்னோடு நட்புக் கொள்ளத்தான். அதற்கு எனக்கு உரிமை இல்லை என்பதும் எனக்குத் தெரியும். ஆனாலும் ஒரு முயற்சி செய்து பார்க்க எனக்கு அனுமதி கொடு. அதற்கு நம்பிக்கை கொள்ள ஒரு வாய்ப்புக் கொடு."

அவளது பதிலை எதிர்பார்த்துக் கொண்டு அவள் முன்பு மரியாதையோடு நின்று கொண்டிருந்தான் வால்காவ்ஸ்கி.

அவன் பேசிய முழு நேரமும் அவரையே ஆழமாகக் கவனித்துக் கொண்டிருந்தேன் நான். அவனும் அதைப் பார்க்கத் தவறவில்லை.

அவனது சொற்பெருக்கு உணர்வுபூர்வமாக இல்லாமல் வெறும் பகட்டாகவும், செயற்கையாகவும் இருந்தது. ஒரு சில இடங்களில் ஒரு வகையான அலட்சியம் கூட அதில் தொனித்தது. அவர்களுக்கிடையே இப்போதுள்ள உறவு நிலையை வைத்துப் பார்க்கும்போது–அதிலும் முதன்முறை வருகை தருவதற்குக் கொஞ்சமும் பொருத்தமற்ற ஒரு நேரத்தில் இங்கே வருவதற்கு எந்த உணர்வெழுச்சி அவனைத் தூண்டியதோ அதற்கு முற்றிலும் மாறுபட்ட வகையிலும் கூட அவனது பேச்சின் சில பகுதிகள் இருந்தன. அவனது நீளமான பேச்சின் சில இடங்கள் முன்கூட்டியே திட்டமிடப்பட்டுப் பேசியது போலவும், வேண்டுமென்றே விரிவாக்கிக் கொண்டு போனது போலவும் இருந்தன.

தன் மனதுக்குள் உண்மையாக இருக்கும் உணர்வை வெளிப்படுத்தாமல் மூடி மறைப்பதற்காகவே வேடிக்கையான இனிமையான பேச்சுக்களைச் செயற்கையான தோரணையில் அவன் அதிகமாகப் பேசிக் கொண்டிருந்திருக்க வேண்டுமென்றே தோன்றியது. ஆனால் இவையெல்லாம் பின்னால் எனக்குள் தோன்றிய எண்ணங்கள் மட்டுமே. அவன் பேசிய அந்த நேரத்தின் அதன் பாதிப்பு வேறு வகையாகத்தான் இருந்தது. அதிலும் அந்தக் கடைசி வார்த்தைகளை மிக உண்மையாக, மிகுந்த உணர்ச்சிபூர்வமாக, நடாஷாவிடம் உண்மையிலேயே அதிக மரியாதை கொண்டிருக்கும் தோரணையில் அவன் சொன்ன விதம் எங்கள் எல்லோரையும் வெற்றி கொண்டு விட்டது. அவனது இமையோரங்களில் அப்போது கண்ணீர்த்துளி கூட மின்னியது.

நடாஷாவின் பெருந்தன்மையான உள்ளம் முற்றாக உருகிக் கரைந்து போயிருந்தது. பெரிதும் நெகிழ்ந்துபோன அவள், தானும் தன் இடத்தை விட்டு எழுந்து கொண்டு எதுவும் பேசாமல் அவனுக்குக் கை கொடுத்தாள். அவன் அந்தக் கையைப் பற்றிக் கொண்டு மென்மையாக, உணர்ச்சிவசப்பட்டவனாக முத்தம் கொடுத் தான். அருகே அல்யோஷா பரவசத்தோடு நின்று கொண்டிருந்தான்.

"நான் உன்னிடம் என்ன சொன்னேன் நடாஷா" என்று கத்தினான்.

"நீ ஏனோ என்னை நம்பவில்லை. இந்த உலகிலேயே மேன்மையான மனிதர் அவர் என்று நீ நம்பவில்லை. இப்போது நீயே பார்த்துக்கொள்."

அவன் விரைந்து சென்று தன் தந்தையைப் பாசத்தோடு தழுவிக் கொண்டான். அன்போடு அவனை அணைத்துக் கொண் டான். ஆனால் உணர்வுகளை இதமாக வெளிக்காட்டக் கூச்சப் படுபவன் போல உணர்ச்சிகரமான அந்தக் காட்சியைச் 'சட்'டென முடித்துக் கொள்ள அவசரப்பட்டான் அவன்.

"சரி, போதும்" என்றபடி தொப்பியை எடுத்துக் கொண்டான்.

"நான் இப்போது போயாக வேண்டும். உன்னிடம் பத்து நிமிடம் நேரம் கேட்டுவிட்டு ஒரு மணிநேரமாக இங்கே இருக்கிறேன்" என்று சொன்னபடி புன்னகை செய்தான்.

"ஆனாலும் உன்னைக் கூடிய விரைவில் மீண்டும் பார்க்க வேண்டும் என்ற தீராத ஆர்வத்துடனேயே இப்போது உன்னிட மிருந்து விடைபெற்றுக் கொள்கிறேன். உன்னை அடிக்கடி பார்க்க அனுமதிப்பாய்தானே?"

"ஆமாம் ஆமாம்" என்றாள் நடாஷா.

"நீங்கள் விரும்பியபடி அடிக்கடி எப்போது வேண்டுமானாலும் வரலாம். நானும் உங்கள் மீது அன்பு செலுத்தவே ஆசைப் படுகிறேன். கூடிய சீக்கிரம் அப்படி ஆகிவிடுவேன்" என்று சற்று தர்மசங்கடத்தோடு சொன்னாள் அவள்.

"நீதான் எவ்வளவு உண்மையாக, எவ்வளவு நேர்மையாக இருக்கிறாய்" என்று அவள் சொற்களைக் கேட்டுப் புன்னகைத்த படியே சொன்னான் வால்காவ்ஸ்கி.

"சம்பிரதாயமான பணிவுக்காகக் கூட உன்னால் பொய்ப் பாசாங்கு காட்ட முடியாது. அப்படிப்பட்ட செயற்கையான அடக்க ஒடுக்கத்தை விட உன் நேர்மை விலைமதிக்க முடியாதது. ஆமாம், நான் உன் அன்புக்குத் தகுதியானவனாக ஆவதற்கு வெகுகாலம் எடுக்கும் என்று நினைக்கிறேன்."

“வேண்டாம், என்னைப் புகழாதீர்கள், போதும்” என்று மெல்லிய குரலில் குழப்பத்தோடு சொன்னாள் நடாஷா.

“சரி... அது போகட்டும் ஆனால் உடனடியாகச் செய்ய வேண்டியவை பற்றி ஒன்றிரண்டு வார்த்தைகள் மட்டும் சொல் கிறேன், சே... நான் எப்படி ஒரு துரதிருஷ்டசாலி தெரியுமா? நாளைக்கோ, அதற்கு மறுநாளோ, அடுத்த நாளோ கூட என்னால் உன்னுடன் இருக்க முடியாது. இன்று மாலை மிக முக்கியமான கடிதம் ஒன்று எனக்கு வந்திருக்கிறது. வேலை விஷயமாக நான் இருந்தே ஆக வேண்டுமென்பதால் என்னால் அதைத் தள்ளிப்போட முடியாது. நாளை காலையில் நான் பீட்டர்ஸ்பர்க்கை விட்டுக் கிளம்புகிறேன். நாளையும், மறுநாளும் நேரம் இல்லாததால்தான் இன்று இவ்வளவு தாமதமான ஒரு நேரத்தில் உன்னைப் பார்க்க வந்திருக்கிறேன் என்று நினைத்துக்கொண்டு விடாதே. நிச்சயம் நீ அப்படி நினைக்கமாட்டாய்தான். ஆனால் ஒருவேளை நீ அப்படி நினைக்கக் கூடுமோ என்கிறது என் சந்தேகபுத்தி. நீ அப்படி நினைப்பாய் என்று நான் ஏன் எண்ண வேண்டும்? நம்பிக்கை யில்லாத இந்தக் குணம்தான் என் வாழ்க்கையைப் பல வழிகளில் கெடுத்துக் கொண்டிருக்கிறது. உன் குடும்பத்தாரோடு நான் சண்டை போட்டதற்கெல்லாமே கூட துரதிருஷ்டவசமான இந்த என் குணம் காரணமாக இருந்திருக்கலாம். இன்று செவ்வாய்க்கிழமை. புதன், வியாழன், வெள்ளி மூன்று நாட்களும் நான் பீட்டர்ஸ்பர்க்கில் இருக்க மாட்டேன். சனிக்கிழமை உறுதியாகத் திரும்பி வந்து விடுவேன் என்று நம்புகிறேன். உன்னைப் பார்க்க அன்றே வந்து விடுவேன். மாலை முழுவதும் உன்னோடு இருக்கும்படி நான் வரலாம் அல்லவா?”

“கட்டாயம், கட்டாயம்” என்று கூவினாள் நடாஷா.

“சனிக்கிழமை மாலை உங்களை எதிர்பார்த்துக் கொண்டி ருப்பேன். உங்கள் வரவை ஆவலோடு எதிர்நோக்கியபடி”

“எனக்கும் அதில் சந்தோஷம்தான். உன்னை இன்னும் கூட என்னால் நன்றாகத் தெரிந்துகொள்ள முடியும். சரி... இப்போது நான் கிளம்பியாக வேண்டும்” என்றவன் சட்டென்று என் பக்கம் திரும்பினான்.

“பார்த்தாயா... உன்னோடு கைகுலுக்காமல் எப்படிப் போவது” என்றார்.

“மன்னித்துக் கொள். நாம் எல்லோருமே துண்டு துண்டாக ஏதேதோ பேசிக் கொண்டிருந்துவிட்டோம். உன்னைப் பல சந்தர்ப் பங்களில் முன்பு நான் சந்தித்ததுண்டு. நமக்குள் அறிமுகமும் நேர்ந் திருக்கிறது. உன்னிடம் விடைபெறாமலும் நம் தொடர்பைப் புதுப்

பித்துக் கொள்வதில் எந்த அளவு எனக்கு மகிழ்ச்சி என்று சொல்லாமலும் நான் போய்விட முடியாது."

"ஆம், நான் சந்தித்திருக்கிறோம், அது உண்மைதான்" என்றபடி அவனது கையைப் பற்றிக் கொண்டேன்.

"ஆனால் ஒருவருக்கொருவர் அறிமுகம் செய்து கொண்டதாக எனக்கு ஞாபகமில்லை."

"இளவரசர் 'ஆர்' இல்லத்தில், போன வருடம்"

"மன்னியுங்கள். எனக்கு அது மறந்து போய்விட்டது. ஆனால் இந்த முறை உறுதியாக மறக்க மாட்டேன். இன்றைய மாலை எப்போதும் என் நினைவில் இருக்கும்."

"ஆமாம், நீ சொல்வது சரிதான். நானும் அதேபோலத்தான் உணர்கிறேன். நடாஷாவுக்கும் என் மகனுக்கும் நல்ல நண்பனாக, உண்மையான நண்பனாக நீ இருந்து வருவது பல நாட்களாகவே எனக்குத் தெரியும். நீங்கள் மூன்று பேரும் நான்காவதாக என்னையும் சேர்த்துக் கொள்ள வேண்டும். சரிதானே" என்றார் நடாஷாவைப் பார்த்து.

"ஆமாம், அவன் என் உண்மையான நண்பன் நாம் எல்லோரும் சேர்ந்திருப்போம்" என்று உணர்ச்சிவசப்பட்டபடி பதிலளித்தாள் நடாஷா. 'பாவம் அந்தப் பெண். வால்காவ்ஸ்கி என்னைப் புறக்கணித்து விடவில்லை என்பதைக் கண்டு அவள் பூரித்துப் போயிருக்கிறாள். அவளுக்குத்தான் என்மீது எப்படி ஒரு நேசம்?'

"உங்கள் திறமைக்கு ரசிகர்களாக இருக்கும் பலரை நான் சந்தித்திருக்கிறேன்" என்றபடி பேசிக் கொண்டு போனான் வால்காவ்ஸ்கி. "உங்களை மிகவும் ரசிக்கும் இரண்டு பேரை எனக்குத் தெரியும். எனக்கு மிக நெருங்கிய தோழியான சீமாட்டியும், அவரது மகளான காதரீனா ஃபியோதோரோவ்னாவும்தான் அவர்கள். உங்களை நேரில் கண்டால் அவர்கள் மிகவும் மகிழ்ச்சியடைவார்கள். அந்தப் பெண்களிடம் நான் உங்களை அறிமுகம் செய்து வைப்பதை மறுக்க மாட்டீர்கள் என்று நினைக்கிறேன்."

"என்னை அதிகமாகவே பாராட்டுகிறீர்கள்... ஆனாலும் இப்போது அப்படி இருப்பவர்கள் சிலர்தான்."

"உங்கள் முகவரியை எனக்குத் தர முடியுமா? நீங்கள் எங்கே வசிக்கிறீர்கள்? அந்தக் காரியத்தை நானே செய்தால் எனக்குக் கொஞ்சம் சந்தோஷமாக இருக்கும்."

"ஆனால் வீட்டில் வைத்து நான் யாரையுமே சந்திப்பதில்லை. இப்போதைக்காவது அப்படித்தான்."

“ஆனால்... அதற்கு ஒரு விதிவிலக்காக இருக்கும் தகுதி எனக்கு இல்லையென்றாலும் கூட...”

“கட்டாயம் வாருங்கள்... நீங்கள் அப்படிக் கேட்டதில் எனக்கு மகிழ்ச்சி. நான்... தெருவிலுள்ள க்ளூகென் குடியிருப்பில் வசிக்கிறேன்.”

“க்ளூகென் குடியிருப்பா” என்று ஆச்சரியத்தோடு என்னைப் பார்த்தபடி கத்தினான் அவன்.

“என்னது? அங்கேயா? பல நாட்களாக அங்கே குடியிருக்கிறீர்களா?”

“இல்லை இல்லை... சமீபத்தில்தான்” என்று பதிலளித்தேன். என் ஆர்வம் தானாகவே அதிகரித்தது.

“எண் 44இல் வசிக்கிறேன்”

“44இலா? தனியாகவே இருக்கிறீர்கள்?”

“ஆம்... நான் மட்டும்தான்”

“ஓ சரி சரி, நான் கேட்டதற்குக் காரணம் அந்த வீட்டைப் பற்றி எனக்குத் தெரியும். எல்லாம் நல்லதற்குத்தான். நான் நிச்சயமாக வந்து உங்களைப் பார்ப்பேன். கட்டாயம், உங்களோடு நான் விவாதிக்க வேண்டிய பல முக்கியமான பிரச்சினைகள் இருக்கின்றன. உங்களால் எனக்கு ஏதாவது செய்ய முடியுமென்று நம்புகிறேன். நீங்கள் பல விதங்களில் எனக்கு உதவ இயலும்... பார்த்தீர்களா எடுத்த எடுப்பிலேயே உங்களிடம் உதவி கேட்க ஆரம்பித்துவிட்டேன் நான். சரி... சென்று வருகிறேன். மறுபடி ஒருமுறை கை கொடுங்கள்.”

அவன் எனக்கும் அல்யோஷாவுக்கும் கை கொடுத்துவிட்டு, நடாஷாவின் கரங்களில் முத்தமிட்டான். அல்யோஷா தன்னைப் பின்தொடர்ந்து வரவேண்டுமென்று நினைக்கிறானா இல்லையா என்பதை வெளிப்படுத்தாமலே அங்கிருந்து வெளியே சென்றுவிட்டான் அவன்.

நாங்கள் மூன்று பேரும் பயங்கரக் குழப்பத்தில் ஆழ்ந்திருந்தோம். எல்லாமே மிகவும் இயல்பாக, சற்றும் எதிர்பாராத வகையில் நடந்து முடிந்திருந்தன. ஒரே கணத்தில் எல்லாமே மாறிப் போய்விட்டது போலவும் எங்களுக்குத் தெரியாத புதிய வேறொன்றின் தொடக்கம் போலவும் உணர்ந்தோம். நடாஷாவின் அருகில் அமைதியாக உட்கார்ந்திருந்த அல்யோஷா அவள் கரத்தில் மென்மையாக முத்தமிட்டான். அவள் என்ன சொல்லப் போகிறாளோ என்று எதிர்பார்த்தபடி அவ்வப்போது அவள் முகத்தையே பார்த்துக் கொண்டிருந்தான்.

"அல்யோஷா, நாளைக்கு காத்யாவைப் போய்ப் பார்த்து விட்டு வா" என்று இறுதியாகச் சொன்னாள் நடாஷா.

"நானே அப்படித்தான் நினைத்துக் கொண்டிருந்தேன்" என்றான் அவன்.

"நிச்சயம் போகிறேன்"

"ஆனால்... உன்னைப் பார்ப்பது ஒருவேளை அவளுக்கு வேதனையளிக்குமானால்...? அதற்கு என்ன செய்வது?"

"எனக்குத் தெரியவில்லை கண்ணே. நான் அதைப் பற்றியும் யோசித்துப் பார்த்தேன். இன்னும் கூட நன்றாக எண்ணிப் பார்த்து நிலைமைக்கேற்றபடி முடிவு செய்து கொள்கிறேன். பார்த்தாயா நடாஷா? நம் நிலைமையைப் பொறுத்தவரை இப்போது எல்லாமே மாறிப் போய்விட்டது இல்லையா?" என்று அதற்கு மேலும் தன்னைக் கட்டுப்படுத்திக்கொள்ள முடியாமல் கேட்டான் அல்யோஷா.

அவள் புன்னகை செய்தபடி சிறிது நேரம் அவனைப் பரி வோடு பார்த்தாள்.

"ஆனால் அவர்தான் எப்படிப்பட்ட தந்திரசாலி? உன் வீடு எந்த அளவுக்குப் பரிதாபமாக இருக்கிறது என்பதைக் கண்கூடாகப் பார்த்த பிறகும் ஒரு வார்த்தை கூட..."

"எதைப் பற்றி?"

"நீ வேறெங்காவது இடம் மாறுவது பற்றி... அல்லது வேறு எதையாவது பற்றி" என்று கூச்சத்தால் முகம் சிவக்கப் பேசினான் அவன்.

"முட்டாள்தனமாகப் பேசாதே அல்யோஷா. அவர் ஏன் அதைப் பேச வேண்டும்."

"நானும் அதையேதான் சொல்கிறேன். அவர் அப்படி ஒரு தந்திரசாலி. நாகரிகம் தெரிந்தவர். உன்னைத்தான் அவர் எப்படிப் புகழ்ந்து பேசினார்? நான்தான் உன்னிடம் சொன்னேனல்லவா? முன்பே சொன்னேனல்லவா? எதையும் அவரால் புரிந்துகொள்ள முடியும், எந்த ஒன்றையும் ஊடுருவிப் பார்க்க முடியும். ஆனால் என்னை ஏனோ ஒரு குழந்தையென்று நினைத்துக் கொண்டுதான் பேசினார். எல்லோருமே என்னை அப்படித்தான் நடத்துகிறார்கள். சந்தேகமே இல்லை... நான் அப்படித்தான் போலிருக்கிறது."

"நீ ஒரு குழந்தைதான். ஆனால் எங்களையெல்லாம் விடக் கூர்மையான புத்திசாலி. நீ நல்லவன் அல்யோஷா."

"என் நல்ல இதயமே எனக்குத் தீங்கு செய்கிறது என்றுதானே அவர் சொன்னார்? அவர் என்ன நினைக்கிறார்... எனக்குப் புரியவில்லை. சரி... நடாஷா, இப்போது இதை மட்டும்சொல்.

நான் உடனே அவரிடம்போக வேண்டும்தானே? நாளை காலை விடிந்ததும் உன்னிடம் வந்துவிடுவேன்."

"ஆமாம் அன்பே, நீயும் கிளம்பிப் போ. அதுதான் நல்லது. அவர் பார்வையில் படுகிறோமா என்பதை மட்டும் உறுதிப்படுத்திக் கொள். என்ன... கேட்கிறதா? ஆனால் நாளை காலையில் எவ்வளவு சீக்கிரம் முடியுமோ அவ்வளவு சீக்கிரம் இங்கே வந்து விடு. இந்தத் தடவை அப்படியெல்லாம் ஒரேயடியாக ஐந்து நாட்கள் என்னிட மிருந்து நீ ஓடிப் போய்விட முடியாது. சரிதானே" என்று குறும் பாகக் கேட்டாள் அவள். அவளது கண்கள் அவனை அன்போடு வருடிக் கொண்டிருந்தன.

நாங்கள் மூவருமே ஆனந்தத்தால் பூரித்துப் போயிருந்தோம்.

"நீயும் என்னோடு வருகிறாயா வான்யா?" என்று வெளியேறும் போது கேட்டான் அல்யோஷா.

"இல்லை. அவன் இன்னும் சற்று நேரம் இங்கே இருந்தாக வேண்டும். வான்யா, உன்னிடம் இன்னும் சில விஷயங்கள் சொல்ல வேண்டும்" என்றவள், "நினைவிருக்கட்டும். காலையில் மிகவும் சீக்கிரம் வரவேண்டும்" என்றாள் அல்யோஷாவைப் பார்த்து.

"மிக மிகச் சீக்கிரம் வந்துவிடுவேன். குட் நைட் மாவ்ரா."

மாவ்ரா, பயங்கரமான பரவச நிலையில் இருந்தாள். வால் காவ்ஸ்கி சொன்ன எல்லாவற்றையும் அவர் கேட்டுக் கொண்டுதான் இருந்தாள், ஆனாலும் அவற்றில் பல விஷயங்கள் அவளுக்குப் புரியவில்லை. கேள்வி கேட்டு ஒரு சிலவற்றைத் தெளிவுபடுத்திக் கொள்ள விரும்பினாலும், கொஞ்சம் தீவிரமாக–எல்லாம் தெரிந்தது போலவே இப்போது காட்டிக் கொண்டாள். நிறைய விஷயங்கள் மாறிப் போய்விட்டன என்பதை அவளாலும் ஊகிக்க முடிந்தது.

நாங்கள் இருவரும் தனியாக இருந்தோம். நடாஷா என் கையைப் பற்றிக் கொண்டு ஏதோ சொல்ல விரும்புவதுபோல் அமைதியாக இருந்தாள்.

"நான் சோர்ந்து போயிருக்கிறேன்" என்று பலவீனமான குரலில் கடைசியாகப் பேசினாள்.

"நாளைக்கு நீ அவர்களைப் பார்க்கப் போகிறாய் இல்லையா?"

"ஆமாம், நிச்சயமாக"

"அம்மாவிடம் சொல். ஆனால் அப்பாவிடம் பேச வேண்டாம்"

"நான் உன்னைப் பற்றி ஒருபோதும் அவரிடம் பேசுவதில்லை."

"சரி சரி, ஆனாலும் பேசாமல் கவனமாகவே இரு. எப்படியோ நாம் சொல்லாமலே அவர் கண்டுபிடித்து விடுவார். அவர் என்ன சொல்கிறார், இதை எப்படி எடுத்துக் கொள்கிறார் என்பதை மட்டும் கவனித்துப் பார். வான்யா? இந்தத் திருமணத்துக்காக அவர் என்னை உண்மையிலேயே சபித்து விடுவாரா? இல்லை. அது அவரால் முடியவே முடியாது."

"முதலில் எல்லா விஷயங்களையும் வால்காவ்ஸ்கி ஒழுங்கு செய்து முடிக்க வேண்டும்" என்று அவசரமாகப் பேச்சைத் தொடங்கினேன்.

"உன் தந்தையோடு அவருக்குள்ள பூசலைச் சரிசெய்து கொண்டு அதை ஒரு முடிவுக்குக் கொண்டுவர வேண்டும். அப்புறம்தான் எல்லாமே சரியாகும்."

"கடவுளே... அது நடந்தால்தானா? அது நடந்தால் மட்டும் தானா?" என்று இரக்கத்தைத் தூண்டும் வகையில் கதறினாள் நடாஷா.

"கவலைப்படாதே நடாஷா. எல்லாம் சரியாகிவிடும். போகிற போக்கைப் பார்த்தால் அப்படித்தான் இருக்கிறது."

அவள் என்னை ஆழமாகப் பார்த்தாள்.

"வான்யா, அல்யோஷாவின் தந்தையைப் பற்றி நீ என்ன நினைக்கிறாய்."

"தான் சொன்னதற்கு ஏற்ப உண்மையாக நடந்து கொண்டால் பிறகு என் கணிப்பில் அவர் கௌரவமான மனிதர்."

"நேர்மையாக நடந்து கொண்டால்... என்று சொல்கிறாயே? அதற்கு என்ன அர்த்தம்? நிச்சயம் அவர் பொய்யாகப் பேசியிருக்க மாட்டார்... சரிதானே?"

"அது அப்படிப் பொய்யாக இருக்கக் கூடாதென்றுதான் நானும் நினைக்கிறேன்" என்று பதிலளித்தேன்.

ஏதோ ஒன்று அவளைச் சங்கடப்படுத்திக் கொண்டிருந்ததாகத் தோன்றியது. வினோதமான ஏதோ ஒரு விஷயம்.

"நீ அவனை மிகவும் உற்றுக் கவனித்துக் கொண்டிருந்ததை நான் பார்த்தேன்."

"ஆமாம், அவரிடம் ஏதோ வித்தியாசமாகப்பட்டது."

"நானும் அப்படித்தான் நினைத்தேன். எப்படியோ பேசிக் கொண்டே போனார்... சரி விடு, நான் மிகவும் களைத்துப் போய் விட்டேன். நீயும் இப்போது வீட்டுக்குப் போய்விடுவது நல்லது.

அவர்களைப் பார்த்த பிறகு எவ்வளவு சீக்கிரம் முடியுமோ அவ்வளவு சீக்கிரம் நாளை திரும்பி வா. ஒரே ஒரு விஷயம்... நான் அவரிடம் அன்பு செலுத்தவும் நெருங்கிய நண்பராக இருக்கவும் முயற்சிக்கிறேன் என்று சொன்னேன் அல்லவா? அது அகம்பாவமாகப்பட்டிருக்குமோ?"

"இல்லையே அதிலென்ன அகம்பாவம்"

"அது முட்டாள்தனமாக இல்லையா? அப்படியென்றால் இதுவரை நான் அவர்மீது அன்பு காட்டவில்லை என்று ஆகிவிடாதா?"

"இல்லவே இல்லை. மாறாக நீ தன்னிச்சையாக எளிமையாக, அழகாக அதைச் சொன்னாய். அந்தக் கணத்தில் நீதான் எவ்வளவு அருமையாய்க் காட்சியளித்தாய்த் தெரியுமா? மேல்வர்க்க உயர்குடிப் பெருமையால் அது அவருக்குப் புரியவில்லை என்றால் அவன் ஒரு முட்டாள்."

"வான்யா, நீ அவரிடம் கோபமாய் இருக்கிறாய்ப் போலிருக்கிறது. நான்தான் எவ்வளவு மோசமானவனாகச் சந்தேகப் பேர்வழியாக கர்வியாக இருக்கிறேன். என்னைப் பார்த்து அப்படிச் சிரிக்காதே வான்யா! என் இன்னுயிர் நண்பனே. உன்னிடமிருந்து நான் எதையும் மறைக்கவில்லை, அது உனக்கே தெரியும். மீண்டும் நான் துன்பப்பட நேர்ந்தால், மறுபடியும் ஏதாவது சிக்கல் ஏற்பட்டால் நீ என் அருகில் இருப்பாய் என்பதும் எனக்குத் தெரியும். ஒருவேளை உன்னைத் தவிர வேறு யாருமே இல்லாமலும் கூட இருக்கலாம். இந்த நன்றிக் கடனையெல்லாம் நான் எப்படித் திருப்பிச் செலுத்தப் போகிறேன்? என்னைப் பற்றி நீ ஒருபோதும் தவறாக நினைக்க மாட்டாய்... அப்படித்தானே?"

வீடு திரும்பியதும் உடை மாற்றிக்கொண்டு உடனே படுக்கைக்குச் சென்றேன். எனது அறை இருட்டாக ஈரப்பதமாக ஒரு நிலவறையைப் போலவே இருந்தது. வித்தியாசமான வெவ்வேறு எண்ணங்களும், உணர்வுகளும் கூட்டமாக என்னை மொய்த்துக் கொண்டிருந்ததால் உறக்கம் வர நீண்ட நேரமாயிற்று.

ஆனால் அந்த நேரத்தில் குறிப்பிட்ட ஒரு மனிதன் தன் சொகுசான படுக்கையில் படுத்துக்கொண்டு எங்களைப் பார்த்துச் சிரித்துக் கொண்டிருந்திருக்கலாம், அதுவும் கூட... தான் எள்ளி நகையாடும் தகுதியாவது எங்களுக்கு இருப்பதாக நினைத்தால்தான், பெரும்பாலும் அவன் அப்படி நினைக்கப் போவதில்லை.

ஃபியோதர் தஸ்தயெவ்ஸ்கி ✻ 193

3

காலை பத்து மணியளவில் அவசரமாக வீட்டை விட்டுக் கிளம்பிக் கொண்டிருந்தேன். வாஸிலெவ்ஸ்கி தீவிலுள்ள இகமெனெவ் தம்பதிகளைப் போய்ப் பார்த்துவிட்டு அங்கிருந்து அப்படியே நடாஷாவைப் போய்ப் பார்ப்பது என் திட்டம். திடீரென்று நேற்று வந்த அதே விருந்தாளியான ஸ்மித்தின் பேத்தி கதவருகே நின்றுகொண்டிருந்ததைப் பார்த்தேன். அவள் என்னைப் பார்க்க வந்திருந்தாள். அது எதற்கு என்பது எனக்குத் தெரியாவிட்டாலும் அவளைப் பார்த்ததில் எனக்கு மிகவும் சந்தோஷமாக இருந்தது. அன்று வந்தபோது அவளைச் சரியாகப் பார்க்க எனக்கு நேர மில்லை. இப்போது இந்தச் சூரிய ஒளியில் அவளை நன்றாகப் பார்த்தபோது அவள் என்னை மிகவும் ஆச்சரியப்பட வைத்து விட்டாள். அப்படி ஒரு வித்தியாசமான, வழக்கத்துக்கு மாறான ஜீவனைப் பார்ப்பது மிகவும் கடினம். குறைந்தபட்சம் புறத்தோற்றத் தின் அடிப்படையிலாவது அப்படித்தான். குள்ளமான உருவம், ரஷ்ய நாட்டுக்கு அந்நியமான பளிச்சிடும் கறுப்பு நிறக் கண்கள், அடர்த்தியான, ஒழுங்காக வாரப்படாத தலைமுடி, மர்மம் பொதிந்ததும், பிடிவாதமான சந்தேகம் நிறைந்ததுமான வெறித்த பார்வை – தெருவில் செல்லும் எவரது கவனத்தையும் அவள் கவர்ந்திழுக்கக் கூடும். குறிப்பாக அவளது கண்களில் குடியிருந்த பாவனை, அதில் ஒரு பக்கம் புத்திசாலித்தனமும் மின்னலடித்தது; இன்னொரு புறம் சந்தேகமும்... விசாரித்துத் தெரிந்து கொண்டாக வேண்டுமென்ற அவநம்பிக்கையும் தெரிந்தது. அவள் அணிந்திருந்த அழுக்கேறிய பழைய கவுன், கந்தல் கந்தலாகக் கிழிந்து தொங்குவது பகல் வெளிச்சத்தில் புலப்பட்டது. ஏதோ ஒரு மோசமான நோய் அவளைப் படிப்படியாகச் சிதைத்துச் சீரழித்துக் கொண்டிருப்பது எனக்குத் தெரிந்தது. வெளிறிப் போய் மெலிந்த அவளது முகம் இயல்பானதாக இல்லாமல் நோயின் கடுமையோடு இருந்தது. ஆனால் இத்தனைக்கும் நடுவே – அவளது வறுமையையும் நோயையும் மீறி அவள் அழகான ஒரு சிறிய பெண்ணாக இருந் தாள். அவளது புருவங்கள் சீராக, அழகாக இருந்தன. அகலமான சற்றுக் கீழிறங்கிய அவளது நெற்றி அற்புதமாக இருந்தது. அழகான வடிவமைப்புடன் இருந்த உதடுகள் அவளது தன் முனைப்பையும் துணிச்சலையும் வெளிப்படுத்திக் கொண்டிருந்தாலும் சோகை பிடித்து நிறம் மங்கிக் காணப்பட்டன.

“ஓ... மறுபடியும் வந்திருக்கிறாயா?” என்று குரல் கொடுத்தேன்.

"நீ எப்படியும் வருவாயென்றுதான் நினைத்திருந்தேன். உள்ளே வா."

அவள் நேற்று வந்தது போலவே மெதுவாக நடந்து உள்ளே வந்தாள். என்னை அவநம்பிக்கையோடு பார்த்துக் கொண்டிருந்தாள். தன் தாத்தா வசித்து வந்த அறையைச் சுற்று முற்றும் பார்த்தாள்; அங்கே புதிதாகக் குடியேறியிருப்பவனால் அது எந்த அளவு மாறியிருக்கிறது என்பதை நோட்டம் விடுவது போலிருந்தது அவள் கவனித்த விதம்.

"தாத்தாவைப் போலத்தான் பேத்தியும்" என்று நினைத்துக் கொண்டேன்.

"ஒருவேளை ஏதும் புத்திக்கோளாறோ?"

அவள் அமைதியாக இருந்தாள்; நானும் காத்திருந்தேன்.

"புத்தகங்களுக்காக வந்தேன்" என்று கண்களைக் கீழே தாழ்த்திக் கொண்டு மெதுவாகச் சொன்னாள்.

"ஓ... தாராளமாக. இதோ உன் புத்தகங்கள் எடுத்துக் கொள். உனக்காகவே அவற்றை வைத்திருந்தேன்."

என்னிடம் ஏதோ விசாரிக்கப் போகும் பாவனையில் அவள் என்னைப் பார்த்தாள். அவளது உதடுகள் வித்தியாசமாக முறுக்கிக் கொண்டபடி தயக்கமான புன்னகையை உதிர்க்கப் பார்த்தன. ஆனால் புன்னகைக்கான தூண்டுதல் உடனே மடிந்து போய்ப் பழைய தீவிரமான, புதிரான முகபாவனை அவளிடம் குடியேறி விட்டது.

"ஆமாம், என் தாத்தா உண்மையாகவே என்னைப் பற்றி உங்களிடம் பேசினாரா என்ன?" என்று கேட்டாள். அவள் கண்கள் என்னைத் தலை முதல் கால்வரை வித்தியாசமாகத் துருவிக் கொண்டிருந்தன.

"இல்லை அவர் உன்னைப் பற்றி என்னிடம் பேசவில்லை, ஆனால்..."

"அப்படியென்றால் நான் வரக் கூடுமென்பது உங்களுக்கு எப்படித் தெரிந்தது? யார் சொன்னார்கள்?" –சட்டென்று என்னை இடைமறித்துக் கேட்டாள் அவள்.

"உன் தாத்தா தன்னுடன் யாருமே இல்லாமல், அப்படித் தனியாக வாழ்ந்திருக்க முடியாதென்று நான் நினைத்தேன். அவர் மிகவும் வயதானவராக, பலவீனமாக இருந்தார். அதனால் அவரைப் பார்த்துக்கொள்ள யாரேனும் இருந்திருக்க வேண்டுமென்று தோன்றியது. இதோ உன் புத்தகங்கள், எடுத்துக்கொள். இவை உன் பாடப் புத்தகங்கள்தானே?"

“இல்லை”

“பிறகு எதற்கு அவற்றைத் தேடி வந்தாய்.”

“தாத்தாவைப் பார்க்க வரும் போதெல்லாம் அவர் எனக்குக் கற்றுத் தருவார்.”

“அப்படியென்றால் இங்கே வருவதை நீ நிறுத்திவிட்டாயா?”

“சிறிது காலமாக நான் வரவில்லை. எனக்கு உடம்பு சரியில்லாமல் போய்விட்டது” என்று தன்னை நியாயப்படுத்திக் கொள்வது போலச் சொன்னாள் அவள்.

“உனக்கென்று ஒரு வீடு, அப்பா அம்மா உண்டுதானே.”

அவள் சட்டென்று முகத்தைச் சுளித்துக் கொண்டு சிறிது பயந்தாற்போல் என்னைப் பார்த்தாள். பிறகு தன் கண்களைக் கீழே தாழ்த்திக் கொண்டு முதல் நாள் செய்தது போலவே அமைதியாக அறையை விட்டு மெள்ள வெளியேறிச் சென்றாள்.

என் கேள்விக்கு எந்தப் பதில் தரவும் அவள் முற்படவில்லை. நான் அவள் செல்வதையே வியப்போடு பார்த்துக் கொண்டிருந்தேன். கதவருகே சற்று நின்றாள்.

“அவர் எப்படி இறந்தார்?”

என்று லேசாக என் பக்கம் திரும்பியபடி திடீரென்று கேட்டாள். முதல் நாள் அவள் வந்தபோது அஸோர்காவைப் பற்றிக் கேள்வி கேட்ட அதே பாவனையில் அதே அசைவுகளுடன், வெளியே செல்லும் வழியில் கதவுப் பக்கம் முகத்தை வைத்துக் கொண்டு கேட்டாள்.

நான் அவளருகே சென்று எனக்குத் தெரிந்ததைச் சொன்னேன். அவள் அமைதியாக ஆர்வத்தோடு கேட்டாள். ஆனால் அவள் தலை குனிந்திருந்தது; எனக்கு முதுகு காட்டிக் கொண்டு நின்றிருந் தாள். இறக்கும் தருணத்தில் ஆறாவது தெருவைப் பற்றிக் கிழவர் குறிப்பிட்டதைப் பற்றி நான் சொன்னேன்.

“அவருக்குப் பிடித்த மாணவர்கள் யாரோ அங்கே வசிக்கக் கூடும் என்று அதை வைத்து நான் ஊகித்தேன். அதனால்தான் அவரைப் பற்றி விசாரிக்க யாராவது வருவார்கள் என்று நான் எதிர்பார்த்துக் கொண்டிருந்தேன். தான் இறக்கும் தருவாயில் உன்னைப் பற்றி அவர் நினைத்ததால் உன்மீது அவருக்கு மிகவும் அன்பு இருந்திருக்க வேண்டும்” என்றேன்.

“இல்லை” என்று தனக்குத் தானே சொல்லிக்கொள்வது போல முணுமுணுத்தாள் அவள்.

“அவருக்கு என்னிடம் பிரியம் இல்லை.”

அவள் மிகுதியாகக் கலங்கிப் போயிருந்தாள்.

அவர் பற்றிய கதையைச் சொல்லும்போது நான் அவளருகே மண்டியிட்டு அமர்ந்தபடி அவளது முகத்தையே பார்த்துக் கொண்டிருந்தேன். நான் கண்டுபிடித்துவிடக் கூடாதே என்ற தன்மான உணர்வோடு, தன் உணர்ச்சிகளை மறைத்துக் கொள்ளப் பெருமுயற்சி செய்து கொண்டிருந்தாள் அவள். அவள் முகம் மேலும் மேலும் வெளிறிக்கொண்டே சென்றது. தன் கீழுதட்டையும் கடித்துக்கொண்டாள் அவள். ஆனால் அதையும் விட அதிகமாக என்னை வியப்பிலாழ்த்தியது அவளது இதயத்தின் படபடப்பு. நான் இரண்டு மூன்று அடி விலகியிருந்தாலும் கூட அது சத்த மாகக் கேட்டது. அவளது இரத்தக் குழாய்கள் வெடித்துவிடப் போவதுபோல் தோன்றியது. முன் தினம் செய்ததுபோல அவள் சட்டென்று அழுது குமுறப் போகிறாளென்றே நான் எண்ணினேன்; ஆனால் அவள் தன்னைக் கட்டுப்படுத்திக்கொண்டு விட்டாள்.

"அந்த வேலி எங்கே இருக்கிறது?"

"எந்த வேலி"

"எதற்கு அருகில் அவர் இறந்தாரோ அது"

"நாம் வெளியே போகும்போது உனக்குக் காட்டுகிறேன். சரி, உன் பெயரென்ன சொல்."

"வேண்டாம்...."

"வேண்டாம் என்றால் என்ன அர்த்தம்?"

"இல்லையில்லை வேண்டாம், ஒன்றுமில்லை."

"எனக்குப் பெயரே இல்லை" என்று வேடிக்கையாகச் சொல்வது போல எரிச்சலாகச் சொல்லிவிட்டு வெளியே செல்ல நகர்ந்தாள். நான் அவளைத் தடுத்து நிறுத்தினேன்.

"அதிசயமான என் குட்டிப் பெண்ணே, ஒரு நிமிடம் பொறுத்துக் கொள். நான் உனக்கு உதவி செய்யத்தான் விரும்பு கிறேன். நேற்று மாடிப்படி மூலையில் நீ அழுது கொண்டிருந்ததைப் பார்த்தது முதல் உனக்காக நான் வருத்தப்பட்டுக் கொண்டுதான் இருக்கிறேன். அதை நினைத்தால் எனக்குப் பொறுக்கவே இல்லை. உன் தாத்தா என் கைகளில் சாய்ந்தபடி இறந்து போனபோது உன்னைப் பற்றித்தான் நினைத்துக் கொண்டிருந்திருப்பார் என்பதில் சந்தேகமே இல்லை. அதனால்தான் ஆறாவது தெருவைப் பற்றிச் சொல்லியிருக்கிறார். கிட்டத்தட்ட என் பொறுப்பில் உன்னை ஒப்படைத்திருப்பது போல என் கனவுகளில் வந்து கொண்டே இருக்கிறார்... பார்த்தாயா... இந்தப் புத்தகங்களைக் கூட உனக்காக எடுத்து வைத்திருந்தேன்... நீ என்னவென்றால்

முரட்டுச் சிறுமியாக இருக்கிறாய். என்னைப் பார்த்து நீ பயப் படுவதைப் போலவும் இருக்கிறது. நீ மிகவும் ஏழையாக ஓர் அநாதையாகத்தான் இருக்க வேண்டும். யாரோ முன்பின் தெரியாத அந்நியர்களோடு வசித்து வருகிறாய் என்று நினைக்கிறேன். அப்படித்தானே?"

அந்தப் பெண்ணைச் சமாதானப்படுத்தி என் வசம் இழுக்க என்னால் முடிந்தவரை முயற்சித்துக் கொண்டிருந்தேன். அந்த அளவுக்கு அந்தச் சிறுமியின்பால் நான் ஈர்க்கப்பட்டது ஏன் என்பதை என்னாலேயே சொல்ல முடியவில்லை. அவள் மீது கொண்டிருந்த பரிதாப உணர்வை மீறி வேறு ஏதோ ஒன்றும் அதில் இருந்தது. நடந்து முடிந்த நிகழ்ச்சி முழுவதிலும் பொதிந் திருந்த ஏதோ ஒரு மர்மமா, ஸ்மித் என்னிடம் ஏற்படுத்திய தாக்கமா அல்லது என் மனநிலையே விசித்திரமாக இருந்ததா—என்ன காரணம் என்பதை என்னால் சொல்ல முடியவில்லை. ஆனால் என் கட்டுப்பாட்டையும் மீறிய ஏதோ ஒன்று வலுக்கட்டாயமாக என்னை அவளிடம் ஈர்த்தது.

நான் பேசிய சில வார்த்தைகளில் அவள் இளகிப் போனது போலத் தெரிந்தது. என் பக்கம் குனிந்து என்னை வித்தியாசமாகப் பார்த்தாள்; ஆனால் இப்போது அந்தப் பார்வையில் கடுமை இல்லை. மென்மையாக நீண்ட நேரம் என்னைப் பார்த்துக் கொண்டிருந்தாள். பிறகு மறுபடியும் ஏதோ யோசிப்பது போலக் கீழே பார்க்கத் தொடங்கிவிட்டாள்.

"யெலேனா" என்று மிக மென்மையாக—எதிர்பாராத விதமாக—திடீரென்று முணுமுணுத்தாள்.

"அதுதான் உன் பெயரா யெலேனா?"

"ஆமாம்"

"சரி... அப்படியென்றால் நீ இங்கே வந்து என்னைப் பார்ப் பாய்தானே?"

"என்னால் முடியாது. எனக்குத் தெரியவில்லை. நான் வருவேன்" என்று பல சிந்தனைகளுடன் தனக்குள்ளேயே போராடிக் கொண்டிருப்பது போல பதிலளித்தாள்.

அதே நேரம் எங்கோ ஒரு கடிகார மணி ஓசை கேட்டது.

அவள் தூக்கி வாரிப் போட்டது போல நடுங்கியபடி விவரிக்க முடியாத வேதனையோடு மெல்லிய குரலில் "இப்போது என்ன நேரம்" என்று கேட்டாள்.

"பத்தரை மணி இருக்கலாம்."

அவள் கலவரமடைந்தது போல "கடவுளே" என்று கத்தியபடி சட்டென்று ஓட ஆரம்பித்தாள். ஆனால் நான் மறுபடியும் அவளைப் பாதையில் வழிமறித்தேன்.

"அப்படி உன்னை நான் போக விட மாட்டேன். எதற்காக இப்படிப் பயப்படுகிறாய்? தாமதமாகி விட்டோம் என்றா?"

"ஆமாம் ஆமாம், நான் யாருக்கும் தெரியாமல் நழுவி வந்தேன். போக வேண்டும். அவள் என்னை அடித்து விடுவாள்" என்று கூச்சலிட்டாள் அவள். தான் சொல்ல நினைத்ததற்கும் அதிக மாகவே சொல்லிவிட்டு என் பிடியிலிருந்து தன்னை விலக்கிக் கொள்ள முயன்றாள்.

"நான் சொல்வதைக் கேள். இப்படி ஓடாதே. நீ வாஸிலெவ்ஸ்கி தீவுக்குத்தானே போகிறாய்? நானும் அங்கே பதின்மூன்றாவது தெருவுக்குத்தான் போய்க்கொண்டிருக்கிறேன். தாமதமாகி விட்ட தால் வாடகைக்கு வண்டி பிடிக்கப் போகிறேன். என்னோடு கூட வருகிறாயா? அங்கே அழைத்துக் கொண்டு செல்கிறேன். நடந்து போவதை விட வேகமாகச் சென்று விடலாம்."

"நீங்கள் என்னோடு வரக்கூடாது... வரவே கூடாது" என்று மேலும் பீதியடைந்தவளாய்க் கத்தினாள் அவள். அவள் இருக்கும் இடத்துக்கு நான் வந்து விடுவேனோ என்று நினைத்த அளவிலேயே அவள் முகம் முழுவதும் அச்சத்தால் நடுங்கிக் கொண்டிருந்தது.

"ஆனால் என் சொந்த வேலைக்காகத்தான் பதின்மூன்றாம் தெருவுக்குச் சென்று கொண்டிருக்கிறேன். உன் வீட்டுக்கு நான் வருவதாக இல்லை. உன்னைத் தொடரவும் மாட்டேன். நாம் சீக்கிரம் ஒரு வண்டி பிடித்துக்கொண்டு சென்று விடலாம். வா என்னோடு"

நாங்கள் கீழ்த்தளத்துக்கு விரைந்தோம். முதலில் கண்ணில் பட்ட டிராஷ்கி வண்டி மிகவும் மோசமாக இருந்தாலும் ஓட்டு பவனைக் கூவி அழைத்தேன். யெலேனா பெரும் அவசரத்தில் இருந்தது வெளிப்படையாகத் தெரிந்தது. அதனால்தான் என்னுடன் கூடவர அவள் சம்மதித்திருக்க வேண்டும். அவளிடம் என்னால் எந்த வகையான கேள்வியும் கேட்க முடியவில்லை என்பதே எனக்கு ஆச்சரியமாக இருந்தது. வீட்டை நினைத்து அவள் அப்படி ஏன் பயப்பட வேண்டும் என்று நான் கேட்டபோது தன் கைகளை வேகமாக ஆட்டியபடி கிட்டத்தட்ட வண்டியிலிருந்து நழுவி வெளியே போக முயற்சித்து விட்டாள் அவள்.

'என்ன அப்படி ஒரு மர்மம்' என்று நினைத்துக் கொண்டேன் நான்.

வண்டிக்குள் அவள் மிகுந்த அசௌகரியத்தோடு உட்கார்ந் திருந்தாள். வண்டி ஒவ்வொரு முறை தூக்கிப் போட்டபோதும், வற்றிப் போய் அழுக்குப் பிடித்துக் கிடக்கும் தன் இடது கையால் என் கோட்டைப் பற்றிக்கொண்டு விழாமல் தன்னைச் சமன்படுத்திக் கொண்டிருந்தாள். இன்னொரு கையில் புத்தகங்களை அழுத்திப் பிடித்துக் கொண்டிருந்தாள். அந்தப் புத்தகங்கள் அவளுக்கு மிக உயர்ந்த பொக்கிஷமாக இருந்திருக்க வேண்டுமென்பது தெரிந்தது. வண்டி ஆட்டத்தில் அவள் தன்னைச் சரிப்படுத்திக் கொண்டபோது தற்செயலாக அவளது கால்களைப் பார்க்க நேர்ந்தது. அவள் காலுறைகளே அணியாமல் இருந்ததை மிகுந்த வியப்போடு கவனித்தேன். கிழிந்த ஷூக்களை மட்டுமே அவள் போட்டுக் கொண்டிருந்தாள். அவளிடம் எதைப் பற்றியும் கேட்கக் கூடாது என்று நான் முடிவு கட்டிக்கொண்டிருந்தபோதும் என்னால் அதைக் கேட்காமல் கட்டுப்படுத்திக்கொள்ள முடியவில்லை.

"உன்னிடம் நிஜமாகவே ஸ்டாக்கிங்ஸ் ஏதுவும் இல்லையா" என்று கேட்டேன்.

"இப்படிப்பட்ட ஈரப்பதமான பருவ நிலையில் அதுவும் இவ்வளவு குளிரடிக்கும்போது நீ எப்படி வெறும் காலோடு இருக்க முடியும்?"

"என்னிடம் அவை இல்லை" என்று வெட்டினாற்போல பதில் தந்தாள் அவள்.

"கடவுளே... ஆனால் நீ எங்கோ, எவருடனோ வசிக்கிறாய் தானே? வெளியே போக வேண்டி இருப்பதால் தேவைப்படுகிறது என்று எவரிடமாவது கடனாக ஒரு ஜோடி கேட்டிருக்கலாமே?"

"இப்படி இருப்பதுதான் எனக்குப் பிடித்திருக்கிறது."

"உனக்கு உடம்பு முடியாமல் போய்விடும். நீ இறந்துவிடுவாய்."

"அதனால் என்ன?"

எனக்குப் பதிலளிக்க அவள் உறுதியாகவே விரும்பவில்லை; மேலும் நான் அப்படிக் கேள்வி கேட்பதில் கோபமாகவும் இருந்தாள்.

"இதோ பார், இந்த இடத்திலேதான் அவர் இறந்தார்" என்று அந்தக் கிழவர் இறந்துபோன இடத்துக்குப் பக்கத்திலிருந்த வீட்டைச் சுட்டிக்காட்டினேன்.

அவள் அந்த இடத்தை ஊன்றி கவனித்தாள். பிறகு திடீரென்று என் பக்கம் திரும்பியபடி "கடவுள் ஆணையாகக் கேட்கிறேன். தயவுசெய்து என்னைத் தொடர்ந்து வரவேண்டாம். ஆனால் நான் வருவேன். நான் மறுபடியும் வருவேன்... வர வாய்ப்புக்

கிடைத்ததும் உடனே நான் வருவேன்" என்று கெஞ்சும் பார்வை யுடன் மன்றாடினாள்.

"சரி, அப்படியே ஆகட்டும். நான் உன்னைத் தொடர்ந்து வரப் போவதில்லை என்று முன்பே சொல்லிவிட்டேன். ஆனால் நீ எதற்காகப் பயப்படுகிறாய்? ஏதோ ஒருவகையில் நீ கஷ்டப்பட்டுக் கொண்டிருக்கிறாய் என்று எனக்குத் தெரிகிறது. இப்படி உன்னைப் பார்ப்பது என் இதயத்தைப் பிளப்பதாக இருக்கிறது."

"எனக்கு யாரிடமும் பயமில்லை" என்று சற்று எரிச்சலான தொனியில் பதிலளித்தாள் அவள்.

"அவள் என்னை அடித்துவிடுவாள் என்று சற்றுமுன் இப்போதுதானே சொன்னாய்?"

"அவள் என்னை அடிக்கட்டும்" – கண்கள் ஆவேசமாய் ஜொலித்தபடி அவள் பதிலளித்தாள்.

"அவள் அடிக்கட்டும்... அடிக்கட்டும்" என்று கசப்போடு திரும்பத் திரும்பச் சொன்னாள். அப்போது அவளது மேலுதடு வெறுப்போடு சுளித்தபடி துடித்துக்கொண்டிருந்தது.

நாங்கள் ஒரு வழியாக வாஸிலெவ்ஸ்கி தீவை வந்தடைந்தோம். டிரோஷ்கியை ஆறாவது தெரு ஆரம்பிக்கும் இடத்திலேயே நிறுத்தச் சொல்லிவிட்டு அவள் குதித்தாள். கவலையோடு சுற்று முற்றும் பார்த்தாள்.

"போய்விடுங்கள். நான் திரும்ப வருவேன்... இப்போது போய் வருகிறேன்" என்று திரும்பத் திரும்பச் சொன்னாள். நான் அவளைத் தொடர்ந்து வந்துவிடக் கூடாதென்ற பயங்கரப் பதட்டத்தோடு என்னிடம் இறைஞ்சிக் கொண்டிருந்தாள்.

"ம்... வேகமாகச் செல்லுங்கள்... சென்று விடுங்கள்."

நான் வண்டியில் தொடர்ந்து சவாரி செய்தேன். ஆனால் கரையோரமாகச் சில கஜதூரம் சென்ற பின் வண்டியை அனுப்பி விட்டு மீண்டும் ஆறாவது தெருவுக்குச் சென்றேன். தெருவின் குறுக்கே வேகமாக ஓடும்போது அவளைப் பார்த்தேன். அவள் வேகமாக நடந்து சென்று கொண்டிருந்தாலும் அதிக தூரம் போயி ருக்கவில்லை. அவ்வப்போது தொடர்ச்சியாகப் பின்பக்கம் பார்த்துக் கொண்டேதான் போனாள் அவள். நான் தொடர்ந்து வருகிறேனா என்று கவனிக்க இடையில் நிற்கக்கூட செய்தாள்.

ஆனால் நான் ஒரு வீட்டின் வெளிக் கதவருகே மறைந்து கொண்டதால் அவள் என்னைக் கவனிக்கவில்லை. அவள் தொடர்ந்து நடந்தாள்; நானும் தெருவின் மறுபக்கத்தில் அவளைப் பின்தொடர்ந்து சென்று கொண்டிருந்தேன்.

அளவுக்கதிகமான ஆர்வம் என்னுள் கிளர்ந்திருந்தது. அவளைத் தொடர்ந்து செல்ல வேண்டாம் என்று மனதுக்குள் தீர்மானம் செய்து வைத்திருந்தாலும் அவள் எந்த வீட்டில் வசிக்கிறாள் என்று மட்டுமாவது தெரிந்து வைத்துக்கொள்ள வேண்டுமென்று விரும்பினேன். ஒருவேளை அது தேவைப்படக் கூடுமென எண்ணினேன். வித்தியாசமான – மிகக் கடுமையான ஓர் உணர்வு என்னை அப்போது ஆட்கொண்டிருந்தது. ஆனால் அன்று... அந்த உணவு விடுதியில் வைத்து அஸோர்கா இறந்து போன சமயத்தில் அவளது தாத்தாவால் எனக்கு ஏற்பட்ட உணர்ச்சிக் கொந்தளிப்பிலிருந்து இது வித்தியாசமாக இருந்தது.

4

நாங்கள் இருவரும் வெகுதூரம் – கிட்டத்தட்ட 'மாலி பிராஸ் பெக்ட்' வரை சென்றுவிட்டோம். அவள் ஓட்டமும் நடையுமாகப் போய்க் கொண்டிருந்தாள். கடைசியில் ஒரு சிறிய கடைக்குள் நுழைந்தாள். நான் அப்படியே நின்று காத்துக் கொண்டிருந்தேன்.

'நிச்சயம் இந்தக் கடையில் அவள் வசிக்க மாட்டாள்' என்று நினைத்துக் கொண்டேன். ஒரு நிமிடம் கழித்து வெளியே வந்த போது அவள் கையில் புத்தகங்கள் இல்லை. அதற்குப் பதிலாக ஒரு மண்பாத்திரம் இருந்தது. இன்னும் சிறிது தூரம் சென்றபின், மிக மிகச் சாதாரணமாகத் தோன்றிய ஒரு வீட்டுக்குள் அவள் நுழைந்தாள். அந்த வீடு சிறியதுதான். மிகவும் பழையது. செங்கல்லால் கட்டப்பட்ட இரண்டு மாடி வீடு. அது அழுக்கு மஞ்சள் நிறத்தில் வண்ணமடிக்கப்பட்டிருந்தது. கீழ்த்தளத்திலிருந்த மூன்று குடியிருப்புகளில் ஒன்றின் ஜன்னலில் சிவப்பு நிறச் சவப்பெட்டியின் சிறிய 'மாதிரி' ஒன்று விளம்பரம்போல வைக்கப்பட்டிருந்தது. சவப் பெட்டி செய்யும் சிறு தொழிலாளி ஒருவன் அங்கே குடியிருக்கக் கூடும். மேல் தளத்திலிருந்த ஜன்னல்கள் சதுர வடிவில் மிக மிகச் சிறியவையாக இருந்தன. அவற்றில் பொருத்தியிருந்த மங்கலான பச்சை நிறக் கண்ணாடிகள் பலவும் விரிசல் விட்டும் உடைந்தும் போயிருந்தன. அவற்றின் வழியே உள்ளே தொங்கவிட்டிருந்த இளஞ்சிவப்பு நிறப் பருத்தித் திரைச்சீலைகளைப் பார்க்க முடிந்தது. தெருவைத் தாண்டிக் கொண்டு வீட்டின் அருகே சென்றேன். வெளிக்கதவில் பொருத்தியிருந்த இரும்புத் தகட்டில் 'திருமதி புப்னோவா' என்ற பெயர் பொறிக்கப்பட்டிருந்தது.

ஆனால் அதில் எழுதியிருந்தது என்ன என்பதை நான் சரியாகப் புரிந்துகொள்வதற்கு முன்பே காதைக் கிழிப்பது போன்ற ஒரு பெண்ணின் கூச்சல் முற்றத்திலிருந்து கேட்டது; தொடர்ந்து வசை மாரியும் பொழிந்தது. நான் வெளிக்கதவு வழியாகப் பார்த்தேன். மேலே செல்லும் மர மாடிப்படியில் பருமனான ஒரு பெண் நின்று கொண்டிருந்தாள். பச்சை சால்வை போர்த்திக் கொண்டு தலையில் தொப்பி வைத்து இருந்தாள். உப்பிப் போய் இரத்தச் சிவப்பாக இருந்த அவளது சிறிய கண்கள் கோபத்தில் கனன்று கொண்டிருந்தன. நடுப்பகல் கூட ஆகாத அந்த நேரத்தில் அவள் குடிபோதையின் பிடியில் இருந்தது தெளிவாகப் புலப்பட்டது.

பாவப்பட்ட யெலேனாவைப் பார்த்து உரக்கக் கத்திக் கொண்டிருந்தாள் அவள். கைகளில் பிடித்திருந்த பாத்திரத்தோடு நடுநடுங்கிப் போய் அவள் முன்நின்றிருந்தாள் யெலேனா. முகம் சிவக்க கோபத்தில் சத்தம் போட்டுக் கொண்டிருந்த பெண்ணின் பின்புறத்தில் நின்றபடி வேறொரு பெண் எட்டிப் பார்த்துக் கொண்டிருந்தாள். அலங்கோலமான தோற்றத்தில் – முகத்தில் பவுடரை அப்பிக் கொண்டு, பளீரென்ற உதட்டுச் சாயத்துடன் இருந்தாள் அவள். சிறிதுநேரம் கழித்துக் கீழ்த்தளக் கதவும் திறந்து கொள்ள எளிமையான, கண்ணியமான தோற்றத்திலிருந்த நடுத்தர வயதுப் பெண்மணி ஒருத்தி வெளியே வந்தாள். இங்கே கேட்ட கூச்சல் அவள் கவனத்தை ஈர்த்திருக்க வேண்டும். தரைத்தளத்தில் குடியிருந்த வயதான ஒரு கிழவரும், இளம்பெண் ஒருத்தியும் பாதி திறந்த கதவின் வழியே எட்டிப் பார்த்துக் கொண்டிருந்தனர். கையில் ஒரு துடைப்பத்தோடு முற்றத்தின் நடுவே நின்று கொண்டி ருந்த உயரமும், பருமனுமான மனிதன் அந்தக் குடியிருப்பின் காவலாளியாக இருக்க வேண்டும். அங்கே நடந்து கொண்டிருந்த விஷயங்களை அலட்சியமாகப் பார்த்துக் கொண்டிருந்தான் அவன்.

"நாசமாய்ப் போனவளே... ஏ இரத்தம் குடிக்கிற ஒட்டுண்ணிப் புழுவே" என்று மூச்சு விடாமல் ஆனால் மேல்மூச்சு வாங்கிய படி – இடைவெளியே இல்லாமல் – மோசமான வசவு வார்த்தை களால் தொடர்ந்து கூச்சலிட்டுக் கொண்டிருந்தாள் அந்தப் பெண்.

"ஏய் முரட்டுக் கழுதை, உன்னை இத்தனை காலம் கவனித்துக் கொண்டதற்கு நீ செய்வது ரொம்ப அழகாகத்தான் இருக்கிறது. வெள்ளரிக்காய் வாங்க அனுப்பினால் இவள் என்னடா என்றால் அப்படியே நழுவிப் போய்விட்டாள். இவளை வெளியே போகச் சொன்னபோதே திருட்டுத்தனமாகச் சென்றுவிடுவாள் என்று என் மனதுக்குப் பட்டது. ஆமாம் என் மனதுக்கு அது நன்றாகத் தெரிந்தது. நேற்று இரவுதான் அதற்காகவே அவளை வெளுத்து

வாங்கியிருக்கிறேன், இன்று மறுபடியும் அதே மாதிரி ஓடியிருக்கிறாள். எங்கேதான் போய்த் தொலைந்தாய் வேசி மகளே? நாசமாய்ப் போனவளே, யாரைத்தான் தேடிப் போனாய்... விஷப்பூச்சியே... நாற்றம் பிடித்தவளே, சொல்லித் தொலைக்கிறாயா? இல்லையென் றால் அப்படியே உன் கழுத்தை நெரித்துப் போட்டுவிடவா?"

கோபத்தின் உச்சத்தில் இருந்த அந்தப் பெண்மணி பாவப் பட்ட அந்தச் சிறுமியின் மேல் அப்படியே பாய்ந்தாள். அதற்குள் மாடிப்படிகளின் பின்னாலிருந்து தன்னைப் பார்த்துக் கொண்டி ருந்தவளைப் பார்த்ததும் சட்டென்று தன்னைக் கட்டுப்படுத்திக் கொண்டாள். பிறகு அவளை நோக்கிக் கைகளை ஆட்டியபடி முன்னை விடவும் உரத்த குரலில் கூச்சலிட ஆரம்பித்தாள். தான் குற்றம் சாட்டிக் கொண்டிருக்கும் அந்த அதிருஷ்டக்கட்டைச் சிறுமி செய்த பயங்கரமான தவறுகளுக்கு அந்தப் பெண்ணையும் சாட்சியாகக் கூட்டிக்கொள்வதுபோல இருந்தது அவளது அந்தச் செய்கை.

"இவளுடைய அம்மா இறந்துபோன பிறகு இந்த உலகத்தில் இவள் தனித்துவிடப்பட்டது இங்கே குடியிருக்கும் உங்கள் எல்லோருக்குமே தெரிந்ததுதான். நீங்கள் எல்லோருமே பாவப் பட்டவர்களாக, கைக்கும் வாய்க்கும் போதாத நிலையில் இருக்கும் போது உங்களிடம் அவளை எப்படி ஒப்படைப்பது என்றுதான் புனிதர் நிகோலாயை நினைத்து மனதில் வேண்டிக் கொண்டு அந்தக் காரியத்தை என் பொறுப்பிலேயே ஏற்றுக்கொண்டேன்; அந்த அநாதையை என் வசம் வைத்துக் கொண்டேன். ஆனால் உங்களுக்கு ஒன்று தெரியுமா? கடந்த இரண்டு மாதங்களாக அவளை வைத்துக் கொண்டிருக்கிறேனே... அவள் என் இரத்தத்தை உறிஞ்சாத குறைதான்! என்னைச் சக்கையாய்ப் பிழிந்தெடுக்கிறாள். அட்டைப்பூச்சி, சாரைப்பாம்பு... மோசமான குட்டிச்சாத்தான் எல்லாம் அவள்தான். நீங்கள் அவளை அடித்தாலும் சரி, தனியாக விட்டாலும் சரி எதற்குமே அவள் எதுவுமே பேசமாட்டாள். நாக்கை நீட்டிப் பேசாமல் அவள் இருப்பதைப் பார்த்தால் ஏதோ வாய் நிறைய தண்ணீர் அடக்கி வைத்திருப்பதைப் போலத்தான் தோன்றும். ஏ... துப்புக்கெட்ட பெண்ணே, ஏய் குரங்குமூஞ்சி... நீ என்னதான் நினைத்துக் கொண்டிருக்கிறாய்? நான் மட்டும் இல்லாமல் போயிருந்தால் நீ பட்டினியாய்க் கிடந்து சாக்கடை யிலேயே செத்துப் போயிருப்பாய்... ஊசி முள்ளாய் உறுத்தும் குட்டிப்பிசாசே! நான் உனக்குச் செய்ததையெல்லாம் வைத்துப் பார்த்தால் என் காலைக் கழுவி அந்தத் தண்ணீரை நீ குடித்தாலும் தகும். என்னைத் தவிர இந்த இடத்தில் யார் இருந்திருந்தாலும் இதற்குள் உன்னைத் தீர்த்துக்கட்டியிருப்பார்கள்."

"அதிருக்கட்டும் புப்னோவா! இந்தத் தடவை உனக்கு ஏன் இந்த அளவுக்குக் கோபம்? அப்படி என்னதான் செய்திருக்கிறாள் இவள்" என்று தன்னிடம் ஆங்காரமாகக் கொட்டித் தீர்த்தவளிடம் மரியாதையாக விசாரித்தாள் படிக்கட்டிலிருந்த அந்தப் பெண்மணி.

"கேளுங்கள்... நன்றாகக் கேளுங்கள். எனக்கொன்றும் பயமில்லை. சரியோ, தவறோ நான் சொன்ன பேச்சுக்குக் கீழ்ப்படியாமல் யாராவது நடந்து கொண்டால் எனக்குப் பிடிப்பதில்லை. என் வழக்கம் எப்போதும் அதுதான். இன்று காலை பார்த்தால் கிட்டத்தட்ட அவள் என்னைச் சாகடித்து விட்டாள் என்றே சொல்லலாம். கொஞ்சம் வெள்ளரிக்காய் வாங்கிவரச் சொல்லிக் கடைக்கு அனுப்பி வைத்தால் மூன்று மணிநேரம் கழித்துத் திரும்பி வருகிறாள். அவளை அனுப்பும்போதே எனக்கு மனதில் ஏதோ பட்டது. பிறகு என் நெஞ்சு வலித்தது... என் இதயத்தில் இரத்தம் கொட்டியது. அவள் அத்தனை நேரம் எங்கே இருந்தாள்? எங்கேதான் போனாள்? தன் கூட்டாளிகளாக யாரை இப்போது புதிதாகக் கண்டுபிடித்திருக்கிறாள்? அவளை நான் நன்றாக வைத்துக் கொள்ளவில்லையா... இப்படிப் பலவிதமாக யோசித்தேன். இவளுடைய துப்புக்கெட்ட அம்மா, எனக்குப் பதினான்கு ரூபிள் கடனைத் திருப்பிக் கொடுக்காமல் விட்டதையும் பொருட்படுத்தாமல் என் செலவிலேயே நான் அவளை அடக்கம் செய்தேன்; இந்தக் குட்டிச்சாத்தானையும் என் பொறுப்பில் எடுத்துக் கொண்டேன்... எல்லாம் உங்களுக்கே தெரிந்ததுதானே அம்மா? இவ்வளவு செய்திருக்கும்போது அவள் மீது எனக்கு உரிமை இருக்கக் கூடாதா என்ன? அவளாக அதை உணர்ந்து பார்க்காததோடு எனக்கு எதிராகவும் இப்போது போய்க் கொண்டிருக்கிறாள். நான் அவளைச் சந்தோஷமாக வைத்துக்கொள்ளத்தானே பார்த்தேன்? அவளுக்கு, அந்த அழுக்குப் பீடைக்கு மஸ்லின் கவுன் போட்டுவிட ஆசைப்பட்டேன். கோஸ்டினிடிவோர் கடையிலிருந்து அவளுக்கு ஒரு ஜோடி பூட்ஸ் வாங்கினேன். ஒரு மயிலைப் போல அலங்காரம் செய்தேன். கண்ணுக்கு விருந்தாகக் காட்சியளிக்குமாறு எல்லாம் செய்தேன்.

ஆனால் இதை உங்களால் நம்ப முடிகிறதா சொல்லுங்கள். இரண்டே நாட்களில் அந்த உடையைத் தார் தாராகக் கிழித்துப் போட்டு விட்டாள். அப்படியே வெளியே போகிறாள்... ஆமாம் அப்படியே போகிறாள். அதைப் பற்றி என்ன நினைக்கிறீர்கள்? அவள் வேண்டுமென்றேதான் கிழிக்கிறாள். நிச்சயம் நான் பொய் சொல்லவில்லை. நானே என் கண்ணால் அதைப் பார்த்தேன். இன்னும் சொல்லப் போனால் கந்தல் ஆடையில் போனாலும் போவாளே தவிர மஸ்லின் அணிய மாட்டாள். ஆமாம் அதற்குத்

தான் அவளுக்கு நன்றாகக் கொடுத்தேன். அப்படி அடி வெளுத்து வாங்கிவிட்டேன். அதற்கப்புறம் டாக்டரை வரவழைத்து அவருக்குப் பணமும் கொடுத்தேன். இந்தப் பூச்சியைக் கழுத்தை நெரித்துக் கொன்று போட்டுவிட்டால் ஒரு வாரம் அதற்குப் பரிகாரமாகப் பால் குடிக்காமல் இருப்பேன். அவ்வளவுதான். ஏதோ ஒரு தண்டனையாக அவளைத் தரையைத் துடைக்கச் சொல்லிவிட்டேன், என்ன நடந்தது தெரியுமா? துடைக்கிறாள் துடைக்கிறாள், துடைத்துக் கொண்டே இருக்கிறாள் இந்தக் குள்ளநரி! அவள் அப்படிச் செய்ததைப் பார்த்து இரத்தம் கொதித்தது எனக்கு. அப்போதே என்னிடமிருந்து நழுவி ஓடிவிடப் போகிறா ளென்றுதான் எனக்குத் தோன்றியது. அப்படி நினைத்துக்கொண்டே சுற்றுமுற்றும் பார்த்தால் நேற்று ஓடிப் போய் விட்டாள். அதற்காக அவளைப் போட்டு அப்படி அடித்தேன். அதில் என் கைகள் இன்னும்கூட வலிக்கின்றன. அவளுடைய காலணியையும், கால் உறையையும் ஒளித்து வைத்துவிட்டேன்; அப்படிச் செய்தால் அவள் வெளியே போக மாட்டாளென்று நினைத்தேன்.

ஆனால் இன்றைக்கும் கூட என்னிடமிருந்து தப்பித்துப் போயிருக்கிறாள். எங்கேதான் போனாய்? அதைச் சொல்லித் தொலை! ஏய் பாம்புக்குட்டி! யாரிடம் என்னைப் பற்றிப் புகார் சொல்லப் போனாய்? யாரிடம் இந்தக் கதையையெல்லாம் அளக்கப் போனாய்! ஏ நாடோடிப் பெண்ணே... வெளிநாட்டுக் கறுப்பியே... சொல்லு விஷயத்தை."

ஆவேசத்தின் உச்சத்தில் இருந்த அந்தப் பெண்மணி பயந்து நடுங்கிக் கொண்டிருந்த அந்தச் சிறுமியின் மீது பாய்ந்து அவளது தலைமுடியைப் பிடித்து இழுத்துத் தரையில் தள்ளினாள். வெள்ளரிக்காய் வைத்திருந்த பாத்திரம் கீழே விழ, காய்களும் நசுங்கிப் போயின. அது, அந்தக் குடிகாரியின் மூர்க்கத்தை இன்னும் கூடுதலாக்கியது. அந்தக் குட்டிப்பெண்ணின் முகத்திலும், தலையிலும் மாறி மாறி அடித்துக் கொண்டே இருந்தாள் அவள்; ஆனால் யெலேனாவோ பிடிவாதமாக மௌனம் சாதித்தபடி இருந்தாள். இத்தனை அறை விழுந்தும் ஒரு சத்தமோ, அழுகையோ, எதிர்ப்புக் குரலோ அவளிடமிருந்து எழவே இல்லை.

மிகுந்த கோபத்துடன் இருந்த நான், முற்றத்தில் இறங்கி நேரே அந்தக் குடிகாரப் பெண்ணை நோக்கிச் சென்றேன்.

"நீங்கள் என்ன செய்கிறீர்கள்? ஒரு பாவப்பட்ட ஏழை அநாதைப் பெண்ணை இப்படியா நடத்துவது?" என்று கத்திக் கொண்டே அந்த முரட்டுத்தனமான பெண்ணின் கையைப் பிடித்துத் தடுத்தேன்.

"என்ன இது புதிதாய்? யார் நீங்கள்" என்று கூச்சலிட்டுக் கொண்டே யெலேனாவை விட்டு விட்டு இடுப்பில் கை வைத்துக் கொண்டாள் அவள்.

"என் வீட்டில் உங்களுக்கென்ன வேலை?"

"நீங்கள் இதயமே இல்லாத ஒரு பெண்மணி" என்று நானும் சத்தம் போட்டேன்.

"ஒரு ஏழைக் குழந்தையை இந்த அளவு கொடுமைப்படுத்துவதற்கு என்ன தைரியம் உங்களுக்கு? அவள் உங்கள் சொந்தக்காரியும் இல்லை. இப்போது உங்கள் வாய் வார்த்தைகளாலேயே அவள் ஏதோ ஒரு ஏழை அநாதைப் பெண் என்றும் நீங்கள் அவளை வளர்த்து வருகிறீர்கள் என்றும் தெரிந்து கொண்டு விட்டேன்."

"ஐயோ கடவுளே, ஜீசஸ்" என்று ஆவேசமாகக் கூச்சலிட்டாள் அவள்.

"ஆனால் இதில் மூக்கை நுழைப்பதற்கு நீ யார்? அவளோடு கூடவே வந்தாயா என்ன? நான் நேரே காவல்துறைத் தலைவரிடம் போகப் போகிறேன். ஆண்ட்ரோன் டிமோஃபெயிச் என்னை மதிப் போடு நடத்துபவர். ஓ, சரி சரி! அப்படியானால் அவள் உன்னைப் பார்க்கத்தான் போய்க் கொண்டிருக்கிறாளா? இன்னொருவர் வீட்டுக்குள் புகுந்து இப்படித் தகராறு செய்கிறாயா நீ...?" என்று தன் முஷ்டியை மடக்கிக் கொண்டு பயமுறுத்துவது போல என் மீது பாய்ந்தாள் அவள். ஆனால் சரியாக அதே நேரத்தில் அமானுஷ்யமான வகையில் காதைத் துளைத்தெடுக்கும் ஓர் ஓலம் கேட்டது. நான் திரும்பிப் பார்த்தேன். உணர்ச்சியே இல்லாததுபோல் நின்றுகொண்டிருந்த யெலேனா, பயங்கரமாக அமானுஷ்யமாகக் கத்தியபடி திடீரென்று கீழே சரிந்தாள். அவள் உடல் முழுவதும் முறுக்கிக் கொண்டது; முகம் இழுபட்டு நெளிந்தது. காக்காய் வலிப்பின் பிடியில் இருந்தாள் அவள். அலங்கோலமான தோற்றத் தில் மாடிப்படியருகே நின்றிருந்த இன்னொரு பெண்ணும், தரைத் தளத்தில் குடியிருந்த பெண்ணும் சிறுமியின் அருகே சென்று அவளைத் தூக்கிக் கொண்டு படிகளில் ஏறிச் சென்றனர்.

"நான் இவ்வளவு தூரம் கவனித்துப் பார்த்து! சரிதான் செத்துப் போ... நாசமாய்ப் போன பாவியே" என்று அவர்கள் பின்னாலிருந்து கூச்சலிட்டாள் அந்தப் பெண்மணி.

"இந்த மாதத்தில் மூன்றாவது முறையாக வந்த வலிப்பு இது" என்றவள்,

"வேசி மகனே, இன்னும் என்ன வேலை உனக்கு? போய்த் தொலை இங்கிருந்து... என்று என்னைப் பார்த்து மறுபடியும் கத்தினாள்.

“ஏ காவல்காரா? ஒன்றும் செய்யாமல் இப்படித் தண்டமாய் நின்று கொண்டிருப்பதற்குத்தான் நீ சம்பளம் வாங்கிக் கொண்டி ருக்கிறாயா?” என்று குடியிருப்பின் காவலாளியிடம் கோபப் பட்டாள்.

“ம்... ம்... வெளியே செல்லுங்கள். தலைக்கு ஒரு அடி வேண்டி யிருக்கிறதோ” என்று வழக்கமான இயந்திரப் போக்கில் வெளியே வந்து சோம்பேறித்தனமாகக் குரல் கொடுத்தான் காவலாளி.

“இரண்டு பேர் சண்டை போடும் இடத்தில் மூன்றாவது ஆளுக்கு என்ன வேலை? தொப்பியை மாட்டிக் கொண்டு வெளியே போகிற வழியைப் பாருங்கள். ம்! நடையைக் கட்டுங்கள்.”

அதற்கு மேல் வேறு வழியில்லை. நான் தலையிட்டதில் சுத்தமாக எந்தப் பயனும் இல்லை என்று உணர்ந்து கொண்டு வாசலை விட்டு வெளியேறினேன். ஆனால் என்னுள் கோபம் குமுறிக்கொண்டிருந்தது. வீட்டுக்கு எதிரே அதை நோக்கியபடி இருந்த நடைபாதையில் நின்றபடி வெளிக்கதவு வழியாகப் பார்த்தேன். நான் வெளியேறியதுமே மூர்க்கமான அந்தப் பெண் படிகளில் மேலேறிச் சென்று விட்டாள்; காவலாளியும் தன் கடமையைச் செய்து முடித்த நினைப்பில் எங்கோ மறைந்து விட்டான். ஒரு நிமிடத்துக்குப் பிறகு யெலேனாவை மேலே தூக்கிச் செல்ல உதவி செய்த பெண்மணி வேகமாகப் படிக்கட்டில் இறங்கிக் கீழ்த்தளத்துக்கு வந்தாள். என்னை அங்கே கண்டதும் சிறிது நேரம் அப்படியே நின்று என்னை ஆச்சரியமாகப் பார்த்தாள். அமைதியும், அன்பும் பொருந்திய அவள் முகம் எனக்குக் கொஞ்சம் தைரியம் தர, நான் திரும்பவும் அந்த வீட்டு முற்றத்தை அடைந்து நேரே அவளிடம் சென்றேன்.

“இந்தச் சிறுமி யார் என்பதையும் அவளை வைத்து இந்தக் கொடுமைக்காரப் பெண்மணி என்னதான் செய்து கொண்டிருக் கிறாள் என்பதையும் நான் தெரிந்து கொள்ளலாமா? ஏதோ ஒரு ஆர்வத்தில் பொழுது போகாமல் கேட்கிறேன் என்று நினைக்க வேண்டாம். நான் இந்தச் சிறுமியைச் சந்தித்திருக்கிறேன். சில குறிப்பிட்ட சூழ்நிலைகள் காரணமாக எனக்கு அவள்மீது அக்கறை யும் இருக்கிறது.”

“அப்படி உங்களுக்கு அவள் மீது அக்கறை இருந்ததென்றால் வீட்டுக்குக் கூட்டிச் செல்லுங்கள், அல்லது அவளுக்கு ஏற்றதாக ஒரு இடத்தைக் கண்டுபிடித்து அங்கே ஒப்படையுங்கள். இப்படி இங்கே இருந்து அவள் பாழாய்ப் போக வேண்டாம்”

– தன் தயக்கத்தை வெளிப்படையாகக் காட்டிக்கொண்டு என்னிடமிருந்து விரைவாக விலகிச் செல்ல முற்பட்டாள் அந்தப் பெண்.

"ஆனால்... நீங்கள் ஏதாவது விவரம் சொல்லாமல் என்னால் என்ன செய்ய முடியும்? எனக்கு அந்தச் சிறுமியைப் பற்றி எதுவுமே தெரியாது. ஆமாம், அந்தப் பெண்மணிதான் இந்த வீட்டுச் சொந்தக்காரியான புப்னோவாவா?"

"ஆமாம்"

"இந்தச் சிறுமி அவள் கைகளில் எப்படிக் கிடைத்தாள்? அவளது அம்மா இங்கேதான் இறந்தாளா?"

"எப்படியோ அவள் கைகளில் சிக்கி விட்டாள், அவ்வளவுதான். எங்களுக்கும் அதற்கும் சம்பந்தமில்லை" என்று சொன்னபடி மீண்டும் அங்கிருந்து நகரப் பார்த்தாள் அவள்.

"தயவுசெய்து எனக்கு ஒரே ஒரு உதவி மட்டும் செய்யுங்கள். எனக்கு அந்தக் குட்டிப் பெண் மீது அக்கறை இருப்பதால் என்னால் முடிந்த எதையாவது அவளுக்குச் செய்ய முடியும். அந்தச் சிறுமி யார்? அவளது அம்மா யார்? உங்களுக்குத் தெரியுமா?"

"ஏதோ அயல் தேசத்திலிருந்து வந்தவள் போல இருந்தாள். எங்கள் குடியிருப்புக்குக் கீழேதான் வசித்து வந்தாள். புதிதாகக் குடி வந்தவள்; பெரிய நோயாளி. காச நோயால் இறந்து போனாள்."

"தரைத்தளத்துக்கும் கீழே உள்ள நிலவறைப் பகுதியில் குடி யிருந்தாள் என்றால் நிச்சயம் மிகவும் ஏழையாக இருக்க வேண்டும் இல்லையா?"

"கடவுளே, வெறும் ஏழை மட்டுமா அவள்? நமக்கு இரத்தக் கண்ணீரை வரவழைத்து விடுவாள். நாங்களே வாய்க்கும், வயிற்றுக்கும் போதாத ஒரு வாழ்க்கையை நடத்திக் கொண்டிருக் கிறோம். ஐந்து மாதம் குடியிருந்ததற்கு எங்களிடம் ஆறு ரூபிள் கடன் வைத்துவிட்டுப் போய்விட்டாள். அவளை நாங்கள் புதைக்க வேறு செய்தோம். என் கணவர்தான் சவப்பெட்டி செய்தார்."

"ஆனால் அடக்கம் செய்த செலவு தன்னுடையது என்றல்லவா புப்னோவா சொன்னாள்."

"ஹ்ம்... புப்னோவாதானே? செய்வாள் செய்வாள்"

"ஆமாம்! இறந்துபோன பெண்ணின் பெயரென்ன?"

"என்னால் அதை உச்சரிக்கக்கூட முடியாது. மிகவும் கஷ்ட மான வார்த்தை அது. ஒருவேளை அது ஏதாவது ஜெர்மன் பெயராக இருக்கலாம்."

"ஸ்மித்... என்று எதுவும் பெயருக்குப் பின்னால் வருகிறதா?"

"இல்லையில்லை. அந்தப் பெயர் இல்லை. புப்னோவா இந்த அநாதையைத் தன் பொறுப்பில் எடுத்து வளர்ப்பதாகச் சொல்லிக் கொள்கிறாள். ஆனால் ஏதோ சரியாக இல்லை..."

“ஏதாவது குறிப்பிட்ட ஒரு நோக்கத்துக்காக அந்தச் சிறுமியைப் பொறுப்பேற்றுக் கொண்டிருப்பாளோ?”

“அவளால் உருப்படியாக எந்தப் பயனுமே இல்லை” என்று பதிலளித்து விட்டு, தொடர்ந்து பேசுவதா வேண்டாமா என்று யோசித்த அந்தப் பெண்,

“சரி... சரி... அதைப் பற்றி எங்களுக்கென்ன வந்தது? நாங்கள் வெளியாட்கள்” என்றாள்.

“நீ கொஞ்சம் வாயை மூடிக்கொண்டிருப்பது நல்லது” என்று எங்களுக்குப் பின்னாலிருந்து ஒரு ஆண்குரல் கேட்டது. நடுத்தர வயது நிரம்பிய அந்த மனிதன் அங்கி ஒன்றையும் அதன் மீது ஒரு முழுக் கோட்டையும் போட்டுக் கொண்டிருந்தான். ஒரு தொழிலாளியைப் போன்ற தோற்றத்தில் இந்த அவன், அந்தப் பெண்ணின் கணவன்தான்.

“இதோ பாருங்கள் ஐயா, அவளுக்கு உங்களிடம் பேச எதுவும் இல்லை. அது எங்களோடு சம்பந்தப்பட்டதும் இல்லை” என்று சொன்னபடி என்னை ஓரப்பார்வை பார்த்துக் கொண்டே அவளிடம் “போ உள்ளே” என்றான்.

“நீங்கள் கிளம்புங்கள் ஐயா. நாங்கள் சவப்பெட்டி செய்யும் தொழிலாளர்கள். அது விஷயமாக எங்களிடம் ஏதாவது தேவைப் பட்டால் சொல்லுங்கள்... மற்றபடி எங்களுக்குச் சொல்ல ஏதுமில்லை.”

நான் யோசனையோடு வெளியேறினேன். மிகவும் உணர்ச்சி வசப்பட்டிருந்தேன். என்னால் எதுவும் செய்ய முடியாதென்ற போதும் அப்படி எளிதாக விட்டுவிடுவது எனக்குக் கடினமாக இருந்தது. குறிப்பாக சவப்பெட்டி செய்பவனின் மனைவி சொன்ன சில வார்த்தைகள் என்னைக் கிளறிவிட்டிருந்தன. ஏதோ ஒரு தவறான காரியம் இதன் பின்னணியில் இருப்பதை என்னால் உணரமுடிந்தது.

கீழே பார்த்தபடி சிந்தித்துக் கொண்டே நடந்து போய்க் கொண்டிருந்த என் பெயரைச் சொல்லி ஒரு கீச்சுக்குரல் அழைத்தது. நான் நிமிர்ந்து பார்த்தேன். குடிபோதையில் இருந்த ஒரு மனிதன் நிற்க முடியாமல் தள்ளாடியபடி என் எதிரே நின்றிருந்தான். அவனது உடை நாகரிகமாகச் சுத்தமாக இருந்தாலும் அவனது ஓவர்கோட் கசங்கியிருந்தது. தொப்பியிலும் எண்ணெய்க் கறை படிந்திருந்தது. அவனது முகம் மிகவும் பரிச்சயமானதாகத் தெரியவே இன்னும் நெருக்கத்தில் பார்த்தேன். அவன் என்னைப் பார்த்துக் கண்ணடித்தபடி குறும்பாய்ச் சிரித்தான். “என்ன என்னைத் தெரியவில்லையா?” என்றான்.

5

"அட... மாஸ்லோபோயேவா?" மாகாணப் பள்ளியில் உடன் படித்த தோழன் அவன் என்பதைச் சட்டென்று அடையாளம் கண்டுகொண்டு கத்தினேன்.

"ஆச்சரியமாயிருக்கிறதே."

"ஆமாம் நிச்சயமாக ஆச்சரியம்தான். நாம் சந்தித்து ஆறு ஆண்டுகள் ஆகியிருக்கலாம். ஒருவேளை நாம் வழியில் எதிர்ப்பட்டிருந்தாலும் கூட மேன்மை மிக்க உங்கள் பார்வை என்மீது படக் கருணை கூராமலும் இருந்திருக்கலாம். நீங்கள் இலக்கிய உலகில் ஒரு தளபதியல்லவா."

– இப்படிச் சொல்லிவிட்டு அவன் குறும்பாகச் சிரித்தான்.

"மாஸ்லோபோயேவ், என் பழைய நண்பனே... இப்படியெல்லாம் பொய் சொல்லாதே" என்று அவன் பேச்சை இடைமறித்தேன்.

"முதலாவதாகச் சொல்லப் போனால் இலக்கியவாதிகளாகவே இருந்தாலும் தளபதிகள் என்னைப் போல இல்லாமல் மிகவும் வித்தியாசமாக இருப்பார்கள். அடுத்ததாகச் சொல்கிறேன் கேட்டுக் கொள். வீதியில் இரண்டொரு முறை உன்னைச் சந்தித்ததாக எனக்கு ஞாபகம் இருக்கிறது. ஆனால் நீ வேண்டுமென்றே என்னைப் பார்ப்பதைத் தவிர்த்தாய். என்னைப் பார்ப்பதைத் தவிர்க்க முயற்சி செய்யும் மனிதனிடம் நானாக ஏன் போக வேண்டும்? சரி... நான் என்ன நினைக்கிறேன் தெரியுமா? இப்போதும் கூட நீ குடித்திருக்கா விட்டால் என்னைக் கூப்பிட்டிருக்க மாட்டாய். அது உண்மை தானே? சரி, எப்படி இருக்கிறாய் சொல். பழைய நண்பனான உன்னைச் சந்தித்தது எனக்கு மிகவும் மகிழ்ச்சியாக இருக்கிறது."

"அப்படியா? சரி... இப்போது எந்தச் சம்பிரதாயமும் இல்லாமல் தற்செயலாக உன்னைச் சந்தித்ததன் வழி அதை ஈடுகட்டிவிட்டேன் தானே? என்னைப் பற்றிப் பேச என்ன இருக்கிறது? அது ஒன்றும் அவ்வளவு பெரிய விஷயமில்லை. நீ எவ்வளவு நல்லவன் என்பதை எப்போதும் நான் நினைத்துப் பார்ப்பேன் வான்யா. உன்னை ஒரு முறை நான் எப்படி அடித்தேன் என்பது நினைவிருக்கிறதா? நீ எதுவுமே பேசவில்லை, திருப்பியும் தாக்கவில்லை. நானோ அதற்கு நன்றியுடன் இருப்பதற்குப் பதிலாக ஒரு வாரம் கழித்து உன்னைப் பரிகாசம் செய்தேன். நீ ஆசீர்வதிக்கப்பட்ட ஒரு அப்பாவி ஜீவன், என் அன்புத் தோழனே... உன்னைப் பார்ப்பதில் மகிழ்ச்சி" (நாங்கள் ஒருவரை ஒருவர் முத்தமிட்டுக்கொண்டோம்).

"எத்தனை வருடங்கள்... எத்தனை இரவு பகல்கள்? எத்தனை பகல் இரவுகள்? நான் தன்னந்தனியாகப் போராடிக் கொண்டிருக்கிறேன். ஆனால் பழைய காலங்களை நான் மறந்ததே இல்லை. நீயும் மறந்து விடாதே, ஆமாம் நீ என்ன செய்து கொண்டிருக்கிறாய்?"

"நானா? நானும் கூடத் தன்னந்தனியாகப் போராடிக் கொண்டுதான் இருக்கிறேன்."

அவன் என்னை நீண்ட நேரம் பார்த்துக் கொண்டே இருந்தான். மதுவால் பலவீனமாகியிருந்த ஒரு மனிதனின் உணர்ச்சி வசப்பட்ட நிலை அது.

"இல்லை வான்யா. நீ என்னிலிருந்து வேறுபட்டவன், வித்தியாசமானவன்" என்று சற்றுத் துயரம் கலந்த தொனியில் சொன்னான் அவன்.

"நான் அதைப் படித்துவிட்டேன் வான்யா, உனக்குத் தெரியுமா, நான் அதைப் படித்து விட்டேன். நாம் கொஞ்சம் மனம் விட்டுப் பேசலாமென்று நினைக்கிறேன். உனக்கு எதுவும் அவசரமா?"

"ஆமாம் அவசரம்தான். குறிப்பிட்ட ஒரு விஷயத்தைப் பற்றி மிகவும் கவலையோடு இருக்கிறேன். நல்லதாக வேறொரு யோசனை சொல்லவா? நீ எங்கே வசிக்கிறாய்?"

"அதைப் பிறகு நான் சொல்கிறேன். ஆனால் அங்கே இப்போது போக வேண்டாம் அதைவிட சிறந்த யோசனை ஒன்று சொல்கிறேன் கேள்."

"என்ன அது?"

"அதோ அங்கே பார்த்தாயா?" என்றபடி நாங்கள் நின்று கொண்டிருந்த இடத்திலிருந்து சில அடி தள்ளியிருந்த ஒரு கடையின் விளம்பரப் பலகையை அவன் எனக்குச் சுட்டிக் காட்டினான்.

"அது ஒரு பேக்கரி; உணவுவிடுதியும் கூடத்தான். உட்கார்ந்து சாப்பிட முடியும், நல்ல இடம். கௌரவமான இடம் என்றே சொல்லலாம். ஐயோ... அங்கே கிடைக்கிற வோட்கா இருக்கிறதே... அதற்கு நிகர் அது மட்டும்தான். 'கீவ்' என்ற இடத்திலிருந்து அதைக் கால்நடையாகவே கொண்டு வருகிறார்கள். நான் அதைக் குடித்திருக்கிறேன். பலமுறை அதை அருந்தி இருக்கிறேன், எனக்குத் தெரியும் அதைப் பற்றி. மட்டமான சரக்கை எனக்குத் தர அவர்கள் ஒருபோதும் துணிய மாட்டார்கள். ஃபிலிப் ஃபிலிப்பிச் பற்றி அவர்களுக்குத் தெரியும். நான்தான் அந்த ஃபிலிப் ஃபிலிப்பிச் என்பது உனக்குத்தான் தெரியுமே? ஏன் முறைக்கிறாய்? சரி நான் சொல்வதைக் கேள். மணி பதினொன்றே கால் என்று இப்போது

தான் பார்த்தேன். சரியாக பதினொன்று முப்பந்தைந்துக்கு உன்னைவிட்டுவிடுவேன். அதற்குள் ஏதாவது விஷயங்களைப் புரட்டிப் பார்ப்போம். பழைய சிநேகிதனுக்காக இருபதே நிமிடங்கள். சரிதானே? ஒத்துக்கொள்கிறாய்தானே."

"இருபது நிமிடம் மட்டுமென்றால் சரிதான், காரணம் உண்மையாகவே எனக்கு இப்போது ஒரு வேலை இருக்கிறது என் இனிய நண்பனே."

"ஆமாம்... அப்படியே வைத்துக் கொள்வோம். சரி, இங்கே என்னைப் பார், நாம் பேசுவதற்கு முன்னால் முதலில் இரண்டே வார்த்தைகள். நீ ஏதோ பெரிய சுமையைச் சுமந்து கொண்டிருப்பது போலக் களையே இல்லாமல் – கொஞ்சம் கூட சந்தோஷமே இல்லாமல் தெரிகிறாயே? அப்படித்தானா?"

"ஆமாம், அதேதான்"

"பார்த்தாயா? நானும் அதேதான் நினைத்தேன். முகத் தோற்றத்தை வைத்து ஒருவரின் மனதை அறிந்து கொள்ளும் கலையை நான் கொஞ்சம் கற்றுக்கொண்டு வருகிறேன். எப்படியோ அது எனக்கு ஒரு நல்ல பொழுதுபோக்காக இருக்கிறது. அது போகட்டும் விடு. நாம் அங்கே போய் சிறிதுநேரம் அரட்டை அடிக்கலாம். அந்த இருபது நிமிடங்களில் முதலில் ஒருவருக்கொருவர் வாழ்த்து பரிமாறிக் கொண்டு பிர்ச் 'ஒயின்' சுவைப்போம். தொடர்ந்து 'ஆரஞ்சு பிட்டர்ஸ்', அப்புறம் 'பார்ஃபெய்ட் ஆமர்' என்று பலவகைப்பட்ட கலவையான மதுபானங்கள்... அதன் பிறகு வேறேதாவது யோசித்து சொல்கிறேன். ஆமாம்... நான் ஒரு குடிகாரன்தான் என் பழையகால நண்பனே, ஞாயிற்றுக்கிழமைகளில் சர்ச்சில் நடக்கும் பகல் நேரத்துப் பூசைக்குப் போகும்போது மட்டும்தான் நான் குடிக்காமல் தெளிவாக இருக்கிறேன். அந்த நேரம் மட்டுமே. உனக்கு விருப்பமில்லையென்றால் நீ குடிக்க வேண்டாம். சும்மா அங்கே என்னோடு இருந்தால் போதும். ஆனால் நீயும் என்னோடு சேர்ந்து குடித்தால் அது பெரிய மனுஷத்தனமாக இருக்கும். சரி வா. நாம் சிறிது நேரம் பேசிக் கொண்டிருந்து விட்டு இன்னொரு பத்து வருடங்கள் பிரிந்து போகலாம். நான் உனக்குச் சமமான நண்பனே இல்லை வான்யா."

"ரொம்ப உளறாதே. வா வேகமாய்ப் போகலாம். சரியாக இருபது நிமிடங்கள்தான் உன்னோடு. பிறகு என்னை விட்டுவிட வேண்டும்."

அந்த உணவு விடுதிக்குச் செல்ல இரண்டு தளங்கள் கொண்ட மர மாடிப் படிகளில் நாங்கள் ஏறிச் செல்ல வேண்டியிருந்தது. தெருவிலிருந்து இரண்டாம் தளத்துக்குச் செல்லும் வகையில்

படிகள் அமைந்திருந்தன. படிகளில் ஏறும்போது மிக மோசமாகக் குடித்திருந்த இரண்டு பேர் எங்களை எதிர்ப்பட்டார்கள். எங்களைப் பார்த்ததும் தள்ளாடியபடியே சற்று நகர்ந்து கொண்டார்கள். அவர்களில் ஒருவன் மிகவும் வயது குறைந்தவன்; இளமைத் துடிப்போடு அகம்பாவமாகக் காணப்பட்ட அவன் ஒரு பெரிய முட்டாள் என்பது அவன் முகத்திலேயே எழுதியிருந்தது. தாடி இல்லாமல் அரும்பு மீசையோடு இருந்தான் அவன். பகட்டான உடைகளையே அவன் அணிந்திருந்தான். ஆனால் வேறு யாரோ ஒருவருடையதை அவன் உடுத்திக் கொண்டிருப்பது போல அவை அவனுக்குப் பொருத்தமில்லாமல் – பரிகசிக்கத்தக்க வகையில் இருந்தன. அவனது விரல்களில் விலையுயர்ந்த மோதிரங்களை அணிந்திருந்தான்; அவனது 'டை'யிலிருந்த அலங்கார ஊசியும் கூடுதல் விலை மதிப்புக் கொண்டதே. தலையைக் குடுமி முடிவது போல அவன் வாரியிருந்த விதம் கேலிக்கூத்தாகக் காட்சியளித்தது. விடாமல் ஏதோ முனகிக்கொண்டும், புன்னகை செய்த வண்ணமுமே இருந்தான் அவன். அவனோடு கூட வந்த மனிதனுக்கு ஐம்பது வயதிருக்கலாம். பருமனாக, பெரிய தொந்தியோடு இருந்த அவன், அலட்சியமாக உடையணிந்திருந்தான். அவனது 'டை'யிலும் ஒரு அலங்கார ஊசி இருந்தது. அம்மைத் தழும்புகள் நிறைந்த அவன் முகம் குடியால் ஊதிப்போய்க் கிடந்தது. பொத்தான் போலத் துருத்திக் கொண்டிருந்த அவன் மூக்கின் மேல் அவன் அணிந்திருந்த கண்ணாடி தொங்கிக்கொண்டிருந்தது. வழுக்கைத் தலையில் ஆங்காங்கே ஒட்டுப்போட்டது போல சில முடிகள் தெரிந்தன. அவனது முகபாவனை அவனிடம் ஏதோ ஒரு தீயகுணம் இருப்பதையும் அவனது சிற்றின்ப வேட்கையையும் காட்டிக்கொண்டிருந்தது.

வெறுக்கத்தக்க, அவநம்பிக்கை தோய்ந்த அவனது தீய கண்கள் உப்பிக் கிடந்தன. அவனது கன்னத்துக்குள்ளிருந்து வெளியே துருத்திக் கொண்டிருப்பது போல அவை தோற்றமளித்தன. மாஸ்லோபோயேவை அவர்கள் இருவரும் ஏற்கனவே அறிந்திருக் கிறார்கள் என்பது வெளிப்படையாகத் தெரிந்தது. ஆனால் அந்தத் தொந்தி மனிதன் எங்களைப் பார்த்ததும் ஒரு வினாடி எரிச்சலோடு முகத்தைச் சுளித்தான்; அந்த இளைஞனோ அருவருக்கத்தக்க ஒரு புன்னகையோடு தன் தொப்பியைக் கழற்றி வணக்கம் செய்தான்.

"மாஸ்லோபோயேவ்! எங்களை மன்னித்துவிடு" என்று மிகப் பணிவோடு அவனைப் பார்த்து முணுமுணுத்தான்.

"என்ன விஷயம்?"

"உன்னிடம் மன்னிப்புக் கேட்டுக் கொள்கிறேன். நான்..." என்றபடி தோளைச் சற்றே குலுக்கினான் அவன்.

“அங்கே மிட்ரோஷ்கா இருக்கிறான். அவன் ஒரு போக்கிரி. எப்போதுமே அவன் அப்படித்தான்.”

“சரி... என்னதான் விஷயம்?”

“ஒன்றுமில்லை... எல்லாம் அந்த மிட்ரோஷ்காவைப் பற்றித் தான். போன வாரம் ஒரு கேவலமான விபசார விடுதியில் அவன் முகத்தில் புளித்த வெண்ணெயை அப்பி விட்டார்கள், அதுதான்” என்றபடி இளித்தான் அவன்.

அவனது கூட்டாளி எரிச்சலோடு அவனுடைய முழங்கையில் இடித்தான்.

“எங்களோடு நீயும் வந்தாலென்ன ஃபிலிப் ஃபிலிப்பிச்? டுஸ்ஸாட்டுக்குப் போய் அரை டஜன் புட்டிகளைக் காலி செய்து விடலாம். எங்களோடு வருகிறாயா?”

“இல்லை தோழா, இப்போது வேறு வேலை இருக்கிறது. என்னால் முடியாது” என்று பதிலளித்தான் மாஸ்லோபோயேவ்.

“எனக்கும் உன்னிடம் ஒரு வேலை இருக்கிறது” என்று மீண்டும் இளித்தான் அவன். அவனது கூட்டாளி மறுபடியும் அவனது முழங்கையில் இடித்தான்.

“அதெல்லாம் பிறகு பார்க்கலாம்... அப்புறம்... அப்புறம்” அவர்களைப் பார்ப்பதை வேண்டுமென்றே தவிர்த்தான் மாஸ்லோ போயேவ்.

உணவு விடுதியின் முன்னறைக்குள் நாங்கள் நுழைந்தோம். அதன் முழு நீளத்திலும் அமைந்திருந்த உணவு வழங்கும் பகுதி சுத்தமாக இருந்தது. பல வகையான தின்பண்டங்கள், கேக்குகள், வண்ண வண்ணமான பல மது வகைகள் ஆகியவை அங்கே வரிசை யாக அடுக்கி வைக்கப்பட்டிருந்தன. அங்கே சென்ற உடனேயே அங்கிருந்த ஒரு மூலைக்கு என்னை அழைத்துச் சென்று விஷயத்தைச் சொல்ல ஆரம்பித்துவிட்டான் மாஸ்லோபோயேவ்.

“அந்த வாலிபனின் பெயர் சிஸோப்ரியுகோவ். அவனது தந்தை மிகப் பெரிய சோள வியாபாரி. அவர் இறந்தபின் அரைக் கோடி சொத்துக்கு அவன் சொந்தக்காரனாகி விடுவான். இப்போது உல்லாசக் கேளிக்கைகளில் அவன் அதை வீணாக அழித்துக் கொண்டிருக்கிறான். இத்தனை நாள் பாரிசில் இருந்தபடி அளவுக்கு அதிகமாகப் பணத்தைச் செலவழித்துத் தொலைத்து விட்டான். ஆனால் அவனது மாமா இறந்து போய் அவனுக்கு மறுபடியும் ஒரு சொத்து கிடைத்ததால் பாரிசிலிருந்து இங்கே வந்து எஞ் சியிருக்கும் அதையும் அழித்துக் கொண்டிருக்கிறான். இன்னும் ஒரே வருடத்தில் பிச்சை எடுக்க ஆரம்பித்துவிடுவான்.

முட்டாள்தனமான கழுதை அவன். நகரத்தில் இருக்கும் மிகச் சிறந்த உணவு விடுதிகள், மதுக்கடைகள், சாராயக் கடைகள் என்று சகலத்துக்கும் போய்க்கொண்டிருக்கிறான். பல நடிகைகளோடு சகவாசம் வைத்திருக்கிறான். சமீபத்தில் இராணுவத்தின் குதிரைப் படையில் சேர விண்ணப்பத்திருக்கிறான். அவனோடு கூட இருக் கிறானே சற்று மூத்தவன், அவனது பெயர் அர்கிபோவ். அவன் ஒரு வியாபரியாகவாவது ஏஜண்டாகவாவது இருப்பானென்று நினைக்கிறேன். 'ஒயின்' வியாபாரத்திலும் ஈடுபட்டிருக்கிறான். சரியான போக்கிரி, தீய நடத்தை உடையவன். இப்போது அவன் தான் சிஸோப்ரியுகோவுக்கு ஜோடியாக அலைந்து கொண்டி ருக்கிறான். *யூதாஸும் **ஃபால்ஸ்டாஃபும் ஒன்று சேர்ந்தால் எப்படி இருக்குமோ அப்படி ஒரு ஆள் அவன். இரண்டு தடவை திவாலாகியிருக்கிறான். இந்த உலகத்தில் தகாத நடவடிக்கைகள் எவையெல்லாம் உண்டோ அவற்றில் ஒன்றைக்கூட விட்டு வைக்காத முரட்டு மிருகம் அவன். நான் விசாரித்துக் கொண்டிருந்த ஒரு குற்ற வழக்கில் கூட அவனும் சம்பந்தப்பட்டிருந்தான். பிறகு எப்படியோ அதிலிருந்து தப்பித்துக்கொண்டு விட்டான். அதனால் அவனை இங்கே பார்க்க நேர்ந்ததில் எனக்கு சந்தோஷம்தான்; நானே அவனைத் தேடிக்கொண்டுதான் இருந்தேன். அந்த இளைஞனை அர்கிபோவ் பாழாக்கிக் கொண்டிருக்கிறான்.

வினோதமான, விதம் விதமான இடங்களை அவன் தெரிந்து வைத்திருப்பதால்தான் இளம் வயதுக்காரர்கள் அவனைப் பெரிதாக நினைக்கிறார்கள். நீண்ட நாட்களாகவே அவன் மீது நான் ஒரு கண் வைத்திருக்கிறேன். மிட்ரோஷ்காவும் அதே போல அவனிடம் ஒரு கணக்குத் தீர்க்க வைத்திருக்கிறான். அதோ அந்த ஜன்னலருகே விலையுயர்ந்த 'ஃப்ராக்கோட்' போட்டுக் கொண்டு ஒரு 'ஜிப்ஸி'யைப் போன்ற பார்வையோடு நிற்கிறானே அவன்தான் மிட்ரோஷ்கா. அவன் குதிரை வாணிபம் செய்பவன், உள்ளூர் குதிரைப்படை ஆட்களையெல்லாம் அவனுக்குத் தெரியும். அப்படி ஒரு புத்திசாலித்தனமான போக்கிரி அவன். உங்கள் கண்ணெதிரி லேயே ஒரு கள்ளநோட்டை உருவாக்கி அதற்குரிய சில்லறை நோட்டுக்களை உங்களிடமிருந்தே பெற்று விடுவான். அவன் அதைச் செய்வதை நேரிலேயே பார்த்திருந்தாலும் நீங்களும் கொடுத்து விடுவீர்கள். இப்போது அவன் அணிந்திருக்கும் மேலங்கி

---

* யூதாஸ் : இயேசு கிறிஸ்துவைக் காட்டிக் கொடுத்த துரோகியாகச் சொல்லப் படுபவன்.

** ஃபால்ஸ்டாஃபு : ஷேக்ஸ்பியரின் 3 நாடகங்களில் இடம்பெறும் பாத்திரம். நேர்மையற்றவன், பருமனான குடிகாரன், தற்பெருமை பேசித் திரிபவன்.

வெல்வெட்டால் ஆனது. அதில் அவன் ஸ்லேவோஃபைல்* போலத் தோன்றுகிறான். அது அவனுக்குப் பொருத்தமாக இருப்ப தாகவும் எனக்குப் படுகிறது. ஆனால் அதே நேரத்தில் அவனுக்கு மிகப் பொருத்தமான கோட்டையும், பிறவற்றையும் அணிவித்து இங்கிலீஷ் கிளப்புக்கு அழைத்துச் சென்று மிகப் பெரிய நிலக் கிழாரான பாரபனோவ் கோமகன் அவன்தான் என்று சொல்லுங் கள். அதிலும் அவன் இரண்டு மணிநேரம் மிக எளிதாகத் தேறி விடுவான். எல்லோரோடும் சீட்டாடுவான், ஒரு கோமகனைப் போலவே பேசவும் செய்வான். யாராலும் எதையும் ஊகித்துவிட முடியாதபடி எல்லோரையும் அசர வைத்துவிடுவான். கடைசியில் மோசமான ஒரு முடிவுக்கு இட்டுச் சென்றுவிடுவான். இப்போது மிட்ரோஷ்கா அந்தப் பானைத் தொந்தியுள்ளவன் மீது பயங்கர எரிச்சலோடு இருக்கிறான். சிஸோப்ரியுகோ, அவன் மீது ஏதோ வருத்தத்தில் இருந்தான். அதை மிட்ரோஷ்கா சரி செய்வதற்குள் இவன் அவனைத் தள்ளிக்கொண்டு போய்விட்டான். இப்போது இவர்கள் மூன்று பேருமே இந்த உணவு விடுதிக்கு வந்திருக்கிறார்கள் என்றால் ஏதாவது விஷயம் இல்லாமல் இருக்காது. ஓரளவுக்கு அது என்ன என்பதுகூட எனக்குத் தெரியும், உண்மையில் ஆர்கி போவும், சிஸோப்ரியுகோவும் ஏதோ ஒரு கேவலமான செயலைத் திட்டமிடுவதற்காக இங்கே சந்திக்கிறார்கள் என்ற தகவல்கூட மிட்ரோஷ்கா மூலம்தான் என்னை அடைந்திருக்க வேண்டும் என்பது என் ஊகம். அர்கிபோவ் மீது மிட்ரோஷ்கா கொண்டிருக்கும் வெறுப்பைச் சாதகமாக்கிக் கொள்ள நான் விரும்புகிறேன், அதற் கான தனிப்பட்ட காரணங்களும் உண்டு. முக்கியமாக நான் இங்கே வந்தது அதற்காகத்தான். ஆனால் இப்போது மிட்ரோஷ்கா என்னைப் பார்க்க வேண்டாம்; நீயும் அவனை அப்படி உற்றுப் பார்க்காதே. நாம் வெளியேறும் சமயத்தில் நிச்சயம் அவனாகவே என் அருகே வந்து எனக்கு என்ன வேண்டுமோ அதைச் சொல்லி விடுவான். சரி... நாம் இந்த அறைக்குள் போகலாம் வான்யா" என்றவன்,

"ஸ்டீபன்" என்று பரிமாறுபவனை அழைத்தபடி "எனக்கு வேண்டியது என்னவென்று உனக்குத் தெரியுமல்லவா?" என்றான்.

"ஆமாம் சார்"

"கொண்டுவந்து விடுவாயல்லவா?"

"சரி சார், அப்படியே"

---

* ஸ்லேவோஃபைல் : 19ஆம் நூற்றாண்டில் ரஷ்யாவில் இருந்த அறிவுஜீவி இயக்கத்தின் உறுப்பினர்.

"நல்லது எடுத்துக்கொண்டு வா, உட்கார் வான்யா. ஏன் என்னை இப்படிப் பார்த்துக் கொண்டே இருக்கிறாய்? நீ அப்படிப் பார்ப்பது எனக்குத் தெரிகிறது. ஏன், உனக்கேதும் ஆச்சரியமாக இருக்கிறதா? அப்படி ஆச்சரியப்பட வேண்டாம். ஒரு மனிதனுக்கு என்ன வேண்டுமானாலும் நடக்கலாம். அவன் ஒருபோதும் கனவு கண்டிராததும் கூட. குறிப்பாக இந்தக் காலகட்டத்தில்... ஏன்... நாம் இருவரும் ஒன்றாய்ச் சேர்ந்து *கார்னீலியஸ் நெபோஸைக் கஷ்டப்பட்டுப் படித்து மனப்பாடம் செய்து கொண்டிருந்தோமே, அந்த நாட்களிலும் கூடத்தான். வான்யா, ஒன்று மட்டும் உறுதியாகத் தெரிந்துகொள். இந்த மாஸ்லோபோயேவ், சரியான பாதையிலிருந்து விலகிப் போயிருந்தாலும் அவனுடைய இதயம் எந்த மாற்றமும் இல்லாமல்தான் இருக்கிறது. சூழ்நிலைகளில் மட்டும்தான் மாற்றம். நான் நல்லவன் இல்லையே தவிர, மற்ற வர்களைப் போல மோசமானவனும் இல்லை. நான் ஒரு டாக்ட ராக வேண்டுமென்று விரும்பினேன், நமது ரஷ்ய இலக்கியத்தைக் கற்பிக்கும் ஆசிரியராக எண்ணினேன், கோகோல் பற்றி ஒரு கட்டுரை எழுதினேன். தங்கச் சுரங்கத்தில் வேலை பார்க்க விரும் பினேன். எல்லா உயிர்களும் ஆசைப்படுவது போல வாழ்க்கைக்கு இனிமை சேர்க்க விரும்பி ஒருத்தியைக் கிட்டத்தட்ட திருமணம் செய்துகொள்ளும் நிலையில் இருந்தேன். அவள் வசதியாக வாழ்ந்த வள்; ஒரு பூனைக்குக்கூட சபலம் ஏற்படுத்த முடியாத வறுமையில் நான் இருந்தேன். என்னுடைய பூட்ஸுகள் ஒன்றரை வருடங் களாகவே பொத்தல் பொத்தலாய்ப் போயிருந்ததால் திருமண விழாவுக்காக அவற்றை எவரிடமிருந்தாவது கடன் வாங்கிக் கொள்ளலாமா என்றுகூடத் தயாராகிக் கொண்டிருந்தேன். ஆனால் எனக்குத் திருமணம் நடக்கவில்லை. அவள் ஒரு ஆசிரியரைக் கல்யாணம் செய்து கொண்டு விட்டாள். எனக்கு ஒரு அலுவலகத் தில் குமாஸ்தா வேலை கிடைத்தது. அது ஒன்றும் பெரிய வியாபார அலுவலகம் அல்ல; மிகவும் சாதாரணமான ஒரு அலுவலகம்தான். பிறகு என் வழியை மாற்றிக் கொண்டேன். பல ஆண்டுகள் கடந்தன. நான் இப்போது வேலையில் இல்லாவிட்டாலும் வாழ்க்கையை நன்றாக ஓட்டப் போதுமானதை சம்பாதித்து விடுகிறேன். எந்தத் தயவு தாட்சணியமும் காட்டாமல் லஞ்சம் வாங்குகிறேன்; ஆனாலும் உண்மையின் பக்கத்தில் உறுதியாக நிற்கிறேன்.

வேட்டை நாய்களை வேட்டையாடுகிறேன், முயல்களோடு ஒன்றாக ஓடுகிறேன். எனக்கென்று சில கொள்கைகள், வழிமுறைகள்

---

* கார்னீலியஸ் நெபோஸ்: ரோமானிய வரலாற்றாசிரியர். இலத்தீன் படிக்கும் மாணவர்களுக்கு அவரது எழுத்துக்கள் முக்கியமாகப் பயன்பட்டன.

வைத்திருக்கிறேன். தனியே ஒற்றை ஆளாகப் போராட முடியாது என்பதும் எனக்குத் தெரியும்; அதனால் என் வேலையை மட்டும் நான் பார்க்கிறேன். முக்கியமாக என் வேலை மிகவும் ரகசியமான முறையில் நடக்கும். உனக்குப் புரிகிறதா?”

“நீ என்ன துப்பறியும் வேலையா செய்கிறாய்.”

“அதை அப்படி நேரடியாகச் சொல்லி விட முடியாது. ஆனால் அதுபோல ஒரு சில பொறுப்புகளை எடுத்துக் கொள்ளத்தான் செய்கிறேன். என் தொழிலுக்காகக் கொஞ்சம், எனக்காகக் கொஞ்சம். இதோ பார் வான்யா, இந்த மாதிரி என்று வைத்துக் கொள்ளேன். இப்போது நான் வோட்காவைக் குடிக்கிறேன். ஆனால் என் அறிவு மழுங்கிப் போகிறவரை அப்படிக் குடித்துவிட மாட்டேன். என் எல்லை எது என்பது எனக்குத் தெரியும். என் காலம் கடந்து விட்டது. இனிமேல் கறுப்பை வெள்ளையாக்க முடியாது. ஆனால் ஒன்றே ஒன்று மட்டும் சொல்கிறேன். மனிதத் தன்மையின் சிறிய பொறி என்னிடம் அணைந்து போயிருந்தால் கூட இன்று நானாக உன்னைக் கூப்பிட்டிருக்க மாட்டேன் வான்யா! நீ சொன்னது சரிதான்! இதற்கு முன்னாலும் நான் உன்னைக் கடந்து போயிருக் கிறேன், உன்னைப் பார்த்திருக்கிறேன். பலமுறை உன்னோடு பேச வேண்டும் என்றும் ஏங்கினேன்; ஆனால் அதற்குரிய துணிச்சல் எனக்கு ஏற்படவில்லை. நான் உனக்குத் தகுதியானவன் இல்லை. நான் குடித்திருந்ததால்தான் இந்த முறை உன்னைத் தேடி வந்தேன் என்று நீ சொன்னது சரிதான் வான்யா. சரி... என்னைப் பற்றிய குப்பையெல்லாம் இதோடு போதும். உன்னைப் பற்றிப் பேசலாம். என் இனிய நண்பா, நான் அதைப் படித்துவிட்டேன். ஆமாம், நிஜமாகவே நான் அதைப் படித்து விட்டேன். உன் முதல் குழந்தையை–என் நண்பனின் முதல் குழந்தையைப் பற்றித்தான் இப்போது பேசிக் கொண்டிருக்கிறேன். அதைப் படித்த மறுகணமே எனக்குள் இருந்த கழுதைப்பயல், மதிக்கத் தகுந்த ஒரு மனிதனாக ஆரம்பித்து விட்டான். கிட்டத்தட்ட அப்படி ஆகும் நிலையில் மறுபடியும் எதையோ யோசித்தேன்; அப்புறம் கழுதையாக – கண்ணியமில்லாதவனாக இருப்பதே சரி என்று முடிவு செய்து விட்டேன். விஷயம் அதுதான்...”

அவன் மேலும் மேலும் ஏதோ பேசிக்கொண்டே போனான். தொடர்ந்து குடித்துக் கொண்டே போனான். அதில் போதை கூடிப்போய் உணர்ச்சிவசப்பட்டுக் கண்ணீர் வடித்தபடி இருந் தான். மாஸ்லோபோயேவ் எப்போதுமே கொஞ்சம் நல்ல மனிதன் தான்; ஆனால் தந்திரசாலியும் கூட.

வயதுக்கு மீறிய புத்திநுட்பத்தோடு கூர்மையான அறிவோடும், கபடமான குணத்தோடும், வஞ்சகபுத்தியோடும் பள்ளி

நாட்களிலிருந்தே பல குறும்புத்தனமான விளையாட்டுகளில் ஈடுபட்டு வந்தாலும் ஒட்டுமொத்தத்தில் பார்க்கும்போது அவன் அப்படி ஒன்றும் மிக மோசமானவன் அல்ல. ஆனால் அவன் வழிதவறிப் போன ஒரு மனிதன். ரஷ்யர்களில் இவனைப் போல் பலர் உண்டு. அவர்களிடம் பெரும்பாலும் நிறைய திறமைகள் இருக்கும்; ஆனால் அவை எல்லாவற்றையும் சிண்டும் சிடுக்குமாக ஆக்கிக்கொண்டு செல்லக்கூடாத பாதையில் சென்று விடுவார்கள். அதற்கெல்லாம் மேலாக-தங்களின் பலவீனம் காரணமாக சில விஷயங்களில் மனசாட்சிக்கு எதிராகத் தாங்கள் சென்று கொண்டிருக்கிறோம் என்பதையும் கூட அவர்கள் அறிந்து வைத்திருப்பார்கள். அதனால் தங்களுக்குத் தவிர்க்க முடியாத அழிவு ஏற்படும் என்பது மட்டுமல்லாமல் எப்படிப்பட்ட அழிவுப்பாதையில் தான் தாங்கள் போய்க் கொண்டிருக்கிறோம் என்பதுமே அவர்களுக்குத் தெரிந்திருக்கும். மாஸ்லோபோயேவ் வோட்காவுக்குள் தன்னை மூழ்கடித்துக்கொண்டிருப்பது போல!

"இன்னும் ஒரே ஒரு வார்த்தை நண்பா" என்றபடி பேச்சைத் தொடர்ந்தான் அவன்.

"முதலில் உன் புகழ் வானளாவ ஒலித்ததை நான் கேட்டேன். பிறகு உன்னைப் பற்றி வந்த நிறைய விமர்சனங்களையும் படித்தேன் (ஆமாம், உண்மையிலேயே படித்தேன். நான் ஒருபோதும் எதையும் படிப்பதில்லை என்று நீதான் கற்பனை செய்து கொண்டிருக்கிறாய்). பிறகு சிதைந்த காலணிகளோடு ரப்பர் காலுறைகளையும் அணிந்து கொள்ளாமல், நைந்துபோன தொப்பியை மாட்டிக் கொண்டு சேற்றில் நீ போவதையும் பார்த்தேன்; அப்புறம் நானாக முடிவு கட்டிக்கொண்டு விட்டேன். ஏதோ சில கட்டுரைகளை அவ்வப்போது எழுதியபடி பிழைத்துக் கொண்டிருக்கிறாய், அப்படித்தானே?"

"ஆமாம், மாஸ்லோபோயேவ்"

"ம்... எழுத்துக் கூலியாள்களோடு சேர்ந்துவிட்டாய்"

"அப்படித்தான் தோன்றுகிறது"

"அப்படியானால் நான் உனக்கொன்று சொல்லுகிறேன், கேள் பையா, குடிப்பது நல்லது. குடி போதையில் இருக்கும்போது நான் அப்படியே என் சோஃபாவில் நீட்டி நிமிர்ந்து படுத்து விடுவேன் (என் சோஃபா உண்மையாகவே வசதியானது, சுருள் வைத்தது) பிறகு என்னை ஹோமராக, தாந்தேயாக அல்லது ஃப்ரடெரிக் பார்ப்ரோசாவாகவோ எனக்கு எப்படி விருப்பமோ அப்படிக் கற்பனை செய்துகொண்டு விடுவேன். அதற்கு ஒரு முடிவே இருக்காது. ஆனால் ஒரு தாந்தேயாகவோ, ஃப்ரடெரிக் பார்ப்ரோசாவாகவோ உன்னால் கற்பனை செய்துகொண்டுவிட முடியாது.

அதற்கு முதல் காரணம் நீயாக இருப்பதைத்தான் நீ விரும்புகிறாய்; இரண்டாவதாக நீ இப்போது இலக்கியக் கூலியாள், அப்படிப்பட்ட விருப்பங்கள் உனக்குக் கூடாதவை. எனக்கு இருப்பவை பகற் கனவுகள். உன் முன் இருப்பது யதார்த்தம். சரி, இப்போது நான் சொல்வதைக் கவனமாகக் கேட்டு வெளிப்படையாக நேரடியாக பதில் சொல். சகோதரனைப் போலக் கேட்கிறேன் (நீ அப்படிச் செய்யாவிட்டால் குறைந்தபட்சம் அடுத்து பத்து வருடங்களாவது நீ என்னைப் புண்படவும், அவமானப்படவும் வைத்துவிட்டாய் என்றே நினைத்துக் கொண்டிருப்பேன்). உனக்குப் பணம் ஏதாவது தேவையா? என்னிடம் போதுமான அளவு இருக்கிறது. உடனே முகத்தைத் தூக்கி வைத்துக்கொண்டு விடாதே.

என்னிடமிருந்து பணத்தை வாங்கிக் கொள். உனக்கு எழுத்து வேலை தரும் பதிப்பகத்தாரோடு கணக்கை முடி. தளைகளிலிருந்து உன்னை விடுவித்துக் கொள். ஒரு வருஷம் அதை வைத்து வாழ்க்கையை ஓட்டியபடி உனக்கு மிகவும் விருப்பமான, நீ எழுத ஆசைப்படுகிற உன் மகத்தான புத்தகத்தை எழுதி முடி, சரிதானே? என்ன சொல்கிறாய்?"

"இதோ பார் மாஸ்லோபோயேவ்! நட்பு முறையில் ஒரு சகோதரனைப் போல நீ இப்படிச் சொல்ல முன்வந்திருப்பதில் எனக்கு மகிழ்ச்சிதான். ஆனால் இப்போதைக்கு என்னால் எந்த பதிலும் சொல்ல முடியாத நிலை. காரணம் கேட்டால் அது ஒரு பெரிய கதை. நிறைய சம்பவங்கள், சூழ்நிலை நெருக்கடிகள். ஆனால் பின்னால் மனம் விட்டு உன்னிடம் எல்லாவற்றையும் சொல்லிவிடுவேன் என்று சத்தியமாகச் சொல்கிறேன். நீ இப்படி எனக்கு உதவ முன்வந்திருப்பதில் சந்தோஷம். நான் உன்னைப் பார்க்க வருவேன், அதுவும் அடிக்கடி வருவேன் என்று உறுதியாகச் சொல்கிறேன். ஆனால் ஒன்று மட்டும் சொல்ல வேண்டும். நீ என்னிடம் இவ்வளவு வெளிப்படையாக இருப்பதாலும், இப்படிப் பட்ட விஷயங்களைக் கையாளுவதில் நீ தேர்ந்தவன் என்பதாலும் உன்னிடம் ஆலோசனை கேட்கலாம் என்று முடிவு செய்திருக் கிறேன்" என்றபடி பேக்கரியில் நடந்த சம்பவம் தொடங்கி ஸ்மித்தும் அவனது பேத்தியும் சம்பந்தப்பட்ட கதை முழுவதையும் அவனிடம் சொன்னேன். ஆனால் நான் அதைச் சொல்லிக்கொண்டு வரும் போதே அது குறித்து ஏற்கனவே கொஞ்சம் அறிந்திருக்கும் பாவனையை அவன் கண்களில் காண முடிந்தது. நானும் அது குறித்து நேரடியாகவே அவனிடம் கேட்டேன்.

"இல்லை, இவ்வளவு சரியாக எல்லாம் தெரியாது" என்று பதிலளித்தான் அவன்.

“ஆனால் யோசித்துப் பார்க்கும்போது பேக்கரியில் இறந்து போன ஸ்மித் என்ற முதியவனைப் பற்றிக் கேள்விப்பட்டிருப்பது ஞாபகம் வருகிறது. ஆனால் மேடம் புப்னோவாவைப் பற்றி உண்மையாகவே எனக்குக் கொஞ்சம் தெரியும். இரண்டு மாதங் களுக்கு முன்புதான் அவளிடமிருந்து லஞ்சமாகக் கொஞ்சம் பணம் வாங்கிக் கொண்டேன். மோலியர் சொல்வது போல எங்கே கிடைக்கிறதோ அங்கிருந்து அதைப் பெற்றுவிட வேண்டியதுதானே? எப்படியோ ஒருமுறை அவளிடமிருந்து நூறு ரூபிள் வரவழைத்து விட்டிருந்தாலும் அடுத்த தடவை ஐந்நூறு ரூபிளைக் கறந்துவிட வேண்டுமென்று நான் சபதமே எடுத்துக் கொண்டிருந்தேன். அவள் ஒரு அருவருப்பான பெண்மணி. நிழலான காரியங்கள் பல வற்றையும் கலந்துகட்டிச் செய்பவள். அதுகூடப் பரவாயில்லை, ஆனால் சில சமயம் வரம்பு மீறியும் நடந்து கொண்டு விடுவாள். என்னை டான்குவிக்ஸாட்* மாதிரியெல்லாம் கற்பனை செய்து கொண்டு விடாதே. விஷயம் என்னவென்றால் எனக்கும் அதில் ஏதாவது நல்ல பலன் கிடைக்கலாம் என்பதுதான். அரைமணிநேரம் முன்பு சிஸோப்ரியுகோவை சந்திக்க நேர்ந்த போது எனக்கு மிகவும் மகிழ்ச்சியாக இருந்தது. எனக்குத் தேவைப்பட்டதும் அதுதான். சிஸோப்ரியுகோவ் இங்கே வேண்டுமென்றே கொண்டுவரப் பட்டிருக்கிறான்; அவனைக் கொண்டு வந்தவன் அந்தப் பானை வயிற்றுக்காரன்; அந்தப் பானை வயிற்றுக்காரன் குறிப்பாக எதை வைத்துப் பிழைக்கிறான் என்றும் எனக்குத் தெரிவதால் சில முடிவுகளுக்கு என்னால் வந்துவிட முடியும். உன்னிடமிருந்து அந்தச் சிறுமியைப் பற்றி அறிய முடிந்ததில் எனக்கு சந்தோஷம்; அது எனக்கு இன்னொரு ஊகத்துக்கு வழியமைத்துத் தருகிறது. தனிப்பட்ட முறையில் தரப்படும் பல வேலைகளை நான் எடுத்துக் கொண்டு செய்து தருகிறேன். எப்படிப்பட்ட மனிதர்களையெல்லாம் அதன் வழி நான் தெரிந்து வைத்திருக்கிறேன் என்றால் உனக்கு ஆச்சரியமாக இருக்கும். சமீபத்தில் ஒரு இளவரசன் சம்பந்தப்பட்ட சிறிய விவகாரம் ஒன்றைக் கண்டறிய வேண்டி வந்தது. சே... இளவரசனாக இருப்பவனிடமிருந்து அப்படி ஒன்றை எதிர் பார்க்கவே முடியாது. திருமணமான பெண் ஒருத்தியின் கதையைச் சொல்கிறேன் கேட்கிறாயா? நீதான் வந்து என்னோடு இருந்து பாரேன்... நீ எழுதுவதற்கு எத்தனை விதமான கதைகள் என்னிடம் இருக்கிறது தெரியுமா? அவற்றைப் பற்றி நீ எழுதினால் மக்கள் அதை நம்பக்கூட மாட்டார்கள்.”

---

* டான் குவிக்ஸாட் : மிகேல் டி செர்வாண்டிஸ் எழுதிய ஸ்பானிஷ் மொழி நாவலின் நாயகன். எளிதில் நடக்க இயலாத லட்சியவாதத்தின் குறியீடாகக் குறிப்பிடப்படுபவன்.

“அவன் பெயர் என்ன?” ஏதோ ஒன்று என்னை அப்படிக் கேட்கத் தூண்டியது.

“அது உனக்கெதற்கு? சரி கேட்டுக்கொள் வால்காவ்ஸ்கி.”

“பியோதர்....?”

“ஆமாம். உனக்கு அவனைத் தெரியுமா?”

“ஆமாம். ஆனால் அவ்வளவு நன்றாகத் தெரியாது. மாஸ்லோ போயேவ்! அந்த மனிதனைப் பற்றி விசாரிக்க நான் கட்டாயம் உன்னைத் தேடி வருவேன்” என்றபடி எழுந்து கொண்டேன்.

“எனக்கு அது ஆச்சரியமாகத்தான் இருக்கிறது. நல்லது என் பழைய நண்பனே, நீ விரும்பும்போதெல்லாம் அடிக்கடி வா. நான் கதை சொல்லுவதில் தேர்ந்தவன்தான். ஆனால் ஒரு சில வரம்பு களக்கு உட்பட்டு மட்டும்தான். இல்லையென்றால் என் மீதுள்ள தொழில் முறை நம்பிக்கை கௌரவம் எல்லாம் போய்விடுமல்லவா?”

“சரி உனக்கு முடிந்தவரை சொல், போதும்.”

நான் சற்று உணர்ச்சிவசப்பட்டிருந்ததை அவன் கவனித்து விட்டான்.

“சரி, நான் சற்றுமுன் சொன்ன கதையைப் பற்றி என்ன சொல்கிறாய்? உனக்கு ஏதாவது தோன்றுகிறதா?”

“நீ சொன்ன கதையா? சரி, ஒரு நிமிடம் பொறு, இதோ கணக்கை முடித்துவிட்டு வருகிறேன்” என்றபடி கல்லாவுக்கு அருகே சென்றான். ஏதோ தற்செயலாகத் திடீரென்று சந்திப்பவன் போல விசிறி மடிப்பு கோட் அணிந்திருந்த மிட்ரோஷ்கா என்ப வனுக்குப் பக்கத்தில் நின்றுகொண்டான். என்னிடம் சொல்லி யிருந்ததை விட அவனைப் பற்றிய இன்னும் அதிகமான விஷயங் கள் மாஸ்லோபோயேவுக்குத் தெரிந்திருக்கக் கூடுமென்று எனக்குத் தோன்றியது. எப்படியோ, அவர்கள் சந்திப்பது நிச்சயம் இது முதல் முறையாக இருக்க வாய்ப்பில்லை என்பது வெளிப்படையாகத் தெரிந்தது.

மிட்ரோஷ்கா சற்றுக் கவர்ச்சிகரமாகவே காணப்பட்டான். விசிறி மடிப்பு வைத்த கோட், சிவப்புப் பட்டுச்சட்டை, அழகும் இளமையுமான தோற்றம், கரிய நிறம், நம்பிக்கையோடு கூடிய மின்னலடிக்கும் கண்கள் என்று வசீகரிக்கத்தக்க முறையில் பிறரது கவனத்தைக் கவர்ந்து கொண்டிருந்தான் அவன். துடுக்குத்தனமான துணிச்சலுடையவனைப் போலக் காணப்பட்டாலும் குறிப்பிட்ட இந்த நேரத்தில் தன்னை மிகவும் கட்டுப்படுத்திக் கொள்ள முயன்று கொண்டிருந்தான் அவன். காரியத்தில் மிகவும் தீவிரமாக இருப்பது

போலவும், கௌரவமானவனாகவும் தன்னைக் காட்டிக் கொண்டான் அவன்.

"இதோ பார் வான்யா" என்றபடி என்னிடம் திரும்பி வந்த மாஸ்லோபோயேவ் பேச்சைத் தொடங்கினான்.

"இன்று மாலை ஏழு மணிக்கு நீ என் வீட்டுக்கு வந்தால் உனக்கு என்னால் ஏதாவது சொல்ல முடியுமென்று நினைக்கிறேன். எனக்கு விஷயங்கள் அதிகமாகத் தெரியாதுதான். ஒரு காலத்தில் நிறையத் தெரிந்து வைத்திருந்தேன். இப்போது நான் வெறும் குடிகாரன் மட்டும்தான். நிறைய விஷயங்களைத் தவற விட்டு விட்டேன். ஆனாலும் ஆரம்ப காலத்திலிருந்து பலரோடும் தொடர்பில் இருக்கிறேன். ஒன்றிரண்டு இடத்தில் விசாரித்து மோப்பம் பிடிக்கலாம். அப்படித்தான் காலத்தை ஓட்டுகிறேன். குடிபோதையில் இல்லாமல் இருக்கும்போது, தனியாகவும் சில வேலைகளில் ஈடுபடுகிறேன் என்பது உண்மைதான். நண்பர்களிடம் சற்று உதவி பெற்றுக்கொள்கிறேன். பெரும்பாலும் உளவு பார்க்கிற வேலை... ஆனாலும் கூட இங்கொன்றும் அங்கொன்றுமாய்... சே! சரி, இவ்வளவு போதும்! இந்தா என் முகவரி. ஷெஸ்டில வோட்ச்னி தெருவில் இருக்கிறது. இப்போது நான் சற்று அதிகமாகவே குடித்துவிட்டேன் நண்பா. இன்னும் கொஞ்சமும் விழுங்கி விட்டு வீட்டுக்குப் போய் அப்படியே படுத்து விடுவேன். நீ வந்தால் அலெக்ஸாண்ட்ரா செமியோனோவ்னாவிடம் உன்னை அறிமுகம் செய்து வைப்பேன்; நேரம் இடம் கொடுத்தால் நாம் கொஞ்சம் கவிதையைக் குறித்தும் விவாதிக்கலாம்."

"அப்புறம்... அந்த இன்னொரு விஷயம்?"

"ஆமாம்... ஒருவேளை அதுவும்கூட இருக்கலாம்."

"சரி! நான் வருகிறேன்! கட்டாயம் வருவேன் என்று நினைக்கிறேன்."

6

ஆனா ஆண்ட்ரேயேவ்னா என்னை எதிர்பார்த்து வெகுநேரமாகக் காத்திருந்தாள். நடாஷா எழுதி அனுப்பியிருந்த குறிப்பைப் பற்றி நேற்று அவளிடம் நான் சொன்னது, அவளது ஆர்வத்தைப் பெரிதும் தூண்டிவிட்டிருந்தது. காலையிலேயே அவள் என்னை எதிர்பார்த்திருந்தாள். குறைந்தபட்சம் பத்து மணிக்குள்ளாகவாவது நான் வரக் கூடுமென்று நினைத்திருந்தாள். நான் மதியம் ஒரு மணிக்குப் போய்ச் சேர்வதற்குள் பாவப்பட்ட அந்தப் பெண்மணி

பட்ட தவிப்பும் கவலையும் உச்சபட்ச அளவை எட்டியிருந்தன. என்னிடம் சில விஷயங்களைப் பகிர்ந்து கொள்வதற்கும் அவள் ஏங்கிக் கொண்டிருந்தாள்; குறிப்பாக நேற்று முதல் அவளுக்குத் தென்பட்டிருக்கும் நம்பிக்கைக்குரிய சில விஷயங்களைப் பற்றியும் நிகோலாய் செர்கிச் குறித்தும் என்னிடம் பேச அவள் விரும்பினாள். நிகோலாய் செர்கிச் இன்னும்கூட உடல்நலம் இல்லாமலும், வருத்த மாக இருந்தாலும் அவளிடம் மென்மையாக, பரிவாக நடந்து கொள்வது போலத்தான் இருந்தது. நான் உள்ளே நுழைந்ததும் முகத்தில் சற்று அதிருப்தியோடும், எரிச்சலோடும்தான் முதலில் அவள் என்னை எதிர்கொண்டாள். எதைப் பேசுவதிலும் ஆர்வம் இல்லாதவள் போல வாயை இறுக மூடிக் கொண்டிருந்தாள். அதைப் பார்த்தால் “நீ எதற்கப்பா தினமும் இழுத்துப் பறித்துக் கொண்டு இங்கே வருகிறாய்? உனக்கு என்னதான் வேண்டும்” என்று அவள் கேட்பதைப் போல இருந்தது. நான் தாமதமாக வந்தது அவளுக்குக் கோபத்தை ஏற்படுத்தியிருந்தது.

ஆனால் நான் அவசரத்தில் இருந்தேன்; அதனால் அதற்கு மேல் காலம் தாழ்த்தாமல் முதல் நாள் மாலை நடாஷா வீட்டில் நடந்த எல்லாவற்றையும் அவளிடம் முழுமையாக, விரிவாகச் சொன்னேன். இளவரசர் வால்காவ்ஸ்கி அங்கே வந்ததையும், திருமணப் பேச்சை முன்வைத்ததையும் நான் சொன்னபோது அதுவரை அவள் புனைந்து கொண்டிருந்த பாவனைகளெல்லாம் சட்டென்று மாறிவிட்டன. நான் சொன்னதைக் கேட்டு அவள் அடைந்த மகிழ்ச்சிப் பரவசத்தைச் சொல்ல என்னிடம் வார்த்தை கள் இல்லை. உடனே பரபரப்பாகிவிட்ட அவள் சிலுவைக்குறி போட்டுக் கொண்டாள், அழுதாள். அங்கிருந்த தெய்வ உருவுக்கு முன் மண்டியிட்டாள், என்னை இறுக அணைத்துக் கொண்டாள். உடனடியாக நிகோலாய் செர்கிச்சிடம் ஓடிப்போய்த் தன் மகிழ்ச்சிக்கான காரணத்தைச் சொல்லவும் விரும்பினாள்.

“ஆனால் உனக்கொன்று தெரியுமா பையா? தான் இதுவரை பட்ட அவமானங்களும் அவமதிப்புகளும்தான் அவர் மனதை சூறையாடிக் கொண்டிருக்கின்றன. நடாஷாவுக்கு உரிய மதிப்பு தரப்பட்டு விட்டது என்று தெரிந்தால் போதும், கண் இமைக்கும் நேரத்தில் எல்லாவற்றையும் மறந்துவிடுவார்.”

என்னால் அதற்கு மேல் அவளைத் தடுக்க முடியவில்லை. இருபத்தைந்து வருடம் கணவரோடு குடித்தனம் நடத்தியிருந்தாலும் இந்த நல்ல பெண்மணியால் அவரை இன்னும் புரிந்துகொள்ள முடியவில்லை. உடனே என்னோடு கிளம்பி வந்து நடாஷாவைப் பார்த்தாக வேண்டும் என்றும் அவள் தவியாய்த் தவித்தாள். ஆனால் அவளது அந்தச் செயலை நிகோலாய் செர்கிச் ஒருவேளை

உடன்படாமல் கூட இருக்கலாம்; மேலும் அப்படிப் போவதால் முழுக் காரியமுமே கூட பாழாய்ப் போய்விட வாய்ப்பிருக்கிறது. இதையெல்லாம் நான் அவளிடம் விளக்கமாகச் சொன்னேன். மிகுந்த கஷ்டத்தோடு அதை அவளுக்கு எடுத்துச் சொல்லி யோசித்துப் பார்க்கச் சொன்னேன். ஆனால் இன்னும் ஒரு அரைமணி நேரம், தானாகவே ஏதோ பேசிக் கொண்டிருந்தபடி தேவையில்லாமல் என்னைத் தாமதப்படுத்திவிட்டாள் அவள்.

"இப்போது நீயும் என்னைத் தனியாக விட்டு விட்டுப் போய் விடுவாய். இவ்வளவு சந்தோஷத்தை மனதில் வைத்துக் கொண்டு இந்த நான்கு சுவர்களுக்குள் நான் தன்னந்தனியாக இருந்தாக வேண்டும்" என்றாள்.

நடாஷா எனக்காகக் காத்திருந்து சலித்துப் போயிருப்பாள் என்பதை அவளுக்கு நினைவுபடுத்தியபடி, எனக்கு விடை தருமாறு அவளிடம் கேட்டுக்கொண்டேன். பலமுறை சிலுவைக் குறியிட்டு எனக்கு ஆசி கூறினாள் அவள்; நடாஷாவுக்கும் தன் தனிப்பட்ட ஆசிகளைத் தெரிவிக்க வேண்டினாள். நடாஷாவுக்குக் குறிப்பாக ஏதாவது நடக்காமல் போனால் அன்று மாலை நான் திரும்ப வர மாட்டேன் என்று உறுதியாகச் சொன்னபோது அவளிடம் கண்ணீர் குமுறி வெடித்தது.

அந்த முறை நிகோலாய் செர்கிச்சை நான் பார்க்கவில்லை. இரவு முழுவதும் தூங்காமல் தலைவலி, குளிர் என்று சொல்லிக் கொண்டிருந்த அவர், இப்போது உள்ளே படிக்கும் அறையில் தூங்கிக்கொண்டிருந்தார்.

நடாஷாவும் மாலை முழுவதும் என்னை எதிர்பார்த்தபடி இருந்திருக்கிறாள். நான் உள்ளே சென்றபோது வழக்கம்போலக் கைகளைக் கோர்த்தபடி ஏதோ யோசனையுடன் அறையில் முன்னும் பின்னுமாக நடந்துகொண்டே இருந்தாள் அவள்.

இப்போது அவளைப் பற்றி நினைத்துப் பார்த்தாலும் கூட ஒரு எளிய அறையில் யாருமில்லாமல் – தன்னந்தனியாக – ஏதோ கனவு கண்டபடி – கரங்களைக் கோர்த்தபடி, கண்களைத் தாழ்த்தி, இலக்கின்றி மேலும் கீழுமாய் அவள் நடந்து கொண்டிருக்கும் சித்திரம்தான் மனதில் எழும்.

தான் நடந்து கொண்டிருப்பதை நிறுத்தாமல் மெல்லிய குரலில் என் தாமதத்துக்கான காரணத்தை விசாரித்தாள் அவள். நான் என் அனுபவங்களையெல்லாம் சுருக்கமாக அவளிடம் விவரித்தேன். அவள் அவற்றை அதிகம் கேட்டுக் கொண்டதாகத் தெரியவில்லை. ஏதோ ஒரு விஷயத்தில் அவள் மிகுந்த கவலை யோடிருக்கிறாள் என்பதை என்னால் உணர முடிந்தது.

"புதிதாக ஏதாவது செய்தி உண்டா?" என்றேன்.

"ஒன்றுமில்லை" என்று அவள் பதிலளித்தாலும் புதிதாக ஏதோ ஒன்று இருப்பதை அவள் முகபாவனையிலிருந்தே நான் உடனடியாக ஊகித்து விட்டேன். அதற்காகத்தான் அவள் என்னை எதிர்பார்த்துக் கொண்டிருந்திருக்கிறாள். ஆனாலும் இப்போது அவள் அதை என்னிடம் சொல்லப் போவதில்லை; எப்பொழுதும் வழக்கமாக செய்வதுபோல நான் அங்கிருந்து கிளம்பத் தயாராகும் போதுதான் சொல்வாள். அது வழக்கமாக அவள் என்னிடம் செய்வதுதான். அதற்குப் பழகிப் போனதால் நானும் காத்திருந்தேன்.

முதல் நாள் மாலை பற்றி முதலில் நாங்கள் பேசத் தொடங்கினோம். வால்காவ்ஸ்கியைக் குறித்த எங்கள் இருவரது எண்ணங்களும் ஒரே மாதிரியாக இருந்தது எங்களுக்கு ஆச்சரியமூட்டுவதாக இருந்தது. அவளுக்கு நிச்சயமாக அவனைப் பிடிக்கவே இல்லை. நேற்று மாலையை விட இன்று அவள் வெறுப்பு கூடிப் போயிருந்தது. அவனது வருகையின் ஒவ்வொரு நோக்கத்தையும் தனித் தனியாக நாங்கள் எடுத்து அலசியபோது நடாஷா திடீரென்று இப்படிச் சொன்னாள்:

"வான்யா, ஒரு விஷயத்தைக் கேட்டுக்கொள். எடுத்த எடுப்பில் உனக்கு ஒருவரைப் பிடிக்கவில்லையென்றால் பின்னால் உனக்கு அவரைப் பிடிக்கப் போகிறது என்பதற்கான உறுதியான அடையாளம் அது. எப்போதுமே அதுதான் உன் வழக்கம். நானும் கூட எப்போதும் அப்படித்தான் என்பது எனக்குத் தெரியும்."

"நாம் அப்படியே நம்புவோம் நடாஷா. என் அபிப்பிராயம் இதுதான். இது, இறுதியானதும் கூட. நன்றாக அதைப் பற்றி யோசித்துப் பார்த்ததில் எனக்குத் தோன்றியது என்னவென்றால் அவன் ஏதோ தந்திரமாகப் பேசுகிறான் என்பது தெரிந்தாலும் உன் திருமணத்துக்கு அவன் சம்மதம் தெரிவித்திருப்பது உண்மை யாக, உள்ளார்ந்து சொன்னது போலத்தான் இருக்கிறது."

நடாஷா அறை நடுவில் நின்றபடி என்னையே உற்றுப் பார்த் தாள். அவள் முகபாவனை முற்றிலும் மாறிப் போயிருந்தது. அவளது உதடுகள்கூட லேசாகத் துடித்துக் கொண்டிருந்தன.

"அதெப்படி? இப்படிப்பட்ட ஒரு விஷயத்தில் போய் ஏமாற்று வது போல், பொய் சொல்வது போல் பேச முடியுமா என்ன?" - என்று சற்று கர்வம் கலந்த திகைப்போடு கேட்டாள் அவள்.

"நிச்சயம் முடியாது, உறுதியாக முடியாது" என்று வேகமாக அவள் பேச்சுக்கு உடன்பட்டேன் நான்.

"அவர் பொய் சொல்லவில்லை என்பது நிச்சயம்தான். அதைப் பற்றிக் கேள்விக்கே இடமில்லை. அப்படி மோசடி செய்து

ஏமாற்ற எந்தக் காரணமும் கூட இல்லை. ஆனால் அவர் கண்களுக்கு நான் எப்படித் தென்பட்டேன்? ஏன் என்னை அவர் இப்படிப் பரிகாசம் செய்ய வேண்டும்? ஒரு மனிதனால் இந்த அளவு அவமானப்படுத்த முடியுமா என்ன?"

"அது சரிதான் அது நிச்சயம் தவறுதான்" என்று அவளிடம் ஒத்துக்கொண்டேன்.

அதன் பிறகு 'ஓ, என் பாவப்பட்ட பெண்ணே, அதை மனதில் அசை போட்டுக் கொண்டுதான் அறையின் குறுக்கும், நெடுக்கும் நடந்து கொண்டிருக்கிறாயோ? சொல்லப் போனால் என்னை விட நீ கொண்டிருக்கும் சந்தேகம் அதிகமாக இருக்குமென்றே தோன்றுகிறது' என்று என் மனதுக்குள் நினைத்துக் கொண்டேன்.

"சீக்கிரமே அவர் வந்துவிட்டால் நல்லதாக இருக்கும்" என்றாள் அவள்.

"மாலை முழுவதையும் என்னோடு செலவழிக்க ஆசைப்படுவதாகத்தானே சொன்னார். பிறகு ஏதோ ஒரு முக்கியமான வேலை இருப்பதாகச் சட்டென்று போய்விட்டார். அது என்னவென்பது உனக்குத் தெரியுமா வான்யா? ஏதாவது கேள்விப் பட்டாயா?"

"அது கடவுளுக்குத்தான் தெரியும். பணம் சம்பாதிப்பதில் மும்முரமாக முனைப்பாக இருப்பவன் அவன் என்பதுதான் உனக்குத் தெரியுமே? பீட்டர்ஸ்பர்க்கில் ஏதோ அரசாங்க 'காண்ட்ராக்ட்' எடுத்துக் கொண்டிருக்கிறான் என்று கேள்விப்பட்டேன். வியாபாரத்தைப் பற்றியெல்லாம் நமக்கு எதுவும் தெரியாது நடாஷா."

"ஆமாம், நமக்கு அது தெரியாதுதான். அல்யோஷா ஏதோ ஒரு கடிதத்தைப் பற்றி நேற்று பேசினான்."

"அதில் ஏதோ ஒரு செய்தி இருக்கிறது. அல்யோஷா இங்கே வந்தானா?"

"ஆமாம்"

"சீக்கிரமாகவே வந்தானா?"

"பன்னிரண்டு மணிக்கு வந்தார். அவர் மிகவும் தாமதமாகத்தான் தூங்குவார். கொஞ்சநேரம் இங்கே இருந்தார். பிறகு காதரீனா ஃபியோதோரோவ்னாவிடம் அனுப்பிவிட்டேன். எனக்கு வேறு வழியில்லை வான்யா."

"ஏன்? அவனே போக வேண்டுமென்று நினைத்தானா?"

"ஆமாம். அவர்..."

அவள் இன்னும் ஏதோ சொல்ல வந்துவிட்டுத் தன்னைக் கட்டுப்படுத்திக் கொண்டாள். நான் அவளைப் பார்த்தபடியே காத்திருந்தேன். அவள் முகத்தில் வருத்தம் தெரிந்தது. அவளை மேலும் ஏதாவது கேட்டிருந்திருப்பேன். ஆனால் அப்படிக் கேள்வி கேட்பதை சில நேரங்களில் அவள் விரும்புவதில்லை.

"அவர் வினோதமானவர் என்று இறுதியில் உதட்டைச் சுழித்துக் கொண்டு சொன்னாள் அவள். என்னைப் பார்ப்பதை வேண்டுமென்றே தவிர்த்துக் கொண்டும் இருந்தாள்.

"ஏன்? எதுவும் நடந்ததா?"

"இல்லை, ஒன்றுமில்லை. நான் சும்மா நினைத்துப் பார்த்தேன். அவர் இனிமையானவர்தான். ஆனாலும் கூட..."

"அவன் பட்ட துயரங்கள், கவலைகள் எல்லாம் இப்போது ஒரு முடிவுக்கு வந்துவிட்டன" என்றேன் நான்.

நடாஷா என்னை ஆழமாக, துருவுவது போலப் பார்த்தாள். அதற்குப் பதில் சொல்ல வேண்டும் போல இருந்தது அவளுக்கு.

"இதற்கு முன்னாலும் கூட அவருக்கு அதிக அளவு துயரங்களோ கவலைகளோ இருந்ததில்லை" நான் முதலில் சொன்னதிலும் கூட அதே விஷயம்தான் மறைந்திருந்ததோ என்று அவள் நினைத்திருக்கலாம். அது அவளுக்கு எரிச்சலூட்டியது.

ஆனால் உடனேயே அவள் பழையபடி சகஜமாகவும், நட்புடனும் நடந்துகொள்ள ஆரம்பித்து விட்டாள். அன்று அவள், அளவுக்கு மீறிய அடக்கத்தோடு நடந்து கொண்டாள். நான் கிட்டத்தட்ட ஒரு மணிநேரத்துக்கு மேல் அவளுடன் இருந்தேன். அவள் சற்றுப் பதட்டமாக இருந்தாள். வால்காவ்ஸ்கி அவளை அச்சுறுத்தி இருந்தான். அவள் கேட்ட சில கேள்விகளிலிருந்து தன்னைப் பற்றி என்ன நினைக்கிறான் என்பதைத் தெரிந்துகொள்ள அவள் மிகவும் ஆர்வமாக இருக்கிறாள் என்பதை என்னால் கவனிக்க முடிந்தது. அவள் அவன் முன்னிலையில் ஒழுங்காக நடந்து கொண்டாளா இல்லையா? தன் சந்தோஷத்தை அவன் முன்பு மிகவும் வெளிப்படையாகக் காட்டிக்கொண்டு விட்டாளா? தன் மீது சாட்டப்பட்ட குற்றத்தை உடனே ஒத்துக்கொள்ள ஆயத்தமாகி விட்டாளா, அல்லது சமரசம் செய்து கொண்டு விட்டாளா? அவன் அவளைப் பற்றி ஏதும் மோசமாக நினைத்து விடுவானா? அவன் தன்னை ஏளனம் செய்வானா? அல்லது தன்னை வெறுத்துவிடுவானா? இந்த எண்ணங்களால் அவளது கன்னம் சூடேறிச் சிவந்தது.

"எவனோ ஒரு மோசமான மனிதன் ஏதாவது நினைத்துக் கொண்டு விடுவானோ என்று நீ ஏன் இப்படிப் பதறுகிறாய்?

அவனுக்கு என்ன விருப்பமோ அப்படி நினைத்துக்கொண்டு போகட்டுமே" என்றேன் நான்.

"ஆனால் அவர் மோசமானவர் என்று நீ ஏன் சொல்கிறாய்?" என்று கேட்டாள் அவள்.

நடாஷா, சந்தேகப் பேர்வழிதான் என்றாலும் நேரடியாகப் பேசுபவள்; மனத்தூய்மை கொண்டவள். அவளது சந்தேகங்கள், எந்தத் தவறான அடிப்படையிலிருந்தும் எழுந்திருக்காது. அவளிடம் தன்னைப் பற்றிய பெருமித உணர்வு உண்டென்றாலும் அது மிக உயர்வான தளத்திலானது. அவள் உயர்வாக எண்ணிக் கொண்டிருப்பவற்றை அவள் முன்னிலையில் ஒரு பரிகாசப் பொருளாக்குவதை அவளால் பொறுத்துக்கொள்ள முடியாது. அவள் பிறர் காட்டும் வெறுப்பை–இழிவான மனிதர்கள் காட்டும் வெறுப்பை நிச்சயம் எதிர்கொண்டிருக்கக் கூடும்; ஆனால் அதே வேளையில் அவள் புனிதமாக நினைத்துக் கொண்டிருப்பவை ஏளனம் செய்யப்படும் போது–ஏளனம் செய்பவர்கள் யாராக இருந்தாலும் அவள் இதயம் வலித்திருக்கும்தான். அவள் மனோதிடம் அற்றவள் என்பது இதற்குக் காரணமில்லை. உலகியல் அறிவு மிகவும் குறைவாக இருப்பதும், மனிதர்களோடு அதிகம் பழக்கம் வைத்துக் கொள்ளாமல் தன்னுடைய சின்னப் பொந்துக்குள் மட்டும் எப்போதும் ஒளிந்து கொண்டிருப்பதுமே இதற்குக் காரணம். அவள், தன் வாழ்க்கை முழுவதையும் தனக்கென்று உள்ள ஒரு சிறிய மூலையிலேயே கழித்திருக்கிறாள்; அதை விட்டு அவள் அதிகம் வெளியேறியதே இல்லை. மேலும் தன் தந்தையிடமிருந்து சுவீகரித்துக் கொண்ட நல்லியல்புகளும் அவளிடம் இருப்பதால், தான் எதிர்ப்படும் மனிதர்களைப் பற்றித் தவறாக நினைக்காமல், அவர்களது உண்மையான இயல்பைவிட மிகையாகவே அவர்களைப் பற்றி அவள் உற்சாகமாக எடை போட்டுவிடுகிறாள். அவர்களிடம் இருக்கும் நல்லதை மிகைப்படுத்திப் பார்க்கிறாள். இந்த இயல்பு அவளிடம் மிக அதிகமாகவே வளர்ந்துவிட்டது. அப்படிப்பட்ட மனிதர்களுக்கு அவ்வாறான பிரமைகள் கலையும்போது அதை ஏற்றுக்கொள்வது கடினம்; அதிலும் குற்றம் சுமத்தப்படுபவர்கள் தாங்கள் என்பதை உணரநேரும் போது அதை ஏற்பது அவர்களுக்கு மிக மிகக் கடினமாக இருக்கும். எங்களுக்குக் கிடைக்கக் கூடியதை விட அதிகமாக ஏன் இவர்கள் எதிர்பார்க்க வேண்டும்? இப்படிப்பட்ட மனிதர்களுக்கு எப்போதும் இவ்வகையான ஓர் ஏமாற்றம் காத்திருக்கும்தான். அதற்கு அவர்கள் பேசாமல் தங்கள் மூலைகளிலேயே முடங்கிக்கொண்டு வெளியுலகத்திற்குப் போகாமல் தவிர்த்து விடுவதுதான் சிறந்ததாக இருக்கும். உண்மையில் அவர்கள் தாங்கள் பதுங்கியிருக்கும் மூலைகளையே பெரிதும் விரும்புகிறார்கள்

என்பதைக்கூட நான் கவனித்திருக்கிறேன். அப்படியே இருந்தபடி சமூகத்தோடு பழக்கம் இல்லாமல் கூச்சத்தோடு வளர்ந்து விடுகிறார்கள். நடாஷா நிறைய துரதிருஷ்டங்களையும், அவமானங்களையும் எதிர்ப்பட்டிருக்கிறாள். அவள் ஏற்கனவே புண்பட்டுப் போயிருக்கும் ஒரு ஜீவன்தான். அவளைக் குற்றம் சொல்ல ஏதுமில்லை. நான் சொன்னதில் வேண்டுமானால் எதுவும் குற்றம் இருந்திருக்கலாம்.

எனக்கு அவசரமாக அங்கிருந்து போக வேண்டியிருந்ததால் எழுந்து கொண்டேன். அதைக் கண்டு வியப்படைந்த அவள், நான் போகிறேனே என்று கிட்டத்தட்ட அழக்கூடத் தொடங்கிவிட்டாள்; ஆனால் இவ்வளவு நேரமும் அவள் கூடவே நான் இருந்தபோது அப்படிப்பட்ட தனிப்பட்ட பிரியம் எதையும் என்னிடம் அவள் காட்டவில்லை. சொல்லப் போனால் வழக்கத்தை விடக் கடுமையாக இருந்தாள் என்றே கூடச் சொல்லலாம்.

என்னை அன்போடு முத்தமிட்ட அவள் வெகுநேரம் என் கண்களுக்குள் – அவற்றை ஊடுருவுவது போலப் பார்த்துக் கொண்டிருந்தாள்.

“உனக்கொன்று தெரியுமா?” என்றபடி பேச்சைத் தொடங்கினாள் அவள்.

“இன்று காலை அல்யோஷா மிகவும் வினோதமாக நடந்து கொண்டார்; அது எனக்கு ரொம்பவே ஆச்சரியமாக இருந்தது. அவர் மிகவும் இனிமையாக, மிக மிக மகிழ்ச்சியாக இருந்தார். ஒரு பட்டாம்பூச்சி போலச் சிறகடித்துப் பறந்து கொண்டிருந்தார் என்பது வெளிப்படையாகவே தெரிந்தது. கண்ணாடியில் தன் உருவத்தைப் பார்த்துக் கொண்டே இருந்தார். இப்போதெல்லாம் அவர் சிறிது வழக்கத்துக்கு விரோதமாக நடந்து கொள்கிறார். வெகுநேரம் அவர் இங்கே தங்கவில்லை... ஆச்சரியம் என்னவென்றால் அவர் எனக்குச் சில இனிப்புகள் வேறு வாங்கிக் கொண்டு வந்தார்.”

“என்னது இனிப்புகளா? சொல்வதற்கு வேறென்ன இருக்கிறது? அவன் மிகவும் நல்லவன், அன்பானவன் அவ்வளவுதான். அட... நீங்கள் இருவரும்தான் எப்படிப்பட்ட ஜோடிகள்? இப்போது நீங்கள் ஒருவரையொருவர் கவனிக்கவும், ஒருவரை ஒருவர் உளவு பார்க்கவும் தொடங்கியிருக்கிறீர்கள். ஒருவர் முகத்தைப் பார்த்து அதில் என்ன எண்ணம் மறைந்து கிடக்கிறது என்பதைக் கண்டு பிடிக்க முயற்சிக்கிறீர்கள் (ஆனால் அதைப் பற்றி எதையுமே புரிந்து கொள்ள முடியாமல்). அவன் ஒன்றும் அவ்வளவு மோசமானவன் இல்லை. கொஞ்சம் விளையாட்டுப் போக்குடன் ஒரு பள்ளிச்

சிறுவனைப் போலத்தான் எப்போதும் இருக்கிறான். ஆனால் நீயோ...?"

நடாஷா எப்போதெல்லாம் தன் பேச்சின் தொனியை மாற்றிக்கொண்டு அல்யோஷாவைப் பற்றிய புகாருடன் என்னிடம் வருவாளோ, அல்லது ஏதாவது அற்பத்தனமான சந்தேகத்துக்குத் தீர்வு கேட்பாளோ, அல்லது ஏதாவது ஒரு ரகசியத்தை என்னிடம் சொல்லி அந்த ஒரே வார்த்தையில் நான் அதைப் புரிந்துகொள்ள வேண்டுமென்று நினைப்பாளோ அப்போதெல்லாம் என்னைப் பார்த்து பயத்தோடு ஒரு புன்னகை செய்வாள். அவள் மனதை உடனடியாகச் சாந்தப்படுத்தும் ஏதாவது ஒரு பதிலை நான் சொல்லி விட மாட்டேனா என்று கெஞ்சுவதைப் போல் அது இருக்கும். அப்படிப்பட்ட தருணங்களில் நானும் ஒரு கடுமையான முகபாவத்தை வருவித்துக் கொண்டு கோபமான குரலில் பேசுவேன் என்பது எனக்கு நினைவிருக்கிறது. எவரையோ திட்டுவது போலத்தான் நான் நடந்துகொள்வேன். அது, நான் சற்றும் திட்டமிடாமல் முற்றிலும் தன்னிச்சையாக நிகழ்வதுதான் என்றாலும் அது எப்போதுமே பலனளிப்பதாகவும் இருந்திருக்கிறது. நான் அப்படிக் கடுமையாக, கோபமாக இருந்தது அப்போது மிகவும் பொருத்தமானதாகத்தான் இருந்தது. அவளை அதிகாரம் செய்வதுபோல என் வார்த்தைகள் இருந்திருக்கலாம்; ஆனால் சில சமயங்களில் தங்களை யாராவது திட்டக்கூடாதா என்ற ஏக்கம் கூட மனிதர்களுக்கு ஏற்படுவதுண்டு. குறைந்தபட்சம் நடாஷாவைச் சமாதானப்படுத்தவாவது ஒரு சில நேரங்களில் அவை துணை வந்திருக்கும்.

"இல்லை வான்யா, இதோ பார், நான் சொல்வதைக் கேள்" என்றபடி தன் ஒரு கையை என் தோளில் வைத்தாள் அவள். மற்றொரு கையால் என் கையை அழுத்தியபடி மன்றாடுவது போல என் கண்களுக்குள் பார்த்தாள்.

"அவருக்கு இன்னும் எதுவும் சரியாகப் பிடிபடவில்லை என்றே நினைக்கிறேன். எல்லாவற்றையும் லேசாக எடுத்துக் கொண்டிருப்பதைப் போலத்தான் தெரிகிறார். எப்போதோ பத்து வருடங்களுக்கு முன்னாலேயே திருமணம் செய்து கொண்டவரைப் போலவும், இன்னும் தன் மனைவியிடம் பணிவாக நடந்து கொண்டிருப்பதைப் போலவும் தெரிகிறார். அது சற்று அவசரக் கோலமாகத் தோன்றவில்லையா? அவர் தானாகச் சிரித்துக் கொள்கிறார், தன் தோற்றத்தைச் சரிசெய்து கொள்கிறார்... ஆனால் அதற்கும் எனக்கும் சம்பந்தமே இல்லாதது போல–அவர் என்னைக் கண்டுகொள்ளாதது போல் இருக்கிறது. காதரீனா ஃபியோதோ

ரோவ்னாவைப் பார்க்க வேண்டுமென்று அவசரப்பட்ட படி இருந்தார். நான் ஏதாவது பேசினாலும் கூட நான் சொல்வதை அவர் கேட்டுக்கொள்ளவே இல்லை. நான் பேசத் தொடங்கும் போதும் கூட அவர் மைல் கணக்கில் எங்கோ விலகியே இருந்தார். மோசமான இந்தப் பிரபுத்துவ மனப்பான்மையை அவர் விட்டொழிக்க வேண்டும் என்று நாங்கள் இருவரும்தான் எவ்வளவு முயற்சி செய்தோம்? உண்மையில் அவர்தான் எப்படிப்பட்ட விட்டேற்றியான பாவனையுடன் இருந்தார் தெரியுமா? சரி... எதையோ சொல்ல வந்துவிட்டு ஏதோ சொல்லிக் கொண்டிருக்கிறேன். ஒரு விஷயத்தை ஆரம்பித்தால் நிறுத்த முடியாது என்னால். ம்! நாம்தான் எவ்வளவு சலனபுத்தியுள்ள சர்வாதிகாரிகளைப் போல நடந்துகொள்ள விரும்புகிறோம்? இப்போதுதான் எனக்கு அது புரிகிறது வான்யா. ஒரு மனிதனுடைய முகம் மிக லேசாக மாறி யிருந்தால் கூட நம்மால் அதை மன்னிக்க முடிவதில்லை. அவர் முகம் அப்படி ஏன் மாறியது என்பது கடவுளுக்குத்தான் தெரியும். சற்று முன் நீ என்னிடம் கடுமையாகப் பேசித் திட்டினாயே அதெல்லாம் சரிதான் வான்யா, எல்லாமே என்னுடைய தவறு தான். நம்முடைய சிக்கல்களை நாமேதான் உண்டாக்கிக் கொள்கி றோம், பிறகு அவற்றைப் பற்றிப் புகார் சொல்கிறோம். நன்றி வான்யா, நீ என்னை நன்றாகவே சமாதானப்படுத்திவிட்டாய். ம்... இன்று மட்டும் அவர் வந்தால்? ஆனால் ஒருவேளை இன்று காலை நடந்த விஷயத்தில் அவர் கோபமாகக்கூட இருக்கலாம்."

"ஏன்? ஏற்கனவே அவனோடு சண்டை போட்டு விட்டாயா என்ன?" என்று வியப்போடு கத்தினேன்.

"இல்லை! நான் அதை வெளிக்காட்டிக் கொள்ளவே இல்லை. நான் சற்று வருத்தமாக மட்டுமே இருந்தேன். அவர் வரும்போது மகிழ்ச்சியாகத்தான் வந்தார். ஆனால் திடீரென்று வேறேதோ சிந்தனையில் ஆழ்ந்து விட்டார். அவர் விடைபெற்ற முறையும் கூட அவ்வளவு இனிமையாக இல்லை. ஆனாலும் இன்று அவரை வருமாறு சொல்லி அனுப்பப் போகிறேன். நீயும் இன்று மாலை வரவேண்டும் வான்யா."

"கட்டாயம் வருவதாகத்தான் இருக்கிறேன். ஆனால் வேறு ஒரு வேலை குறுக்கிட்டுத் தடுத்து விடாமல் இருக்க வேண்டும்."

"என்ன அது?"

"அது எனக்கு நானே வருவித்துக் கொண்டது. ஆனாலும் கூட உறுதியாக நான் வருவேன் என்றே நினைக்கிறேன்."

7

சரியாக ஏழுமணிக்கு நான் மாஸ்லோபோயேவின் வீட்டில் இருந்தேன். அவன் ஷெஸ்டில்வோட்ச்னி தெருவிலுள்ள ஒரு குடியிருப்பில் இருந்தான். அவன் வீட்டில் மூன்று அறைகள் இருந்தன. அவை அவ்வளவு சுத்தமாக இல்லாவிட்டாலும் தேவையான சாமான்கள், மேசை, நாற்காலிகள் எல்லாமே அவற்றில் இருந்தன. அந்த வீட்டில் லேசான செல்வ வளமும் தெரிந்தது. ஆனால் அது சரியாக நிர்வகிக்கப்பட்டிருக்கவில்லை. கிட்டத்தட்ட பத்தொன்பது வயது நிரம்பிய மிக அழகான இளம்பெண் ஒருத்தி கதவைத் திறந்து விட்டாள். அவளது ஆடை எளிமையாக இருந்தாலும் அழகாக, மாசுமறுவற்றதாக தூய்மையாக இருந்தது. அன்பும், உயிர்த்துடிப்பும் நிறைந்த கண்கள். முதல் நாள் சந்திப்பில் என்னிடம் அவன் குறிப்பிட்ட அலெக்ஸாண்ட்ரா செமியோனோவ்னா அவளாகத் தான் இருக்க வேண்டுமென்றும், அவளை எனக்கு அறிமுகம் செய்வதாகத்தான் அவன் சொல்லியிருக்க வேண்டுமென்றும் நான் உடனே ஊகித்துக் கொண்டேன். நான் யாரென்று விசாரித்த அவள், என் பெயரைக் கேட்டதுமே மாஸ்லோபோயேவ் என்னைத் தான் எதிர்பார்த்துக் கொண்டிருந்தான் என்றும், இப்போது தன் அறையில் தூங்கிக் கொண்டிருக்கிறான் என்றும் சொல்லிவிட்டு என்னை அவனிடம் அழைத்துச் சென்றாள். மாஸ்லோபோயேவ் தன் அழுக்கேறிய கோட்டுடன் அங்கிருந்த மிக நேர்த்தியான ஒரு சோஃபாவில் படுத்து உறங்கிக் கொண்டிருந்தான்; அவனது தலைக் கடியில் சுருக்கங்கள் நிறைந்த ஒரு தோல் தலையணை இருந்தது. அவன் ஆழ்ந்த உறக்கத்திலெல்லாம் இல்லை; நாங்கள் அறைக்குள் வந்தவுடனேயே என்னைப் பெயர் சொல்லிக் கூப்பிட்டு விட்டான்.

"ஓ... நீயா? உன்னைத்தான் எதிர்பார்த்துக் கொண்டிருந்தேன். நீ உள்ளே வந்து என்னை எழுப்புவதுபோல இப்போது ஒரு கனவு கூட வந்தது. சரியான நேரத்திலேதான் வந்திருக்கிறாய். வா போகலாம்."

"எங்கே போகப் போகிறோம்."

"ஒரு பெண்மணியைப் பார்க்க."

"யார் அவள்...? எதற்காகப் பார்க்க வேண்டும்."

"மேடம் புப்னோவா. அவளிடம் போவது அவள் கணக்கைத் தீர்க்க. ஆஹா, என்ன ஒரு அழகு" என்று இழுத்துச் சொன்னபடியே அலெக்ஸாண்ட்ரா செமியோனோவ்னாவின் பக்கம் திரும்பினான். மேடம் புப்னோவாவின் நினைப்பில் தன் விரல் நுனிகளைக் கூட முத்தமிட்டுக் கொண்டான்.

"சரிதான், அவருடைய முட்டாள்தனமான உளறலைத் தொடங்கி விட்டார்" என்றாள் அலெக்ஸாண்ட்ரா செமியோனோவ்னா. தன் கோபத்தை அப்படி வெளிக்காட்ட வேண்டியது தன் கடமை என்பதை உணர்ந்திருந்தாள் அவள்.

"நீங்கள் இருவரும் இதுவரை சந்தித்ததில்லை அல்லவா? உன்னை அறிமுகம் செய்து வைக்கிறேன் பெரிய மனுஷா. அலெக்ஸாண்ட்ரா செமியோனோவ்னா! கேட்டுக்கொள். இப்போது உனக்கு ஒரு இலக்கிய தளபதியை அறிமுகம் செய்து வைக்கப் போகிறேன். வருடத்தில் ஒரு தரம்தான் அவர்கள் பார்க்கக் கிடைப்பார்கள். மற்ற நேரங்களில் நாம் பணம் கொடுத்துதான் அவர்களைப் பார்த்தாக வேண்டும்."

"இதோ பாருங்கள், என்னை இப்படியெல்லாம் முட்டாளாக்க வேண்டாம். அவர் சொல்வதையெல்லாம் தயவுசெய்து பொருட்படுத்தாதீர்கள். அவர் இப்படித்தான் எப்போதுமே என்னைக் கேலி செய்து கொண்டிருப்பார். இந்த மனிதர் எப்படி ஒரு தளபதியாக இருக்க முடியும்?"

"அதைத்தான் உன்னிடம் சொல்ல வருகிறேன். அவர் ஒரு தனி ரகம். மாண்புமிக்கவரே, நாங்கள் ஏதோ முட்டாள்களென்று கற்பனை செய்து கொள்ள வேண்டாம். வெளிப்பார்வைக்குத் தோன்றுவதை விட நாங்கள் புத்திசாலிகள்தான்."

"ஐயோ... இவர் சொல்வதையெல்லாம் போய்க் கேட்டுக் கொண்டிருக்காதீர்கள்" என்றாள் அவள் என்னிடம்.

"வெளியாட்களுக்கு முன்னால் என்னைச் சீண்டுவதும் கேலி செய்வதுமே அவர் வழக்கம். அதில் அவருக்குக் கொஞ்சம் கூட வெட்கமில்லை. என்னை ஒரு தடவையாவது ஏதாவது நாடகம் பார்க்கக் கூட்டிப் போயிருக்கிறாரா, அதை முதலில் கேளுங்கள்."

"அலெக்ஸாண்ட்ரா செமியோனோவ்னா, உன் வீட்டை குடும்பத்தை முதலில் நீ நேசிக்க வேண்டும். உன் பிரியம் எதன் மீது இருக்க வேண்டும் என்பதை நீ மறந்திருக்க மாட்டாயென்று நினைக்கிறேன். அந்தச் சின்ன உலகத்தை மறந்துபோய் விட்டாயா என்ன? நான் சொல்லிக் கொடுத்திருக்கிறேனே... அது...?"

"நிச்சயமாக மறந்துவிடவில்லை. ஆனால் எனக்கென்னவோ அது ஏதோ கிறுக்குத்தனமாகத்தான் தெரிகிறது."

"சரி... அது என்ன வார்த்தை சொல், பார்ப்போம்."

"ஹ்ம், ஒரு விருந்தாளிக்கு முன்னால் என்னைக் கேவலப்படுத்திக் கொள்ள ஒருபோதும் முன்வரமாட்டேன். ஒருவேளை அந்த வார்த்தை அநாகரிகமானதாகக் கூட இருக்கலாம். அதைச் சொல்வதை விட செத்துப் போய்விடலாம்."

"சரி சரி... அப்படியென்றால் நீ அதை மறந்து போய்விட்டாய் என்று சொல்."

"இல்லை இல்லை... நான் மறக்கவே இல்லை. குலதெய்வங்கள்... உன்னைச் சுற்றியிருக்கும் குலதெய்வங்கள் மீது அன்பு காட்டு, ம்... ஒருவேளை அப்படி யாருமே இல்லாமல் கூட இருக்கலாம். அவர்கள் மீது ஏன் அன்பு செலுத்த வேண்டும். எப்போதுமே ஏதாவது உளறுவதே அவருக்கு வழக்கமாகிப் போய்விட்டது."

"ஆனால் மேடம் புப்னோவாவிடம்..."

"நீயும் உன் மேடம் புப்னோவாவும்" என்று சொல்லியபடி மிகவும் வெறுப்போடும் கோபத்தோடும் அந்த அறையை விட்டு வெளியே ஓடினாள் அலெக்ஸாண்ட்ரா செமியோனோவ்னா.

"சரி வா. நாம் கிளம்ப வேண்டும். போய் வருகிறோம் அலெக்ஸாண்ட்ரா செமியோனோவ்னா."

நாங்கள் இருவரும் வெளியே வந்தோம்.

"இதோ பார் வான்யா. முதலில் இந்த வண்டியில் ஏறிக் கொள்வோம் வா!... சரி! நல்லது, இப்போது நான் சொல்வதைக் கேள். நேற்று உன்னைச் சந்தித்துவிட்டுப் போன பிறகு நான் ஒரு விஷயத்தைக் கண்டுபிடித்தேன். அது வெறும் ஒரு ஊகம் மட்டுமில்லை. உறுதியான ஒரு விஷயம்தான். வாஸிலியெவ்ஸ்கி தீவில் முழுசாய் ஒரு மணி நேரம் செலவிட்டேன். அந்தப் பானைத் தொந்தியன் இருக்கிறானே, அவன் ஒரு கேவலமான, அருவருப்பான பன்றி. சரியான போக்கிரி. வக்கிரம் பிடித்தவன். அவன் என்னவெல்லாம் மோசமான விஷயங்களில் ஈடுபட்டு வருகிறான் என்பது ஊருக்கே தெரிந்ததுதான். கௌரவமான குடும்பத்தைச் சேர்ந்த ஒரு சிறுமியைக் கவரப்போகும் சமயத்தில் அன்றொரு நாள் அவள் பிடிபட்டு விட்டாள். அந்த அநாதைப் பெண்ணுக்கு புப்னோவா அணிவித்திருந்த மஸ்லின் உடைகளைப் பற்றி இன்று காலை நீ என்னிடம் விவரித்தாயே... அப்போது முதல் எனக்கு இருப்பே கொள்ளவில்லை, காரணம் அதுபோல நான் முன்பே ஏதோ கேள்விப்பட்டிருக்கிறேன். இன்று காலையிலும் கூட தற்செயலாக ஏதோ ஒன்று கண்டுபிடித்தேன். அது உண்மையான செய்திதான். நாம் அதை நம்பலாமென்றே தோன்றுகிறது. ஆமாம், அந்தச் சிறுமிக்கு எத்தனை வயது இருக்கும்?"

"அவள் முகத்தைப் பார்த்தால் பதின்மூன்று இருக்கலாம் என்று தோன்றுகிறது."

"ஆனால் அந்த வயதுக்கு சிறியவளாகத்தான் தெரிகிறாள். ஆனால் அந்த புப்னோவா எப்போதும் செய்வது அதைத்தான். தேவையென்றால் வயது பதினொன்று என்பாள். இன்னொரு

சமயம் அதே பெண்ணுக்குப் பதினைந்து வயதென்பாள். அந்தப் பாவப்பட்ட குழந்தைக்குக் குடும்பம் என்று எதுவுமில்லை, பரா மரிக்க, பாதுகாக்க யாரும் இல்லையென்பதால் அவள்..."

"உண்மையாகவா சொல்கிறாய்?"

"அப்புறமென்ன? நீ என்ன நினைத்துக் கொண்டிருக்கிறாய்? போயும் போயும் மேடம் புப்னோவா போய் ஒரு அநாதைக் குழந்தையைத் தத்தெடுத்து வளர்ப்பதாவது? அதிலும் அந்தப் பானைத் தொந்திக்காரன் அவளைச் சுற்றிச் சுற்றி வந்து கொண்டி ருக்கிறானென்றால் 'அந்த விஷயம்'தான் என்று நீ உறுதியாக நம்பலாம். இன்று காலையில் அவன் அவளைப் போய்ப் பார்த் திருக்கிறான். அந்தப் போக்கிரி சிஸோப்ரியுகோவுக்கும் கூட இன்று ஒரு அழகான பெண்ணை ஏற்பாடு செய்து தந்திருக்கிறார்கள். அவள் திருமணமான ஒரு பெண். ஒரு அதிகாரியின் மனைவி, அவளும் குமாஸ்தாவாக வேலை பார்ப்பவள். ஊதாரித்தனமான பணக்கார வியாபாரக் குடும்பத்தைச் சேர்ந்த பையன்கள் இந்த விஷயத்தில் மட்டும் குறிப்பாக இருப்பார்கள்; ஆளின் சமூகப்படித் தரம் எப்படி இருக்கிறது என்பதைத்தான் எப்போதும் கவனிப் பார்கள். லத்தீன் மொழி இலக்கணத்தின் விதி உனக்கு நினைவிருக் கிறதுதானே? காலை முதல் போதையிலேயே இருந்து கொண்டி ருக்கிறேன் என்று நினைக்கிறன். ஆனால் புப்னோவா இந்த விஷயங்களில் தலையிடாமல் இருப்பது நல்லது. அவள் ஏற்கனவே காவல்துறையை ஏமாற்றவும் துணிந்துவிட்டாள்... ஆனால் அப்படி யெல்லாம் எளிதாகத் தப்பித்துவிட முடியாது. அதற்குத்தான் அவளைக் கொஞ்சம் பயங்காட்டப் பார்க்கிறேன். அவளுடைய பழைய கணக்குகள் சில இன்னும் தீர்க்கப்படாமல் என்னிடம் இருப்பது அவளுக்குத் தெரியும். அப்புறம் மற்ற எல்லாமே... உனக்குப் புரிகிறதா?"

நான் பயங்கர அதிர்ச்சியில் இருந்தேன். இப்போது தெரிய வந்த விஷயங்களெல்லாம் இன்னதென்று விளக்கிச் சொல்ல முடியாத அளவுக்கு என்னைக் கலவரப்படுத்தி இருந்தன. நாங்கள் செல்லத் தாமதமாகி விடக் கூடுமோ என்று எண்ணியபடி, விரை வாகப் போகச் சொல்லி வண்டிக்காரரை விரைவுபடுத்தினேன்.

"கவலைப்படாதே, எல்லா ஏற்பாடுகளும் செய்தாயிற்று" என்றான் மாஸ்லோபோயேவ்.

"மிட்ரோஷ்கா அங்கே இருக்கிறான். சிஸோப்ரியுகோவ் அவனிடம் பணமாகக் கொடுப்பான்; அந்தப் பானைத்தொந்தி ஆளிடம் பொருளாகத் தருவான். இன்று காலையே அதெல்லாம் முடிவாகி விட்டது. புப்னோவாவைப் பொறுத்தவரை அவளைக்

'கவனிப்பது' என் பொறுப்பு. அவள் கவனமாக அடியெடுத்து வைப்பது அவளுக்கு நல்லது."

நாங்கள் உணவுவிடுதியில் இறங்கிக்கொண்டோம். ஆனால் அவன் குறிப்பிட்ட மிட்ரோஷ்கா என்ற ஆள் அங்கே இல்லை. வண்டிக்காரனை உணவுவிடுதிக்கு வெளியே காத்திருக்குமாறு சொல்லிவிட்டு நாங்கள் மேடம் புப்னோவா இருக்கும் இடத்துக்குச் சென்றோம். மிட்ரோஷ்கா, வாசலிலேயே காத்துக் கொண்டிருந்தான். ஜன்னலில் பளீரென்ற வெளிச்சம் தெரிந்தது. சிஸோப்ரியுகோவ் குடிபோதையில் சிரிப்பதும் கேட்டது.

"அவர்கள் எல்லோருமே கடந்த கால்மணிநேரமாக இங்கே தான் இருக்கிறார்கள்" என்று தெரிவித்தான் மிட்ரோஷ்கா.

"இதுதான் சரியான சமயம்."

"ஆனால் நாம் எப்படி உள்ளே போவது?" என்று கேட்டேன்.

"விருந்தினர்களைப் போலத்தான்" என்று பதிலளித்தான் மாஸ்லோபோயேவ்.

"அவளுக்கு என்னைத் தெரியும், மிட்ரோஷ்காவையும் தெரியும். எல்லாவற்றையும் பூட்டித்தான் வைத்திருக்கிறார்கள் என்பது உண்மைதான். ஆனால் அது நமக்கு அல்ல."

அவன் கதவை மெதுவாகத் தட்ட, அது உடனே திறந்து கொண்டது. திறந்து விட்ட காவலாளி மிட்ரோஷ்காவைப் பார்த்துக் கண்ணடித்தான். நாங்கள் அமைதியாக உள்ளே சென்றோம். உள்ளேயிருப்பவர்களுக்கு நாங்கள் வரும் சத்தம் கேட்கவில்லை. எங்களைப் படி வரை அழைத்துச் சென்ற காவலாளி வீட்டின் உள் கதவைத் தட்டினான். தட்டுவது யாரென்று அவர்கள் உள்ளே இருந்தபடி கேட்க, தான் மட்டுமே இருப்பதாகவும் உள்ளே வர வேண்டியிருப்பதாகவும் காவலாளி பதிலளித்தான்.

கதவு திறந்து கொண்டது. நாங்கள் அனைவரும் உள்ளே நுழைந்தோம். காவலாளி எங்கோ ஓடி மறைந்து விட்டான்.

"ஹேய்... யாரது" என்று கத்தினாள் அந்தச் சின்ன வாயில் பகுதியில் கையில் ஒரு மெழுகுவர்த்தியைப் பிடித்துக் கொண்டு நின்றிருந்த மேடம் புப்னோவா. அவளும் குடிமயக்கத்துடன், அலங் கோலமான தோற்றத்தில் இருந்தாள்.

"யாரா?" என்றபடி வேகமாகப் பதில் சொல்ல ஆரம்பித்தான் மாஸ்லோபோயேவ்.

"நீங்கள் அந்த மாதிரி எப்படிக் கேட்கலாம் புப்னோவா? உங்கள் மதிப்புக்குரிய விருந்தினர்களை உங்களுக்கு அடையாளம்

தெரியவில்லையா? வந்திருப்பது நாங்கள்தான், வேறு யாராக இருக்கமுடியும்? நான்தான் ஃபிலிப் ஃபிலிப்பிச்"

"ஓ... ஃபிலிப் ஃபிலிப்பிச்! நீங்கள்தானா? வாருங்கள் வாருங்கள். ஆனால் நீங்கள் எப்படி இங்கே? எனக்கு ஆச்சரியம்தான். தயவுசெய்து இந்தப் பக்கம் வாருங்கள்."

அவள் பெரிதும் குழம்பிப் போயிருந்தாள்.

"என்னது இங்கேயா? இங்கே ஏற்கனவே ஒரு பக்கம் திரை போட்டுத் தடுத்திருக்கிறதே? இல்லையில்லை. எங்களுக்கு இன்னும் நல்ல முறையில் வரவேற்புத் தரவேண்டும். எங்களுக்குக் கொஞ்சம் மதுவும் கூட வேண்டும். ஆமாம் அழகான சின்னப் பெண்கள் யாரும் இங்கே இல்லையா?"

அந்தப் பெண்மணி உடனடியாகத் தன் துணிவை மீட்டுக் கொண்டாள்.

"உங்களைப் போன்ற மதிப்பு மிக்க விருந்தாளிகளுக்காக நான் பாதாளம் வரை கூடக் குடைந்து தேடி அவர்களைக் கொண்டு வருவேன். சீனாவரை கூட ஆளனுப்பி அவர்களை வருவித்து விடுவேன்."

"புப்னோவா! என் அன்புக் கண்மணியே! ஒரே ஒரு விஷயத்தை மட்டும் சொல். சிஸோப்ரியுகோவ் இங்கேயா இருக்கிறான்."

"ஆமாம்"

"அவனைத் தேடிக் கொண்டுதான் நான் வந்தேன். என்னைத் தனியாக விட்டு விட்டுக் களியாட்டம் போட அந்த ராஸ்கல் எப்படித் துணிந்தான்?"

"அவர் உங்களை மறந்ததாக எனக்குத் தோன்றவில்லை. அவர் யாரையோ எதிர்பார்த்துக் கொண்டிருந்தார். அது நீங்களாகத்தான் இருக்கும்."

மாஸ்லோபோயேவ் கதவைப் பிடித்துத் தள்ள, நாங்கள் இருவரும் ஒரு சிறிய அறைக்குள் சென்றோம். பூச்செடிகளோடு கூடிய இரண்டு ஜன்னல்கள் கொண்ட அறை அது. பிரம்பு நாற்காலிகளும், பழுதடைந்த ஒரு பியானோவும் அங்கே இருந்தன. அந்த இடத்தில் எதிர்பார்க்கக் கூடிய பொருட்களாகவே அவை எல்லாம் காட்சியளித்தன. ஆனால் நாங்கள் உள்ளே நுழைவதற்கு முன்பே – இடைவழியில் நின்று பேசிக்கொண்டிருந்தபோதே மிட்ரோஷ்கா எங்கோ காணாமல் போயிருந்தான். ஆனால் அவன் வீட்டு முன்பகுதியை விட்டு எங்கும் சென்றிருக்கவில்லை என்றும் கதவுக்குப் பின்னால்தான் காத்துக் கொண்டிருந்தான் என்றும் நான் பிறகு தெரிந்து கொண்டேன். சிறிது நேரம் கழித்து அவனுக்குக்

கதவு திறந்துவிட யாரோ இருந்தார்கள். அன்று, அலங்கோலமான தோற்றத்துடன், கறை படிந்த முகத்துடன் மேடம் புப்னோவாவின் தோளுக்கு மேல் எட்டிப் பார்த்துக் கொண்டிருந்தாளே அந்தப் பெண்தான் அந்த ஆள். அவள் ஒரு வகையில் மிட்ரோஷ்காவுக்கு உறவும் கூட.

மஹோகனி மரத்தில் செய்யப்பட்டது போலவே தோற்றமளித்த மட்டமான ஒரு சிறிய ஒடுக்கமான சோஃபாவில் உட்கார்ந்திருந்தான் சிஸோப்ரியுகோவ். அவனுக்கு முன்னால் துணிவிரிப்புடன் கூடிய வட்டமான ஒரு சிறிய மேசை இருந்தது. அதன்மீது இரண்டு புட்டிகளில் வெதுவெதுப்பான ஷாம்பெயினும், ஒரு புட்டி மோசமான 'ரம்'மும் இருந்தன. இனிப்பு வகைகள், பிஸ்கட்டுகள், உலர் பழங்கள், பருப்பு வகைகள் ஆகியவை மூன்று தட்டுகளில் இருந்தன. சிஸோப்ரியுகோவ் உட்கார்ந்திருந்த இடத்துக்கு நேர் எதிரே வெறுப்பூட்டும் தோற்றத்துடன், அம்மைத் தழும்பேறிய முகத்துடன் நாற்பது வயதுப் பெண்மணி ஒருத்தியும் அமர்ந்திருந் தாள். கறுப்பு வண்ண டஃபேட்டா உடையும், பித்தளை வளையல் களும், புடவையில் குத்தும் 'ப்ரூச்'களும் அணிந்திருந்த அவள்தான் அந்த 'அதிகாரியின் மனைவி'யாக இருக்கவேண்டும். அவள் ஒரு கள்ளப் பேர்வழி என்பது வெளிப்படையாகவே தெரிந்தது. சிஸோப்ரியுகோவ் நல்ல போதை மயக்கத்தில் தனக்குத் தானே மகிழ்ந்து கொண்டிருந்தான். பானைத் தொந்தி கொண்ட அவனது நண்பன் அவனுடன் கூட இல்லை.

"ஆஹா... ரொம்ப லட்சணமாகத்தான் இருக்கிறது" என்று உச்சபட்சக் குரலில் கத்தினான் மாஸ்லோபோயேவ்.

"என்னை 'டுஸ்ஸாட்' போகலாம் என்று கூப்பிட்டு விட்டு நீ என்னடா என்றால் இப்படி."

"ஃபிலிப் ஃபிலிப்பிச், நீ வந்ததில் எனக்கு மிகவும் சந்தோஷமாக இருக்கிறது" என்று முணுமுணுத்தபடி பரவசத்தோடு எங்களை வரவேற்கும் பாவனையில் இடத்தை விட்டு எழுந்து கொண்டான் சிஸோப்ரியுகோவ்.

"குடித்துக் கொண்டிருக்கிறாயா?"

"ஆமாம், மன்னித்துக்கொள்."

"மன்னிப்பெல்லாம் கேட்க வேண்டாம். வந்திருக்கும் விருந் தாளிகளை உன்னோடு சேர்ந்து கொள்ளக் கூப்பிடுபோதும். நாங்கள் இந்த இரவை உன்னோடு கழிக்கப் போகிறோம். பார், என்னோடு ஒரு நண்பரை அழைத்து வந்திருக்கிறேன்."

மாஸ்லோபோயேவ் என்னைச் சுட்டிக் காட்டினான்.

“சந்தோஷம். நீங்களும் வந்திருப்பதில் பெருமை கொள்கிறேன்” என்றபடி நெளிந்தான் அவன்.

“சே, இதைப் போய் ஷாம்பெய்ன் என்று எப்படித்தான் சொல்கிறாயோ நீ? புளித்துப்போன முட்டைக்கோஸ் சூப் மாதிரி இருக்கிறது.”

“நீ வேறு சொல்ல வேண்டுமா அதை? மன்னித்துக்கொள்.”

“ ‘டுஸ்ஸாட்’டில் முகம் காட்டும் துணிச்சல் கூட உனக்குக் கிடையாதென்றே நினைக்கிறேன். இந்த லட்சணத்தில் என்னை வேறு அங்கே கூப்பிடுகிறாய்.”

“தான் பாரிஸுக்குச் சென்றிருப்பதாக இப்போதுதான் சொல்லிக் கொண்டிருந்தார் அவர்” என்றபடி குறுக்கிட்டுப் பேசினாள் அதிகாரியின் மனைவி.

“அவர் சும்மா கதையளக்கிறாரென்று நினைக்கிறேன்.”

“எஃப்படோஸ்யா டிடிஷ்னா, என்னைக் கேவலப் படுத்தாதே. நான் அங்கே போயிருக்கிறேன். உண்மையாகவே போயிருக்கிறேன்.”

“நாட்டுப் பூசணிக்காய் போல இருக்கும் நீ போய்ப் பாரீசுக்கு...”

“நாங்கள் போயிருக்கிறோம். ஆமாம் நாங்கள்... நானும் கார்ப் வாஸிலிச்சும் அங்கே போயிருக்கிறோம். உனக்கு கார்ப் வாஸி லிச்சைத் தெரியுமா?”

“நீ சொல்லும் கார்ப் வாஸிலிச்சை நான் ஏன் தெரிந்து வைத் திருக்க வேண்டும்? அது எனக்கெதற்கு?”

“இல்லையில்லை... சும்மா ஒரு அறிமுகத்துக்காகத்தான் கேட்டேன். உனக்கு தேவைப்படலாம். நாங்கள் இரண்டு பேரும் பாரிசில் மேடம் ஜுபர்டின் வீட்டில் ஒரு சுவர்க் கண்ணாடியை உடைத்து நொறுக்கி விட்டோம் தெரியுமா?”

“எதை உடைத்தீர்கள்?”

“ஒரு மிகப் பெரிய கண்ணாடி. இரண்டு ஜன்னல்களுக்கு இடையே சுவர் முழுவதையும் அடைத்துக் கொண்டு மேற்கூரையைத் தொட்டுக் கொண்டு பிரம்மாண்டமாக இருப்பது. கார்ப் வாஸிலிச் நன்கு குடித்திருந்தான்; அதிகமான போதையில் இருந்த அவன் மேடம் ஜுபர்டிடம் ரஷ்ய மொழியில் பேசத் தொடங்கி விட்டான். பேச்சுவாக்கில் கண்ணாடியருகே நின்றுகொண்டிருந்த அவன், அதன் மீது அப்படியே சாய்ந்து விட்டான். மேடம் ஜுபர்ட், தன்னுடைய மொழியில் அவனைப் பார்த்துக் கூச்சலிட்டபடி அந்தக் கண்ணாடியின் விலை எழுநூறு ஃபிராங்க் (இருநூறு ரூபிள்கள்) இருக்குமென்றும் அவன் அதை உடைத்துவிடக் கூடுமென்றும் சத்தம் போட்டாள். அவன் இளித்துக் கொண்டே என்னைப்

பார்த்தான். நான் அவனுக்கு எதிரே இருந்த சோஃபாவில் அழகான ஒரு பெண்ணுடன் உட்கார்ந்திருந்தேன். இதோ இருக்கிறாளே பார்க்கச் சகிக்காமல் ஒருத்தி, இவளைப் போல இல்லாமல் அசர வைக்கும் அழகி அவள். அந்த ஒரு வார்த்தைதான் அவளுக்குப் பொருந்தும். கார்ப் வாஸிலிச் என்னைப் பார்த்துக் கத்தினான்.

'ஸ்டீபன் டெரிண்டிச்! ஏ... ஸ்டீபன் டெரிண்டிச்... நாம் இதை அப்படியே பாதியாக உடைத்து விடலாம்... சரியா'

நானும் 'அப்படியே செய்யலாம்' என்று சொன்னேன். அவன், தன் முஷ்டியால் அந்த நிலைக் கண்ணாடியில் ஓங்கி ஒரு குத்து விட்டான்; அவ்வளவுதான், அது அப்படியே உடைந்து சிதறியது.

வானத்துக்கும் பூமிக்குமாகக் குதித்தபடி அவனை நோக்கிப் பல்லைக் கடித்துக் கொண்டு சென்ற ஜூபர்ட் 'ஏய் பன்றி... என்ன செய்திருக்கிறாய் நீ' என்று தனக்கே உரிய சொந்த மொழியில் கத்தினாள்.

"மேடம் ஜூபர்ட்... இந்தப் பணத்தை வாங்கிக் கொண்டு ஆளைவிடுங்கள்" என்றபடி அந்த இடத்திலேயே அறுநூற்று ஐம்பது ஃபிராங்குகளைக் கொடுக்காமல் பேரம் பேசி முடித்து விட்டோம்."

சிஸோஃப்ரியுகோவ் இவ்வாறு அந்த முன்னாள் நிகழ்ச்சியை விவரித்துக் கொண்டிருக்கும் நேரத்தில் ஒரு பயங்கரமான மயிர்கூச்செறியும் கூச்சல் கேட்டது. நாங்கள் இருந்த இடத்திலிருந்து இரண்டு மூன்று அறைகளுக்கு அப்பாலிருந்து பல கதவுகளுக்குப் பின்னாலிருந்து அந்த ஓசை எங்கள் காதில் வந்து விழுந்தது. நான் வெடவெடத்துப் போனேன். நானும் கத்தினேன். அந்தக் கூக்குரல் யெலேனாவுடையது என்பதை என்னால் இனம் காண முடிந்தது. பாவப்பட்ட அந்தக் கூக்குரலைத் தொடர்ந்து யாரோ சத்தம் போடுவதும், சபதம் போடுவதும், சண்டை போடுவதும் கேட்டது. சண்டையின் முடிவில் யாரோ இன்னொருவரின் முகத்தில் தன் கையால் பலமாக ஓங்கி அறையும் சத்தம் மிகத் தெளிவாகக் கேட்டது. மிட்ரோஷ்காதான் அப்படிச் செய்து தன் கணக்கைத் தீர்த்துக் கொண்டிருக்க வேண்டும்.

நாங்கள் இருந்த அறைக் கதவு திடீரென்று பயங்கர வேகத்துடன் திறந்து கொண்டது. யெலேனா வேகமாக உள்ளே வந்தாள். வெளிறிப் போய் இரத்தம் சுண்டிப் போன முகத்துடன்; மிரண்டு போன பார்வையுடன் இருந்தாள் அவள். அணிந்திருந்த வெள்ளை மஸ்லின் உடை கசங்கியும் கிழிந்தும் போயிருந்தது. நன்றாகச் சீவப் பட்டிருந்த அவளது முடி, ஏதோ போராடியது போலக் கலைந்து போய்க் கிடந்தது. நான் கதவைப் பார்த்தபடி நின்று

கொண்டிருந்தேன். அவள் என்னை நோக்கி நேராக வந்து தன் கரங்களால் என்னைச் சுற்றி வளைத்துக் கொண்டாள். எல்லோருமே கலவர மடைந்திருந்தனர். அவள் உள்ளே நுழைந்தபோது ஒரே சத்தமும், கூச்சலுமாக இருந்தது.

பிறகு கதவருகே மிட்ரோஷ்கா தென்பட்டான். பானைத் தொந்தி கொண்ட மனிதனை அவன் பிடித்து இழுத்துக் கொண்டு வந்தான். படுக்கையில் படுத்துப் புரண்டு எழுந்தவன் போல அலங்கோலமாக இருந்தான் அவன். கதவருகிலிருந்து அவனை வலிந்து இழுத்துக் கொண்டு வந்து அறைக்குள் தள்ளிய மிட்ரோஷ்கா,

"இதோ இவன்தான்... பிடியுங்கள் இவனை" என்று தான் செய்த செயலில் முழுத் திருப்தியடைந்தவனாய்க் கத்தினான்.

மாஸ்லோபோயேவ் அமைதியாக என் அருகில் வந்து என் தோளில் மென்மையாகத் தட்டினான்.

"இதோ பார், நான் சொல்வதைக் கேள். நாம் வந்த வண்டியை எடுத்துக் கொள். இந்தக் குழந்தையைக் கூட்டிக் கொண்டு உன் வீட்டுக்குப் போ. உனக்கு இதற்கு மேல் இங்கே எந்த வேலையும் இல்லை. மீதத்தை நாளைக்கு ஏற்பாடு செய்து கொள்ளலாம்."

– இன்னொரு முறை அவன் சொல்ல வேண்டிய தேவை இல்லாமல் அந்த ஒரு தடவையிலிருந்தே அவன் சொன்னது எனக்குப் புரிந்து விட்டது. நான் யெலேனாவை என் கையில் பற்றிக் கொண்டு, அந்தப் பொந்தை விட்டு வெளியே வந்தேன். அங்கே நடந்து கொண்டிருந்த விஷயங்கள் எப்படி முடிவுக்கு வந்தன என்பதெல்லாம் எனக்குத் தெரியவில்லை. நாங்கள் வெளியே போகும்போது யாரும் அதைத் தடுக்கவில்லை. வீட்டுக்கார மேடம், புப்னோவா நடுக்கத்தில் திகைத்துப் போயிருந்தாள். எல்லாமே மிக வேகமாக நடந்து முடிந்து விட்டதால் அவளால் தலையிட முடியவில்லை. வண்டி எங்களுக்காகக் காத்திருந்தது. இருபதே நிமிடங்களில் என் குடியிருப்புக்கு இருவரும் வந்து சேர்ந்தோம்.

யெலேனா ஒரு நடைப்பிணம் போலவே இருந்தாள். அவளது உடையைத் தளர்த்திவிட்டு, அவள் மீது தண்ணீர் தெளித்து சோஃபாவில் படுக்க வைத்தேன். அவளைப் பார்த்தால் ஜன்னி கண்டது போல, காய்ச்சல் வருவதுபோல் இருந்தது. வெளிறிப் போயிருந்த அவளது சின்ன முகத்தை, இரத்தம் சுண்டியிருந்த அவளது உதடுகளைப் பார்த்தேன். வாசனைத் தைலம் பூசி சீவிவிடப்பட்டிருந்த அவளது கருமையான கூந்தல், ஒரு பக்கமாகக் குலைந்து தொங்கிக் கொண்டிருந்தது. அவளது தோற்றம் முழு வதையும் பார்த்தேன். அவள் அணிந்திருந்த உடையில் அங்கங்கே இளம் சிவப்புநிற முடிச்சுகள் சில இன்னும் கூட அவிழ்க்கப்படாமல்

எஞ்சியிருந்தன. அங்கே நடந்த அருவருப்பான, ஆபாசமான தொழில் எனக்கு நன்றாகப் புரிந்தது. பாவம் இந்தச் சின்னப் பெண். நேரம் செல்லச் செல்ல அவள் மோசமாகிக் கொண்டே போனாள். நான் அவளை விட்டு விலகவே இல்லை; அன்று மாலை நடாஷா வீட்டுக்குச் செல்ல வேண்டாமென்று நான் முடி வெடுத்தேன். அவ்வப்போது தன் நீண்ட விழிகளை உயர்த்தி யெலேனா என்னைப் பார்ப்பாள்; வெகு நேரம் கழித்து, நள்ளிர வான பிறகே அவள் உறங்கிப் போனாள். நானும் அவளருகே தரையில் படுத்துத் தூங்கினேன்.

8

நான் மிகவும் சீக்கிரமாகவே எழுந்து கொண்டேன். இரவெல் லாம் அரைமணி நேரத்துக்கு ஒருமுறை விழித்துக் கொண்டபடி என் பாவப்பட்ட குட்டி விருந்தாளியின் அருகே செல்வேன். அவளுக்குக் காய்ச்சல் இருந்தது: லேசாக ஜன்னியும் கண்டிருந்தது. ஆனால் காலையில் கொஞ்சம் ஆழ்ந்து உறங்கினாள். அது நல்ல அடையாளம் என்று நினைத்துக் கொண்டேன். ஆனால் காலை யில் எழுந்தவுடன் அந்தக் குட்டிப் பெண் தூங்கிக் கொண்டிருக்கும் போதே–மருத்துவரிடம் ஓடிப் போய்விட்டு வந்துவிட வேண்டு மென்று முடிவு செய்து கொண்டேன். எனக்குத் தெரிந்த அந்த மருத்துவர், மிகவும் நல்லவர்; திருமணமாகாதவர். காலங்காலமாக விளாடிமிர்ஸ்கி தெருவில், தனது ஒரே ஒரு பணிப்பெண்ணான ஒரு ஜெர்மன்காரியுடன் வசித்து வருபவர். நான் அவரைப் பார்க்கச் சென்றேன். அவர் 10 மணிக்கு வருவதாக உறுதி அளித் தார். நான் அவரிடமிருந்து விடைபெற்று வரும்போது எட்டுமணி ஆகியிருந்தது. வீட்டுக்குச் செல்லும் வழியில் மாஸ்லோபோயேவைப் பார்க்க வேண்டுமென்று மிகவும் விரும்பினேன்; ஆனால் பிறகு வேறு மாதிரி நினைத்துக் கொண்டுவிட்டேன். அவன் இரவு முதல் இப்போது வரை நல்ல தூக்கத்தில் இருப்பான். மேலும் யெலேனா ஒருவேளை கண்விழித்துப் பார்த்தால் தனியாக என் அறையில் இருப்பதைப் பார்த்து பயந்துபோய் விடுவாள். காய்ச்சல் வேறு இருப்பதால் எப்பொழுது, எப்படி அங்கே வந்தோம் என்பதெல்லாம் அவளுக்கு மறந்திருக்கும்.

சரியாக நான் அறைக்குள் நுழைந்தபோது அவள் கண் விழித் தாள். நான் அவளிடம் சென்று, அவளுக்கு இப்போது எப்படி யிருக்கிறது என்று மிகவும் கவனமாகக் கேட்டேன். அவள் எந்தப் பதிலும் சொல்லவில்லை. ஆனால் உணர்ச்சிகளை வெளிக்

காட்டும் தன் கருவிழிகளால் என்னை நீண்ட நேரம் தீவிரமாகப் பார்த்துக் கொண்டே இருந்தாள். அவளது பார்வையிலிருந்து அவள் முழுப் பிரக்ஞையோடு இருக்கிறாள் என்பதையும் எல்லா வற்றையும் புரிந்து கொண்டிருக்கிறாள் என்பதையும் என்னால் ஊகிக்க முடிந்தது. அவள் எனக்குப் பதில் அளிக்காததற்குக் காரணம், அவளது வழக்கமான இயல்பே அப்படித்தான் என்பது தான். நேற்றும், என்னைப் பார்ப்பதற்காக அவள் வந்த அந்த நாளிலும் கூட நான் கேட்ட சில கேள்விகளுக்கு அவள் ஒரு வார்த்தைகூட பதில் சொல்லவில்லை. அப்போது என் முகத்தை மட்டுமே தொடர்ந்து மெல்ல வெறித்துக் கொண்டிருந்தாள் அவள். அந்தப் பார்வையில் வினோதமான ஒரு பெருமிதமும் வியப்பும் ஆர்வமும் கலந்திருந்தன. இப்போது அவளது பார்வையில் சற்றுக் கடுமையும், அவநம்பிக்கையும் தெரிந்தன. அவளுக்கு இன்னும் காய்ச்சல் இருக்கிறதா என்று பார்க்க நான் அவளது நெற்றியில் கை வைத்தபோது தன் சின்னக் கரங்களால் என் கையை மென்மை யாக, அமைதியாக அகற்றிவிட்டுப் பார்வையை என்னிடமிருந்து சுவரை நோக்கித் திருப்பிக் கொண்டாள். அவளைக் கவலைப்பட வைக்க வேண்டாமென்று அவள் பக்கத்திலிருந்து விலகிச் சென்றேன்.

என்னிடம் ஒரு பெரிய தாமிரக் கெட்டில் இருந்தது. 'சமோவ'ருக்குப் பதிலாக – வெகுநாட்களாக அதைத்தான் நான் பயன்படுத்தி வந்தேன். அதில் தண்ணீர் சுட வைத்தேன். விறகு நிறைய இருந்தது. ஐந்து நாட்களுக்குப் போதுமான அளவு விறகைக் குடியிருப்பின் காவலாளி கொண்டுவந்து போட்டிருந்தான். நான் அடுப்பை ஏற்றித் தண்ணீர் எடுத்து வந்து கெட்டிலில் ஊற்றிக் கொதிக்க வைத்தேன். தேநீர் தயாரிப்பதற்கு வேண்டியவற்றை யெல்லாம் மேசையில் எடுத்து வைத்தேன். யெலேனா, என் பக்கம் திரும்பி எல்லாவற்றையும் ஆச்சரியமாகப் பார்த்தாள். அவளுக்கு ஏதாவது வேண்டுமா என்று கேட்டேன். ஆனால் மீண்டும் அவள் என்னை விட்டு வேறு பக்கம் திரும்பிக் கொண்டாள். பதிலும் கூடச் சொல்லவில்லை.

"அவளுக்கு என்மீது ஏன் கோபம்? வினோதமானவள் இந்தக் குட்டிப் பெண்" என்று ஆச்சரியப்பட்டேன் நான்.

தான் உறுதி சொல்லியிருந்தபடி பத்துமணி அளவில் மருத்துவர் வந்து சேர்ந்தார். நோயாளியை ஜெர்மானியர்களுக்கே உரிய முழுமையான பாணியில் பரிசோதித்துப் பார்த்தார். அவளுக்கு லேசான காய்ச்சல் இருந்தாலும் குறிப்பான எந்த ஆபத்தும் இல்லை என்று அவர் சொன்னது எனக்கு மகிழ்ச்சியாக இருந்தது.

ஃபியோதர் தஸ்தயெவ்ஸ்கி ✶ 245

அவளுக்கு வேறு ஏதேனும் இதயம் சம்பந்தப்பட்ட நோய் இருக்க வாய்ப்பிருப்பதாகவும் சொன்னார்.

"ஆனால் அது தனியாக கவனித்துக் கொள்ள வேண்டிய விஷயம். இப்போதைக்கு அவளுக்கு ஆபத்து இல்லை" என்றார். அவசியத் தேவை என்பதாக இல்லாமல், பழகிப் போன வழக்கமாக ஒரு மருந்துக் கலவையும் சில மருந்துப் பொடிகளும் தந்தார். பிறகு உடனேயே இந்தப் பெண் என்னுடன் இருக்க நேர்ந்தது எப்படி என்று விசாரிக்க ஆரம்பித்துவிட்டார். அதே நேரத்தில் என் அறையையும் ஆச்சரியமாகப் பார்வையிட்டார். அந்த வயதான மருத்துவர் ஒரு வம்புக்கார வாயாடி மனிதர்.

யெலேனா ஒரு வகையில் அவரை அதிசயப்பட வைத்து விட்டாள் என்றே சொல்லலாம். அவர் நாடி பிடித்துப் பார்க்க முயற்சித்த போது அவர் பிடியிலிருந்து தன் கைகளை இழுத்துக் கொண்டாள். நாக்கை நீட்டச் சொன்னபோது காட்ட மறுத்தாள். அவர் கேட்ட கேள்விகளுக்கெல்லாம் ஒரு வார்த்தை கூட அவள் பதில் சொல்லவில்லை. ஆனால் முழு நேரமும் அவரது கழுத்தில் தொங்கிக் கொண்டிருந்த மிகப் பெரிய "ஸ்டானிஸ்லாவ்' பதக்கத்தையே கண் எடுக்காமல் பார்த்துக் கொண்டிருந்தாள் அவள்.

"அவளுக்குப் பயங்கரமான தலைவலி இருக்குமென்று தோன்றுகிறது" என்றார் கிழவர்.

"எப்படி முறைத்துப் பார்க்கிறாள் பார்."

யெலேனாவைப் பற்றி அவரிடம் சொல்ல வேண்டியது அவசியம் என்று எனக்குத் தோன்றாததால் 'அது ஒரு பெரிய கதை' என்று மட்டும் சொல்லி வைத்தேன்.

"சரி, தேவைப்பட்டால் கூப்பிடுங்கள்" என்று கிளம்பும்போது சொன்னார்.

"ஆனால் இப்போதைக்கு எந்தப் பயமும் இல்லை."

அன்று முழுவதும் யெலேனாவுடனேயே இருந்தாக வேண்டும் என்று மனதுக்குள் முடிவு செய்து கொண்டேன். மேலும் அவள் முழுமையாய்ச் சரியாகும்வரை அவளைத் தனியாக விட்டுவிட்டுப் போவதை எவ்வளவு முடியுமோ அவ்வளவு குறைத்துக் கொள்ள வேண்டுமென்றும் தீர்மானித்தேன். ஆனால் அதே சமயம் நடாஷா வும் ஆனா ஆண்ட்ரேயேவ்னாவும் என் வருகைக்காகக் கவலைப் பட்டுக் களைத்துப் போகக் கூடுமென்பதால் அன்று என்னால் வரமுடியாது என்பதை நடாஷாவுக்கு அஞ்சல் வழி தெரிவிக்கவும்

---

* ஸ்டானிஸ்லாவ் பதக்கம்: ஜார் மன்னன் நிகோலாய் I நிறுவிய ஒரு அரசு சார் கௌரவம்.

முடிவு செய்து கொண்டேன். என்னால் ஆனா ஆண்ட்ரே யேவ்னாவுக்கு எதுவும் எழுத முடியாது. முன்பு ஒரு முறை நடாஷா முடியாமல் இருக்கிறாள் என்று அவளுக்கு ஒரு சிறு குறிப்பு அனுப்பியிருந்தேன்; அதன் பிறகு எப்போதுமே தனக்குக் கடிதம் எதுவும் எழுதி அனுப்ப வேண்டாம் என்று அவளாகவே சொல்லி விட்டாள்.

"உன்னிடமிருந்து கடிதம் வந்திருப்பதைப் பார்த்தால் கிழவர் உறுமுகிறார். கோபப்படுகிறார். பாவம், அந்தக் கடிதத்தில் என்ன இருக்கிறது என்று தெரிந்து கொள்ள அவருக்கு விருப்பம்தான். ஆனால் கேட்க முடியவில்லை... கேட்குமளவுக்கு மனம் வரவில்லை. அப்புறம் நாள் முழுவதும் வருத்தமாகவே இருக்கிறார். மேலும் உன் கடிதங்கள் என் ஆர்வத்தைத் தூண்டி இன்னும் தெரிந்துகொள்ள வேண்டுமென்ற ஏக்கத்தையே கிளர்த்துகின்றன. பத்துப் பன்னிரண்டு வரிகளில் என்ன பயன் இருக்கிறது? உன்னிடம் எல்லா விஷயங்களையும் விரிவாகத் தெரிந்துகொள்ள வேண்டுமென்றே நினைப்பேன், ஆனால் நீயோ பக்கத்தில் இருக்கமாட்டாய்" என்பாள் அவள்.

அதனால் நான் விஷயத்தை நடாஷாவுக்கு மட்டும் எழுதி, மருந்து வாங்கச் சென்றபோது அதை அஞ்சலில் அனுப்பினேன்.

அதற்குள் யெலேனா மறுபடியும் தூங்கியிருந்தாள். லேசாக முனகினாள்; தூக்கத்திலேயே உடல் உதறிப் போட்டது. மருத்துவர் சரியாகத்தான் ஊகித்திருந்தார்; அவளுக்குக் கடுமையான தலைவலி இருந்தது உண்மைதான். இடையிடையே ஏதோ கத்திக் கொண்டே எழுந்திருப்பாள். எரிச்சலை நேரடியாகக் காட்டிக் கொண்டே என்னைப் பார்ப்பாள்; நான் அவளை அப்படிக் கரிசனமாகக் கவனிப்பதே அவளுக்குத் தொந்தரவாக இருந்தது என்பது புரிந்த போது அது என்னை மிகவும் புண்படுத்தியது என்பதை நான் ஒத்துக் கொள்ளத்தான் வேண்டும்.

பதினோரு மணி அளவில் மாஸ்லோபோயேவ் வந்தான். அவன் வேறு ஏதோ ஒரு யோசனையுடன் இருந்தான். ஒரே ஒரு நிமிடம் உள்ளே வந்துவிட்டுப் போய்விட வேண்டுமென்ற அவசரத்தில் இருந்தான்.

"தம்பி! பிரமாதமான ஒரு வீட்டில் நீ வசிக்கக்கூடும் என்று நான் எதிர்பார்க்கவில்லைதான்" என்றபடி சுற்றுமுற்றும் பார்த் தான்.

"ஆனால் இப்படிப்பட்ட ஒரு பெட்டிக்குள் உன்னைப் பார்க்கப் போகிறேன் என்றும் நான் ஒருபோதும் நினைத்ததில்லை. இது மனிதர்கள் வசிக்கும் இடம் போலவே இல்லையே, வெறும்

பெட்டி மாதிரிதான் இருக்கிறது. சரி, அது போனால் போகட்டும். ஆனால் வேறு சின்னச் சின்ன வெளிக் கவலைகள் உன் வேலைக்குக் குறுக்கே வந்து பாதிக்கிறதே, நேற்று புப்னோவா வீட்டுக்கு நாம் போய்க் கொண்டிருந்தபோது அதைப் பற்றித்தான் நினைத்தேன். இதோ பார் நண்பா! என்னுடைய இயல்பான குணத்தின்படியும், சமூக அந்தஸ்தின்படியும் நான் எப்படிப்பட்டவன் தெரியுமா? தாங்கள் உருப்படியாக எதுவுமே செய்யாமல், அடுத்தவர்கள் என்ன செய்ய வேண்டுமென்று போதிக்கிறார்களே அந்தக் கூட்டத்தைச் சேர்ந்தவன் நான். சரி, கேட்டுக்கொள். நான் நாளையோ அதற்கு மறுநாளோ வருகிறேன். நீ, ஞாயிற்றுக்கிழமை காலையில் கட்டாயம் என்னை வந்து பார்க்க வேண்டும். அதற்குள் இந்தக் குழந்தை சம்பந்தப்பட்ட சிக்கல் முழுமையாக முடிவுக்கு வந்து விடுமென்று நம்புகிறேன். அதன்பிறகு நாம் இது பற்றித் தீவிரமாக யோசித்துப் பார்ப்போம். உனக்கு உதவி செய்ய எவர் துணையாவது வேண்டும். நீ இப்படியே வாழ்ந்து கொண்டிருக்க முடியாது. நேற்று நான் அதை லேசாகக் கோடிட்டு மட்டும்தான் காட்டினேன். இப்போது தர்க்கபூர்வமாகவே சொல்கிறேன். சரி, இப்போது இதை மட்டும் சொல். ஒரு குறிப்பிட்ட காலத்துக்கு என்னிடம் கொஞ்சம் பணம் வாங்கிக் கொள்வதை மதிப்புக் குறைவாக நினைக்கிறாயா நீ?”

“இதோ பார், இப்போது இதைப் பற்றிச் சண்டை போட வேண்டாம்” என்று அவனை இடைமறித்தேன் நான்.

“நேற்று விஷயங்கள் எப்படி முடிவுக்கு வந்தன என்பதை நீ சொன்னால் நன்றாக இருக்கும்.”

“ஓ... அதற்கென்ன? எல்லாம் திருப்தியாக முடிந்தது. எது தேவையோ அது கிடைத்துவிட்டது... புரிகிறதல்லவா? இப்போது எனக்கு நேரமில்லை. எனக்கு வேலை இருப்பதால் உன்னை ஒரே ஒரு நிமிடம் மட்டும் பார்த்துவிட்டு எனக்கு நேரமில்லை என்று சொல்லி விட்டுப் போகவே வந்தேன். இன்னொன்றும் கூடத்தான். இந்தப் பெண்ணை வேறெங்காவது சேர்ப்பதாக இருக்கிறாயா, அல்லது நீயே வைத்துக் கொள்ள நினைத்திருக்கிறாயா என்று தெரிந்து கொள்ளவும்தான். ஏனென்றால் அது யோசித்து ஏற்பாடு செய்ய வேண்டிய விஷயம்.”

“எனக்கு இன்னும் அது பற்றி உறுதியாக எதுவும் தெரியவில்லை. உன் ஆலோசனையைக் கேட்டு விட்டுத்தான் செய்ய வேண்டும் என்று நினைத்திருந்தேன். சரி, சொல்... அவளை எந்த அடிப் படையில் இங்கே வைத்துக் கொள்வது?”

"சே... அது ஒரு பெரிய விஷயமா என்ன? நீ விரும்பினால் அவளை ஒரு வேலைக்காரப் பெண்ணாகக் கூட வைத்துக் கொள்ளலாம்."

"தயவுசெய்து இவ்வளவு சத்தமாகப் பேசாதே. அவளுக்கு உடல்நலமில்லையென்றாலும் முழுநினைவோடுதான் இருக்கிறாள். உன்னைப் பார்த்ததும் அவள் திடுக்கிட்டுப் போனதை கவனித் தேன். அப்படியென்றால் நேற்றைய விஷயம் அவளுக்கு நினை விருக்க வேண்டும்."

பிறகு அவள் நடந்து கொள்ளும் முறை பற்றியும், அவளிடம் என்னவெல்லாம் கவனித்தேன் என்பது குறித்தும் அவனிடம் சொன்னேன். மாஸ்லோபோயேவ் நான் சொன்ன விஷயங்களை ஆர்வத்தோடு கேட்டுக் கொண்டான். எனக்குத் தெரிந்த ஒரு குடும் பத்தின் பொறுப்பில் அவளை விட்டு வைக்க வாய்ப்பிருக்கிறது என்று சொல்லிவிட்டு வயது முதிர்ந்த என் நண்பர்களைப் பற்றியும் அவனிடம் சுருக்கமாகச் சொன்னேன். நடாஷாவின் கதை பற்றி அவனுக்கும் கொஞ்சம் தெரிந்திருந்தது எனக்கு ஆச்சரியமாக இருந்தது. அவனுக்கு அது எப்படித் தெரியும் என்று கேட்டேன்.

"ஓ அதுவா? ஏதோ என் தொழில் சம்பந்தமான தொடர்பின் போது வெகு நாட்களுக்கு முன்பே அதைப் பற்றிக் கேள்விப் பட்டிருக்கிறேன். வால்காவ்ஸ்கியை எனக்குத் தெரியும் என்று உன்னிடம் முன்னாலேயே சொல்லியிருக்கிறேன். இந்தப் பெண்ணை அந்த முதியவர்களிடம் அனுப்பும் உன் யோசனை நல்லதுதான். அவள் உன்பார்வையிலும் இருப்பாள். இன்னொரு விஷயம் என்னவென்றால் அவளுக்கு பாஸ்போர்ட் தேவைப்படலாம். நீ அதைப் பற்றிக் கவலைப்பட வேண்டாம். நான் பார்த்துக் கொள்கிறேன். போய் வரவா? அடிக்கடி என்னை வந்து பார்த்துக் கொண்டிரு. அவள் இப்போது தூங்கிவிட்டாளா?"

"அப்படித்தான் நினைக்கிறேன்" என்று பதிலளித்தேன்.

ஆனால், அவன் போன உடனேயே யெலேனா என்னை அழைத்தாள்.

"அவர் யார்" என்று கேட்டாள். அவள் குரல் நடுங்கிக் கொண்டிருந்தாலும் என்னை அதே ஆழமான, சற்றுக் கோபமான பார்வையுடன் பார்த்துக் கொண்டிருந்தாள். அதை வேறு எந்த வார்த்தையிலும் என்னால் விவரிக்க முடியாது.

நான் மாஸ்லோபோயேவின் பெயரைச் சொன்னேன். அவன் மூலமாகத்தான் புப்னோவாவின் பிடியிலிருந்து அவளை விடுவிக்க முடிந்ததென்றும் புப்னோவாவுக்கு அவன் மீது மிகவும் பயம் என்றும் சொன்னேன். திடீரென்று அவள் கன்னங்கள் பயங்கர

மாய்ச் சிவந்தன. முதல்நாள் இரவு நடந்தது அவளுக்கு நினைவு வந்திருக்க வேண்டும்.

“இப்போது... இங்கே அவள் நிச்சயம் வரமாட்டாள் இல்லையா?” என்று என்னை ஆராய்வது போலப் பார்த்துக் கொண்டே கேட்டாள் யெலேனா.

நான் விரைவாக அவளை அமைதிப்படுத்தி, புப்னோவா இங்கே வர மாட்டாள் என்று உறுதி கூறினேன். அவள் சாந்த மடைந்தாள்; காய்ச்சலில் கொதிக்கும் தன் விரல்களால் என் கையைப் பிடித்துக் கொண்டாள். பிறகு தனக்குள் ஏதோ நினைவு படுத்திக் கொள்வது போல என் கையை விட்டு விட்டாள்.

‘அவளுக்கு என் மீது ஏதோ வெறுப்பு என்று இதை வைத்துச் சொல்ல முடியாது’ என்று நினைத்துக் கொண்டேன்.

‘இது அவளுக்கே உரிய ஒரு இயல்பான வழக்கமாக இருக்க லாம். அல்லது இந்தப் பாவப்பட்ட சிறுமி அளவுக்கு மீறிய கஷ்டங் களைச் சந்திக்க வேண்டியிருந்ததால் இப்போது இந்த உலகத்தில் அவளால் எவரையுமே நம்ப முடியாமல் இருக்கலாம்.’

குறிப்பிட்ட நேரத்தில் மருந்து வாங்கி வரப் போனேன். அப்படியே வழக்கமாக நான் சாப்பிடும் உணவு விடுதிக்கும் சென்றேன். அங்கே எனக்குக் கணக்கு இருந்தது. என்னுடன் ஒரு பாத்திரத்தையும் எடுத்துப் போனதால் யெலேனாவுக்குச் கொஞ்சம் ‘சிக்கன்’ சூப் வாங்கி வந்தேன். ஆனால் அவள் சாப்பிடாததால் அது அப்படியே அடுப்பின் மீது இருந்தது.

அவளுக்குரிய மருந்துகளைக் கொடுத்துவிட்டு என் வேலையைப் பார்க்க உட்கார்ந்தேன். அவள் தூங்கியிருப்பாள் என்று நினைத்தேன். தற்செயலாக அவள் பக்கம் என் பார்வை திரும்பியபோது அவள் தன் தலையை சற்று உயர்த்திக் கொண்டு நான் எழுதுவதையே கவனமாகப் பார்த்துக் கொண்டிருந்தது தெரிந்தது. நான் அவளைக் கவனிக்காதது போல பாவனை செய்தேன்.

இறுதியில் ஒரு வழியாக அவள் தூங்கிப் போனாள். ஜன்னியோ, முனகலோ எதுவும் இல்லாமல் அவள் அமைதியாகத் தூங்கியது எனக்கு மிகவும் ஆறுதலாக இருந்தது. இந்த விஷயமெல்லாம் தெரியாமல் நான் இன்று வரவில்லை என்ற கோபத்துடன் நடாஷா இருக்கக் கூடும். நான் அவளுக்கு மிகவும் தேவைப்படும் சமயத்தில் போய் இப்படி அலட்சியமாக இருந்து விட்டேனே என்று அவள் புண்பட்டிருக்கவும் வாய்ப்பிருக்கிறது. இந்த நேரத்தில் அவளுக்குக் குறிப்பான சில கவலைகள் இருக்கலாம்; அதையொட்டி என் உதவியும் அவளுக்குத் தேவைப்படலாம். ஆனால் நான் அங்கே இருக்க முடியாமல் போனது துரதிருஷ்டவசமானதுதான்.

ஆனா ஆண்ட்ரேயேவ்னாவிடம் மறுநாள் என்ன சொல்லி சமாளிக்கப் போகிறேன் என்று திகைத்துப் போயிருந்தேன்.

பலவாறு யோசித்துப் பார்த்த பிறகு இருவரையுமே ஒருமுறை ஓடிப்போய்ப் பார்த்து விடலாமென்று சட்டென்று மனதில் தீர்மானித்தேன். அதற்கு இரண்டுமணிநேரம் மட்டுமே ஆகும். யெலேனா தூக்கத்தில் இருப்பதால் நான் போவது அவளுக்குக் கேட்காது. உடனே இடத்தை விட்டு எழுந்து கொண்டு என் கோட்டையும், தொப்பியையும் போட்டுக் கொண்டேன். சரியாக நான் வெளியே செல்லப் போகும் சமயம் பார்த்து யெலேனா என்னைக் கூப்பிட்டாள். எனக்கு ஆச்சரியமாக இருந்தது. அப்படி யென்றால் அவள் தூங்குவதாக பாவனை செய்து கொண்டிருந்தாளா என்ன?

இங்கே இன்னொன்றையும் நான் சொல்லியாக வேண்டும். என்னோடு பேச விருப்பமில்லாதது போல யெலேனா காட்டிக் கொண்டாலும் என் கவனத்தைக் கவர்வது போல அடிக்கடி அவள் நடந்து கொள்ளும் முறையும், தனக்கு ஏற்படும் சந்தேகங்களை என்னிடம் சொல்வதில் அவள் ஆர்வம் காட்டுவதும் அவளுக்கு என்னோடு பேச விருப்பம் இருப்பதையே வெளிப்படுத்தின. அது எனக்கும் சந்தோஷமாகவே இருந்தது என்பதை ஒத்துக் கொள் கிறேன்.

“என்னை எங்கே அனுப்புவதாக இருக்கிறீர்கள்” என்று நான் திரும்பிப் பார்த்ததும் கேட்டாள். நான் சற்றும் எதிர்பார்க்காத நேரங்களில் திடீரென்று கேள்வி கேட்பதையே அவள் வழக்கமாகக் கொண்டிருந்தாள். இம்முறை அவள் என்ன சொல்கிறாள் என்பதை முதலில் என்னால் சரியாக உள்வாங்கிக் கொள்ள முடியவில்லை.

“யாரோ ஒருவருடைய வீட்டில் என்னை விடப் போவதாக சற்று முன் நீங்கள்தானே உங்கள் நண்பரிடம் சொல்லிக் கொண்டி ருந்தீர்கள்? எனக்கு எங்கே போகவும் விருப்பமில்லை.”

நான் அவளை நோக்கிக் குனிந்தேன். அவள் உடல் முழுவதும் கொதித்துக் கொண்டிருந்தது. மறுபடியும் காய்ச்சல் வந்திருக்க வேண்டும். நான் அவளை அமைதிப்படுத்தி ஆறுதல் அளித்தேன். என்னோடு இருப்பதை அவள் விரும்பக் கூடுமென்றால் அவளை வேறெங்கும் அனுப்ப மாட்டேன் என்றும் அவளுக்கு உறுதி சொன் னேன். அவளிடம் பேசியபடியே என் கோட்டையும் தொப்பியையும் கழற்றி வைத்தேன். அவளை இப்படி ஒரு நிலையில் விட்டு விட்டுச் செல்ல எனக்கு மனம் வரவில்லை.

"வேண்டாம்! வேண்டாம், நீங்கள் கிளம்புங்கள்" என்றாள் அவள். அவளுக்காக நான் வெளியில் செல்வதைத் தவிர்க்கிறேன் என்பதை அவள் புரிந்து கொண்டிருந்தாள்.

"எனக்குத் தூக்கம் வருகிறது, இதோ உடனே தூங்கி விடுவேன்" என்றாள்.

"ஆனால் நீ எப்படித் தன்னந்தனியாக இருப்பாய்" என்று தயக்கத்தோடு சொன்னேன்.

"எப்படியும் இரண்டு மணிநேரத்துக்குள் நான் உறுதியாகத் திரும்பி வந்து விடுவேன். ஆனாலும் கூட..."

"நல்லது, அப்படியானால் சென்று வாருங்கள். ஒரு வருடம் முழுவதும் நான் உடல்நலமில்லாமல் இருந்தால் முழு நேரமும் நீங்கள் வீட்டிலேயே இருக்க முடியாதுதானே" – அவள் புன்னகை செய்ய முயற்சித்தாள். என்னை வினோதமாகப் பார்த்தாள்; என் மீது கொண்ட அன்பையும் இதயத்தில் சுரந்த நன்றியுணர்வையும் வெளிப்படுத்த அவள் போராடிக் கொண்டிருந்தாள். பாவம், அந்தச் சின்னப் பெண். அன்பும், மென்மையும் கொண்ட அவளது இதயம் சிறிது சிறிதாகத் தன்னை வெளிப்படுத்திக் கொண்டிருந்தது. வெளிப்படையாக அவள் காட்டிக் கொண்டிருந்த கசப்புணர்வையும், எவரோடும் பழகாமல், தனியாகவே இருந்ததனால் ஏற்பட்ட சமூக ஒதுக்கத்தையும் மீறி அது வெளிப்பட்டுக் கொண்டிருந்தது.

முதலில் நான் ஆனா ஆண்ட்ரேயேவ்னாவைப் பார்க்கச் சென்றேன். அவள், என் வரவை எதிர்நோக்கி பயங்கரப் பதட்டத்துடன் காத்துக் கொண்டிருந்தாள். மிகவும் நிலை குலைந்து போயிருந்த அவள், கடுமையான வசவுகளுடன் என்னை எதிர் கொண்டாள். சாப்பிட்ட உடனேயே நிகோலாய் செர்கிச் எங்கோ வெளியே போயிருந்தார்; எங்கே என்பது அவளுக்குத் தெரியாது. அவரிடம் கொஞ்சம் கொஞ்சமாகவாவது எல்லா விஷயங்களையும் சொல்லாமல் இருக்க அவளால் நிச்சயம் முடியாது என்பதை நான் அறிந்திருந்தேன்.

அவள் எப்போதுமே அப்படிச் செய்வது வழக்கம்தான். இம்முறையும் அப்படிச் செய்ததாக அவளே என்னிடம் ஒத்துக் கொண்டுவிட்டாள். இவ்வளவு மகிழ்ச்சியான விஷயத்தை அவருடன் பகிர்ந்து கொள்ளாமல் இருப்பது தன்னால் முடியவில்லை என்றும் ஆனால் அதைக் கேட்டதும் நிகோலாய் செர்கிச்சின் முகம் மேகம் போல இருண்டு போயிற்று என்றும் சொன்னாள். குறிப்பாக அந்த உவமையையே பயன்படுத்தினாள்.

"அவர் பிறகு எதுவும் பேசவில்லை. என் கேள்விகளுக்கும் பதில் சொல்லவில்லை. சாப்பிட்டு முடித்துவிட்டு சட்டென்று வெளியே போய்விட்டார்" என்றாள்.

இதை என்னிடம் சொன்னபோது ஆனா ஆண்ட்ரேயேவ்னா கிட்டத்தட்ட பயந்து நடுங்கிக்கொண்டிருந்தாள். நிகோலாய் செர்கிச் திரும்பி வரும்வரை என்னை அவளோடு இருக்கச் சொல்லிக் கெஞ்சினாள். நான் அவளிடம் அப்படி இருக்க முடியாததற்கு மன்னிப்புக் கேட்டுக் கொண்டதோடு மறுநாளும் கூட நான் வரமுடியாமல் போகலாம் என்றும் உண்மையில் அதை அவளிடம் சொல்வதற்காகவே இங்கு வந்ததாகவும் வெளிப்படை யாகவே சொன்னேன். அதைக் கேட்டு அவள் அழத் தொடங்கி விட்டாள். என்னை மிக மோசமாக, கடுமையான சொற்களால் திட்டினாள். நான் அங்கிருந்து வெளியேறுவதற்காகக் கதவருகே சென்றபோதுதான் 'சட்'டென்று ஓடிவந்து தன் கைகளால் என் கழுத்தை இறுகக் கட்டிக் கொண்டாள்; தனிமையின் துன்பத்தோடு இருக்கும் பாவப்பட்ட ஒரு பெண்மணியான தன்னிடத்தில் கோபம் கொள்ள வேண்டாமென்றும், தான் சொன்ன வார்த்தைகளைப் பெரிதாக எடுத்துக் கொள்ள வேண்டாமென்றும் கேட்டுக் கொண்டாள். நான் அவளிடமிருந்து விடைபெற்றேன்.

என் எதிர்பார்ப்புக்கு முழுவதும் மாறாக நடாஷா மீண்டும் தனியாகத்தான் இருந்தாள். முதல் நாள் போலவோ அல்லது எப்போதும் போலவோ என் வருகை அன்று அவளை மகிழ்ச்சிக் குள்ளாக்கவில்லை என்று எனக்குத் தோன்றியது.

நான் ஏதோ வரக்கூடாத நேரத்தில் அசந்தர்ப்பமாக வந்து விட்டது போலவும், அவளை எரிச்சல் படுத்துவது போலவுமே அவள் முகபாவனையிலிருந்து புரிந்து கொள்ள முடிந்தது. அன்று அல்யோஷா வந்திருந்தானா என்று நான் கேட்டபோது,

"ஆமாம், வந்திருந்தார். ஆனால் அதிக நேரம் இல்லை. மாலையில் வருவதாக வாக்குக் கொடுத்திருக்கிறார்" என்று தயங்கித் தயங்கி பதிலளித்தாள்.

"நேற்று இரவு அவன் இங்கே இருந்தானா?"

"இல்லை. அங்கேயே தங்கும்படி ஆகிவிட்டது" என்று சொல்லிவிட்டு "அதிருக்கட்டும் வான்யா... உன் விஷயம் என்ன ஆயிற்று" என்று வேகமாகக் கேட்டாள்.

நாங்கள் பேசிக் கொண்டிருந்த உரையாடலை நிறுத்திவிட்டு பேச்சின் போக்கை மாற்ற அவள் விரும்புவதைக் கண்டுகொண்டேன். அவளைக் கூர்மையாகப் பார்த்தேன். அவள் தடுமாறிப் போயி ருந்தது வெளிப்படையாகத் தெரிந்தது. ஆனால் நான் அவளை

ஃபியோதர் தஸ்தயெவ்ஸ்கி ★ 253

அப்படிக் கவனமாகப் பார்ப்பதையும், ஆராய்வதையும் கண்டு என்னைக் கோபமாகப் பார்த்தாள். அவள் கண்கள் என்னைக் கடிந்து கொள்வது போலிருந்தன.

'மறுபடியும் அவளுக்கு ஏதோ பொறுக்க முடியாத ஒரு கஷ்டம், ஆனால் அதைப் பற்றி என்னிடம் பேச அவளுக்கு விருப்ப மில்லை' என்று நினைத்துக் கொண்டேன்.

அவள் என்னிடம் கேட்ட கேள்விக்குப் பதிலாக யெலேனாவின் கதை முழுவதையும் அவளிடம் விவரித்தேன். நான் சொன்ன விஷயங்களை அவள் மிகுந்த ஆர்வத்துடன் கேட்டுக் கொண்டாள். அவை அவளைப் பாதிக்கவும் செய்தன.

"அடக் கடவுளே! உடம்பு முடியாமல் இருக்கும் அந்தக் குழந்தையையா தனியாக விட்டுவிட்டு வந்தாய்" என்று கத்தினாள்.

அன்று முழுவதுமே நான் அந்தச் சிறுமியை விட்டு விட்டு வருவதாக இல்லையென்றும், ஒருவேளை நடாஷா கோபம் கொள்ளக் கூடுமென்றும், தன் உதவி அவளுக்குத் தேவைப்படலா மென்றும் கருதியே அங்கு வந்ததாக அவளிடம் சொன்னேன்.

"தேவை..." என்று ஏதோ நினைத்தபடி தனக்குத் தானே சொல்லிக் கொண்டாள் அவள்.

"வான்யா, உன் உதவி ஒருவேளை எனக்குத் தேவைப்படலாம்... ஆனால் அது வேறு எப்போதாவது இருக்கலாமென்று நினைக் கிறேன். ஆமாம், என் பெற்றோரைப் போய்ப் பார்த்தாயா?"

– அவளிடம் அதுபற்றிச் சொன்னேன்.

"இப்போது நடந்திருக்கும் இந்தப் புதிய விஷயங்களையெல்லாம் அப்பா எப்படி எடுத்துக் கொள்ளப் போகிறாரோ? அது கடவு ளுக்குத்தான் தெரியும். ஆனால் அப்படி எடுத்துக் கொள்ள என்ன இருக்கிறது அதில்?"

"நீ என்ன சொல்கிறாய்? என்ன இருக்கிறது அதில் என்றா?" – அவள் சொன்னதையே திரும்பச் சொல்லிவிட்டு "இவை திடீர்த் திருப்பங்கள் இல்லையா?" என்றேன்.

"அதைப் பற்றி எனக்குத் தெரியவில்லை. ஆனால் அப்பா மறுபடியும் எங்கேதான் போயிருப்பார்? போனமுறை அவர் என்னைப் பார்க்க வந்திருப்பார் என்று நீ நினைத்ததாகச் சொன் னாய். வான்யா, இதோ பார், முடிந்தால் நாளைக்கு வா. அப்போது நான் உன்னிடம் ஏதாவது சொல்ல முடியும். உன்னைக் கஷ்டப் படுத்த எனக்குக் கூச்சமாக இருக்கிறது, என்ன செய்ய? இப்போது நீ வீட்டுக்குப் போய் உன் விருந்தாளியைக் கவனித்துக் கொள். நீ

வீட்டை விட்டு வெளியே வந்து இரண்டு மணி நேரமாகி யிருக்கு மென்று நினைக்கிறேன்."

"ஆமாம், அதேதான், போய் வருகிறேன் நடாஷா. இன்று அல்யோஷா உன்னிடம் எப்படி நடந்து கொண்டான்?"

"ஓ... அல்யோஷாவுக்கென்ன? அதிகம் சொல்ல ஏதும் இல்லை. நீ இதில் காட்டும் ஆர்வம்தான் எனக்கு ஆச்சரியமாக இருக்கிறது."

"சரி போய் வருகிறேன்."

"போய் வா" என்றபடி எனக்கு வெற்றுச் சம்பிரதாயமாகக் கை கொடுத்துவிட்டு என்னை இறுதியாகப் பார்க்கக் கூடச் செய்யாமல் வேறு பக்கம் திரும்பிக் கொண்டாள் அவள். எனக்கு அவர் நடந்து கொண்ட முறை திகைப்பூட்டுவதாக இருந்தது.

'ஆனால் அவளது மண்டைக்குள் ஆயிரம் யோசனைகள் இருக்கலாம்' என்று நினைத்துக் கொண்டேன்.

'இது நகைப்புக்குரிய விஷயம் இல்லை. நாளைக்கு அவள் தானாகவே என்னிடம் எல்லாவற்றையும் சொல்லிவிடுவாள்.

வீடு வந்து சேர்ந்தபோது மிகுந்த மனச்சோர்வுடன் இருந்தேன். கதவைத் திறந்ததும் பயங்கர அதிர்ச்சி. அப்போது இருட்டிப் போயிருந்தது. யெலேனா சோஃபாவின் மீது உட்கார்ந்திருந்ததைப் பார்க்க முடிந்தது. அவள் தலை, அவளது நெஞ்சின் மீது கவிழ்ந்து கிடந்தது. ஏதோ ஆழ்ந்த யோசனையில் இருப்பதைப் போலிருந்தாள். என் பக்கம் அவள் திரும்பக் கூட இல்லை. தன் நினைவையே முழுமையாய்த் தொலைத்து விட்டிருந்தவள் போல அவள் எனக்குத் தோன்றியதால் அருகில் சென்றேன். தனக்குத் தானே ஏதோ பிதற்றிக் கொண்டிருந்தாள்.

"ஒருவேளை ஜன்னி கண்டதால் ஏற்பட்ட பிதற்றலாக இருக்குமோ" என்று நினைத்துக் கொண்டேன்.

"யெலேனா கண்ணே, என்னம்மா விஷயம்?" என்று கேட்டபடி அவளருகே அமர்ந்து கொண்டேன். என் கரங்களால் அவளை அணைத்துக் கொண்டேன்.

"நான் போய் விடுகிறேன்... அவளிடமே போய் விடுகிறேன்" என்று தலையை உயர்த்தி என்னைப் பார்க்காமலேயே பேசினாள் அவள்.

"எங்கே? யாரிடம்?" என்று வியப்போடு கேட்டேன்.

"அதுதான், அவளிடம்தான். அந்த புப்னோவாவிடம். அவளிடம் நான் நிறைய பணம் கடன்பட்டிருப்பதாக அவள் எப்போதும் சொல்லிக் கொண்டே இருப்பாள். என் அம்மாவை அடக்கம்

செய்ய அவள் செலவு செய்வதாகவும் சொல்வாள். அம்மாவைப் பற்றி அவள் கேவலமாகப் பேசுவதை நான் விரும்பவில்லை. நான் அவளிடம் வேலை செய்து எல்லாப் பணத்தையும் திருப்பித் தர விரும்புகிறேன். பிறகு நானாகவே அவளை விட்டு விலகி வந்து விடுவேன். ஆனால் இப்போது நான் அவளிடம் திரும்பிச் செல்வ தாக இருக்கிறேன்."

"கொஞ்சம் அமைதியாக இரு யெலேனா. அப்படியெல்லாம் நீ அவளிடம் போகக் கூடாது" என்றேன்.

"அவள் உன்னைச் சித்திரவதை செய்து அழித்து விடுவாள்."

"அவள் என்னை அழித்துவிடட்டும், என்னைக் கொடுமைப் படுத்தட்டும்" என்று ஆவேசமாகச் சொன்னாள் யெலேனா.

"நான் ஒன்றும் அவள் சீரழிக்கும் முதல் ஆள் இல்லை. என்னை விட நல்ல நிலையிலிருந்தவர்களெல்லாம் கூட அவளால் கொடுமைக்கு ஆளாகியிருக்கிறார்கள். தெருவிலிருந்த ஒரு பிச்சைக் காரி அது பற்றி என்னிடம் சொன்னாள். நான் ஏழை... ஏழையாக இருந்துவிடவே விரும்புகிறேன். என் வாழ்நாள் முழுவதும் ஏழையாகவே இருந்துவிட்டுப் போகிறேன். என் அம்மா இறந்த போது எனக்கு அதைத்தான் எழுதிவைத்து விட்டுப் போயிருக்கிறாள். நான் வேலை செய்கிறேன். எனக்கு இந்த உடையை அணிந்து கொள்வதில் விருப்பமில்லை."

"நாளைக்கு உனக்கு வேறு உடுப்பு வாங்கித் தருகிறேன். உன் புத்தகங்களையும் கொண்டுவந்து தந்து விடுகிறேன். நீ என்னுட னேயே தங்கிக் கொள்ளலாம். நீயாக விரும்பும் வரை உன்னை யாரும் கூட்டிச் செல்ல நான் அனுமதிக்க மாட்டேன். இப்போது அதுபற்றிக் கவலைப்பட்டுக் கொண்டிருக்காதே."

"நான் வீட்டு வேலை செய்கிறேன்."

"நல்லது, நல்லது! இப்போது கொஞ்சம் அமைதியாகப் படுத்துக் கொள். தூங்க முயற்சி செய்."

ஆனால் பாவப்பட்ட அந்தக் குழந்தையிடம் அழுகை வெடித்தது. படிப்படியாக அவளது கண்ணீர், விம்மலாக மாறியது. எனக்கு என்ன செய்வதென்றே தெரியவில்லை. அவளுக்குத் தண்ணீர் கொடுத்தேன். அவளது நெற்றிப் பொட்டையும், தலைப் பகுதியையும் ஈரமாக்கிறேன். இறுதியில் ஒரு வழியாக முற்றும் தளர்ந்துபோய் சோஃபாவில் விழுந்த அவள், மீண்டும் ஜூரத்தில் நடுங்கத் தொடங்கினாள். கையில் கிடைத்ததை எடுத்து அவளுக்குப் போர்த்தி விட்டேன். அவள் சரியாக உறங்கவில்லை. நிம்மதி யில்லாமல் தொடர்ந்து திடுக்கிட்டு எழுந்து கொண்டே இருந்தாள்.

அன்று நான் வெகுதூரம் நடந்திருக்கவில்லையென்றாலும் மிகவும் களைத்துப் போயிருந்தேன். எவ்வளவு சீக்கிரம் முடியுமோ அவ்வளவு சீக்கிரம் படுக்கப் போய்விட வேண்டுமென்று நினைத்துக் கொண்டேன். பலவகையான சந்தேகங்கள் என் மூளையைக் குடைந்து கொண்டிருந்தன. இந்தக் குழந்தை சார்ந்த நிறைய சிக்கல் களை நான் எதிர்கொள்ள வேண்டியிருக்கும் என்பதை என்னால் முன்கூட்டியே அனுமானிக்க முடிந்தது. ஆனால் என்னுடைய முக்கியமான கவலை நடாஷாவைக் குறித்தும் அவளுடைய பிரச்சினைகள் குறித்துமே இருந்தது. இப்போது நினைத்துப் பார்க்கும் போது அன்றைய துன்பகரமான இரவில் நான் உறங்கிப் போனபோது எப்படிப்பட்ட மனச்சோர்வுடன் இருந்தேன் என்பதை என்னால் நினைவுகூர முடிகிறது.

9

நான் காலை பத்து மணி அளவில், மிக மிகத் தாமதமாக உடல்நலமில்லாமல் எழுந்திருந்தேன். தலை சுற்றுவது போலிருந்தது; வலிக்கவும் செய்தது. யெலேனாவின் படுக்கையின் பக்கம் கண்களை ஓட்டினேன். படுக்கை காலியாக இருந்தது. அதே நேரத்தில் என் சிறிய அறையில் வலது பக்கத்திலிருந்து யாரோ துடைப்பத்தால் பெருக்கிக் கொண்டிருக்கும் சத்தம் கேட்டது. போய் என்னவென்று பார்த்தேன். யெலேனா தன் கையில் துடைப்பத்துடன், நேற்று மாலை முதல் போட்டுக் கொண்டிருந்த கவுனைத் தூக்கிப் பிடித்த படி தரையைப் பெருக்கிக் கொண்டிருந்தாள். அடுப்பெரிப்பதற்கான விறகுகள் மூலையில் அடுக்கப்பட்டிருந்தன. மேசை தூசி தட்டப் பட்டிருந்தது; கெட்டில் விளக்கி வைக்கப்பட்டிருந்தது. சுருக்கமாகச் சொன்னால் யெலேனா வீட்டு வேலையில் ஈடுபட்டிருந்தாள்.

"என்ன யெலேனா இது?" என்று கத்தினேன்.

"உன்னை யார் இப்போது தரையைப் பெருக்கச் சொன்னது? நீயே உடம்பு முடியாமல் இருக்கும்போது நீ இதைச் செய்வதை நான் விரும்பவில்லை. நீ என்ன எனக்கு அடிமை வேலை செய்யவா வந்திருக்கிறாய்?"

"அப்படியானால் இந்தத் தரையையெல்லாம் யார் பெருக்கு வார்கள்?" என்றபடி தலை நிமிர்த்தி என்னை நேருக்கு நேராகப் பார்த்தாள்.

"எனக்கொன்றும் உடம்பு சரியில்லாமல் இல்லை."

“ஆனால் உன்னை நான் வேலை எதுவும் செய்ய அனுமதிக்க மாட்டேன் யெலேனா. ஒருவேளை, நீ எந்த வேலையும் செய்யாமல் வெட்டியாக இருக்கிறாய் என்று புப்னோவாவைப் போல நானும் திட்டுவேனோ என்று பயப்படுகிறாய் போலிருக்கிறது. ஆனால் கேவலமான அந்த விளக்குமாறு உனக்கு எங்கே கிடைத்தது? என்னிடம் எந்த விளக்குமாறும் இல்லையே” என்று அவளை ஆச்சரியமாகப் பார்த்துக் கொண்டே கேட்டேன்.

“இது என்னுடைய துடைப்பம். நான்தான் இதை இங்கே கொண்டுவந்து வைத்தேன். தாத்தாவுடைய அறையை நான் வழக்கமாகக் கூட்டுவதுண்டு. அதனால் அப்போது முதலே இது அடுப்புக்கு அடியில் கிடக்கிறது.”

நான் ஏதோ சிந்தனையுடன் மற்றொரு அறைக்குச் சென்றேன். நான் சொன்னது ஒருவேளை தவறாக இருக்கலாம்; ஆனாலும் நான் செய்யும் விருந்துபசாரம் அவளுக்குக் கொஞ்சம் உறுத்தலாக, அவளைச் சிறுமைப்படுத்துவதாகத்தான் தோன்றியிருக்கிறது. உழைத்து சம்பாதித்துக் கொள்ளப் போவதாகப் பல வழிகளிலும் என்னிடம் வெளிப்படுத்திக்கொள்ள அவள் எண்ணியிருக்கலாம்.

“சே... எப்படிப்பட்ட ஒரு மனக்கசப்பு அவளிடம்” என்று நினைத்துக் கொண்டேன்.

ஓரிரு நிமிடங்கள் சென்ற பின் உள்ளே வந்தவள் ஒரு வார்த்தைகூடப் பேசாமல் நேற்று சோஃபாவில் உட்கார்ந்த அதே இடத்தில் அமர்ந்து கொண்டாள். என்னையே கண்கொட்டாமல் பார்த்துக் கொண்டிருந்தாள். நான் கெட்டிலில் தண்ணீர் கொதிக்க வைத்து தேநீர் தயாரித்தேன். அவளுக்கு ஒரு கோப்பையில் ஊற்றி ஒரு துண்டு வெள்ளை ரொட்டியுடன் கொண்டுபோய்க் கொடுத்தேன். அவள் அமைதியாக, எந்த மறுப்பும் சொல்லாமல் அதைப் பெற்றுக்கொண்டாள். கடந்த இருபத்து நான்கு மணிநேரமாக அவள் எதுவுமே சாப்பிட்டிருக்கவில்லை.

“உன் அழகான உடுப்பைத் துடைப்பத்தால் அழுக்காக்கிக் கொண்டு விட்டாய் பார்” –அவளது உடையில் அழுக்கு அப்பியிருப்பதைப் பார்த்துவிட்டு இவ்வாறு சொன்னேன்.

அவள் குனிந்து ஒரு முறை பார்த்தாள். பிறகு தன் தொப்பியைக் கழற்றி வைத்துவிட்டு மிக மிக அமைதியாக, நிதானமாகத் தான் அணிந்திருந்த மஸ்லின் உடுப்பின் ஒரு பகுதியைக் கைகளால் பிடித்துக் கொண்டு மேலிருந்து கீழாகச் சட்டென்று அதைக் கிழித்துப் போட்டாள். அவளது செயல் எனக்கு மிகவும் ஆச்சரியமாக இருந்தது. அதைச் செய்து முடித்ததும் திடமான உறுதி

மின்னலடிக்கும் கண்களோடு என்னை அமைதியாகப் பார்த்தாள். அவள் முகம் வெளிறிப் போயிருந்தது.

“நீ என்ன காரியம் செய்கிறாய் யெலேனா?” – அவளுக்குக் கிறுக்குப் பிடித்துவிட்டதென்று எண்ணிக் கத்தினேன்.

“அது ஒரு தீய ஆடை, கெட்ட உடுப்பு” என்று தனக்குள் முணுமுணுத்தாள். உணர்ச்சி மிகுதியால் மூச்சடைத்துப் போனது போல் இருந்தாள் அவள்.

“அதைப் போய் அழகான நல்ல உடுப்பென்று சொல்கிறீர்களே? அதை உடுத்தவே எனக்கு விருப்பமில்லை” என்று திடீரென்று கத்தியபடி தன் இடத்திலிருந்து குதித்தாள் அவள்.

“நான் அதைக் கிழிக்கப் போகிறேன். எனக்கு உடை அணிவிக்கச் சொல்லி அவளிடம் நான் கேட்கவே இல்லை. அவளே வலுக் கட்டாயமாய் அதை எனக்குப் போட்டு விட்டாள். இதற்கு முன்பே ஒரு உடையைக் கிழித்துப் போட்டிருக்கிறேன். இதையும் கூடக் கிழித்துவிடப் போகிறேன். ஆமாம், கிழிப்பேன், இதைக் கிழிப்பேன், கிழித்து விடுவேன்.”

அந்தத் துரதிருஷ்டம் பிடித்த ஆடையின் மீது ஆவேசத்தோடு பாய்ந்த அவள், ஒரே கணத்தில் அதைச் சுக்கு நூறாக, கந்தல் கந்தலாகக் கிழித்துப் போட்டு விட்டாள். அதைச் செய்து முடித்ததும் மிகவும் பலவீனமாக வெளிறிப் போனாள் அவள்; அவளால் நிலையாக நிற்கக்கூட முடியவில்லை. அப்படிப்பட்ட கோபாவேசத்தை நான் வியப்புடன் பார்த்துக் கொண்டிருந்தேன். நானும் கூட அவளைப் புண்படுத்தி விட்டேன் என்று நினைப்பது போல, என்னை எதிர்ப்பது போன்ற தோரணையுடன் பார்த்துக் கொண்டிருந்தாள் அவள். ஆனால் அடுத்து என்ன செய்ய வேண்டும் என்பது இப்போது எனக்குத் தெரிந்துவிட்டது.

அன்று காலையே அவளுக்கு ஒரு புதிய உடை வாங்கித் தந்தாக வேண்டுமென்று முடிவு செய்து கொண்டேன். முரட்டுத் தனமும், கசப்புணர்ச்சியும் கொண்ட இந்தச் சின்ன ஜீவனை அன்பால்தான் வழிக்குக் கொண்டு வரவேண்டும். இதுவரை தன்னிடம் அன்பு காட்டிய எவரையுமே அவள் எதிர்ப்பட்டிருக்கவில்லை என்றே தோன்றியது. அங்கே இருந்தபோது அத்தனை கடுமையான தண்டனைகளுக்கு இடையிலும் கூட இதுபோன்ற உடையைக் கந்தலாக்கிக் கிழித்துப் போட்டிருக்கிறாள் இவள் என்றால் இப்போது இந்த உடையை – அதிலும் அண்மையில் நடந்த அருவருப்பான விஷயங்களை நினைவுகூரும் போது – எத்தனை கடுமையாக வெறுப்பாள் என்பது புரிந்தது.

பழைய பொருட்கள் விற்கும் கடைத்தெருவில் மலிவான விலையில் எளிமையான, அழகான ஆடையை வாங்கிவிட முடியும். இப்போதைய சிக்கல் என்னவென்றால் என்னிடம் சுத்தமாகப் பணமே இல்லை. ஆனால் நேற்றிரவு படுக்கச் சென்றபோதே உறுதி யாக எனக்குப் பணம் கிடைக்கக் கூடிய ஓர் இடத்துக்குச் செல்ல வேண்டுமென்று தீர்மானம் செய்து வைத்திருந்தேன். அந்த இடம் கடைத்தெரு செல்லும் வழியிலேயே இருந்தது. என் தொப்பியை எடுத்துக் கொண்டேன். எதையோ எதிர்பார்ப்பவள் போல என்னை உற்றுப் பார்த்தாள் யெலேனா.

“மறுபடியும் என்னைப் பூட்டிவிட்டுப் போகப் போகிறீர்களா?” என்று எனக்குப் பின்னாலிருந்த கதவின் சாவியை நான் எடுத்த போது கேட்டாள். நேற்றும், அதற்கு முதல் நாளும் நான் அப்படித் தான் செய்திருந்தேன்.

“என் அருமைத் தோழியே” என்றபடி அவளருகே சென்றேன்.

“அதற்காகக் கோபம் கொள்ளாதே. வேறு யாராவது வந்து விடக் கூடுமென்று பயந்தே நான் கதவைப் பூட்டி வைக்கிறேன். உனக்கு உடல்நலம் சரியில்லை. ஒருவேளை நீ பயந்து கூடப் போய் விடலாம். யார் வருவார்கள் என்று நம்மால் சொல்ல முடியாது. ஒருவேளை புப்னோவாவாக இருந்தால்...”

உண்மையில் நான் அப்படி நினைத்தே பார்க்கவில்லை. அவள் மீது நம்பிக்கையில்லாமல்தான் அவளைப் பூட்டிவிட்டுப் போயிருந்தேன். திடீரென்று என்னை விட்டுப் போய்விட வேண்டும் என்று அவள் மூளையில் தோன்றிவிடக் கூடுமோ என்று நான் பயந்தேன். ஒரு சில காலத்துக்காவது எச்சரிக்கையோடு இருக்க வேண்டும் என்பதில் நான் உறுதியாக இருந்தேன். யெலேனா எதுவுமே பதில் சொல்லவில்லை. நானும் அவளை உள்ளே வைத்துப் பூட்டிவிட்டு வெளியே இறங்கினேன்.

இப்போது, கடந்த இரண்டு வருடங்களாக ஒரு பதிப்பாளரைத் தெரிந்து வைத்திருக்கிறேன். பல பகுதிகள் கொண்ட தொகுப்பு நூல் கொண்டு வருவதில் அவர் ஈடுபட்டிருக்கிறார். ‘சட்’டென்று பணம் சம்பாதித்தாக வேண்டிய தேவை எனக்கு ஏற்பட்டால் அவருக்கு ஏதாவது வேலைசெய்து தருவேன். அவரும் ஒழுங்காகப் பணம் தந்துவிடுவார். அவரிடம் சென்றேன். வாரக் கடைசிக்குள் தொகுப்பு நூலுக்கு ஒரு கட்டுரை தரச் சொல்லி, அதற்கு முன் பணமாக இருபத்தைந்து ரூபிள்கள் கொடுத்தார். அதனால் என் நாவலுக்குரிய நேரத்தை இதில் செலவிட எண்ணினேன். பண மில்லாமல் மிகவும் கஷ்டப்படும் நேரங்களில் நான் அடிக்கடி செய்வதுதான் இது.

பணம் கையில் கிடைத்ததும் கடைத்தெருவுக்குச் சென்றேன். பல வகைப்பட்ட பழைய துணிகளை விற்கும் ஒரு வயதான பெண்மணியை எனக்குத் தெரியும். அவள் எங்கிருக்கிறாள் என்பதைக் கண்டுபிடித்து யெலேனாவின் வயதை உத்தேசமாகச் சொன்னேன். அவள் உடனே வெளிர் நிறத்தில் ஒரு பருத்தி உடையைத் தேர்ந்தெடுத்துக் கொடுத்து விட்டாள். மிக மிக மலிவான விலைக்குக் கிடைத்த அந்த ஆடை, ஒரு முறைக்கு மேல் துவைக்கப்பட்டிருக்காமல் புதியது போலவே நன்றாக இருந்தது. அதோடு கூடவே ஒரு கழுத்துக் குட்டையும் வாங்கினேன். அவற்றுக்குப் பணம் தரும்போதுதான் யெலேனாவுக்கு ஒரு கோட் அல்லது ஏதேனும் ஒரு மேலங்கி தேவைப்படலாமென்று தோன்றியது. குளிர் மிக அதிகமாக இருந்தது; அவளுக்கு அதுபோல எதுவுமே இல்லை. ஆனால் நான் அதை வாங்குவதை அடுத்த தடவைக்கு ஒத்தி வைத்தேன். யெலேனா மிகுந்த கர்வம் கொண்டவள்; நான் செய்வதை உடனே குற்றமாக எடுத்துக் கொள்ளத் தயாராக இருப்பாள். இப்போது நான் வாங்கியிருக்கும் உடை மிக மிக சாதாரணமாக, எளிமையாகத்தான் இருக்கிறது. ஆனால் அதைக் கூட அவள் ஏற்றுக்கொள்ளப் போகிறாளோ இல்லையே அது கடவுளுக்குத்தான் தெரியும். ஆனாலும் நூல் பின்னல் போட்ட இரண்டு ஜோடி ஸ்டாக்கிங்ஸும், ஒரு ஜோடி கம்பளி சாக்ஸும் அவளுக்காக வாங்கினேன். அவளுக்கு உடல்நலமில்லாத தையும், அறை மிகவும் குளிர்ச்சியாக இருப்பதையும் காரணம் காட்டி அவற்றை அவளுக்குக் கொடுத்து விடலாம். அவளுக்கு உள்ளாடைகளும் கூடத் தேவையாக இருக்கலாம். ஆனால் அவளை இன்னும் சற்று நன்றாகப் புரிந்து கொண்ட பின் அதைப் பற்றிப் பார்த்துக் கொள்ளலாம் என்று அப்போதைக்கு விட்டு விட்டேன். பிறகு படுக்கைக்கான சில பழைய திரைச் சீலைகளை வாங்கினேன். அவை அவசியம் தேவையானவை; யெலேனா அவற்றை மிகவும் விரும்பக்கூடும்.

மதியம் ஒரு மணி ஆகியிருந்தது. நான் சத்தமில்லாமல் பூட்டைத் திறந்தேன். அப்போதுதான் இந்தப் பொருட்களோடு நான் உள்ளே நுழையும் போது, நான் உள்ளே வரும் சத்தம் யெலேனாவுக்கு உடனே கேட்காமல் இருக்கும். அவள் மேசையருகே நின்றபடி என் புத்தகங்களையும், அங்கிருந்த தாள்களையும் புரட்டிப் பார்த்துக் கொண்டிருந்ததைக் கவனித்தேன். நான் உள்ளே வந்ததும், தான் படித்துக் கொண்டிருந்த புத்தகத்தை வேகமாக மூடி வைத்துவிட்டு மேசைக்கு அருகிலிருந்து நகர்ந்தாள் அவள். அவளது முகம் கூச்சத்தால் சிவந்திருந்தது. அந்தப் புத்தகத்தின் மீது பார்வையை ஓட்டினேன். அது நான் எழுதிய முதல் நாவல். புத்தக வடிவில் முதல் பக்கத்தில் என் பெயருடன் இருந்தது.

"நீங்கள் வெளியே சென்றிருந்தபோது கதவை யாரோ தட்டினார்கள்" என்றாள். அவளை உள்ளே வைத்துப் பூட்டிவிட்டுப் போனதற்காக என்னைப் பரிகாசம் செய்யும் தொனியில் அவள் குரல் இருந்தது.

"ஒருவேளை டாக்டராக இருக்கலாம்" என்றேன்.

"அது யாரென்று குரல் கொடுத்துக் கேட்டாயா யெலேனா?"

"இல்லை"

நான் வேறு எதுவும் பேசாமல் என் மூட்டையை இறக்கி வைத்து அதைப் பிரித்தேன். அவளுக்காக வாங்கிய உடையை அதிலிருந்து எடுத்தேன்.

"இதோ பார் யெலேனா கண்ணே" என்று சொன்னபடி அவளருகே சென்றேன்.

"இப்போது நீ உடுத்தியிருப்பதைப் போலக் கிழிசல் ஆடை களோடு நீ சுற்றிக் கொண்டிருக்கக் கூடாது. அதனால் ஒரு உடுப்பு வாங்கி வந்திருக்கிறேன், அன்றாடம் அணியக் கூடியதுதான், விலையும் மலிவு, அதனால் நீ அதைப் பற்றிக் கவலைப்பட வேண்டாம். ஒரு ரூபிளும் இருபது கோபெக்குகளும்தான் அதன் விலை. எனக்காக அணிந்து கொள்."

உடுப்பை அவளருகே வைத்துப் பிடித்துப் பார்த்தேன். அவள் முகம் இரத்தமாய்ச் சிவந்து போயிருந்தது. தன் அகன்ற விழிகளை விரித்து என்னையே சிறிது நேரம் பார்த்துக் கொண்டிருந்தாள் அவள்.

அவளுக்கு அளவு கடந்த ஆச்சரியம் ஒரு பக்கம் இருந்தாலும் ஏதோ ஒரு காரணத்தால் மிகவும் அவமானப்பட்டுக் கொண்டிருக் கிறாள் என்பதையும் என்னால் உணர முடிந்தது. ஆனால் அவளது கண்களில் மிக லேசான ஒரு இதம்... ஒரு மென்மை படர்ந்தது.

அவள் எதுவும் பேசாமல் இருந்ததால் நான் மேசையருகே திரும்பிச் சென்றேன். நான் செய்த செயல் நிச்சயம் அவளைப் பாதித்திருக்கிறது; ஆனாலும் பெரு முயற்சியோடு தன்னைக் கட்டுப்படுத்திக் கொண்டு, கண்களைக் கீழ்நோக்கித் தாழ்த்தியபடி அமர்ந்திருந்தாள் அவள்.

என் தலை சுழல்வது போல் இருந்தது. மேலும் கூடுதலாக வலித்துக் கொண்டிருந்தது. வெளிக் காற்றில் போய் வந்தும்கூட அது சரியாகவில்லை.

நான் எப்படியாவது நடாஷாவைப் போய்ப் பார்த்தாக வேண்டும். நேற்று முதல் அவளைப் பற்றிய என் கவலை சற்றும்

குறையவில்லை. மாறாக அது மேலும் மேலும் வலுவாகிக் கொண்டேதான் சென்றது.

திடீரென்று யெலேனா என்னைக் கூப்பிட்டது போலிருந்தது; நான் அவள் பக்கம் திரும்பினேன்.

"நீங்கள் வெளியே போகும்போது என்னை வைத்துப் பூட்ட வேண்டாம்" என்றாள். என்னை நேரடியாகப் பார்க்காமல் சோஃபாவின் கரைப் பகுதியை விரலால் சுரண்டிக் கொண்டிருந்தாள்; ஏதோ அந்த வேலையில் தீவிரமாக இருப்பதைப் போல் காட்டிக் கொண்டாள்.

"நான் ஒன்றும் உங்களிடமிருந்து போய்விட மாட்டேன்."

"ரொம்ப நல்லது யெலேனா. நானும் ஒத்துக் கொள்கிறேன்! ஆனால் முன்பின் தெரியாத யாராவது வந்துவிட்டால்? யார் வரக் கூடுமென்பது யாருக்குத் தெரியும்?"

"அப்படியென்றால் சாவியை என்னிடம் கொடுங்கள். நானே உள்பக்கம் பூட்டிக் கொள்கிறேன். யாராவது கதவைத் தட்டினால் 'வீட்டில் இல்லை' என்று சொல்லி விடுகிறேன்."

'விஷயம் எவ்வளவு எளிமையாய் முடிந்துவிட்டது பாருங்கள்' என்று சொல்வது போல என்னைக் குறும்பாகப் பார்த்தாள்.

"உங்களுக்கு யார் துணி துவைக்கிறார்கள்?" என்று எனக்கு பதில் சொல்லக் கூட நேரம் தராமல் திடீரென்று கேட்டாள்.

"இந்த வீட்டில் ஒரு பெண்மணி இருக்கிறாள்."

"என்னால் துணி துவைக்க முடியும். ஆனால் நேற்று எங்கிருந்து சாப்பாடு வாங்கினீர்கள்?"

"நான் சமைக்கவும் செய்வேன். உங்களுக்கு நான் சமைத்துத் தருகிறேன்."

"அடேடே... என்ன இது? யெலேனா இதோ பார்! உனக்குச் சமையலைப் பற்றி என்ன தெரியும்? முட்டாள்தனமாகப் பேசு கிறாய்."

யெலேனா மௌனத்தில் ஆழ்ந்தபடி பார்வையைத் தாழ்த்திக் கொண்டாள். நான் சொன்னது அவளை நிச்சயம் புண்படுத்தி யிருந்தது என்பது தெரிந்தது. குறைந்தபட்சம் பத்து நிமிடங்கள் அப்படியே சென்றன. நாங்கள் இருவரும் அமைதியாக இருந்தோம்.

"சூப்" என்று 'சட்' டென்று தலையைக் கூட உயர்த்தாமல் சொன்னாள் அவள்.

"என்ன சொல்கிறாய் நீ? சூப்பா? என்ன சூப்?" என்று வியப் போடு கேட்டேன்.

"எனக்கு சூப் வைக்கத் தெரியும். அம்மா உடல்நலமில்லாமல் இருந்தபோது செய்து கொடுத்திருக்கிறேன். கடைத்தெருவுக்கும் கூடப் போவேன்."

"யெலேனா, இதோ பார், உனக்குக் கர்வம் அதிகம்" என்று சொன்னபடி அவளருகே சென்று சோஃபாவில் அமர்ந்து கொண்டேன்.

"என் இதயம் என்னை என்ன செய்யச் சொல்லித் தூண்டு கிறதோ அதன்படிதான் உன்னை நான் நடத்துகிறேன். நீ யாரு மில்லாமல், உறவு என்று சொல்ல ஒருவருமே இல்லாமல் தன்னந் தனியாக இருக்கிறாய். வருத்தத்தோடும் இருக்கிறாய். அதனால் உனக்கு நான் உதவி செய்ய விரும்புகிறேன். அதே போல–நானும் ஏதாவது கஷ்டத்தில் இருந்தால் அப்போது நீயும் எனக்கு உதவலாம். ஆனால் நீ அதை அப்படி எடுத்துக்கொள்ள மாட்டேன் என்கிறாய். என்னிடமிருந்து ஒரு சின்னஞ்சிறு பொருளைப் பெற்றுக் கொள் வதில் கூட உனக்குச் சம்மதமில்லை. அதை உடனே எப்படியாவது திருப்பித் தந்துவிட வேண்டுமென்று நினைக்கிறாய். ஒருவேளை அப்படித் தரவில்லையென்றால் புப்னோவாவைப் போல நானும் உன்னைத் திட்டுவேன் என்பது உன் எண்ணமாக இருக்கலாம். அப்படி இருந்தால் உன் தவறுக்காக நீ வெட்கப்பட வேண்டும் யெலேனா."

அவள் எந்தப் பதிலும் சொல்லவில்லை. அவளது உதடுகள் மட்டும் துடித்தன. எதையோ சொல்ல நினைக்கிறாள் என்பது எனக்குத் தெரிந்தது. ஆனால் தன்னைத் தானே கட்டுப்படுத்திக் கொண்டபடி அவள் அமைதியாகவே இருந்தாள்.

நான் நடாஷாவைப் பார்க்க எழுந்திருந்தேன். இந்த முறை சாவியை யெலேனாவிடம் கொடுத்துவிட்டு எவராவது வந்து கதவைத் தட்டினால் அது யார் என்று உள்ளேயிருந்து குரல் கொடுக்குமாறு அவளிடம் சொன்னேன்.

நடாஷாவுக்கு ஏதோ ஒரு மிகப் பெரிய துயரம் நேர்ந்திருக்கிறது என்பதும், தற்காலிகமாக என்னிடம் சொல்லாமல் அதை மறைத்து வைத்திருக்கிறாள் என்பதும் எனக்கு உறுதியாகத் தெரிந்தது. இதற்கு முன்னாலும் ஓரிரு முறை அப்படி அவள் செய்ததுண்டு. எதுவாக இருந்தாலும்–என் கரிசனத்தை அதிகம் காட்டி அவளைப் பயப்படுத்தி விடாமல் ஒரு நிமிடமாவது அவளைப் பார்த்தே ஆக வேண்டுமென்று முடிவு செய்து கொண்டேன்.

நான் எதிர்பார்த்தது சரியாகவே இருந்தது. அவள் சற்றுக் கடுமையாகவும், விருப்பமில்லாமலுமே என்னை எதிர்கொண்டாள்.

நான் உடனேயே அவளை விட்டுப் போயிருக்க வேண்டும். ஆனாலும் என் கால்கள் அவ்வாறு செய்யத் தயங்கின.

"ஒரே ஒரு நிமிடம் பார்த்துவிட்டுப் போகத்தான் வந்திருக்கிறேன் நடாஷா" என்றபடி தொடங்கினேன்.

"என் வீட்டிலிருக்கும் விருந்தாளியை என்ன செய்யலாமென்று உன்னிடம் யோசனை கேட்கவே வந்தேன்."

உடனே யெலேனா பற்றிய எல்லா விஷயங்களையும் வேகமாகச் சொல்லி முடித்தேன். நடாஷா, நான் பேசியதை அமைதியாகக் கேட்டுக் கொண்டிருந்தாள்.

"உனக்கு எப்படி ஆலோசனை சொல்வதென்றே எனக்குத் தெரியவில்லை வான்யா. நீ சொல்வதை வைத்துப் பார்க்கும்போது அவள் மிக மிக வித்தியாசமான ஒரு குட்டி ஜீவன் என்று தெரிகிறது. ஒருவேளை இதுவரை அவள் மிக மோசமாக நடத்தப் பட்டிருக்கலாம்; அச்சுறுத்தப்பட்டிருக்கலாம். அவள் சரியாவதற்குக் கொஞ்சம் நேரம் கொடு. என் பெற்றோரோடு அவளைத் தங்க வைக்கலாம் என்று நினைக்கிறாயா?"

"என்னை விட்டு விட்டு வேறெங்கும் போவதாக இல்லை என்று அவள் சொல்லிக் கொண்டே இருக்கிறாள். அவர்கள் அவளை ஏற்றுக்கொள்வார்களா, மாட்டார்களா என்பதும் கடவுளுக்குத்தான் தெரியும். அதனால் எனக்கு என்ன செய்வதென்றே தெரியவில்லை. அதிருக்கட்டும், நீ எப்படி இருக்கிறாய் என்று சொல். நேற்றிலிருந்து நீ நன்றாக இல்லாதது போலத் தெரிகிறதே" என்று சற்றுத் தயக்கத்துடன் கேட்டேன்.

"இல்லை, இல்லை எனக்கு இன்றும் கூடத் தலை ரொம்ப வலிக்கிறது" என்று வேறேதோ சிந்தனையுடன் பதிலளித்தாள் அவள்.

"என் அப்பா, அம்மா இரண்டு பேரில் யாரையாவது இன்று பார்த்தாயா?"

"இல்லை. நாளை போகப் போகிறேன். நாளை சனிக்கிழமை இல்லையா? உனக்கும் நினைவிருக்குமே?"

"ஏன் அதில் என்ன?"

"அஸ்யோஷாவின் தந்தை மாலை வருவதாக இருக்கிறாரே?"

"ஆமாம், நான் ஒன்றும் அதை மறந்துவிடவில்லை."

"இல்லை... நான் வந்து..."

அவள் எனக்கு நேர் எதிராக நின்றபடி ஒரு நீண்ட கடுமையான பார்வையை என் மீது செலுத்தினாள். அவளது பார்வையில்

உறுதியும், பிடிவாதமும் வெளிப்பட்டது. ஜுர வேகமும், ஆவேசமும் கூட அதில் புலப்பட்டன.

“இதோ பார் வான்யா. எனக்கு ஒரு உதவி செய்கிறாயா? தயவுசெய்து என்னைத் தனியாக விட்டுவிட்டுப் போ. ஆனாலும் கூட... என் வழியில் அதிகமாகத்தான் குறுக்கிடுகிறாய் நீ.”

நான் நாற்காலியிலிருந்து எழுந்து அவளைப் பார்த்தேன். விவரிக்க இயலாத திகைப்புடன் இருந்தேன்.

“நடாஷா, என் அன்பே? என்ன விஷயம்? என்ன நடந்தது சொல்” என்று கலவரமடைந்தவனாய்க் கூச்சலிட்டேன்.

“ஒன்றும் நடக்கவில்லை. நாளைக்கு உனக்கு எல்லாமே தெரிய வந்துவிடும். இப்போது நான் தனியாக இருக்க விரும்புகிறேன். என்ன காது கேட்கிறதா வான்யா? உடனே இங்கிருந்து போய்விடு. என்னால் தாங்க முடியவில்லை. உன்னைப் பார்க்கக்கூட என்னால் முடியவில்லை.”

“ஏதாவது கொஞ்சமாவது சொல்.”

“உனக்கு எல்லாமே... ஆமாம் எல்லாமே நாளைக்குத் தெரிந்து விடும். கடவுளே... நீ இன்னுமா போகாமல் இருக்கிறாய்?”

நான் அங்கிருந்து வெளியேறினேன்.

நான் என்ன செய்கிறேன் என்பதுகூடத் தெரியாத அளவு தள்ளாடிக் கொண்டிருந்தேன். இடைவழியில் மாவ்ரா என்னைப் பின்தொடர்ந்து வந்தாள்.

“என்ன அவள் கோபமாகத்தானே இருக்கிறாள்” என்று என்னிடம் கேட்டாள்.

“அவள் பக்கத்தில் போகக் கூட எனக்குப் பயமாக இருக் கிறது.”

“அவளுக்கு என்னதான் ஆகிவிட்டது?”

“நம் சின்ன எஜமானர் கடந்த மூன்று நாட்களாக இந்தப் பக்கம் தலையைக் கூடக் காட்டவில்லை.”

“என்ன சொல்கிறாய்? மூன்று நாட்களாகவா” என்று வியப் போடு திரும்பச் சொன்னேன்.

“நேற்றுக் காலை அவன் இங்கே இருந்ததாகவும் மீண்டும் மாலையில் திரும்பி வருவான் என்றும் அவளே என்னிடம் சொன்னாளே?”

“மாலையிலா...? சரிதான் போங்கள். அவர் காலையில் கூட இந்தப் பக்கம் வரவில்லையே? நான்தான் சொன்னேனே நாங்கள் அவரைக் கண்ணால் பார்த்து மூன்று நாளாகி விட்டதென்று!

அவர் நேற்றுக் காலை வந்ததாகவா அவள் உங்களிடம் சொன்னாள்?"

"ஆமாம், அப்படித்தான் சொன்னாள்."

"சரிதான்" என்றபடி தனக்குள் ஏதோ யோசித்துக் கொண்டாள் மாவ்ரா.

"உங்களிடம் கூட அவன் வராததை அவள் சொல்லவில்லை யென்றால் அந்த விஷயம் அவளை மிக மோசமாகப் பாதித்திருக்க வேண்டும். சரியான ஆள்தான்..."

"சரி இதற்கெல்லாம் என்ன அர்த்தம்" என்று கத்தினேன்.

"என்ன அர்த்தம் என்றால் நான் என்ன சொல்வது? அவளை வைத்துக் கொண்டு என்ன செய்வதென்றே எனக்குத் தெரியவில்லை" என்று திகைத்துப் போய் பயந்திருப்பது போன்ற பாவனையில் பேசினாள் அவள்.

"நேற்று அவனிடம் போகச் சொல்லி என்னை அனுப்புவதாக இருந்தாள் அவள். ஆனால் நான் போக முற்பட்ட இரண்டு தடவையும் வேண்டாமென்று தடுத்தும் விட்டாள். இன்று அவள் என்னிடம் பேசக்கூட இல்லை. நீங்கள் வேண்டுமானால் அவரைப் போய்ப் பாருங்கள். இப்போது அவளை விட்டு வர எனக்குப் பயமாக இருக்கிறது."

நானுமே சற்றுப் பதட்டத்தோடு படிக்கட்டில் வேகமாக இறங்கிப் போனேன்.

"இன்று மாலை வருவீர்களா?" என்று எனக்குப் பின்னால் இருந்தபடி குரல் கொடுத்தாள் மாவ்ரா.

"பார்ப்போம்" என்று அவளிடம் உரக்கச் சொன்னேன்.

"சும்மா எட்டிப்பார்த்து விட்டு அவள் எப்படி இருக்கிறாள் என்று உன்னிடம் கேட்டுவிட்டுப் போகிறேன். அதாவது... நான் உயிரோடு இருந்தால்" உண்மையில் அப்போது என் இதயத்தில் பேரிடி விழுந்ததுபோல இருந்தது.

10

நான் நேரே அல்யோஷாவைப் பார்க்கச் சென்றேன். அவன், தன் தந்தையுடன் மாலாயா மோர்ஸ்கயா தெருவில் வசித்து வந்தான். வால்காவ்ஸ்கி தனியாக இருந்தாலும் அவனது குடியிருப்பு மிகவும் பெரியது. அதிலுள்ள அற்புதமான இரண்டு அறைகளை அல்யோஷா தனக்காக வைத்துக் கொண்டிருந்தான். நான்

அவனைப் பார்க்க மிக அரிதாகவே சென்றிருக்கிறேன்; அதுகூட ஒரே ஒரு முறைதான் இருக்குமென்று நினைக்கிறேன், தொடக்கத்தில் அவன்தான் என்னைப் பார்க்க அடிக்கடி வந்து கொண்டிருந்தான். அதாவது நடாஷாவுடன் அவன் பழகத் தொடங்கிய ஆரம்ப நாட்களில்.

அவன் வீட்டில் இல்லை. நான் நேராக அவனது அறைகளுக்குள் சென்றேன். கீழ்க்காணும் குறிப்பை அவன் படிப்பதற்காக எழுதி வைத்தேன்.

'அல்யோஷா, உனக்கு ஏதோ மனப்பிறழ்ச்சி ஏற்பட்டு விட்டதென்று நினைக்கிறேன். செவ்வாய்க்கிழமை மாலைதான் உன் மனைவியாக வர சம்மதமா என்று உன் தந்தை, தானாகவே நடாஷாவைக் கேட்டுக் கொண்டார்; அதைக் கேட்டு நீயும் சந்தோஷப்பட்டாய். அவை எல்லாவற்றுக்கும் நான் சாட்சியாகவும் இருந்தேன். அப்படி இருக்கும்போது உன் தற்போதைய நடவடிக்கை சற்று ஏறுமாறாக இருப்பதை நீ ஒத்துக்கொண்டுதானாக வேண்டும். நடாஷாவுக்கு நீ இப்போது என்ன செய்து கொண்டி ருக்கிறாய் என்று தெரிந்துதான் செய்கிறாயா? அது எப்படி இருந்தாலும், உன் வருங்கால மனைவியிடம் நீ இப்போது நடந்து கொள்ளும் முறை கண்ணியமாக இல்லாமல் அற்பத்தனமாக இருப்பதை இந்தக் குறிப்பு உனக்கு நினைவுபடுத்தக் கூடும். உனக்கு உபதேசம் செய்யும் உரிமை எனக்கில்லை என்பதை நன்றாகவே உணர்ந்திருந்தாலும் இப்போது அதைப் பற்றி நான் கொஞ்சம் கூடக் கவலைப்படுவதாக இல்லை.

பின் குறிப்பு : அவளுக்கு இந்தக் கடிதத்தைப் பற்றி எதுவும் தெரியாது. சொல்லப் போனால் உன்னைப் பற்றி என்னிடம் சொன்னதும் அவளில்லை.

– கடிதத்தை உறையிலிட்டு மேசைமீது வைத்தேன்.

அவனைப் பற்றி அங்கிருந்த பணியாளிடம் விசாரித்தபோது அலெக்ஸி பெத்ரோவிச் (அல்யோஷா) வீட்டிலேயே இல்லை யென்றும் நாளை விடியற்காலைக்கு முன்பு அவன் வருவானென்று எதிர்பார்க்க முடியாதென்றும் தெரிவித்தான்.

நான் எப்படியோ ஒரு வழியாக சமாளித்தபடி வீடு வந்து சேர்ந்தேன். தலைசுற்றல் அதிகமாக இருந்தது. என் கால்கள் பலவீனமாக நடுங்கிக் கொண்டிருந்தன. வீட்டுக் கதவு திறந்திருந்தது. நிகோலாய் செர்கிச் இக்மெனெவ் எனக்காகக் காத்துக் கொண்டிருந் தார். மேசையருகே அமர்ந்தபடி யெலேனாவையே அமைதியாக – வியப்போடு பார்த்துக் கொண்டிருந்தார். அவளும் அதேபோல

அவரை ஆச்சரியமாகப் பார்த்துக் கொண்டிருந்தாலும் பிடிவாதமாக மௌனம் சாதித்துக் கொண்டிருந்தாள்.

“அவள் ஒரு வினோதப் பிறவி என்று அவர் நினைத்தாலும் ஆச்சரியப்படுவதற்கில்லை” என்று நினைத்துக் கொண்டேன்.

“என்ன பையா? உன்னைப் பார்க்க மணிக்கணக்காகக் காத்திருக்கிறேன் நான். ஆனாலும்... இப்படிப்பட்ட விஷயங்களை நான் ஒருபோதும் எதிர்பார்க்கவில்லை” என்று பேசிக் கொண்டே போனார் அவர். அறையைச் சுற்று முற்றும் பார்த்தபடி – குறிப்பாக யெலேனாவைச் சுட்டிக்காட்டியபடி இவ்வாறு சொன்னார் அவர்.

அவர் முகம் வியப்பை வெளிப்படுத்திக் கொண்டிருந்தாலும் நெருக்கமாக அவரைப் பார்த்தபோது அதில் கலவரமும், கவலையும் படர்ந்திருந்ததைப் பார்க்க முடிந்தது. வழக்கத்தை விட வெளிறித் தெரிந்தார் அவர்.

“சரி சரி... உட்கார்ந்து கொள். ஏன் இப்படி உட்காராமல் இருக்கிறாய்” என்று வேறேதோ யோசனையுடன் சற்று படபடப்பாகப் பேசினார் அவர்.

“ஒரு விஷயம் பற்றி உன்னோடு பேச வேண்டியிருந்ததால் உன்னைத் தேடி அவசரமாக வந்துவிட்டேன். ஆனால்... என்ன இது? நீ என்னவோ போல் இருக்கிறாயே?”

“எனக்கு முடியவில்லை. முழுநாளும், மயக்கமாகத் தலை சுற்றுவது போலவே இருந்தது.”

“ஐயோ, அதை அலட்சியப்படுத்தாதே! உடனே கவனித்துக் கொள். ஜலதோஷம் பிடித்திருக்கிறதா என்ன?”

“இல்லை, ஏதோ ஒரு நரம்புக் கோளாறு. சில சமயம் எனக்கு அப்படி வருவதுண்டு. சரி... உங்களைப் பற்றிச் சொல்லுங்கள். எப்படி இருக்கிறீர்கள்?”

“நான் நன்றாக இருக்கிறேன். நன்றாகவே இருக்கிறேன். கொஞ்சம் உணர்ச்சிவசப்பட்டிருக்கிறேன் அவ்வளவுதான். உன்னிடம் ஒன்று சொல்ல வேண்டும், இப்படி உட்கார்.”

நான் ஒரு நாற்காலியை மேசையருகே நகர்த்தி, அவரை நேருக்கு நேர் பார்க்க வசதியாக உட்கார்ந்திருந்தேன். அவர் என் பக்கம் சற்று முன்னோக்கிக் குனிந்தபடி அரை முணுமுணுப்பாய்ப் பேச ஆரம்பித்தார்.

“இதோ பார், அந்தப் பக்கம் பார்க்காதே. நாம் ஏதோ முக்கியமில்லாத விஷயத்தைப் பற்றிப் பேசிக் கொண்டிருப்பது போல பாவனை செய். ஆமாம், இப்படி ஒரு ஆளை எங்கிருந்து பிடித்தாய்?”

"அதையெல்லாம் பிறகு விளக்கமாகச் சொல்கிறேன் நிகோலாய் செர்கிச். இந்தப் பாவப்பட்ட பெண்ணுக்கு இந்த உலகத்தில் யாருமே இல்லை. இவள், இங்கே முன்பு வசித்த முதியவர் ஸ்மித்தின் பேத்தி. பேக்கரியில் இறந்துபோனாரே அந்த ஸ்மித்."

"ஓ... அப்படியென்றால் அவருக்கு ஒரு பேத்தி இருக்கிறாள் என்று சொல். ரொம்ப வித்தியாசமாக இருக்கிறாள் பையா! எப்படிப் பார்க்கிறாள் பார்! எப்படி உற்றுப் பார்க்கிறாள் பார்! உன்னிடம் சொல்வதற்கென்ன? நீ மட்டும் இப்போது வராமல் இருந்திருந்தால் என்னால் இதற்கு மேல் ஐந்து நிமிடம்கூடத் தாக்குப் பிடித்திருக்க முடியாது. முதலில் அவள் கதவையே திறக்க வில்லை... பிறகு இவ்வளவு நேரம் ஒரு வார்த்தை கூடப் பேச வில்லை. ரொம்ப விசித்திரமான பெண்ணாக இருக்கிறாள். ஒரு மனிதப் பிறவி மாதிரியே தோன்றவில்லையே? அவள் எப்படி இங்கே வந்தாள்? ஓ, தன் தாத்தா இறந்து போனது தெரியாமல் அவரைத் தேடிக் கொண்டு இங்கே வந்து விட்டாளோ?"

"ஆமாம், நிறைய கஷ்டப்பட்டு விட்டாள். கிழவர் இறக்கும் சமயத்தில் கூட அவளைப் பற்றித்தான் நினைத்துக் கொண்டிருந்தார்."

"ஹ்ம்! தாத்தாவின் குணம் அப்படியே அவளுக்கும் வந்திருக்கும் போலிருக்கிறது. அவளைப் பற்றிய எல்லா விஷயங் களையும் அப்புறம் சொல். ஒருவேளை முடிந்தால்–ஏதாவது வழியில் நாம் அவளுக்கு உதவி செய்யலாம். ஆனால் இப்போது அவளைக் கொஞ்சம் வெளியே போகச் சொல்கிறாயா தம்பி? உன்னிடம் ஒரு முக்கியமான விஷயம் பேச வேண்டும்."

"அவளுக்குப் போக எந்த இடமுமில்லை. இங்கேதான் இருப்பாள்."

என்னால் முடிந்தவரை மிகச் சுருக்கமாக அவருக்குச் சில விஷயங்களை எடுத்துச் சொன்னேன். அவள் இன்னும் கூட ஒரு குழந்தைதான் என்பதால் அவளுக்கு முன்னால் அவர் தைரியமாக எதுவும் பேசலாம் என்றேன்.

"ஆமாம், நிச்சயமாக அவள் ஒரு குழந்தையேதான். ஆனால் உன்னைப் பார்த்து நான் ஆச்சரியப்படுகிறேன் பையா! அவள் உன்னுடனேயே வசிக்கிறாள் அப்படித்தானே? கடவுளே!"

– அவளை மீண்டும் வியப்புடன் பார்த்தார் முதியவர். யெலேனா, அவளைப் பற்றி நாங்கள் பேசிக் கொண்டிருப்பதை உணர்ந்து அமைதியாக, தலையைத் தொங்கவிட்டபடி, சோஃபா நுனியைத் தன் விரல்களால் நெருடிக் கொண்டிருந்தாள். நான் வாங்கிக் கொடுத்த புதிய உடுப்பை அணிந்திருந்தாள். அது அவளுக்குக் கச்சிதமாகப் பொருந்தியிருந்தது. வழக்கத்தைவிட

கவனமாகத் தலைமுடியைச் சீவியிருந்தாள். ஒருவேளை தான் போட்டிருந்த புதிய உடுப்புக்குக் கௌரவம் தர அவள் விரும்பி யிருக்கலாம். அவள் கண்கள் வெளிப்படுத்திய அந்த வித்தியாச மான வெற்றுப்பார்வை மட்டும் இல்லாமல் இருந்திருந்தால் அவள் மிக அழகான ஒரு குழந்தையாக இருந்திருப்பாள்.

"சரி, நான் உன்னிடம் சொல்ல வந்த விஷயத்துக்கு வருவோம்" என்று கிழவர் மறுபடியும் பேசத் தொடங்கினார்.

"அது ஒரு பெரிய கதை. மிக முக்கியமான விஷயம்."

அவர் கீழே குனிந்து நோக்கியபடி தீவிரமான முகபாவனை யுடன் உட்கார்ந்திருந்தார். 'விஷயத்துக்கு வர வேண்டு'மென்று அவசரப்பட்டதாக அவர் காட்டிக் கொண்டாலும் அதை எப்படித் தொடங்குவது என்பதற்கான சொற்கள் அவருக்குக் கிடைக்கவில்லை.

'இவருக்கு என்னதான் ஆயிற்று' என்று நான் ஆச்சரியப் பட்டேன்.

"இதோ பார் வான்யா, உன்னிடம் ஒரு மிகப் பெரிய உதவியைக் கேட்பதற்காக நான் வந்திருக்கிறேன். ஆனால் அதற்கு முன்னால் ஒரு சில விஷயங்களை உன்னிடம் சொல்லியாக வேண்டும். மிகவும் நுட்பமான சில விஷயங்கள்."

அவர் தொண்டையைச் செருமிக் கொண்டு என்னை ஒரு முறை பார்த்தார். அவர் முகம் சிவந்திருந்தது. தன் கையாலாகாத நிலையை எண்ணித் தன் மீதே அவருக்குக் கோபம் வந்தது. கோபத்தின் நடுவிலேயே தன்னை ஒருநிலைப்படுத்திக்கொண்டு உறுதியை வரவழைத்துக் கொண்டார்.

"ம்! அப்படி விளக்கமாகச் சொல்லவும்தான் என்ன இருக் கிறது. நீயே புரிந்து வைத்திருப்பாய். சரி... ஒரே வார்த்தையில் சொல்லப் போனால் நான் இளவரசன் வால்காவ்ஸ்கியை ஒற்றைக்கு ஒற்றை சண்டைக்கு வரும்படி சவால் விடப் போகிறேன். அதற் குரிய ஏற்பாடுகளையெல்லாம் நீதான் செய்து தரவேண்டும். என்னுடைய மாற்று ஆளாகவும் நீதான் இருக்க வேண்டும். உன்னை நான் வேண்டிக் கேட்டுக் கொள்வது அதுதான்."

நான், நாற்காலியில் அப்படியே சரிந்தேன். பிரமிப்போடு அவரைப் பார்த்தேன்.

"என்ன இப்படிப் பார்க்கிறாய்? எனக்கொன்றும் பைத்தியம் பிடித்துவிடவில்லை. தெரிந்துகொள்."

"ஆனால்... நிகோலாய் செர்கிச், இதைக் கேட்பதற்கு என்னை மன்னித்து விடுங்கள். எந்த அடிப்படையில்... எந்த நோக்கத்தில் இந்தச் சவாலும், சண்டையும்? இது சாத்தியம்தானா?"

"ம்... அடிப்படையாவது, நோக்கமாவது" என்று கத்தினார் கிழவர். "நன்றாகத்தான் இருக்கிறது நீ சொல்வது"

"சரி, சரி! நீங்கள் என்ன சொல்வீர்கள் என்பது எனக்குத் தெரியும். ஆனால் உங்களது இந்தச் செயலால் என்ன நன்மை விளையும் என்று நினைக்கிறீர்கள்? இந்தச் சண்டையால் கிடைக்கப் போகும் லாபம்தான் என்ன? உண்மையிலேயே எனக்கு எதுவும் புரியவில்லை."

"உனக்குப் புரியாது என்றுதான் நானும் நினைத்தேன். விஷயத்தைக் கேட்டுக்கொள். எங்கள் வழக்கு முடிந்து விட்டது (பெரும்பாலும் முடிந்தது போலத்தான், இன்னும் சில நடைமுறைகள் பாக்கி இருப்பதால் ஒரு சில நாட்களில் முடிவுக்கு வந்துவிடும்). நான் தோற்றுப்போய்விட்டேன். பத்தாயிரம் ரூபிள் போல நான் தர வேண்டியிருக்கும். நீதிமன்றம் விதித்திருக்கும் தீர்ப்பு அது. இக்மெனெவ்காதான் அதற்குப் பிணையாக இருக்கிறது. அதனால் இப்போது அந்த மோசமான மனிதனுக்குப் பணம் கிடைத்துவிடும். இக்மெனெவ்காவைக் கொடுத்து அவன் கணக்கைத் தீர்த்தபிறகு நானும் சுதந்திர மனிதன் ஆகிவிடுவேன். இனிமேல் நான் என் தலையை நிமிர்த்தி அவனிடம் பேச முடியும். 'மாண்பு மிக்கவரே! கடந்த இரண்டு வருடங்களாக என்னை அவமானப்படுத்தி வருகிறீர்கள். என் பெயரைக் கெடுத்தீர்கள், குடும்ப கௌரவத்தைக் குலைத்தீர்கள். எல்லாவற்றையும் நான் அப்போது பொறுத்துக் கொள்ள வேண்டியதாக இருந்தது. உங்களை அப்போது என்னால் சவாலுக்கு அழைக்க முடியவில்லை. அப்படி அழைத்திருந்தால் நீங்கள் வெளிப்படையாகவே இப்படிச் சொல்லியிருப்பீர்கள்–'ஏ! தந்திரக்கார மனிதனே! எனக்குக் கொடுக்க வேண்டிய பணத்தைத் தராவிட்டால் எப்போதாவது நிச்சயம் தண்டனை கிடைத்துவிடும் என்பது உனக்குத் தெரிந்து விட்டது. அதனால் பணத்தைத் தராமல் இருப்பதற்காக என்னைக் கொல்லப் பார்க்கிறாய். முதலில் வழக்கு எப்படி முடிகிறதென்று பார்ப்போம். அப்புறம் நீ எனக்குச் சவால் விடலாம்' என்று நீங்கள் கூறியிருப்பீர்கள். மாண்புமிகு இளவரசர் அவர்களே, இப்போது வழக்கும் முடிந்து விட்டது. உங்கள் பணம் பத்திரமாக இருக்கிறது. வேறு சிக்கல்களும் இல்லை. அதனால் என்னைச் சண்டைக் களத்தில் சந்திக்கலாமல்லவா' என்று என்னால் கேட்க முடியும். அதைத்தான் உன்னிடம் சொல்ல நினைத்தேன். எனக்கு இழைக்கப்பட்ட எல்லாவற்றுக்காகவும்... எல்லாவற்றுக்காகவும் பழிவாங்கும் உரிமை எனக்கு இல்லையென்றா நினைக்கிறாய்?"

அவரது கண்கள் கோபத்தில் கனன்று கொண்டிருந்தன. எதுவுமே பேசாமல் அவரை நெடுநேரம் பார்த்துக் கொண்டிருந்தேன். அவரது ஆழ்மனதுக்குள் ஊடுருவிப் பார்க்க விரும்பினேன்.

"இதைக் கொஞ்சம் கேளுங்கள் நிகோலாய் செர்கிச்" என்று ஒரு வழியாகப் பேச்சைத் தொடங்கினேன். மையப்புள்ளியாக இருக்கும் விஷயத்தை விட்டுவிட்டு மற்றதை மட்டுமே பேசிக் கொண்டு போனால் எங்களால் ஒருவரை ஒருவர் சரியாகப் புரிந்து கொள்ள முடியாதென்றுபட்டதால் இப்படிக் கேட்டேன்.

"உங்களால் என்னுடன் முழுக்க முழுக்க வெளிப்படையாகப் பேச முடியுமா?"

"முடியும்" என்று திடமாகப் பதிலளித்தார் அவர்.

"அப்படியென்றால் இதை மட்டும் தெளிவாக்குங்கள். இப்படி அவனிடம் சவால் விடுவதற்கு உங்கள் பழிவாங்கும் உணர்ச்சி மட்டும்தான் தூண்டுதலா? அல்லது வேறேதாவது ஒரு நோக்கமும் உண்டா?"

"வான்யா! குறிப்பிட்ட சில விஷயங்களைப் பற்றி என்னிடம் பேச நான் யாரையுமே அனுமதிப்பதில்லை என்று உனக்குத் தெரியும். இப்போது இந்த விஷயத்தில் உனக்கு மட்டும் அதற்கு விலக்களிக்கிறேன். நீ மிகவும் தெளிவான, கூர்மையான நுண்ணறிவோடு–அந்தக் குறிப்பிட்ட விஷயத்தைத் தொடாமல் நம்மால் இருக்க முடியாது என்று உடனடியாகக் கண்டுபிடித்து விட்டாய். நீ நினைப்பது உண்மைதான். எனக்கு இன்னொரு நோக்கமும் இருக்கிறது. தொலைந்து போன மகளைக் காப்பாற்றுவதும், சமீபத்தில் நடக்கும் சம்பவங்கள் அவளை அழிவுப்பாதைக்கு மேலும் மேலும் கொண்டு செல்லாமல் தடுத்து அவளை மீட்பதும் கூட என் நோக்கம்தான்.

"ஆனால் இந்தச் சண்டை வழியாக உங்களால் அவளை எப்படிக் காப்பாற்ற முடியும்? என் கேள்வி அதுதான்."

"அவர்கள் போட்டிருக்கும் திட்டத்தையெல்லாம் நாசமாக்குவதன் மூலம்தான்! நன்றாகக் கேட்டுக்கொள். நான் ஒன்றும் ஒரு தந்தை என்ற பாசத்தாலோ பலவீனத்தாலோ தூண்டப்பட்டு இதைச் செய்யவில்லை. அதெல்லாம் கவைக்கு உதவாது. பொதுவாக என் உள்மனதை யாரிடமும் நான் வெளிக்காட்ட மாட்டேன். நீ கூட அதைத் தெரிந்துகொள்ள முடியாது. என் மகள் என்னையும், என் வீட்டையும் விட்டு விட்டுத் தன் காதலனோடு எப்போது ஓடிப் போனாளோ அப்போதே என் மனதிலிருந்து அவளைத் தூக்கி எறிந்துவிட்டேன். அப்போதே... அன்று மாலை அந்த நிமிஷமே! அது உனக்கு நினைவிருக்கிறதா? அவளது படத்துக்கு

முன்னால் நான் அழுது கரைந்து கொண்டிருந்ததை நீ பார்த்தாய்; ஆனால் அதற்கு அர்த்தம் நான் அவளை மன்னித்து விட்டேன் என்பதல்ல. நான் அழுதபோது அவளை மன்னிக்கவில்லை. என் மகிழ்ச்சி என்னிடமிருந்து தொலைந்து போனதற்காக... என் கனவு சிதைந்து போனதற்காகத்தான் அழுதேனே தவிர அவள் இப்போது இருக்கும் நிலைக்காக அல்ல. ஒருவேளை நான் அடிக்கடி கூட அழுவேனாக இருக்கும். அதை ஒத்துக்கொள்வதில் எனக்கு வெட்கமில்லை. இந்த உலகத்திலுள்ள வேறு எதையும் விட என் குழந்தை மீது நான் அன்பு வைத்திருந்தேன் என்பதை ஒத்துக் கொள்ள எப்படி எனக்குக் கூச்சமில்லையோ, அதே போல ஒரு காலத்தில் இந்த உலகத்திலேயே மிக உயர்வாக என் குழந்தையை நினைத்திருந்ததை ஒத்துக்கொள்ளவும் நான் வெட்கப்படவில்லை. இவை எல்லாமே என்னைப் பற்றிய தவறான அபிப்பிராயத்தைத் தான் ஏற்படுத்துகின்றன.

‘அது உண்மையென்றால், நீங்கள் மகளென்றே நினைக்காத அவள் விதியைப் பற்றி நீங்கள் கவலைப்படவில்லையென்றால் அவர்கள் போடும் திட்டம் எதுவாக இருந்தால்தான் என்ன? அதைப் பற்றி நீங்கள் ஏன் கவலைப்பட வேண்டும்’ என்று இப்போது நீ என்னைக் கேட்கலாம். பதில் சொல்கிறேன், கேட்டுக் கொள். முதலாவதாக–அந்த இழிவான, தந்திரப் பேர்வழிகள் ஜெயிப்பதில் எனக்கு விருப்பமில்லை. அடுத்தாற்போல சொல்லப் போனால் ஓர் அடிப்படை மனிதாபிமானம். இனிமேல் அவள் எனக்கு மகளில்லை என்று ஒதுக்கிவிட்டாலும் அவள் பலவீனமான ஒரு ஜீவன்; பாதுகாக்க எவருமற்றவள்; ஏமாற்றப்பட்டவள். இன்னும் கூட அவள் ஏமாற்றப்படவும், சீரழிந்து போகவும் வாய்ப் பிருக்கிறது. ஆனால் நான் அதில் நேரடியாகத் தலையிட மாட்டேன். ஒற்றைக்கு ஒற்றை போர் வழியாக மறைமுகமாக இதில் முனையப் போகிறேன். ஒருவேளை நான் கொல்லப்பட்டால்–நான் இரத்தம் சிந்த நேர்ந்தால், நாங்கள் போரிடும் களத்தையோ, ஒருவேளை இறந்து கிடக்கும் என் உடலையோ தாண்டிக்கொண்டு போய் என்னைக் கொன்றவனின் மகனருகே மணமேடையில் நிற்க அவள் உடன்பட மாட்டாள். நீ ஒருமுறை படித்துக் காட்டினாயே அந்தப் புத்தகத்தில் வந்த அரசனின் மகள், தன் தந்தையின் பிணத்தின் மீதே ரதத்தை செலுத்திக் கொண்டு போனாளே,* அதுபோல இவள் செய்யமாட்டாள். மேலும் இப்படிச் சண்டை, சவால் என்று வந்துவிட்டால் இளவரசர்கள் அவர்களாகவே திருமணப் பேச்சை நிறுத்திவிடுவார்கள். சுருக்கமாய்ச் சொல்வ

* ரோமானியப் பேரரசின் ஆறாவது அரசனான செர்விபஸ் டுல்லியஸ் தன் மருமகனால் கொலை செய்யப்பட்ட சம்பவத்தைக் குறிக்கிறது (கி.மு. 534).

தென்றால் இந்தத் திருமணத்தில் எனக்குப் பிரியமில்லை. அதனால் இதைத் தடுக்க எதை வேண்டுமானாலும் செய்வேன். இப்போது என்னைப் புரிகிறதா உனக்கு?"

"இல்லை, புரியவில்லை. நீங்கள் நடாஷாவுக்கு நல்லது செய்ய வேண்டுமென்று நினைத்தால், அவள் திருமணத்தைத் தடுக்க வேண்டுமென்றே ஏன் துணிகிறீர்கள்? அவள் இழந்திருக்கும் நற்பெயரை மீட்டுத் தரக் கூடியது அது ஒன்று மட்டும்தானே? அவளுக்கு முழு வாழ்க்கையுமே இனிமேல்தான் இருக்கிறது. நல்ல பெயரோடு இருப்பதுதான் அவளுக்குத் தேவைப்படக் கூடியது."

"இந்த உலகத்தின் அபிப்பிராயத்தைப் பற்றி அவள் கொஞ்சம் கூட சட்டை செய்யக் கூடாது. இந்த விஷயத்தை அவள் அப்படித் தான் பார்க்க வேண்டும். அவளுக்கு ஏற்படக் கூடிய மிகப் பெரிய அவமதிப்பு அந்தத் திருமணத்திலேதான் இருக்கிறது என்பதை அவள் உணர வேண்டும். அந்தத் தீய மனிதர்களோடு, வெறுக்கத் தகுந்த அந்தச் சமூகத்தோடு அவள் தொடர்பு வைத்துக் கொள்வது தான் அவளுக்கு அவமானம். உன்னதமான செருக்கோடு அவள் இருப்பதுதான் உலகத்துக்குத் தரும் பதிலாக இருக்க வேண்டும். ஒருவேளை அது நடந்தால் நான்கூட அவள் கையைப் பற்றிக் கொள்ள உடன்படலாம். பிறகு பார்ப்போம், என் குழந்தையை யார் களங்கப்படுத்தத் துணிகிறார்கள் என்று?"

அளவுக்கு மீறிய அந்த லட்சியவாதம் என்னை வியப்படைய வைத்தது. ஆனால் அவர், அவராக இல்லை என்பதையும், கோபத் தில் பேசுகிறார் என்பதையும் உடனே கண்டுகொண்டேன்.

"இது நடைமுறைக்குக் கொஞ்சம்கூட ஒத்து வராததாக இருக்கிறது" என்று சொன்னேன்.

"மிகவும் கொடூரமாகவும் இருக்கிறது. பிறந்தது முதல் நீங்கள் அவளுக்குக் கொடுத்து வளர்க்காத தெம்பையும் துணிவையும் இப்போது அவளிடமிருந்து எதிர்பார்க்கிறீர்கள். தான் ஒரு இளவரசியாக வேண்டும் என்பதற்காகவா அவள் இந்தத் திருமணத் துக்குச் சம்மதம் கொடுத்திருக்கிறாள்? இல்லை! அவள் காதல் வயப்பட்டிருக்கிறாள். அளவுக்கு அதிகமாக அன்பு வைத்திருக்கிறாள். அதுதான் விதி! சமூகம் கொண்டிருக்கும் அபிப்பிராயத்தை அவள் புறமொதுக்க வேண்டும் என்று சொல்லும் நீங்களே அதற்கு முன்னால் பணிந்து மண்டியிட அல்லவா செய்கிறீர்கள்? வால் காவ்ஸ்கி உங்களை அவமானப்படுத்தியிருக்கிறான்; செல்வாக்கு மிகுந்த அவர்கள் குடும்பத்தில் உங்கள் பெண்ணைத் திருமணம் செய்து வைப்பதற்காகக் கீழ்த்தரமாகத் திட்டம் தீட்டியதாக ஊரறிய உங்களை அவன் குற்றம் சாட்டியிருக்கிறான். அதனால்

நீங்கள் இப்படி விவாதம் செய்கிறீர்கள். அவர்கள் முன்வைக்கும் திருமண யோசனையை அவளாகவே மறுத்துவிட்டால் முதலில் எழுந்த அவதூறு தவறு என்று முழுமையாக நிரூபிப்பது போல் ஆகிவிடும் என்று நினைக்கிறீர்கள். அதற்குத்தான் நீங்கள் முயற்சிக் கிறீர்கள். அவன் செய்த தவறை அவனே ஒத்துக்கொள்ள வேண்டும் என்று எண்ணுகிறீர்கள். அவனை ஒரு பரிகாசப் பொருளாக்கிப் பழிதீர்த்துக் கொள்ள வேண்டுமென்று நினைக்கிறீர்கள். அதற்காக உங்கள் மகளின் மகிழ்ச்சியையே தியாகம் செய்யத் துணிந்து விட்டீர்கள். அது சுயநலம் இல்லாமல் வேறு என்ன?"

கிழவர் நீண்ட நேரம் எதுவுமே பேசாமல் கோபத்தோடு முகம் சுளித்தபடி உட்கார்ந்திருந்தார்.

"வான்யா, நீ என்னிடம் நியாயமாக நடந்து கொள்ளவில்லை" என்று அவர் இறுதியாகச் சொல்லி முடித்தபோது அவரது இமைகளில் ஒரு கண்ணீர்த்துளி மின்னியது.

"ஆமாம், உறுதியாகத்தான் சொல்கிறேன். நீ பேசியது நியாய மில்லை. சரி, இப்போதைக்கு அதை விட்டுவிடுவோம். என் இதயத்தை முழுமையாக உன்னிடம் திறந்து காட்ட என்னால் முடியவில்லை" என்று சொன்னபடியே தொப்பியை எடுத்துக் கொண்டு எழுந்திருந்தார்.

"ஒன்று மட்டும் உன்னிடம் சொல்லிக் கொள்கிறேன். சற்று முன் என் மகளின் மகிழ்ச்சியைப் பற்றிப் பேசினாய். எனக்கு அந்த மகிழ்ச்சியில் சுத்தமாக எந்த நம்பிக்கையும் இல்லை. அது மட்டு மில்லை. என் தலையீடு இல்லாமலே கூட அந்தத் திருமணம் நின்றுவிடத்தான் போகிறது. அது ஒருபோதும் நடக்கப் போவ தில்லை."

"ஏன்...? ஏன் அப்படிச் சொல்கிறீர்கள்? உங்களை அப்படி நினைக்க வைப்பது எது? ஒருவேளை உங்களுக்கு ஏதாவது விஷயம் தெரியுமா?" என்று ஆர்வ மிகுதியோடு கத்தினேன்.

"அப்படியெல்லாம் குறிப்பாக எனக்கு எதுவும் தெரியாது. ஆனால் அந்தக் கேடுகெட்ட குள்ளநரி மனிதன் அப்படி ஒரு காரியத்தை ஒருபோதும் செய்யமாட்டான். அது எல்லாமே ஒரு சதிவலைதான். ஏதோ ஒன்று அதற்குள் தந்திரமாக மறைந்திருக்கிறது. அப்படித்தான் இருக்குமென்று எண்ணுகிறேன். என் வார்த்தை களைக் குறித்து வைத்துக்கொள்; அப்படித்தான் நடக்கப் போகிறது பார். ஒருவேளை அந்தப் போக்கிரிக்கு-மற்றவர்களுக்குத் தெரியாத என்னாலும் புரிந்துகொள்ள முடியாத வேறு ஏதாவது ஒரு மறை வான நோக்கம் இருந்து, அதன் பொருட்டு அந்தத் திருமணம் நடக்கிறது என்று வைத்துக் கொண்டாலுமே... நீயே உன்

உள்மனதைக் கேட்டுக் கொள், அந்தத் திருமணம் அவளுக்குச் சந்தோஷத்தைத் தந்துவிடுமா? வசவுகளும், அவமானங்களும் நிறைந்த ஒரு வாழ்வாகத்தான் அது இருக்கும். அவளுடைய வாழ்க்கைத் துணைவனாக வரப்போகும் அந்தப் பையன் ஏற்கனவே அவள் மீது கொண்ட காதலில் சலிப்படைந்து விட்டவன்; இப்போது திருமணமான பிறகு அவன் அவளைப் புறக்கணிக்கத் தொடங்குவான், இழிவுபடுத்துவான், சிறுமைப்படுத்துவான். அவள் அவன்மீது கொண்ட காதல் அளவுகடந்ததாக இருக்கும், ஆனால் அவன் அவளைக் கண்டுகொள்ள மாட்டான். பொறாமை, சித்திரவதை, விவாகரத்து... ஒருவேளை ஏதேனும் ஒரு பெரிய குற்றம்கூட நடந்து விடலாம், வேண்டாம் வான்யா! அப்படி ஒரு திருமணத்துக்கான திட்டம் தீட்டப்படுகிறது என்றால், அதில் உனக்கும் ஒரு பங்கு இருக்குமானால் நீ கடவுளுக்கு முன்னால் பதில் சொல்ல வேண்டியிருக்குமென்று உன்னை எச்சரிக்கிறேன். ஆனால் அதற்குள் காலம் கடந்துவிடும். சரி போய் வருகிறேன்."

நான் அவரைத் தடுத்து நிறுத்தினேன்.

"இதோ பாருங்கள் நிகோலாய் செர்கிச். நாம் இந்த விஷயத்தைப் பொறுத்தவரை இன்னும் சற்றுக் காத்திருக்கலாம் என்று முடிவு செய்து கொள்வோம். இதை நாம் இருவர் மட்டுமில்லை, இன்னும் பலரும் நெருக்கமாகக் கவனித்துக் கொண்டிருக்கிறார்கள் என்பதை நம்புங்கள். ஒற்றைக்கு ஒற்றைப் போரைப் போல வன்முறையான, செயற்கையான எந்த வழிமுறையும் இல்லாமல் தானாகவே இது நல்லபடியாக முடிந்துவிடலாம். காலம்தான் எல்லாவற்றுக்கும் மருந்து போட வல்லது! சரி, கடைசியாக இதை மட்டும் சொல் கிறேன். நீங்கள் சொல்லியிருக்கும் திட்டம், முழுக்க முழுக்க சாத்தி யமே இல்லாதது. இளவரசன் வால்காவ்ஸ்கி உங்கள் சவாலை ஏற்பானா மாட்டானா என்பதைப் பற்றிக் கணநேரமாவது யோசித்துப் பார்த்தீர்களா?"

"ஏன் அதை ஏற்பதற்கென்ன? நீ என்ன சொல்ல வருகிறாய்?"

"அவன் நிச்சயம் அதை ஒப்புக்கொள்ள மாட்டான் என்று உறுதியாகச் சொல்கிறேன்... நம்புங்கள். அதிலிருந்து தப்பிக்க மிகச் சரியான பொருத்தமான ஒரு காரணத்தோடு அவன் வந்துவிடுவான். அறிவுபூர்வமான வெளிப்பகட்டோடு அதை அவன் செய்வான்; அதே சமயத்தில் நீங்கள்தான் பரிகாசப் பொருளாகி விடுவீர்கள்."

"என்ன இது பையா? கொஞ்சம் என்னிடம் கருணையோடு நடந்துகொள்ள மாட்டாயா? என்னைத் தடுமாறத்தான் வைக்கிறாய் நீ. அவன் எப்படி அதை ஏற்றுக்கொள்ளாமல் இருக்க முடியும்? இல்லை, வான்யா! நீ கதை எழுதுபவன், வெறும் கனவு காண்பவன்.

அவ்வளவுதான். என்னோடு சண்டை செய்வதை மதிப்புக் குறைவாக அவன் எண்ணக் கூடும் என்று நீ எப்படி நினைக்கிறாய்? நானும் அவனை ஒத்தவன்தானே? வயதானவன், அவமானத்துக்கு ஆளான ஒரு தந்தை. நீ ரஷ்யமொழி எழுத்தாளன், ஒரு மதிப்புக் குரிய மனிதன், அதனால் எனக்கு ஒரு மாற்று ஆளாக இருக்கத் தகுதி உள்ளவன். இதற்கு மேலும் என்ன வேண்டுமென்கிறாய் என்பது எனக்குத் தெரியவில்லை."

"சரி! நீங்களே பார்த்துக் கொள்ளுங்கள். அவன் கொண்டு வரும் காரணங்களைப் பார்த்தால் அவனோடு சண்டை போடுவது முடியவே முடியாது என்று நீங்களே முதல் ஆளாகத் தீர்மானித்து விடுவீர்கள்."

"ம்... நல்லது நண்பா! அப்படியே நீ சொன்னது போலவே வைத்துக்கொள். நான் இன்னும் கொஞ்ச காலம் காத்திருக்கிறேன். காலம் என்ன செய்கிறது என்று பார்க்கலாம். ஆனால் ஒரே ஒரு விஷயம் நண்பா, நமக்குள் நடந்த இந்த உரையாடலை எவரிடமும் – ஆனா ஆண்ட்ரேயேவ்னாவிடமும் கூடச் சொல்ல மாட்டேன் என்று நீ எனக்கு வாக்களிக்க வேண்டும்."

"சத்தியமாய்ச் சொல்ல மாட்டேன்."

"இன்னொரு உதவியும் வேண்டும் வான்யா. இந்த விஷயத்தைப் பற்றி இனி ஒருபோதும் பேசாதே."

"சரி! அதற்கும் சத்தியம்."

"இன்னொரு வேண்டுகோள் அன்புப் பையா! எங்கள் வீட்டின் கண்ணீரையும், கம்பலையையும் பார்த்துப் பார்த்து நீ அலுத்துப் போயிருக்கலாம். ஆனாலும் கூட முடிந்தவரை எங்களைப் பார்க்க அடிக்கடி வந்து போய்க் கொண்டிரு. ஆனா ஆண்ட்ரேயேவ்னா உன்மீது மிகவும் அன்பு வைத்திருக்கிறாள். உன்னைப் பார்க்காமல் அவள் ஒருமாதிரி தவித்துப் போய் விடுகிறாள்... புரிந்துகொள் வான்யா."

அவர் என் கையை அன்போடு பற்றிக் கொண்டார். நானும் மனப்பூர்வமாக அவ்வாறே செய்வதாக அவருக்கு வாக்குக் கொடுத்தேன்.

"ம்... அப்புறம் வான்யா, கேட்கக் கொஞ்சம் சங்கடமாகத்தான் இருக்கிறது. உன்னிடம் பணம் எதுவும் இருக்கிறதா?"

"பணம்?" என்று வியப்போடு கேட்டேன்.

"ஆமாம்." (கிழவர் கூச்சத்தோடு வேறு பக்கம் திரும்பிக் கொண்டார்).

"உன்னை, நீ குடியிருக்கும் இந்த இடத்தை, உன் சூழ்நிலையை எல்லாம் நான் பார்த்துக் கொண்டுதான் இருக்கிறேன் பையா. வேறு ஏதாவது எதிர்பாராத செலவுகள் உனக்கு வரலாம் என்றும் தோன்றியது (இப்போது உனக்கு அப்படிப்பட்ட செலவுகள் ஏற்படும் நேரம்தான்). அதனால் இப்போதைக்கு கைச் செலவுக்கு இதோ இந்த நூற்றைம்பது ரூபிள்களை வைத்துக்கொள் பையா."

"என்ன நூற்றைம்பது ரூபிள்களா? கைச் செலவுக்கா? அதுவும் நீங்கள் உங்கள் வழக்கில் தோற்றுப் போயிருக்கும் இந்த சமயத்திலா?"

"வான்யா, நீ என்னைப் புரிந்துகொள்ளவே இல்லையென்று நினைக்கிறேன். உனக்கு எதிர்பாராமல் ஏதாவது செலவு ஏற்படலாம். புரிந்துகொள்ள முயற்சி செய். சில சமயங்களில் பணம் கையிலிருப்பது தான் மனிதனைச் சுயேச்சையாக முடிவெடுக்கவும், செயல்படவும் வைக்கிறது; அதற்கு உதவுகிறது. ஒருவேளை இப்போது இது உனக்குத் தேவைப்படாமல் இருக்கலாம். ஆனால் அடுத்தாற் போல் எப்போதாவது எதற்காகவது தேவைப்படலாம் இல்லையா? எப்படி இருந்தாலும் இதை நீ வைத்துக்கொள். இவ்வளவுதான் என்னால் திரட்ட முடிந்தது. ஒருவேளை செலவழிக்கவில்லையென்றால் திருப்பிக் கொடுத்து விடு. சரி, போய் வருகிறேன். கடவுளே, நீதான் எப்படி வெளுத்துப்போய் சுகவீனமாகத் தெரிகிறாய்?"

நான் எதிர்ப்புக் காட்டாமல் பணத்தைப் பெற்றுக் கொண்டேன். அவர் அதை என்னிடம் கொடுத்தது ஏன் என்பது எனக்கு மிகவும் தெளிவாகப் புரிந்தது.

"என்னால் எழுந்து நிற்கக்கூட முடியவில்லை" என்று அவருக்குப் பதிலளித்தேன்.

"நீ, உன்னைக் கவனித்துக் கொண்டாக வேண்டும் வான்யா. கட்டாயம் கவனித்துக் கொள்ள வேண்டும். இன்று எங்கேயும் வெளியே போகாதே. நீ இப்போது இருக்கும் நிலையைப் பற்றி ஆனா ஆண்ட்ரேயேவ்னாவிடம் சொல்லி விடுகிறேன். நீ ஒரு டாக்டரைப் பார்த்தாயா, இல்லையா? நாளைக்கு நீ எப்படி இருக் கிறாய் என்று வந்து பார்க்கிறன். என் கால்களுக்கு வலு இருந்தால் கட்டாயம் இங்கே வர முயற்சி செய்கிறேன். நீ போய்ப் படுத்துக் கொள். குட்பை, குட்டிப் பெண்ணே! உனக்கும் குட்பை! பார், முகத்தைத் திருப்பிக் கொண்டுவிட்டாள். இதோ பார் நண்பா, இன்னும் ஐந்து ரூபிள் தருகிறேன். இது அந்தக் குழந்தைக்காக. அவளுக்கு ஏதாவது வாங்கிக் கொடு. ஷூக்களோ, உள்ளே அணியும் ஆடைகளோ... ஏதாவது வாங்கித் தா. போய் வருகிறேன் நண்பா."

வெளிவாசலுக்கு அவர் செல்லும்வரை அவரையே பார்த்துக் கொண்டிருந்தேன். பிறகு குடியிருப்பின் காவலாளியை அழைத்துச் சாப்பாடு வாங்கி வரும்படி சொன்னேன். யெலேனா இன்னும் இரவுச் சாப்பாடு சாப்பிட்டிருக்கவில்லை.

11

ஆனால் வீட்டுக்குள் திரும்பி வந்த உடனேயே என் தலை சுழல ஆரம்பித்து விட்டது. அறை நடுவில் அப்படியே விழுந்தேன். யெலேனா அப்போது கூச்சலிட்டதைத் தவிர வேறெதுவும் எனக்கு நினைவில்லை. அவள் தன் கைகளை விரித்தபடி என்னைத் தாங்கிப் பிடிக்க ஓடோடி வந்தாள். என் ஞாபகத்தில் தங்கியிருக்கும் கடைசிக் கணம் இதுதான்...

எனக்குப் பிரக்ஞை மீண்டபோது படுக்கையில் இருந்தேன். சாப்பாடு வாங்கி வந்த வாயிற்காவலாளியின் உதவியோடு என்னைப் படுக்க வைத்ததாக யெலேனா பிறகு சொன்னாள்.

நான் தூக்கத்தில் பலமுறை விழித்துக்கொண்டேன். ஒவ்வொரு முறையும் பரிவும், கவலையும் தோய்ந்த யெலேனாவின் சின்னஞ் சிறு முகம் என்னை நோக்கிக் குனிந்திருந்ததைக் கண்டேன். ஆனால் அதெல்லாம் ஏதோ கனவு கண்டது போல ஒரு பனிப் படலம் போலத்தான் எனக்கு நினைவிருக்கிறது. நான் இருந்த மயக்க நிலையில் இடையிடையே பாவப்பட்ட அந்தக் குழந்தையின் முகம் அவ்வப்போது துண்டு துண்டான கீற்றுக்கள் போல... ஒரு படம் போலக் காட்சி தந்து கொண்டிருந்தது. அவள் நான் குடிப்ப தற்கு ஏதாவது கொண்டு வந்து தருவாள்; என் படுக்கை விரிப்பைச் சரி செய்வாள்; அல்லது என் தலைமுடியைத் தன் விரல்களால் கோதிவிட்டபடி கவலையோடும் பயத்தோடும் என்னையே பார்த்துக் கொண்டு உட்கார்ந்திருப்பாள். ஒருமுறை என் முகத்தில் அவள் மென்மையாக முத்தமிட்டது கூட எனக்கு நினைவிருக்கிறது. இன்னொரு முறை திடீரென்று இரவில் விழித்தெழுந்தபோது என் படுக்கையருகே இருந்த சிறு மேசை மீது உருகிக் கொண்டிருந்த மெழுகுவர்த்தி ஒளியில் என் தலையணையில் முகம் பதித்துத் தன் கன்னத்தைக் கையால் தாங்கிப் பிடித்தபடி, வெளிறிப் போன உதடுகள் பாதி திறந்திருக்க அசௌகரியமான நிலையில் அரை குறைத் தூக்கத்தில் யெலேனா இருந்ததைப் பார்க்க முடிந்தது. மறுநாள் காலை எனக்கு முழுப் பிரக்ஞை மீளும் வரை அதே போலத்தான் அவள் இருந்தாள்.

மெழுகுவர்த்தி முழுவதும் உருகிப் போயிருந்தது. இளம்சிவப்பு நிறத்தில் தெளிவான சூரியக் கதிர்கள் சுவர் மீது கோலம் போடத் தொடங்கியிருந்தன. யெலேனா மேசையருகே அமர்ந்தபடி ஆழ்ந்த உறக்கத்தில் இருந்தாள். களைத்துப் போயிருந்த அவளது தலைக்குத் தனது இடக்கரத்தால் முட்டுக் கொடுத்திருந்தாள். குழந்தைத் தனமான அந்த முகத்தை நான் நெடுநேரம் உற்றுநோக்கிக் கொண்டிருந்தது எனக்கு நினைவிருக்கிறது. உறக்கத்திலும் கூடக் குழந்தைத்தனத்துக்கு மீறிய ஒரு வருத்தத்தையும், வித்தியாசமான ஏதோ ஒருவகையான நோயுற்ற அழகையும் அவளிடம் பார்க்க முடிந்தது.

அவள் முகம் வெளிறிப்போய் இருந்தது; நீண்ட புருவங்கள்; அவளது மெலிந்த கன்னத்தில் கிடந்த கருகருவென்ற அடர்த்தியான தலைமுடி அவள் முகத்துக்குச் சட்டம் போட்டது போல இருந்தது. அதை ஒரு பக்கம் அலட்சியமாக முடிச்சுப் போட்டு வைத்திருந்தாள் அவள். அவளது மற்றொரு கை, என் தலையணையின் மீது கிடந்தது. மெலிவான அந்தச் சின்னக் கையில் நான் மிக மிக மிருதுவாக முத்தமிட்டேன். ஆனாலும் அந்தப் பாவப்பட்ட குழந்தை விழித்துக் கொள்ளவில்லை; அவளது வெளிறிய உதடுகளில் மட்டும் மிக லேசான ஒரு புன்னகைக் கீற்று நெளிந்தது. நான் தொடர்ந்து அவளையே பார்த்துக்கொண்டிருந்துவிட்டு, அமைதியான உறக்கத்தில் அமிழ்ந்து போனேன். இந்த முறை கிட்டத்தட்ட நண்பகல் நேரம்வரை உறங்கி விட்டேன். விழித்தெழுந்தபோது நான் நன்றாக இருப்பதாகவே தோன்றியது. ஒரு வகையான சோர்வும் கைகால்கள் கனப்பது போன்ற உணர்வும் மட்டுமே என் நோய்க்கு அடையாளமாக எஞ்சியிருந்தன. திடீர்திடீரென்று இப்படிப்பட்ட நரம்புக் கோளாறுகள் எனக்கு வருவது வழக்கம் தான். அதனால் அவற்றைப் பற்றி எனக்கு நன்றாகவே தெரியும். இருபத்துநான்கு மணிநேரத்துக்குள் இந்த வியாதி பறந்தோடி விடும்; ஆனால் அனுபவிக்கும்போது மிகவும் தாங்க முடியாமல் கொடுமையாக இருக்கும்.

அது, நடுப்பகல் நேரம். நேற்று நான் வாங்கி வந்த திரைச் சீலைகள் ஒரு மூலையில் கயிற்றில் கட்டித் தொங்கவிடப்பட்டிருந்ததைத்தான் முதல் முதலாகப் பார்த்தேன். யெலேனா மூலையில் திரைபோட்டுத் தனக்குரிய தனியான அறையாக அதை ஆக்கிக் கொண்டிருக்கிறாள்.

அடுப்புக்கு முன்னால் அமர்ந்தபடி கெட்டிலில் ஏதோ கொதிக்க வைத்துக் கொண்டிருந்தாள். நான் விழித்துக் கொண்டதைப் பார்த்ததும் மகிழ்ச்சியோடு புன்னகை செய்தபடி என் அருகே வந்தாள்.

"என் அன்புக் குழந்தைப் பெண்ணே இங்கே வா" என்றபடி அவள் கையைப் பற்றிக் கொண்டேன்.

"இரவு முழுவதும் என்னைக் கவனித்துக் கொண்டே இருந்திருக்கிறாய் நீ! இத்தனை அன்புள்ளம் கொண்டவள் நீ என்பது எனக்குத் தெரியவில்லையே?"

"நான் உங்களைக் கவனித்துக் கொண்டிருந்தது உங்களுக்கு எப்படித் தெரியும்? ஒருவேளை இரவு முழுவதும் நான் தூங்கியிருக்கலாமல்லவா?" என்று சற்று நாணிக் கோணிக் கொண்டு குறும்புத்தனமாகச் சொன்னாள் அவள். அந்த வார்த்தைகளைச் சொல்லும்போதே அவள் முகம் கூச்சத்தால் சிவந்திருந்தது.

"நான் பல முறை எழுந்தபோது உன்னைப் பார்த்தேன். நீ விடியற்காலையில்தான் தூங்கிப்போனாய்."

"கொஞ்சம் தேநீர் எடுத்து வரவா" என்று என் பேச்சை இடைமறித்தாள் அவள். அந்த உரையாடலைத் தொடர்ந்து கொண்டு செல்ல அவள் விரும்பவில்லை. அடக்கமும், உறுதியான உள்ளன்பும் கொண்டவர்கள் புகழ்ச்சியை விரும்பாதது போலவே அவளும் இருந்தாள்.

"சரி, கொண்டு வா" என்றேன்.

"ஆமாம் நேற்று இரவு உணவு சாப்பிட்டாயா?" என்று கேட்டேன்.

"இரவு உணவு சாப்பிடவில்லை. பகலில் கொஞ்சம் சாப்பிட்டேன். காவலாளி வாங்கிக் கொண்டு வந்தார். சரி! நீங்கள் பேச வேண்டாம். இன்னும் கூட உங்களுக்கு உடம்பு முழுமையாய்க் குணமாகவில்லை" என்று சொன்னபடி எனக்குத் தேநீர் தந்துவிட்டு என் படுக்கையில் ஒரு பக்கம் அமர்ந்துகொண்டாள்.

"இன்னுமா படுக்கச் சொல்கிறாய்? படுக்கலாம்தான். ஆனால் இருட்டிய பிறகு நான் வெளியே சென்றாக வேண்டும். நான் கட்டாயம் போயாக வேண்டும் யெலேனா."

"ஓ, கட்டாயம் போக வேண்டுமா? அப்படி யாரைப் பார்க்கப் போகிறீர்கள்? நேற்று இங்கு வந்தாரே ஒரு பெரிய மனிதர், அவரையா?"

"இல்லை. அவரை இல்லை."

"நல்லது. அவரை இல்லை என்பதைக் கேட்க மகிழ்ச்சி. அவர்தான் நேற்று உங்களை நிலை தடுமாற வைத்துவிட்டார். அப்படியென்றால் அவரது மகளைப் பார்க்கவா போகிறீர்கள்?"

"அவர் மகளைப் பற்றி உனக்கு என்ன தெரியும்?"

"நான் நேற்று எல்லாவற்றையும் கேட்டுக்கொண்டுதான் இருந்தேன்" என்று கீழே குனிந்தபடி பதிலளித்தாள் அவள். இருண்டு கிடந்த தன் முகத்தை ஒரு தரம் சுளித்துக் கொண்டாள்.

"அவர் கெட்டவர்" என்றாள்.

"ஆனால் உனக்கு அவரைப் பற்றி எதுவும் தெரியாதல்லவா? நீ நினைப்பதற்கு நேர் மாறாகச் சொல்ல வேண்டும். அவர் மிகவும் நல்ல மனிதர்."

"இல்லை இல்லை. அவர் பொல்லாதவர், நான் கேட்டுக் கொண்டுதான் இருந்தேன்" என்று கோபத்தோடு சொன்னாள் அவள்.

"ஏன் அப்படிச் சொல்கிறாய்? அப்படி நீ என்ன கேட்டாய்?"

"அவர் தன் மகளை மன்னிக்கத் தயாராக இல்லை."

"ஆனாலும் அவர் அவளை நேசிக்கிறார். அவள் அவருக்குத் தவறிழைத்து விட்டாள். அதனால் அவர் அதுபற்றிக் கவலையாக இருக்கிறார்."

"அப்படியென்றால் அவர் அவளை மன்னித்தால்தான் என்ன? இப்போது அவர் அவளை மன்னித்தாலும் கூட அவள் அவரிடம் திரும்பிப் போக மாட்டாள்.

"ஏன்? ஏன் அப்படிச் சொல்கிறாய்?"

"மகளிடமிருந்து அன்பைப் பெறும் தகுதியை அவர் இழந்து விட்டார்" என்று ஆவேசமாகச் சொன்னாள் அவள்.

"அவள் அவரை ஒரேயடியாக விட்டு விட்டுப் போய்விடட்டும். பிச்சையெடுக்கக் கூடச் செய்யட்டும். மகள் பிச்சையெடுப்பதைப் பார்த்து அவர் வருத்தப்படட்டும்" இதைச் சொல்லும்போது அவளது கண்களில், கனல் வீசியது; கன்னம் கோபத்தால் சிவந்திருந்தது. 'அவளது வார்த்தைகளுக்குப் பின்னால் ஏதாவது ஒரு விஷயம் இருக்கக்கூடும்' என்று நினைத்துக் கொண்டேன்.

சிறிது நேரம் கழித்து "அவருடைய வீட்டுக்கா என்னை அனுப்ப வேண்டுமென்று நினைத்திருந்தீர்கள்?"

"ஆமாம் யெலேனா."

"மாட்டேன். அதற்கு நான் எங்கேயாவது வேலையாளாகக் கூடப் போய் இருப்பேன்."

"ஐயோ யெலேனா... இப்படி ஏதாவது உளறாதே. முட்டாள் தனமாகப் பேசாதே. உன்னைப் போய் யார் வேலைக்கு வைத்துக் கொள்வார்கள்?"

"யாராவது ஒருவர்..." என்று பொறுமையின்றி பதில் தந்தாள் அவள். தலையைக் குனிந்தபடியே இருந்த அவள் மிக வருத்தமாக இருந்தாள். சிடுசிடுப்பாக எரிந்து விழும் மனநிலையிலும் இருந்தாள்.

"உன்னை அப்படி எவனும் வேலைக்கு வைத்துக் கொள்ள மாட்டான்" என்று சிரித்துக் கொண்டே சொன்னேன்.

"சரி... அப்படியென்றால் ஏதாவது ஒரு குடும்பத்தில் வேலைக்குப் போகிறேன்."

"இப்படி ஒரு குணத்தை வைத்துக் கொண்டு உன்னால் ஒரு குடும்பத்தோடு ஒத்துப் போக முடியுமா?"

"என்னால் முடியும்."

அவளது எரிச்சல் கூடக் கூட, சட் சட்டென்று அவளது பதில்கள் வந்து விழுந்து கொண்டிருந்தன.

"உன்னால் ஒருபோதும் சமாளிக்க முடியாது."

"இல்லை. என்னால் முடியும். அவர்கள் என்னைத் திட்டினால் நான் எதுவுமே பதில் பேசாமல் இருப்பேன். என்னை அடித்தாலும் பேச மாட்டேன். அடித்தால் அழக்கூட மாட்டேன். எதற்காகவும் அழ மாட்டேன். நான் அழாததைப் பார்த்தே அவர்களுக்குக் கோபத்தால் பைத்தியம் பிடித்துவிடும்."

"என்ன யெலேனா இப்படியெல்லாம் சொல்கிறாய்? உன்னிடம்தான் எப்படிப்பட்ட கசப்புணர்ச்சி...? எப்படிப்பட்ட தற்பெருமை உன்னிடம்? நீ நிறைய கஷ்டங்களை அனுபவித்திருக்க வேண்டும்."

நான் எழுந்திருந்து என் பெரிய மேசைக்கருகே சென்றேன். யெலேனா, தரையைப் பார்த்தபடி சோஃபாவிலேயே உட்கார்ந்து அதன் ஓரத்தை நெருடிக் கொண்டிருந்தாள். அவள் எதுவுமே பேசவில்லை. நான் சொன்னது அவளைக் கோபப்படுத்தியிருக்கக் கூடுமோ என்று நினைத்துக் கொண்டேன்.

மேசையருகே நின்றபடி ஏதோ நினைவுடன், தொகுப்பு வேலைக்காக முதல் நாள் நான் கொண்டு வந்திருந்த புத்தகங்களைப் புரட்டிப் பார்க்க ஆரம்பித்தேன். கொஞ்சம் கொஞ்சமாக அவற்றை வாசிப்பதில் மூழ்கிப் போனேன். இது எனக்கு அடிக்கடி நடப்பது தான். ஏதாவது ஒன்றைப் பார்ப்பதற்காக நான் போய் ஒரு புத்தகத்தைத் திறப்பேன்; பிறகு, மற்ற எல்லாவற்றையும் மறந்து அதிலேயே மூழ்கிப் போய்விடுவேன்.

"எப்போதும் ஏதோ எழுதிக் கொண்டே இருக்கிறீர்களே? அப்படி என்னதான் எழுதுகிறீர்கள்" என்று என் மேசையருகே

அமைதியாக வந்து நின்றபடி, மருண்ட புன்னகையோடு கேட்டாள் யெலேனா.

"எல்லா வகையான விஷயங்களும்தான் யெலேனா... எனக்கு இதனால் பணம் கிடைக்கிறது."

"மனு எழுதுகிறீர்களா?"

"இல்லையில்லை. இவை மனுக்களோ, விண்ணப்பங்களோ இல்லை"

– வெவ்வேறு வகையான மனிதர்களைப் பற்றிய பலதரப்பட்ட கதைகளை நான் எழுதுவதாகவும், பிறகு அந்தக் கதைகள் புத்தக வடிவில் நாவல்களாக வருமென்றும் என்னால் முடிந்தவரை அவளுக்கு விவரித்து விளக்க முற்பட்டேன். அவளும் மிகுதியான ஆர்வத்தோடு அதைக் கேட்டாள்.

"அவற்றில் நீங்கள் எழுதுவது எல்லாமே உண்மையா?"

"இல்லையில்லை, எழுதும்போது கற்பனையாகவும் சேர்த்துக் கொள்வேன்."

"உண்மை இல்லாததை நீங்கள் ஏன் எழுத வேண்டும்?"

"இதோ பார். இதைப் படி. இந்தப் புத்தகத்தை அப்போதே பார்த்தாய். உனக்கு வாசிக்கத் தெரியுமல்லவா?"

"தெரியும்"

"நல்லது. அப்படியென்றால் நீ படித்துத் தெரிந்து கொள். இது, நான் எழுதிய புத்தகம்."

"நீங்கள் எழுதியதா? நான் கட்டாயம் படிக்கிறேன்."

அவள் என்னிடம் வேறேதோ சொல்லத் தவித்துக் கொண்டிருந்தாள். ஆனால் அதிகமாக உணர்ச்சிவசப்பட்டிருந்ததால் அதைச் சொல்வது அவளுக்கு சிரமமாக இருந்தது. ஆனாலும் அவளது கேள்விகளுக்குப் பின்னால் ஏதோ இருந்தது.

"இவற்றால் உங்களுக்குப் பணம் நிறையக் கிடைக்கிறதா" என்று கடைசியில் ஒரு வழியாகக் கேட்டாள்.

"சொல்ல முடியாது. அது மாறிக் கொண்டே இருக்கும். சில சமயம் நிறைய கிடைக்கும். சில சமயம் ஒன்றுமே கிடைக்காது. தொடர்ந்து எழுத முடியாமல் என் கதைகள் சில நேரம் நின்று போகும். இது ஒரு கடினமான ஓட்டுப் போடும் வேலை."

"அப்படியென்றால் நீங்கள் பணக்காரர் இல்லையா?"

"இல்லை. பணக்காரன் இல்லை."

"அப்படியென்றால் நான் உங்களிடம் வேலை செய்கிறேன். உங்களுக்கு உதவுகிறேன்."

அவள் வேகமாக என்னை ஒரு முறை பார்த்து விட்டுக் கண்களைக் கூச்சத்தோடு கீழே தாழ்த்திக் கொண்டாள். என்னை நோக்கி இரண்டடி எடுத்து வைத்தவள், தன் கரங்களால் என்னை வளைத்துக் கொண்டு தன் முகத்தை என் நெஞ்சில் இறுக்கமாக அழுத்திக் கொண்டாள். நான் அவளை வியப்போடு பார்த்தேன்.

"எனக்கு உங்களைப் பிடித்திருக்கிறது. நான் ஒன்றும் கர்வக் காரியில்லை" என்றாள் அவள்.

"நேற்று எனக்குத் தற்பெருமை இருப்பதாகக் கூறினீர்கள். இல்லை... நான் அப்படிப்பட்டவள் இல்லை. உங்களை நான் நேசிக்கிறேன். என்னிடம் அக்கறை காட்டும் ஒரே ஒரு நபர் நீங்கள்தான்."

தொடர்ந்து பேச முடியாமல் அவளுக்குக் கண்ணீர் பெருகியது. ஒரு நிமிடம் கழித்து, முதல் நாள் நடந்தது போலவே அவளது அழுகை கட்டுக்கடங்காமல் வெடிக்கத் தொடங்கியது. அவள் என் முன்னிலையில் முழந்தாளிட்டபடி என் கைகளிலும், கால்களிலும் முத்தமிட்டாள்.

"நீங்கள் என் மீது அக்கறை செலுத்துகிறீர்கள்" என்று மறு படியும் சொன்னாள்.

"நீங்கள் என்மீது அக்கறை செலுத்துகிறீர்கள்" என்று மறு படியும் சொன்னாள்.

"நீங்கள் மட்டும்தான்! நீங்கள் ஒருவர்தான்."

உணர்ச்சி ஆவேசத்தோடு என் கால்களைக் கட்டித் தழுவிக் கொண்டாள். இத்தனை காலமாக அவள் அடக்கி வைத்திருந்த உணர்ச்சிகளெல்லாம் கட்டுக்கடங்காமல் பெருகி வெடித்துக் கொண்டிருந்தன. பிடிவாத குணம் கொண்ட வினோதமான ஒரு உள்ளம், தான் புனிதமானதாகக் கருதும் சில உணர்வுகளை மனதுக்குள் மட்டுமே பிடித்து வைத்துக் கொண்டு சரியான காலம் வருவதற்காகக் காத்திருக்கும் என்பதையும், அந்த உணர்வுகள் மேலும் மேலும் வலுவடைந்து செல்லும் போது – இனிமேலும் அவற்றை அடக்கி வைத்துக்கொள்ள வழியில்லை என்ற நிலையில் தவிர்க்க முடியாதபடி மடையுடைத்தது போல அந்த உணர்வு வெளிப்பாடு நிகழும் என்பதையும் நான் அப்போது விளக்கிக் கொண்டேன். அப்போது – முழுமையாகத் தன்னையே மறந்த ஒரு நிலையில் இத்தனை நாளாகத் தான் அன்புக்கு ஏங்கியதையும், தன் நன்றியுணர்வையும், தான் கொண்டிருக்கும் பாசத்தையும், கண்ணீரையும் கூட அந்த உள்ளம் வெளிக்காட்டி விடுகிறது என்பதையும்தான்.

அவளது அழுகை வெறித்தனமாக இருந்தது. நான் பெரு முயற்சியோடு அவள் கைகளை என் மீதிருந்து விடுவித்துக் கொண்டு சோஃபாவுக்குத் தூக்கிக்கொண்டு போனேன். என்னைப் பார்க்கக் கூச்சப்படுபவளைப் போல வெகு நேரம் தலையணைக்குள் முகம் புதைத்து தொடர்ந்து விம்மிக்கொண்டே இருந்தாள் அவள். ஆனாலும் என் கையை இறுகப் பற்றித் தன் நெஞ்சில் அழுத்தி வைத்துக் கொண்டிருந்தாள் அவள்.

சிறிது சிறிதாக அமைதியடைந்தபோதும் இன்னும் முகத்தை உயர்த்தி என்னை அவள் பார்க்கவில்லை. ஓரிரு முறை அவளது பார்வை லேசாக என் முகத்தில் விரைவாகப் படிந்து செல்லும். அப்போது அதில் அளவு கடந்த மென்மையும், ஒரு வகையான மிரட்சியும் தெரியும். இறுதியாக என்னைப் பார்த்துக் கூச்சத்தோடு புன்னகை செய்தாள் அவள்.

"இப்போது கொஞ்சம் பரவாயில்லாமல் இருக்கிறாயா என் தொட்டாற்சிணுங்கிக் குட்டிப் பெண்ணே? எப்போதும் துயர மாகவே இருக்கும் என் சின்ன யெலேனாவே! எப்படி இருக்கிறாய் இப்போது?"

"நான் யெலேனா இல்லை" என்று தன் முகத்தை என்னிட மிருந்து மறைத்துக்கொண்டு முணுமுணுத்தாள் அவள்.

"யெலேனா இல்லையென்றால்? பிறகு வேறென்ன?"

"நெல்லி"

"நெல்லி...? அப்படியென்றால் என்ன அர்த்தம்? சரி, எதுவாக வேண்டுமானாலும் இருந்துவிட்டுப் போகட்டும். நீ விரும்பினால் உன்னை அந்தப் பெயராலேயே அழைக்கிறேன்."

"அம்மா என்னை அப்படித்தான் அழைப்பது வழக்கம். அம்மாவைத் தவிர வேறு யாரும் என்னை அப்படிக் கூப்பிட்ட தில்லை. அம்மாவைத் தவிர வேறு யாரும் என்னை அப்படிக் கூப்பிடவும் நான் விட்டதில்லை."

'அன்பும் தற்பெருமையும் கொண்ட சின்ன மனம்' என்று நினைத்துக் கொண்டேன். 'உன்னை நெல்லி என்று கூப்பிடும் உரிமை எனக்குக் கிடைக்கத்தான் எவ்வளவு தாமதமாகிவிட்டது?'

ஆனால் இனிமேல் அவள் இதயத்தில் என்பால் எப்போதும் அன்பிருக்கும் என்று புரிந்து கொண்டேன்.

"நெல்லி" என்று அவளை அழைத்தேன். அவள் அப்போது சற்று அமைதியாகி விட்டிருந்தாள்.

"நெல்லி! உன் அம்மாவைத் தவிர வேறு யாருமே உன்னிடம் அன்பாக இல்லை என்று சொல்லிக் கொண்டிருந்தாய். உண்மையில் உன் தாத்தா கூடவா உன்னிடம் பிரியமாக இல்லை?"

"இல்லை"

"ஆனாலும் நீ அவருக்காக அழுதாய். உனக்கு நினைவிருக்கிறதா? இதோ இங்கே இந்தப் படிகளில்தான்."

அவள் ஒரு நிமிடம் யோசித்துப் பார்த்தாள்.

"அவர் என்னிடம் அன்பு காட்டவே இல்லை. அவர் பொல்லாதவர்" – அவள் முகம் அப்போது வலியின் வேதனையை வெளிப்படுத்திக் கொண்டிருந்தது.

"ஆனால் அவருடைய செயல்களுக்கு அவர் பொறுப்பில்லை நெல்லி. அவர் புத்தி சுவாதீனம் இழந்த நிலையில் இருந்தார். ஒரு பைத்தியக்காரனைப் போல இறந்து போனார். அவர் எப்படி இறந்தார் என்று உனக்குச் சொல்லியிருக்கிறேனில்லையா?"

"ஆமாம் அது உண்மைதான். ஆனால் கடைசி ஒரு மாதம் தான் அப்படி எல்லாவற்றையும் மறந்து போக ஆரம்பித்திருந்தார். முழு நாளும் இங்கேயே உட்கார்ந்திருப்பார். நான் அவரைப் பார்க்க வரவில்லையென்றால் இரண்டு மூன்று நாட்கள் கூடத் தொடர்ச்சியாக எதுவும் சாப்பிடாமல் குடிக்காமல் அப்படியே உட்கார்ந்திருப்பார். முன்னாலெல்லாம் எவ்வளவோ நன்றாகத் தான் இருந்தார்."

" 'முன்னால்' என்றால்?"

"அம்மா இறப்பதற்கு முன்னால்."

"அப்படியானால் அவருக்குச் சாப்பாடும், தேநீர் மற்றவைகளும் நீதான் கொண்டு வந்து தந்துகொண்டிருந்தாயா நெல்லி?"

"ஆமாம்"

"எங்கிருந்து கொண்டு வருவாய்? புப்னோவாவிடமிருந்தா?"

"இல்லை. நான் புப்னோவாவிடமிருந்து ஒருபோதும் எதையும் எடுத்து வந்ததில்லை" என்று அழுத்தம் திருத்தமாகக் குரலில் ஒரு நடுக்கத்தோடு சொன்னாள் அவள்.

"பிறகு வேறெங்கிருந்து கொண்டு வருவாய்? உனக்கென்று எதுவுமே இல்லைதானே?"

நெல்லி அமைதியாக இருந்தாள். மிகவும் வெளிறிப் போன அவள், வழக்கத்தை விட நெடுநேரம் என்னையே பார்த்துக் கொண்டிருந்தாள்.

“நான் வெளியே போய்த் தெருக்களில் பிச்சையெடுப்பேன். ஐந்து கோபெக்குகள் சேர்ந்ததும் அவருக்கு ரொட்டியும், மூக்குப் பொடியும் வாங்கிக்கொண்டு வருவேன்.”

“அவரும் அதை அனுமதித்திருக்கிறார். ஐயோ நெல்லி… நெல்லி.”

“ஆரம்பத்தில் அவரிடம் சொல்லாமலேயே நான் அப்படிச் செய்து கொண்டிருந்தேன். நான் அப்படிச் செய்வது தெரிந்ததும் அவரே என்னைப் பிச்சையெடுக்குமாறு விரட்டத் தொடங்கினார். நான் பாலத்தில் நின்றபடி வழிப்போக்கர்களிடம் பிச்சை எடுக்கும் போது அவர் மேலும் கீழும் நடந்தபடி காத்துக் கொண்டிருப்பார். எனக்கு ஏதாவது காசு விழுந்தது தெரிந்ததும் அப்படியே என்மீது பாய்ந்து அந்தப் பணத்தைப் பிடுங்கிக்கொண்டு விடுவார். அவருக்காகத்தான் அப்படிச் செய்கிறேன் என்று நினைக்காமல் ஏதோ அவரிடமிருந்து மறைப்பதாக எண்ணிவிடுவார்.”

கசப்பான குத்தலான புன்னகையோடு இதைச் சொன்னாள் அவள்.

“இதெல்லாம் அம்மா இறந்த பிறகு நடந்தவை. அவருக்கு அப்போது முழுமையாகப் புத்தி தடுமாறிப் போய்விட்டது” என்று கூடவே சொன்னாள்.

“அப்படியென்றால் அவர் உன் அம்மா மீது அதிகமான பிரியம் வைத்திருந்திருக்க வேண்டும். ஆனால் அவர் அவளோடு கூட வசிக்காதது ஏன்?”

“இல்லையில்லை. அவருக்கு அம்மா மீது அன்பு இல்லை. அவர் பொல்லாதவர், அம்மாவை அவர் மன்னிக்கவே இல்லை. நேற்று இங்கே வந்தாரே ஒரு பொல்லாத கிழவர் அவரைப் போலத்தான்” –மிக மிக மெதுவான தொனியில் ஒரு முணு முணுப்பைப் போல இப்படிச் சொன்னாள் அவள். மேலும் மேலும் வெளிறிப் போய்க்கொண்டே இருந்தாள் அவள்.

நான் திடுக்கிட்டு நடு நடுங்கிப் போனேன். நடந்து முடிந்த நாடகத்தின் கதை முழுவதும் என் பார்வையில் பளிச்சிடத் தொடங்கியது. சவப்பெட்டி செய்பவனின் நிலவறையில் அந்த ஏழைப் பெண்மணி இறந்தது, தன் தாயைத் திட்டி சபிக்கும் தாத்தாவை அந்த அநாதைக் குழந்தை அவ்வப்போது வந்து பார்ப்பது, வினோதமான அந்தப் பைத்தியக்காரக் கிழவன் தனது நாய் இறந்தவுடன் தானும் அந்த பேக்கரியில் இறந்தது என்று எல்லாக் காட்சிகளும் என் மனக்கண்ணில் விரிந்தன.

“அஸோர்கா, அம்மாவுடைய நாய்” என்று ஏதோ பழைய ஞாபகத்தில் திடீரென்று புன்னகை செய்தபடி கூறினாள் நெல்லி.

“முன்னாலெல்லாம் தாத்தா அம்மாவின் மீது மிகுந்த பாசம் வைத்திருந்தார். அம்மா அவரிடமிருந்து பிரிந்து போன போது அஸோர்காவை விட்டு விட்டுப் போய்விட்டாள். அதனால்தான் அஸோர்கா மீது அவருக்கு அத்தனை பிரியம். அவர் அம்மாவை மன்னிக்கவில்லை. ஆனால் அந்த நாய் இறந்தபோது அவரும் இறந்துவிட்டார்” என்று சற்றுக் கடுமையாகச் சொன்னாள் நெல்லி. அவள் முகத்திலிருந்த புன்னகை மறைந்துவிட்டது.

“முன்பு அவர் என்ன செய்து கொண்டிருந்தார் நெல்லி?” என்று ஒரு சிறிய இடைவெளி கொடுத்துக் கேட்டேன்.

“அவர் பணக்காரராக இருந்தார். அவ்வளவுதான் தெரியும். என்ன செய்து கொண்டிருந்தார் என்பதெல்லாம் எனக்குத் தெரியாது” என்று பதிலளித்தாள் அவள். “அவருக்குச் சொந்தமாக ஒரு தொழிற்சாலை இருந்ததென்று அம்மா சொல்லியிருக்கிறாள். நான் மிகவும் சின்னவளாக இருக்கிறேன் என்ற நினைப்பில் முதலில் அவள் என்னிடம் எதுவுமே சொல்லவில்லை. என்னை முத்தமிட்டபடி, ‘காலம் வரும்போது உனக்கு எல்லாம் தெரிய வரும் என் பாவப்பட்ட அதிர்ஷ்டம் கெட்ட குழந்தையே’ என்பாள். அவள் எப்போதும் என்னைப் பாவப்பட்ட துரதிருஷ்ட சாலிக் குழந்தை என்றே சொல்லிக் கொண்டிருப்பாள். சில சமயம் இரவு நேரங்களில் நான் தூங்கி விட்டதாக எண்ணியபடி (நான் தூங்குவதாக வேண்டுமென்றே பாவனை செய்து கொண்டுதான் இருப்பேன்) என்னைப் பார்த்து அழுதுகொண்டே இருப்பாள். என்னை முத்தமிட்டுக் கொண்டே ‘பாவம் இந்தக் குழந்தை, இப்படி அதிருஷ்டம் கெட்டதாக இருக்கிறது’ என்பாள்.

“உன் அம்மா எதனால் இறந்து போனாள்.”

“காசநோயால். ஆறு வாரங்களுக்கு முன்பு.”

“உன் தாத்தா பணக்காரராக இருந்த அந்தக் காலமெல்லாம் உனக்கு நினைவிருக்கிறதா?”

“அப்போது நான் பிறக்கவே இல்லையே. நான் பிறப்பதற்கு முன்பே அம்மா, அப்பாவை விட்டுப் போய்விட்டாள்.”

“யாருடன்?”

“அது எனக்குத் தெரியாது” என்று மிக மெதுவாக ஏதோ யோசித்துக் கொண்டே சொன்னாள் அவள்.

“அவள் நாட்டை விட்டு வேறெங்கோ சென்று விட்டாள். அங்கேதான் நான் பிறந்தேன்.”

“வெளிநாடா? எந்த நாடு?”

“ஸ்விட்சர்லாந்து. நான் பல இடங்களில் இருந்திருக்கிறேன். இத்தாலியிலும், பாரிசிலும் கூட நான் இருந்ததுண்டு.”

அவள் சொன்னது ஆச்சரியமாக இருந்தது.

“அதெல்லாம் உனக்கு ஞாபகமிருக்கிறதா நெல்லி?”

“நிறைய விஷயங்கள் ஞாபகமிருக்கிறது.”

“அப்புறம் ரஷ்ய மொழியை இவ்வளவு நன்றாகத் தெரிந்து வைத்திருக்கிறாயே? அது எப்படி நெல்லி?”

“அம்மா, வெளிநாட்டில் இருந்தபோது கூட எனக்கு ரஷ்ய மொழியைக் கற்பித்து வந்தாள். அவளது அம்மா ரஷ்யாவைச் சேர்ந்தவள் என்பதால் அவளும் ரஷியன்தான். தாத்தா ஆங்கிலேயர் என்றாலும் அவரும் கூட ரஷியர்களைப் போலவேதான் இருப்பார். ஒன்றரை வருடங்களுக்கு முன்னால் இங்கே வந்தபோது நான் ரஷ்ய மொழியை முறையாகவே கற்றுக்கொண்டு விட்டேன். அம்மா, அப்போதும் உடல்நலமில்லாமல்தான் இருந்தாள். நாங்கள் கொஞ்சம் கொஞ்சமாக ஏழைகளாகிக் கொண்டே சென்றோம். அம்மா எப்போதும் அழுதுகொண்டேதான் இருந்தாள். தொடக் கத்தில்–இங்கே பீட்டர்ஸ்பர்க் நகரம் முழுவதும் தாத்தாவைத் தேடிக் கண்டுபிடிக்க முயற்சி செய்து கொண்டே இருந்தாள். அவருக்குத் தான் தவறிழைத்து விட்டதாகச் சொல்லியபடி பயங்கர மாக அழுவாள். தாத்தாவும் ஏழையாகி விட்டார் என்பது தெரிய வந்தபோது முன்பைவிட அதிகமாகவே அழுதாள். அவருக்கு அடிக்கடி கடிதம் எழுதிப் போட்டாள்; ஆனால் அவர் பதில ளிக்கவே இல்லை.”

“அம்மா இங்கே ஏன் திரும்பி வந்தாள்? தன் தந்தையைப் பார்ப்பதற்கு மட்டும்தானா?”

“அது எனக்குத் தெரியாது. ஆனால், வெளிநாட்டில்–அங்கே இருந்தபோது எங்கள் வாழ்க்கை நன்றாக இருந்தது”–இதைச் சொன்னபோது நெல்லியின் கண்கள் ஒளிர்ந்தன.

“அம்மா தனியாக என்னுடன் வசித்து வந்தாள். அவளுக்கு ஒரு நண்பர் இருந்தார். அவர் உங்களைப் போன்ற அன்பு உள்ளம் கொண்டவர். இங்கிருந்து அவள் செல்வதற்கு முன்பே அவருக்கு அம்மாவைத் தெரியும். ஆனால் அவர் அங்கேயே இறந்துபோய் விட்டார்; அம்மாவும் இங்கே திரும்பி வந்துவிட்டாள்.”

“அப்படியென்றால் உன் தாத்தாவை விட்டு விட்டு அம்மா போனது அந்த மனிதருடன்தானா?”

“இல்லை. அது அவர் இல்லை. அம்மா போனது வேறொரு வருடன். அவர் அவளை விட்டுச் சென்றுவிட்டார்.”

"அது யார் நெல்லி?"

நெல்லி என்னை ஏறிட்டுப் பார்த்தாளே தவிர பதில் எதுவும் சொல்லவில்லை. அம்மா எந்த மனிதனுடன் போனாளோ அவனது பெயர் அவளுக்கு நிச்சயம் தெரிந்திருக்கும். அவன் ஒருவேளை இவளின் தகப்பனாகக் கூட இருக்கலாம். ஆனால் அந்தப் பெயரை என்னிடம் சொல்வதுகூட அவளுக்குச் சங்கடமாக இருக்கிறது.

மேலும் கேள்வி கேட்டு அவளை வருத்தப்படுத்த நான் விரும்பவில்லை. மிகவும் வித்தியாசமான குணம் கொண்டிருப்பவள் அவள். ஒரு நிலையில்லாமல் மாறிக்கொண்டே இருப்பவள். தன் உணர்வுகளைக் கட்டுப்படுத்தி மறைத்துக் கொள்ளப் பார்ப்பவள். அன்புள்ளம் கொண்டவள்; அதே சமயத்தில் தற்பெருமை, எவருடனும் பழகியிராத விலக்கம் ஆகியவையும் அவளிடம் வேரூன்றிப் போயிருக்கின்றன. தன் முழுமனதோடு – கள்ளங்கபடமில்லாத, திறந்த மனத்தோடு அவள் என்னை நேசிக்கிறாள். யாருடைய நினைவு அவளுக்குள் துயரத்தைக் கிளர்த்துமோ அந்தத் தாயை– இறந்து போன தன் அம்மாவை நேசித்தது போலவே என்னையும் நேசிக்கிறாள். ஆனால் அதே சமயத்தில் மிக அரிதாகவே என்னிடம் மனம் திறந்து பேசுகிறாள்; குறிப்பாக அன்று தானாகவே தன் கடந்த காலத்தைப் பற்றிப் பேசியதைப் போல. என்னிடம் பெரும் பாலும் கூச்சப்பட்டு ஒதுங்கியே இருக்கிறாள். ஆனால் அன்று மட்டும் துயரத்தோடு விம்மியபடியே – அழுகையும், விம்மலும் தொடர்ந்து இடைமறித்தாலும் தொடர்ச்சியாகப் பல மணிநேரம் என்னிடம் தன் கதையைச் சொல்லிக் கொண்டிருந்தாள். இத்தனை காலம் அவளைச் சித்திரவதை செய்து அலைக்கழித்துக் கொண்டி ருந்த ஞாபகங்கள் அவை. அந்தக் கொடுமையான கதையை என்னால் ஒருபோதும் மறக்க முடியாது. ஆனால் அதில் பெரும் பகுதி இனிமேல்தான் சொல்லப்படப் போகிறது!

உண்மையிலேயே அது ஒரு பயங்கரமான கதைதான். சந்தோஷத்தைத் தொலைத்துவிட்டு வாழுமாறு விதிக்கப்பட்ட அநாதரவான, நோயுற்ற, துயரம் நிறைந்த ஒரு பெண்ணின் கதை அது. அவள் எல்லோராலும் கைவிடப்பட்டவள். தன் கடைசிப் புகல் என்று நம்பிக் கொண்டிருந்த தன் தந்தையாலும் புறக் கணிக்கப்பட்டவள். அந்தத் தந்தைக்கு ஒரு காலத்தில் அவள் தவறிழைத்தாள். தான் பட்ட பொறுக்க முடியாத துன்பங்களும், அவமானங்களும் அவரைப் பைத்தியமாக்கிவிட்டன.

விரக்தியின் எல்லைக்குத் தள்ளப்பட்டுக் குளிரும், சகதியும் நிரம்பிய பீட்டர்ஸ்பர்க் தெருக்களில் – இன்னும்கூடத் தான் குழந்தையாக பாவிக்கும் சின்னஞ்சிறு மகளோடு அலைந்து திரிந்து பிச்சை கேட்ட ஒரு பெண்ணின் கதை அது.

ஈரப்பதம் மிகுந்த ஒரு நிலவறையில் கிடந்து மாதக் கணக்காய்ச் செத்துக்கொண்டிருந்த ஒரு பெண்ணின் கதை அது. வாழ்நாள் முழுவதும் அவளை மன்னிக்க மறுத்த தகப்பன் கடைசி நிமிடத்தில் மனம் மாறி அவளை மன்னிக்க விரைந்தோடி வந்தபோது–இந்த உலகிலுள்ள எல்லாவற்றையும் விட அவன் அதிகமாக நேசித்த தன் பெண்ணை விறைத்துப் போன சவமாகக் காண நேர்ந்த கதை அது.

மனநிலை பிறழ்ந்து போன ஒரு வயதான மனிதனுக்கும் அவனது குட்டிப் பேத்திக்கும் இடையிலான–எளிதில் புரிந்து கொள்ள முடியாத மர்மமான உறவைப் பற்றிய கதை அது. அந்தக் குட்டிப் பேத்தி அவனை நன்றாகப் புரிந்து வைத்திருந்தவள். அவள் ஒரு குழந்தையாக இருந்தாலும்–நீண்ட காலமாக வசதியாக, சீரான முறையில் வாழ்ந்து வரும் சில மனிதர்களுக்குக் கூடப் புரியாத அதிகமான பல விஷயங்களைப் புரிந்து வைத்திருந்தவள்.

அது, ஒரு அவலமான கதை. பீட்டர்ஸ்பர்க் வானத்தின் கீழ், அந்தப் பெரிய நகரத்தின் இருள் மண்டிய ரகசியமான மூலைகளில் அடிக்கடி நிகழ்ந்து கொண்டிருக்கும் அதிகம் கண்டு கொள்ளப்படாத இரக்கத்தைத் தூண்டும் சோகக் கதை. உணர்வு மரத்துப்போன தன்னகங்காரம், ஒன்றோடொன்று முரண்படும் விருப்பு வெறுப்புக் கள், ஒளிவு மறைவாய் நடந்தேறும் தீமைகள், குற்றங்கள் ஆகியவை மலிந்த வெறித்தனமான சலசலப்புகளுக்கு நடுவே நடந்து முடிந்த கதை. அர்த்தமற்றதும், அசாதாரணமானதுமான நரகம் போன்ற வாழ்க்கைச் சூழல்களுக்கு நடுவே நிகழ்ந்த கதை.

ஆனால்... அந்தக் கதை, பின்னால்தான் வரப்போகிறது.

பாகம் – 3

1

மாலை மறைந்து வெகுநேரம் ஆகியிருந்தது. நான் கண்ட சோர்வூட்டும் கொடுங்கனவிலிருந்து விழித்தெழுந்து நிகழ்காலத்துக்கு வந்து சேர்வதற்குள் இரவுப் பொழுது வந்திருந்தது.

"நெல்லி, நீ உடம்பு சரியில்லாமல் இருக்கிறாய், மனத் தடுமாற்றத்துடனும் இருக்கிறாய். ஆனால் துரதிருஷ்டவசமாக, உன்னைக் கண்ணீரும் கம்பலையுமாகத் தனியே விட்டு விட்டு இப்போது நான் போயே ஆக வேண்டியிருக்கிறது. என் தங்கமே, என்னை மன்னித்துவிடு. நான் சொல்வதைக் கேள். எனக்குப் பிரியமான ஒருத்தி இருக்கிறாள். காதல் வயப்பட்டவள், ஆனால் அதற்கேற்ற நியாயம் வழங்கப்படாதவள் அவள்; மிகுந்த துன்பத் தோடு, புண்பட்டுப் போய் அநாதரவாய் இருப்பவள். அவள் என்னை எதிர்பார்த்துக் கொண்டிருக்கிறாள். நீ சொன்ன உன் கதையைக் கேட்ட பிறகு அவளைப் பார்க்க வேண்டும் என்ற உணர்வு என்னுள் கூடுதலாகிறது; அவளை உடனே... இந்த நிமிடமே பார்க்கவில்லையென்றால் என்னால் அதைப் பொறுத்துக் கொள்ள முடியாதென்றே தோன்றுகிறது."

நெல்லிக்கு நான் சொன்னதெல்லாம் புரிந்திருக்குமா என்பதைப் பற்றி எனக்கு உறுதியாகத் தெரியவில்லை. எனக்கு ஏற்பட்ட நோய்த் துன்பமும், அவள் கதையைக் கேட்டதும் – அந்த இரண்டுமே என்னை ஆட்டி வைத்துக் கொண்டிருந்தன. அவற்றின் பிடியி லிருந்து நான் இன்னும் விடுபடவில்லை.

ஆனாலும் அதையெல்லாம் பொருட்படுத்தாமல் நான் நடாஷாவிடம் விரைந்தேன். இறுதியாக அவள் வீட்டுக்குச் சென்று சேர்ந்தபோது தாமதமாகி இருந்தது. மணி எட்டைத் தாண்டி யிருந்தது.

நடாஷாவின் குடியிருப்பு இருந்த வீட்டு வாயிலில் ஒரு வண்டி நின்று கொண்டிருந்ததைப் பார்த்தேன். அது வால்காவ்ஸ்கியின் வண்டியாக இருக்கலாமென்று எண்ணிக்கொண்டேன். வெளி முற்றத்தைத் தாண்டித்தான் நடாஷாவின் வீட்டுக்குச் செல்ல வேண்டும். படிகளில் நான் ஏறத் தொடங்கியபோது, அந்த இடத் தோடு அவ்வளவு பரிச்சயமில்லாத யாரோ ஒருவன், முக்கி முனகிக் கொண்டு–வழிதேடித் தடவிச் சென்று கொண்டிருக்கும் சத்தம் மேல்தளத்திலிருந்து கேட்டது. அது இளவரசன் வால்காவ்ஸ்கியாக இருக்கும் என்று முதலில் நான் நினைத்தாலும் உடனே அது குறித்த சந்தேகம் எனக்கு ஏற்பட்டு விட்டது. மேலே படி ஏறிக் கொண்டிருந்த அந்த மனிதன் எரிச்சலோடு ஏதோ முணுமுணுத்துக் கொண்டும், ஒவ்வொரு படி ஏறும்போதும் எரிச்சலோடு திட்டிக் கொண்டும் இருந்தான். அவன் மேலே ஏறிச் செல்லச் செல்ல அவன் பயன்படுத்திய வார்த்தைகளும் கடுமையாகிக் கொண்டே சென்றன. உண்மையிலேயே அந்தப் படிக்கட்டுகள் மிகவும் குறுகலாகவும், அசுத்தமாகவும், செங்குத்தாகவும், இருள் மண்டியும் இருந்ததென்னவோ உண்மைதான். ஆனால் மூன்றாவது தளத்தி லிருந்து கேட்ட சொற்கள், மிக மோசமானவையாக – வால் காவ்ஸ்கியுடன் தொடர்புபடுத்திக் கொள்ள முடியாத வகையில் இருந்தன. எனக்கு முன்னால் சென்று கொண்டிருந்த மனிதனோ ஒரு குதிரைப்படை வீரனைப் போல ஏதோ சவால் விட்டுக் கொண்டே சென்று கொண்டிருந்தான். மூன்றாவது தளத்தில் லேசான வெளிச்சம் தெரிந்தது.

நடாஷா வீட்டின் கதவருகே ஒரு சிறிய விளக்கு எரிந்து கொண்டிருந்தது. அங்கே சென்ற போது, எனக்கு முன்னால் போய்க் கொண்டிருந்தவனை நான் எட்டிப் பிடித்திருந்தேன். அவன் வால்காவ்ஸ்கிதான் என்பதை அறிந்தபோது எனக்கு வியப்புத் தாங்கவில்லை. எதிர்பாராத வகையில் அவனை முந்திக் கொண்டு நான் அங்கே வந்து நின்றது அவனுக்கு எரிச்சலூட்டி யிருப்பது தெரிந்தது. கணநேரம் அவனால் என்னை அடையாளம் கண்டுகொள்ள முடியவில்லை; பிறகு சட்டென்று அவனது முகபாவனையே முழுவதுமாய் மாறிப் போயிற்று. முதலில் அதில் தென்பட்ட கோபமும், வெறுப்பும் மறைந்து போயின. இணக்கமும், நட்பும் கொண்டவனாய் என்னைப் பார்த்துத் தன் இரு கரங் களையும் மகிழ்ச்சியோடு நீட்டினான் அவன்.

"ஓ... அப்படியென்றால் அது நீங்கள்தானா? என் தலை தப்பியதற்கு இப்போதுதான் கடவுளிடம் மண்டியிட்டுப் பிரார்த் தனை செய்ய வேண்டுமென்று நினைத்துக் கொண்டிருந்தேன். நான் விட்ட சவால்களெல்லாம் உங்கள் காதில் விழுந்திருக்கும் தானே?"

என்றபடி இயல்பாக மனம் விட்டுச் சிரித்தான். உடனே திடீரென்று அவனது முகம் சற்றுத் தீவிரமாய், கவலை தோய்ந்த தாக மாறிப் போயிற்று.

"இப்படிப்பட்ட ஓர் இடத்தில் நடாஷாவைக் குடியமர்த்த அல்யோஷா எப்படித் துணிந்தான்."

என்று சொன்னபடி மறுப்புக்கு அடையாளமாகத் தலையை அசைத்தான் அவன்.

"இப்படிப்பட்ட சின்னச் சின்ன விஷயங்கள்தான் ஒரு மனிதன் எப்படிப்பட்டவன் என்று காட்டுகின்றன. அவனை நினைத்தால் எனக்குக் கவலையாக இருக்கிறது. அவன் அன்பானவன்; பெருந் தன்மையான இதயம் படைத்தவன். ஆனால் இப்போது நீங்களே பார்க்கிறீர்களல்லவா? அவளை அவன் வெறித்தனமாகக் காதலிக் கிறான்; ஆனால் தான் காதலிக்கும் பெண்ணை இப்படி ஒரு பொந்துக்குள் குடி வைத்திருக்கிறான். சில சமயங்களில் சாப்பாடு கூடப் போதுமான அளவுக்கு இருக்காது என்று நான் கேள்விப் பட்டிருக்கிறேன்" என்று கிசுகிசுப்பான குரலில் கூறிய படியே அழைப்பு மணி இருக்கும் கைப்பிடியைத் தேடித் தடவிக் கொண்டி ருந்தான் அவன்.

"அவனுடைய எதிர்காலத்தை நினைத்தால் என் தலையே வெடித்துவிடும் போலிருக்கிறது. அதிலும் அந்த நிகாலோயேவ்னா அவனுடைய மனைவியான பிறகு அவளுடைய எதிர்காலம் எப்படி இருக்குமென்று நினைத்தால் இன்னும் கூட அதிகமாக..."

அவளது பெயரைத் தான் தவறாகச் சொல்லிவிட்டது கூட அவனுக்குக் கவனமில்லை. மிகவும் எரிச்சலோடு அழைப்பு மணியைத் தேடிக் கொண்டிருந்தான் அவன். அங்கே அழைப்பு மணி எதுவு மில்லை.

நான் கதவுக் கைப்பிடியைத் தட்டி சத்தம் எழுப்பியதும் உடனே மாவ்ரா வந்து எங்களுக்குக் கதவைத் திறந்து விட்டாள். சற்றுப் பரபரப்போடு காணப்பட்டாள் அவள். அந்தச் சிறிய வரவேற்பறையின் ஒரு பகுதி, மரத்தடுப்பால் பிரிக்கப்பட்டு சமை யலறையாக இருந்தது. அங்கே சமையலுக்கான ஆயத்தங்கள் நடந்திருப்பது கதவு வழியாகத் தெரிந்தது. வழக்கமாக இருப்பது போல் இல்லாமல் எல்லாமே ஏதோ வித்தியாசமாக இருந்தது.

அந்த இடம் நன்றாகத் துடைத்து சுத்தம் செய்யப்பட்டிருந்தது. அடுப்பு எரிந்துகொண்டிருந்தது; மேசை மீதிருந்த பொருட்கள் சில புதிதாக இருந்தன. நாங்கள் வரக்கூடுமென்று எதிர்பார்த்திருந்தது வெளிப்படையாகப் புலப்பட்டது. மாவ்ரா விரைந்து வந்து எங்கள் 'கோட்'டைக் கழற்ற உதவி செய்தாள்.

"அல்யோஷா இங்கேயா இருக்கிறான்" என்று அவளிடம் கேட்டேன்.

"இல்லை" என்று ஏதோ ஒரு ரகசியம் சொல்வதுபோல முணுமுணுத்தாள் அவள்.

நாங்கள் நடாஷாவின் அறைக்குள் சென்றோம். அங்கே பிரத்தியேகமான ஏற்பாட்டுக்கான எந்த அறிகுறிகளும் இல்லை. எல்லாமே வழக்கப்படிதான் இருந்தன. பொதுவாகவே நடாஷாவின் அறை சுத்தமாகவும், நேர்த்தியாகவும் மட்டுமே இருக்கும் என்பதால் அதைச் சுத்தப்படுத்த எந்த அவசியமும் இல்லை. நடாஷா, கதவருகே வந்து எங்களை எதிர்கொண்டாள். வாடி வதங்கிப் போயிருந்த அவளது முகமும், அது மிக மோசமான வகையில் வெளிறிப் போயிருந்த விதமும் கண்டு நான் அதிர்ச்சி அடைந்தேன். ஆனால் எங்களைக் கண்டதும், வெளிறிப்போயிருந்த அவளது கன்னங்களில் ஒரு கணநேரச் செம்மை சட்டென்று பரவியது. அவளது கண்கள் காய்ச்சல் கண்டது போலிருந்தன. எதுவுமே பேசாமல் வால்காவ்ஸ்கியை நோக்கித் தன் கையை மட்டும் வேகமாக நீட்டினாள் அவள். அவள் பெரிதும் குழம்பிப் போயிருப்பதும், தடுமாற்றத்தில் இருப்பதும் வெளிப்படையாகத் தெரிந்தது. என்னை அவள் திரும்பிக்கூடப் பார்க்கவில்லை. அமைதியாக நின்றபடி காத்துக் கொண்டிருந்தேன் நான்.

"இதோ வந்து விட்டேன் பார்த்தாயா" என்று சிநேகமான பாவனையில் மகிழ்ச்சியோடு பேசத் தொடங்கினான் வால்காவ்ஸ்கி.

"ஒரு சில மணிநேரங்களுக்கு முன்னால்தான் நான் திரும்பி வந்தேன். நீ என் நினைவை விட்டு இத்தனை நாட்களும் போகவே இல்லை" என்றபடி அவள் கையில் மிருதுவாக முத்தமிட்டான் அவன்.

"உன்னைப் பற்றி நான் எந்த அளவு நினைத்தேன் தெரியுமா? உன்னிடம் நான் சொல்ல வேண்டியது, நீ தெரிந்துகொள்ள வேண்டியது நிறைய இருக்கிறது. சரி, வா, இப்போது எல்லாவற்றையும் மனம் கொண்ட அளவுக்குப் பேசித் தீர்க்கலாம். முதலில் இதைச் சொல்! என் உதவாக்கரைப் பையன் இன்னும் இங்கே வரவில்லை தானே."

"கொஞ்சம் மன்னித்துக் கொள்ளுங்கள்" என்றபடி அவனது பேச்சில் சற்றுக் கூச்சத்தோடும், தரும சங்கடத்தோடும் குறுக்கிட்டாள் நடாஷா.

"இவான் பெத்ரோவிச்சிடம் ஒன்று சொல்ல வேண்டியிருக்கிறது. வான்யா... வருகிறாயா? இரண்டே இரண்டு வார்த்தைகள்தான்."

அவள் என் கையைப் பிடித்து இழுத்துக்கொண்டு ஒரு திரைச்சீலைக்கு மறுபுறம் அழைத்துச் சென்றாள். அறையின் ஏதோ ஒரு கோடிக்குச் சென்ற பிறகு, "வான்யா! நீ என்னை மன்னிப்பாயா? அல்லது ஒருபோதும் மன்னிக்கவே மாட்டாயா" என்று ரகசியம் பேசுவது போன்ற தொனியில் கேட்டாள் அவள்.

"என்ன இது நடாஷா? அப்படி மன்னிக்கும்படி இப்போது என்ன இருக்கிறது? நீ என்ன சொல்கிறாய்?"

"இல்லை வான்யா! நீ என்னை அளவுக்கதிகமாகவே – அதிலும் அடிக்கடி மன்னித்துவிட்டாய்; ஆனால் எவ்வளவுதான் பொறுமையாக இருந்தாலும் எல்லாவற்றுக்குமே ஒரு எல்லை உண்டுதானே? உன்னால் ஒருபோதும் என்னை நேசிக்காமல் இருக்க முடியாது என்று எனக்குத் தெரியும்! ஆனாலும் கூட என்னை நன்றியில்லாதவள் என்று நீ சொல்லக்கூடும் நேற்றும், அதற்கு முந்தின நாளும். நான் அப்படித்தான் – நன்றியில்லாதவளாக இருந்தேன். சுயநலம் மிகுந்தவளாக... கொடுமைக்காரியாக..."

சட்டென்று அவளிடமிருந்து கண்ணீர் வெடித்துப் பொங்கி வர, என் தோளின் மீது தன் முகத்தை அழுத்திக் கொண்டாள்.

"ஷ்... நடாஷா... என்ன இது?" என்றபடி அவளை அவசரமாகச் சமாதானப்படுத்த முயன்றேன்.

"நேற்று இரவு நான் மிகவும் முடியாமல் இருந்தேன். இதோ இப்போது கூட என்னால் சரியாக நிற்க முடியவில்லை. அதனால் தான் நேற்றும், இன்றும் நான் வராமல் இருந்தேன்; நீ அதைக் கோபம் என்று எடுத்துக்கொண்டு விட்டாய். எனக்கு மிகவும் பிரியமான உன் மனதில் இப்போது என்ன ஓடிக்கொண்டிருக்கிறது என்பதை என்னால் புரிந்துகொள்ள முடியாதென்றா நினைக்கிறாய்?"

"சரி... அப்படியென்றால் சரிதான், வழக்கம் போல நீ என்னை மன்னித்துவிட்டாய்" என்றபடி தன் கண்ணீருக்கிடையிலேயே என்னைப் பார்த்துப் புன்னகை செய்தபடி, வலிக்கும் அளவுக்கு என் கையைப் பற்றித் திருகினாள் அவள்.

"பாக்கியைப் பிறகு சொல்கிறேன். உன்னிடம் நிறையச் சொல்ல வேண்டியிருக்கிறது வான்யா. இப்போது அவரிடம் திரும்பிப் போவோம் வா."

"ஆமாம் நடாஷா, உடனே போவோம்! அப்படி ஒரு மனிதனைத் திடீரென்று நடுவில் விட்டுவிட்டு வந்தது சரியில்லை."

"என்ன நடக்கப் போகிறதென்று நீயே பொறுத்திருந்து பார்" என்று என்னிடம் மெல்லிய குரலில் சொன்னாள் அவள்.

"எனக்கு இப்போது எல்லாமே புரிந்துவிட்டது. எல்லா வற்றையும் ஆற அமர யோசித்தும் பார்த்துவிட்டேன். அவனுடைய தவறுதான் எல்லாமே. இன்று இரவோடு நிறைய விஷயங்கள் முடிவுக்கு வரப்போகின்றன. வா போவோம்."

அவள் என்ன நினைத்து அப்படிச் சொன்னாள் என்பது எனக்குப் புரியவில்லை. ஆனால் அதைக் கேட்க அப்போது நேரமில்லை. இப்போது சற்று அமைதியான முகபாவனையோடு வால்காவ்ஸ்கியிடம் திரும்பி வந்தாள் நடாஷா. அவன் இன்னும் தன் தொப்பியைக் கையில் வைத்தபடி நின்றுகொண்டிருந்தான். அவள் அவனிடம் இனிமையாக மன்னிப்புக் கேட்டுக்கொண்டபடி, அந்தத் தொப்பியை வாங்கிக்கொண்டாள். பிறகு ஒரு நாற்காலியை அவனுக்காக நகர்த்திப் போட்டாள். அவளது சின்ன மேசையைச் சுற்றி நாங்கள் மூன்று பேரும் அமர்ந்து கொண்டோம்.

"நான் என் தறுதலைப் பையனைப் பற்றிப் பேசிக்கொண்டி ருந்தேன் இல்லையா?" என்றபடி பேச்சைத் தொடர்ந்தான் வால்காவ்ஸ்கி.

"நான் அவனை ஒரே ஒரு நிமிடம்தான் பார்த்தேன். அதிலும் அப்போது அவன் தெருவில் இருந்தான். காதரீனா ஃபியோதோ ரோவ்னாவைப் பார்ப்பதற்காக ஒரு வண்டியில் ஏறிக் கொண்டிருந் தான். மிகுந்த அவசரத்தில் இருந்தான். உங்களால் இதை நம்பக் கூட முடியாது, நான்கு நாட்கள் நான் ஊரில் இல்லாமல் இருந் திருக்கிறேனே, என் அறைப் பக்கம் எட்டிக் கூடப் பார்க்கவில்லை அவன். நடாஷா! அவன் இங்கே இல்லாதபோது அவனுக்கு முன்னால் நாங்கள் வந்து சேர்ந்தது தவறுதான், அது எனக்குத் தெரியும். அவனைச் சந்தித்ததைப் பயன்படுத்திக் கொண்டு, இன்று சீமாட்டியைப் பார்க்க என்னால் வர முடியாது என்று அவன் மூலம் ஒரு செய்தியை மட்டும் அனுப்பி வைத்தேன். ஆனால் அவன் நேராக இங்கேதான் வருவான், எனக்குத் தெரியும்."

"இன்று இங்கே வருவதாக ஒருவேளை அவர் உங்களிடம் வாக்களித்திருக்கிறாரா" என்று கேட்டாள் நடாஷா. அவ்வாறு கேட்டுக்கொண்டே வால்காவ்ஸ்கியை அவள் பார்த்தபோது அவள்

முகத்தில் கபடு சூது எதுவுமற்ற அப்பாவித்தனம் மட்டுமே இருந்தது.

"கடவுளே! அப்படிச் சொல்லவில்லையென்றால் இங்கே வராமல் இருந்துவிடப் போகிறானா என்ன? நீ ஏன் அப்படிக் கேட்கிறாய்" என்று அவளை வியப்போடு பார்த்துக் கொண்டே பதிலளித்தான் அவன்.

"நீ அவன் மீது கோபமாய் இருக்கிறாய் என்பது எனக்கு நன்றாகவே புரிகிறது. அவன் கடைசி ஆளாக இங்கு வந்து சேரப் போகிறான் என்பது தவறாகத்தான்படும். ஆனால் நான் மறுபடியும் சொல்கிறேன்! குற்றம் என்னுடையதுதான். அவன்மீது கோபப் படாதே. அவன் பொறுப்பில்லாதவன்தான், மேம்போக்கானவன் தான். நான் அவனை நியாயப்படுத்தவில்லை. ஆனால் குறிப்பிட்ட சில சூழ்நிலை நிர்ப்பந்தங்கள் காரணமாக சீமாட்டியோடும் வேறு சிலரோடும் அவன் கொண்டிருக்கும் தொடர்புகளைவிட முடியாமல் இருக்கிறது; அதற்கு நேர்மாறாக முடியும்போதெல்லாம் அவன் அவர்களை அடிக்கடிபோய்ப் பார்த்தாக வேண்டியிருக்கிறது. இப்போதெல்லாம் அவன் உன் அருகிலிருந்து ஒருபோதும் பிரியாமல் இருப்பதால் உலகத்திலுள்ள வேறு விஷயங்களையெல்லாம் அப்படியே மறந்து போயிருக்கிறான். சில சமயம் – எனக்கு ஒரு சில வேலைகள் செய்வதற்காக ஒன்றிரண்டு மணி நேரம் நான் அவனைக் கூட்டிச் செல்ல நேர்ந்தால் நீ கோபப்படக் கூடாது. அன்று – அந்த மாலைக்குப் பிறகு சீமாட்டி 'கே'யைப் பார்க்க அவன் போகவேயில்லை என்பது மட்டும் எனக்கு உறுதியாகத் தெரியும். அதைப் பற்றி அவனிடம் இதுவரை நான் எதுவும் கேட்க முடிய வில்லை என்பது குறித்தும் நான் வருந்துகிறேன்."

நான் நடாஷாவின் பக்கம் பார்வையைச் செலுத்தினேன். அவள் வால்காவ்ஸ்கி சொல்வதையெல்லாம் இலேசான கேலிப் புன்னகையோடு கேட்டுக் கொண்டிருந்தாள். ஆனால் அவனோ மிக மிக வெளிப்படையாக, மிகவும் இயல்பாகவே பேசிக் கொண்டி ருந்தான். அவன் பேசுவதில் சந்தேகப்பட எந்த ஆதாரமும் இருப்ப தாகவே தோன்றவில்லை.

"இத்தனை நாட்களில் ஒருநாள் கூட அவர் என் பக்கத்தில் இல்லையென்பது உண்மையிலேயே உங்களுக்குத் தெரியாதா?" என்று ஏதோ சர்வ சாதாரணமான ஒரு விஷயத்தைப் பேசுவதைப் போல அமைதியான மென்மையான தொனியில் கேட்டாள் நடாஷா.

"என்ன? அவன் இங்கே ஒருமுறைகூட வரவில்லையா? நீ என்ன சொல்கிறாய்... உண்மையைச் சொல்" என்று அளவுகடந்த

ஆச்சரியத்தை வெளிப்படையாகக் காட்டிக் கொண்டபடி கேட்டான் வால்காவ்ஸ்கி.

"நீங்கள் போன செவ்வாய்க்கிழமை மாலை இங்கே வந்திருந் தீர்கள். மறுநாள் காலையில் அரைமணி நேரம் மட்டும் என்னைப் பார்க்க அவர் வந்து போனார். அவ்வளவுதான். அதற்குப் பிறகு நான் அவரைப் பார்க்கவே இல்லை."

"ஆனால்... இதைக் கொஞ்சம்கூட நம்ப முடியவில்லையே."

(அவனது வியப்பு மேலும் மேலும் கூடிக்கொண்டே சென்றது) "அவன் உன்னைவிட்டு நகரவே இல்லை என்றல்லவா நான் முடிவு செய்து வைத்திருந்தேன்? சரி! மன்னித்துக்கொள். இது ஏனோ எனக்கு வித்தியாசமாக, நம்ப முடியாததாக இருக்கிறது."

"ஆனால் அதுதான் உண்மை. இன்னும் பரிதாபகரமான விஷயம் என்னவென்றால் அவர் எங்கே இருக்கிறார் என்று தெரிந்து கொள்ளலாம் என்ற நம்பிக்கையுடன் நான் உங்களை எதிர்பார்த்துக் காத்திருந்ததுதான்."

"அடக் கடவுளே! ஆனால் இப்போது அவன் நேரே இங்கே வந்து விடுவான்! எப்படியோ நீ சொல்வது எனக்கு அதிசயமாகத் தான் இருக்கிறது. அவனிடமிருந்து எப்படிப்பட்ட செயலை எதிர்பார்க்கவும் நான் ஆயத்தமாக இருந்தேன் என்பதை ஒத்துக் கொள்ளத்தான் வேண்டும்! ஆனாலும் இது..."

"நீங்கள் என்ன இப்படி ஆச்சரியப்படுகிறீர்கள்? இது இப்படித் தான் என்பதை முன்கூட்டியே நீங்கள் அறிந்திருப்பீர்கள் என்று தான் நான் நினைத்தேனே தவிர ஆச்சரியப்படுவீர்களென்று எண்ணவில்லை."

"எனக்கா...? விஷயம் தெரியுமென்றா? நடாஷா, உன்னிடம் உறுதியாகச் சொல்கிறேன் கேட்டுக்கொள். இன்று ஒரே ஒரு நிமிடம்தான் நான் அவனைப் பார்த்தேன். யாரைப் பற்றியும் அவனிடம் நான் விசாரிக்கவில்லை. நீ என்னை நம்பவில்லை என்பது எனக்கு வருத்தமாக இருக்கிறது" என்று எங்கள் இருவரை யும் துருவுவது போல் பார்த்தபடி பேசினான் அவன்.

"ஐயையோ, கடவுளுக்குப் பொதுவாகச் சொல்கிறேன். நீங்கள் உண்மையைத்தான் பேசுகிறீர்கள் என்பதை நான் முழுக்க முழுக்க நம்புகிறேன்" என்று குரல் கொடுத்தபடி அவன் முகத்துக்கு நேரேயே மறுபடியும் சிரிக்க ஆரம்பித்தாள் அவள். அதில் சற்று அதிர்ந்து போன அவன் "சற்று விளக்கமாகச் சொல்" என்றான் குழப்பத்தோடு.

"அதில் விளக்கமாகச் சொல்ல எதுவுமே இல்லை. நான் வெளிப்படையாகவே பேசுகிறேன். அவர் எந்த அளவுக்குக் கவனக் குறைவாகவும், தன்மறதியோடும் இருப்பவர் என்பது உங்களுக்கே நன்றாகத் தெரியும். இப்போது சுத்தமாக எந்தக் கடிவாளமும் இல்லாததால் அப்படியே போய்விட்டார்."

"இல்லையில்லை! அப்படியே போவதெல்லாம் சாத்தியமே இல்லை. அதற்குப் பின்னால் வேறு ஏதாவது ஒன்று இருந்தாக வேண்டும். அவன் இங்கே வந்ததும் நானே அவனைத் தெளிவு படுத்தி விளக்கச் சொல்கிறேன். ஆனால் எனக்கு எது மிகவும் ஆச்சரியமாக இருக்கிறது தெரியுமா? நான் இங்கேயே இல்லாதபோது என்மீது ஏதோ தவறு இருப்பதைப் போல நீ நினைப்பதுதான். ஆனாலும் கூட உனக்கு அவன்மீது கோபம் இருப்பதை என்னால் புரிந்துகொள்ள முடியாமல் இல்லை நடாஷா. உனக்கு அதற்கான எல்லா உரிமையும் கூட இருக்கிறது. ம...! முதலில் இங்கே வந்து சேர்ந்ததுதான் என் குற்றமாகப் போய்விட்டது! சரிதானே" என்று என் பக்கம் திரும்பியபடி எரிச்சலோடு சிரித்தான்.

நடாஷா, கோபத்தால் முகம் சிவந்தாள்.

"நிச்சயம் அப்படித்தான், என்னை மன்னித்துக் கொள் நடாஷா" என்று சற்றுக் கண்ணியத்துடனேயே பேச்சைத் தொடர்ந்தான் அவன்.

"குற்றம் சாட்டப்பட வேண்டியவன் நான் என்பதை ஒத்துக்கொள்கிறேன், ஆனால் உன்னை அறிமுகம் செய்துகொண்ட அந்த நாளிலேயே நான் ஊருக்குக் கிளம்பிப் போய்விட்டேனல்லவா, என் குற்றம் அது மட்டும்தான். ஒருவகையான சந்தேகப்படும் மனோபாவம் உன்னிடம் இருப்பதை நான் கவனித்திருக்கிறேன். அதன்படி என்னைப் பற்றிய அபிப்பிராயத்தை நீயும் மாற்றிக் கொண்டிருக்கிறாய். சந்தர்ப்ப சூழல்களும் அதற்குச் சாதகமாகப் போய்விட்டன. நான் மட்டும் அப்படிப் போகாமல் இருந்திருந்தால் நீ என்னை நன்றாகப் புரிந்துகொண்டிருப்பாய். அல்யோஷாவும் என் கண்காணிப்பின் கீழ் பொறுப்பில்லாமல் நடந்துகொண்டிருக்க மாட்டான். இன்று இரவு அவனிடம் என்ன சொல்கிறேன் என்பதை நீயே கேட்டுக்கொள்."

"ஓ... அப்படியானால் நான் அவருக்கு ஒரு சுமை என்பதை அதன் வழி நீங்களே உணர்த்திவிடுவீர்கள், அவ்வளவுதான். அப்படிச் செய்வது ஏதாவது ஒரு வகையில் எனக்கு உதவக் கூடு மென்று இவ்வளவு கெட்டிக்காரரான நீங்கள் நினைப்பது கூட எனக்கு ஆச்சரியமாக இருக்கிறது."

"நீ ஒரு சுமை என்று நான் அவனுக்கு வேண்டுமென்றே உணர்த்த நினைக்கிறேன் என்றா சொல்ல வருகிறாய்? நடாஷா, அப்படி நீ குறிப்பாகச் சுட்டிக்காட்டுவது என்னை ஆழமாகப் புண்படுத்திவிட்டது."

"நான் எவருடன் பேசினாலும் அப்படியெல்லாம் மறை பொருளாக-குறிப்பாக எதையும் சொல்ல மாட்டேன்" என்று பதிலளித்தாள் நடாஷா.

"உண்மையைச் சொல்லப் போனால் அதற்கு நேர்மாறாக முடிந்த வரையில் வெளிப்படையாகத்தான் இருப்பேன். இன்று இரவு நீங்களே அதைத் தெரிந்து கொண்டு விடலாம். உங்களைப் புண் படுத்த நான் விரும்பவில்லை, அதற்கு எந்த அர்த்தமும் இல்லை. நான் உங்களிடம் என்ன பேசினாலும் நீங்கள் அதனால் புண்படப் போவதில்லை. அது எனக்கு உறுதியாகத் தெரியும். காரணம் நம்மிடையே உள்ள உறவு நிலை பற்றி எனக்குத் தெரியும். அதை நீங்கள் ஒன்றும் அவ்வளவு தீவிரமாக எடுத்துக்கொண்டு விட வில்லை என்பதும் எனக்குப் புரிந்திருக்கிறது. சரிதானே? ஆனால் உண்மையிலேயே நான் உங்களைப் புண்படுத்தி இருந்தால் உங்களிடம் மன்னிப்புக் கேட்கவும் நான் தயாராக இருக்கிறேன். காரணம் அது விருந்தினர்களை அவமதிப்பதுபோல் ஆகிவிடு மல்லவா?"

இதழ்களில் புன்னகையோடு, வேடிக்கையாகப் பேசுவது போல-சகஜமாக இவ்வாறு சொன்னாலும் அவள் இந்த அளவுக்குப் பதட்டத்தோடு இருந்ததை நான் பார்த்ததே இல்லை. கடந்த மூன்று நாட்களாக அவள் எவ்வளவு மனவேதனை அனுபவித்திருக்கக் கூடுமென்பதை இப்போதுதான் நான் புரிந்துகொண்டேன். தனக்கு எல்லாமே தெரிந்திருக்கிறது என்றும், அவை எல்லாவற்றையுமே தான் ஊகித்து விட்டிருப்பதாகவும் அவள் கூறியது என்னை அச்சுறுத்தியது. அது நேரடியாக வால்காவ்ஸ்கி சார்ந்த விஷயம் தான். அவனைப் பற்றிய அபிப்பிராயத்தை மாற்றிக்கொண்டு ஓர் எதிரிபோல அவள் அவனைப் பார்க்கத் தொடங்கிவிட்டாளென்பது வெளிப்படையாகத் தெரிந்தது. அல்யோஷாவால் தனக்கு ஏற்பட்ட பிரச்சினைகளுக்கு இப்போது இவனை அவள் காரணமாக்கி விட்டிருக்கிறாள். ஒருவேளை அப்படி அவள் நம்புவதற்கான சில அடிப்படைகளும் கூட இருக்கலாம். அவர்கள் இருவருக்கும் இடையே திடீரென்று ஏதாவது பூசல் நிகழ்ந்து விடுமோ என்று நான் பயந்தேன். அவள் பரிகாசம் செய்தது அவ்வளவு வெளிப் படையாக-ஒளிவுமறைவு இல்லாமல் இருந்தது. தங்களுக்கிடையே உள்ள உறவை அவன் அவ்வளவு தீவிரமாக எடுத்துக் கொள்ள வில்லை என்றும், விருந்தினர்களை அவமதிக்கக் கூடாது என்றும்,

தான் வெளிப்படையாகப் பேசுபவள் என்பது அன்று, மாலையே நிரூபணமாகி விடுமென்று ஓர் அச்சுறுத்தல் போல அவள் சொன்னதும் அவை எல்லாமே – அவள் கடைசியாகப் பேசிய வார்த்தைகள் அனைத்துமே ஒளிவுமறைவு இல்லாமல் குழப்பமின்றி இருந்தன. அவற்றின் உட்பொருளை வால்காவ்ஸ்கி புரிந்து கொள்ளாமல் இருப்பது சாத்தியமே இல்லை. அவனது முக பாவனை மாறியதையும் நான் பார்த்தேன். ஆனால் அவன் தன்னைக் கட்டுப்படுத்திக் கொள்ள நன்கறிந்தவன். அவள் பேசிய வார்த்தைகளையோ, அவற்றின் உட்பொருளையோ சற்றும் கவனத்தில் கொள்ளாதவனைப்போல உடனடியாக வேடிக்கைப் பேச்சில் ஈடுபட ஆரம்பித்தான் அவன்.

“அடக் கடவுளே, என்னிடம் மன்னிப்புக் கேட்க வேண்டுமென்றா நான் சொல்கிறேன்?” என்று சிரித்துக் கொண்டே உரக்கப் பேச ஆரம்பித்தான்.

“நான் அப்படி நினைக்கவே இல்லை. அதை விரும்பவும் இல்லை. உண்மையில் சொல்லப் போனால் ஒரு பெண்ணிடமிருந்து மன்னிப்புக் கோரிப் பெறுவது என்பது எனக்கென்று நான் வகுத்துக் கொண்டிருக்கும் நெறிமுறைகளுக்கு எதிரானது. நமது முதல் சந்திப்பிலேயே நான் எப்படிப்பட்டவன் என்று உன்னிடம் நான் எச்சரித்து விட்டேன். அதனால் பொதுவாகப் பெண்களிடம் நான் பார்க்கக் கூடிய ஒரு விஷயம் பற்றி இப்போது இங்கே நான் சொன்னால் நீ கோபப்பட மாட்டாயென்று நம்புகிறேன்” என்று பேச்சைத் தொடர்ந்தபடியே என்னையும் பவ்வியமாகப் பார்த்தான்.

“பொதுவாகவே பெண்களிடம் ஒரு தனிப்பட்ட குணம் இருப்பதை நான் கவனித்திருக்கிறேன். ஒரு பெண் ஏதாவது ஒரு குற்றம் செய்துவிட்டால் உடனே அதை ஒத்துக் கொள்ளாமல் அதற்கு விதவிதமான ஆயிரக்கணக்கான விளக்கங்கள் தந்து பூசி மெழுகவே பார்ப்பாள். கையும் களவுமாகப் பிடிபட்ட பிறகே அதற்கு மன்னிப்புக் கேட்பாள். எனவே நீ தவறு செய்ததாக வைத்துக் கொண்டாலுமே இப்போதைக்கு உன் மன்னிப்பு எனக்கு வேண்டியதில்லை. நீயாக உன் தவறை உணர்ந்து–குழைந்து குழைந்து ஆயிரக்கணக்கில் வெவ்வேறு வகையான விளக்கங்கள் தந்து அதை மூடி மறைக்கப் பார்ப்பதைக் காண்பதே எனக்குத் திருப்தியாக இருக்கும். நீ மிக மிக அன்புகொண்டவளாய், தூய்மையானவளாய், களங்கமில்லாதவளாய் இருப்பதால் நீ மன்னிப்புக் கேட்கும்போது அது எனக்குப் பெரு மகிழ்ச்சியளித்து விடும்; நான் அதையே எதிர்பார்க்கிறேன். அதனால் மன்னிப்புக் கேட்பதை விட்டு விட்டு இன்று மாலை நான் உன்னிடம் உண்மையாகவும் ஒளிவுமறைவில்லாமலும்தான் நடந்து கொண்டிருக்கிறேன்

என்பதை நிரூபிக்க நான் என்ன செய்ய வேண்டுமென்று எதிர் பார்க்கிறாயோ அதைச் சொல்."

நடாஷா முகம் சிவந்தாள். வால்காவ்ஸ்கி பேசிய தொனி சற்று அலட்சியமாகவும், எதையும் தீவிரமாக எடுத்துக் கொள் ளாமல் விளையாட்டுத்தனமாக வேடிக்கை செய்து கொண்டிருப்பது போலவும் இருந்ததென்று நானும்கூட நினைத்தேன்.

"என்னிடம் வெளிப்படையாகவும், கபடு சூது இல்லாமலும் நீங்கள் நடந்து கொண்டிருக்கிறீர்கள் என்று நிறுவ விரும்புகிறீர்களா?" என்று அவனைப் பார்த்து சவால் விடும் தோரணையில் கேட்டாள் நடாஷா.

"ஆமாம்"

"அப்படியானால் நீங்கள் எனக்கு ஒரு உதவி செய்ய வேண்டுமே?"

"கட்டாயம் செய்கிறேன். அப்படிச் செய்வதாக இப்போதே உனக்கு வாக்குத் தருகிறேன்."

"என் பொருட்டாக அல்யோஷாவை வார்த்தையாலோ, மறைமுகமாகவோ இன்றும் நாளையும் நீங்கள் புண்படுத்தவோ கவலைப்படுத்தவோ கூடாது. என்னை அவர் புறக்கணித்து விட்டதாக அவரைக் கொஞ்சம் கூட நிந்தனை செய்ய வேண்டாம். ஒரு வார்த்தைகூடக் குறை சொல்லவும் வேண்டாம். அவரை நான் சந்திக்கும்போது எதுவுமே நடக்காததுபோல சந்திக்கத்தான் விரும்புகிறேன். அவருக்குத் துளிக் கூட சந்தேகம் ஏற்படக் கூடாது. நான் விரும்புவது அதைத்தான். அப்படி நீங்கள் எனக்குச் சத்தியம் செய்து தர முடியுமா?"

"கட்டாயம்! உண்மையில் அப்படிச் செய்வதில் எனக்கு மிகுந்த மகிழ்ச்சி" என்று பதில் தந்தான் வால்காவ்ஸ்கி.

"இப்படிப்பட்ட ஒரு சூழ்நிலையில், இத்தனை புத்திசாலித் தனமான–நடுநிலையான ஒரு போக்கு கையாளப்படுவதை இது வரை நான் பார்த்ததே இல்லை. ஆம்! உண்மையாகத்தான் சொல் கிறேன்" என்றவன், "அட அல்யோஷாவே வந்து விட்டானென்று நினைக்கிறேன்" என்றார்.

வாசல் வழிநடையில் உண்மையிலேயே ஏதோ ஒரு சத்தம் கேட்டது. நடாஷா சற்றுத் திடுக்கிட்டுப் போனாள்; எதற்காகவோ தன்னைத் தயார் செய்துகொள்வதுபோலத் தெரிந்தாள். என்ன நடக்கப்போகிறது என்பதைப் பார்ப்பதற்காகத் தீவிரமான முக பாவனையோடு அமர்ந்திருந்தான் வால்காவ்ஸ்கி. நடாஷாவையே உற்றுக் கவனித்தபடி இருந்தான் அவன். கதவு திறந்து கொள்ள, அல்யோஷா விரைந்து உள்ளே வந்தான்.

2

புயல் போலப் பாய்ந்து உள்ளே வந்தான் அல்யோஷா என்று சொல்வதே பொருத்தமாக இருக்கும். அவன் முகம் பிரகாசமாக, குதூகலமாக, பரவசமாக இருந்தது. கடந்த நான்கு நாட்களையும் அவன் மிகவும் ஆனந்தமாய்க் கழித்திருக்க வேண்டும் என்பது வெளிப்படையாகத் தெரிந்தது. அவன் எங்களிடம் எதையோ சொல்லத் தவிக்கிறான் என்பதும் அவனது முகத்திலிருந்தே வெளிப்படையாகத் தெரிந்தது.

"இதோ வந்துவிட்டேன்" என்று நாங்கள் எல்லோரையும் பார்த்து உரத்துக் கூவினான் அவன்.

"இங்கே உள்ள மற்ற எல்லோருக்கும் முன்பாக வந்திருக்க வேண்டிய ஒருவன்தான் நான்! ஆனால், இதோ இப்போதே நீங்கள் எல்லாவற்றையும் தெரிந்துகொண்டு விடுவீர்கள். இன்று காலை நாம் சந்தித்துக் கொண்டபோது இரண்டு வார்த்தைகள் பேசக்கூட நேரமில்லை அப்பா. ஆனால் இப்போது உங்களிடம் சொல்ல நிறைய இருக்கிறது என்னிடம்" என்றபடி பேச்சை நிறுத்திவிட்டு என் பக்கம் திரும்பிக்கொண்டு இவ்வாறு சொன்னான் அவன்.

"நல்ல மனநிலையில் இருக்கும் இதுபோன்ற சமயங்களில் மட்டும்தான் என்னை இப்படிக் கூப்பிடவும் பேசவும் அவர் அனுமதிப்பார். மற்ற நேரங்களில் அதற்குத் தடைபோட்டு விடுவார். அப்போது என்ன செய்வார் என்று சொல்கிறேன் கேளுங்கள். என் முழுப் பெயரையும் சொல்லிப் பேச ஆரம்பித்து விடுவார். ஆனால் இன்று தொடங்கி அவர் எப்போதும் நல்ல மனநிலை யிலேயே இருக்க வேண்டுமென்று நான் விரும்புகிறேன். அவர் அப்படி இருக்குமாறும் நான் பார்த்துக் கொள்ளப் போகிறேன். கடந்த நான்கு நாட்களில் நான் முற்றிலும் வித்தியாசமான ஒரு மனிதனாகி இருக்கிறேன்.

தலைகீழாக... மிக மிக வித்தியாசமாக! எல்லாவற்றையுமே இப்போது உங்களுக்குச் சொல்லப் போவதாக இருக்கிறேன். ஆனால் அதெல்லாம் அப்புறம்தான்...! முக்கியமான விஷயம் இவள்! இவள்தான்! இதோ இங்கிருக்கிறாளே! நடாஷா, என் கண்ணே, எப்படி இருக்கிறாய் என் தேவதையே" என்றபடி அவள் அருகில் அமர்ந்து கட்டுக்கடங்காத பரவசத்தோடு அவள் கைகளில் முத்த மிட்டான் அவன்.

"இத்தனை நாட்களாக உன்னைப் பார்க்காமல் எப்படித் தவித்துப் போனேன் தெரியுமா? ஆனால் அதைத் தவிர வேறு வழியும் இல்லை. என்னால் அப்படிச் செய்யாமல் சமாளிக்க

முடியவில்லை. என் கண்ணே! நீ கொஞ்சம் மெலிவாகத் தெரிகிறாய். மிகவும் வெளிறிப் போயிருக்கிறாய்."

அவன் பேரன்போடு அவள் கைகளில் முத்தமழை பொழிந்தான். எவ்வளவு நேரம் பார்த்தாலும் தீராது என்பதைப் போலத் தன் அழகிய கண்களால் அவளை ஆசை பொங்கப் பார்த்துக் கொண்டே இருந்தான். நான் நடாஷாவின் பக்கம் பார்வையைச் செலுத்தினேன். அவளது எண்ணங்களும் என்னுடையவை போலவே இருந்ததென்பதை என்னால் ஊகிக்க முடிந்தது. அவனிடம் துளிக்கூட எந்தத் தவறும் இல்லை; முழுக்க முழுக்க ஒரு அப்பாவியாகவே இருக்கும் அவன் எப்படித் தவறு செய்துவிட முடியும்? நடாஷாவின் வெளிறிப்போன கன்னங்களில் சட்டென்று ஒரு செம்மை பரவியது. அலைக்கழிவு பட்டுக்கொண்டிருந்த அவளது இதயத்திலிருந்த இரத்தம் முழுவதும் திடீரென்று அவளது தலையை நோக்கிப் பாய்ந்து விட்டது போலிருந்தது. அவளது கண்கள் பிரகாசமாக ஒளிர்ந்தன; பெருமித உணர்வோடு வால்காவ்ஸ்கியைப் பார்த்தாள் அவள்.

"ஆனால்... இத்தனை நாட்களும் நீங்கள் எங்கே இருந்தீர்கள்" என்று அடங்கிய தொனியில், உடைந்து போன குரலில் கேட்ட அவள், பேசத் திணறியபடி மேல்மூச்சு வாங்கிக் கொண்டிருந்தாள். கடவுளே! அவள்தான் அவனை எப்படி நேசிக்கிறாள்?

"அதுதான் நான் செய்த தவறென்று நினைக்கிறாய்ப் போலிருக்கிறது. தவறு போல என்றுகூட சொல்லக் கூடாது. உண்மையிலேயே அது தவறுதான். அது எனக்கே தெரியும். தெரிந்துதான் வந்திருக்கிறேன். இப்படிப்பட்ட புறக்கணிப்பை எந்தப் பெண்ணாலும் மன்னிக்க முடியாது என்று காத்யா நேற்று சொல்லிக் கொண்டிருந்தாள். (செவ்வாய்க்கிழமை இங்கே நடந்ததெல்லாமே அவளுக்குத் தெரியும். மறுநாளே நான் அவளிடம் அதைச் சொல்லிவிட்டேன்) நான் அவளுடன் வாதிட்டேன். அப்படிப்பட்ட ஒரு பெண்ணும் இருக்கிறாள் என்றும் அவள் பெயர் நடாஷா என்றும் திரும்பத் திரும்பச் சொன்னேன். அவளுக்கு நிகராக இந்த உலகத்தில் ஒருத்தி இருக்க முடியுமென்றால் அது காத்யாவாகத்தான் இருக்க முடியுமென்றும் கூடத்தான். எங்களுக்குள் அன்று நடந்த விவாதத்தில் நான் வெற்றி பெற்றுவிட்டது எனக்கு நன்றாகத் தெரியும்; அப்படித் தெரிந்திருப்பதாலேயே இங்கே வந்திருக்கிறேன். உன்னைப் போன்ற ஒரு தேவதையால் மன்னிக்காமல் இருக்க முடியுமா என்ன? 'அவன் வரவில்லையா... அதற்கு ஏதாவது ஒரு காரணம் இருக்க வேண்டும். என்னை அவன் காதலிக்கவில்லை என்பது அதற்குக் காரணமில்லை'–என் நடாஷா இப்படித்தான் நினைப்பாள். உன்னை நேசிக்காமல் இருப்பது என்னால் எப்படி முடியும்? அது

எனக்குச் சாத்தியமா என்ன? என் இதயம் உனக்காகப் பயங்கரமாக ஏங்கித் தவித்துக்கொண்டிருந்தது. அதே சமயம் நான் செய்ததும் தவறுதான். ஆனால் எல்லா விஷயங்களும் தெரிய வரும்போது எனக்காகக் குரல் கொடுக்கும் முதல் ஆளாக நீதான் இருப்பாய். நான் உன்னிடம் நேரடியாகவே எல்லாவற்றையும் சொல்லப் போகிறேன். என் இதயத்தில் உள்ளதையெல்லாம் உன்னிடம் கொட்டிவிடவே நான் ஆசைப்படுகிறேன். நான் இங்கே வந்ததும் அதற்காகத்தான். இன்று - அரை நிமிடம் கிடைத்தால் கூட ஓடோடி வந்து வேகமாக உனக்கொரு முத்தம் கொடுத்துவிட்டுச் செல்லத்தான் நினைத்தேன். அதுகூட முடிய வில்லை. வேறொரு முக்கியமான அவசர வேலைக்காக காத்யா என்னை அனுப்பி விட்டாள். அப்பா, அது நடந்தது வண்டியில் வைத்து நீங்கள் என்னைப் பார்ப்பதற்கு முன்பு! அவள் சொல்லியிருந்த இன்னொரு வேலைக்காக, இரண்டாம் தடவை போனபோதுதான் உங்களைப் பார்த்தேன். இப்போதெல்லாம் நம் வீடுகளுக்கிடையே செய்திப் பரிமாற்றம் செய்யும் ஆட்கள் நாள் முழுவதும் வந்து போய்க் கொண்டிருக்கிறார்கள் தெரியுமா அப்பா? இவான் பெத்ரோவிச்! நீங்கள் அனுப்பி வைத்திருந்த துண்டுச்சீட்டை நேற்று இரவுதான் பார்த்தேன். அதில் நீங்கள் சொல்லியிருந்ததெல்லாமே மிகச் சரியானதுதான். ஆனால் என்னால் என்ன செய்ய முடியும்? உண் மையாகவே வரமுடியவில்லை. அதனால் 'நாளை மாலை எல்லா வற்றையும் சரிசெய்து விடலாம்' என்று நினைத்துக் கொண்டேன். ஏனென்றால் இன்று மாலைகூட உன்னைப் பார்க்க வராமலிருப்பது எனக்குச் சாத்தியம் இல்லையல்லவா நடாஷா?"

"அந்தச் சீட்டில் என்ன எழுதியிருந்தது?" என்று கேட்டாள் நடாஷா.

"அவர் என் அறைக்கு வந்து என்னைத் தேடியிருக்கிறார். நான் அங்கே இல்லாததால் எனக்காக ஒரு குறிப்பு எழுதி வைத் திருக்கிறார். உன்னைப் பார்க்க நான் செல்லாததற்கு என்மீது குற்றம்சாட்டி! அவர் சொன்னதும் சரிதான். அது நேற்று நடந்த விஷயம்" நடாஷா, என் பக்கம் பார்வையைச் செலுத்தினாள்.

"காலை முதல் இரவுவரை காதரீனா ஃபியோதோரோவ்னாவுடன் நேரம் செலவழிக்க உன்னால் முடிந்திருக்கிறது என்றால்..." என்றபடி வால்காவ்ஸ்கி பேச ஆரம்பித்தான்.

"சரி சரி.. நீங்கள் என்ன சொல்ல வருகிறீர்கள் என்பது எனக்குத் தெரிகிறது" என்று இடைமறித்தான் அல்யோஷா.

“என்னால் காத்யாவுடன் இருக்க முடிகிறதென்றால், இங்கே இருந்தாக வேண்டுமென்பதற்கு அதைவிட இரண்டு மடங்கு கூடுதல் காரணங்கள் இல்லாமல் இல்லை. நீங்கள் நினைப்பதை நான் அப்படியே முழுமையாக ஒத்துக்கொள்கிறேன். இன்னும் அதிகமாகக்கூட என்னால் சொல்ல முடியும். இரண்டு மடங்கு இல்லை. ஒரு கோடி காரணங்கள் இருப்பது உண்மைதான். ஆனால், வாழ்க்கையில் நாம் சற்றும் எதிர்பாராத வித்தியாசமான சம்பவங்கள் ஏற்பட்டு விடுவதும், அவற்றால் எல்லாமே தடுமாறித் தலைகீழாகப் போய்விடுவதும் நடக்கக் கூடியதுதானே? அது உங்களுக்குத் தெரியாதா என்ன? எனக்கு நடந்ததும் அதே போலத் தான். கடந்த சில நாட்களில் நான் முழுமையாக—தலை முதல் கால்வரை—அடியோடு மாறிப்போய் விட்டேன். அதனால் அதற் கெல்லாம் முக்கியமான ஒரு காரணம் இருக்க வேண்டும்.”

“அடக் கடவுளே! அப்படி உங்களுக்கு என்னதான் நடந்தது? இப்படி மறைத்து மறைத்துப் பேசிக் கொல்லாதீர்கள். தயவு செய்து வெளிப்படையாகச் சொல்லிவிடுங்கள்”—அல்யோஷாவின் பதட் டத்தைப் பார்த்ததும் புன்னகை செய்தபடியே உரக்கக் கத்தினாள் நடாஷா.

அவனது நடவடிக்கை உண்மையிலேயே அபத்தமாகத்தான் இருந்தது என்பதை மறுப்பதற்கில்லை. அவன் மிகுந்த உணர்ச்சி வேகத்துடன் இருந்ததால் வார்த்தைகள் தொடர்ச்சியாக—வெகு வேகமாக அவனிடமிருந்து கொட்டிக்கொண்டிருந்தன.

அவன் எல்லாவற்றையும் எங்களிடம் பேசித் தீர்த்துவிட, கொட்டித் தீர்த்துவிடத் தவித்துக் கொண்டிருந்தான். ஆனால், பேசும் போது நடாஷாவின் கையை விடாமல் பிடித்துக் கொண்டே இருந்தான். தான் முத்தமிட்டது போதாது என்பது போல அவ்வப் போது அந்தக் கையைத் தூக்கி, அதில் முத்தமிட்டுக் கொண்டே இருந்தான்.

“எனக்கு என்னதான் நடந்தது கேளுங்கள்” என்றபடி அல்யோஷா தொடர்ந்தான்.

“நான் என்ன பார்த்தேன், என்ன செய்தேன், யாரைத் தெரிந்து கொண்டேன் எல்லாமே சொல்கிறேன் நண்பர்களே! முதலில் சொல்லப் போனால், காத்யா. அவள் பூரணத்துவத்தின் மறு வடிவம். இப்பொழுதுவரை அவளைப் பற்றி உண்மையாகவே எனக்கு ஒரு சின்ன விஷயம்கூடத் தெரிந்ததில்லை. அன்று அந்த செவ்வாய்க் கிழமையன்று அவளைப் பற்றி உன்னிடம் மிகுந்த கர்வத்தோடு பேசினேனே, அது நினைவிருக்கிறதா நடாஷா? அப்போதுகூட அவளைப் பற்றி எனக்கு எதுவுமே தெரியாது. அவளுமே கூடத்

தன்னைப் பற்றி என்னிடம் எதுவும் வெளிப்படுத்திக் கொண்ட தில்லை. ஆனால், இப்போது எங்கள் இருவருக்கும் ஒருவரைப் பற்றி மற்றவருக்கு எல்லாமே நன்றாக, முழுமையாகத் தெரியும். காத்யா, அல்யோஷா என்று ஒருவரை ஒருவர் கூப்பிட்டுக் கொள்ளும் அளவுக்கு நாங்கள் நண்பர்களாகிவிட்டோம். சரி, முதலிலிருந்தே ஆரம்பிக்கிறேன். இங்கே நடந்ததையெல்லாம் பற்றி – அதற்கு மறுநாள் – அதாவது புதன்கிழமையன்று காத்யாவிடம் நான் சொன்னபோது உன்னைப் பற்றி அவள் என்ன சொன்னாள் தெரியுமா? அதை மட்டும் நீ கேட்டால் எப்படி இருக்கும்? அதே புதன்கிழமை காலையில் நான் உன்னைப் பார்க்க வந்தபோது என்னை எப்படிப்பட்ட ஒரு முட்டாள் என்று நீ நினைத்திருப்பாய்? அதுவும் எனக்கு நினைவு வராமல் இல்லை. அன்று நீ என்னை அவ்வளவு உற்சாகமாக வரவேற்றாய். நாம் எடுத்திருந்த முடிவுகள், அது தொடர்பாகப் புதிதாகச் செய்துகொண்டிருந்த ஏற்பாடுகள் என்று அவை எல்லாவற்றைப் பற்றியும் நீ நினைத்துக் கொண்டி ருந்தாய். அதைப் பற்றியெல்லாம் என்னிடம் பேச வேண்டுமென்றும் விரும்பினாய். வருத்தமாகக் காணப்பட்டாலும் என்னிடம் குறும்புத்தனமாக விளையாடிக் கொண்டேதான் இருந்தாய். ஆனால், நான்தான் ஏதோ பெரிய மனிதத் தோரணையில் இருந்து விட்டேன். சே! நான் ஒரு முட்டாள். நான்தான் எவ்வளவு பெரிய ஒரு முட்டாள். கூடிய சீக்கிரத்திலேயே நான் கணவனாகப் போகி றேன். பொறுப்பான மனிதனாகப் போகிறேன் என்று உன்னிடம் ஜம்பமாக காட்டிக்கொள்ளத்தான் நான் விரும்பியிருக்கிறேன். சே! நீதான் அப்போது என்னைப் பார்த்து எப்படிச் சிரித்திருப்பாய்? எப்படிப்பட்ட பரிகாசத்துக்குரிய ஒரு நபராக உனக்கு நான் அப்போது தோன்றியிருப்பேன்."

வால்காவ்ஸ்கி ஒரு வார்த்தைகூடப் பேசாமல் அமைதியாக உட்கார்ந்திருந்தான். ஏளனம் கலந்த வெற்றிப் புன்னகையோடு அல்யோஷாவைப் பார்த்துக் கொண்டிருந்தான் அவன். தன் மகன் இப்படி முட்டாள்தனமாக, அபத்தமாக நடந்து கொள்வதை ரசிப்பது போல மகிழ்ச்சியாகக்கூட அவன் தெரிந்தான். அன்று மாலை முழுவதும் அவனையே விடாமல் கவனித்துக் கொண்டிருந்த நான்–ஒரு தந்தையாக அவன் வைத்திருக்கும் பாசத்தைப் பற்றி ஊரார் என்னதான் பேசிக் கொண்டாலும்–தன் மகன் மீது அவனுக்கு உண்மையான அன்பு இல்லை என்பதைக் கண்டுகொண்டேன்.

"இங்கிருந்து நான் நேரே காத்யாவின் வீட்டுக்குச் சென்றேன்" என்று அல்யோஷா மீண்டும் வளவளக்கத் தொடங்கினான்.

"அன்று காலையில்தான் நாங்கள் இருவரும் ஒருவரையொருவர் முழுமையாகப் புரிந்து கொண்டோம் என்று ஏற்கனவே சொன்னே

னல்லவா? அது எப்படி நடந்ததென்பது பெரிய அதிசயம்தான்! எனக்கு அது சரியாகக்கூட ஞாபகமில்லை. ஒரு சில இனிமையான சொற்கள், சில உணர்வுப் பரிமாற்றங்கள்! மனத்தடையில்லாமல் எண்ணங்களை வெளிப்படுத்திக் கொண்டோம். பிறகு இருவரும் காலத்துக்கும் நண்பர்களாகி விட்டோம். நீ அவளைக் கட்டாயம் சந்திக்க வேண்டும் நடாஷா! உண்மையாகவே சந்திக்க வேண்டும். நீ எனக்கு எப்படிப்பட்ட ஒரு பொக்கிஷம் என்பதை அவள்தான் என்னிடம் எப்படி விளக்கிச் சொன்னாள் தெரியுமா? கொஞ்சம் கொஞ்சமாகத் தன்னுடைய எண்ணங்கள், வாழ்க்கையைப் பற்றிய பார்வைகள் என்று எல்லாவற்றையும் என்னிடம் வெளிப்படையாகச் சொல்லிவிட்டாள். சிந்தனா சக்தி கொண்ட உற்சாகமான பெண் அவள்! வாழ்க்கையில் நாம் செய்தாக வேண்டிய கடமைகளைப் பற்றி மனித குலத்துக்கு ஆற்ற வேண்டிய சேவைகளைப் பற்றி – இப்படிப் பல விஷயங்களைப் பேசினாள். ஐந்து ஆறு மணி நேரம் மட்டுமே நாங்கள் உரையாடினோம். அதற்குள் ஒருவருக்கொருவர் மிகவும் இணக்கமாகிவிட்டோம். என்றென்றும் நட்போடு இருப்போம் என்றும், ஒன்றிணைந்து எல்லா வேலைகளையும் செய்வோம் என்றும் எப்போதோ சபதம் எடுத்துக்கொண்டு விட்டோம்."

"எந்த மாதிரி வேலை?" என்று வியப்போடு கேட்டான் அவனது தந்தை வால்காவ்ஸ்கி.

"நான் மிகவும் மாறிப்போய் விட்டேன் அப்பா. அதனால் இவையெல்லாம் உங்களுக்கு ஆச்சரியமாகத்தான் இருக்கும். நீங்கள் அதை எதிர்ப்பீர்கள் என்பதும் எனக்கு முன்கூட்டியே தெரியும்" என்று மிகவும் அமைதியாக, அடக்கமாகச் சொன்னான் அல்யோஷா.

"நீங்களெல்லாம் மிக மிக நடைமுறைவாதிகள். காலாவதியாகிப் போன–எளிதில் மாற்ற முடியாத கடுமையான கொள்கைகளை விடாப்பிடியாகப் பிடித்துக்கொண்டிருப்பவர்கள். புத்தம் புதிதாக, இளமையின் புதுமையோடு வரும் எதையும் அவநம்பிக்கையோடும், விலக்கத்தோடும் அணுகுபவர்கள். ஆனால், ஒரு சில நாட்களுக்கு முன்வரை நீங்கள் அறிந்திருந்த 'நான்' இப்போது இல்லை. நான் வித்தியாசமானவன். உலகிலுள்ள ஒவ்வொன்றையும் ஒவ்வொரு வரையும் நேருக்கு நேர் தைரியமாகப் பார்ப்பவன். என் முடிவு சரி என்பதில் எனக்கு உறுதியான தீர்மானம் இருக்குமானால், அதன் கடைசி எல்லைவரை போய்ப் பார்த்து விடுபவன். என் பாதையிலிருந்து விலகாமல் இருந்தால் அப்போதுதான் நான் உண்மையான மனிதன். அதுபோதும் எனக்கு. உங்களுக்கு என்ன வேண்டுமோ, அதைச் சொல்லிக் கொள்ளுங்கள். எனக்கு என் மீது நம்பிக்கை இருக்கிறது."

"ஒஹோஹோ..." என்று பரிகாசமாக நகைத்தான் வால்காவ்ஸ்கி.

நடாஷா சற்றுத் திகிலோடு எங்களைப் பார்த்தாள். அவள் அல்யோஷாவை நினைத்துப் பயந்து போயிருந்தாள். பெரும்பாலான நேரங்களில் இப்படிப்பட்ட உரையாடலை நீட்டித்துக் கொண்டே போகும் போது அது அவனுக்குப் பெரும் பாதகமாகவே ஆகி யிருப்பது அவளுக்குத் தெரியும். எங்கள் முன்னிலையில் அல்யோஷா தன்னை ஒரு கேலிப் பொருளாக ஆக்கிக் கொள்வதை அவள் விரும்பவில்லை. அதிலும் குறிப்பாக அவனது தந்தைக்கு முன்னால்.

"நீ இப்போது என்ன சொல்லிக் கொண்டிருக்கிறாய் அல்யோஷா?" என்று அவனிடம் உரக்கக் கேட்டாள் அவள்.

"ஏதோ தத்துவம் போல இருக்கிறது. யாரோ உனக்குச் சொல்லித் தந்திருப்பார்கள் என்று நினைக்கிறேன். அதை விட்டு விட்டு நீ என்ன செய்து கொண்டிருந்தாய் என்பதை எங்களுக்கும் சொல்லேன். அதுதான் நன்றாக இருக்கும்."

"இதோ அதைத்தானே இப்போது சொல்ல வருகிறேன்" என்று கத்தினான் அல்யோஷா.

"காத்யாவுக்குத் தன் பெற்றோர் வழியில் லியோவிங்கா, போரிங்கா என்று தூரத்து உறவினர் இரண்டு பேர் உண்டு. ஒருவன் மாணவன்; மற்றொருவன் ஓர் இளைஞன். அவர்களோடு அவள் நட்புடன் பழகுகிறாள். அவர்கள் உண்மையிலேயே அதிஅற்புதமான மனிதர்கள். அவர்கள் சீமாட்டியின் வீட்டுக்குச் செல்லக் கூடாது என்பதை ஒரு கொள்கையாகவே வைத்திருப்ப வர்கள். நானும் காத்யாவும் மனிதர்களுக்குரிய கடமைகள், வாழ்க்கையில் நாம் கொண்டிருக்க வேண்டிய இலக்கு ஆகியவை களைப் பற்றிப் பேசிக் கொண்டிருந்த போது அவர்களைப் பற்றி என்னிடம் குறிப்பிட்டாள்; உடனேயே என்னிடம் ஒரு துண்டுச் சீட்டு கொடுத்து அவர்களிடம் அனுப்பி வைத்தாள். நானும் அவர் களை அறிமுகப்படுத்திக் கொள்வதற்காக விரைந்தேன். அன்று மாலையிலேயே நாங்கள் நெருங்கிய நண்பர்களாகி விட்டோம். மாணவர்கள், அதிகாரிகள், கலைஞர்கள் என்று அங்கே கிட்டத் தட்ட பன்னிரண்டு பேர் இருந்தார்கள். அவர்களில் ஒருவர் எழுத்தாளர். இவான் பெத்ரோவிச்! உன்னை அவர்கள் எல்லாருமே தெரிந்து வைத்திருக்கிறார்கள். உன் புத்தகங்களை அவர்கள் படித் திருக்கிறார்கள்; எதிர்காலத்தில் இன்னும் பிரமாதமான சாதனை களை உன்னிடம் எதிர்பார்க்கிறார்கள். என்னிடமே அவர்கள் இப்படிச் சொன்னார்கள். உன்னை எனக்குத் தெரியும் என்றும், உன்னை அவர்களுக்கு அறிமுகப்படுத்துகிறேன் என்றும் வாக்குக் கொடுத்திருக்கிறேன். அவர்களெல்லாம் சகோதர பாவத்தில்

கைகளை அகல விரித்தபடி என்னை வரவேற்றார்கள். சீக்கிரத்தி லேயே எனக்குத் திருமணமாகப் போகிறதென்று எடுத்தவுடனேயே அவர்களிடம் சொல்லிவிட்டேன். அதனால் திருமண மான மனிதனைப் போல என்னை அவர்கள் நடத்தினார்கள். ஐந்தாவது தளத்தில் மொட்டை மாடிக்கு நேர்கீழே அவர்கள் வசிக்கிறார்கள். முடிந்தவரை அடிக்கடி சந்தித்துக் கொள்கிறார்கள். பெரும்பாலும் புதன்கிழமைகளில் லியோவிங்கா, போரிங்கா இவர்களின் வீடுகளில் சந்திப்பு நடக்கிறது. இலட்சியவாதம் ததும்பும் இளைஞர்களின் கூட்டம் அது. மொத்த மனித குலத்தின் மீதும் அவர்கள் அளவற்ற அன்பு வைத்திருக்கிறார்கள். நாங்கள் நிகழ்காலம், எதிர்காலம், இலக்கியம், அறிவியல் என்ற பலவற்றைப் பற்றியும் மிக நன்றாக, வெளிப்படையாக இயல்பாகப் பேசிக் கொண்டிருந்தோம். உயர் நிலைப்பள்ளி மாணவன் ஒருவன்கூட அங்கே வருகிறான். அவர்கள் ஒருவரோடொருவர் எப்படிப் பழகிக் கொள்கிறார்கள் என்று நீ பார்க்க வேண்டும். அவ்வளவு பெருந்தன்மையான மனிதர்கள். அவர்களைப் போன்ற மனிதர்களை இதற்கு முன் நான் சந்தித்ததே இல்லை.

இதுவரை நான் எங்குதான் போயிருக்கிறேன்? எதைப் பார்த் திருக்கிறேன்? எப்படிப்பட்ட எண்ணங்களை வளர்த்துக் கொண்டி ருக்கிறேன்.

நடாஷா! இதுவரை நீ ஒருத்தி மட்டும்தான் என்னிடம் இப்படியெல்லாம் பேசியிருக்கிறாய். நடாஷா, நீ கட்டாயம் அவர்களை அறிமுகம் செய்துகொள்ள வேண்டும். காத்யா ஏற்கனவே அவர்களை அறிந்திருக்கிறாள். அவளைப் பற்றிப் பேசும் போது மிகுந்த மரியாதையோடு அவர்கள் பேசுகிறார்கள். தனக்குச் சொத்துரிமை வந்தவுடன் பொதுநல சேவைக்காகப் பத்து லட்சம் ரூபிள்களை உடனடியாகத் தந்துவிடுவதாக லியோவிங்காவிடமும்,. போரிங்காவிடமும் முன்பே சொல்லி வைத்திருக்கிறாள் காத்யா."

"லியோவிங்கா, போரிங்கா அவர்களோடு உள்ள கூட்டம்– இவர்களெல்லாம் இந்தப் பத்து லட்சத்திற்குப் பாதுகாவலர்களாக இருப்பார்கள், அப்படித்தானே?" என்று கேட்டான் வால்காவ்ஸ்கி.

"அது உண்மையில்லை! அப்படி இல்லவே இல்லை. நீங்கள் இப்படிப் பேசுவது வெட்கக் கேடாக இருக்கிறது அப்பா" என்று சற்று ஆக்ரோஷமாகக் கத்தினான் அல்யோஷா.

"நீங்கள் நினைப்பதை என்னால் ஊகிக்க முடிகிறது. நாங்கள் இந்தப் பத்து லட்சத்தைப் பற்றிப் பேசத்தான் செய்தோம். அதை எப்படிச் செலவழிப்பது என்பது பற்றி விவாதிக்க நீண்ட நேரம் செலவழித்தோம். மக்களுக்குக் கல்வியறிவு தருவதுதான்

வேறெதையும் விட முதன்மையானது என்று இறுதியாக முடிவு செய்தோம்."

"ஆமாம்! காதரீனா ஃபியோதோரோவ்னாவைப் பற்றி இப் போதுவரை நான் சரியாக அறிந்திருக்கவில்லை என்பதென்னவோ உண்மைதான்." தனக்குத் தானே சொல்லிக் கொண்டான் வால்காவ்ஸ்கி. அந்தப் பரிகாசச் சிரிப்பு இன்னும்கூட அவர் முகத்தில் இருந்தது.

"அவளிடமிருந்து நிறைய விஷயங்கள் வரக் கூடுமென்று நான் ஆயத்தமாகத்தான் இருந்தேன். ஆனால், இப்படி..."

"ஆனால் எதற்காக?" என்றபடி இடையில் நுழைந்தான் அல்யோஷா.

"அதை ஏன் அவ்வளவு வினோதமாகப் பார்க்கிறீர்கள்? நீங்கள் நிரந்தரமாய்ப் போட்டு வைத்திருக்கிற பாதையை-வகுத் திருக்கிற வழிமுறையை மீறிச் செல்வதாலா? இதுவரை எவருமே பத்து லட்சம் கொடுக்கத் துணியாதபோது அவள் துணிந்ததாலா? அதுதான் காரணமா? மற்றவர்களின் பணத்தில் வாழ்க்கை நடத்த அவளுக்கு விருப்பமில்லை என்றால் அதனால் என்ன வந்து விடும்? அந்தப் பத்து லட்சத்தில் அவள் வாழ்வது என்பது மற்றவர் சொத்தில் வாழ்வதாகத்தானே ஆகும் (அதைப் பற்றி இப்போதுதான் கண்டுபிடித்தேன்). அவள் தன் தாய்நாட்டிற்குச் சேவை செய்ய விரும்புகிறாள். எல்லா மக்களுக்கும் தொண்டாற்ற ஆசைப்படுகிறாள். தன்னிடம் உள்ள சிறு தொகையைப் பொது நலனுக்கு வழங்க விரும்புகிறாள். நம் பள்ளிப் புத்தகங்களில் நன்கொடை வழங்குவது பற்றி நிறைய படித்திருக்கிறோம். ஆனால், அதுவே லட்சக்கணக்காகப் பெருகி வரும் போது ஐயோ அப்படியா என்கிறோம். நாம் இதுவரை நம்பி வந்த நல்ல விஷயங்களெல்லாம் பணத்தைப் பொறுத்தா மாறிவிட வேண்டும்? அது சரிதானா? ஏன் அப்படிப் பார்க்கிறீர்கள் அப்பா? ஏதோ ஒரு முட்டாளை, கோமாளியைப் பார்ப்பது போல அல்லவா என்னைப் பார்க்கிறீர்கள்? சரி... அப்படி நான் ஒரு முட்டாளாக இருந்தால் இருந்துவிட்டுப் போகிறேன். அதைப் பற்றி ஒன்றுமில்லை. அதைப் பற்றி காத்யா என்ன சொன் னாள் என்பதை நீ கட்டாயம் கேட்க வேண்டும் நடாஷா!"

"மூளை முக்கியமில்லை. அதை வழிநடத்தும் நல்ல குணங்கள், இதயம், பெருந்தன்மையான இயல்புகள், அவற்றைச் சார்ந்த முன்னேற்றம் இவைதான் முக்கியம் என்றல்லவா அவள் சொன் னாள்? அவள் சொன்னதைவிட இன்னும் நன்றாக முத்துப் போல ஒரு வாக்கியத்தைச் சொன்னான் பெஸ்மிகின். அவன் லியோவிங் காவுக்கும், போரிங்காவுக்கும் நண்பன். நண்பர்களாகிய எங்களுக்

கிடையே மூளை நிரம்ப உள்ள அதிபுத்திசாலி அவன். நேற்று நாங்கள் பேசிக்கொண்டிருந்த போது, 'தன்னை முட்டாள் என்று எந்த முட்டாள் ஒத்துக்கொண்டு விடுகிறானோ, அதற்குப் பிறகு அவன் முட்டாள் இல்லை' என்றான் அவன். அதுதான் எவ்வளவு உண்மை? ஒவ்வொரு நிமிடமும் அவனிடமிருந்து அப்படிப்பட்ட முத்திரைச் சொற்களைக் கேட்க முடியும். அப்படி உண்மைகளாகப் பொழிபவன் அவன்."

"அது உண்மையிலேயே ஓர் அறிவாளிக்குரிய அடையாளம்தான்" என்றான் வால்காவ்ஸ்கி.

"மறுபடியும் என்னைப் பார்த்துக் கேலி செய்து சிரிக்கிறீர்கள். ஆனால், இதுவரை இப்படிப்பட்ட விஷயம் எதையும் உங்களிட மிருந்து நான் கேள்விப்பட்டதில்லை. உங்களிடமிருந்தும் இல்லை. உங்கள் நண்பர்களிடமிருந்தும் இல்லை. அதற்கு நேர்மாறாக உங்கள் வட்டத்தில் விஷயங்களை மூடி மறைத்துப் பூசி மெழுகுவது தான் நடக்கும். எல்லா மனிதர்களையும் குறிப்பிட்ட ஒரு சட்டத் துக்குள், வரையறைக்குள் அடைத்து விட முடிவது போல! நாங்கள் என்ன நினைக்கிறோமோ, பேசுகிறோமோ அதையெல்லாம் விட ஆயிரம் மடங்கு சாத்தியமற்றவை அவை. ஆனால், எங்களைத்தான் கனவு காணும் லட்சியவாதிகள் என்பீர்கள். நேற்று என்னிடம் அவர்கள் பேசியதை நீங்கள் கேட்டிருக்க வேண்டுமே."

"அல்யோஷா! நீங்கள் எதைப் பற்றிச் சிந்திக்கிறீர்கள், எதைப் பற்றிப் பேசுகிறீர்கள், அதைச் சொல்லுங்கள். எனக்குச் சரியாகப் புரியவில்லை" என்றாள் நடாஷா.

"பொதுவாகச் சொல்லப் போனால் முன்னேற்றத்துக்கும், மனித நேயத்துக்கும், வழியமைத்துத் தரக்கூடிய எல்லாவற்றைப் பற்றியும் பேசினோம். அவை எல்லாமே சமகாலச் சிக்கல்கள் தொடர்பானவை. பேச்சு சுதந்திரம், எழுத்து சுதந்திரம், மனித குலத்தின் மீது கொள்ள வேண்டிய அன்பு, இன்றைய சமூகத்தில் இருக்கும் முக்கியமான மனிதர்கள் என்று பலவற்றைப் பற்றியும் படித்து ஆராய்ந்து பேசினோம். எல்லாவற்றுக்கும் மேலாக ஒருவரோடொருவர் முழுக்க முழுக்க வெளிப்படைத் தன்மையோடு நடந்துகொள்ள வேண்டுமென்று உறுதி எடுத்துக் கொண்டோம். அவரவரைப் பற்றி எந்தத் தயக்கமும் கூச்சமும் இல்லாமல் ஒளிவு மறைவு இல்லாமல் மற்றவர்களிடம் சொல்லிவிட வேண்டுமென முடிவெடுத்தோம். நேர்மை, வெளிப்படைத் தன்மை ஆகியவற்றைத் தவிர எங்கள் இலக்கை அடைய வேறெதும் உதவாது. பெஸ்மிகின் மிக முக்கியமாக வேண்டுவது அதைத்தான். காத்யாவிடம் நான் அதை எடுத்துச் சொல்ல, அவளும் முழுமையாக அவன் சொன்னதை ஏற்றுக்கொண்டு விட்டாள். அதனால் பெஸ்மிகினின் தலைமையில்

நாங்கள் அனைவரும் நேர்மையாகவும், உண்மையாகவும் நடந்து கொள்வோம் என்றும், எதனாலும் குழப்பமடைந்து விடாமல், நாங்கள் கொண்டிருக்கும் அளவுகடந்த ஊக்கம், நாங்கள் செய்யும் தவறுகள் ஆகிய எதைக் குறித்தும் வெட்கப்படாமல் எங்களைப் பற்றி யார் என்ன சொன்னாலும், எப்படி எடை போட்டாலும் அதைப் பொருட்படுத்தாமல் இருப்போம் என்றும் உறுதி பூண்டோம். மற்றவர்கள் உங்களை மதிக்க வேண்டுமென்று நீங்கள் நினைத்தால், முதலில் உங்கள் மீது நீங்களே மதிப்பு கொள்ள வேண்டும். சுயமதிப்பு ஒன்று மட்டும்தான் பிறரிடமிருந்து உங்களுக்கு மதிப்பைப் பெற்றுத் தரும். பெஸ்மிகின் சொல்வது அதைத்தான். காத்யாவும் அதை முழுமையாக உடன்படுகிறாள். எல்லோருக்கும் பொதுப்படை யாக உள்ள தீர்மானங்களில் நாங்கள் இப்போது உடன்பாட்டுக்கு வந்துகொண்டிருக்கிறோம். அவரவரைப் பற்றித் தனித்தனியாகவும் யோசித்துக் கொண்டிருக்கிறோம். நாங்கள் சந்திக்கும்போது ஒவ்வொருவரும் அவரவரைப் பற்றி மற்றவர்களிடம்...”

“என்ன இது அபத்தம்?” என்று கவலையோடு கத்தினான் வால்காவ்ஸ்கி.

“பெஸ்மிகின் என்பது யார்? இதை ஒன்றும் இப்படியே விட்டுவிட முடியாது.”

“எதை விட முடியாது?” என்று பேச்சைத் தன் பக்கமாகத் திருப்பிக் கொண்டான் அல்யோஷா.

“அப்பா! இப்போது உங்களிடம் இதையெல்லாம் நான் ஏன் சொல்லிக் கொண்டிருக்கிறேன் தெரியுமா? எங்கள் வட்டத்துக்குள உங்களையும் கொண்டு போய்ச் சேர்த்துவிட வேண்டுமென்ற விருப்பத்தோடும், நம்பிக்கையோடும் இருக்கிறேன். அப்படிச் செய்யப் போவதாக எனக்கு நானே சபதமும் செய்து கொண்டி ருக்கிறேன். சிரிக்கிறீர்களா... சரி, சிரியுங்கள், நீங்கள் சிரிப்பீர்கள் என்று எனக்குத் தெரியும். ஆனால், நான் சொல்வதைக் கொஞ்சம் கேளுங்கள். நீங்கள் அன்பானவர், பெருந்தன்மையுடையவர். எனவே கட்டாயம் புரிந்துகொண்டு விடுவீர்கள். இது போன்ற மனிதர்களை உங்களுக்குத் தெரியாது. ஒருபோதும் இவர்களை நீங்கள் பார்த்ததில்லை. அவர்கள் பேசிக் கேட்டதும் இல்லை. ஒருவேளை நீங்கள் இவற்றையெல்லாம் கேட்டிருக்கலாம், படித் திருக்கலாம். காரணம் நீங்கள் மெத்தப் படித்தவர். ஆனாலும்கூட இந்த நபர்களை நீங்கள் பார்த்ததில்லை, அவர்கள் வீடுகளுக்குப் போனதில்லை. அப்படியிருக்கும்போது உங்களால் அவர்களை எப்படிச் சரியாக எடை போட முடியும்? அவர்களை உங்களுக்குத் தெரியும் என்பது போலக் கற்பனை செய்து கொள்ளத்தான் முடியும். அவர்களோடு இருங்கள், அவர்கள் சொல்வதைக் கேளுங்கள்.

பிறகு நீங்கள் எங்களில் ஒருவராகி விடுவீர்கள் என்று நான் உத்தர வாதமாகச் சொல்கிறேன். எல்லாவற்றுக்கும் மேலாக இப்போது நீங்கள் ஒட்டிக்கொண்டிருக்கும் வட்டத்திலிருந்து உங்களைக் காப் பாற்றி மீட்டெடுக்க இயன்ற வழிகளிலெல்லாம் முயற்சி செய்யவே நான் விரும்புகிறேன். உங்கள் சொந்த முடிவுகளின் பிடியிலிருந்து உங்களை விடுவிக்கவும்தான்.”

வால்காவ்ஸ்கி, அவனது வளவளப்பையெல்லாம் மிக அமைதியாக–ஒரு ஏளனப் புன்கையோடு கேட்டுக் கொண்டிருந்தான். அவன் முகத்தில் கோபம் கொப்பளித்துக் கொண்டிருந்தது. நடாஷா அவனை வெறுப்போடு பார்த்துக் கொண்டிருந்தாள். அதை மறைத்துக்கொள்ள அவள் முயலவில்லை. அவனும் அதைக் கவனித்தாலும், கவனிக்காதது போலவே காட்டிக்கொண்டான். ஆனால், அல்யோஷா பேசி முடித்த அடுத்த நிமிடமே அவனிட மிருந்து சிரிப்பு பீறிட்டு வெடித்தது. தன்னைக் கட்டுப்படுத்திக் கொள்ள முடியாதவன் போல நாற்காலியில் சரிந்து விழுந்து விழுந்து சிரித்தான். ஆனால், அந்தச் சிரிப்பு உண்மையில் போலி யானது மட்டுமே. தன் மகனை மிக ஆழமாகப் புண்படுத்தவும் அவமானப்படுத்தவும் மட்டுமே அவன் அப்படிச் செய்தான் என்பது வெளிப்படையாகத் தெரிந்தது.

அல்யோஷா அதைக் குற்றமாக எடுத்துக் கொள்ளவில்லை யென்றாலும் மிகவும் நொந்து போயிருந்தான். அவனது முகத்தில் ஆழ்ந்த வருத்தத்தைப் பார்க்க முடிந்தது. ஆனாலும் தன் தந்தை சிரித்து முடிக்கும்வரை அவன் பொறுமையாகக் காத்திருந்தான்.

“அப்பா” என்று வருத்தத்தோடு பேச ஆரம்பித்தான் அவன்.

“என்னைப் பார்த்து ஏன் இப்படிச் சிரிக்கிறீர்கள்? நான் உங்களிடம் மனம் திறந்து வெளிப்படையாகப் பேசவே விரும் பினேன். உங்கள் பார்வையில் நான் பேசுவது அபத்தம் என்று பட்டால் என்னைத் திருத்துங்கள். என்னைக் கண்டு சிரிக்காதீர்கள். அப்படிச் சிரிக்கும் அளவுக்கு என்ன பார்த்தீர்கள் என்னிடம்? நான் புனிதமாகவும், மேன்மையாகவும் நினைப்பவற்றில் சிரிக்க என்ன இருக்கிறது.

ஒருவேளை நான் தவறு செய்வதாக இருக்கலாம்; இவை யனைத்துமே தவறுகளாக இருக்கலாம்; பலமுறை நீங்கள் சொல் வது போல நான் ஒரு அற்பத்தனமான முட்டாளாகக்கூட இருக்க லாம். ஆனால், தவறு செய்தாலும் அதில் நான் உண்மையாகவும் நேர்மையாகவும் இருக்கிறேன். என் கௌரவத்தை நான் இழந்து விடவில்லை. அவற்றில் சில குறைகள் இருக்கலாம்; ஆனாலும், அவற்றின் அடிப்படைகள் உயர்வானவை, புனிதமானவை. நீங்களோ,

உங்கள் நண்பர்களோ எனக்கு வழி காட்டும் வகையில், என் சிந்தனையைத் தூண்டும் வகையில் ஒருபோதும் இதுவரை பேசியதில்லை. அப்போதே அதைச் சொன்னேனல்லவா? அவர்கள் சொல்வதையெல்லாம் நிராகரித்துவிட்டு அவர்கள் சொன்னதைவிட நல்ல விஷயங்கள் இருந்தால் சொல்லுங்கள். நான் உங்களைப் பின்பற்றுகிறேன். ஆனால், இப்படி என்னைப் பார்த்துச் சிரிக்காதீர்கள். அது என்னை மிகவும் வருந்தச் செய்கிறது."

உண்மையாகவே மிகுந்த நேர்மையோடும், கண்ணியத்தோடும் இந்த வார்த்தைகளை அவரிடம் சொன்னான் அல்யோஷா. நடாஷா அவனை அனுதாபத்தோடு பார்த்துக் கொண்டிருந்தாள். தன் மகன் பேசியதை வியப்போடு கேட்ட வால்காவ்ஸ்கி, தன் பேச்சின் தொனியைச் சட்டென்று மாற்றிக்கொண்டான்.

"உன்னைப் புண்படுத்துவது என் நோக்கமில்லை மகனே" என்று பதிலளித்தான்.

"சொல்லப் போனால் நான் உன்னைப் பார்த்துப் பரிதாபப் பட்டபடிதான் இருந்தேன். அப்பாவுக்கு அடங்கிய பிள்ளையாக இருந்ததிலிருந்து வாழ்க்கையில் அடுத்த அடி வைக்க ஆயத்தமாகிறாய். அதுதான் என் மனதில் இருந்தது. என்னால் சிரிப்பைக் கட்டுப்படுத்த முடியவில்லை. அவ்வளவுதானே தவிர உன் உணர்வுகளைப் புண்படுத்த நான் விரும்பவில்லை."

"பிறகு எனக்கு ஏன் அவ்வாறு தோன்ற வேண்டும்?" என்று கசப்புணர்வோடு சொன்னான் அல்யோஷா.

'சமீப காலமாக நீங்கள் என்னை விரோதியைப் போல, மிகவும் பரிகாசத்தோடு பார்ப்பதாக எனக்கு ஏன் தோன்ற வேண்டும்? ஒரு தந்தை தன் மகனைப் பார்க்கும் முறை இல்லையே அது? உங்கள் இடத்தில் நான் இருந்தால் நீங்கள் இப்போது செய்வதுபோல என் மகனை இழிவாகக் கேவலமாக நடத்தக் கூடாதென்று எனக்குத் தோன்றும்தானே? நான் சொல்வதைக் கேளுங்கள். இப்போது நாம் முடிவாக ஒரேயடியாக எல்லாவற்றையும் உடைத்துப் பேசி விடலாம்; அப்போதுதான் ஒருவரையொருவர் தவறாகப் புரிந்து கொள்ளாமல் இருப்போம். உங்களிடம் உண்மையை முழுமையாகச் சொல்லிவிட வேண்டுமென்று நான் ஆசைப்படுகிறேன். இங்கே வீட்டுக்குள் நுழைந்த போது, இங்கும் ஏதோ தவறாகப் போகப் போகிறது என்றுதான் எனக்குத் தோன்றியது. உங்கள் எல்லோரையும் இங்கே ஒன்றாகப் பார்ப்பேன் என்றும் நான் நினைக்கவில்லை. சரிதானே? அது உண்மையென்றால் அவரவர் உணர்வுகளை வெளிப்படையாக வெளிப்படுத்திக் கொண்டு விடலாமல்லவா?

வெளிப்படையாக இருப்பதால் எவ்வளவு தீமைகளைத் தவிர்க்க முடியும்?"

"பேசு அல்யோஷா பேசு" என்றான் வால்காவ்ஸ்கி.

"உன் நோக்கம் மிகவும் புத்திசாலித்தனமானது. நாம் இந்த விஷயத்துடனேயே நமது பேச்சை ஆரம்பிக்கலாம்" என்று நடாஷாவின் பக்கம் பார்வையைச் செலுத்தியபடியே சொன்னான் அவன்.

"அப்படியென்றால் மிக மிக வெளிப்படையாக நான் பேசப் போவதைக் கேட்டு வெறுப்படையாதீர்கள்" என்று பேசத் தொடங்கினான் அல்யோஷா.

"நீங்களாகத்தான் கேட்டீர்கள். அதனால் இப்போது நான் சொல்வதைக் கேட்டுக்கொள்ளுங்கள்."

"நடாஷாவை நான் திருமணம் செய்து கொள்வதற்கு நீங்கள் ஒப்புதல் அளித்திருக்கிறீர்கள். எங்களுக்கு அந்த மகிழ்ச்சியைத் தந்திருக்கிறீர்கள். அதற்காக உங்கள் சொந்த விருப்பத்துக்கு எதிராகச் செயல்பட்டு விட்டீர்கள். நீங்கள் பெருந்தன்மையாக நடந்து கொண்டிருப்பதால் நாங்கள் எல்லோரும் உங்களது அந்த மேன்மையான குணத்தைப் பாராட்டுகிறோம். பிறகு எதற்காக என்னை ஒரு முட்டாள்தனமான பையன் என்றும், ஒரு கணவனாவதற்குத் தகுதி இல்லாதவன் என்றும் எப்போது பார்த்தாலும் பரிகாசம் செய்து, அதில் சந்தோஷப்பட்டுக் கொண்டே இருக்கிறீர்கள்? அதற்கு மேலும் ஒரு படி சென்று என்னை அவமானப் படுத்தவும், ஒரு முட்டாள்போல என்னைச் சித்தரிக்கவும் – நடாஷாவின் கண்களுக்குக்கூட நான் கேவலமாகத் தோன்றும்படி செய்யவும் விரும்புகிறீர்கள். நான் ஒரு உதவாக்கரை போலப் பிறர் கண்களுக்குக் காட்சியளிப்பதில் உங்களுக்கு எப்போதும் ஓர் ஆனந்தம் உண்டு. இப்போது என்றில்லை. வெகு காலமாகவே உங்கள் இந்தப் போக்கை நான் கவனித்துக் கொண்டுதான் இருக்கிறேன். எங்கள் காதல் அபத்தமானது, முட்டாள்தனமானது, நாங்கள் இருவரும் ஒருவருக்கொருவர் ஏற்றவர்கள் இல்லை என்பதை ஏதோ ஒரு காரணத்தால் நீங்கள் வெளிக்காட்ட முயற்சிக்கிறீர்கள் என்பது எனக்குத் தெரிகிறது. எங்களுக்காக நீங்கள் போட்டு வைத்திருக்கும் திட்டத்தில் உங்களுக்கே உண்மையில் நம்பிக்கையில்லாததைப் போலவும், அதை ஏதோ ஒரு வேடிக்கையாக, பரிகாசப் பொருளாக, சிரிப்பூட்டும் நாடகம் போலவே நீங்கள் எடுத்துக் கொண்டிருப்பதாகவுமே நான் நினைக்கிறேன். இன்று நீங்கள் சொன்னதை வைத்து மட்டும் நான் அந்த முடிவிற்கு வரவில்லை. அன்று–அந்த செவ்வாய்க்கிழமையன்று நான் இங்கிருந்து கிளம்பி உங்களிடம்

வந்தேனல்லவா? அப்போது நீங்கள் கொஞ்சம் வித்தியாசமாகப் பேசியதாக எனக்குப் பட்டது. அது எனக்கு வியப்பாக இருந்தது. என்னைப் புண்படுத்தவும் செய்தது. புதன்கிழமையன்றும் நீங்கள் புறப்பட்டுச் சென்ற போது—எங்கள் தற்போதைய நிலையையும், நடாஷாவையும் குறித்து நீங்கள் வெளியிட்ட சில வார்த்தைகள் அப்படித்தான் இருந்தன. அவை என்னை நேரடியாகத் தாக்குவதாக இல்லை என்றாலும், உங்களிடமிருந்து அப்படிப்பட்ட வார்த்தைகள் வந்தது எனக்கு உகப்பாக இல்லை. அவற்றில் நடாஷாவின் மீது அன்போ, மரியாதையோ சற்றும் இல்லை. அது எப்படி இருந்தது என்பதை விளக்கிச் சொல்வது எனக்குக் கடினம்; ஆனால், அதன் தொனி எனக்குத் தெளிவாகப் புரிந்தது; என் இதயத்தால் அதைக் கேட்க முடிந்தது. நான் தவறாகப் புரிந்துகொண்டிருந்தால் அப்படி இல்லை என்று சொல்லி எனக்கு ஆறுதல் கொடுங்கள். அவளையும் நீங்கள் புண்படுத்தி இருப்பதால் அவளையும் கூட நீங்கள் சமாதானம் செய்யுங்கள். நான் இங்கே உள்ளே நுழைந்ததும் எடுத்த எடுப்பிலேயே அதைப் புரிந்துகொண்டு விட்டேன்.”

அல்யோஷா, உறுதியாகவும் தீவிரமாகவுமே இவ்வாறு பேசினான். அவனது பேச்சை ஒரு வகையான பரவசத்தோடு கேட்டுக் கொண்டிருந்த நடாஷாவின் முகத்தில் உணர்ச்சிப் பெருக்கைக் காண முடிந்தது. அவனது பேச்சுக்கு இடையிடையே, “ஆமாம் ஆமாம்! அது உண்மைதான்” என்று தனக்குத் தானே முனகிக் கொள்ளவும் செய்தாள் அவள். வால்காவ்ஸ்கி திடுக்கிட்டுப் போயிருந்தான்.

“உன்னிடம் சொன்ன எல்லாம் எனக்கு நினைவில் இருக்கிறது பையா” என்றபடி பதிலளிக்கத் தொடங்கினான் அவன்.

“ஆனால், என் வார்த்தைகளை நீ அப்படி வித்தியாசமாக எடுத்துக் கொண்டு விட்டது எனக்கு வினோதமாக இருக்கிறது. என்னால் முடிந்தவரை—இயன்ற வழியிலெல்லாம் உன்னை ஆறுதல்படுத்த நான் தயாராகவே இருக்கிறேன். இப்போது நான் சிரித்துக்கொண்டிருந்தேன் என்றால் அதுவும் கூடப் புரிந்து கொள்ளக் கூடியதுதான். அந்தச் சிரிப்பின் மூலம் என்னுள் இருந்த கசப்புணர்வுகளைத் திரை போட்டு மூடிக்கொண்டிருந்தேன். அவ்வளவுதான். நீ ஒரு கணவனாகப் போகிறாய் என்பது என்னால் கொஞ்சமும் நம்ப முடியாததாக, அவ்வளவு அபத்தமாகத் தெரிந்தது. அப்படிச் சொல்வதற்கு மன்னித்துக்கொள். அது கேலிக் கிடமாகக் கூடத் தோன்றியது. நான் சிரித்ததற்காக நீ என் மீது குற்றம் சுமத்து கிறாய்; ஆனால், அதற்கெல்லாம் நீதான் காரணம். தவறு என் மீதும் கூடத்தான்; ஒருவேளை சமீப காலமாக உன்னுடன் நான் அதிக நேரம் செலவழிக்காமல் இருந்தது அதற்குக் காரணமாக

இருக்கலாம்; அதனால் உன்னால் என்ன முடியும் என்பதை இன்று மாலைதான் என்னால் கண்டுகொள்ள முடிந்தது. இப்போது நடாஷாவுடன் உன் எதிர்காலம் எப்படி இருக்கப் போகிறதோ என்று எண்ணிப் பார்க்கும் போதே நான் நடுநடுங்கிப் போகிறேன். நான் சற்று அவசரப்பட்டு விட்டேன்.

உங்கள் இருவருக்கிடையிலும் நிறைய வேறுபாடுகள் இருப்பதை என்னால் பார்க்க முடிகிறது. காலப்போக்கில் காதல் வேண்டு மானால் கடந்து போய் விடும். ஆனால், பொருத்தமின்மை என்பது எப்போதும் தங்கிவிடும். நான் உன் எதிர்காலத்தைப் பற்றி மட்டும் இப்போது கவலைப்படவில்லை. அதை விட்டுத் தள்ளு. ஆனால், என் நோக்கம் கௌரவமானதாக இருந்தால் உன்னோடு சேர்த்து நடாஷாவின் வாழ்வையும் முழுமையாக நாசப்படுத்தி விடுவோம் என்று நீ கொஞ்சமாவது எண்ணிப் பார்த்தாயா? நிச்சயமாக நீ அப்படித்தான் செய்வாய். மனித குலத்தின் மீது கொள்ள வேண்டிய அன்பைப் பற்றி, உன் கோட்பாடுகளின் மேன்மை பற்றி, உனக்கு இப்போது நண்பர்களாகியிருக்கும் உயர்ந்த மனிதர்களைப் பற்றி – இப்படிக் கடந்த ஒரு மணி நேரமாக நீ மிக மிக விரிவாகப் பேசினாய். ஆனால், சற்று முன்பு அசிங்கம் பிடித்த இந்தப் படிக்கட்டின் வழியாக நான்காம் தளத்துக்கு ஏறி வந்து கதவருகே நிற்கும் போது இவான் பெத்ரோவிச்சிடம் நான் என்ன சொன்னேன். அவரையே கேள். எங்கள் கை கால்கள் முறிந்து போகாமல் உயிரோடு இருப்பதற்காக நாங்கள் கடவுளுக்கு நன்றி சொல்லிக் கொண்டிருந்தோம். அப்போது என்னையும் அறியாமல் எனக்குள் என்ன தோன்றியது தெரியுமா? நடாஷாவிடம் இவ்வளவு அன்பு வைத்திருக்கும் உன்னால் அப்படி ஒரு இடத்தில் அவளை எவ்வாறு குடி வைக்க முடிந்தது என்று நினைத்தே நான் ஆச்சரியப்பட்டேன். உன் வருவாய்க்கு உனக்கு வழியில்லையென்றால், உன் பொறுப்பு களைச் சமாளிக்க உன்னால் முடியவில்லையென்றால் கணவனாவ தற்கும், அதற்குரிய கடமைகளைக் கைக்கொள்ளவும்கூட உனக்கு உரிமையில்லை. காதல் மட்டும் போதாது; காதல், தன் செயல் களாலேயே தன்னை வெளிப்படுத்திக் கொள்கிறது. ஆனால், 'நான் கஷ்டப்பட்டால் நீயும் என்னோடு சேர்ந்து கஷ்டப்பட வேண்டியது தான்' என்று நீ நினைப்பதைப் போல அல்லவா தோன்றுகிறது? அதில் மனிதத்தன்மை இல்லையே? அது நியாயமும் இல்லை யல்லவா? மனித குலத்தின் மீதான அன்பைப் பற்றியும், உலகம் முழுவதும் இருக்கும் பல வகையான பிரச்சினைகள் பற்றியும் உணர்ச்சி வசப்பட்டுப் பேசுவது, அதே நேரத்தில் தான் கொண்டி ருக்கும் காதலுக்கு – அதைப் பற்றிக் கண்டு கொள்ளாமலே தவறி ழைப்பது...! என்னால் அதைச் சுத்தமாகப் புரிந்து கொள்ளவே

முடியவில்லை...! இரு இரு நடாஷா! இப்போது குறுக்கே எதுவும் பேசாமல் எனனைப் பேச விடு. நான் பேசி முடித்துக் கொள்கிறேன். எரிச்சலும், கசப்பும் மண்டிக் கொண்டு வருகிறது எனக்கு. அதை நான் கட்டாயம் பேசித் தீர்த்தாக வேண்டும்.

"அல்யோஷா! கடந்த சில நாட்களாக – கண்ணியமான, உயர்வான, மேன்மையான விஷயங்களால் நீ ஈர்க்கப்பட்டிருந்த தாகவும், என்னுடைய நண்பர் வட்டத்தில் நடைமுறை உலகாயத அறிவைத் தவிர வேறெதுவுமே இல்லையென்றும் நீ குற்றம் சாட்டிப் பேசினாய். இப்போது நீயே பார்த்துக் கொள்! உன்னத மான, சீரிய விஷயங்களால் கவரப்பட்டு – செவ்வாய்க்கிழமையன்று இங்கே இவ்வளவு நடந்திருக்கும் நிலையில் உலகிலுள்ள வேறெதை யும்விட உனக்கு மிக மிக அருமையான ஒருத்தியை நான்கு முழு நாட்கள் கண்டுகொள்ளாமலே புறக்கணிப்பது! நடாஷா மிகவும் பெருந்தன்மையானவள் என்றும், உன்னை மிக அதிகமாக நேசிப்ப வள் என்றும் அதனாலேயே உன்னுடைய இத்தகைய நடத்தையை அவள் மன்னித்து விடுவாளென்றும் காதரீனா ஃபியோதோரோவ்னா விடம் வாதிட்டதாக நீயே இப்போது ஒத்துக் கொண்டிருக்கிறாய். ஆனால், அப்படிப்பட்ட மன்னிப்பைப் பெறுவதற்கும், பெறுவதாகச் சவால் விடுவதற்கும் உனக்கு என்ன உரிமை இருக்கிறது? எப்படிப் பட்ட துன்பத்தை, எவ்வளவு கசப்பான எணங்களை, எத்தகைய சந்தேகங்களை நடாஷாவின் மனதில் அந்த நாட்கள் முழுவதும் நீ விதைத்திருப்பாய் என்று ஒரே ஒரு முறையாவது நீ எண்ணிப் பார்த்திருப்பாயா? ஏதோ சில புதிய கோட்பாடுகளால் கவரப்பட்டு விட்டதால் உனக்குரிய முதன்மையான கடமையான அதைப் புறக் கணிக்கும் உரிமை உனக்கிருப்பதாக நினைத்துக்கொண்டாயா? கொடுத்த வாக்கைக் காப்பாற்றாமல் போனதற்காக என்னை மன்னித்துவிடு நடாஷா! ஆனால், இப்போதுள்ள சூழல், நான் உனக்குச் செய்து தந்த சத்தியத்தைவிட முக்கியமாக இருப்பதை நீயே உணர்ந்துகொள்வாய். அல்யோஷா! எப்படிப்பட்ட ஒரு கொடும் துன்ப நிலையில் நடாஷாவை நான் பார்த்தேன் தெரியுமா? அவள் வாழ்க்கையில் மிக மிக மகிழ்ச்சிகரமாகக் கழிய வேண்டிய நான்கு நாட்களையும் நீ நரகமாக்கி விட்டுப் போயிருந்தாய் என்பது வெளிப்படையாகத் தெரிந்தது. இப்படிப்பட்ட நடத்தை ஒரு புறம், இன்னொரு புறம் வார்த்தைகள், வார்த்தைகள், வெறும் வார்த்தை கள்! நான் சொல்வது சரிதானே? இத்தனைக்கும் பிறகு – நீயே இவ்வளவு தவறு செய்துவிட்டு என் மீது பழியைச் சுமத்துகிறாய்."

இளவரசன் வால்காவ்ஸ்கி பேசி முடித்தான். தன்னுடைய சொற்பெருக்கில் தானே மகிழ்ந்து போயிருந்த அவனால் தன் வெற்றிப் பெருமிதத்தை எங்களிடமிருந்து மறைத்துக்கொள்ள

முடியவில்லை. நடாஷா பட்ட துன்பங்களையெல்லாம் கேட்ட பிறகு அல்யோஷா அவளை வருத்தத்தோடு பார்த்தான். ஆனால், நடாஷா ஏற்கனவே ஒரு முடிவுக்கு வந்து சேர்ந்திருந்தாள்.

"அல்யோஷா! இதோ பார். நீ இப்படி வருத்தப்பட வேண்டிய தில்லை. குற்றம் சாட்டப்பட வேண்டிய வேறு நிறைய பேர் இருக் கிறார்கள். நான் உன் அப்பாவிடம் பேசப் போவதைக் கேள். எல்லாவற்றுக்கும் ஒரு முடிவு கட்ட வேண்டிய நேரம் வந்து விட்டது" என்று உரக்கச் சொன்னாள் அவள்.

"தாராளமாக உன் தரப்பை நீ எடுத்துச் சொல்லலாம் நடாஷா" என்று கத்தினான் வால்காவ்ஸ்கி.

"அப்படிச் செய்யுமாறு உண்மையாகவே நான் உன்னை வேண்டிக் கேட்டுக்கொள்கிறேன். கடந்த இரண்டு மணி நேரமாக ஏதோ புதிரான விஷயங்கள் மட்டுமே காதில் விழுந்து கொண்டி ருக்கின்றன. அது பொறுக்க முடியாத கட்டத்துக்குப் போய்க் கொண்டிருக்கிறது. இங்கே எனக்கு இப்படி ஒரு வரவேற்பு கிடைக்குமென்று நான் எதிர்பார்க்கவில்லை. அதை நான் ஒத்துக் கொள்ளத்தான் வேண்டும்" என்று முடித்தான். அடுத்து நடாஷா பேசத் தொடங்கினாள்.

"ஒருவேளை நீங்கள் பேசிய கவர்ச்சிகரமான வார்த்தைகளால் உங்கள் ரகசியமான உள்நோக்கங்களை மறைத்துவிடலாமென்று நீங்கள் எதிர்பார்த்திருக்கலாமோ என்னவோ? உங்களிடம் விளக்கிச் சொல்ல இன்னும் என்ன பாக்கி இருக்கிறது? எல்லாம் உங்களுக்கே தெரியும். எல்லாவற்றையும் உங்களாலேயே புரிந்துகொள்ளவும் முடியும். உங்கள் முக்கியமான நோக்கமே எங்களைப் பிரித்து வைக்க வேண்டும் என்பதுதான். போன செவ்வாய்க்கிழமைக்குப் பிறகு இங்கே என்னவெல்லாம் நடக்கக் கூடுமென்பதை நீங்கள் முன் கூட்டியே மனதளவில் அறிந்து வைத்திருந்தீர்கள். அதை அப்படியே செயல்படுத்தியும் விட்டீர்கள். நீங்கள் என்னைக் குறித்தோ, எங்கள் திருமண ஏற்பாடு குறித்தோ அவ்வளவு தீவிரமாக ஒன்றும் எடுத்துக் கொள்ளவில்லை என்பதை நான் முன்பே உங்களிடம் சொல்லி யிருக்கிறேன். நீங்கள் எங்களை வைத்து விளையாடுகிறீர்கள். எங்களைக் கேலிப் பொருளாக்கி விட்டு உங்கள் நோக்கங்களைச் சாதித்துக்கொள்ளப் பார்க்கிறீர்கள். மிகவும் எச்சரிக்கையோடு, கவனமாக விளையாடுகிறீர்கள். இதையெல்லாமே நீங்கள் ஒரு கேலிக்கூத்தாகத்தான் எடை போடுகிறீர்கள் என்று அல்யோஷா உங்களைக் குற்றம் சாட்டியது சரிதான். நீங்கள் அவரைப் பழி தூற்றுவதற்குப் பதிலாக – திட்டுவதற்குப் பதிலாக – உண்மையில் மகிழ்ச்சியடையத்தான் வேண்டும். காரணம், நீங்கள் எதிர்பார்ப்பது என்னவென்றே தெரியாமல் உண்மையில் அவர் அதை மட்டும்தான்

செய்திருக்கிறார்; சொல்லப் போனால் அதிகமாகவே செய்திருக் கிறார்."

நான் ஆச்சரியத்தில் திகைத்துப் போனேன். அன்று மாலை ஏதோ ஒரு பேராபத்து ஏற்படப் போகிறது என்பது எனக்குத் தெரியும். ஆனால், நடாஷா இத்தனை கடுமையாக, வெளிப்படை யாக, வெறுப்பான தொனியில் பேசியது கண்டு நான் அப்படியே அதிர்ந்துபோனேன். அப்படி என்றால் அவளுக்கு நிச்சயம் ஏதாவது தெரிந்திருக்க வேண்டும். விஷயத்தை இதோடு முறித்துக் கொள்ள வேண்டும் என்று உறுதியான தீர்மானத்தோடு இருக் கிறாள் என்று நான் நினைத்துக்கொண்டேன். வால்காவ்ஸ்கியின் முகத்திற்கு எதிரிலேயே எல்லாவற்றையும் சொல்லிவிட வேண்டு மென்று பொறுமையில்லாமல் காத்திருந்திருக்கிறாள் போலிருக்கிறது. வால்காவ்ஸ்கியின் முகம் லேசாக வெளிறிப் போயிற்று. அல்யோ ஷாவின் முகம் அப்பாவித்தமனான கலவரத்தை வெளிப்படுத்திக் கொண்டிருந்தது. அதில் வலியோடு கூடிய எதிர்பார்ப்பும் இருந்தது.

"என் மீது என்ன குற்றம் சாட்டுகிறாய் என்பதைத் தெரிந்து தான் பேசுகிறாயா?" என்று கத்தினான் வால்காவ்ஸ்கி. கொஞ்சம் உன் வார்த்தைகளை நினைத்துப் பார்த்துப் பேசு! எனக்கு அதி லிருந்து எதுவுமே புரிந்துகொள்ள முடியவில்லை."

"ஓ அப்படியென்றால் என் வார்த்தை எதையும் புரிந்து கொள்ளாமல்–பொருட்படுத்தாமல் இருக்கிறீர்கள். அவ்வளவுதான்" என்றாள் நடாஷா.

"அல்யோஷாவும்கூட என்னைப் போலவே உங்களைப் புரிந்து வைத்திருக்கிறார். ஆனால், நாங்கள் அதைப் பற்றிப் பேசிக் கொள்ளவில்லை. நாங்கள் ஒருவரை ஒருவர் பார்த்துக் கொள்ளக் கூட இல்லை. நீங்கள் எங்களைப் புண்படுத்தி இழிவுபடுத்தும் அவமானகரமான ஒரு விளையாட்டை விளையாடுகிறீர்கள் என்பதை அவரும் உணர்ந்திருக்கிறார். இத்தனைக்கும் ஒரு கடவுளைப் போல உங்களை நம்பி நேசிப்பவர் அவர். அவரிடம் மிகவும் கவனமாகவும் சற்றுத் தந்திரமாகவும் நடந்துகொள்ள வேண்டுமென்று நீங்கள் நினைக்கவே இல்லை; அவரால் உங்கள் உள்ளத்தை ஊடுருவிப் பார்த்துப் புரிந்துகொள்ள முடியாது என்று கணக்குப் போட்டு விட்டீர்கள். ஆனால், அவருக்கு மென்மையான, உணர்வுபூர்வமான, எளிதில் உணர்ச்சிவசப்படக் கூடிய இதயம் இருக்கிறது –அவர் சொல்வது போல் உங்கள் தொனியும் உங்கள் வார்த்தைகளும் அவரது இதயத்தில் ஆழமான வடுவை உண்டாக்கி விட்டன.

"எனக்கு ஒரு வார்த்தைகூட–ஆமாம். ஒரு வார்த்தை கூடப் புரியவில்லை" என்று மிகுந்த குழப்பத்துடன் என் பக்கம் திரும்பிய

படி சொன்னான் வால்காவ்ஸ்கி. அவன் அப்படிப் பேசியது என்னைச் சாட்சிக்கு அழைப்பது போலிருந்தது. அவன் எரிச்ச லோடு இருந்தான்; உணர்ச்சியின் பிடியில் இருந்தான்.

"நீ சந்தேகப்படுகிறாய், கலவரப்படுகிறாய்" என்று நடாஷாவைப் பார்த்துக்கொண்டே தொடர்ந்து பேசினான் அவன்.

"உனக்கு காதரீனா ஃபியோதோரோவ்னா மீது ஒரு வகையான பொறாமை இருக்கிறது. அதனால், இந்த உலகிலுள்ள ஒவ்வொருவர் மீதும் தப்புக் கண்டுபிடிக்கத் தயாராக இருக்கிறாய். அதிலும் குறிப்பாக என் மீது! வெளிப்படையாகவே சொல்கிறேன், கேட்டுக் கொள். உன் போக்கு மிகவும் வித்தியாசமாக, வினோதமாக இருக் கிறது! நான் இதற்கெல்லாம் பழக்கப்பட்டவன் அல்ல. என் மகனைப் பற்றிய அக்கறை மட்டும் இல்லாமல் இருந்தால் அடுத்த இன்னொரு நிமிடம் கூட நான் இங்கே தாமதித்து நிற்க மாட்டேன். ஒரு வேளை நீ விளக்குவாயோ என்று எண்ணியதால்தான் இன்னும் கூடக் காத்துக் கொண்டிருக்கிறேன்."

"அப்படியென்றால் – உங்களுக்கு எல்லாமே மனப்பாடமாகத் தெரிந்திருந்தும் ஒரு வார்த்தைகூடப் புரியாதது போல் விடாப் பிடியாகப் பிடிவாதம் பிடிப்பதாகத்தான் இருக்கிறீர்கள்! எல்லா வற்றையும் உள்ளது உள்ளபடி நான் கொட்டிவிட வேண்டுமென்று நீங்கள் உண்மையாகவே விரும்புகிறீர்களா?"

"ஆம் அதற்குத்தான் நான் கவலையோடு காத்திருக்கிறேன்."

"அப்படியானால் ரொம்ப நல்லது, கேளுங்கள்" என்று உரக்கச் சொன்னாள் நடாஷா. அவள் கண்கள் கோபத்தால் மின்னிக் கொண்டிருந்தன.

"நான் உங்களிடம் எல்லாமே சொல்லிவிடுகிறேன், ஆம். எல்லாமே."

3

அவள் இடத்தை விட்டு எழுந்து நின்று பேச ஆரம்பித்தாள். மிகவும் உணர்ச்சி வசப்பட்டிருந்ததால் அப்படிச் செய்கிறோம் என்பதைக் கூட அவள் உணரவில்லை. சிறிது நேரம் அதைக் கேட்ட பிறகு இளவரசன் வால்காவ்ஸ்கி எழுந்து நின்றான். அந்தக் காட்சி முழுவதுமே மிகை உணர்ச்சியோடு கூடிய ஒரு நாடகத்தைப் பார்ப்பது போல இருந்தது.

“செவ்வாய்க்கிழமை நீங்கள் சொன்ன வார்த்தைகளை நினைவுபடுத்திக் கொள்ளுங்கள்” என்று பேசத் தொடங்கினாள் நடாஷா.

“உங்களுக்குப் பணம் வேண்டும். வசதியான வாழ்க்கை வேண்டும். சமூகத்தில் முக்கியத்துவம் வேண்டும் என்றெல்லாம் சொன்னீர்களே, நினைவிருக்கிறதா?”

“இருக்கிறது.”

“நல்லது, அந்தப் பணத்தைச் சம்பாதிக்கவும், உங்கள் கைகளிலிருந்து நழுவிப் போய்க் கொண்டிருந்த வெற்றியை மீட்டெடுக்கவும் தான் நீங்கள் இங்கே செவ்வாய்க்கிழமை வந்து எங்கள் திருமணப் பேச்சை அரங்கேற்றினீர்கள். உங்கள் பிடியிலிருந்து விலகிப் போய்க் கொண்டிருக்கும் ஒன்றைப் பற்றிக் கொள்ள இந்தத் தந்திரத்தை உபாயமாகக் கொள்ளலாம் என்று நினைத்தீர்கள்?”

“நடாஷா” என்று நான் கத்தினேன்.

“நீ என்ன பேசுகிறாய் என்பதை யோசித்துப் பேசு.”

“தந்திரம், உபாயம்” என்று அதையே திருப்பிச் சொன்னான் வால்காவ்ஸ்கி. அவனது கௌரவம் புண்பட்டிருந்ததென்பது அவனது தொனியில் வெளிப்பட்டது.

அல்யோஷா வருத்தத்தில் நொறுங்கிப் போனவனாய் அமர்ந்திருந்தான். எதுவுமே புரியாதது போல வெறித்துக் கொண்டிருந்தான்.

“ஆமாம்! அதுவேதான். என்னைத் தடுக்காதீர்கள். நான் பேசியே ஆக வேண்டுமென்று உறுதி எடுத்துக் கொண்டிருக்கிறேன்” என்று எரிச்சலோடு சொல்லிவிட்டுத் தொடர்ந்து பேசினாள் நடாஷா.

“உங்களுக்கு ஞாபகம் இருக்கும். அல்யோஷா உங்கள் பேச்சைக் கேட்காமலே இருந்தார். என்னிடமிருந்து அவரை அகற்ற முழுதாக ஆறு மாதங்கள் நீங்கள் முயற்சி செய்தீர்கள். அவர் உங்களுக்கு எதிராகத்தான் நடந்து கொண்டார். அதற்குப் பிறகு சட்டென்று ஒரு நேரத்தில் இனி இழப்பதற்கு ஒரு கணம்கூட இல்லை என்று புரிந்து கொண்டீர்கள். அதை அப்படியே விட்டு விட்டால் அந்த வாய்ப்பு, அந்தப் பணம்–ஆமாம் எல்லாவற்றுக்கும் மேலாக அந்தப் பணம்–மூன்று லட்சம் மதிப்புள்ள வரதட்சணை உங்கள் கை நழுவிப் போய் விடும். உங்களுக்கு ஒரே ஒரு வழிதான் மீதியிருந்தது. அல்யோஷாவுக்காக நீங்கள் ஏற்பாடு செய்து வைத்திருந்த பெண்ணின் மீது அவரைக் காதல் வயப்படச் செய்ய

வேண்டும். அப்படி அவர் அவள் மீது காதல் கொண்டுவிட்டால் ஒருவேளை என்னை விட்டுவிடலாம்."

"நடாஷா... என்ன இது நடாஷா?" என்று வேதனை மிகுதியில் கத்தினான் அல்யோஷா. "நீ என்ன பேசிக் கொண்டிருக்கிறாய்?"

"பிறகு அதே போல நடந்து கொள்ளவும் செய்தீர்கள்" என்று அல்யோஷா கத்தியதைப் பொருட்படுத்தாமல் பேச்சைத் தொடர்ந்தாள் அவள்.

"ஆனால், மறுபடியும் அதே பழைய கதை. உங்கள் திட்டம் நல்லபடியாகவே போயிருக்கும். ஆனால், நான் மறுபடியும் வழியில் குறுக்கிட்டேன். உங்களுக்கு நம்பிக்கையளிக்கும் ஒரே ஒரு விஷயம் மட்டும் இருந்தது. உங்கள் அனுபவத்துக்கும், தந்திரபுத்திக்கும் நீங்கள் ஒன்றைக் கவனித்திருப்பீர்கள். தன் பழைய தொடர்புகளில் அல்யோஷா அவ்வப்போது சலித்துப் போவதுண்டு என்பதுதான் அது. அவர் என்னை ஒதுக்கத் தொடங்கியது, என்னிடம் சலித்துப் போக ஆரம்பித்தது, ஒரே சமயத்தில் தொடர்ச்சியாக ஐந்து நாட்கள் என்னிடம் வராமலே இருப்பது இவையெல்லாம் உங்கள் கண்ணிலிருந்து தவறி இருக்காது. என் மீது அவர் ஒரேயடியாய் சலிப்படைந்து அடியோடு என்னை விட்டுவிடுவார் என்று நீங்கள் நினைத்துக்கொண்டிருந்த போதுதான் செவ்வாய்க்கிழமையன்று அல்யோஷா உறுதியாக ஒரு நிலைப்பாடு எடுத்தார். அது உங்களுக்குத் அதிர்ச்சியாகப் போய்விட்டது. பிறகு உங்களால் வேறு என்ன செய்ய முடியும்?"

"இரு. இரு" என்று கத்தினான் வால்காவ்ஸ்கி. "உண்மையில் பார்த்தால்..."

"நானே சொல்கிறேன்" என்றபடி விடாமல் பேச்சைத் தொடர்ந்தாள் நடாஷா.

"'இப்போது என்ன செய்யலாம்?' என்று உங்களை நீங்களே கேட்டுக் கொண்டீர்கள். பிறகு என்னைத் திருமணம் செய்து கொள்ள அவருக்கு ஒப்புதலளிக்க முடிவு செய்தீர்கள். உண்மை யாக அல்ல... வெறும் வார்த்தைகளால் மட்டும்தான்! அவர் வாயை அடைப்பதற்காக மட்டுமே திருமணத் தேதியைக் கால வரையின்றி ஒத்திப் போட்டுக் கொண்டே போகலாம் என்றும், அதற்குள் இந்தப் புதிய காதல் வளர்ந்துவிடக் கூடுமென்றும் நினைத்தீர்கள். அதையும் பார்த்தீர்கள். அதன் மீதுதான் உங்கள் நம்பிக்கை முழுவதையுமே வைத்தீர்கள்."

"எல்லாம் கற்பனை... கட்டுக் கதை" என்று தனக்குத் தானே பேசுவது போல அடிக்குரலில் முனகிக்கொண்டான் வால் காவ்ஸ்கி.

"தனியாகவே இருந்து... எதையெல்லாமோ அசை போட்டு. நாவல்களைப் படித்து... அதனால் வந்த வினை."

"அந்த வார்த்தைகள் நடாஷாவின் காதில் விழவில்லை. அவள் அவற்றைக் கவனிக்கவும் இல்லை. உணர்ச்சிப் பெருக்கில் அடித்துச் செல்லப்பட்டவளாய் ஜுர வேகத்தில் பேசிக்கொண்டே போனாள் அவள்.

"ஆமாம்! அந்தப் புதிய காதலின் மீதுதான் நீங்கள் எல்லா நம்பிக்கையும் வைத்திருந்தீர்கள். அந்தக் காதலுக்குச் சாதகமான வாய்ப்புகளின் மீதும். அந்தப் பெண்ணின் குணங்களை அவர் முழுமையாக அறிந்து கொள்வதற்கு முன்பே எல்லாம் தொடங்கி விட்டது. தன்னால் அவளைக் காதலிக்க முடியாது என்றும், தன் முந்தைய காதலும் அது சார்ந்த கடமையும் தன்னைத் தடுக்கிற தென்றும் அந்த மாலை நேரத்தில் சொன்ன போது அந்தப் பெண் சட்டென்று தன் பெருந்தன்மையை வெளிப்படுத்தியபடி, அவருக் காகவும், தனக்குப் போட்டியாக இருக்கும் பெண்ணுக்காகவும் இரக்கப்பட்டாளே, மனதார மன்னிப்பும் கேட்டாளே, அப்போது – அந்தக் கணத்தில் அது தொடங்கியது. அவளது நல்ல குணத்தில் அவருக்கு நம்பிக்கை இருந்தாலும் – அந்த விநாடிவரை – அவள் அத்தனை அற்புதமானவள் என்பதை அவர் அறிந்திருக்கவில்லை. என்னிடம் வந்தபோது, அவர் அவளைத் தவிர வேறு எதைப் பற்றியும் பேசவில்லை; அந்த அளவு அவள் அவரைப் பாதித் திருந்தாள். அதற்கு மறுநாளும் அந்த அற்புத ஜீவனை மறுபடியும் பார்க்க வேண்டும் என்ற கட்டுக்கடங்காத மன எழுச்சி அவரில் மூண்டது. நன்றியுணர்வினால் மட்டும்தான். ஆனால், இப்போது அவர் ஏன் அவளிடம் செல்லக் கூடாது? அவருடைய உண்மை யான பழைய காதலிக்கு இப்போது எந்தத் துன்பமும் இல்லை. அவளது எதிர்காலம் உறுதி செய்யப்பட்டு விட்டது. அவரது வாழ்க்கை முழுவதும் அவள் மட்டும்தான் உடனிருக்கப் போகி றாள். ஆனால், அந்தப் புதிய பெண்ணுக்குக் கிடைக்கப் போவதோ ஏதோ ஒரு நிமிடம்தான். அதற்குக் கூடப் பொறாமைப்பட்டால் நடாஷா நன்றி இல்லாதவளாக ஆகிவிடுவாள் இல்லையா? அதனால் கொஞ்சம் கொஞ்சமாக என்ன நடக்கிறதென்று கவனிக்காமலே நடாஷாவிடமிருந்து அவர் ஒரு நிமிடம் மட்டும் விலகிப் போகவில்லை. ஒருநாள், இரண்டு நாள், மூன்று நாள் என்று அது நீண்டு கொண்டே போக, அந்த மூன்று நாட்களுக்குள் அந்தப் புதிய பெண் முற்றிலும் எதிர்பாராத, ஒரு புதிய வெளிச் சத்தில் தன்னை அவரிடம் வெளிப்படுத்திக்கொண்டு விட்டாள். அவள் மிகவும் பெருந்தன்மையானவள், உற்சாகமானவள். அதே நேரத்தில் கள்ளம் கபடமற்ற குழந்தையைப் போன்றவள். அந்த

விதத்தில் அவரை அப்படியே ஒத்திருப்பவள். அவர்கள் இருவரும் என்றென்றும் நட்புடன், சகோதரத்துவத்துடன் இருக்கப் போவ தாகவும், ஒருபோதும் பிரியப் போவதில்லை என்றும் உறுதி பூண்டு விட்டார்கள். வெறும் ஐந்தாறு மணி நேர உரையாடலிலேயே அவரது ஆன்மா புதிய உணர்வுகளைக் கண்டடையும் அளவு விழித்துக்கொண்டு விட்டது. அவரது இதயம் வெற்றி கொள்ளப் பட்டு விட்டது. நீங்கள் நினைப்பதைப் போலத் தனக்கு ஏற்பட்ட பழைய காதல் உணர்வையும், புத்தம் புதிதான இந்த உணர்வுகளையும் அவர் ஒப்புநோக்கிப் பார்க்கும் நேரம் கடைசியில் வந்து சேரும். முந்தையதில் எல்லாமே பழகிப் போனதாக–எந்த மாற்றமும் இன்றி வழக்கம் போலத்தான் இருக்கும். எல்லாமே தீவிரமானதாகவும், மனஅழுத்தம் தரக்கூடியதாகவும் இருக்கும். அதிக பொறாமையும், நிந்தனையும், கண்ணீருமே நிறைந்திருக்கும். எப்பொழுதாவது ஒரு சமயத்தில் இலகுவாக, விளையாட்டுத்தனமாக இருக்க முடிந்தாலும் கூட அவர் சமநிலையில் நடத்தப்படாமல் ஒரு குழந்தையைப் போலவே நடத்தப்படுவார். இவை எல்லாவற்றையும் விட முக்கிய மானது. அது பரிச்சயமானது, பழகிப் போய்ப் பழையதாகி விட்டது என்பதுதான்.”

கண்ணீரும், கசப்பான பெருமூச்சுகளும் தன்னை மூச்சடைக்கச் செய்தாலும் ஒரு நிமிடத்துக்குள் நடாஷா அதைக் கட்டுப்படுத்திக் கொண்டு விட்டாள்.

“அப்புறம் வேறென்ன? நேரம் ஒன்றுதான் பாக்கி. நடாஷா வுடனான திருமணத் தேதி இன்னும் முடிவாகவில்லை. அதனால் எல்லாமே மாறிவிடும். உங்கள் வார்த்தைகள், மறைமுகக் குறிப்புகள், விவாதங்கள், மடை திறந்த வெள்ளமாய் நீங்கள் பொழியும் சொற் பெருக்கு இவையெல்லாம் இருக்கவே இருக்கிறது. தொந்தரவாக இருக்கும் நடாஷாவை ஒழித்துக் கட்ட–அவளை மோசமானவளாகக் காட்ட நீங்கள் ஏதாவது புது விஷயத்தைப் புனைந்து சொல்லக்கூட முற்படலாம். அது எப்படி நடக்குமென்று சொல்ல முடியாதென் றாலும் வெற்றி உங்களுடையதாகத்தான் இருக்கும். அல்யோஷா! என் அன்பரே! என்னைத் திட்டாதீர்கள். நான் உங்கள் அன்பைப் புரிந்துகொண்டு அதைப் பெரிதாக எடுத்துக் கொள்ளவில்லை என்றோ அந்தப் புரிதல் எனக்கு இல்லை என்றோ சொல்லாதீர்கள். இப்போதும்கூட நீங்கள் என்னைக் காதலித்துக் கொண்டுதான் இருக்கிறீர்கள் என்பது எனக்குத் தெரியும். நான் முன்வைக்கும் புகார்கள் வேண்டுமானால் இந்த நேரத்தில் உங்களுக்கு விளங் காமல் இருக்கலாம். இதை யெல்லாம் இப்போது சொல்வதன் மூலம் நான் மிகவும் தவறு செய்கிறேன் என்பது எனக்குத் தெரியாமல் இல்லை. ஆனால், என்னால் என்னதான் செய்ய முடியும்? எனக்கு

எல்லாமே புரிந்திருக்கிறது. அதே சமயம் உங்களை மிகவும் அதிக மாக – பைத்தியக்காரத்தனமாக நான் காதலிக்கிறேன்."

அவள் தன் முகத்தைக் கைகளால் பொத்திக்கொண்டு நாற்காலியில் விழுந்து குழந்தை போல் குமுறிக் குமுறி அழுதாள். அல்யோஷா தானும் கதறியபடி அவளிடம் விரைந்தான். தானும் கண்ணீர் விடாமல் அவள் அழுவதைப் பார்க்க அவனால் ஒரு போதும் முடிந்ததே இல்லை.

அவனது அழுகை, ஒரு வகையில் வால்காவ்ஸ்கிக்கு மிகவும் சாதகமாக அமைந்துவிட்டது. இவ்வளவு நீளமான ஒரு விளக்கம் கொடுப்பதில் நடாஷா காட்டிய பிடிவாதம், தன் மீது அவள் தொடுத்த கடுமையான தாக்குதல் இவற்றுக்கெல்லாம் சொல்லள விலாவது அவன் ஏதாவது எதிர்ப்பு காட்டியே ஆக வேண்டும். ஆனால், இப்போதோ அவையெல்லாம் பொறாமையாலும், புண்படுத்தப்பட்ட காதலாலும்–ஏன் நோயாலும்கூட வெளிப் பட்டவை போல ஆகிவிட்டன. இப்போது, இந்த நேரத்தில் இரக்கம் காட்டுவதே பொருத்தமாக இருக்கும்.

"அமைதியாக இரு நடாஷா! உன்னை இந்த அளவு வருத்தப் படுத்திக் கொள்ளாதே" என்றபடி அவளைச் சமாதானப் படுத்த முயன்றான் வால்காவ்ஸ்கி.

"நீ பேசியதெல்லாமே ஏதோ ஒரு பயத்தாலும், கற்பனைகளாலும், பெரும்பாலும் தனிமையிலேயே இருந்ததாலும் வெளிப்பட்ட வார்த்தைகள்தான். அவன் கண்டுகொள்ளாமல் இருந்தது உன்னைப் பதட்டத்துக்கு உள்ளாக்கி விட்டது. அது பற்றி அவன் சிந்திக்காமல் இருந்தது குற்றம்தான். ஆனால், போன செவ்வாய்க் கிழமை நடந்த விஷயங்களுக்கு நீ முக்கியத்துவம் கொடுக்கிறாயல்லவா? அவை அவனது ஆழமான காதலை நிரூபிப்பதாக இருக்கிறதல்லவா? நீ என்னவென்றால் வேறு மாதிரிக் கற்பனை செய்கிறாய்."

"ஐயோ, என்னிடம் எதுவும் பேசாதீர்கள். இப்பொழுதாவது என்னைச் சித்திரவதை செய்யாதீர்கள்" என்று அவன் பேச்சில் குறுக்கிட்டபடி மனக் கசப்போடு அழுதுகொண்டே பேசினாள் நடாஷா.

"என் உள்ளம் எல்லாவற்றையும் எனக்கு உணர்த்திவிட்டது. பல நாட்களுக்கு முன்பே உணர்த்திவிட்டது. என் மீது அவர் கொண்டிருந்த காதல் முடிவுக்கு வந்துவிட்டது என்பதை நான் புரிந்து கொள்ளாமல் இருப்பேன் என்றா நினைக்கிறீர்கள்? இதோ இந்த அறையில் என்னைத் தனியாக விட்டுவிட்டு என்னை மறந்தவராய் அவர் சென்றார். அப்போதே எனக்கு எல்லாம் அனுபவமாகிவிட்டது. என் மனதுக்குள் எல்லாவற்றையுமே நான்

எண்ணிப் பார்த்து விட்டேன். என்னால் என்னதான் செய்ய முடியும்? நான் உங்கள் மீது குற்றம் சாட்டவில்லை அல்யோஷா! ஆனால் நீங்கள் என்னை ஏன் ஏமாற்ற முயற்சிக்கிறீர்கள் இளவரசரே. உண்மையில் என்னை நானே ஏமாற்றிக்கொள்ள முயலாமல் இருந்திருப்பேன் என்றா நினைக்கிறீர்கள்? ஓ.. எத்தனை தரம்.... எத்தனை முறை அப்படிச் செய்திருப்பேன்? அவர் குரலின் தொனியை உற்றுக் கவனிக்க அவர் முகத்தை, அவர் கண்களைப் படிக்க நான் கற்றுக்கொண்டிருந்தேனே? அவ்வளவுதான். எல்லாம் முடிந்துவிட்டது. எல்லாமே முடிந்து புதையுண்டு போய் விட்டது. சே. என் நிலைமைதான் எவ்வளவு கேவலமாய் ஆகி விட்டது?"

அல்யோஷா அவளுக்கு முன்னால் முழந்தாளிட்டபடி அழுது கொண்டிருந்தான்.

"ஆமாம், ஆமாம். எல்லாம் என் தவறுதான். எல்லாம் நான் செய்ததால்தான்" என்று அழுகைக்கிடையே திரும்பத் திரும்பச் சொன்னான் அவன்.

"வேண்டாம்! உங்களை நீங்களே பழி சொல்லிக் கொள்ள வேண்டாம் அல்யோஷா. வேறு ஆட்கள். நம் எதிரிகள் பலர் இருக்கிறார்களே, இதெல்லாம் அவர்கள் செய்ததுதான்."

"இதோ பார்" என்று கடைசியில் சற்றுப் பொறுமையிழந்தவனாகப் பேசத் தொடங்கினான் வால்காவ்ஸ்கி.

"என் மீது எந்த அடிப்படையை வைத்து நீ குற்றம் சுமத்து கிறாய்? எல்லாமே நீயாக ஊகித்துக்கொண்டவைதான். அதற்கு எந்த ஆதாரமும் இல்லை."

"ஆதாரம் இல்லையா" என்று கத்தியபடி தன் நாற்காலியை விட்டு வேகமாக எழுந்தாள் நடாஷா.

"வஞ்சமே உருவான உங்களுக்கு ஆதாரம் வேறு வேண்டுமா? திருமணப் பேச்சை எடுத்தபடி இங்கே வந்த போது உங்களுக்கு வேறெந்த நோக்கமுமே இருந்திருக்க முடியாது. நிச்சயம் முடியாது. உங்கள் மகனைச் சமாதானப்படுத்தி அவனது மனசாட்சியின் உறுத்தலை அடக்கி வைக்க வேண்டும். அப்போதுதான் இலகு வான, சுதந்திரமான மனநிலையுடன் அவனால் காத்யாவிடம் செல்ல முடியும். அப்படி இல்லையென்றால் அவன் என்னையே நினைத்துக் கொண்டு உங்களுக்கு எதிராக இருப்பான். அப்படிக் காத்துக் கொண்டிருப்பதில் நீங்கள் அலுத்துப்போய் விட்டீர்கள். அது உண்மையா, இல்லையா சொல்லுங்கள்."

"சரி, நான் ஒத்துக்கொள்கிறேன்" என்று ஒரு பரிகாசப் புன்னகையுடன் பேச ஆரம்பித்தான் வால்காவ்ஸ்கி.

"உன்னை ஏமாற்ற வேண்டுமென்பது என் விருப்பமாக இருந்தால் நிச்சயம் நான் அப்படித்தான் கணக்குப் போட்டிருப்பேன். நீ அதிபுத்திசாலிதான். ஆனால், ஒருவரை இப்படிப்பட்ட வசைகளால் புண்படுத்துவதற்கு முன் அதற்கான சான்றுகளை வைத்திருக்க வேண்டும்."

"சான்றுகள்!! என்னிடமிருந்து அவரைப் பிரித்து வைக்க முயற்சித்தபடி இத்தனை காலமும் நீங்கள் நடந்து கொண்டிருந்த முறை, அதுவே போதும். தான் ஏற்றுக்கொண்டிருக்கும் சில முக்கியமான கடமைகளைப் புறக்கணிக்குமாறு மகனுக்குக் கற்பித்தபடி உலகியல் ஆதாயங்களுக்காக. பணத்துக்காக அவரை மோசமானவனாக ஆக்கும் மனிதர் நீங்கள். சற்று முன் நீங்கள் ஏறி வந்த படிக்கட்டைப் பற்றியும், என் குடியிருப்பு கேவலமான நிலையில் இருப்பதைப் பற்றியும் சொன்னீர்களல்லவா? வறுமையிலும் பசியிலும் நாங்கள் துன்பப்பட வேண்டுமென்பதற்காகவே அவருக்கு இத்தனை காலம் கொடுத்து வந்த பணத்தை நிறுத்தியது நீங்கள்தானே? இப்படி ஒரு வீடு... படிக்கட்டு எல்லாமே உங்களால் ஏற்பட்ட நிலைதான். நீங்கள் என்னவென்றால் அவரை அதற்காகத் திட்டுகிறீர்கள். நீங்கள் இரட்டை வேடம் போடுபவர்.

அன்று இரவு—உங்கள் இயல்பான வழக்கத்துக்கு மாறான புதிய முடிவோடு—எழுச்சியோடு என்னைத் தேடி வந்தீர்களே? அதைச் செய்ய உங்களைத் தூண்டியது எது? நான் உங்களுக்கு ஏன் தேவைப்பட்டேன்? கடந்த நான்கு நாட்களாக இந்த அறைக்குள் முன்னும் பின்னும் நடந்தபடி யோசித்துக் கொண்டே இருக்கிறேன். நீங்கள் சொன்ன ஒவ்வொரு வார்த்தையையும், உங்கள் ஒவ்வொரு சிறிய முகபாவத்தையும் நினைத்துப் பார்க்கிறேன். எனக்கு உறுதியாகத் தெரியும். அது வெறும் போலித்தனமான நடிப்பு, அவமானகரமான கேலிக்கூத்து மட்டும்தான்! எனக்கு உங்களைப் பற்றித் தெரியும். வெகு காலமாகவே உங்களை நான் அறிந்து வைத்திருக்கிறேன். உங்களைப் பார்த்து விட்டு அல்யோஷா இங்கே வரும் சமயங்களில் எல்லாம் அவரிடம் நீங்கள் என்னவெல்லாம் சொல்லியிருப்பீர்கள். எப்படிப்பட்ட எண்ணங்களையெல்லாம் அவர் மனதுக்குள் படிய வைத்திருப்பீர்கள் என்பதை அவனது முகத்திலிருந்தே என்னால் படித்துவிட முடியும். அவரிடம் உங்கள் செல்வாக்கு எப்படி வேலை செய்கிறதென்பது எனக்குத் தெரியும். வேண்டாம்! என்னை உங்களால் ஏமாற்ற முடியாது. ஒருவேளை நீங்கள் வேறு ஏதாவது திட்டம் போட்டுக் கூட வைத்திருக்கலாம். ஒருவேளை முக்கியமான அந்தத் திட்டம் பற்றி நான் சொல்லாமலும் விட்டிருக்கலாம். போனால் போகிறது. நீங்கள் என்னை ஏமாற்றிக் கொண்டிருக்கிறீர்கள். இப்போது முக்கியமாக நான் பார்ப்பது

அதைத்தான். உங்கள் முகத்துக்கு நேராக நான் சொல்ல நினைப்பது அதைத்தான்."

"அவ்வளவுதானா? உன்னிடமிருக்கும் ஆதாரம் அவ்வளவு தானா? ஏ பைத்தியக்காரப் பெண்ணே, கொஞ்சம் நினைத்துப் பார். நீ கேலிக்கூத்து என்று குறிப்பிடும் அந்தத் திருமணப் பேச்சில் நான் என்னை எந்த அளவுக்கு ஈடுபடுத்திக் கொண்டிருக்கிறேன்? பிணைத்துக்கொண்டிருக்கிறேன்? அது கொஞ்சம் பொறுப்பற்ற தனமும் கூடத்தான்."

"அப்படி என்ன பிணைத்துக்கொண்டு விட்டீர்கள் நீங்கள்? இப்போது என்னை ஏமாற்றுவதெல்லாம் உங்களுக்கு ஒரு பொருட்டா என்ன? என்னைப் போன்ற நிலையில் இருக்கும் ஒரு பெண் அவமதிக்கப்பட்டால் அதில் உங்களுக்கு என்ன வந்து விடப் போகிறது? அவளே, மோசமான வகையில் வீட்டை விட்டு ஓடிப் போனவள்; தன்னுடைய சொந்தத் தந்தையால் விலக்கி வைக்கப் பட்டவள், பாதுகாப்பு அற்றவள், தன்னைத் தானே இழிவுபடுத்திக் கொண்டவள், ஒழுக்கமில்லாதவள்! இப்படி ஒரு கேலிக்கூத்தால் யாருக்காவது ஒரு பயன், எள்ளளவு பயன் விளைந்தால் அது கசக்குமா என்ன?"

"நீயே உன்னை எப்படி ஒரு நிலையில் வைத்துக்கொள்கிறாய் என்பதைக் கொஞ்சம் யோசித்துப் பார் நடாஷா. நான்தான் உன்னை அவமானப்படுத்தி விட்டேன் என்று நீ விடாமல் வற்புறுத்திச் சொல்கிறாய். ஆனால், அந்த அவமானம்தான் எவ்வளவு பெரியது...? எத்தனை பெரிய அவமதிப்பு அது...? அதை நான் செய்து விட்டதாக நீ வற்புறுத்திச் சொல்கிறாய். அது ஒரு பக்கம் இருக்க, அப்படி ஒன்றை உன்னால் நினைத்துப் பார்க்கக்கூட எப்படி முடிந்தது? உடனடியாக இப்படி ஒரு முடிவுக்கு வர வேண்டுமென்றால், நீ அதற்குப் பழக்கப்பட்டிருக்க வேண்டும். இப்படிச் சொல்வதற்கு மன்னித்துக்கொள். எனக்கு உன்னைத் திட்ட உரிமை உண்டு; காரணம் என் மகனை நீ எனக்கு எதிரி யாக்குகிறாய். இப்போது உன் சார்பில் அவன் என்னை எதிர்த்துப் பேசவில்லையென்றாலும் மனதளவில் அவன் எனக்கு எதிராகத்தான் இருக்கிறான்."

"இல்லை தந்தையே அப்படி இல்லை" என்று கத்தினான் அல்யோஷா.

"நான் உங்களை எதிர்த்துப் பேசாததற்குக் காரணம் இப்படி ஒரு அவமானகரமான காரியத்தை நீங்கள் செய்திருக்கக்கூடும் என்று நான் நம்பாததுதான். இப்படிப்பட்ட அவமானத்தை ஒருவர் இழைக்க முடியும் என்பதையே என்னால் நம்ப முடியவில்லை."

“கேட்டாயா? காதில் விழுந்ததா?” என்று கத்தினான் வால்காவ்ஸ்கி.

“நடாஷா... எல்லாம் என் குற்றம்தான்! அவர் மீது பழி சொல்லாதே. அது பாவம், மிகவும் கொடுமை அது.”

“வான்யா கேட்டாயா? அவர் எனக்கு எதிராகத் திரும்பி விட்டார்” என்று கூக்குரல் இட்டாள் நடாஷா.

“போதும்” என்றான் வால்காவ்ஸ்கி.

“வேதனையான இந்த விஷயத்துக்கு நாம் இப்போது ஒரு முடிவு கட்டியாக வேண்டும். கண்மூடித்தனமான, காட்டுமிராண்டித் தனமான இந்தக் கூச்சல்–கட்டுப்படுத்திக்கொள்ள முடியாத உன் பொறாமை உணர்வால் பிறந்தது. அது உன் குணத்தைப் புதிய வேறாரு வெளிச்சத்தில் எனக்கு உணர்த்திவிட்டது. நான் எச்சரிக் கையாகி விட்டேன். நாம் மிகவும் அவசரப்பட்டு விட்டோம். உண்மையிலேயே அவசரப்பட்டு விட்டோம். என்னை அவமானப் படுத்தி விட்டோம் என்ற உணர்வுகூட இல்லாமல் இருக்கிறாய் நீ! ஆமாம்! அவசரப்பட்டு விட்டேன்! அவசரம்தான். என் வாக்கைக் காப்பாற்ற வேண்டும்தான். ஆனாலும், நான் ஒரு தந்தை, என் மகன் மகிழ்ச்சியாக இருப்பதையே நான் விரும்புகிறேன்.”

“கொடுத்த வாக்கிலிருந்து நீங்கள் பின்வாங்குகிறீர்கள்” என்று உச்ச ஸ்தாயியில் கத்தினாள் நடாஷா.

“இப்படி ஒரு சந்தர்ப்பம் கிடைத்தது உங்களுக்குச் சந்தோஷமாகி விட்டது. அதனால், உங்களிடம் ஒன்று சொல்கிறேன். கேட்டுக் கொள்ளுங்கள். இந்த வாக்குறுதியிலிருந்து அவரை விடுவிக்க வேண்டுமென்று இரண்டு நாட்களுக்கு முன்பு நானே–தன்னிச்சையாக முடிவெடுத்து விட்டேன். இப்போது எல்லோர் முன்னிலையிலும் அதைச் சொல்கிறேன். நான் அவரைக் கரம் பற்றப் போவதில்லை.”

“அப்படியென்றால் அதன் மூலம் பழைய கவலைகளை, கடமை உணர்வை, உனக்கு அவன் கட்டாயம் செய்தாக வேண்டியவற்றை (இப்போது சற்று முன் நீயே சொன்னது போல்) மீண்டும் அவன் மனதில் கிளர்ந்தெழ வைத்துவிடுவாய்; மறுபடியும் அவனை உன்னோடு பிணைத்துக் கொள்ளப் பார்ப்பாய். நீ இதுவரை சொன்னவைகளுடன் அதுவும் ஒத்துப்போகிறது. அதை வைத்துதான் நான் சொல்கிறேன். சரி, எல்லாம் போதும்! காலம் முடிவு செய்யட்டும். உன்னிடம் விளக்கமாகப் பேச அமைதியான ஒரு தருணம் அமையும் வரை நான் காத்திருக்கிறேன். நம் உறவை முழுமையாக இன்னும் துண்டித்துக் கொள்ளவில்லை என்றே நம்புகிறேன். என்னைப் பற்றியும் நீ நல்லபடியாகப் புரிந்து கொள் வாய் என்ற நம்பிக்கை எனக்கு இருக்கிறது. உன் குடும்பத்தைப்

பொறுத்தவரை நான் வைத்திருக்கும் சில திட்டங்களை உன்னிடம் இன்று சொல்ல வேண்டுமென்று நினைத்திருந்தேன்; அவை என்னைப் பற்றி உனக்குத் தெளிவாகப் புரிய வைத்திருக்கும். சரி, எல்லாம் போதும்" என்ற வால்காவ்ஸ்கி, "இவான் பெத்ரோவிச்" என்று அழைத்தபடி என்னை நெருங்கி வந்தான்.

"உங்களைப் பற்றி நன்றாக அறிந்து கொள்ள வேண்டும் என்பது என் நீண்ட நாள் விருப்பம். இப்போது அது இன்னும் கூடுதலாகி இருக்கிறது. நீங்கள் என்னைப் புரிந்து கொள்ளக் கூடுமென்று நம்புகிறேன். நீங்கள் சம்மதித்தால் ஒன்றிரண்டு நாளில் உங்களை வந்து பார்க்கிறேன்."

நான் வால்காவ்ஸ்கிக்கு வணக்கம் செலுத்தினேன். இனிமேலும் அவனை அறிந்து கொள்ளாமல் தவிர்ப்பது முடியாது என்று எனக்குத் தோன்றியது. அவன் எனக்குக் கை குலுக்கி விட்டு, நடாஷாவுக்கு வணக்கம் சொல்லிவிட்டு விடைபெற்றான். அவனது சுயமதிப்பு புண்பட்டிருப்பதை அவன் நடந்து சென்ற தோரணை வெளிக்காட்டிக்கொண்டிருந்தது.

4

ஒரு சில நிமிடங்கள் நாங்கள் எவருமே ஒரு வார்த்தைகூடப் பேசவில்லை. நடாஷா ஏதோ ஒரு யோசனையில் ஆழ்ந்தவளாய், வருத்தத்தோடு, நொறுங்கிப் போனவள் போல இருந்தாள். அவளிடமிருந்த சக்தியெல்லாம் சட்டென்று வடிந்துபோய் விட்டது. அல்யோஷாவின் கையைத் தன் கைக்குள் வைத்துக் கொண்டபடி–நிலை மறந்துபோனவளாய் வெறித்துப் பார்த்துக் கொண்டிருந்தாள். அவன் கண்ணீரில் தன் துயரத்தைக் கரைத்துக் கொண்டிருந்தான். அவ்வப்போது பயம் கலந்த ஆர்வத்தோடு அவளைப் பார்த்துக்கொண்டும் இருந்தான்.

இறுதியில் ஒரு வழியாக பயந்து கொண்டே அவளைச் சாதானப்படுத்த முயற்சி செய்யத் தொடங்கினான் அவன். தன் மீது தானே குற்றம் சுமத்திக் கொண்டு, கோபப்பட வேண்டாமென்று அவளிடம் மன்றாடினான். தன் தந்தையை அந்தக் குற்றச்சாட்டி லிருந்து விடுவிக்க வேண்டும் என்று அவன் கவலைப்படுவது நன்றாகத் தெரிந்தது. குறிப்பாக, அவன் நெஞ்சைப் பாரமாக அழுத்தியது அதுதான். அந்த விஷயத்தைப் பற்றிப் பேசப் பலமுறை முயற்சி செய்தும், நடாஷாவின் கோபத்தை மீண்டும் கிளறி விட்டு விடுவோமோ என்ற பயத்தில் அப்படிச் செய்ய பயந்தான். தன்

காதல் என்றும் நிலையானது, மாற்றம் இல்லாதது என்று சூளுரைத் தான். அதே நேரத்தில் காத்யா மீது அவன் கொண்டிருக்கும் அன்புப் பிணைப்பையும் நியாயப்படுத்தியபடி, அவள் தனக்கு அருமையான அன்பான ஒரு சகோதரி மட்டுமே என்றும், அவளைத் தன்னால் ஒரேயடியாக விட்டுவிட முடியாதென்றும் சொன்னான். அப்படிச் செய்வது முரட்டுத்தனமானது, கொடூர மானது என்றான். நடாஷா மட்டும் காத்யாவை அறிமுகம் செய்து கொண்டு விட்டால் உடனடியாக இருவரும் நட்பாகி விடுவார்கள்... என்றும் அதற்குப் பின்பு தவறான புரிதல்களே ஏற்பட வாய்ப் பில்லை என்றும் குறிப்பிட்டான். அந்த எண்ணம் உண்மையிலேயே அவனுக்கு அமைதி தருவதாக இருந்தது. பாவம், அல்யோஷா! முழுக்க முழுக்க உண்மையாகத்தான் சொன்னான் அவன். நடாஷாவின் குற்றச்சாட்டுகள் அவனுக்குப் புரியவே இல்லை. அவள் தன் தந்தையிடம் என்ன பேசினாள் என்பதையும் உண்மை யில் அவன் சரியாகப் புரிந்துகொள்ளவில்லை. ஏதோ அவர்கள் சண்டை போட்டார்கள் என்பது மட்டுமே அவனுக்குப் புரிந்தது; எல்லாவற்றையும்விட அவன் நெஞ்சில் அதுதான் பாறையாகக் கனத்துக்கொண்டிருந்தது.

"உங்கள் தந்தை விஷயமாய் என்மீது கோபமாக இருக்கிறீர் களா?" என்று கேட்டாள் நடாஷா.

"நான் எப்படி அவ்வாறு இருக்க முடியும்? உன்மீது நான் எப்படிக் குற்றம் சாட்ட முடியும்?" என்று கசப்புணர்வோடு பேசத் தொடங்கினான் அவன்.

"அதுவும் எல்லாவற்றுக்கும் நானே காரணமாக இருக்கும் போது... எல்லாமே நான் செய்த தவறுதான் என்றபோது... உன்னை அந்த அளவுக்குக் கோபப்பட வைத்தது நான்தான்; உன் கோபத்தில் நீ அவரைத் திட்டினாய், அதற்குக் காரணம் எனக்கு ஆதரவாக, என் சார்பில் பேச நீ விரும்பியதுதான். நீ எப்போதுமே எனக்காகத்தான் பேசத் துணிகிறாய்; எனக்குத்தான் அதற்குரிய தகுதி இல்லை. குற்றத்தை வேறு யார் மேலாவது போட வேண்டும்; அதனால் நீ அவர்மீது சந்தேகப்பட்டாய்; ஆனால், உண்மையில் சொல்லப் போனால் குற்றம் சாட்டப்பட வேண்டியது அவர் இல்லை! நிஜமாகவே அப்படித்தான்" என்று சற்றுத் தைரியத்தை வரவழைத்துக் கொண்டு உரக்கச் சொன்னான் அல்யோஷா.

"அப்படி ஒரு எண்ணத்துடனா அவர் இங்கே வந்தார்? அதை எதிர்பார்த்தா வந்தார்?"

ஆனால், நடாஷா துயரத்தோடும், அவனைக் கடிந்து கொள்வது போலவும் பார்த்ததும் உடனே பின்வாங்கிக்கொண்டான்.

'மன்னித்துக் கொள். இதற்கு மேல் நான் எதுவும் சொல்ல மாட்டேன்" என்றான்.

"எல்லாத் தவறும் என்மீதுதான்."

"அல்யோஷா" என்று அழைத்தபடி வருத்தத்தோடு பேச்சைத் தொடர்ந்தாள் அவள்.

"இப்போது அவர் நமக்குக் குறுக்கே வந்து நமது எஞ்சிய வாழ்க்கையின் அமைதியைக் குலைத்துப் போட்டு விட்டுப் போய் விட்டார். மற்றவர்களிடம் வைத்திருப்பதை விட அவர் மீது எப்போதுமே அளவு கடந்த அன்பு வைத்திருப்பவர் நீங்கள். இப்போது அவர் உங்கள் மனதில் என்னைப் பற்றிய சந்தேகத்தையும், அவநம்பிக்கையையும் விதைத்து விட்டார். அதனால் நீங்கள் என்னைக் குற்றம் சாட்டுகிறீர்கள். உங்கள் இதயத்தில் பாதியை என்னிடமிருந்து பறித்தெடுத்து விட்டார் அவர். நமக்குக் குறுக்கே ஒரு கறுப்புப் பூனை வந்துவிட்டது."

"அப்படியெல்லாம் பேசாதே நடாஷா. ஏன் அப்படிக் கறுப்புப் பூனை என்றெல்லாம் சொல்கிறாய்?"

அவன் அந்தச் சொல்லால் புண்பட்டிருந்தான்.

"அவர் போலித்தனமான பெருந்தன்மையும், பொய்மை கலந்த அன்பும் காட்டி அவற்றால் உங்களை வெற்றி கொண்டு விட்டார்" என்று தொடர்ந்தாள் நடாஷா.

"இனிமேல் உங்களை இன்னும்கூட எனக்கு எதிராக அவர் திருப்புவார்."

"அது அப்படி இல்லையென்று நான் சவால் விட்டுச் சொல்கிறேன்" என்று குரலில் மேலும் சூடேறக் கத்தினான் அல்யோஷா.

"'அளவு மீறி அவசரப்பட்டு விட்டேன்' என்று அவர் சொன்னபோது ஏதோ எரிச்சலில் இருந்தார். நாளையோ, இன்னும் ஒன்றிரண்டு நாள் போன பிறகோ பாரேன், அவரே கொஞ்சம் அமைதியாக, நன்றாக யோசித்துப் பார்ப்பார். ஒருவேளை அவர் மிகவும் கோபமாகவே இருந்து, நம் திருமணத்திற்கு உண்மையிலேயே சம்மதிக்காமல் போனால், அவர் பேச்சை நான் கேட்க மாட்டேன். அது சத்தியம். அதற்குப் போதுமான சக்தி என்னிடம் இருக்கு மென்றே நினைக்கிறேன். நமக்கு அதில் யார் உதவுவார்கள் தெரியுமா?' என்று தனக்குத் தோன்றிய எண்ணத்தைக் கண்டு தானே மகிழ்ந்த படி கூச்சலிட்டான் அவன்.

"காத்யாதான் நமக்கு உதவுவாள். அவள் எப்படிப்பட்ட அற்புதமான ஜீவன் என்பதை அப்போது நீ பார்ப்பாய்! ஆமாம். நீயே பார்ப்பாய். உனக்குப் போட்டியாக இருந்து நம்மைப் பிரிக்கப்

பார்க்கிறாளா அவள் என்பதையும் தெரிந்துகொள்வாய். திருமண மான அடுத்த நாளே நான் மாறிப்போய் விடுவேன் என்று சற்று முன் சொன்னாயே? எப்படிப்பட்ட கொடுமையான வார்த்தை அது? நீ அப்படிச் சொல்லி, கேட்க நேர்ந்தது என்னைப் புண் படுத்துகிறது. இல்லை. நான் அப்படிப்பட்டவன் இல்லை. நான் காத்யாவைப் பார்க்க அடிக்கடி சென்றேன் என்றால் அதற்குக் காரணம்..."

"அல்யோஷா! உங்களுக்கு எப்போது விருப்பமோ அப்போது போய் அவளைத் தாராளமாகப் பார்த்துக்கொள்ளுங்கள். நான் இப்போது சொன்னது அதைப் பற்றி அல்ல. உங்களுக்குக் கொஞ் சம்கூட எதுவும் புரியவில்லை. யாரோடு இருக்க விருப்பமோ, அவர்களோடு போய் சந்தோஷமாக இருந்து கொள்ளுங்கள். உங்கள் இதயம் எனக்கு என்ன கொடுக்க நினைக்கிறதோ, அதை விட அதிகமாக நான் கேட்க முடியாதல்லவா?"

மாவ்ரா உள்ளே வந்தாள்.

"தேநீர் கொண்டு வரவா? வேண்டாமா? இரண்டு மணி நேரமாக சமோவர் கொதித்துக் கொண்டே இருக்கிறது. மணி பதினொன்றாகி விட்டது."

அவள் முரட்டுத்தனமாக, கடுமையாகப் பேசினாள். அவளுக்கு இப்போது நல்ல மனநிலை இல்லை. நடாஷாவிடம் அவள் கோபமாக இருந்தாள். தான் பிரியம் வைத்திருக்கும் இந்த இளம் எஜமானிக்குத் திருமணம் நடக்கப் போகிறதென்று – செவ்வாய்க் கிழமை முதல் அவள் மிகுந்த மகிழ்ச்சியோடு இருந்தாள். அந்த வீட்டில் குடியிருக்கும் மற்றவர்களிடமும், அக்கம்பக்கத்திலும் கடை கண்ணியிலும், வாயிற்காவலனிடத்திலும் ஏற்கனவே அதை அவள் பிரகடனம் செய்தும் இருந்தாள். ஒரு இளவரசர் – குறிப்பிடத்தகுந்த ஒரு மனிதர், ஒரு தளபதி, நல்ல ஒரு பணக்காரர் – அப்படிப்பட்ட ஒருவர் தானாகவே வலிய வந்து தன் இளம் எஜமானியிடம் திருமணத்துக்குச் சம்மதம் கேட்டதாகவும், தன் காதுபட தானே அதைக் கேட்டதாகவும் எல்லோரிடமும் வெற்றிப் பெருமிதத்தோடு அவள் தம்பட்டம் அடித்து வைத்திருந்தாள். இப்போது சட்டென்று எல்லாம் காற்றோடு காற்றாகக் கரைந்துபோய் விட்டது. அந்த இளவரசர் கோபத்தோடு வெளியேறி விட்டார்; அவருக்குத் தேநீர் கூடப் பரிமாறப்படவில்லை. எல்லாமே அந்த இளம் பெண்ணின் தவறுதான்! அவரிடம் அவள் அவமரியாதையாகப் பேசுவதைக் கூட மாவ்ரா கேட்காமல் இல்லை.

மாவ்ராவிடம், "சரி கொண்டு வரலாம்" என்றாள் நடாஷா.

"சாப்பாடு.. அதையும் கொண்டு வரவா, வேண்டாமா?"

“ஆமாம்... அதுவும்தான்.”

நடாஷா குழப்பத்தில் இருந்தாள்.

“சமையல் சமையல்... எப்போது பார்த்தாலும் சமையல்.. நேற்று முதல் விடாமல் – நிற்காமல் ஓடிக்கொண்டிருக்கிறேன். ‘ஒயின்’ வாங்குவதற்காக நேற்று நெவ்ஸ்கிவரை ஓடினேன். இப்போது என்னவென்றால்” என்றபடி கதவைக் கோபத்தோடு அறைந்து சாத்திவிட்டு வெளியே சென்றாள் அவள்.

நடாஷா கூச்சத்தால் முகம் சிவந்தபடி என்னைச் சற்று வித்தியாசமாகப் பார்த்தாள். எங்களுக்குத் தேநீரும் உணவும் பரிமாறப்பட்டது.

சில நல்ல மீன் வகைகள், வெளியில் வாங்கிய அற்புதமான இரண்டு பாட்டில் ‘ஒயின்’ என்று உணவு தடபுடலாக இருந்தது. இந்த ஆயத்தங்களெல்லாம் எதற்காக என்று நான் ஆச்சரியப் பட்டேன்.

“வான்யா! நான் எப்படி ஆகிவிட்டேன் பார்” என்றாள் நடாஷா. என்னை நேருக்கு நேர் பார்க்கக்கூட அவளுக்குக் கூச்ச மாக இருந்தது.

“இதெல்லாம் இப்படித்தான் முடியப் போகிறதென்பது நான் எதிர்பார்த்ததுதான். ஆனாலும்கூட இப்படி நடக்காமலும் போகலாம் என்றும் நான் எதிர்பார்க்கத்தான் செய்தேன். அல்யோஷா வருவார், சமாதானப்படுத்திவிடுவார், எல்லோரும் சமரசமாகி விடுவோம் என்று நினைத்தேன். என் சந்தேகங்களெல்லாம் அர்த்த மற்றவை, நியாயமற்றவை என்பது எனக்கு உறுதியாகி விடுமென்ற எண்ணத்தோடு – அந்த வாய்ப்பை எதிர்பார்த்தபடி இரவு உணவிற்கு ஏற்பாடு செய்திருந்தேன். ஒருவேளை இரவு நெடுநேரம் வரையிலும்கூட நாம் உட்கார்ந்து பேசிக் கொண்டிருக்க வாய்ப் பிருக்கலாம் என்றும் எண்ணினேன்.”

பாவம் நடாஷா! இதைச் சொல்லும் போது அவள் முகம் சிவந்து போயிருந்தது. அல்யோஷா பரவச நிலையில் இருந்தான்.

“பார்த்தாயா நடாஷா” என்று கத்தினான். “உன்னாலேயே நம்ப முடியவில்லை. இரண்டு மணி நேரத்துக்கு முன்னால் உன் சந்தேகங்களை நீயே நம்பாமல்தான் இருந்தாய். நல்லது இப்போது எல்லாவற்றையும் சரியாக்கிவிட வேண்டும். குற்றவாளி நான்தான். எல்லாமே என்னுடைய தவறுதான். அதை நான்தான் சரியாக்க வேண்டும். நடாஷா இப்போது நேராக என் அப்பாவிடம் போகப் போகிறேன். அவரை நான் பார்த்தே ஆக வேண்டும். அவர் மனம் புண்பட்டிருக்கிறார், காயப்பட்டிருக்கிறார். அவரை நான் அமைதிப் படுத்த வேண்டும். நான் எல்லாவற்றையும் அவரிடம் சொல்லி

விடுவேன். எனக்காக மட்டும், எனக்காக மட்டுமே பேசுவேன். உன்னை இதில் இழுக்க மாட்டேன். எல்லாவற்றையும் சரி செய்து விடுவேன். உன்னை விட்டுவிட்டு அவரைப் பார்க்கப் போவதில் குறியாக இருக்கிறேனே என்று என் மீது கோபப்படாதே. அதை அப்படிப் பார்க்காதே. நான் அவருக்காக வருத்தப்படுகிறேன்; அவராகவே வந்து உன்னைச் சமாதானப்படுத்துவார், பார். நாளைக் காலை விடிந்ததும் - எவ்வளவு சீக்கிரம் முடியுமோ, அவ்வளவு சீக்கிரம் நான் இங்கே வந்து விடுகிறேன். நாள் முழுவதும் உன்னுடனேயே இருப்பேன். காத்யாவிடம் போக மாட்டேன்."

நடாஷா அவனைத் தடுக்கவில்லை. போகுமாறு மட்டுமே அவனைத் தூண்டினாள் அவள். காலை முதல் இரவுவரை வலுக்கட்டாயமாக அவனை அங்கே தங்க வைத்துக்கொண்டால் அல்யோஷா தன் மீது சலிப்படைந்து விடுவான் என்று அவள் மிகவும் பயந்தாள். தன் பெயரை இழுக்காமல் - தான் சார்ந்த எதையும் சொல்லாமல் இருக்குமாறு மட்டுமே அவள் அவனிடம் இறைஞ்சிக் கேட்டுக்கொண்டாள். அவன் அங்கிருந்து கிளம்பிய போது தன்னால் முடிந்தவரை மகிழ்ச்சியோடு புன்னகைக்கவும் முயன்றாள். கிளம்பி வாசல்வரை சென்ற அவன், திடீரென்று அவளிடம் திரும்பி வந்து, அவளது கைகள் இரண்டையும் இறுகப் பற்றியபடி அவள் அருகே அமர்ந்துகொண்டான். வார்த்தைகளால் விளக்கிச் சொல்ல முடியாத அளவுக்கு அத்தனை இதமாக அவ்வளவு பரிவோடு அவளை அவன் பார்த்தான்.

"நடாஷா, என் கண்மணியே! என் தேவதையே! என் மீது கோபப்படாதே. நாம் இருவரும் இனிமேல் ஒருபோதும் சண்டை போட வேண்டாம். என்மீது எப்போதும் நம்பிக்கை வைத்திருப்பாய் என்ற உறுதிமொழியை எனக்குக் கொடு. நானும் உன் மீது நம்பிக்கை கொண்டவனாகவே இருப்பேன். என் தேவதையே... இப்போது நான் சொல்லப் போவதைக் கொஞ்சம் கேட்டுக்கொள். ஒருமுறை நாம் இருவரும் சண்டை போட்டுக்கொண்டோம். அது, எதைப் பற்றி என்று எனக்கு ஞாபகம் இல்லை. ஆனால், அப்போது தவறு என்னுடையதுதான். நாம் ஒருவரோடொருவர் பேசிக்கொள்ளவே இல்லை. முதலில் மன்னிப்புக் கேட்க நான் விரும்பவில்லை என்றாலும், மிக மோசமான பயங்கரமான ஒரு நிலையில் இருந்தேன். நகரம் முழுதும் அலைந்து திரிந்தேன். பற்பல இடங்களில் தங்கினேன். என் நண்பர்களைப் போய்ப் பார்த்தேன். ஆனால், என் இதயம் கனத்தது. மிகவும் கனத்தது. அப்போது திடீரென்று எனக்கு ஒரு எண்ணம் தோன்றியது. ஒருவேளை உனக்கு உடம்பு முடியாமல் போய்விட்டால்! ஒருக்கால் நீ இறந்து விட்டால்! அதை என் மனக்கண்ணில் காட்சியாகப் பார்த்த

போது உன்னை என்றென்றைக்குமாய் இழந்து விட்டது போன்ற ஒரு பரிதவிப்பு என்னுள் சட்டென்று எழுந்தது. என் எண்ணங்கள் மேலும் மேலும் கடுமையாகவும் உக்கிரமாகவும் ஆகிக்கொண்டே சென்றன. சிறிது சிறிதாக நான் உன் கல்லறைக்கு வந்து சேர்ந்ததைப் போலவும், கடுந்துயரோடு அதன் மீது வீழ்ந்தபடி, அதைத் தழுவிக் கொள்வது போலவும், மிகுந்த துன்பத்தோடு அங்கே மண்டி இடுவதைப் போலவும் கற்பனை செய்துகொள்ளத் தொடங்கி விட்டேன். அந்தக் கல்லறையை முத்தமிட்டபடி, உன்னை அங்கிருந்து வெளியே வரச் சொல்லி நான் அழைத்தால் கண நேரமாவது நீ என் எதிரிலே வருவாயா... அப்படி ஒரு அற்புதம் நடக்குமா என்று இறைவனிடம் வேண்டிக்கொண்டேன். அப்படி ஒன்று நடந்தால் உன்னை ஆரத் தழுவி இறுக அணைத்து முத்தமிட்டபடி என் கரங்களால் உன்னைத் தழுவிக்கொள்ளும் வாய்ப்பு இன்னொரு முறை கிடைத்த பரவசத்தோடு அப்படியே இறந்து போய் விடுவதாகக்கூட கற்பனை செய்து கொண்டேன். அப்படிப்பட்ட கற்பனைக்கிடையிலேயே திடீரென்று வேறொரு எண்ணமும் என்னுள் மின்னலடித்தது. இப்போது உன்னை ஒரே ஒரு நிமிடம் பார்க்க வேண்டுமென்று நான் கடவுளிடம் பிரார்த்தித்துக் கொண்டிருக்கிறேன். ஆனால், நீயோ ஆறு மாதங்களாக என்னுடன் இருக்கிறாய். அந்த ஆறு மாதங்களில் நாம் எத்தனை முறை சண்டை போட்டிருப்போம்? எவ்வளவு நாட்கள் ஒருவரோ டொருவர் பேசாமல் இருந்திருப்போம்? நாள் முழுவதும் கோப மாகவே இருந்தபடி நம் சந்தோஷத்தை ஒரு பொருட்டாகவே நினைக்காமல் இருந்திருப்போம். இப்போது என்னவென்றால் ஒரே ஒரு நிமிடம் நீ கல்லறையிலிருந்து எழுந்து வருவதற்காக நான் அவ்வளவு மன்றாடுகிறேன். அதற்காக என் வாழ்க்கை முழுவதையுமே ஒப்படைக்கச் சித்தமாக இருக்கிறேன். இதை என் மனக்கண்ணில் ஓட்டிப் பார்த்த பிறகு அதற்கு மேலும் பொறுத்துக்கொள்ள முடியாமல் எவ்வளவு வேகமாக முடியுமோ, அவ்வளவு வேகமாக உன்னிடம் ஓடி வந்து விட்டேன்; நீயும் கூட என்னை எதிர்பார்த்துக் கொண்டுதான் இருந்தாய். நாம் சமாதானமடைந்து ஒருவரை ஒருவர் தழுவிக்கொண்டோம். உன்னை இழந்து விடுவேனோ என்ற பயத்துடன் என் கரங்களால் உன்னை மிக மிக இறுக்கமாக நான் கட்டிக் கொண்டிருந்தது எனக்கு நினைவிருக்கிறது. நடாஷா, நாம் ஒருபோதுமே சண்டை போட வேண்டாம். அது எப்போதுமே என்னை வருத்தத்துக்குள்ளாக்குகிறது. கடவுளே! உன்னை விட்டு அப்படி என்னால் விலகிப்போய் விட முடியுமா என்ன?"

நடாஷா அழுது கொண்டிருந்தாள். அவர்கள் ஒருவரை ஒருவர் அன்போடு அணைத்துக்கொண்டிருந்தார்கள். அவளை

ஒருபோதும் விட்டுவிட மாட்டேன் என்று அல்யோஷா மீண்டும் ஒரு முறை சத்தியம் செய்தான். பிறகு அவனது தந்தையிடம் பறந்து சென்று விட்டான். எல்லாவற்றையும் சரி செய்து நல்லபடியாக ஆக்கிவிட முடியும் என்று உறுதியாக நம்பிக்கொண்டிருந்தான் அவன்.

“அவ்வளவுதான் எல்லாம் முடிந்தது. எல்லாம் முடிவுக்கு வந்து விட்டது” என்றபடி என் கையைப் பற்றி முறுக்கினாள் நடாஷா.

“அவர் என்னைக் காதலிக்கத்தான் செய்கிறார். என் மீதுள்ள காதல் அவருக்கு ஒரு போதும் குறையாது. ஆனால், அவன் காத்யாவையும் நேசிக்கிறார். இன்னும் சிறிது காலம் போன பிறகு என்னைவிட அவளை அதிகமாக நேசிக்கத் தொடங்கிவிடுவார். கட்டுவிரியனைப் போன்ற கொடுமை வாய்ந்த வால்காவ்ஸ்கி அதை எதிர்பார்த்துக் கொண்டே இருப்பார். அதுவரை அவரால் அமைதிகொள்ள முடியாது.”

“நடாஷா, வால்காவ்ஸ்கி தப்பாட்டம் ஆடுகிறான் என்பதை நானும் நம்புகிறேன். ஆனால்....”

“நான் அவரிடம் சொன்ன எல்லாவற்றையுமே உன்னால் நம்ப முடியவில்லை, அப்படித்தானே? அதை உன் முகத்திலிருந்தே என்னால் தெரிந்துகொள்ள முடிந்தது. ஆனால், கொஞ்சம் காத்திரு. அப்போது உனக்கே தெரிந்து விடும். நான் சொல்வது சரியா, தவறா என்று. நான் பொதுப்படையாக மட்டும்தான் பேசினேன். ஆனால், அவர் மனதில் என்ன இருக்கிறதோ, அது கடவுளுக்குத்தான் தெரியும். அவர் ஒரு கொடுமைக்காரர். கடந்த நான்கு நாட்களாக இந்த அறைக்குள் நான் முன்னும் பின்னும் நடந்து கொண்டே இருந்தேன். அப்போது எல்லாவற்றையுமே புரிந்து கொண்டு விட்டேன். அல்யோஷாவைச் சுதந்திரமாக விட்டுவிட வேண்டும். அவர் வாழ்வில் குறுக்கிட்டிருக்கும் இந்தத் துயரச் சுமை அவரது இதயத்தைப் பாரமாக்கிவிடக் கூடாது. என் காதலிலிருந்து அவன் விடுவிக்கப்பட வேண்டும்–இதுவே அவர் விரும்புவது. இந்தத் திருமணப் பேச்சுவார்த்தையோடு எங்களுக்கு நடுவே அவர் நுழைந்ததும்கூட–அதன் மூலம் எங்கள் நம்பிக்கைக்குரியவராகத் தன்னை ஆக்கிக்கொண்டு தன் தாராளப் பேச்சால், பெருந்தன்மை யான குணத்தால் அல்யோஷாவை வளைத்துப்போட்டு விடலாம் என்பதற்காகத்தான். அதுதான் உண்மை! அதுதான் நிஜம் வான்யா. அல்யோஷா அப்படிப்பட்ட மனப்போக்கு உடையவர் தான். அதற்கு மேல் என்னைப் பற்றிய பதட்டமோ, கவலையோ இல்லாமல் அவர் சமாதானமாகி விடுவார். “இனிமேல் இவள் என் மனைவிதானே, காலமெல்லாம் இவள் என்னோடுதானே

இருக்கப் போகிறாள்" என்று நினைத்துக்கொண்டபடி தன்னை யறியாமலேயே காத்யா மீது அதிகக் கவனம் செலுத்த ஆரம்பித்து விடுவார். இளவரசர், காத்யாவைப் பற்றி மிகத் தெளிவாக ஆராய்ந்து வைத்திருக்கிறார்; அல்யோஷாவுக்கு அவள்தான் பொருத்தமானவள் என்றும், என்னைவிட அதிகமாக அல்யோ ஷாவை அவளால்தான் வசீகரிக்க முடியுமென்றும் உணர்ந்திருக்கிறார். வான்யா! இப்போது நீ மட்டும்தான் என் ஒரே நம்பிக்கை. ஏதோ ஒரு காரணத்தால் உன்னைத் தெரிந்துகொள்ள வேண்டும். உன்னோடு நட்புகொள்ள வேண்டும் என்று அவர் ஆசைப்படுகிறார். தயவுசெய்து அதை மறுத்து விடாதே! என் பிரிய நண்பனே, கடவுளுக்குப் பொதுவாகக் கேட்கிறேன். சீமாட்டியைப் பார்க்கவும் சீக்கிரமாகவே முயற்சி செய். அந்தப் பெண் காத்யாவுடன் நட்புக் கொள். அவளைப் பற்றிய எல்லாவற்றையும் – முழுவதுமாகத் தெரிந்துகொண்டு, அவள் எப்படிப்பட்டவள் என்பதை என்னிடம் வந்து சொல். நானும் அங்கே ஒரு கண் வைத்திருக்க வேண்டியது அவசியம். நீ என்னைப் புரிந்துகொள்வதைப் போல வேறு யாராலும் என்னைப் புரிந்து கொள்ள முடியாது; எனக்கு என்ன வேண்டும் என்பதும் உனக்குத் தெரியும். அவர்களுடைய நட்பு எந்த எல்லைவரை போயிருக்கிறது. அவர்களுக்குள் என்னதான் நடக்கிறது, அவர்கள் என்ன பேசுகிறார்கள் என்று எல்லாமே தெரிந்துகொள்ளப் பார். முக்கிய மாக காத்யா!

காத்யாவை நன்கு கவனித்துப் பார்! வான்யா! என் கண்மணி வான்யா! எனக்கு எப்படிப்பட்ட உண்மையான நண்பன் என்பதை மீண்டும் ஒருமுறை நிரூபித்துக் காட்டு. நீதான் என் பற்றுக்கோடு. இப்போது என் ஒரே நம்பிக்கை நீதான்."

***

நான் வீடு திரும்பிய போது நள்ளிரவு கடந்து விட்டிருந்தது. தூக்கம் கலையாத முகத்தோடு எனக்குக் கதவைத் திறந்து விட்டாள் நெல்லி. என்னை இனிமையாகப் பார்த்துப் புன்னகை செய்தாள். அப்படித் தூங்கிப்போய் விட்டதற்காகப் பாவப்பட்ட அந்தக் குழந்தை வருத்தப்பட்டுக் கொண்டிருந்தாள். எனக்காகக் காத்திருக்க வேண்டும் என்றே அவள் ஆசைப்பட்டாள். என்னை விசாரித்தபடி யாரோ ஒருவர் வீட்டுக்குத் தேடி வந்ததையும், சிறிது நேரம் காத்திருந்து விட்டு மேசையில் எனக்காக ஏதோ ஒரு குறிப்பு எழுதி வைத்துவிட்டுப் போனதையும் சொன்னாள். அந்தக் குறிப்பை எழுதியிருந்தவன் மாஸ்லோபோயேவ். மறுநாள் பகல் பன்னிரண்டிலிருந்து ஒரு மணிக்குள் என்னை அவன் வீட்டுக்கு வருமாறு அதில் அழைத்திருந்தான். நெல்லியிடம் ஏதோ கேட்க

வேண்டுமென்று நினைத்த நான், அதை மறுநாள் காலைவரை ஒத்தி வைத்து, உடனே படுக்கப் போகுமாறு அவளைக் கட்டாயப் படுத்தினேன். பாவம், அந்தக் குழந்தை களைத்துப் போயிருந்தாள். எனக்காகக் காத்துக்கொண்டிருந்து விட்டு நான் வருவதற்கு அரை மணி நேரம் முன்புதான் தூங்கிப்போயிருந்தாள் அவள்.

5

முதல் நாள் மாலை வீட்டுக்கு வந்து சென்றவரைப் பற்றிக் காலையில் நெல்லி சொன்ன சில தகவல்கள் வினோதமாக இருந்தன. அன்று மாலை என் வீட்டுக்கு வர வேண்டுமென்று மாஸ்லோபோயேவுக்குத் தோன்றியதே எனக்கு வித்தியாசமாகத்தான் இருந்தது. நான் வீட்டில் இருக்க மாட்டேன் என்பது அவனுக்கு நிச்சயமாகத் தெரியும். கடைசியாக நாங்கள் சந்தித்தபோது நான் அவனிடம் அதைத் தெளிவாகவே குறிப்பிட்டிருந்தேன். கதவைத் திறக்க முதலில் தனக்குப் பயமாகவும் தயக்கமாகவும் இருந்ததென்றும் மணி அப்போதே எட்டாகி விட்டதென்றும் சொன்னாள் நெல்லி. ஆனால், கதவைத் திறக்கச் சொல்லி அவன் அவளைத் தூண்டி யிருக்கிறான். எனக்கு அவன் ஒரு குறிப்பு எழுதி வைக்க வேண்டு மென்றும், இல்லையென்றால் மறுநாள் எனக்கு ஏதாவது ஒரு சிக்கல் ஏற்படக் கூடுமென்றும் அவளை வற்புறுத்தியிருக்கிறான். அவள் அவனை உள்ளே விட்டதும் எனக்குரிய குறிப்பை மேசையில் எழுதி வைத்து விட்டு, அவளருகே சென்று சோஃபாவில் அமர்ந்துகொண்டும் இருக்கிறான்.

"உடனே நான் எழுந்து கொண்டேன். எனக்கு அவரிடம் பேச விருப்பமில்லை" என்றாள் நெல்லி.

"எனக்கு அவரைப் பார்க்க மிகவும் பயமாகத்தான் இருந்தது. அவர் புப்னோவாவைப் பற்றிப் பேச ஆரம்பித்து விட்டார். அவள் எவ்வளவு கோபப்பட்டாள் என்று சொன்னார். இனிமேல் என்னை அங்கே கொண்டு செல்ல அவள் துணிய மாட்டாள் என்று சொல்லிவிட்டு உங்களைப் புகழ ஆரம்பித்து விட்டார். தான் உங்களுடைய நெருக்கமான நண்பர் என்றும், சிறு பையனாக இருந்த காலத்திலிருந்து உங்களைத் தனக்குத் தெரியும் என்றும் குறிப்பிட்டார். அதன் பிறகு நானும் அவரிடம் பேசத் தொடங்கி விட்டேன். சில இனிப்பு மிட்டாய்களை என்னிடம் எடுத்துக் கொடுத்து அவற்றை வாங்கிக்கொள்ளச் சொன்னார். எனக்கு அதில் விருப்பம் இல்லை. தான் ஒரு நல்ல மனிதன்தான் என்றும்,

தனக்குப் பாடக்கூடத் தெரியும் என்றும் சொன்ன அவர் குதித்து நடனமாடவும் தொடங்கி விட்டார். எனக்கு அதைப் பார்த்து சிரிப்பு வந்துவிட்டது. பிறகு தான் இன்னும் சற்று நேரம் காத்திருக்க எண்ணுவதாகச் சொன்னார்.

"வான்யாவுக்காகச் சிறிது நேரம் காத்திருக்கிறேன். ஒரு வேளை அவன் வந்துவிடலாம் அல்லவா?" என்றார். என்னைப் பார்த்துப் பயப்பட வேண்டாம் என்றும், தன் அருகே உட்காரு மாறும் என்னிடம் கெஞ்சினார். நானும் உட்கார்ந்தேன். ஆனால், அவரிடம் எதுவும் பேசவில்லை. பிறகு என் தாயையும், தாத்தாவை யும் தனக்குத் தெரியும் என்றார். அதற்கப்புறம் நானும் பேச ஆரம்பித்தேன். அவரும் வெகுநேரம் இங்கே இருந்தார்."

"நீ என்ன பேசினாய்?"

"அம்மாவைப் பற்றி... புப்னோவாவைப் பற்றி... தாத்தாவைப் பற்றி. கிட்டத்தட்ட இரண்டு மணி நேரம் போல இங்கே இருந்தார் அவர்."

அவர்கள் என்ன பேசிக்கொண்டார்கள் என்பதைச் சொல்ல நெல்லிக்கு விருப்பமில்லை என்று தோன்றியது. நானும் அவளிடம் எதுவும் கேட்கவில்லை. மாஸ்லோபோயேவிடம் எல்லாவற்றையும் கேட்டுத் தெரிந்துகொள்ளலாம் என்று விட்டுவிட்டேன். ஆனால், நான் வெளியே போயிருக்கும் சமயம் பார்த்து – நெல்லியைத் தனியாகச் சந்திக்க வேண்டுமென்பதற்காகவே மாஸ்லோபோயேவ் வந்திருக்க வேண்டும் என்று எனக்குத் தோன்றியது. அவன் அப்படி ஏன் செய்ய வேண்டும் என்று எனக்கு ஆச்சரியமாகத்தான் இருந்தது.

அவன் கொடுத்த மூன்று இனிப்புகளை நெல்லி என்னிடம் காட்டினாள். பச்சை, சிவப்புக் காகிதத்தில் சுற்றிய மிக மலிவான அந்த மிட்டாய்கள் தெருவோரப் பெட்டிக் கடையில் வாங்கியவை போலிருந்தன. அவற்றை என்னிடம் காட்டிக்கொண்டே சிரித்தாள் நெல்லி.

"நீ ஏன் அதைச் சாப்பிடவில்லை?" என்று கேட்டேன்.

"எனக்கு விருப்பமில்லை" என்று தீவிரமாக முகத்தைச் சுளித்துக்கொண்டே சொன்னாள் அவள்.

"நான் ஒன்றும் அவரிடமிருந்து வாங்கிக்கொள்ளவில்லை. அவராகவே சோஃபாவில் வைத்து விட்டார்."

அன்று நான் நிறைய விஷயங்களுக்காக வெளியே ஓட வேண்டியிருந்தது. நெல்லியை விட்டு விட்டு வெளியே போக வேண்டியிருக்கும் என்று அவளிடம் சொன்னேன்.

"தனியாக இருப்பது கஷ்டமாக இருக்கிறதா?" என்று கிளம்பும் போது அவளைக் கேட்டேன்.

"ஆமாம். இல்லை இரண்டும்தான். நீங்கள் வெகுநேரம் கூட இல்லாதபோது நான் தனியாகத்தான் உணர்கிறேன்."

இதைச் சொல்லும் போது மிகுந்த வாஞ்சையோடு அவள் என்னைப் பார்த்தாள். அன்று காலை முழுவதுமே அதே வகையான பிரியத்தோடுதான் அவள் என்னைப் பார்த்துக் கொண்டிருந்தாள். மகிழ்ச்சியாகவும் என்னிடம் மிகவும் ஒட்டுதலாகவும்கூட இருந்தாள் அவள். அதே நேரத்தில் அவளிடம் ஒரு வகையான கூச்ச உணர்வுடன் பயமும் கூட இருந்தது. தன் உணர்வுகளை அதிகப்படியாக வெளிக்காட்டிக் கொள்கிறோமோ என்று அவள் எண்ணினாள். என்னை ஏதாவது ஒருவகையில் கஷ்டப்பட வைத்து விடுவோமோ... என் அன்பை இழந்துவிட நேருமோ என்ற பயம் அவளிடம் இருந்தது.

"அது சரி... ஆனால், தனியாக உணரவில்லை என்றும் சொல்கிறாயே? அது ஏன்? ஆமாம் இல்லை என்று இரண்டும் சொன்னாய்தானே நீ" என்று அவளைப் பார்த்துப் புன்னகை செய்து கொண்டே கேட்டேன். அப்படிக் கேட்காமலிருக்க என்னால் முடியவில்லை. எனக்கு மிக மிகப் பிரியமானவளாக, ஒரு பொக்கிஷம் போல ஆகிக்கொண்டு வந்தாள் அவள்.

"அது ஏன் என்று எனக்குத் தெரியும்" என்று புன்னகையோடு பதிலளித்த அவள், ஏதோ ஒரு காரணத்தால் மீண்டும் கூச்சப் பட்டாள். திறந்திருந்த கதவருகே நாங்கள் பேசிக்கொண்டிருந்தோம். நெல்லி எனக்கெதிரே கண்களைத் தாழ்த்தியபடி நின்று கொண்டிருந்தாள். அவளுடைய ஒரு கை, என் தோளின் மீது இருந்தது. மற்றொரு கை என் சட்டையை நிமிண்டிக்கொண்டிருந்தது.

"அது என்ன அப்படி ஒரு ரகசியம்?" என்று கேட்டேன்.

"இல்லையில்லை.. ஒன்றும் இல்லை. நீங்கள் வெளியே போன போது நான் நீங்கள் எழுதிய புத்தகத்தைப் படிக்க விரும்பி எடுத்து விட்டேன்" என்று தணிந்த குரலில் சொல்லியபடி மிகுந்த அன்போடு என்னை ஊடுருவிப் பார்த்தாள். கூச்சத்தால் அவள் முகம் சிவந்திருந்தது.

"ஓ... அதுதானா விஷயம்? சரி சரி! உனக்கு அது பிடித்திருந்ததா?"

முகத்துக்கு நேரே புகழப்படும்போது ஒரு படைப்பாளிக்கு ஏற்படும் தரும சங்கடத்தை அப்போது உணர்ந்தேன். அந்தக் கணத்தில் அவளுக்கு ஒரு முத்தம் தர வேண்டுமென்ற எழுச்சி

எனக்குள் ஏற்பட்டது. ஏன் என்பது எனக்கே விளங்கவில்லை. ஆனாலும் ஏனோ அவளை முத்தமிட என்னால் முடியவில்லை.

நெல்லி கண நேரம் அமைதியாக இருந்தாள்,.

"அவன் ஏன் இறந்து போனான்? அது ஏன்?" என்று ஆழ்ந்த வருத்தத்தை முகத்தில் தேக்கியபடி என்னிடம் கேட்டாள். ஒரு கணம் லேசாக என்னை ஒரு பார்வை பார்த்துவிட்டுச் சட்டென்று கண்களை மீண்டும் தாழ்த்திக்கொண்டாள்.

"யார்?" என்றேன்.

"அதுதான். அந்தப் புத்தகத்தில் வருகிறானே, காசநோய் கண்ட அந்த இளைஞன்... அவன்தான்."

"வேறு வழியில்லை... அது அப்படித்தான் இருக்க முடியும் நெல்லி."

"இல்லை... அதற்குத் தேவையே இல்லை. அது கூடாது" என்று சற்று உரத்த குரலில் பதிலளித்தாள். பிறகு சட்டென்று, சிறிது கோபத்தோடு முகத்தைத் தூக்கி வைத்துக் கொண்டு தரையையே வெறித்துப் பார்க்க ஆரம்பித்தாள்.

இன்னும் ஒரு நிமிடம் கடந்தது.

"சரி... அப்புறம் அவர்கள்? அந்தப் பெண்ணும், வயதான அந்த மனிதரும்?" என்று மெல்லிய குரலில் என்னிடம் கேட்டாள். அவளது கை என் சட்டையை இன்னும்கூட வலுவாக நிமிண்டிக் கொண்டிருந்தது.

"அவர்கள் எப்போதும் சேர்ந்திருப்பார்களா? தொடர்ந்து ஏழைகளாகவே இருக்க மாட்டார்கள்தானே?"

"இல்லை நெல்லி. அவள் எங்கோ தொலைதூரம் போய் விடுவாள். அங்கே ஒரு நிலப்பிரபுவைத் திருமணம் செய்து கொள் வாள். இந்த மனிதர் இங்கே தனியாக இருப்பார்" – நானும் மிகுந்த வருத்தத்தோடுதான் அவளுக்கு இந்தப் பதிலைச் சொன்னேன். அவளை ஆறுதல்படுத்தும் வகையில் எதுவும் சொல்ல முடிய வில்லையே என்ற வருத்தம் எனக்கு இருந்தது.

"சே... என்ன ஒரு கொடுமை! அப்படியென்றால் இனிமேல் அதைப் படிக்கவே மாட்டேன்."

கோபத்தோடு என் கையைப் பிடித்துத் தள்ளிவிட்டு எனக்கு முதுகு காட்டியபடி மேசைக்கருகே நடந்தபடி சொன்னாள் அவள். மேசையின் ஒரு மூலையில் தலையை வைத்துக்கொண்டு தரையில் கண் பதித்தபடி அப்படியே உட்கார்ந்திருந்தாள்.

"இதோ பார் நெல்லி. என்ன இது? இப்படிக் கோபப்படுகிறாயே?" என்றபடி அவள் அருகில் சென்றேன். அதில் எழுதியிருப்பதெல்லாம் வெறும் கற்பனை. அது உண்மையல்ல. அதில் கோபப்பட என்ன இருக்கிறது? இவ்வளவு எளிதில் உணர்ச்சி வசப்படும் பெண்ணாக இருக்கிறாயே நீ?"

"எனக்கொன்றும் கோபம் இல்லை" என்று அப்பாவித்தனமாகச் சொல்லிக்கொண்டே அன்பு நிறைந்த தெளிவான தன் விழிகளால் என்னைப் பார்த்தாள் அவள். பிறகு சட்டென்று என் கையைப் பற்றிக் கொண்டு தன் முகத்தை என் நெஞ்சில் வைத்து அழுத்திக் கொண்டாள். பிறகு ஏதோ காரணத்தால் அழத் தொடங்கி விட்டாள். ஆனால், அதே சமயத்தில் சிரிக்கவும் செய்தாள். சிரிப்பும் அழுகையும் ஒருசேர! எனக்கும் சிரிக்க வேண்டும் போலிருந்தது. ஆனால், ஏனோ அவளுடைய செய்கை மனதை நெகிழ்விப்பதாகவும் இருந்தது. தன் தலையை என் நெஞ்சிலிருந்து கொஞ்சம்கூட நகர்த்திக் கொள்ளவில்லை அவள். அதை விடுவிக்க நான் முயன்ற போது இன்னும் வலுவாக, நெருக்கமாக என் மீது தன் முகத்தை அழுத்திக் கொண்டாள். இன்னும் கூடுதலாக, மிகுதியாகச் சிரித்தாள்.

கடைசியில் ஒரு வழியாக–அந்த உணர்வுமயமான காட்சி ஒரு முடிவுக்கு வந்தது. நாங்களும் ஒருவரை விட்டு ஒருவர் விலகிக் கொண்டோம். நான் அவசரத்தில் இருந்தேன். நெல்லி முகம் சிவந்திருந்தாள். கூச்சம் இன்னும்கூட அவளை விட்டு விலகவில்லை. அவளது கண்கள் நட்சத்திரம் போல ஜொலித்துக் கொண்டிருந்தன. படிக்கட்டில் என் கூடவே ஓடி வந்து, சீக்கிரம் திரும்பி வருமாறு என்னிடம் கெஞ்சினாள். நான் எவ்வளவு சீக்கிரம் முடியுமோ அவ்வளவு சீக்கிரம் உணவு வேளையின் போது திரும்பி வந்து விடுவதாக உறுதி சொன்னேன்.

இக்மெனெவ் குடும்பத்தாரைத்தான் நான் முதலில் பார்க்கச் சென்றேன். அவர்கள் இருவருக்குமே உடல்நலம் சரியில்லை. ஆனா ஆண்ட்ரேயேவ்னா மிகவும் முடியாமல் இருந்தார். நிகோலாய் செர்கிச் படிக்கும் அறையில் இருந்தார். நான் உள்ளே வந்தது அவருக்குக் கேட்டது. ஆனால் வழக்கம் போல நாங்கள் மனம் கொண்ட அளவு பேசி முடிக்க நேரம் தந்துவிட்டு, கால் மணி நேரத்துக்குப் பிறகுதான் வெளியே வருவார். அதற்கு முன்பு வர மாட்டார் என்பது எனக்குத் தெரியும். ஆனா ஆண்ட்ரே யேவ்னாவை மிகுந்த துயருக்கு உள்ளாக்க நான் விரும்பவில்லை. அதனால் என்னால் முடிந்த வரை முந்தின நாள் மாலையில் நடந்த விஷயங்களை அடக்கி வாசிப்பது போலவே சொன்னேன். ஆனாலும், உண்மை எதுவோ அதைச் சொல்லி விட்டேன். அந்த

மூதாட்டி ஏமாற்றமடைந்தாலும் இந்த உறவில் ஒரு விரிசல் ஏற்பட வாய்ப்பிருக்கிறது என்ற செய்தியைக் கேட்டு அதிக வியப்படைந்து விடவில்லை. அது எனக்கு ஆச்சரியமாக இருந்தது.

"என் அன்புப் பையா! நீ சொல்வது சரிதான். எல்லாம் அப்படியே நான் நினைத்ததைப் போலவேதான் இருக்கிறது" என்றாள் அவள்.

"நீ இங்கிருந்து போன பிறகு நான் அதைப் பற்றி நிறைய நினைத்துப் பார்த்தேன்; அப்படியெல்லாம் நடக்க வழியில்லை என்றும் தெரிந்து கொண்டேன். கடவுளிடமிருந்து அப்படி ஒரு அருள் கிடைக்க நாங்கள் கொடுத்து வைக்கவில்லை; மேலும், அந்த இளவரசன் வால்காவ்ஸ்கி மிகவும் பொல்லாதவன். அவனிடமிருந்து நல்லது ஏதாவது நடக்கும் என்று எதிர்பார்க்க முடியுமா என்ன? நீயே பாரேன்... ஒன்றுமில்லாத ஒரு விஷயத்துக்காக எங்களிடமிருந்து பத்தாயிரம் ரூபிள்களைப் பறித்துக்கொள்கிறான் அவன். அதற்கு அவனுக்கு உரிமையில்லை என்று தெரிந்தும் வேண்டுமென்றே அப்படிச் செய்கிறான். எஞ்சியிருக்கும் கடைசித் துண்டு ரொட்டியைக்கூட எங்களிடமிருந்து கவர்ந்து கொள்கிறான் அவன். இக்மெனெவ்காவும் விற்பனையாகிவிடப் போகிறது. அவர்கள் பேச்சை நடாஷா நம்பாமல் இருந்தது சரிதான். புத்திசாலித்தனமும் கூட. ஆனால், என் கணவர் என்ன நினைக்கிறார் தெரியுமா பையா" என்று தொடர்ந்தபடி தன் குரலைத் தணித்துக் கொண் டாள்.

"இந்தத் திருமணத்தை முழுக்க முழுக்க எதிர்க்கிறார் அவர். வெளிப்படையாகவே 'நான் இதை நடக்க விடமாட்டேன்' என்றும் சொன்னார்.

முதலில் நான்கூட வெறும் பேச்சுக்குத்தான் அப்படிச் சொல் கிறாரோ என்று நினைத்தேன். ஆனால், அப்படி இல்லை. அதில் அவர் தீவிரமாகத்தான் இருக்கிறார். ஆனால், அதன் பிறகு பாவப்பட்ட என் கண்மணிக்கு என்ன ஆகும்? எப்போது பார்த் தாலும் அவர் அவளைத் திட்டிக்கொண்டே இருப்பார். அவ்வளவு தான். சரி, அல்யோஷா என்ன நினைக்கிறான். அதைச் சொல். அவன் என்ன சொல்கிறான்?"

வெகு நேரம் என்னைக் கேள்விகளால் துளைத்தெடுத்துக் கொண்டிருந்தாள் அவள். வழக்கம் போல ஒவ்வொரு கேள்விக்கான பதிலையும் நான் சொன்ன போது பெருமூச்சுடன், முனகியபடியே அதைக் கேட்டுக்கொண்டாள். சமீப காலமாக அவள் மிகவும் பலவீனமாகவும், உணர்ச்சி வசப்பட்டவளாகவும் ஆகிக்கொண்டு வந்ததை நான் கவனித்திருந்தேன். ஒவ்வொரு செய்தியும் அவளை

நிலைகுலைய வைத்துக் கொண்டிருந்தது. நடாஷாவைப் பற்றிய கவலை அவளது உடல்நலத்தையும், மனதையும் பெரிதும் வருத்திக் கொண்டிருந்தது.

வீட்டில் அணிந்து கொள்ளும் 'டிரெஸிங் கவு'னுடன் சாதாரணக் காலணிகள் அணிந்தபடி அறையை விட்டு வெளியே வந்தார் முதியவர். தனக்குக் காய்ச்சல் இருப்பதாகச் சொன்னாலும், தன் மனைவியை அன்போடும் கரிசனத்தோடும் பார்த்தபடி–நான் அங்கிருந்த நேரம் முழுவதும் ஒரு மருத்துவ உதவியாளர் போலவே அவர் அவளைக் கவனித்துக் கொண்டிருந்தார். அவள் கண் களையே உற்றுப் பார்த்தார். அவளைக் குறித்த லேசான பயத்தைக் கூட அவரிடம் காண முடிந்தது. அவர் அவளைப் பார்த்த விதத்தில் அளவு கடந்த அன்பும், ஆதுரமும் இருந்தது. அவளது நோய் அவரைப் பயமுறுத்தியிருந்தது. அவளை இழக்க நேர்ந்தால் உலகிலுள்ள எல்லாவற்றையுமே இழந்தது போலாகி விடுமென்ற சிந்தனையோடு அவர் இருந்ததைப் பார்க்க முடிந்தது.

நான் அவர்களோடு அங்கே ஒரு மணி நேரம் தங்கியிருந்தேன். அங்கிருந்து விடை பெற்றபோது அவர் வாசல் வரை என்னோடு கூடவே வந்து நெல்லியைப் பற்றிப் பேசத் தொடங்கினார். தங்கள் வீட்டுக்கு அவளைக் கூட்டிக்கொண்டு வந்து தங்கள் பெண்ணைப் போல அவளைப் பார்த்துக்கொள்ள வேண்டுமென்று தீவிரமான எண்ணம் அவரிடம் இருந்தது. அந்தத் திட்டத்துக்கு ஆனா ஆண்ட்ரேயேவ்னாவை சம்மதிக்க வைப்பது எப்படி என்பது குறித்த என் அபிப்பிராயத்தைக் கேட்டார். நெல்லியைப் பற்றிய தகவல்களைக் குறிப்பான ஆர்வத்துடன் என்னிடம் கேட்டார். அவளைப் பற்றிப் புதிதாக ஏதாவது ஒரு செய்தியை என்னால் கண்டுபிடிக்க முடிந்ததா என்றும் கேட்டார். நான் அவரிடம் சுருக்கமாக எல்லாவற்றையும் சொன்னேன். அந்தச் செய்திகள் அவரிடம் பாதிப்பை ஏற்படுத்தியதைப் பார்க்க முடிந்தது.

"நாம் இதுபற்றி மறுபடியும் பேசுவோம்" என்று தீர்மானமாகச் சொன்னார் அவர்.

"இடையே கொஞ்சம் உடம்பு சரியாகி விட்டால் நானே உன் வீட்டுக்கு வருகிறேன். அப்போது நாம் அதுபற்றி முடிவு செய்து கொள்ளலாம்."

சரியாக பன்னிரண்டு மணிக்கு நான் மாஸ்லோபோயேவின் வீட்டுக்குச் சென்றேன். உள்ளே நுழைந்ததும் நான் எதிர்ப்பட்ட முதல் நபர் இளவரசன் வால்காவ்ஸ்கி என்பது பெரும் ஆச்சரி யத்தை அளித்தது. அவன் கூடத்தில் நின்று ஓவர்கோட்டை அணிந்து கொண்டிருக்க மாஸ்லோபோயேவ் பவ்யமாக அதற்கு உதவிக்

கொண்டிருந்தான். அவனது கைத்தடியை அவனிடம் எடுத்துக் கொடுத்தான். இளவரசருடன் தனக்குப் பழக்கம் உண்டு என்று ஏற்கனவே அவன் என்னிடம் சொல்லியிருந்தபோதும் எதிர்பாராத இந்தச் சந்திப்பு எனக்கு அளவு கடந்த வியப்பை உண்டாக்கிவிட்டது.

வால்காவ்ஸ்கி என்னைச் சிறிது குழப்பத்தோடு பார்த்தது போலிருந்தது. பிறகு வலிய வரவழைத்துக் கொண்ட மிகையான அன்போடு, "அட நீங்களா?" என்று கத்தினான்.

"தற்செயலாக எப்படி ஒரு சந்திப்பு? நம்பவே முடியவில்லையே. சற்று முன்புதான் உங்களைத் தனக்குத் தெரியும் என்று மாஸ்லோ போயேவ் சொன்னார். உங்களைப் பார்த்ததில் எனக்கு மகிழ்ச்சி, மிகவும் மகிழ்ச்சி! நானே உங்களைப் பார்க்க வேண்டுமென்று நினைத்திருந்தேன். நீங்கள் சம்மதித்தால் எவ்வளவு சீக்கிரம் முடியுமோ, அவ்வளவு சீக்கிரம் உங்கள் வீட்டுக்கு வந்து உங்களைச் சந்திக்க வேண்டுமென்று எண்ணியிருந்தேன். எனக்கு உங்களிடமிருந்து ஒரு உதவி வேண்டும். தயவு செய்து அதை நீங்கள் எனக்குச் செய்ய வேண்டும். இப்போது என்ன நடந்து கொண்டிருக்கிறது என்று என்னிடம் விளக்கமாகச் சொல்லுங்கள். நேற்று நடந்ததைக் குறித்துதான் நான் சொல்கிறேன் என்பது உங்களுக்குப் புரிந்திருக்கும். நீங்கள் அவர்களுக்கு நெருங்கிய நண்பர்; முழு விஷயமும் உங்களுக்குத் தெரியும்; உங்களுக்கு அவர்களிடம் செல்வாக்கும் இருக் கிறது. ஆனால், இப்போது இங்கே இருக்க முடியாத அவசரத்தில் இருக்கிறேன். வேலை...! இன்னும் சில நாட்களில், கூடிய சீக்கிர மாகவே உங்களை வந்து பார்ப்பேன். இப்போது..."

அவனது கை குலுக்கல் மிகையான நெகிழ்ச்சியோடு இருந்தது. மாஸ்லோபோயேவை ஒருமுறைப் பார்த்துவிட்டு அவன் வெளியே சென்றான்.

"தயவு செய்து விஷயம் என்னவென்று என்னிடம் சொல்" என்று அறைக்குள் நுழைந்ததுமே பேசத் தொடங்கினேன் நான்.

"நான் உன்னிடம் இப்போது எதையும் சொல்ல முடியாது" என்று என் பேச்சை இடைமறித்துச் சொன்னபடி வேகவேகமாகத் தொப்பியை அணிந்து கொண்டு கூடத்தை நோக்கிச் சென்றான் மாஸ்லோபோயேவ்.

"எனக்கு அவசர வேலை இருக்கிறது. நான் வேகமாக ஓடியாக வேண்டும் பையா! ஏற்கனவே தாமதமாகி விட்டது."

"என்னைப் பன்னிரண்டு மணிக்கு வரச்சொல்லி நீதானே எழுதி வைத்திருந்தாய்?"

"அதனால் என்ன? நேற்று நான் உனக்கு எப்படி எழுதினேன். இன்று எனக்கே யாரோ அப்படி எழுதி அனுப்பியிருக்கிறார்கள்.

என் தலை சுழல்வது போல் இருக்கிறது. அவர்கள் எனக்காகக் காத்திருக்கிறார்கள். மன்னித்துக்கொள் வான்யா. உன்னைத் தேவையில்லாமல் தொந்தரவுபடுத்தியதற்கு என்னை வேண்டு மானால் அடிக்கக்கூட செய். உனக்குத் திருப்தி ஏற்படுமானால் அப்படிச் செய். ஆனால், கடவுள் ஆணையாகச் சொல்கிறேன். அதை விரைவாகச் செய். என்னைத் தாமதப்படுத்தி இங்கே இருக்க வைக்காதே. எனக்கு வேலை இருக்கிறது. சற்றுத் தாமதமாகி விட்டேன்."

"நான் எதற்கு உன்னைப் போய் அடிக்க வேண்டும்? உனக்கு வேலை இருந்தால் நீ வேகமாகக் கிளம்பு. எதிர்பாராத விஷயங்கள் எல்லோருக்கும் நடக்கக் கூடியதுதான். ஆனாலும் கூட..."

"ஆனாலும் என்றெல்லாம் சொல்லிக் கொண்டிருக்காதே. நான் சொல்வதைக் கேள்" என்று என் பேச்சில் குறுக்கிட்டவன் கூடத்திற்குள் வேகமாக நுழைந்து கோட்டை அணிந்து கொண் டான்.

"எனக்கு உன்னிடம் வேலை இருக்கிறது. மிக மிக முக்கியமான வேலை அது. அதனால்தான் உன்னை வரச் சொன்னேன். நேரடி யாக உன்னோடும், உன் விஷயங்களோடும் சம்பந்தப்பட்டது அது. ஆனால், இப்போது ஒரு நிமிடத்துக்குள் அதைச் சொல்லிவிட முடியாது; அதனால் இன்று மாலை ஏழு மணிக்கு இங்கே வருவ தாகக் கடவுள் சத்தியமாகச் சொல்; அதற்கு முன்னாலும் இல்லை, பின்னாலும் இல்லை. நான் அப்போது வீட்டில் இருப்பேன்."

"இன்று மாலையா?" என்று தயக்கத்தோடு கேட்டேன். "இன்று மாலை நான் வேறோர் இடத்துக்கு."

"என் அன்புப் பையா! இப்போது உடனே அங்கே போ! இன்று மாலை எங்கே போக வேண்டும் என்று நினைத்து வைத் திருந்தாயோ, அந்த இடத்துக்கு இப்போது போ. அதற்குப் பதிலாக இன்று மாலை இங்கே வந்துவிடு. நான் உன்னிடம் சொல்லப் போகும் விஷயங்களைப் பற்றி உன்னால் கற்பனை செய்துகூடப் பார்க்க முடியாது வான்யா."

"சரி... சரி! அப்படியே செய்கிறேன். ஆனால், அப்படி என்னதான் சொல்லப் போகிறாய்? ஆர்வ மிகுதியால் செத்து விடுவேன் போலிருக்கிறது."

நாங்கள் வாசலைத் தாண்டி நடைபாதையில் நின்று கொண்டிருந்தோம்.

"நீ கட்டாயம் வருவாயல்லவா?" என்று வற்புறுத்தியபடி கேட்டான் அவன்.

"நான்தான் வருவதாகச் சொல்லிவிட்டேனே?"

"இல்லை! எனக்குச் சத்தியம் செய்துகொடு."

"ஐயோ கடவுளே! என்ன ஒரு மனிதன் நீ! சரி, சத்தியமாக வருகிறேன்."

"பார்த்தாயா, அது கௌரவம், அது நாகரிகம்! சரி, எந்த வழியாகப் போகப் போகிறாய்?"

"இந்த வழி" என்றபடி வலப் பக்கத்தைச் சுட்டிக்காட்டினேன்.

"நல்லது! நான் இந்த வழியாகப் போகிறேன்" என்றபடி இடப் பக்கத்தைச் சுட்டிக்காட்டினான் அவன்.

"குட் பை வான்யா! நினைவிருக்கட்டும். ஏழு மணி."

அவனையே பார்த்துக்கொண்டிருந்தேன். அவன் போக்கு வினோதமாக இருப்பதாக எனக்குத் தோன்றியது.

அன்று மாலை நான் நடாஷாவின் வீட்டுக்குச் செல்ல வேண்டும். ஆனால் இப்போது மாஸ்லோபோயேவுக்கு வாக்குக் கொடுத்து விட்டதால், உடனே சென்று நடாஷாவைப் பார்ப்ப தென்று முடிவு செய்தேன். அல்யோஷாவும் அங்கே இருப்பான் என்று எனக்கு உறுதியாகத் தோன்றியது. அதேபோல அவனும் அங்குதான் இருந்தான். நான் உள்ளே வந்ததும் மிகவும் மகிழ்ச்சி அடைந்தான்.

அவன் மிகவும் அழகாக இருந்தான்; நடாஷாவிடமும் அளப்பரிய பரிவோடு நடந்து கொண்டான்; என் வருகை அவனை இன்னும் கலகலப்பாக்கி விட்டிருந்தது. நடாஷா தானும் மகிழ்ச்சியாக இருப்பதைப் போலக் காட்டிக்கொண்டாலும், அது ஒரு முயற்சி மட்டும்தான். அவள் முகம் வெளிறிப் போய் நோயுற்றுக் காணப்பட்டது; தூங்கியிருக்க மாட்டாளென்று தெரிந்தது. அல்யோஷாவிடம் முன்னெப்போதையும் விட மிகவும் பரிவு கொண்டவளாய், அதை வெளிக்காட்டிக்கொண்டிருந்தாள் அவள்.

அல்யோஷா ஏதேதோ விஷயங்களைப் பற்றி நிறையப் பேசியபடி, அவளைச் சந்தோஷப்படுத்தி, புன்னகை செய்ய வைக்க முயன்று கொண்டிருந்தான். ஆனால் அவள் முகம் துயரம் தோய்ந்ததாகவே இருந்தது. அதில் புன்னகையின் சாயலே இல்லை. இத்தனைக்கும் அவன், காத்யாவைப் பற்றியோ, தன் தந்தையைப் பற்றியோ பேசுவதை வேண்டுமென்றே தவிர்த்துக் கொண்டிருந்தான். அவளைச் சமாதானப்படுத்த அவன் செய்த முயற்சிகளெல்லாம் சிறிதும் வெற்றி பெறவில்லை.

"உனக்கு விஷயம் தெரியுமா? அவர் என்னிடமிருந்து விடைபெற்றுச் செல்லத் துடித்துக் கொண்டிருக்கிறார்" என்று

நடாஷா என்னிடம் ரகசியம் பேசும் குரலில் வேகமாகச் சொன்னாள். அப்போது சமையலறையில் இருந்த மாவ்ராவிடம் ஏதோ சொல்வதற்காக ஒரு நிமிடம் உள்ளே சென்றிருந்தான் அவன்.

"ஆனால், அவருக்குப் பயம். அவரைப் போகச் சொல்ல எனக்கும் பயம். ஒருவேளை தன்னையும் அறியாமல் அவர் அங்கேயே அவன் தங்கிவிடக் கூடுமோ என்ற பயம். ஆனால், அவர் என்னிடம் சலித்துப் போய் விடுவாரோ, முற்றிலும் பாராமுகமாகி விடுவாரோ என்பதை நினைத்தே நான் அதிகமாகப் பயப்படுகிறேன். நான் என்ன செய்யலாமென்று சொல்."

"கடவுளே! இரண்டு பேரும் எப்படி விஷயங்களைக் குழப்பிக் கொண்டிருக்கிறீர்கள்? ஒருவர் மீது ஒருவர் எப்படிச் சந்தேகப் படுகிறீர்கள். ஒருவரை ஒருவர் எப்படிக் கண்காணிக்கிறீர்கள்? பேசாமல் அவனிடமே மனம் திறந்து பேசி விஷயத்தை முடித்துக் கொள். இப்படிப்பட்ட ஒரு சூழ்நிலை உண்மையிலேயே அவனைச் சலிப்பாக்கத்தான் செய்யும்."

"என்ன செய்யலாம்?" என்று பயந்து போய்க் கேட்டாள் அவள்.

"ஒரு நிமிடம் பொறு! உனக்கு எல்லாம் ஏற்பாடு செய்து தருகிறேன்."

சேறு படிந்திருந்த என் காலணி ஒன்றைச் சுத்தப்படுத்தித் தருமாறு மாவ்ராவைக் கேட்கும் சாக்கில் சமையலறைக்குள் சென்றேன்.

'பார்த்துக் கவனமாக நடந்துகொள் வான்யா" என்று எனக்குப் பின்னால் குரல் கொடுத்தாள் அவள்.

நான் மாவ்ராவைத் தேடிச் சென்றதுமே எனக்காகவே காத்திருந்தது போல என்னை நோக்கி விரைந்து வந்தான் அல்யோஷா.

"இவான் பெத்ரோவிச்! என் இனிய நண்பனே! நான் என்ன செய்யலாமென்று எனக்கு ஆலோசனை சொல். இன்று இந்த நேரம் காத்யாவுடன் இருப்பேன் என்று நேற்று அவளிடம் வாக்குக் கொடுத்திருந்தேன். அதில் நான் தவறக் கூடாதுதானே? வார்த்தை களால் விளக்கிச் சொல்ல முடியாத அளவிற்கு நடாஷாவை நான் மிக அதிகமாகக் காதலிக்கிறேன். அவளுக்காக நான் நெருப்பிலும் கூடக் குதிப்பேன். ஆனால் எல்லா விஷயங்களிலிருந்தும் நான் ஒதுங்கியிருக்க முடியாதல்லவா? அப்படித் தூக்கிப் போட்டுவிட முடியாதில்லையா?"

"சரிதான்! அப்படியானால் சென்று வா."

"ஆனால், நடாஷாவை என்ன செய்வது? அவளை வருத்தப் படுத்தி விடுவேனே? இவான் பெத்ரோவிச்! எப்படியாவது என்னைக் காப்பாற்று."

"நீ போவதுதான் நல்லதென்று நினைக்கிறேன். அவள் உன்னை எந்த அளவு காதலிக்கிறாளென்பது உனக்குத் தெரியும். உனக்கு அவளிடம் சலிப்பு ஏற்பட்டு விட்டதென்றும், நீ வேண்டு மென்றே வலுக்கட்டாயமாக இங்கே அவளோடு இருக்கிறாய் என்றும்தான் அவள் நினைத்துக் கொண்டிருக்கிறாள். அதற்கு ஒன்றும் செய்ய முடியாது. எதையும் நினைக்காமல் விடுவதே நல்லது. வா போகலாம். நான் உனக்கு உதவி செய்கிறேன்."

"இவான் பெத்ரோவிச்! நீங்கள்தான் எவ்வளவு அன்பாக நடந்து கொள்கிறீர்கள்?"

நாங்கள் திரும்பிச் சென்றோம். ஒரு நிமிடம் சென்றபின்,

"இப்போது சற்று முன்புதான் உன் தந்தையைப் பார்த்தேன்" என்று அவனிடம் சொன்னேன்.

"எங்கே?" என்று கலவரத்தோடு கத்தினான் அவன்.

"தற்செயலாக, தெருவில்! ஒரு நிமிடம் என்னுடன் பேசுவதற் காக நின்றார். பிறகு என்னைச் சந்திக்க வீட்டுக்கு வரலாமா என்று மறுபடியும் கேட்டார். உன்னைப் பற்றியும் விசாரித்தார். நீ எங்கிருக்கிறாய் என்பது எனக்குத் தெரியும் என்று கேட்டார். உன்னைப் பார்க்கவும், உன்னிடம் ஏதோ சொல்லவும் அவர் துடித்துக் கொண்டிருந்தார் என்பது புரிந்தது."

"அல்யோஷா? அப்படியானால் நீங்கள் போய் அவரைப் பார்த்து விட்டு வாருங்கள்" என்றாள் நடாஷா. நான் சொல்வதன் நோக்கமும், எதற்காக அப்படிப் பேசினேன் என்பதும் அவளுக்குப் புரிந்து விட்டது.

"ஆனால், அவரை இப்போது எங்கே போய்ப் பார்ப்பது? வீட்டில் இருப்பாரா?"

"இல்லை! பெரும்பாலும் சீமாட்டியின் இல்லத்தில் இருப்பா ரென்று நினைக்கிறேன்."

"அப்படியென்றால் நான் என்ன செய்ய?" என்று நடாஷாவை வருத்தமாகப் பார்த்துக் கொண்டே அப்பாவித்தனமாகக் கேட்டான் அல்யோஷா.

"ஏன் அல்யோஷா? அதிலென்ன தவறு?" என்றாள் அவள்.

"என் மனதை அமைதிப்படுத்துவதற்காக உண்மையாகவே அந்தத் தொடர்பை விட்டுவிட வேண்டுமென்றா நினைக்கிறீர்கள்? அப்படியென்றால் அது குழந்தைத்தனம்! முதலில் சொல்லப்

போனால் அது சாத்தியம் இல்லாதது, இன்னொன்று அப்படிச் செய்தால் காத்யாவிடம் நன்றியே இல்லாமல் நடந்து கொள்வது போலாகிவிடும். நீங்கள் இருவரும் நண்பர்கள். அந்தப் பந்தத்தை அத்தனைக் கடுமையாக எப்படி பிரித்துக் கொள்வீர்கள்? கடைசியாக ஒன்று சொல்கிறேன். நான் அத்தனை பொறாமைக்காரி என்று நீங்கள் நினைத்தால் என்னைப் புண்படுத்துவதாகத்தான் அர்த்தம். உங்களிடம் கெஞ்சிக் கேட்கிறேன். உடனே சொல்லுங்கள் உங்கள் தந்தைக்கும்கூட அது சந்தோஷமாக இருக்கும்."

"நடாஷா! நீ ஒரு தேவதையேதான். உன் சுண்டு விரலுக்குக்கூட நான் சமமாக மாட்டேன்" என்று பரவசமாகக் கூச்சலிட்டான் அல்யோஷா. அதில் வருத்தம் கலந்திருந்தது.

"நீதான் எத்தனை அன்பானவள்? நானோ...! சரி... ஒன்று சொல்கிறேன் கேள். இங்கிருந்து வெளியே செல்ல உதவுமாறு சமையலறையில் இவான் பெத்ரோவிச்சிடம் கேட்டேன். அவர் சொன்ன யோசனைதான் இது. ஆனால், நடாஷா என் தேவதையே! என்னிடம் கடுமை காட்டாதே! நான் பெரிய தவறு எதுவும் செய்து விடவில்லை. இந்த உலகில் உள்ள வேறெதையும் விட ஆயிரம் மடங்கு நான் உன்னை நேசிக்கிறேன். அதனால் புதிதாக ஒரு திட்டம் தீட்டியிருக்கிறேன். காத்யாவிடம் எல்லாவற்றையும் சொல்லிவிடப் போகிறேன். நம் தற்போதைய நிலைமையையும், நேற்று இங்கே நடந்ததையும் அவளிடம் விரிவாக விளக்கப் போகிறேன். நம்மைக் காப்பாற்றும் வழியைப் பற்றி அவள் யோசித்துச் சொல்வாள். தன் மனதால், ஆத்மாவால் அவள் நம் இருவர் மீதும் அவ்வளவு அன்பு வைத்திருக்கிறாள்."

"நல்லது! அப்படியென்றால் போய் வாருங்கள்" என்று புன்னகை செய்து கொண்டே சொன்னாள் நடாஷா.

"அப்புறம்... உங்களுக்கு ஒன்று தெரியுமா? காத்யாவைத் தனிப்பட்ட முறையில் அறிமுகம் செய்துகொள்ள வேண்டுமென்று மிகவும் ஆசைப்படுகிறேன். அதற்கு என்ன வழி?"

அல்யோஷாவின் உற்சாகம் கரைகடந்து பீறிடத் தொடங்கியது. சந்திப்புக்கான வழிகளைப் பற்றி அவன் உடனே பேசத் தொடங்கி விட்டான். அவனுடைய மனதுக்கு அது வெகு எளிதாகப்பட்டது. காரணம் காத்யா ஏதாவது ஒரு வழி கண்டுபிடித்து விடுவாள். உணர்ச்சி வசப்பட்டவனாய், மிகுந்த மகிழ்வோடு தன் எண்ணத்தை விரிவுபடுத்திக் கொண்டே போனான். அவன் இரண்டு மணி நேரத்துக்குள் அதற்கான பதிலோடு திரும்பி வந்து அன்றைய மாலைப் பொழுதை நடாஷாவுடன் செலவழிக்கப் போவதாகவும் வாக்களித்தான்.

"உண்மையாகவே வருவீர்களா?" என்று பிரியும் போது கேட்டாள் நடாஷா.

"உன்னால் எப்படி அதைச் சந்தேகப்பட முடிகிறது? குட் பை நடாஷா! சென்று வருகிறேன் என் அன்பே! என்றென்றும் என் அன்புக்குரியவள் நீதான்! சென்று வருகிறேன் வான்யா! ஐயோ கடவுளே! ஏதோ ஞாபகமறதியாய் வான்யா என்று அழைத்து விட்டேன் இவான் பெத்ரோவிச். எனக்கு உங்களை மிகவும் பிடித் திருக்கிறது. சம்பிரதாயங்களை விட்டுவிட்டு உங்களை வான்யா என்றே அழைக்கிறேனே."

"தாராளமாகச் செய்யலாம்."

"நன்றி நண்பரே! நூற்றுக்கணக்கான முறை அப்படி அழைக்க வேண்டும் என எண்ணியிருக்கிறேன். ஆனால், ஏனோ அப்படி அழைக்க ஒருபோதும் துணிந்ததில்லை. இவான் பெத்ரோவிச்!... ஐயையோ பார்த்தீர்களா? மறுபடியும் அப்படியே கூப்பிடுகிறேன். திடீரென்று எடுத்த எடுப்பில் வான்யா என்று அழைப்பது கஷ்டம்தான். டால்ஸ்டாய் ஏதோ ஒரு இடத்தில் அதைப் பற்றிச் சொல்லி இருப்பதாக நினைக்கிறேன். தங்களுக்கு முதலில் என்ன பெயர் வைக்கப்பட்டதோ அந்தப் பெயர்களால் அழைத்துக் கொள்வோம் என்று இரண்டு பாத்திரங்கள் உறுதி எடுத்துக் கொள்வார்கள். ஆனால், அவர்களால் அப்படிக் கூப்பிடவே முடியாது. அதனால், எந்தப் பெயர் சொல்லிக் கூப்பிடுவதையும் தவிர்த்து விடுவார்கள். நடாஷா! 'குழந்தைப் பருவம் சிறார்ப் பருவமும்"* என்ற அந்தப் புத்தகத்தை நாம் இருவரும் சேர்ந்து படிக்க வேண்டும். அவ்வளவு நல்ல புத்தகம் அது."

"சரி! இப்போது கிளம்புங்கள்" என்று சிரித்துக் கொண்டே அவனை விரைவுபடுத்தினாள் நடாஷா.

"உணர்ச்சி வேகத்தில் பொழிந்து தள்ளுகிறீர்கள்."

"சரி போய் வருகிறேன்! இரண்டு மணி நேரத்தில் உன்னுடன் இருப்பேன்."

அவள் கையை முத்தமிட்டு விட்டு அவன் விரைந்து சென்றான்.

"பார்த்தாயல்லலா வான்யா. நீயே பார்த்துக்கொள்" என்றபடி கண்ணீரில் கரைந்தாள் அவள்.

நான் கிட்டத்தட்ட இரண்டு மணி நேரம் அவளுடனேயே இருந்து, அவளை அமைதிப்படுத்த முயற்சி செய்தேன். ஒரு வழியாக அவளைச் சமாதானப்படுத்துவதில் வெற்றியும் அடைந்தேன்.

---

* Childhood and boyhood.

அவள் சொன்னதெல்லாமே சரியானவைதான். அவளுடைய ஊகங்களும் உண்மையானவைதான். தற்போதைய அவளது நிலையைக் கண்ட போது என் இதயம் வலித்தது. அதைக் குறித்து நான் பயப்படவும் செய்தேன். ஆனால், என்னதான் செய்ய முடியும்?

அல்யோஷா எனக்கொரு புதிராகவே இருந்தான். முன்பு அவள் மீது வைத்த அவனது காதல் இப்போதுகூடக் குறை யாமல்தான் இருக்கிறது. சொல்லப் போனால் அவனது உணர்ச்சி வேகம் இன்னும் அதிகமாக, இன்னும் உருக்கமாகக்கூட இருக்கிறது. கழிவிரக்கத்தாலும், நன்றியுணர்வாலும் அப்படி நேர்ந்திருக்கலாம். ஆனால், அதே சமயத்தில் இந்தப் புதிய மோகம்கூட அவன் நெஞ் சில் உறுதியான ஒரு இடத்தைப் பிடித்துதான் இருந்தது. எல்லாம் எப்படி முடியப் போகிறது என்பதை முன்கூட்டியே அனுமானிப்பது அசாத்தியம். காத்யாவை சந்திக்க நானுமே மிகுந்த ஆவலோடு இருந்தேன். அவளை விரைவில் அறிமுகம் செய்து கொண்டு விடுவேன் என்று நடாஷாவுக்கு மீண்டும் வாக்களித்தேன்.

இறுதியில் நடாஷா சற்றுக் கலகலப்பாக ஆகிவிட்டது போல் தெரிந்தாள். வேறு விஷயங்களோடு சேர்த்து நெல்லியைப் பற்றியும், மாஸ்லோபோயேவ் மற்றும் புப்னோவாவைப் பற்றியும் அவளிடம் சொன்னேன். அன்று காலை மாஸ்லோபோயேவின் வீட்டில் வைத்து வால்காவ்ஸ்கியைச் சந்தித்ததையும், மாஸ்லோபோயேவை இரவு ஏழு மணிக்கு நான் பார்த்தாக வேண்டுமென்பதையும் அவளிடம் கூறினேன். எல்லாவற்றையும் அவள் சுவாரசியமாகக் கேட்டாள். அவளது பெற்றோர் பற்றி நான் அதிகமாகப் பேச வில்லை. அவள் தந்தை என்னைப் பார்க்க வருவதாக இருக்கிறார் என்பதையும் நான் சொல்லவில்லை. வால்காவ்ஸ்கியோடு இரட்டையர் போர் செய்ய வேண்டுமென்று அவள் தந்தை யோசித்து வைத்திருப்பது அவளை அச்சுறுத்தக்கூடும். வால் காவ்ஸ்கிக்கும் மாஸ்லோபோயேவுக்கும் இடையிலான தொடர்பு அவளுக்கு மிகவும் வினோதமாக இருந்தது. அதே போல என்னோடு பழக்கத்தை ஏற்படுத்திக் கொண்டு நட்பாக்கிக் கொள்ள வேண்டும் என்பதில் வால்காவ்ஸ்கி காட்டும் அதீத ஆர்வமும் அவளுக்கு வித்தியாசமாகவே இருந்தது. ஆனால், இப்போதைய சூழலுடன் அது ஓரளவு ஒத்துப்போய்விட்டதால், அதைப் பற்றி அவள் பெரிதாக நினைக்கவில்லை.

மூன்று மணிக்கு நான் வீடு திரும்பினேன். குழந்தைத்தனமான தன் இனிய முகத்தோடு என்னை எதிர்கொண்டாள் நெல்லி.

6

சரியாக ஏழு மணிக்கு நான் மாஸ்லோபோயேவின் வீட்டில் இருந்தேன். பலத்த ஆரவாரத்தோடு கைகளை அகல விரித்தபடி என்னை வரவேற்றான் அவன். அவன் சற்றுக் குடிபோதையில் இருந்தான் என்பது தெரிந்தது. ஆனால், எல்லாவற்றையும்விட என் வருகையை முன்னிட்டு அவன் செய்திருந்த மிக விரிவான ஏற்பாடுதான் எனக்கு அதிசயமாக இருந்தது. என்னை அவன் எதிர்பார்த்திருந்தது வெளிப்படையாகத் தெரிந்தது. அழகான, விலையுயர்ந்த விரிப்பு போர்த்தப்பட்ட சிறிய வட்டமேசையின் மீது தாமிரத்தால் செய்த சிறிய சமோவர் கொதித்துக் கொண்டிருந்தது. தேநீர் பரிமாறும் இடத்தில் அடுக்கப்பட்டிருந்த கண்ணாடிக் கோப்பைகளும், வெள்ளிக் கோப்பைகளும், பீங்கான் கோப்பைகளும் ஜொலித்துக் கொண்டிருந்தன. மற்றொரு மேசை மீது வித்தியாசமான வேறொரு விரிப்பு போர்த்தப்பட்டிருந்தது. அதுவும் அற்புதமாகவே இருந்தது. அதன் மீது மிகச் சிறந்த இனிப்பு வகைகள் கொண்ட தட்டுகளும், உலர் பழங்களும், பழ ஜெல்லிகளும், பிரெஞ்சு வகை ஜாம்களும், ஆரஞ்சு ஆப்பிள் மற்றும் நான்கு வகையான உலர் பருப்பு வகைகளும் வைக்கப்பட்டிருந்தன. அதுவே ஒரு சிறிய இனிப்புக்கடை போலத் தோன்றியது. மூன்றாவது மேசை, பனி வெள்ளை நிற விரிப்புடன் இருந்தது. அதில் விதவிதமான உணவு வகைகள் இருந்தன. வெவ்வேறு வகை மீன் பதார்த்தங்கள், பன்றி இறைச்சி, பாலாடைக் கட்டி ஆகியவற்றோடு வோட்கா மது ஊற்றி வைக்கப்பட்ட பல கண்ணாடிக் குப்பிகள், பச்சை, சிவப்பு, பழுப்பு, பொன் நிறம் என்று பல வண்ணங்களில் மின்னிக் கொண்டிருந்தன. கடைசியாக சற்றுத் தள்ளி இருந்த சிறிய மேசையில் (அதுவும் ஒரு வெள்ளை விரிப்பால் போர்த்தப்பட்டிருந்தது). பனிக்கட்டி நிரப்பிய சிறு சிறு வாளிகளில் ஷாம்பெய்ன் மது இருந்தது. சோஃபாவுக்கு முன்னால் இருந்த மேசையில் யெலிஸேயேவிலிருந்து வாங்கிய மிகவும் விலையுயர்ந்த மது வகைகளான சாடேர்ன், லாஃபிட், கோக்னேக் ஆகிய மூன்று பாட்டில்களும் இருந்தன. அலெக்ஸாண்ட்ரா செமியோனோவ்னா தேநீர் மேசைக்கருகே அமர்ந்திருந்தாள். அவளது ஆடையும், அதிலிருந்த மடிப்புகளும் எளிமையாக இருந்தாலும் மிகுந்த கவனத்துடன், நல்ல ரசனையுடன் அவள் தேர்ந்தெடுத்து உடுத்தியது போலிருந்தன. தனக்கு எது பொருத்தமானது என்பது அவளுக்கு நன்றாகத் தெரியும்; அதில் அவளுக்குப் பெருமையும் உண்டு. நான் உள்ளே நுழைந்ததும் எழுந்து நின்று சம்பிரதாயமாக என்னை வரவேற்றாள் அவள்.

இளம் சிவப்பு நிறத்தில் இருந்த அவள் முகம் ஆனந்தமாக, களிப்போடு இருந்தது.

மாஸ்லோபோயேவ் அழகான சீனக் காலணிகளையும் ஆடம்பரமான 'டிரெஸிங் கவு'னையும் அணிந்திருந்தான். சலவை வெளுப்போடு புதிதாக இருந்த அழகான அவனது சட்டையின் பல இடங்களில் நாகரிகப் பாணியிலான பொத்தான்களும், கற்களும் எங்கெல்லாம் முடியுமோ அங்கெல்லாம் இணைக்கப்பட்டுப் பளிச்சென்று காட்சியளித்தன. தலைமுடியில் தைலம் தடவி இன்றைய நாகரிகத்துக்கு ஏற்றபடி பக்கவாட்டில் வகிடெடுத்து வாரியிருந்தான்.

நான் அடைந்த வியப்புக்கு அளவே இல்லை என்பதால் அறை நடுவிலேயே அப்படியே தயங்கி நின்றுவிட்டேன். வாயைப் பிளந்து ஆச்சரியத்தோடு மாஸ்லோபோயேவையும், அலெக்ஸாண்ட்ரா செமியோனோவ்னாவையும் பார்த்துக் கொண்டிருந்தேன் நான். அவள் பெரும் நிறைவு தந்த பேரானந்தத்துடன் இருந்தாள்.

"என்ன இது மாஸ்லோபோயேவ்? இன்று மாலை ஏதாவது விருந்துக்கு ஏற்பாடு செய்திருக்கிறாயா என்ன?" என்று வியப்பு தாங்காமல் இறுதியில் கத்தியே விட்டேன்.

"இல்லை! நீ மட்டும்தான்" என்று பவ்யமாகப் பதிலளித்தான் அவன்.

"ஆனால், இதெல்லாம் எதற்காக?" என்று அங்கிருந்த உணவு வகைகளைச் சுட்டிக்காட்டியபடி அவனிடம் கேட்டேன்.

"ஒரு பெரிய பட்டாளத்துக்கான உணவல்லவா இங்கே இருக்கிறது."

"அப்புறம் குடிப்பதற்கும்தான். முக்கியமான விஷயத்தை நீ மறந்து போய் விடுகிறாய்... குடிப்பதற்கு உள்ள மது வகைகள்."

"எல்லாமே எனக்காக மட்டும்தானா?"

"அலெக்ஸாண்ட்ரா செமியோனோவ்னாவுக்கும்தான். இதெல்லாமே அவளுடைய ஏற்பாடுதான்."

"ஐயோ... என்ன இது? சும்மா இருக்கிறாரா அவர்" என்று கூச்சத்தோடு சொன்னாலும் திருப்தியான ஒரு பாவனையும் அவளிடம் இருந்தது.

"ஒரு விருந்தாளியைக்கூட ஒழுங்காக உபசரிக்க முடியாது. இப்படி ஏதாவது சொல்ல ஆரம்பித்து விடுவார் அவர்."

"உன்னால் நம்ப முடிகிறதா பார்! இன்று காலை முதல் – அதாவது இன்று மாலை நீ வரப்போவதாகத் தெரிந்து கொண்ட

நேரத்திலிருந்தே அவள் பரபரப்போடுதான் இருக்கிறாள். அவளை நீ பார்த்திருக்க வேண்டுமே?"

"மறுபடியும் பொய் சொல்கிறீர்கள். காலையிலிருந்து இல்லை. நேற்று இரவிலிருந்தேதான். நேற்றிரவு வீட்டுக்கு வந்தபோது இன்று மாலை முழுவதும் இவர் நம்முடன் இருக்கப் போகிறார் என்று சொன்னீர்கள்."

"நீ சரியாகப் புரிந்துகொள்ளவில்லை தாயே."

"நான் ஒன்றும் புரிந்துகொள்ளாமல் இல்லை. நீங்கள் அப்படித்தான் சொன்னீர்கள். நான் ஒருபோதும் பொய் சொல்ல மாட்டேன். சரி, ஒரு விருந்தாளியை ஒழுங்காக முறைப்படி நான் வரவேற்று உபசரிக்கக் கூடாதா என்ன? அதில் என்ன தவறு? நம்மைப் பார்க்க யாருமே வருவதில்லை. ஆனால், நம்மிடம் எதற்கும் குறைவில்லை. எல்லாமே இருக்கிறது. எல்லோரையும் போல நம்மாலும் உபசரிக்க முடியுமென்பதை நல்ல மனிதர்கள் புரிந்து கொள்ளட்டும்."

"எல்லாவற்றையுவிட எது முக்கியம் தெரியுமா? நீ எவ்வளவு அற்புதமாக வீட்டைப் பராமரித்து விருந்தோம்பல் செய்கிறாய் என்பதுதான்" என்று சேர்த்துக்கொண்டான் மாஸ்லோபோயேவ்.

"நீயே பார்த்துக்கொள் நண்பா... நான் என்ன பாடுபடுகிறேன் பார். கற்களும் பொத்தான்களுமாக வைத்த லினன் சட்டைக்குள் என்னைத் திணித்து வைத்திருக்கிறாள் இவள். சைனா காலணிகள், டிரெஸிங் கவுன் இதெல்லாம் வேறு. அவளே நறுமண எலுமிச்சைத் தைலம் பூசி என் தலையை வாரி விட்டிருக்கிறாள். ஏதோ ஒரு 'சென்ட்'டை (கிரேமி ப்ருலே) என் மீது தெளிக்கவும் ஆசைப் பட்டாள். ஆனால், என்னால் அதற்கு மேல் தாக்குப் பிடிக்க முடியாமல் – கணவன் என்ற அதிகாரத்தைப் பயன்படுத்தி அதை எதிர்த்தேன்."

"அது ஒன்றும் எலுமிச்சைத் தைலம் இல்லை. வேலைப்பாடு மிகுந்த சீன ஜாடியில் வைக்கப்பட்ட ஃபிரெஞ்சு தைலம் அது" என்று சற்றுக் கூச்சத்துடன் அவன் சொன்னதை மறுத்தாள் அவள்.

"நீயாகவே முடிவு செய்துகொள் இவான் பெத்ரோவிச். இவர் என்னை நாடக அரங்கத்துக்கோ, நடனங்களுக்கோ எங்குமே அழைத்துச் செல்வதில்லை. நல்ல ஆடைகள் மட்டுமே வாங்கித் தருகிறார். அதனால் என்ன பயன்? அவற்றை அணிந்து கொண்டு தன்னந்தனியாக இந்த அறைக்குள்ளேயே வளைய வந்து கொண்டி ருக்கிறேன். என்னை நாடக அரங்கிற்குக் கூட்டிச் சென்றே ஆக வேண்டும் என்று ஒருநாள் அடம் பிடித்தேன்; நாங்களும் கிளம்பத்

தயாரானோம். 'புரூச்'சை நான் குத்திக் கொள்வதற்குள் பக்கத்து அலமாரிக்குப் பாய்ந்து சென்றார். ஒரு கோப்பை... அதற்கடுத்த கோப்பை என்று மதுவைக் காலி செய்து கொண்டே இருந்தவர், சீக்கிரமே தள்ளாடத் தொடங்கிவிட்டார். அதோடு அவ்வளவுதான். எங்களைப் பார்க்க ஒருவர்கூட வருவதில்லை. காலை வேளையில், வேலை விஷயமாக யாராவது வரும் போது நான் அங்கு இருக்க மாட்டேன். ஆனாலும், எங்களிடம் சமோவர்கள், விருந்து கொடுப்பதற்கும், தேநீர் பரிமாறுவதற்குமான பண்ட பாத்திரங்கள் ஆகியவை நிறைய இருக்கின்றன. எல்லாமே பரிசுகளாக வந்தவை. உணவுப் பொருள்கள்கூட எங்களுக்கு வந்து விடுகின்றன. மது வகைகள், தைலம் போன்ற சில குறிப்பிட்ட பொருட்களைத் தவிர வேறெதையுமே நாங்கள் காசு கொடுத்து வாங்குவதில்லை. இப்போது இங்கிருக்கும் கேக் வகைகள், பன்றி இறைச்சி, இனிப்புப் பண்டங்கள் ஆகியவற்றை நாங்களே உங்களுக்காக வாங்கி வைத்தோம். நாங்கள் எப்படி வாழ்கிறோம் என்பதை யாராவது பார்க்க வேண்டுமென்று நான் மிகவும் ஆசைப்படுகிறேன். கிட்டத்தட்ட ஒரு வருடமாக யாராவது ஒரு விருந்தாளி—நல்ல விருந்தாளி வரக் கூடாதா, வந்தால் எல்லாவற்றையும் காட்டலாமே, நல்ல விருந்து கொடுக்கலாமே என்று நான் கனவு கண்டு கொண்டிருக்கிறேன். வருபவருக்கும் மகிழ்ச்சியாக இருக்கும். நாங்களும் சந்தோஷமாக இருப்போம். இவருக்கு நான் என்ன தைலம் தடவி என்ன பயன்? எப்போது பார்த்தாலும் அழுக்குப் படிந்த ஆடைகளுடனேயே சுற்றிக் கொண்டிருக்கிறார். அவர் அணிந்திருக்கும் 'டிரெஸிங் கவு'னைப் பாருங்கள். அதுகூடப் பரிசாக வந்ததுதான். அதை அணியும் தகுதி இருப்பதைப் போலவா அவர் நடந்துகொள்கிறார்?

குடி, குடி! எப்போது பார்த்தாலும் குடி! நீங்கள் வேண்டு மானால் பாருங்களேன். உங்களுக்குத் தேநீர் தருவதற்கு முன்பு வோட்கா கொடுக்கத் தயாராகி விடுவார் அவர்."

"அட நல்ல யோசனையாக இருக்கிறதே? அப்படிச் செய்தால் தான் என்ன வான்யா? வெள்ளி மூடி, தங்க மூடி போட்ட புட்டி களை முதலில் குடித்து முடிப்போம். கொஞ்சம் புத்துணர்ச்சி பெற்ற பிறகு மற்ற மது வகைகளையும் ஒரு கை பார்க்கலாம்."

"பார்த்தீர்களா...? அப்படித்தான் நடக்குமென்று எனக்குத் தெரியும்."

"கவலைப்படாதே கண்ணே. நாங்கள் ஒரு கோப்பைத் தேநீரும் குடிப்போம். அதில் கொஞ்சம் பிராந்தியும் கலந்து குடிப் போம், உன் உடல்நலத்துக்காக."

"பார்த்தீர்களா, பார்த்தீர்களா... நான் நினைத்தது போலவே நடந்துகொள்கிறார்" என்று எரிச்சலோடு கைகளை ஆட்டினாள் அவள்.

"அது மிக உயர்ந்த சைனா தேநீர். ஒரு பவுண்ட் ஆறு ரூபிள் இருக்கும். நேற்று முன்தினம் ஒரு வியாபாரி எங்களுக்குப் பரிசாகத் தந்தார். இவர் என்னவென்றால் அதைப் பிராந்தியோடு கலந்து குடிக்க வேண்டுமென்கிறார். அவர் சொல்வதைக் கேட்காதீர்கள். இவான் பெத்ரோவிச்! நான் உங்களுக்கு இப்போதே ஒரு கோப்பைத் தேநீர் ஊற்றித் தருகிறேன். குடித்துப் பார்த்துவிட்டு நீங்களே சொல்லுங்கள், அது எப்படிப்பட்ட தேநீர் என்று."

அவள் சமோவரில் இருப்பதைக் கவனிக்க ஆரம்பித்தாள்.

அவர்கள் நடந்து கொண்ட முறையைப் பார்த்தால் அன்று மாலை முழுவதும் அங்கே என்னைத் தங்க வைக்க எண்ணியிருக் கிறார்கள் என்பது வெளிப்படையாகத் தெரிந்தது. அலெக்ஸாண்ட்ரா செமியோனோவ்னா ஒரு வருடம் முழுவதும் யாராவது விருந்தாளி கள் வருவார்களா என்று எதிர்பார்த்துக் கொண்டிருந்தவள். என்னை வைத்து அந்தக் குறையைத் தீர்த்துக் கொள்ள எண்ணி யிருக்கிறாள். இது எனக்கு நிச்சயம் சரிப்படப் போவதில்லை.

"இதோ பார் மாஸ்லோபோயேவ்" என்றபடி உட்கார்ந்தேன்.

"நான் இப்போது உங்கள் வீட்டுக்கு ஒரு விருந்தாளியாகவே வரவில்லை. ஒரு காரியமாகத்தான் வந்திருக்கிறேன். நீயே என்னிடம் ஏதோ சொல்ல வேண்டுமென்றுதான் என்னை இங்கே வரச் சொன்னாய்."

"சரிதான்! விஷயமும் உண்டுதான்! ஆனால், நாம் நண்பர் களாக அரட்டை அடிக்கவும் நேரமிருக்கிறது."

"இல்லை என் நண்பனே! என்னைப் பற்றி இப்போது இப்படி ஒரு முடிவுக்கு வந்து விடாதே. எட்டரை மணிக்கெல்லாம் நான் இங்கிருந்து கிளம்பியாக வேண்டும். எனக்கு ஒரு வேலை இருக்கிறது. ஒருவரைச் சந்திப்பதாக வாக்குக் கொடுத்திருக்கிறேன்."

"ஐயையோ கடவுளே! எனக்குப் போய் நீ அப்படிச் செய்ய லாமா? அலெக்ஸாண்ட்ரா செமியோனோவ்னா என்ன நினைப் பாள்? அவளைத்தான் கொஞ்சம் பாரேன். எப்படி அதிர்ந்து போயிருக்கிறாள் பார்! எப்படியெல்லாம் 'பர்கமோட்'* தைலம் தடவி எனக்குத் தலை சீவி, தயார் செய்து வைத்திருக்கிறாள் அவள்? நீ போய் இப்படிச் செய்வதா?"

---

* பர்கமோட் – எலுமிச்சை – கிச்சலி இனத்தைச் சேர்ந்த பழத்திலிருந்து வடித்து இறக்கப்படும் நறுமணப் பொருள்.

“உனக்கு எப்போதும் எல்லாமே வேடிக்கைதான் மாஸ்லோ போயேவ். அடுத்த வாரம் வெள்ளிக்கிழமை – நீங்கள் விரும்பினால் உங்களோடு சாப்பிடுகிறேன் என்று இப்போது அலெக்ஸாண்ட்ரா செமியோனோவ்னாவுக்குச் சத்தியம் வேண்டுமானாலும் செய்து தருகிறேன். ஆனால், என் அருமை நண்பனே! இப்போது நான் வேறொருவருக்கு வாக்குக் கொடுத்து விட்டேன். குறிப்பிட்ட இடத்தில் இப்போது நான் இருந்தே ஆக வேண்டும். அது மிக மிக அவசியம். நீ என்னிடம் என்ன சொல்ல விரும்பி இங்கே அழைத்தாய் என்பதை மட்டும் இப்போது சொன்னால் உதவியாக இருக்கும்.”

“உண்மையிலேயே எட்டரை மணிக்கு நீங்கள் கிளம்பி விடுவீர்களா? ஐயோ... அது கூடவே கூடாது” என்று அழும் குரலில் கேட்டாள் அலெக்ஸாண்ட்ரா செமியோனோவ்னா. நான் கிளம்பி விடுவேனோ என்ற பயமும் வருத்தமும் அவள் குரலில் தெரிந்தது. அற்புதமான தேநீரை ஒரு கோப்பையில் ஊற்றி என்னிடம் தந்த போது கிட்டத்தட்ட அவள் அழுது கொண்டிருந் தாள் என்றே சொல்லிவிடலாம்.

“கவலைப்படாதே என் அன்பே! அவன் பேசுவது முட்டாள் தனமாக இருக்கிறது” என்றான் மாஸ்லோபோயேவ்.

“கவலை வேண்டாம். அவன் இங்கே இருப்பான். நிச்சயம் இருப்பான். ஏதோ அபத்தமாக உளறுகிறான். அவ்வளவுதான். அதிருக்கட்டும் வான்யா! எப்போது பார்த்தாலும் எங்கே இவ்வளவு அவசரமாகப் போய்க்கொண்டிருக்கிறாய் நீ? அப்படி என்ன வேலை அவசரம் உனக்கு என்பதை நான் தெரிந்து கொள்ளலாமா? தினந்தோறும் ஏதோ ஒரு இடத்துக்கு ஓடிக்கொண்டேதான் இருக்கிறாய். ஆனால், ஒரு வேலையும் செய்வதில்லையே.”

“அதை ஏன் தெரிந்து கொள்ள நினைக்கிறாய்? ஒருவேளை வேறு எப்போதாவது உன்னிடம் நான் அது பற்றிச் சொல்லலாம். இப்போது இதை மட்டும் நீ சொல் போதும். நேற்று வீட்டில் இருக்க மாட்டேன் என்று நானே உன்னிடம் சொல்லியிருக்கும் போது நீ ஏன் என் வீட்டுக்கு வந்தாய்?”

“அந்தச் சமயம் அது மறந்துபோய் விட்டது. பிறகுதான் ஞாபகம் வந்தது. ஏதோ ஒரு விஷயத்தைப் பற்றி உன்னிடம் பேச வேண்டுமென்று உண்மையிலேயே நான் நினைத்தேன். ஆனால், வேறு விஷயங்களைவிட அலெக்ஸாண்ட்ரா செமியோனோவ் னாவைத் திருப்திப்படுத்துவதும், சந்தோஷப்படுத்துவதுமே என் முக்கியமான நோக்கமாக இருந்தது.

'எப்படியோ ஒரு நல்ல நண்பன், கண்ணியமான ஒரு மனிதரை நீங்கள் கண்டுபிடித்து விட்டீர்கள். அவரை வீட்டுக்குக் கூப்பிட்டால் என்ன?' என்றுகூட நான்கு நாட்களாக என்னைத் துளைத்தெடுத்து விட்டாள். இந்த 'பர்கமோட்' வாசனைத் தைலம் ஒன்றை வைத்தே மறு உலகத்தில் என் நாற்பது பாவங்களும் மன்னிக்கப்பட்டு விடும் என்று வைத்துக்கொள். அது ஒரு பக்கம் இருக்க, ஒரு மாலைப் பொழுதை நிஜமாகவே ஒரு நண்பனுடன் இனிமையாகக் கழித்தால் என்ன என்றும் எனக்குத் தோன்றியது. அதற்குத்தான் இப்படி ஒரு உபாயத்தைக் கையாண்டேன். நீ மட்டும் வராமல் போனால் எங்கள் திட்டமெல்லாம் பிசுபிசுத்துப் போய் விடும் என்பதற்காகவே உனக்கு அழுத்தம் திருத்தமாக அப்படி ஒரு குறிப்பை எழுதி வைத்தேன்."

இனிமேலாவது அப்படிச் செய்ய வேண்டாம் என்றும், எது வானாலும் என்னிடம் வெளிப்படையாகவே சொல்லி விடலாம் என்றும் அவனிடம் நான் கெஞ்சிக் கேட்டுக் கொண்டேன். அவன் தந்த விளக்கத்தில் என்னால் முழுமையாக சமாதானமடைய முடியவில்லை.

"சரி, அதிருக்கட்டும்! இன்று காலை நான் பார்த்த போது என்னிடமிருந்து பிய்த்துக் கொண்டு ஓடினாயே? அது ஏன்?" என்று கேட்டேன்.

"உண்மையாகவே இன்று காலையில் எனக்கு வேலை இருந்தது."

"வால்காவ்ஸ்கியோடு இருந்திருக்காது? அப்படித்தானே?"

"எங்கள் வீட்டுத் தேநீர் உங்களுக்குப் பிடித்திருக்கிறதா?" என்று தேன் தடவிய குரலில் கேட்டாள் அலெக்ஸாண்ட்ரா செமியோனோவ்னா. கடந்த ஐந்து நிமிடங்களாகவே அவள் தந்த தேநீரை நான் புகழ வேண்டுமென்று எண்ணிக் காத்திருந்தாள் அவள். ஆனால், எனக்கென்னவோ அது தோன்றவே இல்லை.

"அபாரம் அலெக்ஸாண்ட்ரா செமியோனோவ்னா, அற்புதம்! இப்படிப்பட்ட ஒரு பானத்தை நான் ஒருபோதும் குடித்ததில்லை."

உடனே அலெக்ஸாண்ட்ரா செமியோனோவ்னாவின் முகம் மகிழ்ச்சியால் ஒளிர்ந்தது. விரைந்து வந்து இன்னும் சிறிது தேநீரை என் கோப்பையில் ஊற்றினாள் அவள்.

"வால்காவ்ஸ்கியா" என்று உரக்கக் கத்தினான் மாஸ்லோ போயேவ்.

"தம்பி! அவன் படு மோசமான ஒரு ஆள். பயங்கரமான போக்கிரி. நானும்கூட ஒரு போக்கிரிதான் தம்பி. ஆனாலும், அவன் செய்கிற காரியங்களை நான் செய்ய மாட்டேன். எனக்கு

ஒரு அடிப்படை நாகரிகம் இருக்கிறது. சரி போதும்! வாயை மூடிக் கொண்டிருப்பதுதான் நல்லது. அந்த ஆளைப் பற்றி உனக்கு நான் அவ்வளவுதான் சொல்ல முடியும்."

"ஆனால், வேறு விஷயங்களோடு கூடவே அந்த மனிதனைப் பற்றியும் உன்னிடம் விசாரிக்க வேண்டும் என்பதற்காகவே நான் உன்னைப் பார்க்க வந்தேன். சரி, அதைப் பிறகு பார்த்துக்கொள்ள லாம். இப்போது இதை மட்டும் சொல். நேற்று நான் இல்லாத போது வீட்டுக்கு வந்த என் யெலேனாவுக்கு இனிப்புகளைக் கொடுத்திருக்கிறாய், அவளுக்காக நடனம் ஆடியிருக்கிறாய், கிட்டத் தட்ட ஒன்றரை மணி நேரம் அவளோடு பேசி இருக்கிறாய்? எதற்காக இதெல்லாம் செய்தாய்?"

"யெலேனா பதினோரு, பன்னிரண்டு வயது நிரம்பிய ஒரு சிறிய பெண். தற்போதைக்கு அவள் இவான் பெத்ரோவிச்சுடன் வசிக்கிறாள்" என்று சட்டென்று அலெக்ஸாண்ட்ரா செமியோனோவ்னாவின் பக்கம் திரும்பி அவளுக்கு விளக்கம் தந்தான் அவன்.

"பார் வான்யா... நீயே பார்த்துக் கொள்" என்று அவளை விரல்களால் சுட்டிக் காட்டியபடி மேலும் தொடர்ந்தான்.

"முன்பின் அறிமுகமில்லாத பெண்ணுக்காக நான் இனிப்பு வாங்கிக் கொண்டு போனேன் என்பதைக் கேட்டதும் அவள் முகம் எப்படிச் சிவந்தது பார்த்தாயா? ஏதோ திடீரென்று நாம் துப்பாக்கியால் சுட்டது போல அல்லவா அவள் திடுக்கிட்டுத் திரும்பிப் பார்த்தாள்? பார் பார். அவள் கண்களில் கோப மின்னல் எப்படி அடிக்கிறது பார். அலெக்ஸாண்ட்ரா செமியோனோவ்னா! நீ அதை அப்படி மறைத்துக்கொள்வதில் பயனில்லை. உனக்குப் பொறாமைதான். நான் மட்டும் அது ஒரு பதினோரு வயதுக் குழந்தை என்பதைச் சொல்லாமல் இருந்திருந்தால் அவள் என் தலைமுடியைப் பிடித்து இழுத்திருப்பாள். 'பர்கமோட்' கூட அப்போது என்னைக் காப்பாற்றாது."

"இப்போதும் அது உங்களைக் காப்பாற்றப் போவதில்லை" என்று சொல்லிக் கொண்டே தேநீர் மேசைக்கு அருகிலிருந்து ஒரே தாவலில் அவனை நோக்கிப் பாய்ந்து வந்தாள் அலெக்ஸாண்ட்ரா செமியோனோவ்னா. தப்பித்துக் கொள்வதற்கு மாஸ்லோபோயேவுக்கு நேரமே கொடுக்காமல் அவன் உச்சி முடியைப் பிடித்து நன்றாக இழுத்தாள்.

"அப்படியா? அப்படியா சொல்கிறீர்கள்? ஒரு விருந்தாளிக்கு முன்னால் வைத்து நான் பொறாமைக்காரி என்று சொல்கிறீர்களே?

அதற்கு எப்படித் துணிந்தீர்கள்? அதற்கு எப்படித் துணியலாம் நீங்கள்?"

அவள் சிரித்துக் கொண்டிருந்தாலும் அவள் முகம் கோபத்தில் சிவந்துதான் இருந்தது. மாஸ்லோபோயேவ் கொஞ்சம் கஷ்டப்பட்டுத் தான் அவள் பிடியிலிருந்து விடுவித்துக் கொள்ள வேண்டியிருந்தது.

"பார்த்தாயா வான்யா! நான் எப்படி ஒரு வாழ்க்கை நடத்து கிறேன் பார். சரி... இப்போது கொஞ்சம் வோட்கா குடித்தால் தெம்பாக இருக்கும்" என்று சொல்லி முடித்து, தன் தலை முடியைச் சரி செய்து கொண்டு மதுக்குப்பி இருந்த இடத்தை நோக்கித் தாவிச் சென்றான் மாஸ்லோபோயேவ். அதற்குள் அவனை முந்திக் கொண்டு அங்கே சென்றிருந்தாள் அலெக்ஸாண்ட்ரா செமியோனோவ்னா. மது வகைகள் இருந்த மேசை யருகே சென்று, தானாகவே ஒரு கோப்பையில் ஊற்றி எடுத்து வந்து அவனிடம் கொடுத்தாள். அதோடு அவன் கன்னத்தில் லேசாக-செல்லமாகத் தட்டவும் செய்தாள். மாஸ்லோபோயேவ் என்னைப் பார்த்து வெற்றிப் பெருமிதத்தோடு கண் சிமிட்டியபடி நாக்கைச் சப்புக் கொட்டிக்கொண்டு, அமைதியாகத் தன் கோப்பையைக் காலி செய்வதில் முனைந்தான்.

"அன்று இனிப்பு மிட்டாயை எடுத்துக் கொண்டு போனதைப் பற்றி என்ன சொல்வதென்று எனக்குத் தெரியவில்லை" என்று சோஃபாவில் என் அருகே அமர்ந்து பேசத் தொடங்கினான் அவன்.

"அப்போது நன்றாகக் குடித்திருந்தேன்; ஒரு பெட்டிக் கடையில் அவற்றை வாங்கினேன். ஏன் வாங்கினேன் என்பது எனக்கே தெரியாது. ஒருவேளை குடிசைத் தொழிலாக அவற்றைத் தயாரிப்பவர்களை-உற்பத்தி செய்பவர்களை ஆதரிக்க வேண்டு மென்று நான் நினைத்திருக்கலாம்; ஆனால், அப்படித்தானா என்று என்னால் உறுதியாகச் சொல்ல முடியாது. குடிபோதையில் தெருவில் நடந்து கொண்டிருந்த போது சகதியில் சறுக்கி விழுந்ததும், தலையில் லேசாகக் கீறல் பட்டதும், இப்படிப்பட்ட உதவாக்கரையான வாழ்வை வாழ்ந்து கொண்டிருக்கிறோமே என்று அழுததும் மட்டுமே எனக்கு ஞாபகம் இருந்தது. இனிப்புக் களைப் பற்றியே நான் அடியோடு மறந்துவிட்டேன். ஆனால், நேற்று வரை அவை என் கோட்டுப் பாக்கெட்டிலேயே இருந்தன. உன் வீட்டு சோஃபாவில் உட்கார்ந்த பிறகுதான் அவை அங்கே இருப்பதையே நான் உணர்ந்தேன். நடனம் ஆடியதற்கும் என் போதை மயக்கம்தான் காரணம். நேற்று நான் மிகுந்த போதையில் இருந்தேன்; நல்ல போதையில், திருப்தியாகக் குடித்துவிட்டு மகிழ்ச்சியோடு இருக்கும் போது சில சமயம் நான் நடனமாடுவ

துண்டு. அவ்வளவுதான்! அதோடு கூடவே அனாதையான அந்தக் குட்டிப் பெண் என் இரக்கத்தைத் தூண்டியிருக்கலாம்; அவள் என்னோடு ஒரு வார்த்தைகூடப் பேசாமல் முறைத்துக் கொண்டு உட்கார்ந்திருந்தாள். அதனால் அவளைச் சந்தோஷப்படுத்துவதற்காக நான் ஆடி இருக்கலாம். மிட்டாய்களையும் கொடுத்திருக்கலாம்."

"அவளிடமிருந்து ஏதாவது தெரிந்து கொள்வதற்காக நீ அப்படிச் செய்தாயா? என்னிடம் உண்மையை ஒத்துக்கொள். நான் வீட்டில் இல்லாத நேரத்தில்–நேருக்கு நேராக அவளுடனேயே பேசி விஷயத்தைத் தெரிந்து கொள்ளலாம் என்றுதான் வேண்டு மென்றே அப்படி வந்தாயா? அவளோடு ஒன்றரை மணி நேரம் செலவிட்டிருக்கிறாய் என்பது எனக்குத் தெரியும். இறந்து போன அவளது தாயை உனக்குத் தெரியும் என்று அவளை நம்ப வைத்து விட்டு, வேறு ஏதோ விஷயத்தைப் பற்றி அவளிடம் விசாரிக்கப் பார்த்திருக்கிறாய்."

மாஸ்லோபோயேவ் தன் கண்களைச் சுருக்கி என்னைப் பார்த்து விட்டு போக்கிரித்தனமாகச் சிரித்தான்.

"அட...! அதுகூட நல்ல யோசனையாகத்தான் இருக்கிறது. ஆனால், அது அப்படி இல்லை வான்யா. எனக்கு ஒரு வாய்ப்பு நேர்ந்திருக்கும் போது நான் அவளைக் கேள்வி கேட்கக் கூடாதா என்ன? ஆனால், அப்படி எதுவும் இல்லை. நான் சொல்வதைக் கொஞ்சம் கேட்டுக்கொள். என் நெடுநாள் நண்பனே! நான் இப்போது வழக்கம் போலக் கடுமையான போதையில்தான் இருக்கிறேன். ஆனாலும்கூட தீய நோக்கத்தோடு ஃபிலிப் உன்னை ஒருபோதும் ஏமாற்ற எண்ண மாட்டான். நிச்சயமாக... தீய நோக்கத்தோடு அப்படிச் செய்ய மாட்டான்."

"சரி... தீய நோக்கம் எதுவும் இல்லாதபோது."

"அப்போதும் அப்படிதான் இருப்பேன். சரி. எல்லாவற்றையும் விட்டுத் தள்ளு. வா, முதலில் ஏதாவது குடித்துவிட்டுக் காரியத்தைப் பார்ப்போம். ஆனால், பெரிதாக ஒன்றுமில்லை" என்றபடி கொஞ்சம் குடித்துவிட்டுப் பேச்சைத் தொடர்ந்தான்.

"இந்த புப்னோவா இருக்கிறாளே, அவளுக்கு அந்தச் சிறுமியை வைத்திருக்க எந்த உரிமையும் இல்லை. நான் உள்ளே புகுந்து விஷயத்தை நன்றாகப் பார்த்து விட்டேன். அவள் தத்தெடுத்தது போலவும் எதுவும் இல்லை. சிறுமியின் தாய், அவளுக்குக் கடன்பட்டிருந்ததால் இந்தச் சிறுமியை அவள் பிணையாகப் பிடித்து வைத்துக் கொண்டிருந்தாள், அவ்வளவுதான். நரித் தந்திரம் கொண்ட, மிக மோசமான ஒழுக்கமில்லாத பெண்தான் புப்னோவா. ஆனால், எல்லாப் பெண்களையும் போல அவளும் ஒரு முட்டாள்

தான். இறந்துபோன சிறுமியின் தாயிடம் நம்பகமான பாஸ்போர்ட் இருந்ததால் எல்லாமே சரியாகத்தான் இருக்கிறது. யெலேனா தாராளமாக உன்னோடு வசிக்கலாம்; அதைவிட நல்லது என்ன வென்றால் இரக்க சிந்தை கொண்ட யாராவது ஒரு குடும்பத்தார் அவளை வைத்து வளர்ப்பது. ஆனால், அதுவரை அவள் உன்னோடு இருக்கலாம். அதில் எந்தத் தவறும் இல்லை. நான் உனக்கு எல்லா ஏற்பாடுகளும் செய்து தந்து விடுகிறேன். புப்னோவாவால் ஒரு சுண்டுவிரலைக்கூட அசைக்க முடியாது. அதற்குப் பயந்து போய் விடுவாள். ஆனாலும், யெலேனாவின் தாயைப் பற்றி இதுவரை உறுதியாக எந்த ஒரு விஷயத்தையும் என்னால் கண்டுபிடிக்க முடியவில்லை. அவள் பெயர் சால்ஸ்மான் என்று ஏதோ...”

“ஆமாம்! நெல்லிகூட அதை என்னிடம் சொல்லியிருக்கிறாள்.”

“சரிதானே! விஷயம் அதோடு முடிந்தது. இப்போது இதைக் கேட்டுக் கொள் வான்யா” என்று சற்றுத் தீவிரமான தொனியில் மிகவும் அமைதியாக, பவ்வியமாகப் பேச ஆரம்பித்தான் அவன்.

“எனக்கு உன்னிடம் ஒரு சின்ன உதவி தேவைப்படுகிறது, நீ அதைச் செய்வாயென்று நினைக்கிறேன். எந்தக் காரணத்தை முன்னிட்டு நீ எப்போதும் இவ்வளவு பரபரப்பாக இருக்கிறாய், நீ எங்கே போகிறாய்? சில சமயம் உன் முழு நாளையும்கூட எங்கே செலவிடுகிறாய்? – இதையெல்லாம் என்னிடம் ஒன்றுவிடாமல் முழுமையாகச் சொல், நான் ஏதோ கொஞ்சம் கேள்விப்பட்டிருக்கிறேன், தெரிந்து வைத்திருக்கிறேன் என்றாலும் அதைப் பற்றி எனக்கு இன்னும்கூட எல்லாம் தெரிந்தாக வேண்டும்.”

அவ்வளவு பவ்வியமாக அவன் கேட்பது எனக்கு வியப்பாக இருந்தது. என்னைக் கொஞ்சம் பதட்டப்படவும் வைத்தது.

“ஆனால் உனக்கு எதற்கு அதெல்லாம்? உனக்கு ஏன் அது பற்றித் தெரிய வேண்டும்? அதிலும் இவ்வளவு பவ்வியமாக வேறு கேட்கிறாய்.”

“விஷயம் இதுதான் வான்யா! வார்த்தைகளை வீணில் விரயமாக்க வேண்டாம், நான் உனக்கு ஒரு உதவி செய்ய வேண்டு மென்று ஆசைப்படுகிறேன், என் நெடுங்கால நண்பனே! நான் உன்னிடம் நேர்மையாக இல்லாமல் இருந்தால் எந்தப் பவ்வியமும் காட்டாமல் எல்லா விஷயங்களையும் உன்னிடமிருந்து கறந்திருப் பேன். ஆனால், நான் நம்பிக்கைத் துரோகம் செய்வதாக, உன்னை வஞ்சிப்பதாக எண்ணி நீ என்னைச் சந்தேகப்படுகிறாய், இதோ இப்போதுகூட மிட்டாய்களை வைத்து!’ எனக்கு உன்னைப் புரியாமல் இல்லை, ஆனால் நான் இந்த அளவு பவ்வியமாகப் பேசுவதால், என் நன்மைக்காக நான் பேசிக் கொண்டிருக்க

வில்லை என்பதையும், உன்னைப் பற்றித்தான் சிந்தித்துக் கொண்டிருக்கிறேன் என்பதையும் நீ உறுதியாக நம்பலாம். அதனால் என்னைச் சந்தேகப்படாமல் உண்மை எதுவோ அதை வெளிப்படையாக, முழுமையாகச் சொல்லிவிடு".

"என்ன உதவி செய்வதாக இருக்கிறாய் மாஸ்லோபோயேவ்? வால்காவ்ஸ்கியைப் பற்றி ஏதாவது சொல்லேன், எனக்கு அவரைப் தெரிய வேண்டும். அதுதான் நீ எனக்கு செய்யும் உதவியாக இருக்கும்."

"வால்காவ்ஸ்கியைப் பற்றியா? சரி! ரொம்ப நல்லது. நேரடியாகவே சொல்லி விடுகிறேனே? இப்போது அவன் தொடர்பாகத்தான் நான் உன்னைக் கேள்வி கேட்டுக்கொண்டிருந்தேன்"

"அது எப்படி?"

"எப்படி என்று சொல்கிறேன் கேள். அவன் உன் விஷயங்களில் தலையிட்டுத் துருவுவதாக எனக்குத் தோன்றுகிறது. அதை நான் கவனித்திருக்கிறேன் பையா. என்னிடமும் உன்னைப் பற்றித் தற்செயலாகக் கேட்பது போல ஏதோ கேட்டான். நாம் இருவரும் நண்பர்கள் என்பது அவனுக்கு எப்படித் தெரியும், அதை எப்படிக் கண்டுபிடித்தான் அவன் என்று கேட்காதே. அது உன் வேலையில்லை. முக்கியமான விஷயம் என்னவென்றால் அவனிடமிருந்து, நீ உன்னைப் பாதுகாத்துக்கொள்ள வேண்டும் என்பதுதான். அவன் வஞ்சகம் நிறைந்த ஒரு ஜூடாஸ். ஜூடாஸை விடவும் மோசமானவன், அதனால் உன் விஷயங்களில் அவன் தலையிடுவதைப் பார்த்து நான் நடுங்கிப் போய் விட்டேன், ஆனாலும் எனக்கு என்ன விஷயம் என்பதெல்லாம் தெரியாது. அதனால்தான் உன்னை எல்லாவற்றையும் சொல்லிவிடு என்கிறேன். பிறகு விஷயம் என்னவென்று எனக்குப் புரிந்துவிடும். நான் உன்னை இங்கே வரச் சொன்னதே அதற்குத்தான். அதுதான் என் முக்கியமான வேலை. உன்னிடம் மனம் திறந்து சொல்கிறேன் இப்போது."

"வால்காவ்ஸ்கியிடம் நான் கவனமுடன் இருக்க வேண்டும் என்று எதை வைத்துச் சொல்கிறாய் நீ? ஏதோ கொஞ்சம் தெரிந்ததையாவது சொல்லலாம் இல்லையா?"

"நல்லது! அப்படியே ஆகட்டும்! இதோ பார், பல வகையான வேலைகளில் நான் ஈடுபடுவதுண்டு. என்னை நம்பி வேலைகளை ஒப்புவிக்கும் மனிதர்கள் அந்த ரகசியங்கள் வெளியே போகாது என்ற நம்பிக்கையால் மட்டுமே என்னிடம் அவற்றைத் தருகிறார்கள், நான் ஓட்டை வாயன் இல்லை என்பது அவர்களுக்குத் தெரியும், அப்படியிருக்கும்போது நான் எப்படி உனக்குச் சொல்ல முடியும், அதனால் அவன் எப்படிப்பட்ட போக்கிரி என்று காட்டுவதற்காக

நான் மிக மிகப் பொதுப்படையாக மட்டுமே சில விஷயங்களைச் சொன்னால் அதற்காக நீ வருத்தப்படக் கூடாது. சரி முதலில் நீ சொல்! உன் கதையிலிருந்து ஆரம்பிப்போம்."

என் விஷயங்களை மாஸ்லோபோயேவிடமிருந்து மறைத்து வைக்க எந்தத் தேவையும் இல்லை என்பதை நான் உண்மையாகவே உணர்ந்தேன். சொல்லி விடவும் தீர்மானித்தேன். நடாஷாவின் கதையில் எந்த ரகசியமும் இல்லை. ஏதாவது ஒரு வகையில் மாஸ்லோபோயேவால் அவளுக்கு உதவக்கூட முடியலாம்.

என் கதையில் முடிந்தவரை ஒரு சில விஷயங்களை சுருக்கியே சொன்னேன். வால்காவ்ஸ்கியோடு தொடர்புடைய விஷயங்களைக் குறிப்பான கவனத்துடன் கேட்டுக்கொண்டான் மாஸ்லோபோயேவ். அடிக்கடி என் பேச்சில் குறுக்கிட்டபடி சில விஷயங்களைப் பலமுறை திரும்பத் திரும்பக் கேட்டுக்கொண்டான். அதனால், இறுதியில் பார்க்கப் போனால் என் கதை முழுவதையுமே அவனிடம் சொல்ல வேண்டியதாகி விட்டது. அதைச் சொல்லி முடிக்க அரைமணி நேரம் ஆயிற்று.

"ம்! அந்தப் பெண் நடாஷாவுக்குக் கொஞ்சம் மூளை இருக்கத்தான் செய்கிறது" என்றான் மாஸ்லோபோயேவ். வால்காவ்ஸ்கியைப் பற்றி மிகச் சரியாக ஊகிக்காவிட்டாலும்கூட முதல் பார்வையிலேயே அவன் எப்படிப்பட்டவன் என்பதைப் புரிந்துகொண்டு அவனோடு உள்ள எல்லாத் தொடர்புகளையும் முறித்துக்கொண்டு விட்டாள். சபாஷ் நடாஷா! அவள் நன்றாக இருக்க வேண்டுமென்பதற்காகக் குடிக்கப் போகிறேன்' என்றபடி தன் கோப்பையைக் காலி செய்தான்.

"அவள் மூளை மட்டுமில்லை. அவள் இதயமும்கூட அவள் ஏமாறாமல் தடுத்திருக்கிறது. அவள் மனம் அவளைத் தவறாக வழிநடத்திக் கொண்டு போகவில்லை, அவள் காதல் தோற்ற தென்னவோ நிச்சயம்! வால்காவ்ஸ்கிக்கு இப்போது வழி கிடைத்து விடும். அல்யோஷாவும் அவளை விட்டுச் சென்று விடுவான், நான் இக்மெனெவுக்காகத்தான் இரக்கப்படுகிறேன். 10,000 ரூபிள்களைப் போய் அந்தப் போக்கிரியிடம் தருவதாவது? அவரது வழக்கை எடுத்து நடத்தியது யார்? வாதாடியது யார்? அவரேதான் அதைச் செய்திருப்பாரென்று நினைக்கிறேன். சே! எனக்கு எப்படிக் கோபம் வருகிறது தெரியுமா? தங்களைப் பற்றியே பெருமையாக எண்ணும் தலைக்கனம் பிடித்த மனிதர்கள். அவர்களால் எதற்கும் லாயக்கில்லை. அவனைச் சமாளிக்க ஏற்ற வழி அது இல்லை. இக்மெனெவுக்கு நான் ஒரு நல்ல இளம் வழக்கறிஞரை ஏற்பாடு செய்து தந்திருப்பேன்! ரொம்பவும் மோசம்."

எரிச்சலோடு மேசையில் குத்தினான் அவன்.

"சரி, இப்போது வால்காவ்ஸ்கியைப் பற்றிச் சொல்."

"இன்னுமா அவனைப் பற்றி விடாமல் நச்சரித்துக் கொண்டிருக்கிறாய்? அவனைப் பற்றிப் பேசுவதில் என்ன பயன் இருக்கிறது?' நான் இந்தப் பேச்சையே எடுத்திருக்கக் கூடாது என்று நினைத்து வருத்தப்படுகிறேன். அந்தப் போக்கிரியைப் பற்றி உன்னிடம் எச்சரிக்க வேண்டும், உன்னைப் பாதுகாக்க வேண்டுமென்றே நான் ஆசைப்பட்டேன். அவனுடைய பிடியில் நீ சிக்கி விடக் கூடாது. அவனோடு தொடர்பு வைத்துக் கொண்ட எல்லோர் கதியுமே அதோகதிதான். அதனால் விழிப்பாக இரு. அவ்வளவுதான்! நான் ஏதோ மர்மக் கதைகளைச் சொல்லப் போகிறேன் என்று ஒருவேளை நீ கற்பனை செய்து கொண்டிருக்கலாம். நீ ஒரு நாவலாசிரியன் இல்லையா? இதோ பார்! ஒரு வில்லனைப் பற்றிப் பேசுவதால் என்ன நன்மை? அவன் ஒரு வில்லன், அதற்கு மேல் என்ன வேண்டும்? உதாரணத்திற்கு அவன் செய்த அற்பக்காரியங்களில் ஒன்றை உனக்குச் சொல்கிறேன். ஆனால் எந்த இடம், ஊர், சம்பந்தப்பட்ட மனிதர்கள் யார் என்பதையெல்லாம் குறிப்பிட மாட்டேன். காலண்டர் காட்டும் துல்லியத்தோடு எந்த நாள், எந்த நேரம் என்றெல்லாம் சொல்ல மாட்டேன். அவன் ஒரு இளைஞனாக, ஒரு சாதாரண குமாஸ்தா சம்பளத்தில் மட்டுமே வாழ்ந்து வந்தபோது ஒரு பணக்கார வியாபாரியின் மகளை மணந்து கொண்டான். அவளை மிகவும் மோசமாக நடத்தினான். அவளைப் பற்றி இப்போது நாம் பேசப் போவதில்லை என்றாலும் போகிற போக்கில் சொல்லி வைத்தேன். வான்யா, என் நண்பனே தன் வாழ்க்கை முழுவதும் இப்படிப்பட்ட விஷயங்களைத் தனக்கு ஆதாயமாக்கிக் கொள்வதையே மிகவும் விரும்பியவன் அவன். இன்னொரு உதாரணம் சொல்கிறேன் கேள். அவன் வெளிநாட்டுக்குச் சென்றான். அங்கே...."

"கொஞ்சம் பொறு மாஸ்லோபோயேவ். அவனுடைய எந்த வெளிநாட்டுப் பயணம் பற்றி நீ பேசிக்கொண்டிருக்கிறாய்? எந்த ஆண்டு அது?"

"ம்! சரியாக 99 வருடம் 3 மாதங்களுக்கு முன்னால். சும்மா கேட்கிறாயா? அங்கே ஒருவரின் மகளை அவன் ஏமாற்றிச் சீரழித்து விட்டான். அவளைத் தன்னோடு பாரீஸுக்குக் கடத்திக் கொண்டும் சென்று விட்டான்! அதை அவன் செய்த விதம் இருக்கிறதே, அதைச் சொல்ல வேண்டும். அந்தப் பெண்ணின் தந்தை ஒரு தொழிலதிபரோ அல்லது ஏதோ ஒரு நிறுவனத்தின் பங்குதாரரோ, அதைப் பற்றி எனக்கு உறுதியாகத் தெரியவில்லை. என்னுடைய சொந்த அனுமானங்களிலிருந்தும் நான் திரட்டிய நிறைய

தகவல்களை வைத்தும்தான் இப்போது இதைச் சொல்லிக் கொண்டிருக்கிறேன். அந்தப் பெண்ணின் தந்தை பார்த்துக் கொண்டிருந்த தொழிலிலும் எப்படியோ புகுந்து அவரை அவன் ஏமாற்றிவிட்டான், எல்லாப் பணத்தையும் அவரிடமிருந்து சுருட்டிக் கொண்டும் விட்டான். இத்தனைக்கும் அவன் தன்னிடம் வாங்கிய பணத்துக்கெல்லாம் முறையான சட்டபூர்வமான ஆவணங்களை வைத்திருந்தார் அந்தப் பெரியவர், ஆனால் பணத்தைத் திருட வேண்டுமென்பதுதான் நோக்கமாக இருந்ததே தவிர, அதைத் திருப்பிக் கொடுக்க வேண்டும் என்பதில்லை. அந்த முதியவருக்கு ஒரு மகள் இருந்தாள். அவள் மிகவும் அழகானவள். இலட்சிய வாதியான ஒரு மனிதன் அவள் மீது காதல் கொண்டிருந்தான். அவன் ஷில்லர் சகோதரத்துவத்தைச் சேர்ந்தவன், ஒரு கவிஞன், கனவு காணும் இளைஞன். அதே நேரத்தில் ஒரு வியாபாரியும்கூட. வழக்கமான ஒரு ஜெர்மனியன். ஏதோ பெர்கசன் என்று நினைக்கிறேன்.”

“அவன் குடும்பப் பெயர் ஃபெஃபெர்கசன் என்றா சொல் கிறாய்?”

“ஒருவேளை ஃபெஃபெர்கசன் என்று இல்லாமலும் இருக்கலாம். அவன் எக்கேடு கெட்டும் போகட்டும், அது இங்கே முக்கியம் இல்லை. வால்காவ்ஸ்கி எப்படியோ வெற்றிகரமாக அந்தப் பெண்ணைத் தன்வசப்படுத்தி விட்டான்; அவளும் அவன் மீது பைத்தியக்காரத்தனமான காதல் கொண்டு விட்டாள். இரண்டு விஷயங்களுக்கு அவன் ஆசைப்பட்டான். முதலில் அந்தப் பெண்ணை அடைய வேண்டும். அடுத்ததாக அவள் தந்தையிடமிருந்து பணம் வாங்கியதற்கு ஆதாரமாக இருக்கும் ஆவணங்களைக் கைப்பற்ற வேண்டும். அவரது சாவிகள் எல்லாம் மகளின் பொறுப்பிலேதான் இருந்தன. மகள் மீது அளவுகடந்த அன்பு கொண்டிருந்த அவர் அவளை யாருக்கும் திருமணம் செய்து கொடுக்கக்கூட விரும்ப வில்லை. ஆம்! உண்மையாகவே அப்படித் தான். அவளை மணம் செய்து கொள்ள முன்வரும் ஒவ்வொரு இளைஞன் மீதும் அவருக்குப் பொறாமைதான்! அவளைப் பிரிந்திருப்பதைப் பற்றி அவரால் கற்பனை செய்து பார்க்கக்கூட முடியவில்லை ஃபெஃபெர்கசனையும் அப்படித்தான் திருப்பி அனுப்பி விட்டார் அவர். மிகவும் விசித்திரமான தந்தை அவர். ஓர் ஆங்கிலேயர்.”

“என்ன ஆங்கிலேயரா? இதெல்லாம் எங்கே நடந்தது?”

“நான் சும்மா பேச்சுக்கு ஆங்கிலேயர் என்று சொன்னால் உடனே அதைப் பிடித்துக்கொண்டு விட்டாயே. சாண்டா ஃபே த பகோடா (Santa-fe-de-Bogota) அல்லது கிரகோ (Cracow)–இந்த ஊர்கள் ஏதாவது ஒன்றில் இது நடந்திருக்கலாம், ‘டச்சி ஆஃப்

நசா*வில்கூட நடந்திருக்கலாம். இதோ இந்த 'செல்ட்சர்' தண்ணீர் பாட்டில்களில் எழுதியிருக்கிறதல்லவா அதுபோல! அது நிச்சயம் நசாவாகத்தான் இருக்க வேண்டும். போதுமா! திருப்தியா உனக்கு? இப்போது கேள்.

தந்தையிடமிருந்து மகளைப் பிரித்த வால்காவ்ஸ்கி அவளை அந்த ஆவணங்களைத் தன்னிடம் எடுத்துவரச் செய்தான். எல்லாம் காதல் வேகம்தான் வான்யா! வேறெதைச் சொல்ல? அவள் மிகவும் நேர்மையான பெண், கௌரவமானவள், உயர்ந்த சிந்தனை கொண்டவள் எல்லாம்தான். ஆனால் ஒருவேளை அந்த ஆவணங்களில் என்ன இருந்தது என்பது வேண்டுமானால் அவளுக்குத் தெரியாமல் இருந்திருக்கலாம். அதற்காகத் தந்தையிடம் தான் திட்டு வாங்கக் கூடும் என்ற ஒரு விஷயம் மட்டும்தான் அவளைச் சங்கடப்படுத்தியது. அதை எப்படிச் சமாளிப்பது என்றும் தெரிந்து வைத்திருந்தான். அவளைத் தான் மணந்து கொள்வதாக முறைப்படி சட்டபூர்வமான வாக்குறுதியை அவளுக்கு எழுதிக் கொடுத்திருந்தான் அவன். அப்படிச் செய்வதன் வழி அவளைச் சமாதானப்படுத்தி ஒரு திட்டத்துக்கும் உடன்பட வைத்தான். அவர்கள் இருவரும் அப்போதைக்கு ஒரு குறிப்பிட்ட காலம் வெளிநாட்டில் சுற்றுப் பயணம் செய்வது, பிறகு தந்தையின் கோபம் தணிந்த பிறகு அவரிடம் திரும்பி வந்து மூன்று பேரும் சேர்ந்து என்றென்றும் பிரியாமல் மகிழ்ச்சியாக இருப்பது என்பதே அந்தத் திட்டம். அதன்படி அவனோடு அவள் ஓடிப்போய் விட்டாள். வயதான தந்தை அவளைத் திட்டித் தீர்த்தார். திவாலாகியும் போனார். ஃபிராமில்ச், தானும், தன் தொழிலைத் தூரப் போட்டுவிட்டு, அவளைத் தொடர்ந்து பாரீஸுக்கு ஓடினான். அந்த அளவுக்கு அவள் மீது காதல் கொண்டிருந்தான் அவன்.

"நிறுத்து நிறுத்து. அது யார் அந்த ஃபிராமில்ச்? யார் அவன்?

"ஏன் அவன்தான்...... அந்த பேர்சே.. அவன்தானே. சரி சரி ஃபெஃபெர்கசன்!... ஏதோ ஒன்று! விட்டுத்தள்ளு! வால்காவ்ஸ்கியால் அந்தப் பெண்ணை மணந்துகொள்ள முடியவில்லை. அவளை அவன் கைவிட்டே ஆக வேண்டியிருந்தது. அப்படி மணந்து கொண்டால் சீமாட்டி என்ன சொல்லுவாள்? அதனால் அவன் அவளை ஏமாற்றியே ஆக வேண்டும். அதைக் கொஞ்சம் கூட கூச்சப்படாமல் செய்தான் அவன். தொடக்கத்தில் அவளை அடித்து உதைத்துச் சித்திரவதை செய்ய ஆரம்பித்தான். பிறகு அங்கே தங்களைப் பார்க்க வருமாறு ஃபெஃபெர்கசனைத் தானே வலிய

---

* முதலில் சுதந்திர மாநிலமாக இருந்து பிறகு ஜெர்மன் கூட்டமைப்பில் ஒரு மாநிலமாக மாறியது.

அழைத்தான். அவனும் அவளைப் பார்க்க வந்தான். சிறிது சிறிதாக அவளோடு நெருங்கிப் பழகி அவளுக்கு நண்பனாகி விட்டான். அவனும், அவளும் சேர்ந்து கண்ணீர் வடித்தபடி மாலை நேரங் களை ஒன்றாகக் கழிப்பார்கள். தங்கள் துரதிருஷ்டத்தை எண்ணி அவன் அவளை ஆறுதல்படுத்த முயற்சிப்பான். எளிமையான அன்பான அந்த ஜீவன்கள் ஒருவருக்கொருவர் ஆதரவாக இருந் தார்கள். அவர்கள் அப்படி இருக்க வேண்டுமென்று ஏற்கனவே வால்காவ்ஸ்கி திட்டம் போட்டிருந்தான். ஒருநாள் பின்னிரவு நேரத்தில் திரும்பி வந்தபோது, அவர்களிடையே ஏதோ சம்பந்தம் இருப்பதைத் தான் கண்டுபிடித்துவிட்டதாகவும் தன் கண்ணாலேயே அதைப் பார்த்துவிட்டதாகவும் குற்றம் சாட்டினான். அதைக் காரணமாக வைத்து அவர்கள் இருவரையும் ஊரை விட்டுத் துரத்திவிட்டுத் தான் சிறிது காலம் லண்டனுக்குச் சென்று விட்டான். அப்போது அவள் கருவுற்றிருந்தாள். அவன் அவளை வீட்டை விட்டு விரட்டிய பிறகு அவள் ஒரு பெண் குழந்தையைப் பெற்றெடுத்தாள்; அதற்கு வோலோட்கா என்று பெயர் வைத்தார் கள் (யெலேனா).

ஃபெஃபெர்கசன்தான் அதற்கு ஞானத்தந்தையாக ஆனான், அதன் பிறகு அவனுடனேயே அவள் சென்று விட்டாள். அவனிடம் சிறிது பணம் இருந்ததால் ஸ்விட்சர்லாந்து, இத்தாலி என்று கவித்துவமான பல இடங்களில் பயணம் செய்தார்கள். அவள் முழு நேரமும் அழுது கொண்டே இருந்தாள். ஃபெஃபெர்கசனும் கூடவே விம்மிக் கொண்டிருப்பான். அவ்வாறே பல வருடங்கள் கழிந்தன; அந்தக் குழந்தை ஒரு சிறு பெண்ணாக வளர்ந்துவிட்டது.

வால்காவ்ஸ்கிக்கு அவனது காரியங்களெல்லாம் சாதகமாகவே நடந்து கொண்டிருந்தாலும், ஒரே ஒரு விஷயம் மட்டும் எதிராக ஆகி விட்டது. திருமணம் செய்வதாக அவளுக்கு எழுதித் தந்த வாக்குறுதியை அவனால் அவளிடமிருந்து திரும்பப் பெற முடிய வில்லை.

'நீங்கள் ஒரு கீழ்த்தரமான மனிதர். எங்களை ஏமாற்றி திருட்டுத்தனம் செய்து, என்னை அகௌரவப்படுத்தி இப்போது அநாதரவாகவும் விட்டுவிட்டீர்கள்! உங்களுக்கு என்றென்றைக்குமாய் ஒரு கும்பிடு! ஆனால் நீங்கள் எழுதித் தந்த வாக்குறுதியை மட்டும் நான் திருப்பித் தரப்போவதில்லை. உங்களை நான் திருமணம் செய்துகொள்ள விரும்புவதால் அல்ல, அந்த ஆவணத்தைக் கண்டு நீங்கள் பயப்படுவதாலேயே அப்படிச் செய்யப் போகிறேன். அதனால் அது என்னிடத்திலேயேதான் இருக்கும்' என்று அவர்கள் பிரிந்த நேரத்தில் சொன்னாள் அவள். அவள் அப்போது பெரிதும் உணர்ச்சி வசப்பட்டிருந்தாள்; ஆனால் வால்காவ்ஸ்கி அதைப்

பற்றி பெரிதாக எடுத்துக் கொள்ளவில்லை. இப்படிப்பட்ட உன்னத மான ஜீவன்களை ஏமாற்றுவதென்பது அவனைப் போன்ற போக்கிரிகளுக்கு எளிதாகக் கை வந்த ஒன்று. அவர்கள் மிகவும் கௌரவமானவர்கள் என்பதால் அவர்களை ஏமாற்றுவது எப்போதுமே சுலபமானது. மேலும் உடனடியாகச் சட்டத்தின் துணையை நாடி முரட்டுத்தனமாகச் செயல்பட்டு விடாமல் ஒரு அறச் சீற்றம் போல தங்கள் கோபத்தையும் வெறுப்பையும் உள்ளுக்குள்ளேயே அடக்கி வைத்துக் கொள்ளத்தான் அவர்கள் விரும்புவார்கள். அந்த இளம் தாயும் அப்படித்தான் செய்தாள். சுயமதிப்போடு கூடிய வெறுப்புணர்வில் மட்டுமே அவள் தனக்கு வடிகால் தேடிக் கொண்டாள், அவள் செத்துப் போனாலும் போவாளே தவிர, தான் கொடுத்திருந்த திருமண உறுதிக் கடிதத்தை ஒரு போதும் பயன்படுத்த மாட்டாள் என்பது வால்காவ்ஸ்கிக்கும் தெரிந்திருந்த தால் அவன் அதைப் பற்றி அலட்டிக் கொள்ளவில்லை. அவனு டைய கேவலமான முகத்தில் காறித் துப்புவதைப் போல அவள் நடந்து கொண்டாலும் அவள் கைகளில் இப்போது சிறு குழந்தை யான வோலோட்கா இருந்தாள். அவள் இறந்து போனால் அந்தக் குழந்தையின் நிலை என்ன ஆகும். அதைப் பற்றி அவள் யோசித்தே பார்க்கவில்லை. புருடர்ஷேஃப்டும்கூட அவளுக்கு ஆதரவாக மட்டுமே பேசி ஊக்கப்படுத்தினானே தவிர அதைப் பற்றி நினைத்துப் பார்க்கவில்லை. அவர்கள் இருவரும் ஷில்லரைப் படிப்பதில் பொழுதைக் கழித்துக் கொண்டிருந்தார்கள். இறுதியில் புருடர்ஷேஃப்ட் ஏதோ நோயுற்று இறந்து போய்விட்டான்.

“சொல்வது ஃபெஃபெர்கசனைப் பற்றித்தானே?” பெயரை மாற்றி மாற்றிச் சொல்கிறாயே.”

“அவனேதான்! அவன் எக்கேடும் கெட்டுத் தொலையட்டும். அதன் பிறகு அவள்....”

“ஒரு நிமிடம் நிறுத்திக்கொள்! ஆமாம் அவர்கள் எத்தனை ஆண்டுகள் அப்படிப் பயணம் செய்தார்கள்?”

“ம்.. சரியாக இருநூறு ஆண்டுகள் போதுமா? அதைவிடு! அவள் கிரகோவுக்குத் திரும்பிச் சென்றாள். அவள் தந்தை அவளை ஏற்றுக்கொள்ளத் தயாராக இல்லை; அவர் அவளைத் திட்டித் தீர்த்தார், அவளும் இறந்து போனாள். தனக்கு நிம்மதி கிடைத்து விட்டதென்று இறைவனுக்கு நன்றி செலுத்தினான் இளவரசன் வால்காவ்ஸ்கி. அங்கே நானும்கூட இருந்தேன். மதுவைத் துளித் துளியாகச் சுவைக்காமல் முட்ட முட்டக் குடித்தேன். வா வான்யா நாம் இப்போது குடிப்போம்.”

“இந்த விவகாரத்தில் அவனோடு சேர்ந்து உனக்கும் ஏதோ ஒரு பங்கு இருக்கிறது என்று சந்தேகப்படத் தோன்றுகிறது எனக்கு.”

“அப்படி இருக்க வேண்டுமென்று ஆசைப்படுகிறாய்ச் சரிதானே?”

“உனக்கு இந்த விஷயங்களெல்லாம் எப்படித் தெரிந்தது என்பதுதான் எனக்குப் புரியவில்லை.”

“நல்லது, கேட்டுக்கொள், பத்து வருடம் எங்கோ இருந்து விட்டு வேறொரு பெயரில் மாட்ரிடுக்கு அவள் திரும்பி வந்த போது எல்லா விஷயங்களையும் சரி பார்க்க வேண்டி இருந்தது. ஃபெஃபெர்கசனைப் பற்றி, உண்மையாகவே அவள் திரும்பி வந்தாளா என்பது பற்றி, அந்தக் குழந்தையைப் பற்றி, அவள் இறந்துவிட்டாளா, அப்படியானால் அந்த ஆவணங்கள் எங்கே என்பதைப் பற்றி.. இப்படி முடிவில்லாமல் எக்கச்சக்கமாக, ஏதேதோ! அவற்றோடு வேறு சில விஷயங்களும் கூட! அவன் மிக மிக மோசமான மனிதன் வான்யா! நீ கட்டாயம் எச்சரிக்கையாக இருக்க வேண்டும். இந்த மாஸ்வோபோயேவைப் பற்றி ஒரே ஒரு விஷயத்தை மட்டும் மனதில் எப்போதும் வைத்துக்கொள். “ஒருபோதும் எந்த ஒரு சூழலிலும் அவனைப் போக்கிரி என்று மட்டும் சொல்லாதே. அவனும் போக்கிரிதான் என்றாலும் (என்னைப் பொறுத்தவரை போக்கிரியாக இல்லாத மனிதன் எவனும் இல்லை) உன் விஷயங்களைப் பொறுத்தவரை அவன் அப்படி நிச்சயம் இருக்க மட்டான். நான் கடும் போதையில்தான் இருக்கிறேன். ஆனாலும் நான் சொல்வதைக் கேட்டுக் கொள், இப்போதோ, சிறிது காலம் கழித்தோ–இப்போதோ அடுத்த வருடமோ மாஸ்லோபோயேவ் உன்னை ஏமாற்றி விட்டான் (ஏமாற்றி விட்டான் என்ற வார்த்தையை தயவு செய்து மறந்து விடாதே) என்று உனக்குத் தோன்றியதென்றால் அது எந்த ஒரு தீய நோக்கத்தாலும் அல்ல என்பதை மட்டும் உறுதியாக நினைத்துக் கொள். மாஸ்லோபோயேவ் உன்னை எப்போதும் கண்காணித்துக் கொண்டே இருக்கிறான். அதனால் உன் சந்தேகங்களை நம்பாதே. நேரே என்னைத் தேடி வந்துவிடு. ஒரு சகோதரனைப் போல என்ன வேண்டுமோ என்னிடம் வெளிப்படையாகக் கேள்! சரி, இப்போது ஏதாவது குடிக்கிறாயா?”

“வேண்டாம்.”

“ஏதாவது சாப்பிடேன்.”

“வேண்டாம். என்னை மன்னித்துக்கொள்”

“அப்படியென்றால் கிளம்பு, ஒன்பதாக கால் மணி நேரம் இருக்கிறது. நீயோ அவசரத்தில் இருக்கிறாய், நீ போக நேரமாகி விட்டது.”

“என்ன இதெல்லாம்... என்ன நடக்கிறது இங்கே” என்று கிட்டத்தட்ட அழுவது போன்ற குரலில் கத்தினாள் அலெக்ஸாண்ட்ரா செமியோனோவ்னா,

“நன்றாகக் குடித்துவிட்டு வந்த விருந்தாளியைச் சாப்பிடாமலே வெளியே அனுப்புகிறாரே? இவர் எப்போதுமே அப்படித்தான்! வெட்கம் கெட்டவர்.”

“இதோ பார் அலெக்ஸாண்ட்ரா! கால்நடையாகப் போகும் மனிதன், குதிரையில் போகிறவனுக்கு ஒரு போதும் இணையாகி விட முடியாது. நாம் இருவரும் ஒருவருக்கொருவர் துணையாக இருந்து திருப்திப்படுத்திக் கொள்வோம். ஒரு தளபதிக்கு நிகராக நாம் ஆகிவிட முடியுமா? இல்லை வான்யா! நான் பொய் சொல்கிறேன். நீ தளபதி இல்லை, ஆனால் நான் போக்கிரி. என்னைக் கொஞ்சம் பார். உன்னோடு ஒப்பிடும்போது நான் யார்? மன்னித்துக் கொள் வான்யா, என்னைக் கொஞ்சம் பேசவிடு.”

அவன் என்னைத் தழுவிக் கொண்டு கண்ணீர் விட்டான். நான் அங்கிருந்து கிளம்ப ஆயத்தமானேன்.

“கடவுளே! என்ன இது? உங்களுக்கு விருந்து தயாராக இருக்கிறதே” என்று மிகுந்த வருத்தத்தோடு சொன்னாள் அலெக்ஸாண்ட்ரா செமியோனோவ்னா.

“நீங்கள் வெள்ளியன்று நிச்சயமாக வருவீர்கள்தானே!”

“நிச்சயம் வருவேன் அலெக்ஸாண்டரா செமியோனோவ்னா, உறுதியாக வாக்களிக்கிறேன். நான் கட்டாயம் வருவேன்”

“அவர் இப்படிக் குடிப்பதால் ஒருவேளை அவரைக் கொஞ்சம் தவறாக–மதிப்புக் குறைவாகப் பார்க்கிறீர்களோ? வேண்டாம் இவான் பெத்ரோவிச்: அப்படி அவரைக் குறைவாக எண்ண வேண்டாம். அவர் நல்ல மனம் கொண்டவர், மிக நல்ல உள்ளம் அவருக்கு உண்டு : உங்களைப் பற்றி அவர் எப்போதும் நினைத்துக் கொண்டே இருக்கிறார். இரவும் பகலும் முழு நேரமும் உங்களைப் பற்றியேதான் பேசுகிறார்; அவர் வேறு எதையுமே பேசுவதில்லை. நான் படிப்பதற்காக உங்கள் புத்தகங்களை எனக்கு வாங்கிக் கொடுத்திருக்கிறார். நான் இன்னும் அவற்றைப் படிக்கவில்லை. நாளை படிக்க ஆரம்பிப்பேன். நீங்கள் வந்ததில் எனக்கு எவ்வளவு சந்தோஷம் தெரியுமா? நான் யாரையுமே பார்ப்பதில்லை. எங்களோடு ஒரு மாலைப் பொழுதைக் கழிக்க யாருமே வருவதில்லை. எங்களுக்கு வேண்டியது எல்லாமே எங்களிடம் இருக்கிறது. ஆனால் நாங்கள் எப்போதுமே தனியாகத்தான் இருக்கிறோம். நான் இங்கே சும்மா உட்கார்ந்தபடி நீங்கள் பேசுவதையெல்லாம்

கேட்டுக்கொண்டிருந்தேன். அதுவே எவ்வளவு நன்றாக இருந்தது. சரி சென்று வாருங்கள்! வெள்ளியன்று பார்ப்போம்.”

7

நான் மாஸ்லோபோயேவின் வீட்டை விட்டு வெளியேறி என் வீட்டை நோக்கி விரைந்தேன். அவன் கூறிய வார்த்தைகள் என்னை மிகவும் பாதித்திருந்தன. பல வகையான எண்ணங்கள் என்னுள் ஓடிக்கொண்டிருந்தன. வீட்டை நெருங்கும்போது எதிர்பாராமல் நடந்த ஒரு சம்பவம் மின்சாரம் தாக்கியதைப் போல என்னை அதிர்ந்து போகச் செய்து விட்ட்து.

என் வீட்டு வாசலுக்கு எதிரே ஒரு தெரு விளக்குக் கம்பம் இருந்தது, நான் வாசலருகே சென்ற போது அந்த விளக்குக் கம்பத் திற்குக் கீழே இருந்து ஒரு உருவம் என்னை நோக்கி ஓடி வந்து என் மீது மோதியது, சற்றும் எதிர்பாராமல் வித்தியாசமாக இருந்த அந்த நிகழ்வு என்னைக் கூச்சல் போடச் செய்து விட்டது. அது உயிருள்ள ஒரு ஜீவன்தான்: பயந்து நடுங்கிக் கொண்டு அரை மயக்க நிலையில் ஓடி வந்து என் கையை அலறலோடு பற்றிக் கொண்டது அது. நானும் அச்சத்தால் உறைந்து போயிருந்தேன். யாரென்று பார்த்தால் அது நெல்லியேதான்.

“நெல்லி என்ன இது?” என்று கத்தினேன்.

“உனக்கு என்ன ஆயிற்று?”

“அங்கே மாடியில்... அவர்... நம் அறையில்...”

“யாரது? வா போகலாம். என்னோடு வா”

“நான் மாட்டேன். மாட்டவே மாட்டேன். அவர் போகும் வரை இந்த வழிநடையிலேயே காத்துக்கொண்டிருப்பேன். நான் வரமாட்டேன்.”

இன்னதென்று விளக்க முடியாத முன் எச்சரிக்கை உணர்வு என் இதயத்தில் மூண்டெழ நான் படிகளில் ஏறிச் சென்று அறைக் கதவைத் திறந்தேன். அங்கே வால்காவ்ஸ்கிதான் உட்கார்ந்திருந்தான். மேசையருகே உட்கார்ந்து என் நாவலைப் படித்துக் கொண்டி ருந்தான். அதை அவன் படித்தானோ இல்லையோ தெரியாது. ஆனால் புத்தகம் திறந்திருந்தது.

“இவான் பெத்ரோவிச்..! ஒரு வழியாக நீ வந்து சேர்ந்ததில் எனக்கு மிகவும் மகிழ்ச்சி” என்று என்னைப் பார்த்துவிட்டு சந்தோஷமாகக் கூச்சலிட்டான் அவன்.

“கிளம்பி விடலாமா என்று இப்போதுதான் நினைத்துக் கொண்டிருந்தேன். கிட்டத்தட்ட ஒரு மணி நேரமாக உனக்காகக் காத்திருந்தேன் நான். உன்னைப் பார்க்க வேண்டுமென்ற உண்மை யான ஆர்வத்துடன் இருக்கும் சீமாட்டியிடம் இன்று மாலை உன்னை அழைத்து வருவதாக நான் வாக்களித்திருக்கிறேன். அவள் அதற்காக என்னிடம் கெஞ்சிக் கேட்டுக் கொண்டாள்; உன்னை அறிமுகம் செய்துகொள்ள வேண்டுமென்று அவ்வளவு ஆர்வத் தோடு இருக்கிறாள் அவள். நீ ஏற்கனவே என்னைப் பார்க்க ஒப்புதல் அளித்து விட்டதால் நீ வேறெங்கும் செல்வதற்கு முன்பு, உன்னை என்னோடு அழைத்துச் செல்லலாம் என்று கருதியே சீக்கிரமாக வந்தேன். நீ வெளியே போய்விட்டாய் என்று உன் வேலைக்காரப் பெண் சொன்னதும் எனக்கு எவ்வளவு ஏமாற்றமாக இருந்தது தெரியுமா? நான் என்ன செய்வேன்? உன்னை என்னோடு கூட்டிக்கொண்டு வருவதாக வாக்குக் கொடுத்துவிட்டேன்; அதனால் இங்கே உட்கார்ந்து உனக்காகக் காத்திருந்தேன். கால் மணி நேரம் காத்திருக்கலாமென்றுதான் நினைத்தேன், ஆனால் அதற்கு மேல் நீண்டு போய் விட்டது. உன் நாவலை விரித்துப் படிக்க ஆரம்பித் ததும் நேரத்தை மறந்துவிட்டேன்! இவான் பெத்ரோவிச்! இது உண்மையிலேயே அதியற்புதமான ஒரு படைப்பு. நீ இன்னும் எல்லோராலும் சரியாக இனம் கண்டு கொள்ளப்படவில்லை. என்னை அழ வைத்துவிட்டாய்த் தெரியுமா? ஆமாம். இதைப் படித்துவிட்டு அழுதேன். பொதுவாக அவ்வளவு சீக்கிரம் நான் அழுவதில்லை.”

“நானும் வரவேண்டுமென்றா சொல்கிறீர்கள்? எனக்கு இப்போது வேறொரு வேலை இருக்கிறதே. உங்களோடு வர விருப்பமில்லை என்று அதற்கு அர்த்தமில்லை. ஆனால்...”

“ஐயோ, தயவு செய்து என்னுடன் இப்போது வாருங்கள், என் நிலைமையைக் கொஞ்சம் யோசித்துப் பாருங்களேன், கிட்டத் தட்ட ஒன்றரை மணி நேரமாக உங்களுக்காக இங்கே காத்திருந்தேன். மேலும் உங்களோடு நான் சற்றுப் பேச வேண்டும், எதைப் பற்றி என்பது உங்களுக்கே தெரியும். இந்த விஷயம் முழுவதுமே என்னை விட உங்களுக்கு இன்னும் நன்றாகத் தெரியும். அதனால் ஒரு வேளை நம்மால் ஒரு முடிவுக்கு வர முடியும், ஒரு தீர்வை நோக்கி நகர முடியும். அதைக் கொஞ்சம் நினைத்துப் பாருங்கள். தயவு செய்து மறுத்துவிடாதீர்கள்!”

இப்போது இல்லையென்றாலும் எப்போதாவது நான் அங்கு சென்றுதான் ஆக வேண்டும் என்பதை யோசித்துப் பார்த்தேன். நடாஷா இப்போது தனியாக இருப்பாள்; நான் அவளோடு இருக்க வேண்டுமென்றும் விரும்புவாள். ஆனால் எவ்வளவு சீக்கிரம்

முடியுமோ அவ்வளவு சீக்கிரமாக காத்யா பற்றிய விவரங்களைச் சேகரித்து வர வேண்டுமென்றும் அவள்தான் சொல்லியிருக்கிறாள். மேலும் இப்போது அல்யோஷாவும் அங்கே இருக்க வாய்ப்பிருக்கிறது. அதனால் காத்யா பற்றிய விஷயங்களோடு நான் போனால் நடாஷாவுக்குத் திருப்தியாக இருக்கும் என்று எண்ணியபடி அங்கே செல்ல முடிவு செய்தேன். ஆனால் நெல்லியைப் பற்றி மட்டும் எனக்குக் கொஞ்சம் கவலையாக இருந்தது.

"ஒரு நிமிடம் பொறுத்திருங்கள்" என்று சொல்லி விட்டுப் படிகளின் பக்கம் வந்தேன். அங்கே ஒரு இருட்டு மூலையில் நின்று கொண்டிருந்தாள் நெல்லி.

"உள்ளே ஏன் வரமாட்டேன் என்கிறாய் நெல்லி? அவர் அப்படி என்ன செய்தார்? உன்னிடம் என்னதான் சொன்னார்?"

"எனக்குப் பயமாக இருக்கிறது."

"எவ்வளவு வற்புறுத்தினாலும் அதனால் எந்தப் பயனும் இல்லை. நானும் அவனும் வெளியே போன பிறகு வீட்டுக்குள் சென்று கதவைப் பூட்டிக் கொள்ளக் கடைசியில் ஒருவாறு அவளைச் சம்மதிக்க வைத்தேன்.

"யாரையும் உள்ளே விட்டு விடாதே நெல்லி. அவர்கள் எவ்வளவு முயற்சி செய்தாலும், உன்னைத் தூண்டினாலும்... "

"நீங்கள் அவரோடு போகப் போகிறீர்களா?"

"ஆமாம்."

அவள் நடுங்கியபடி என் கரத்தைப் பற்றிக்கொண்டாள், நான் போக வேண்டாமென்று அவள் கெஞ்சுவது போல் இருந்தது. ஆனாலும் ஒரு வார்த்தை கூடப் பேசவில்லை. மறுநாள் அவளிடம் அதைப் பற்றி நுணுக்கமாகக் கேட்டுக் கொள்ளலாம் என்று தீர்மானித்தேன்.

அவனிடம் மன்னிப்புக் கேட்டுக் கொண்டு அங்கே கிளம்பு வதற்கு ஆயத்தமாக உடை அணிந்து கொள்ளத் தொடங்கினேன். "அப்படியெல்லாம் விசேடமாக ஆடை, ஒப்பனை இவையெல்லாம் ஒன்றும் தேவையில்லை" என்று சொல்ல ஆரம்பித்தான் அவன்.

"ஏதோ கொஞ்சம் பளிச்சென்று புதிதாய் இருந்தால் போதும்" என்று என்னைத் தலை முதல் கால் முதல் துருவிப் பார்த்துக் கொண்டே சொன்னான் அவன்.

"நம் சமூகப் பழக்க வழக்கங்களைப் பற்றித்தான் உங்களுக்குத் தெரியுமே. அவற்றை அடியோடு மாற்றிவிடுவது கஷ்டம்தான். என்ன செய்வது? அப்படிப்பட்ட லட்சிய நிலையை நம் சமூகம் எட்டிப் பிடிக்க இன்னும் வெகு காலமாகும்" என்று சொல்லி

முடித்தான். என்னிடம் ஒரு 'டெயில் கோட்'* இருந்ததைப் பார்த்து ஒரு வகையில் அவனுக்குத் திருப்தியாகத்தான் இருந்தது.

நாங்கள் வெளியே வந்தோம். அவனைப் படிகளிலேயே விட்டு விட்டு நான் அறைக்குத் திரும்பி வந்தேன். அவள் அதற்குள் அங்கே எப்படியோ நழுவி வந்திருந்தாள். அவளிடம் குட்பை சொல்லத்தான் நான் திரும்பி வந்தேன். நெல்லி பெரிதும் பயந்திருந்தாள். அவளது முகத்தில் நீலம் படர்ந்திருந்தது. அவளுக்காகக் கவலைப்பட்டேன். அவளை அப்படித் தனியே விட்டு விட்டுச் செல்வது எனக்குக் கடினமாகத்தான் இருந்தது.

"வினோதமான ஒரு வேலைக்காரப் பெண் உங்களுக்கு" என்று படிகளில் இறங்கும்போது சொன்னான் வால்காவ்ஸ்கி.

"அந்தப் பெண் உங்களிடம் வேலை பார்ப்பவள்தானே!"

"இல்லை, இப்போதைக்கு அவள் என்னுடன் தங்கியிருக்கிறாள். அவ்வளவுதான்."

வித்தியாசமான சிறுமியாக இருக்கிறாள் அவள். அவள் ஒரு பைத்தியக்காரி என்பது மட்டும் எனக்கு உறுதியாகத் தெரிகிறது. முதலில் என்னிடம் சாதாரணமாகத்தான் பேசினாள்; பிறகு என்னை ஒரு ஒரு பார்வை பார்த்து விட்டு என்னிடம் ஓடிவந்து கூச்ச லிட்டாள், நடுங்கினாள், என்னைத் தன் நகங்களால் பிராண்டவும் செய்தாள். என்னிடம் ஏதோ சொல்லப் பார்த்தாள், ஆனால் முடியவில்லை. நான் பயந்து போனேன் என்பது மட்டும் நிஜம். அவளிடமிருந்து தப்பிக்க நினைத்தேன், ஆனால் அவளாகவே ஓடிப் போய்விட்டாள். கடவுள் காப்பாற்றினார். எனக்கு அவளைப் பார்த்து ஆச்சரியம் தாங்கவில்லை. ஆமாம் நீ அவளை வைத்து எப்படிச் சமாளிக்கிறாய்?"

"அவளுக்கு வலிப்பு நோய் இருக்கிறது" என்றேன்.

"ஓ அப்படியானால் சரிதான், அதில் ஆச்சரியப்பட எதுவும் இல்லை."

நான் வீட்டில் இருக்க மாட்டேன் என்று தெரிந்து கொண்டே முதல் நாள் மாஸ்லோபோயேவ் என் வீட்டுக்கு வந்தது, அன்று காலை நான் மாஸ்லோபோயேவின் வீட்டுக்குச் சென்றது, சற்றுமுன் வேண்டாவெறுப்பாகக் குடிபோதையில் அவன் என்னிடம் விவரித்த அந்தக் கதை, அன்று மாலை ஏழு மணிக்கு அவன் என்னை வரச் சொல்லியிருப்பது, அவன் என்னை ஏமாற்றுவதாக ஒருபோதும் நான் நம்ப வேண்டாம் என்று என்னிடம் வற்புறுத்தியது, இறுதி

* டெயில் கோட் : மாலை வேளைகளில் ஆண்கள் அணியும் சம்பிரதாய உடை.

யாக, நான் மாஸ்லோபோயேவின் வீட்டில் இருக்கிறேன் என்பதை ஓரளவு தெரிந்து வைத்துக் கொண்டே வால்காவ்ஸ்கி இங்கே ஒன்றரை மணி நேரம் காத்திருந்தது, அவனிடமிருந்து விடுபட்டு நெல்லி தெருவுக்கு ஓடியது. இந்த எல்லா விஷயங்களுமே ஒன்றோ டொன்று பின்னிக்கிடப்பதாகத் திடீரென்று எனக்குத் தோன்றியது. நான் அதைப் பற்றி யோசிக்க வேண்டியது நிறையவே இருக்கிறது.

வால்காவ்ஸ்கியின் கோச் வண்டி வாசலில் காத்துக் கொண்டிருந்தது. நாங்கள் அதில் ஏறிச் சென்றோம்.

8

டார்காவ்ய் பாலத்தைச் சென்று சேர வெகு நேரமாகவில்லை. முதல் சில நிமிடங்கள் நாங்கள் அமைதியாகவே இருந்தோம், அவன் எப்படிப் பேச்சைத் தொடங்கப் போகிறானோ என்ற வியப்பில் இருந்தேன் நான். அவன் என்னைப் போட்டுத் துருவி எடுத்துப் பேச வைக்க முயற்சி செய்வான் என்றுதான் நினைத்துக் கொண்டிருந்தேன். ஆனால் எந்த வகையாகவும் சுற்றி வளைக்காமல் நேரடியாகவே விஷயத்துக்கு வந்து விட்டான் அவன்.

"ஒரு விஷயம் என்னை மிகவும் வருத்தப்படுத்திக் கொண்டிருக்கிறது இவான் பெத்ரோவிச்" என்றபடி பேச்சைத் தொடங்கினான் அவன்.

முதலில் அதைப் பற்றித்தான் பேசி உங்கள் ஆலோசனையைப் பெற வேண்டுமென்று நினைக்கிறேன். இக்மெனெவ் மீது நான் போட்ட வழக்கில் ஜெயித்து 10,000 ரூபிள்கள் எனக்குக் கிடைத்த தல்லவா? அதை அவருக்கே தந்துவிடலாமென்று வெகுநாட்களாக யோசித்துக் கொண்டிருக்கிறேன். எப்படி அதைச் செய்வது என்று தான் தெரியவில்லை."

'அது உங்களுக்குத் தெரியாமலா இருக்கும்' என்ற எண்ணம்தான் என் மனதில் மின்னலடித்தது.

ஒருவேளை அவன் என் காலை வாரப் பார்க்கிறானோ என்றும் நினைத்தேன்.

"எனக்குத் தெரியவில்லை" என்று பட்டுக்கொள்ளாமல் பதிலளித்தேன்.

"வேறு ஏதாவது விஷயம் என்றால் குறிப்பாக நடாஷா சம்பந்தப்பட்டதாக இருந்தால் அது எதுவாக இருந்தாலும்

உங்களுக்கும், நம் எல்லோருக்கும் பயன்படக் கூடியதாக ஏதாவது ஒரு தகவலை என்னால் தர முடியும். ஆனால் இந்த விஷயத்தில் என்னைவிட உங்களுக்குத்தான், என்ன செய்வதென்று தெரியும்."

"இல்லையில்லை. நிச்சயமாக உங்களைவிடக் குறைவாகத்தான் எனக்குத் தெரியும், உங்களுக்கு அவர்களைப் பற்றி நன்றாகத் தெரியும், ஒருவேளை இந்த விஷயத்தைப் பற்றிய தன்னுடைய எண்ணங்களை நடாஷாவே கூட ஓரிரு முறை உங்களிடம் சொல்லி யிருக்கலாம். அது என்னவென்று தெரிந்தால் அதன்படியே செய்து விடுவேன். உங்களால் எனக்கு மிகப் பெரிய உதவி செய்ய முடியும். இது மிக மிகச் சிக்கலான ஒரு விஷயம். பணத்தைத் தருவதற்கு நான் தயாராக இருக்கிறேன். எது எப்படி ஆனாலும் அதைத் தந்தே ஆக வேண்டுமென்ற உறுதியுடன் இருக்கிறேன். புரிகிறதா? ஆனால் அதை எப்படி... எந்த மாதிரி சொல்லித் திருப்பிக் கொடுப்பது? அதுதான் கேள்வி. அந்தக் கிழவர் கர்வம் பிடித்தவர்; பிடிவாதக்காரர். என்னுடைய நல்ல பண்பை மதிக்காமல் என்னை அவமதித்தபடி அந்தப் பணத்தை என் முகத்திலேயேகூடத் தூக்கி எறிந்துவிடலாம் அவர்."

"இதோ பாருங்கள்! என்னிடம் ஒன்று மட்டும் சொல்லுங்கள். அந்தப் பணத்தை நீங்கள் உங்கள் பணமாகப் பார்க்கிறீர்களா? அவருடையதாகவா?"

"வழக்கில் வென்றது நான்தான்! அதனால் பணம் என்னு டையதுதான்."

"ஆனால் உங்கள் மனசாட்சியின்படி."

"அப்பொழுதும் நிச்சயமாக அது என்னுடையது என்றுதான் நினைப்பேன்"

நான் அந்த அளவு வெளிப்படையாகக் கேட்டதில் அவன் சற்றுத் திகைத்துப் போயிருந்தான்.

"இந்த வழக்கின் எல்லா விஷயங்களைப் பற்றியும் உங்களுக்குத் தெரியாதென்றுதான் நினைக்கிறேன். அந்த முதியவர் வேண்டு மென்றே உள்நோக்கத்துடன் என்னை ஏமாற்றி விட்டார் என்று நான் குற்றம் சாட்டவில்லை; அப்படி அவர் மீது நான் ஒரு போதும் பழி சுமத்தியதில்லை. அவர்தான் அதை ஒரு அவமான மாக எடுத்துக்கொண்டு விட்டார். தனக்குத் தரப்பட்ட வேலையில் போதிய கவனம் காட்டாமல், மோசமாக நிர்வாகம் செய்தார் என்பதுதான் அவர்மீது சுமத்தப்பட்ட குற்றம். எங்களுக்கிடையே செய்து கொண்ட ஒப்பந்தத்தின்படி ஒரு சில தவறுகளுக்கு அவர் பொறுப்பேற்றுத்தான் ஆக வேண்டும். ஆனால், உண்மையைச் சொல்லப் போனால் அதுகூட அவ்வளவு முக்கியமில்லை. அதன்

பின்னணியில் இருந்தது அந்த நேரத்தில் நாங்கள் போட்டுக் கொண்ட சண்டைகளும், ஒருவர் மீது ஒருவர் குற்றம் சாட்டிக் கொண்டதும்தான். இரண்டு தரப்பிலுமே சுயமதிப்பு பயங்கரமாகக் காயப்பட்டு விட்டது. போயும் போயும், ஒரு அற்பத் தொகை 10,000 ரூபிள். அதை நான் கண்டுகொள்ளாமலே கூட விட்டிருப்பேன், ஆனால் இந்த வழக்கு முழுவதும் எப்படி எதிலிருந்து தொடங்கியது என்பது உங்களுக்குத் தெரியும், நான் சந்தேகப் பட்டேன் என்பதை ஒத்துக்கொள்ளத் தயார்; அது ஒருவேளை தவறாகக் கூட இருக்கலாம். (அதாவது அந்தச் சமயத்தில்) ஆனால் அதைப் பற்றி நான் சரிவர உணர்ந்திருக்கவில்லை. அவர் காட்டிய முரட்டுத்தனத்தால் புண்பட்டு எரிச்சலடைந்து, கிடைத்த வாய்ப்பை நழுவவிடக் கூடாதென்று வழக்குப் போடத் துணிந்தேன். நான் செய்ததெல்லாம் கௌரவமான செயல் இல்லை என்றுகூட நீங்கள் நினைக்கலாம். நான் என்னை நியாயப்படுத்திக் கொள்ளவில்லை. ஆனால் அது கோபத்தால் விளைந்தது என்று மட்டுமே சொல்ல விரும்புகிறேன், இன்னும் சொல்லப் போனால் அது சாதாரணக் கோபம் என்பதைவிட சுயமரியாதை காயப் பட்டதால் விளைந்த ஆத்திரம் என்பதே சரி. ஒரு மனிதனிடம் இயல்பாக இருக்கும் அந்தக் குணத்தை அகௌரவமான செயல் என்றெல்லாம் சொல்லி விட முடியாது. எனக்கு இக்மெனெவ் எப்படிப்பட்ட மனிதர் என்பது கொஞ்சம்கூடத் தெரியாது என்பதை ஒத்துக்கொள்கிறேன்; திரும்பவும் சொல்கிறேன். அதனால் அவருடைய மகளையும் அல்யோஷாவையும் சம்பந்தப்படுத்திப் பரவிய வம்புப் பேச்சுக் களை எளிதாக நம்பிவிட்டேன்; அதனால் அந்தப் பணமும்கூட வேண்டுமென்றே திருடப்பட்டிருக்குமோ என்றும் நம்பத் தொடங்கிவிட்டேன். சரி அதெல்லாம் ஒரு பக்கம் இருக்கட்டும், இப்போது கேள்வி இதுதான். நான் என்ன செய்வது என்பது மட்டும்தான். அந்தப் பணம் எனக்கு வேண்டாம் என்று நான் ஒதுக்கி விடலாம், ஆனால் அதே நேரத்தில், அது எனக்குரியது என்று நான் வாதாடியது சரியானது தான் என்று நினைத்தால் அவருக்கு அந்தப் பணத்தைப் பரிசாகக் கொடுப்பதுபோல் ஆகிவிடும். நடாஷாவின் நிலை அப்போது தர்ம சங்கடமாக ஆகிவிடும். அவர் நிச்சயம் அந்தப் பணத்தை என் முகத்தில் தூக்கி எறியத்தான் போகிறார்."

"பார்த்தீர்களா? அவர் பணத்தை அவர் உங்கள் முகத்தில் எறிந்து விடுவார் என்று நீங்களே சொல்கிறீர்கள். அப்படியென்றால் அவர் நேர்மையான மனிதர் என்பது உங்களுக்கே தெரிகிறது; அதனால்தான் உங்கள் பணத்தை அவர் கவர்ந்துகொண்டார் என்றும் உங்களால் உறுதியாகச் சொல்ல முடியவில்லை. அப்படி

யிருக்கும்போது நீங்கள் ஒன்று செய்யலாமே! நீங்கள் ஏன் அவரிடம் நேருக்கு நேராகவே சென்று, அந்தப் பணத்துக்காக வழக்கு போட்டது தவறுதான் என்று வெளிப்படையாகவே சொல்லிவிடக் கூடாது? அது கௌரவமாக இருக்கும். அப்போது ஒருவேளை அதை மறுக்காமல் இக்மெனெவ் வாங்கிக்கொள்ளவும் செய்யலாம்

“ஹும்! அவருடைய பணமா? கேள்வியே அதுதானே! நீங்கள் என்னை எப்படி ஒரு நிலையில் வைக்க நினைக்கிறீர்கள்? அந்தப் பணத்துக்கு நான் உரிமை கோரியது தவறு என்று அவரிடமே போய்ச் சொல்லச் சொல்கிறீர்கள். அது தவறு என்று உங்களுக்குத் தெரியும்போது ஏன் அப்படிச் செய்தீர்கள்?’ என்று என் முகத்துக்கு எதிரே எல்லோரும் கேட்பார்கள்தானே? அதை என்னால் தாங்கிக் கொள்ள முடியாது; அது நியாயமற்றது! காரணம் நான் அதற்கு உரிமை கோரி வழக்குத் தொடுத்தது மிகவும் சரியான ஒன்றுதான், அந்தப் பணத்தை அவர் திருடியதாக நான் ஒருபோதும் சொல்லவும் இல்லை, எதிலும் எழுதவும் இல்லை, ஆனால் அவருடைய அலட்சியம், பொறுப்பற்றதனம், முறையாக நிர்வாகம் செய்யாமல் விட்டது இவைதான் அதற்குக் காரணமென்று நினைக்கிறேன். அதனால் சந்தேகமே இல்லாமல் அந்தப் பணம் என்னுடையதுதான். அதனால் என்மீது நானே பொய்க் குற்றம் சுமத்திக்கொள்வது என்னை வருத்தப்படுத்துவதாகவே இருக்கும்.

கடைசியாக இதையும் திரும்பச் சொல்கிறேன். அந்த முதியவர் இதைத் தனக்கு இழைக்கப்பட்ட தனிப்பட்ட அவமானமாகவே எடுத்துக் கொண்டிருக்கிறார். நீங்கள் என்னவென்றால் அந்த அவமானத்துக்காக அவரிடம் மன்னிப்புக் கேட்குமாறு என்னைக் கட்டாயப்படுத்துகிறீர்கள். அது கஷ்டம்.”

“இரண்டு பேரும் சமரசமாகப் போக வேண்டுமென்றால் அதுதான் வழி என்று எனக்குப் படுகிறது..”

“அது சுலபமென்று நினைக்கிறீர்களா?”

“ஆமாம்.”

“இல்லை. சில சமயம் அது மிகவும் கஷ்டம்.”

“வேறு விஷயங்களும் அதோடு இணைந்திருக்கும்போது அது மிகவும் கஷ்டம்தான். அதை நான் ஒத்துக்கொள்கிறேன். உங்கள் மகனுக்கும் நடாஷாக்கும் இடையிலுள்ள உறவு தொடர்பாக உங்களோடு சம்பந்தப்பட்ட எல்லா விஷயங்களையும் நீங்கள் முதலில் சீராக்க வேணடும். அது இக்மெனெவ் தம்பதியருக்கும் முழுத் திருப்தி அளிக்கும் வகையில் அமைய வேண்டும். அதற்குப் பிறகுதான் அந்த வழக்கு சார்ந்த விவரங்களைப் பற்றி நீங்கள்

இக்மெனெவிடம் வெளிப்படையாகப் பேச முடியும். ஆனால் இப்போது எந்த விஷயமும் இன்னும் முடிவாகாமல் இருப்பதால் உங்களுக்கு ஒரே ஒரு வழிதான் பாக்கி இருக்கிறது.

அந்தப் பணத்தைக் கோரி வழக்குப் போட்டது தவறென்று ஒத்துக்கொள்வது, வெளிப்படையாகவே ஒத்துக்கொள்வது. முடியுமானால் எல்லோர் முன்னிலையிலுமே அதை ஒத்துக் கொள்வது. என் அபிப்பிராயம் இதுதான். நீங்களாகவே என் அபிப்பிராயத்தைக் கேட்டதால் இத்தனை வெளிப்படையாக இதைச் சொல்கிறேன். நான் ஒளித்து மறைத்துப் பேசுவதை நீங்கள் விரும்ப மாட்டீர்கள் என்று நினைக்கிறேன். இன்னொன்றும் கூட உங்களிடம் தைரியமாகக் கேட்கிறேன். அந்தப் பணத்தை இக்மெனெவிடம் திருப்பித் தர வேண்டுமென்று மண்டையைப் போட்டு ஏன் இப்படி உடைத்துக் கொள்கிறீர்கள்? நியாயப்படி அது உங்களுக்குச் சேர வேண்டியது என்று நீங்களே எண்ணும்போது அதை ஏன் திருப்பித் தர வேண்டும்? அதை அறிய வேண்டுமென்ற என் ஆவலுக்காக என்னை மன்னியுங்கள்; ஆனால் இதற்கும் மற்ற விஷயங்களுக்கும் அப்படி ஒரு தொடர்பு இருப்பதாலேயே இதைக் கேட்கிறேன்."

"சரி இதை முதலில் சொல்லுங்கள்" என்று என் கேள்வியைக் காதில் வாங்காததுபோல சட்டென்று கேட்டான் வால்காவ்ஸ்கி.

"இக்மெனெவிடம் சமாதானமான சமரசமான எந்தப் பேச்சு வார்த்தையும் இல்லாமல் அந்தப் பத்தாயிரம் ரூபிள்களைக் கொடுத்தால் அவர் அதை மறுத்து விடுவார் என்று நீங்கள் உறுதியாக நினைக்கிறீர்களா?"

"நிச்சயமாக அவர் அதை மறுக்கத்தான் செய்வார்."

எனக்கே அப்போது கோபம் மூண்டு விட்டது; வெறுப்பு மிகுதியால் நடுக்கம்கூட ஏற்ப்பட்டு விட்டது. துடுக்குத்தனமானதும், வெட்கம் மானமற்றதுமான இந்தக் கேள்வியின் வழியாக அவன் என் முகத்திலேயே காறி உமிழ்ந்துவிட்டது போலிருந்தது. சற்றும் பண்பாடு இல்லாத மேல்மட்ட பாவனையோடு அவன் நடந்து கொண்ட விதம் அந்த அவமானத்தை இன்னும் கூடுதலாக்கியது. என் கேள்விக்கு அவன் பதில் சொல்லவில்லை, அதைக் கண்டு கொண்டதாகவும் காட்டிக்கொள்ளவில்லை; ஆனால் தான் முன் வைத்த ஒரு கேள்வியால் அதை இடைமறிக்கவும் செய்திருக் கிறான். நான் அவனிடம் எல்லை மீறி உரிமை எடுத்துக் கொண்டு இப்படி ஒரு கேள்வி கேட்டிருக்கிறேன் என்பதை எனக்கு உணர்த்து வதற்காகக் கூட அவன் அப்படிச் செய்திருக்கலாம். எனக்கு அந்த

மேட்டிமையான அகங்காரம் வெறுப்பூட்டியது. முன்பு அல்யோஷா விடம் இருந்த இதே குணத்தை நீக்க நான் மிகவும் பாடுபட்டதுண்டு.

"ஹூம். நீங்கள் மிகவும் உணர்ச்சிவசப்படுபவராக இருக் கிறீர்கள். நிஜ வாழ்க்கை என்பது வேறு. நீங்கள் கற்பனை செய்வது போலவே எல்லாம் நடப்பதில்லை" என்று அமைதியாக என் சீற்றத்துக்கு பதிலளித்தான் அவன்.

"ஒருவேளை இந்தப் பிரச்சினைக்கு நடாஷாவாலேயே ஒரு தீர்வு காண முடியலாம் என்று நினைக்கிறேன். அவளிடம் இதைப் பற்றிச் சொல்லுங்கள். அவள் ஏதாவது ஆலோசனை அளிக்கலாம்."

"அவள் நிச்சயம் மாட்டாள்" என்று நான் வெடுக்கென்று சொன்னேன்.

"நான் என்ன சொல்ல வருகிறேன் என்பதையே கேட்டுக் கொள்ளாமல் என்னை இடைமறித்தீர்கள். நீங்கள் குறிப்பிடுவது போல் எந்தச் சமாதானமான சமரசப்படுத்தும் வார்த்தைகளும் இல்லாமல், மனதிலும் உண்மையான நம்பிக்கை இல்லாமல் நீங்கள் அந்தப் பணத்தைத் திருப்பித் தந்தால் மகளின் இழப்புக்காகத் தந்தைக்கும் – அல்யோஷாவை இழக்க வேண்டி யிருப்பதற்காக அவளுக்கும் நீங்கள் இழப்பீடாக மட்டும்தான் அதைத் தருகிறீர்கள் என்பதை நடாஷா உடனே புரிந்துகொண்டு விடுவாள்."

"ஹூம். என் அருமை இவான் பெத்ரோவிச்! நீங்கள் அதை அப்படித்தான் பார்க்கிறீர்களோ" என்றபடி சிரித்தான் அவன், ஆனால் அவன் ஏன் அப்படிச் சிரிக்க வேண்டும்?

"ஆனாலும்கூட..." என்றபடி தொடர்ந்தான். "நாம் இருவரும் சேர்ந்து பேசித் தீர்க்க வேண்டிய விஷயங்கள் நிறையவே இருக் கின்றன, ஆனால் இப்போது அதற்கு நேரம் இல்லை. ஒரே ஒரு விஷயத்தை மட்டும் நீங்கள் புரிந்துகொள்ள வேண்டும் என்று நான் கேட்டுக் கொள்கிறேன். இந்த விஷயம் மிக மிக நேரடியாக நடாஷாவையும் அவளது எதிர்காலத்தையும் சார்ந்திருப்பது. நாம் இருவரும் இதில் இந்த அளவுக்கு ஒத்து வந்து என்ன முடிவெடுக்கப் போகிறோம் என்பதைப் பொறுத்ததாகவும் இது ஓரளவு இருக்கிறது. உங்கள் பங்கு இதில் தவிர்க்கவே முடியாதது, அதை நீங்களே புரிந்துகொள்வீர்கள். அதனால் அவளது நலனில் உங்களுக்கு மனப்பூர்வமான அக்கறை இன்னும்கூட இருந்தால் என்மீது மரியாதை இல்லையென்றாலும்கூட என்னோடு பேசுவதை நீங்கள் மறுத்துவிட முடியாது."

"சரி, இதோ சீமாட்டியின் வீட்டுக்கு வந்து சேர்ந்து விட்டோமே, அப்புறம் பேசுவோம்."

9

சீமாட்டி அற்புதமான முறையில் வாழ்ந்து வந்தாள். வீட்டிலிருந்த எல்லா அறைகளும் ரசனையோடும் தகுந்த வசதியோடும் வடிவமைக்கப்பட்டிருந்தாலும் அவற்றில் பகட்டு இல்லை. அங்கிருந்த ஒவ்வொன்றும் அது ஒரு தற்காலிக இருப்பிடம் மட்டுமே என்பதையே பறைசாற்றிக் கொண்டிருந்தது. நிலக்கிழார்களான உயர்குடி மக்கள் எப்படிப்பட்ட ஆடம்பரமான வசதிகளுடனும், தங்களுக்கு அவசியத் தேவை என்று கருதும் பற்பல பொருள்களுடனும் வாழ்வார்களோ அப்படிப்பட்ட ஒரு நிரந்தர இருப்பிடமாக, ஒரு மிகப் பெரிய செல்வந்தக் குடும்பம் வசிக்கக் கூடிய வீடு போல அது இல்லை. அப்போதைக்கு ஏற்படும் தேவைகளைப் பூர்த்தி செய்யக் கூடிய வசதியான ஒரு வீடாக மட்டுமே அது இருந்தது.

கோடைக் காலத்தில் சிம்பர்ஸக் மாகாணத்திலுள்ள தன் பண்ணைக்கு சீமாட்டி சென்று விடுவாளென்றும், இளவரசன் வால்காவ்ஸ்கியும் அவளுடன் சென்று விடுவானென்றும் ஒரு வதந்தி இருந்தது. அந்தப் பண்ணை பாழடைந்து போன ஒன்று; பலமுறை அடமானம் வைக்கப்பட்டதும்கூட.

அந்த வதந்தியை நான் முன்பே கேள்விப்பட்டிருந்ததால் சீமாட்டியுடன் காத்யாவும் சென்று விட்டால் அல்யோஷாவின் நிலை என்ன ஆகுமோ என்று கவலையோடு யோசித்திருக்கிறேன். நடாஷாவிடம் அது பற்றி நான் இன்னும் பேசியிருக்கவில்லை. அப்படிச் செய்ய எனக்கு பயமாக இருந்தது. ஆனால், அவளும் அந்த வதந்தியை அறிந்திருந்தாள் என்பதற்கான சில அறிகுறிகளை அவளிடம் நான் கவனித்திருந்தேன். ஆனால், அவள் அது பற்றி எதுவுமே சொல்வில்லை; அமைதியாகத் துன்பப்பட்டுக் கொண்டிருந்தாள் அவள்.

சீமாட்டி மிக நல்ல முறையில் என்னை வரவேற்றாள்; இணக்கமாகக் கை குலுக்கினாள். என்னை அறிமுகம் செய்து கொள்ள வேண்டுமென்றுதான் பல நாட்களாக ஆசைப்பட்டதாகத் திரும்பத் திரும்பச் சொன்னாள். அழகான ஒரு வெள்ளி சமோவரிலிருந்து அவளே எனக்குத் தேநீர் ஊற்றித் தந்தாள். வால்காவ்ஸ்கி, நான், மற்றுமொரு கனவான் ஆகிய மூவரும் வட்டமாக உட்கார்ந்திருந்தோம். அந்தக் கனவான் வயதில் மூத்தவர்; அவர் நெஞ்சில் ஒரு நட்சத்திரப் பதக்கம் குத்தப்பட்டிருந்தது. கொஞ்சம் விறைப்பாக, பயங்கரமாக பிரபுத்துவ தோரணையில் இருந்தார். அவரது நடவடிக்கைகள் மிகவும் நாசூக்காக இருந்தன. அவருக்கு

சீமாட்டியின் வீட்டில் மிகப் பெரிய மதிப்பு அளிக்கப்பட்டிருந்தது என்பது தெளிவாகப் புலப்பட்டது. வெளிநாட்டிலிருந்து திரும்பிய பின் – அந்தக் குளிர் காலத்தில் – பீட்டர்ஸ்பர்க்கிலிருக்கும் மிக முக்கியமான நபர்களை அறிமுகம் செய்து கொள்ள சீமாட்டிக்குப் போதிய நேரம் கிடைத்திருக்கவில்லை. தனக்குக் கிடைக்கக் கூடும் என்று ஆசையோடு எதிர்பார்த்து அவள் கணக்குப் போட்டு வைத்திருந்த ஸ்தானமும் கிடைக்கவில்லை. அன்று மாலை வந்திருந்த ஒரே நபர் அந்தக் கனவான்தான்; வேறு யாரும் அங்கு வரவில்லை.

நான் காதரீனா ஃபியோதோரோவ்னா எங்கிருக்கிறாள் என்று சுற்றுமுற்றும் பார்த்தேன். அவள் அடுத்த அறையில் அல்யோஷா வுடன் இருந்தாள். நாங்கள் வந்த சத்தம் கேட்டதும் உடனே இங்கு வந்து விட்டாள். வால்காவ்ஸ்கி அவள் கையில் மரியாதையோடு முத்தமிட்டான்; சீமாட்டியிடம் என்னைச் சுட்டிக் காட்டினான். எங்கள் இருவருக்கும் பரஸ்பர அறிமுகம் செய்து வைத்தான். நான், ஆழ்ந்த கவனத்தோடு அவளைத் துருவிப் பார்த்துக் கொண்டி ருந்தேன். பொன்முடி கொண்ட இளமையான அந்த இளம்பெண் வெண்ணிற ஃப்ராக் அணிந்திருந்தாள். அவள் முகம் அமைதியாக, சாந்தமாக இருந்தது. அல்யோஷா சொன்னபடியே அழகான நீலநிறக் கண்களும்கூட. அவள் தனது வயதுக்கேற்ற இளமை அழகுடன் இருந்தாள் என்று மட்டுமே சொல்ல வேண்டும். நான் பூரணத்துவம் பெற்ற – அசர வைக்கும் – எழில் மங்கையாக அவள் இருப்பாள் என்ற எதிர்பார்த்திருந்தேன். ஆனால், அவள் நிச்சயம் அப்படிப்பட்ட எழில் கொண்டவளாக இல்லை. சராசரியான அம்சங்கள் கொண்ட மென்மையான ஓவல் வடிவ முகம், அடர்த்தி யான அற்புதமான தன் கூந்தலை, வீட்டிலிருக்கும்போது முடிந்து கொள்வது போல எளிமையாக முடிந்து வைத்திருந்தாள் அவள். அவளது பார்வை மிகவும் இதமாக எங்கும் அலைபாயாமல் இருந்தது. அவளை வேறெங்காவது சந்திக்க நேர்ந்திருந்தால் இன்னொரு முறை பார்க்க வேண்டுமென்ற எண்ணம்கூடத் தோன்றாமல் அவளைத் தாண்டிச் சென்றிருப்பேன். இது அவளைப் பற்றி எனக்கு ஏற்பட்ட முதல் அபிப்பிராயம் மட்டுமே; அன்றைய மாலைப் பொழுதில் அவளை இன்னும் ஆழமாக ஆராய முடிந்தது. மிகுந்த அப்பாவித்தனத்துடன் என்னை ஆழமாகப் பார்த்துக்கொண்டே – ஒரு வார்த்தையும் பேசாமல் அவள் எனக்குக் கை கொடுத்த விதம் மிகவும் வித்தியாசமாக இருந்தது. புன்னகையை என்னால் அடக்கிக்கொள்ள முடியவில்லை. மிக மிகத் தூய்மையான இதயம் படைத்த ஒரு ஜீவன் என் முன் இருப்பதை நான் உடனே உணர்ந்து கொண்டு விட்டேன்.

சீமாட்டி, அவளையே உற்றுக் கவனித்துக் கொண்டிருந்தாள். எனக்குக் கை கொடுத்த பின் சற்று வேகமாகவே என்னிடமிருந்து நகர்ந்து சென்ற காத்யா, அறையின் மற்றொரு கோடியில் அல்யோஷாவுடன் அமர்ந்து கொண்டாள். என்னை வரவேற்ற போதே, “நான் ஒரு நிமிடம்தான் இங்கே இருப்பேன்; இதோ இப்போதே அங்கு போய் விடுவேன்” என்று என்னிடம் மெல்லிய குரலில் முணுமுணுப்பாய்ச் சொல்லியிருந்தான் அல்யோஷா.

அந்த ‘அரசு அதிகாரி’ (டிப்ளோமேட்)–(அவரது பெயர் என்ன என்பது எனக்குத் தெரியாததால் இப்படிக் குறிப்பிடுகிறேன்). ஏதோ ஒரு விஷயத்தைப் பற்றி அமைதியாக, கம்பீரமாகப் பேசிக் கொண்டிருந்தார். சீமாட்டி அதைக் கவனித்துக் கேட்டுக்கொண்டி ருந்தாள். வால்காவ்ஸ்கி அவ்வப்போது ஒரு புன்னகையை உதிர்த்த படி அவர் சொல்வதற்கு உடன்படுவதுபோல ஒப்புக்கு ஒரு பார்வை பார்த்துக் கொண்டிருந்தான். தன் பேச்சைக் கேட்கத் தகுதியானவன் அவன்தான் என்று எண்ணியது போல அந்த அதிகாரி, அடிக்கடி அவன் பக்கம் பார்த்தபடியே பேசிக் கொண்டி ருந்தார். எனக்குத் தேநீர் வழங்கப்பட்டது. மற்றபடி எவரும் என்னைத் தொந்தரவு செய்யாமல், அமைதியாக என் போக்கில் விட்டுவிட்டதால் நான் நிம்மதியாக இருந்தேன். சீமாட்டியைச் சற்று ஆராய்ந்து பார்க்க ஆரம்பித்தேன். என் இயல்புக்கு மாறாக– முதல் பார்வையிலேயே அவள் என்னைக் கவர்ந்துவிட்டாள். அவள் மிக இளமையாக இல்லையென்றாலும் இருபத்தெட்டு வயதுக்கு மேல் மதிப்பிட முடியாதென்றே தோன்றியது. அவளது முகம் இன்னும் கூட இளமையாகத்தான் இருந்தது. வளரிளம் பருவத்தில் அவள் நிச்சயம் பேரழகியாக இருந்திருக்க வேண்டும். அவளது கரும் பழுப்பு நிறக் கூந்தல் மிக மிக அடர்த்தியாக இருந்தது. அவளது பார்வை மிகவும் கனிவாக, அன்போடு கூடிய தாக இருந்தது. ஆனால், அதில் எவரையோ கேலி செய்து விளையாடுவதைப் போன்ற குழந்தைத்தனமான ஒரு குறும்புத் தனமும் ஏனோ இருந்தது. இப்போதைக்கு ஏதோ ஒரு காரணத்தால் அவள் தன்னைக் கட்டுப்படுத்தி, அடக்கி வைத்துக்கொண்டிருந்தாள். அவள் மிகுந்த புத்திசாலித்தனம் உடையவள் என்பதை அவளது தோற்றம் எடுத்துக் காட்டிக்கொண்டிருந்தது. ஆனால், அவள் கொண்டிருந்த நல்லியல்புகளும், மகிழ்ச்சியான போக்கும் அறிவுக் கூர்மையைவிட அதிகமாக அவளிடம் இருந்தன. எதையும் எளிதாக, இலகுவான மனதுடன் எடுத்துக் கொள்வதே அவளிட மிருந்த முதன்மையான குணம் என்றும், எப்போதும் குதூகலமாக இருக்க ஆசைப்படுபவள் அவள் என்றும் எனக்குத் தோன்றியது. ஒரு வகையான தற்செருக்கும்கூட அவளிடம் இருப்பதை நான்

கவனித்தேன்; ஆனால், அது பிறருக்குத் தீங்கிழைக்காத ஒன்றாக மட்டுமே இருந்தது. அவளுக்கு ஆலோசனை சொல்லி, முழுக்க முழுக்க அவளை வழிநடத்திக் கொண்டிருந்தவன் இளவரசன் வால்காவ்ஸ்கிதான். அவளிடம் அவனுக்குப் பயங்கரமான செல்வாக்கு இருந்தது.

அவர்களுக்கிடையே இருந்த தொடர்பை நான் அறிவேன்; அவர்கள் வெளிநாட்டில் இருந்தபோது அவர் எப்படிப்பட்ட பொறாமை கொண்ட காதலராக இருந்திருக்கிறார் என்பதையும் நான் கேள்விப்பட்டிருந்தேன். ஆனால், அவர்களுக்கிடையே இருந்த அப்படிப்பட்ட தொடர்பையும், உறவையும் மீறி மர்மமான வேறு ஏதோ ஒன்றும்கூட அவர்களைப் பிணைத்துக் கொண்டிருப்பதாய் எனக்கு இப்போதும் தோன்றியது; இப்போதும் அதுவே மனதில் பட்டது. ஒருவருக்கொருவர் ஆதாயம் அளிக்கும் வகையில் இருவருக்குமிடையே பரஸ்பர உடன்படிக்கை போல ஏதாவது ஒன்று நிச்சயம் இருக்க வேண்டும் என்றே நான் நினைத்தேன். இப்போது இளவரசருக்கு அவள்மீது அலுப்புத் தட்டியிருக்கும் என்பதும் எனக்குத் தெரியும். ஆனாலும், அவர்களுக்கிடையிலிருந்த உறவு விட்டுப் போய் விடவில்லை. ஒருவேளை காத்யாவின் எதிர் காலத்தைக் குறித்து அவர்கள் இருவரும் போட்டுக் கொண்டிருக்கும் திட்டம்கூட அவர்களை இப்போதைக்கு இணைத்து வைத்திருக்கலாம்; அப்படி ஒரு திட்டத்தைத் தொடங்கி வைத்தவன் நிச்சயம் வால்காவ்ஸ்கியாகத்தான் இருப்பார். அல்யோஷாவுக்கும், சீமாட்டியின் வளர்ப்பு மகளுக்கும் திருமணம் செய்து வைக்க உதவுமாறு அவளைக் கேட்டுக்கொள்வதன் வழி சீமாட்டியைத் திருமணம் செய்து கொள்வதிலிருந்து தான் தப்பித்துக் கொள்ள அவன் வழி பார்த்திருப்பான். தன்னை மணந்து கொள்ளுமாறு சீமாட்டி அவனை வற்புறுத்தி இருந்திருப்பாள். அல்யோஷாவின் வாயிலிருந்து அப்பாவித்தனமாக – தன்னிச்சையாக – அவ்வப்போது வெளிப்பட்டிருந்த சில வார்த்தைகளை வைத்தே நான் அந்த முடிவுக்கு வந்தேன். சீமாட்டியின் மீது என்னதான் ஆதிக்கம் செலுத்தினாலும் வால்காவ்ஸ்கிக்கு அவள் மீது சற்றுப் பயமும் உண்டு என்பதையும் நான் உணர்ந்திருந்தேன். ஓரளவு அல்யோஷாவின் வார்த்தைகளே அதற்கும் எனக்குத் துணையாக இருந்தன. அல்யோஷாவே தந்தையின் அந்தப் பயத்தைக் கவனித்தும் இருக்கிறான். சீமாட்டியை யாருக்காவது திருமணம் செய்து வைத்துவிட வேண்டும் என்பதில் வால்காவ்ஸ்கி குறியாக இருக்கிறான் என்பதையும், அந்த நோக்கத்தையும் மனதில் கொண்டுதான் அவளை சிம்பர்ஸக் மாகாணத்துக்கு அனுப்பி வைக்கிறான் என்பதும் கூட எனக்குத் தெரிந்திருந்தது. அங்கே அந்த மாகாணத்தில் அவளுக்கு

ஏற்ற ஒரு கணவர் கிடைக்கக்கூடும் என்பது அவனது நம்பிக்கை யாக இருந்தது.

நான், அவர்கள் பேசுவதையெல்லாம் கேட்டுக் கொண்டு உட்கார்ந்திருந்தேன். காதரீனா ஃபியோதோரோவ்னாவுடன் எவ்வளவு சீக்கிரம் முடியுமோ அவ்வளவு சீக்கிரம் நேருக்கு நேராகப் பேசிவிட வேண்டும்; அதற்கு வாய்ப்புக் கிடைக்கும் என்ற நம்பிக்கையோடு இருந்தேன். தற்போது நிலவும் அரசியல் நிலவரம் பற்றியும், புதிதாக அறிமுகமாகும் சீர்திருத்த நடவடிக்கைகள் தங்களை அச்சுறுத்துவதாக இருக்குமா என்பது குறித்தும் சீமாட்டி எழுப்பிய கேள்விக்கு அந்த அரசாங்க கனவான் ஏதோ பதில் சொல்லிக்கொண்டிருந்தார். அதிகார வர்க்கத்தைச் சேர்ந்தவர் களுக்கே உரிய தோரணையில் அவர் அதிக நேரம் அமைதியாக, நீளமாக, நீண்ட நேரம் விடாமல் பேசிக் கொண்டிருந்தார். தான் கொண்டிருந்த கருத்தை நுட்பமாகவும், புத்திசாலித்தனமாகவும் அவர் விவாதித்த போதும் அந்த விஷயமே வெறுப்பூட்டுவதாக அருவருக்கத்தக்கதாகத்தான் இருந்தது.

சீர்திருத்த நடவடிக்கைகள், முன்னேற்றம் என்று சொல்லப் படுபவை எல்லாமே வெகு சீக்கிரத்தில் சில விளைவுகளை ஏற்படுத்தி விடும் என்றும் அந்த விளைவைப் பார்த்த பிறகு மக்கள் விழித்துக் கொள்வார்கள் என்றும் அவர் வலியுறுத்தினார். பிறகு சமூகத்தில் (அதன் குறிப்பிட்ட சில பகுதிகளிலாவது) சீர்திருத்த வேகம் தணிந்து, தங்கள் தவறுகளிலிருந்து மக்கள் பாடம் கற்றுக்கொண்டு விடுவார்கள்; அதற்குப் பிறகு இரண்டு மடங்கு வேகத்தோடு பழைய மரபுகளுக்கே திரும்பிச் சென்றுவிடுவார்கள் என்றும் அவர் குறிப்பிட்டார். அப்படிப்பட்ட அனுபவம் சிறிது கடினமாக இருந்தாலும், பெரிதும் பயனளிப்பதாக இருக்கக்கூடும்; காரணம் உயர்வான மரபுகளை எப்போதும் பின்பற்ற வேண்டும் என்பதை யும், அதற்கான புதிய அடிப்படைகளையும் அது கற்றுத் தந்து விடும். முன்னேற்ற நடவடிக்கைகளினால் பொறுப்பற்றதனம் வெகு விரைவில் அதிகமாகி விடுவதையும் எல்லோரும் புரிந்து கொண்டு விடுவார்கள். இப்படியெல்லாம் சொல்லிக்கொண்டு வந்த அவர்,

"நாம் இல்லாமல் அவர்கள் இருக்க முடியாது" என்று கூறி முடித்தார்.

"எந்தச் சமூகமே நாம் இல்லாமல் இருந்ததில்லை. நாம் எதையும் இழக்கமாட்டோம்; முடிவில் வெற்றி நம்முடையதாகவே இருக்கும்; எல்லாவற்றையும் சமாளித்து மேலே போய்க்கொண்டே இருப்போம். நிச்சயம் போவோம். என்ன வந்தாலும் வரட்டும் என்பதாகவே நம் குறிக்கோள் இருக்க வேண்டும்" என்று முடித்தார் அந்த அரசாங்க அதிகாரி.

வால்காவ்ஸ்கி போலித்தனமான அனுதாபத்துடன் அவரைப் பார்த்துப் புன்னகை செய்தான். தான் ஆற்றிய உரையில் தானே முழுத் திருப்தி அடைந்திருந்தார். அந்தச் சொற்பொழிவாளர். நான் அதைக் கேட்டுக் கொதித்துக்கொண்டிருந்தேன்; அதற்கு எதிர்ப்பு காட்ட வேண்டுமென்றும்கூட முட்டாள்தனமாக ஆசைப்பட்டேன். ஆனால், வால்காவ்ஸ்கியின் முகத்திலிருந்த விஷமத்தனமான ஒரு பார்வை என்னை உடனே கட்டுப்படுத்தி விட்டது. என் பக்கம் அவன் திரும்பிப் பார்த்தபோது இளமை வேகத்துடன் கூடிய, வித்தியாசமான ஒரு எதிர்ப்பை நான் காட்டக் கூடும் என்று அவன் எதிர்பார்ப்பது போலிருந்தது.

ஒருவேளை அப்படி ஒன்று நிகழ வேண்டுமென்றும், என்னை நானே எப்படிச் சமரசப்படுத்திக் கொள்கிறேன் என்று பார்த்து ரசிக்கவும் கூட அவன் விரும்பியிருக்கலாம். அந்த 'அரசாங்க அதிகாரி' என் எதிர்ப்பை மட்டுமல்ல, என்னையும் கூடப் பொருட்படுத்தப் போவதில்லை என்பது அதற்குள் எனக்குப் புரிந்துவிட்டது. அவர்களோடு ஒன்றாக உட்கார்ந்திருக்கக்கூட எனக்குப் பிடிக்க வில்லை. ஆனால், அல்யோஷா அதற்குள் என் உதவிக்கு வந்து விட்டான்.

அவன் என்னருகே அமைதியாக வந்து என் தோளைத் தொட்டபடி, என்னுடன் சில வார்த்தைகள் பேச வேண்டும் என்றான். காத்யாவின் தூதுவனாகத்தான் அவன் வந்திருக்கிறான் என்பதை நான் ஊகித்து விட்டேன். ஒரு நிமிடம் சென்ற பிறகு நான் அவள் அருகே அமர்ந்திருந்தேன். முதலில் என்னைத் தலை முதல் கால்வரை ஆழமாகத் துருவிப் பார்த்துக் கொண்டிருந்தாள் அவள். நான் எப்படிப்பட்டவன் என்பதை அவள் எடை போட்டுக் கொண்டிருக்கக் கூடுமென்று எனக்குத் தோன்றியது. ஒரு சில நிமிடங்கள் எங்கள் இருவராலும் உரையாடலைத் தொடங்க முடிய வில்லை. ஆனால், பேச மட்டும் ஆரம்பித்துவிட்டால் அடுத்த நாள் காலைவரை அவள் விடாமல் பேசுவாள் என்பது எனக்கு உறுதியாகத் தெரிந்தது. அல்யோஷா முன்பு குறிப்பிட்டிருந்த 'ஐந்து ஆறு மணி நேரப் பேச்சு' என் மனதுக்குள் ஓடியது. நாங்கள் எப்படிப் பேச்சைத் தொடங்கப் போகிறோம் என்பதை எதிர்பார்த்த படி எங்கள் அருகே பொறுமையின்றி அமர்ந்திருந்தான் அல்யோஷா.

"ஏன் எதுவுமே பேசாமல் இருக்கிறீர்கள்?" என்று எங்களைப் புன்கையோடு பார்த்தபடி கேட்டான் அவன்.

"அதுதான் இரண்டு பேரும் சந்தித்து அறிமுகம் முடிந்து விட்டதே, ஏதாவது பேச வேண்டியதுதானே."

"ஐயோ அல்யோஷா! சும்மா இரேன்" என்று அவனுக்குப் பதிலளித்து விட்டுப் பேசத் தொடங்கினாள் காத்யா.

"இவான் பெத்ரோவிச்! நாம் நிறைய விஷயங்களைப் பற்றிப் பேச வேண்டியிருக்கிறது. எங்கே தொடங்குவதென்றுதான் எனக்குத் தெரியவில்லை. நாம் ஒருவரை ஒருவர் மிகவும் தாமதமாகத் தெரிந்து கொண்டிருக்கிறோம். நாம் முன்பே சந்தித்திருக்க வேண்டும். ஆனாலும்கூட உங்களோடு பல காலம் பழகியிருப்பதைப் போலவே நான் உணர்கிறேன். உங்களைப் பார்க்க வேண்டுமென்ற ஆர்வத்தோடு இருந்தேன். உங்களுக்கு ஒரு கடிதம் எழுதலாமென்றும் நினைத்திருந்தேன்."

"எதைப் பற்றி?" என்று தன்னிச்சையாகப் புன்னகை செய்தபடி கேட்டேன்.

"நிறைய விஷயங்கள்" என்று தீவிரமாகவே பதில் சொன்னாள் அவள்.

"உதாரணத்துக்கு எடுத்துக்கொண்டால், இப்படி ஒரே நேரத்தில் தன்னைத் தனியே விட்டுவிட்டு அல்யோஷா செல்வதை நடாஷா தவறாக எடுத்துக்கொள்ள மாட்டாள் என்று அவர் சொல்கிறாரே? அது உண்மைதான்? அவரைப் போலவே வேறு யாராவது நடந்து கொள்வார்களா என்ன? அல்யோஷா, நீங்கள் இன்னும் ஏன் இங்கேயே இருக்கிறீர்கள்? அதைச் சொல்லுங்கள்?"

"கடவுளே! இதோ போய் விடுகிறேன். நீங்கள் இரண்டு பேரும் பேசிக்கொள்கிறீர்களா என்று பார்த்துவிட்டுப் போகலாம் என்றுதான் ஒரு நிமிடம் காத்திருந்தேன். இதோ உடனே நடாஷாவிடம் போகிறேன்."

"இப்போது பார்த்துக் கொள்ளுங்கள். நாங்கள் இருவரும் பேசிக்கொண்டுதான் உட்கார்ந்திருக்கிறோம். போதுமல்லவா? திருப்திதானே! அவர் எப்போதுமே இப்படித்தான்" என்று தன் விரலை அவன் பக்கம் சுட்டிக்காட்டியபடி லேசான கூச்சத்துடன் சொன்னாள் அவள்.

"ஒரு நிமிடம்! ஒரே ஒரு நிமிடம்! இதுதான் அவர் எப்போதும் சொல்வது. ஆனால், என்னவென்று நிதானிப்பதற்குள் நள்ளிரவாகி விடும்; அங்கே போகத் தாமதமாகிவிடும். அவள் ஒன்றும் கோபப்பட மாட்டாள்; அவள் அன்புடையவள் என்பதுதான் அவர் சொல்லும் சாக்குப்போக்கு. அது சரிதானா? அது கௌரவமானதுதானா?"

"சரி... அப்படியென்றால் நான் கிளம்புகிறேன்" என்று சோகமான குரலில் சொன்னான் அல்யோஷா.

"ஆனால், இப்போது உங்கள் இருவரோடும் கூட இருக்க வேண்டுமென்று நான் மிகவும் விரும்புகிறேன்."

"அது எதற்காக? சரியாகப் பார்த்தால் நாங்கள் இருவரும் பல விஷயங்களைப் பற்றித் தனியாகப் பேச வேண்டியிருக்கிறது. உடனே கோபப்படாதீர்கள். அப்படி நாங்கள் பேச வேண்டியது அவசியம். புரிந்து கொள்ளுங்கள்."

"சரி. அது அவசியம் என்றால் நான் உடனே போய் விடுகிறேன். இதில் கோபப்பட என்ன இருக்கிறது? லியோவிங்காவை ஒரு நிமிடம் பார்த்த உடனே அவளிடம் சென்று விடுவேன்" என்று தொப்பியை எடுத்துக் கொண்டு கிளம்பியவன்,

"இவான் பெத்ரோவிச்" என்று என்னை அழைத்தான். "இக்மெனெவுடன் வழக்கு நடத்தி வென்ற பணத்தை விட்டுக் கொடுக்க என் தந்தை முடிவு செய்திருக்கிறார். அது உங்களுக்குத் தெரியுமா?"

"ஆம் தெரியும்! என்னிடம் அவர் சொன்னார்."

"எவ்வளவு பெருந்தன்மை இருந்தால் அவர் அப்படி ஒரு காரியத்தைச் செய்வார்? அவர் கண்ணியமான ஒரு மனிதர் என்பதை ஒரு போதும் காத்யா ஒத்துக் கொள்ளவே மாட்டாள். அவளிடம் அது பற்றிப் பேசுங்கள். போய் வருகிறேன் காத்யா. நான் நடாஷாவைக் காதலிப்பது குறித்து சந்தேகப்படாதே. ஏன் நீங்கள் இருவரும் என் மீது இப்படிப்பட்ட நிபந்தனைகளைத் திணிக்கிறீர்கள். என்னைத் திட்டுகிறீர்கள். ஏதோ நான் உங்கள் கண்காணிப்பு வளையத்தில் இருப்பதைப் போல என்னை வேவு பார்க்கிறீர்கள். நான் அவளை எந்த அளவு காதலிக்கிறேன் என்பது அவளுக்குத் தெரியும். அவள் என்னை உறுதியாக நம்புகிறாள். அவளுக்கு என் மீது நம்பிக்கை இருக்கிறதென்று நானும் நம்புகிறேன். அவளுக்காக மட்டுமே அவளைக் காதலிக்கிறேன். எந்த வற்புறுத்தல்களும் நிர்ப்பந்தங்களும் இல்லாமல் அவளுக்காக மட்டுமே! எந்த அளவு அவளைக் காதலிக்கிறேன் என்பது எனக்குத் தெரியாது. அவளைக் காதலிக்கிறேன். அவ்வளவுதான். ஏதோ நான் ஒரு குற்றவாளி போல் என்னைக் கேள்வி கேட்க எந்த அவசியமும் இல்லை. இதோ இவான் பெத்ரோவிச்சே இங்கே இருக்கிறார். அவரையே வேண்டுமானாலும் நீ கேட்டுக் கொள். நடாஷா பொறாமை குணம் கொண்டவள் என்பதை அவரும் உறுதிப்படுத்துவார். அவள் என்னை மிகவும் காதலித்தாலும் அவள் அதிக சுயநலம் கொண்டவள்; எனக்காக எதையுமே தியாகம் செய்ய முன்வர மாட்டாள் அவள்."

“என்னது?” என்று வியப்பில் கூவினேன். என் காதையே என்னால் நம்ப முடியவில்லை.

“நீங்கள் என்ன சொல்கிறீர்கள் அல்யோஷா?” என்று தன் கைகளைப் பிசைந்துகொண்டே கத்தினாள் காத்யா.

“ஏன்? இதில் அதிசயப்பட என்ன இருக்கிறது? இவான் பெத்ரோவிச்சுக்குத் தெரியுமே, அவளோடுதான் நான் இருக்க வேண்டுமென்று அவள் வற்புறுத்துவது? வார்த்தைகளால் வெளிப் படையாக அப்படி வற்புறுத்தவில்லை. ஆனால் அவள் விரும்புவது அதுதான் என்பது தெளிவாகத் தெரிகிறது.”

“உங்களுக்கு வெட்கமில்லையா?” என்று சினத்தோடு முகம் சிவக்கக் கத்தினாள் காத்யா.

“அதில் வெட்கப்பட என்ன இருக்கிறது? நிஜமாகவே நீ ஒரு வித்தியாசமான பெண்தான் காத்யா. அவள் நினைத்துக் கொண்டிருப்பதைவிட அதிகமாக அவளை நான் காதலிக்கிறேன். நான் காதலிப்பது போல் அவளும் உண்மையாகவே என்னைக் காதலித்திருந்தாள் என்றால் தன் மகிழ்ச்சியை எனக்காக விட்டுக் கொடுத்திருப்பாள். அவள் ஒன்றும் என்னைக் கட்டிப்போட்டு வைக்கவில்லை. வெளியே போக விடுகிறாள் என்றாலும் அது அவளுக்குப் பிடிக்கவில்லை என்பது அவள் முகத்திலிருந்தே எனக்குப் புரிகிறது. அதனால் ஒருவகையில் அவள் என்னைக் கட்டிப்போட்டிருப்பது போலத்தான் இருக்கிறது.”

“ஓ சரிதான்! இதன் பின்னணியில் வேறு ஏதோ இருக்கிறது” என்றபடி என்னைத் திரும்பிப் பார்த்தாள் காத்யா. மீண்டும் அவள் கண்களில் கோபக் கனலைப் பார்க்க முடிந்தது.

“உண்மையை ஒத்துக் கொள்ளுங்கள் அல்யோஷா! உடனடி யாக மறைக்காமல் ஒத்துக்கொண்டு விடுங்கள். இதையெல்லாம் உங்கள் மூளைக்குள் செலுத்தியவர் உங்கள் தந்தைதானே? இன்று அவர் உங்களிடம் பேசிக் கொண்டிருந்தார் இல்லையா? தயவு செய்து என்னை ஏமாற்ற முயற்சிக்காதீர்கள். ஒரு நொடிக்குள் எனக்கு எல்லாமே தெரிந்துவிடும். சொல்லுங்கள். நான் சொல்வது உண்மையா இல்லையா?”

“ஆமாம்! அவர் என்னோடு பேசிக்கொண்டு தான் இருந்தார். அதிலென்ன வந்தது?” என்று குழப்பத்தோடு பதிலளித்தான் அல்யோஷா.

“அவர் இன்று என்னிடம் மிகவும் அன்பாக நட்புணர்வோடு பேசினார். நடாஷாவைப் பற்றி என்னிடம் மிகவும் புகழ்ந்து பேசிக் கொண்டிருந்தார். அவள் அவரை மிகவும் அவமானப்படுத்தியிருந்த

நிலையில் அவர் அவளைப் புகழ்ந்தது எனக்கேகூட மிகவும் ஆச்சரியமானதாகத்தான் இருந்தது."

"நீயும் அதை – அவர் பேச்சை நம்பிவிட்டாய்" என்றேன் நான்.

"உனக்காகவே தன்னால் முடிந்த எல்லாவற்றையும் விட்டுக் கொடுத்திருப்பவள் அவள். இப்போதும் இன்றுவரை உனக்காகவே கவலைப்பட்டுக் கொண்டிருப்பவள் அவள். காதரீனா ஃபியோதோ ரோவ்னாவைப் பார்க்க முடியாமல் உனக்குச் சலிப்பு ஏற்பட்டு விடக் கூடாதென்றும், நீ மகிழ்ச்சியாகவே இருக்க வேண்டுமென்றும் நினைப்பவள் அவள். இன்று அவளே அதை என்னிடம் சொன் னாள். நீ என்னவென்றால் இப்படிப்பட்ட பொய்யான குற்றச் சாட்டுகளைத் திடீரென்று நம்ப ஆரம்பித்து விட்டாய். உனக்கு வெட்கமாக இல்லை?"

"நன்றியில்லாத பையன்! ஆனால் என்ன சொல்லி என்ன பயன்? அவருக்கு எதற்குமே எப்போதுமே கூச்சமில்லை" என்று அவனை ஒதுக்கித் தள்ளுவது போல – அவனைக் காப்பாற்றவே இனிமேல் வழியில்லை என்று நினைப்பது போலத் தன் கைகளை அசைத்தாள் காத்யா.

"உண்மையிலேயே நீயா இப்படிப் பேசுகிறாய்" என்று வருத்த மான தொனியில் கேட்டான் அல்யோஷா.

"ஆனால், நீ எப்போதுமே அப்படித்தான் காத்யா. எப்போது பார்த்தாலும் என்னிடம் உள்ள ஏதாவது ஒரு மோசமான விஷயத்தை மட்டுமேதான் நீ பார்ப்பாய்! இவான் பெத்ரோவிச்சைப் பற்றிச் சொல்ல வேண்டிய தேவையே இல்லை. நான் நடாஷாவைக் காதலிக்கவில்லை என்றா நீ நினைக்கிறாய்? அவள் சுயநலவாதி என்று சொன்னபோது அதை அப்படி அதன் முழு அர்த்தத்தில் நினைத்து நான் சொல்லவில்லை. என்னை மிகவும் காதலிக்கிறாள், அளவுக்கு அதிகமாகவே காதலிக்கிறாள் என்பதைத்தான் நான் அப்படிச் சொன்னேன். அது எனக்கும் கஷ்டம். அவளுக்கும் கஷ்டம். என் தந்தை என்னதான் ஆசைப்பட்டாலும் அவருடைய தந்திரம் என்னிடம் பலிக்காது. அவரால் என்னை ஏமாற்ற முடியாது. நான் அப்படி விட்டுவிட மாட்டேன். அவள் ஒரு சுயநலவாதி என்று எந்த மோசமான அர்த்தத்திலும் அவர் சொல்லவில்லை. அவர் சொன்னது எனக்குப் புரிந்தது. சற்று முன் நான் சொன்ன அதே விஷயம்தான்! அவள் என்னை அளவு மீறி, மிக ஆழமாகக் காதலிக்கிறாள். அது கிட்டத்தட்ட சுயநலம் என்ற அளவிற்குப் போய் விடுவதால் எங்கள் இருவருக்குமே அது சற்றுக் கடினமாகி விடுகிறது. நாளாக ஆக அது எனக்கு இன்னும்கூடக் கடினமாகிவிடக் கூடும். ஏன் அது உண்மைதானே? என் மீது உள்ள அன்பினால்தானே

என் தந்தை அதைச் சொன்னார்? அதற்காக நடாஷாவைக் குற்றம் சாட்டுவது போல் அவர் எதுவும் சொன்னதாக அர்த்தமில்லை. அவளுடைய அன்பின் வலிமையை அளவு கடந்ததாக – சாத்தியமே இல்லாமல் இருக்கும் அவளது மிகையான அன்பைப் பற்றி மட்டுமே அவர் குறிப்பிட்டார்.”

அவன் பேசி முடிப்பதற்குள் காத்யா குறுக்கிட்டாள்.

அவள் அவனை ஆவேசமாகக் கடிந்துகொள்ள ஆரம்பித்தாள். நடாஷாவைப் புகழ்வது போல இளவரசர் வால்காவ்ஸ்கி நடந்து கொண்டதெல்லாம் வெறும் நடிப்பு மட்டுமே என்றும் மகனுடைய அன்பையும், அனுதாபத்தையும் பெற அவர் போடும் வேடம் அது என்றும் அவனுக்கு விளக்கமாக எடுத்துச் சொன்னாள் அவள். அதற்கெல்லாம் அடிப்படையான நோக்கம் அவர்களுக்கிடையே நிலவும் ஒட்டுதலான உறவைக் குலைப்பது மட்டும்தான்; அவனே அறிந்து கொள்ள முடியாத அளவுக்கு மிக நுட்பமாக, நடாஷாவுக்கு எதிராக அவனைத் திருப்ப அவர் கையாளும் உபாயமே அது. நடாஷா அவனை எந்த அளவு காதலிக்கிறாள் என்பதையும், அவன் அவளை நடத்தும் முறையை எப்படிப்பட்ட காதலியாலும் மன்னிக்க முடியாது என்றும், உண்மையான சுயநலவாதி அல்யோஷாதான் என்றும், அவனிடம் சாதுர்யமாக, அன்பு மாறாமல் பேசி விளக்கினாள் அவள். தான் செய்ததை நினைத்து சிறிது சிறிதாக அவனை வருத்தப்படவும், கழிவிரக்கம் கொள்ளவும் வைத்து விட்டாள் காத்யா. அவன் எங்களுக்கு அருகே முற்றிலும் நொறுங்கிப் போனவனாய்த் தரையை வெறித்துப் பார்த்தபடி அமர்ந்திருந்தான். அவன் முகத்தில் வருத்தம் அப்பிக் கிடந்தது. எந்த வகையான பதிலளிக்கவும் அவன் முயலவில்லை. ஆனால், காத்யா அவனை விடுவதாக இல்லை. அவளை மிகவும் ஆர்வத்தோடு பார்த்துக் கொண்டிருந்தேன் நான். வித்தியாசமான அந்தப் பெண்ணைப் பற்றி இன்னும் அதிகம் தெரிந்து கொள்ள நான் ஆவலாய் இருந்தேன். அவள் இன்றுகூட ஒரு குழந்தைதான். ஆனால், வித்தியாசமான குழந்தை. திடமான சில நம்பிக்கைகளையும், உறுதியான சில கொள்கைகளையும் கொண்டிருக்கும் ஒரு குழந்தை. நியாயமும், நீதியும் நிலைக்க வேண்டுமென்று உளப்பூர்வமாக நல்லதையே விரும்புபவள். அவளை ஒரு குழந்தை என்றே சொல்வதாக இருந்தாலும், சிந்தனையுள்ள குழந்தை வர்க்கத்தைச் சேர்ந்தவள் அவள். அப்படிப்பட்ட குழந்தைகளை ரஷ்யக் குடும்பங்களில் அதிகமாகவே பார்க்க முடியும். அவள் ஏற்கனவே நிறைய விஷயங்களைப் பற்றி யோசித்து வைத்திருந்தாள் என்பது தெளிவாகத் தெரிந்தது.

பற்பல சிந்தனைகளைத் துழாவியபடியே இருக்கும் அந்தச் சின்ன மூளைக்குள் எட்டிப் பார்ப்பது மிகவும் சுவாரசியமாக இருந்தது. அதில் முழுக்க முழுக்க குழந்தைத்தனமான எண்ணங்களும் இருந்தன. வாழ்க்கையிலிருந்து அனுபவங்கள் வழியாகக் கிடைத்த பதிவுகளும், அவதானிப்புகளும்கூட அதில் கலந்து பிணைந்து கிடந்தன. (காத்யாவுக்கு வாழ்க்கை அனுபவம் முன்பே ஓரளவு இருந்தது) மேலும், அவள் அறியாத, அனுபவித்திராத விஷயங்கள் குறித்த சிந்தனைகள் நிறைய புத்தகங்களை வாசிப்பதன் வழி அவளுக்கு வாய்த்திருந்தன. ஆனால், அவற்றைத் தன் சொந்த அனுபவத்தால் கிடைத்தவை என்று அவள் தவறாக எண்ணிக் கொண்டிருந்தாள். அத்தகைய தெளிவில்லாத எண்ணங்கள் அவளிடம் நிறையவே இருந்தன. அன்று மாலையும், தொடர்ந்து வந்த பல சந்தர்ப்பங்களிலும் அவளை முழுமையாக ஆராய்ந்து அவளைப் பற்றி நன்றாக அறிந்து கொண்டதாக எனக்குத் தோன்றியது. அவளது மனம் தீவிரமான ஆர்வத்துடனும், எதையும் கேட்டுக்கொள்ளும் பக்குவத்துடனும் இருந்தது. ஆனால், ஒரு சில சமயங்களில் தன் உணர்வுகளைக் கட்டுப்படுத்திக்கொள்ளாமல், உண்மைதான் முக்கியம் என்று அதை மட்டுமே முன்னிறுத்தியபடி– சமூக மரபுகளைச் செயற்கையான திணிப்புகள் என்று சொன்ன படி அதில் அவள் பெருமை கொள்வதும் உண்டு. தீவிரமான மனப்போக்குடைய சில வயதானவர்களிடமும் காணக்கூடிய இயல்புதான் அது. ஆனால், அந்தக் குணமே அவளுக்கு ஒரு தனிப்பட்ட வசீகரத்தை அளித்ததாக எனக்குப் பட்டது. சிந்தித்துப் பார்க்கவும், விஷயங்களின் உண்மை இன்னதென்று அறியவும் அவள் மிகவும் விருப்பம் கொண்டிருந்தாள். ஆனால், அதில் தாராள மனப்போக்குடனும், மனத்தடைகள் இல்லாமலும் ஒரு குழந்தை போல–குழந்தைத்தனமான குறும்புகளுடன் – அவள் இருந்ததால் முதல் கணத்திலேயே அவளிடமிருக்கும் அந்த வினோதமான விஷயங்களை ஏற்றுக்கொள்ளாமலும், ரசிக்காமலும் எவராலும் இருக்க முடியாது.

லியோவிங்காவையும், போரிங்காவையும் ஒரு கணம் பார்த்து விட்டு வந்தேன். அவர்களும் இதே போன்ற வார்ப்புகளாகவே இருந்தார்கள். காத்யாவை முதலில் பார்த்த போது குறிப்பான எந்த அழகும் அதில் இருப்பதாக எண்ணாத நான் அன்று மாலை ஒவ்வொரு நிமிடமும் செல்லச் செல்ல–அவள் முகம் எவ்வளவு அருமையாக, எவ்வளவு கவர்ச்சிகரமாக இருக்கிறது என்று யோசிக்க ஆரம்பித்தேன். அது எனக்கே வினோதமாக இருந்தது.

கள்ளங்கபடமற்ற ஒரு குழந்தை, அதே நேரத்தில் சிந்தனை முதிர்ச்சியுள்ள ஒரு பெண்.

ஒரு பக்கம் குழந்தைத்தனம், மறுபுறம் நேர்மை நியாயம் இவற்றின் மேல் கொண்டிருக்கும் உண்மையான தாகம், தன் உள்ளுணர்வின் மீது அசையாத நம்பிக்கை.

இவையனைத்தும் உண்மையாக ஒளிர்ந்தபடி அவள் முகத்தை மிகவும் பிரகாசமாக ஆக்கியிருந்தது. மிகவும் உன்னதமான, ஆன்மீகமான ஓர் எழில் அந்த முகத்தில் கொலுவீற்றிருந்தது. போகிற போக்கில் அவளைப் பார்க்கும் சராசரியான எந்த மனிதக் கண்ணாலும் அந்த அழகின் முழுமையான பரிமாணத்தை உள்ளபடி வெளியிட்டு விட முடியாதென்றே சொல்லிவிடலாம். அல்யோஷா அவளுடன் உணர்ச்சிகரமாகப் பிணைக்கப்பட்டிருப்பது ஏன் என்பதை இப்போது நான் உணர்ந்து கொண்டேன். தானாகச் சிந்திக்கவோ, பகுத்தறிந்து பார்க்கவோ அவனால் முடியாது என்றாலும் தனக்காகச் சிந்திக்கும், தன் நலனை விரும்பும் ஒரு நபர் மீது அவன் தன்னிச்சையாகவே ஈர்க்கப்பட்டிருக்கலாம். அந்த அடிப்படையில் பார்க்கும்போது காத்யா, தன் சிறகுகளுக்குள் அவனைப் பொத்தி அடைக்கலம் தந்துவிட்டாள்.

அவனது இதயம் பெருந்தன்மை வாய்ந்தது, தூய்மையானது. அதனால் அற்புதமான சீரிய விஷயங்கள் எல்லாமே அவனை உடனே சரணடைய வைத்து விடுவது இயற்கைதான். காத்யா, தன் குழந்தைத்தனமான உண்மைப் பண்பாலும், இரக்க குணத்தாலும் அவனது ஆழமான நம்பிக்கைக்குப் பாத்திரமாகி விட்டிருந்தாள். அவனைப் பொறுத்தவரை – அவனுக்கென்று ஒரு தனிப்பட்ட விருப்பம் இல்லை. அவளுக்கோ திடமான, உறுதியான, ஆர்வத்தோடு கூடிய விருப்பு வெறுப்புகள் உண்டு. தன் மீது ஆதிக்கம் செலுத்தக் கூடியவர்கள், தனக்குக் கட்டளையிடுபவர்கள் எவரோ அவர்களிடத்திலேயே அல்யோஷாவால் நெருக்கமாக முடியும். நடாஷாவுடன் பழக ஆரம்பித்த புதிதில் அவனை ஓரளவு ஈர்த்தது இந்த இயல்புதான். ஆனால், ஒரு வகையில் நடாஷாவை விடவும் அதிகமான சாதகம் காத்யாவுக்கு இருப்பதற்குக் காரணம், அவள் இன்னும்கூடக் குழந்தைமை மாறாமல் இருப்பதும், இன்னும் பல காலம் அவள் அப்படியேதான் இருக்கப் போகிறாள் என்று தோன்றுவதும்தான். இந்தக் குழந்தைத்தனம், பளிச்சென்ற அறிவு – அதே சமயம் உலகியல் நடப்பிலிருந்து சற்று மாறுபட்ட போக்கு இவையெல்லாம் அல்யோஷாவுக்கு ஒத்துப்போகும் விஷயங்களாக இருந்தன. அவன் அதை உணர்ந்திருக்கலாம். அதனால்தான் காத்யா அவனை மிக அதிக அளவில் கவர்ந்திருக் கிறாள். அவர்கள் இருவரும் தனியே பேசிக் கொண்டிருக்கும் சமயங்களில் ஒரு நிமிடம் தன் 'பிரச்சார உரை'யைப் பேசும் காத்யா, அடுத்த நிமிடமே குழந்தைத்தனமான விளையாட்டுகளுக்கு

மாறிப் போய், அவற்றில் ஈடுபட்டு விடக் கூடும் என்பது எனக்கு உறுதியாகத் தெரிந்தது. அல்யோஷாவை அடிக்கடி ஏதாவது ஒரு காரணத்தால் கடிந்துகொண்டே இருந்தாலும் அவனைத் தன் விரலசைவில்தான் வைத்திருக்கிறாள் காத்யா. நடாஷாவுடன் இருப்பதை விடவும் காத்யாவுடன் இருப்பது அல்யோஷாவுக்கு மிகவும் இலகுவாக இருந்தது என்பதும் வெளிப்படையாகத் தெரிந்தது. அவர்கள் இருவரும் ஒருவருக்கொருவர் மிகவும் பொருத்தமானவர்களாகத் தோன்றினார்கள். முக்கியமான விஷயம் அதுதான்.

“போதும் காத்யா! எப்போதுமே நீ எனக்கு நல்லதுதான் சொல்கிறாய். நான்தான் எப்போதும் தவறாகப் போய்விடுகிறேன். காரணம் உன் இதயம் என்னுடையதை விடத் தூய்மையாக இருப்பதுதான்” என்று சொன்னபடியே எழுந்து நின்று விடை பெறும் வகையில் அவளுக்குக் கை கொடுத்தான் அல்யோஷா.

“இதோ நேரே நடாஷாவிடம் போகிறேன். லியோவிங்காவைக் கூட இப்போது பார்க்கப் போவதில்லை.”

“லியோவிங்காவிடம் உங்களுக்கு இப்போது ஒரு வேலையும் இல்லை. இப்போது உடனே நடாஷாவிடம் போக ஒத்துக் கொண் டீர்களே, அந்த வகையில் நீங்கள் மிகவும் நல்லவர்.”

“வேறு எவரை விடவும் ஆயிரம் மடங்கு இனிமையானவள், நல்லவள் நீ” என்று சற்று சோர்வான குரலில் பதிலளித்தான் அல்யோஷா.

“இவான் பெத்ரோவிச்! உங்களிடம் ஓரிரு வார்த்தை பேச வேண்டும்.”

நாங்கள் சில அடிகள் நகர்ந்து சென்றோம்.

“‘நான் இன்று கேவலமான முறையில் நடந்து கொண்டு விட்டேன்” என்று என் காதில் முணுமுணுத்தான் அவன்.

“நான் மிகவும் அற்பத்தனமானவன். முழு உலகத்தின் கண்ணுக்கு முன்பும் நான் ஒரு குற்றவாளி. குறிப்பாக, இவர்கள் இரண்டு பேர் முன்பும். இன்று பிற்பகல் என் தந்தை, அலெக்ஸாண்ட்ரினா என்ற ஃபிரெஞ்சுப் பெண்ணை எனக்கு அறிமுகம் செய்து வைத்தார். அவள் மிகவும் அழகானவள். நான் அப்படியே அசந்து போய் விட்டேன். அப்புறம், சரி, அதைப் பற்றிப் பேசுவதில் என்ன பயன்? நான் இவர்களுக்குத் தகுதியானவன் இல்லை. அவ்வளவுதான்! போய் வருகிறேன் இவான் பெத்ரோவிச்” என்றபடி விடை பெற்றான் அவன்.

"அவர் நல்லவர்தான். அன்பானவரும் கூட" என்று நான் அவள் அருகே வந்து அமர்ந்ததும் அவசரமாகப் பேசத் தொடங் கினாள் காத்யா.

"சரி, அவரைப் பற்றிய நிறைய விஷயங்களைப் பற்றிப் பேசுவோம். முதலில் நமக்குள் ஒரு சரியான புரிதலுக்கு நாம் வந்து சேர வேண்டும். ஆம், இளவரசரைப் பற்றி உங்கள் அபிப்பிராயம் என்ன?"

"அவர் மிக மோசமானவர்."

"நானும் அப்படியேதான் நினைக்கிறேன். அதில் நாம் ஒத்துப் போவதால் நல்லபடியாகவே விஷயங்களை எடை போட முடியுமென்று நினைக்கிறேன். இப்போது நடாஷாவை எடுத்துக் கொள்வோம். அவளைப் பொறுத்தவரை எந்த விஷயமுமே சரிவரத் தெரியாமல் இருட்டில்தான் இருக்கிறேன் நான். அது உங்களுக்குத் தெரியுமா இவான் பெத்ரோவிச்! நீங்கள்தான் அதில் எனக்கு வெளிச்சம் காட்டி உதவ முடியுமென்று உங்களை எதிர் பார்த்துக் கொண்டிருக்கிறேன். நீங்கள்தான் எல்லாவற்றையும் எனக்குத் தெளிவுபடுத்த வேண்டும். முக்கியமான பல விஷயங்களைப் பொறுத்தவரை அவ்வப்போது அல்யோஷா சொன்ன ஏதோ சில தகவல்களை வைத்து நானாக ஏதோ ஊகம் செய்து வைத்திருக் கிறேன். அவற்றை வைத்துத்தான் என்னால் முடிவு செய்யவும் முடிகிறது. வேறு யாரிடமிருந்தும் எந்தத் தகவலைத் தெரிந்து கொள்ளவும் எனக்கு வழியில்லை. சரி, முதலில் இதைச் சொல்லுங் கள் (இதுதான் மிக மிக முக்கியமானது). அல்யோஷாவும், நடாஷாவும் மகிழ்ச்சியாக சேர்ந்து வாழ்வார்கள் என்று நீங்கள் நினைக்கிறீர்களா? இல்லையா? அதைப் பற்றிய உங்கள் மதிப்பீடு என்ன? தீர்மானமான ஒரு முடிவுக்கு வந்து சேரும் முன் அதை நான் கட்டாயம் தெரிந்துகொண்டாக வேண்டும். அதைப் பொறுத்து தான் அடுத்த என்ன செய்வதென்று என்னால் முடிவெடுக்க முடியும்."

"அதைப் பற்றி உறுதியாக எப்படிச் சொல்லிவிட முடியும்?"

"நிச்சயம் அது பற்றி உறுதியாக எவராலும் சொல்ல முடியாது தான்" என்றபடி இடைமறித்தாள் அவள்.

"ஆனால், அதைப் பற்றி ஒரு புத்திசாலியான மனிதரான உங்கள் ஊகம் என்ன?"

"அவர்கள் மகிழ்ச்சியாக இருக்க மாட்டார்கள் என்றே எனக்குப் படுகிறது."

"ஏன் அப்படி?"

“அவர்கள் ஒருவருக்கொருவர் பொருத்தமானவர்களாக இல்லை.”

“நான் நினைத்ததும் அதேதான்” என்று ஆழ்ந்த வருத்தத்தில் இருப்பவள் போலத் தன் கைகளை ஒன்றோடொன்று பின்னிக் கொண்டாள் அவள்.

“தயவு செய்து எனக்கு முழு விவரங்களையும் சொல்லுங்கள். நான் நடாஷாவைப் பார்க்க வேண்டுமென்று மிகுந்த ஆவலோடு இருக்கிறேன். நிறைய விஷயங்களைப் பற்றி நான் அவளோடு பேசியாக வேண்டியிருக்கிறது. நானும் அவளுமாய் ஒன்று சேர்ந்து பேசி எல்லாவற்றையும் ஒரு முடிவுக்குக் கொண்டு வந்து விடலா மென்று எனக்குத் தோன்றுகிறது. எனக்கு நானே அவளைப் பற்றிய ஒரு பிம்பத்தை மனதிற்குள் உருவாக்கிக் கொண்டிருக்கிறேன். மிகுந்த அறிவுக்கூர்மை கொண்டவளாகவும் எதையும் தீவிரமாக எடுத்துக் கொள்பவளாகவும் அவள் இருப்பாளென்பது நிச்சயம். நேர்மையானவள், அழகானவள், எல்லாம் சரிதானே.”

“ஆமாம்.”

“அவள் அப்படித்தான் இருப்பாள் என்று நான் உறுதியாக இருந்தேன். அவளைப் போன்ற ஒரு பெண், முதிர்ச்சியே இல்லாத அல்யோஷாவின் மீது எப்படிக் காதல் கொண்டாள்? அடிக்கடி அது குறித்து நான் ஆச்சரியப்படுவதுண்டு. எனக்கு அதைப் பற்றி விளக்குவீர்களா?”

“அதை அப்படியெல்லாம் விளக்கிச் சொல்ல முடியாது காதரீனா ஃபியோதோரோவ்னா. மனிதர்கள் எதை வைத்து ஏன் காதல் வயப்படுகிறார்கள் என்று சிந்தித்துப் பார்ப்பது கடினம். ஆமாம்! அவள் ஒரு குழந்தைதான். ஆனால், ஒரு குழந்தையின் மீது எந்த அளவு அதிகமாக அன்பு செலுத்த முடியும் தெரியுமா?” (அவளை ஏறிட்டுப் பார்த்த போது என் இதயம் நெகிழ்ந்திருந்தது. அவளது கண்கள் அளவு கடந்த ஆர்வத்தோடு என்னைப் பொறுமையில்லாமல் பார்த்துக்கொண்டிருந்தன. அந்தப் பார்வை உள்ளார்ந்த கவனத்தோடு தீவிரமாகவும் இருந்தது).

“குழந்தைத்தனமாக இல்லாமல், முதிர்ச்சியோடு இருப்ப தாலேயே நடாஷா, அவன் மீது உடனடியாகக் காதல் கொண்டு விட்டாள். அவன் உண்மையானவன், நேர்மையானவன், மிக மிக அப்பாவியாக இருப்பவன். சில சமயங்களில் பிறரை வசீகரிக்கும் அளவுக்கும்கூடக் கள்ளம் கபடம் அற்றவனாக இருப்பவன். நான் என்ன சொல்வதென்று தெரியவில்லை. ஒரு வேளை ஏதாவது ஒரு இரக்கத்தால் தூண்டப்பட்டுக்கூட அவள் அவனைக் காதலித் திருக்கலாம். பெருந்தன்மையான உள்ளத்தில் கருணையாலும்கூடக் காதல் பிறக்க முடியும். நான் அப்படி உணர்கிறேன். ஆனால்

அதை என்னால் உன்னிடம் விளக்கிச் சொல்ல முடியவில்லை. அதற்குப் பதிலாக உன்னிடம் ஒன்று கேட்கிறேன். நீ அவளைக் காதலிக்கிறாய்தானே?"

எப்படியோ அந்தக் கேள்வியைத் தைரியமாகக் கேட்டு விட்டேனே தவிர-ஒரு குழந்தையைப் போன்ற தூய்மையுடன் மாசு மரு எதுவுமில்லாமல் இருக்கும் கள்ளம் கபடமற்ற ஒரு ஜீவனிடம் சட்டென்று அப்படிக் கேட்டு விட்டேனே என்றும் உடனே நினைத்துப் பார்த்தேன்.

"உண்மையாகவே எனக்கு இன்னும் அது சரியாகத் தெரிய வில்லை" என்று மிக மென்மையாக, என் கண்களை நேருக்கு நேர் ஊடுருவிப் பார்த்தபடி அமைதியாகப் பதிலளித்தாள் அவள்.

"ஆனால், அவரை நான் மிகவும் விரும்புகிறேன் என்றுதான் தோன்றுகிறது."

"பார்த்தாயா? அது சரி. நீ அவரை ஏன் நேசிக்கிறாய் என்பதை உன்னால் விளக்கிச் சொல்ல முடியுமா?"

"அவரிடம் எந்தப் பொய்மையும் இல்லை" என்று சற்று நேரம் யோசித்துப் பார்த்துவிட்டுச் சொன்னாள் அவள்.

"அவர் என் கண்களை நேருக்கு நேராகப் பார்த்தபடி ஏதாவது சொல்லும்போது அது எனக்கு மிகவும் பிடித்திருக்கிறது இவான் பெத்ரோவிச்! இதையெல்லாம் போய் உங்களிடம் சொல்லிக் கொண்டிருக்கிறேனே! என்ன இருந்தாலும் நான் ஒரு பெண், நீங்கள் ஆண். நான் சொல்வது சரிதானா சொல்லுங்கள்."

"ஏன்? அதிலென்ன இருக்கிறது?"

"ஒன்றுமில்லை. நிஜமாகவே அதில் ஒன்றுமில்லைதான். ஆனால், அதோ அவர்கள்" என்றபடி சமோவரைச் சுற்றி வட்ட மாக உட்கார்ந்திருந்தவர்களைச் சுட்டிக்காட்டியபடி கேட்டாள் அவள்.

"இது தவறென்று அவர்கள் நிச்சயம் சொல்வார்கள். அவர்கள் சொல்வது சரியா, தவறா?"

"சரியில்லை. உன் மனதைப் பொறுத்தவரை நீ தவறு செய்வதாக நினைத்துக் கொள்ளவில்லையல்லவா? அது போதும்."

"என் எண்ணமும் அதுவேதான்" என்று என் பேச்சை இடை மறித்தாள் அவள். என்னிடம் எவ்வளவு முடியுமோ அவ்வளவு பேசிவிட வேண்டும், கொட்டித் தீர்த்துவிட வேண்டும் என்ற அவசரத்தில் இருந்தாள் அவள்.

"எனக்கு ஏதாவது ஒரு குழப்பம் ஏற்பட்டால், என் மனதைத் தான் முதலில் கேட்பேன். அது சமாதானமாக இருந்தால் நானும்

அமைதியாகி விடுவேன். அப்படிச் செய்வதுதான் எல்லோருக்கும் நல்லது. என் மனதுக்குள் பேசிக்கொள்வது போல. உங்களிடம் என்னால் வெளிப்படையாகப் பேச முடிகிறதென்றால், அதற்குக் காரணம் நீங்கள் அற்புதமான ஒரு மனிதர். அல்யோஷா குறுக்கே வருவதற்கு முன் நீங்களும் நடாஷாவும் எப்படி இருந்தீர்கள் என்ற கதை முழுவதும் எனக்குத் தெரியும். அதைப் பற்றிக் கேள்விப்பட்டு நான் அழக்கூடச் செய்திருக்கிறேன்."

"அப்படியா? அதை உன்னிடம் யார் சொன்னது?"

"அல்யோஷாவேதான். அது வேறு யாராக இருக்க முடியும்? என்னிடம் அதைச் சொன்ன போது அவர் கண்களிலிருந்து கண்ணீர் பெருகியது. எவ்வளவு நல்ல மனிதர் அவர். அதற்காகவே அவரை விரும்பினேன். உங்களுக்கு அவரைப் பிடித்திருப்பதைவிட அவருக்கு உங்களை அதிகம் பிடித்திருக்கிறது. இவான் பெத்ரோவிச் அப்படிப்பட்ட விஷயங்கள்தான் என்னை அவர் மீது விருப்பம் கொள்ள வைத்தன. எனக்குள் பேசிக்கொள்வது போலவே உங்களிடமும் நான் மனம் திறந்து பேசிக் கொள்ள இன்னொரு காரணம் உண்டு. நீங்கள் மிகவும் அறிவாளியான ஒரு மனிதர். எனக்கு நிறைய விஷயங்களைச் சொல்லிக் கொடுத்து ஆலோசனை வழங்க உங்களால் முடியும்."

"உனக்கு யோசனை சொல்லித் தரும் அளவிற்கு நான் புத்தி சாலி என்று எதை வைத்து நினைக்கிறாய்?"

"ஐயோ அதை விடுங்கள்" என்றபடி ஏதோ யோசிக்க ஆரம்பித்தாள் அவள்.

"உண்மையில் நான் சொல்ல நினைத்தது அது இல்லை. முக்கியமான விஷயங்களைப் பற்றிக் கொஞ்சம் பேசுவோம் இவான் பெத்ரோவிச்! ஏதோ நடாஷாவின் எதிரியைப் போல், அவளுக்குப் போட்டியாக இருப்பது போல நான் இப்போது உணர்கிறேன். எனக்கே அது அப்படித்தான் என்பது தெரியும். நான் இப்போது என்ன செய்ய வேண்டும் சொல்லுங்கள். அவர்கள் மகிழ்ச்சியாக இருப்பார்களா என்று நான் உங்களைக் கேட்டது அதனால்தான். இரவும் பகலும் நான் அதைப் பற்றியே யோசித்துக் கொண்டி ருக்கிறேன். நடாஷாவின் நிலைமை பயங்கரமாக... மிகப் பயங்கரமாக இருக்கிறது. அவர் அவளை நேசிப்பது மிகவும் குறைந்துவிட்டது. மாறாக, என்னைத்தான் அவர் அதிகமாக, மிக அதிகமாக நேசிக்கிறார். நிலைமை அதுதான் இல்லையா?"

"எனக்கும் அப்படித்தான் தோன்றுகிறது."

"ஆமாம். ஆனால், அவர் அவளை ஏமாற்றவில்லை. அவள் மீது தான் வைத்த காதல் முன்பைவிடக் குறைந்திருக்கிறது என்பது

அவருக்கே தெரியவில்லை. அவ்வளவுதான். ஆனால், அவளுக்கு அது தெரிந்திருக்கக் கூடும். எப்படிப்பட்ட கஷ்டமான நிலை அவளுக்கு?"

"நீ என்ன செய்ய வேண்டுமென்று நினைக்கிறாய் காதரீனா ஃபியோதோரோவ்னா?"

"என்னிடம் நிறைய திட்டங்கள் இருக்கின்றன" என்று தீவிரமாகப் பதிலளித்தாள் அவள்.

"ஆனாலும் நான் பெரிய குழப்பத்தில் இருக்கிறேன். அதனால் தான் உங்களைப் பார்க்க அவசரப்பட்டேன். எல்லாவற்றையும் நீங்கள் எனக்குத் தெளிவுபடுத்தக் கூடுமென்று நினைத்தேன். என்னைவிட எல்லா விஷயங்களுமே உங்களுக்கு நன்றாகத் தெரியும். இப்போது உங்கள் வாக்கைத்தான் தெய்வவாக்கு போல் நினைக்கிறேன். அவர்கள் இருவரும் ஒருவரை ஒருவர் காதலிப்ப தனால் மகிழ்ச்சியோடுதான் இருப்பார்கள். அதனால் என்னுடைய காதலை விட்டுக் கொடுத்து தியாகம் செய்து அதன் வழி அவர் களுக்காக உதவலாம் என்றுதான் நான் முதலில் யோசித்து வைத்திருந்தேன். அதேபோலச் செய்தேன்."

"நீ தியாகம் செய்தது எனக்குத் தெரியும்."

"ஆமாம். நான் அப்படித்தான் முதலில் செய்தேன். பிறகு அவன் இங்கே அடிக்கடி வந்து என்னுடன் ஒட்டுதலாகப் பழகிய பிறகு நான் கொஞ்சம் தயங்க ஆரம்பித்தேன். என் காதலைத் தியாகம் செய்வதா, வேண்டாமா என்று இன்னும்கூடத் தயங்கிக் கொண்டிருக்கிறேன். அது நான் செய்யும் பெரிய தவறுதானே? இல்லையா?"

"அது இயற்கையானதுதான்" என்று பதிலளித்தேன்.

"அது அப்படித்தான் இருக்க வேண்டும். உன் மீது தவறில்லை."

"நான் அப்படி நினைக்கவில்லை. மிகுந்த அன்புள்ளம் கொண்டவராக இருப்பதால் அப்படிச் சொல்கிறீர்கள். என் இதயம் பரிபூரணமான தூய்மையுடன் இல்லை என்று நான் நினைக்கிறேன். அது இருந்திருந்தால் எந்த முடிவு சரியானதென்பது எனக்குத் தெரிந்திருக்கும். சரி, போகட்டும். அதை விட்டுவிடுவோம். சில நாட்கள் சென்ற பிறகு இளவரசர் மற்றும் அம்மா மூலமும், அல்யோஷா வழியாகவுமேகூட அவர்களது உறவு பற்றிய செய்தி களைக் கேள்விப்பட்டேன். அவர்கள் ஒருவருக்கொருவர் பொருத்த மற்றவர்கள் என்றே நினைக்கிறேன். இப்போது நீங்களும் அதை உறுதிப்படுத்தி இருக்கிறீர்கள். இப்போது என்ன செய்வதென்று முன்னைவிட அதிக குழப்பத்தில் இருக்கிறேன். அவர்கள் மகிழ்ச்சியாக இருக்கப் போவதில்லை என்றால் பிரிந்து விடுவதே

சிறந்தது. அதனால் அதைப் பற்றிய எல்லா விஷயங்களையும் உங்களிடம் கேட்டறிந்து கொண்டு, பிறகு நடாஷாவை நானே சென்று பார்த்து, எல்லாவற்றையும் முடிவுக்குக் கொண்டுவர வேண்டுமென்று தீர்மானித்தேன்."

"ஆனால், அதை எப்படிச் செய்வது? கேள்வி அதுதானே?"

"நான் அவளிடம் இதை மட்டும் சொல்வேன். நீ அவரை வேறெதையும்விட அதிகமாய் நேசிக்கிறாய் அல்லவா? அதனால் உன்னுடைய சந்தோஷத்தைவிட அவரது மகிழ்ச்சியில் நீ அதிக அக்கறை கொண்டிருக்க வேண்டும். அப்படியென்றால் நீ அவரைப் பிரிய வேண்டும்."

"எல்லாம் சரிதான். ஆனால் நீ சொல்வதை அவள் எப்படி எடுத்துக்கொள்வாள்? அதை எப்படித் தாங்கிக்கொள்வாள். ஒருவேளை நீ சொன்னதை ஏற்றுக்கொண்டாலும் அவளால் அப்படி செய்துவிட முடியுமா?"

"அதைத்தான் இரவும் பகலும் யோசித்துக்கொண்டே இருக்கிறேன். அப்புறம்... அப்புறம்."

சட்டென்று கண்ணீர் விட்டுக் குமுறினாள் அவள்.

"நடாஷாவுக்காக நான் எவ்வளவு வருத்தப்படுகிறேன் என்பது உங்களுக்குத் தெரியுமா?" என்று உதடுகள் துடிதுடிக்கக் கண்ணீ ரோடு கேட்டாள் அவள்.

அதற்கு மேல் சொல்ல ஏதுமில்லை. நான் அமைதியாக இருந்தேன். அவளைப் பார்த்துக் கொண்டிருந்தபோது எனக்கும் ஏனோ அழுகை வந்தது. அதற்குக் குறிப்பான காரணம் எதுவு மில்லை. பிரிவு போல ஏதோ ஒரு தெளிவற்ற உணர்வு. எவ்வளவு இனிமையான ஒரு குழந்தை இவள்? அல்யோஷாவைத் தன்னால் மகிழ்ச்சியாக வைத்துக்கொள்ள முடியும் என்று அவள் நினைத்தது ஏன் என்ற என் கேள்விக்கு இப்போது அவசியம் இல்லாதது போலத் தோன்றியது.

"உங்களுக்கு இசை பிடிக்கும்தானே" என்று சற்று சமாதானம் அடைந்தது போலக் கேட்டாள் அவள். சற்றுமுன் விட்ட கண்ணீ ரால் இன்னும்கூடத் துயரமான மனநிலையில்தான் அவள் இருந்தாள்.

"பிடிக்குமே" என்று சிறிது வியப்போடு பதிலளித்தேன்.

"நேரம் இருந்திருந்தால் பீதோவனின் மூன்றாவது 'கான்சர்டோ'வை உங்களுக்காக வாசித்துக் காட்டியிருப்பேன். அதைத் தான் இப்போது வாசித்துப் பழகிக்கொண்டிருக்கிறேன். நான் இப்போது அனுபவிக்கும் எல்லா உணர்வுகளும் அதில்

இருக்கின்றன. எனக்கு அப்படித்தான் தோன்றுகிறது. சரி, இன்னொரு முறை வாசிக்கிறேன். இப்போது நாம் பேசியாக வேண்டும்."

நடாஷாவை அவள் எப்படிப் பார்ப்பது, அந்தச் சந்திப்பை எப்படி ஏற்பாடு செய்வது என்பதைப் பற்றி நாங்கள் பேச ஆரம்பித் தோம். தன்னை எல்லோரும் கண்காணித்துக் கொண்டிருக்கிறார்கள் என்று அவள் என்னிடம் சொன்னாள். தன் வளர்ப்புத் தாய், தன்னிடம் அன்பாக இருந்தாலும் தன்னை நேசித்தாலும் நடாஷாவைப் பார்ப்பதற்கு ஒருபோதும் சம்மதிக்க மாட்டாள். அதனால் ஏதாவது தந்திரமான உபாயத்தைக் கையாள வேண்டு மென்று அவள் முடிவு செய்திருந்தாள். சில சமயங்களில் – காலை வேளைகளில் அவள் வெளியே உலாவவும் செல்வதுண்டு. அப்போது, பெரும்பாலும் சீமாட்டி கூட வந்து விடுவாள். சில சமயம் சீமாட்டிக்குத் தலைவலி இருக்கும் போது அவள் உடன் வராமல் ஒரு ஃபிரெஞ்சுப் பெண்ணைத் துணையாக அனுப்புவாள். அவளுக்கும் இப்போது உடம்பு சரியில்லை. ஆனால், திரும்ப சீமாட்டிக்குத் தலைவலி வந்து அந்தப் பெண் துணையாகக் கிடைக்கும் வரை காத்யா காத்திருக்க வேண்டும். அதற்குள் அந்த ஃபிரெஞ்சுப் பெண்ணிடம் இவள் கொஞ்சம் பேசி வைத்துக் கொள்ளலாம் (அவள் வயதான நல்ல பெண்மணி). அதனால் நடாஷாவைப் பார்க்கும் நாளை முன்கூட்டியே குறிப்பது இப்போது இயலாது.

"நடாஷாவின் அறிமுகத்துக்காக நீ கஷ்டப்பட வேண்டாம்" என்றேன் நான்.

"அவளுமே உன்னைப் பார்க்க மிகுந்த ஆவலோடு இருக் கிறாள். வேறு எதற்காக இல்லையென்றாலும் அல்யோஷாவை எவரிடம் ஒப்படைக்கிறோம் என்பதைப் பார்ப்பதற்காகவாவது. சரி அதைப் பற்றி அதிகம் கவலைப்படாதே. சரியான நேரம் வரும்போது நீ கஷ்டப்படாமலே எல்லாம் நடக்கும். நீயும் அந்த மாகாணத்துக்குப் போகப் போகிறாயா?"

"ஆமாம். கூடிய சீக்கிரமாகவே! ஒருவேளை இன்னும் ஒரு மாதத்தில்" என்று அவள் பதில் சொன்னாள்.

"இளவரசர் அப்படிச் செய்யுமாறு வற்புறுத்திக் கொண்டி ருக்கிறார்."

"அல்யோஷாவும் உன்னோடு வந்துவிடுவானா? அதைப் பற்றி என்ன நினைக்கிறாய்?"

"நானும் அதைப் பற்றி யோசித்தேன்" என்று என்னை ஆழமாகப் பார்த்துக்கொண்டே சொன்னாள் அவள்.

"ஆமாம்! அவரும் வருவார் என்பது தெரிந்ததுதானே?"

"ஆம்! அவன் உன்னுடன் வரத்தான் செய்வான்."

"கடவுளே! இதெல்லாம் எப்படி முடியப் போகிறதோ எனக்குத் தெரியவில்லையே? நான் உங்களுக்கு எல்லா விஷயங் களைப் பற்றியும் எழுதுகிறேன் இவான் பெத்ரோவிச். அடிக்கடி, நிறைய எழுதுகிறேன். இப்போது உங்களை நான் சங்கடப்படுத்த ஆரம்பித்து விட்டேன். என்ன செய்ய? நீங்கள் எங்களைப் பார்க்க அடிக்கடி வருவீர்களா?"

"எனக்குத் தெரியவில்லை காதரீனா ஃபியோதோரோவ்னா. அது சூழலைப் பொறுத்தது. ஒருவேளை நான் வராமலேகூட இருக்கலாம்."

"ஏன் அப்படி?"

"அது பல விஷயங்கள் சார்ந்தது. முக்கியமாக இளவரசர் வால்காவ்ஸ்கியோடு என் உறவு எப்படிப்பட்டது என்பதைப் பொறுத்ததாக."

"அவர் ஒரு நேர்மையான மனிதர் இல்லை" என்று தீனமாகச் சொன்னாள் காத்யா.

"ஆனால், நான் வந்து உங்களைப் பார்த்தால் என்ன இவான் பெத்ரோவிச்? அது சரியாக இருக்குமா, இல்லையா?"

"நீ என்ன நினைக்கிறாய்?"

"அது சரி என்றுதான் நினைக்கிறேன். சும்மா நீங்கள் எப்படி இருக்கிறீர்கள் என்று பார்ப்பதற்கு.." என்று புன்னகையோடு சொன்னாள்.

"நான் இப்படிச் சொல்லக் காரணம், எனக்கு உங்களை மிகவும் பிடித்திருக்கிறது. மேலும், உங்களை நான் பெரிதும் மதிக் கிறேன். நிறைய விஷயங்களை உங்களிடமிருந்து நான் தெரிந்து கொள்ள முடியும். உங்களை எனக்குப் பிடித்திருக்கிறது. இதைச் சொல்ல நான் கூச்சப்பட வேண்டியதில்லை என்றே நினைக்கிறேன். சரிதானே?"

"நீ ஏன் கூச்சப்பட வேண்டும்? என் சொந்தக் குடும்பத்தில் ஒருத்தியைப் போல் இப்போது எனக்குப் பிரியமுள்ளவளாக நீ ஆகிவிட்டாய்."

"அப்படியென்றால் எனக்கு நண்பராக இருக்க விரும்புவீர்களா?"

"ஓ! கட்டாயம்" என்றேன்.

"ஆனால் இது சரியில்லை என்றும் ஒரு இளம்பெண் இப்படி நடந்துகொள்ளக் கூடாதென்றும்தான் அவர்கள் நிச்சயமாகச்

சொல்வார்கள்” என்று தேநீர் மேசையைச் சுற்றி அமர்ந்தபடி பேசிக்கொண்டிருந்த கூட்டத்தை மறுபடியும் சுட்டிக்காட்டினாள் அவள்.

எங்கள் இருவரையும் வேண்டுமென்றேதான் வால்காவ்ஸ்கி தனியே விட்டிருக்க வேண்டும். அப்போதுதான் மனம் திறந்து எல்லாவற்றையும் திருப்தியாக நாங்கள் பேச முடியும் என்று அவன் எண்ணியிருக்கலாம்.

“எனக்கு நன்றாகத் தெரியும்” என்றபடி அவள் தொடர்ந்தாள்.

“இளவரசருக்கு என் பணத்தின் மீது நாட்டம். அவர்கள் என்னை இன்னும் ஒரு குழந்தையாகவேதான் நினைத்துக் கொண்டிருக்கிறார்கள். வெளிப்படையாகவே அப்படிப் பேசவும் செய்கிறார்கள். ஆனால், நான் அப்படி நினைக்கவில்லை. நான் இப்போது ஒரு குழந்தை இல்லை . அவர்கள்தான் வினோதமாகக் குழந்தைகள் போல நடந்து கொள்கிறார்கள். அவர்கள் என்னைப் பற்றி ஏன் இவ்வளவு கவலைப்படுகிறார்கள். எனக்கு ஆச்சரியமாகத்தான் இருக்கிறது.”

“காதரீனா ஃபியோதோரோவ்னா? நான் கேட்க மறந்து விட்டேன். அல்யோஷா அடிக்கடி லியோவிங்காவையும், போரிங்காவையும் பார்க்கப் போகிறானே யார் அவர்கள்?”

“அவர்கள் எனக்குத் தூரத்து உறவு. மிகவும் கெட்டிக்காரர்கள். நேர்மையானவர்கள். ஆனால், பயங்கரமாகப் பேசிக்கொண்டே இருக்கிறார்கள். அது எனக்குத் தெரியும்” என்றபடி புன்னகை செய்தாள் அவள்.

“உன் சொத்து உன்னிடம் வந்த பிறகு அவர்களுக்கு மில்லியன் ரூபிள் தர எண்ணி இருக்கிறாயாமே? அது உண்மைதானா?”

“இப்போது உதாரணத்துக்கு அந்த மில்லியன் ரூபிள் விஷயத்தையே எடுத்துக் கொள்ளுங்களேன். அதைப் பற்றி அவர்கள் ஓயாமல் ஏதோ பேசிக்கொண்டே இருக்கிறார்கள். பொறுக்க முடியாத அளவு போய்க்கொண்டிருக்கிறது அது. உண்மையில் என்னிடமுள்ளதைப் பயனுள்ளவைகளுக்குக் கொடுப்பதில் எனக்கு மகிழ்ச்சிதான். எக்கச்சக்கமாக சொத்தை வைத்துக்கொண்டு என்ன செய்வது? ஆனால், அதை நான் செய்து முடிக்க இன்னும் நீண்ட நாளாகும். நான் அதைச் செய்வதற்கு முன்பே அவர்கள் தங்களுக்குள் பிரித்துக் கொள்கிறார்கள். அதைப் பற்றி விவாதித்து சத்தம் போடுகிறார்கள். அதை எப்படிப் பயன்படுத்தலாமென்று ஒருவருக்கொருவர் அடித்துக்கொள்கிறார்கள். சில சமயம் அதை வைத்து சண்டைகூடப் போடுகிறார்கள். அது உண்மையிலேயே மிகவும் விசித்திரமாக இருக்கிறது. அவர்கள் அதற்காக மிகவும்

அவசரப்படுகிறார்கள். ஆனால் அதே சமயம் அவர்கள் நேர்மை யானவர்கள், புத்திசாலிகள் என்பதில் சந்தேகமில்லை. அவர்கள் படித்துக்கொண்டிருக்கிறார்கள். வேறு யாருக்கோ அந்தப் பணம் போவதைவிட இவர்களுக்குப் போவது நல்லதுதானே?"

நாங்கள் இதுபோல் நீண்ட நேரம் பலவற்றைப் பற்றியும் பேசிக்கொண்டிருந்தோம். அவள் கிட்டத்தட்ட தன் வாழ்க்கை முழுவதையும் என்னிடம் சொல்லிவிட்டாள். நான் சொன்ன வைகளை ஆர்வமாகக் கேட்டுக் கொண்டிருந்தாள். நடாஷாவையும், அல்யோஷாவையும் பற்றி இன்னும் நிறைய விஷயங்களைச் சொல்லுமாறு விடாமல் என்னை வற்புறுத்திக் கொண்டிருந்தாள். கிளம்ப நேரமாகி விட்டது என்று வால்காவ்ஸ்கி வந்து என்னிடம் சொல்லும்போது கிட்டத்தட்ட நள்ளிரவாகி இருந்தது. நான் விடைபெற்றுக் கொண்டேன். காத்யா என் கையை அன்புடன் பற்றி அழுத்தியபடி உணர்ச்சி பொங்க என்னைப் பார்த்தாள். சீமாட்டி திரும்ப வரவேண்டுமென்று எனக்கு அழைப்பு விடுத்தாள். நானும் வால்காவ்ஸ்கியும் ஒன்றாக வெளியே வந்தோம்.

நான் கவனித்த ஒரு வித்தியாசமான விஷயத்தைப் பற்றி இங்கே குறிப்பிடாமல் இருக்க முடியவில்லை. காத்யாவுடன் மூன்று மணி நேரம் பேசிக் கொண்டிருந்ததில் மற்ற விஷயங்களோடு கூடவே அவளைப் பற்றி வேறொரு உறுதியான, வினோதமான முடிவுக்கும் வந்து சேர்ந்திருந்தேன் நான். அவள் இன்னும்கூட முழுக்க முழுக்க ஒரு குழந்தையாகவே இருக்கிறாள் என்பதும். வாழ்க்கையின் சில சூட்சுமங்களைப் பற்றி அவள் இன்னும் அறிந் திருக்கவில்லை என்பதும்தான் அது. அவள் முன்வைத்துப் பேசிய பல விவாதங்களுக்கும், மிக முக்கியமான பல விஷயங்களைத் தீவிரமான தொனியில் அவள் பேச முயற்சித்ததற்கும் ஒரு வித்தி யாசமான நகைச்சுவைத் தன்மையை அந்தக் குழந்தைத்தனம் அளித்திருந்தது.

10

"எனக்கு இப்போது ஒன்று தோன்றுகிறது" என்று என் அருகே வண்டியில் அமர்ந்ததும் சொன்னான் வால்காவ்ஸ்கி.

"நாம் இருவரும் சேர்ந்து சாப்பிடப் போனால் என்ன? என்ன சொல்கிறீர்கள்?"

"உண்மையில் எனக்கு என்ன சொல்வதென்று தெரியவில்லை" என்று தயங்கியபடியே பதில் தந்தேன்.

“நான் பொதுவாக இந்த நேரம் சாப்பிடுவதில்லை.”

“சாப்பிட்டுக் கொண்டே நாம் பேசலாம் இல்லையா? அதற்குத் தான்” என்று என் முகத்தை ஆழமாக – சிறிது கபடமாகவும் பார்த்துக் கொண்டே சொன்னான் அவன்.

எனக்கு விஷயம் முழுவதும் தெளிவாகி விட்டது. ‘அவன் ஏதோ பேச நினைக்கிறான். நான் விரும்புவதும் அதைத்தான்’ என்று எண்ணியபடி அவர் சொன்னதற்கு ஒத்துக்கொண்டேன்.

“சரி, அப்படியென்றால் அது இப்போது முடிவாகி விட்ட தல்லவா? போல்ஷயா மார்ஸ்கயாவில் உள்ள போரெல் உணவ கத்துக்குப் போவோம்.”

“உணவு விடுதிக்கா?” என்று சிறிது குழப்பத்தோடு கேட்டேன்.

“ஆமாம்! அதனால் என்ன? நீங்கள் என் விருந்தாளி, அதை நீங்கள் மறுத்துவிடக் கூடாது.”

“ஆனால், நான்தான் முன்னாலேயே உங்களிடம் சொன் னேனே? நான் ஒரு நாளும் இந்த நேரம் சாப்பிட மாட்டேன்.”

“எப்போதாவது ஒரு முறை அப்படிச் சாப்பிட்டால் ஒன்றும் ஆகி விடாது. இப்போது உங்களைக் கூப்பிடுவது நான்...”

அப்படியென்றால், எனக்கும் சேர்த்து அவன்தான் பணம் தருவான் என்று அர்த்தம். அந்த வார்த்தையை வேண்டுமென்றேதான் அவன் சேர்த்துக் கொண்டான் என்று எனக்குத் தோன்றியது. நான் அவனுடன் செல்ல உடன்பட்டேன். ஆனால், நான் சாப்பிடு வற்கு நான்தான் பணம் தர வேண்டுமென்று தீர்மானித்துக் கொண்டேன். நாங்கள் அங்கே வந்து சேர்ந்தோம். எங்களுக்கென்று பிரத்தியேகமான ஒரு தனி அறையையே ஏற்பாடு செய்து கொண் டான் வால்காவ்ஸ்கி. மிகுந்த ரசனையோடும் நன்றாக ஆராய்ந்து பார்த்தும் இரண்டு மூன்று பண்டங்களைத் தேர்ந்தெடுத்து அவற்றைக் கொண்டுவரச் சொன்னான். அவை விலை மிகக் கூடுதலானவை. அதே போல அவன் ஆர்டர் செய்த அருமையான மது வகையும் கூட மிகவும் விலையுயர்ந்தது. அவை யெல்லாம் என் தகுதிக்குக் கட்டுப்படியாகாதவை. நான் விலைப் பட்டியலைப் பார்த்து, அரை ப்ளேட் ஹேசல் கோழி இறைச்சியும் ஒரு கோப்பை லாஃபிட்டும் ஆர்டர் செய்தேன். அவன் அதற்கு எதிர்ப்புக் காட்டினான்.

“அப்படியென்றால் நீங்கள் என்னோடு சாப்பிடுவதாக இல்லை. அப்படித்தானே. ஆனால், இது கேலிக்கூத்தாக அல்லவா இருக் கிறது? இப்படிச் சொல்வதற்காக என்னை மன்னியுங்கள். இப்படிச் செய்வது என்மீது எதிர்ப்புக் காட்டுவதில் நீங்கள் தீவிர கவனமாக

இருப்பதைக் காட்டுகிறது. இது அற்பப் பெருமைதானே தவிர வேறேதுவும் இல்லை. வர்க்க உணர்வு – அதிலுள்ள வேறுபாடுகள் இவை பற்றிய சந்தேகமும் அதில் இருக்கிறது. அதேதான் என்று நான் சவால் விட்டுச் சொல்கிறேன். ஆனால், இதன் வழி நீங்கள் என்னைப் புண்படுத்தவே செய்கிறீர்கள்."

ஆனாலும் என் நிலைப்பாட்டில் நான் உறுதியாய்த்தான் இருந்தேன்.

"சரி! உங்களுக்கு எப்படித் திருப்தியோ அப்படிச் செய்யுங்கள். நான் உங்களைக் கட்டாயப்படுத்தவில்லை இவான் பெத்ரோவிச்! இப்போது நான் நட்பு முறையில் பேசலாமா?"

"நீங்கள் அப்படித்தான் பேச வேண்டும் என்று நானும் கூட உங்களைக் கேட்டுக் கொள்கிறேன்."

"அவ்வாறானால் நல்லதுதான். எதிர்ப்புக் காட்டும் மனப் போக்கு உங்களுக்குத் தடையாக நிற்கிறது.

எழுத்தாளர்களாகிய நீங்களெல்லாம் இப்படிச் செய்து உங்களுக்கு நீங்களே தீங்கிழைத்துக் கொள்கிறீர்கள். நீங்கள் ஒரு இலக்கியவாதி. உலகத்தைப் பற்றியும் உங்களுக்குத் தெரிந்திருக்க வேண்டும். ஆனால், நீங்களோ எல்லாவற்றிலிருந்தும் உங்களைத் தனிமைப்படுத்திக் கொண்டு விலக்கம் காட்டுகிறீர்கள். நீங்கள் ஆர்டர் கொடுத்த 'ஹேசல்' சிக்கன் பற்றி நான் இப்போது எதுவும் பேசவில்லை. ஆனால், எங்கள் வட்டத்தோடு பழகுவதையே நீங்கள் அடியோடு ஒதுக்குகிறீர்கள்; அது உங்களுக்கு நல்லதல்ல. அதன் வழியாகத் தொழில் ரீதியாக உங்களுக்கு ஏற்படும் இழப்பு ஒரு பக்கம் இருக்கட்டும். அதோடு கூடவே நீங்கள் நாவல்களில் விவரித்துக் கொண்டு போகிறீர்களே சீமான்கள், சீமாட்டிகள், இளவரசர்கள், படுக்கும் அறைகள் என்றெல்லாம்...! அவர்களைப் பற்றி... அவைகளைப் பற்றி... நீங்கள் நேரடியாகத் தெரிந்து கொள்ள வேண்டாமா? சரி அது என் உலகம் மட்டுமே. அது எப்படியும் தொலைந்து போகட்டும்! இப்போது உங்களைப் போன்றவர்களின் எழுத்துப் பணியெல்லாம் வறுமையைப் பற்றி, தொலைந்து போன ஓவர்கோட்டுகள் பற்றி (நிகோலாய் கோகோல் எழுதிய ஓவர்கோட் கதை இதில் குறிக்கப்படுகிறது). சிடுசிடுப்பாக இருக்கும் அரசாங்க அதிகாரிகள், குமாஸ்தாக்கள் பற்றித்தான்! எல்லாம் பழைய காலத்தைப் பற்றிய கதைகள், சமய எதிர்ப்புடன் கூடியவைகளும்கூட! எனக்குத் தெரியும்."

"அப்படியில்லை இளவரசரே! நீங்கள் தவறாகப் புரிந்து கொண்டிருக்கிறீர்கள். நீங்கள் சொன்ன உயர்மட்ட ஆட்களோடு நான் அதிகம் பழகவில்லையென்றால் அதற்கு முதற்காரணம், அது

எனக்குச் சலிப்பூட்டுகிறது. அடுத்ததாக அதிலிருந்து தெரிந்து கொள்ள எனக்கு ஏதும் இல்லை. ஆனாலும்கூட எப்போதாவது நான் அப்படிப்பட்டவர்களைத் தேடிப் போவதும் உண்டு."

"எனக்கும் அது தெரியும். வருடத்தில் ஒரு முறை – என்றாவது ஒருநாள் இளவரசர் 'ஆரை'ப் பார்க்கப் போவீர்கள். நான் முதல் முறை உங்களைச் சந்தித்தது அங்குதான். மற்ற சமயங்களில் உங்கள் சோஷலிச கர்வத்தில் பெருமிதம் கொண்டபடி நீங்கள் வசிக்கும் ஒண்டுக் குடித்தன வளைகளுக்குள் பதுங்கியபடி தூங்கப் போய்க் கொண்டிருப்பீர்கள். எல்லா எழுத்தாளர்களும் இப்படித்தான் நடந்து கொள்வார்கள் என்று நான் சொல்ல வரவில்லை. ஆனால், அப்படிப்பட்ட சில விஷயங்களைப் பார்க்கும்போது எனக்குக் குமட்டல் எடுக்கிறது."

"எங்களைப் பற்றியும் எங்கள் தனி வளைகளைப் பற்றியும் கவலைப்படாமல் பேச்சை வேறு பக்கம் திருப்புங்கள் இளவரசரே! வேறு ஏதாவது பேசுங்கள்."

"ஐயோ, நீங்கள்தான் எப்படிப்பட்ட ஒரு தொட்டாற்சிணுங்கி? உடனே புண்பட்டுப் போய் விட்டீர்களே நண்பரே. ஆனால், ஒரு நண்பனைப் போல உங்களோடு பேசலாம் என்று நீங்கள்தான் எனக்கு அனுமதி கொடுத்தீர்கள். ஆனால், உங்கள் நட்பைப் பெறும் அளவிற்கு இன்னும் என்னால் எதுவும் செய்ய முடியவில்லை. சரி. ஒயின் நன்றாகத்தான் இருக்கிறது. கொஞ்சம் முயற்சி செய்து குடித்துப் பாருங்களேன்."

அவன் தன்னிடமிருந்த புட்டியிலிருந்து அரைக்கோப்பை மதுவை நிறைத்து என்னிடம் தந்தான்.

"இதோ பாருங்கள் இவான் பெத்ரோவிச். எனக்குப் புரிகிறது. எவர் மீதும் நட்பை வலிந்து திணிப்பது நல்ல பண்பில்லை. ஆனால், நீங்கள் எல்லோரும் நினைப்பது போல, சித்தரிப்பது போல நாங்கள் அவ்வளவு முரட்டுத்தனமானவர்களோ, துடுக்குத் தனமானவர்களோ இல்லை. இருந்தாலும்கூட நீங்கள் ஒன்றும் என் மீதுள்ள அன்பினால் இங்கே உட்கார்ந்திருக்கவில்லை என்பதும் உங்களிடம் பேசுவதாக நான் வாக்களித்திருப்பதாலேயே அப்படி அமர்ந்திருக்கிறீர்கள் என்பதும் எனக்கு நன்றாகவே புரிகிறது. அது நிஜம்தானே" என்று கேட்டுவிட்டுச் சிரித்தான் அவன்.

"மேலும் நீங்கள் அக்கறை கொண்டிருக்கும் ஒரு குறிப்பிட்ட நபரைப் பற்றி நான் என்ன சொல்லப் போகிறேன் என்பதைக் கேட்பதற்காக நீங்கள் ஆர்வத்துடன் இருக்கிறீர்கள். சரிதானே? அப்படித்தான் இல்லையா?" என்று விஷமப் புன்னகை செய்தான்.

"நீங்கள் சரியாகத்தான் புரிந்து கொண்டிருக்கிறீர்கள்" என்று சற்றுப் பொறுமையிழந்து வெடித்தேன். (எதிரே இருப்பவன் தங்களைச் சார்ந்திருக்கிறான் என்றும் தன்னால் அவனுக்குக் காரியம் ஆகவேண்டும் என்றும் மிக லேசாகத் தெரிந்தாலும், அதை உடனே தனக்குச் சாதகமாக்கி கொள்ளப் பார்க்கும் மனிதர்களில் அவனும் ஒருவன் என்பதை நான் புரிந்து கொண்டேன். அப்போது அவன் பிடியில் நான் இருந்தேன். அவன் சொல்ல நினைத்ததையெல்லாம் கேட்காமல் நான் போக மாட்டேன் என்பது அவனுக்கு மிக நன்றாகத் தெரிந்திருந்தது. அவனது குரல் துடுக்குத்தனமாகவும், பரிகாசம் செய்யும் பாவனையிலும் மிகவும் பரிச்சயமுள்ள ஒருவன் பேசுவது போலவும் சட்டென்று மாறிப் போயிருந்தது.

"நீங்கள் சரியாகத்தான் புரிந்து கொண்டிருக்கிறீர்கள் வால் காவ்ஸ்கி. நான் வந்திருப்பதே அதற்காகத்தான். இல்லையென்றால் இவ்வளவு நேரமாக இங்கே உட்கார்ந்துகொண்டிருக்க மாட்டேன்" என்றேன்.

'அப்படியில்லையென்றால் உங்களுடன் வரவே சம்மதித்திருக்க மாட்டேன்' என்று சொல்லத்தான் நினைத்தேன். ஆனால், அப்படிச் சொல்லாமல் வேறு மாதிரி சொன்னேன். அதற்கு என் கோழைத்தனம் காரணமில்லை. ஏதோ ஒரு வகையான குழப்பமும், நாகரிகமான நடத்தையுமே என்னை அப்படிப் பேச விடாமல் செய்து விட்டன. ஒருவன் என்னதான் மோசமானவன் என்றாலும், அவனிடம் முரட்டுத்தனமாக நடந்துகொள்வதே என் நோக்கம் என்றாலும், முகத்துக்கு நேரே எப்படிக் கடுமையாகப் பேசுவது? என் தயக்கத்தை என் கண்பார்வையின் மூலம் அவன் அறிந்து கொண்டிருக்க வேண்டும். என்னைக் கிண்டலாகப் பார்த்துக் கொண்டிருந்தான் அவன். என் மென்மையான இதயத்தை ரசித்து, கேலி செய்வது போல என்னை அவன் உற்றுக் கவனித்துக் கொண்டிருந்தான் அவன்.

'பார்த்தாயா... உனக்குத் தைரியமில்லை. குழம்பிப் போய் விட்டாய். சரிதான் விட்டுத்தள்ளு பையா' என்று சொல்வது போல் அவனது முகபாவனை இருப்பதைக் கண்டேன். அப்படித்தான் அவன் நினைத்திருக்க வேண்டும். காரணம், நான் பேசி முடித்ததும் அவன் குலுங்கிக் குலுங்கிச் சிரித்துக்கொண்டே சிநேக பாவத்துடன் என் முழங்காலை லேசாகத் தட்டினான்.

"நீங்கள் உண்மையில் என்னைச் சிரிக்கத்தான் வைக்கிறீர்கள் என் இளம் நண்பரே" என்ற பாவத்தையே அவனது கண்கள் எனக்குக் காட்டிக்கொடுத்துக் கொண்டிருந்தன.

"பொறுத்திருந்து பாருங்கள்" என்று என் மனதுக்குள் நினைத்துக் கொண்டேன்.

"ஏனோ தெரியவில்லை. நான் மிகவும் சந்தோஷமாக இருக் கிறேன்" என்றபடி பேச ஆம்பித்தான்.

"ஆமாம் பெத்ரோவிச்! உண்மையில் அந்த இளம்பெண்ணைப் பற்றித்தான் உங்களோடு பேச விரும்பினேன் நான். நாம் எல்லா வற்றையும் வெளிப்படையாகப் பேசி ஒரு இறுதி முடிவிற்கு வந்துவிட வேண்டும். இந்தத் தடவை நான் சொல்வதனைத்தையும் நீங்கள் நன்றாகப் புரிந்து கொள்வீர்கள் என்று நம்புகிறேன். பணத்தைப் பற்றியும், அந்தப் பெண்ணின் வயதான தந்தையான முட்டாள் கிழவரைப் பற்றியும் பேசத் தொடங்கினேன் இல்லையா? சரி. அதைப் பற்றி என்ன வந்தது? நான் ஒன்றும் அதைத் தீவிரமாக எடுத்துக் கொள்ளவில்லை. பார்ப்போம். எல்லாம் எப்படிப் போகிறதென்று. நீங்கள் ஒரு எழுத்தாளர். நீங்கள் ஊகித்திருக்கலாம்."

நான் வியப்போடு அவனைப் பார்த்தேன். அதற்குள் அவனுக்கு போதை ஏறியிருக்குமென்று தோன்றவில்லை.

"அந்தப் பெண்ணைப் பற்றி வெளிப்படையாக முதலில் சொல்கிறேன்! நான் அவளை மதிக்கிறேன். அவளை எனக்குப் பிடித்தும் இருக்கிறது. என்ன... கொஞ்சம் சலன புத்தி உடைய வளாக இருக்கிறாள். அவ்வளவுதான்! ஆனாலும் முள்ளில்லாமல் ரோஜா ஏது? எத்தனையோ வருடங்களுக்கு முன்னாலேயே அதைத் தெளிவாகச் சொல்லி வைத்திருக்கிறார்கள். முட்கள் குத்தும் என்பதுதான் அதிலுள்ள கவர்ச்சி. என் அலெக்ஸி (அல்யோஷா) ஒரு முட்டாள் பையன்தான் என்றாலும் அவனுடைய ரசனை நன்றாக இருப்பதால் எப்பொழுதோ அவனை மன்னித்து விட்டேன். சுருக்கமாகச் சொல்வதென்றால் எனக்கு இப்படிப்பட்ட இளம்பெண்களை மிகவும் பிடிக்கும். மேலும் எனக்கு (தன் உதடுகளை ஏதோ ஆழ்ந்த சிந்தனையோடு கடித்துக் கொண்டான் அவன்). வேறு சில திட்டங்களும் இருக்கின்றன. சரி, அதைப் பற்றிப் பின்னால் பார்த்துக்கொள்ளலாம்."

"நான் சொல்வதைக் கொஞ்சம் கேட்கிறீர்களா வால்காவ்ஸ்கி?" என்று சத்தமாகக் கத்தினேன்.

"உங்கள் திடீர் மாற்றத்தை என்னால் புரிந்துகொள்ள முடிய வில்லை. தயவு செய்து பேச்சை மாற்றுங்கள். வேறு ஏதாவது பேசுங்கள்."

"பார்த்தீர்களா? மறுபடியும் கோபம் வந்து விட்டது உங்களுக்கு! நல்லது... நான் அப்படியே பேச்சை மாற்றி விடுகிறேன். என் இனிய நண்பரே! நான் உங்களிடம் கேட்க விரும்பியது இதுதான்.

உங்களுக்கு அந்தப் பெண் மீது மிக அதிக மரியாதை இருக்கிறது இல்லையா?"

"நிச்சயமாக! அதைப் பற்றிக் கேட்கவே அவசியமில்லை" என்று பொறுமையில்லாமல் முரட்டுத்தனமாகப் பதில் தந்தேன்.

"அது சரி! அதோடு நீங்கள் அவளைக் காதலிக்கவும் செய்கிறீர்கள். அப்படித்தானே?"

வெறுப்பூட்டும் வகையில் பல்லைக் காட்டி இளித்துக் கொண்டே கண்ணைச் சிமிட்டிக் கொண்டு கேட்டான் அவன்.

"நீங்கள் என்ன பேசுகிறோம் என்பதையே மறந்து விட்டுப் பேசிக் கொண்டிருக்கிறீர்கள்" என்று சத்தம் போட்டேன்.

"பார்த்தீர்களா? பார்த்தீர்களா? உடனே உணர்ச்சி வசப்பட்டு விட வேண்டாம். இன்று நான் அதியற்புதமான மனநிலையில் இருக்கிறேன். இவ்வளவு சந்தோஷமாக இருந்து நீண்ட நாட்களாகி விட்டது. இருவரும் சேர்ந்து சிறிது 'ஷாம்பெயின்' பருகலாமா? என்ன சொல்கிறீர்கள் என் அருமைக் கவிஞரே."

"நான் இப்போது குடிப்பதாக இல்லை. எனக்குக் குடிக்கத் தோன்றவும் இல்லை எனக்கு."

"மாட்டேன் என்ற பதிலை நான் ஏற்றுக் கொள்ளவே மாட்டேன். இன்று நீங்கள் என் விருந்தாளி. என்னோடு சேர்ந்து நீங்கள் குடித்தாக வேண்டும். இன்று உலகத்தின் உச்சியில் இருப்பதைப் போல மகிழ்ச்சியாக இருக்கிறேன். உணர்ச்சி வசப்பட்டுப் போகும் அளவுக்கு நல்லியல்பு கொண்டவனாகவும் இன்று இருக்கிறேன். இந்த ஆனந்தத்தை என்னால் நிச்சயம் தனியாகத் தாங்கிக்கொள்ள முடியாது. யாருக்குத் தெரியும்? ஒருவேளை என்றென்றைக்கும் நண்பர்களாக இருப்போம் என்றுகூட மது அருந்திக் கொண்டிருக்கும் போது, நாம் சத்தியம் செய்து சொல்லி விடுவோமோ என்னவோ? ஹா, ஹா, ஹா. என் அருமை இளம் நண்பரே! நீங்கள் என்னை இன்னும் புரிந்து கொள்ளவில்லை. போகப் போக என்னை உங்களுக்குப் பிடித்துவிடும் என்று உறுதியாக நினைக்கிறேன். இன்று மாலை என் துயரம், என் களிப்பு, என் கண்ணீர் என் சிரிப்பு என்று எல்லாவற்றையும் உங்களிடம் பகிர்ந்துகொள்ள ஆசைப்படுகிறேன். அப்படிச் செய்யும்போது அழுதுவிடாமல் இருப்பேன் என்று நம்புகிறேன். இதோ பாருங்கள், இவான் பெத்ரோவிச், இதை மட்டும் சொல்லுங்கள். நான் விரும்பிய வகையில் எல்லாம் நடக்காமல் போனால், என் நல்லெண்ணங்கள், என் உற்சாகம் இவையெல்லாம் காற்றோடு காற்றாய்க் கரைந்து காணாமல் போய் விட்டால் என்னிடமிருந்து நீங்கள் எதையுமே தெரிந்து கொள்ள முடியாது. ஆனால் நீங்களோ ஏதோ ஒன்றை

என்னிடமிருந்து தெரிந்து கொள்ள வேண்டுமென்ற நோக்கத்தோடு மட்டுமே இங்கே உட்கார்ந்திருக்கிறீர்கள். நான் சொல்வது சரியா, தவறா என்று மட்டும் சொல்லுங்கள்" என்றபடி மீண்டும் என்னைப் பார்த்துக் கண்ணடித்தான்.

"அதனால் எதைத் தேர்ந்தெடுக்கலாம் என்றும் நீங்களே முடிவு செய்து கொள்ளுங்கள்."

அவன் விடுத்த மிரட்டல் உண்மையாகவே தீவிரமாகத்தான் இருந்தது. அதனால் நானும் அதை ஒத்துக்கொள்ள வேண்டிய தாகவே இருந்தது.

"ஒருவேளை என்னை அதிகம் குடிக்க வைத்து போதையில் ஆழ்த்த முயற்சிக்கிறானோ என்ற எண்ணமும் எனக்குத் தோன்றி யது. பல நாட்களுக்கு முன்பு அவனைப் பற்றி நான் கேள்விப் பட்டிருந்த ஒரு வதந்தியை இங்கு குறிப்பிடுவது பொருத்தமாக இருக்குமென்றே நினைக்கிறேன். சமூகத்தைப் பொறுத்தவரை நாகரிகமானவனாகவும் கௌரவமானவனாகவும் மதிக்கப் பட்டாலும் – அந்தரங்க வாழ்வில் அவ்வப்போது மிக மோசமான குடிகாரனாக – அதிலும் கண்மண் தெரியாத ஒரு குடிகாரனாகக்கூட அவன் ஆவதுண்டு என்றும் அந்தச் சமயங்களில் கேவலமான ஆபாசமான விஷயங்களிலும் ஈடுபடுவான் என்றும் அவனைப் பற்றிய பயங்கரமான வதந்திகளை முன்பு நான் கேட்டதுண்டு. தன் தந்தை சில சமயங்களில் அளவுக்கு அதிகமாகக் குடிப்பாரென்று அல்யோஷாவுக்கும் தெரியுமென்றும், அதைப் பிறரிடமிருந்து – குறிப்பாக நடாஷாவிடமிருந்து மறைக்க அவன் முயற்சி செய்கிறா னென்றும்கூட நான் கேள்விப்பட்டிருக்கிறேன். ஒருமுறை அவனை யும் அறியாமல் அப்படிப்பட்ட விஷயம் ஒன்று அவனிடமிருந்து என் முன்னிலையில் நழுவிவிட்டது. ஆனால், உடனே பேச்சை மாற்றிச் சமாளித்துக்கொண்டு விட்டான். பிறகு என் கேள்விகளுக்கும் சரியாகப் பதில் தரவில்லை. ஆனால் அல்யோஷா அதைப் பற்றிச் சொல்வதற்கு முன்னாலேயே அந்தச் செய்தி என் காதில் விழுந் திருந்தது. ஆனால் அதை நான் நம்பவில்லை என்பதை ஒத்துக் கொண்டாக வேண்டும். இனி, அடுத்து என்ன நடக்கப் போகிறது என்பதைப் பார்க்கக் காத்திருந்தேன்.

ஷாம்பெயின் மது எங்களுக்குப் பரிமாறப்பட்டது. ஒரு கோப்பையில் தனக்கு ஊற்றிக் கொண்டு இன்னொரு கோப்பையில் ஊற்றி எனக்குத் தந்தான் இளவரசன் வால்காவ்ஸ்கி.

"அவள் என்னைத் திட்டினாலும்கூட நல்ல பெண்தான். விலை மதிக்க முடியாத பெண்தான்" என்று மதுவைச் சுவைத்துக் கொண்டே பேச்சைத் தொடர்ந்தான்.

“ஆனால் இப்படிப்பட்ட இனிமையான பெண்கள் அது போன்ற தருணங்களில் இன்னும்கூட இனிமையாத்தான் இருக் கிறார்கள். அன்று மாலை என்னை அவமானப்படுத்திவிட்டதாக, தூள் தூளாக என்னை நொறுக்கிப் போட்டு விட்டதாகத்தான் அவள் நினைத்துக் கொண்டிருப்பாள். அந்தச் சம்பவம் நினைவிருக் கிறதா? சட்டென்று அவள் முகம் சிவந்து போனதே அது அவளுக்கு எவ்வளவு பொருத்தமாக இருந்தது தெரியுமா? பெண் களைப் பற்றி அறிந்துகொள்ளும் கலையில் வித்தகராக இருந்தால் தான் உங்களுக்கு அது புரியும். திடீரென்று படரும் செம்மை வெளிறிக் கிடக்கும் முகத்தில் எப்படிப்பட்ட அற்புதமான சோபையை வரவழைத்து விடுகிறது பார்த்தீர்களா? நீங்கள் அதை அன்று கவனித்தீர்களா? ஐயையோ என்ன இது? மறுபடியும் கோபப்படுகிறீர்களா என்ன?”

“ஆமாம்! நிச்சயம் கோபப்படத்தான் செய்கிறேன்” என்று என்னைக் கட்டுப்படுத்திக்கொள்ள முடியாமல் கத்தினேன்.

“நடாஷாவைப் பற்றி நீங்கள் இப்படி இந்தத் தொனியில் பேசுவதை நான் விரும்பவில்லை. அதை என்னால் அனுமதிக்க முடியாது.”

“அப்படியா? சரி விடுங்கள். உங்கள் விருப்பப்படியே பேசு வோம். நான் ஏதாவது வேடிக்கையாகப் பேசி, அதை மாற்றி விடுகிறேன். நான் இப்போது இழுத்த இழுப்புக்கெல்லாம் வரும் மெழுகு பதத்தில் இருக்கிறேன். நல்லது. உங்களைப் பற்றிப் பேசுவோம். இவான் பெத்ரோவிச்! எனக்கு உங்களை மிகவும் பிடித்திருக்கிறது. உங்கள் நலனில் எனக்கு எவ்வளவு உண்மையான அக்கறை இருக்கிறது தெரியுமா? அதை மட்டும் நீங்கள் புரிந்து கொண்டால் எவ்வளவு நன்றாக இருக்கும்?”

“இதோ பாருங்கள் வால்காவ்ஸ்கி! என்ன விஷயமோ அதை மட்டும் பேசினால் நன்றாக இருக்கும்” என்று நான் அவனை இடைமறித்தேன்.

“ஓ! நம் விஷயத்தைப் பற்றிச் சொல்கிறீர்களா? என் அன்பு நண்பரே. ஒரு புத்தகத்தைப் போல உங்கள் மனதில் இருப்பதைப் படித்துவிட என்னால் முடியும். நான் பேசுவதை மட்டும் இடை மறிக்காமல் நீங்கள் பேச விட்டால் உங்களைப் பற்றிப் பேசுவது என்பது குறிப்பிட்ட ‘நம் விஷயத்’துக்கு எவ்வளவு நெருக்கமானது என்பது உங்களுக்குத் தெரிந்து போகும். ஆனால், அப்படிப்பட்ட விஷயத்தை நீங்கள் கற்பனை செய்துகூடப் பார்த்திருக்க மாட்டீர் கள். அதனால் தொடர்ந்து சொல்கிறேன் கேளுங்கள். என் அன்புக் குரிய விலை மதிப்பற்ற இவான் பெத்ரோவிச் அவர்களே! நீங்கள்

இப்போது வாழ்ந்து கொண்டிருக்கும் வாழ்க்கை, உங்களை நீங்களே அழித்துக் கொண்டிருப்பது போலிருக்கிறது என்பதைத்தான் உங்களிடம் சொல்ல விரும்பினேன். உங்கள் நண்பன் என்ற முறையில் சொல்லக் கொஞ்சம் சங்கடமான இந்த விஷயத்தைச் சொல்லித்தான் ஆக வேண்டியிருக்கிறது. நீங்கள் பணமில்லாமல் கஷ்டப்படுகிறீர்கள். உங்கள் பதிப்பாளரிடமிருந்து முன்பணம் வாங்கிக்கொண்டு அற்பக் கடன்களையெல்லாம் தீர்த்துவிட்டு அடுத்த ஆறு மாதத்துக்கு வெறும் தேநீரைக் குடித்துக் கொண்டு உங்கள் கூட்டுக்குள் குளிரால் நடுங்கியபடி பதிப்பாளர் கொண்டு வரும் இதழுக்கான நாவலை எழுதுகிறீர்கள். சரிதானே! நான் சொல்வது போலத்தானே எல்லாம்?"

"சரி அப்படியே இருந்தால்தான் என்ன? அதிலென்ன வந்தது?"

"திருடுவதைவிட, பிச்சையெடுப்பதைவிட, லஞ்சம் வாங்குவதைவிட, பிறர் முதுகில் குத்துவதைவிட இன்னும் இதுபோன்ற பல செயல்களைவிட இது எவ்வளவோ மதிப்பானது. நீங்கள் இதைத்தான் சொல்ல விரும்புகிறீர்கள் என்று எனக்குத் தெரியும். அப்படி எல்லாம் எவ்வளவோ காலத்துக்கு முன்பே எழுதப்பட்டு விட்டது."

"சரி அதனாலேயே என் விஷயங்களைப் பற்றி நீங்கள் பேசியாக வேண்டுமென்ற தேவையும் இல்லை. நாகரிகமான நடத்தையைப் பற்றி நான் உங்களுக்குச் சொல்லித் தர அவசியம் இல்லைதானே வால்காவ்ஸ்கி?"

"கட்டாயம் நீங்கள் அதை எனக்குச் சொல்லித் தர வேண்டாம் தான். ஆனால்... சங்கடமான அந்த விஷயம்தான் நாம் கட்டாயம் தொட்டாக வேண்டியம் விஷயம் என்றால் என்ன செய்வது? அதைத் தவிர்க்கவே முடியாது. ஆனால், உங்கள் எலிப் பொந்து வீடுகளைப் பற்றிப் பேசுவதை வேண்டுமானால் விட்டு விடுவோம். ஒரு சில சமயங்களைத் தவிர எனக்கே அதில் ஒன்றும் ஆர்வமில்லை" என்று வெறுப்புடன் சிரித்துக்கொண்டே சொன்னான் அவன்.

"ஆனால் எனக்கு ஆச்சரியமாக இருப்பது இதுதான்! ஏன் எப்போதுமே இரண்டாவது இடத்தில் விளையாட விரும்புகிறீர்கள்? மனிதன் செய்யக் கூடிய சாதனைகளிலேயே மிகவும் உயர்ந்தது, அவன் தன்னை இரண்டாம் இடத்தில் கட்டுப்படுத்திக் கொண்டு இருப்பதுதான் என்று உங்களைப் போல் யாரோ ஒரு எழுத்தாளன் (பெயர் நினைவில்லை) சொன்னது எனக்கு நினைவிருக்கிறது. அதுபோலத்தான் ஏதோ சொன்னான் அவன். நீங்கள் காதலித்த

பெண்ணை அல்யோஷா கவர்ந்துகொண்டு விட்டான் என்ற பேச்சு என் காதில் விழுந்தது. எப்படியோ நடாஷா உங்கள் மனைவியாகத்தான் இருந்திருக்க வேண்டும் என்பது எனக்குத் தெரியும். ஆனால் நீங்களோ ஷில்லரைப் போல் அந்தக் காதலர்களுக்காக உங்களையே வதைத்துக் கொண்டிருக்கிறீர்கள். அவர்களுக்கிடையே தூது போகும் ஏவலாளி அளவுக்கு உதவி செய்கிறீர்கள். அவர்கள் அழைக்கும் போதெல்லாம் போகிறீர்கள். ஆனால், இது பெருந்தன்மை என்ற மேன்மையான பண்பையே கேலிக்குள்ளாக்கி வெறுப்பூட்டுவது போல, பரிகாசம் செய்வது போலல்லவா இருக்கிறது? இப்படிச் சொல்ல நேர்ந்ததற்காக என்னை மன்னித்துக் கொள்ளுங்கள் நண்பரே ஆனால், வெட்கக் கேடான இந்த விஷயத்துக்கு உண்மையில் நீங்கள் இதற்குள் சலித்துப் போயிருக்க வேண்டுமே? அப்படித்தான் நான் நினைத்தேன். உங்கள் இடத்தில் நான் இருந்திருந்தால் எரிச்சலிலேயே செத்துப் போயிருப்பேன், அதைவிட மோசம், இது மிக மிக வெட்கக்கேடானது என்பதுதான்.”

“நீங்கள் என்னை அவமானப்படுத்த வேண்டுமென்ற ஒரே நோக்கத்திற்காக இங்கே அழைத்து வந்திருப்பதாகத் தோன்றுகிறது.”

“இல்லை நண்பரே! நிச்சயமாக அப்படி இல்லை. இந்தக் கணத்தில் நான் வெறும் ஒரு நடைமுறைவாதியாக மட்டுமே இருக்கிறேன். உங்கள் சந்தோஷத்தை விரும்புகிறேன். எல்லாவற்றையும் சரி செய்துவிட ஆசைப்படுகிறேன். அவ்வளவுதான். சரி, இப்போது சிறிது நேரம் மற்றவைகளைக் கொஞ்சம் தூக்கிப் போட்டு விடலாம். கோபப்படாமல் இரண்டே இரண்டு நிமிடம் மட்டும் நான் பேசுவதைக் கடைசிவரை கேளுங்கள். அதுதான் நான் கேட்டுக்கொள்வது. இப்போது நீங்கள் திருமணம் செய்து கொண்டால் எப்படி இருக்கும்? அதைப் பற்றி நாம் என்ன நினைக்கிறீர்கள்? நம் பேசிக்கொண்டிருந்ததிலிருந்து முற்றிலும் புறம்பான விஷயங்களைப் பற்றி இப்போது பேசுகிறேன். ஏன் ஆச்சரியத்தோடு பார்க்கிறீர்கள்?”

“நீங்கள் பேசி முடிப்பதற்காகத்தான் காத்திருக்கிறேன்” – இன்னும் வியப்பு விலகாதவனாக அவனை உற்றுப் பார்த்துக்கொண்டே பேசினேன்.

“இதை இன்னும் நீட்டித்துக்கொண்டே போக வேண்டிய அவசியமில்லை. உங்கள் உண்மையான நலத்தில் – தற்காலிக மகிழ்ச்சி – அல்லாத – என்றென்றும் நிலையான நலத்தில் அக்கறை கொண்டிருக்கும் உங்கள் நண்பர்களில் ஒருவன் அழகான இளம் பெண் ஒருத்தியை உங்களுக்கு மணம் செய்து வைக்க முன்வருகிறான் என்று வைத்துக்கொள்வோம். அவள் ஏற்கனவே உங்களுக்குத் தெரிந்தவளும்கூட. நான் குறிப்பாகத்தான் சொல்கிறேன். ஆனால்,

நீங்கள் புரிந்து கொள்வீர்கள். நடாஷாவைப் போன்ற ஒரு பெண் என்று வைத்துக்கொள்ளுங்களேன். அவளை மணந்து கொள்வதற்கு உங்களுக்குக் கணிசமான ஒரு தொகையும் தரப்படுகிறது என்று வைத்துக்கொள்ளுங்கள் (நான் நம் விஷயத்தைப் பற்றிப் பேச வில்லை. வேறு பொதுவான ஒன்றைப் பற்றித்தான் பேசிக் கொண்டிருக்கிறேன்). சரி அப்படி ஒரு நிலை ஏற்பட்டால் என்ன செய்வீர்கள்?"

"நீங்கள் ஒரு பைத்தியக்காரர் என்று சொல்வேன்."

"ஹா! ஹா! ஹா! பார்த்தீர்களா? மறுபடியும் கோபம் வந்து விட்டது. உங்களைப் பார்த்தால் என்னை அடிக்க வந்து விடுவீர்கள் போலிருக்கிறது."

நான் கிட்டத்தட்ட அவன் மீது பாய்ந்து தாக்கத் தயாராகிக் கொண்டிருந்தேன். அதற்கு மேல் என்னால் என்னைக் கட்டுப் படுத்திக் கொள்ள முடியவில்லை. அவன் மிக மோசமான வெறுக்கத்தக்க ஒரு ஜந்துவைப் போல—ஒரு பெரிய சிலந்தியைப் போல எனக்குக் காட்சியளித்தான். என்னைப் பரிகாசம் செய்து அதில் மகிழ்ந்து கொண்டிருந்தான் அவன். நான் முழுக்க முழுக்க அவனது ஆதிக்கத்தில் இருப்பதாக நினைத்து என்னுடன் எலியும் பூனையும் விளையாடிக் கொண்டிருந்தான். இவ்வளவு கீழ்த்தரமாக, துடுக்குத்தனமாக நடந்து கொண்டதில்—இறுதியாக அளவுகடந்த வெறுப்போடு முகமூடியை என் முன்னிலையில் கழற்றிப் போட்ட தில் அவனுக்கு ஏதோ ஒருவகை இன்பம் இருப்பதாக, அது ஏதோ ஒரு வகையில் அவனைத் திருப்திப்படுத்துவதாக எனக்குத் தோன்றியது (அப்படித்தான் அதை நான் புரிந்துகொண்டேன்). என் ஆச்சரியத்தையும், நடுக்கத்தையும் கண்டு ரசிக்க அவன் ஆசைப்பட்டிருக்க வேண்டும். அவனுக்கு என்மீது உள்ளார்ந்த வெறுப்பு இருக்கிறது. அதனாலேயே என் முகத்திற்கு எதிரே என்னை எள்ளி நகையாடிக் கொண்டிருக்கிறான் அவன்.

தொடக்கத்திருந்தே இந்த நாடகக் காட்சிகள் எல்லாம் கச்சித மாகத் திட்டமிடப்பட்டிருப்பவை என்ற உள்ளுணர்வு என்னுள் இருந்தது. அதற்குப் பின்னால் ஏதோ ஒரு நோக்கம் இருப்பதும் எனக்குத் தெரிந்தது. ஆனால் என்ன நடந்தாலும் நடாஷாவின் நன்மைக்காக அவன் சொல்வதைக் கேட்டே ஆக வேண்டும் என்ற நிலைமையில் இருந்தேன் நான். அதற்காகவே என்ன நடந்தாலும் அதைப் பொறுத்துக்கொள்ள வேண்டுமென்றும் எண்ணியிருந்தேன். ஒருவேளை இந்த நேரம் அந்த விஷயம் ஒரு முடிவுக்கு வந்துவிடக் கூடுமென்றும் எதிர்பார்த்துக் கொண்டிருந்தேன். ஆனால், அவளை முன்வைத்து இவ்வளவு கேவலமான அருவருப்பான வகையில் அவன் விளையாடுவதை என்னால் எப்படித் தாங்கிக்

கொள்ள முடியும்? அவன் பேசுவதைக் கேட்டே ஆக வேண்டிய நிலையில் நான் இருக்கிறேன் என்பதை அவன் நன்றாக உணர்ந்து கொண்டு விட்டான். அதனால் என்னைக் கூடுதலாகவே அவ மதித்தும் விட்டான். 'ஏதோ ஒரு வகையில் நான் அவனுக்குத் தேவைப்படுகிறேன்' என்று நினைத்தபடி வேண்டா வெறுப்பாகவும், முரட்டுத்தனமாகவுமே அவனுக்குப் பதில் சொல்லிக்கொண்டி ருந்தேன். அவன் உடனே அதைப் புரிந்து கொண்டு விட்டான்.

"இதோ பாருங்கள் என் இளம் நண்பரே" என்று என் முகத்தை ஆழமாக நோக்கியபடி பேச ஆரம்பித்தான் அவன்.

"நாம் அப்படியே இதைத் தொடர்ந்து கொண்டிருக்க முடியாது. அதனால் ஏதாவது ஒரு உடன்பாட்டுக்கு வந்துவிடுவது நல்லது. உங்களிடம் ஒரு விஷயத்தைப் பற்றி மிகவும் வெளிப்படையாகப் பேச நான் எண்ணியிருக்கிறேன். நான் எதைப் பற்றி என்ன பேசினாலும் நீங்கள் அதைப் பொறுமையாகக் கேட்க வேண்டும். நான் எதை விரும்புகிறேனோ, எதைப் பேச நினைக்கிறேனோ, அதைப் பேச ஆசைப்படுகிறேன். இந்தச் சூழலில் அதுதான் பொருத்தமாக இருக்க முடியும். இப்போது இதற்கு என்ன சொல்கிறீர்கள் என் இளம் நண்பரே? கொஞ்சம் பொறுமையாக இருக்க முடியுமா உங்களால்?"

நான் என்னைக் கட்டுப்படுத்திக் கொண்டு எந்தப் பதிலுமே சொல்லாமல் இருந்தேன். என்னை மிகத் தீவிரமாக – ஒரு சண்டைக்கு இழுப்பதுபோல, பயங்கரமான பரிகாசத்தோடு அவன் பார்த்துக் கொண்டிருந்தாலும்கூட நான் பேசாமலேதான் இருந்தேன். ஆனால், தொடர்ந்து அங்கேயே இருப்பது என்று நான் முடிவு செய்துவிட்டதை உணர்ந்து விட்டது போலத் தொடர்ந்து பேசிக் கொண்டுபோக ஆரம்பித்தான் அவன்.

"என் மீது கோபம் கொள்ள வேண்டாம் நண்பரே, அப்படி உங்களைக் கோபப்படுத்துவதுதான் எது?"

"என் வெளிப்படையான பேச்சு, அப்படித்தானே! சொல்லப் போனால் என்னிடமிருந்து அதைத் தவிர, வேறெதையும் நீங்கள் எதிர்பார்த்திருக்கவில்லைதானே? என் பேச்சின் தொனி வேண்டு மானால் மாறுபடலாமே தவிர, நான் தேன் தடவியது போல் பேசினாலும், இப்போது பேசுவதைப் போல் பேசினாலும் முடிவு என்னவோ ஒரே மாதிரியாகத்தான் இருக்கப் போகிறது. நீங்கள் இப்போது என்னை வெறுக்கிறீர்கள். அப்படித்தானே? எவ்வளவு எளிமையாக, உண்மையாக. எப்படிப்பட்ட குதூகலமான நட்புணர் வுடன் நான் இருக்கிறேன் என்பதைப் பாருங்கள். உங்களிடமிருந்து எதையும் மறைக்காமல் சொல்லியிருக்கிறேன். என் வாலிப வயதுக்

குறும்புகள் உட்பட! என் செல்ல நண்பரே, நீங்கள் மட்டும் கொஞ்சம் மனம் வைத்து என்னோடு நட்புணர்வோடு ஒத்துப்போனால் முடிவில் ஒருவரையொருவர் நன்றாகப் புரிந்து கொண்டுவிட முடியும். என்னைப் பார்த்து ஆச்சரியப்பட வேண்டாம். அல்யோஷாவின் அப்பாவித்தனம், அவனது கற்பனா வாதப் புனைவுகள், ஷில்லரிசம், நடாஷாவுடன் கொண்ட உறவை மேன்மையாக நினைப்பது (அவள் இனிமையான இளம் பெண் தான். அதை நான் மறுக்கவில்லை) இந்த எல்லாமே எனக்கு வெறுத்துப்போய் விட்டது. அவற்றின் மேல் பலமாக ஒரு அடி கொடுக்க ஒரு சந்தர்ப்பம் கிடைத்தால் மகிழ்ச்சியாக இருக்குமென்று நினைத்தேன். இதோ, அந்தச் சந்தர்ப்பமும் வந்துவிட்டது. மேலும் என் மனதை உங்களிடம் திறந்து காட்டி, அதிலிருப்பதையெல்லாம் கொட்டிவிட வேண்டுமென்ற விருப்பமும் என்னிடம் இருக்கிறது. ஹா! ஹா! ஹா!”

“நீங்கள் என்னை வியப்படைய வைக்கிறீர்கள் இளவரசரே! என்னால் உங்களைப் புரிந்துகொள்ளவே முடியவில்லை. உங்கள் பேச்சின் தொனி *‘பல்சினெல்லா’ போல இருக்கிறது. சற்றும் எதிர்பார்த்திராத இப்படிப்பட்ட வெளிப்பாடுகள் அதைத் தான் காட்டுகின்றன.”

“ஹா! ஹா! ஹா! ஒருவகையில் பார்த்தால் அது உண்மை தான்! எப்படிப்பட்ட அழகான ஒப்புமை! ஹா! ஹா! ஹா! நான் இப்போது மட்டு மீறிய மகிழ்ச்சியில் இருக்கிறேன். களிப்பின் உச்சத்தில் இருக்கிறேன். அதனால் என் அருமைக் கவிஞரே, நீங்களும் என்னோடு சேர்ந்து அதை அனுபவிக்க வேண்டும். அதையும் விட நாம் இரண்டு பேரும் சேர்ந்து குடித்தால் இன்னும் மகிழ்ச்சியாக இருக்கும்” என்றபடி தன்னளவில் திருப்தியோடு பேசி முடித்து விட்டுத் தன் கோப்பையை நிரப்பிக்கொண்டான் அவன்.

“கேளுங்கள் நண்பரே! நடாஷா வீட்டில்–அந்த முட்டாள் தனமான மாலைப் பொழுது... அது உங்களுக்கு நினைவிருக்கிறதா? அது ஒன்றே போதும் எனக்கு. அவள் இனிமையாகத்தான் இருந்தாள். நான்தான் கடுங்கோபத்துடன் வெளியே வந்தேன். அதை மறக்க நான் விரும்பவில்லை. மறக்கவும் விரும்பவில்லை. கோபத்தை மறைத்துக் கொள்ளவும் விரும்பவில்லை. நமக்கென்று ஒரு நேரம் கட்டாயம் வரும். வேகமாக வந்து கொண்டும் இருக்கிறது அது. இப்போதைக்கு அதை விட்டுவிடுவோம். என்னிடம்

---

* பல்சினெல்லா : 17ஆம் நூற்றாண்டின் செவ்வியல் நாடகங்களில் இடம்பெறும் கோமாளி போன்ற ஒரு பாத்திரம். தான் சொன்னதை சில சமயம் தானே எதிர்த்தும் பேசுவான் அவன்.

மிக வினோதமான ஓர் இயல்பு இருக்கிறது. அது இன்னதென்பதை நீங்கள் இன்னும் இனம் கண்டுகொள்ளவில்லை. முன்பு சொன்ன படி அந்த உருப்படியில்லாத அப்பாவித்தனங்கள், கற்பனாவாதங்கள் ஆகியவற்றை நான் மிகக் கடுமையாக வெறுக்கிறேன். ஆனால் சும்மா ஒரு விளையாட்டுக்காக–நானே அப்படி இருப்பது போல, அதற்கு ஆதரவாக இருப்பது போல வேடம் போட்டபடி ஷில்லரிசம் பேசும் இளைஞர்களோடு நட்பு கொள்வேன். பிறகு திடீரென்று எவரும் எதிர்பாராத ஒரு சமயத்தில் 'சட்'டென்று என் முகமூடியை அவர்கள் முன்னிலையில் களைந்தெறிந்தபடி அவர்களுக்குப் பயங்கரமான அதிர்ச்சியைத் தந்து விடுவேன்; அவர்கள் கொஞ்சம்கூட எதிர்பாராத தருணத்தில் என் பரவசமான முகபாவனையை, வெறுப்புடையதாக மாற்றிக்கொண்டு நாக்கைத் துருத்தி அவர்களைப் பழிப்பேன். என்ன சொல்கிறீர்கள்? ஓ அது உங்களுக்கு ரசிக்கவில்லையோ? அது மிகவும் அருவருப்பானது, கேவலமானது, அகௌரவமானது என்று நினைக்கிறீர்களோ?"

"நிச்சயமாக! நான் அப்படித்தான் நினைக்கிறேன்."

"நீங்கள் வெளிப்படையாகப் பேசுகிறீர்கள்! நேர்மையானவர் நீங்கள். ஆனால், இவர்கள் இப்படி என்னை எரிச்சலூட்டினால் நான் என்னதான் செய்ய முடியும்? நானும்கூட மிக மிக வெளிப் படையாகத்தான் இருக்கிறேன். முட்டாள்தனம் என்று சொல்லக் கூடிய அளவிற்கு! ஆனால், என் குணம் அப்படி! என் வாழ்க்கை யில் நடந்த ஒன்றிரண்டு சம்பவங்களை உங்களிடம் சொல்ல நினைக்கிறேன். என்னைப் பற்றி மேலும் புரிந்துகொள்ள அது உதவும். அது சுவாரசியமானதும்கூட. சரி! யோசித்துப் பார்த்தால் இன்று நான் ஒரு பல்சினெல்லா போலத்தான் இருக்கிறேன். ஆமாம்! பல்சினெல்லா நேர்மையானவன்தானே!"

"இதோ பாருங்கள் வால்காவ்ஸ்கி! நேரம் அதிகம் ஆகிவிட்டது... உண்மையில்."

"கடவுளே! நீங்கள்தான் எப்படிப் பொறுமையில்லாமல் இருக்கிறீர்கள்? அப்படி என்ன அவசரம்? ஒரு கோப்பை ஒயினைப் பருகிக்கொண்டே நெடுங்காலம் பழகிய நண்பர்கள் போல இருவரும் மனம் விட்டுப் பேசுவோம். வாருங்கள். நான் நல்ல போதையில் இருப்பதாக நினைக்கிறீர்கள். இருந்துவிட்டுப் போகட்டும். அதுவும் நல்லதுதானே? ஹா ஹா ஹா! நண்பர்களோடு கழிக்கும் இப்படிப்பட்ட மாலைப் பொழுதுகள் நீண்ட காலம் சென்ற பிறகும் மனதில் அப்படியே தங்கியிருக்கும். பிறகு மிகவும் சந்தோஷத்தோடு அதை நினைவு கூரலாம். உங்களிடம் அன்பே இல்லை இவான் பெத்ரோவிச். எந்த வகையான இதமான உணர்ச்சியையும் நீங்கள் வெளிப்படுத்தவே இல்லை. ஒரு நல்ல

நண்பனோடு அற்ப நேரம் செலவழித்தால்தான் என்ன? அது நாம் முக்கியமாகக் கருதிக்கொண்டிருக்கும் விஷயத்தோடு சம்பந்தப் பட்டதும்கூட. அது உங்களுக்குத் தெரியாதா என்ன? அதோடு கூடவே நீங்கள் ஒரு இலக்கியவாதி, எழுத்தாளர். இப்படிப்பட்ட ஒரு வாய்ப்பு கிடைக்க நீங்கள் கொடுத்து வைத்திருக்க வேண்டும். என்னை வைத்தே நீங்கள் ஒரு பாத்திரத்தை உருவாக்கிவிடலாம் அல்லவா? ஹா! ஹா! ஹா! கடவுளே. நான்தான் இன்றைக்கு எவ்வளவு நேர்மையாக இருக்கிறேன்."

அவனுக்குப் போதை ஏறிக்கொண்டே போவது வெளிப்படை யாகத் தெரிந்தது. அவனது முக பாவம் சற்றுக் கோபமும், வெறுப்பும் கொண்டதாக மாறியது. அடுத்தவரைப் புண்படுத்தவும், கடிக்கவும், தேள் போல் கொட்டவும், பரிகாசம் செய்யவும் அவன் துடித்துக்கொண்டிருந்தது நன்றாகப் புலப்பட்டது.

"அவன் நன்றாகக் குடித்திருப்பதும் ஒருவகையில் நல்லதுதான்" என்று நினைத்துக் கொண்டேன்.

'போதையில் இருப்பவர்களுக்கு எப்போதுமே ஒளிவு மறைவு இருக்காது.'

"நண்பரே" என்று அழைத்தான் அவன். அப்போது போதையின் உச்சபட்சக் களிப்பில் ஆழ்ந்திருந்தான் அவன்.

"இந்தச் சூழலுக்கு அவ்வளவு பொருத்தமில்லாததாக இருந் தாலும் சற்று முன் ஒரு விஷயத்தை உங்களிடம் நான் ஒத்துக் கொண்டேன். சில சந்தர்ப்பங்களில் சில மனிதர்களைப் பார்த்து நாக்கை நீட்டி பழிக்க வேண்டுமென்ற கட்டுக்கடங்காத விருப்பம் எனக்குள் தோன்றுவதுண்டு என்று சொன்னேனல்லவா? அதுதான்! இந்தக் கபடமற்ற எளிய நேர்மைப் பண்புக்காகத்தான் நீங்கள் என்னைப் பல்சினெல்லாவோடு ஒப்பிடுகிறீர்கள். அது எனக்கு உண்மையிலேயே மிகவும் வேடிக்கையாக இருக்கிறது. ஆனால், இப்போது உங்களிடம் நான் நாகரிகமில்லாமலோ, படிக்காத முரடன் போலவே நடந்து கொள்வதாக–உங்களுடனான என் போக்கைச் சட்டென்று மாற்றிக்கொண்டு விட்டதாக– இப்படியெல்லாம் நினைத்து நீங்கள் ஆச்சரியப்பட்டால், அதற்காக என்னை நிந்தித்தால் அது நிச்சயம் சரியில்லை. முதலில் சொல்லப் போனால் அப்படி விளையாடிப் பார்க்கத்தான் நான் விரும்புகிறேன். இன்னொன்று நான் இப்போது வீட்டில் இல்லை. உங்களோடு இருக்கிறேன். நல்ல நண்பர்களைப் போல நாம் இருவரும் கூடிக் களித்துக் கொண்டிருக்கிறோம். கடைசியாகச் சொல்ல வேண்டு மென்றால் என் மனம் போன போக்கில் விசித்திரமாக நடந்து கொள்வது என் இயல்பு. உங்களுக்கு ஒரு விஷயம் தெரியுமா? ஒரு

காலத்தில் நான் மெய்யியல் அறிஞராக வேண்டுமென்றும், கொடை வள்ளலாக வேண்டுமென்றும் கூடக் கற்பனை செய்திருந்தேன். கிட்டத்தட்ட இப்போது நீங்கள் கொண்டிருக்கும் சிந்தனைகளையே நானும் கொண்டிருந்தேன். ஆனால், அதெல்லாம் எத்தனையோ காலத்துக்கு முன்! என் இளமையின் பொற்கால நாட்களில்! அந்தச் சமயங்களில் நாட்டுப்புறப் பகுதியில் இருக்கும் என் பண்ணைக்கு உண்மையான அன்புடனும், மனித நேயத்துடனும்தான் செல்வேன். ஆனால், செத்துப் போகலாமா என்ற அளவிற்குச் சலிப்புத் தட்டிவிடும் எனக்கு. அப்போது எனக்கு என்ன நடந்ததென்று கேட்டால், உங்களால் அதை நம்பக்கூட முடியாது. என் சலிப்பைப் போக்கிக் கொள்வதற்காக அழகான சிறிய பெண்களுடன் பழக ஆரம்பித்தேன். அட... என்ன இது, உடனே முகத்தைத் தூக்கி வைத்துக்கொண்டு விட்டீர்களா? இதோ பாருங்கள். என் இளம் நண்பரே, இப்போது நாம் இருவரும் நண்பர்களாகத்தானே பேசிக்கொண்டிருக்கிறோம்? இது சிரித்துக் களித்து சந்தோஷமாக இருக்க வேண்டிய நேரம்! மற்றதை விட்டுத் தள்ளுங்கள்! நான் ஒரு ரஷ்யனைப் போன்ற மனப்போக்குடையவன்; உண்மையான ரஷ்ய மனப்போக்கு அது. எனக்கு நாட்டுப்பற்று அதிகம். என்னை என் போக்கிலேயே விடுவதுதான் என் விருப்பம். மேலும் சரியான தருணம் கிடைக்கும்போது அதை விடாமல் பற்றிக் கொண்டு வாழ்வை மகிழ்ச்சியாக வாழ்ந்து பார்த்துவிட வேண்டும். சாவு எப்படியும் ஒருநாள் வரத்தான் போகிறது. அதற்குப் பிறகு என்ன தான் மிஞ்சும்? அதனால் நான் பெண்களுக்குப் பின்னால் போக ஆரம்பித்தேன். ஆடு மேய்த்துக் கொண்டிருந்த இளம்பெண் ஒருத்தியின் கணவன் மிக அழகான இளைஞன்; குடியானவன். அவனை மிகவும் பாடுபடுத்தித் தண்டித்தேன். இராணுவ வேலைக்கு அவனை அனுப்பி வைக்கவும் நினைத்திருந்தேன். (எல்லாம் என் அந்தக் காலத்துக் குறும்புகள் கவிஞரே) ஆனால், அதற்குள் என் மருத்துவமனையில் அவன் இறந்துபோய் விட்டான். ஆம்! கிராமத்தில் நான் ஒரு மருத்துவமனையும் நடத்தி வந்தேன். பன்னிரண்டு படுக்கைகளோடு, எல்லா வசதிகளும் கொண்ட மிகவும் சுத்தமான மருத்துவமனை அது. அழகான வேலைப்பாடு கொண்ட தரைகளும் அதில் இருந்தன. அதை நடத்துவதை வெகுகாலம் முன்பே நான் கை விட்டு விட்டேன். ஆனால், அந்தச் சமயத்தில் ஒரு பெரிய தர்மப் பிரபுவாக என்னை நினைத்துப் பெருமைப்பட்டுக் கொண்டிருந்தேன் நான். அந்த இளம் குடியானவனை நான் அப்படி அடித்துச் சாய்த்தது அவன் மனைவிக்காகத்தான். ஏன் மறுபடியும் என்னைப் பார்த்து முகம் சுளிக்கிறீர்கள்? இதையெல்லாம் கேட்பது உங்களுக்கு வெறுப்பாக இருக்கிறதா? உங்கள் மேன்மை

யான உணர்வுகளெல்லாம் சினம் கொண்டு திரண்டெழுகிறதா? இதோ பாருங்கள். அமைதியாக விஷயத்தைக் கேளுங்கள், பதட்டப்பட வேண்டாம்! இதெல்லாம் கடந்த காலத்துக் கதை. அப்போது நான் உல்லாசமான வாலிபப் பருவத்தில் இருந்தேன். ஒரு பக்கம் மனித குலத்துக்கு நன்மை செய்ய வேண்டுமென்றும், எல்லோருக்கும் உதவி செய்யும் அமைப்பு ஒன்றைத் தொடங்க வேண்டுமென்றும் கூட ஆசைப்பட்டுக் கொண்டிருந்தேன். அதெல்லாம் அந்த வயதுக்கே உரிய மன எழுச்சி மட்டுமேதான். பிறகு சாட்டையைக் கையில் எடுத்துக் கொண்டு எல்லோரையும் தண்டிக்க ஆரம்பித்து விட்டேன். ஆனால் இனிமேல் அப்படிச் செய்ய மாட்டேன். அப்படிச் செய்வதற்கே முகம் சுளிக்க வேண்டும். எல்லோருமே முகம் சுளிக்கக் கூடிய செயல் அது! உலகம் அதிலிருந்து நகர்ந்து விட்டது. காலம் மாறிவிட்டது. இப்போது என்னை மிகவும் ஆச்சரியப்படுத்துவது அந்த முட்டாள் இக்மெனெவ் பற்றிய விஷயம்தான். அந்தக் குடியானவ இளைஞனைப் பற்றிய எல்லாக் கதையும் அவருக்குத் தெரிந்திருக்குமென்பதில் எனக்குச் சந்தேகம் இல்லை. நீங்கள் என்ன நினைக்கிறீர்கள் அதைப் பற்றி? ஆனால், என் மீது கொண்ட அன்பு அவரை அப்போது பலவீனமாக்கியிருந்தது. என்னைப் பற்றிய ஒரு பிம்பத்தை அவராகவே உருவாக்கிக் கொண்டார். அதை நேசித்தார். எந்த விஷயத்தையும் கண்டு கொள்ளாமல் புறக்கணித்தார். என்னைப் பற்றிய தவறான ஒரு சொல்லை நம்பக்கூட அவர் அப்போது தயாராக இல்லை. உண்மையான விஷயமே என்றாலும் அவற்றை நம்ப உறுதியாக மறுத்தபின் கிட்டத்தட்ட பன்னிரண்டு வருடங்கள் ஒரு பாறையைப் போல என்னோடு பக்கத் துணையாக நின்றார் அந்த இக்மெனெவ். தானே பாதிப்புக்கு ஆளாகும்வரை அவர் அப்படித்தான் இருந்தார். ஹா! ஹா! ஹா! சொல்லப் போனால் எல்லாமே அபத்தம்தான்! ஆமாம்! உனக்குப் பெண்களைப் பிடிக்குமா?"

நான் எதுவுமே சொல்லவில்லை. அவன் பேசுவதை மட்டுமே கேட்டுக்கொண்டிருந்தேன். அவன் இரண்டாவது புட்டி மதுவை அருந்தத் தொடங்கியிருந்தான்.

"அதுவும் இந்த மாதிரி சாப்பாட்டு நேரத்தில் அவர்களைப் பற்றிப் பேச எனக்கு மிகவும் பிடிக்கும். சாப்பிட்ட பிறகு மிலே ஃபில்பர்ட்டிடம் உங்களை அறிமுகப்படுத்தி வைக்கிறேன். சரியா? ஆமாம். என்ன ஆயிற்று? என்னை நிமிர்ந்துகூடப் பாக்காமல் இருக்கிறீர்களே? ஹ்ம்."

அவன் சற்று நேரம் ஏதோ யோசித்துக் கொண்டிருந்தது போலிருந்தது. பிறகு சட்டென்று தலையை உயர்த்தி என்னையே குறிப்பாகப் பார்த்தபடி பேச்சைத் தொடர்ந்தான்.

"என் அன்புக் கவிஞரே! இப்போது இயற்கையின் மர்மம் ஒன்றை வெளிப்படுத்த வேண்டுமென்று நான் விரும்புகிறேன். அதைப் பற்றி உங்களுக்கு எதுவுமே தெரியாதென்றுதான் எனக்குத் தோன்றுகிறது.

இப்போது இந்தக் கணத்தில் என்னை ஒரு பாவி என்றும், போக்கிரி என்றும், தீமையே உருவான ஒரு அரக்கன் என்றும்கூட நினைத்துக் கொண்டிருப்பீர்கள் என்பது எனக்கு உறுதியாகத் தெரியும். ஆனால் இப்போது நான் சொல்கிறேன், கேளுங்கள். நம் எல்லோருக்கும் ஒரு விஷயம் மட்டும் சாத்தியமாக இருக்குமானால் (ஆனால் மனித இயற்கை வகுத்து வைத்திருக்கும் விதிகளின்படி அது சாத்தியமே இல்லாதது) – அதாவது நாம் ஒவ்வொருவரும் நம் மனதில் உறைந்திருக்கும் ரகசியமான எண்ணங்களை – நாம் சொல்லப் பயப்படும் விஷயங்களை – எந்தக் காரணத்தாலும் – எவரிடமும் – நம் மிகச் சிறந்த நண்பர்களிடம்கூட சொல்லாதவற்றை – ஏன், சில வேளைகளில் நமக்கு நாமே கூட சொல்லிக் கொள்ளத் தயங்கும் விஷயங்களை ஒளிவுமறைவின்றி சொல்ல முடியுமானால், அது மட்டும் சாத்தியப்படுமானால் இந்த உலகம் முழுவதுமே துர்நாற்றத் தால் நிரம்பிப் போய்விட, நாம் மூச்சு முட்டிப் போவோம். அதனால்தான் நம் சமூகப் பழக்கவழக்கங்களும், வழிவழியாய் வந்த மரபுகளும் ஒரு வகையில் மிகவும் நல்லவை என்று சொல்லுவேன். அவை மிகுந்த மதிப்பு கொண்டவை. ஆனால், அவற்றை ஒழுக்கத்தைக் காக்க ஏற்பட்டவை என்று நான் சொல்ல மாட்டேன். ஒரு தற்காப்புக்காக, வசதிக்காக ஏற்படுத்திக் கொண்டி ருப்பவை அவை. வசதி என்பது இன்னும்கூடப் பொருத்தமாக இருக்கும். ஒழுக்கமும் கூட உண்மையில் அதே மாதிரி ஒரு வசதிதானே? அதுவும் கூட ஒரு வசதிக்காகக் கண்டுபிடிக்கப் பட்டிருப்பதுதானே? சரி, அந்தச் சமூகத் தகுதிகளைப் பற்றிப் பிறகு பேசுவோம். இப்போது நான் பேச வந்ததிலிருந்து விலகிப் போய்க் கொண்டிருக்கிறேன். அதனால், அதை அப்புறம் நினைவுபடுத்துங்கள். இதை மட்டும் கடைசியாகச் சொல்லிவிடுகிறேன். மிகவும் மோசமானவன், ஊழல் பேர்வழி, ஒழுக்கமில்லாதவன் என்றெல்லாம் என் மீது குற்றம் சுமத்துகிறீர்கள். மற்றவர்களை விட நான் வெளிப் படையாக இருக்கிறேன் என்பது மட்டும்தான் என்னிடம் உள்ள ஒரே ஒரு குற்றம். இதற்கு முன்னால் நான் குறிப்பிட்டது போல – மனிதர்கள் தங்களுக்குத் தாங்களே மூடிமறைத்துக் கொள்ளும் விஷயங்களைக்கூட நான் மூடி மறைப்பதில்லை. அது நான் செய்யும் தவறாக இருக்கலாம். ஆனால், இப்போது நான் செய்ய விரும்புவது இதுதான். ஆனால், நீங்கள் ஒன்றும் கவலைப்பட வேண்டாம்" என்று லேசான கேலிப் புன்னகையுடன் தொடர்ந்து

பேசினான் அவன். நான் அப்படிச் செய்தது குற்றம் என்றுதான் சொன்னேனே தவிர, அதற்கு மன்னிப்புக் கோரவில்லை. இன்னொன்றையும் தெரிந்துகொள்ளுங்கள்! இப்போது நான் சொன்னது போன்ற அந்தரங்க ரகசியங்கள் உங்களிடமும் உண்டா என்று கேட்டு, உங்களை நான் சங்கடப்படுத்த மாட்டேன். என்னை நியாயப்படுத்திக் கொள்வதற்காக அவற்றைப் பயன்படுத்த மாட்டேன். நான் மிகவும் கௌரவமாக, கண்ணியமாக—ஒரு கனவான் போல நடந்து கொள்கிறேன்."

"நீங்கள் சும்மா ஏதோ பிதற்றிக் கொண்டிருக்கிறீர்கள்" என்று அவரை வெறுப்போடு பார்த்தபடி சொன்னேன்.

"என்ன...? பிதற்றுகிறேனா? நானா? ஹா! ஹா! ஹா! நீங்கள் இப்போது என்ன நினைத்துக் கொண்டிருக்கிறீர்கள் என்று சொல்லவா? நான் உங்களை இங்கே எதற்காக அழைத்து வந்தேன் என்றும், திடீரென்று சம்பந்தா சம்பந்தமில்லாமல் ஏன் இப்படி என்னைத் திறந்து காட்டுகிறேன் என்றும் ஆச்சரியப்பட்டுக் கொண்டிருக்கிறீர்கள், சரிதானே?"

"ஆமாம்."

"போகப் போகத் தெரிந்துகொள்வீர்கள்."

"கிட்டத்தட்ட இரண்டு புட்டி மது உங்களுக்குள் போய் விட்டது. அது உங்கள் தலையைக் கிறங்க வைக்கிறது. அவ்வளவு தான். நான் தரக்கூடிய எளிமையான விளக்கம் அது."

"நான் குடிபோதையில் இருக்கிறேன் என்றா சொல்கிறீர்கள்? இருக்கலாம்...! ஆனாலும், அப்படிச் சொல்வதைவிட நான் சற்று நிதானமில்லாமல் இருக்கிறேன் என்று சொல்வது கொஞ்சம் கடுமையைக் குறைக்கிறதலல்வா? அதுதான் விவேகமானது. சரி... மறுபடியும் ஒருவரை ஒருவர் குறை சொல்லிக் கொண்டு, நாம் பேசிக்கொண்டிருந்த சுவாரசியமான விஷயத்திலிருந்து விலகி வந்து விட்டோம் பாருங்கள். ஆமாம் கவிஞரே... இந்த உலகில் இனிமையும், அழகுமான எவையாவது எஞ்சியிருந்தால் அது பெண்கள் மட்டும் தான்!"

"இதோ பாருங்கள் வால்காவஸ்கி! உங்கள் அந்தரங்க ரகசியங் களை, பாலியல் இச்சைகளைப் பகிர்ந்துகொள்ளக் கூடிய நம்பிக் கைக்குரியவனாக என்னை ஏன் தேர்ந்தெடுத்தீர்கள் என்பதை இன்னும்கூட என்னால் விளங்கிக்கொள்ள முடியவில்லை."

"ஹ்ம்! போகப் போகத் தெரிந்து கொள்வீர்கள் என்று நான்தான் சொல்லி விட்டேனே. அதற்குப் போய்க் கவலைப்பட்டுக் கொண்டிருக்க வேண்டாம். ஒருவேளை நான் இப்படி நடந்து கொள்வதற்கு எந்தக் காரணமுமே இல்லாமல் கூட இருக்கலாம்.

நீங்கள் ஒரு கவிஞர். என்னைப் பற்றிப் புரிந்து கொண்டு விடுகிறீர்கள். ஆனாலும் கூட முன்னாலேயே அதைப் பற்றி நான் சொல்லியிருக்கிறேன். இன்னொரு மனிதனுக்கு முன்னால் இப்படி அநாகரிகமாக நடந்து கொள்கிறோமே என்ற கூச்ச உணர்வுகூட இல்லாமல்–அதைப் பற்றி யோசித்துப் பார்க்கவேண்டும் என்றுகூட நினைக்காமல் சட்டென்று என் முகமூடிகள் எல்லாவற்றையும் களைந்து போடுவதில் ஏதோ ஒரு வகையான ஆத்ம திருப்தி இருக்கத்தான் செய்கிறது. ஒரு சம்பவத்தைப் பற்றிச் சொல்கிறேன் கேளுங்கள். பாரிஸில் மனப்பிறழ்வு கொண்ட குமாஸ்தா ஒருவன் இருந்தான். அவன் பைத்தியம்தான் என்று உறுதியான பிறகு அவனைப் பைத்தியக்கார விடுதியில் சேர்த்து விட்டார்கள். மனநோய் ஆரம்பித்த புதிதில் அவன் தன்னைத் தானே சந்தோஷப் படுத்திக் கொள்ளக் கையாண்ட வழி இதுதான். வீட்டில் வைத்து அவன் 'ஆதா'மைப் போலத் தன் எல்லா உடைகளையும் களைந்து போட்டு விடுவான். ஷூவையும் சாக்ஸையும் மட்டுமே போட்டுக் கொண்டு, குதிகால்வரை நீண்டு தொங்கும் ஒரு பெரிய கோட்டால் உடம்பைச் சுற்றிக்கொள்வான். கம்பீரமான பெருமிதமான ஒருவகைப் பார்வையோடு நடந்து செல்வான். எடுத்த எடுப்பில் பார்த்தால் அவன் எல்லோரையும் போலத்தான் தோன்றுவான். மிகப் பெரிய கோட்டைத் தரையில் புரள விட்டுக் கொண்டு போவதில் சந்தோஷப்படும் ஒரு சராசரி மனிதனாகத் தான் பார்ப்பவர்கள் அவனை நினைப்பார்கள். ஆனால், ஒரு தனியான இடத்தில்–வேறு எவருமே அருகில் இல்லாமல் தனியே நின்று கொண்டிருக்கும் ஆள் யாரையாவது பார்த்து விட்டால் போதும். உடனே அமைதியாக அவன் அருகே சென்று விடுவான். ஏதோ தீவிரமாக, ஆழ்ந்த யோசனையுடன் இருப்பது போல் முதலில் காணப்படுபவன், சட்டென்று அந்த ஆளுக்கெதிரே நின்றபடி தன் கோட்டைக் கழற்றிப் போட்டுவிட்டு, அப்படியே பிறந்த மேனியாக, நிர்வாணமாகக் காட்சி தந்துவிடுவான். அது ஏதோ ஒரு நிமிடம் மட்டும்தான்! பிறகு மீண்டும் தன் உடலைக் கோட்டால் சுற்றிக் கொண்டு எதுமே நடக்காதது போல அந்த ஆளை நேருக்கு நேராகப் பார்த்துக் கொண்டிருப்பான். மிரண்டு போய்க் கிடக்கும் அந்த மனிதனுக்கு முன்னால் ஹாம்லெட்டில் வரும் பிசாசைப் போலவே தெரிவான் அவன். ஆண்கள், பெண்கள், குழந்தைகள் என்று யாராக இருந்தாலும் இதே மாதிரிதான் நடந்து கொள்வான். அவனுக்குச் சந்தோஷம் தரும் விஷயம் அதுதான். கற்பனாவாதத்தில் சஞ்சரித்துக் கொண்டிருக்கும் எவனாவது ஒரு ஷில்லரை–அவன் சற்றும் எதிர்பாராத கணத்தில், நாக்கை நீட்டிப் பழிப்புக் காட்டித் திடுக்கிட வைப்பதும்கூடக் கிட்டத்தட்ட இதே மாதிரியான

சந்தோஷத்தைத் தரக்கூடியது தான். 'திடுக்கிட வைப்பது. ஆஹா! எப்படிப்பட்ட ஒரு வார்த்தை அது? உன்னைப் போன்ற நவீன எழுத்தாளர் எவரோ எழுதியதிலிருந்து எனக்குக் கிடைத்த வார்த்தை அது."

"சரி! அவன்தான் ஒரு பைத்தியக்காரன்... உங்களுக்கென்ன வந்தது?"

"நான் அப்படி இல்லை என்று நினைக்கிறீர்களா?"

"ஆமாம்."

அவன் அதைக் கேட்டு வெடிச் சிரிப்புச் சிரித்தார்.

"நீங்கள் சொல்வது என்னவோ சரிதான் நண்பரே" என்றபடி மிகவும் துடுக்குத்தனமான பாவனையுடன் என்னைப் பார்த்தான்.

அவரது அந்தத் துடுக்குத்தனத்தால் சினம் கொண்டவனாக நான் பேச ஆரம்பித்தேன்:

"இதோ பாருங்கள் வால்காவ்ஸ்கி, நான் உட்பட எங்கள் எல்லோர் மீதும் உங்களுக்கு வெறுப்பு இருக்கிறது. எல்லாருக்காகவும், எல்லாவற்றுக்காகவும் நீங்கள் என்னைப் பழிவாங்கிக் கொண்டிருக் கிறீர்கள். அதற்குக் காரணம் உங்கள் அற்பச் செருக்கு. அதனால் நீங்கள் வெறுக்கத்தக்க முறையில் நடந்து கொள்கிறீர்கள். மட்ட மான முறையில் உங்கள் வெறுப்பை வெளிப்படுத்துகிறீர்கள். நாங்கள் உங்கள் கோபத்தைத் தூண்டி விட்டு விட்டோம். ஒருவேளை அன்று மாலை நடந்த சம்பவங்களால் உங்களுக்கு எங்கள் மீது மிகவும் கோபம் வந்திருக்கலாம். இப்போது நீங்கள் என்னிடம் காட்டிக் கொண்டிருக்கிற இந்தப் பயங்கரமான வெறுப்பைவிட வேறெந்த வழியிலும் என்னை அதிகமாகத் தண்டித்திருக்க முடியாது. மனிதனுக்கு மனிதன் காட்ட வேண்டிய மிக மிகச் சராசரியான, அடிப்படையான நாகரிகத்தைக் கூட நீங்கள் என்னிடம் காட்ட மறுக்கிறீர்கள். சற்றும் எதிர்பாராத வகையில் – அத்தனை பட்ட வர்த்தனமாக உங்கள் ஆபாசமான முகமூடியை என் முன்னிலையில் களைந்து போட்டுவிட்டு என்னிடம் நாகரிகமாக நடந்து கொள்ளத் தேவையில்லை என்று காட்டுகிறீர்கள். ஒழுக்கநெறிகளின் மீது உங்களுக்குள்ள வெறுப்பை வெளிக்காட்டிக் கொள்கிறீர்கள்."

"என்னிடம் போய் இதையெல்லாம் நீங்கள் சொல்லிக் கொண்டிருப்பது ஏன்?" என்று முரட்டுத்தனமாகவும், அகம்பாவத் தோடும் கேட்டான் அவன்.

"நீங்கள் எப்படிப்பட்ட லட்சியவாதி என்று காட்டிக் கொள்ளவா?"

ஃபியோதர் தஸ்தயெவ்ஸ்கி ✱ 433

"உங்களை நான் புரிந்து வைத்திருக்கிறேன் என்பதை உங்களிடமே வெளிப்படையாகக் காட்டிக் கொள்ளத்தான். வேறு பிரமைகள் அப்போது உங்களுக்கு இருக்காதல்லவா?"

"உங்கள் யோசனை பிரமாதம் அன்பு நண்பரே" என்றபடி சட்டென்று தன் பேச்சுப் பாணியை முதலில் இருந்தது போல இலகுவாக, நகைச்சுவையான அரட்டையாக மாற்றிக் கொண்டபடி பேச்சைத் தொடர்ந்தான் அவன்.

"நான் பேசிக் கொண்டிருந்த விஷயத்திலிருந்து என்னைத் திசை திருப்பி விட்டீர்கள். நண்பரே, குடிப்போம் வாருங்கள்! உங்கள் கோப்பையை நிரப்புகிறேன். உங்களிடம் மிகவும் அற்புதமான, மிக மிக சுவாரசியமான ஒரு கதையைச் சொல்ல முயன்று கொண்டிருந்தேன் நான். சரி, இப்போது அதைச் சுருக்கமாகச் சொல்கிறேன் கேளுங்கள்.

"பல ஆண்டுகளுக்கு முன், எனக்கொரு பெண் தோழி இருந்தாள். அவள் அப்போது இளமையின் வாயிலில் ஒன்றும் இல்லை. இருபத்தேழு, இருபத்தெட்டு வயது மதிக்கக் கூடியவள்தான். ஆனால், அப்படி அசர வைக்கும் அழகு! அப்படி ஒரு உருவம், ஒரு ஒயில்! அவள் கண்கள் கழுகைப் போலக் கூர்மையானவை. ஆனால், எப்போதும் அதில் கடுமையும், கண்டிப்பும் மட்டுமே இருக்கும். எவராலும் எளிதில் நெருங்க முடியாத அளவுக்கு ஆணவம் மிகுந்தவள் அவள். பனிப்பாறையைப் போலக் கடுமையானவள் என்று அவள் பெயரெடுத்திருந்தாள். அச்சுறுத்தக்கூடிய அளவுக்குக் கடுமையான ஒழுக்கநெறிகளை அவள் கைக்கொண்டிருந்ததால் எவரும் எளிதில் நெருங்க முடியாமல் பயமுறுத்தி வைத்திருந்தாள் என்றே சொல்லலாம். ஆம்... 'அச்சுறுத்தக் கூடிய' என்பதுதான் அதற்குப் பொருத்தமான வார்த்தை."

அவளுடைய மட்டத்தில் அவளைப் போன்ற சகிப்புத்தன்மை இல்லாதவர்கள் வேறு யாருமே இல்லை. தீமைகளை மட்டும் தண்டிப்பதோடு அவள் நிறுத்திக்கொள்ளவில்லை. பிற பெண்களிடம் காணப்படும் அற்பத்தனமான பலவகை பலவீனங்களையும் கூடக் கருணையே இல்லாமல் கடுமையாகக் கண்டித்து தண்டனை வழங்குபவள் அவள். ஒழுக்கநெறிகளில் பயங்கரமான பிடிப்புக் கொண்ட மிகவும் கௌரவமான வயதான பல பெண்களும் கூட அவளை மதித்தார்கள்; அவளிடம் குழைந்து பேசி நடந்து கொண்டார்கள். இடைக் காலத்தைச் சேர்ந்த ஒரு கன்னித் துறவியர் மடத்தின் தலைவியைப் போல–யார் எவர் என்ற பேதமின்றி எல்லோரையும் கடுமையாகவே நடத்தி வந்தாள் அவள். அவளது பார்வைக்கும், பேச்சுக்கும் முன்னால் இளம் பெண்கள் அஞ்சி நடுங்கிக் கொண்டிருந்தனர். அவள் சொல்லும் ஒரு சின்ன

வார்த்தை... ஒரு சிறிய குறிப்பு இவைகூட ஒருவரின் மதிப்பைக் குலைத்துப் போட்டு விடுவனவாக இருந்தன. சமூகத்தில் தனக் கென்று அப்படி ஒரு அந்தஸ்தை அவள் உருவாக்கி வைத்திருந்தாள். ஆண்கள்கூட அவளைக் கண்டு பயந்தனர். இறுதியில் மறைவாக– மர்மமான சில விஷயங்களில் ஈடுபட்டு அவற்றில் திளைக்க ஆரம்பித்தாள் அவள். அவற்றையும்கூட மிக இயல்பாக... பெரு மிதமான ஒரு பரவசத்தோடுதான் அவள் செய்து கொண்டிருந்தாள். அது என்னவென்பதை உங்களால் ஊகிக்க முடிகிறதா? அதை எவராலும் நம்பக்கூட முடியாது. அவளைப் போன்ற மிக மிக இழிவான ஒரு பரத்தையை நாங்கள் எங்குமே கண்டிருக்க முடியாது. அவளது முழு நம்பிக்கைக்குப் பாத்திரமாகும் அதிருஷ்டசாலியாக எப்படியோ நான் வாய்த்தேன். அவளது ஒளிவு மறைவான ரகசியக் காதலன் நான்தான். எங்கள் சந்திப்புகள் மிகுந்த புத்திசாலித் தனத்துடனும் மிகத் திறமையாகவும் ஏற்பாடு செய்யப்பட்டிருந்ததால், அவளுடைய வீட்டைச் சேர்ந்தவர்களுக்கும்கூட எந்த வகையான சந்தேகம் கூட ஏற்படவில்லை. அவளுக்குப் பணிப் பெண்ணாக இருந்த மிக அழகான ஒரு ஃபிரெஞ்சுப் பெண்தான் அவளது ரகசிய நடவடிக்கைகளுக்குத் துணையாக இருந்தாள். ஆனால், அவளை முழுமையாக நம்ப முடியும். காரணம், இப்படிப்பட்ட நடவடிக்கைகளில் அவளுடைய பங்கும் கூட இருந்தது. அது எப்படி... என்று அந்த விஷயங்களுக்குள்ளேயெல்லாம் இப்போது நான் போக விரும்பவில்லை. என் காதலியாக இருந்த அந்தப் பெண்ணின் சிற்றின்ப வேட்கை பற்றிச் சொல்ல வேண்டுமென்றால் மார்கியூஸ் த சதே* கூட அவளிடம் பிச்சை வாங்க வேண்டுமென்று தான் சொல்வேன். ஆனால் அவளது காமக் கேளிக்கைகளில் பொதிந்திருந்த மிக முக்கியமான, மிக நுட்பமான விஷயமும், அதற்கு ஒரு கிளர்ச்சியைச் சேர்ப்பதும் எதுவென்றால் அது ரகசியமாக–பிறரறியாத வகையில் நடந்து வந்தது என்பது தான். எல்லோர் கண்ணிலும் மண்ணைத் தூவி ஏமாற்றிவிட்டு அதைச் செய்து வந்த அவளது அந்தத் தைரியம்தான். சமூகத்தில்– பொதுவெளியில் மேன்மையானவை, உன்னதமானவை மீறவே கூடாதென்று எவற்றையெல்லாம் அந்தச் சீமாட்டி போதித்து வந்தாளோ... அவைகளைப் பார்த்தே தன் அந்தரங்க உலகில் அவள் ஏளனமாகச் சிரித்தாள்; புனிதம் என்று தான் சொன்னவை களையெல்லாம் தன் காலில் போட்டு நசுக்கி மிதித்தாள். தன் மனமறிந்தே அவைகளைச் செய்தாள். அவளுடைய நடவடிக்கை களுக்கு எல்லையே இல்லாமல் போயிற்று. எவரும் கற்பனை

---

* மார்கியூஸ் த சதே (1740–1814) : ஃபிரெஞ்சு அரசியல்வாதி, தத்துவ அறிஞர், கட்டற்ற பாலியலை எழுதும் எழுத்தாளர்.

செய்து பார்க்கக்கூட அஞ்சும் உச்சபட்ச எல்லைவரை அந்தப் பெண்மணியின் கேளிக்கை தொடர்ந்து சென்ற வண்ணம் இருந்தது. ஆமாம்! அவள் மனித உருவம் கொண்ட ஒரு பிசாசாகத்தான் இருந்தாள்.

ஆனால், மிகவும் அழகான கவர்ச்சியான ஒரு பிசாசு. இப்போதும்கூட அவளைப் பற்றி நினைத்துப் பார்க்கும் போது எனக்கு மயிர்க் கூச்சலிடுகிறது. பரவசத்தின் உச்சத்தில் இருக்கும் போது – எதனாலோ ஆட்கொள்ளப்பட்டவளைப் போல திடீரென்று பயங்கரமாகச் சிரிப்பாள் அவள். அதை நான் நன்றாகப் புரிந்து வைத்திருந்தேன். அந்தச் சிரிப்பையும் கூடத்தான்! அதனால் நானும் அவளோடு கூடச் சேர்ந்து சிரிப்பேன். அது நடந்து பல ஆண்டுகளாகி விட்டாலும்... இப்போது அதை நினைத்துப் பார்த்தால்கூட மூச்சைப் பிடித்துக்கொண்டு ஆச்சரியப்படத் தோன்றுகிறது. ஒரு வருடத்துக்குப் பிறகு அவள் என்னைத் தன்னிடமிருந்து ஒதுக்கிக்கொண்டாள். ஆனால், நானே நினைத்திருந்தாலும்கூட என்னால் அவளை அவமானப்படுத்தவோ, புண்படுத்தவே முடிந்திருக்காது. இந்த உலகத்தில் உள்ள யார்தான் என் பேச்சை நம்புவார்கள்? சே... எப்படி ஒரு பெண்மணி அவள்? இல்லையா நண்பரே, என்ன நினைக்கிறீர்கள் நீங்கள்?"

"சே... அருவருப்பாக இருக்கிறது" – மிகுந்த வெறுப்போடு அவனுக்குப் பதிலளித்தேன்.

"உங்கள் பதில் வித்தியாசமாக இருந்திருந்தால் நீங்கள் என் இளம் நண்பராக இருந்திருக்க முடியாது... நீங்கள் இப்படித்தான் பதில் சொல்வீர்கள் என்று எனக்குத் தெரியும். கொஞ்சம் பொறுத்திருங்கள். இன்னும் சிறிது வயதான பிறகு புரிந்துகொள்வீர்கள். இப்போதைக்கு நீங்கள் இன்னும் கொஞ்சம் சதை போட வேண்டும். ஆனால், ஒரு கவிஞன் என்று நீங்கள் உங்களைப் பற்றிச் சொல்லிக் கொள்வதை என்னால் ஏற்றுக்கொள்ள முடியாது. அந்தப் பெண்மணி இருந்தாளே அவள் உலக வாழ்க்கையை நன்றாகப் புரிந்து வைத்திருந்தாள். அதை அதிகபட்சம் பயனுள்ளதாக எப்படி ஆக்கிக்கொள்வது என்பதையும்..."

"ஆனால், ஏன் அப்படிப்பட்ட மிருகத்தனத்தில் திளைக்க வேண்டும்?"

"எது மிருகத்தனம்?"

"அந்தப் பெண்ணும்... அவளோடு சேர்ந்து நீங்களும் ஆழ்ந்து போனீர்களே, அதுவும்தான்."

"ஓ... அது மிருகத்தனம் என்கிறீர்களோ? அப்படியென்றால் நீங்கள் இன்னும் குழந்தையாக – கற்றுக்குட்டியாகவே இருப்பதாகத்

தான் அர்த்தம். ஆனால், சுதந்தரமான மனப்போக்கு எதிர்த் திசையிலிருந்தும் தன்னை வெளிப்படுத்திக் கொள்ளலாம் என்பதை நான் ஒப்புக்கொள்கிறேன். நாம் இன்னும்கூடக் கொஞ்சம் வெளிப் படையாகப் பேசலாம் நண்பரே! எதெல்லாம் அபத்தமோ அதை அபத்தம் என்று ஒத்துக்கொண்டுதான் ஆக வேண்டும்."

"அப்படியென்றால் அபத்தமில்லாததுதான் எது?"

"ஒருவருடைய தனித்த ஆளுமை, அவரவருக்கென்று உள்ள சுயம்... அது அபத்தம் இல்லை. இந்த உலகிலுள்ள எல்லாமே எனக்குரியது. முழு உலகம் சிருஷ்டிக்கப்பட்டிருப்பதே எனக்காகத் தான் என்றே நான் நினைக்கிறேன். இதோ பாருங்கள் நண்பரே! இந்த உலகில் மகிழ்ச்சியாக வாழ்வது சாத்தியமென்றே இன்னும் நான் நம்புகிறேன். அப்படி நம்புவதுதான் மேலானது, சிறந்தது... இல்லையென்றால் எவராலும் மகிழ்ச்சியாகவே வாழ முடியாது. அப்போது எல்லோருமே விஷம் குடித்து இறந்துபோவதைத் தவிர வேறெதுவுமே எஞ்சி இருக்காது. எவனோ ஒரு முட்டாள் அப்படித் தான் செய்தான் என்று சொல்லிக்கொள்கிறார்கள். அவன் தத்துவம் பேசிப் பேசியே எல்லாவற்றையும் – தன்னிடமிருந்து எல்லாவற்றையும் அழித்தான். சராசரியான இயல்பான மனிதக் கடமைகளைக் கூடச் செய்யவில்லை. இறுதியில் அவனிடம் எஞ் சியிருந்தது எதுவுமே இல்லை, வெறும் பூஜ்யம்தான் என்ற நிலை ஏற்பட்டதும் தன் வாழ்க்கையில் இனிமேல் மிகச் சிறந்த விஷயம் 'ப்ருசிக் அமிலம்' என்ற கொடும் விஷம் மட்டும்தான் என்று பிரகடனம் செய்தான். நீங்கள் ஒரு வேளை அதை ஹாம்லெட்டோடு கூட ஒப்பிட்டுப் பார்க்கலாம். நம்மால் கற்பனை செய்துகூடப் பார்க்க முடியாத ஒன்றைக் கோபத்தாலும், விரக்தியாலும் அவன் செய்திருக்கிறான் என்று நினைக்கலாம். ஆனால், நீங்கள் கவிஞர். நானோ சாதாரண ஒரு மனிதப் பிறவி. நடைமுறை சாத்தியமான, எளிமையான கண்ணோட்டத்தில்தான் இப்படிப்பட்ட விஷயங் களைப் பார்க்க வேண்டும் என்பேன் நான். உதாரணத்துக்குச் சொல்லப்போனால் பல காலம் முன்பு எல்லாத் தளைகளிலிருந்தும் பொறுப்புகளிலிருந்தும் என்னை விடுவித்துக்கொண்டபடி நான் இருந்தேன். குறிப்பிட்ட பொறுப்புகளால்... ஆதாயம் கிடைக்கு மென்றால் மட்டுமே அவற்றை ஏற்றுக்கொள்வேன். உங்களால் ஒருபோதும் விஷயங்களை அப்படிப் பார்க்க முடியாது. உங்கள் கால்கள் தளைப்பட்டிருக்கின்றன; உங்கள் ரசனை சீக்குப் பிடித்த தாக இருக்கிறது. நீங்கள் மேன்மையான லட்சியங்களுக்காகவும், ஒழுக்கநெறிகளுக்காகவும் ஏங்குகிறீர்கள். என் அருமை நண்பரே, நீங்கள் என்ன சொன்னாலும் அதை ஏற்றுக்கொள்ள நான் தயாராக இருக்கிறேன்; ஆனால், எல்லா ஒழுக்கநெறிகளுக்குள்ளும்

புதையுண்டு கிடப்பது பச்சையான சுயநலம் மட்டுமே என்பது எனக்கு உறுதியாகத் தெரியும்போது என்னை என்ன செய்யச் சொல்கிறீர்கள்? நல்லொழுக்கம் கூடக் கூடத் தற்செருக்கும், சுயநலமும் அதோடு கூடிக்கொண்டிருக்கிறது என்பதுதான் உண்மை. 'உன்னை நீ நேசி'—நான் அங்கீகரிக்கும் ஒரே ஒரு விதி அது மட்டும் தான். வாழ்க்கை ஒரு வியாபார ஒப்பந்தம் போன்றது. தேவை யில்லாதவற்றில் பணத்தை வீணாக்காமல் நமக்கு விருப்பமான வழியில் செலவிடுவோம். அதன் வழி சக மனிதர்களுக்கு நாம் செய்ய வேண்டிய கடமைகளையும் தானாகவே செய்து விடுகிறோம். உண்மையிலேயே நீங்கள் தெரிந்து கொள்ள வேண்டுமென்று நினைத்தால் நான் கொண்டிருக்கும் ஒழுக்கநெறிகள் இவைதான். சக மனிதனுக்கு எதுவும் கொடுக்காமலேயே அவனிடம் எப்படிக் காரியம் சாதித்துக் கொள்வது எப்படி என்றுதான் நான் யோசிப்பேன். எனக்கு லட்சியம், கொள்கைப் பிடிப்பு என்று எதுவும் இல்லை. அவற்றை நான் விரும்புவதும் இல்லை; அவை எனக்குத் தேவைப்படுவதாக நான் நினைப்பதும் இல்லை. மொத்தத்தில் 'ப்ருசிக் அமிலம்' இல்லாமலே என்னால் சமாளிக்க முடிகிறதே... அதிலேயே நான் பெரிதும் சந்தோஷப்படுகிறேன். நான் கொஞ்சம் ஒழுக்கநெறியுள்ளவனாக இருந்திருந்தால் ஒரு வேளை அந்த முட்டாள் தத்துவவாதியைப் (அவன் ஜெர்மன்தான், அதில் சந்தேக மில்லை) போல 'ப்ருசிக் அமிலம்' இல்லாமல் இருந்திருக்க முடியாதுதான்.

இல்லை நண்பரே, இந்த உலகத்தில் இன்னும்கூட எவ்வளவோ நல்ல விஷயங்கள் இருக்கின்றன. எனக்குப் பட்டம், பதவி, செல்வாக்கு, சீட்டாட்டம் ஆகியவற்றில் மிகுந்த விருப்பம் உண்டு (சீட்டென்றால் அப்படிப் பிடிக்கும் எனக்கு).

ஆனால், எல்லாவற்றையும்விட முக்கியம், எல்லாவற்றையும்விட எனக்குப் பெண் மட்டும்தான் மேலானது. எல்லா வகையான பெண்களையும் எனக்குப் பிடிக்கும். உண்மையில் ஒளிவு மறைவாக, ரகசியமாக ஈடுபடும் ஒழுக்கக்கேடான நடவடிக்கைகள் எனக்கு மிகவும் கிளர்ச்சியைத் தரும். அவை மிகவும் வித்தியாசமாக... அசலாகக்கூட இருக்கும். ஒரு மாற்றத்துக்காக ஆபாசம் கலந்தும் கூட இருக்கும். ஹா! ஹா! ஹா! இப்போது உங்கள் முகத்தைப் பார்த்தால் தெரிகிறது. உங்களுக்கு என் மீது எவ்வளவு வெறுப்பிருக் கிறது என்று?"

"சரியாகச் சொன்னீர்கள்" என்று பதிலளித்தேன்.

"சரி, உங்களுக்கு வெறுப்பு இருப்பது சரிதான் என்று வைத்துக் கொண்டாலுமே ஒரு துளி ஆபாசம் என்பது 'ப்ருசிக் அமில'மாகிய விஷத்தைவிடப் பரவாயில்லைதானே?"

“இல்லவே இல்லை. அதைவிட ‘ப்ருசிக் அமிலம்’ பரவாயில்லை.”

“நான் உங்கள் பதிலை ரசிப்பதற்காகவேதான் அப்படிக் கேட்டேன். நீங்கள் என்ன சொல்வீர்கள் என்பது எனக்குத் தெரியும். இல்லை நண்பரே! நீங்கள் உண்மையிலேயே மனித குலத்தை நேசிப்பவராக இருந்தால் அறிவுள்ள எல்லா மனிதர்களுக்கும் என்னைப் போன்ற ரசனையே இருக்க வேண்டுமென்று விரும்பு வீர்கள்! அதில் லேசாக ஆபாசம் கலந்தும்கூட! இல்லையென்றால் கொஞ்ச நஞ்சம் அறிவுள்ளவர்களுக்கு இந்தப் பூமியில் இடமே இருக்காது. எங்கு பார்த்தாலும் முட்டாள்கள் மட்டும்தான் மிஞ் சியிருப்பார்கள். அவர்கள் கொடுத்து வைத்தவர்கள் இல்லையா? ‘முட்டாள்கள் பிறக்கும் போதே அதிருஷ்டசாலிகளாகப் பிறக்கிறார்கள்’ என்று ஒரு பழமொழி கூட உண்டு. முட்டாள்களோடு வாழ்வதைப் போல அவர்களைத் தட்டிக் கொடுத்து நடந்து கொள்வதைப் போல சிறந்தது வேறெதுவும் இல்லை. அது எப்படியோ நமக்கு வேண்டி யதைத் தந்துவிடும்.

நான் சமூக அந்தஸ்துக்கு மதிப்பு தருவதையும், சில பழக்க வழக்கங்களுக்கும், மரபுகளுக்கும் மிக அதிகமாக மதிப்பு தருவதை யும், செல்வாக்குக்காகப் போராடிக் கொண்டிருப்பதையும் பார்த் திருப்பீர்கள். அதைக் கண்டு ஆச்சரியப்பட வேண்டாம். போராடி யபடி நாம் வாழ்ந்து கொண்டிருப்பது உருப்படியில்லாத ஒரு சமூகத்தில் என்பதை அறிந்துதான் வைத்திருக்கிறேன். ஆனாலும், அது எனக்கு நிறைய வசதிகளை, சௌகரியங்களைத் தருவதால் அதற்கு ஆதரவாக இருக்கிறேன். ஆனால் நிலைமை வேறு மாதிரிப் போனால் அதற்குப் புறம் காட்டும் முதல் ஆளாகவும் நான்தான் இருப்பேன். நீங்கள் கொண்டுள்ள நவீனமான எல்லாச் சிந்தனை களைப் பற்றியும் நான் அறிவேன். ஆனால், நான் அவற்றால் ஒருபோதும் பாதிக்கப்பட்டதில்லை. அப்படிப் பாதிக்கப்படும் அளவுக்கு அவற்றில் ஏதாவது இருப்பதாகவும் நான் நினைக்கவில்லை. இதுவரை எதுவுமே என் மனசாட்சியை உறுத்தியதில்லை. எனக்கு சௌகரியமாக இருக்கும் வரை எதை வேண்டுமானாலும் நான் ஒத்துக் கொள்வேன். என்னைப் போல ஏராளமானவர்கள் இருக் கிறார்கள். உண்மையிலேயே நாங்கள் சௌகரியமாக இருக்கிறோம். இந்த உலகிலுள்ள எது வேண்டுமானாலும் அழிந்து போகக் கூடும். ஆனால், நாங்கள் மட்டும் ஒரு போதும் அழிய மாட்டோம். இந்த உலகம் நிலைபெற்றிருக்கும்வரை நாங்களும் இருப்போம். பிரபஞ்சம் முழுவதுமே மூழ்கிப் போனாலும் நாங்கள் மட்டும் எப்போதும் அதன் மேற்பரப்பில் மிதந்து கொண்டிருப்போம். எங்களைப் போன்றவர்கள் எப்படி எதையும் தாக்குப் பிடிக்கிறவர்களாக இருக் கிறார்கள் என்பதை நீங்கள் பார்க்க வேண்டும். நாங்கள் கடின

மானவர்கள், உறுதியானவர்கள், எண்பது, தொண்ணூறு வயது வரை கூட நாங்கள் வாழ்வோம். அதனால் இயற்கையே எங்களைப் பாதுகாக்கிறது. ஹா! ஹா! ஹா! எனக்குத் தொண்ணூறு வயது வரை வாழ விருப்பம். சாவைப் பற்றி நான் கவலைப்படவில்லை. அதற்குப் பயப்படுகிறேன். எப்படிப்பட்ட சாவு ஒருவருக்குக் காத்திருக்கிறதோ... அது சாத்தானுக்குத்தான் தெரியும். சரி... இப்போது அதைப் பற்றி ஏன் பேச வேண்டும்? விஷம் குடித்துத் தற்கொலை செய்து கொண்ட அந்தத் தத்துவவாதியைப் பற்றிப் பேசப் போனதால்தான் இந்தப் பேச்செல்லாம்! தத்துவம் எக்கேடு கெட்டும் போகட்டும். நாம் குடிக்கலாம். வாருங்கள் நண்பரே! நாம் அழகான பெண்களைப் பற்றிப் பேசத் தொடங்கியிருந்தோம் இல்லையா? ஆமாம்... எங்கே கிளம்புகிறீர்களா?"

"நான் வீட்டுக்குப் போகிறேன். நீங்களும் கிளம்ப நேரமாகி விட்டது."

"சே... என்ன இது அபத்தம்? உண்மையில் சொல்ல வேண்டுமென்றால் என் இதயம் முழுவதையுமே உங்களுக்குத் திறந்து காட்டியிருக்கிறேன். நட்புக்கான எவ்வளவு பெரிய அத்தாட்சி அது என்பதை நீங்கள் உணர்ந்ததாகத் தோன்றவில்லை. ஹா! ஹா! ஹா! உங்களிடம் அன்பு அதிகமில்லை கவிஞரே! ஒரே ஒரு நிமிடம் பொறுங்கள். எனக்கு இன்னொரு புட்டி மது வேண்டும்."

"மூன்றாவதா?"

"ஆமாம்! நம்பிக்கையூட்டக் கூடிய என் இளம் நண்பரின் ஒழுக்க நெறிகளுக்காக மூன்றாவது! (அப்படிப்பட்ட இனிமையான பெயரால் அழைக்க அனுமதிப்பீர்கள் என்றே நினைக்கிறேன்). சரியோ, தவறோ யார் கண்டார்கள்? ஏதாவது ஒரு நாள் நான் சொன்ன விதிகள் உங்களுக்குப் பயனுள்ளதாகக்கூட அமைந்து விடலாம். அதனால் நம்பிக்கையூட்டக் கூடிய என் இளம் நண்பரே, இதைக் கேளுங்கள். ஒழுக்க விதிகளைப் பற்றி நான் ஏற்கனவே சொல்லி விட்டேன். நம் ஒழுக்கம் அதிகமாக அதிகமாக அதில் தற்செருக்கும் கூடுதலாகி விடுகிறது. இந்த விஷயம் தொடர்பாக அழகான சிறிய கதை ஒன்றைச் சொல்ல விரும்புகிறேன். முன்பொரு சமயம் இளம்பெண் ஒருத்தியின் மீது நான் காதல் கொண்டிருந்தேன். ஓரளவு உண்மையாகவே அவளைக் காதலித்தேன். அவள் எனக்காக எல்லை கடந்து கூடத் தியாகம் செய்தாள்."

"அவளிடம்தான் நீங்கள் திருடினீர்களா?" என்று அதற்கு மேல் என்னைக் கட்டுப்படுத்திக்கொள்ள இயலாமல் நேரடியாகவே கேட்டேன்.

அதைக் கேட்டதும் அவன் திடுக்கிட்டான். அவனது முகபாவம் மாறியது. இரத்தச் சிவப்பான கண்களால் என்னை அவன் பார்த்தபோது அதில் வியப்பும் கோபமும் கலந்திருந்தது.

"இரு இரு... கொஞ்சம் இரு" என்று தனக்குத் தானே சொல்லிக் கொண்டான்.

"இருங்கள் கொஞ்சம் யோசிக்கிறேன். என்னை அவசரப் படுத்தாதீர்கள். இப்போது நிஜமாகவே போதை தலைக்கேறியிருக்கிறது எனக்கு. ஞாபகங்கள் சிதறிக் கிடக்கின்றன. அவற்றை ஒன்று சேர்த்துக்கொள்வது கஷ்டமாக இருக்கிறது."

பேச்சுக்கு இடைவெளி கொடுத்து விட்டு, சோதனை போடுவது போல என்னைத் துருவிப் பார்த்துக் கொண்டிருந்தான் அவன். அவன் பார்வையில் ஒரு வகையான வெறுப்பு குடியிருந்தது. நான் எழுந்து போய் விடுவேனோ என்று பயந்தபடி ஒரு கையை என் கை மீது வைத்துக்கொண்டிருந்தான். அந்தக் கணத்தில் அவன் மனதில் ஓடிக்கொண்டிருந்தது என்ன என்பதை என்னால் துல்லியமாக அறிந்துகொள்ள முடிந்தது. எவருக்குமே தெரியாத இப்படிப்பட்ட ஒரு ரகசியத்தை நான் கேள்விப்பட்டிருப்பது எப்படி என்று கண்டுபிடிக்கவும், அதை ஒட்டி அவனுக்கு ஏதேனும் ஆபத்து ஏற்படக் கூடுமோ என்பதையுமே அவன் அப்போது யோசித்துக் கொண்டிருந்தான். ஒரு நிமிடம் அவ்வாறே கழிந்தது. பிறகு சட்டென்று தன் முகபாவத்தை வேகமாக மாற்றிக் கொண்டான் அவன். கிண்டல் செய்யும் பழைய பாவனை. குடி மயக்கத்தால் ஏற்படும் களிப்பு ஆகியவை, அப்போது அவன் கண்களில் தென்படத் தொடங்கின.

"ஹா! ஹா! ஹா!" என்று சிரித்தபடி பேச ஆரம்பித்தான். நீங்கள் ஒரு டாலிரேண்டேதான்*, உங்களுக்குப் பொருத்தமாக வேறெந்த வார்த்தையும் இருக்க முடியாது. அந்தப் பெண்ணிடமிருந்து நான் திருடி விட்டேன் என்று முகத்துக்கு நேரேயே என்னைத் தூற்றியபடி கேவலமான ஒரு மனிதனாக என்னை நிறுத்தி வைத்தாள் அவள். அவள்தான் எப்படி ஓலமிட்டாள். எப்படிக் கூச்சல் போட்டாள் தெரியுமா? சுயக் கட்டுப்பாடு இல்லாத வெறி பிடித்த பெண்மணி அவள். சரி இப்போது இதற்குத் தீர்ப்பு சொல்லுங்கள் பார்ப்போம். சற்று முன் நீங்கள் சொன்னபடி நான் அவளிடமிருந்து எதையும் திருடவில்லை. அவள் பணத்தைத் தானாகவே முன்வந்துதான் என்னிடம் அந்தப் பணத்தைக் கொடுத்தாள். அதன் பிறகு அது என்னுடையதாகி விட்டது. நீங்கள் உங்களுடைய மிகச் சிறந்த ஒரு கோட்டை என்னிடம்

---

* டாலிரேண்டே : பிரெஞ்சு இறையியலாளர்.

கொடுக்கிறீர்கள் என்று ஒரு பேச்சுக்கு வைத்துக் கொள்வோம். (மூன்று வருடங்களுக்கு முன்பு இவான் ஸ்காரின்யேஜின் என்ற தையற்காரரால் தைக்கப்பட்ட - சற்றும் பொருத்தமில்லாத தொள தொளப்பான என் கோட்டின் மீது பார்வையை ஓட்டிக் கொண்டே இதைச் சொன்னார் அவர்). நீங்கள் கோட்டைக் கொடுத்ததற்கு நன்றி சொல்லி விட்டு அதை நான் அணிந்து கொண்டு விடுவேன். பிறகு ஒரு வருடம் கழித்து திடீரென்று அதற்காக சண்டை பிடித்தபடி நீங்கள் அதைத் திருப்பிக் கேட்டால் அதற்குள் அதை நான் பழையதாக்கி விட்டிருப்பேனில்லையா? அதைத் தருவது நாகரிகமான செயலாக இருக்காது. முதலில் நான் ஏன் அதைத் திருப்பித் தர வேண்டும்?

இன்னொரு பக்கம் பார்த்தால் பணம் என்னுடையதாகவே ஆகிவிட்ட போதும், நான் அதைக் கட்டாயம் திருப்பித் தந்திருக்க வேண்டும்தான்! ஆனால், கொஞ்சம் யோசித்துப் பார்த்தால் இத்தனை அதிகமான பணம் வேறு எங்கிருந்து எனக்கு இப்படித் திடீரென்று கிடைத்துவிட முடியும்? மேலும், ஷில்லரிசம், லட்சியவாதம் போன்ற அபத்தங்களை என்னால் ஒருபோதும் பொறுத்துக் கொள்ள முடிந்ததில்லை. அதைப் பற்றி ஏற்கனவே உங்களிடம் சொல்லியும் இருக்கிறேன். இதன் பின்னணியில் முக்கிய மாக இருப்பது அதுதான். ஏதோ எனக்கு நல்லது செய்வதற்காக அந்தப் பணத்தை எனக்குப் பரிசாக அளிப்பவள் போல அவள் எப்படிப் பாவனை செய்தாள் தெரியுமா? உங்களால் அதை நம்பக்கூட முடியாது. நான்தான் அந்தப் பணத்தை வைத்துக் கொள்ள வேண்டும் என்று கத்திக் கூச்சலிட்டுக்கூட இருக்கிறாள். (பிறகு அது என் பணமாகவே ஆகிவிட்டது). அதனால்தான் அதைத் திருடினேன் என்று அவள் சொன்னதும் எனக்குக் கோபம் வந்துவிட்டது. பிறகு எல்லா விஷயங்களையும் துல்லியமாக எடை போட்டுப் பார்க்க ஆரம்பித்தேன். சமயோசித புத்தியை ஒருபோதும் நான் இழப்பதில்லை. அந்தப் பணத்தைத் திருப்பிக் கொடுப்பதன் வழி அவளை ஒருவேளை நான் வருத்தப்படுத்தி விடுவேனோ என்றும் நினைத்துப் பார்த்தேன். காலம் முழுவதும் என்னால் ஏற்பட்ட கஷ்டத்தை நினைத்து என்னைத் திட்டிக் கொண்டே இருக்கும் சந்தோஷத்தை அவளிடமிருந்து பறித்துவிடக் கூடாதென்று நினைத்தேன். ஆமாம் நண்பரே! தான் பெருந் தன்மையாகவும், நேர்மையாகவும் நடந்து கொண்டதாகவும், தனக்கு ஒருவன் தவறிழைத்து விட்டதாகவும் வருத்தப்பட்டுப் புலம்பிக்கொண்டே இருப்பதில் ஒரு பரவசம் இருக்கிறது. தன்னை ஏமாற்றியவனைப் பாதகன் என்று பழிப்பதிலும், அவனை

வெறுப்பதிலும் 'ஷில்லர்' வகையான ஆட்களுக்கு ஒரு பரவசம் இருப்பது சொல்லாமலே எல்லோருக்கும் தெரிந்ததுதான்.

பிற்காலத்தில் சாப்பிடக் கூட எதுவுமில்லாத ஏழையாக அவள் ஆகியிருக்கலாம். ஆனால், அந்த நேரத்தில் என்னைத் திட்டுவதன் மூலம் அவள் மகிழ்ச்சியடைந்தாள். அதை நான் அவளிடமிருந்து அபகரித்துக்கொள்ள விரும்பவில்லை. பணத்தை அவளுக்கு நான் திருப்பி அனுப்பவும் இல்லை. ஒருவரது பெருந் தன்மைக் குணம் எந்த அளவுக்கு ஆரவாரமாகவும், வெளிப்படையாகவும் தன்னை வெளிக்காட்டிக் கொள்கிறதோ, அதைவிட மிகுதியான தற்செருக்கு அதில் இணைந்திருக்கும் என்று நான் சொன்னதன் அப்பட்டமான நிரூபணம் அது. இப்போது உங்களால் அதை நிச்சயம் தெளிவாகப் புரிந்துகொள்ள முடியுமென்றே நினைக்கிறேன்... ஆனால்... நீங்கள் என்னடா வென்றால் என்னைக் கவிழ்த்துப் போடப் பார்க்கிறீர்கள். ஹா! ஹா! ஹா! நீ அதற்கு முயற்சி செய்தீர்கள் என்பதையாவது ஒத்துக் கொள்ளுங்கள். ஓ... டேலிரேண்ட்!"

"சரி... போய் வருகிறேன்" என்றபடி எழுந்து கொண்டேன்.

"ஒரே ஒரு நிமிடம்! முடிவாக இரண்டே இரண்டு வார்த்தை கள்" என்று கத்தினார் அவர். அரவது வெறுப்பான தொனி இப்போது விரசமான தொனியாக மாறியிருந்தது.

"கடைசியாக நான் சொல்லும் சில விஷயங்களைக் கேட்டுக் கொள்ளுங்கள். இதுவரை நான் பேசியதைக் கவனமாகக் கேட்டிருப் பீர்கள் என்றே நினைக்கிறேன். அதிலிருந்து மிகத் தெளிவாக எந்தச் சந்தேகமும் இல்லாமல் ஒன்று புரிந்திருக்கும். எதற்காகவும், எவருக்காகவும் என் சுய லாபத்தை விட்டுக்கொடுக்க மாட்டேன் நான் என்பதுதான் அது. எனக்குப் பணத்தின் மீது விருப்பம் அதிகம். அது எனக்குத் தேவையும்கூட. காதரீனா ஃபியதோரோவ்னா விடம் எக்கச்சக்கமான செல்வம் இருக்கிறது. பத்து வருடமாக 'வோட்கா' மது வியாபாரத்தில் ஈடுபட்டிருக்கிறார் அவள் தந்தை. அவளிடம் மூன்று மில்லியன் ரூபிள்கள் இருக்கின்றன. அந்த மூன்று மில்லியனும் எனக்கு மிகவும் உபயோகமாக இருக்கும். அல்யோஷாவும் காத்யாவும் ஒருவருக்கொருவர் மிக மிகப் பொருத்தமானவர்களாக இருப்பார்கள். இருவருமே முழு முட்டாள்கள். அது எனக்கு மிகவும் சாதகமானது. அதனால் அவர்களது திருமணம் எவ்வளவு சீக்கிரம் முடியுமோ, அவ்வளவு சீக்கிரம் நடந்தாக வேண்டும் என்று நான் விரும்புகிறேன். அதிலேயே குறியாகவும் இருக்கிறேன். இன்னும் இரண்டு மூன்று வாரங்களில் காத்யாவும் சீமாட்டியும் மாகாணத்திலுள்ள பண்ணைக்குச் செல்லப் போகிறார்கள். அல்யோஷாவும் அவர் களோடு கட்டாயம் துணைக்குச் சென்றாக வேண்டும். லட்சிய

வாதமோ, ஷில்லரிசமோ, உணர்ச்சிவசப்படுவதோ... இவை போன்ற அபத்தங்கள் இல்லாமல் இருப்பது நல்லதென்று நடாஷாவிடம் எச்சரிக்கை செய்துவிடுங்கள். என்னை எதிர்க்காமல் இருப்பதே நல்லது. நான் ஆபத்தானவன்... பழிவாங்கும் எண்ணம் கொண்டவன். எனக்குச் சாதகமான விஷயங்களை மட்டுமே செய்பவன். எனக்கு ஒன்றும் அவள்மீது பயமில்லை. சந்தேகமே இல்லாமல் என் விருப்பப்படிதான் எல்லாம் நடக்கப் போகிறது. அதனால் இப்போது அவளை நான் எச்சரிப்பது அவளுடைய நன்மைக்காகத்தான். முட்டாள்தனமாக நடந்து கொள்ளாமல் கொஞ்சம் புத்திசாலித்தனமாக அவள் நடந்து கொள்ளுமாறு பார்த்துக் கொள்ளுங்கள். இல்லையென்றால் பிறகு அதற்காக அதிக வருத்தப்பட வேண்டியிருக்கும். உண்மையில் அவள் விஷயத்தில் நான் இன்னும் சட்டத்தின் துணையை நாடிப் போகாமல் இருப்பதற்கு அவள் எனக்கு நன்றி செலுத்த வேண்டும். குடும்ப அமைதியைப் பாதுகாப்பது சட்டம் என்பது உங்களுக்குத் தெரியுமல்லவா கவிஞரே? ஒரு மகன் தன் தந்தைக்குக் கீழ்ப்படிந்தவனாக இருக்க வேண்டுமென்பதை அது உறுதி செய்கிறது. பெற்றோருக்குச் செய்ய வேண்டிய புனிதமான கடமைகளைச் செய்யவிடாமல் தடுத்தபடி பெற்றோரிடமிருந்து குழந்தைகளை மயக்கிப் பிரிப்பவர்களுக்குச் சட்டம் சாதகமாக இல்லை. இன்னொன்றும் நினைவில் வைத்துக் கொள்ளுங்கள். எனக்கு நிறைய பேரைத் தெரியும். பல வகையான தொடர்புகள் எனக்கு உண்டு. அவளுக்கு அதெல்லாம் எதுவுமே இல்லை. அப்படியிருக்கும் போது நான் அவளை என்ன வேண்டுமானாலும் செய்திருக்க முடியும் என்பதை நினைத்துப் பாருங்கள். ஆனால், நான் அப்படி எதுவுமே செய்யவில்லை; இதுவரை அவளுமே கொஞ்சம் விவேகமாகத்தான் நடந்து கொண்டு வருகிறாள். கடந்த ஆறு மாதங்களாக அவர்கள் கழிக்கும் ஒவ்வொரு நிமிடமும், அவர்களின் ஒவ்வொரு அசைவும் என்னால் மிகவும் கூர்மையாகக் கண்காணிக்கப்பட்டுக் கொண்டுதான் வருகிறது. அற்ப விஷயம் தொடங்கிக் கடைசியாக உள்ள விஷயம் வரை எல்லாமே எனக்கு நன்றாகத் தெரியும். அல்யோஷா, தானாகவே அவளை விட்டு விலகிவிட வேண்டுமென்று நான் அமைதியுடன் காத்திருந்தேன். அந்தச் செயல் இப்போது நிகழத் தொடங்கியிருக்கிறது. மேலும், அவனுக்கு அது ஒரு வசீகரமான மாற்றாகவும் இருக்கிறது. அவன் என்னை மனிதத்தன்மையுள்ள தந்தை என்றுதான் தொடர்ந்து நினைத்துக் கொண்டிருக்கிறான். அவள் என்னைப் பற்றி அப்படி நினைப்பதுதான் எனக்கு முக்கியமும்கூட. ஹா! ஹா! ஹா! அன்று மாலை அவள் அத்தனை பெருந்தன்மையோடு சுயநலமில்லாமல் தன் காதலை விட்டுக் கொடுக்க முன் வந்ததற்காக நான் அவளைப்

பாராட்டியதைப் பற்றி நினைத்துப் பார்க்கிறேன். அவள் அவனை மணந்து கொள்வது எப்படிச் சாத்தியம்? அதற்கு அவள் முயற்சித்தால் என்ன ஆகும் என்று தெரிந்துகொள்ள விரும்புகிறேன். அன்று மாலை நான் அவளைப் பார்க்க வந்ததற்குக் காரணம், இந்த விஷயத்தை முடிவுக்குக் கொண்டு வருவதற்கான நேரம் வந்து விட்டது என்பதுதான். ஆனால், எல்லாவற்றையும் என் கண்ணால் பார்த்து, நேரடியாக உறுதி செய்து கொள்ள வேண்டுமென்றே நான் விரும்பினேன். சரி... இப்போது உங்களுக்குத் தேவையானதைச் சொல்லிவிட்டேன். போதும்தானே? அல்லது உங்களை இங்கே ஏன் அழைத்து வந்தேன். இப்படியெல்லாம் நாடகத்தனமாக உங்கள் முன்னிலையில் நடந்து கொண்டேன் என்பதை அறிந்துகொள்ள ஆசைப்படுகிறீர்களா? இப்படிப்பட்ட மிக வெளிப்படையான பிரகடனங்கள் எதுவுமில்லாமல் எளிமையாக, நேரடியாகவே இதைச் சொல்லியிருக்கலாமே என்று நினைக்கிறீர்களா?"

"ஆமாம்! அப்படித்தான் நினைக்கிறேன்."

நான் என் கோபத்தைக் கட்டுப்படுத்திக் கொண்டு அவன் சொல்வதை ஆர்வத்துடன் கேட்க ஆரம்பித்தேன். அதற்கு மேல் பதிலளிக்க என்னிடம் ஏதுமில்லை.

"அதற்கு ஒரே ஒரு காரணம்தான் உண்டு நண்பரே! நம்முடைய முட்டாள் இளைஞர்கள் பலரிடமும் இல்லாத விவேகமும், தெளிவான கண்ணோட்டத்தோடு விஷயங்களை அணுகும் முதிர்ச்சியும் உங்களிடம் இருப்பதை நான் கவனித்தேன். எப்படியும் கூடிய சீக்கிரமே நான் எப்படிப்பட்டவன் என்பதை நீங்கள் தெரிந்துகொண்டுவிடப் போகிறீர்கள். அதைப் பற்றிப் பல ஊகங்கள் செய்தபடி ஒரு அபிப்பிராயத்தை உருவாக்கிக் கொண்டு விடுவீர்கள். ஆனால், அந்தச் சிரமத்தை உங்களுக்குத் தர நான் விரும்பவில்லை. நீங்கள் எப்படிப்பட்ட ஒரு மனிதனைக் கையாண்டு கொண்டிருக்கிறீர்கள் என்பதை உங்கள் முகத்துக்கு நேரில் வெளிக்காட்ட வேண்டுமென்று நான் முடிவெடுத்தேன். நேரடியாகப் பெறும் அனுபவம்தான் எப்போதுமே சிறந்தது. என்னைப் புரிந்துகொள்ள முயற்சி செய்யுங்கள். நீங்கள் யாரோடு மோதுகிறோம், யாரைச் சமாளிக்க வேண்டியிருக்கும் என்பது இப்போது உங்களுக்குப் புரிந்திருக்கும். நீங்கள் அவளைக் காதலிக்கிறீர்கள். அதனால் அவள் மீது உங்களுக்குள்ள செல்வாக்கு முழுவதையும் பயன்படுத்தி (நிச்சயம் அவளிடம் உங்களுக்கு செல்வாக்கு இருக்கிறது) வேண்டாத விரும்பத்தகாத சிக்கல்களிலிருந்து அவளைக் காப்பாற்றுவீர்கள் என்று நம்புகிறேன். அப்படிச் செய்யாவிட்டால் நிச்சயம் பிரச்சனைதான்... அதை உங்களுக்கு உறுதியாகவே சொல்

கிறேன். வேடிக்கை விளையாட்டெல்லாம் இல்லை. தீவிரமாகவே சொல்கிறேன். இறுதியாக உங்களிடம் நான் இத்தனை வெளிப் படையாக நடந்து கொண்டதற்கான காரணம் (ஆனால் நீங்கள் நிச்சயம் இதற்குள் அதை ஊகித்திருப்பீர்கள்) இந்த விஷயத்தின் மீது நான் காறித்துப்ப ஆசைப்பட்டேன். அதை உங்கள் கண்ணுக்கு நேராகவே செய்ய விரும்பினேன்.

“கடைசியில் நீங்கள் ஜெயித்து விட்டீர்கள். உங்கள் நோக்கத் தைச் சாதித்து விட்டீர்கள்” என்று கோபத்தால் உடல் நடுங்கக் கத்தினேன்.

“என் மீதும், என்னைச் சார்ந்தவர்கள் மீதும் உங்களுக்கு இருக்கும் வெறுப்பையும் பகைமையையும் – இப்போது நீங்கள் சொன்ன வெளிப்படையான வாக்குமூலங்களைத் தவிர வேறெந்த வகையிலும் அதிகமாகக் காட்டியிருக்க முடியாது. உங்கள் வெளிப் படையான போக்கு என்னை ஓரளவுக்காவது சமாதானப்படுத்தியதா என்பதை அறிந்து கொள்ள நீங்கள் சற்றும் முயற்சிக்கவில்லை என்பதோடு அப்படி என் முன்னால் உங்களை வெளிக்காட்டிக் கொள்ள நீங்கள் கொஞ்சம்கூடக் கூச்சப்படவில்லை. நீங்களும் நிச்சயமாகக் கோட்டை அணிந்து கொண்டிருந்த அந்தப் பைத்தியக் கார மனிதனைப் போன்றவர்தான்! என்னை ஒரு மனிதனாகக் கூட நீங்கள் எண்ணிப் பார்க்கவே இல்லை.”

“விஷயத்தைச் சரியாகப் பிடித்து விட்டீர்கள் என் இளம் தோழரே” என்று சொன்னபடி இடத்தைவிட்டு எழுந்து கொண்டான் அவன்.

“உங்களுக்கு எல்லாமே புரிந்துவிட்டது! என்ன இருந்தாலும், நீங்கள் ஒரு எழுத்தாளரல்லவா? இப்போது நாம் சமாதானமாகவே பிரிவோம் என்று நம்புகிறேன். ஆனால், என்றென்றும் நட்புடன் இருப்போம் என்று சொல்லிக்கொண்டு இப்போது குடிக்கமாட்டோம் என்று நினைக்கிறேன் சரிதானே?”

“நீங்கள் இப்போது நல்ல குடிபோதையில் இருக்கிறீர்கள்... உங்கள் தகுதிக்கேற்ற பதிலை நான் இப்போது தராமலிருப்பதன் காரணம் அதுதான்.”

“ஹ்ம்... மறுபடியும் சிலவற்றைச் சொல்லாமலே கிளம்பு கிறீர்கள்... எனக்குத் தர வேண்டிய பதிலை நீங்கள் தரவில்லை. அதனால் நீங்கள் எனக்கு எப்படிப் பதிலளித்திருப்பீர்கள் என்பதை என்னால் ஒருபோதும் அறிந்துகொள்ளவே முடியாது. ஹா! ஹா! ஹா! உங்கள் சாப்பாட்டுக்கு நான் பணம் செலுத்தவும் நீங்கள் அனுமதிக்கப் போவதில்லை, அப்படித்தானே?”

"கவலைப்படாதீர்கள்! என் பங்கை நான் செலுத்திக் கொள் கிறேன்."

"எனக்கு அதில் சந்தேகமே இல்லை. அது சரி. நாம் இப்போது ஒரே வழியில் போகப் போவதும் இல்லை. அப்படித்தானே."

"உங்களோடு நான் வருவதாக இல்லை."

"சென்று வாருங்கள் என் கவிஞரே! நீங்கள் என்னைப் புரிந்து கொண்டு விட்டீர்கள் என்று நம்புகிறேன்."

அவன் தள்ளாடிக் கொண்டே வெளியேறினான்; என்னைப் பிறகு திரும்பிப் பார்க்கக்கூட இல்லை. அங்கிருந்த காவலாளி, அவன் வண்டியேறுவதற்கு உதவி செய்தான். நான் என் வழியில் திரும்பிச் சென்றேன். காலை இரண்டு மணி ஆகியிருந்தது. மழை பெய்து கொண்டிருந்தது. இரவு கருமையாகப் படர்ந்திருந்தது.

பாகம் – 4

1

என்னுள் அப்போது மூண்டெழுந்த கோபம் எப்படிப்பட்டது என்பதை என்னால் விளக்கிச் சொல்ல முடியவில்லை. நான் எல்லாவற்றுக்கும் தயாராக இருந்தபோதும் எதிர்பார்த்திராத ஒரு கணத்தில் அவர் தன்னை வெளிக்காட்டிக் கொண்ட விதத்தில் நான் அதிர்ந்து போயிருந்தேன். அப்போது ஏதோ ஒரு பயங்கரமான சுமை என்னை அழுத்துவது போல நான் சோர்வுற்றிருந்தேன் என்பதும், என் எண்ணங்கள் குழம்பிக் கிடந்ததும் எனக்கு நினைவிருக்கிறது. யாரோ பயங்கரமாகத் தாக்கி விட்டது போன்ற சொல்ல முடியாத ஒரு வேதனை உள்ளூர என் இதயத்துக்குள் படிப்படியாக வளர்ந்து கொண்டே சென்றது. நான் நடாஷாவை எண்ணி வியந்தேன். எதிர்காலத்தில் அவளுக்கு என்னென்ன துன்பங்கள் ஏற்படப் போகின்றன என்பதை அப்போதே என்னால் ஊகிக்க முடிந்தது. அதைத் தவிர்ப்பதற்கு என்ன வழி என்பது குறித்தும், இந்த நாடகத்தின் இறுதிக் கட்டத்தில் நேரப் போகும் மிகப் பெரிய துன்ப நிகழ்வுக்கு முன்பு எஞ்சியிருக்கும் ஒரு சில நாட்களை எந்த அளவு எளிதாக்கலாம் என்பது குறித்தும் தெளிவில்லாத சிந்தனைகள் என்னுள் ஓடிக் கொண்டிருந்தன. முடிவு வேகமாக நெருங்கி வருவதென்னவோ உண்மைதான். ஆனால், அது எப்படி, எந்த வடிவில் வரும் என்பதை என்னால் அனுமானிக்க முடியவில்லை.

வீட்டுக்கு எப்படி வந்து சேர்ந்தேன் என்பதுகூட எனக்கு நினைவில்லை; ஆனால் வழியெங்கும் பெய்த மழையில் முழுவதும் நனைந்திருந்தேன்.

காலை மணி மூன்றாகி இருந்தது. நான் முன் கதவைத் தட்ட முற்படுவதற்கு முன் ஒரு முனகல் சத்தம் கேட்டது. உடனே கதவு விரைவாகத் திறந்து கொண்டது. நெல்லி இத்தனை நேரம் படுக்கப் போகாமல் கதவருகே எனக்காகவே காத்துக் கொண்டிருந்திருக்க வேண்டும். ஒரு மெழுகுவர்த்தி எரிந்து கொண்டிருந்தது. நெல்லியின் முகத்தைப் பார்த்ததும் அச்சத்தால் திடுக்கிட்டேன். அது அடியோடு மாறிப் போயிருந்தது. அவளது கண்கள் காய்ச்சலில் எரிந்து கொண்டிருந்தன. நான் யார் என்று இனம் கண்டு கொள்ளாதது போல என்னை அவள் மிரட்சியோடு வெறித்துப் பார்த்தாள்.

"நெல்லி என்ன ஆயிற்று? உனக்கு உடம்பு சரியாயில்லையா?" என்று கேட்டபடி, அவளருகே மண்டியிட்டு அமர்ந்து என் கரங்களால் அவளை அணைத்துக் கொண்டேன்.

அவள் தன்னை என் பிடியில் நெருக்கமாக இறுக்கிக் கொண்டாள். எதற்கோ பயந்தது போல நடுநடுங்கிக் கொண்டிருந் தாள். நான் வருவதற்காகவே காத்திருந்தது போல என்னிடம் வேகமாக, திக்கித் திணறி ஏதோ சொல்ல ஆரம்பித்தாள். மிக அவசரமாக ஏதோ ஒரு விஷயத்தை என்னிடம் சொல்லத் துடித்துக் கொண்டிருந்தாள் அவள். ஆனால், அவளது சொற்கள் ஒன்றுக் கொன்று சம்பந்தமில்லாமல் இருந்ததால் என்னால் எதுவுமே புரிந்து கொள்ள முடியவில்லை.

நான் அவளை விரைவாகப் படுக்க வைக்க முற்பட்டேன். ஆனால், அவள் ஏதோ ஒரு பேரச்சத்தில் இருப்பதைப் போலவும், எவரிடமிருந்தோ தன்னைக் காப்பாற்றுமாறு இறைஞ்சுவது போலவும் என்னை இறுகப் பற்றி அணைத்துக் கொண்டிருந்தாள். படுக்கையில் படுத்த பிறகும் என் கையைத் தன் பக்கம் இழுத்துக் கொண்டு இறுக்கமாக அதைப் பிடித்துக் கொண்டிருந்தாள். திரும்ப அவளை விட்டுவிட்டு நான் போய் விடுவேனோ என்று பயந்து போயிருந்தாள் அவள். அதைக் கண்டு நானும் நிலை தடுமாறிப் போனேன். என் நாடி நரம்புகள் அவளை அப்படி ஒரு நிலையில் பார்த்ததில் ஆடிப் போயிருந்தன. அவளைப் பார்த்தபடி நான் அழத் தொடங்கினேன். நானும் கூட உடல்நலமில்லாமல்தான் இருந்தேன். என் கண்ணீரைப் பார்த்ததும் அவள் வெகு நேரம் என்னையே ஆழமாக, உற்று கவனித்துக் கொண்டிருந்தாள். ஏதோ ஒன்றை நினைவுபடுத்திக் கொள்ள, புரிந்துகொள்ள முயற்சிப்ப வளைப் போல இருந்தாள். மிகுந்த சிரமத்தோடுதான் அவள்

அதைச் செய்கிறாள் என்பதை என்னால் புரிந்து கொள்ள முடிந்தது. இறுதியில் எதையோ நினைவுபடுத்திக் கொண்டு விட்ட பாவனை அவள் முகத்தில் தெரிந்தது. மிகக் கடுமையான காக்காய் வலிப்பு நோய்க்கு ஆட்படும் சமயங்களில், தன் எண்ணங்களை ஒன்று திரட்டிக் கொள்வதும், வார்த்தைகளாக வெளிப்படுத்துவதும் சிறிது நேரம் அவளுக்குக் கஷ்டமாக இருக்கும். இது அப்படிப்பட்ட ஒரு தருணம்; என்னிடம் ஏதோ சொல்ல வேண்டுமென்று மிகக் கடுமையான முயற்சி செய்தவள், அதை நான் புரிந்து கொள்ள வில்லை என்பதை உணர்ந்து கொண்டாள். தன் சின்னஞ்சிறு கைகளை நீட்டி என் கண்ணீரைத் துடைத்து விட ஆரம்பித்தாள். என் கழுத்தைச் சுற்றித் தன் கரத்தால் வளைத்துத் தன்னருகே இழுத்துக்கொண்டு என்னை முத்தமிட்டாள்.

நான் இல்லாத நேரத்தில் அவளுக்கு வலிப்பு நோய் வந்திருக்க வேண்டும் என்பது தெளிவாகத் தெரிந்தது. அவள் கதவருகே நின்று கொண்டிருந்த நேரத்தில் அது அவளைத் தாக்கியிருக்க வேண்டும். பொதுவாக இப்படிப்பட்ட நோய்த் தாக்குதல் ஏற்படும் வேளைகளில், வெகுநேரம் கழிந்த பிறகே அவள் சுயநினைவுக்கு வருவது வழக்கம். அந்தச் சமயங்களில் உண்மையும், கற்பனையும் அவளுக்குள் குழம்பி ஒன்று கலந்து கொண்டிருக்கும். ஏதோ அச்சுறுத்தக் கூடிய ஒன்றை அவள் அப்போது கற்பனை செய்து கொண்டிருக்கக் கூடும். அதே சமயத்தில் நான் சீக்கிரம் திரும்பி வந்து கதவைத் தட்டுவேன் என்பதும் கூட அவளுக்கு மங்கலாக நினைவிருந்திருக்கலாம். அதனால் கதவுக்கு அருகே தரையில் படுத்தபடி என் வரவை அவள் விழிப்போடு எதிர்பார்த்திருக்கலாம். அதனால்தான் முதல் முறை நான் கதவைத் தட்டியதுமே சிரமத்தோடு எழுந்து விட்டாள் அவள். ஆனால், அவள் கதவருகே வரவேண்டிய காரணம் என்னவென்று எனக்கு நானே யோசித்துப் பார்த்து ஆச்சரியப்பட்டுக் கொண்டேன். அவள் ஓவர்கோட் அணிந்திருந்தது சட்டென்று என் கண்ணில் பட்டது. என்னிடம் வழக்கமாகக் கடனுக்குத் துணி விற்க வரும் ஒரு வயதான பெண்மணியிடமிருந்து அப்போதுதான் அந்தக் கோட்டை அவளுக்கு நான் வாங்கித் தந்திருந்தேன். அதனால் அவள் அதை அணிந்து கொண்டு வெளியே போக முயற்சித்திருப்பாள் என்றும் அப்போது திடீரென்று வலிப்பு வந்திருக்க வேண்டுமென்றும் தோன்றியது. அவள் எங்கே போக நினைத்திருப்பாள்? அப்போதே அவள் ஜுர வேகத்தில்தான் இருந்தாளோ?

அவளது காய்ச்சல் குறையாததோடு மேலும் மேலும் மோச மாகிக் கொண்டே வந்தது. ஜுர மயக்கத்தில் மீண்டும் உணர் விழந்தாள் அவள். என்னுடைய குடியிருப்பில் வைத்தே இருமுறை

அவளுக்கு வலிப்பு நோய் வந்திருக்கிறது. ஆனால், அதிக பாதிப்பில்லாமல் அதிலிருந்து அவள் அப்போது முழுமையாக மீண்டு விட்டாள். இப்போதோ அவளுக்குக் கடுமையான காய்ச்சல் வேறு இருந்தது. அவளருகே அரை மணி நேரம் உட்கார்ந்திருந்த பிறகு அவள் படுத்திருந்த சோஃபாவை ஒட்டினாற் போல சில நாற்காலிகளை நகர்த்திப் போட்டுக்கொண்டு, ஆடைகளை மாற்றிக் கொள்ளாமலேயே அதில் படுத்துக் கொண்டேன். நடுவில் அவள் என்னை அழைத்தால் உடனே விழித்துக் கொள்ள வசதி யாக இருக்கும் என்றே அப்படிச் செய்தேன். மெழுகுவர்த்தியையும் நான் அணைக்கவில்லை. நானாக உறக்கத்தில் ஆழ்ந்து போகும் வரை பலமுறை திரும்பத் திரும்ப அவளையே பார்த்துக் கொண்டி ருந்தேன். அவள் வெளிறிப் போயிருந்தாள். அவளது உதடுகள் காய்ச்சல் மிகுதியால் வறண்டு கிடந்தன. அதில் லேசான இரத்தக் கறையும் இருந்தது. ஒருவேளை கீழே விழுந்ததனாலும் இருக்கலாம். அவளுடைய முகத்தில் இன்னும்கூட அச்சமும், மிக அதிகமான வேதனையும் புலப்பட்டுக் கொண்டிருந்தன. உறக்கத்திலும்கூட அவை அவளைத் துரத்தி அலைக்கழித்துக் கொண்டிருக்கக் கூடும். மறுநாள் காலையும் அவள் மோசமாக இருந்ததால் எத்தனை சீக்கிரம் முடியுமோ, அத்தனை சீக்கிரம் மருத்துவரைத் தேடிப் போக வேண்டுமென்று முடிவு செய்தேன். ஒருவேளை இது மூளைக் காய்ச்சலில் முடிந்துவிடக் கூடாதே என்ற பயம் என்னுள் இருந்தது.

அந்த வால்காவ்ஸ்கிதான் இவளைப் பயமுறுத்தி இருக்க வேண்டும் என்று நினைத்துக் கொண்டபோது எனக்கு உலுக்கிப் போட்டது. தன்னுடைய பணத்தை அவனது முகத்தில் தூக்கி யெறிந்த பெண்ணைப் பற்றி அவன் சொன்ன கதை என் நினைவுக்கு வந்தது.

2

இரண்டு வாரங்கள் கழிந்தன. நெல்லியின் உடல்நலம் தேறி வந்தது. அவளுக்கு மூளைக் காய்ச்சல் ஏற்படவில்லையென்றாலும் மிகவும் உடல்நலம் குன்றிப்போய் இருந்தாள் அவள். ஏப்ரல் மாதக் கடைசியில்–நல்ல சூரிய ஒளியுடன் கூடிய ஒரு நாளில்தான் அவள் படுக்கையை விட்டு எழுந்தாள். அது ஈஸ்டருக்கு முந்தைய வாரம்.

பாவம் அந்தக் குழந்தை. ஆனால், இதுவரை சொல்லி வந்தது போல வரிசை முறைப்படி கதையைத் தொடர இனி என்னால் முடியவில்லை. இப்போது நான் எழுதி வரும் பழைய நிகழ்வு

களெல்லாம் நடந்து முடிந்து எத்தனையோ காலமாகிவிட்டன. ஆனால், வெளிறிப் போய் மெலிந்திருந்த அவளது சிறிய முகத்தையும் துளைப்பதைப் போல் என்னை வெறித்துப் பார்த்துக் கொண்டிருந்த அவளது கருமையான கண்களையும் மிகுந்த வலியோடும், வேதனையோடும் இப்போதும்கூட என்னால் நினைவுகூர முடிகிறது. அவள் படுக்கையிலிருந்தபடி நீண்ட நேரம் – மிக நீண்ட நேரம் என்னைப் பார்த்துக் கொண்டே இருப்பாள். தன் உள்ளத்தில் என்ன இருக்கிறது என்பதை என்னால் ஊகிக்க முடிகிறதா என்று சவால் விடுவதுபோல அந்தப் பார்வை இருக்கும். என்னால் அதை அறிய முடியவில்லை. நான் இன்னும் கூடக் குழப்பத்துடன்தான் இருக்கிறேன் என்பது அவளுக்குப் புரிந்த பிறகு தனக்குத் தானே மென்மையாகச் சிரித்துக் கொண்டு, விரல்களில் எலும்பு துருத்திக் கொண்டிருக்கும் தன் மெலிந்து போன கையை என்னை நோக்கி மென்மையாக நீட்டுவாள். இப்போது எல்லாம் முடிந்து விட்டது. எல்லாமே வெளிச்சத்துக்கு வந்து விட்டது. ஆனாலும், இன்றுவரை அந்த இளம் உள்ளத்தின் பாதிப்பை, அதன் அயர்வை, அதன் காயத்தை – அதில் பொதிந்திருக்கும் ரகசியங்களின் ஆழத்தை என்னால் அறிய முடியவில்லை.

சொல்ல வந்த கதையிலிருந்து விலகிப் போய்க் கொண்டிருக்கிறேன் என்பது எனக்குத் தெரிகிறது. ஆனாலும், இந்தக் கணத்தில் நெல்லியைத் தவிர வேறெதையும் நினைத்துப் பார்க்க எனக்கு விருப்பமில்லை. நான் அதிகமாகவும், ஆழ்ந்தும் நேசித்த எல்லோராலும் கைவிடப்பட்டவனாய், மருத்துவமனையிலுள்ள படுக்கையில் தன்னந்தனியாகக் கிடக்கும் நேரத்தில் கடந்த காலத்திலிருந்து மிக மிகச் சிறிய சில விஷயங்களும்கூட என் நினைவலைகளில் எழுந்து வருவது எனக்கே ஆச்சரியமூட்டுவதாக இருக்கிறது. குறிப்பிட்ட அந்த நேரத்தில் கவனிக்கத் தவறியவை, மறந்து போனவை ஆகிய பலவும் திடீரென்று என் உள்ளத்தில் வித்தியாசமான அர்த்தத்தோடு எழுந்து வந்தபடி இப்போதுவரை நான் புரிந்து கொள்ளாமல் விட்டவைகளைப் பூர்த்தி செய்தபடி அவற்றின் மீது புது வெளிச்சம் பாய்ச்சுகின்றன.

நெல்லி நோய்வாய்ப்பட்டிருந்த முதல் நான்கு நாட்கள் நானும், மருத்துவரும் மிகவும் கலவரமடைந்திருந்தோம். ஐந்தாவது நாளன்று மருத்துவர் என்னைத் தனியே அழைத்துச் சென்று, பயப்பட வேண்டிய அவசியம் சிறிதும் இல்லை என்றும், நிச்சயம் அவள் குணமாகி விடுவாளென்றும் கூறினார். இந்த மருத்துவரை நான் வெகு நாட்களாக அறிவேன். நல்ல மனிதர். ஆனால், சற்று வித்தியாசமானவர். திருமணம் ஆகாத முதியவர். நெல்லிக்கு முதன்முதலில் முடியாமல் போனபோது அவரைத்தான் நான்

அழைத்திருந்தேன். அவரது கழுத்தில் இருந்த மிகப் பெரிய 'ஸ்டானிஸ்லாவ் சிலுவை' அவளுக்கு வியப்பூட்டுவதாக இருந்தது.

"பயப்பட எந்தக் காரணமும் இல்லைதானே?" என்று பெரிதும் நிம்மதி அடைந்தவனாகக் கேட்டேன்.

"அப்படி இல்லை. இம்முறை அவள் சரியாகி விடுவாள். பிறகு சீக்கிரத்திலேயே அவள் இறந்து போய் விடுவாள்."

"என்ன சொல்கிறீர்கள்? இறந்து போய் விடுவாளா? ஏன் அப்படி?"

"ஆம்! அவள் கூடிய விரைவிலேயே இறந்துவிடுவாள் என்பது உறுதி. இந்த நோயாளிக்குப் பிறவியிலேயே ஒரு இதயக் கோளாறு இருக்கிறது. அவளுக்குப் பொருந்தாத லேசான ஒரு சூழல் ஏற்பட்டால்கூட மீண்டும் அவள் படுக்கையில் விழுந்து விடுவாள். ஒருக்கால் அவள் பிழைக்கவும் செய்யலாம்; ஆனால், உடனேயே மீண்டும் நோய்வாய்ப்பட்டு அப்படியே இறந்து விடுவாள்."

"அவளைக் காப்பாற்ற எதுவுமே செய்ய முடியாதா டாக்டர்? வேண்டாம் அப்படி நடக்கவே கூடாது."

"ஆனால், அது அப்படித்தான் நடக்கும். அதைத் தவிர்க்க முடியாது. சச்சரவில்லாத சூழலில், அமைதியோடும், மகிழ்ச்சி யோடும் அவளை வைத்துக் கொண்டால் அவளது மரணத்தைக் கொஞ்சம் ஒத்திப் போட்டு வாழ்நாளை நீட்டிக்க வைக்கலாம். அப்படிப்பட்ட நோயாளிகளும் உண்டு. அவர்கள் விதிவிலக்கான வர்கள். சற்றும் எதிர்பாராமல் ஒரு சிலர் விஷயத்தில் அப்படி வித்தி யாசமாகவும் நடக்கலாம். அவளுக்கு இணக்கமான ஒரு சூழ்நிலை இருந்தால் இன்னும் சிறிது காலம்கூட அவள் உயிர் வாழ முடியும். ஆனால், அவளை ஒருபோதும் முழுமையாகக் குணப்படுத்த முடியாது."

"கடவுளே! இப்போது என்னதான் செய்வது?"

"என் ஆலோசனைப்படி நடந்துகொள். அமைதியான– பரபரப்பற்ற ஒரு வாழ்க்கை முறையை அவள் பின்பற்ற வேண்டும். நான் தரும் மருந்துப் பொடிகளைத் தவறாமல் அந்தந்த நேரத்தில் ஒழுங்காக உட்கொள்ள வேண்டும். ஆனால், இந்த இளம்பெண்ணோ ஸ்திர புத்தி இல்லாதவளாக இருக்கிறாள்; அவளது மனநிலை கணத்துக்குக் கணம் மாறிக் கொண்டே இருக்கிறது. குறும்பும் தந்திரமும் செய்பவளாகவும் இருக்கிறாள். மருந்துப் பொடிகளை ஒழுங்காகச் சாப்பிடாமல் அடம் பிடிக்கிறாள். சில சமயம் சாப்பி டவே மாட்டேன் என்று மறுத்தும் விடுகிறாள்."

“ஆமாம் டாக்டர்! அவள் வித்தியாசமானவள் என்பது நிஜம் தான். ஆனால், நோய் காரணமாக அவளுக்கு ஏற்பட்டிருக்கும் எரிச்சல் என்றே நான் அதை எடுத்துக் கொள்கிறேன். நேற்று மிகவும் பவ்வியமாகத்தான் இருந்தாள். ஆனால் இன்று நான் மருந்தைத் தந்ததும் தற்செயலாகச் செய்வது போல ஸ்பூனைத் தட்டி விட்டாள். எல்லா மருந்துமே கீழே சிதறிப்போய் விட்டது. இன்னொரு மருந்துக் கலவையைத் தயாரித்துத் தர நான் முயற்சித்த போது மருந்துப் பெட்டியையே என்னிடமிருந்து பிடுங்கித் தரையில் வீசியெறிந்து விட்டு, அழத் தொடங்கிவிட்டாள். ஆனால், நான் மருந்து தர முற்படுகிறேன் என்பது மட்டும் அதற்குக் காரணமாக இருக்காது என்றே நினைக்கிறேன்” என்று சிறிது நேரம் யோசித்துப் பார்த்துவிட்டுச் சொன்னேன்.

“ஹ்ம்ம்! எல்லாம் எரிச்சல்தான்! கடந்த காலத்தில் அவளுக்கு ஏற்பட்டிருக்கும் துரதிரஷ்டமான பல சம்பவங்களும் கூட அதற்குக் காரணமாக இருக்கலாம். (நெல்லியின் வாழ்க்கைப் பின்னணியை மருத்துவரிடம் நான் வெளிப்படையாக–முழுமையாக–முன்பே சொல்லியிருந்தேன். அது அவரைப் பெரிதும் வியப்படைய வைத்திருந்தது). எல்லாம் ஒன்று கலந்து குழப்பமாகிப் போய் அதனால்தான் இந்த நோய் அவளைக் கஷ்டப்படுத்துகிறது. இப்போதைக்குச் செய்யக்கூடிய ஒரே விஷயம் மருந்துப் பொடியை எடுத்துக் கொள்வது! அதை அவள் கட்டாயம் சாப்பிட்டாக வேண்டும். நான் மறுபடியும் ஒருமுறை அவளிடம் சென்று மருத்துவ ஆலோசனைகளுக்குக் கீழ்ப்படிந்தாக வேண்டிய கடமையை எடுத்துச் சொல்ல முயற்சிக்கிறேன். பொதுப்படையாகப் பேசு கிறேன். மருந்து சாப்பிட வேண்டும் என்று சொல்கிறேன்.”

நாங்கள் இருக்கும் சமையலறையை விட்டு வெளியே வந்தோம் (அவளுக்குத் தெரியாமல் அங்கேதான் நாங்கள் பேசிக் கொண்டி ருந்தோம்). மீண்டும் நோய்வாய்ப்பட்ட அந்தக் குழந்தையின் படுக்கைக்கருகே சென்றார் மருத்துவர். ஆனால், நெல்லி நாங்கள் பேசுவதை எப்படியோ கேட்டிருக்க வேண்டும் என்று எனக்குத் தோன்றியது. அவள் தலையணையிலிருந்து தன் தலையை உயர்த்தி வைத்துக் கொண்டு நாங்கள் இருந்த திசைப் பக்கம் காதைத் திருப்பியபடி முழு நேரமும் கவனமாகக் கேட்டுக் கொண்டிருந்ததைக் கதவிலிருந்த ஒரு சிறிய விரிசல் வழியாக நான் பார்த்தேன். ஆனால், நாங்கள் உள்ளே போனபோது அந்தப் போக்கிரிப் பெண் போர்வைக்குள் மீண்டும் தன்னைப் புதைத்துக் கொண்டபடி ஒரு பரிகாசச் சிரிப்போடு தலையை நீட்டி எங்களைப் பார்த்தாள். இந்த நான்கு நாள் காய்ச்சலில் பாவப்பட்ட அந்தக் குழந்தை மிகவும் மெலிந்து போயிருந்தாள். அவள் கண்களில் குழி விழுந்திருந்தது.

அவளுக்கு இன்னும்கூடக் காய்ச்சல் விடவில்லை. அப்படியிருந்தும் அவள் முகத்தில் இருந்த குறும்புத்தனமான பாவனையின் அழகும், மருந்துக்கு எதிர்ப்பு காட்டுவது போன்ற அவள் கண் பாவமும் பீட்டர்ஸ்பர்க் நகரிலுள்ள ஜெர்மானியர்களிலேயே மிக மிக அன் பானவராகிய அந்த டாக்டரை ஆச்சரியத்தோடு பார்க்க வைத்தன.

தீவிரமான பாவனையில்-அதே சமயம் தன் குரலை முடிந்த அளவுக்கு மென்மையாக்கிக் கொண்டபடி, அந்த மருந்துப் பொடியை அவள் உட்கொள்ள வேண்டியது எவ்வளவு முக்கிய மானது என்பதையும், அதன் சக்தி எப்படிப்பட்டது என்பதையும் அவர் அவளுக்கு இதமாகவும், இனிமையாகவும் எடுத்துச் சொல்ல ஆரம்பித்தார். நோயாளிகள் அந்த மருந்தைக் கட்டாயம் சாப்பிட்டே ஆக வேண்டும். அது அவர்களின் கடமை என்றும் வலியுறுத்தினார். நெல்லி தன் தலையை மெல்ல உயர்த்தினாள். சட்டென்று-ஏதோ தற்செயல் நிகழ்வைப் போலத் தோன்றும் வகையில் அவள் தன் கைகளை ஆட்டி ஸ்பூனைத் தட்டிவிட, மருந்து முழுவதும் மீண்டும் தரையில் விழுந்தது. அவள் வேண்டு மென்றேதான் அப்படிச் செய்தாள் என்பது எனக்கு உறுதியாகப் புரிந்தது.

"இப்படிக் கவனமில்லாமல் இருப்பது மிகவும் வருத்தத்தைத் தருகிறது" என்று அந்த முதியவர் அமைதியாகச் சொன்னார்.

"நீ வேண்டுமென்றேதான் அப்படிச் செய்திருப்பாய் என்று நான் சந்தேகப்படுகிறேன். அது கண்டிக்கப்பட வேண்டியது. சரி, பரவாயில்லை. இந்த இடத்தைச் சரி செய்து விட்டு வேறொரு மருந்து கலக்கிக்கொண்டு விடலாம்."

நெல்லி அவரது முகத்துக்கு நேரேயே சிரித்தாள். டாக்டர் சற்றுக் கடுமையுடன் தலையை ஆட்டியபடி, "நீ செய்தது மிகவும் தவறு" என்று இன்னொரு மருந்துப் பொடியைப் பிரித்துக் கொண்டே சொன்னார்.

"நீ ஆனாலும் ரொம்பவே அடங்காமல் இருக்கிறாய்."

"என் மீது கோபப்படாதீர்கள்" என்றாள் நெல்லி. மீண்டும் சிரித்து விடாமல் இருக்கக் கஷ்டப்பட்டு முயற்சி செய்து கொண்டி ருந்தாள் அவள்.

"நான் கட்டாயம் மருந்து சாப்பிடுகிறேன். ஆனால், நீங்கள் என்னிடம் பிரியமாக இருப்பீர்களா?"

"நீ ஒழுங்காக நடந்து கொண்டால் நான் உன்னிடம் அதிக மாகவே அன்பு செலுத்துவேன்."

"அதிகமாகவா...?"

ஃபியோதர் தஸ்தயெவ்ஸ்கி ∗ 455

"ஆமாம், அதிகமாக."

"இப்போது உங்களுக்கு என்னைப் பிடிக்கவில்லையா?"

"இப்போதும்கூட உன்னை எனக்குப் பிடிக்கத்தான் செய்கிறது."

"நான் உங்களை முத்தமிட ஆசைப்பட்டால் நீங்களும் என்னை முத்தமிடுவீர்களா?"

"நீ அதற்குத் தகுதியாக நடந்துகொண்டால் முத்தமிடுவேன்."

அந்தக் கட்டத்தில் தன்னைக் கட்டுப்படுத்திக்கொள்ள முடியாமல் மறுபடியும் சிரித்து விட்டாள் நெல்லி.

"நோயாளி குதூகலமான மனநிலை உள்ளவள்தான். ஆனால், இப்போது நரம்புத் தளர்ச்சி அவளை ஏறுமாறாக நடந்து கொள்ள வைக்கிறது" என்று மிகவும் தீவிரமான தொனியில் என்னிடம் கிசுகிசுத்தார் டாக்டர்.

"சரி... அப்படியென்றால் நான் மருந்து சாப்பிடுகிறேன்" என்று பலவீனமான தன் குரலில் திடீரென்று கத்தினாள் நெல்லி.

"ஆனால் நான் வளர்ந்து பெரியவளானதும் நீங்கள் என்னை மணந்துகொள்ள வேண்டும்."

புது வகையான இப்படிப்பட்ட ஒரு குறும்பைக் கண்டுபிடித்து விட்டது அவளை மிகுதியாகவே மகிழ்வித்தது என்பது வெளிப் படையாகத் தெரிந்தது. அவளது கண்கள் பிரகாசித்தன; உதடுகளில் புன்னகை தவழ்ந்தது. தான் சொன்னதைக் கேட்டு வியப்படைந்து போயிருக்கும் மருத்துவரிடமிருந்து ஒரு பதிலை எதிர்பார்த்துக் காத்திருந்தாள் அவள்.

"சரி, அதற்கென்ன அப்படியே செய்கிறேன்" என்று அவளது புதிய குறும்புப் பேச்சைக் கேட்டுப் புன்னகை செய்தபடியே பதிலளித்தார் டாக்டர்.

"நான் அதை ஏற்றுக்கொள்கிறேன். ஆனால், நீ அன்புள்ளம் கொண்ட பண்பான இளம்பெண்ணாக வளர வேண்டும். கீழ்ப்படிதலுடன் இருக்க வேண்டும். அப்புறம்."

"மருந்து சாப்பிட வேண்டும்" என்று இடைவெட்டினாள் நெல்லி.

"ஆமாம்! ஆமாம்! கட்டாயமாக மருந்து சாப்பிட வேண்டும். நல்ல பெண் நீ!" என்றவர் என்னிடம் மீண்டும் இவ்வாறு முணு முணுத்தார்.

"அவளிடம் நிறைய விஷயம் இருக்கிறது. நிறையவே இருக்கிறது. நல்லவள், புத்திசாலி... ஆனாலும்கூடத் திருமணம் என்பதெல்லாம்... கொஞ்சம் ஏறுமாறாக இருக்கிறது இல்லையா?"

அவர் மறுபடியும் மருந்தை அவளருகே கொண்டு சென்றார். இம்முறை அவள் தன்னை மறைத்துக்கொண்டு செயல்படவில்லை. ஸ்பூனின் அடிப்புறத்தை நேரடியாகவே தன் கையால் தட்டி விட்டாள். மருந்துப் பொடி முழுவதும் பாவப்பட்ட அந்த மருத்துவரின் சட்டையிலும், முகத்திலும் சிதறியது. நெல்லி வெடிச் சிரிப்பு சிரித்தாள். ஆனால், அந்தச் சிரிப்பு முன்பிருந்தது போல நல்லியல்பு கொண்டதாக குதூகலமாக இல்லை. அவள் கண்களில் ஏதோ ஒரு வகையான குரூரமும், வெறுப்பும் மின்னலடித்துக் கொண்டிருந்தது. அந்த நேரம் என் கண்களைப் பார்ப்பதைத் தவிர்த்தபடி பரிகாசப் புன்னகையோடு டாக்டரையே பார்த்துக் கொண்டிருந்தாள் அவள். கோமாளித்தனமான அந்த மருத்துவர் அடுத்தாற்போல் என்ன செய்யப் போகிறாரோ என்ற பதட்டமும், பயமும்கூட அவளிடம் தெரிந்தது.

“ஐயோ! மறுபடியும் அதே மாதிரி செய்து விட்டாயா? என்ன ஒரு துரதிருஷ்டம். சரி மறுபடியும் வேறு மருந்து கலக்கித் தருகிறேன்” என்றபடி தன் முகத்தையும், சட்டையையும் கைக்குட்டையால் துடைத்துக்கொண்டார் அவர்.

அது நெல்லிக்கு மிகவும் ஆச்சரியமாக இருந்தது. நாங்கள் கோபப்பட்டுத் திட்டுவோம், கண்டிப்போம் என்றே அவள் எதிர்பார்த்துக் கொண்டிருந்தாள். உண்மையில் சொல்லப் போனால், ஏதாவது ஒரு காரணத்தைச் சாக்காகப் பிடித்துக் கொண்டு கத்தவும், கூச்சல் போடவும்கூட அவளது அடிமனம் விரும்பியது. இன்று காலை செய்தது போல மருந்துப் பொடிகளைத் தூக்கி யெறிந்து, எதையாவது உடைத்து நொறுக்கிப் போட்டு – மனம் போன போக்கில் செயல்பட்டபடி வலியின் வேதனையால் தவிக்கும் தன் சின்ன இதயத்துக்கு ஒரு வகையில் ஆறுதல் தேடிக் கொள்ள நினைத்தாள் அவள். இப்படி ஏறுக்குமாறானவற்றை விரும்புவதென்பது நோயாளிகளிடமோ, நெல்லியிடமோ மட்டும் காணக் கூடியது இல்லை. இந்த அறைக்குள் முன்னும் பின்னுமாய் நடந்து கொண்டிருக்கும் நேரங்களில் – பொறுமையிழந்தவனாய் எத்தனை முறை யாராவது என்னை அவமதிக்கக் கூடாதா என்று என்னையறியாமலேயே நான் ஆசைப்பட்டிருப்பேன்? என்னை அவர்கள் இழிவுபடுத்தியதைக் காரணமாக வைத்து அவர்கள் மீது கோபப்பட்டபடி என் சினத்துக்கு ஒரு வடிகால் தேடிக் கொள்ள நான் எந்த அளவு விரும்பியிருக்கிறேன்?

பெண்கள், தங்கள் கோபத்துக்கு வடிகாலாக அழத் தொடங்கி விடுகிறார்கள். மிகவும் உண்மையான கண்ணீர்தான் அது. அவர்களிலேயே அதிகமாக உணர்ச்சிவசப்படக் கூடியவர்கள் மனநிலை பிறழ்ந்தது போலவும் நடந்து கொள்ள ஆரம்பித்து விடுகிறார்கள்.

இது பரவலாக எங்கெங்கும் என்றென்றும் நடப்பதுதான். எவரும் அறியாத ஒரு துயரம் ஒருவரின் உள்ளத்தின் ஆழத்தில் இருக்கும் போது–அதற்கு வடிகால் தர எண்ணி... அது முடியாமல் போகும் நேரத்தில் இது அடிக்கடி நிகழக் கூடிய ஒன்றுதான்.

ஆனால் வயதான அந்த டாக்டர் வெளிப்படுத்திய தெய்வீகக் கருணையும், ஒரு வார்த்தைகூடத் திட்டாமல் மறுபடியும் ஒருமுறை மருந்துப் பொடி தயாரிக்கத் தொடங்கிவிட்ட அவரது பொறுமை குணமும் நெல்லியைச் சட்டென்று அமைதிப்படுத்தி விட்டன. அவள் உதடுகளிலிருந்த கேலிப் புன்னகை மறைந்து, அவள் முகம் கூச்சத்தால் சிவந்தது. கண்களில் ஈரம் படிந்தது. லேசாக என்னைப் பார்த்துவிட்டு உடனே வேறு பக்கம் திரும்பிக் கொண்டாள். டாக்டர் அவளுக்கு மருந்து தந்தார். அவள் கூச்சத்தோடும், பவ்விய மாகவும் அதை வாங்கி உட்கொண்டாள். பிறகு அந்தக் கிழவ ருடைய சிவந்த பருமனான கையைப் பற்றிக் கொண்டு மெள்ள அவரது முகத்தைப் பார்த்தாள்.

“நீங்கள் கோபப்பட்டால் நான் நடுங்கிப் போய் விடுகிறேன்” என்று ஏதோ சொல்லத் தொடங்கியவளால் அதை முடிக்க முடிய வில்லை. போர்வைக்குள் தன் முகத்தையும், உடலையும் புதைத்துக் கொண்டு உரத்த குரலில் விம்மி அழ ஆரம்பித்தாள்.

“அழாதே குழந்தை. ஒன்றுமில்லை. உனக்கு வெறும் பயம்தான். இந்தா, கொஞ்சம் தண்ணீர் குடி.”

ஆனால் நெல்லி அவர் பேச்சைக் கேட்கவில்லை.

“இதோ பார். கொஞ்சம் அமைதியாக இரு. ஆசுவாசப்படுத்திக் கொள். பதற வேண்டாம்” என்று பேச்சைத் தொடர்ந்த அவர், இயல்பிலேயே மிகவும் உணர்ச்சிவசப்படக் கூடியவர் என்பதால் அப்போது அவராலும் அழுகையை அடக்கிக் கொள்ள முடிய வில்லை.

“நான் உன்னை மன்னித்து மணந்து கொள்கிறேன். ஆனால் நீ ஒழுங்கான, நல்ல பெண்ணாக இருக்க வேண்டும், அப்புறம்...”

“மருந்து சாப்பிட வேண்டும்.”

போர்வைக்கடியிலிருந்து மெலிந்த பலவீனமான ஒரு சிரிப் பொலி மணியோசை போலக் கேட்டது. இடையே அவள் சத்த மாக அழுது விம்முவதையும் கேட்க முடிந்தன. அதை நான் நன்றாகவே அறிந்து வைத்திருந்தேன்.

“பாவம்... நல்ல பெண்... அருமையான குழந்தை” என்று கண்களில் கண்ணீர் ததும்ப தீவிரமான தொனியில் கூறினார் டாக்டர்.

"பாவம் அந்தக் குழந்தை."

அன்று முதல் நெல்லிக்கும் அவருக்கும் இடையே மிகவும் வித்தியாசமான, அற்புதமான ஒரு பாசப் பிணைப்பு ஏற்படத் தொடங்கியது. ஆனால் என்னிடம் அவள் நடந்து கொண்ட முறையோ, அதற்கு நேர்மாறாக இருந்தது. என்னிடம் கடுகடுப்பாக, எரிச்சலோடும் பதட்டத்தோடும் நடந்துகொள்ள ஆரம்பித்தாள் அவள். அதற்கு எது காரணமாக இருக்கும் என்பது எனக்குத் தெரியவில்லை; இப்படிப்பட்ட ஒரு மாற்றம் திடீரென்று அவளிடம் நேர்ந்ததைக் கண்டு என்னால் ஆச்சரியப்பட மட்டுமே முடிந்தது.

அவள் நோய்வாய்ப்பட்டிருந்த தொடக்க நாட்களில் என்னிடம் மிகவும் இதமாகவும், இனிமையாகவும்தான் நடந்து கொண்டாள். என்னிடமிருந்து தன் கண்களை இந்தப் பக்கம், அந்தப் பக்கம் நகர்த்தக்கூட மாட்டாள். தன்னருகிலிருந்து நகர்ந்து செல்லக்கூட என்னை அனுமதிக்காமல் காய்ச்சலால் கொதிக்கும் தன்னுடைய கைகளால் என்னை இறுகப் பற்றிக்கொண்டு தன் பக்கத்திலேயே உட்கார வைத்துக் கொள்வாள். நான் சற்று உற்சாகமில்லாமல், கவலையாகக் காணப்பட்டால் என்னைச் சந்தோஷப்படுத்த முயற்சிப்பாள். தான் படும் வேதனைகளைக் கூடக் கட்டுப்படுத்திக் கொண்டு என்னிடம் வேடிக்கையாகப் பேசி விளையாடுவாள். என்னைப் பார்த்துப் புன்னகை செய்வாள். இரவு நேரங்களில் நான் வேலை செய்வதோ, அவளுக்காகக் கண் விழித்து கவனித்துக் கொள்வதோ அவளுக்குப் பிடிக்காது. அவள் சொல்வதை நான் கேட்பதில்லை என்ற வருத்தம் அப்போது அவளுக்கு ஏற்படும். சில வேளைகளில் நான் ஏன் வருத்தமாக இருக்கிறேன், என் மனதைக் கஷ்டப்படுத்துவது எது என்று என்னைக் கேட்கும் போது அவள் கண்ணில் கவலை படிந்திருக்கும். ஆனால், அதில் ஒரு விசித்திரம் என்னவென்றால் நடாஷாவின் பெயரைத் தப்பித் தவறி நான் எடுத்துவிட்டால்கூட அவள் தன் பேச்சை அப்படியே நிறுத்தி விடுவாள். அல்லது வேறு எதையாவது பற்றிப் பேச ஆரம்பித்து விடுவாள்.

நடாஷா பற்றிய பேச்சை அவள் தவிர்ப்பது போல் தோன்றி யது எனக்கு வியப்பாக இருந்தது. நான் வீட்டுக்குத் திரும்பி வரும்போதெல்லாம் அவள் சந்தோஷப்படுவாள். ஆனால், தொப்பியை எடுத்துக் கொண்டு நான் கிளம்பிவிட்டால் மனம் நொந்து போனது போல என்னைப் பார்ப்பாள். அவளது கண்களில் என்னைக் கடிந்துகொள்வது போன்ற ஒரு பாவனை தெரிவது எனக்கு வித்தியாசமாக இருக்கும்.

அவள் நோய்வாய்ப்பட்ட நான்காவது நாளில்–மாலை நேரம் முழுவதும் நடாஷாவோடு எனக்குச் செலவழிக்க வேண்டியிருந்தது.

அது நள்ளிரவு வரை நீண்டு கொண்டு சென்றது. நாங்கள் விவாதிக்க வேண்டிய–பேச வேண்டிய விஷயங்கள் நிறைய இருந்தன. வீட்டை விட்டுக் கிளம்பும்போது சீக்கிரம் திரும்பி வந்து விடுவ தாகத்தான் நெல்லியிடம் சொல்லியிருந்தேன். அப்படிச் சீக்கிரம் திரும்பி வர வேண்டும் என்றுதான் நானும் திட்டமிட்டிருந்தேன். ஆனால், நடாஷாவின் வீட்டில் தற்செயலாக அதிக நேரம் தங்க வேண்டியதாகி விட்டது. ஆனாலும், நெல்லியைப் பற்றி நான் அதிகம் கவலைப்பட வேண்டியிருக்கவில்லை. காரணம் அவள் தனியாக இல்லை. அலெக்ஸாண்ட்ரா செமியோனோவ்னா அவளோடு துணையிருந்தாள். என்னைப் பார்க்க ஒரு நிமிடம் வந்திருந்த மாஸ்லோபோயேவிடமிருந்து நெல்லி உடல்நல மில்லாமல் இருக்கும் செய்தியையும், வேறு நிறைய பிரச்சினைகளோடு அதையும் நான் தனியாகவே சமாளித்து வருவதையும் அவள் தெரிந்து கொண்டாள். கடவுளே! அலெக்ஸாண்ட்ரா செமியோ னோவ்னாதான் எத்தனை அன்புள்ளம் கொண்டவள்?

“சரி, அப்படியென்றால் நம் வீட்டு விருந்துக்கு அவரால் வர முடியாது. பரவாயில்லை. பாவம்! தன்னந்தனியாக இருக்கிறார். தனியாக எல்லாவற்றையும் சமாளிக்கிறார். நமக்கு அவர்மீது எவ்வளவு அன்பு இருக்கிறது என்பதைக் காட்டுவோம். இதுதான் அதற்கான சந்தர்ப்பம், அதை நழுவவிட வேண்டாம்.”

உடனே ஒரு வண்டியில் மிகப் பெரிய ஒரு மூட்டையோடு என் வீட்டுக்கு வந்து இறங்கி விட்டாள் அவள். சிக்கலான இந்தச் சூழலில் இங்கே தங்கி எனக்கு உதவியாக இருக்கப் போவதாகச் சொல்லியபடி தான் கொண்டு வந்தவைகளைப் பிரித்து வைத்தாள். மருந்து ‘சிரப்’கள், ஜாம் வகைகள் என்று நோயாளிகள் சாப்பிடு வதற்கு ஏற்ற பொருட்கள் அதில் இருந்தன. ஒருவேளை நோயாளி யால் சாப்பிட முடிந்தால் தரலாம் என்று கோழி இறைச்சியும் கூடக் கொண்டு வந்திருந்தாள் அவள். ஆப்பிள், ஆரஞ்சு, உலர்ந்த கீவ் பழங்கள் (மருத்துவர் அனுமதித்தால் தருவதற்கு) ஆகியவற்றையும் லினன் துணிகள், போர்வைகள், படுக்கை விரிப்புகள், சாப்பாட்டு மேசையில் பயன்படுத்தும் கைக்குட்டைகள், இரவில் அணியும் கவுன்கள், புண்ணுக்குக் கட்டுப் போடும் துணிகள், வலி மருந்துகள் என்று ஒரு மருத்துவமனைக்கான அனைத்துப் பொருட்களையும் அவள் எடுத்து வந்திருந்தாள்.

“எங்களிடம் எல்லாமே இருக்கிறது. நிறைய இருக்கிறது” என்று ஏதோ அவசரத்தில் இருப்பவள் போல என்னிடம் வேகமாகவும், கவலையோடும் சொன்னாள் அவள்.

“ஆனால் நீங்களோ இங்கே ஒற்றை ஆளாக வசித்துக் கொண்டிருக்கிறீர்கள். இந்த அளவு சாமான் உங்களிடம் இருக்க

வாய்ப்பில்லை. அதனால் தயவு செய்து உதவி செய்ய என்னை அனுமதியுங்கள். ஃபிலிப் ஃபிலிப்போவிச் (மாஸ்லோபோயேவ்) விரும்புவதும் அதையேதான்... சரி... இப்போது வேகமாக எல்லாம் செய்யலாம்! நான் என்ன செய்ய வேண்டும், சொல்லுங்கள். அவள் எப்படி இருக்கிறாள்? சுயநினைவோடுதானே? எப்படி வசதிக் குறைவாகப் படுத்திருக்கிறாள் இவள்? அவளது தலையணையைச் சரியாக வைக்கிறேன். அவள் தலைக்குக் கீழே இருக்குமாறு அதை வைக்கிறேன். ஒருவேளை தோல் தலையணை சரியாக இருக்குமோ? நீங்கள் என்ன நினைக்கிறீர்கள்? தோலால் செய்தது கொஞ்சம் குளிர்ச்சியாக இருக்கும். முட்டாள்தனமாக அதைக் கொண்டு வராமல் விட்டுவிட்டேனே? அது எனக்குத் தோன்றவேயில்லை. இதோ இப்போது போய் எடுத்துக் கொண்டு வருகிறேன். கணப்பு அடுப்பை எரியவிட வேண்டுமல்லவா? அதை முதலில் செய்வோம். நான் உங்கள் உதவிக்கு ஒரு வயதான பெண்மணியை அனுப்பி வைக்கிறேன். எனக்கு நன்கு தெரிந்தவள் அவள். உங்களுக்கு வீட்டு வேலை உதவிக்கு யாரும் இல்லையல்லவா? சரி... இப்போது அடுத்ததாக என்ன செய்ய வேண்டும்? இவையெல்லாம் என்ன மூலிகைகளா? டாக்டர் கொடுத்தாரா? ஒரு வேளை மூலிகைத் தேநீர் தயாரிப்பதற்காக இருக்கலாம். சரி, நான் முதலில் போய்க் கணப்பு அடுப்பை ஏற்றுகிறேன்."

நான் அவளை அமைதிப்படுத்தி சமநிலைக்குக் கொண்டு வந்தேன். தான் செய்வதற்கு அதிக வேலை இல்லை என்பது அவளுக்கு அதிசயமாக வியப்பாக இருந்தது. ஆனால், அதனா லெல்லாம் அவள் ஒன்றும் சோர்ந்துபோய் விடவில்லை. உடனே, நெல்லியை நட்பாக்கிக் கொண்டு விட்டாள். நெல்லி நோய்வாய்ப் பட்டிருந்த காலம் முழுவதும் அவள் எனக்குப் பேருதவியாக இருந்தாள். கிட்டத்தட்ட தினமுமே அவள் இங்கே வந்து விடுவாள். உள்ளே வரும்போதே எதையோ தொலைத்து விட்டுத் தேட அவசரப்படுவது போன்ற பாவனையில்தான் எப்போதும் இருப் பாள். எங்களுக்கு அவள் உதவி செய்ய வேண்டுமென்பது ஃபிலிப் ஃபிலிப்போவிச்சின் விருப்பமும் கூட என்று எப்போதுமே சொல்வாள். நெல்லிக்கு அவளை மிகவும் பிடித்துப்போய் விட்டது. இருவரும் உடன்பிறந்த சகோதரிகள் போல ஒட்டிக்கொண்டு விட்டனர். பல நேரங்களில் பார்க்கும் போது அலெக்ஸாண்ட்ரா செமியோனோவ்னாவும் கூட ஒரு குழந்தையைப் போலத்தான் எனக்குத் தோன்றுவாள். நெல்லிக்கு நிறைய கதைகள் சொல்லிக் களிப்பூட்டுவாள்; அவள் வீட்டுக்குப் போய்விட்டால், நெல்லிக்கு வெறிச்சென்று போய்விடும். ஆனால், அலெக்ஸாண்ட்ரா செமியோனோவ்னாவின் முதல் வருகையின் போது நெல்லி

வியப்படைந்தாள். அழையாத விருந்தாளியாக அவள் வந்தது ஏன் என்பதை உடனே ஊகித்துக் கொண்டாள்; புருவத்தைச் சுளித்துக் கொண்டு எதுவும் பேசாமல் 'உம்'மென்றுதான் உட்கார்ந்திருந்தாள்.

"அவர்கள் ஏன் நம்மைப் பார்க்க இங்கே வந்தார்கள்?" என்று அலெக்ஸாண்ட்ரா செமியோனோவ்னா கிளம்பிப் போன பிறகு வெறுப்போடு கேட்டாள் அவள்.

"உனக்கு உதவி செய்யத்தான் நெல்லி! உன்னைப் பார்த்துக் கொள்ள..."

"அப்படியா? எதற்காக? நான் அவர்களுக்கு எதுவுமே செய்ததில்லையே?"

"நல்ல மனிதர்கள் அப்படி எதையும் எதிர்பார்க்க மாட்டார்கள் நெல்லி. யாருக்கு உதவி தேவைப்படுகிறதோ, அவர்களுக்கு உதவவே அவர்கள் விரும்புவார்கள். இதோ பார் நெல்லி! இந்த உலகில் நிறைய நல்லவர்கள் இருக்கிறார்கள். துரதிருஷ்டவசமாக நீ அவர்கள் யாரையுமே சந்தித்ததில்லை. உனக்கு உதவி தேவைப் பட்ட நேரத்தில் அவர்கள் யாருமே உன் அருகிலும் இல்லை."

நெல்லி எந்தப் பதிலும் சொல்லவில்லை. நான் அவளிடமிருந்து நகர்ந்து சென்றேன். கால் மணி நேரம் கழித்து, தன் பலவீனமான குரலில் என்னை அழைத்து ஏதாவது குடிக்கத் தருமாறு கேட்டாள். பிறகு திடீரென்று என்னை அன்போடு இறுக அணைத்துக் கொண்டாள். வெகுநேரம் என்னை அவளது பிடியிலிருந்து விடுவிக்கவே இல்லை. மறுநாள் அலெக்ஸாண்ட்ரா செமியோ னோவ்னா அவளைத் தேடி வந்தபோது மகிழ்ச்சியான புன்னகை யுடன் வரவேற்றாள். ஆனாலும்கூட அவள் கொஞ்சம் கூச்சப் படுவது போலவும் தோன்றியது.

3

அன்றுதான் நான் மாலை முழுவதும் நடாஷாவுடன் கழித்து விட்டு வீட்டுக்குத் தாமதமாகத் திரும்பி வந்தேன். நெல்லி நல்ல உறக்கத்தில் இருந்தாள். அலெக்ஸாண்ட்ரா செமியோனோவ்னாவும் தூக்கக் கலக்கத்தில் இருந்தாலும் நோயாளியின் அருகில் அமர்ந்த படி நான் வீடு திரும்புவதற்காகக் காத்துக்கொண்டிருந்தாள். நான் உள்ளே நுழைந்ததும் என்னிடம் நெல்லியைப் பற்றி வேகமாக – மெல்லிய குரலில் சொல்ல ஆரம்பித்தாள். முதலில் நெல்லி மிகவும் சந்தோஷமாகவும், உற்சாகமாகவும்தான் இருந்திருக்கிறாள். மனம் விட்டு நிறைய சிரிக்கக்கூடச் செய்திருக்கிறாள். ஆனால் பிறகு

உற்சாகமிழந்து போய்விட்டாள். நான் திரும்பி வர நேரமானதும் அமைதியாக – எதுவும் பேசாமல் ஏதோ சிந்தனையில் ஆழ்ந்து விட்டாள்.

"பிறகு தலைவலி என்று சொல்லிவிட்டு அழத் தொடங்கி விட்டாள். மிகவும் விம்மிக் கரைந்தாள். உண்மையாகவே என்ன செய்வதென்று எனக்குத் தெரியவில்லை" என்றாள் அலெக்ஸாண்ட்ரா செமியோனோவ்னா.

"நடாஷாவைப் பற்றி என்னிடம் பேச ஆரம்பித்தாள் அவள். ஆனால், எனக்கு எதுவும் தெரியாததால் என்னால் ஒன்றும் பேச முடியவில்லை. என்னிடம் கேள்வி கேட்பதை விட்டு விட்டுத் தொடர்ந்து அழுது கொண்டே இருந்தாள். அப்படியே தூங்கியும் போய் விட்டாள். சரி, இவான் பெத்ரோவிச், நான் சென்று வருகிறேன். இப்போது அவள் உடல்நிலை ஓரளவு நன்றாகவே இருக்கிறது. என்னால் அதை உணர முடிகிறது. நான் இப்போது ஃபிலிப் ஃபிலிப்போவிச்சின் உத்தரவின்படி வீட்டுக்குப் போயாக வேண்டும். என்னை இங்கே இரண்டு மணி நேரம் மட்டும் வரத்தான் அவர் அனுமதித்திருக்கிறார். ஆனால், நானாகத்தான் சிறிது நேரம் கூடுதலாக இருக்கிறேன். அதனால் பரவாயில்லை. என்னைப் பற்றிக் கவலை வேண்டாம். அவர் அப்படியெல்லாம் கோபித்துக்கொள்ள மாட்டார். ஆனால்... ஒருவேளை இப்படி ஆகிவிட்டால்... கடவுளே...! இவான் பெத்ரோவிச், என்னை என்ன செய்யச் சொல்கிறீர்கள்? இப்போதெல்லாம் தினமும் குடிமயக்கத்தில்தான் அவர் வீடு திரும்பிக் கொண்டிருக்கிறார். பரபரப்பாக ஏதோ ஒரு வேலை செய்து கொண்டிருக்கிறார். கவலையாக இருக்கிறார். ஏதோ ஒரு முக்கியமான வேலையை மனதில் வைத்திருக்கிறார். எல்லாமே எனக்குத் தெரிகிறது. ஆனால் என்னிடம் எதுவும் பேசுவதில்லை. தினம் மாலையில் போதையில் தான் இருக்கிறார். அந்த நிலையில் அவர் வீடு திரும்பினால் அவரைப் படுக்கைவரை கூட்டிச் செல்ல யார் இருக்கிறார்கள் என்று யோசித்துப் பார்க்கிறேன். சரி, நான் கிளம்புகிறேன். போய் வருகிறேன். இவான் பெத்ரோவிச்! இங்கே இருந்த புத்தகங்களை யெல்லாம் பார்த்துக் கொண்டிருந்தேன். நிச்சயம் அறிவார்ந்த புத்தகங்களாகத்தான் அவை இருக்க வேண்டும். நான் ஒரு முட்டாள். ஒருபோதும் எதையுமே படித்ததில்லை. சரி நாளை சந்திப்போம்."

ஆனால் மறுநாள் காலையில் சிடுசிடுப்போடும், மனச் சோர்வோடும் படுக்கையை விட்டு எழுந்திருந்தாள் நெல்லி. நான் கேட்டதற்கெல்லாம் ஒழுங்காகவே பதிலளிக்கவில்லை. ஏதோ என்னிடம் கோபமாக இருப்பது போலவேதான் காணப்பட்டாள்.

தானாகவும் அவள் எதுவும் பேசவில்லை. நான் அறியாத வண்ணம் மறைவாக ஒரு சில தடவை அவள் என் மீது பார்வையை ஓட்டியதை நான் கவனித்து விட்டேன். அந்தப் பார்வையில் வெளியே காட்டிக்கொள்ள முடியாத ஆழ்ந்த மனத் துயரம் மறைந்திருக்கும்; ஆனாலும், அதில் ஒரு பரிவும், மென்மையும் கூட இழையோடும். என்னை நேரடியாகப் பார்க்கும்போது அந்தப் பரிவு அதில் இருக்காது. டாக்டரோடு மருந்துப் பொடி சிந்திய நிகழ்ச்சி நடந்த நாள்தான் அது. அதை எப்படி எடுத்துக் கொள்வதென்றே எனக்குத் தெரியவில்லை. ஆனால், நெல்லி என்னிடம் நடந்து கொண்ட போக்கு முழுமையாகவே மாறிப்போய் விட்டது. அவளது விசித்திரமான நடத்தை, ஏறுக்குமாறான போக்கு, சில நேரங்களில் என்னை ஒட்டுமொத்தமாகவே வெறுத்து ஒதுக்கி விட்டது போன்ற பாவனை இவையனைத்தும் என்னோடு அவள் கடைசியாக வாழ்ந்த நாள்வரை அப்படியே தொடர்ந்து கொண்டிருந்தன. எங்களிடையே நடந்து கொண்டிருந்த நாடகத்தின் சிக்கலை முடித்து வைத்த துர்பாக்கியமான அந்தச் சம்பவம் நடந்து முடியும் வரை அதே போலத்தான். ஆனால் அதைப் பற்றிப் பிறகு சொல்கிறேன்.

எப்போதாவது அபூர்வமான சில வேளைகளில் கிட்டத்தட்ட ஒரு மணி நேரம் என்னிடம் முன்போலவே பிரியமாக, ஒட்டுதலாக அவள் நடந்து கொள்வதும் உண்டு. அப்படிப்பட்ட சந்தர்ப்பங்களில் அவள் காட்டும் பரிவு இரு மடங்கு கூடுதலாகவே இருக்கும். பெரும்பாலும் அப்படிப்பட்ட சந்தர்ப்பங்களில் அவள் கசப்புணர்ச்சி மேலிடக் கதறி அழுவதும் உண்டு. ஆனால் இப்படிப்பட்ட நேரங்கள் கழிந்த பிறகு மீண்டும் பழையபடி தன் துன்பத்துக்குள் அமிழ்ந்துபோய் விடுவாள் அவள். என்னைப் பகையுணர்ச்சியோடு பார்ப்பாள். இல்லையென்றால் அன்று டாக்டரிடம் நடந்து கொண்டது போலக் கிறுக்குத்தனமாக, மனம் போன போக்கில் நடந்துகொள்வாள். அவள் செய்து கொண்டிருக்கும் அந்தப் புதிய குறும்புத்தனம் எனக்குப் பிடிக்கவில்லை என்பதை உணர்ந்து கொண்டுவிட்டால் சிரிக்கத் தொடங்கி, பெரும்பாலும் அழுகையில் தான் அதை முடிப்பாள்.

ஒருமுறை அலெக்ஸாண்ட்ரா செமியோனோவ்னாவுடன் கூட அவள் சண்டை போட்டிருக்கிறாள். அவளிடமிருந்து தனக்கு எதுவும் தேவையில்லை என்றும் அவளிடமே சொல்லியிருக்கிறாள். அலெக்ஸாண்ட்ரா செமியோனோவ்னாவின் முன்னிலையிலேயே வைத்து அதற்காக அவளை நான் கடிந்து கொண்டபோது ஆத்திரத்தோடு வெறுப்பைக் கக்கினாள். ஆனால், உடனடியாகவே அமைதியாகி விட்டாள். பிறகு இரண்டு நாட்கள் என்னிடம் எந்த

ஒரு வார்த்தையுமே அவள் பேசவில்லை. மருந்து உட்கொள்ளவில்லை. சாப்பிடவும், ஏதாவது குடிக்கவும்கூட மறுத்தாள். கடைசியில் அந்த வயதான மருத்துவர்தான் அவளை அமைதிப்படுத்தி வழிக்குக் கொண்டு வந்தார்.

அன்று, மருந்து சிந்திப் போன அந்த நாளிலிருந்து வினோதமான – அற்புதமான ஒரு பந்தமும், பாசப் பிணைப்பும் நெல்லிக்கும் டாக்டருக்கும் இடையே வளரத் தொடங்கியது என்பதை நான் முன்பே குறிப்பிட்டிருக்கிறேன். அவர் மீது அவள் கொண்ட அன்பு படிப்படியாக வளர்ந்து கொண்டிருந்தது. அவர் வருவதற்கு முன்பு எவ்வளவு வருத்தமாக இருந்தாலும் அவர் உள்ளே நுழைந்ததும் மகிழ்ச்சியான ஒரு புன்னகையோடுதான் நெல்லி எப்போதும் அவரை வரவேற்பாள். நெல்லியின் உடல்நலம் முழுமையாகத் தேறிய பிறகும்கூட அந்த முதிய டாக்டர் தினம் ஒரு முறையோ சில சமயம் ஒரே நாளில் இரண்டு முறையோ எங்கள் வீட்டுக்கு வந்து சென்று கொண்டிருந்தார். அந்தப் பெண் அவரை மிகவும் வசீகரித்திருந்தாள்; அவளுடைய சிரிப்பைக் கேட்காமல் அவளுடன் வேடிக்கையாக, விளையாட்டாகப் பேசி வம்பிழுத்துப் பொழுது போக்காமல் ஒருநாள் கூட அவரால் இருக்க முடியவில்லை. படம் போட்ட கதைப் புத்தகங்களை அவளுக்காக அவர் கொண்டு வருவார். அவற்றில் கட்டாயம் ஏதாவது நீதி போதனை இருக்கும். அப்படிப்பட்ட ஒரு புத்தகத்தை அவளுக்கென்றே அவர் வாங்கித் தரவும் செய்தார். அழகான சிறு பெட்டிகளில் இனிப்புகளும் கொண்டு வருவார். அப்படிப்பட்ட சந்தர்ப்பங்களில் – ஏதோ அது அவள் பிறந்தநாள் என்பது போல அடக்க ஒடுக்கமாக, பவ்வியமான தோரணையில் இருப்பார். ஆனால் அவர் ஏதோ ஒரு பரிசுடன் தான் வந்திருக்கிறார் என்பதை நெல்லி உடனே ஊகித்து விடுவாள். அவர் அதை வெளிப்படையாகச் சொல்ல மாட்டார். கள்ளச்சிரிப்பு சிரித்துக் கொண்டே அவளருகில் அமர்ந்து கொள்வார். நன்னடத்தையோடு எப்படி நடந்து கொள்ள வேண்டும் என்பதைத் தெரிந்துகொண்டு, தான் அங்கே இல்லாத நேரங்களிலும் மரியாதைக்குரியவளாய் ஓர் இளம் பெண் இருந்தால், அவளுக்கு ஒரு அழகான பரிசு காத்திருக்கிறது, அப்போதுதான் அதற்கு அவள் ஏற்றவள் என்பார். அப்படிச் சொல்லும்போது நெல்லியைக் கள்ளம் கபடமில்லாமல், அன்போடு பார்த்துக் கொண்டே அவர் சொல்வார். அதைக் கேட்டதும் நெல்லியும் சூதுவாதில்லாமல் சிரித்துவிடுவாள். அவர் மீது கொண்டிருக்கும் உண்மையான பிரியத்தை மறைக்காமல் வெளிப்படுத்தியபடி அவளது கண்கள் பிரகாசிக்கும். இறுதியில் அந்த முதியவர் தன் நாற்காலியிலிருந்து பவ்வியமாக எழுந்திருந்து இனிப்புகளை அவளிடம் தந்துவிட்டு,

"அன்பான என் வருங்கால மனைவிக்கு" என்று சொல்வார். அப்படிப்பட்ட தருணங்களில் நெல்லியை விடவும் கூட அவர் மகிழ்ச்சியோடு இருப்பார்.

பிறகு, இருவரும் பேசத் தொடங்கி விடுவார்கள். அவள் தன் உடல்நலத்தைப் பாதுகாத்துக் கொள்ள வேண்டும் என்பதைத் தீவிரமாக, தொடர்ந்து எடுத்துச் சொல்வார் அவர். அவளுக்கு மருத்துவ ஆலோசனைகளும் தருவார்.

"ஒருவர் தன் உடல்நலத்தைக் கவனித்துக்கொள்வதுதான் எல்லாவற்றையும்விட முக்கியம்."

"முதற்காரணம், நாம் உயிரோடு இருப்பதற்காக; அடுத்ததாக நாம் எப்போதுமே நல்ல உடல்நலத்தோடு இருந்து வாழ்க்கையில் மகிழ்ச்சியை அனுபவிப்பதற்காக! என் அன்புக் குழந்தாய்! உனக்குத் துக்கங்கள் இருந்தால் அவற்றை அப்படியே மறந்துவிடு. அவற்றைப் பற்றி நினைக்காமலே இருப்பது இன்னும்கூட நல்லது. உனக்கு எந்தத் துயரமும் இல்லையென்றால்... அதுவும் நல்லதுதான். அவற்றைப் பற்றி எண்ணாமல் இனிமையான விஷயங்களைப் பற்றி நினைத்துக் கொள்ள முயற்சி செய். உன்னை உற்சாகப்படுத்தும் மகிழ்ச்சியான விஷயங்களை எண்ணிக்கொள்."

"அப்படி என்னைக் குதூகலப்படுத்தும், உற்சாகப்படுத்தும் விஷயங்கள் என்று என்ன இருக்கின்றன" என்றாள் நெல்லி.

டாக்டர் உடனே தடுமாறிப் போனார்.

"என்ன... சொல்கிறாய்? உன் வயதுக்குக்கேற்றதாக ஏதாவது ஒரு கள்ளமில்லாத விளையாட்டு... அதைப் போல ஏதாவது... இருக்கிறதா என்ன?"

"எனக்கு விளையாடுவதில் விருப்பமில்லை. விளையாட்டு எனக்குப் பிடிக்காது" என்றாள் நெல்லி.

"அதற்குப் பதிலாக புதிய உடைகள் எனக்கு மிகவும் பிடிக்கும்."

"ஓ புதிய உடைகளா...? ஹ்ம்... அந்த விருப்பம் ஒன்றும் அவ்வளவு நல்லதில்லை. வாழ்க்கையில் நமக்குக் கிடைப்பதை வைத்து நாம் அடக்கமாக, எளிமையாக வாழ வேண்டும். சரி... ஆனாலும்கூட.... புதிய உடைகள் வேண்டுமென்று ஆசைப்படுவது ஒன்றும் அவ்வளவு பெரிய தவறும் இல்லைதான்."

"நான் உங்களைத் திருமணம் செய்து கொண்டால் எனக்கு நிறைய உடைகள் வாங்கித் தருவீர்களா?"

"ஹா! எப்படிப்பட்ட ஒரு யோசனை?" என்றார் டாக்டர். அவரையும் அறியாமல் அவரது புருவம் முடிச்சிட்டுக் கொண்டது.

நெல்லி கள்ளப் புன்னகை புரிந்தாள். ஒரு கணம் தன்னையே மறந்தவளாய் என் பக்கம் திரும்பிப் பார்த்தாள்.

"நீ ஒழுங்காக – பொறுப்பாக நடந்து கொண்டால் நான் உனக்கு ஒரு புதிய உடை வாங்கித் தருகிறேன்."

"உங்களைத் திருமணம் செய்து கொண்டால் தினம் நான் மருந்து சாப்பிட வேண்டியிருக்குமா?"

"இல்லையில்லை... எப்போதும் அப்படி மருந்து சாப்பிட வேண்டிய தேவை இருக்காது."

டாக்டரும் இப்போது புன்னகைத்தார். அவர்களிடையே நடந்து கொண்டிருந்த உரையாடல் நெல்லியின் சிரிப்பைத் தடைப் படுத்தியது. கிழவரும் அவளோடு சேர்ந்து சிரித்தபடி அவளுக்கு ஏற்பட்ட சந்தோஷத்தைப் பாசத்தோடு பார்த்துக் கொண்டிருந்தார்.

"விளையாட்டுத்தனமான மனம்" என்று என் பக்கம் திரும்பிப் பார்த்துச் சொன்னார் அவர்.

"ஆனாலும்கூட ஏறுக்குமாறான நடத்தைக்கான அறிகுறிகளும், விசித்திரமான போக்கும், எரிச்சலும் இல்லாமல் இல்லை."

அவர் சொன்னது சரிதான். அவளுக்கு என்னதான் ஆயிற்று என்பது எனக்கு விளங்கவே இல்லை. நான் அவளுக்கு ஏதோ ஒரு வகையில் தவறிழைத்து விட்டது போல – என்னிடம் பேசக் கொஞ்சம் கூட விருப்பமில்லாதவளாக இருந்தாள் அவள். அது என்னை ஆழமாகப் புண்படுத்தியது. எனக்கே ஒருநாள் எரிச்சலாகவும், அலுப்பாகவும் இருக்க ஒருநாள் முழுவதும் அவளோடு பேசாமலே இருந்தேன். காலை எழுந்ததும் அதற்காக வெட்கப் பட்டேன். அடிக்கடி அவள் அழுவாள், அவளை எதைச் சொல்லி எப்படித் தேற்றுவது? வேறு எந்த வழியும் எனக்குத் தெரியவில்லை. கடைசியில் ஒருநாள் என்னோடான மௌனத்தைக் கலைத்தாள் அவள்.

ஒருநாள் மாலை மங்குவதற்கு முன் – மதிய வேளையிலேயே நான் வீடு திரும்பியிருந்தேன். நெல்லி தன் தலையணைக்கு அடியில் அவசர அவசரமாக ஒரு புத்தகத்தைப் புதைத்துக் கொள்வதைப் பார்த்தேன். அது என் நாவல். மேசையிலிருந்து அதை எடுத்து வைத்துக் கொண்டு, நான் இல்லாத போது அதைப் படித்துக் கொண்டிருந்திருக்கிறாள் அவள். ஆனால் அதற்காக வெட்கப்படுவது போல என்னிடமிருந்து அதை அவள் மறைக்க வேண்டிய தேவை என்ன என்று நினைத்தேன். ஆனாலும், அதைக் கவனித்ததாக அவளிடம் நான் காட்டிக் கொள்ளவில்லை. கால் மணி நேரம் கழித்து நான் சமையலறைக்குச் சென்ற போது, படுக்கையிலிருந்து குதித்து, முன்பிருந்த இடத்திலேயே புத்தகத்தை வைத்து விட்டாள்

அவள். நான் திரும்பி வந்த போது அது மேசையில் இருந்தது. ஒரு நிமிடம் கழித்து அவள் என்னை அழைத்தாள். அவள் குரலில் ஏதோ ஒரு வகையான உணர்ச்சியை என்னால் இனம் காண முடிந்தது. கடந்த நான்கு நாட்களாக அவள் என்னுடன் பேசவே இல்லை.

"இன்று நடாஷாவைப் பார்க்கப் போகப் போகிறீர்களா?" என்று உடைந்து போன குரலில் கேட்டாள் அவள்.

"ஆமாம் நெல்லி. இன்று நான் அவளைப் பார்க்க வேண்டியது மிகவும் முக்கியம்."

நெல்லி எதுவும் பேசவில்லை.

"உங்களுக்கு அவளை மிகவும் பிடிக்குமா?" என்று பலவீனமான குரலில் மீண்டும் கேட்டாள்.

"ஆமாம் நெல்லி. அவளை மிகவும் பிடிக்கும் எனக்கு."

"எனக்கும்தான்" என்று மென்மையாகச் சொல்லிவிட்டு மறுபடியும் ஒரு இடைவெளி விட்டாள்.

"நான் அவளிடம் சென்று, அவளோடு வசிக்க ஆசைப் படுகிறேன்" – பயத்தோடு என்னைப் பார்த்துக் கொண்டே சொன் னாள் நெல்லி.

"அது சாத்தியமில்லை நெல்லி" என்று சிறிது வியப்போடு பதிலளித்தேன்.

"ஏன்? இங்கே என்னுடன் இருக்க உனக்கு விருப்பமில்லையா?"

"நடாஷாவுடன் இருப்பது ஏன் சாத்தியமில்லை?" என்று கோபத்தால் முகம் சிவந்தாள் நெல்லி.

"அவளுடைய அப்பாவோடு போய் வசிக்குமாறு என்னைத் தூண்ட முயற்சி செய்கிறீர்கள்தானே நீங்கள்? ஆனால் அங்கே செல்ல எனக்கு விருப்பமில்லை. ஆமாம். நடாஷாவுக்குப் பணிப் பெண் யாராவது இருக்கிறாளா?"

"ஆமாம்."

"சரி, அந்த வேலையாளை நிறுத்திவிட்டு நான் அவளுக்கு வேலைக்காரியாகி விடுகிறேன். அவள் வேலைகள் எல்லாவற்றையும் சம்பளம் வாங்கிக் கொள்ளாமல் செய்கிறேன். நான் அவளிடம் பிரியமாக இருப்பேன். அவளுக்குச் சமைத்துப் போடுவேன். இன்று அவளிடம் சொல்லி விடுங்கள்."

"ஆனால் இதெல்லாம் எதற்காக நெல்லி? ஏன் நீயாக இப்படி யெல்லாம் ஏதேதோ கற்பனை செய்து கொள்கிறாய்? அவளைப் பற்றி நீ என்னதான் நினைத்து வைத்திருக்கிறாய்? உன்னைச்

சமையற்காரியாக அவள் ஏற்றுக் கொள்வாளென்றா நினைக்கிறாய்? அப்படி உன்னை ஏற்றுக் கொண்டால் தன்னோடு சமமான நிலையில்—தன் தங்கையாகத்தான் அவள் ஏற்றுக் கொள்வாள்."

"ஆனால் அப்படி அவளுக்குச் சமமாக இருப்பதை நான் விரும்பவில்லை. அப்படி இருப்பதில் எனக்கு இஷ்டமில்லை."

"ஏன் அப்படி?"

நெல்லி பதில் எதுவும் சொல்லவில்லை. அவள் உதடுகளை முறுக்கிக் கொண்டாள். அழ வேண்டும் போலிருந்தது அவளுக்கு.

"அவள் காதலிக்கும் மனிதன் இப்போது அவளை விட்டு விட்டு விலகிச் சென்று கொண்டிருக்கிறான். அப்படித்தானே" என்று இறுதியாகக் கேட்டாள் அவள்.

நான் அதைக் கேட்டு அதிசயமடைந்தேன்.

"உனக்கு அது எப்படித் தெரியும் நெல்லி?"

"நீங்களே எல்லாவற்றையும் என்னிடம் சொல்லி இருக்கிறீர்களே? அதோடு நேற்று முன்தினம் காலையில் அலெக்ஸாண்ட்ரா செமியோனோவ்னாவின் கணவர் இங்கே வந்தபோது அவரிடம் நான் கேட்டேன். அவர்... எல்லா விஷயங்களையும் சொல்லி விட்டார்."

"என்ன? மாஸ்லோபோயேவ் வந்திருந்தானா?"

"ஆமாம்" என்று கண்களைத் தொங்க விட்டுக்கொண்டே பதிலளித்தாள் அவள்.

"அவன் வந்ததை நீ ஏன் என்னிடம் சொல்லவில்லை?"

"எனக்கு ஏனென்று தெரியவில்லை."

நான் ஒரு நிமிடம் யோசித்துப் பார்த்தேன். 'இந்த மாஸ்லோ போயேவ் மர்மமான முறையில் இங்கே வந்து செல்வது ஏனென்பது கடவுளுக்குத்தான் தெரியும். இவளோடு எப்படி நட்புக் கொண் டான் அவன்?'

'அவனை நான் பார்த்தாக வேண்டும்' என்று நினைத்துக் கொண்டேன்.

"ஆமாம்! நடாஷாவின் காதலன் அவளைக் கை விட்டு விட்டான் என்றால் அதில் உனக்கென்ன வந்தது நெல்லி?"

"ஆனால் நீங்கள் அவள் மீது மிகவும் அன்பு கொண்டிருக்கிறீர்கள் இல்லையா?" என்று என் கண்களை நேருக்கு நேர் பார்க்காமலே பேசினாள் நெல்லி.

"அதனால் அவன் கை விட்டு விட்டுச் சென்று விட்டாலும் அவளை நீங்கள் காதலிப்பதால் அவளைத் திருமணம்கூடச் செய்து கொள்வீர்கள்."

"இல்லை நெல்லி! நான் அவளை நேசிப்பது போல் அவள் என்னை நேசிக்கவில்லை. மேலும் நானும்கூட... இல்லை நெல்லி, அப்படியெல்லாம் நடக்கவே முடியாது."

"உங்கள் இருவருக்கும் வேலைக்காரியாக இருந்து எல்லா வேலைகளையும் நான் செய்வேன். நீங்கள் சந்தோஷமாக வாழ்க்கை நடத்தலாம்" என்று என்னைப் பார்க்காமல் சற்று முணுமுணுப்பான குரலில் சொன்னாள் அவள்.

'அவளுக்கு என்னதான் ஆயிற்று? அப்படி என்ன நடந்தது அவளுக்கு' என்று நினைத்தேன். என் இதயத்தில் எவரோ ஓங்கி ஒரு குத்து விட்டது போல உணர்ந்தேன். நெல்லி அதன் பிறகு அமைதியாகவே இருந்தாள். மாலை முழுவதும் ஒரு வார்த்தைகூட அவள் பேசவில்லை. நான் வெளியே சென்ற போது அவள் குமுறி அழுததாகவும் வேலை நேரம் முழுக்க அழுது கொண்டே இருந்ததாகவும் பிறகு அலெக்ஸாண்ட்ரா செமியோனோவ்னா என்னிடம் சொன்னாள். பிறகு அந்தக் கண்ணீருடனேயே அவள் தூங்கிப் போய் விட்டாள். இரவில்கூட அழுவதும் உறக்கத்தில் ஏதோ பிதற்றுவதுமாகவே இருந்தாள்.

ஆனால் அந்த நாள் முதல் என்னிடம் மேலும் கடுகடுப்பாகவும், பேசாமடந்தையாகவும் இருக்கத் தொடங்கி விட்டாள் அவள். என்னிடம் அவள் சுத்தமாகப் பேசுவதே இல்லை. இரண்டு மூன்று முறை திருட்டுத்தனமாக அவள் என்னைப் பார்த்ததையும், அதில் அளவற்ற பரிவு குடிகொண்டிருந்ததையும் நான் அறிவேன். ஆனால் எதிர்பாராமல் மூண்டெழும் அந்தப் பரிவின் கணம் அதோடு அப்படியே முடிந்துவிடும். இத்தகைய கண நேர ஆறுதலுக்கு எதிர்ப்பு காட்டுபவள் போல உடனடியாக வருத்தத்தில் மூழ்கிப் போய் விடுவாள் அவள். மணிக்கு மணி அது கூடுதலாகிக் கொண்டே வரும். டாக்டரிடம்கூட அதை அவள் வெளிப்படுத்துவாள். அவளிடம் ஏற்பட்டிருக்கும் மாற்றத்தைக் கண்டு வியப்படைந்தார் டாக்டர். அதே நேரத்தில் அவள் உடல்நலம் கிட்டத்தட்ட குணமாகிக் கொண்டே வந்தது. கடைசியாக, திறந்த வெளியில் காற்றோட்டமாக சிறிது நேரம் நடந்து செல்ல டாக்டர் அவளுக்கு அனுமதி அளித்துவிட்டார்.

பருவம் இப்போது நன்றாக இருந்தது. இதமான வெப்பம், நல்ல பிரகாசமான சூரிய ஒளி. அது ஈஸ்டருக்கு முந்தைய வாரம்; அந்த ஆண்டு அது என்னவோ மிகவும் தாமதமாக வந்திருந்தது.

நான் அன்று காலையிலேயே வெளியே சென்று விட்டேன். நடாஷாவை அவசியமாக அன்று பார்த்தாக வேண்டியிருந்தது. ஆனால் சீக்கிரமே வீடு திரும்பி நெல்லியை நடக்க அழைத்துச் செல்ல வேண்டுமென்று முடிவு செய்திருந்தேன். நான் திரும்பி வரும் வரை அவளைத் தனியாக வீட்டில் விட்டு விட்டுச் சென்றி ருந்தேன்.

நான் திரும்பும் போது எனக்காகக் காத்திருந்த பேரிடி எப்படிப் பட்டது என்பதை விவரிக்க என்னிடம் சொற்கள் இல்லை. நான் வேகவேகமாக வீட்டுக்கு வந்தேன். வாசற்கதவில் பூட்டோடு சேர்த்து சாவியும் தொங்கிக் கொண்டிருந்ததைப் பார்த்தேன். வீட்டினுள் சென்றேன். அங்கே யாரும் இல்லை. அதிர்ச்சியில் ஊமையாய் உறைந்து போனேன். மேசை மீது இருந்த துண்டுச் சீட்டு ஒன்றில் சீரற்ற கையெழுத்துக்களால் பென்சிலில் இப்படி எழுதப்பட்டிருந்தது.

"நான் உங்களை விட்டுச் செல்கிறேன். ஒருபோதும் உங்களிடம் திரும்ப வர மாட்டேன். ஆனால் நான் உங்களை மிகவும் நேசிக் கிறேன்."

"உங்கள் விசுவாசமுள்ள நெல்லி."

நடுக்கத்தோடு குரலெழுப்பிக் கத்தியபடி வீட்டிலிருந்து வெளியே விரைந்தேன்.

4

நான் தெருவில் இறங்குவதற்குள் – அடுத்தாற்போல என்ன செய்ய வேண்டுமென்று யோசித்துப் பார்ப்பதற்கு முன் – வீட்டு வாசலில் ஒரு 'டிராஷ்கி' (கோச் வண்டி) வந்து நின்றது சட்டென்று கண்ணில் பட்டது. நெல்லியைக் கையில் பிடித்துக் கொண்டு வண்டியிலிருந்து இறங்கிக் கொண்டிருந்தாள் அலெக்ஸாண்ட்ரா செமியோனோவ்னா. திரும்பவும் ஓடிப்போய் விடுவாளோ என்று பயப்படுவது போல நெல்லியின் கைகளை இறுகப் பற்றிக் கொண்டிருந்தாள் அவள். நான் அவர்களை நோக்கி விரைந்தேன்.

"நெல்லி என்ன இது?" என்று கத்தினேன்.

"எங்கே போயிருந்தாய்? ஏன் அப்படிப் போனாய்?"

"ஒரு நிமிடம் பொறுமையாக இருங்கள். மாடிக்குப் போவோம். அங்கே எல்லாம் கேட்டுக் கொள்ளலாம்" என்று சட்டென்று என்னை இடைமறித்தாள் அலெக்ஸாண்ட்ரா செமியோனோவ்னா.

"உங்களிடம் சில விஷயங்கள் சொல்ல வேண்டும் இவான் பெத்ரோவிச்... யாராலும் அதை நம்பக்கூட முடியாது. வாருங்கள் மேலே போவோம். உடனே சொல்கிறேன்" என்று வழியில் என்னிடம் கிசுகிசுப்பான குரலில் சொன்னாள் அவள்.

மிக மிக முக்கியமான செய்தி ஒன்றை அவள் சொல்லப் போகிறாள் என்பது அவள் முகத்திலேயே எழுதி வைத்திருந்தது.

"உள்ளே போ நெல்லி... ம். போ... கொஞ்ச நேரம் படுத்துக் கொள்" என்று அறைக்குள் நுழைந்த நெல்லியிடம் சொன்னாள் அவள்.

"நீ மிகவும் களைப்பாகத் தெரிகிறாய். இவ்வளவு தூரம் இப்படி ஓடுவது—அதுவும் காய்ச்சல் வந்து குணமான உடம்பில் என்பது ஒரு விளையாட்டான விஷயமில்லை. படுத்துக்கொள் என் கண்ணே! படுத்துக்கொள். நாம் இருவரும் அறையை விட்டுக் கொஞ்ச நேரம் வெளியே போவோம். அவளைத் தொந்தரவு செய்ய வேண்டாம். அவள் ஓய்வெடுத்துத் தூங்கட்டும்" என்றபடி என்னைச் சமையலறைப் பக்கம் வருமாறு கண் ஜாடை காட்டினாள் அலெக்ஸாண்ட்ரா செமியோனோவ்னா. ஆனால், நெல்லி ஒன்றும் படுத்துக் கொள்ளவில்லை. சோஃபாவில் அமர்ந்தபடி தன் கைகளுக்குள் முகத்தைப் புதைத்துக் கொண்டிருந்தாள் அவள்.

நாங்கள் வேறொரு அறைக்குச் சென்ற பிறகு நடந்த விஷயத்தை என்னிடம் சுருக்கமாகச் சொன்னாள் அலெக்ஸாண்ட்ரா செமியோனோவ்னா. பின்பு அதைக் குறித்து இன்னும்கூட விவரமாகத் தெரிந்து கொண்டேன். நடந்தது இதுதான்!

நான் திரும்புவதற்கு இரண்டு மணி நேரம் முன்பு, மேசையில் எனக்குக் குறிப்பெழுதி வைத்து விட்டுக் குடியிருப்பை விட்டு வெளியேறிய நெல்லி, முதலில் அந்த வயதான டாக்டரைத் தேடி ஓடியிருக்கிறாள். எப்படியோ முன்கூட்டியே அவரது முகவரியைக் கண்டுபிடித்து வைத்திருந்தாள் அவள். அவளைப் பார்த்ததும் தான் அப்படியே அதிர்ந்துபோய் விட்டதாகவும், அவள் அங்கே இருந்த நேரம் வரை தன் கண்களையே தன்னால் நம்ப முடியவில்லை என்றும் டாக்டர் என்னிடம் சொன்னார். அந்தக் கதையை முழுவதும் சொல்லி முடித்ததும், "இப்போதும்கூட என்னால் அதை நம்ப முடியவில்லை. ஒருபோதும் என்னால் அதை நம்ப முடியாதுதான்" என்றார் அவர். ஆனாலும், நெல்லி அவர் வீட்டுக்கு வந்தது உண்மைதான். வீட்டில் அணிந்து கொள்ளும் 'ட்ரெஸிங் கவு'னுடன் தன் அறையிலுள்ள சாய்வு நாற்காலியில் அமர்ந்து அமைதியாக காஃபி குடித்துக் கொண்டிருந்திருக்கிறார் டாக்டர். அவர் என்ன ஏது என்று நிதானிப்பதற்குள் அங்கே ஓடி

வந்து அவர் கழுத்தைக் கட்டிக்கொண்டு விட்டாள் நெல்லி. அவள் அழுது கொண்டே இருந்தாள்; பிறகு அவரை அணைத்து முத்தமிட்டாள். அவரது கைகளை முத்தமிட்டுக் கொண்டு தன்னை அவரோடுகூட இருக்க அனுமதிக்குமாறு இறைஞ்சினாள். மன்றாடினாள். அவள் பேசிய வார்த்தைகள் ஒன்றுக்கொன்று தொடர்பில்லாமல் வெளிப்பட்ட போதும், உண்மையாகவே அவள் அவரை அதுபோலத்தான் வேண்டிக் கேட்டுக் கொண்டாள். என்னோடு இனிமேல் இருப்பது தன்னால் முடியாதென்றும், அதனாலேயே என்னை விட்டு விலகி வந்து விட்டதாகவும் அவரிடம் சொன்னாள். என்னோடு இருப்பது தனக்குச் சிரமம் என்றும், அது தனக்குத் துன்பம் தரக் கூடியதென்றும் கூட அவரிடம் குறிப்பிட்டாள். அவரைப் பார்த்து, இனிமேல் கேலி செய்து சிரிக்க மாட்டேன் என்றும், புதிய உடைகளைப் பற்றிப் பேச மாட்டேன் என்றும், நல்ல வகையில் நடந்து கொள்வேன் என்றும் உறுதியளித்தாள். அவரது சட்டைகளைத் துவைத்துக் கஞ்சி போட்டு இஸ்திரி செய்யத் தான் கற்றுக் கொள்ளப் போவதாகவும் (ஒருவேளை அவரிடம் பேச வேண்டியதையெல்லாம் வழியிலோ அல்லது முன்கூட்டியோ அவள் தயாரித்துக் கொண்டு வந்திருக்க வேண்டும்) அவரது ஆணைக்குக் கீழ்ப்படிந்து நடப்பதாகவும், தினமும் மருந்து சாப்பிட வேண்டியது அவசியம் என்றும் அவர் சொன்னால் சாப்பிடுவதாகவும்—இவ்வாறு பலவற்றை அவரிடம் சொன்னாள் அவள். தான் அவரைத் திருமணம் செய்து கொள்ள விரும்புவதாக சொன்னது வெறும் வேடிக்கைப் பேச்சு மட்டும்தான். அவ்வாறான எண்ணம் ஏதும் தனக்கில்லை என்றாள். அந்த ஜெர்மானிய முதியவர் திறந்த வாய் மூடாமல் அவள் பேசியதையெல்லாம் திகைப்போடும் வியப்போடும் கேட்டுக்கொண்டிருந்தார். தன் விரல்களில் புகைந்து கொண்டிருந்த சிகரெட் தானாக அணைந்து போகும் வரை அதைப் பற்றிய நினைவுகூட அவருக்கு இல்லை.

ஒரு வழியாகத் தன்னைச் சமநிலைக்கு மீட்டுக் கொண்டு ஓரளவு பேச முடிந்த பிறகு, "மேடம்" என்று அவளை அழைத்தார். "நான் புரிந்துகொண்டவரை பார்த்தால் நீ என் வீட்டில் தங்குவதற்கு இடமளிக்குமாறு கேட்கிறாய். அது நடக்க முடியாத ஒன்று. நீயே பார்த்துக் கொள்... நானே எப்படிப்பட்ட நெருக்கடிக்குள் வாழ்ந்து கொண்டிருக்கிறேன் என்று. என் வருமானம் அவ்வளவு அதிகமில்லை. மேலும், பல விஷயங்களைப் பற்றி யோசித்துப் பார்க்காமல் அப்படி அவசரமாக முடிவெடுத்துவிட முடியாது. அது சரியாக இருக்காது. இன்னொன்றையும் நான் யோசிக்கிறேன். நீ வீட்டை விட்டு ஓடி வந்திருக்கிறாய். அது கண்டிக்க வேண்டியது. செய்யத் தகாதது. மேலும் நீ யாருடைய

பொறுப்பிலும், கவனிப்பிலும் இருக்கிறாயோ அவருடைய துணை யோடு, நல்ல பருவநிலை நிலவும் வேளையில் சிறிது நேரம் வெளியே போய் நடப்பதற்கு மட்டுமே நான் உனக்கு அனுமதி கொடுத் திருந்தேன். நீயோ பொறுப்பாளரிடம் சொல்லாமல் அவரை விட்டு விட்டு என்னிடம் ஓடி வந்து விட்டாய். உன்னைக் கவனித்துக் கொண்டு மருந்துகளை ஒழுங்காகச் சாப்பிட வேண்டியதுதான் இப்போது முக்கியம். அப்புறம் கடைசியாக சொல்லப் போனால் எனக்கு ஒன்றுமே புரியவில்லை என்பதுதான் உண்மை."

நெல்லி அவர் பேச்சை முடிக்க இடம் தராமல் மீண்டும் அழுது கெஞ்சி முறையிட்டாள். ஆனால், அதில் எந்தப் பயனும் இல்லை. அந்தக் கிழவரின் திகைப்பும் மேலும் மேலும் கூடிக் கொண்டே சென்றது. அவருக்கிருந்த குழப்பத்தில் எதையும் சரியாகப் புரிந்துகொள்ள முடியவில்லை. இறுதியில் அந்த முயற்சியை ஒரு வழியாகக் கைவிட்ட நெல்லி "கடவுளே" என்று அழுது, கதறிக் கொண்டே அறையை விட்டு வெளியே ஓடினாள்.

"பிறகு அன்று முழுவதும் எனக்கு உடம்பு முடியாமல் போய் விட்டது" என்று முடித்தார் டாக்டர்.

"தூங்குவதற்கு முன்பு ஒரு மருந்துக் கஷாயம் போட்டுக் குடித்தேன்."

பிறகு நெல்லி மாஸ்லோபோயேவின் வீட்டை நோக்கி விரைந்தாள். அவர்களது முகவரியையும் அவள் கண்டுபிடித்து வைத்திருந்தாள். ஆனாலும், சற்றுச் சிரமத்தோடுதான் அவர்கள் வீட்டைக் கண்டுபிடித்தாள். மாஸ்லோபோயேவ் வீட்டில் இருந்தான். தன்னை அவர்கள் வீட்டில் இருக்க அனுமதிக்குமாறு நெல்லி கெஞ்சியதைக் கண்டு அலெக்ஸாண்ட்ரா செமியோனோவ்னா வியப்படைந்தாள். அவள் ஏன் அதை அந்த அளவுக்கு வற்புறுத்து கிறாள், அவளுக்கு என்னதான் ஆயிற்று, என்னோடு இருப்பதில் அவளுக்கென்ன கஷ்டம் என்றெல்லாம் தொடர்ந்து கேட்ட போது நெல்லி எந்தப் பதிலும் சொல்லவில்லை. ஒரு நாற்காலியில் அமர்ந்தபடி விம்மி அழுது கொண்டிருந்தாள். "அவளது அழுகை மிகவும் கடுமையாக, பயங்கரமாக இருந்தது" என்றாள் அலெக் ஸாண்ட்ரா செமியோனோவ்னா. "அப்படியே அவள் செத்துப் போய்விடக் கூடுமோ என்றுகூட நான் நினைத்தேன்" என்றாள் அவள். தன்னை வீட்டு வேலைக்காரியாகவோ, சமையற்காரி யாகவோ ஏற்றுக்கொள்ளுமாறு கெஞ்சிய நெல்லி, தரைகளைப் பெருக்குவது, துணி துவைப்பது என்று எல்லா வேலைகளையும் தான் செய்வதாகச் சொன்னாள். (துவைக்கிற வேலை மீது குறிப்பான நம்பிக்கை வைத்திருந்தாள் நெல்லி. அவளை வேலைக்கு

எடுத்துக் கொள்ள எண்ணுபவர்களுக்கு அது நிச்சயம் ஒரு முக்கிய மான விஷயமாகப்படும் என்று ஏனோ அவளுக்குத் தோன்றியது).

இந்த விஷயத்தில் ஒரு தெளிவு பிறக்கும் வரை நெல்லியைத் தங்களோடு வைத்துக் கொண்டு–அதே நேரம் எனக்கும் அதைத் தெரிவித்துவிட வேண்டுமென்பது அலெக்ஸாண்ட்ரா செமியோனோவ்னாவின் எண்ணமாக இருந்தது. ஆனால், மாஸ்லோபோயேவ் அதை உறுதியாக எதிர்த்தான்; ஓடிப்போன பெண்ணை உடனடியாக என்னிடம் சேர்த்து விடுமாறு அவளிடம் சொன்னான். நெல்லியை அழைத்து வரும்போது வழியெங்கும் அவளை அணைத்துக் கொண்டும், முத்தமிட்டுக் கொண்டுமே வந்தாள் அலெக்ஸாண்ட்ரா செமியோனோவ்னா. அது நெல்லியின் அழுகையை இன்னும் மிகுதியாகத் தூண்டிவிட்டது. அவளைப் பார்த்து அலெக்ஸாண்ட்ரா செமியோனோவ்னாவும் அழுதாள். வண்டியில் இருவரும் அழுதுகொண்டே வந்தார்கள்.

"ஆனால், இதை மட்டுமே சொல்லிவிடு நெல்லி. அவரோடு இருப்பதற்கு ஏன் நீ மறுக்கிறாய்? அவர் உன்னிடம் அன்பாக நடந்து கொள்ளவில்லையா? என்னதான் காரணம்?" என்று கேட்டபோது அலெக்ஸாண்ட்ரா செமியோனோவ்னாவின் கன்னங்களில் கண்ணீர் வழிந்தோடிக் கொண்டிருந்தது.

"அப்படி எதுவும் இல்லை."

"பிறகென்ன?"

"ஒன்றுமில்லை, அவரோடு இருக்க நான் விரும்பவில்லை. அது என்னால் முடியாது. நான் மிகவும் மோசமாக, கேவலமாக அவரிடம் நடந்து கொள்கிறேன். அவரோ என்னிடம் மிகவும் அன்பாக இருக்கிறார். உங்களுடன் இருந்தால் நான் அப்படி மோசமாக நடந்து கொள்ளாமல் ஒழுங்காக வேலை பார்ப்பேன்" என்று பயங்கரமாகக் கதறி அழுதுகொண்டே சொன்னாள் நெல்லி.

"அவரிடம் ஏன் அப்படி நடந்து கொள்கிறாய் நெல்லி?"

"சும்மாதான்..."

"அவளிடமிருந்து என்னால் இவ்வளவுதான் பெற முடிந்தது" என்று தன் கண்ணைத் துடைத்துக் கொண்டே பேசி முடித்தாள் அலெக்ஸாண்ட்ரா செமியோனோவ்னா.

"ஏன் அந்தச் சின்னக் குழந்தை இவ்வளவு வருத்தப்படுகிறாள்? அவளது வலிப்பு நோய்தான் அதற்குக் காரணமா? அல்லது வேறு ஏதாவதா? நீங்கள் என்ன நினைக்கிறீர்கள் இவான் பெத்ரோவிச்?"

நாங்கள் நெல்லியிடம் சென்றோம். அவள் தன் முகத்தைத் தலையணையில் புதைத்துக் கொண்டு அழுது கொண்டிருந்தாள்.

நான் அவளருகே மண்டியிட்டு அமர்ந்தபடி அவள் கரங்களை என் கைகளில் ஏந்திக் கொண்டு அவற்றில் முத்தமிடத் தொடங்கினேன். அவள் தன் கையை வெடுக்கென்று பிடுங்கிக் கொண்டு முன்பைவிட பயங்கரமாக அழுதாள். எனக்கு என்ன சொல்வதென்றே புரியவில்லை. சரியாக அதே நேரத்தில் இக்மெனெவ் வீட்டுக்குள் நுழைந்தார்.

"எப்படி இருக்கிறாய் இவான்? ஒரு காரியத்துக்காக உன்னைப் பார்க்க வந்திருக்கிறேன்" என்று சொன்னபடியே உள்ளே வந்தவர், எங்கள் எல்லோரையும் உற்றுப் பார்த்தார். நான் முழந்தாளிட்டபடி இருந்த கோலமே அவரை வியப்படைய வைத்தது.

அண்மைக் காலமாக அந்த முதியவர் நோய்வாய்ப்பட்டிருந்தார். மிகவும் மெலிந்து வெளிறியும் போயிருந்தார். ஆனால், யாருக்கோ எதிர்ப்பு காட்டுவது போலத் தன் உடல்நலத்தை அலட்சியம் செய்தார். ஆனா ஆண்ட்ரேயேவ்னா சொல்லும் எந்த ஆலோசனைகளையும், புத்திமதிகளையும் அவர் கேட்பதாக இல்லை. படுக்கையில் படுத்து ஓய்வெடுக்காமல் தன் தினசரி வேலைகளை வழக்கம் போலவே பார்த்துக்கொண்டிருந்தார் அவர்.

"சரி... இப்போது நான் கிளம்புகிறேன். பிறகு வருகிறேன்" என்று கிழவரை ஓரக் கண்ணால் பார்த்துக் கொண்டே இவ்வாறு சொன்னாள் அலெக்ஸாண்ட்ரா செமியோனோவ்னா.

"எவ்வளவு சீக்கிரம் முடியுமோ அவ்வளவு சீக்கிரம் திரும்பி வருமாறு அவர் சொல்லியிருக்கிறார். எங்களுக்கு ஒரு வேலைகூட இருக்கிறது. ஆனால், இன்று மாலைப் பொழுது சாய்ந்ததும் நான் இங்கே வந்து ஒன்றிரண்டு மணி நேரம் இருக்கிறேன்."

"அது யார்?" என்று என்னிடம் மெல்லிய குரலில் கேட்டார் கிழவர். ஆனால் அவர் வேறு ஏதோ யோசனையில் இருந்தார் என்பது வெளிப்படையாகத் தெரிந்தது.

நான், அந்தப் பெண்மணி யாரென்பதை அவரிடம் விளக்கினேன்.

"ஹ்ம்... நல்லது! நான் ஒரு வேலையாக வந்திருக்கிறேன் இவான் பெத்ரோவிச்."

அந்த வேலை என்னவென்பது எனக்குத் தெரியும்; அவர் வருவதை நான் எதிர்பார்த்துக் கொண்டுதான் இருந்தேன். என்னிடமும், நெல்லியிடமும் பேசி அவளைத் தங்களோடு இருக்குமாறு கேட்டுக்கொள்ளவே அவர் வந்திருந்தார். அந்த அனாதைப் பெண்ணைத் தங்களுடன் வைத்துக் கொள்ள ஆனா ஆண்ட்ரேயேவ்னா ஒரு வழியாக ஒப்புதல் அளித்திருந்தாள். எங்களுக்குள் நடந்த அந்த ரகசியப் பேச்சுவார்த்தையின் விளைவால்தான் இது

நேர்ந்தது. அந்தக் குழந்தையின் தாயும் கூடத் தன் தந்தையின் மூர்க்கமான பிடிவாதத்தால் வெறுத்து ஒதுக்கப்பட்டவள் என்றும், அந்தக் குழந்தையைப் பார்த்தாலே முதியவரின் மனம் நெகிழ்ந்து விடும் என்றும் அந்த மூதாட்டியிடம் திரும்பத் திரும்பச் சொல்லி யிருந்தேன் நான். என் திட்டத்தை அவளிடம் மிகத் தெளிவாக நான் சொல்லியிருந்ததால், குழந்தையை அழைத்துவரச் சொல்லி அவளே, தன் கணவரை வற்புறுத்த ஆரம்பித்துவிட்டாள். கிழவரும் அந்த யோசனைக்கு ஒப்புக் கொண்டுவிட்டார்; முதற் காரணம் ஆனா ஆண்ட்ரேயேவ்னாவைச் சமாதானப்படுத்துவது, அதோடு அவருடைய சொந்த நோக்கங்களும் இல்லாமல் இல்லை. அவை எல்லாவற்றையும் பிறகு நான் விரிவாக விளக்குகிறேன்.

இந்த முதியவர் இங்கு முதல் முறை வந்தபோதே நெல்லிக்கு அவரைப் பிடிக்காமல் போய்விட்டதென்பதை நான் முன்பே குறிப்பிட்டிருக்கிறேன். பிறகு அவளுக்கு முன்பாக இக்மெனெவ் பற்றிய பேச்சை எடுத்து விட்டாலோ, அவர் பெயரைச் சொன் னாலோ அவள் முகத்தில் ஒரு வெறுப்பு கிளர்ந்து எழுவதையும் நான் கவனித்திருக்கிறேன்.

கிழவர், சுற்றி வளைத்துப் பேசாமல் நேரடியாகவே விஷயத் துக்கு வந்து விட்டார். தலையணைக்கடியில் முகத்தைப் புதைத்த படி படுக்கையில் படுத்திருந்த நெல்லியிடம் நேரே சென்றார். அவள் கைகளைப் பற்றிக் கொண்டு அவளுக்குத் தன்னோடு வந்து வசிக்க விருப்பமுண்டா, தன் மகளின் இடத்தில் இருக்க அவளுக்கு இஷ்டமா என்று கேட்டார்.

"எனக்கு ஒரு பெண் இருந்தாள். என்னைவிட மிகுதியாக நான் அவளை நேசித்தேன்" என்று சொல்லி முடித்தார். அதோடு கூடவே,

"ஆனால் இப்போது அவள் என்னோடு இல்லை. அவள் இறந்துபோய் விட்டாள். வீட்டிலும், என் மனதிலும் அவளுக்குக் கொடுத்திருந்த இடத்தை நீ எடுத்துக்கொள். அது உனக்கு விருப்பமா?" என்று கேட்டார்.

இவ்வாறு சொன்னபோது நீண்ட நாள் உடல்நலக்குறை வினால் புண்பட்டுப் போய் வறட்சியாக இருந்த அவரது கண்களில் லேசாகக் கண்ணீர் கசிந்தது.

"மாட்டேன்... நான் அப்படிச் செய்ய மாட்டேன்" என்று தலையை உயர்த்தாமலேயே பதிலளித்தாள் நெல்லி.

"ஏன் அப்படிச் சொல்கிறாய் குழந்தாய்? உனக்கென்று யாருமில்லை. இவான் பெத்ரோவிச்சினால் உன்னை எப்போதும்

உடன் வைத்துக் கொண்டிருப்பது முடியாது. என்னோடு வந்தால் உன் சொந்த வீட்டில் இருப்பது போல் இருப்பாய்!"

"நீங்கள் கெட்டவர், அதனால் எனக்கு அதில் விருப்பமில்லை. ஆமாம்! நீங்கள் கெட்டவர். கெட்டவர்" என்று தன் தலையை உயர்த்திப் பார்த்து, படுக்கையில் உட்கார்ந்து முகத்தைப் பார்த்தபடி சொன்னாள் அவள்.

"நானே கெட்டவள் தான்... எல்லோரையும்விட மோசமானவள் தான்! ஆனால், நீங்கள் என்னை விடவும் மோசம்."

இதைச் சொல்லும் போது நெல்லி வெளிறிப் போயிருந்தாள். அவள் கண்கள் கோபத்தால் மின்னின. உணர்ச்சி மேலீட்டால் அவள் உதடுகள் முறுக்கிக் கொண்டன. துடித்துக் கொண்டிருந்த அந்த இதழ்களும் கூட வெளுத்துப் போனதைப் பார்க்க முடிந்தது. முதியவர் அவளைக் குழப்பத்தோடு பார்த்துக் கொண்டிருந்தார்.

"ஆமாம்! நீங்கள் என்னைவிட மோசமானவர் என்பது உண்மைதான். காரணம் உங்கள் மகளை மன்னிக்க நீங்கள் விரும்ப வில்லை. அவளை அடியோடு மறந்துவிட்டு வேறொரு குழந்தையை அவளுக்கு மாற்றாக எடுத்துக்கொள்ள நினைக்கிறீர்கள். அது எப்படி உங்கள் சொந்தக் குழந்தையை மறந்துவிட முடியும்? உங்களால் என்னிடம் அன்பு காட்ட முடியுமென்றா நினைக்கிறீர்கள்? என்னைப் பார்க்கும் போதெல்லாம் நான் வேறொரு ஆள் என்பதும், உங்களுக்கு ஒரு சொந்தப் பெண் இருந்தாள் என்பதும், நீங்கள் ஒரு கொடுமைக்கார மனிதராக இருந்ததால் அவளை மறந்து விட்டீர்கள் என்பதும் உங்களுக்கு ஞாபகம் வந்துவிடும். கொடிய மனிதர்களோடு சேர்ந்து வாழ நான் விரும்பவில்லை. நான் அதற்கு ஒத்துக்கொள்ள மாட்டேன். நிச்சயம் மாட்டேன்" என்று விம்மலோடு சொல்லி முடித்தாள் நெல்லி. என் பக்கம் தன் பார்வையை ஒருமுறை வேகமாக ஓட்டவும் செய்தாள்.

"நாளை மறுநாள் ஈஸ்டர் பண்டிகை வரப் போகிறது. ஒவ்வொருவரும் மற்றவர்களைத் தழுவி முத்தமிட்டுக் கொள்வார்கள். தங்களுக்கிடையே உள்ள பூசல்களையும் காயங்களையும் மறந்து மன்னிப்பார்கள். எல்லாம் எனக்குத் தெரியும். ஆனால் நீங்கள்... நீங்கள் மட்டும்! சே... ஆனாலும் நீங்கள் மிகவும் கொடியவர். இங்கிருந்து போய்விடுங்கள்."

அவள் கண்ணீரில் கரைந்தாள். அந்தப் பேச்சை முன்கூட்டியே தனக்குள் உருவாக்கி அவள் மனப்பாடம் செய்து வைத்திருக்க வேண்டும். ஒருவேளை அந்தக் கிழவர் திரும்பவும் கேட்டால் அப்படியே திருப்பிச் சொல்லலாம் என்று அவள் நினைத்திருக்கலாம். அவள் பேசியதற்கு உரிய பயன் இருந்தது. கிழவரின் முகம்

வெளுத்துப் போய் விட்டது. அவர் அனுபவித்துக் கொண்டிருந்த வலியை அவரது முகம் வெளிப்படுத்தியது.

"இந்த உலகத்திலுள்ள யாரைப் பார்த்தாலும் எனக்காக ஏன் இப்படிக் கவலைப்பட்டுக் கொண்டிருக்கிறீர்களே, ஏன் அப்படி? எனக்கொன்றும் அது தேவையில்லை. எனக்கு அது பிடிக்கவில்லை" என்று வலிப்பால் தாக்கப்பட்டவள் போலத் திடீரென்று கூச்ச லிட்டாள் அவள்.

"நான் தெருவில் போய்ப் பிச்சையெடுக்கப் போகிறேன்."

"நெல்லி... என்ன இது நெல்லி! என் கண்ணல்லவா நீ" என்று என்று என்னையும் அறியாமல் கத்தி விட்டேன். ஆனால் அப்படி நான் கத்தியது எரியும் நெருப்பில் எண்ணெய் வார்த்தது போலத் தான் இருந்தது.

"ஆமாம்... தெருவில் போய்ப் பிச்சையெடுத்தாலும் எடுப்பேனே தவிர இங்கே இருக்க மாட்டேன்" என்று விம்மி அழுதபடி கூச்ச லிட்டாள் அவள்.

என் அம்மாவும் தெருவில் பிச்சையெடுத்திருக்கிறாள். அவள் இறந்து போகும் நேரத்தில், 'ஏழையாக இருந்து தெருவில் பிச்சையெடுப்பது மற்றதைவிட எவ்வளவோ மேல்' என்று என்னிடம் சொன்னாள். பிச்சையெடுப்பது ஒன்றும் கேவலமில்லை. நான் ஒரு ஆளிடம் மட்டும் பிச்சை கேட்கவில்லை. எல்லோரிடமும் கேட்கிறேன். அந்த எல்லோரும் வெவ்வேறு மனிதர்கள், ஒருவரிடம் மட்டுமே கேட்பதுதான் அவமானகரமானது. எல்லோரிடமும் கேட்பது அப்படி அல்ல. ஒரு பிச்சைக்காரப் பெண்மணி என்னிடம் அப்படித்தான் சொன்னாள். நான் சிறு பெண், எனக்குப் பணம் சம்பாதிக்க எந்த வழியும் இல்லாததால் எல்லோரிடமும் பிச்சை யெடுக்கிறேன். ஆனால் நான் இங்கே தங்குவதாக இல்லை. நிச்சயம் மாட்டேன்! மாட்டேன்! நான் பொல்லாதவள், எல்லோரையும்விட மோசமானவள். நான் எவ்வளவு மோசமானவள் என்று நீங்களே பாருங்கள்."

இப்படிச் சொல்லிக் கொண்டே எதிர்பாராத நேரத்தில் மேசையிலிருந்து ஒரு கோப்பையை எடுத்துக் கீழே வீசி எறிந்தாள் நெல்லி.

"உடைத்து விட்டேன் பாருங்கள்" என்று என்னை எதிர்த்து வெற்றி கண்டது போன்ற பெருமிதத்துடன் கூவினாள் அவள்.

"இரண்டு கோப்பைகள்தான் இருக்கின்றன. இன்னொன்றையும் இப்போது உடைக்கப் போகிறேன். அப்புறம் எப்படி டீ குடிப்பீர்கள் பார்ப்போம்."

அவளது மனநிலை மிகவும் மோசமாக இருந்தது. சீற்றத்தின் பிடியிலிருந்த அவள், அதிலேயே மகிழ்ந்து கொண்டிருப்பவள் போலக் காணப்பட்டாள். தான் செய்வது தவறானது, வெட்கக் கேடானது என்பதை நன்றாகத் தெரிந்து வைத்துக் கொண்டே – மேலும் மேலும் அப்படிப்பட்ட தவறான காரியங்களை அவள் வேண்டு மென்றே செய்து கொண்டிருப்பதைப் போல் இருந்தது.

"அவளுக்கு உடம்பு முடியவில்லை வான்யா. அதுதான் அதற்குக் காரணம்" என்றார் இக்மெனெவ்.

"இல்லையென்றால் இவள் எப்படிப்பட்ட குழந்தை என்பது எனக்கு இன்னும் புரியவில்லையோ, என்னவோ? சரி, போய் வருகிறேன்."

அவர் தொப்பியை அணிந்து கொண்டு எனக்குக் கை கொடுத் தார். நொறுங்கிப் போனவர் போல இருந்தார் அவர். நெல்லி அவரை அந்த அளவுக்கு அவமானப்படுத்தி இருந்தாள். எனக்குள் கோபம் குமுறிக்கொண்டு வந்தது.

"அவரிடம் ஏன் அந்த அளவு கடுமையாக நடந்து கொண்டாய் நெல்லி. உனக்கு இரக்கமே இல்லையா?" என்று நாங்கள் இருவரும் மட்டும் தனித்துவிடப்பட்ட போது கத்தினேன்.

"உனக்கு வெட்கமாக இல்லை? மீண்டும் அதையே கேட்கிறேன். உனக்கு வெட்கமாக இல்லை? ஆமாம். நிஜமாக நீ ஒரு நல்ல பெண் இல்லைதான்! உண்மையாகவே நீ பொல்லாதவள் தான்."

நான் எந்தக் கோலத்தில் வீட்டில் இருந்தேனோ – அப்படியே தொப்பியைக்கூட அணிந்து கொள்ளாமல் அந்த முதியவரின் பின்னால் ஓடினேன். வாசல்வரையாவது அவருடன் செல்ல வேண்டுமென்றும், அவரை ஆறுதல்படுத்தும் வகையில் ஒரு சில வார்த்தைகளாவது சொல்ல வேண்டுமென்றும் ஆசைப்பட்டேன். படிகளில் வேகமாக இறங்கும்போது நான் திட்டியதால் பயங்கர மாக வெளிறிப்போயிருந்த நெல்லியின் முகம் என் மனதில் தோன்றியது.

நான் விரைவாகச் சென்று அவளை எட்டிப் பிடித்து விட்டேன்.

"பாவம் அந்தப் பெண்! மிக மோசமாக நடத்தப்பட்டிருக்கிறாள். அவளுடைய சொந்த சோகமே நிறைய இருக்கும்போது அவளிடம் போய் என்னுடையதைச் சொல்லிக் கொண்டிருந்தேன் பார் இவான் பெத்ரோவிச்"– கசப்பான புன்னகையோடு பேசினார் அவர்.

"அவளுடைய காயத்தை என்னையும் அறியாமல் தொட்டு விட்டேன். நன்கு சாப்பிட வசதி படைத்தவர்களால் பசித்தவர்

களைப் பற்றி அறிந்துகொள்ள முடியாது என்று பொதுவாகச் சொல்வதுண்டு. பசித்தவர்களாலும்கூடப் பசித்தவர்களைப் புரிந்து கொள்ள முடியாது என்று சேர்த்துக் கொள்கிறேன் நான். நல்லது, சென்று வருகிறேன்."

நான் இன்னும்கூட ஏதோ சொல்ல முற்பட்டேன். ஆனால் கிழவர் அது வேண்டாமென்று தடுத்துவிட்டார்.

"எனக்கு ஆறுதல் சொல்ல முயற்சிக்காதே. அதற்குப் பதிலாக அந்தப் பெண் திரும்பவும் உன்னிடமிருந்து ஓடிவிடாமல் பார்த்துக் கொள். அவளைப் பார்த்தால் அப்படித்தான் தெரிகிறது" என்று சற்று எரிச்சலோடு சொல்லி விட்டு வேகவேகமாக அடி வைத்து, தன் கைத்தடியை ஆட்டிக் கொண்டும், நடைபாதையில் அதை வைத்துத் தட்டிக்கொண்டும் என்னிடமிருந்து அகன்று போனார் அவர்.

தான் ஒரு தீர்க்கதரிசியாக இருக்கக்கூடும். தன் வார்த்தைகள் இத்தனை சீக்கிரம் பலிக்கும் என்றெல்லாம் அப்போது அவர் சற்றும் எண்ணவில்லை.

அறைக்குத் திரும்பி வந்து நெல்லி மறுபடியும் காணாமல் போனதைப் பார்த்த போது என் நடுக்கம் எப்படி இருந்திருக்கும் என்பதை நீங்களே கற்பனை செய்து கொள்ளுங்கள். நான் நடைபாதையிலும், படிக்கட்டிலும் விரைந்தோடி அவள் பெயர் சொல்லி அழைத்துப் பார்த்தேன். பக்கத்து வீட்டாரின் கதவுகளை யெல்லாம் கூடத் தட்டி, அவளைப் பற்றி விசாரித்தேன். அவள் திரும்பவும் ஓடிப்போய் விட்டாள் என்பதை என்னால் சிறிதுகூட நம்ப முடியவில்லை. அவள் எப்படித்தான் ஓடிப் போயிருக்க முடியும். இருப்பது ஒரே ஒரு வாசல்தான். நான் அந்த முதியவரிடம் பேசிக் கொண்டிருந்த போது எங்களைத் தாண்டித்தான் அவள் சென்றிருக்க முடியும். ஒருவேளை நான் வீட்டுக்குத் திரும்பி வரும் வரை எங்காவது படிக்கட்டுப் பகுதிகளில் ஒளிந்து கொண்டிருந்து விட்டு நான் உள்ளே சென்றபின் அப்படியே நழுவிப் போயிருந்தால் தான் உண்டு. அப்படியென்றால் அவளை நான் பார்த்திருக்க வாய்ப்பில்லை. எப்படி இருந்தாலும் அவள் அதிக தூரம் சென்றிருக்க முடியாது.

மிகுந்த கவலையுடன், மறுபடியும் அவளைத் தேடத் தொடங் கினேன். ஒருவேளை அவள் திரும்பி வரக் கூடுமென்ற எண்ணத் துடன் என் அறையையும் பூட்டாமல் திறந்து வைத்தேன்.

முதலில் மாஸ்லோபோயேவின் வீட்டுக்குத்தான் போனேன். அங்கே வீட்டில் யாரும் இல்லை. இப்போது நடந்து முடிந்திருக்கும் இந்தப் புதுக் குழப்பத்தை, பேரிடரைப் பற்றி ஒரு துண்டுச் சீட்டில்

அவர்களுக்கு எழுதி வைத்தேன். ஒருவேளை நெல்லி அங்கே வந்தால் உடனே எனக்குத் தெரிவிக்குமாறும் அவர்களை வேண்டிக் கேட்டுக் கொண்டிருந்தேன். பிறகு டாக்டர் வீட்டுக்குச் சென்றேன். அவரும் அங்கே இல்லை. நெல்லி அன்று மாலையில் ஒருமுறை மட்டும்தான் அங்கு வந்ததாக வேலைக்காரப் பெண் சொன்னாள். என்ன செய்வதென்றே எனக்குத் தோன்றவில்லை.

நான் புப்னோவாவின் வீட்டுக்குச் சென்றேன். அங்கிருந்த சவப்பெட்டி செய்யும் மனிதனின் மனைவி, வீட்டுக்குச் சொந்தக் காரியான புப்னோவாவை ஏதோ ஒரு காரணத்தால் காவல் நிலையத்தில் இரண்டு நாட்களாகப் பிடித்து வைத்திருக்கிறார்கள் என்றும், அன்று முதல் நெல்லியும் அங்கே காணப்படவில்லை என்றும் சொன்னாள். களைத்து, அயர்ந்து போனவனாய் மறுபடியும் மாஸ்லோபோயேவின் வீட்டுக்கே சென்றேன். அங்கு நிலைமை அதே போலத்தான் இருந்தது. யாரும் வீடு திரும்பி யிருக்கவில்லை. நான் எழுதி வைத்திருந்த துண்டுச்சீட்டு மேசை மீது அப்படியே கிடந்தது. நான் என்ன செய்யலாம்?

மிகவும் உடைந்து போனவனாய் இரவு வெகு நேரம் கழித்து வீடு திரும்பிக் கொண்டிருந்தேன். அன்று மாலை நான் நடாஷாவின் வீட்டில் இருந்திருக்க வேண்டும். அன்று காலை யிலேயே அவள் என்னை வரச்சொல்லிக் கேட்டுக் கொண்டிருந்தாள். ஆனால் அன்று முழுவதும் நான் எதுவுமே சாப்பிடாமல் இருந்தேன். நெல்லியைப் பற்றிய நினைவில் என் ஆன்மா பரிதவித்துக் கொண்டிருந்தது.

"இதற்கெல்லாம் என்ன காரணம்?" என்று யோசித்துப் பார்த்துக் குழம்பினேன்.

'அவளுக்கு ஏற்பட்டிருக்கும் நோயின் விபரீத விளைவாக இது இருக்கக் கூடுமோ? அல்லது அவளுக்குப் பைத்தியம் பிடித் திருக்குமோ? ஒருவேளை மனநிலைப் பிறழ்வை நோக்கிச் சென்று கொண்டிருக்கிறாளோ? கடவுளே...? அவள் இப்போது எங்கேதான் இருக்கிறாள்? அவளை நான் எப்படித்தான் கண்டுபிடிக்கப் போகிறேன்.'

மனதுக்குள் இவ்வாறு சொல்லி முடிப்பதற்குள் நெல்லி என் கண்ணுக்குத் தென்பட்டு விட்டாள். என்னிடமிருந்து சில அடி தள்ளி வாஸிலெய்வ்ஸ்கி பாலத்தில் நின்று கொண்டிருந்தாள் அவள். ஒரு தெரு விளக்கின் அடியில் நின்றிருந்த அவள் என்னைப் பார்க்கவில்லை. அவளிடம் விரைந்து செல்ல வேண்டும் என்று தோன்றிய எண்ணத்தைக் கட்டுப்படுத்திக் கொண்டேன்.

‘இங்கே அவள் என்ன செய்து கொண்டிருக்கிறாள்’ என்று ஆச்சரியப்பட்டேன்; ஆனாலும், நிச்சயமாக இம்முறை அவளை இழக்க விரும்பவில்லை. காத்திருந்து அவளைக் கவனிக்க வேண்டுமென்று முடிவு செய்து கொண்டேன். கிட்டத்தட்ட பத்து நிமிடங்கள் அவ்வாறே கழிந்திருக்கும். பாலத்தில் சென்று கொண்டிருக்கும் வழிப்போக்கர்களைப் பார்த்தபடி அவள் அப்படியே நின்று கொண்டிருந்தாள். இறுதியாக, நன்கு உடையணிந்த வயதான கனவான் ஒருவர் வந்தார். நெல்லி அவரை நோக்கிச் சென்றாள். நடந்து கொண்டே தன் சட்டைப் பையிலிருந்த எதையோ எடுத்து அவளிடம் தந்தார் அவர். அவள் அதற்கு நன்றி கூறித் தலை தாழ்த்தி வணக்கம் செலுத்தினாள்.

அந்தக் கணத்தில் நான் எப்படிப்பட்ட வேதனையை உணர்ந்தேன் என்பதை என்னால் விவரிக்கவே முடியாது. என் இதயம் வலியால் துடிதுடித்தது.

என் அரிய பொக்கிஷம், நான் நேசித்து, சீராட்டி அருமையாய்ப் பேணி வந்த என் கண்மணி போன்ற குழந்தை என் கண்ணுக்கு நேராகவே அவமானப்படுவதையும், சேற்றில் மிதிபடுவதையும் அந்த நிமிடம் கண்டதும் என் கண்களில் கண்ணீர் பொங்கி வழிந்தோடியது.

ஆம்... பாவப்பட்ட நெல்லிக்காக ஒரு பக்கம் கண்ணீர் விட்டாலும், அந்நேரத்தில் அடக்க முடியாத ஒரு கோபமும் என்னுள் கிளர்ந்தெழுந்தது. அவள் ஒன்றும் இப்போது தன் தேவைக்காகப் பிச்சையெடுக்கவில்லை. அவள் விதியை அவள்தான் பார்த்துக்கொள்ள வேண்டுமென்று எவரும் அவளைப் புறக்கணித்து ஒதுக்கித் தெருவில் தள்ளவும் இல்லை. கொடூரமான முறையில் தன்னைச் சித்திரவதை செய்பவர்களிடமிருந்தும் அவள் இப்போது தப்பிச் சென்றிருக்கவில்லை. தன்னிடம் அன்பும் ஆதரவும் காட்டித் தனக்குத் துணையாக இருந்தவர்களிடமிருந்துதான் அவளாகவே ஓடிப்போயிருக்கிறாள். இப்படிப்பட்ட தனது தவறான செயல்களின் வழி யாருக்கோ அதிர்ச்சியும், எச்சரிக்கையும் தர அவள் விரும்பியிருக்கிறாள். எவர் கவனத்தையோ கவர முயற்சித்திருக்கிறாள். ஆனால், ஏதோ ஒரு ரகசியமான விஷயமும்கூட அவள் மனதைக் குடைந்து கொண்டுதான் இருக்கிறது. இக்மெனெவ் சொன்னது உண்மைதான். அவள் மிகவும் மோசமாக நடத்தப்பட்டிருக்கிறாள். அவளது காயம் எளிதில் ஆறக் கூடியதல்ல. இப்படிப்பட்ட தனது வினோதமான நடவடிக்கைகளால் எங்கள் எல்லோர் மீதும் அவநம்பிக்கை கொள்வதால்–ஆறாத தன் காயத்தின் வலியை அவள் இன்னும் அதிகமாகிக்கொள்ளவே செய்கிறாள்.

தன் வலியில் தானே சுகம் காண்பது போல்–தன் துன்பத்தில் தானே பெருமை கொள்வது போல அவள் நடந்து கொண்டாள் என்றுகூட நான் அதைச் சொல்வேன். தன் புண்ணைத் தானே சொறிந்து விட்டுக்கொண்டு, அதிலேயே மூழ்கித் திளைப்பவர்களைப் பற்றி நான் அறிந்திருக்கிறேன். விதியால் வஞ்சிக்கப்பட்டவர்களாய் – அவமானத்துக்கும், அவமதிப்புக்கும் உள்ளாகிப் புண்பட்டவர்கள் பலரும் இப்படிப்பட்ட ஒருவகை மகிழ்ச்சி காண்பதுண்டு. தங்களுக்கு இழைக்கப்பட்ட அநீதியைப் பற்றித் தங்களுக்குத் தெரிந்திருக்கிறது என்பதை இவ்வாறு அவர்கள் வெளிக்காட்டிக் கொள்வார்கள். ஆனால் இப்போது எந்த நீதியைப் பற்றி நெல்லி புகார் செய்ய முடியும்? தனது ஏறுக்குமாறான நடத்தைகளால், மோசமான குறும்புகளால் எங்களை ஆச்சரியப்படவும், அதிர்ச்சி யடையவும் செய்ய வேண்டுமென்பதே அவளது நோக்கம். எங்களுக்கெதிரே தன்னுடைய ஏதோ ஒரு தோரணையை வெளிப்படுத்திக்கொள்வது மட்டுமே அவள் விருப்பம்.

ஆனால்... அது கூடாது நெல்லி இப்போது தன்னந்தனியாக இருக்கிறாள். அவள் பிச்சையெடுப்பதை எங்கள் எவராலும் பார்க்க முடியாது. பிச்சையெடுப்பதில் அவளால் சந்தோஷம் காண முடியுமா? அவள் ஏன் பிச்சையெடுக்க வேண்டும்? பணத்துக்கான தேவைதான் என்ன அவளுக்கு?

பிச்சையெடுத்து முடித்த பிறகு பாலத்தை விட்டு வெளியே வந்து வெளிச்சமாக இருந்த ஒரு கடை ஜன்னலருகே நின்றபடி தனக்குக் கிடைத்த நாணயங்களை எண்ண ஆரம்பித்தாள் அவள். அவளிடமிருந்து ஒரு அடி தூரத்தில் நின்றிருந்தேன் நான். அவளிடம் கணிசமான பணம் சேர்ந்திருந்தது. காலை முதல் தொடர்ந்து அவள் பிச்சையெடுத்துக் கொண்டிருக்க வேண்டும். தன் கைகளில் அதை இறுகப் பிடித்துக்கொண்டு தெருவைத் தாண்டி ஒரு சிறிய கடைக்குள் சென்றாள் அவள். நானும் விரைவாக அந்தக் கடையின் கதவுவரை சென்றேன். அது விரியத் திறந்திருந்ததால் அவள் உள்ளே என்ன செய்கிறாள் என்பதை என்னால் பார்க்க முடிந்தது.

பணம் செலுத்துமிடத்தில் அவள் பணத்தைக் கொடுத்து, அதற்குப் பதிலாக ஒரு கோப்பையை வாங்கிக் கொண்டாள். அது ஒரு தேநீர்க் கோப்பை. தான் எவ்வளவு பொல்லாதவள் என்பதை என்னிடமும் இக்மெனெவிடம் காட்டுவதற்காக இன்று காலை எங்களுக்கு முன்னால் உடைத்தாளே, அதே போன்ற கோப்பை. கோப்பைக்குப் பதினைந்து கோபெக் அல்லது சற்றுக் குறைவான பணத்தை அவள் கொடுத்திருக்கலாம். கடைக்காரர் அதைக் காகிதத்தில் சுற்றிக் கட்டி நெல்லியிடம் கொடுக்க, அவள் மிகுந்த திருப்தியோடு கடையை விட்டு வேகமாக வெளியே வந்தாள்.

அவள் சற்று அருகில் வந்ததும் "நெல்லி" என்று குரல் கொடுத்தேன். அவள் திடுக்கிட்டுத் திரும்பிப் பார்த்ததில், கோப்பை அவள் கையிலிருந்து நழுவி நடைபாதையில் விழுந்து உடைந்து நொறுங்கியது. நெல்லியின் முகம் வெளுத்துப் போயிருந்தது. ஆனால், நடந்த எல்லாவற்றையும் நான் பார்த்துப் புரிந்து கொண்டு விட்டேன் என்பதை என்னை ஏறிட்டுப் பார்த்ததுமே உணர்ந்து கொண்டாள் அவள். உடனே அவள் முகம் சிவந்து போயிற்று. பொறுத்துக் கொள்ள முடியாத தன்மானத்தின் மிகுதியால் விளைந்த கூச்சம் அது. நான் அவள் கையைப் பிடித்து வீட்டுக்குக் கூட்டிக் கொண்டு போனேன். நாங்கள் அதிக தூரம் போக வேண்டி யிருக்கவில்லை. ஆனாலும் வழியில் ஒரு வார்த்தை கூட நாங்கள் பேசிக் கொள்ளவில்லை. வீட்டுக்குள் சென்றதும் நான் அமர்ந்து கொண்டேன். நெல்லி என் எதிரே நின்றிருந்தாள்; முன்பு போல் அவள் கண்கள் தரையைப் பார்த்துக் கொண்டிருந்தன. வெளிறிப் போய் ஏதோ யோசனையோடும், தரும சங்கடத்தோடும் நின்று கொண்டிருந்தாள் அவள். அவளால் என்னை நேருக்கு நேர் பார்க்க முடியவில்லை.

"நெல்லி...! பிச்சையெடுத்தாயா என்ன?"

"ஆமாம்" என்று முணுமுணுப்பாகச் சொல்லிவிட்டுத் தன் தலையை இன்னும் அதிகமாகத் தொங்கவிட்டுக் கொண்டாள் அவள்.

"இன்று காலை உடைந்த கோப்பைக்குப் பதிலாக வேறொன்றை வாங்க உனக்குப் பணம் தேவைப்பட்டிருக்கிறது, அப்படித்தானே?"

"ஆமாம்."

"ஆனால் அதற்காக உன்னை நான் திட்டவோ, கடிந்து கொள்ளவோ செய்தேனா? சொல் நெல்லி. எவ்வளவு பொல்லாத் தனம் இருந்தால் இப்படி ஒரு காரியத்தைச் செய்வாய்? அது சரிதானா சொல் நெல்லி! இப்படிச் செய்ய உனக்கு வெட்கமாக இல்லை...?"

"ஆமாம்... வெட்கமாகத்தான் இருக்கிறது" என்று காதிலேயே விழாதபடி மிக லேசாக அவள் முணுமுணுத்த போது அவள் கன்னத்தில் ஒரு கண்ணீர்த் துளி உருண்டோடியது.

"சரி... வெட்கப்படுகிறாய்தானே, போகட்டும்" என்றேன்.

"நெல்லி... என் கண்ணே... ஏதாவது ஒருவகையில் உன்னை நான் புண்படுத்தியிருந்தால் என்னை மன்னித்துவிடு. நாம் நண்பர்களாவே இருப்போம், சரியா?"

அவள் என்னை ஏறிட்டுப் பார்த்தாள். அவள் கண்களிலிருந்து மடையுடைத்த வெள்ளம் போலக் கண்ணீர் பெருகியது. ஓடிவந்து என் மார்பில் விழுந்து என்னை அணைத்துக் கொண்டாள்.

சரியாக அதே நேரத்தில் உள்ளே வந்தாள் அலெக்ஸாண்ட்ரா செமியோனோவ்னா.

"என்ன இது...? அட மறுபடியும் வீட்டுக்கு வந்துவிட்டாயா? என்ன நெல்லி இது? உனக்கு என்னதான் ஆகிறது? நல்ல வேளை திரும்பி வந்துவிட்டாயே? அவளை எங்கே கண்டுபிடித்தீர்கள் இவான் பெத்ரோவிச்?"

தொடர்ந்து கேள்வி கேட்க வேண்டாமென்று அலெக்ஸாண்ட்ரா செமியோனோவ்னாவிடம் நான் ஜாடை காட்ட அவளும் அதைப் புரிந்துகொண்டாள். நெல்லி இன்னும்கூட அழுது கொண்டிருந்தாள். நான் திரும்பி வரும்வரை அவளுக்குத் துணையாக இருக்குமாறு அலெக்ஸாண்ட்ரா செமியோனோவ்னாவிடம் கேட்டுக்கொண்டு விட்டு நெல்லியிடமிருந்து அமைதியாக விடைபெற்றேன். நடாஷாவைப் பார்க்க விரைவாகச் சென்றேன். ஏற்கனவே தாமதமாகி விட்டிருந்ததால் ஓட்டமும், நடையுமாகப் போனேன்.

அன்று மாலை எங்கள் விதி முடிவு செய்யப்பட இருந்தது. நடாஷாவும் நானும் நிறைய விஷயங்களைப் பற்றிப் பேசினோம்; எப்படியோ இடையில் நெல்லியைப் பற்றியும் பேச்சு வந்தது. அவளிடம் நடந்த எல்லாவற்றையும் விவரமாகச் சொன்னேன். நான் சொன்ன கதை நடாஷாவுக்கு ஆர்வமூட்டுவதாகவும், அவளை வியப்படையச் செய்வதாகவும் கூட இருந்தது.

"உனக்கு இன்னும் அது புரியவில்லையா வான்யா" என்று கண நேர யோசனைக்குப் பிறகு என்னிடம் சொன்னாள் அவள்.

"அவளுக்கு உன்மீது காதல் என்று நினைக்கிறேன்."

"என்னது...? நீ என்ன சொல்கிறாய்?" என்று திடுக்கிட்டவனாய்க் கேட்டேன்.

"ஆம்... இது காதலின் தொடக்கம். ஒரு பெண் கொண்டிருக்கும் உண்மையான காதல்."

"உன்னால் எப்படி இவ்வளவு அபத்தமாகப் பேச முடிகிறது நடாஷா? அவள் வெறும் ஒரு குழந்தை."

"சீக்கிரமே பதினான்கு வயதை எட்டப் போகும் குழந்தை. நீ அவளுடைய காதலைப் புரிந்துகொள்ளாமல் இருப்பதுதான் அவளது கசப்புணர்வுக்குக் காரணம். ஒருவேளை அவள் தன்னைத் தானே புரிந்து கொள்ளாமலும்கூட இருக்கலாம். அவள் காட்டும்

இந்த எதிர்ப்புணர்வில் பெரும்பாலும் குழந்தைத்தனமே அதிகமாக இருந்தாலும், அது தீவிரமாகவும் இருக்கிறது. துன்பம் தருவதாகவும் இருக்கிறது. இதில் முக்கியமான விஷயம் என்ன வென்றால் அவள் என் மீது பொறாமையுடன் இருக்கிறாள் என்பது தான். நீ என்னை மிக அதிகமாக நேசிப்பதால் வீட்டிலிருக்கும் வேளைகளிலும்கூட என்னைப் பற்றியே சிந்தித்துக் கவலைப்பட்டுக் கொண்டிருப்பதால் என்னைப் பறறியே பேசிக் கொண்டிருந்திருப்பாய். அதனால் அவளைப் போதுமான அளவு கவனித்திருக்க மாட்டாய். அதை அவள் கண்டுகொண்டிருப்பாள்; அது அவளைக் கடுமையாகப் பாதித்திருக்கும். ஒரு வேளை அவள் உன்னிடம் மனம் விட்டுப் பேசித் தன் இதயத்தைத் திறந்து காட்ட ஏங்குவாளாக இருக்கும். அதை எப்படிச் செய்வது என்ற கூச்சமும் அவளிடம் இருக்கலாம்; அல்லது தன்னைத் தானே புரிந்து கொள்ளாமலும் அவள் இருக் கலாம்; ஒருவேளை தக்க சந்தர்ப்பம் வாய்ப்பதற்குக் காத்துக் கொண்டிருக்கவும் செய்யலாம்; அந்தச் சந்தர்ப்பத்தை ஏற்படுத்திக் கொடுக்காமல் நீ அவளிடமிருந்து என்னிடம் ஓடி ஓடி வந்து விடுகிறாய். அவள் உடல்நலமில்லாத போது கூட சில சமயம் நாள் முழுவதும் அவளைத் தனியாகவே விட்டு வைத்திருக்கிறாய் நீ. அதனால்தான் அவள் அழுகிறாள். உன்னைத் தேடுகிறாள். நீ தன் அருகில் இருக்கவேண்டுமென்று விரும்புகிறாள். அதை நீ கவனிக்கவில்லையே என்பதுதான் அவளை அதிகமாகப் புண் படுத்துகிறது. இப்போதும்கூட –இந்த மாதிரி ஒரு தருணத்தில்கூட நீ எனக்காக அவளைத் தனியாக விட்டுவிட்டு வந்திருக்கிறாய். ஒருவேளை நாளைக்கும் கூட இதனாலேயே அவளுக்கு முடியாமல் போகலாம். முன்பும் ஒருமுறை கூட அவளை அப்படி ஒரு நிலையில் விட்டுவிட்டு வந்திருக்கிறாய். உடனே அவளிடம் திரும்பிப் போ...”

“நான் அவளை விட்டு வந்திருக்க மாட்டேன்... ஆனால்...”

“ஆமாம். எனக்குத் தெரியும். நான்தான் உன்னை வரச் சொல்லிக் கூப்பிட்டேன். சரி, இப்போது போய்விடு.”

“போகிறேன். ஆனால், நீ சொன்ன ஒரு வார்த்தையைக் கூட நிச்சயமாக என்னால் நம்ப முடியவில்லை.”

“அதற்குக் காரணம், அது வழக்கத்துக்கு வித்தியாசமாக, மற்றவர்களிடமிருந்து வேறுபட்டதாக இருப்பதுதான். அவள் வாழ்க்கையை நினைவுபடுத்திக் கொள், அவள் கதை முழுவதையும் நினைத்துப் பார். அப்போது நீ நம்புவாய். அவளுடைய குழந்தைப் பருவம் நம் இரண்டு பேருடையதைப் போல் இல்லை”

நான் மிகவும் தாமதமாகத்தான் வீடு திரும்பினேன். முதல் நாள் மாலையைப் போலவே நெல்லி நிறைய நேரம் அழுது

கொண்டிருந்தாள் என்றும் அன்று போலவே கண்ணீருடன் தூங்கிப் போய் விட்டாள் என்றும் அலெக்ஸாண்ட்ரா செமியோனோவ்னா என்னிடம் சொன்னாள்.

"சரி... நான் இப்போது கிளம்புகிறேன் இவான் பெத்ரோவிச். அவர் வரச் சொல்லியிருக்கிறார்... பாவம் என்னை எதிர்பார்த்துக் கொண்டிருப்பார்."

நான் அவளுக்கு நன்றி சொல்லி விட்டு நெல்லியின் படுக்கைக் கருகே அமர்ந்து கொண்டேன். இப்படிப்பட்ட ஒரு நேரத்தில் அவளை விட்டுச் செல்ல நேர்ந்தது எனக்கும் வருத்தமாகத்தான் இருந்தது. இரவு வெகுநேரம் வரை ஏதோ எண்ணங்களில் மூழ்கிய படி அவளருகிலேயே உட்கார்ந்திருந்தேன் நான்...

எங்கள் எல்லோரது வாழ்விலுமே சிக்கலான நேரம் அது...

கடந்த இரண்டு வாரங்களில் என்ன நடந்தது என்பதைப் பற்றி நான் இப்போது கட்டாயம் விவரிக்க வேண்டும்.

5

அன்று உணவு விடுதியில் இளவரசன் வால்காவ்ஸ்கியோடு கழித்த மறக்க முடியாத அந்த மாலை நேரத்தைத் தொடர்ந்து ஒரு சில நாட்கள் நடாஷாவைப் பற்றித் தொடர்ந்து கவலையோடு இருந்தேன். "அந்தக் கேவலமான மனிதன் நடாஷாவை எப்படி யெல்லாம் அச்சுறுத்தப் போகிறானோ! அவளை எப்படிப் பழி தீர்த்துக்கொள்ள நினைத்திருக்கிறானோ" என்றெல்லாம் ஒவ்வொரு நிமிடமும் என்னுள்ளேயே பல கேள்விகளைக் கேட்டுக் கொள்வேன். பலவகையான ஊகங்களுக்குள் என்னை நானே தொலைத்துக் கொள்வேன். இறுதியில் வால்காவ்ஸ்கியின் மிரட்டல்களெல்லாம் வெற்றுச் சொற்களாக, வாய்ச்சொல் வீம்புகளாக மட்டுமே இருக்க முடியாது என்ற முடிவுக்கு வந்து சேர்ந்தேன். அவள் அல்யோஷா வுடன் இருக்கும்வரை அவனால் அவளுக்கு ஏதாவது ஒரு கெடுதல் ஏற்பட்டுக் கொண்டேதான் இருக்கும். அவன் அற்பத்தனமானவன், பழி வாங்குபவன், தீமையே உருவானவன், எதையும் கணக்குப் போட்டுச் செய்பவன் என்று அவனது இயல்புகளை நினைத்துப் பார்த்தேன். தனக்கு ஏற்பட்ட அவமானத்தை அப்படி எளிதாகத் துடைத்துப் போட்டுவிட்டு அதற்காகப் பழி வாங்காமல் தாண்டிச் செல்லக் கூடியவன் அல்ல அவன். அது சாத்தியமே இல்லை. எப்படியோ ஒரு விஷயத்தை மட்டும் அவன் என்னிடம் மிகத் தெளிவாகவே சொல்லி விட்டான். நடாஷாவுடன் கொண்டுள்ள

தொடர்பை அல்யோஷா உடனே துண்டித்துக் கொள்ள வேண்டும் என்பதும், அப்படி அவர்களுக்குள் விரைவில் நேரவிருக்கும் பிரிவுக்கு நடாஷாவை நான் தயார் செய்ய வேண்டும் என்பதுமே அந்த விஷயம். நான் அப்படிச் செய்ய வேண்டும் என்றும், எந்த வகையான உணர்ச்சிபூர்வமான காட்சிகளுக்கோ, முட்டாள்தனங் களுக்கோ, ஷில்லரிசத்துக்கோ இடம் தராமல் அது நடந்து முடிய வேண்டு மென்றும் அவன் எதிர்பார்த்தான். உண்மையில் அவன் எதிர்பார்த்ததும் கவலைப்பட்டதும் அல்யோஷா எதன் பொருட்டும் அதிருப்தியடைந்து விடாமல் இருக்கவேண்டுமென்பதைப் பற்றித் தான். அவன் தன்னைப் பாசமுள்ள ஒரு தந்தையாக மட்டுமே கருத வேண்டும். அதுவே வால்காவ்ஸ்கிக்கு முக்கியம். அப்படி இருந்தால்தான் காத்யாவின் சொத்தைத் தன்னால் சகஜமாகக் கையாள முடியும் என்பது அவன் எண்ணம்.

அதனால் எதிர்வரும் பிரிவுக்கு நடாஷாவைத் தயார் செய்யும் பொறுப்பு என்னுடையதாக ஆகிப்போயிற்று. ஆனால், நடாஷா விடம் நிறைய மாற்றம் தெரிந்ததை நான் கவனித்தேன். முன்பு போல என்னிடம் ஒளிவு மறைவில்லாமல் அவள் பேசவில்லை. அதன் சுவடுகூட இப்போது அவளிடம் இல்லை. சொல்லப் போனால் என்னிடம் அவநம்பிக்கையோடு இருப்பதைப் போலத் தான் தெரிந்தாள் அவள். அவளை ஆறுதல்படுத்த நான் எடுக்கும் முயற்சிகளெல்லாம் அவளை மேலும் மேலும் வேதனையில் ஆழ்த்துவதாகவே முடிந்தன. நான் கேட்கும் கேள்விகள் அவளுக்கு மிகவும் எரிச்சலூட்டின; அவள் கோபத்தையும் கிளறிவிட்டன. சில சமயம் அவளை வெறுமனே கவனித்துக் கொண்டு, அவளது அறையில் உட்கார்ந்திருப்பேன். தன் கைகளை மடித்துக் கொண்டு அறையின் ஒரு மூலையிலிருந்து மறு மூலை வரை தன் கால்களால் அளந்து கொண்டிருப்பாள் அவள். வெளிறிப்போய், வருத்தமாகக் காணப்படுவாள். அப்போது எதுவுமே அவள் நினைவில் இல்லாதது போல – நான் அங்கே இருப்பதைக் கூட அவள் மறந்து விட்டதைப் போலத் தோன்றும். எப்பொழுதாவது என் பக்கம் அவளது பார்வை திரும்பினால் (என் கண்களை நேருக்குநேர் பார்ப்பதைக் கூட அவள் தவிர்த்தாள்) அதில் பொறுமையில்லாத ஒரு எரிச்சல் மட்டுமே தெரியும். உடனே சட்டென்று வேறு பக்கம் திருப்பிக் கொண்டு விடுவாள். பிரிவை எப்படி எதிர்கொள்வது என்பதற்கான யோசனை ஏதாவது அவள் மனதுக்குள் ஓடிக்கொண்டிருக்கும். தானாகவே அவள் அதைப் பற்றித் திட்டமிட்டுக் கொண்டிருக்கக் கூடும் என்று நான் உணர்ந்து கொண்டேன். ஆனால் வலியும், வேதனையும், கசப்புணர்ச்சியும் இல்லாமல் அதை அவளால் எப்படி யோசிக்க முடியும்? தன் மனதை ஏற்கனவே அந்தப்

பிரிவுக்காக அவள் ஆயத்தம் செய்து வைத்து விட்டாள் என்பது எனக்குத் தெளிவாகப் புரிந்தது. ஆனாலும்கூட அவள் கொண்டிருக்கும் கடுமையான விரக்தியை எண்ணி நான் வருத்தமும், பயமும் கொண்டேன். சில சமயங்களில் அவளிடம் பேசவோ, ஆறுதலளிக்கவோ கூட எனக்குத் துணிவிருக்காது. அதனால் எல்லாம் எப்படி முடியப் போகிறதோ என்று நான் நடுக்கத்தோடு காத்திருந்தேன்.

என்னிடம் கடுமையாகவும், விலக்கத்தோடும் அவள் நடந்து கொண்டது எனக்கு வருத்தமளித்தாலும், என்னைப் புண்படுத்தினாலும்–என் நடாஷாவின் உள் மனதின் மீது எனக்கு நம்பிக்கை இல்லாமல் போகவில்லை. தன்னளவில் அவள் எவ்வளவு பயங்கரமாகப் பாதிக்கப்பட்டு நிலைகுலைந்து போயிருக்கிறாள் என்பதை என்னால் புரிந்துகொள்ள முடிந்தது. அந்த நிலையில் வெளி நபர்களின் குறுக்கீடு என்பது அவளுக்கு எரிச்சலும், கோபமும் அளிப்பதாகத்தான் இருக்க முடியும். அதிலும் நம் ரகசியங்களைத் தெரிந்து வைத்திருக்கும் நெருக்கமான நண்பர்களின் கிறுக்கு நமக்கு இன்னும் அதிகமாகவே எரிச்சலூட்டும். ஆனாலும் கடைசி நிமிடத்தில் ஆறுதல் தேடிக்கொண்டு அவள் என்னிடம்தான் வருவாள் என்பதை நான் மிக நன்றாக அறிந்திருந்தேன்.

வால்காவ்ஸ்கியிடம் பேசியது பற்றி நான் அவளிடம் எதுவுமே சொல்லியிருக்கவில்லை அது அவளை இன்னும் துன்பப்படுத்துவதாகப் போய்விடும். சீமாட்டியின் வீட்டுக்கு அவனோடு போயிருந்ததாகப் பேச்சுவாக்கில் மட்டும் சொல்லியிருந்தேன். அவன் எப்படிப்பட்ட மோசமான போக்கிரி என்பதை நான் புரிந்து கொண்டு விட்டதாகவும் சொன்னேன். ஆனால் அவள், அவனைப் பற்றி எதுவும் பேசாமல் இருந்தது எனக்குச் சந்தோஷமாக இருந்தது. காத்யாவை நான் சந்தித்தது பற்றிச் சொன்னபோது மட்டும் அதை ஆர்வத்துடன் கேட்டாள். பிறகு அவனைப் பற்றி எதுவும் சொல்லவில்லை என்றாலும், நடாஷாவின் வெளிறிய முகம் குபீரென்று சிவந்து போனதையும் அன்று முழுவதும் அவள் ஏதோ ஒரு பதட்டத்தில் இருந்ததையும் என்னால் பார்க்க முடிந்தது. காத்யா சம்பந்தப்பட்ட எந்தச் செய்தியையும் நான் மறைக்கவில்லை. என் உள்ளத்தில் அவள் அபாரமான தாக்கத்தை ஏற்படுத்தி விட்டாள் என்பதையும் நடாஷாவிடம் வெளிப்படையாக ஒத்துக்கொண்டேன். நான் ஏன் அதை மறைக்க வேண்டும்? அப்படி மறைத்திருந்தால் நிச்சயம் நான் எதையோ சொல்லாமல் ஒளித்து விட்டேன் என்று நடாஷா நிச்சயம் ஊகித்திருப்பாள். என்னிடமும் கோபமும் கொண்டிருப்பாள். அதனால் நான் வேண்டுமென்றே எவ்வளவு முடியுமோ அவ்வளவு விரிவாக,

முழுமையாக எல்லாவற்றையும் அவளிடம் சொன்னேன். அவள் இருக்கும் நிலையில், அவள் கேட்கக் கஷ்டப்படும் சில கேள்விகளைக் கூடக் கண்டுபிடிக்க முயற்சி செய்து அவற்றுக்கும் விளக்கம் சொன்னேன். தனக்குப் போட்டியாக இருக்கும் ஒரு நபரின் நல்ல குணங்களைப் பற்றி விட்டேற்றியான பாவனையில் விசாரிப்பது கூட அத்தனை எளிதானதில்லையே.

சீமாட்டியுடனும், காத்யாவுடனும் அல்யோஷா கிராமப் புறத்துக்குச் செல்ல வேண்டுமென்று வால்காவ்ஸ்கி பிறப்பித்திருக்கும் அவசர ஆணை பற்றி நடாஷாவுக்குத் தெரிந்திருக்காது என்றே நான் நினைத்துக் கொண்டிருந்தேன். அதனால் பேரிடியைப் போலத் தாக்கக்கூடிய அந்த விஷயத்தை அவளிடம் எப்படி மென்மையாகச் சொல்வதென்று தெரியாமல் நான் தயங்கிக் கொண்டிருந்தேன். ஆனால் நான் அதைச் சொல்ல வாயெடுத்ததுமே என்னைத் தடுத்து நிறுத்திவிட்ட அவள், தனக்கு எந்த ஆறுதல் வார்த்தையும் தேவையில்லை என்றும், கடந்த ஐந்து நாட்களாகவே அது பற்றித் தனக்குத் தெரியும் என்றும் சொன்னாள். எனக்கு அது வியப்பூட்டுவதாக இருந்தது.

"கடவுளே!" என்று கத்திவிட்டேன்.

"உன்னிடம் அதை யார் சொன்னது?"

"அல்யோஷா."

"என்ன... அவனா...?"

"ஆமாம்! நான் என் மனதை எல்லாவற்றுக்கும் தயார்ப்படுத்திக் கொண்டுவிட்டேன் வான்யா" என்றாள். அப்போது அவள் என்னைப் பார்த்த பார்வையும், அவளது தொனியும் அந்த உரையாடலை அதற்கு மேல் நீட்டிக்க வேண்டியதில்லை என்று பொறுமையில்லாமல் எனக்கு எச்சரிக்கை விடுப்பதைப் போலிருந்தன.

அல்யோஷா, நடாஷாவைப் பார்க்க அடிக்கடி வந்து சென்று கொண்டுதான் இருந்தான். ஆனால் மிகக் குறைவாக ஒரு சில நிமிடங்கள் மட்டுமே! ஒருமுறை நிறைய நேரம் அவளோடு தங்கியிருந்தான். ஆனால், அந்தச் சமயம் நான் அங்கே இல்லை. பொதுவாக, வருத்தம் தோய்ந்த முகத்துடன்தான் அவன் வருவான். அப்பாவித்தனமாக... பரிவோடு அவளைப் பார்ப்பான். ஆனால், நடாஷா அவனை இனிமையாகவும், பிரியத்தோடும் வரவேற்றதும் சட்டென்று எல்லாவற்றையும் மறந்து உற்சாகமாகி விடுவான். அவன் என் வீட்டுக்கும் அடிக்கடி வந்தான்; கிட்டத்தட்ட ஒவ்வொரு நாளும் வந்தான் என்றே சொல்லலாம். அவனும் மிகுந்த வேதனையில் இருந்தான் என்பது உண்மைதான். ஆனால் அந்த வருத்தத்தோடு கண நேரம்கூட அவனால் தனியாக இருக்க

முடியாது. அதனால் என்னிடம் ஆறுதல் தேடித் தொடர்ச்சியாக ஓடி வந்துகொண்டே இருந்தான் அவன்.

ஆனால் என்னால் அவனுக்கு என்ன சொல்ல முடியும்? நான் அவனிடம் கோபமாகவும், பாராமுகமாக இருப்பதாகவும், அவனுக்கு எதிராக இருப்பதாகவும்கூட என் மீது குறை சொல்வான். வருத்தப்படுவான். கண்ணீர் சிந்துவான். பிறகு காத்யாவிடம் சென்று அங்கே ஆறுதல் தேடிக்கொண்டு விடுவான்.

அல்யோஷா போகப் போகிறான் என்பது தனக்குத் தெரியும் என்று நடாஷா என்னிடம் சொன்ன அன்று (இளவரசருக்கும், எனக்கும் இடையேயான உரையாடல் நடந்து ஒரு வாரம் சென்றிருக்கும்) அல்யோஷா என்னிடம் மிகுந்த ஆதங்கத்தோடு ஓடி வந்தான். என்னைத் தழுவிக்கொண்டான்; என் கழுத்தைக் கட்டிக் கொண்டு சிறு குழந்தைபோல் விம்மி அழுதான். அவன் என்ன சொல்லப் போகிறான் என்று கேட்க நான் அமைதியாகக் காத்திருந்தேன்.

"வான்யா! நான் மிகவும் இழிந்தவன், மட்டமானவன்" என்று தொடங்கினான் அவன்.

"என்னிடமிருந்தே என்னைத் தயவு செய்து காப்பாற்றுங்கள். மட்டமானவனாகவும், இழிந்தவனாகவும் இருப்பதற்காக நான் அழவில்லை. என் மூலம் நடாஷா எல்லையற்ற துன்பம் அனுபவிக்கிறாளே என்றுதான் அழுகிறேன். நான் அவளைத் துன்பத்தில் தவிக்கவிட்டுக் கொண்டிருக்கிறேன். வான்யா, என் நண்பரே, கொஞ்சம் சொல்லுங்கள். எனக்காக இதைத் தீர்மானமாக முடிவு செய்து சொல்லுங்கள். நான் யாரை அதிகமாக நேசிக்கிறேன்? நடாஷாயா? காத்யாவையா?"

"அதை நான் முடிவு செய்ய முடியாது அல்யோஷா. என்னை விட உனக்குத்தான் அது நன்றாகத் தெரியும்" என்று பதிலளித்தேன்,.

"இல்லை வான்யா, எனக்கு வேண்டியது அது இல்லை. அப்படி ஒரு கேள்வி கேட்குமளவு நான் முட்டாளும் இல்லை. ஆனால், எனக்கே அது தெரியவில்லை என்பதுதான் அதிலுள்ள மோசமான விஷயம். என்னை நானே கேட்டுப் பார்க்கிறேன்; பதில் தெரியவில்லை. ஆனால், நீங்கள் வெளியிலிருந்து பார்ப்பதால் என்னைவிடத் தெளிவாக உங்களுக்குப் புலப்பட்டு விடும். சரி... உங்களுக்குத் தெரியவில்லை என்றே வைத்துக் கொண்டாலும் உங்கள் மனதுக்கு என்ன படுகிறது என்றாவது சொல்லுங்களேன்."

"நான் பார்த்தவரை நீங்கள் காத்யாவைத்தான் அதிகம் நேசிப்பதாக எனக்குத் தோன்றுகிறது."

"அப்படியா? அப்படியா தோன்றுகிறது உங்களுக்கு? இல்லவே இல்லை. நீங்கள் சரியாக ஊகிக்கவில்லை. எல்லாவற்றையும்விட அதிகமாக நான் நடாஷாவைக் காதலிக்கிறேன். என்னால் அவளை எப்போதும் விட முடியாது, எந்தத் தூண்டுதலாலும் அது சாத்திய மில்லை. காத்யாவிடம் அப்படியே சொல்லிவிட்டேன்; அவளும் அதை முழுமையாக ஏற்றுக்கொண்டு விட்டாள்... ஏன் எதுவும் பேசாமல் இருக்கிறீர்கள்? நீங்கள் இப்போது புன்னகை செய்வதை என்னால் பார்க்க முடிகிறது... நான் இப்போது இருப்பது போல் இவ்வளவு கஷ்டத்தில் இருக்கும்போது ஒரு தடவைகூட நீங்கள் எனக்கு ஆறுதலாக இருந்ததில்லை... சரி, நான் போய் வருகிறேன்."

அவன் அறையை விட்டு வேகமாக ஓடினான். எங்கள் உரை யாடலை அமைதியாகக் கேட்டுக்கொண்டிருந்த நெல்லி அவன் செயலைக் கண்டு திகைத்துப் போனாள். அந்தச் சமயத்தில் அவள் உடல்நலம் முழுவதுமாகத் தேறியிருக்கவில்லை. படுக்கையில் கிடந்தபடி மருந்து சாப்பிட்டுக் கொண்டிருந்தாள். அல்யோஷா அவளிடம் ஒருபோதும் பேசியதே இல்லை. அவனது வருகையின் போது அவள் இருக்கிறாள் என்பதைக் கவனித்ததுகூட இல்லை.

இரண்டு மணி நேரம் கழித்து அவன் திரும்பவும் வந்தான். இப்போது அவன் முகம் மகிழ்ச்சியாக இருந்ததைப் பார்த்து நான் ஆச்சரியப்பட்டேன். மீண்டும் அவன் என் கழுத்தைக் கட்டிக் கொண்டான், என்னை இறுகத் தழுவிக் கொண்டான்.

"எல்லாவற்றையும் சரி செய்தாயிற்று" என்று கத்தினான்.

"தவறான புரிதல்கள் எல்லாவற்றையும் சரி செய்து விளக்கி விட்டேன். நான் இங்கிருந்து நேராக நடாஷாவிடம்தான் போனேன். மிகுந்த தடுமாற்றத்துடன் இருந்ததால் அவள் இல்லாமல் என்னால் இருக்க முடியவில்லை. அவளைப் பார்த்ததும் அவள் கால்களில் விழுந்துவிட்டேன். நான் அப்படித்தான் செய்ய வேண்டும். அதைச் செய்யத்தான் நான் விரும்பினேன். அப்படிச் செய்யவில்லையென்றால் என் வருத்தமே என்னைச் சாகடித்திருக்கும். அவள் அமைதியாக என்னை அணைத்துக் கொண்டு அழுதாள். நான் அவளை விடவும் காத்யாவைத்தான் அதிகம் நேசிக்கிறேன் என்று அப்போது அவளிடம் சொல்லி விட்டேன்."

"அதற்கு அவள் என்ன சொன்னாள்?"

"அவள் எதுவும் பேசவில்லை. என்னை முத்தமிட்டபடி எனக்கு ஆறுதல் சொன்னாள். அதுவும் நான் அவளிடம் அந்த விஷயத்தைச் சொன்ன பிறகு! ஒருவரை எப்படிச் சமாதானப் படுத்துவது என்பது அவளுக்கு நன்றாகத் தெரிந்திருக்கிறது இவான் பெத்ரோவிச். என் சோகத்தையெல்லாம் அவளிடம் கொட்டித்

தீர்த்த பிறகு அழுதேன். எல்லாவற்றையும் அவளிடம் நான் சொல்லிவிட்டேன். காத்யாவின் மீது நான் அளவற்ற நேசம் வைத்திருப்பதை அவளிடம் வெளிப்படையாகவே சொன்னேன். அதே நேரத்தில் – நான் யாரைக் காதலித்தாலும் நடாஷா இல்லாமல் என்னால் வாழ முடியாது என்பதையும், அவள் இல்லையென்றால் நான் இறந்து விடுவேன் என்பதையும்கூட அவளிடம் சொன்னேன். ஆம் வான்யா! ஒருநாள் கூட அவள் இல்லாமல் என்னால் இருக்க முடியாது. நன்றாக உணர்ந்துதான் இதைச் சொல்கிறேன். நாங்கள் இருவரும் உடனே திருமணம் செய்து கொள்ளலாமென்று முடிவு செய்தோம். ஆனால் இப்போது ஈஸ்டருக்கு முந்தைய தவக்காலமாக இருப்பதால் நான் ஊருக்குச் செல்வதற்கு முன் நாங்கள் மணம் செய்து கொள்ள முடியாது. அதனால் நான் திரும்பி வந்த பிறகு ஜூன் முதல் தேதி போல அது நடக்கும். அப்பா நிச்சயம் அதற்குச் சம்மதம் தருவார்; அதில் எந்தச் சந்தேகமும் இல்லை. ஆனால்... காத்யாவை என்ன செய்வது? சரி நேரம் வரும்போது பார்த்துக் கொள்ளலாம். என்னால் நடாஷா இல்லாமல் ஒருபோதும் வாழ முடியாது என்பது உங்களுக்குத் தெரியும். நாங்கள் இருவரும் திருமணம் செய்துகொண்டு உடனே காத்யாவுடன் போய்ச் சேர்ந்து விடுவோம்..."

பாவம் நடாஷா! அந்த இளைஞனின் பக்கத்தில் உட்கார்ந்து கொண்டு, அவன் சொல்லும் வாக்குமூலங்களையெல்லாம் கேட்டுக் கொண்டு அவனை ஆறுதல்படுத்துவது அவளுக்கு எப்படி இருந்திருக்க வேண்டும்? அதிலும் அப்பாவியான அந்தச் சுயநல வாதியைச் சமாதானப்படுத்துவதற்காகத் தங்கள் திருமணம் நடக்கப் போவதாக வேறு ஒரு கற்பனைக் கதையை அவள் சிருஷ்டித்திருக்கிறாள்.

ஒரு சில நாட்கள் அல்யோஷா சிறிது அமைதியாகத்தான் இருந்தான். அவ்வப்போது நடாஷாவின் வீட்டுக்கு வருவதும் போவதுமாக இருந்தான். அவனுடைய இளகிய மனதுக்கு அந்தத் துன்பத்தைத் தனியே தாங்கிக்கொள்ளும் சக்தி இருக்கவில்லை. ஆனால் அவர்கள் பிரிவதற்கான நாள் நெருங்க நெருங்க, அவனுக்குப் பதற்றம் கூடியது; கண்ணீர் விட்டான்; மீண்டும் என்னைத் தேடி வந்து தன் துயரங்களையெல்லாம் கொட்டினான். அண்மைக் காலமாக நடாஷாவிடம் மிகவும் நெருக்கமாகி விட்ட அவனால் அவளை விட்டு ஒருநாள் கூடப் பிரிந்திருக்க முடிய வில்லை. பிறகு எப்படி ஆறு வாரங்கள் பிரிந்திருக்க இயலும்? ஆனாலும்கூட அவளை விட்டு ஆறு வாரங்கள் மட்டுமே பிரிந்து செல்வதாகவும் தான் திரும்பி வந்ததும் தங்களின் திருமணம் நடந்துவிடும் என்றும், கடைசி நிமிடம்வரை அவன் முழுமையான

நம்பிக்கையோடு இருந்தான். நடாஷாவைப் பொறுத்தவரை தன் வாழ்க்கையே அடியோடு மாறிவிடப் போகிறது என்பதை அவள் முழுமையாகவே உணர்ந்திருந்தாள். அல்யோஷா தன்னிடம் இனிமேல் திரும்பி வரவே போவதில்லை, அது அப்படித்தான் இருக்கப்போகிறது என்பது அவளுக்குப் புரிந்திருந்தது.

அவர்கள் பிரிவதற்கான நாள் நெருங்கிக் கொண்டிருந்தது. நடாஷா நோயுற்றவளாய், வெளுத்துப்போய், வறண்டு போன உதடுகளும், காய்ச்சல் கண்ட கண்களுமாய் இருந்தாள். எப்பொழு தாவது தனக்குத் தானே ஏதாவது பேசிக் கொள்ளவும் செய்வாள். அவ்வப்போது விரைவாகச் சுருக்கென்று என்னை ஒரு பார்வை பார்ப்பாள். அவள் கண்ணீர் விடவில்லை. என் கேள்விகளுக்கும் பதிலளிக்கவில்லை. வாசற்கதவருகே மணிபோல ஒலிக்கும் அல்யோஷாவின் குரலைக் கேட்ட மாத்திரத்திலேயே, மரத்தில் இருக்கும் சிறு தளிர் போல நடுநடுங்கிப் போவாள். தன் முகத்தை உடனே பிரகாசமாக்கிக் கொண்டு அவனை வரவேற்க விரைவாள். உணர்ச்சிப் பெருக்கோடு அவனைத் தழுவிக் கொண்டு முத்தமிடு வாள். சிரிப்பாள். அல்யோஷா அவள் முகத்தை ஆராய்ந்து பார்த்தபடி அவளது உடல்நலம் பற்றிக் கவலையோடு விசாரிப்பான். தான் அவளை விட்டு அதிக நாள் பிரிந்திருக்கப் போவதில்லை என்றும் தான் திரும்பி வந்ததும் திருமணம் நடந்து விடும் என்றும் அவளை ஆறுதல்படுத்த முயல்வான். தன்னைக் கட்டுப்படுத்திக் கண்ணீரை அடக்கிக்கொள்ளப் பெருமுயற்சி செய்வாள் நடாஷா. அவன் அங்கே இருக்கும்போது அவள் ஒரு போதும் அழுததில்லை.

தான் அவளை விட்டுப் பிரிந்திருக்கும்போது, அவளது செலவுக்குத் தேவைப்படும் என்பதற்காகப் பணம் தந்துவிட்டுப் போகப் போவதாக ஒருமுறை அவளிடம் சொல்லத் தொடங்கினான். தன்னுடைய பயணத்துக்காக நிறைய பணம் தருவதாகத் தந்தை வாக்களித்திருப்பதால் அதுபற்றி அவள் கவலைப்படத் தேவை யில்லை என்றும் அவன் சொன்னான். ஆனால் அதைக் கேட்டு அவள் முகம் சுளித்தாள்.

நாங்கள் இருவரும் மட்டும் தனித்திருந்த ஒரு நேரத்தில், அவளுக்குத் தேவைப்பட்டால் இருக்கட்டுமென்று அவளுக்காக நூற்றைம்பது ரூபிள்கள் வைத்திருப்பதாகச் சொன்னேன். அந்தப் பணம் எங்கிருந்து வந்தது என்று அவள் கேட்கவில்லை. அது, அல்யோஷா கிளம்புவதற்கு இரண்டு நாட்கள் முன்பு நடந்தது. நடாஷாவும், காத்யாவும் ஒரே ஒரு முறை-முதன்முதலாகச் சந்தித்துக் கொண்டார்களே அதற்கு முந்தைய நாள் நடந்தது. நடாஷாவைச் சந்திப்பதற்குத் தான் வரலாமா என்று அவளிடம் அனுமதி கேட்டு அல்யோஷா வழியாக காத்யா ஒரு துண்டுச் சீட்டை அனுப்பி

வைத்திருந்தாள்; அந்தச் சந்திப்பின்போது நான் உடனிருக்க வேண்டுமென்று எனக்கும் எழுதியிருந்தாள் அவள்.

எவ்வளவு இடையூறுகள் குறுக்கிட்டாலும் நடாஷாவின் வீட்டில் பன்னிரண்டு மணிக்கு (காத்யா குறிப்பிட்டிருந்த நேரம் அதுதான்) கட்டாயம் இருந்தாக வேண்டும் என்பதில் நான் மிகவும் உறுதியாக இருந்தேன். அதே போலத் தடைகளும், தாமதங்களும் ஏற்படாமலும் இல்லை. நெல்லிக்காகக் கவலைப்பட்டதோடு மட்டுமல்லாமல் இக்மெனெவ் தம்பதியரைப் பற்றி நான் கவலைப் படவும் போன வாரம் நிறைய விஷயங்கள் இருந்தன.

ஒரு வாரம் முன்பே அந்தக் கவலைகள் தொடங்கிவிட்டன. மிக மிக முக்கியமான ஒரு விஷயம் இருப்பதால் மற்ற எல்லா வற்றையும் ஒரு பக்கம் தூக்கிப் போட்டு விட்டு எந்த வகையான தாமதமும் செய்யாமல் உடனே வரச்சொல்லி ஒருநாள் காலையில் எனக்குச் சொல்லி அனுப்பினாள் ஆனா ஆண்ட்ரேயேவ்னா. நான் சென்றபோது அவள் மட்டும் தனியாக இருந்தாள். பயத் தோடும் நடுக்கத்தோடும் அறைக்குள் உலாவியபடி தன் கணவர் திரும்பி வருவதற்காகக் கவலையோடு காத்திருந்தாள். வழக்கம் போல விஷயம் என்ன? அவள் ஏன் இத்தனை கலவரத்தோடு இருக்கிறாள் என்பதை அவளிடமிருந்து தெரிந்து கொள்ள எனக்கு வெகுநேரம் பிடித்தது. அதே சமயத்தில் ஒவ்வொரு நிமிடமுமே விலை மதிப்பற்றது என்பதும் தெளிவாகப் புரிந்தது.

“நீ ஏன் இங்கே வராமலே இருக்கிறாய்? எங்களைப் போன்ற அனாதைகளை ஏன் இப்படித் தன்னந்தனியே துன்பத்தில் தவிக்க விடுகிறாய்” என்பது போன்ற கோபமான... ஒன்றுக்கொன்று சம்பந்தமில்லாத வசவுகளை என்மீது வீசிய பிறகு,

“அடுத்து என்ன நடக்குமோ. அது கடவுளுக்குத்தான் தெரியும்” என்றபடி கடந்த மூன்று நாட்களாக நிகோலாய் செர்கிச் மிகப் பெரும் பதட்டத்தில் இருப்பதை ஒரு வழியாகச் சொல்லி முடித்தாள் அவள்.

“அதை எப்படி விளக்குவதென்றே தெரியவில்லை” என்று தொடங்கினாள்.

“மொத்தத்தில் அவர் அவராகவே இல்லை. இரவு நேரங்களில் காய்ச்சல் கண்டது போல இருக்கிறார். எனக்குத் தெரியாமல் –மறைவாக–தெய்வ உருவத்தின் முன்பு மண்டியிட்டுப் பிரார்த்தனை செய்கிறார்; தூக்கத்தில் பேசுகிறார். பகல் வேளைகளிலோ பைத்தியக்காரனைப் போல நடந்துகொள்கிறார். நேற்று நாங்கள் இருவரும் சூப் குடித்தோம்; அப்போது தன் பக்கத்திலிருக்கும் ஸ்பூனைக்கூட அவரால் அடையாளம் கண்டுகொள்ள

முடியவில்லை. நாம் ஒன்று கேட்டால் அவர் வேறொரு பதில் சொல்கிறார். சமீப காலமாக அடிக்கடி வீட்டை விட்டு வெளியே ஓடிக்கொண்டே இருக்கிறார். 'வேலை இருக்கிறது. வக்கீலைப் பார்க்க வேண்டும்' என்கிறார். இறுதியாக, இன்று காலையில் படிக்கும் அறைக்குள் சென்று உள்ளே பூட்டிக்கொண்டு விட்டார்.

வழக்கு தொடர்பாக முக்கியமான ஒரு சட்ட ஆவணத்தை எழுத வேண்டும் என்று காரணம் சொல்கிறார். தட்டுக்குப் பக்கத்தி லிருக்கும் ஸ்பூன்கூடக் கண்ணில் படாதவரால் இத்தனை முக்கிய மான ஒரு ஆவணத்தை எப்படி எழுத முடியும் என்று நான் நினைத்துக் கொண்டேன். சாவித் துவாரத்தின் வழியாக உள்ளே பார்த்தேன்; அங்கே அவர் உட்கார்ந்து ஏதோ எழுதிக் கொண்டி ருந்தார். அவர் கண்களில் கண்ணீர் வழிந்து கொண்டிருந்தது. ஒரு முக்கியமான விஷயத்தை இப்படி விசித்திரமான வகையில் யார் எழுதுவார்கள்? ஒருவேளை எங்கள் இக்மெனெக்காவை இழந்ததற்காக அவர் அழுகிறாரோ? அப்படியென்றால் எங்கள் இக்மெனெவ்கா கையைவிட்டுப் போயிருக்க வேண்டும்...! நான் இவ்வளவு விஷயங்களையும் நினைத்துக் கொண்டிருக்கும்போதே அவர் சட்டென்று பேனாவைத் தூக்கிப் போட்டுவிட்டு மேசை அருகிலிருந்து எழுந்திருந்தார். அவரது முகம் முழுவதும் சிவந்திருந்தது. கண்கள் கோபத்தால் கனன்று கொண்டிருந்தன. தொப்பியைத் தலையில் போட்டுக்கொண்டு என்னிடம் வந்தவர், "இதோ இப்போது திரும்ப வந்துவிடுகிறேன் ஆனா ஆண்ட்ரே யேவ்னா" என்றார். அவர் வெளியே சென்ற மறு நிமிடம் அவர் எழுதிக் கொண்டிருந்த மேசையருகே சென்றேன். அங்கே நிறைய தாள்கள் குவியலாகக் கிடந்தன. அவை எல்லாமே எங்கள் வழக்கு தொடர்பானவை. அவற்றைத் தொடுவதற்கு என்னை அவர் ஒருபோதும் அனுமதித்ததே இல்லை. "ஒரே ஒருமுறை இந்தத் தாள்களைக் கொஞ்சம் நகர்த்தி வைத்துவிட்டு மேசையிலுள்ள தூசியைத் துடைத்து விடுகிறேன்" என்று அவரிடம் எத்தனை முறை நான் கேட்டிருப்பேன் தெரியுமா? அவர் உரக்கச் சத்தம் போட்டுத் திட்டியபடி கைகளை வீசி என்னை அங்கிருந்து விரட்டிவிடுவார். இங்கே பீட்டர்ஸ்பர்க் வந்த பிறகு அவர் மிகவும் பொறுமையில்லாதவராக– எடுத்ததற்கெல்லாம் சத்தம் போடுபவ ராக மாறிவிட்டார். கடைசியில் அவர் வெளியே போன பிறகு நான் மேசையருகே சென்று அவர் அப்போது எழுதிக் கொண்டி ருந்த தாளைத் தேடத் தொடங்கினேன். மேசையிலிருந்து எழுந்த போது அவர் அதைத் தன்னோடு எடுத்துச் செல்லவில்லை என்றும், அங்கிருந்த மற்ற தாள்களுக்குள் அதைத் திணித்து வைத் திருக்க வேண்டும் என்றும் ஏனோ எனக்கு உறுதியாகத்

தோன்றியது. இதோ பார்! நான் கண்டுபிடித்த தாள் இதுதான், நீயே பார்த்துக்கொள் இவான் பெத்ரோவிச்."

பாதி எழுதப்பட்டிருந்த ஒரு நோட்டுத் தாளை என்னிடம் தந்தாள் அவள். ஆனால், நிறைய அடித்தல் திருத்தல்களோடு இருந்த அதைப் படிப்பது மிகவும் கடினமாக இருந்தது.

பாவம் அந்த முதியவர்! முதல் சில வரிகளிலிருந்தே அவர் யாருக்கு என்ன எழுதிக் கொண்டிருந்திருக்கிறார் என்பதைச் சொல்லிவிட முடியும். அது நடாஷாவுக்கு அவர் எழுதிய கடிதம். பாசத்துக்குரிய நடாஷாவுக்கு எழுதிய கடிதம். அன்போடும் பரிவோடும்தான் அந்தக் கடிதத்தை எழுதத் தொடங்கியிருந்தார் அவர். அவளை மன்னித்து விடுவது போன்ற தொனியும் அதில் இருந்தது. அவளை வீட்டுக்கு வரச்சொல்லி அவர் அழைத்திருந்தார். ஆனால் கடிதம் முழுவதையும் படிப்பது மிகவும் கடினமாக இருந்தது. உணர்வெழுச்சியில் எழுதப்பட்டிருந்த அந்தக் கடிதம் ஒன்றுக்கொன்று தொடர்பில்லாமல் நிறைய அடித்தல் திருத்தல் களுடன் இருந்தது. பேனாவைக் கையில் எடுத்துத் தன் மனதில் நினைப்பதையெல்லாம் விரைவாகக் கொட்டிவிட வேண்டுமென்று ஏதோ ஒரு ஆழ்ந்த உணர்ச்சி அவரை முதலில் தூண்டியிருக்க வேண்டுமென்றும் முதல் சில வரிகளுக்குப் பிறகு அந்த உணர்ச்சி வேறு வகையாக மாறிப் போயிருக்கக் கூடுமென்றும் புரிந்து கொள்ள முடிந்தது. தொடர்ந்து வந்த வரிகளில் அவர் அவளைப் பலவகையாகத் திட்டியிருந்தார். அவள் செய்திருக்கும் தவறைக் கடுமையான சொற்களில் சாடியபடி, அவளது பிடிவாதத்தைப் பற்றியும், தன் தாய் தந்தையருக்கு இழைத்த தவறைப் பற்றி சிறிதுகூட நினைத்துப் பார்க்காத அவளது கல் மனதைப் பற்றியும் கோபமாக எழுதியிருந்தார். தனது அகம்பாவத்துக்காக தண்டனை பெற வேண்டியவள், சபிக்கப்பட வேண்டியவள் அவள் என்றும் கூட அவர் அவளைச் சாடியிருந்தார்.

உடனடியாகத் தங்களுக்குக் கீழ்ப்படிந்து அவள் வீடு திரும்பி யாக வேண்டும் என்று சொல்வதோடு தன் கடிதத்தை அவர் முடித்திருந்தார். "குடும்பத்தில் வந்து சேர்ந்து எளிமையாகவும், கீழ்ப்படிதலுடனும் அவள் நடந்து கொண்டால் அதன் பிறகு அவளை மன்னிப்பதைப் பற்றி நாங்கள் இருவரும் முடிவு செய்வோம்" என்று எழுதியிருந்தார் அவர். முதல் சில வரிகளை எழுதிய பிறகு தான் காட்டிய பெருந்தன்மையைத் தன் பலவீன மாக எடுத்துக் கொண்டு அதற்காக வெட்கப்பட ஆரம்பித்திருக்கிறார் அவர். தனது சுயம் காயப்படுமானால் அதனால் விளைந்த துன்பங்களை மட்டும் மனதில் வைத்துக் கொண்டு கோபத்தோடும், அச்சுறுத்தல்களோடும் அந்தக் கடிதத்தை நிறைவு செய்திருக்கிறார்.

தன் கைகளை ஒன்றோடொன்று கோர்த்துக் கொண்டு என்னைப் பார்த்தபடி—கடிதத்தைப் படித்துவிட்டு நான் என்ன சொல்லப் போகிறேனோ என்ற எதிர்பார்ப்போடும் தவிப்போடும் நின்றிருந் தாள் ஆனா ஆண்ட்ரேயேவ்னா.

நான் மனதில் நினைத்ததை மறைக்காமல் அப்படியே அவளிடம் சொல்லிவிட்டேன். நடாஷா இல்லாமல் அவளது கணவரால் இனிமேல் வாழ முடியாது; அவளைப் பிரிந்திருப்பதை இனியும் அவரால் பொறுத்துக் கொள்ள முடியாது. அதனால் அவர்கள் விரைவாகச் சமரசத்துக்கு வந்து சேர்ந்தாக வேண்டியது அவசியம்; ஆனாலும் அது நடப்பது சந்தர்ப்ப சூழ்நிலைகளைப் பொறுத்ததாகவும் இருக்கிறது. அதே நேரத்தில் அவளுக்கு என் இன்னொரு ஊகத்தையும் நான் விளக்கமாகச் சொன்னேன். தான் போட்ட வழக்கு தோற்றுப்போய் விட்டது என்பது அவருக்கு ஒரு பேரிடியாகவும், பேரதிர்ச்சியாகவும் இருக்கலாம். இளவரசர் ஜெயித்ததால் தனது சுயகௌரவம் பாதிக்கப்பட்டதாக அவர் கட்டாயம் நினைப்பார். இந்த வழக்கு முடிவடைந்த விதம், சொல்ல முடியாத வெறுப்புணர்வை அவருள் கிளர்த்தியிருக்கலாம். அப்படிப்பட்ட ஒரு நேரத்தில் ஒருவரது மனம் இரக்கத்தை நாடுவது இயற்கை. எனவே, இந்த உலகிலுள்ள வேறெதையும் விட அதிகமாகத் தான் நேசித்த விஷயங்களை நோக்கி அவரது எண்ணங்கள் சென்றிருக்கலாம். மேலும் (நடாஷாவைப் பற்றிய செய்திகளை அவ்வப்போது பலவகைகளில் தேடிப் பார்த்துத் தெரிந்து கொண்டிருப்பதால்) அல்யோஷா அவளைக் கைவிடப் போகிறான் என்பதும் அவர் காதில் விழுந்திருக்கும். இப்போது அவள் எப்படிப்பட்ட துயரத்தை அனுபவித்துக் கொண்டிருப்பாள் என்பதும், இந்த நேரத்தில் எப்படிப்பட்ட ஆறுதல் அவளுக்குத் தேவை என்பதும் தன் சொந்த அனுபவத்திலிருந்து அவருக்குத் தெரிந்திருக்கும்.

அதே நேரத்தில் தன் மகள் தன்னை அவமானப்படுத்தி விட்டாள், புண்படுத்தி விட்டாள் என்றும் அவர் நினைத்துக் கொண்டிருப்பதால் தன்னகங்காரத்தையும் அவரால் விட்டுக் கொடுத்துவிட முடியாது. முதல் அடியை அவள் எடுத்து வைக்க முன்வரவில்லையே என்றும்கூட அவருக்குத் தோன்றியிருக்கும். தங்களைப் பற்றியும், தங்களோடு சமாதானமாவது பற்றியும் அவள் நினைத்துக்கூடப் பார்க்கவில்லையே—அது வேண்டும் என்றுகூட அவள் நினைக்கவில்லையே என்றும் அவர் எண்ணியிருப்பார். ‘அவர் அப்படித்தான் நினைத்திருப்பார்’ என்று இறுதியாகச் சொல்லி முடித்தேன் நான்.

அதனால்தான், தான் எழுதி வந்த கடிதத்தை அவள் முடிக்க வில்லை. ஒரு வேளை முன்பைவிட அதிகமான சங்கடங்கள்கூட இதனால் ஏற்படலாம்; சமரச முயற்சி இன்னும் கூடத் தள்ளிப் போகவும் வாய்ப்பிருக்கிறது.

நான் சொன்னதைக் கேட்டதும் ஆனா ஆண்ட்ரேயேவ்னா கதறி அழுதாள். கடைசியில் நடாஷாவைப் பார்க்க உடனே போக வேண்டுமென்றும், ஏற்கனவே தாமதமாகி விட்டதென்றும் நான் கூறியபோது அவள் திடுக்கிட்ட வண்ணம் ஒரு முக்கியமான விஷயம் மறந்துபோய் விட்டதாகச் சொன்னாள். தாள் குவியலி லிருந்து அந்தக் கடிதத்தை அவள் வெளியே இழுக்கும் போது அதன் மீது மைக்கறை பட்டு விட்டது. கடிதத்தின் ஒரு மூலையில் அந்த 'இங்க்' கறை அப்படியே இருந்தால், தான் இல்லாதபோது அந்தத் தாள்களை அவள் குடைந்து கொண்டிருந்ததையும், நடாஷாவுக்குத் தான் எழுதிய கடிதத்தை அவள் படித்து விட்டா ளென்பதையும் தன் கணவர் கண்டுபிடித்து விடுவார் என்று பயங்கரமாக பயந்தாள் அவள். அவளது கவலைக்குக் காரணம் இல்லாமல் இல்லை. நாங்கள் அவரது ரகசியத்தைத் தெரிந்து கொண்டு விட்டோமென்பது அவருக்குத் தெரிய வந்தாலே போதும்; அவமானமும் எரிச்சலும் அவரை மேலும் கோபம் கொள்ளச் செய்துவிடும்; அவரது சுயகௌரவம் தன் பெண்ணை மன்னிப்பதை ஒத்தி வைக்க வைத்துவிடும்.

ஆனால் அதுபற்றி மேலும் யோசித்துப் பார்த்த பிறகு, அதைப் பற்றிக் கவலைப்படத் தேவையில்லை என்று அந்த மூதாட்டியிடம் எடுத்துச் சொன்னேன். அப்படி ஒரு கடிதம் அவரை மிகவும் தடுமாறிப் போக வைத்திருக்கும்; ஆனால் அதைச் சார்ந்த எல்லா விஷயங்களும் அவருக்குத் தெளிவாக நினைவிருக்க வாய்ப்பில்லை. மேசையை விட்டு அவசரமாக எழுந்த போது ஒரு வேளை தானேகூட அதன் மீது மையைக் கொட்டிவிட்டு மறந்து போயிருக்க லாம் என்றுதான் அவர் நினைத்துக் கொள்வார். ஆனா ஆண்ட்ரே யேவ்னாவை இவ்வாறு ஓரளவு சமாதானப்படுத்திய பிறகு, நாங்கள் இருவருமாய் அந்தக் கடிதத்தை இருந்த இடத்திலேயே வைத்தோம். அங்கிருந்து கிளம்புவதற்கு முன் நெல்லியைப் பற்றிய விஷயங்களை அவளிடம் சொல்லிவிட முடிவு செய்தேன்.

பாவப்பட்ட அந்த அனாதைக் குழந்தையான நெல்லியின் தாயும்கூடத் தன்னை மன்னிக்க மறுத்துவிட்ட தந்தையால் சபிக்கப்பட்டவள்தானே? அதனால் அவளது சோகக் கதையும், அவள் தாயின் இறப்பும் அந்த முதியவரைக் கொஞ்சம் நெகிழ வைக்கும், பெருந்தன்மையான உணர்வுகளை அவரிடம் தூண்டும் என்று எனக்குத் தோன்றியது. இப்போது அவர் தனியாக

இருக்கிறார்; அவரது மனமும் கொஞ்சம் கனிந்திருக்கிறது. சுய கௌரவத்தையும், புண்பட்டுப் போயிருக்கும் தன்மான உணர்வையும் விட, தன் மகள் குறித்த ஏக்கமே இப்போது அவரிடம் மேலோங்கி யிருக்கிறது. அதற்குச் சாதகமான ஒரு சூழல் மட்டும் ஏற்பட்டு அந்த உணர்வுக்கு இன்னும் சற்று உந்துதல் தந்தால் போதும். அப்படிப்பட்ட சூழலும், வாய்ப்பும் ஒருவேளை நெல்லியால் அவருக்கு ஏற்படலாமே என்று நான் நினைத்தேன். நான் சொன்ன தையெல்லாம் அந்த மூதாட்டியும் கவனத்தோடு கேட்டுக்கொண்டி ருந்தாள். நம்பிக்கையும், ஊக்கமும் அவள் முகத்தைப் பிரகாச மாக்கின.

தன்னிடம் முன்பே இதையெல்லாம் ஏன் சொல்லவில்லை என்று என்னைக் கடிந்துகொள்ள ஆரம்பித்தாள் அவள். பொறுமை யில்லாததால் நெல்லியைப் பற்றி சில கேள்விகள் கேட்டாள். அந்த அனாதைப் பெண்ணுக்குத் தங்கள் வீட்டில் அடைக்கலம் தருமாறு தானாகவே தன் கணவனிடம் வற்புறுத்தப் போவதாக என்னிடம் அமைதியாக வாக்களித்தாள். அப்போதே நெல்லியின் மீது உண்மையான பாசம் அவளுக்குள் தோன்ற ஆரம்பித்து விட்டது. நெல்லி நோயுற்றிருக்கிறாள் என்பதைக் கேட்டு வருந்தினாள். அதை ஒட்டி என்னிடம் பல கேள்விகள் கேட்டாள். ‘ஸ்டோர் ரூமு’க்குள் தானே ஓடிப்போய் அந்தக் குழந்தைக்காக ஒரு ஜாம் பாட்டிலை எடுத்து வந்தாள். பிறகு என்னிடம் ஐந்து ரூபிள்களும் தந்தாள். டாக்டருக்குக் கொடுக்க என்னிடம் போதுமான அளவு பண மில்லை என்று ஒருவேளை அவள் நினைத்திருக்கக் கூடும். அந்தப் பணத்தை நான் வாங்க மறுத்தபோது அவளை எளிதில் சமாதானப்படுத்த முடியவில்லை. பிறகு, நெல்லிக்கு ஏதேனும் துணிமணிகள் தேவைப்பட்டால், அந்த வகையில் தான் உதவியாக இருக்கலாம் என்று தன்னைத் தானே தேற்றிக்கொண்டாள். தன் துணி அலமாரியைக் குடைந்து எல்லாவற்றையும் வெளியில் எடுத்து, அவற்றில் அந்த அனாதைக் குழந்தைக்கு ஏற்றவை எவையோ அவற்றைத் தேர்ந்தெடுத்துத் தனியே வைத்தாள்.

நான் நடாஷாவின் வீட்டுக்குச் சென்றேன். மாடிப்படியின் கடைசிப் பகுதியில் ஏறும் போது (அது வளைவாக இருக்கும் என்பதை முன்பே சொல்லியிருக்கிறேன்) அவள் வீட்டு வாயிலில் யாரோ ஒரு ஆள் நின்றிருந்ததைக் கவனித்தேன். கதவைத் தட்ட முற்பட்டு விட்டு, என் காலடி ஓசையைக் கேட்டபின் அதைச் செய்யாமல் விட்டுவிட்டார் அந்த நபர். பிறகு சிறிது தயங்கி நின்று விட்டுத் தன் முடிவை மாற்றிக் கொண்டு படிகளில் வேகமாக இறங்கினார் அவர். படிக்கட்டுத் திருப்பத்தில் அது இக்மெனெவ் என்பதை இனம் கண்டுகொண்ட நான் பெரிதும் வியப்படைந்தேன்.

பகல் நேரமாயிருந்தாலும் படிக்கட்டுப் பக்கம் மிகவும் இருட்டாக இருந்தது. நான் தாண்டிச் செல்வதற்காகச் சுவரோடு சுவராகத் தன்னை அழுத்திக் கொண்டு நின்றிருந்தார் அவர். என்னை ஆழ மாகப் பார்த்தபோது அவரது கண்கள் விசித்திரமாக மின்னியது எனக்கு இன்னும் நினைவிருக்கிறது. வேதனையால் முகம் சிவந் திருந்தது போல எனக்குத் தோன்றியது. அவர் பயங்கரப் பதட்டமும் கூச்சமும் கொண்டிருந்தார் என்பது வெளிப்படையாகப் புலப்பட்டது.

"அட... வான்யா! நீயா?" என்று நடுங்கும் குரலில் அழைத்தார் அவர்.

"நான் இங்கே ஒருவரைப் பார்க்க வந்தேன். நகல் எடுக்கும் குமாஸ்தாவை ஒரு வேலையாகத் தேடி வந்தேன். சமீபத்தில்தான் வீடு மாறிப் போனார் அவர். இங்கேதான் எங்கேயோ இருக்க வேண்டும். ஆனால் இந்த வீட்டில் இல்லை என்று தோன்றியது. நான் தவறாக வந்து விட்டேன். சரி போய் வருகிறேன்."

பிறகு படிகளில் மிக விரைவாக இறங்கிச் சென்றார் அவர்.

இந்தச் சந்திப்பைப் பற்றி நடாஷாவிடம் இப்போது சொல்ல வேண்டாம் என்றும், ஆனால் அல்யோஷா இல்லாமல் அவள் தனியாக இருக்கும்போது கட்டாயம் இதைச் சொல்லிவிட வேண்டு மென்றும் தீர்மானித்துக் கொண்டேன். காரணம், அந்தச் சமயம் அவள் மிகுந்த மன வருத்தத்தோடு இருந்தாள். இந்த விஷயத்தைச் சொன்னால் இதைப் புரிந்து கொள்ளாமலோ, இதன் முக்கியத் துவத்தை உணர்ந்து கொள்ளாமலோ நிச்சயம் இருக்க மாட்டாள். ஆனாலும், அல்யோஷாவைப் பிரிவதன் இறுதிக் கணத் துயரத்தில் மூழ்கிப் போயிருப்பதால் இந்த விஷயத்தை அத்தனை தீவிரமாக எடுத்துக் கொண்டு யோசிக்க மாட்டாள். எனவே இது சரியான நேரமாக இருக்க முடியாதென்று நான் நினைத்தேன்.

அன்று மறுபடியும் இக்மெனெவ் தம்பதிகளைப் பார்க்கச் செல்ல வேண்டுமென்று நினைத்திருந்தேன். அங்கே போக வேண்டுமென்ற தூண்டுதலும் எனக்கு மிகுதியாகத்தான் இருந்தது. ஆனாலும், நான் போகவில்லை. அன்று என்னைப் பார்த்தால் அவருக்குத் தர்மசங்கடமாக இருக்கும் என்று எனக்குத் தோன்றியது. அவரைப் படிக்கட்டில் சந்தித்ததால்தான் நான் அங்கே வந்திருக் கிறேன் என்றுகூட அவள் நினைத்துக் கொள்ளலாம். எனவே அடுத்த இரண்டு நாட்கள் சென்ற பிறகே நான் அவர்களைப் பார்க்கப் போனேன். முதியவர் சோர்வாக இருந்தார். ஆனாலும் எதைப் பற்றியும் கண்டுகொள்ளாத தோரணையில் தன் வழக்கைப் பற்றி மட்டுமே என்னிடம் பேசினார்.

"ஆமாம் அன்று யாரையோ சந்திக்க மேலே போய்க் கொண்டிருந்தாயே... நாம் கூட அப்போது பார்த்துக் கொண்டோமே? நினைவிருக்கிறதா? அது என்றைக்கு? முந்தா நாள்தானே" என்று ஏதோ தற்செயலாகக் கேட்பது போல திடீரென்று என்னிடம் கேட்டார். என்னை நேருக்கு நேர் பார்ப்பதை அவர் அப்போது தவிர்த்துக் கொண்டிருந்தார்.

"எனக்குத் தெரிந்த ஒருவர் அங்கே குடியிருக்கிறார்" என்று நானும் எங்கோ பார்த்தபடி பதிலளித்தேன்.

"ஓ... அப்படியா? நான் நகலெடுக்கும் குமாஸ்தா அஸ்தஃப்யேவைத் தேடித்தான் அங்கே போய்க்கொண்டிருந்தேன். அந்த வீடுதான் என்று யாரோ தவறாகச் சொல்லி விட்டார்கள்... சரி... அந்த வழக்கு விஷயம் பற்றிச் சொல்லிக் கொண்டிருந்தேனல்லவா? கோர்ட் என்ன முடிவு செய்ததென்றால்..." என்று தொடர்ந்து சொல்லிக்கொண்டே போனார்.

வழக்கு விவரம் பற்றிப் பேசத் தொடங்கியதும் அவர் முகம் சிவந்தது.

நான் நடந்த கதை முழுவதையும் ஆனா ஆண்ட்ரேயேவ்னாவிடம் அன்றே சொல்லி, அவளைக் கொஞ்சம் சந்தோஷப்படுத்தி விட்டேன். ஆனால் எந்தக் காரணம் கொண்டும் தன் பார்வையாலோ, சொல்லாலோ, சைகைகளாலோ கடைசியாக நடந்த இந்த விஷயம் தனக்குத் தெரியும் என்பதை அவரிடம் வெளிப்படுத்தி விடக் கூடாது என்று மட்டும் மன்றாடிக் கேட்டுக்கொண்டேன். அதைக் கேட்டு அவளுக்கு மிகவும் மகிழ்ச்சியாகவும், வியப்பாகவும் இருந்திருக்க வேண்டும். முதலில் நான் சொன்னதை அவளால் நம்பக்கூட முடியவில்லை. நிகோலாய் செர்கிச்சிடம் அந்த அனாதைப் பெண் நெல்லியைப் பற்றிச் சொல்லி வைத்திருப்பதாகத் தன் பங்கு விஷயத்தை அவள் என்னிடம் தெரிவித்தாள். அந்தக் குழந்தையைத் தாங்கள் ஏற்றுக் கொள்ள வேண்டுமென்று அத்தனை நாள் அவளிடம் வற்புறுத்தி வந்த அவர், இதற்கு எந்தப் பதிலும் சொல்லவில்லை என்பதையும் அவள் தெரிவித்தாள். மறுநாள் அந்த விஷயத்தைப் பற்றி சுற்றி வளைக்காமல் அவள் அவரிடம் கேட்டுவிட வேண்டுமென்று நாங்கள் முடிவு செய்தோம். ஆனால் மறுநாளே எங்களை மிகுந்த கவலைக்கும், அச்சத்துக்கும் உள்ளாக்கும் சம்பவம் ஒன்று நடந்துவிட்டது.

இக்மெனெவ் தான் நடத்தி வந்த வழக்கின் வக்கீலை அன்று காலை சந்தித்திருக்கிறார். இக்மெனெவ்கா விட்டுக்கொடுக்கப் போவதில்லை என்றாலும் சில குடும்பச் சூழல்களை மனதில் கொண்டு, அதற்கு ஈடாக அந்த முதியவருக்குப் பத்தாயிரம் ரூபிள்கள்

தருவதற்குத் தான் முடிவு செய்திருப்பதாக வால்காவ்ஸ்கி வக்கீலிடம் கூறியிருக்கிறான். இதை வக்கீலிடமிருந்து கேள்விப்பட்டதும் நேரே என்னைப் பார்க்க வந்துவிட்டார் இக்மெனெவ். மிகுந்த தவிப்போடு இருந்தார் அவர். அவரது கண்கள் கோபத்தால் கனன்று கொண்டிருந்தன. என்னை அறையிலிருந்து வெளியே கூட்டிக்கொண்டு வந்து, வால்காவ்ஸ்கியிடம் சென்று ஒற்றைக்கு ஒற்றை போருக்குத் தான் சவால் விடுவதாகத் தெரிவிக்குமாறு கூறினார்.

அதைக் கேட்டு வெகுநேரம் திகைத்துப் போயிருந்த எனக்குத் தன்னிலைக்கு வரவே வெகுநேரம் பிடித்தது. அது வேண்டாமென்று அவரைத் தடுக்க முயற்சி செய்தேன். கடுங்கோப வெறியோடு இருந்த அந்த முதியவரைக் கண்டு அவருக்கு உடல்நலமில்லாமல் போய் விடுமென்று அஞ்சினேன். உடனே அறைக்குள் சென்று அவருக்குத் தண்ணீர் எடுத்து வந்தேன். அதற்குள் இக்மெனெவ் படிக்கட்டில் இறங்கிப் போயிருந்தார்.

அடுத்த நாள் நான் அவரைப் பார்க்கச் சென்ற போது அவர் வீட்டில் இல்லை. அடுத்த மூன்று நாட்கள் முழுவதும் அவர் கண்ணில் தென்படவே இல்லை. என்ன நடந்தது என்பதை மூன்றாம் நாள்தான் நாங்கள் தெரிந்துகொண்டோம். அன்று என்னிடமிருந்து கிளம்பி நேராக வால்காவ்ஸ்கியைப் பார்க்கச் சென்றிருக்கிறார் இக்மெனெவ். அவன் வீட்டில் இல்லாததால் அவனுக்கு ஒரு சிறு குறிப்பு எழுதி வைத்து விட்டுச் சென்றிருக்கிறார். வக்கீலிடம் அவன் சொல்லி அனுப்பிய செய்தி தனக்கு வந்து சேர்ந்ததாகவும், அதைத் தான் பெருத்த அவமானமாகக் கருதுவதாகவும் அதில் அவர் எழுதியிருந்தார். வால்காவ்ஸ்கி மிகக் கேவலமான ஒரு அயோக்கியன் என்று பழித்திருந்த அவர் மேற்கூறியதை மனதில் கொண்டு ஒற்றைக்கு ஒற்றை போருக்கு வருமாறு தான் சவால் விடுவதாகவும், அதை அவன் மறுக்கும் பட்சத்தில் ஊரறிய அவனை அவமானப்படுத்த எண்ணியிருப்பதாகவும் அதில் எச்சரிக்கை விடுத்திருந்தார்.

வீடு திரும்பும்போது இக்மெனெவ் மிகுந்த கலக்கத்தோடும், வருத்தத்தோடும் இருந்ததாகவும் அவரைப் படுக்கைக்கு அழைத்துச் செல்ல வேண்டியிருந்ததாகவும் ஆனா ஆண்ட்ரேய்வனா என்னிடம் சொன்னாள். அவளிடம் அவர் மிகவும் இதமாகத்தான் நடந்து கொண்டார். ஆனால், அவளது எந்தக் கேள்விக்கும் அவர் பதில் தரவில்லை. ஜூர வேகத்தோடு அவர் எதையோ எதிர் பார்த்துக்கொண்டிருந்ததைப் புரிந்துகொள்ள முடிந்தது.

மறுநாள் காலை அஞ்சலில் ஒரு கடிதம் வந்தது. அதைப் படித்ததும் உரக்கக் கத்தி அழுது கொண்டே தலையைப் பிடித்துக்

கொண்டார் அவர். ஆனா ஆண்ட்ரேயேவ்னா பயத்தில் ஊமை யாகிப் போனாள். ஆனால் உடனேயே தன் தொப்பியையும், கைத்தடியையும் எடுத்துக் கொண்டு அவர் வெளியே சென்று விட்டார்.

கடிதம் வால்காவ்ஸ்கியிடமிருந்துதான் வந்திருந்தது. உணர்ச்சி கள் அற்ற வறட்சியான சுருக்கமான கடிதம். ஆனால் பணிவான தொனியில் அது இருந்தது. இக்மெனெவின் வக்கீலிடம் தான் சொல்லியனுப்பிய விஷயங்களுக்குத் தான் எவரிடமும் விளக்கம் தர வேண்டிய அவசியமில்லை என்றும், வழக்கில் தோற்றுப்போன இக்மெனெவ் மீது தான் மிகவும் இரக்கம் கொண்டிருப்பதாகவும், ஆனால் அதற்குப் பழி தீர்க்க அந்த மனிதர் தன்னை ஒற்றைக்கு ஒற்றை போருக்கு அழைத்திருப்பதில் நியாயமில்லை என்றும் அந்தக் கடிதத்தில் எழுதியிருந்தது. ஊரறியத் தன்னை அவமானப் படுத்தப் போவதாக இக்மெனெவ் எழுதியிருந்ததற்குப் பதிலளித் திருந்த வால்காவ்ஸ்கி அந்தச் சிரமம் இக்மெனெவுக்குத் தேவை யில்லையென்றும், அப்படி ஒரு அவமானம் நிகழ வாய்ப்பே இல்லையென்றும் எழுதியிருந்தான். காரணம், இக்மெனெவ் அவ்வாறு மிரட்டல் விடுத்து எழுதியிருந்த கடிதம், முறைப்படி யாருக்கு அளிக்கப்பட வேண்டுமோ, அவர்களுக்குத் தரப்பட்டு விடும். அதனால் முன்னெச்சரிக்கை நடவடிக்கையாக சட்டம் ஒழுங்கைக் காப்பாற்ற காவல்துறை உரிய முயற்சிகளை எடுத்து விடுவார்கள்.

இவ்வாறு எழுதப்பட்டிருந்த கடிதத்தை எடுத்துக் கொண்டு உடனே அவனைப் பார்க்க விரைந்தார் இக்மெனெவ். மறுபடியும் அவன் வீட்டில் இல்லை. காவலாளியின் மூலம் நைன்ஸ்கி பிரபுவின் வீட்டில் அவன் இருக்கக் கூடும் என்பதை அறிந்து கொண்ட கிழவர் வேகமாக அங்கே சென்றார். படியில் ஏறும் போதே, பிரபுவின் வேலையாள் அவரைத் தடுத்து நிறுத்தி விட்டான். கோபம் தலைக்கேறிய இக்மெனெவ் தன் கைத்தடியால் அவன் மண்டையில் ஒரு போட்டுவிட, உடனே அவரைப் பிடித்து இழுத்துக் கொண்டு போய் காவல்துறை அதிகாரியிடம் ஒப்படைத் திருக்கிறார்கள். பிறகு காவல் நிலையத்துக்கு அவர் அனுப்பப் பட்டிருக்கிறார். பிரபுவிடம் விஷயத்தைச் சொல்லியிருக்கிறார்கள். அப்போது அவரோடு கூட இருந்த வால்காவ்ஸ்கி அந்தக் கிழட்டுப் பணக்காரரிடம் அதே நடாஷாவின் (பிரபு சார்ந்த குறிப்பிடத் தகுந்த நடவடிக்கைகளுக்குப் பல தடவை இளவரசர் துணையாக இருந்திருக்கிறார்) தந்தை இக்மெனெவ்தான் பிடிபட்ட ஆள் என்று சொல்ல, அந்த வயதான கனவானும் அதைக் கேட்டுச் சிரித்தபடி கடுமையான நடவடிக்கை எடுக்க வேண்டாம் என்று சொல்லி

விட்டார். இக்மெனெவை விடுதலை செய்யச் சொல்லி உத்தரவு அளிக்கப்பட்டது. ஆனாலும் மூன்றாவது நாள்தான் அவர் விடுதலை செய்யப்பட்டார். அப்போது (நிச்சயம் இது வால்காவ்ஸ்கியின் ஆணையாகத்தான் இருக்க வேண்டும்) இக்மெனெவை மன்னிக்குமாறு அவன்தான் பிரபுவிடம் வேண்டிக் கேட்டுக் கொண்டார் என்றும் தெரிவிக்கப்பட்டது.

கிட்டத்தட்ட பைத்தியம் பிடித்த நிலையில் வீடு திரும்பிய முதியவர் இக்மெனெவ், அப்படியே ஒரு மணி நேரம் எந்த அசைவும் இல்லாமல் படுக்கையில் கிடந்தார். பிறகு மெல்ல எழுந்து கொள்ள முயற்சித்தபடி, தன் மகளை ஒரேயடியாய்த் தான் சபிப்பதாகவும், தந்தையிடமிருந்து கிடைக்கக் கூடிய ஆசிகள் இனி அவளுக்குக் கிடைக்காது என்றும் சொல்ல, ஆனா ஆண்ட்ரேயேவ்னா அதைக் கேட்டு நடுநடுங்கிப் போனாள்.

ஆனா ஆண்ட்ரேயேவ்னா ஒரு பக்கம் திகிலடைந்து பயந்து போயிருந்தாலும் தன் கணவருக்கு உதவி செய்தாக வேண்டிய பொறுப்பும் அவளுக்கு இருந்தது. தானே சுருண்டு விழும் நிலையில் இருந்த அவள், அன்று பகலும், இரவும் அவர் அருகிலேயே இருந்தபடி பணிவிடை செய்தாள். தொடர்ந்து அவரது நெற்றியை வினிகர் கலந்த நீரால் நனைத்துக் கொண்டும், பனிக்கட்டிகளை வைத்துக் கொண்டும் இருந்தாள். அவருக்கு நல்ல காய்ச்சல் இருந்தது. வாய்விட்டுப் பிதற்றிக் கொண்டும் இருந்தார். காலை இரண்டு மணிக்குப் பிறகுதான் அவர்கள் வீட்டிலிருந்து திரும்பி வந்தேன் நான். ஆனால் மறுநாள் காலையிலேயே இக்மெனெவ் எழுந்து கொண்டு விட்டார்; அதே நாளில் நெல்லியைத் தன்னோடு அழைத்துச் செல்வதற்காக என்னைத் தேடியும் அவர் வந்து விட்டார். நெல்லியும் அவரும் சந்தித்துக் கொண்ட அந்தக் காட்சியை முன்பே நான் விவரித்து விட்டேன். அந்தச் சந்திப்பு அவரை அப்படியே உலுக்கிப்போட்டு விட வீடு திரும்பிப் படுக்கையில் முடங்கிப் போனார்.

இந்த நிகழ்ச்சிகளெல்லாம் ஒரு 'பெரிய வெள்ளி' நாளன்று நடந்தன. அன்றுதான் நடாஷாவும், காத்யாவும் சந்திப்பதாக இருந்தது. அல்யோஷாவும் காத்யாவும் பீட்டர்ஸ்பர்க்கை விட்டுக் கிளம்புவதற்கு முந்தைய நாள் அது. அவர்கள் சந்திப்பின் போது நானும் கூட இருந்தேன். இக்மெனெவ் வருவதற்கு முன்பு நெல்லி முதன்முதலாக என்னிடமிருந்து ஓடிப் போனாளே—அதற்கு முன்பு—விடியற்காலையில் நிகழ்ந்தது அந்தச் சந்திப்பு.

6

காத்யாவின் வருகை பற்றி நடாஷாவிடம் சொல்வதற்காக அல்யோஷா ஒரு மணி நேரம் முன்னதாகவே வந்துவிட்டான். சரியாக, காத்யாவின் வீட்டு வாசலில் வந்து நிற்கும் போது நான் அங்கே போய்ச் சேர்ந்தேன். காத்யாவுக்குத் துணையாக ஒரு வயதான ஃபிரெஞ்சுப் பெண்மணி வந்திருந்தாள். கூட வரச் சொல்லித் திரும்பத் திரும்பப் பலமுறை காத்யா அவளை வற்புறுத்திய பிறகு தயக்கத்தோடுதான் அதற்கு அவள் ஒத்துக் கொண்டிருந்தாள். காத்யாவும் நடாஷாவும் சந்திக்கும்போது அவர்களுடன் அங்கே இருக்காமல் தனியே கோச் வண்டியில் இருக்கவும் கூட அவள் உடன்பட்டிருந்தாள். ஆனால் அந்த நேரம் அல்யோஷாவாவது காத்யாவுடன் இருந்தாக வேண்டுமென்று சொல்லியிருந்தாள். என்னை வாசலில் கண்டதும் தன்னருகே என்னை அழைத்த காத்யா, அல்யோஷாவைக் கீழே வரச் சொல்லு மாறு என்னிடம் கூறி அனுப்பினாள்.

வீட்டுக்குள் சென்ற நான் நடாஷா கண்ணீரோடு இருப்பதைக் கண்டேன். அல்யோஷா, நடாஷா இருவருமே அழுது கொண்டிருந்தார்கள். காத்யா கீழே வந்து விட்டாள் என்பதை அறிந்து கொண்டதும், நாற்காலியை விட்டு எழுந்து கண்ணீரைத் துடைத்துக் கொண்டாள். மிகுந்த உணர்ச்சிப் பரபரப்போடு வாசலைப் பார்த்தபடி நின்று கொண்டாள். அன்று காலை அவளது ஆடை அலங்காரம் முழுவதுமே வெண்மை நிறத்தில் இருந்தது. கரும் பழுப்பு நிறத்தில் இருக்கும் தன் முடியைப் பின்பக்கம் வாரி இறுக்க முடிச்சுப் போட்டிருந்தாள் அவள். அவளது தலையலங்காரம்... எனக்கு எப்போதுமே மிகவும் பிடிக்கும். நானும் அங்கே தனக்குப் பின்னால் நின்று கொண்டிருந்ததைக் கண்ட நடாஷா வெளியே சென்று விருந்தினர்களை அழைத்து வருமாறு கேட்டுக்கொண்டாள்.

"நடாஷாவை முதலிலேயே பார்க்க முடியாமல் போய் விட்டது" என்று படிகளில் ஏறும் போது என்னிடம் சொன்னாள் காத்யா.

"என்னை முழு நேரமும் எவராவது உளவு பார்த்துக் கொண்டே இருந்ததால் அது இயலாமல் போய் விட்டது. என்னுடன் வருமாறு மேடம் ஆல்பர்டிடம் கடந்த இரண்டு வாரங்களாகத் தொடர்ந்து கேட்டுக் கொண்ட பிறகு கடைசியில் இப்போதுதான் சம்மதித் திருக்கிறார்கள். முதலில் பார்த்த பிறகு என்னைப் பார்ப்பதற்கு ஒரு முறைகூட நீங்கள் வரவே இல்லையே இவான் பெத்ரோவிச். என்றாலும், உங்களுக்குக் கடிதம் எதுவும் எழுத எனக்குத்

தோன்றவில்லை என்றுதான் சொல்ல வேண்டும். நாம் சொல்ல நினைப்பதையெல்லாம் அப்படிக் கடிதத்தில் சொல்லி விளக்கிவிட முடியாது. உங்களைப் பார்க்க வேண்டுமென்று நான் மிகவும் விரும்பினேன். கடவுளே! என் நெஞ்சுதான் எப்படிப் படபடக்கிறது?"

"படிகள் ரொம்பவே செங்குத்தாக இருக்கின்றன" என்று சொன்னேன்.

"சரி, இதைச் சொல்லுங்கள், நடாஷா என்னிடம் கோபமாக இருப்பாளா?"

"இல்லையே? ஏன் அப்படி இருக்க வேண்டும்?"

"ஆமாம், ஆமாம். உண்மைதான் அவள் ஏன் அப்படி இருக்க வேண்டும்? நான்தான் இப்போது நேரிலேயே பார்க்கப் போகிறேனே? அப்புறம் ஏன் இந்தக் கேள்வி?"

நான் என் கையால் அவளைத் தாங்கிப் பிடித்துக் கொண்டேன். அவள் வெளிறிக்கூடப் போயிருந்தாள். மிகவும் பயந்து போயிருந்தாள் என்று எனக்குத் தோன்றியது. கடைசிப் படிக்கட்டில் கொஞ்சம் நின்று மூச்சு வாங்கியவள், என்னை ஒரு முறை ஏறிட்டுப் பார்த்து விட்டுத் தைரியமாக மேலேறிச் சென்றாள்.

மீண்டும் ஒரு முறை கதவருகே தாமதித்து நின்றபடி என்னிடம் இவ்வாறு முணுமுணுத்தாள்.

"அவளிடம் எனக்கு நிறைய நம்பிக்கை இருப்பதால் இங்கே வர எனக்கொன்றும் பயமில்லை. உள்ளே போய் அவளிடம் சொல்லப் போகிறேன். ஆனால்... ஏன் இப்படியெல்லாம் பேசிக் கொண்டிருக்கிறேன் நான்? நடாஷா மிக மிக மேன்மையான ஒரு மனிதப் பிறவி என்பது எனக்கு உறுதியாகத் தெரியும். அப்படித் தானே."

தான் ஏதோ தவறிழைத்து விட்டது போல் தயக்கத்தோடும், பயத்தோடும் உள்ளே சென்று நடாஷாவின் முகத்தையே உற்றுப் பார்த்தாள் காத்யா. நடாஷா அவளைப் பார்த்த உடன் புன்னகை புரிந்தாள். அவளிடம் வேகமாக ஓடிச்சென்று அவள் கைகளைப் பற்றிக் கொண்டு தன் ரோஜா நிற இதழ்களை நடாஷாவின் இதழ்களோடு அழுத்தி முத்தமிட்டாள் காத்யா. பிறகு நடாஷாவிடம் பேசத் தொடங்கும் முன் அரை மணி நேரம் தங்களைத் தனியாக விட்டு விட்டு வெளியே செல்லுமாறு அல்யோஷாவிடம் சற்று அழுத்தமாகவும் கடுமையாகவும் கேட்டுக்கொண்டாள் அவள்.

"கோபப்பட வேண்டாம் அல்யோஷா! நடாஷாவிடம் மிக முக்கியமாக–நிறைய விஷயங்களை நான் பேச வேண்டியிருக்கிறது. நீங்கள் அவற்றைக் கேட்க வேண்டிய அவசியம் இல்லை. அதனால்

சமர்த்தாகக் கொஞ்சம் நேரம் வெளியே இருங்கள். ஆனால் இவான் பெத்ரோவிச்! நீங்கள் இங்கே இருந்தாக வேண்டும். நாங்கள் பேசுவது முழுவதையும் கட்டாயம் கேட்க வேண்டும்."

அல்யோஷா அங்கிருந்து சென்ற பின், "உட்கார்ந்து கொள் வோம் வா" என்று நடாஷாவை அழைத்தாள் காத்யா.

"உனக்கு எதிரில் இப்படி உட்கார்ந்து கொள்கிறேன். முதலில் நான் உன்னை நன்றாகப் பார்க்க வேண்டும்."

நடாஷாவுக்கு நேர் எதிரில் அமர்ந்தபடி சில நிமிடங்கள் அவளையே பார்த்துக் கொண்டிருந்தாள் காத்யா. நடாஷா ஒரு செயற்கையான புன்னகையுடன் அந்தப் பார்வையை எதிர்கொண்ட படி இருந்தாள். உன் புகைப்படத்தை முன்பு பார்த்திருக்கிறேன். அல்யோஷா என்னிடம் காட்டியிருக்கிறார்" என்றாள் காத்யா.

"ஓ... அது நன்றாக இருந்ததா?"

"நேரில் நீ இன்னும் நன்றாக இருக்கிறாய்...! நீ அப்படித்தான் இருப்பாய் என்பது எனக்கு நிச்சயமாகத் தெரியும்" என்று தீர்மானமாகவும், உறுதியாகவும் சொன்னாள் காத்யா.

"உண்மையாகவா சொல்கிறாய்? என்னால் உன்னிடமிருந்து கண்ணை எடுக்கவே முடியவில்லை. நீதான் எவ்வளவு அழகாக இருக்கிறாய்?" என்றாள் நடாஷா.

"சே... சே... அதெல்லாம் ஒன்றுமில்லை. அப்படியெல்லாம் இல்லவே இல்லை" என்றவள், "என் அன்பு நடாஷா" என்று அழைத்தபடி தன் நடுங்கும் கரங்களால் நடாஷாவின் கையைப் பற்றிக்கொண்டாள். இருவரும் சிறிது நேரம் ஒருவரையொருவர் மீண்டும் மௌனமாகப் பார்த்துக்கொண்டே இருந்தனர்.

"சில விஷயங்களை நான் கட்டாயம் உன்னிடம் சொல்லியாக வேண்டும் என் தேவதையே" என்றபடி அந்த அமைதியைக் கலைத் தாள் காத்யா.

"நாம் இன்னும் அரைமணி நேரம்தான் சேர்ந்திருக்க முடியும். மேடம் ஆல்பர்ட் கொடுத்திருப்பது அவ்வளவு நேரம்தான். ஆனால் நான் நிறையப் பேசியாக வேண்டியிருக்கிறது. நான் தெரிந்து கொள்ள விரும்புவது என்னவென்றால், எனக்குத் தேவைப்படும் விஷயம் எதுவென்றால்... சரி... நேரடியாகவே அதைக் கேட்டு விடுகிறேன். அல்யோஷாவை நீ மிகவும் விரும்புகிறாயா?"

"ஆமாம். மிகவும் விரும்புகிறேன்."

"அவ்வாறானால்–நீ அவரை மிகவும் காதலிப்பது உண்மை யென்றால், அவர் மகிழ்ச்சியாக இருக்க வேண்டும் என்ற

அக்கறையும் உன்னிடம் இருந்தாக வேண்டும். அப்படித்தானே?" என்று சிறிது மருட்சியோடு முணுமுணுத்தாள் காத்யா.

"ஆமாம்! அவர் மகிழ்ச்சியாக இருக்க வேண்டுமென்றே நான் விரும்புகிறேன்."

"அது எனக்கும் தெரியும். ஆனால் இப்போது கேள்வி என்னவென்றால், அவரைச் சந்தோஷமாக வைத்துக் கொள்ள என்னால் முடியுமா என்பதுதான்! அவரை இப்போது உன்னிட மிருந்து பிரித்துக்கொண்டு செல்லப் போகும் எனக்கு அவ்வாறு சொல்லிக்கொள்ள உரிமை இருக்கிறதா தெரியவில்லை. அல்லது என்னிடம் இருப்பதைவிட உன்னோடு அவர் மகிழ்ச்சியாக இருப்பாரென்று நீ நினைத்தால் நாம் இருவரும் அதைப் பற்றி யோசித்து ஒரு தீர்மானத்துக்கு வந்துவிடலாம்."

"அது ஏற்கெனவே முடிவாகி விட்ட விஷயம் காத்யா. உனக்கே தெரியும். எல்லாமே முடிவாகி விட்டதென்பது..." என்று மென்மையாகச் சொல்லி விட்டுத் தலையைத் தொங்க விட்டுக் கொண்டாள் நடாஷா. இந்த உரையாடலை நீட்டித்துக் கொண்டு போவது அவளுக்குக் கஷ்டமாக இருந்தது. ஆனால் அல்யோஷாவை சந்தோஷமாக வைத்துக் கொள்ள இருவரில் எவரால் முடியும், எவர் அவனை விட்டுக் கொடுக்க வேண்டுமென்பதைப் பற்றி சற்று நீளமாகப் பேச காத்யா தயாராக வந்திருந்தாள் என்பது எனக்குப் புரிந்தது. நடாஷா அப்படிச் சுருக்கமாகப் பதிலளித்த பிறகு எல்லாமே, எப்போதோ முடிவாகி விட்டது என்பதையும், இனி அதைப் பற்றிப் பேச எதுவுமில்லை என்பதையும் காத்யா புரிந்து கொண்டாள். இதழ்கள் பாதி திறந்திருக்க, குழப்பத்தோடும் துயரத்தோடும் நடாஷாவையே பார்த்துக் கொண்டிருந்தாள் காத்யா. நடாஷாவைப் பிடித்திருந்த கையை அவள் இன்னும் விட்டு விடவில்லை.

"நீ அவரை மிகவும் விரும்புகிறாயா?" என்று திடீரென்று கேட்டாள் நடாஷா.

"ஆம். உன்னிடம் இன்னொரு விஷயத்தைப் பற்றியும் நான் கேட்க வேண்டும். முக்கியமாக நான் இங்கே வந்ததே அதற்காகத் தான். சரி, இதைச் சொல், குறிப்பாக எந்த விஷயத்துக்காக அவரைக் காதலிக்கிறாய்?"

"எனக்கு அது பற்றித் தெரியாது" என்று பதிலளித்த போது சிறிது கசப்புணர்வும், பொறாமையில்லாத எரிச்சலும் நடாஷாவின் தொனியில் வெளிப்பட்டது.

"அவர் புத்திசாலி என்று நினைக்கிறாயா?" என்று கேட்டாள் காத்யா.

"இல்லை. அவர் எப்படி இருக்கிறாரோ, அப்படியே அவரை ஏற்றுக்கொண்டு அவரை அவருக்காகவே காதலிக்கிறேன், அவ்வளவுதான்."

"நானும் அப்படித்தான். சில சமயம் அவருக்காக நான் வருத்தப்படுவதும் உண்டு."

"நானும் அப்படித்தான்" என்றாள் நடாஷா.

"இப்போது அவரை என்ன செய்வது? எனக்காக உன்னை விட்டுவிட்டு அவரால் எப்படி வர முடியும்? அது எனக்குப் புரிய வில்லை" என்றாள் காத்யா.

"இப்போது உன்னை நேரில் பார்த்த பிறகு... என்னால் அதைப் புரிந்துகொள்ளவே முடியவில்லை."

நடாஷா தரையைப் பார்த்தபடி மௌனம் காத்தாள். காத் யாவும் சிறிது நேரம் அமைதியாக இருந்துவிட்டுத் தன் நாற்காலியை விட்டு எழுந்து நடாஷாவை மென்மையாக அணைத்துக் கொண் டாள். இருவரும் ஒருவரையொருவர் அணைத்துக் கொண்டு கண்ணீர் விட்டபடி இருந்தனர். நடாஷா அமர்ந்திருந்த நாற்காலி யின் கைப்பிடியில் அமர்ந்த அவளைத் தன் அணைப்பிலிருந்து விடாமல் அவள் கைகளில் முத்தமிட்டுக் கொண்டே இருந்தாள் காத்யா.

"நான் உன்மீது எவ்வளவு அன்பு வைத்திருக்கிறேன் தெரியுமா?" என்று விம்மிக்கொண்டே சொன்னாள்.

"நாம் இருவரும் சகோதரிகளாக இருப்போம். ஒருவருக்கொருவர் கடிதம் எழுதிக் கொள்வோம். நான் எப்போதுமே உன்னிடம் பிரியமாக இருப்பேன். உன் மீது மிக மிக அன்போடு இருப்பேன்."

"ஜூனில் எங்கள் திருமணம் நடக்கப் போவதைப் பற்றி அவர் உன்னிடம் ஏதாவது சென்னாரா?"

"ஆமாம்! அதற்கு நீ சம்மதித்து விட்டாய் என்றும் சொன் னார். அது சும்மா அவரை ஆறுதல்படுத்த... அப்படித்தானே?"

"ஆமாம்... நிச்சயமாக அப்படித்தான்."

"நானும் அதை அப்படித்தான் புரிந்துகொண்டேன். நான் அவரை உண்மையாக நேசிப்பேன் நடாஷா. எல்லா விஷயங்களைப் பற்றியும் உனக்கு எழுதுவேன். அவர் விரைவில் என் கணவராகி விடுவாரென்று தோன்றுகிறது. எல்லோரும் அப்படித்தான் சொல்லவும் செய்கிறார்கள் என் பிரிய நடாஷா! நீ நிச்சயம் உன் பெற்றோரிடம் இப்போது திரும்பிச் சென்று விடுவாயல்லவா?"

நடாஷா எந்தப் பதிலும் சொல்லாமல் அமைதியாக அவளை முத்தமிட்டாள்.

"மகிழ்ச்சியாக இரு" என்றாள்.

"நீயும்தான்... நீயும் மகிழ்ச்சியாக இரு" என்றாள் காத்யா.

அந்த நேரம் கதவைத் திறந்துகொண்டு உள்ளே வந்தான் அல்யோஷா. அவனால் முழுமையாக அரை மணி நேரம் கூடக் காத்திருக்க முடியவில்லை. அவர்கள் இருவரும் ஒருவரையொருவர் அணைத்துக் கொண்டு அழுது கொண்டிருப்பதைப் பார்த்ததும் பெரும் பதட்டத்தோடும், துயரத்தோடும் அவர்களுக்கு முன் அப்படியே மண்டியிட்டான் அவன்.

"நீங்கள் எதற்காக அழுகிறீர்கள்?" என்று அவனிடம் கேட்டாள் நடாஷா.

"என்னிடமிருந்து பிரிந்து செல்வதற்காகவா...? ஆனால் அது ஒன்றும் அதிக நாள் இருக்காதே? நீங்கள் ஜூனில் திரும்பி வந்து விடுவீர்கள்தானே."

"அப்புறம் உங்கள் இருவருக்கும் திருமணம் ஆகிவிடப் போகிறது" என்று கண்ணீருக்கிடையே அல்யோஷாவைத் தேற்று வதற்காகத் தானும் வேகமாகச் சொன்னாள் காத்யா. 'ஆனால் என்னால் உன்னை விட்டுப் பிரிய முடியாது. உன்னை விட்டு ஒரு நாள் கூட என்னால் இருக்க முடியாது நடாஷா. நீ இல்லையென்றால் நான் இறந்து போய் விடுவேன். நீ எனக்கு இப்போது எவ்வளவு அருமையானவள் என்பது உனக்குத் தெரியாது. குறிப்பாக இப்போது...."

"சரி... அப்படியென்றால் இந்த மாதிரி செய்யலாம்" என்று சட்டென்று எழுந்த ஒரு மனக் கிளர்ச்சியோடு பேசத் தொடங்கினாள் நடாஷா.

"மாஸ்கோவில் சில நாட்கள் சீமாட்டி தங்கியிருப்பார்களல்லவா? அது உறுதிதானே?"

"ஆமாம். கிட்டத்தட்ட ஒரு வாரம்."

"ஒரு வாரம்... அப்படி என்றால் நீங்கள் நாளை இவர்களுக்குத் துணையாக மாஸ்கோ செல்லுங்கள். அதற்கு ஒருநாள்தான் ஆகும். பிறகு உடனே இங்கே வந்து விடுங்கள். அவர்கள் மாஸ்கோவை விட்டுக் கிளம்பும் போது நீங்களும் அங்கே சென்று அவர்களோடு சேர்ந்து விடலாம். அடுத்த ஒரு மாதம் நாம் பிரிந்திருப்போம்."

"அதுதான் சரி! நீங்கள் கூடுதலாக நான்கு நாட்கள் சேர்ந் திருக்க முடியும்" என்று மகிழ்ச்சியாகக் கூவிய காத்யா நடாஷா வுடன் பொருள் பொதிந்த ஒரு பார்வையைப் பரிமாறிக் கொண்டாள்.

இந்தப் புதிய திட்டத்தைக் கேட்டு அல்யோஷா எந்த அளவு பரவசமடைந்தான் என்பதை என்னால் விவரிக்கக்கூட முடிய

வில்லை. அவன் திடீரென்று அப்படியே சமாதானமாகிவிட்டான். அவன் முகம் மகிழ்ச்சியால் ஒளிர்ந்தது. நடாஷாவை அணைத்துக் கொண்டான். காத்யாவின் கைகளில் முத்தமிட்டான். என்னையும் தழுவிக்கொண்டான். வருத்தம் தோய்ந்த புன்னகையுடன் அவனைப் பார்த்துக் கொண்டிருந்தாள் காத்யா. ஆனால் காத்யா வால் அதற்கு மேல் பொறுத்துக்கொள்ள முடியவில்லை. உணர்ச்சி வசப்பட்ட நிலையில் கண்கள் மின்ன என்னை ஒருமுறை பார்த் தாள் அவள். பிறகு நடாஷாவைத் தழுவிக் கொண்டு விடைபெற எழுந்தாள். சரியாக அதே நேரத்தில் அந்தப் பிரெஞ்சுப் பெண்மணி, காத்யாவிடம் ஒரு பணிப் பெண்ணை அனுப்பி வைத்திருந்தாள். அவள் ஒப்புக் கொண்ட அரை மணி நேரம் முடிந்துவிட்டதால், சந்திப்பைச் சீக்கிரம் முடித்துக் கொண்டு வருமாறு சொல்லியிருந் தாள்.

நடாஷா எழுந்து கொண்டாள். இருவரும் கைகளைப் பிடித்துக் கொண்டு ஒருவரையொருவர் பார்த்தபடி நின்று கொண்டிருந்தனர். தங்கள் மன ஆழங்களில் உறைந்து கிடந்தவற்றைக் கண்கள் வழி பரிமாறிக்கொள்ள அவர்கள் முயற்சி செய்து கொண்டிருந்ததைப் போல் இருந்தது.

"இனிமேல் நாம் இருவரும் ஒருவரையொருவர் பார்த்துக் கொள்ள முடியாது இல்லையா?" என்று கேட்டாள் காத்யா.

"ஒருபோதும் அது முடியாது காத்யா" என்று பதிலளித்தாள் நடாஷா.

"சரி... சென்று வருகிறேன்."

இருவரும் மீண்டும் அணைத்துக்கொண்டார்கள்.

"என்னை ஒருபோதும் தவறாக எண்ணித் திட்டி விடாதே" என்று வேகமாக முணுமுணுத்தாள் காத்யா. "நான் எப்போதும்... சரி, அது இருக்கட்டும், நீ... என்னை நம்ப வேண்டும். அவரை மகிழ்ச்சியாக வைத்துக் கொள்வேன்... சரி... அல்யோஷா என்னைக் கீழே அழைத்துச் செல்லுங்கள்" என்று அவன் கையைப் பிடித்துக் கொண்டு வேகமாகச் சென்றாள் அவள்.

அவர்கள் இருவரும் போன பிறகு,

"வான்யா" என்று என்னை அழைத்தாள் நடாஷா. அவள் மிகவும் கலக்கத்தோடும் துயரத்தோடும் இருந்தாள்.

"நீயும் இப்போது போய்விடு. திரும்பி வர வேண்டாம். மாலை வரை – எட்டு மணிவரை அல்யோஷா என் கூடத்தான் இருப்பார். அதற்கு மேல் அவரால் இருக்க முடியாது. அதன் பிறகு நான்

தனியாக இருப்பேன். ஒன்பது மணிக்குத் திரும்பி வா. தயவு செய்து வந்துவிடு."

ஒன்பது மணிக்கு நெல்லியையும், அலெக்ஸாண்ட்ரா செமியோனோவ்னாவையும் விட்டு விட்டு (அந்தத் தேநீர்க் கோப்பை உடைந்த சம்பவத்துக்குப் பிறகு) நான் நடாஷாவைப் பார்க்கச் சென்றேன். அவள் தனியாகத்தான் இருந்தாள். பொறுமை யிழந்தவளாய் என்னைப் பார்த்துக் கொண்டிருந்தாள். மாவ்ரா, சமோவரை உள்ளே எடுத்துக் கொண்டு வந்தாள். நடாஷா எனக்கு ஒரு கோப்பைத் தேநீர் ஊற்றிக் கொடுத்து விட்டு சோஃபாவில் அமர்ந்தபடி என்னை அருகில் வரச்சொல்லி சைகை காட்டினாள்.

"ம்... அவ்வளவுதான்! எல்லாம் முடிந்து போய் விட்டது" என்று என்னையே ஆழமாகப் பார்த்துக்கொண்டே சொன்னாள் அவள். அந்தப் பார்வையை என்னால் ஒருபோதும் மறக்க முடியாது.

"எங்கள் காதலின் முடிவு இதுதான். ஆறு மாத வாழ்க்கை... எஞ்சியுள்ள என் வாழ்நாளுக்கும் சேர்த்து?"

அவளது கை தகித்துக் கொண்டிருந்தது. மேலே ஏதாவது போர்த்திக் கொண்டு படுத்துக்கொள்ளுமாறு அவளை நான் வற்புறுத்திக் கொண்டிருந்தேன்.

"சரி வான்யா! அப்படியே செய்கிறேன். என் இனிய நண்பனே! ஆனால் நான் கொஞ்சம் பேச வேண்டும். சில விஷயங்களை நினைவுகூர வேண்டும். முழுக்க முழுக்க நொறுங்கிப் போனவளாய் இருக்கிறேன் நான். நாளைக் காலை பத்து மணிக்கு அவரைக் கடைசி முறையாகப் பார்ப்பேன், ஆம், கடைசி முறையாக."

"நடாஷா! உனக்கு உடம்பு சரியில்லை! காய்ச்சல்கூட வந்து விடும் போலிருக்கிறது. கொஞ்சம் உன்னைப் பற்றியும் நினைத்துப் பார்."

"வான்யா! அவர் கிளம்பிப் போனதும் அரை மணி நேரமாக உனக்காகக் காத்துக் கொண்டிருந்தேனல்லவா? அப்போது நான் என்ன யோசித்துக் கொண்டிருந்தேன் தெரியுமா? என்னை நானே என்னவெல்லாம் கேட்டுக் கொண்டிருந்தேன் தெரியுமா? அவரை நான் காதலிக்கிறேனா, இல்லையா? எங்கள் இருவருக்குமிடையே இருந்த காதல்தான் உண்மையில் எப்படிப்பட்டது இப்படியெல்லாம் நினைத்துக் கொண்டிருந்தேன் நான். இப்போது போய் இப்படி என்னை நானே கேட்டுக்கொள்வது உனக்கு அபத்தமாகத் தெரிய வில்லையா வான்யா?"

"மனதை அலட்டிக்கொள்ளாதே நடாஷா."

“இதோ பார் வான்யா! பொதுவாக எந்தப் பெண்ணும் ஒத்த நிலையில்தான் தன் காதலனை வைத்திருப்பாள்; ஆனால் என்னுடைய காதல் அவரை அப்படிச் சமநிலையில் வைத்துப் பார்க்கவில்லை என்ற முடிவுக்குத்தான் இப்போது நான் வந்து சேர்ந்திருக்கிறேன். நான் அவரை ஒரு தாய் நிலையில் இருந்துதான் நேசித்தேன். இந்த உலகில் அப்படிச் சமநிலையில் இருந்து எவருமே காதலிக்க முடியாதென்று எனக்கு நானே கற்பித்துக் கொண்டிருந்தேன். அதைப் பற்றி நீ என்ன நினைக்கிறாய்?”

நான் அவளைக் கவலையோடு பார்த்தேன். அது மூளைக் காய்ச்சலின் தொடக்கமாக இருக்குமோ என்றும் பயந்தேன். அவளை ஏதோ பிடித்து ஆட்டி வைப்பதைப் போல்–கட்டாயம் பேசியே ஆக வேண்டுமென்ற நிலையில் இருந்தாள் அவள். அவள் பேசிய சில வார்த்தைகள் ஒன்றுக்கொன்று தொடர்பில்லாமல் இருந்தன. சில சொற்கள் காதிலேயே சரியாக விழவில்லை. நான் மிகவும் கலக்கமடைந்தேன்.

“அவர் என்னுடையவர்” என்றபடி பேச்சைத் தொடர்ந்தாள் அவள். “முதல் தடவை அவரைப் பார்த்ததில் இருந்தே அவர் என்னுடையவராக வேண்டுமென்ற கட்டுக்கடங்காத ஆவல் என்னுள் கிளர்ந்தெழுந்தது. அவர் என்னைத் தவிர வேறு யாரையுமே பார்க்கக் கூடாது. யாரோடும் பழகக் கூடாது என்று தான் நான் நினைத்தேன்... இன்று காலையில் காத்யா மிகத் துல்லியமாகச் சொன்னது போல–அவருக்காக எப்போதும், ஏதாவது ஒரு காரணத்துக்காக இரக்கப்பட்டுக் கொண்டே இருப்பது போலத்தான் என் காதல் இருந்தது. நான் தனித்திருக்கும் வேளைகளில், அவர் எப்போதும் மகிழ்ச்சியாக... மிக மிக மகிழ்ச்சியாக இருக்க வேண்டுமென்ற கட்டுக்கடங்காத விருப்பம் என்னுள் கிளர்ந்தெழும். அவரைப் பார்த்தாலே போதும் (அவர் முகத்திலிருக்கும் பாவனையை நீ பார்த்திருப்பாய் வான்யா). நான் அப்படியே மயக்கம் போட்டு விழுந்து விடுவேன். அவர் முகத்திலுள்ள அந்த உணர்ச்சி வெளிப்பாடுபோல வேறு எவர் முகத்திலும் காண முடியாது. அவர் சிரித்தால்... அப்படியே என் முதுகுத்தண்டு சிலிர்த்துப் போகும்! உண்மையாகத்தான் சொல்கிறேன்.”

“நடாஷா... இதோ பார்...”

அவள் என் பேச்சை இடைமறித்தபடி தொடர்ந்து பேசினாள்.

“அவருக்கு மன உறுதி இல்லை. புத்திசாலித்தனம் இல்லை. ஒரு குழந்தையைப் போலத்தான் இருக்கிறார் என்று எல்லோரும் அவரைப் பற்றிச் சொல்லிக் கொள்கிறார்கள். ஏன், நீ கூடத்தான் அப்படிச் சொல்லியிருக்கிறாய். ஆனால் அவரிடமிருக்கும் அந்த

குணத்தைத்தான் நான் மிகவும் நேசிக்கிறேன் என்றால் உன்னால் நம்ப முடிகிறதா வான்யா? ஆனால் அவரை, அந்த ஒரு குணத்துக் காகவே நான் காதலித்தேனா என்றெல்லாம் என்னால் உறுதியாகச் சொல்ல முடியவில்லை. அவர் எப்படி இருக்கிறாரோ, அப்படி நான் காதலித்தேன். ஒருவேளை தன் மன உறுதியிலோ, புத்திசாலித் தனத்திலோ அவர் வேறு மாதிரி இருந்திருந்தால் நான் அவரைக் காதலிக்காமல் கூட இருந்திருக்கலாம். வான்யா! உன்னிடம் ஒரு ரகசியமான விஷயத்தைச் சொல்ல வேண்டும். மூன்று மாதங்களுக்கு முன்னால் நாங்கள் இருவரும் சண்டை போட்டுக் கொண்டோமே, அது உனக்கு நினைவிருக்கிறதா? அவர் அந்தப் பெண்ணைப் பார்க்கச் சென்றிருந்தாரே அப்போது! அவள் பெயர் கூட மின்னா என்று நினைக்கிறேன். நான் அதைப்பற்றிக் கண்டுபிடித்து அவரிடம் விசாரித்தேன். அது என்னை மிகவும் புண்படுத்தியது. ஆனால் அதே சமயத்தில் எனக்கு ஒரு வகையில் மகிழ்ச்சியாகவும் இருந்தது. அது ஏனென்று எனக்குத் தெரியவில்லை. அவர் சந்தோஷமாக இருக்கிறார் என்பதாலா? அல்லது வளர்ந்த வாலிபர் கள் செய்வது போல், அவர்களோடு சேர்ந்துகொண்டு அழகான பெண்களைத் தேடி அவரும் போகிறாரே என்பதாலா தெரிய வில்லை. ஆனால் எங்களுக்குள் நடந்த அந்தச் சண்டை எனக்குப் பேரானந்தத்தைத் தந்தது தெரியுமா? அதைப் பற்றி உன்னால் கற்பனை செய்து பார்க்கக்கூட முடியாது. அப்படி ஒரு சண்டை போட்ட பிறகு அவரை மன்னிப்பது! ஆஹா! அதுதான் எவ்வளவு இனிமை. என் அருமை நண்பா."

அவள் என் முகத்தை நேருக்கு நேர் பார்த்தபடி சிரித்தாள். அந்தச் சிரிப்பு வினோதமாக இருந்தது. பிறகு அவள் ஏதோ பகற்கனவில் மூழ்கிப்போய் இன்னும் எதையெல்லாமோ நினைவு படுத்திக் கொள்பவள் போலிருந்தாள். கடந்த காலத்தை மனக் கண்ணுக்குள் கொணர்ந்தபடி முகத்தில் ஒரு புன்னகையோடு வெகுநேரம் அப்படியே உட்கார்ந்திருந்தாள்.

"அவரை மன்னிப்பது எனக்கு மிகவும் பிடித்த ஒரு விஷயம்" என்றபடி மறுபடியும் தொடர்ந்தாள்.

"அவர் என்னைத் தனியாக விட்டுவிட்டுப் போகும் போதெல்லாம் நான் அழுது புலம்பியபடி இந்த அறைக்குள் நடந்து கொண்டிருப்பேனில்லையா? அப்போது எனக்கு என்ன தோன்றும் தெரியுமா? அவர் ஏதாவது ஒரு குற்றம் செய்துவிட்டு என் முன்பு நிற்பது எனக்கு மிகவும் பிடித்திருக்கிறது என்றுதான் தோன்றும். அவரை எப்போதும் ஒரு சிறுபையனாக மனதுக்குள் கற்பனை செய்துகொள்வேன். நான் நாற்காலியில் உட்கார்ந்திருக்கும் போது என் முழங்கால் மீது தலை வைத்து அவர் உறங்குவார். நான்

அவர் தலையை மென்மையாக வருடித் தருவேன். என்னோடு அவர் இல்லாத சமயங்களிலும் அந்தக் காட்சியையே எப்போதும் மனதுக்குள் ஓட விடுவேன்" என்று சொல்லிக்கொண்டே வந்தவள் திடீரென்று,

"வான்யா! காத்யா உண்மையிலேயே ஒரு அருமையான கண்மணிதான் இல்லையா?" என்றாள்.

வெந்த புண்ணில் வேல் பாய்ச்சுவதுபோலத் தனது துன்பத்தை அவள் வேண்டுமென்றே பெரிதாக்கிக் கொண்டிருக்கிறாள் என்றே எனக்குத் தோன்றியது. இது ஒரு வகையான ஏக்கம். தன் துன்பத்தை தான் படும் அவதியையே பெரிதும் பாராட்டிக் கொண்டிருக்க வேண்டுமென்று எண்ணும் ஏக்கம். ஒருவருக்கு மிகப் பெரிய இழப் பொன்று ஏற்பட்டிருக்கும் வேளைகளில் வழக்கமாக நேர்வதுதான் இது.

"காத்யா அவரை மகிழ்ச்சியாக வைத்துக்கொள்வாள் என்று நம்பிக்கை எனக்கு இருக்கிறது" என்றபடி அவர் பேச ஆரம்பித்தாள்.

"அவளுக்கு அருமையான குணம் இருக்கிறது. தீர்மானமாக எதையும் பேசுகிறாள். அவரோடு தீவிரமான புத்திசாலித்தனமான விஷயங்களையே பேசுகிறாள். வளர்ந்த பெண் போலக் காட்டிக் கொண்டாலும் அவள் இன்னும்கூட ஒரு குழந்தைதான். சின்னக் குழந்தை. இனிமையான சிறுமி! சரி... அவர்கள் மகிழ்ச்சியாக இருப்பார்கள் என்றே நம்புகிறேன். அப்படியே இருக்கட்டும், அப்படியே இருக்கட்டும்."

கண்ணீரும், விம்மல்களும் அவளிடமிருந்து மடையுடைத்துப் பெருகிக் கொண்டிருந்தன. அடுத்த அரை மணி நேரம் அவளால் தன்னைக் கட்டுப்படுத்திக் கொள்ளவோ, அமைதிகொள்ளவோ முடியவில்லை.

ஆனால், நடாஷா ஒரு இனிய தேவதையேதான்! அன்று மாலைகூட, தன் சொந்த துக்கத்தையும் மீறி மற்றவர்கள் விஷயத்தில் அக்கறை காட்ட அவளால் முடிந்தது. மிகவும் அமைதியில்லாமல், சோர்வோடு இருந்த அவள் கவனத்தை வேறு பக்கம் திருப்புவ தற்காகவே நெல்லி விஷயத்தை அவளிடம் நான் சொன்னேன். அப்போது நெல்லியைக் குறித்து மிகவும் வருத்தப்பட்டாள் அவள். அன்று மாலைவரை அவளுடன் இருந்தேன். அவள் தூங்கும்வரை கூட இருந்து விட்டுப் பணிப்பெண் மாவ்ராவிடம் நடாஷாவின் பக்கத்திலேயே இரவு முழுவதும் இருந்து பார்த்துக் கொள்ளுமாறு கேட்டுக் கொண்டேன்.

“ஐயோ… இந்தத் துன்பத்துக்கெல்லாம் சீக்கிரம் ஒரு முடிவு வராதா?” என்று வீடு செல்லும் வழியில் எனக்குள் புலம்பிக் கொண்டேன்.

“முடிவு எதுவானாலும் சரி, அது சீக்கிரம் வந்துவிடட்டும்” என்றும் எண்ணிக் கொண்டேன்.

அடுத்த நாள் காலை ஒன்பது மணிக்கெல்லாம் மீண்டும் அவளருகே இருந்தேன். அதே நேரத்தில் அல்யோஷாவும் அவளிடம் விடைபெறுவதற்காக வந்திருந்தான். அந்தக் காட்சியை நினைவுகூர எனக்கு விருப்பமில்லாததால் அதைப் பற்றி இங்கே விவரிக்கப் போவதில்லை. நடாஷா தன்னைக் கட்டுப்படுத்திக் கொள்ள வேண்டுமென்ற மன உறுதியுடன் காணப்பட்டாள். மகிழ்ச்சியாகவும், எதையும் பொருட்படுத்தாமல் இருப்பது போலவும் காட்டிக்கொள்ள எவ்வளவு முயற்சி செய்தாலும், அவளுக்கு அது சாத்தியமாகவில்லை. தன் கரங்களால் மிக இறுக்கமாக அல்யோஷாவை அணைத்துக் கொண்டாள். அதிகம் பேசவில்லையே தவிர, அவனையே வெகுநேரம் ஆழமாக, வருத்தமாக, மூர்க்கமாகப் பார்த்துக் கொண்டே இருந்தாள். அவன் சொன்ன ஒவ்வொரு வார்த்தையையும் ஆசையாகக் கேட்டுக் கொண்டாளே தவிர, அதில் எதையுமே அவள் புரிந்து கொண்டதாகத் தோன்றவில்லை. இப்படிப்பட்ட காதலுக்காகவும், தன்னால் அவளுக்கு ஏற்பட்ட காயங்களுக்காகவும், தனது நம்பிக்கை துரோகத்துக்காகவும், காத்யா மீது இப்போது தான் கொண்ட காதலுக்காகவும் இப்போது அவளை நீங்கிச் செல்வதற்காகவும், எல்லாவற்றுக்காகவும் தன்னை மன்னிக்குமாறு அவளிடம் கெஞ்சி மன்றாடிக் கொண்டிருந்தான் அவன். தொடர்ச்சியாகப் பேச முடியாமல் குமுறி வந்த கண்ணீர் அவனைத் தடுத்துக் கொண்டிருந்தது. பிறகு திடீரென்று அவன் அவளைச் சமாதானம் செய்யவும் ஆரம்பித்தான். தான் ஒரு மாதம் மட்டுமே அவளைப் பிரிந்து செல்வதாகவும், எப்படியும் ஐந்து வாரங்களுக்குள் அந்தக் கோடையில் திரும்பி வந்துவிடுவதாகவும், பிறகு அவர்கள் திருமணம் செய்து கொண்டு விடலாமென்றும், அவளுக்கு உறுதியளித்தான். அவனது தந்தையும்கூட அதற்குச் சம்மதம் தந்து விடுவார். மேலும் நாளை மறுநாள் மாஸ்கோவிலிருந்து அவன் திரும்பி வந்துவிடப் போவதால் மீண்டும் நான்கு நாட்கள் அவர்கள் சேர்ந்திருக்க முடியுமென்றும், ஒரே ஒருநாள்தான் அவர்கள் பிரிந்திருக்க வேண்டியிருக்கும் என்றும் அவளிடம் சொன்னான்.

அது எனக்கு விசித்திரமானதாகத்தான் இருந்தது. மாஸ்கோவிலிருந்து இரண்டு நாட்களுக்குள் கட்டாயம் திரும்பி விடுவோம் என்று அவன் சொன்னதை அவனே நம்புவதாக இருந்தால் ஏன்

அவன் இவ்வளவு துயரப்பட வேண்டும்? கண்ணீர் வடிக்க வேண்டும்?

இறுதியில் கடிகாரத்தில் பதினோரு மணி அடித்தபோது நான் அவனைக் கிளம்பச் சொல்லி வற்புறுத்தினேன். அது மிகவும் கடினமாகத்தான் இருந்தது. ஆனால் மாஸ்கோ செல்லும் ரயில் நடுப்பகலில் கிளம்பிவிடும். இன்னும் ஒரே ஒரு மணி நேரம் தான் பாக்கியிருக்கிறது. கடைசி கடைசியாக அவனை எப்போது பார்த்தோம் என்பது தனக்கு நினைவில்லை என்று பிறகு நடாஷாவே என்னிடம் சொன்னாள். அவன்மீது அவள் சிலுவைக் குறி இட்டதும், அவனை முத்தமிட்டதும், தன் கைகளுக்குள் முகத்தைப் புதைத்துக்கொண்டு அறைக்குள் ஓடிவிட்டதும் எனக்கு நினை விருக்கிறது. அல்யோஷாவுடன் படியிறங்கிச் சென்று வண்டியில் ஏற்றி அவனை வழியனுப்பி வைத்தேன். இல்லை யென்றால் அவன் நிச்சயம் இங்கே திரும்பி வந்திருப்பான், கீழே போகவே மாட்டான்.

"எங்கள் ஒரே நம்பிக்கை நீங்கள் மட்டும்தான்" என்று கீழே இறங்கும்போது அவன் சொன்னான்.

"வான்யா, என் அருமை நண்பரே! உங்கள் முன் ஒரு குற்றவாளியாகத்தான் நான் நிற்கிறேன். உங்கள் அன்புக்கு ஒரு போதும் என்னால் பாத்திரமாக முடியாதுதான். ஆனாலும், தயவு செய்து ஒரு சகோதரனைப் போல எனக்கு உதவி செய்யுங்கள். கடைசிவரை என்னுடன் துணை நில்லுங்கள். அவள்மீது அன்பு காட்டி அவளை நன்றாகப் பார்த்துக் கொள்ளுங்கள். அவளை அநாதரவாக விட்டு விடாதீர்கள். எல்லாவற்றைப் பற்றியும் எவ்வளவு முடியுமோ அவ்வளவு விரிவாக எனக்கு எழுதுங்கள். ஒரு பக்கம் முழுக்க நெருக்கி நெருக்கி நிறைய எழுதுங்கள் நாளை மறுநாள் நான் உறுதியாகத் திரும்பி வந்து விடுவேன். ஆனால் அதன் பிறகு-நான் ஒரு மாதம் பிரிந்திருக்கப் போவதால் எனக்குக் கட்டாயம் எழுதுங்கள்."

'ட்ரோஷ்கி' வண்டியில் ஏற நான் அவனுக்கு உதவினேன்.

"சரி, நாளை மறுநாள் பார்ப்போம்" என்று வண்டியில் செல்லும்போது என்னிடம் கூவினான் அவன், "நிச்சயமாக..."

தொய்ந்துபோன மனதோடு மேலே ஏறி நடாஷாவின் குடி யிருப்புக்கு வந்தேன். அவள் தன் கைகளை மடக்கி வைத்துக் கொண்டு அறை நடுவே நின்றிருந்தாள். என்னை யாரென்று அறிந்து கொள்ளாதது போலத் திகைப்போடு பார்த்தாள். அவளது தலைமுடி ஒரு பக்கமாகச் சுருண்டு விழுந்திருந்தது. கண்களில் வெறுமையான பார்வை! மேலும் அவை எதையோ தேடி

அலைந்து கொண்டிருந்தன. கதவருகே நின்றபடி பீதியுடன் என்னைப் பார்த்துக் கொண்டிருந்தாள் மாவ்ரா.

'சட்'டென்று நடாஷாவின் கண்களில் மின்னலடித்தது.

"ஓ நீயா? நீதானா?" என்று என்னைப் பார்த்துக் கூச்சலிட்டாள் அவள்.

"இப்போது நீ ஒருவன் மட்டும்தான் மிச்சம்! நீ அவரை வெறுத்தாய்! நான் அவரை நேசித்தேன் என்பதற்காகவே உன்னால் அவரை மன்னிக்க முடியவில்லை. இப்போது திரும்பவும் என்னிடம் வந்திருக்கிறாய், என்ன வேண்டும் இப்போது உனக்கு? என்னைச் சமாதானப்படுத்தவும், என் தந்தையிடம் திரும்பப் போகச் சொல்லி வற்புறுத்தவும் வந்திருக்கிறாயா? அவர் என்னை எப்போதோ புறக்கணித்துவிட்டார். சபித்துவிட்டார். அதை இன்று நேற்றல்ல. இரண்டு மாதங்களுக்கு முன்பே நான் அறிவேன். நான் அங்கே போக மாட்டேன். அவர்களிடம் செல்ல எனக்கு விருப்ப மில்லை. நானே அவர்களை இப்போது சபிக்கிறேன்..! நீ போய் விடு இங்கிருந்து. உன்னைப் பார்க்கக்கூட எனக்குப் பிடிக்கவில்லை. போ! போ வெளியே."

அவள் தன் கட்டுப்பாட்டை இழந்த மூர்க்க வெறியுடன் இருந்தாள் என்பது எனக்குப் புரிந்தது. என்னைப் பார்ப்பதே அவளுக்குச் சினமூட்டுவதாகவும், கிட்டத்தட்ட பைத்தியம் பிடிக்கும் நிலைக்கு அவளை இட்டுச் செல்வதாகவும் எனக்குத் தோன்றியது. அது அப்படித்தான் இருக்கும். அதுதான் இயற்கை என்று புரிந்து கொண்டு அங்கிருந்து கிளம்புவதே நல்லதென்று முடிவு செய்தேன். வெளியே சென்று படிக்கட்டில் உட்கார்ந்தபடி காத்திருந்தேன். அவ்வப்போது எழுந்து சென்று கதவைத் திறந்து பார்ப்பேன். மாவ்ராவை அழைத்து என்ன விஷயம் என்று கேட்டுக்கொள்வேன். மாவ்ராவும் அழுது கொண்டுதான் இருந் தாள்.

கிட்டத்தட்ட ஒன்றரை மணி நேரம் அப்படியே சென்றது. என் மனதுக்குள் அப்போது என்ன நிகழ்ந்து கொண்டிருந்தது என்பதை என்னால் விளக்க முடியவில்லை. பொறுக்க முடியாத வலியால் என் இதயம் துடிதுடித்துக் கொண்டிருந்தது. திடீரென்று கதவைத் திறந்து கொண்டு வெளியே வந்தாள் நடாஷா. மேல் கோட்டையும், தொப்பியையும் போட்டுக் கொண்டு படிகளில் வேகமாக இறங்கி ஓடினாள். தான் என்ன செய்கிறோம் என்பது அவளுக்கே அப்போது தெரிந்திருக்கவில்லையென்றும், என்ன நோக்கத்தோடு, எங்கே ஓடுகிறோம் என்பதும், தனக்குத் தெரிய வில்லை என்றும் பிறகு ஒருமுறை அது பற்றி என்னிடம்

சொன்னாள் அவள். அவள் என்னைப் பார்த்து விடாமல் தப்பி ஒளிந்து கொள்ள நான் முயற்சிப்பதற்குள் அவள் சட்டென்று என்னைப் பார்த்து அப்படியே உறைந்துபோய்த் திடுக்கிட்டு என்னெதிரே நின்று விட்டாள். அந்தச் சம்பவத்தைப் பின்னாளில் நினைவு கூர்ந்த போது, "அப்போது திடீரென்று ஒரு மின்வெட்டுப் போல் உன்னை வீட்டை விட்டுத் துரத்திய என் கொடூரமும், பைத்தியக்காரத்தனமும் எனக்கு நினைவு வந்துவிட்டன. என் நண்பனை, சகோதரனை, என் இரட்சகனை நான் இப்படித் துரத்தி யடித்திருக்கிறேன். உன்னை நான் அந்த அளவு அவமானப்படுத்திய பிறகும் பாவப்பட்ட நீ அங்கிருந்து செல்லாமல் நான் திரும்பிக் கூப்பிடும் வரை வாசற்படியிலேயே உட்கார்ந்திருக்கிறாய். கடவுளே! அந்த நேரம் எனக்கு எப்படி இருந்தது தெரியுமா? என் இதயத்தில் எவரோ ஓங்கிக் குத்தியது போல் உணர்ந்தேன் நான்."

"வான்யா! வான்யா" என்றபடி அழுது கொண்டே என் கரங்களைப் பற்றிக் கொண்டாள் அவள். "நீ எங்கும் போகாமல் இங்கேயே இருக்கிறாயே வான்யா..."

என் கரங்களுக்குள் விழுந்த அவளைத் தாங்கிப் பிடித்து அறைக்கு அழைத்துச் சென்றேன். அவள் மயக்கமடைந்து விட்டாள். அடுத்து என்ன செய்யலாமென்று நினைத்தேன். அவளுக்கு நிச்சயம் மூளைக்காய்ச்சல் வந்திருக்க வேண்டும்.

டாக்டரிடம் ஓடிச் சென்று அழைத்துவர முடிவு செய்தேன். நோயின் தொடக்க நிலையிலேயே ஏதாவது செய்தாக வேண்டும். வண்டி பிடித்தால் சீக்கிரம் போய் விடலாம். எனக்குத் தெரிந்த வயதான ஜெர்மன் டாக்டர், இரண்டு மணிவரை வழக்கமாக வீட்டில்தான் இருப்பார். நான் அவரிடம் ஓடினேன். ஒரு நிமிடம்–ஏன் ஒரு வினாடி நேரம் கூட நடாஷாவை விட்டு வேறு பக்கம் சென்றுவிடக் கூடாதென்று மாவ்ராவிடம் மன்றாடிக் கேட்டுக்கொண்டேன். நல்ல வேளையாகக் கடவுள் எனக்கு உதவி செய்து விட்டார். கொஞ்சம் தாமதமாகப் போயிருந்தால்கூட வீட்டில் வைத்து டாக்டரைப் பார்த்திருக்க முடியாது. அவர் அப்போதுதான் வீட்டிலிருந்து தெருவில் இறங்கிக்கொண்டிருந்தார். உடனே என் வண்டியில் அவரை ஏறச் சொன்னேன். தன் வியப்பை வெளிப்படுத்தக் கூட நான் அவருக்கு நேரம் தரவில்லை. நாங்கள் நடாஷாவிடம் விரைவாகத் திரும்பி வந்தோம்.

ஆமாம்... கடவுள்தான் எனக்கு உதவியிருக்கிறார். நான் அரை மணி நேரம் அவளை விட்டுவிட்டு டாக்டரைத் தேடி வெளியே சென்றிருந்த போது நடாஷாவின் வீட்டில் ஏதோ நடந்திருந்தது. மிகச் சரியான நேரத்தில் நானும் டாக்டரும் அங்கே போயிருக்கா விட்டால் நடாஷா இறந்துகூடப் போயிருக்கலாம்.

நான் நடாஷாவின் வீட்டிலிருந்து கிளம்பிக் கால் மணி நேரம் ஆன பிறகு வால்காவ்ஸ்கி நடாஷாவின் வீட்டுக்கு வந்திருக்கிறான். மற்றவர்களையெல்லாம் ஊருக்கு வழியனுப்பி வைத்து விட்டு நேரே புகைவண்டி நிலையத்திலிருந்து அவளைத் தேடி வந்திருந் தான் அவன். அவனது வருகை முன்கூட்டியே திட்டமிட்டதாகவும், வெகு நாட்களுக்கு முன்பே அவன் யோசித்து வைத்து விட்ட தாகவும் இருக்க வேண்டும். அவனை அங்கு பார்த்ததும் முதலில் தனக்கு எந்த வகையான வியப்பும் ஏற்படவில்லை என்று பிறகு நடாஷா என்னிடம் சொன்னாள்.

"என் தலை அப்போது சுழன்று கொண்டிருந்தது" என்றாள் அவள்.

வால்காவ்ஸ்கி அவளுக்கெதிரே அமர்ந்தபடி அன்போடும், ஆறுதலளிக்கும் வகையிலும் அவளைப் பார்த்துக் கொண்டிருந்தான்.

"என் அன்புப் பெண்ணே... உன் துயரம் எனக்குப் புரிகிறது" என்றபடி பெருமூச்செறிந்தான். "இந்தக் கணம் உனக்கு எவ்வளவு கடினமானது என்பது எனக்குத் தெரியும். அதனால், உன்னைப் பார்க்க வருவது என் கடமை என்று நினைத்தேன். அல்யோஷாவைத் துறந்துவிட்டதால் மகிழ்ச்சியான ஒரு வாழ்க்கையை அவனுக்கு உறுதி செய்து கொடுத்திருக்கிறாய் நீ. அதில் ஆறுதல் கொள். ஆனால், அதைப் பற்றி என்னைவிட உனக்குத்தான் நன்றாகத் தெரியும். இப்படிப்பட்ட பெருந்தன்மையான செயலை, இனிமை யான தியாகத்தைச் செய்ய நீ உறுதி பூண்டிருந்தாய்."

அவன் பேசியதை என்னிடம் இவ்வாறு விவரித்துக் கொண்டி ருந்தாள் நடாஷா.

"நான் வெறுமனே உட்கார்ந்து அவர் பேசுவதையெல்லாம் கேட்டுக் கொண்டிருந்தேன். ஆனால் அவர் என்ன பேசுகிறாரென்று எனக்குப் புரியாதது போலத்தான் முதலில் இருந்தது. நான் அவரை உற்று உற்றுப் பார்த்துக்கொண்டிருந்தேன் என்பது மட்டுமே எனக்கு நினைவிருக்கிறது. அவர் என் கையைத் தன் கையில் பிடித்துக் கொண்டு மெல்ல அழுத்திவிடத் தொடங்கினார். அதை அவர் மிகவும் ரசித்துச் செய்வது போல் இருந்தது. என் கையை இழுத்துக் கொள்ள வேண்டும் என்று கூடத் தோன்றாமல் என் மூளை குழம்பிக் கிடந்தது. அவர் தொடர்ந்து பேசினார்: "ஒருவேளை அல்யோஷாவின் மனைவியாக ஆக நேர்ந்தால், இறுதியில் அவனது வெறுப்புக்கும் ஆளாக நேரும் என்பதை நீ புரிந்து வைத்திருந்தாய். உன் சுயமதிப்பு உனக்கு அதை உணர்த்தி யிருந்தது. அதனாலேயே இவ்வாறு...! சரி சரி... நானும் ஒன்றும் உன்னைப் புகழ்வதற்காக இங்கே வரவில்லை. என்னைப் போன்ற ஒரு

உண்மையான நண்பன் உனக்கு எங்கும், எப்போதும் கிடைக்க மாட்டான் என்பதை உன்னிடம் சொல்லவே நான் விரும்பினேன். இந்த விஷயத்தில் நான் விருப்பமில்லாமல்தான் பங்கு வகித்தேன். ஆனால் என் கடமையைத்தான் நான் செய்திருக்கிறேன். உனது மனம் தாராளமானது. அது என்னைப் புரிந்து கொண்டு என்னுடன் இணக்கமாகும் என்று நம்புகிறேன். ஆனால், உன்னைவிட இது எனக்கு மிகவும் கடினமானதுதான். நீ என்னை நம்ப வேண்டும்."

"எல்லாம் போதும். என்னைக் கொஞ்சம் அமைதியாக விடுங்கள்" என்றாள் நடாஷா.

"நிச்சயம்... இதோ போய் விடுகிறேன்" என்றான் அவன். "ஆனால் உன்னை என் சொந்த மகள் போல் நான் நேசிக்கிறேன். அதனால் உன்னை வந்து பார்க்க என்னை நீ அனுமதிக்க வேண்டும். என்னை இப்போது உன் தந்தையைப் போல எண்ணிக் கொள். உனக்குத் தேவையானவற்றைச் செய்ய எனக்கு அனுமதி கொடு."

"எனக்கு எதுவுமே தேவையில்லை. கொஞ்சம் தனியாக விடுங்கள் என்னை" என்று மீண்டும் அவன் பேச்சை இடைமறித்தாள் நடாஷா.

"நீ சுயகௌரவத்தை விட்டுத்தர மாட்டாயென்பது எனக்குத் தெரியும். ஆனால், நானும் என் இதயத்திலிருந்து உண்மையாகத்தான் பேசுகிறேன். நீ இப்போது என்ன செய்ய எண்ணியிருக்கிறாய்? உன் பெற்றோரோடு சமாதானமாகப் போய்விடலாம் என்றா? ஒரு வகையில் அது நல்லதுதான் என்றாலும் உன் தந்தை நியாயமாக நடந்துகொள்ளவில்லை. அவர் கர்வம் பிடித்தவர். கொடுமைக்காரர். இப்படிச் சொல்வதற்கு மன்னித்துக்கொள். ஆனால் அதுதான் உண்மை. வீட்டில் இன்னும் அதிகமாகத் திட்டு வாங்குவாய். வேறு வகையான புதிய கஷ்டங்களுக்கு ஆட்படுவாய். அதுதான் நடக்கும். ஆனால், நீ சுதந்திரமாகச் சுயேச்சையாக இருக்க வேண்டும். அதற்காக உனக்கு உதவி செய்வது எனக்கு ஒரு புனிதமான கடமை. அதை நான் கட்டாயம் செய்தாக வேண்டும். உன்னிடம் நட்போடு நடந்து கொண்டு உன்னைப் பார்த்துக் கொள்ளுமாறு அல்யோஷா என்னிடம் கெஞ்சிக் கேட்டுக் கொண்டான். நான் உன்னைத் தனியே விட்டுவிடக் கூடாது என்பதே அவன் விருப்பம். ஆனால் என்னைத் தவிர வேறு சிலரும் உன்னிடம் உண்மையான அன்போடு இருக்கிறார்கள். நைன்ஸ்கி பிரபுவை உனக்கு அறிமுகம் செய்து வைக்கிறேன். அதற்கு நீ ஒத்துக்கொள்வாயென்றே நினைக்கிறேன். மிக நல்ல மனம் படைத்தவர் அவர். எங்களுக்கு உறவினர். எங்கள் குடும்பம் முழுவதற்குமே புரவலர் என்றுகூட அவரைச் சொல்லலாம். அல்யோஷாவுக்கு அவர் நிறையச்

செய்திருக்கிறார். அவனுக்கும் அவர் மீது மிகுந்த மரியாதையும், பாசமும் உண்டு. அதிகார பலமும் பெரும் செல்வாக்கும் கொண்டிருப்பவர். மிகவும் வயதானவர் என்பதால் திருமணமாகாத இளம் பெண்ணான நீ அவரை உன் வீட்டில் வரவேற்று உபசரிப்பதில் எந்தத் தவறும் இல்லை. உன்னைப் பற்றி அவரிடம் ஏற்கனவே நான் சொல்லி யிருக்கிறேன். அவர் உனக்கு உதவி செய்வார். நீ விரும்பினால், தனது பெண் உறவினர் எவருடனாவது உனக்குப் பாதுகாப்பான நல்ல இடம் ஒன்றைத் தேடிக் கொடுக்கவும் அவரால் முடியும். நமக்குள் நடந்தவைகளைப் பற்றி முன்பே அவரிடம் வெளிப்படையாக, விரிவாக, நான் சொல்லியிருக்கிறேன். அன்பும், பெருந்தன்மையும் வாய்ந்த மனிதர் என்பதால் அதைக் கேட்டு அப்படியே நெகிழ்ந்து போய்விட்டார் அவர். எவ்வளவு சீக்கிரம் முடியுமோ அவ்வளவு சீக்கிரம் உன்னைத் தன்னிடம் அறிமுகப்படுத்தி வைக்குமாறு இப்போது அவரே என்னைக் கேட்டுக்கொண்டும் இருக்கிறார். அற்புதமான, அழகான விஷயம் எதுவென்றாலும் அதைக் கூர்மையான நோக்குடன் அணுகக் கூடிய மனிதர் அவர். என்னை நம்பு! அவர் தாராள மனம் படைத்த வயதான மனிதர். எல்லோராலும் மிக உயர்வாக மதிக்கப்படுபவர். ஒன்றின் உண்மையான மதிப்பு என்ன என்பதைத் துல்லியமாக எடை போட்டு இனம் காணக் கூடியவர். இன்னும் சொல்லப் போனால் உன் தந்தை சம்பந்தப்பட்ட சமீபத்து வழக்கில் மிகவும் கௌரவமாக-பாராட்டத் தகுந்த வகையில் நடந்துகொண்டிருப்பவர்."

விஷக் கொடுக்கால் தீண்டப்பட்டது போல துள்ளி எழுந்தாள் நடாஷா. ஒரு வழியாக அவனை இப்போது அவளுக்கு நன்றாகப் புரிந்து போயிருந்தது. அவன் சார்ந்த எந்த ஐயங்களும் பிரமைகளும் அப்போது அவளிடம் இல்லை.

"என்னை விட்டுக் கிளம்புங்கள்! உடனே இங்கிருந்து கிளம்புங்கள்" என்று கத்தினாள் அவள்.

"ஆனால் நீ ஒன்றை மறந்துபோய் விடுகிறாய் என் இனிய தோழியே! உன் தந்தைக்குக்கூட நைன்ஸ்கி பிரபு உதவியாக இருக்கலாம்."

"என் அப்பா உங்களிடமிருந்து எதையும் பெற்றுக் கொள்ள மாட்டார். இப்போது என்னை விட்டுப்போகப் போகிறீர்களா, இல்லையா?" என்று மறுபடியும் கத்தினாள் நடாஷா.

"கடவுளே! நீதான் எவ்வளவு அவநம்பிக்கையோடும், பொறுமையில்லாமலும் இருக்கிறாய்? அப்படி என்ன செய்து விட்டேன் நான்?" என்று சொல்லிக்கொண்டே சற்றுப் பதட்டத் தோடு சுற்றுமுற்றும் பார்த்தான் வால்காவ்ஸ்கி.

“எப்படியிருந்தாலும் இதை நீ ஏற்றுக் கொள்ளத்தான் வேண்டும்” என்றபடி ஒரு மிகப் பெரிய உறையைத் தன் கோட்டுப் பையிலிருந்து வெளியே எடுத்தான் அவன்.

“எனக்கு உன் தந்தையின் மீது இரக்கமும், அக்கறையும் இருப்பதற்கு அடையாளமாக இதைத் தருகிறேன், ஏற்றுக்கொள். குறிப்பாக நைன்ஸ்கி பிரபுவின் இரக்க உள்ளம்தான் அதற்குக் காரணம். அவரது ஆலோசனையின்படிதான் நான் செயல்படுகிறேன். இந்த உறைக்குள் பத்தாயிரம் ரூபிள்கள் இருக்கின்றன” என்று சொல்லிக்கொண்டே வந்தவன் நடாஷா கோபமாக எழுந்திருந் ததைப் பார்த்தவுடன்,

“கொஞ்சம் பொறு பெண்ணே. நான் சொல்வதைக் கேட்டுக் கொள். உன் தந்தை வழக்கில் தோற்றுப்போய் விட்டது உனக்குத் தெரிந்திருக்கும். இந்தப் பத்தாயிரம் ஒரு வகையில் அதை ஈடு கட்டுவதாக....”

“வெளியே போகிறீர்களா இல்லையா?” என்று கத்தினாள் நடாஷா.

“உங்கள் பணத்தையும் தூக்கிக்கொண்டு உடனே வெளியே செல்லுங்கள். உங்கள் நோக்கம் எனக்கு நன்றாகப் புரிகிறது. கேவலம்... எத்தனை கேவலமான கீழ்த்தரமான மனிதர் நீங்கள்.”

வால்காவஸ்கி, கோபத்தால் முகம் வெளிறிப் போய் நாற் காலியை விட்டு எழுந்திருந்தான்.

நிலைமை எப்படி இருக்கிறது என்று நோட்டம் பார்க்கவே அவன் அங்கே வந்திருந்தான். யாருமே இல்லாமல் அநாதரவாக விடப்பட்டிருக்கும் நடாஷாவிடம் அந்தப் பத்தாயிரம் ரூபிள்கள் கணிசமான பாதிப்பை ஏற்படுத்தக்கூடும் என்று நம்பிக்கை கொண்டும் இருந்தான் அவன். கீழ்த்தரமான, மோசமான நடத்தை கொண்டவனான அவன், காமவெறி பிடித்த கிழவன் நைன்ஸ்கியின் பாவச் செயல்கள் பலவற்றுக்குப் பலமுறை துணையாக இருந் திருக்கிறான். ஆனால் இப்போது தான் வைத்த குறி தவறிப் போய் விட்டதால் நடாஷா மீது வெறுப்பு கொண்ட அவன், தன் குரலின் தொனியை வேறு வகையாக உடனே மாற்றிக் கொண்டான். ஏதாவது ஒரு வகையில் அவளைக் கஷ்டப்படுத்தியே ஆக வேண்டும் என்று தீர்மானித்துக் கொண்டவன் போல மகிழ்ச்சியோடு வெறுப்பைக் கக்கியபடி அவளை அவமானப்படுத்தத் தொடங் கினான்.

“நீ இந்த அளவு பொறுமையிழந்து அகம்பாவமாகப் பேசுவது மிக மிக துரதிருஷ்டவசமானது பெண்ணே” என்று அவளிடம் சொல்லத் தொடங்கியபோது, அவனது குரல் லேசாக நடுங்கியது.

தான் அவளுக்கு இழைக்கப் போகும் அவமானத்தின் தாக்கம் அவளிடம் எப்படி வெளிப்படப் போகிறது என்பதைக் காண மகிழ்ச்சியோடு காத்திருந்தான் அவன். அதுவே அவனது குரலிலும் வெளிப்பட்டது.

"சே... சே... எனக்கு இதெல்லாம் வேண்டும்தான்! உனக்குப் பாதுகாப்பு தேடித் தருவதற்காக நான் ஒரு வழியைச் சொல்கிறேன். நீ என்னவென்றால் அதற்கு எதிர்ப்புக் காட்டுகிறாய். சரியாகப் பார்த்தால் நீ என்னிடம் நன்றியோடு இருந்திருக்க வேண்டும். தெரியுமா? ஒரு இளைஞனின் மனதைக் கெடுத்து அவனிடம் கொள்ளையடித்த குற்றத்துக்காக, அவனது தந்தை என்ற முறையில்– நான் நினைத்திருந்தால் எப்பொழுதோ உன்னைச் சிறைச்சாலைக்கு அனுப்பியிருக்கலாம். ஆனால், நான் அப்படியா செய்தேன்? சொல்... அப்படியா செய்தேன்" என்றபடி பயங்கரமாகக் கொக்கரித்துச் சிரித்தான் அவன்.

நாங்கள் – மிகச் சரியாக அப்போதுதான் உள்ளே நுழைந்தோம். சமையலறை வழியே செல்லும் போது ஏதோ குரல் கேட்கவே டாக்டரை ஒரு வினாடி தடுத்து நிறுத்திவிட்டு அவர் பேசிய கடைசி வார்த்தைகளை மட்டும் கேட்டேன். அதைத் தொடர்ந்து அவனது அட்டகாசமான சிரிப்பும், "கடவுளே" என்று ஓலமிடும் நடாஷாவின் துயரக் குரலும் காதில் விழ, கதவைத் திறந்து கொண்டு வால்காவ்ஸ்கியின் மீது அப்படியே பாய்ந்தேன்.

அவன் முகத்தில் காறி உமிழ்ந்தேன். என் சக்தி முழுவதையும் பயன்படுத்தி அவன் கன்னத்தில் ஓங்கி அறைந்தேன். பதிலுக்கு அவனும் என்னைத் தாக்கியிருகக் கூடும். ஆனால் நாங்கள் இரண்டு பேர் அங்கே இருப்பதைப் பார்த்ததும் குதிகால் பிடரிபட ஓட்டம் எடுத்தான் அவன். மேசையிலிருந்த ரூபாய் நோட்டுகளை வாரிச் சுருட்டிக் கொண்டுதான் ஓட ஆரம்பித்தான் அவன். ஆம். அவன் அப்படித்தான் செய்தான். அதை என் கண்ணால் பார்த் தேன். சமையலறை மேசையிலிருந்த ஒரு உருட்டுக் கட்டையை எடுத்துக் கொண்டு வந்து அவன் மீது வீசி எறிந்தேன்.

அறைக்கு நான் திரும்பி வந்த போது டாக்டர் நடாஷாவைத் தாங்கிப் பிடித்துக் கொண்டிருந்தார். அவள் ஏதோ வலிப்பு வந்தவள் போல, அவரது பிடிக்குக் கட்டுப்படாமல் திமிறிக் கொண்டிருந்தாள். அவளைச் சமநிலைக்குக் கொண்டுவர நாங்கள் நீண்ட நேரம் போராட வேண்டியிருந்தது. ஒரு வழியாக இறுதியில் அவளைப் படுக்கையில் படுக்க வைத்தோம். அவளுக்கு ஜன்னி கண்டிருந்தது. மூளைக்காய்ச்சல் போலவே அது தோன்றியது. பயத்தால் நான் ஊமையாகி விட்டிருந்தேன்.

“டாக்டர் அவளுக்கு என்ன ஆயிற்று?” என்று நான் மெல்லக் கேட்டேன்.

“கொஞ்சம் பொறுங்கள். முதலில் அறிகுறிகளை இன்னும் சரியாகப் பார்க்க வேண்டும். பிறகுதான் ஒரு முடிவுக்கு வர முடியும். ஆனால் அவள் நிலைமை மோசமாக இருப்பது போலத் தான் தெரிகிறது. இது மூளைக்காய்ச்சலில் கூடக் கொண்டு போய் விடலாம். ஆனாலும் செய்ய வேண்டிய சிகிச்சைகளைச் செய்து விடலாம்.”

என்னுள் ஒரு புதிய எண்ணம் தோன்றியது. நடாஷாவுடன் இன்னும் இரண்டு, மூன்று மணி நேரம் உடன் இருக்குமாறும் ஒரு நிமிடம்கூட அவள் அருகிலிருந்து அவர் சென்றுவிடக் கூடா தென்றும் டாக்டரைக் கேட்டுக் கொண்டேன்.

டாக்டரும் அதற்குச் சம்மதிக்கவே நான் வீட்டை நோக்கி ஓடினேன்.

நெல்லி, ஒரு மூலையில் முகத்தைத் தூக்கி வைத்துக்கொண்டு கவலையோடு உட்கார்ந்திருந்தாள். என்னை வினோதமாகப் பார்த்தாள். நானே வினோதமாகத்தான் தெரிந்திருக்க வேண்டும்.

நான் அவளை என் கைகளில் தூக்கி எடுத்து சோஃபாவில் உட்கார வைத்தேன். என் மடியில் போட்டுக் கொண்டு அவளை முத்தமிட்டேன். அவள் முகம் கூச்சத்தால் சிவந்தது.

“நெல்லி என் தேவதையே” என்று அவளை அழைத்தேன்.

“எங்களுக்கு ஒரு உதவி செய்ய உனக்கு விருப்பமா? எங்கள் எல்லோரையும் நீ காப்பாற்றுவாயா?”

அவள் திகைப்புடன் என்னைப் பார்த்தாள்.

“நெல்லி இப்போது எங்கள் ஒரே நம்பிக்கை நீ மட்டும்தான். ஒரு தந்தையை நீ பார்த்திருக்கிறாய். அவரை உனக்குத் தெரியும். மகளைச் சபித்து தூற்றி ஒதுக்கி விட்டவர் அவர். நேற்று அவர் இங்கே வந்திருந்தார். தன் மகளின் இடத்திலே நீ இருக்கமுடியுமா என்று கேட்பதற்குத்தான் அவர் வந்திருப்பார். இப்போது அவள், அந்த நடாஷா (அவளை நேசிப்பதாக நீ சொன்னாய்) தான் காதலித்த மனிதனால் கைவிடப்பட்ட நிலையில் இருக்கிறாள். அவனுக்காகவே தன் தந்தையை விட்டு விட்டு வந்தவள். அவளது காதலன்தான் அந்த வால்காவ்ஸ்கியின் மகன். அவன் கூட ஒரு நாள் காலை நீ தனியே இருக்கும்போது என்னைப் பார்க்க வந்திருந்தானே நினைவிருக்கிறதா? நீ அவனைப் பார்த்துப் பயந்து ஓடி விட்டாய். பிறகு உனக்கு உடல்நலமில்லாமல் போய்விட்டது. உனக்கு அவனைத் தெரியும்தானே? பொல்லாத மனிதன்.”

"ஆம் தெரியும்" என்றாள் நெல்லி. அப்போது அவள் உடல் நடுங்கிக் கொண்டிருந்தது. முகம் வெளிறிப் போயிற்று.

"ஆமாம்! அவன் மிகவும் மோசமானவன். தன் மகன் அல்யோஷா நடாஷாவைத் திருமணம் செய்து கொள்ள விரும்பியதால் அவன் அவளை வெறுத்தான். அல்யோஷா ஒரு மணி நேரத்துக்கு முன்னால் கிளம்பிச் சென்றதும் நடாஷாவைத் தேடி வந்து அவமானப்படுத்தினான். அவளைச் சிறையில் போடப் போவதாகப் பயமுறுத்தி, அவளைப் பார்த்துச் சிரித்தான். நான் சொல்வது உனக்குப் புரிகிறதா நெல்லி?"

அவளது கண்கள் ஒரு நிமிடம் பளிச்சிட்டன. ஆனால், உடனே அவள் தன் பார்வையைக் கீழே தாழ்த்திக் கொண்டு விட்டாள்.

"எனக்குப் புரிகிறது" என்று மெல்ல முணுமுணுத்தாள்.

"இப்போது நடாஷா தனியே இருக்கிறாள்; உடம்பும் சரியில்லை. உன்னிடம் இப்போது ஓடி வந்தபோது நம் டாக்டரை அவளுக்குத் துணையாக இருக்கச் சொல்லி விட்டு வந்திருக்கிறேன். நெல்லி வா! நாம் இருவரும் நடாஷாவின் தந்தையிடம் போவோம். உனக்கு அவரைப் பிடிக்கவில்லை, உனக்கு அவருடன் செல்ல விருப்பமில்லை. ஆனாலும் இப்போது நாம் இருவரும் சேர்ந்து அவரிடம் போவோம். நீ அவர்களுடன் இருக்க விரும்புவதாகவும், அவரது மகளின் இடத்தில் இருக்க உனக்குச் சம்மதம் என்றும் நான் அவரிடம் சொல்கிறேன். அந்த முதியவர் உடம்பு சரியில்லாமல் இருக்கிறார். நடாஷாவைச் சபித்தது ஒரு காரணம்; அல்யோஷாவின் தந்தை அவரை மிக மோசமாக உயிர் போகும் அளவிற்கு அவமானப்படுத்தியது மற்றும் ஒரு காரணம். இப்போது தனது மகளின் பேச்சைக்கூட அவர் கேட்க மாட்டார். ஆனால், அவர் அவளை நேசிக்கிறார். நிச்சயமாக நேசிக்கிறார். அவளுடன் சமரசம் செய்து கொள்ளவும் விரும்புகிறார். அது எனக்குத் தெரியும். எல்லா விஷயங்களும் எனக்குத் தெரியும். அது அப்படித்தான்...! நெல்லி, நான் பேசுவதைக் கேட்கிறாயா, இல்லையா?"

"கேட்கிறேன்" என்று அதே முணுமுணுப்பான குரலில் பதில் தந்தாள் அவள்.

கண்ணீர் வெள்ளமாய்ப் பெருகி வந்து என் முகத்தை நனைத்தபடி இருக்க, நான் அவளோடு பேசிக் கொண்டிருந்தேன். அவள் என்னை பயத்தோடு பார்த்துக் கொண்டிருந்தாள்.

"நான் சொல்வதை நம்புகிறாயல்லவா?"

"நம்புகிறேன்."

"சரி, அப்படியானால் கிளம்பு. நானும் உன்னோடு வருகிறேன். அவர்கள் உன்னை அன்போடு வரவேற்பார்கள். பிறகு ஏதாவது கேள்வி கேட்க ஆரம்பிப்பார்கள். அப்போது நான் அந்தப் பேச்சை வேறு பக்கம் திசை திருப்பிவிட்டு விடுகிறேன். அதாவது உன் கடந்தகால வாழ்க்கையைப் பற்றி அவர்கள் கேட்கும் வகையில் பேச்சை மாற்றி விடுகிறேன். அப்போது அவர்கள் உன் தாயைப் பற்றி, தாத்தாவைப் பற்றி என்றெல்லாம் பல கேள்விகள் கேட்க ஆரம்பிப்பார்கள். எல்லாவற்றையும் அவர்களிடம் சொல் நெல்லி. என்னிடம் எப்படிச் சொன்னாயோ அதுபோலவே சொல். எதையும் மறைத்து வைக்காமல், எல்லா விஷயங்களையுமே சொல். ஒரு பொல்லாத மனிதரால் உன் தாய் எப்படிக் கைவிடப்பட்டாள். புப்னோவாவின் நிலவறை வீட்டுக்கு எப்படி அவள் குடிவந்தாள். நீயும் உன் தாயுமாக எப்படிச் சென்று தெருக்களில் பிச்சை யெடுத்தீர்கள், அவள் உன்னிடம் என்ன சொன்னாள், சாகும்போது அவள் உன்னை என்ன செய்யச் சொன்னாள் என்று எல்லா வற்றையுமே சொல். உன் தாத்தாவைப் பற்றியும் அவர்களிடம் சொல். உன் தாயை அவர் எப்படி மன்னிக்காமல் இருந்தார், தன் மரணத் தருவாயில் மன்னிக்கச் சொல்லி உன்னை அவரிடம் அனுப்பிய போது கூட அவர் எப்படி அதை மறுத்தார், எப்படி அவள் இறந்தாள் என்று எல்லா விஷயங்களையும் அவர்களிடம் சொல். நீ இதையெல்லாம் சொல்லும் போது அந்த முதியவர் தன் மனதைப் பற்றியும் சுயபரிசோதனை செய்து கொள்ள ஆரம்பிப்பார். இன்று அல்யோஷா அவளை விட்டு விட்டுச் சென்று விட்டான் என்பதும், அவள் தன்னந்தனியே, அவமானத்துக்கும், அவமதிப்புக்கும் ஆளாகியபடி உதவிக்கு ஆளில்லாமல் – எதிர்க்க வழியில்லாமல் தன் எதிரியிடம் மாட்டிக் கொண்டிருப்பதும் அவருக்குத் தெரியும். எல்லாமே அவருக்குத் தெரியும்! நெல்லி! தயவு செய்து நடாஷாவைக் காப்பாற்ற என்னோடு வருகிறாயா?"

"வருகிறேன்" என்று பதிலளித்தவள் ஒரு நெடுமூச்செறிந்தபடி என்னை நெடுநேரம் வினோதமாக உற்றுப் பார்த்துக் கொண்டே இருந்தாள். என்னை எதற்காகவோ கடிந்து கொள்வது போன்ற சாயல் அந்தப் பார்வையில் இருந்ததை என் மனத்தால் உணர முடிந்தது. ஆனாலும், என்னால் என் திட்டத்தைக் கைவிட முடியவில்லை. நான் அதில் பெரும் நம்பிக்கை வைத்திருந்தேன். நெல்லியின் கையைப் பற்றிக் கொண்டேன். இருவரும் வெளியே சென்றோம். மதியம் இரண்டு மணி ஆகி இருந்தது. மேகங்கள் திரண்டு ஒரு புயல் வர ஆயத்தமாவது போல் இருந்தது. கடந்த சில நாட்களாகவே காலநிலை வெப்பமாகவும் புழுக்கமாகவும்தான் இருந்தது. ஆனால் இப்போது எங்கோ தொலைதூரத்திலிருந்து,

வசந்த காலத்தின் தொடக்கமான முதல் இடியோசை கேட்டது. புழுதி படிந்த தெருக்களின் வழியே காற்று சுழன்றடித்தது.

நாங்கள் ஒரு வண்டியில் ஏறிக்கொண்டோம். வழியெங்கும் நெல்லி ஒரு வார்த்தைகூடப் பேசவில்லை. அவ்வப்போது அதே போன்ற வினோதமான, புதிரான பார்வையுடன் என்னைப் பார்த்துக் கொண்டு வந்தாள் அவள். அவளது மார்பு துடித்துக் கொண்டிருந்தது. 'ட்ரோஷ்கி' வண்டியில் அவளைத் தாங்கிப் பிடித்துக் கொண்டு வந்தபோது என் உள்ளங்கையில் அவளது இதயத்தின் படபடப்பை என்னால் உணர முடிந்தது. அவள் உடம்பிலிருந்தே அவளது இதயம் தெறித்து விழுந்து விடுமோ என்று நினைக்கும் அளவுக்கு அந்த ஓசை இருந்தது.

7

இக்மெனெவின் வீட்டுக்குச் செல்லும் வழி நீண்டு கொண்டே செல்வது போல எனக்குத் தோன்றியது. இறுதியில் அந்த முதிய தம்பதியினரின் வீட்டுக்குள் சஞ்சலமான மனதோடு நுழைந்தேன். அந்த வீட்டிலிருந்து எப்படி விடைபெறப் போகிறேன் என்பது எனக்குத் தெரியாவிட்டாலும் அவர்களைச் சமாதானப்படுத்தி நடாஷாவை மன்னித்து ஏற்பதை உறுதி செய்து கொள்ளாமல் அங்கிருந்து போக மாட்டேன் என்பது மட்டும் எனக்கு நிச்சயமாகத் தெரிந்திருந்தது.

மணி மூன்றைத் தாண்டியிருந்தது. வயதான அந்தத் தம்பதிகள் வழக்கம் போலத் தனியே உட்கார்ந்திருந்தனர். நிகோலாய் செர்கிச் வசதியாக ஒரு சாய்வு நாற்காலியில் சாய்ந்து அமர்ந்திருந்தார். மனத் தடுமாற்றமும், உடல்நலக் குறைவும் சேர்ந்து கொண்டதால் வெளுத்துப்போய்க் களைப்பாகத் தெரிந்தார் அவர். அவரது தலையைச் சுற்றி ஈரத் துணியால் ஒரு கட்டு போட்டிருந்தது. ஆனா ஆண்ட்ரேயேவ்னா அவரது அருகில் அமர்ந்தபடி அவரது நெற்றிப் பொட்டுக்களை அவ்வப்போது வினிகர் திரவத்தால் ஈரப்படுத்திக் கொண்டிருந்தாள். ஓயாமல் அவரது முகத்தை உற்றுப் பார்த்துக் கொண்டிருந்தாள். துருவுவது போன்ற அவளது பார்வையும், அதில் குடிகொண்டிருந்த இரக்கமும் கிழவரைக் கவலைக்குள்ளாக்கியதோடு எரிச்சல் கொள்ளவும் வைத்தது. அவர் பிடிவாதமாக அமைதியாக இருந்தார். அதனால் அவளுக்கும் எதைப் பேசவும் துணிவில்லை. எங்களின் திடீர் வருகை அவர்கள் இருவருக்கும் வியப்பாக இருந்தது. என்னை நெல்லியுடன்

பார்த்ததும் ஏதோ ஒரு காரணத்தால் ஆனா ஆண்ட்ரேயேவ்னா முதலில் சற்று பயந்தாள். முதல் சில நிமிடங்கள் ஏதோ குற்ற உணர்வுக்கு ஆட்பட்டதைப் போலத்தான் எங்களை அவள் பார்த்துக் கொண்டிருந்தாள்.

"இதோ என் நெல்லி. அவளை இங்கே அழைத்து வந்து விட்டேன்" என்று சொல்லிக் கொண்டே உள்ளே நுழைந்தேன் "அவள் மனதை மாற்றிக் கொண்டு விட்டாள்; உங்களோடு இருக்கத் தானாகவே சம்மதித்து வந்திருக்கிறாள். அவளை ஏற்றுக் கொண்டு அன்பு காட்டுங்கள்."

கிழவர் என்னைச் சந்தேகமாகப் பார்த்தார்.... அவள் இப்போது அனாதரவாய்க் கைவிடப்பட்ட நிலையில் தனித்திருக் கிறாள். ஒருவேளை அவள் அவமானத்துக்கும் ஆளாகியிருக்க லாம். இவை எல்லாவற்றையும் அவர் அறிந்திருக்கிறார் என்பதை அவரது அந்த ஒரு பார்வையே எனக்கு உணர்த்தி விட்டது. எங்கள் வருகைக்கான புதிரை அறிய ஆவலாக இருந்த அவர், அது பற்றி வினவுவதுபோல எங்களைப் பார்த்தார். நெல்லி நடுங்கிக் கொண்டிருந்தாள். என் கையை இறுகப் பற்றியபடி கண் பார்வையை நிலத்தின் மீது மட்டுமே பதித்திருந்தாள். கூண்டில் பிடிக்கப்பட்ட சிறிய ஜீவனைப் போல அவ்வப்போது மிரட்சியோடு சுற்றுமுற்றும் பார்த்துக் கொண்டும் இருந்தாள். ஆனால் ஆனா ஆண்ட்ரேயேவ்னா சீக்கிரமே சுதாரித்துக் கொண்டு விட்டாள். சூழலுக்கேற்றபடி நடந்து கொள்ள ஆயத்தமான அவள் நெல்லியிடம் விரைந்து சென்று அவளை முத்தமிட்டாள். கொஞ்சி அணைத்துக் கொண்டு கண்ணீர்கூட விட்டாள். என்னைத் தன் பக்கத்தில் உட்கார வைத்துக்கொண்டு குழந்தையின் கையோடு கை சேர்த்துக் கொண்டாள். நெல்லி ஆர்வத்தோடும், ஆச்சரியத்தோடும் அவளை ஓரப் பார்வை பார்த்துக் கொண்டிருந்தாள்.

ஆனால், நெல்லியைச் சற்றுச் சீராட்டித் தன் பக்கத்தில் உட்கார வைத்த பிறகு, அடுத்து என்ன செய்வது என்பது கிழவிக்குத் தெரிய வில்லை. சூதுவாதற்ற எதிர்பார்ப்போடு என் பக்கம் பார்வையைத் திருப்பினாள் அவள். நான் நெல்லியை ஏன் அழைத்து வந்திருக் கிறேன் என்பது குறித்து சந்தேகப்படுபவர் போலக் கிழவர் முகம் சுளித்தார். அவரது புருவம் முடிச்சிட்டுக் கொண்டதையும், எரிச்ச லான முகபாவத்தையும் நான் கண்டு கொண்டேன் என்பதை உணர்ந்ததும் தலையில் கை வைத்தபடி,

"எனக்கு அப்படி ஒரே தலைவலி வான்யா" என்றார்.

நாங்கள் எல்லோரும் அமைதியாக அமர்ந்திருந்தோம். எப்படி விஷயத்தை ஆரம்பிப்பதென்று நான் யோசித்துக் கொண்டிருந்தேன்.

அறை இருட்டாக இருந்தது. வானில் கருமேகங்கள் திரண்டு கொண்டிருந்தன. மீண்டும் ஒருமுறை தூரத்திலிருந்து இடியோசை கேட்டது.

"இடிக்கிறது... வசந்தத்தின் தொடக்கம்" என்றார் முதியவர்.

"ஆனால் 1837இல் இன்னும் சீக்கிரமாகவே இடி புயல் எல்லாம் தொடங்கி விட்டது."

ஆனா ஆண்ட்ரேயேவ்னா பெருமூச்சு விட்டாள்.

"எல்லோரும் டீ குடிக்கலாமா?" என்று பயந்து கொண்டே கேட்டாள். அதற்கு எவருமே பதிலளிக்கவில்லை அவள் மீண்டும் நெல்லியின் பக்கம் திரும்பினாள்.

"உன் பெயர் என்ன கண்ணே?" என்று கேட்டாள்.

நெல்லி மிக மெல்லிய குரலில் தன் பெயரைச் சொல்லி விட்டுக் கண்களை இன்னும் அதிகமாகத் தாழ்த்திக் கொண்டாள். முதியவர் அவளையே ஆழமாகப் பார்த்துக் கொண்டிருந்தார்.

"யெலேனா... சரிதானே" என்று இன்னும் அதிகமான பரபரப் போடு பேச்சைத் தொடர்ந்தாள் ஆனா ஆண்ட்ரேயேவ்னா.

"ஆமாம்" என்று பதில் தந்தாள் நெல்லி.

மீண்டும் கண நேரம் மௌனம் நிலவியது.

"என் அண்ணி ட்ரஸ்கோவ்யா ஆண்ட்ரேய்வ்னாவின் மருமகள் பெயரும் யெலேனாதான். அவளையும் நெல்லியென்றுதான் அழைப்பார்கள் என்று ஞாபகம்" என்றார் நிகோலாய் செர்கிச்.

"உனக்கு உறவினர்கள் யாரும் இல்லையா... அப்பா... அம்மா... என்று யாரும் இல்லையா?" என்று மறுபடியும் அவளைக் கேட்கத் தொடங்கினாள் ஆனா ஆண்ட்ரேயேவ்னா.

"இல்லை எனக்கு யாருமில்லை" என்று பதட்டத்தோடும் பயத்தோடும் பதிலளித்தாள் நெல்லி.

"அப்படித்தான் நான் கேள்விப்பட்டேன். உன் அம்மா இறந்து நீண்ட காலமாகி விட்டதா?"

"இல்லை, அதிக நாள் ஆகவில்லை."

"பாவம் இந்தக் குழந்தை! சிறிய வயதில் இப்படி அனாதையாய்" என்று அவளை இரக்கத்தோடு பார்த்துக் கொண்டே தொடர்ந்து பேசினாள் ஆனா ஆண்ட்ரேயேவ்னா.

கிழவர் பொறுமையிழந்தவராய்த் தன் விரல்களால் மேசையில் தாளம் போட்டுக் கொண்டிருந்தார்.

"உன் அம்மா அயல் நாட்டைச் சேர்ந்தவள். சரிதானே? நீ அப்படித்தானே என்னிடம் சொல்லியிருக்கிறாய் இவான்

பெத்ரோவிச்?" என்று தன் கேள்விகளைத் தொடர்ந்தாள் முதியவள்.

நெல்லி தன் கருவிழிகளால் என்னை ஒருமுறை பார்த்தாள். அது என்னை உதவிக்கு அழைப்பது போல இருந்தது. மூச்சுவிடக் கஷ்டப்பட்டுக் கொண்டிருந்தாள் அவள்.

"நெல்லியின் தாய் ஒரு ஆங்கிலத் தந்தைக்கும், ரஷ்ய அன்னைக்கும் பிறந்தவள். அதனால் அவள் பெரும்பாலும் ரஷ்யாக்காரி போலத்தான் இருந்தாள். ஆனால் நெல்லி பிறந்தது வெளிநாட்டில்" என்றேன் நான்.

"நெல்லியின் அம்மா ஏன் தன் கணவரோடு அயல் நாட்டுக்குப் போனாள்?"

நெல்லியின் முகம் சட்டென்று கோபத்தால் சிவந்தது. தான் ஏதோ அபத்தமாகப் பேசி விட்டோம் என்பதை முதியவள் ஊகித்துக் கொண்டாள். உடனே கணவர் வீசிய கடுமையான பார்வையில் அவள் பயந்து போனாள். அவளைக் கோபமாகப் பார்த்து விட்டு ஜன்னல் பக்கம் திரும்பிக் கொண்டார் அவர்.

"அவளுடைய தாய் மிக மிகக் கீழ்த்தரமான, மோசமான ஒரு மனிதனால் ஏமாற்றப்பட்டவள்" என்று சட்டென்று ஆனா ஆண்ட்ரேயேவ்னாவைப் பார்த்தபடியே பேச ஆரம்பித்தார் அவர்.

"அவள், தன் தந்தையை விட்டு விட்டு அவனோடு போய் விட்டாள். தந்தையின் பணத்தையெல்லாம் அவனுடைய பொறுப்பில் ஒப்படைத்து விட்டாள். அவன் அவளை ஏமாற்றி எல்லாவற்றையும் பறித்துக் கொண்டு வேறு நாட்டுக்குச் சென்று அவளையும் நாசமாக்கி அனாதையாக விட்டு விட்டான். வேறொரு நல்ல மனிதன் அவளுக்கு உண்மையாக இருந்தான். தான் இறக்கும் வரை அவளுக்கு உதவியும் செய்தான். அவன் இறந்த பிறகு ரஷ்யாவுக்குத் திரும்பி வந்த அவள், இரண்டு வருடம் கழித்துத் தன் தந்தையை நாடிச் சென்றாள். நீ என்னிடம் சொன்னது இதுதானே வான்யா?" என்று என்னிடம் சட்டென்று கேட்டார் அவர்.

நெல்லி மிகுந்த பதட்டத்தோடு எழுந்து கொண்டு கதவை நோக்கிச் செல்லத் தொடங்கினாள்.

"இங்கே வா நெல்லி" என்று அழைத்தபடி இறுதியில் ஒரு வழியாக அவள் கையையும் பற்றிக் கொண்டார் முதியவர்.

"இப்படி உட்கார்... என் பக்கத்தில்... இங்கே உட்கார்ந்து கொள்."

மண்டியிட்டபடி அவளது முன் நெற்றயில் முத்தமிட்டு விட்டு, தலையை மென்மையாக வருடிவிடத் தொடங்கினார் அவர்.

நெல்லியின் உடலெல்லாம் நடுங்கிக் கொண்டிருந்தாலும் அவள் தன்னைக் கட்டுப்படுத்திக் கொண்டிருந்தாள். ஆனா ஆண்ட்ரே யேவ்னா அந்தக் காட்சியில் நெகிழ்ந்து போனாள். இறுதியாக அந்த அனாதைக் குழந்தையிடம் பரிவு காட்ட மனமிரங்கி முன் வந்து விட்ட நிகோலாய் செர்கிச்சை மகிழ்ச்சி கலந்த எதிர்பார்ப் போடு பார்த்துக் கொண்டிருந்தாள் அவள்.

"ஒரு பொல்லாதவன் – ஒரு பொல்லாத மனிதன், கொஞ் சம்கூட நேர்மையற்றவன் உன் அம்மாவின் வாழ்வைச் சீர்குலைக்கத் திட்டமிட்டானென்பது எனக்குத் தெரியும் நெல்லி. அதே சமயம் உன் தாய் தன் அப்பா மீது மிகவும் அன்பும், மரியாதையும் வைத்திருந்தாள் என்பதும் எனக்குத் தெரியும்" என்றபடி நெல்லியின் தலையைத் தொடர்ந்து வருடிக் கொடுத்துக் கொண்டே இருந்தார் கிழவர். அவரது குரல் உணர்ச்சி வசப்பட்ட நிலையில் இருந்தது. எங்கள் முன்னிலையில் கூட அவரால் அதைக் கட்டுப்படுத்திக் கொள்ள முடியவில்லை. அவரது வெளிறிய கன்னத்தில் இலேசாக செம்மை படர்ந்தது. எங்களைப் பார்ப்பதைத் தவிர்க்க முயற்சித்துக் கொண்டிருந்தார் அவர்.

"தாத்தா அம்மாவை நேசித்ததை விட அம்மா அவரை மிகுதியாக நேசித்தாள்" என்று சற்று உறுதியாகச் சொன்னாள் நெல்லி. எல்லோரையும் பார்ப்பதை அவளுமே தவிர்த்துக் கொண்டிருந்தாள்.

"அதெப்படி உனக்குத் தெரியும்?" என்று சுருக்கென்று அவளைக் கேட்டார் கிழவர். ஒரு குழந்தையைப் போலக் கட்டுப்பாடு இழந் திருந்தார் அவர். தான் அப்படிப் பொறுமையில்லாமல் நடந்து கொண்டது அவருக்கே கூச்சமாகத்தான் இருந்தது.

"எனக்குத் தெரியும்" என்று நெல்லியும் வெடுக்கென்று பதில் சொன்னாள்.

"அவர் அம்மாவைப் பார்க்கவே இல்லை... அவளை விரட்டி யடித்து விட்டார்."

நிகோலாய் செர்கிச் பதிலுக்கு ஏதோ சொல்ல முயன்றார். அவளை ஏற்காமலிருப்பதற்கு அந்தத் தந்தைக்கு ஏதாவது காரணம் இருக்கலாம் என்று ஒரு வேளை அவர் சொல்ல நினைத்திருக்க லாம். ஆனால், எங்களைப் பார்த்ததும் தன்னை அடக்கிக்கொண்டு விட்டார்.

"உங்கள் தாத்தா உங்களைத் தன் வீட்டில் ஏற்காமல் விட்ட போது நீங்கள் எப்படிச் சமாளித்தீர்கள்? எங்கே வசித்தீர்கள்?" என்று கேட்டாள் ஆனா ஆண்ட்ரேயேவ்னா. இந்தப் பேச்சைத்

தொடர்ந்து கொண்டுசெல்ல வேண்டுமென்று திடீரென்று ஒரு தீர்மானத்துக்கு வந்து விட்டவள் போல் இருந்தாள் அவள்.

"நாங்கள் இங்கே வந்ததும் தாத்தா எங்கே என்று தேடுவதற்கே ரொம்பக் காலமாயிற்று" என்று பதில் சொல்ல ஆரம்பித்தாள் நெல்லி.

"ஆனால், அவரைக் கண்டுபிடிக்க முடியவில்லை அப்போது தான் தாத்தாவைப் பற்றி அம்மா சொன்னாள். ஒரு காலத்தில் அவர் பணக்காரராக இருந்தாரென்றும், ஒரு தொழிற்சாலை கட்டத் திட்டமிட்டுக் கொண்டிருந்தாரென்றும், அம்மா எந்த மனிதனுடன் ஓடிப் போனாளோ அவன் தாத்தா பணத்தையெல்லாம் பறித்துக் கொண்டு திருப்பித் தராததால் இப்போது அவர் ஏழையாகி விட்டாரென்றும் சொன்னாள். அதை அவளாகவே எனக்குச் சொன்னாள்."

"ஹ்ம்..." என்று லேசாக உறுமியபடி அதைக் கேட்டுக் கொண்டார் கிழவர்.

"அப்புறம் இன்னொரு விஷயமும் சொன்னாள்" என்றபடி பேச்சை நீட்டித்துக் கொண்டு போனாள் நெல்லி. இப்போது மிகவும் உணர்ச்சிவசப்பட்ட நிலையில் இருந்த அவள், நிகோலாய் செர்கிச் கேட்ட கேள்விக்குப் பதில் சொல்வதில் மிகவும் ஆர்வமாக இருந்தாள். ஆனால் ஆனா ஆண்ட்ரேயேவ்னாவைப் பார்த்தபடி தான் பேசினாள் அவள்.

"தாத்தா தன்னிடம் மிகவும் கோபமாக இருப்பதாகவும், தான் அவருக்குப் பெரும் தவறு செய்து விட்டதாகவும் அம்மா சொன் னாள். இப்போது தாத்தாவைத் தவிர இந்த உலகில் தனக்கென்று யாருமில்லை என்று சொன்னபோது அழுதாள். நாங்கள் இங்கே ரஷ்யாவுக்கு வந்தபோது 'என் தந்தை-என்னை மன்னிக்க மாட்டார்' என்றாள். ஒருவேளை உன்னைப் பார்த்தால், உன்மீது அவருக்கு அன்பு வரலாம். உனக்காக என்னை அவர் மன்னிக்கலாம் என்றும் சொன்னாள். அம்மாவுக்கு என் மீது பாசம் அதிகம். இதைப் பற்றிப் பேசும்போதெல்லாம் என்னை எப்போதும் முத்தமிட்டுக் கொண்டேதான் இருப்பாள். ஆனால், தாத்தாவிடம் போக அவள் மிகவும் பயந்தாள். தாத்தாவுக்காகப் பிரார்த்தனை செய்ய அம்மா எனக்குக் கற்றுக் கொடுத்தாள். அவளும் பிரார்த் தனை செய்தாள். முன்பு சிறிய வயதில் தாத்தாவுடன் வாழ்ந்த வாழ்க்கையைப் பற்றியெல்லாம் என்னிடம் நிறையச் சொல்வாள். தன் தந்தை வேறெதையும்விடத் தன்னை எப்படி நேசித்தார் என்று விவரிப்பாள். மாலை வேளையில் அவள் அவருக்காகப் புத்தகங்கள் வாசித்துக் காட்டுவாள். பியானோ இசைப்பாள். தாத்தா அவளை

முத்தமிடுவார். நிறைய பரிசுகள் தருவார். அவர் அவளுக்காக எதை வேண்டுமானாலும் தந்து விடுவார். அதனாலேயே ஒருமுறை அம்மாவின் பிறந்த நாளின் போது அவர்களுக்கிடையே சிறிய சண்டைகூட வந்திருக்கிறது. தான் வாங்கிய பிறந்த நாள் பரிசு என்னவென்று அம்மாவுக்குத் தெரியாதென்று தாத்தா நினைத்துக் கொண்டிருக்க, அம்மாவோ அதை எப்போதோ அறிந்து வைத்திருந் தாள். உண்மையில் அம்மா விரும்பிக் கேட்டது காதணிகள். ஆனால், தாத்தா அவளை ஏமாற்ற எண்ணி, அந்தப் பரிசு ஒரு 'ப்ரூச்' என்று சொல்லியிருந்தார். அவர் காதணிகளைப் பரிசாகத் தந்தபோது, அந்தப் பரிசு 'ப்ரூச்' இல்லை; காதணிதான் என்றும் அம்மாவுக்கு ஏற்கனவே தெரிந்திருக்கிறது என்பதை எப்படியோ கண்டுகொண்டார். அம்மா அதைக் கண்டுபிடித்து விட்டாளென்ற கோபத்தில் கிட்டத்தட்ட பாதி நாள் பேசாமல் இருந்தார். பிறகு அவராகவே அவளிடம் வந்து முத்தமிட்டு மன்னிப்புக் கேட்டார்."

நெல்லி அந்தக் கதையை சொல்வதில் மிகவும் லயித்துப் போயிருந்தாள். அவளது வறண்டு வெளிறிய கன்னங்களில் லேசான செம்மை படர்ந்திருந்ததைக் காண முடிந்தது.

ஏதோ ஒரு குடியிருப்பின் கீழ்த்தள மூலையில் இருந்தபடி தன் மகிழ்ச்சியான கடந்த காலத்தைப் பற்றி நெல்லியின் தாய் அவளை அணைத்துக் கொஞ்சி முத்தமிட்டபடி பலமுறை பேசியிருக்க வேண்டுமென்பது புரிந்தது. அவளுக்கு வாழ்க்கையில் எஞ்சியது அந்தக் குழந்தை மட்டும்தான் என்பதால் அவளிடம் தனது இந்தக் கதைகளையெல்லாம் அவள் சொல்லியிருக்க வேண்டும். நோயுற்று, பலவீனமாக இருக்கும் தன் குழந்தையின் முதிராத மனதில் இந்தக் கதைகள் எப்படிப்பட்ட கற்பனைகளை உருவாக்கக் கூடும் என்பதைப் பற்றி அப்போது அவள் சிந்தித்துக் கூடப் பார்த்திருக்க மாட்டாள்.

கதை சொல்வதில் சுவாரசியம் காட்டி வந்த நெல்லி, சட்டென்று தன்னைக் கட்டுப்படுத்திக் கொண்டு விட்டதைப் போலிருந்தது. தன்னைச் சுற்றிலும் இருப்பவர்களைச் சந்தேகமாகப் பார்த்தபடி மீண்டும் அமைதியாகி விட்டாள் அவள். கிழவர் முகம் சுளித்தபடி மீண்டும் தன் விரல்களால் மேசையைத் தட்ட ஆரம்பித்தார். ஆனா ஆண்ட்ரேயேவ்னாவின் விழிகளில் கண்ணீர் அரும்பியது. தன் கைக்குட்டையால் அமைதியாக அதைத் துடைத்துக்கொண்டாள் அவள்.

"நாங்கள் இங்கே வந்தபோது அம்மா மிகவும் அமைதியாயிருந் தாள்" என்றபடி மெல்லிய குரலில் பேச்சைத் தொடர்ந்தாள் நெல்லி.

“அவளுக்குக் கடுமையான நெஞ்சு வலி இருந்தது. நாங்கள் பல நாட்கள் தாத்தாவைத் தேடிக் கொண்டிருந்தோம். ஆனால் கண்டுபிடிக்க முடியவில்லை. பிறகு கீழ்த்தளத்திலுள்ள ஒரு அறையின் மூலையை வாடகைக்கு எடுத்து அங்கே இருந்தோம்.”

“மூலையிலா…? அதிலும் அவள் அவ்வளவு முடியாமல் இருக்கும்போதா?” என்று கத்தினாள் ஆனா ஆண்ட்ரேயேவ்னா.

“ஆமாம்! ஒரு மூலையில்தான்” என்று பதில் சொன்னாள் நெல்லி.

“அம்மா மிகவும் முடியாமல் இருந்தாள். அவள் என்னிடம் என்ன சொல்லுவாள் தெரியுமா?” என்று மிகவும் தீவிரமான தொனியில் பேசத் தொடங்கினாள் அவள்.

“ஏழையாக இருப்பது பாவமில்லை நெல்லி. பணக்காரர்களாக இருந்து மற்றவர்களைப் புண்படுத்துவதுதான் பாவம்! அதனால்தான் கடவுள் என்னைத் தண்டிக்கிறார் என்று அம்மா சொல்வாள்.”

“நீங்கள் குடியிருந்தது வாஸிலெய்வ்ஸ்கி தீவில்தானே? அங்கே புப்னோவாவின் வீட்டில்தானே?” என்று கேட்டபடி என் பக்கம் திரும்பிக் கொண்டார் கிழவர். ஏதோ அந்தக் கேள்வியை ஒப்புக்குக் கேட்டது போன்ற பாவனையை உண்டாக்க அவர் முயற்சி செய்து கொண்டிருந்தார். பேசாமல் உட்கார்ந்திருப்பது சங்கடமாக இருந்த தால் ஏதோ ஒன்றைப் பேசுவது போல அவர் காட்டிக் கொண்டார்.

“இல்லை. அங்கே இல்லை. முதலில் நாங்கள் மெஷ்சன்ஸ்கயா தெருவில் குடியிருந்தோம்” என்று பதில் சொன்னாள் நெல்லி.

“அங்கே மிகவும் இருட்டாகவும் ஈரப்பதமாகவும் இருக்கும்” என்று சிறிது இடைவெளி கொடுத்துத் தொடர்ந்தாள்.

“அங்கே அம்மா மிகவும் முடியாமல் இருந்தாள். ஆனாலும், படுத்த படுக்கையாகி விடவில்லை. அவள் துணிகளை நான் துவைப்பதைப் பார்த்து அழுவாள். அந்தக் குடியிருப்பில் வயதான பெண்மணி ஒருத்தி வசித்து வந்தாள். ஒரு கேப்டனின் விதவை மனைவி அவள். அந்தக் குடியிருப்பிலேயே ஓய்வு பெற்ற ஒரு குமாஸ்தாவும் இருந்தான். அவன் எப்போதும் குடித்து விட்டுத்தான் வீட்டுக்கு வருவான். ஒவ்வொரு நாள் இரவும் சத்தமும் கூச்சலு மாகவே இருக்கும். நான் அவனிடம் மிகவும் பயப்படுவேன். அம்மா, என்னைத் தன்னோடு இறுக அணைத்துக் கொண்டிருப்பாள். ஆனால் அவன் கத்திக் கூச்சலிடும்போது அவள் உடம்பும் நடுங்கிக் கொண்டுதான் இருக்கும். ஒருமுறை கேப்டனின் மனைவியை அவன் அடித்து விட்டான். அவளோ கோலூன்றி நடக்கும் முதியவள். அம்மா அவளுக்காக இரக்கப்பட்டு அவனிடம்

சணடைக்குப் போக, அவன் அம்மாவையும் அடித்தான். நானும் அவனை அடித்து விட்டேன்."

நெல்லி சற்று நிறுத்தினாள். அந்த ஞாபகங்கள் அவளைத் தொல்லை செய்துகொண்டிருந்தன. அவள் கண்கள் கோபத்தால் ஒளிர்ந்தன.

"அடக் கடவுளே" என்று கத்தினாள் ஆனா ஆண்ட்ரேயேவ்னா. தன்னை நோக்கியே பேசிக் கொண்டிருந்த நெல்லியின் மீது தன் விழிகளைக் கொஞ்சமும் அகற்றாமல் பதித்தபடி அந்தக் கதைக்குள் மூழ்கிப் போயிருந்தாள் அவள்.

"பிறகு அம்மா என்னையும் கூட்டிக்கொண்டு அங்கிருந்து வெளியேறி விட்டாள்" என்று நெல்லி தொடர்ந்தாள்.

"அது பகல் நேரம். நன்றாக இருட்டிப் போகும் வரை நாங்கள் தெருக்களில் நடந்து கொண்டே இருந்தோம். அம்மா என் கையைப் பிடித்தபடி அழுது கொண்டே நடந்து வந்தாள். நான் மிகவும் களைத்துப் போயிருந்தேன். அன்று முழுவதும் எங்களுக்குச் சாப்பிட எதுவுமே கிடைக்கவில்லை. ஆனால் அம்மா தனக்குத் தானே ஏதோ பேசிக் கொண்டே வந்தாள். என்னிடம் பேசினாள். "ஏழையாகவே இரு நெல்லி. நான் இறந்த பிறகு எவர் பேச்சையும், எதையும் கேட்காதே. தனியாகவே இரு. ஏழையாய் இருந்து வேலை செய். வேலை கிடைக்கவில்லையென்றால் பிச்சையெடு. ஆனால் யாரிடத்திலும் போகாதே!" என்றெல்லாம் சொன்னாள். இருட்ட ஆரம்பித்திருந்தது. நாங்கள் ஒரு அகலமான வீதியைத் தாண்டிச் செல்லும் போது 'அஸோர்கா, அஸோர்கா' என்று திடீரென்று அம்மா கூச்சலிட்டாள். ரோமம் இல்லாத பெரிய நாய் ஒன்று குரைத்துக் கொண்டே அவளிடம் தாவி ஓடி வந்தது. அம்மா பயந்து போய் முகம் வெளிறிப் போனவளாய்க் கத்தினாள். அங்கே கைத்தடி ஊன்றியபடி நிலத்தையே பார்த்துக் கொண்டிருந்த ஒரு வயதான கிழவரின் காலில் விழுந்து மண்டியிட்டாள். அவர்தான் என் தாத்தா. மிகவும் மெலிந்து போய்க் கந்தல் உடைகளுடன் இருந்தார் அவர். தாத்தாவை முதல்முறையாக அப்போதுதான் பார்த்தேன். தாத்தாவும் மிகவும் பயந்திருந்தார். அவரது முகமும் வெளுத்திருந்தது. தன் காலடியில் விழுந்தபடி கால்களைக் கட்டிப் பிடித்து கதறிக் கொண்டிருந்த அம்மாவைப் பார்த்ததும், அவர் அவளிடமிருந்து வலுக்கட்டாயமாகத் தன்னை விடுவித்துக் கொண்டு, அவளைப் பிடித்துத் தள்ளிவிட்டார். கைத்தடியால் நடைபாதையில் தட்டிக் கொண்டே விரைவாக எங்களிடமிருந்து விலகிப் போனார். அஸோர்கா மட்டும் அம்மாவை நக்கிக் கொடுத்துக் கொண்டு, ஏதோ முனகிக்கொண்டிருந்தது. பிறகு தாத்தாவின் பின்னால் ஓடிப்போய் அவரது கோட்டைப்

பிடித்திழுத்துத் திருப்பி அழைத்துவரப் பார்த்தது. ஆனால் தாத்தா தன் கைத்தடியினால் அதை ஒரு போடு போட்டு விட்டார். அது எங்களிடம் திரும்ப வர முயற்சி செய்தது. ஆனால் தாத்தா அதை அழைத்ததால் குரைத்துக் கொண்டே அவர் பின்னால் ஓடிப் போய் விட்டது. அம்மா இறந்து போனவளைப் போலக் கிடந்தாள். கூட்டம் சேர்ந்தது. காவலர்களும் வந்து விட்டார்கள். நான் அழுது கூச்சலிட்டபடி அம்மாவை எழுப்ப முயற்சித்தேன். அவள் எழுந்து சுற்றுமுற்றும் பார்த்து விட்டு என்னோடு நடக்க ஆரம்பித்தாள். நான் அவளை வீட்டுக்கு அழைத்துக் கொண்டு சென்றேன். சுற்றியிருந்த மக்கள் தலையைத் தலையை ஆட்டி ஏதோ பேசிக் கொண்டே எங்களை வெகுநேரம் உற்றுப் பார்த்துக் கொண்டிருந்தனர்."

நெல்லி சற்று மூச்சு வாங்கிக் கொண்டு தன் சக்தியையும் திரட்டிக் கொண்டாள். சோகை பிடித்துப் போனபடி இருந்தாலும் அவள் கண்களில் ஒரு முடிவான தீர்மானம் மின்னியது. முடிவாக எல்லாவற்றையும் எங்களிடம் சொல்லிவிட வேண்டுமென்று அவள் தீர்மானித்து விட்டாள் என்பது வெளிப்படையாகத் தெரிந்தது. அந்த நேரத்தில் அவளிடம் சற்று முரட்டுத்தனம்கூட வெளிப்பட்டது.

"நீ சொல்வதெல்லாம் சரிதான்" என்று சற்று எரிச்சேலாடு நிதானமில்லாமல் பேசத் தொடங்கினார் நிகோலாய் செர்கிச். "ஆனால் உன் தாய், அவளது தகப்பனைப் புண்படுத்தியிருக்கிறாளே? அதனால் அவளை அவர் ஒதுக்கித் தள்ளுவது நியாயம்தானே."

"அம்மா அதையும் சொல்வதுண்டு" என்று சட்டென்று பேசத் தொடங்கினாள் நெல்லி.

அன்று நாங்கள் வீட்டுக்குச் செல்லும் வழி நெடுக, "அது உன் தாத்தா நெல்லி. நான் அவருக்குத் தீங்கிழைத்து விட்டேன். அதனால் தான் அவர் என்னைச் சபித்தார். இப்போது என்னைக் கடவுள் அதற்காகத்தான் தண்டித்துக் கொண்டிருக்கிறார்" என்று சொல்லிக் கொண்டே வந்தாள் அம்மா. அன்று மாலையும், அடுத்தடுத்து வந்த நாட்களிலும் கூட அதையேதான் சொன்னாள். தான் என்ன பேசுகிறோம் என்ற உணர்வில்லாதவள் போலப் பேசிக் கொண்டிருந்தாள் அவள்."

முதியவர் பதில் எதுவும் சொல்லவில்லை.

"பிறகு எப்படி வேறு இடத்துக்குக் குடி போனீர்கள்" என்று கேட்டாள் ஆனா ஆண்ட்ரேயேவ்னா. முழு நேரமும் அவள் அழுது கொண்டேதான் இருந்தாள்.

"தாத்தாவை நாங்கள் சந்தித்த அன்றிரவே அம்மா படுக்கையில் விழுந்துவிட்டாள். கேப்டனின் விதவை மனைவிதான் புப்னோவாவின்

வீட்டில் எங்களுக்கு இடம் தேடிக் கொடுத்தாள். இரண்டு நாட்கள் கழித்து நாங்கள் அங்கே குடிபெயர்ந்தோம். கேப்டனின் மனைவியும் எங்களுடன் இருந்தாள். அங்கே போன பிறகு அம்மா மூன்று வாரம் உடல்நலமில்லாமல் படுக்கையில் இருந்தாள். நான்தான் அவளைக் கவனித்துக்கொண்டேன். எங்கள் பணம் முழுவதும் தீர்ந்து விட்டது. கேப்டனின் மனைவியும், இவான் அலெக் ஸாண்ட்ராவிச்சும்தான் எங்களைக் கவனித்துக் கொண்டார்கள்."

"அவன்தான் அவர்கள் குடியிருந்த இடத்திலிருந்த சவப் பெட்டி செய்பவன்" என்று நான் விளக்கமளித்தேன்.

"அம்மா உடல்நலம் சரியாகி வெளியே போகத் தொடங்கியதும் என்னிடம் அஸோர்கா பற்றிய விஷயங்கள் எல்லாவற்றையும் சொன்னாள்."

நெல்லி சற்றுப் பேச்சை நிறுத்தினாள். பேச்சு நாயை ஒட்டிய தாகத் திரும்பிவிட்டதில் கிழவர் சற்று ஆறுதலடைந்தது போலத் தோன்றினார்.

"அஸோர்கா பற்றி அவள் உன்னிடம் என்ன சொன்னாள்?" என்று கேட்டபடி சாய்வு நாற்காலிக்குள் இன்னும் அதிகமாக சரிந்து கொண்டார் அவர். தன் முகத்தை முழுவதுமாய் மறைத்துக் கொண்டு நிலத்தை மட்டுமே பார்த்தபடி இருந்தார் அவர்.

"அவள் எப்போதும் என்னிடம் தாத்தாவைப் பற்றியேதான் பேசிக் கொண்டிருப்பாள்" என்று பதில் சொன்னாள் நெல்லி.

"உடல்நலமில்லாமல் இருக்கும் போது, ஜன்னி கண்ட போது என்று எல்லா நேரங்களிலும் அவரைப் பற்றித்தான் பேசுவாள். அவள் சற்றுக் குணமடைய ஆரம்பித்ததும் தன் கடந்த கால வாழ்க்கை பற்றிப் பேச ஆரம்பித்தாள். அப்போதுதான் அஸோர் காவைப் பற்றியும் என்னிடம் சொன்னாள். நகரத்துக்கு வெளியே உள்ள நதி ஒன்றில் அஸோர்காவை மூழ்கடிக்க எண்ணி சில முரட்டுச் சிறுவர்கள் அதைக் கயிறு கட்டி இழுத்துக் கொண்டு போவதைப் பார்த்த அம்மா, அவர்களுக்குப் பணம் கொடுத்து அஸோர்காவை வாங்கியிருக்கிறாள். அஸோர்காவைப் பார்த்த தாத்தா சிரித்து கேலி செய்ய ஆரம்பித்தவுடன், அது ஓடிப் போய் விட்டது. அம்மா அழத் தொடங்கியதும் தாத்தா பயந்து போனார். அஸோர்காவைத் திரும்பக் கொண்டு வருபவர்களுக்கு நூறு ரூபிள் தருவதாக அவர் சொல்ல, மூன்றாவது நாள் அது திரும்ப வந்திருக்கிறது. அவரும் நூறு ரூபிளைத் தந்து விட்டார். அப்போது முதல் அஸோர்கா மீது அவருக்கும் பிரியம் ஏற்பட்டு விட்டது. அம்மாவுக்கு அதை மிகவும் பிடிக்கும். படுக்கையில்கூட அதைப் பிரிய மாட்டாள். அந்த நாய் வீதியில் நாடகம் போடும் சில

நடிகர்களுக்குச் சொந்தமானது என்று அம்மா என்னிடம் சொல்லியிருக்கிறாள். அதனாலேயே எப்படிப் பிச்சையெடுப்பது, ஒரு குரங்கை முதுகில் எப்படிச் சுமந்து கொண்டு போவது, ஆயுதத்தை எப்படிக் கையில் பிடிப்பது என்பதைப் போன்ற பல வித்தைகள் அதற்குத் தெரிந்திருக்குமாம். அம்மா வீட்டை விட்டு வெளியேறிய பிறகு தாத்தா அஸோர்காவைத் தன்னுடனேயே வைத்துக் கொண்டார். எங்கே போனாலும் அதையும் கூட்டிக் கொண்டு போனார். அதனால்தான் அஸோர்காவைத் தெருவில் பார்த்த அந்த நிமிடத்திலேயே தாத்தாவும் பக்கத்தில்தான் இருக்க வேண்டுமென்று அம்மா ஊகித்துவிட்டாள்."

அஸோர்காவைப் பற்றி அந்த முதியவர் எதிர்பார்த்த விஷயங்கள் அவை இல்லை. அதனால் அவர் முகம் அதிகமாகச் சுருங்கியது. வேறெந்தக் கேள்வியையும் அவர் கேட்கவில்லை.

"அதற்குப் பிறகு உன் தாத்தாவை நீ பார்த்தாயா, பார்க்கவில்லையா?" என்று கேட்டாள் ஆனா ஆண்ட்ரேயேவ்னா.

"பார்த்தேன். அம்மா சற்றுக் குணமடையத் தொடங்கிய பிறகு நான் தாத்தாவை மறுபடியும் பார்த்தேன். ரொட்டி வாங்கக் கடைக்குப் போய்க்கொண்டிருந்த நான் திடீரென்று அஸோர்காவுடன் கூட வரும் ஒரு மனிதரைப் பார்த்தேன். பக்கத்தில் பார்த்ததும் அது தாத்தா என்று தெரிந்து கொண்டேன். நான் பின்வாங்கியபடி சுவரோடு சுவராக ஒட்டிக்கொண்டேன். தாத்தா என்னைப் பார்த்தார். அவர் பார்த்த பார்வை மிகக் கடுமையாக இருந்ததால் நான் பெரிதும் பயந்து போனேன். அவர் நடக்கத் தொடங்கினார். ஆனால் என்னை நினைவு வைத்திருந்த அஸோர்கா என் மீது தாவிக் குதித்து என் கைகளை நக்கியது. நான் வீட்டுக்கு விரைய ஆரம்பித்தேன். திரும்பிப் பார்த்தபோது தாத்தா அந்தக் கடைக்குள் செல்வது தெரிந்தது. 'ஒருவேளை எங்களைப் பற்றி விசாரிப்பாராக இருக்கும்' என்று நினைத்துக் கொண்டேன். எனக்கு இன்னும் அதிக பயம் உண்டாகிவிட்டது. வீட்டுக்குச் சென்றதும் அம்மாவிடம் அது பற்றிச் சொல்லவில்லை. அவள் உடல்நலமில்லாமல் போய் விடுவாளோ என்ற அச்சம் எனக்கு. மறுநாள் நான் கடைக்குப் போகவில்லை. தலைவலி என்று சொல்லி விட்டேன். அதற்கு மறுநாள் போனபோது அங்கே யாரையும் பார்க்கவில்லை என்றாலும், வழி நெடுகிலும் பயத்தோடு தான் சென்றேன். ஒருநாள் கழித்து ஒரு தெரு மூலையில் திரும்பும்போது தாத்தா அஸோர்காவுடன் நின்று கொண்டிருந்ததைப் பார்த்தேன். நான் வேகமாக ஓடி இன்னொரு தெருப் பக்கம் திரும்பி வேறு வழியில் கடைக்குப் போய்விட்டேன். ஆனால் திடீரென்று அவரை மீண்டும் எதிர்ப்பட வேண்டியதாகி விட்டது.

மிகவும் பயந்து போயிருந்ததால் அமைதியாக – அசையாமல் அப்படியே நின்றேன். தாத்தா என் எதிரில் நின்றபடி வெகுநேரம் என்னை மீண்டும் மீண்டும் உற்றுப் பார்த்தார். பிறகு என்னைத் தட்டிக் கொடுத்துவிட்டு, என் கையைப் பிடித்து அழைத்துக் கொண்டு சென்றார். அஸோர்கா எங்களுக்குப் பின்னால் வாலாட்டிக் கொண்டே வந்தது. தாத்தாவால் சரியாகக் கூட நடக்க முடியாமல் இருப்பதையும், தன் கைத்தடி மீது சாய்ந்து கொண்டே அவர் வருவதையும், அவரது கைகள் மிகவும் நடுங்கிக் கொண்டிருப்பதையும் அப்போதுதான் பார்த்தேன். ஒரு தெருவோர வியாபாரியிடம் என்னை அழைத்துக் கொண்டு போனார் தாத்தா. அவள் இஞ்சி ரொட்டி, ஆப்பிள் ஆகியவற்றை விற்றுக் கொண்டிருந்தாள். தாத்தா எனக்கு சிக்கன் கலந்த இஞ்சி ரொட்டி, மீன், ஒரு இனிப்புப் பண்டம், ஆப்பிள் ஆகியவைகளை வாங்கித் தந்தார். தோலால் ஆன தனது பர்ஸிலிருந்து பணத்தை எடுக்கும்போது அவர் கைகள் பயங்கரமாக நடுங்கியதால் ஒரு ஐந்து கோபெக் நாணயத்தைத் தவற விட்டுவிட்டார் அவர். நான் தரையிலிருந்து அதை எடுத்து அவரிடம் தந்தேன். அவர் இஞ்சி ரொட்டியோடு அந்த நாணயத்தையும் என் கையிலே கொடுத்து விட்டு என் தலையை வருடி விட்டார். ஆனாலும்கூட எதுவும் பேசாமலே அங்கிருந்து போய் விட்டார்."

"பிறகு நான் வீட்டுக்கு வந்து தாத்தாவைப் பற்றி எல்லா விஷயங்களையும் சொன்னேன். முதலில் அவரைப் பார்த்த நான் எப்படிப் பயந்து போய் ஒளிந்துகொண்டேன் என்றும் சொன்னேன். முதலில் நான் சொன்ன விஷயங்களை அம்மா நம்பவில்லை. பிறகு நடந்தவை குறித்து சந்தோஷம் கொண்டவளாய் அன்று மாலை முழுவதும் என்னிடம் ஏதோ பல கேள்விகளைக் கேட்டுக் கொண்டே இருந்தாள். என்னை முத்தமிட்டபடி அழுதாள். பேசுவதற்கு வேறேதும் இல்லாதபோது எதிர்காலத்தில் அவரைப் பார்த்து நான் பயப்படக் கூடாதென்றும், தாத்தா என்னிடம் நிச்சயம் பாசம் வைத்திருப்பார், அதனாலேயே என்னைப் பார்க்க வந்திருப்பார் என்றும் சொன்னாள். தாத்தாவிடம் நான் நன்றாக நடந்துகொள்ள வேண்டும், அவரிடம் பேச வேண்டும் என்றெல்லாம் புத்திமதி சொன்னாள். மறுநாள் காலையில் என்னைப் பலமுறை வெளியே அனுப்பினாள். ஆனால் தாத்தா மாலை வேளைகளில்தான் கடைக்கு வருவாரென்று நான் அவளிடம் சொல்லியிருந்தேன். என்னை வெளியே போக விட்டுவிட்டுச் சிறிது தொலைவிலிருந்து அவளும் என்னைப் பின்தொடர்ந்து வந்து மூலைகளில் ஒளிந்து கொள்வாள். அடுத்த நாளும் கூட அப்படியே செய்தாள்; ஆனால் தாத்தா வரவில்லை. அப்போது மழைக்காலம் என்பதாலும்,

அம்மா எப்போதும் என்னுடன் வெளியே வந்து கொண்டிருந்ததாலும் அம்மாவுக்குக் கடுமையான சளி பிடித்துக் கொண்டது. மறுபடியும் படுத்த படுக்கையாகி விட்டாள்."

"தாத்தா ஒரு வாரம் கழித்து மீண்டும் வந்தார். மறுபடியும் எனக்கு இஞ்சியும் மீனும் சேர்த்த ரொட்டியும் ஒரு ஆப்பிளும் வாங்கித் தந்தார். இம்முறையும் அவர் எதுவும் பேசவில்லை. அவர் நகர்ந்து சென்ற பிறகு நான் திருட்டுத்தனமாக அவரைப் பின் தொடர்ந்தேன். தாத்தா எங்கே வசிக்கிறார் என்பதைக் கண்டு பிடித்து அம்மாவிடம் சொல்ல வேண்டுமென்று நான் முன்பே தீர்மானித்திருந்தேன். தெருவின் மறுபக்கம் சற்றுத் தொலைவில் தாத்தா என்னைப் பார்க்க முடியாதபடி நான் சென்று கொண்டிருந்தேன். ஆனால், அவர் வெகுதூரத்திலிருந்த ஒரு இடத்தில் வசித்து வந்தார். கடைசி கடைசியாக அவர் வாழ்ந்து இறந்து போன இடம் அல்ல அது. இது வேறொரு பெரிய வீடு. கோரோ கோவாயா தெருவில் நான்காவது தளத்தில் அது இருந்தது. நான் அதைக் கண்டுபிடித்து வீடு திரும்ப வெகுநேரமாகி விட்டது. நான் எங்கே போனேன் என்பது தெரியாமல் அம்மா மிகவும் பயந்திருந்தாள். ஆனால் நான் விஷயத்தைச் சொன்னதும் மகிழ்ச்சி யடைந்த அவள், மறுநாளே சென்று தாத்தாவைப் பார்க்க வேண்டும் என்றாள். ஆனால் மறுநாள் அவளுக்கு ஏதோ பயம் வந்து விட்டது. போக மனம் துணியவில்லை. தொடர்ந்து மூன்று நாட்கள் அப்படிப் பயந்து கொண்டே இருந்தவள், கடைசியில் போகவே இல்லை. பிறகு என்னை அழைத்து, "நெல்லி எனக்கு உடம்பு முடியாமல் இருப்பதால் என்னால் தாத்தா வீடுவரை போக முடியாது. ஆனால் அவருக்கு ஒரு கடிதம் எழுதி வைத்திருக்கிறேன். நீ அதைக் கொண்டுபோய் அவரிடம் கொடு. அதைப் படிக்கிறாரா, என்ன சொல்கிறார், என்ன செய்கிறார் என்பதைப் பார். அவரிடம் சென்று மண்டியிடு. அவரை முத்தமிட்டு உன் தாயை மன்னிக்குமாறு மன்றாடு" என்று சொன்னாள் அம்மா. பிறகு, பயங்கரமாக அழுதாள். என்னை முத்தமிட்டாள். நான் நல்லபடியாகச் சென்றுவர பிரார்த்தித்தாள். ஆசி வழங்கினாள். அங்கிருந்த தெய்வ உருவுக்கு முன் என்னை மண்டியிட்டு வணங்கச் சொன்னாள். மிகவும் முடியாமல் இருந்த போதும் வாசல்வரை சென்று என்னை வழியனுப்பினாள். நான் திரும்பிப் பார்த்தபோது அவள் என்னைக் கவனமாகப் பார்த்தபடி வாசலி லேயே நின்றிருப்பது தெரிந்தது.

"நான் தாத்தா வீட்டுக்கு வந்து கதவைத் திறந்தேன். கதவுக்குத் தாள் இல்லை. தாத்தா மேசை அருகே உட்கார்ந்து ரொட்டியும், உருளைக்கிழங்கும் சாப்பிட்டுக் கொண்டிருந்தார். அஸோர்கா

அவர் சாப்பிடுவதைப் பார்த்தபடி அருகில் நின்று வாலாட்டிக் கொண்டிருந்தது. அந்தக் குடியிருப்பிலும்கூட ஜன்னல்கள் தாழ் வாக, இருளடைந்துதான் இருந்தன. அவர் அங்கே தனியே வசித்து வந்தார். நான் உள்ளே சென்றதும் மிகவும் பயந்தவராய் வெளிறிப் போய் நடுங்க ஆரம்பித்து விட்டார். நானும் கூட பயந்து விட்டேன். ஒரு வார்த்தைகூடப் பேசாமல் மேசை அருகே சென்று கடிதத்தை வைத்தேன். கடிதத்தைப் பார்த்ததும் கோபத்தால் குதித்தபடி என்னை அடிக்க வருவது போல் கைத்தடியை உயர்த்தினார். ஆனால் அவர் என்னை அடிக்கவில்லை. வாசல் வரை அழைத்துச் சென்று வெளியே தள்ளிவிட்டார். முதல் தளப் படிக்கட்டில் நான் இறங்குவதற்கு முன்பு மீண்டும் கதவைத் திறந்து, அந்தக் கடிதத்தைப் படிக்காமலேயே என் மீது வீசியெறிந்தார். நான் வீடு சென்று அம்மாவிடம் எல்லாம் சொன்னேன். பிறகு அம்மா மறுபடியும் படுக்கையில் விழுந்து விட்டாள்."

8

அப்போது மிகவும் பலமாக இடியோசை கேட்டது. ஜன்னல் கண்ணாடிகளின் மீது கனத்த மழைத் துளிகள் விழுந்தன. அறையே இருட்டாகி விட்டது. ஆனா ஆண்ட்ரேயேவ்னா மிகவும் பயந்து போய் சிலுவைக் குறி இட்டுக்கொண்டாள். நாங்கள் எல்லோரும் திடுக்கிட்டுப் போயிருந்தோம்.

"சீக்கிரமே நின்று விடும்" என்றபடி ஜன்னல் பக்கம் பார்த்தார் கிழவர். பிறகு அறையில் மேலும் கீழும் நடக்க ஆரம்பித்தார். நெல்லி அவரை ஓரக்கண்களால் பார்த்துக் கொண்டிருந்தாள். அவள் மிகவும் கிளர்ச்சியுற்ற நிலையில்–ஜுர வேகத்தில் இருப்பது போல் காணப்பட்டாள். அவள் என்னைப் பார்க்காமல் தவிர்த்துக் கொண்டிருந்தாலும் என்னால் அதை உணர முடிந்தது.

"சரி, அப்புறம் என்ன நடந்தது?" என்று தன் சாய்வு நாற் காலியில் மீண்டும் சரிந்து கொண்டபடியே கேட்டார் முதியவர்.

நெல்லி கூச்சத்தோடு சுற்றுமுற்றும் பார்த்தாள்.

"அப்படியென்றால் அதற்குப் பிறகு நீ உன் தாத்தாவைப் பார்க்கவே இல்லையா?"

"இல்லை.. பார்த்தேன்."

"பார்த்தாயா? அப்படியென்றால் அதைப் பற்றியும் எங்களிடம் சொல் கண்ணே" என்று அவசரப்பட்டாள் ஆனா ஆண்ட்ரே யேவ்னா.

"நான் மூன்று வாரம் அவரைப் பார்க்கவே இல்லை" என்று தொடங்கினாள் நெல்லி.

"குளிர் காலம் முழுமையாக வரும்வரை நான் அவரைப் பார்க்கவில்லை. குளிர்காலம் வந்து பனி விழவும் தொடங்கிய பிறகு தாத்தாவை மீண்டும் அதே இடத்தில் பார்த்தேன். அங்கே வருவதைத் தாத்தா நிறுத்தி விட்டார் என்று அம்மா வருத்தப்பட்டுக் கொண்டிருந்ததால் அவரைக் கண்டதும் நான் அதிக மகிழ்ச்சி யடைந்தேன். அவரைப் பார்த்ததும் வேண்டுமென்றே தெருவின் மறுபக்கம் ஓடத் தொடங்கினேன். அவர் பிடியில் சிக்காமல் இருக்கவே அப்படி ஓடுகிறேன் என்று அவர் நினைத்துக் கொள் ளட்டும் என்றே அப்படிச் செய்தேன். நான் திரும்பிப் பார்த்த போது தாத்தா என்னை வேகமாகத் தொடர்வதையும், பிறகு ஓட்டமும் நடையுமாக என்னை முந்த முயல்வதையும் பார்த்தேன். "நெல்லி... நெல்லி" என்று என்னை அழைத்துக் கொண்டே வந்தார் அவர். அஸோர்கா அவருக்குப் பின்னாலேயே ஓடி வந்தது. எனக்கு அவரைப் பார்க்கப் பாவமாக இருந்ததால் அப்படியே நின்று விட்டேன். தாத்தா என் அருகே வந்து என் கையைப் பிடித்து நடத்திக்கொண்டு போனார். நான் அழுவதைப் பார்த்ததும் அப்படியே நின்று என்னைப் பார்த்தார். குனிந்து என்னை முத்த மிட்டார். என் ஷூ கிழிந்திருப்பதைப் பார்த்ததும் "வேறு ஷூ இல்லையா?" என்று கேட்டார். அம்மாவிடம் சுத்தமாகப் பணம் இல்லை என்றும், நாங்கள் குடியிருக்கும் இடத்தில் வாழ்பவர்கள்தான் எங்களுக்கு இரக்கப்பட்டுச் சாப்பாடு போடுகிறார்கள் என்றும் சட்டென்று பதில் சொன்னேன். தாத்தா எதுவும் பேசவில்லை. ஆனால், என்னைக் கடைத்தெருவுக்கு அழைத்துச் சென்று புதிய ஷூ ஒன்றை வாங்கித் தந்தார். உடனே அதைப் போட்டுக் கொள்ளுமாறும் வற்புத்தினார். வீட்டுக்குக் கூட்டிச் செல்வதற்கு முன் ஒரு கடைக்குள் போய் கேக்கும், இரண்டு இனிப்புகளும் வாங்கிக் கொண்டு வந்தார். வீடு வந்து சேர்ந்ததும் கேக்கைச் சாப்பிடுமாறு என்னிடம் சொல்லிவிட்டு, நான் சாப்பிடுவதையே பார்த்துக் கொண்டிருந்தார். பிறகு இனிப்புகளையும் தந்தார். அஸோர்கா தன் காலைத் தூக்கி மேசையில் வைத்தபடி தனக்கும் கேக் வேண்டுமென்பது போல் ஜாடை காட்ட, நான் அதற்கும் கொஞ்சம் கேக் தந்தேன். தாத்தா அதைப் பார்த்துச் சிரித்தார்.

பிறகு என்னைத் தன் பக்கத்தில் வைத்துக் கொண்டு என் தலையை வருடித் தந்தபடி நான் பள்ளிக்குப் போனதுண்டா

என்று கேட்டார். நான் பதில் சொன்னதும், எப்போதெல்லாம் முடியுமோ, அப்போதெல்லாம் மதியம் மூன்று மணிக்கு இங்கே வந்தால் எனக்குப் பாடம் கற்பிப்பதாகச் சொன்னார். தான் செல்லும்வரை வேறு பக்கம் திரும்பிக் கொண்டு ஜன்னலைப் பார்த்துக் கொண்டிருக்கச் சொன்னார். அவருக்குத் தெரியாமல் நான் திரும்பிப் பார்த்தபோது தலையணையின் அடியிலிருந்து நான்கு ரூபிள் நோட்டு ஒன்றை அவர் எடுப்பதைப் பார்த்தேன் பிறகு அதை என்னிடம் தந்து, "உனக்கு மட்டும்தான் இது" என்றார். நான் அதை வாங்கிக்கொள்ளப் போனேன். ஆனால் அவர் அப்படிச் சொன்னதும் என் மனம் மாறி விட்டது. 'எனக்கு மட்டும்தான் என்றால் இதை வாங்கிக்கொள்ள மாட்டேன்' என்று சொல்லி விட்டேன். தாத்தாவுக்குச் சட்டென்று கோபம் வந்து விட்டது.

"சரி... அதை எடுத்துக் கொண்டு போ! உன் இஷ்டப்படி என்ன வேண்டுமானாலும் செய்" என்றார். நான் அங்கிருந்து கிளம்பினேன். ஆனால் அவர் என்னை முத்தமிடவில்லை.

"வீடு வந்து சேர்ந்ததும் அம்மாவிடம் எல்லாவற்றையும் சொன்னேன். அம்மாவின் உடல்நிலை மேலும் மோசமாகிக் கொண்டே போனது. சவப்பெட்டி செய்பவரைப் பார்க்க வழக்க மாக வரும் ஒரு மருத்துவ மாணவர் அம்மாவுக்குச் சிகிச்சை அளித்துச் சில மருந்துகளைச் சாப்பிடச் சொன்னார்."

"நான் அடிக்கடி தாத்தாவைப் பார்க்கப் போய் வந்தேன். அம்மாவின் விருப்பம் அது. தாத்தா எனக்கு ஒரு புதிய பாட புத்தகமும், பூகோளப் புத்தகமும் வாங்கிக்கொண்டு வந்து அவற்றை சொல்லித்தர ஆரம்பித்தார். உலகத்தில் என்னென்ன நாடுகள் இருக்கின்றன, அவற்றில் எந்த விதமாக மக்கள் வாழ்கிறார்கள், சுற்றியுள்ள கடல்கள் என்ன, பழைய காலத்தில் இவையெல்லாம் எவ்வாறு இருந்தன என்பதைக் குறித்தும், ஏசு கிறிஸ்து நம்மை யெல்லாம் எப்படி மன்னித்தார் என்பதைப் பற்றியும் சொல்வார். நானாகவே அவரிடம் பல கேள்விகள் கேட்டேன். அதில் அவர் சந்தோஷமடைவார். அதனாலேயே அவரிடம் நான் பல கேள்வி களைக் கேட்பேன். அவர் பல விஷயங்களைப் பற்றி என்னிடம் பேசுவார். கடவுளைப் பற்றி நிறையவே பேசுவார். சில சமயங்களில் பாடம் படிக்காத வேளைகளில் அஸோர்காவுடன் சேர்ந்து நாங்கள் விளையாடுவோம். அஸோர்கா என்னிடத்தில் மிகவும் ஒட்டிக் கொண்டு விட்டது. ஒரு கம்பை வைத்து எப்படித் தாவுவது என்று அதற்குக் கற்றுக் கொடுத்தேன். தாத்தா அதைப் பார்த்துச் சிரித்தார். என் தலையில் தட்டிக்கொடுத்தார். தாத்தா அப்படி அடிக்கடிச் சிரிப்பவர் அல்ல. ஒரு சமயம் நிறையப் பேசிக்கொண்டே

போவார். சில சமயம் ஒரு வார்த்தைகூடப் பேசாமல் அப்படியே உட்கார்ந்திருப்பார். அவரைப் பார்த்தால் கண்களைத் திறந்து கொண்டே தூங்குவதைப் போலத்தான் இருக்கும். இருட்டும் வரை அப்படியே உட்கார்ந்திருப்பார். இருட்டிய பிறகு அவரைப் பார்க்கவே பயமாக இருக்கும். மிகவும் வயதானவராகவும் தெரிவார். சில சமயம் நான் வீட்டுக்கு வரும்போது ஏதோ யோசித்துக் கொண்டிருப்பது போல நாற்காலியில் உட்கார்ந்திருப்பார். ஆனால் சொல்வது எதுவுமே அவர் காதில் விழாது. அஸோர்கா, அவரருகே படுத்திருக்கும். நான் காத்துக்கொண்டே இருப்பேன். இருமிக் காட்டுவேன். அப்படியும் தாத்தா திரும்பிப் பார்க்க மாட்டார். நானும் அங்கிருந்து போய் விடுவேன். அம்மா எனக்காகக் காத்திருப்பாள். அவள் படுக்கையில் படுத்திருப்பாள். நான் அவளுக்கு எல்லா விஷயங்களையும் சொல்லுவேன். இரவான பிறகும்கூட நான் பேசிக் கொண்டிருப்பேன். அவளும் விடாமல் தாத்தாவைப் பற்றிக் கேட்டுக்கொண்டே இருப்பாள். அவர் என்னிடம் என்ன பேசினார், அன்று என்னவெல்லாம் செய்தார், என்ன கதைகள் சொன்னார், என்ன பாடங்கள் கற்றுக் கொடுத்தார் என்று எல்லாவற்றைப் பற்றியும் கேட்பாள். அஸோர்காவை ஒரு கம்பின் மீது நான் குதிக்க வைத்ததையும் தாத்தா அதைப் பார்த்துச் சிரித்ததையும் சொன்னபோது, அம்மாவும் அதைக் கேட்டு சட்டென்று சிரித்துவிட்டாள். பிறகுகூட அதை நினைத்து நினைத்துச் சந்தோஷமாகச் சிரித்துக் கொண்டே வந்தாள். அந்த சம்பவத்தைத் திரும்பத் திரும்பச் சொல்லச் சொல்லி என்னிடம் கேட்டாள்.

பிறகு பிரார்த்தனை செய்யத் தொடங்கினாள். தாத்தா மீது அம்மாவுக்கு இத்தனை அன்பு இருக்கும்போது அவருக்கு மட்டும் அவளிடம் ஏன் அன்பில்லாமல் போய்விட்டது என்று நான் எப்பொழுதும் நினைத்துக் கொள்வேன். தாத்தாவின் வீட்டுக்குச் செல்லும்போது அம்மா எந்த அளவு அவரை நேசிக்கிறாள் என்று வேண்டுமென்றே சொல்வேன். அவர் கோபமாக என்னைப் பார்த்தபடி அதைக் கேட்பார். ஆனாலும் தொடர்ந்து கேட்டுக் கொண்டுதான் இருப்பார். பதிலுக்கு ஒரு வார்த்தைகூடப் பேச மாட்டார். அம்மா அவரை இந்த அளவு நேசிக்கும் போது –எப்போது பார்த்தாலும் அவரைப் பற்றியே விசாரிக்கும் போது – அவர் மட்டும் ஏன் அம்மாவைப் பற்றி எதுவுமே விசாரிக்கவில்லை என்று ஒருநாள் அவரிடம் கேட்டேன். தாத்தா கோபம் கொண்டு அறையிலிருந்து என்னை விரட்டிவிட்டார். கதவுக்கு வெளியே சிறிது நேரம் நின்று கொண்டிருந்தேன். திடீரென்று கதவைத் திறந்து என்னை உள்ளே வரச் சொன்னார். ஆனால் இன்னும் கூடக் கோபமாகவும், எதுவும் பேசாமலும்தான் அவர் இருந்தார்.

பிறகு புனித நூலை நாங்கள் வாசிக்கத் தொடங்கினோம். "ஒருவரையொருவர் நேசியுங்கள். நமக்குத் தீங்கு செய்தவர்களையும் மன்னியுங்கள்" என்று ஏசு கிறிஸ்து சொல்லியிருக்கும்போது அம்மாவை மன்னிக்க அவர் விரும்பாதது ஏன் என்று மீண்டும் அவரிடம் கேட்டேன். அவர் கோபமாகக் குதித்தெழுந்தபடி அம்மாதான் தனக்கு அப்படி ஒரு பாடம் கற்றுக் கொடுத்திருக்கிறாள் என்று கத்தினார். என்னை அறையை விட்டுப் பிடித்துத் தள்ளிவிட்டு இனிமேல் அவரைப் பார்க்க ஒருபோதும் வர வேண்டாம், வரத் துணிய வேண்டாம் என்று சொன்னார். எனக்கும் அங்கே வரவோ, அவரைப் பார்க்கவோ இனிமேல் விருப்பமில்லை என்று சொல்லிவிட்டு அங்கிருந்து சென்றுவிட்டேன். அதற்கு மறுநாளே தாத்தா வேறு குடியிருப்புக்கு மாறிப்போய் விட்டார்."

"மழை விட்டு விடும் என்று சொன்னேனல்லவா? பார். சூரிய வெளிச்சம் வருகிறது... பார் வான்யா" என்று ஜன்னல் பக்கம் திரும்பியபடி சொன்னார் நிகோலாய் செர்கிச்.

ஆனா ஆண்ட்ரேயேவ்னா அவரை ஆச்சரியத்தோடு திரும்பிப் பார்த்தாள். பயந்த சுபாவமும், எல்லாவற்றுக்கும் பணிந்து போகும் இயல்பும் கொண்ட அவளது கண்களில்கூட சட்டென்று ஒரு வெறுப்புணர்வு மின்னியதைப் பார்க்க முடிந்தது. நெல்லியின் கையைப் பிடித்துத் தூக்கி அமைதியாக அவளைத் தன் மடியில் இருத்திக் கொண்டாள்.

"இன்னும் சொல்லு என் தேவதையே... நான் கேட்கிறேன். இரக்கமற்ற இதயம் கொண்டவர்கள் எப்படியும் போகட்டும்."

அதைச் சொல்லி முடிப்பதற்குள் அவளுக்குக் கண்ணீர் குமுறிக்கொண்டு வந்தது. நெல்லி குழப்பமும், பயமும் அடைந்தவளாய் என்னைப் பார்த்தாள். கிழவரும் என்னைப் பார்த்துத் தோள்களைக் குலுக்கிவிட்டுக் கொண்டார். உடனே வேறு பக்கம் திரும்பிக்கொண்டு விட்டார்.

"நீ சொல்லு நெல்லி" என்றேன்.

"அடுத்த மூன்று நாட்களும் தாத்தாவைப் பார்க்க நான் போகவில்லை" என்றபடி நெல்லி மீண்டும் பேச ஆரம்பித்தாள்.

"அப்போது அம்மாவின் நிலைமை மிகவும் மோசமாக இருந்தது. எங்களிடம் இருந்த பணமெல்லாம் தீர்ந்துவிட்டதால் மருந்து வாங்கக்கூட முடியவில்லை. நாங்கள் பட்டினி கிடக்க வேண்டியிருந்தது. எங்களுக்கு உதவி செய்து வந்த சவப்பெட்டி செய்பவனும், அவனது மனைவியும்கூடப் பணமில்லாமல் கஷ்டப் பட்டதால், அவர்களை நாங்கள் தொந்தரவு செய்வதாக எங்களைத் திட்டத் தொடங்கினார்கள். பிறகு மூன்றாம் நாள் காலை நான்

வெளியே செல்ல எண்ணி, உடை உடுத்தித் தயாராகிக் கொண்டிருந்தேன். நான் எங்கே போகிறேன் என்று அம்மா கேட்டாள். தாத்தாவிடம் பணம் கேட்பதற்காகச் செல்கிறேன் என்றதும் அவள் மகிழ்ச்சியடைந்தாள். அவர் என்னை அப்படி வீட்டை விட்டுத் துரத்தியடித்தார் என்பதையும், இனிமேல் அங்கே செல்ல நான் விரும்பவில்லை என்றும் அம்மாவிடம் முன்பே சொல்லியிருந்தேன். ஆனால் அவள் கண்ணீர் விட்டபடி, அங்கே போகச் சொல்லித் திரும்பத் திரும்ப என்னிடம் சொல்லிக் கொண்டுதான் இருந்தாள். அதனால் இப்போது நானாகத் தாத்தாவைத் தேடிப் போவதில் அவளுக்கு மகிழ்ச்சி.

"நான் அவர் வீட்டுக்குப் போனபோது உடன் அங்கிருந்து அவர் வேறொரு இடத்துக்குப் போய்விட்டார் என்பது தெரிந்தது. புதிய முகவரியைக் கண்டுபிடித்து அவரைப் பார்க்கப் போனேன். அவரது புதிய குடியிருப்புக்குள் நான் நுழைந்ததும் அவர் துள்ளியெழுந்து என் மீது பாய்ந்தார். கால்களால் தரையில் உதைத்தார். அம்மா மிகவும் உடல்நலமில்லாமல் இருக்கிறாள். மருந்து வாங்க ஐம்பது கோபெக்குகள் வேண்டும். எங்களுக்குச் சாப்பிடவும் எதுவும் இல்லை என்று அவரிடம் சொன்னேன். தாத்தா சத்தம் போட்டுக் கத்தியபடி என்னைப் படிகளில் தள்ளி விட்டு விட்டு உள்ளே தாழ்ப்பாள் போட்டுக்கொண்டு விட்டார். ஆனால் அவர் என்னைத் தள்ளி விடும்போதே பணத்தை வாங்கிக் கொள்ளும் வரை எங்கும் போகாமல் படிகளிலேதான் நான் உட்கார்ந்திருப்பேன் என்று அவரிடம் சொல்லி விட்டேன். அதே போலப் படிக்கட்டில் உட்கார்ந்திருந்தேன். சிறிது நேரம் கழித்துக் கதவைத் திறந்தவர், படிக்கட்டில் என்னைப் பார்த்து விட்டு மறுபடியும் சத்தம் போட்டார். கதவை அடைத்துக் கொண்டு விட்டார். பிறகு வெகுநேரம் கழித்துக் கதவைத் திறந்து என்னைப் பார்த்து விட்டு மீண்டும் அடைத்து விட்டார். அதே போலத் திறந்தும் மூடியும் பலமுறை என்னைப் பார்த்துக் கொண்டே இருந்தார் அவர். இறுதியாக அஸோர்காவைக் கூட்டிக் கொண்டு வெளியே வந்து கதவைப் பூட்டி விட்டு ஒரு வார்த்தைகூடப் பேசாமல் என்னைத் தாண்டிப் போனார். நானும் எதுவும் பேசவில்லை. ஆனால் தொடர்ந்து நன்றாக இருட்டிப் போகும் வரை அங்கேயே உட்கார் திருந்தேன்.'

"ஐயோ என் கண்மணியே" என்று கூச்சலிட்டாள் ஆனா ஆண்ட்ரேயேவ்னா.

"படிக்கட்டில் மிகவும் குளிராக இருந்திருக்குமே."

"நான் கோட் போட்டிருந்தேன்" என்றாள் நெல்லி.

‘கோட் சரிதான்... இருந்தாலும் என் கண்மணி... பாவம்! நீதான் எவ்வளவு கஷ்டங்களை அனுபவித்திருக்கிறாய்? அப்புறம் உன் தாத்தா என்னதான் செய்தார்?”

நெல்லியின் உதடுகள் அழுவது போலத் துடித்தன. ஆனால் தன்னைக் கட்டுப்படுத்திக் கொள்ளப் பெருமுயற்சி செய்து கொண்டிருந்தாள் அவள்.

“நன்றாக இருட்டிப் போன பிறகு அவர் திரும்பி வந்தார். மேலே ஏறும் போது என்மீது இடறிக் கொண்டு “யார் இது?” என்று கூச்சல் போட்டார். நான்தான் என்று பதில் சொன்னேன். வெகுநேரம் முன்பே நான் போயிருப்பேன் என்று அவர் நினைத் திருக்க வேண்டும். அதனால் நான் இன்னும் அங்கே இருப்பதைப் பார்த்து மிகவும் ஆச்சரியமடைந்தார். நீண்ட நேரம் என் முன்னால் அப்படியே நின்று கொண்டும் இருந்தார். திடீரென்று படிகளைத் தன் கைத்தடியால் தட்டியபடி மேலே ஏறிக் கதவைத் திறந்தார். ஒரு நிமிடம் கழித்து சில செப்பு நாணயங்களைப் படியி லிருந்த என் மீது வீசி எறிந்தார்.

“இந்தா எடுத்துக் கொள்” என்று கத்தினார்.

“என்னிடம் இருப்பது அவ்வளவுதான். எடுத்துக் கொண்டு போ. நான் உன் தாயைச் சபித்து விட்டேன் என்று சொல்” என்றபடியே கதவை அறைந்து சாத்தினார். செப்பு நாணயங்கள் படியில் உருண்டு விழுந்தன. அந்த இருட்டில் அவற்றைப் பொறுக்கத் தொடங்கினேன். நாணயங்களைப் படியில் வீசி விட்டதால் இருட்டில் அவைகளைக் கண்டுபிடிப்பது எனக்குக் கஷ்டமாக இருக்குமென்பதை உணர்ந்து கொண்ட தாத்தா, கதவைத் திறந்து ஒரு மெழுகுவர்த்தியை ஏற்றிக் கொண்டு வந்தார். மெழுகுவர்த்தி வெளிச்சத்தில் அவற்றைச் சீக்கிரம் பொறுக்கி எடுத்து விட்டேன். தாத்தாவும் எனக்காகச் சிலவற்றைத் தேடி எடுத்துத் தந்தார். மொத்தமாக எழுபது கோபெக்குகள் இருக்க வேண்டுமென்று சொல்லியபடி அவர் சென்று விட்டார். நான் வீட்டுக்குச் சென்று அம்மாவிடம் பணத்தைத் தந்தேன். நடந்தையெல்லாம் சொன்னேன். அம்மாவின் உடல்நிலை மோசமாக இருந்தது. நானும் அன்றிரவும், மறுநாளும் காய்ச்சலால் கஷ்டப்பட்டேன். ஆனால் தாத்தா மீது எனக்கு கோபம் இருந்ததால் மனதுக்குள் ஒரே ஒரு எண்ணம் மட்டும்தான் இருந்தது. அம்மா தூங்கிப் போனதும் நான் தெருவில் இறங்கித் தாத்தாவின் வீட்டை நோக்கி நடந்தேன். ஆனால் அதற்குச் சற்று முன்பாக, பாலத்தின் மீது சிறிது நேரம் நின்றேன். அப்போது ‘அவன்’ தாண்டிப் போனான்.”

“அவன் தான் அர்கிபோவ்” என்றேன் நான்.

“அவனைப் பற்றி முன்பே உங்களிடம் சொல்லியிருக்கிறேன் நிகோலாய் செர்கிச்! புப்னோவா வீட்டில் இருந்த இளம் வியாபாரி யோடுகூட இருந்தவன்தான் அவன். அப்போதுதான் அவனை நெல்லி முதல் தடவையாகப் பார்த்தாள்... ம்... மேலே சொல் நெல்லி.”

“நான் அவனைத் தடுத்து நிறுத்திக் கொஞ்சம் பணம் வேண்டுமென்றும், ஒரு வெள்ளி ரூபிள் வேண்டுமென்றும் கேட்டேன். ‘வெள்ளி ரூபிள்!’ என்றான் அவன். நானும் ஆமாம் என்றேன். பிறகு அவன் சிரித்தபடி என்னோடு கூட வா என்றான். அவனோடு போவதா வேண்டாமா என்பது எனக்குத் தெரிய வில்லை. அப்போது திடீரென்று தங்க பிரேம் போட்ட மூக்குக் கண்ணாடி அணிந்த ஒரு வயதானவர் அங்கே வந்தார். நான் வெள்ளி ரூபிள் வேண்டுமென்று கேட்டது அவர் காதில் விழுந்திருக்கிறது. அவர் என்னை நோக்கிக் குனிந்தபடி – அப்படிக் குறிப்பாக அதுதான் வேண்டுமென்று நான் கேட்கக் காரணம் என்ன என்று கேட்டார். அம்மாவுக்கு உடல்நலமில்லாமல் இருப்ப தால் மருந்து வாங்க அவ்வளவு தொகை தேவைப்படுவதை நான் சொன்னேன். நாங்கள் எங்கே வசிக்கிறோம் என்பதைக் கேட்டு, முகவரியைக் குறித்துக்கொண்டு என்னிடம் ஒரு ரூபிள் நோட்டைக் கொடுத்தார் அவர். கண்ணாடி போட்ட முதியவரைப் பார்த்ததும் முதலில் நான் பார்த்த மனிதன் விலகிப் போய் விட்டான். என்னை உடன்வரச் சொல்லி இப்போது அவன் சொல்லவில்லை. நான் ஒரு கடைக்குச் சென்று அந்த ரூபிள் நோட்டுக்குச் சில்லறை மாற்றினேன். முப்பது கோபெக்குகளை ஒரு தாளில் சுற்றி அம்மாவுக்காகத் தனியே எடுத்து வந்தேன். மீதமுள்ள எழுபது கோபெக்குகளைத் தாளில் வைத்துக் கொள்ளாமல் கைகளுக்குள் வேண்டுமென்றே இறுகப் பற்றியபடி தாத்தா வீட்டுக்குச் சென்றேன். வீட்டு வாசலில் நின்றபடி அந்தக் காசுகளை அறைக்குள் வீசியெறிந்தேன். அந்த நாணயங்கள் தரையெங்கும் உருண்டோடின.

“இதோ உங்கள் பணம். எடுத்துக் கொள்ளுங்கள்” என்று தாத்தாவிடம் சொன்னேன். “நீங்கள் சபித்து விட்டதால் அம்மா உங்களிடமிருந்து அதைப் பெற்றுக்கொள்ள மாட்டாள்” என்று சொல்லிவிட்டுக் கதவை அறைந்து சாத்தினேன். உடனே அங்கி ருந்து ஓடி வந்து விட்டேன்.”

நெல்லியின் கண்கள் அப்போது கோபத்தில் மின்னிக் கொண்டிருந்தன. கிழவர் நிகோலாய் செர்கிச்சை அப்பாவித்தனமான எதிர்ப்புணர்வோடு பார்த்துக் கொண்டிருந்தாள் அவள்.

“நீ செய்தது மிக மிகச் சரியானது” என்று தன் கணவரைப் பார்க்காமல் நெல்லியை இறுக அணைத்துக் கொண்டே சொன்னாள் ஆனா ஆண்ட்ரேயேவ்னா.

“அவருக்கு நன்றாகக் கொடுத்தாய். வேண்டும் அவருக்கு. உன் தாத்தா மோசமானவர்; கடினமான இதயம் படைத்தவர்.”

“ஹ்ம்ம்...” என்று முனகல் மட்டுமே நிகோலாய் செர்கிச்சிடமிருந்து வெளிப்பட்டது.

“சரி... பிறகென்ன நடந்தது? அப்புறம் என்ன ஆயிற்று?” என்று பொறுமையிழந்தபடி கேட்டாள் அவள்.

“தாத்தா வீட்டுக்குப் போவதை நான் நிறுத்தி விட்டேன். அவரும் என்னைப் பார்க்க வரவில்லை” என்றாள் நெல்லி.

“அப்புறம் நீயும் உன் அம்மாவும் – நீங்கள் இரண்டு பேரும் எப்படித்தான் சமாளித்தீர்கள்? பாவம் நீங்கள்!”

“அம்மாவின் உடல்நிலை இன்னும் அதிக மோசமாயிற்று. அவளால் படுக்கையை விட்டு எழுந்திருக்கவே முடியவில்லை” என்று தொடர்ந்தாள் நெல்லி. அவள் குரல் நடுங்கியும், உடைந்தும் போய்க்கொண்டிருந்தது.

“எங்களிடம் அதற்கு மேல் பணமில்லை. அதனால் நான் கேப்டனின் விதவை மனைவியோடு தெருவில் இறங்கினேன். அவள் வீடு வீடாகச் சென்று பிச்சை கேட்பாள். தெருவில் இரக்கமுள்ள மனிதர்களைக் கண்டால் அவர்களை நிறுத்திப் பிச்சை கேட்பாள். அப்படித்தான் அவள் வாழ்ந்து வந்தாள். தான் பிச்சைக்காரி இல்லையென்றும், தான் ஏழை என்பதைக் காட்டுவதற்கான ஆதாரங்களைக் கையில் வைத்திருப்பதாகவும் கூறுவாள். அந்தத் தாள்களைக் காட்டித்தான் பிறரிடம் பணம் கேட்பாள். பிச்சையெடுப்பதில் எந்தக் கூச்சமும், அவமானமும் வேண்டியதில்லை என்று அவள்தான் என்னிடம் சொன்னாள். நான் அவளோடு சென்று பிச்சையெடுப்பேன். அப்படித்தான் நாங்கள் வாழ்ந்தோம். எங்கள் வீட்டில் உடன் குடியிருப்பவர்கள் அம்மாவைப் பிச்சைக்காரி என்று பழித்ததால் அம்மாவுக்கும் இந்த விஷயம் தெரிந்து விட்டது. தெருவில் பிச்சையெடுப்பதற்குப் பதிலாகத் தன்னோடு என்னை அனுப்பி வைக்குமாறு புப்னோவா அம்மாவிடம் வந்து கேட்டாள். இதற்கு முன்பும் அம்மாவை அவள் பார்க்க வந்திருக்கிறாள். பணமும் உணவுப் பொருட்களும் கூடக் கொண்டு வந்திருக்கிறாள். ஆனால், அம்மா அதை ஏற்க மறுத்த போது அவள் ஏன் அவ்வளவு கர்வமாக இருக்க வேண்டும் என்றும் கேட்டிருக்கிறாள். என்னைப் பற்றிய இந்த விஷயத்தை அவள் அம்மாவிடம் சொன்ன போது, அம்மா பயந்துபோய் அழுதாள்.

ஆனால், புப்னோவா குடிபோதையில் இருந்ததால் வசைமாரி பொழிந்தபடி எப்படியும் நான் ஒரு பிச்சைக்காரிதான் என்றும், கேப்டனின் மனைவியோடு பிச்சை எடுக்கச் செல்கிறேன் என்றும் அம்மாவிடம் உறுதியாகச் சொல்லி விட்டாள். மேலும், அன்று மாலையே வீட்டைக் காலி செய்யச் சொல்லி கேப்டனின் மனைவி யிடம் சொல்லி விட்டாள். அம்மாவுக்கு எல்லாம் தெரிந்து போனபின் அழ ஆரம்பித்தாள். பிறகு சட்டென்று படுக்கையிலிருந்து எழுந்து, ஆடை மாற்றிக் கொண்டு என்னைக் கையில் பிடித்து வெளியே அழைத்துக் கொண்டு போனாள். அலெக்ஸாண்ட்ராவிச் அவளைத் தடுக்க முயற்சித்தும் அவள் அதைக் கேட்கவில்லை. நாங்கள் அங்கிருந்து வெளியேறினோம். அம்மாவால் நடக்கக்கூட முடியவில்லை. ஓரிரு நிமிடம் நடந்த பிறகு உட்கார்ந்து விடுவாள். நான்தான் அவளுக்கு உதவி செய்ய வேண்டியிருந்தது. தாத்தாவின் வீட்டுக்குத் தன்னை அழைத்துச் செல்லுமாறு விடாமல் என்னிடம் சொல்லிக்கொண்டே இருந்தாள் அவள். அப்போது நன்றாக இருட்டிவிட்டது. ஒரு பெரிய தெருவுக்கு நாங்கள் வந்து சேர்ந்திருந் தோம். அங்கிருந்த ஒரு வீட்டுக்கு நிறைய கோச்சு வண்டிகள் வந்துகொண்டிருந்தன. அவற்றிலிருந்து நிறைய பேர் கீழே இறங்கிப் போய்க்கொண்டிருந்தார்கள். எல்லா ஜன்னல்களிலும் விளக்குகள் எரிந்தன. பாட்டுச் சத்தமும் கேட்டது. அம்மா சட்டென்று ஒரு நிமிடம் நின்று என் கையை இறுகப் பிடித்துக் கொண்டாள். 'நெல்லி வாழ்க்கை முழுவதும் ஏழையாகவே இரு. யார் உன்னை அழைத்தாலும், உன்னைத் தேடி வந்தாலும், அவர்களிடம் பேசாதே. நீயும் கூட அதோ பார் அங்கே இருந்திருக்கலாம். பணக் காரியாக... பகட்டான உடை உடுத்தியவளாக...! ஆனால் அதில் எனக்கு விருப்பமில்லை. அவர்கள் குரூரமானவர்கள், பொல்லாத கொடியவர்கள். அதனால் உனக்கு நான் சொல்வது இதுதான். ஏழையாகவே இரு, வேலை செய், பிச்சையெடுத்துக்கூடச் சாப்பிடு. ஆனால் யாராவது உன்னைத் தேடி வந்து அழைத்தால் அவர் களிடம் போக மாட்டேன் என்று சொல்லிவிடு' அம்மா உடல்ந லமில்லாமல் இருக்கும்போது என்னிடம் சொன்னது அதுதான். என் வாழ்க்கை முழுவதும் அதற்குக் கீழ்ப்படியவே விரும்புகிறேன்."

உணர்ச்சிக் கொந்தளிப்பால் முகம் சிவக்க நெல்லி தொடர்ந்து இதையும் சொன்னாள்.

"என் வாழ்நாள் முழுவதும் நான் வேலைக்காரியாக இருந்து எல்லா வேலைகளும் செய்வேன். உங்களிடம் வந்ததுகூட வேலைக் காரியாக இருக்கத்தான். உங்கள் மகளாக இருப்பதில் எனக்கு விருப்பமில்லை."

"ஷ்... ஷ்... சும்மா இரு கண்ணே" என்றபடி நெல்லியை இதமாக அணைத்துக்கொண்டு அழுதாள் ஆனா ஆண்ட்ரேயேவ்னா.

"அப்படிச் சொல்லும் போது உன் அம்மா உடல்நலமில்லாமல் இருந்தாள். இல்லையா? அதையும் நீ மனதில் வைத்துக்கொள்ள வேண்டும்."

"அப்படியென்றால் அவள் மனநிலைத் தடுமாற்றத்தோடு இருந்திருப்பாள்" என்று சட்டென்று சொன்னார் கிழவர்.

"அப்படி இருந்தால்தான் என்ன?" என்று திடீரென்று அவர் பக்கம் திரும்படியபடி சொன்னாள் நெல்லி. "அவள் ஒருவேளை மனம் தடுமாறியபடி அப்படிச் சொல்லி யிருந்தாலும்கூட நான் என் வாழ்நாள் முழுவதும் அதற்கே கீழ்ப் படிவேன். என்னிடம் அதைச் சொன்ன பிறகு அவள் மயக்கம் போட்டு விழுந்துவிட்டாள்."

"தெய்வமே" என்றபடி கத்தினாள் ஆனா ஆண்ட்ரேயேவ்னா. "உடம்பு சரியில்லை, இருந்ததோ வீதியில், அதுவும் கடுங்குளிர் வேறு."

"அவர்கள் எங்களைக் காவல்துறையிடம் ஒப்படைத்திருப் பார்கள். ஆனால் எங்களுக்காகப் பரிந்து பேசி எங்கள் முகவரியை வாங்கிக்கொண்ட கனவான் ஒருவர் என்னிடம் பத்து ரூபிள் கொடுத்ததோடு, என்னையும் அம்மாவையும் தன் வண்டியில் கொண்டு போய் வீட்டில் விடுமாறும் சொன்னார். அதற்குப் பிறகு அம்மா எழுந்திருக்கவே இல்லை. மூன்று வாரம் கழித்து அவள் இறந்து போனாள்."

"அவளுடைய அப்பா... அதுதான் உன் தாத்தா அவர் என்ன செய்தார்? கடைசிவரை அவளை மன்னிக்கவில்லையா?"

"இல்லை. மன்னிக்கவே இல்லை" என்று பதிலளித்தாள் நெல்லி. தன் வலியையும், வேதனையையும் சிரமப்படுத்திக் கட்டுப்படுத்திக் கொண்டிருந்தாள் அவள்.

அம்மா இறப்பதற்கு ஒரு வாரம் முன்பு என்னை அழைத்தாள். 'நெல்லி இன்னும் ஒரு தடவை கடைசி முறையாக உன் தாத்தா விடம் போ. இங்கே வந்து என்னை மன்னிக்குமாறு அவரிடம் சொல். இன்னும் சில நாட்களில் உன்னை இந்த உலகத்தில் தன்னந்தனியாக விட்டுவிட்டு நான் இறந்துபோய் விடுவேன் என்று சொல். அப்படி உன்னை விட்டு விட்டு இறந்து போவது எனக்கு மிகவும் கஷ்டமாக இருக்கிறதென்றும் அவரிடம் சொல்' என்றாள். நான் அவரைத் தேடிச் சென்று கதவைத் தட்டினேன். கதவைத்

திறந்தவர், என்னைப் பார்த்ததும் அதை என் முகத்தில் அறைந்து சாத்தப் போனார். ஆனால் அதற்குள் என் இரு கைகளாலும் கதவைப் பற்றிக்கொண்டு அவரிடம் கதறினேன்.

"அம்மா இறந்து போய்க்கொண்டிருக்கிறாள். உங்களை வரச் சொல்கிறாள். வாருங்கள்."

ஆனால் அவர் என்னைத் தள்ளி விட்டு விட்டுக் கதவை ஓங்கி அறைந்து சாத்தி விட்டார். நான் அம்மாவிடம் திரும்பி வந்து அவள் அருகே படுத்துக் கொண்டேன். என் கரங்களால் அவளை இறுகத் தழுவிக் கொண்டேன். நான் வேறெதுவுமே சொல்லவில்லை. அம்மாவும் என்னை அணைத்துக் கொண்டாள். அவளும் என்னை எந்தக் கேள்வியும் கேட்கவில்லை."

இந்தக் கட்டத்தில் மேசையில் தன் கரத்தை அழுத்தமாக ஊன்றியபடி எழுந்து நின்றார் நிகோலாய் செர்கிச். ஆனால் சுற்றியிருந்த எங்களையெல்லாம் ஒளியிழந்து மங்கிப்போன தன் கண்களால் விசித்திரமாகப் பார்த்துவிட்டுத் தன் சாய்வு நாற்காலி யில் களைப்போடு சாய்ந்து கொண்டார். ஆனா ஆண்ட்ரே யேவ்னாவின் பார்வை அவர் பக்கம் திரும்பவே இல்லை. அவள் நெல்லியின் நிலையைக் கண்டு அழுது கரைந்து கொண்டிருந்தாள்.

"அம்மா இறப்பதற்கு ஒருநாள் முன்பு – ஒரு மாலை நேரத்தில் தன்னருகே என்னை அழைத்து, என் கையைப் பிடித்துக் கொண்டபடி, 'இன்று நான் இறந்துபோய் விடுவேன் நெல்லி' என்றாள். அவள் வேறேதோ சொல்ல நினைத்தது போல் இருந்தது. ஆனால் அதற்கு மேல் அவளால் பேச முடியவில்லை. நான் அவளைப் பார்த்துக் கொண்டே இருந்தேன். ஆனால் அவள் என்னைப் பார்ப்பதாகத் தோன்றவில்லை. என் கையை மட்டும் இறுகப் பிடித்துக் கொண்டிருந்தாள். நான் அவள் கையிலிருந்து என் கையை மெல்ல விடுவித்துக் கொண்டு வெளியே ஓடினேன். தாத்தாவின் வீடுவரை ஓடிச் சென்றேன். என்னைப் பார்த்ததும் நாற்காலியிலிருந்து குதித்தெழுந்த அவர் என்னையே முறைத்துப் பார்த்தார். ஆனால் அவர் மிகவும் பயந்து வெளிறிப் போய் நடுங்கிக் கொண்டிருந்தார். நான் அவரது கையைப் பிடித்து இழுத்தபடி 'அவள் செத்துப் போய்க் கொண்டிருக்கிறாள்' என்று மட்டும் சொன்னேன். உடனே சட்டென்று பதட்டமடைந்தவராய்த் தன் கைத்தடியைத் தேடி எடுத்துக் கொண்டு என் பின்னாலேயே ஓடி வர ஆரம்பித்தார். குளிர் மிகுதியாக இருந்த போதும் தொப்பியைப் போட்டுக் கொள்ளக்கூட மறந்திருந்தார் அவர். நான் அவரது தொப்பியை எடுத்துவந்து தலையில் மாட்டினேன். இருவரும் ஓட்டமும் நடையுமாக விரைந்தோம். நான் அவரை அவசரப்படுத்தியபடி ஒரு வண்டியை வாடகைக்கு எடுக்குமாறு

சொன்னேன். அம்மா எந்த நிமிடமும் இறந்துவிடக் கூடுமென்று எனக்குத் தோன்றியது. ஆனால் தாத்தாவிடம் எல்லாமாய்ச் சேர்ந்து ஏழு கோபெக்குகள் மட்டும்தான் இருந்தன. அவர் நிறைய வண்டிகளை நிறுத்திக் கேட்டார். பேரம் பேசிப் பார்த்தார். ஆனால் எல்லா வண்டிக்காரர்களும் அவரைப் பார்த்துச் சிரித்தார் கள். எங்களோடு ஓடி வந்த அஸோர்காவைப் பார்த்துச் சிரித்தார் கள். நாங்கள் தொடர்ந்தபடி ஓடிக்கொண்டே இருந்தோம். தாத்தா களைத்துப் போயிருந்தார். மூச்சு விடுவதே அவருக்குச் சிரமமாக இருந்தது. ஆனாலும், விரைவாக ஓடிக் கொண்டுதான் இருந்தார். திடீரென்று ஒரு இடத்தில் அவர் விழுந்துவிட, அவரது தொப்பி பறந்துபோய் விட்டது. நான் அந்தத் தொப்பியை எடுத்து வந்து மறுபடியும் அவருக்குப் போட்டு விட்டேன். அவரது கையைப் பிடித்து அழைத்துக் கொண்டு போனேன். நாங்கள் வீட்டை அடைந்தபோது இரவாகி இருந்தது. அம்மா நாங்கள் வருவதற்கு முன்பே இறந்து போயிருந்தாள். அவளைப் பார்த்ததும் தாத்தா தன் கைகளை அசைத்தபடி அவளருகே சென்று உடல் நடுங்க நின்றார். அவரால் எதுவும் பேச முடியவில்லை. நான் இறந்துபோன என் தாயிடம் சென்றேன். தாத்தாவின் கையைப் பிடித்து அருகே இழுத்தபடி, “இரக்கம் இல்லாத கொடியவரே! பாருங்கள்... நன்றாகப் பாருங்கள்” என்று கூச்சலிட்டேன். பிறகு தாத்தாவும் ஓலமிட்டபடி இறந்தவர் போல அப்படியே கீழே விழுந்துவிட்டார்.

ஆனா ஆண்ட்ரேயேவ்னாவின் பிடியிலிருந்து தன்னை விடுவித்துக் கொண்டு துள்ளியெழுந்து கொண்டாள் நெல்லி. அவர்கள் நடுவே நின்றிருந்த அவள் வெளிறிப்போய், களைத்துப் போயிருந்தாள். மிகுந்த பயத்துடனும் இருந்தாள். அஸோர்கா மீண்டும் அவளிடம் தாவிச் சென்றது. அதை அணைத்துக் கொண்டு அழுதாள். ஒரு வகையான மன எழுச்சி அவளை ஆட்கொண்டிருந்தது.

“நான்... நான்... இந்தக் கணத்திலிருந்து உனக்கு ஒரு தாயாக இருப்பேன். நெல்லி. நீ என் மகள். ஆமாம் நெல்லி அப்படித்தான். வா நாம் போகலாம். இவர்களை–இந்தப் பொல்லாதவர்களை, கொடியவர்களை விட்டு விட்டுப் போய் விடலாம். அவர்கள் எப்படி வேண்டுமானாலும் கேலி செய்து கொள்ளட்டும். கடவுள் அவர்களைப் பார்த்துக்கொள்வார். வா நெல்லி. வா இங்கிருந்து போய் விடலாம்.”

இதற்கு முன் ஒருபோதும் இப்படி அவள் பதட்டப்பட்டு நான் பார்த்ததில்லை. அவள் இந்த அளவு உணர்ச்சிவசப்படக் கூடியவள் என்றும் நான் நினைத்ததில்லை. தனது சாய்வு நாற்காலியில் நிமிர்ந்து உட்கார்ந்த நிகோலாய் செர்கிச் உடைந்த

குரலில், "எங்கே போகப் போகிறாய் ஆனா ஆண்ட்ரேயேவ்னா?" என்று கேட்டார்.

"அவளிடம்... அதுதான் என் மகள் நடாஷாவிடம்" என்று கத்தியபடி நெல்லியை இழுத்துக்கொண்டு கதவருகே சென்றாள் அவள்.

"நான் சொல்வதைக் கேள். கொஞ்சம் பொறு."

"நான் காத்திருக்கப் போவதில்லை. நீங்கள் கொடுமைக்காரர், இரக்கம் அற்றவர். நான் இத்தனை நாட்களாகக் காத்திருந்து விட்டேன். அவளும்கூடக் காத்திருந்தாள். ஆனால் இனி வேறு வழியில்லை. போய் வருகிறேன்" என்று சொன்னபடி திரும்பிப் பார்த்த ஆனா ஆண்ட்ரேயேவ்னா தன் கணவரைக் கண்டதும் குழப்பமடைந்து அப்படியே நின்றாள். தன் தொப்பியைப் பிடித்துக் கொண்டு அவள் முன் நின்றிருந்தார் நிகோலாய் செர்கிச். மெலிந்து போயிருந்த தன் நடுங்கும் விரல்களால் கோட்டையும் விரைவாக அணிந்து கொண்டிருந்தார் அவர்.

"நீங்களுமா...? நீங்களும் வருகிறீர்களா என்னோடு?" என்று கத்தினாள் அவள். தன் கைகளைத் தூக்கிக் கும்பிட்டாள். இந்த அளவு மகிழ்ச்சியை எதிர்பார்த்திராதது போல் அவரை நம்ப முடியாமல் பார்த்தாள்.

"நடாஷா? எங்கே என் நடாஷா? அவள் எங்கே? எங்கே என் மகள்?" என்று வார்த்தைகள் அந்தக் கிழவரின் இதயத்திலிருந்து இறுதியாக வெடித்து வெளியே வந்தன.

"எனக்கு என் நடாஷா வேண்டும். எங்கே இருக்கிறாள் அவள்?"

நான் தந்த கைத்தடியை வேகமாக வாங்கிக்கொண்டு கதவருகே விரைந்தார்.

"அவர் மன்னித்து விட்டார்! ஆமாம். மன்னித்து விட்டார்" என்றாள் ஆனா ஆண்ட்ரேயேவ்னா.

ஆனால் அந்த முதியவர், கதவருகே செல்வதற்கு முன்பே அது வேகமாகத் திறந்துகொள்ள நடாஷா அறைக்குள் ஓடி வந்தாள். காய்ச்சலில் இருந்தவள் போல அவள் முகம் வெளிறிப் போயிருந்தது. கண்கள் சிவந்திருந்தன. அவளது உடை கசங்கிப் போய் மழையில் நனைந்திருந்தது. அவளது தலையை மூடியிருந்த கைக்குட்டை பின்பக்கம் நழுவி விழுந்திருந்தது. அடர்த்தியான ஒழுங்கற்ற அவளது தலைமுடியில் பெரிய பெரிய மழைத்துளிகள் மின்னிக் கொண்டிருந்தன. அவள் ஓடி வந்து தந்தையைப்

பார்த்தாள். அவரை நோக்கித் தன் கைகளை விரித்துக்கொண்டே கூச்சலிட்டபடி அவர் கால்களில் விழுந்தாள்.

9

அவர் அவளைத் தன் கைகளில் உடனே ஏந்திக்கொண்டார். ஒரு குழந்தையைப் போல் அவளைத் தூக்கிக்கொண்டு தன் நாற்காலியருகே சென்று அவளை அமர வைத்தார். பிறகு அவள் கால்களில் விழுந்தார். அவளது கைகளிலும், கால்களிலும் முத்த மிட்டார். வேகவேகமாக முத்தமிட்டார். அவள் தன்னோடுதான் இருக்கிறாள், இப்போது அவளைப் பார்த்துக் கொண்டும், பேசிக்கொண்டும்தான் இருக்கிறோம் என்பதை இன்னும்கூட நம்ப முடியாதவர் போல அவளை வேகவேகமாக வெறித்துக்கொண்டி ருந்தார் அவர். ஆனா ஆண்ட்ரேயேவ்னா நடாஷாவின் நெஞ்சில் தன் தலையை அழுத்திக்கொண்டு விம்மியபடி அவளை அணைத்துக்கொண்டாள். அவளால் எதுவுமே பேச முடியவில்லை.

“என் கண்ணே... என் உயிரே... என் ஆனந்தமே” என்று விட்டு விட்டு வார்த்தைகளைச் சொன்னபடி நடாஷாவின் கைகளை இறுகப் பிடித்துக்கொண்டிருந்தார் முதியவர். மெலிந்து வெளிறிப் போயிருந்தாலும் எழிலுடன் இருந்த அவள் முகத்தையும், அவள் கண்களில் மின்னிய கண்ணீர்த் துளிகளையும் ஒரு காதலனைப் போல உற்றுப்பார்த்துக் கொண்டிருந்தார் அவர்.

“என் குழந்தாய்... என் கண்மணி” என்று திரும்பத் திரும்பச் சொல்லிக் கொண்டே இருந்தார். பிறகு சற்று இடைவெளி விட்டுப் பரவசத்தோடு அவளைப் பார்த்தார்.

“ஆமாம்!! அவள் இவ்வளவு மெலிந்து போயிருக்கிறாள் என்று ஏன் என்னிடம் நீ சொல்லவே இல்லை” என்று என் பக்கம் வேகமாய்த் திரும்பியபடி குழந்தைத்தனமான புன்சிரிப்புடன் கேட்டார். இன்னும்கூட அவளது காலடியில் மண்டியிட்டுக் கொண்டிருந்தார் அவர்.

‘‘இவள் மெலிந்திருக்கிறாள், வெளுத்துப் போயிருக்கிறாள், எல்லாம் உண்மைதான். ஆனாலும் எவ்வளவு அழகாக இருக் கிறாள்? முன்பு இருந்ததைவிடக் கூட எத்தனை அழகாக இருக் கிறாள்” அதற்கு மேல் பேச முடியாமல் மகிழ்ச்சியும் துக்கமும் ஒருசேரத் தொண்டையை அடைத்தபடி அவர் இதயத்தைக் கிழித்துப்போட்டுக்கொண்டிருந்தன.

"எழுந்திருங்கள் அப்பா! தயவு செய்து எழுந்திருங்கள்" என்றாள் நடாஷா.

"நானும் உங்களை முத்தமிட ஆசைப்படுகிறேன்."

"அப்படிச் சொல் என் கண்மணி! ஆனா... கேட்டாயா? கேட்டாயா? அவள் எவ்வளவு இனிமையாகச் சொன்னாள் என்று?"

மூச்சுத் திணறும் வகையில் அவர் நடாஷாவை இறுக்கமாகத் தழுவிக்கொண்டார்.

"இல்லை நடாஷா! எனக்கு இது தேவைதான். நீ என்னை மன்னித்து விட்டாய் என்று என் இதயம் சொல்லும்வரை நான் உன் காலடியிலேயே விழுந்துகிடக்க வேண்டும். மன்னிப்பைப் பெறும் தகுதி எனக்கு இப்போது கொஞ்சமும் இல்லை. நான் உன்னை விலக்கி வைத்தேன். உன்னைச் சபித்தேன்! கேட்கிறதா நடாஷா! நான் உனக்குச் சாபம் கொடுத்தேன். அப்படி ஒரு காரியத்தைச் செய்யும் துணிச்சல் எனக்கு இருந்தது. நடாஷா... நான் உன்னைச் சபித்தேன் என்று உன்னால் நம்பக்கூட முடிகிறதா? ஆனால் நீ அதை நம்பினாய். நீ அதை நம்பி இருந்திருக்கக் கூடாது. நிச்சயம் நீ அதை உண்மையென்று நினைத்திருக்கக் கூடாது. உன் சின்ன மனமும் கூடக் கொடுமையானதுதான். நீ ஏன் என்னிடம் நேராக வந்திருக்கக் கூடாது? ஏன் நீ வரவில்லை. கட்டாயம் நான் உன்னை ஏற்றுக் கொள்வேன் என்பது உனக்குத் தெரியாதா என்ன? நடாஷா... நான் உன்னிடம் எப்படி அன்பு வைத்திருந்தேன் என்று நினைத்துப் பார். முன்பைவிட இரண்டு மடங்கு – இல்லையில்லை ஆயிரம் மடங்கு அதிகமாக இப்போது உன்னை நேசிக்கிறேன். இனிமேலும் நேசிப்பேன். என் மனதாலும் உயிராலும் உன்னை நேசிக்கிறேன். குருதி வடியும் என் இதயத்தைத் துண்டு துண்டாக்கி உன் காலடியில் வைக்கக்கூட நான் தயாராக இருக்கிறேன் என் அன்புக் கண்ணே!"

"சரி அப்படியென்றால் என்னை ஏன் முத்தமிடாமல் இருக்கிறீர்கள் என் கொடிய தந்தையே? அம்மா முத்தமிடுவது போல என் உதடுகளிலும் முகத்திலும் முத்தமிடுங்கள்" என்று மிக மெல்லிய பலவீனமான குரலில் சொன்னாள் நடாஷா. அவள் கண்களில் ஆனந்தக் கண்ணீர் வடிந்துகொண்டிருந்தது.

"அழகான உன் கண்களிலும்கூட நான் முத்தமிட வேண்டும். முன்பு எப்போதும் நான் செய்வதைப் போல... அது உனக்கு நினைவிருக்கிறதா?" என்று நெடுநேரம் அவளை அன்போடு தழுவிக்கொண்டிருந்த முதியவர் கேட்டார்.

ஃபியோதர் தஸ்தயெவ்ஸ்கி ✳ 559

"நடாஷா? நீ எப்பொழுதாவது எங்களைப் பற்றிக் கனவு காண்பதுண்டா? நான் கிட்டத்தட்ட ஒவ்வொரு இரவும் உன்னைப் பற்றிக் கனவு காண்பேன். தினந்தோறும் இரவு நேரக் கனவுகளில் நீ என்னிடம் வருவாய். நான் உன்னைப் பார்த்து அழுவேன். ஒருமுறை ஒரு சின்னக் குழந்தை போல – நீ என் கனவில் வந்தாய். பத்து வயதில் சங்கீதம் கற்றுக்கொள்ளத் தொடங்கினாயே... அந்த வயதுப் பெண்ணாக! ஒரு சின்ன ஃப்ராக்கும், அழகான குட்டி ஷூக்களும் அணிந்திருந்தாய். கைகள் ரோஜா நிறத்தில் இருந்தன. அப்போது அந்த வயதில் இவள் கைகள் அவ்வளவு சிவப்பாக இருக்கும், உனக்கு நினைவிருக்கிறதா ஆனா? நீ என்னிடம் வந்து என் மடியில் அமர்ந்து உன் கரங்களால் என்னை அணைத்துக் கொண்டாய்... ஏ போக்கிரிப் பெண்ணே... உன்னைப் போய் நான் சபிப்பேனா? அதை நீ நம்பலாமா? நீ நேரில் வந்திருந்தால் நான் உன்னை ஏற்றுக்கொள்ளாமலா இருந்திருப்பேன்? உனக்கு ஒன்று தெரியுமா... இதைக் கேள் நடாஷா! நான் உன்னைப் பார்க்க அடிக்கடி வந்துகொண்டுதான் இருந்தேன். அது உன் அம்மாவுக்குத் தெரியாது. ஏன், யாருக்குமே தெரியாது. சில சமயம் உன் வீட்டு ஜன்னலுக்குக் கீழே நான் நின்று கொண்டிருப்பேன். சில சமயம் பாதி நாள் கூட அப்படியே நிற்பேன். உன் வீட்டு வாசலுக்கு அருகிலுள்ள நடைபாதையருகே நிற்பேன். ஒருவேளை நீ வெளியே வர நேர்ந்தால் தூரத்திலிருந்தாவது உன்னைப் பார்க்கத்தான் இவ்வளவும் செய்வேன். பெரும்பாலான மாலை நேரங்களில் உன் ஜன்னல் திட்டின் மீது ஒரு மெழுகுவர்த்தி எரிந்துகொண்டிருக்கும். அந்த விளக்கை மட்டுமாவது பார்ப்பதற்கே நான் உன் வீட்டுக்கு எத்தனை முறை வந்திருப்பேன் தெரியுமா நடாஷா? ஒருவேளை அந்த வெளிச்சத்தில் ஜன்னலிலுள்ள கண்ணாடிக் கதவின் மீது உன்நிழல் உருவம் தெரிந்தால் அன்று இரவு உன்னை ஆசீர்வதிக்கத் தான் அப்படிச் செய்வேன். எப்போதாவது இரவு நேரங்களில் எனக்காக நீ வேண்டிக்கொண்டிருக்கிறாயா? என்னை நினைக்க வாவது செய்திருக்கிறாயா? நான் ஜன்னலுக்குக் கீழே நின்று கொண்டிருப்பதை உன் இதயம் உனக்குச் சொல்லவில்லையா? குளிர்காலங்களில் இரவு வெகுநேரம் சென்றபின் நான் எத்தனை முறை உன் மாடிப் படிக்கட்டுகளில் ஏறி வந்திருக்கிறேன் தெரியுமா? படிக்கட்டுத் தளத்தில் நின்றபடி உன் கதவில் காதைப் பிடித்து உன் குரல் கேட்குமா, உன் சிரிப்பொலி கேட்குமா என்று தவிப்போடு நின்றிருக்கிறேன். நான் போய் உன்னைச் சபிப்பதா? அன்றொரு நாள்கூட நான் உன்னைப் பார்க்கத்தான் வந்திருந்தேன். உன்னை மன்னிக்கக்கூட விரும்பினேன். ஆனால் கதவோடு திரும்பி வந்துவிட்டேன். ஓ நடாஷா."

அவர் எழுந்து நின்று நாற்காலியில் இருந்தவளைத் தூக்கித் தன் நெஞ்சோடு அணைத்துக்கொண்டார்.

"அவள் மறுபடியும் இங்கே... என் இதயத்துக்கு அருகே வந்து விட்டாள்" என்று சத்தமாகச் சொன்னார்.

"கடவுளே! எல்லாவற்றுக்காகவும் உங்களுக்கு நன்றி செலுத்து கிறேன். உங்கள் சினத்துக்காகவும்... கருணைக்காகவும் எல்லாவற்றுக் காகவும்! இப்போது இந்த இடி, மழை, புயலுக்குப் பிறகு எங்கள் மீது வீசும் சூரிய ஒளிக்காகவும் நன்றி. ஆனந்தமான இந்த நிமிடத்துக்காக உங்களுக்கு நன்றி கூறுகிறேன். நாங்கள் அவமானப் பட்டவர்களாக... அவமதிக்கப்பட்டவர்களாக இருக்கலாம். ஆனால், இப்போது நாங்கள் மீண்டும் ஒன்று சேர்ந்து விட்டோம். எங்களை அவமானத்துக்கும், அவமதிப்புக்கும் ஆளாக்கிய ஆணவமும், அகம்பாவும் பிடித்த மனிதர்கள் தங்கள் வெற்றியை நன்றாகக் கொண்டாடிக்கொள்ளட்டும்.

எங்கள் மீது கல்லெறியட்டும்... என்ன வேண்டுமானாலும் செய்யட்டும்! பயப்பட வேண்டாம்... நாம் கையோடு கை கோர்த்து அவர்களிடம் போவோம். "இவள் எனக்குப் பொக்கிஷம் போன்றவள், இவள் என் அருமை மகள், என் அப்பாவிப் பெண்ணான அவளை நீங்கள் அவமானத்துக்கும், அவமதிப்புக்கும் ஆளாக்கியிருந்தாலும் நான் அவளை என்றென்றும் நேசிக்கிறேன், ஆசீர்வதிக்கிறேன்" என்று நான் அவர்களிடம் சொல்வேன்."

"வான்யா! வான்யா..." என்று பலவீனமான குரலில் அழைத்த படி தன் தந்தையிடமிருந்து விலகிக்கொண்டு என்னை நோக்கிக் கைகளை நீட்டினாள் நடாஷா.

அப்படிப்பட்ட ஒரு தருணத்தில் என்னைப் பற்றியும் நினைத்துப் பார்த்தபடி அவள் அழைத்ததை என்னால் ஒரு போதும் மறக்கவே முடியாது.

"நெல்லி எங்கே?" என்றபடி சுற்றுமுற்றும் பார்த்தார் கிழவர்.

"ஐயோ அவள் எங்கே?" என்று ஆனா ஆண்ட்ரேயேவ்னாவும் கத்தினாள்.

'என் கண்மணி! அவளைப் போய் எல்லோரும் மறந்து விட்டோமே?"

ஆனால் அவள் அந்த அறையில் இல்லை. எவரும் கவனிக்காத படி படுக்கை அறைக்குள் நழுவிச் சென்றிருந்தாள் அவள். நாங்கள் அங்கே சென்றோம். கதவுக்குப் பின்னால் ஒரு மூலையில் எங்களிட மிருந்து தன்னை மறைத்துக்கொண்டு நின்றிருந்தாள் அவள். பயப் படுவது போலத் தெரிந்தாள்.

"நெல்லி... உனக்கு என்ன ஆயிற்று என் குழந்தாய்" என்றபடி தன் கரத்தால் அவளை வளைத்துக் கொண்டார் நிகோலாய் செர்கிச். ஆனால் அவள் அவர் பிடியிலிருந்து திமிறியபடி வினோதமாக ஓரப் பார்வை பார்த்தாள்.

"அம்மா... என் அம்மா எங்கே?" என்று ஜன்னி கண்டவள் போலப் பிதற்றினாள்.

"எங்கே அம்மா? என் அம்மா எங்கே" என்று மீண்டும் கதறியபடி தன் நடுங்கும் கரங்களை எங்களை நோக்கி நீட்டினாள். திடீரென்று அச்சமூட்டும் கூச்சல் ஒன்று அவள் இதயத்திலிருந்து வெடித்துக் கிளம்பியது. அவளது முகம் வலிப்பு வந்து போலத் துடித்தது. கடுமையான காக்காய் வலிப்பு நோயுடன் அப்படியே தரையில் சரிந்து விழுந்தாள் அவள்.

பின்னுரை
எஞ்சும் நினைவுகள்

ஜூன் மாதத்தின் நடுப் பகுதி. அன்று வெப்பமும், புழுக்கமும் மிக அதிகமாக இருந்தது. தூசி, சுண்ணாம்புக் கலவை, கட்டு மானங்கள், செங்கல் சூளைகளால் புகை மண்டிய காற்று இவற் றால் நகரத்தில் இருப்பது பொறுத்துக்கொள்ளவே முடியாததாக இருந்தது. தூரத்தில் இடி முழக்கம் கேட்டதும், அட... எத்தனை ஆனந்தம்? வானம் சிறிது சிறிதாக இருண்டு கொண்டு வந்தது. காற்று சுழன்றடித்தபடி நகரத்துத் தூசிகளையெல்லாம் புரட்டிப் போட்டது. பெரிதான சில மழைத்துளிகள் நிலத்தில் கனமாக விழுந்தன. பிறகு வானமே பொத்துக் கொண்டதைப் போல மழை நீர் நகரத்துக்குள் வெள்ளமாகப் பாயத் தொடங்கியது. அரை மணி நேரம் கழித்து சூரியன் மீண்டும் தலைகாட்ட ஆரம்பித்த பிறகு, நான் எலிவளை போன்ற என் அறையின் ஜன்னலைத் திறந்து புத்துணர்வளிக்கும் காற்றைக் களைத்துப்போயிருந்த என் நுரையீரல்களில் பேராசையோடு நிரப்பிக்கொள்ளத் தொடங் கினேன். அப்போது என்னுள் இருந்த மனக்கிளர்ச்சியில் என் பேனாவையும், நான் செய்து கொண்டிருந்த வேலையையும்–ஏன் என் பதிப்பாளரையும் கூடத் தூக்கிப் போட்டுவிட்டு வாலி ஸெய்வ்ஸ்கி தீவிலிருக்கும் என் நண்பர்களிடம் போய் விடுவேன் போல இருந்தது. அப்படிப்பட்ட சபலம் என்னுள் மிகுதியாக எழுந்தபோது, என்னைக் கட்டுப்படுத்திக் கொண்டு ஆவேசத்தோடு நான் செய்து வந்த வேலையில் மீண்டும் என்னை ஆழ்த்திக் கொண்டேன். எது எப்படியானாலும் நான் அதை முடித்தே ஆக வேண்டும். என் பதிப்பாளர் அதைக் கேட்டுக் கொண்டே

இருக்கிறார்; நான் வேலையை முடித்துத் தரவில்லை யென்றால் அவர் பணம் தரமாட்டார். என்னை இப்போது அவர்கள் அங்கே எதிர்பார்த்துக் கொண்டுதான் இருப்பார்கள். ஆனால் அதே சமயம் இன்று மாலைக்குள் நான் இந்த வேலையை முடித்து, இதிலிருந்து விடுபட்டாக வேண்டும். முழுக்க முழுக்க விடுபட்டு... காற்றைப் போல சுதந்திரமுள்ளவனாக நான் ஆகிவிட வேண்டும். கடந்த இரண்டு நாட்களும் இரவும் பகலுமாய்ப் பட்ட பாட்டுக்கு உரிய பயனை நான் அடைந்தாக வேண்டும்.

கடைசியில் ஒரு வழியாக வேலையை முடித்துப் பேனாவைத் தூக்கிப் போட்டுவிட்டு எழுந்திருந்தேன். நெஞ்சும், முதுகும் வலித்தது. தலை பாரமாக இருந்தது. என் உடம்பை மோசமாக வருத்திக்கொண்டிருக்கிறேன் என்பதை அப்போது உணர்ந்து கொண்டேன். வயதான என் டாக்டர் முன்பு சொன்ன வார்த்தை கள் என் காதில் ஒலித்தன.

"இல்லை... எப்படிப்பட்ட உடம்பாலும் இந்த அளவு உழைப்பை, இப்படி வருத்திக்கொள்வதைத் தாங்கிக் கொள்ளவே முடியாது. அது சாத்தியமே இல்லை."

ஆனால் எப்படியோ இப்போது வரை அது சாத்தியமாகி விட்டது. என் தலை சுழன்றுகொண்டிருந்தது. என்னால் நேராக நிற்கக்கூட முடியவில்லை. ஆனால் ஆனந்தம்... முடிவில்லாத பேரானந்தம் என்னை நிறைத்திருந்தது. என் நாவல் இப்போது முழுமையாக முடிந்து விட்டது. என் பதிப்பாளரிடம் ஏற்கனவே நான் கழுத்துவரை கடன்பட்டிருந்தாலும் அந்தப் பரிசைத் தன் கைகளில் வாங்கிக்கொண்டதும் எனக்கு அவர் ஏதாவது கொடுக் காமல் இருக்க மாட்டார். அது ஐம்பது ரூபிள்களாக இருந்தாலும்கூட அவ்வளவு பணத்தை என் பையில் பார்த்து வெகுகாலமாகி விட்டதால் மகிழ்ச்சியாகத்தான் இருக்கும். சுதந்திரம்... கூடவே பணம்! நான் குதூகலமான மனநிலையோடு என் தொப்பியை எடுத்து அணிந்து கொண்டேன். என் கையெழுத்துப் பிரதியைக் கைக்கும் தோளுக்கும் இடையே இடுக்கிப் பிடித்துக்கொண்டு மிக மிக மதிப்புக்குரியவரான என் பதிப்பாளர் அலெக்ஸாண்டர் பெத்ரோவிச் வீட்டை விட்டுக் கிளம்புவதற்கு முன்பு அவரைப் பிடித்துவிட எண்ணி ஓட்டமும் நடையுமாக விரைந்தேன்.

மிகச் சரியாக – அவர் வெளியேறப் போகும் நேரத்தில் அவரைப் பார்த்துவிட்டேன். அவர் அப்போதுதான் மிகவும் லாபகரமான ஒரு வியாபாரத்தை முடித்திருந்தார். அது இலக்கியத் தோடு சம்பந்தப்பட்டதல்ல. அந்த வியாபாரம் தொடர்பாகத் தன் படிப்பறையில் இரண்டு மணி நேரம் பேசிக்கொண்டிருந்த குள்ளமான, கறுப்பு நிறம் கொண்ட யூதர் ஒருவரை வழியனுப்பி

வைத்துக் கொண்டிருந்தார் அவர். என்னைப் பார்த்ததும் இனிமை யாகக் கை குலுக்கி வரவேற்றுவிட்டுத் தன் மென்மையான அடிக் குரலில் என் உடல்நலம் பற்றி விசாரித்தார்.

அவர் மிக மிக அன்பான ஒரு மனிதர்... என் கேலி ஒரு பக்கம் இருக்கட்டும். அவருக்கு உண்மையிலேயே நான் நிறையக் கடன்பட்டிருக்கிறேன். தன் இலக்கிய வாழ்க்கையில் காலம் முழுவதும் அவர் ஒரு பதிப்பாளராக மட்டுமே இருந்திருக்கிறார் என்றால் அது அவரது குற்றமா என்ன? இலக்கியத்துக்குப் பதிப் பாளர்கள் தேவை என்பதை அவரால் சாமர்த்தியமாகக் கண்டு பிடிக்க முடிந்தது. சரியான சமயத்தில் அதை அவர் உணர்ந்து கொண்டு அந்த வாய்ப்பைப் பயன்படுத்திக்கொள்ளவும் செய்தார். அந்தப் புகழும் பெருமையும் அவருக்கே சொந்தம்.

நான் எழுதி வந்த கதை முடிவடைந்து விட்டது என்பதைக் கேட்டதும் இணக்கமாகப் புன்னகை செய்தார் அவர். அடுத்த இதழுக்கான முக்கியமான கதைப் பகுதி, கைக்குக் கிடைத்து விட்டதில் மகிழ்ந்த அவர், எப்படி நான் அதற்குள் எழுதி முடித்தேன் என்று ஆச்சரியப்பட்டார். ஆனால், அதைக் கேலி செய்யாமல் சிநேக பாவத்தோடு கூடிய ஒரு நகைச்சுவை போலத் தான் சொன்னார். பிறகு எனக்குக் கொடுப்பதாக வாக்களித்திருந்த ஐம்பது ரூபிள்களைத் தருவதற்காக இரும்புப் பெட்டியருகே சென்றார். இடையில் எங்களுக்குப் போட்டியாய் இருந்த பத்திரிகை ஒன்று வெளியிட்டிருந்த விமரிசனத்தின் சில வரிகளை என்னிடம் காட்டினார். போகிற போக்கில் எனது முந்தைய நாவலைப் பற்றிய ஒன்றிரண்டு வார்த்தைகள் அதில் இருந்தன.

நான் அதன் மீது பார்வையை ஓட்டினேன். கட்டுரைக்குக் கீழே 'விமரிசகன்' என்று மட்டுமே இருந்தது. அந்தக் கட்டுரை என்னைப் புகழவோ, இகழவோ இல்லை. அந்த அளவில் நான் திருப்தியடைந்தேன் என்றுதான் சொல்ல வேண்டும். ஆனால் அந்த 'விமரிசகன்' ஒட்டுமொத்தமாக என் படைப்புகள் எல்லாவற்றிலுமே 'வியர்வை மணம்' வீசுவதாகக் குறிப்பிட்டிருந்தான். விளக்கமாகச் சொல்லப் போனால் என் எழுத்துகளை அடித்தும் மாற்றியும் திருத்தியும் நான் மிகக் கூடுதலாகவே உழைப்பதால், அவை முட்டாள்தனமான உணர்ச்சிக் குவியலாக ஆகிவிடுகின்றன என்பதையே அதன் மூலம் அவன் உணர்த்தியிருந்தான்.

பதிப்பாளரும் நானும் மனம் விட்டுச் சிரித்தோம். போன கதையை எழுத எனக்கு இரண்டு இரவுகள் பிடித்தன என்றும், இப்போது இரண்டு இரவு, இரண்டு பகல்களுக்குள் நூற்று அறுபது பக்கம் எழுதியிருக்கிறேன் என்றும், நான் திருப்தியில்லாமல் திரும்பத் திரும்ப யோசித்து யோசித்து, திரும்பத் திரும்ப எழுது

கிறேன் என்று என்னைக் குறை சொல்லும் அந்த 'விமரிசக'னுக்கு இது தெரிய வந்தால் எப்படி இருக்கும் என்றும் அவரிடம் சொன்னேன்.

"ஆனாலும் கூடத் தவறு உன்மீதுதான் இவான் பெத்ரோவிச். வேலையை முடிக்க ஏன் இப்படிக் காலம் தாழ்த்துகிறாய்... அப்புறம் நள்ளிரவில் உட்கார்ந்து வேலை செய்கிறாய்."

உண்மையில் அலெக்ஸாண்டர் பெத்ரோவிச் மிகவும் இனிமையான ஒரு மனிதர்தான். ஆனால் இலக்கியம் சார்ந்த தன் சொந்த முடிவுகளை வெளிக்காட்டிக்கொள்ள வேண்டுமென்று ஆசைப்படும் பலவீனம் மட்டும் அவரிடம் உண்டு. அதிலும் தன்னைப் பற்றி மிக நன்றாகத் தெரிந்து வைத்திருப்பவர்கள் என்று தான் சந்தேகப்படுபவர்களிடம் மட்டுமே அவர் தன்னை அவ்வாறு காட்டிக் கொள்வார். எனக்கு அவருடன் இலக்கியம் பற்றி விவாதிக்க விருப்பமில்லை. பணத்தைப் பெற்றுக்கொண்டு தொப்பியை எடுத்துக்கொண்டேன். அலெக்ஸாண்டர் பெத்ரோவிச் வாஸிலெய்வ்ஸ்கி தீவிலுள்ள அவரது பண்ணை வீட்டுக்குத்தான் கிளம்பிக்கொண்டிருந்தார். நானும் அங்கே செல்வதை அறிந்து, தன் கோச் வண்டியில் கொண்டு போய் என்னை விட்டு விடுவதாக அன்புடன் சொன்னார்.

"நான் ஒரு புது வண்டி வாங்கியிருக்கிறேன். நீ பார்க்கவில்லையல்லவா? அவ்வளவு அழகு அது."

நாங்கள் வெளியே வந்தோம். வண்டி உண்மையிலேயே மிக அழகாக இருந்தது. வண்டி வாங்கிய அந்த ஆரம்ப நாட்களில் உற்சாகத்தில் ததும்பிக்கொண்டிருந்த அலெக்ஸாண்டர் பெத்ரோவிச் தனக்கு அறிமுகமான நண்பர்களை அதில் ஏற்றிக் கொண்டு செல்வதைத் தன் தார்மீகக் கடமையைப் போலவே எண்ணி வந்தார்.

வண்டியில் செல்லும் போது என்னுடன் சமகால இலக்கியத்தைப் பற்றி விவாதிக்கப் பலமுறை முயற்சி செய்து கொண்டே வந்தார் அலெக்ஸாண்டர் பெத்ரோவிச். பொதுவாகவே என்னிடம் எந்த மனத்தடையும் இல்லாமல் சகஜமாக இருப்பார் அவர். ஓரிரு நாட்களுக்கு முன்பு அவர் கேள்விப்பட்ட தேர்ந்த இலக்கியவாதி ஒருவரின் சிந்தனைகளை என்னிடம் கண் கொட்டாமல் ஆர்வத்தோடு விவரித்துக்கொண்டே வந்தார். அந்த இலக்கியவாதியின் மீது அவர் நம்பிக்கை வைத்திருந்தார். அவரது கருத்துகள் மீதும் பெருமதிப்புக் கொண்டிருந்தார். சில சமயம் மிக வினோதமான கருத்துகளுக்குக் கூட ஆதரவாகப் பேசி வந்தார் அவர். மற்றவர்களது கருத்துகளை அவர் சில வேளைகளில் சிதைத்துக் குழப்பி

நேர்மாறாக ஆக்கிவிடுவதும் உண்டு. முடிவில் அது முட்டாள் தனமாகத்தான் தோன்றும்.

மனித மனத்தின் வேட்கைகள்தான் எத்தனை விதமானவை, எத்தனை விசித்திரமானவை என்று வியந்தபடி அமைதியாக அவர் பேச்சைக் கேட்டுக்கொண்டிருந்தேன் நான்.

'இந்த மனிதருக்குப் பணம் பண்ணும் வித்தை வசப்பட்டிருக் கிறது... ஆனாலும் கூட அதோட திருப்தியடையாமல் புகழும் வேண்டியிருக்கிறது இவருக்கு... இலக்கிய உலகில் புகழ்! சிறந்த முன்னணிப் பதிப்பாளர் என்ற புகழ்! விமர்சகன் என்ற புகழ்!'

உரையாடல் தொடர்ந்து கொண்டே சென்றபோது, மூன்று நாட்களுக்கு முன்னால் அவரிடம் நான் சொல்லியிருந்த ஒரு கருத்தை – என்னிடமே நுணுக்கமாக விவரிக்கத் தொடங்கி விட்டார். இத்தனைக்கும் அந்தக் கருத்தை நான் முன்வைத்தபோது அதற்கு எதிராக அப்போது பேசியவர், இப்போது அதைத் தன்னுடையதாகவே ஆக்கியபடி பேசிக்கொண்டிருந்தார். ஆனால் அலெக்ஸாண்டர் பெத்ரோவிச்சுக்கு அடிக்கடி அப்படி மறதி ஏற்படுவது வழக்கம்தான். அவரைத் தெரிந்த எல்லாரிடமும் அப்பாவித்தனமான அவரது இந்தப் பலவீனம் புகழ் பெற்றும் இருந்தது. ஆஹா...! தனது சொந்த வண்டியில் அவர்தான் எத்தனை மகிழ்ச்சியாக சவாரி செய்து கொண்டிருக்கிறார். தன்னிடமுள்ள ஏராளமான செல்வத்தில் அவர்தான் எவ்வளவு திருப்தியாக இருக்கிறார்... அவர்தான் எவ்வளவு இரக்க பாவத்தோடு இருக்கிறார்? அதிலும் அப்போது அறிவுஜீவித்தனமான இலக்கிய உரையாடலில் வேறு தீவிரமாக ஈடுபட்டிருக்கிறார்... அவரது மென்மையான, அடித் தொண்டைக் குரலும்கூட அவரது புலமையையே எதிரொலிப்பது போல் இருந்தது. சிறிது சிறிதாகத் தன் எச்சரிக்கை உணர்வைக் காற்றில் பறக்க விட்டு விட்ட அவர், மற்ற துறைகளைப் போலவே இலக்கிய உலகத்திலும் எந்த வகையான நேர்மையும், மரியாதையும் கிடையாது என்றும், குறிப்பாகப் பத்திரிகைகளையும், புத்தகங்களையும் வெளியிடுவது என்பது ஒருவர் கழுத்தை அடுத்தவர் அறுப்பது போன்ற வணிகமாகிவிட்டதென்றும் சொன்னார். நேர்மையாகவும், உண்மையாகவும் இருக்கும் ஒரு எழுத்தாளனை அந்தப் பண்பு களுக்காகவே ஒரு முட்டாள் என்று மதிப்பிடாவிட்டாலும் எளிமை யானவன் என்றாவது அலெக்ஸாண்டர் பெத்ரோவிச் மதிப்பிடக் கூடும் என்றுதான் நினைத்தேன். அப்படி எண்ணத் தூண்டுதலாக இருப்பது அவரிடமிருக்கும் அளவு கடந்த வெகுளித்தனம் என்பது சொல்லாமலேயே விளங்கக்கூடிய விஷயம்.

ஆனாலும், அவர் பேசுவதை அதற்கு மேலும் நான் கேட்டுக் கொண்டிருக்கவில்லை. வாஸிலெய்வ்ஸ்கி தீவில் அவர் என்னை

வண்டியிலிருந்து இறக்கிவிட்டார். நான் என் நண்பர்களை நாடி விரைந்தேன். இதோ பதின்மூன்றாவது தெரு... இதோ அவர்களின் சிறிய வீடு. என்னைப் பார்த்ததும் கைகளை நீட்டியபடி விரலை மூக்கில் வைத்து 'ஷ்' என்று எச்சரித்தாள் ஆனா ஆண்ட்ரேயேவ்னா. நான் எதுவும் சத்தம் போட்டு விடுவேனோ என்ற கவலை அவளுக்கு.

"நெல்லி இப்பொழுதுதான் தூங்க ஆரம்பித்திருக்கிறாள். பாவம் குழந்தை" என்று என்னிடம் வேகமாக முணுமுணுத்தாள் அவள்.

"கடவுளுக்குப் பொதுவாகக் கேட்கிறேன். அவளை எழுப்ப மட்டும் செய்யாதே. அவள்... என் கண்மணி... இப்போது மிகவும் பலவீனமாக இருக்கிறாள். நாங்கள் எல்லோருமே அவளைப் பற்றிக் கவலைப்பட்டுக் கொண்டிருக்கிறோம். ஆனால் இதுவரை எந்த ஆபத்தும் இல்லை என்றுதான் டாக்டர் சொல்கிறார். ஆனால் உன் டாக்டர் சொல்வது எதையுமே சரியாகப் புரிந்துகொள்ள முடியவில்லை போ! இவான் பெத்ரோவிச்... உனக்கு வெட்கமாக இலலையா? உன்னோடு சாப்பிடுவதற்காக நாங்கள் காத்திருந்தோம், காத்திருந்தோம். அவ்வளவு நேரம் காத்திருந்தோம். மேலும் நீ இங்கே வந்தே இரண்டு நாட்களாகி விட்டன."

"நான்தான் முந்தாநாளே உங்களிடம் சொல்லி இருந்தேனே இரண்டு நாள் என்னால் வர முடியாதென்று...?" என்று மெல்லிய குரலில் அவளிடம் சொன்னேன்.

"என் வேலையை முடிக்க வேண்டியிருந்தது."

"ஆனால் இன்று சாப்பாட்டுக்கு வந்து விடுவேனென்று நீ வாக்களித்திருந்தாய்தானே? ஏன் வரவில்லை நீ? நெல்லி, என் குட்டி தேவதை, சரியாக அதே நேரம் பார்த்துப் படுக்கையிலிருந்து எழுந்து வந்தாள். நாங்கள் அவளைச் சாய்வு நாற்காலியில் அமர்த்தி சாப்பாட்டுக்கு அழைத்துச் சென்றோம். "உங்களோடு சேர்ந்து நானும் வான்யா வருவதற்காகக் காத்திருக்கிறேன்" என்றாள் அவள். ஆனால் எங்கள் வான்யா வரவே இல்லை. அவளுக்கு அதைப் பற்றித் தெரிந்தால்தானே? இதோ இப்போதும் பார்... ஆறு மணியாகப் போகிறது. அப்படி எங்கேதான் போய்த் தொலைந்தாய் பாவி மகனே? நெல்லி மிகவும் ஏமாந்து போய் விட்டாள். எனக்கு அவளை எப்படிச் சமாதானப்படுத்துவதென்றே தெரியவில்லை.

நல்ல வேளை தூங்கி விட்டாள் பாவம் குழந்தை. நிகோலாய் செர்கிச் ஏதோ ஒரு வேலையாக நகரத்துக்குப் போயிருக்கிறார் (தேநீர் வேளையில் வந்து விடுவாரென்று நினைக்கிறேன்). நான் இங்கே தனியாகக் கிடந்து அல்லல்பட்டுக் கொண்டிருக்கிறேன்

இவான் பெத்ரோவிச்! அவருக்கு ஒரு வேலை கிடைத்திருக்கிறது. ஆனால் அதற்கு 'பெர்ம்'* வரை போக வேண்டும் என்பதை நினைக்கும் போதுதான் என் இதயம் சில்லிட்டுப் போகிறது."

"ஆமாம்... நடாஷா எங்கே?"

"தோட்டத்தில் இருக்கிறாள். ஆம். என் கண்மணி தோட்டத்தில் தான் இருக்கிறாள். அவளிடம் போ... அவளும் எப்படியோதான் இருக்கிறாள். எனக்கு அது என்னவென்று புரியவில்லை. இவான் பெத்ரோவிச்! என் இதயம் எப்படிக் கனக்கிறது தெரியுமா? தான் மிகவும் சந்தோஷமாகவும், திருப்தியாகவும் இருப்பதாகத்தான் என்னிடம் அவள் உறுதியாகச் சொல்கிறாள். ஆனால் நான் அவளை நம்பவில்லை. அவளிடம் போய்ப் பேசு வான்யா. பிறகு அமைதியாக என்னிடம் வந்து என்ன விஷயம் என்று சொல். என்ன... நான் சொல்வதைக் கேட்கிறாயா இல்லையா...?"

அதற்கு மேல் அவள் பேசுவதைக் கேட்காமல் தோட்டத்துப் பக்கம் ஓடிக்கொண்டிருந்தேன் நான். அந்தச் சிறிய தோட்டம் வீட்டை ஒட்டி இருந்தது. இருபத்தைந்து தப்படி நீளமும் அதே அளவு அகலமும் கொண்டிருந்த அது பச்சைப் பசேலென்று காட்சியளித்தது. கிளை பரப்பி விரிந்திருக்கும் உயரமான மூன்று பழைய மரங்கள், ஒரு சில இளம் 'பிர்ச்' மரங்கள், இளம் சிவப்பு நிற மரங்களும், 'ஹனி சைக்கிள்' மலர்களும் நிரம்பிய புதர்கள், இவற்றோடு சில 'ராஸ்ப்பெர்ரி' புதர்கள் இரண்டு 'ஸ்ட்ராபெர்ரி' பாத்திகள் ஆகியவைகளும் ஒரு மூலையில் இருந்தன. வளைந்து வளைந்து செல்லும் குறுகலான இரண்டு நடைபாதைகள் தோட்டத்தின் குறுக்கே சென்று கொண்டிருந்தன. இக்மெனெவுக்குத் தன் தோட்டத்தைப் பற்றிய மகிழ்ச்சிப் பெருமிதம் மிகவும் உண்டு. சீக்கிரமே அங்கே காளான்கள்கூட முளைத்துவிடும் என்று முன்பு சொல்லிக் கொண்டிருந்தார் அவர். நெல்லிக்கு அந்தத் தோட்டம் மிகவும் பிடித்துப் போய்விட்டது என்பதுதான் முக்கியமான விஷயம். அவளை அடிக்கடி சாய்வு நாற்காலியில் வைத்துத் தோட்டத்திலுள்ள பாதை வழியே எல்லாரும் கூட்டி வருவதுண்டு. இப்போது அந்த வீட்டுக்கே ஒரு வழிபடு தெய்வம்போல் ஆகிப் போயிருந்தாள் நெல்லி.

தோட்டத்தில் சென்று நடாஷாவைக் கண்டேன். அவள் தன் கையை நீட்டி என்னை மகிழ்ச்சியாக வரவேற்றாள். ஆனால் அவள்தான் எவ்வளவு மெலிந்து... எவ்வளவு வெளிறிப் போயிருந்

---

* பெர்ம் :காமா நதிக்கரையில் யூரல் மலைகளுக்கு அருகே இருக்கும் ரஷ்ய நகரம்.

தாள்? இப்போதுதான் தன் நோயிலிருந்து குணமடைந்திருந்தாள் அவள்.

"முழுவதும் முடித்து விட்டாயா வான்யா?" என்று என்னிடம் கேட்டாள்.

"எல்லாம் முடித்து விட்டேன். இன்று மாலை முழுவதும் எனக்கு ஓய்வுதான்."

"நல்ல வேளை கடவுளுக்கு நன்றி! ஆமாம். மிகவும் அவசரமாக எழுதினாயே? நிறைய தப்புவிட்டிருப்பாயோ? திருத்த வேண்டி வந்திருக்குமே?"

"அதற்கு ஒன்றும் செய்வதற்கில்லை. இப்போது சரியாகி விட்டது. அதைப் பற்றிப் பரவாயில்லை. உண்மையில் கடுமையான அழுத்தத்தோடு நான் வேலை செய்யும் போது என் நரம்புகள் மிகக் கடுமையாக முறுக்கிக் கொண்டிருக்கும். ஆனால் என் கற்பனை மிகத் தெளிவாக இருக்கும். மிகவும் துல்லியமாக, ஆழமாக எல்லாவற்றையும் பார்ப்பேன். அப்போது என் நடைகூட என் கட்டுப்பாட்டுக்குள் இருக்கும். அதனால் அப்படிப்பட்ட அழுத்தத்தில் வேலை செய்யும்போது நான் எழுதுவது மிக நன்றாகவே அமைந்து போய் விடுகிறது. அதனால் எல்லாமே நல்லதற்குத்தான்."

"ஓ... என் வான்யா, வான்யா."

அண்மைக் காலமாக இலக்கிய உலகில் நான் வெற்றியும் புகழும் அடைய வேண்டுமென்று நடாஷா பேராசை கொண்டிருந்தாள். போன ஆண்டு நான் பதிப்பித்த எல்லாப் புத்தகங்களையும் மீண்டும் மீண்டும் படித்துக் கொண்டிருந்தாள் அவள். என் எதிர் காலத் திட்டம் பற்றியும் தொடர்ந்து கேட்பாள். என் புத்தகத்தைப் பற்றி வரும் விமர்சனங்களையும் ஆர்வத்தோடு படிப்பாள். ஒரு சிலவற்றை ஒதுக்கியும் விடுவாள். இலக்கிய உலகில் நான் ஒரு மகத்தான இடத்தைப் பெற்றுவிட வேண்டுமென்பதில் மிகவும் குறியாக இருந்தாள் அவள். தன் விருப்பத்தை அழுத்தமாகவும், என்னை வற்புறுத்தித் தூண்டி விளக்கும் வகையில் அவள் வெளியிடுவதும் எனக்கே சில சமயம் வியப்பாக இருக்கும்.

"நீ உன்னையே உருக்குலைத்துக் கொள்கிறாய் வான்யா. இவ்வளவு அதிகமாக உன்னை வருத்திக்கொண்டால் அப்புறம் எதுவுமே எழுத முடியாமல் போய்விடும். அதோடு உன் உடம்பும் பாழாகிவிடும். 'எஸ்' என்ற எழுத்தாளரை எடுத்துக்கொள். அவர் ஒரு நாவல் எழுதுவதற்கு இரண்டு வருடங்கள் பிடிக்கிறது. 'என்' என்ற படைப்பாளியேகூட பத்து வருடங்களில் ஒரே ஒரு நாவல் தான் எழுதியிருக்கிறார். அவ்வளவு நன்றாகப் பட்டை தீட்டி

மெருகேற்றி எழுதுகிறார்கள் அவர்கள். ஒரு வார்த்தைகூடத் தேவை யில்லாத இடத்தில் இருக்காது. கவனக்குறைவும் தெரியாது.”

“ஆனால் அவர்களெல்லாம் நல்ல நிலையில் இருப்பவர்கள். அவர்களுக்கென்று வேறு வருமானம் இருக்கிறது. ஒரு குறிப்பிட்ட காலக் கெடுவுக்குள் முடித்துத் தரவேண்டிய நிர்ப்பந்தம் அவர் களுக்கு இல்லை. நான் பொதி சுமப்பவன். அவ்வளவுதான். சரி... இப்போது அது முக்கியமில்லை. அதை விட்டுத்தள்ளு நடாஷா! சரி... வேறு ஏதாவது செய்தி இருக்கிறதா?”

“நிறையவே இருக்கிறது. முதலில்... அவரிடமிருந்து வந்திருக்கும் கடிதம்.”

“திரும்பவுமா?”

“ஆம். திரும்பவும்தான்.”

அல்யோஷாவிடமிருந்து வந்திருந்த கடிதத்தை என்னிடம் தந்தாள் அவள். அவர்களது பிரிவுக்குப் பின் வந்திருக்கும் மூன்றாவது கடிதம் இது. முதல் கடிதம் மாஸ்கோவிலிருந்து அனுப்பப்பட்டிருந்தது. அது ஒருவகையான வெறித்தனமான மனநிலையில் எழுதப்பட்டிருந்தது. பிரியும் நேரத்தில் அவர்கள் பேசிக்கொண்டபடி தன்னால் மாஸ்கோவிலிருந்து பீட்டர்ஸ்பர்க் வர முடியாதபடி சூழல் வேறு வகையாக மாறிப்போய் விட்டது என்று அதில் அவன் குறிப்பிட்டிருந்தான். இரண்டாவது கடிதத்தில் நடாஷாவுடனான திருமணத்தை விரைவுபடுத்த இன்னும் சில நாட்களில் தான் வரப்போவதாகவும் ஏற்கனவே முடிவு செய்யப் பட்டுவிட்ட அதை எவராலும் தடுக்க முடியாதென்றும் அறிவித் திருந்தான். ஆனாலும் அந்தக் கடிதத்தின் தொனியில் ஒரு நம்பிக்கையின்மை இருந்தது. அவனைச் சுற்றியுள்ள மற்றவர்களின் செல்வாக்கு அவனைக் கட்டுப்படுத்திக் கொண்டி ருக்கிறது என்பதையும், அவன் எழுதியதை அவனே நம்பவில்லை என்பதையும் எடுத்துக்காட்டியது அந்தக் கடிதம். பிற விஷயங்களோடு சேர்த்து, இப்போது காத்யாவே தன் கடவுள் என்றும், அவளே தனக்கு ஆறுதலாகவும் ஆதரவாகவும் இருக்கிறாள் என்றும் அவன் எழுதி யிருந்தான்.

நான் மூன்றாவது கடிதத்தை ஆவலுடன் பிரித்தேன். முழுமை யாக இரண்டு பக்கம் எழுதப்பட்டிருந்த கடிதம் அது. சொற்கள் ஒன்றுக்கொன்று தொடர்பில்லாமல்–விட்டு விட்டு, வேகவேகமாக, மோசமான கையெழுத்தில் கிறுக்கல் போல எழுதப்பட்டிருந்தது. கடிதத்தில் பல இடங்களில் மைக் கறையும், கண்ணீர்க் கறையும் படிந்திருந்தது. நடாஷாவைத் தான் துறக்கப் போவதாகவும், அதற்காக அவள் தன்னை மன்னிக்க வேண்டுமென்றும் அவளிடம்

இறைஞ்சியபடி அந்தக் கடிதம் தொடங்கி யிருந்தது. தங்கள் திருமணம் நடக்க சாத்தியமே இல்லையென்றும், வேறெதையும் விட வெளியிலுள்ள எதிர்மறைச் சக்திகளின் தாக்கம் மிக வலுவாக உள்ளதென்றும் அவளுக்கு விளக்கிச் சொல்ல அவன் முயற்சித்திருந் தான். ஆனாலும் ஒருவகையில் அது சரியானதுதான் என்றும், தானும் நடாஷாவும் ஒருவருக்கொருவர் பொருத்த மில்லாதவர்கள் என்பதால், தாங்கள் இணைந்தாலும் மகிழ்ச்சியாக இருக்க முடியா தென்றும் அவன் எழுதியிருந்தான். ஆனாலும் இதே போக்கைக் கடிதத்தின் கடைசிவரை தொடர்ந்து கொண்டு செல்ல அவனால் முடியவில்லை.

அதுவரை முன்வைத்த காரணங்கள், விளக்கங்கள் எல்லா வற்றையும் பாதியில் விட்டுவிட்டுத் தன்னைத் தானே பழித்துக் கொண்டிருந்தான் அவன். ஆனால் அந்த முதற் பாதிக் கடிதத்தைக் கிழிக்கவோ, அதிலுள்ள வரிகளை அடிக்கவோ அவன் முயல வில்லை. நடாஷாவுக்குத் தான் இழைத்தது பெரும் குற்றம் என்றும், தான் எதற்கும் உதவாத ஒரு பயனற்ற மனிதன் என்றும், ஊருக்கு வந்திருந்த தந்தையின் பேச்சை எதிர்த்து நிற்கும் சக்தி தன்னிடம் இருக்கவில்லை என்றும் ஒத்துக்கொண்டிருந்தான் அவன். தன் வேதனை எப்படிப்பட்டது என்பதைத் தன்னால் விளக்க முடிய வில்லை என்று எழுதியிருந்த அவன், நடாஷாவுடன் தன்னால் சந்தோஷமாக வாழ முடியும் என்ற நம்பிக்கை இப்போது தனக்கு வந்திருப்பதாகவும், தன் தந்தை முன்வைத்த விஷயங்களைக் கடுமையாக எதிர்த்தபடி தாங்கள் இருவரும் ஒத்த தம்பதியராக இருக்க முடியுமென்று தான் நினைப்பதாகவும் எழுதியிருந்தான். தாங்கள் இருவரும் மட்டும் திருமணம் செய்து கொண்டிருந்தால் எப்படிப்பட்ட பேரானந்தமான வாழ்க்கை வாழ்நாள் முழுவதும் தங்களுக்கு வாய்த்திருக்கும் என்று விரக்தியோடு குறிப்பிட்டிருந்த அவன், தன் கோழைத்தனத்துக்காகத் தன்னைத் தானே தூற்றிச் சபித்துக்கொண்டபடி – எப்போதைக்குமாய் அவளுக்கு விடை கொடுத்திருந்தான். அந்தக் கடிதம் மரண வேதனையுடன் எழுதப் பட்டிருந்தது. அதை எழுதும்போது அவன் நிச்சயமாகத் தன் சுயக் கட்டுப்பாட்டிலேயே இல்லாமல் இருந்திருக்க வேண்டும். என் கண்ணில் நீர் வரப் பார்த்தது. அதற்குள் காத்யா எழுதிய இன்னொரு கடிதத்தை நடாஷா என்னிடம் தந்தாள்.

அல்யோஷாவின் கடிதம் இருந்த அதே உறைக்குள் இதுவும் இருந்தாலும் இது தனியே உறையிடப்பட்டு மூடி வைக்கப்பட்டிருந்தது. உண்மையிலேயே அல்யோஷா மிகவும் சோர்வுடன் அழுது கொண்டே இருப்பதையும், விரக்தியுடன் காணப்படுவதையும்,

உடம்பு முடியாமல் கூட இருப்பதையும் அந்தக் கடிதத்தில் மிகச் சுருக்கமாக ஒரு சில வரிகளில் எழுதி இருந்தாள் காத்யா.

ஆனாலும் தான் கூடவே இருந்து அவனை மகிழ்ச்சியாக வைத்துக்கொள்வதாகவும் குறிப்பிட்டிருந்தாள். அல்யோஷாவை அவ்வளவு சீக்கிரம் சமாதானப்படுத்திவிட முடியும் என்று நினைக்க வேண்டாம் என்றும், அவனது துயரம் மெய்யானதில்லை என்று கொஞ்சம்கூட எண்ண வேண்டாம் என்றும் நடாஷாவிடம் மன்றாடிக் கேட்டிருந்தாள் காத்யா. 'அவரால் உன்னை ஒரு போதும் மறக்க முடியாது. அது அவரால் முடியவே முடியாது. காரணம் அவரது இதயம் அப்படிப்பட்டது. அவர் உன்னை அளவு கடந்து நேசிக்கிறார். எப்போதும் உன்னையே காதலிக்கிறார். உன்னை நேசிப்பதை அவர் விட்டுவிட்டாலோ உன்னை எண்ணி உனக்காக வருத்தப்படுவதை அவர் நிறுத்திவிட்டாலோ, உடனே அவரை நேசிப்பதை நான் நிறுத்தி விடுவேன்' என்றும் அதில் எழுதியிருந்தாள் காத்யா.

நான் இரண்டு கடிதங்களையும் நடாஷாவிடம் திருப்பிக் கொடுத்தேன். நாங்கள் ஒருவரையொருவர் பார்த்துக்கொண்டோமே தவிர, எதுவுமே பேசிக்கொள்ளவில்லை. அல்யோஷாவின் முதல் இரண்டு கடிதங்களைப் படித்தபோது உண்மையிலேயே கடந்த காலத்தைப் பற்றிப் பேசுவதை நாங்கள் தவிர்த்தோம். எழுதப்படாத ஒரு ஒப்பந்தம் செய்து கொண்டிருந்ததைப்போல நாங்கள் இருவருமே அதைத் தவிர்த்தோம்.

நடாஷா பொறுக்க முடியாத துயரத்திலிருந்தாள் என்பதைப் பார்க்க முடிந்தது. ஆனால், என் முன்னிலையிலும் கூடத் தன் உணர்வுகளை வெளிக்காட்ட அவள் விரும்பவில்லை. பெற்றோரிடம் வந்து சேர்ந்த பிறகு மூன்று வாரம் காய்ச்சலால் பாதிக்கப்பட்டுப் படுக்கையிலிருந்த அவள், இப்போதுதான் அதிலிருந்து மீண்டு கொண்டிருக்கிறாள். எங்கள் எதிர்காலம் எப்படி இருக்கப் போகிறது என்பதைப் பற்றியும் நாங்கள் அதிகம் பேசிக் கொள்ள வில்லை. ஆனால் தன் தந்தைக்கு ஒரு வேலை கிடைக்கப் போவதால் விரைவிலேயே நாங்கள் பிரிய வேண்டியிருக்கும் என்பதை அவள் அறிந்திருந்தாள்.

ஆனால் இதையெல்லாம் மீறி என்னிடம் எப்போதுமே மிக மிகப் பரிவாக நடந்து கொண்டபடி இருந்தாள் அவள். நான் என்ன செய்து கொண்டிருக்கிறேன் என்பதைப் பற்றி அளவு கடந்த அக்கறையோடும், ஆர்வத்தோடும் கேட்பாள். நான் என்னைப் பற்றிச் சொல்லும் விஷயங்களையெல்லாம் மிகுந்த கவனத்தோடு பரவசமாகக் கேட்பாள். முதலில் அது எனக்குச் சற்று வித்தியாச மாகத்தான் தோன்றியது. கடந்த காலங்களில் என்னைக் கண்டு

கொள்ளாமல் விட்டதற்கு இப்போது இதன் வழி அவள் ஈடுகட்ட எண்ணுகிறாளோ என்றுகூட நான் நினைத்தேன். ஆனால் சீக்கிரமே அந்த எண்ணம் என்னிடமிருந்து அகன்றுவிட்டது. இது முற்றிலும் வேறான ஒரு தூண்டுதலால் விளைந்தது என்பதை நான் புரிந்துகொண்டு விட்டேன். அவள் என்னை நேசிக்கிறாள், அளவு கடந்து நேசிக்கிறாள். அது மட்டுமே காரணம். நானில்லாமல் இனி அவளால் வாழ முடியாது. நான் சார்ந்த விஷயங்களில் ஆர்வம் காட்டாமல் அவளால் இருக்க முடியாது. நடாஷா என்னை நேசித்தது போல எந்தச் சகோதரியாலும் தன் சகோதரனை ஒருபோதும் நேசித்திருக்க முடியாது என்பதை நான் நன்றாக அறிந்திருந்தேன். அதனால் அடுத்துவரக் காத்திருக்கும் பிரிவு, அவள் இதயத்தைக் கனக்கச் செய்து அவளை வருத்தப்படுத்திக் கொண்டிருந்தது. அவள் இல்லாமல் என்னால் இருக்க முடியாது என்பதையும் அவள் அறிந்திருந்தாள். ஆனால் அதைப் பற்றி எதுவுமே பேசாமல் இப்போது எங்கள் முன் நடந்துகொண்டிருக்கும் விஷயங்களைப் பற்றி மட்டுமே நாங்கள் பேசிக்கொண்டிருந்தோம்.

நிகோலாய் செர்கிச்சைப் பற்றி நான் விசாரித்தேன்.

"வெளியே போயிருக்கிறார். தேநீர் வேளையில் திரும்பி வந்து விடுவாரென்று நினைக்கிறேன்."

"தனக்குக் கிடைத்திருக்கும் வேலை விஷயமாகவா போயிருக் கிறார்?"

"ஆமாம். ஆனால் அந்த வேலை கிடைப்பதென்னவோ உறுதிதான். அதற்காக இன்று வெளியே போக வேண்டிய அவசியமும் இல்லை" என்றவள், "நாளைக்குப் போனால் கூட ஒன்றுமில்லை" என்று முணுமுணுப்பாகச் சொன்னாள்.

"பிறகு ஏன் இன்று போனார் அவர்?"

"எனக்கு இன்று இந்தக் கடிதம் வந்துவிட்டதல்லவா, அதனால் தான். நானே அவருக்கு ஒரு நோயைப் போல ஆகி விட்டேன்" என்றாள் நடாஷா.

"அது எனக்கு மிகவும் வேதனையாக இருக்கிறது வான்யா. என்னைத் தவிர அவருக்கு வேறு சிந்தனை இருப்பதாகவே தோன்ற வில்லை. நான் எப்படி இருக்கிறேன், எதைப் பற்றி நினைத்துக் கொண்டிருக்கிறேன், எந்த வகையான உணர்வு நிலையில் இருக்கிறேன் என்பதைத் தவிர வேறு எதைப் பற்றியும் அவர் யோசிப்பதில்லை என்பது எனக்கு உறுதியாகத் தெரிகிறது. நான் படும் கவலை ஒவ்வொன்றும் அவரது இதயத்தில் எரொலிக்கிறது. சில வேளைகளில் தன்னைக் கட்டுப்படுத்திக் கொள்ள அவர் எவ்வளவு கடுமையான முயற்சி செய்கிறார் என்பதும் எனக்குத்

தெரியும். என்னைப் பற்றிக் கவலைப்படாதது போலக் காட்டிக் கொண்டு வெளிப்பார்வைக்கு உற்சாகமாக நடித்தபடி, சிரித்த முகத்தோடு எங்களைக் களிப்பூட்ட முயல்கிறார் அவர். அப்படிப் பட்ட தருணங்களில் அம்மாவுமே கூட அவரது சிரிப்பை நம்பாமல் பெருமூச்சுதான் விடுகிறாள். அவள் நிலை தர்மசங்கடமாக இருக்கிறது. பாவம் அப்பாவி மனுஷி" என்றபடி லேசாகச் சிரித்தாள்.

"இன்று எனக்குக் கடிதம் வந்தவுடன் என் கண்களைப் பார்ப்பதைத் தவிர்த்தபடி உடனே வெளியே ஓடிப்போய் விட்டார் அவர். இந்த உலகில் வேறு எதையும் விட அவரை நான் மிக அதிகமாக நேசிக்கிறேன் வான்யா" என்று சொன்னவள், தன் தலையைக் கீழே தொங்க விட்டபடி என் கையை அழுத்திக் கொண்டே "உன்னை விடவும் கூட" என்றாள்.

அவர் மீண்டும் பேசத் தொடங்குவதற்கு முன் நாங்கள் தோட்டத்திற்குள் இரண்டு முறை மேலும் கீழுமாய் நடந்து விட்டோம்.

"இன்று மாஸ்லோபோயேவ் இங்கே வந்திருந்தார். நேற்றும்கூட" என்றாள் அவள்.

"ஆமாம்! அவன் சமீப காலமாக அடிக்கடி இங்கே வர ஆரம்பித்திருக்கிறான்."

"அது ஏனென்று உனக்குத் தெரியுமா? அம்மாவுக்கு அவர் மீது மிகவும் நம்பிக்கை இருக்கிறது. அவருக்கு எல்லா விஷயங்களைப் பற்றியும் நன்றாகத் தெரியும் (அதாவது இந்த நீதிமன்றம், சட்டம், வழக்கு போன்றவைகள் எல்லாம்) என்றும் அவரால் எல்லா வற்றையும் சரிசெய்துவிட முடியும் என்றும் அம்மா நினைக்கிறாள். அவள் மனதில் இப்போது என்ன இருக்கிறது தெரியுமா... அதைப் பற்றி உன்னால் கற்பனைகூடச் செய்ய முடியாது. அடிமனதில் அவள் ஏதோ புண்பட்டிருக்கிறாள்; நான் இளவரசியாக முடிய வில்லையே என்ற வருத்தமும் அவளிடம் இருக்கிறது. அந்த நினைப்பே அவளைச் சித்திரவதை செய்து கொண்டிருக்கிறது. மாஸ்லோபோயேவிடம் மனம் திறந்து அதைப் பற்றிப் பேசியிருப்பா ளென்று நினைக்கிறேன். அப்பாவிடம் அதைப் பற்றிப் பேச அவளுக்குப் பயம். ஒருவேளை சட்டத்தின் துணையோடு மாஸ்லோபோயேவால் ஏதாவது உதவி செய்ய முடியுமா? அதற்கு ஏதாவது வழியிருக்கிறதா என்று அறிந்து கொள்ள அவள் முயற்சிக்கிறாள். மாஸ்லோபோயேவும் அவளது வேண்டுகோளை முழுமையாக நிராகரித்து விடவில்லை. அவ்வப்போது 'ஒயினைக்'

கொடுத்து அவரை வழிக்குக் கொண்டு வந்து விடுகிறாள் அம்மா" என்று நக்கலான சிரிப்புடன் சொன்னாள் நடாஷா.

"மாஸ்லோபோயேவ் கொஞ்சம் போக்கிரிதான்! ஆமாம்! இதெல்லாம் உனக்கு எப்படித் தெரியும்?"

"என் அம்மாவே என்னிடம் உளறி விட்டாளே... மேலும் அவள் சொன்னதையெல்லாம் சேர்த்துப் பார்த்துப் புரிந்து கொண்டேன்."

"ஆமாம் நெல்லி எங்கே? அவள் எப்படியிருக்கிறாள்?" என்று கேட்டேன்.

"இதுவரை நீ அவளைப் பற்றிக் கேட்காதது எனக்கே ஆச்சரிய மாகத்தான் இருந்தது வான்யா" என்று என்னை லேசாகக் கடிந்து கொள்ளும் தொனியில் சொன்னாள் நடாஷா.

அந்த வீட்டிலுள்ள அனைவருக்குமே செல்லக் கண்மணியாக ஆகியிருந்தாள் நெல்லி. நடாஷாவுக்கு அவள் மீது எல்லையற்ற அன்பு. இறுதியில் நெல்லியும்கூட முழு மனதோடு தன்னை அவளிடம் சரணாகதியாகி விட்டாள். பாவம் அந்தக் குழந்தை. இப்படிப்பட்ட அருமையான நண்பர்களும், அவர்களது பிரியமும் தனக்குக் கிடைக்கக் கூடுமென்று அவள் ஒருபோதும் எதிர்பார்த் திருக்க மாட்டாள். கசந்துபோய் இறுகிப் போயிருந்த அவளது மனம் கொஞ்சம் இளகத் தொடங்கியிருந்ததையும், அவள் எங்கள் எல்லோரிடமும் மனம்விட்டுப் பேசத் தொடங்கியிருப்பதையும் கண்ட நான் மிகவும் மகிழ்ச்சியடைந்தேன். கடந்த காலம் தன்னுள் ஏற்படுத்தியிருந்த அவநம்பிக்கை, விலக்கம், பிடிவாதம் இவற்றுக்கு நேர்மாறாகத் தன்னை இப்போது சூழ்ந்திருக்கும் அன்பை ஆவேசத்தோடும் ஆர்வத்தோடும் உள்வாங்கிக் கொண்டாள் நெல்லி. இப்போதும்கூட சில சமயங்களில் தன் பழைய வழக்கப்படி அவள் பிடிவாதம் பிடிப்பது உண்டுதான். இப்போது எல்லாரோடும் சமரசம் செய்துகொண்டு விட்டதால், அந்த ஆனந்தத்தால் தன் கண்களில் அரும்பும் கண்ணீரை வேண்டுமென்றே மறைத்துக் கொள்ள வெகு நாட்கள் அவள் முயற்சி செய்து கொண்டிருந்தாள். இறுதியில் முழுமையாக அந்த அன்புக்குத் தன்னை ஒப்புக் கொடுத்து விட்டாள். நடாஷாவிடம் அவள் கொண்டிருந்த அன்பு வளர்ந்துகொண்டே வந்தது. பிறகு நிகோலாய் செர்கிச்சிடம் பிரியம் காட்ட ஆரம்பித்தாள். நானோ அவளுக்கு மிகவும் முக்கிய மானவனாய் ஆகிப் போயிருந்தேன். நான் வெளியே போய் விட்டாலே அவள் உடல்நிலை மோசமாகி விடும் என்ற நிலை வரை அது சென்றிருந்தது. சென்ற முறை என் நாவலை எழுதி முடிப்பதற்காக இரண்டு நாட்கள் அவளைப் பிரிய வேண்டி

வந்தபோது எப்படியெப்படியெல்லாமோ பாடுபட்டுத்தான் அவளைச் சமாதானப்படுத்த வேண்டியிருந்தது. நெல்லிக்குத் தன் உணர்வுகளை வெளிப்படையாகக் காட்டிக்கொள்வதில் இன்னும் கூடக் கூச்சம் இருந்தது.

நாங்கள் எல்லோருமே அவளைப் பற்றிய கவலையில்தான் இருந்தோம். நிகோலாய் செர்கிச்சின் குடும்பத்தோடுதான் அவள் எப்போதும் இருந்தாக வேண்டும் என்பது எந்த மாற்றுக் கருத்தும் இல்லாமல் முடிவு செய்யப்பட்டு விட்டது. இப்போது அவர்கள் வேறு நகரத்துக்குச் செல்லும் நாள் நெருங்க நெருங்க அவள் மோசமாகிக் கொண்டே போனாள். நிகோலாய் செர்கிச்சின் வீட்டுக்கு நான் அவளை அழைத்துச் சென்ற அந்த நாளிலிருந்தே நடாஷாவை அவர் ஏற்றுக்கொண்டு சமாதானமான அந்த நாளிலிருந்தே–நெல்லி உடல்நலமில்லாமல்தான் இருந்தாள். நான் சொல்வதற்கு என்ன இருக்கிறது? எப்போதுமே அவள் உடல்நலம் குன்றியபடிதான் இருந்தாள்.

படிப்படியாக வளர்ந்து கொண்டிருந்த அவளது நோய், இப்போது வெகுவேகமாக முற்றிக்கொண்டே சென்றது. அவளது நோய் இன்னதென்பது எனக்கு விளங்கவும் இல்லை. அதனால் அதை என்னால் சரியாக விளக்கவும் முடியவில்லை. அவளுக்கு வழக்கமாக வரும் வலிப்பு, முன்பைவிட அதிகமாக, அடிக்கடி வரத் தொடங்கியிருந்தது. ஆனால் அதையும்விட முக்கியமான அறிகுறி, அவளது அளவு மீறிய களைப்பும் தன் சக்தியை முற்றாக இழந்துவிடுவதும்தான். எப்போதும் காய்ச்சல் கண்ட நிலையில் நரம்புக் கோளாறுடனேயே இருந்தாள் அவள். சமீபத்தில் அது மிக மோசமாகப் போய்விட்டதால் அவளால் படுக்கையை விட்டு எழுந்திருக்கக்கூட முடியவில்லை. ஆனால் ஒரு வினோதமான விஷயம் என்னவென்றால் நோய் அதிகரிக்க, அதிகரிக்க அவள் எங்களிடம் மிக மென்மையாகவும், இனிமையாகவும் நடந்து கொள்ளத் தொடங்கியிருந்தாள். மனம் விட்டுப் பேசவும் செய்தாள். மூன்று நாட்கள் முன்பு அவளது படுக்கையைத் தாண்டிச் சென்ற என்னைக் கையைப் பிடித்து அருகே இழுத்துக்கொண்டாள். அந்த அறையில் அப்போது யாருமில்லை. மிக மிக மெலிந்து போயிருந்தாள் அவள். அவளது முகமும், கண்களும் காய்ச்சலில் கனன்று கொண்டிருந்தன. ஒருபுறம் வலிப்பு நோய் இருந்தாலும் ஆர்வத்தோடு என்னை நெருங்கினாள் அவள். அவளை நோக்கி நான் குனிந்தபோது கறுத்துப்போய் எலும்பும் தோலும் ஆகி விட்ட தன் கரங்களால் என் கழுத்தை இறுக வளைத்துக் கொண்டு அன்போடு என்னை முத்தமிட்டாள். நடாஷாவையும் உடனே தன்னருகே வரச் சொன்னாள். நான் அவளை அழைத்தேன்.

அவளைப் பார்க்க வேண்டுமென்று ஆசைப்படுவதாகவும், தன் அருகே படுக்கையில் அமருமாறும் நடாஷாவிடம் கேட்டுக் கொண்டாள் நெல்லி.

"நான் உங்களைப் பார்க்க வேண்டும்" என்றாள் அவள். "நேற்றிரவு உங்களைக் கனவில் பார்த்தேன். இன்றிரவு மீண்டும் பார்ப்பேன். அடிக்கடி...! பெரும்பாலும் எல்லா இரவுகளிலுமேதான்!"

அவள் ஏதோ சொல்ல விரும்பினாள். ஆனால் அவள் அப்போது மிகவும் உணர்ச்சிவசப்பட்ட நிலையில் இருந்ததால் தன் சொந்த உணர்வுகளையே அவளால் புரிந்துகொள்ளவோ, அவற்றை வெளிப்படுத்தவோ முடியவில்லை.

என்னைத் தவிர நிகோலாய் செர்கிச்சையும் நெல்லிக்கு மிகவும் பிடித்திருந்தது. மற்ற எல்லாரையும் விட அவர்மீது அவள் பிரியமாக இருந்தாள். நிகோலாய் செர்கிச் தன் மகள் நடாஷாவை நேசிப்பது போலவே, அவளையும் நேசித்தார். நெல்லியைக் குதூகல மாக எப்படி வைத்துக்கொள்வதென்ற அருமையான தந்திரம் அவருக்குக் கை வந்திருந்தது. அவளருகே அவர் வந்ததுமே சிரிப்புச் சத்தமும், குறும்புப் பேச்சுகளும் கூடத் தொடங்கிவிடும். நோய் வாய்ப்பட்ட அந்தச் சிறுமி, ஒரு சின்னஞ்சிறு குழந்தைபோல அந்த முதியவரோடு விளையாடிக் களிப்பாள். அவரைக் கேலி செய்து பரிகசிப்பாள். தன் கனவுகளை அவரிடம் சொல்வாள். புதிது புதிதாய் எப்படிக் குறும்பு செய்யலாம் என்று யோசிப்பாள். அவரையும் தனக்குக் கதை சொல்லச் சொல்வாள். முதியவர் அதில் மிகவும் மகிழ்ந்து போய்விடுவார். தன் 'குட்டிப் பெண்' நெல்லியைப் பார்த்துப் பார்த்து ஒவ்வொரு நாளும் ஆனந்தப்படுவார்.

"நான் பட்ட துன்பங்களையெல்லாம் ஈடுகட்டுவதற்காகவே கடவுள் அவளை என்னை அனுப்பி வைத்திருக்கிறார்" என்று அவளுக்கு 'குட் நைட்' சொல்லிவிட்டு வெளியே வந்தபோது என்னிடம் ஒருநாள் சொன்னார் அவர்.

மாலை வேளைகளில் நாங்கள் எல்லோரும் ஒன்றாகக் கூடி யிருப்போம். (மாஸ்லோபோயேவும் பெரும்பாலான மாலைகளில் எங்களோடுகூட இருப்பான்) எங்கள் நண்பரான வயதான டாக்டரும் சில சமயம் வருவார். இக்மெனெவ் தம்பதியரிடம் அவருக்கு மிகுந்த ஒட்டுதல் ஏற்பட்டிருந்தது. நாங்கள் அமர்ந்திருக்கும் வட்டமேசைக்கு அருகே நெல்லியைச் சாய்வு நாற்காலியில் வைத்துத் தூக்கி வருவோம். வராண்டாவை நோக்கிச் செல்லும் கதவு திறந்திருக்கும். அதனால் சூரியன் மறையும் மாலை வேளையில் அந்தக் கதிரொளியில் அந்தப் பசுமையான தோட்டம் முழுவதையும் எங்களால் நன்றாகப் பார்க்க முடியும்.

பசுந்தளிர்களிலிருந்தும், மொட்டு விரிந்து மலரும் ‘லைலக்’ பூக்களிலிருந்தும் இனிமையான மணம் வரும். நெல்லி தன் சாய்வு நாற்காலியில் அமர்ந்து, எங்களைப் பாசத்தோடு பார்த்துக் கொண்டே நாங்கள் பேசுவதையெல்லாம் கேட்டுக்கொண்டிருப் பாள். சில சமயம் அவளும்கூட சட்டென்று உணர்ச்சிவசப்பட்டபடி, எங்கள் உரையாடலில் படிப்படியாகக் கலந்துகொள்ள ஆரம்பித்து விடுவாள். ஆனால் அப்படிப்பட்ட தருணங்களில் அவள் பேசுவதை நாங்கள் இருப்புக் கொள்ளாத பதட்டத்துடன்தான் கேட்டுக்கொண்டிருப்போம். அதற்குக் காரணம் அவள் நினைவு கூர்ந்து சொல்லும் விஷயங்கள் எல்லாமே நாங்கள் தொடத் தயங்குபவை. பேச அஞ்சுபவை. நான் நடாஷா, இக்மெனெவ் தம்பதியர் என நாங்கள் எல்லோரும் அவளைக் குறித்து ஒரு குற்ற உணர்வோடுதான் இருந்தோம். அவள் மிகுந்த களைப்போடு நடுங்கிக்கொண்டிருந்த ஒருநாளன்று தன் கதை முழுவதையும் அவளைச் சொல்ல வைத்து அவளுக்கு அன்று இழைத்த தவறுக்காக நாங்கள் வருந்திக்கொண்டிருந்தோம்.

கடந்த காலத்தை நினைவுகூரும் செயல் வேண்டாமென்று அதைக் குறிப்பாக எதிர்த்துக் கொண்டிருந்த டாக்டர், உரை யாடலின் போக்கை வேறு பக்கம் திருப்பி விட்டார். அந்த நேரங் களில் எங்கள் கரிசனம் பற்றித் தெரியாதவள் போல பாவனை செய்து கொண்டே டாக்டரோடும் நிகோலாய் செர்கிச்சுடனும் சேர்ந்து சிரிக்க ஆரம்பித்துவிடுவாள் நெல்லி.

நாளாக ஆக, அவளது உடல்நிலை மோசமாகிக்கொண்டே சென்றது. அளவுக்கு மீறி பாதிக்கப்பட்டிருந்த அவளது இதயத் துடிப்பும் ஒழுங்காக இல்லை. எந்த நேரத்திலும் அவள் இறக்கக் கூடுமென்று டாக்டர் என்னிடம் சொல்லியிருந்தார். ஆனால், இக்மெனெவ் தம்பதியர் அதைக் கேட்டு வருத்தப்படுவார்கள் என்பதால் அதை நான் அவர்களிடம் சொல்லவில்லை. ஆனால் ஊரை விட்டுக் கிளம்புவதற்குள் அவள் குணமாகிவிடுவாள் என்று உறுதியாக நம்பினார் நிகோலாய் செர்கிச்.

“அதோ அப்பா வந்து விட்டார்” என்று அவர் குரல் கேட்டதும் சொன்னாள் நடாஷா.

“வா, போகலாம் வான்யா.”

* * *

வழக்கம் போல வாசலைத் தாண்டும் போதே சத்தமாய்ப் பேசத் தொடங்கிய நிகோலாய் செர்கிச்சை மெதுவாய்ப் பேசும்படி கை காட்டினாள் ஆனா ஆண்ட்ரேயேவ்னா. உடனே குரலைத்

தாழ்த்திக்கொண்ட முதியவர், என்னையும் நடாஷாவையும் பார்த்ததும்தான் வெளியே சென்று வந்த விவரத்தைப் பற்றி மெதுவான குரலில் வேகவேகமாகச் சொல்லி முடித்தார். எந்த வேலைக்கு முயற்சி செய்து கொண்டிருந்தோமோ அது தனக்குக் கிடைத்துவிட்டதில் திருப்தி அடைந்திருந்தார் அவர்.

"இரண்டு வாரங்களில் நாம் கிளம்பி விடலாம்" என்று சொன்னபடி கைகளை ஒன்றோடொன்று பின்னிக்கொண்டே ஓரக் கண்ணால் நடாஷாவைக் கவலையோடு பார்த்தார் அவர்.

அவள் புன்னகையோடு அவரைத் தழுவிக்கொண்டதும் அவரது சந்தேகங்களெல்லாம் கரைந்து காணாமல் போய் விட்டன.

"என் பிரியத்துக்குரியவர்களே! நாம் எல்லோரும் போகப் போகிறோம். ஆம்... நாம் எல்லோரும் போகப் போகிறோம்" என்று மிகவும் மகிழ்ச்சியோடு சொன்னார் அவர்.

"ஆனால் உன்னை விட்டுப் போவது மட்டும்தான் கொஞ்சம் உறுத்தலாக இருக்கிறது வான்யா" என்றார்.

(அவர்களோடு நானும் கூட வர வேண்டும் என்று ஒருமுறை கூட அவர் அழைக்கவில்லை என்பதை இங்கே நான் குறிப்பிட்டாக வேண்டும். ஆனால், அவரோடு பழகி, அவரது குணத்தைப் புரிந்து கொண்டிருப்பவன் என்பதால் எனக்கொன்று புரிந்தது. நடாஷா விடம் நான் கொண்டிருக்கும் காதலைப் பற்றி மட்டும் அவருக்குத் தெரியாமல் இருந்திருந்தால்–என்னையும் அவர் நிச்சயம் கூப்பிட்டிருப்பார்).

"ஆனால் அதற்கு என்ன செய்ய முடியும்? வேறு வழியில்லை. எனக்கு வருத்தமாகத்தான் இருக்கிறது வான்யா. ஆனாலும், இடமாற்றம் எல்லோருக்குமே தேவையாக இருக்கிறது. அது எல்லோரையும் புதிய உயிராக்கும்... இடமாற்றம் என்பது எல்லா வற்றையுமே மாற்றுவதுதான்" என்று மீண்டும் ஒருமுறை தன் மகளைப் பார்த்துக்கொண்டே சொன்னார் அவர்.

அவருக்கு அதில் நம்பிக்கை இருந்தது. அது அவரை மகிழ்ச்சியாகவும் வைத்தது.

"நெல்லி... ?" என்று கேட்டாள் ஆனா ஆண்ட்ரேயேவ்னா.

"நெல்லிதானே? குழந்தை இன்னும்கூட உடம்பு முடியாமல் தான் இருக்கிறாள். ஆனால் நாம் கிளம்புவதற்குள் நிச்சயம் சரியாகி விடுவாள். ஏற்கனவே அவள் சற்றுத் தேறி வருவதாகத் தெரிகிறது. நீ என்ன நினைக்கிறாய் வான்யா?" என்று திடீரென்று என்னிடம் கேட்டார். அது குறித்த கலவரமும், பதட்டமும் அவரிடம்

தெரிந்தது. நான் அவரது சந்தேகங்களைப் போக்கி, நிம்மதிகொள்ளச் செய்துவிடுவேன் என்று அவர் நினைத்திருக்கலாம்.

“அவள் எப்படி இருக்கிறாள்? எப்படித் தூங்கினாள். அவளுக்கு வேறதுவும் இல்லைதானே? இப்போது விழித்திருக்கிறாளா? ஆனா ஆண்ட்ரேயேவ்னா... இப்படிச் செய்வோமா? அந்தக் குட்டி மேசையை வராந்தாவுக்கு நகர்த்தி சமோவரையும் அங்கே கொண்டுபோய் வைத்துவிடுவோம். நண்பர்களும் வர இருக்கிறார்கள். எல்லோரும் அங்கே உட்கார்ந்து பேசுவோம். நெல்லியும் வெளியே வந்து அம்மாவோடு சேர்ந்துகொள்ளலாம். அது அற்புத மாக இருக்கும். அவள் விழித்துக்கொண்டு விட்டாளா? தெரிய வில்லையே? எதற்கும் நான் உள்ளே போய்ப் பார்க்கிறேன். சும்மா பார்க்க மட்டும்தான் செய்வேன். அவளை எழுப்பிவிட மாட்டேன். அதைப் பற்றிக் கவலைப்படாதே”–ஆனா ஆண்ட்ரேயேவ்னா தனக்கு மறுபடியும் சைகை செய்வதைப் பார்த்துவிட்டு இப்படிச் சொன்னார் அவர்.

ஆனால் நெல்லி விழித்துக்கொண்டுதான் இருந்தாள். கால் மணி நேரம் சென்ற பிறகு நாங்கள் எல்லோரும் மாலைத் தேநீருக் காக வழக்கம் போல சமோவரைச் சுற்றி உட்கார்ந்திருந்தோம்.

நெல்லியை நாற்காலியில் வைத்துத் தூக்கிச் சென்று உட்கார வைத்தோம். டாக்டரும் மாஸ்லோபோயேவும் ஏற்கனவே வந்திருந்தார்கள். ‘லைலக்’ மலர்கள் அடங்கிய பெரிய பூங்கொத்து ஒன்றை நெல்லிக்காகக் கொண்டு வந்திருந்தான் மாஸ்லோபோயேவ். ஆனால் அவன் கவலையோடு இருந்தது போலவும், ஏதோ ஒரு விஷயம் அவனை எரிச்சலூட்டுவது போலவும் தோன்றியது.

பெரும்பாலும் எல்லா மாலை நேரங்களிலுமே மாஸ்லோ போயேவ் இங்கே வந்துகொண்டுதான் இருந்தான். அவனை எல்லோருக்குமே பிடித்திருந்தது என்பதை நான் முன்பே சொல்லி யிருக்கிறேன். குறிப்பாக ஆனா ஆண்ட்ரேயேவ்னாவுக்கு அவனை அதிகமாகவே பிடித்தது. ஆனாலும் அலெக்ஸாண்ட்ரா செமியோனோவ்னா, மாஸ்லோபோயேவின் சட்டபூர்வமான மனைவி இல்லை என்பதை என்னிடமிருந்து அறிந்துகொண்டதால், அவளை வீட்டுக்காரி என்பதோ, அவளைப் பற்றிப் பேசுவதோ கூடாது என்று ஆனா ஆண்ட்ரேயேவ்னா தன் மனதுக்குள் முடிவு செய்துவிட்டாள். அதே தீர்மானம்தான் அங்கே கடைப்பிடிக்கப்பட்டு வந்தது. ஆனாவின் குணம் அப்படிப்பட்டது. ஒருவேளை நடாஷா இங்கே இல்லாமல் இருந்திருந்தாலோ... அல்லது நடாஷாவுக்கு இப்படிப்பட்ட விஷயங்களெல்லாம் நடக்காமல் இருந்திருந்தாலோ ஒருவேளை அவள் இந்த அளவு கசப்புணர்வோடு நடந்து கொள்ளா மலும் இருந்திருக்கலாம்.

நெல்லி அன்று மாலை மிகவும் சோர்ந்திருந்தாள். அவளது கவனமும் வேறெங்கோ இருந்தது. ஏதோ ஒரு கெட்ட கனவு கண்டு விட்டு அதைக் குறித்து அசைபோட்டுக் கொண்டிருப்பவள் போல் இருந்தாள் அவள். ஆனால் மாஸ்லோபோயேவ் அளித்த பூங் கொத்து அவளை மிகவும் சந்தோஷப்படுத்தியிருந்தது. அவளுக்கு முன்னாலுள்ள கண்ணாடிக் குடுவையில் நாங்கள் போட்டு வைத்திருந்த மலர்களை மகிழ்வோடு பார்த்துக் கொண்டிருந்தாள் அவள்.

“ஓ... அப்படியென்றால், உனக்குப் பூக்கள் என்றால் மிகவும் பிடிக்குமா நெல்லி?” என்று கேட்டார் முதியவர். “சரி... கொஞ்சம் பொறு. நாளைக்கு நான் என்ன செய்கிறேன். பார்த்துக்கொண்டே இரு” என்று ஆர்வத்தோடு சொன்னார்.

“ஆமாம், எனக்குப் பூக்கள் ரொம்பப் பிடிக்கும்” என்று பதிலளித்தாள் நெல்லி.

“ஒருமுறை அம்மாவுக்கு எப்படிப் பூக்களாலேயே நாங்கள் வாழ்த்துச் சொன்னோம் என்பது எனக்கு நினைவிருக்கிறது. நாங்கள் அங்கே வசித்த காலத்தில் (அங்கே என்பது அவர்கள் வாழ்ந்த அயல்நாட்டைக் குறிப்பது) அம்மா ஒருமுறை ஒரு மாதம் முழுவதும் நோய்வாய்ப்பட்டே இருந்தாள். ஹென்ரிச்சும் நானும் சேர்ந்து ஒரு திட்டம் போட்டோம். ஒரு மாதம் கழித்து அவள் படுக்கையிலிருந்து வெளியே வரும்போது எல்லா அறைகளையும் மலர்களால் அலங்கரிக்க வேண்டும் என்பதே அந்தத் திட்டம். நாங்கள் அதுபோலவே செய்தோம். மறுநாள் காலை உணவுக்குக் கட்டாயம் கீழே இறங்கி வந்து விடுவேன் என்று ஒருநாள் இரவு அம்மா எங்களிடம் சொன்னாள். காலையில் நாங்கள் மிகவும் சீக்கிரமே விழித்துக் கொண்டோம். பசுமையான இலைகளாலும், பூமாலை களாலும் எல்லா அறைகளையும் அலங்கரித்தோம். ஐவி தளிர்களும், வேறு அகலமான சில இலைகளும்கூட இருந்தன. அவற்றின் பெயர் எனக்குத் தெரியவில்லை. தொட்டாற்சுருங்கி இலைகள், மிகப் பெரிய வெள்ளை மலர்கள் என்று பலவும் இருந்தன. ‘நார்சிசஸ்’ பூக்கள் மற்ற மலர்களைவிட எனக்கு மிகவும் பிடித்தவை. ரோஜாக்கள்... மிக அற்புதமான ரோஜாக்கள்... இன்னும் ஏராளமான எவ்வளவோ பூக்கள் இருந்தன. நாங்கள் அவற்றை மாலைகளாகத் தொங்கவிட்டோம். பெரிய தொட்டிகளில் வைத்தோம். மரம் போல நீளமான தண்டோடு கூடிய பூக்களும் இருந்தன. அவற்றை அறையில் மூலைகளிலும் அம்மாவின் நாற்காலியைச் சுற்றிலும் வைத்தோம். அம்மா அறையை விட்டு வெளியே வந்ததும் அப்படியே அசந்து போய் விட்டாள். மகிழ்ச்சியில் பிரமித்துப் போனாள். அதைப்

பார்த்த ஹென்ரிச்சுக்கும் சந்தோஷம். இப்போது அதெல்லாம் நினைவு வருகிறது எனக்கு."

அன்று மாலை நெல்லி மிகவும் பலவீனமாக இருந்தாள். மிகுந்த உணர்வெழுச்சியோடும் இருந்தாள். டாக்டர் அவளைப் பதட்டத்தோடு பார்த்தார். ஆனால் அவளோ பேசுவதில் ஆர்வமாக இருந்தாள். நீண்ட நாள் இடைவெளிக்குப் பிறகு 'அங்கே' அந்த அயல்நாட்டில் தாங்கள் வாழ்ந்த முந்தைய வாழ்க்கையைப் பற்றி இருட்டும்வரை பேசிக்கொண்டிருந்தாள் அவள். நாங்கள் எவரும் அவள் பேச்சில் குறுக்கிடவில்லை. அவளும், அவள் தாயும், ஹென்ரிச்சும் ஒன்றாகச் சேர்ந்து நிறைய பயணங்கள் செய்திருக்கிறார்கள். அந்த நாட்கள் அவளுக்குத் துல்லியமாக நினைவிருக்கின்றன. தன் ஞாபகத்திலிருந்து அவற்றை மிகத் தெளிவாக அவளால் நினைவுகூர முடிந்தது. தாங்கள் பார்த்த நீல வானம், பனியும், பனிக்கட்டிகளும் போர்த்திய உயர்ந்த மலைகள், அந்த மலைகளிலிருந்து விழும் அருவிகள் என்று எல்லாவற்றையும் உணர்ச்சி பொங்க விவரித்தாள் அவள். பிறகு இத்தாலியில் இருக்கும் ஏரிகள், பள்ளத்தாக்குகள், அங்குள்ள பூக்கள், மரங்கள், அங்கு வாழும் கிராமவாசிகள், அவர்களின் உடைகள், அவர்களது பருத்த முகங்கள், கரிய விழிகள் என்று அவற்றைப் பற்றியும் சொன்னாள். தாங்கள் எதிர்ப்பட்ட பலவகையான சம்பவங்கள், சாகசங்கள் முதலியவற்றையும் விவரித்தாள். மிகப் பெரிய நகரங்கள், அங்குள்ள மாளிகைகள், கூம்பு வைத்த உயரமான தேவாலயம், அவற்றில் சட்டென்று ஒளிர்ந்த பல வண்ண விளக்குகள், தெற்குப் பகுதியைச் சேர்ந்த வெப்பமான ஒரு நகரம், அதன் நீல நிற ஆகாயம், நீல வண்ணக்கடல் என்று பலவற்றைப் பற்றியும் அவள் பேசினாள். இதற்கு முன்பு இத்தனை விரிவாக அவள் எங்களுக்கு எதையும் விவரித்ததில்லை. நாங்கள் அவள் பேசுவதையெல்லாம் மிகுந்த கவனத்தோடு கேட்டுக் கொண்டிருந்தோம். இதுவரை அவளைப் பற்றிய வேறு வகையான ஞாபகங்கள்தான் எங்கள் உள்ளத்தில் பதிந்திருந்தன. இருள் மண்டிக் கிடக்கும் உற்சாகமில்லாத ஒரு நகரம், ஆன்மாவையே சோர்வடையச் செய்துவிடும். அதன் சூழல், மாசு படிந்த காற்று, எப்போதும் தூசு படிந்தபடி காட்சி யளிக்கும் ஆடம்பரமான மாளிகைகள், மிக மங்கலான சூரிய ஒளி, நெல்லியும் அவள் தாயும் யாரால் துன்பப்பட நேர்ந்ததோ, அவர் களைப் போலவே இருக்கும் கொடுமைக்கார, அரைப்பைத்திய மனிதர்கள்.

ஈரப்பதம் மிகுந்த மங்கிய ஒரு மாலைப் பொழுதில்–நாற்றமடிக்கும் நிலவறையில், தங்கள் பாவப்பட்ட படுக்கையில் நெருக்கமாகப் படுத்துக்கொண்டு நெல்லியும், அவள் தாயும் தங்கள் கடந்த

காலத்தை, இறந்துபோன ஹென்ரிச்சை, வெவ்வேறு நாடுகளில் அவர்கள் கண்ட அதிசயங்களை–இவைகளைப் பற்றியெல்லாம் நினைவுகூர்ந்து பேசிக்கொண்டிருப்பதான ஒரு சித்திரம் என்னுள் விரிந்தது. புப்னோவாவிடம் கடுமையாக அடியும் உதையும் பட்டுக் கொண்டு, அவள் தன் மீது திணிக்கும் ஒழுக்கம் கெட்ட செயலால் ஆன்மாவே சிதைந்தபடி, தாயும் இல்லாமல் தன்னந்தனியாகக் கிடந்தபோதும்கூட மேற்குறித்த விஷயங்களை நெல்லி நினைவு கூர்ந்திருக்கக் கூடுமென்று எண்ணிக்கொண்டேன்.

பேசிக்கொண்டே இருந்த நெல்லி, இறுதியில் மயக்கம் போட்டு விழுந்துவிட, அவளை வீட்டுக்குள் தூக்கிச் சென்றோம். அவளை அதிகமாகப் பேசவிட்டு விட்டோமோ என்று கலங்கியும், புலம்பிக் கொண்டும் இருந்தார் நிகோலாய் செர்கிச். மரத்துப் போனது போல இருந்தாள் அவள். அப்படிப்பட்ட கடுமையான வலிப்புநோய்த் தாக்குதல்கள் அவளுக்கு முன்பே பலமுறை வந்ததுண்டு. ஒரு வழியாக அதிலிருந்து விடுபட்ட பிறகு நெல்லி என்னைப் பார்க்க வேண்டுமென்று விரும்பினாள். அவளது கோரிக்கை சற்றுத் தீவிரமாகத் தோன்றியதால் இந்த விருப்பத்தைக் கட்டாயம் நிறைவேற்ற வேண்டுமென்று டாக்டரே சொல்லி விட்டார். எல்லோரும் அறையை விட்டு வெளியே சென்றார்கள்.

“இதைக் கொஞ்சம் கேட்டுக் கொள்ளுங்கள் வான்யா” என்று நாங்கள் இருவரும் தனித்திருக்கும் போது பேச்சை ஆரம்பித்தாள் நெல்லி. “நான் அவர்களோடு கூட வருகிறேன் என்றுதான் அவர்கள் நினைத்துக் கொண்டிருக்கிறார்கள். ஆனால் நான் அப்படிப் போகப் போவதில்லை. காரணம் அது என்னால் முடியாது. இப்போதைக்கு நான் உங்களுடனேயே இருந்து கொள்கிறேன். நான் சொல்ல விரும்பியது அதுதான்.”

நான் அவளுக்குப் புத்திமதி சொல்ல முயற்சித்தேன். இக்மெனெவ் குடும்பம் முழுவதுமே அவளைத் தங்கள் சொந்த மகள் போல நினைப்பதாகவும், நேசிப்பதாகவும் சொன்னேன். அவள் வரவில்லையென்றால் அவர்கள் மிகவும் ஏங்கிப் போவார் கள். இன்னொரு விஷயம் என்னவென்றால் என்னோடு வசிப்பது அவளுக்கு மிகவும் கஷ்டமாக இருக்கும். நான் அவளை மிக அதிகமாக நேசித்தபோதும் நாங்கள் பிரிந்துதான் ஆக வேண்டும். இவ்வாறு பலவற்றை அவளுக்கு எடுத்துச் சொன்னேன்.

“இல்லை... அது முடியவே முடியாது” என்று உறுதியாக பதில் சொன்னாள் நெல்லி.

“இப்பொழுதெல்லாம் அம்மா அடிக்கடி என் கனவில் வருகிறாள். அவர்களோடு செல்லாமல் இங்கேயே இருக்குமாறு

என்னிடம் சொல்கிறாள். தாத்தாவை மட்டும் அப்படித் தனியாக விட்டுப்போவது பாவம் என்று சொல்லும்போது அவள் பயங்கர மாக அழுகிறாள். அதனால் நான் இங்கேயே தங்கியிருந்து தாத்தாவைக் கவனித்துக்கொள்ளப் போகிறேன் வான்யா."

"ஆனால் உன் தாத்தாதான் எப்போதோ இறந்துவிட்டாரே? அது உனக்குத் தெரியாதா நெல்லி" என்று அவள் சொன்னதை வியப்புடன் கேட்டபடி இவ்வாறு பதிலளித்தேன்.

அவள் சிறிது நேரம் யோசித்தபின் என்னை ஆழமாகப் பார்த்தாள்.

"வான்யா! தாத்தா எப்படி இறந்தார் என்பதைச் சொல்லுங் களேன். அதை மறுபடியும் சொல்லுங்கள்" என்றாள்.

"முழு விஷயத்தையும் சொல்லுங்கள். எதையுமே விட்டுவிடக் கூடாது."

எனக்கு அவள் அப்படிக் கேட்டது ஆச்சரியமாக இருந்தாலும், அந்தக் கதை முழுவதையும் விவரமாக–எல்லாத் தகவல்களோடும் சொன்னேன். அவளுக்கு ஜன்னி கண்டிருக்க வேண்டும் அல்லது கடுமையான வலிப்பு நோய்த் தாக்குதலுக்குப் பிறகு அவளது மூளை குழம்பிப் போயிருக்க வேண்டும் என்று சந்தேகப்பட்டேன்.

நான் அவனது தாத்தாவைப் பற்றி விவரித்ததையெல்லாம் அவள் மிகவும் கவனமாகக் கேட்டாள். காய்ச்சலின் வெம்மையோடு அவளது கருப்பு நிறக் கண்கள் எப்படிக் கனன்று கொண்டிருந்தன என்பது எனக்கு இப்பொழுதும் நினைவிருக்கிறது. அந்தக் கதையைச் சொல்லி முடிக்கும்வரை அவள் கண்கள் விடாப்பிடியாக என்னையே ஆழமாகப் பார்த்துக்கொண்டிருந்தன.

"இல்லை வான்யா, அவர் ஒன்றும் இறந்து போகவில்லை" என்று நான் சொல்லி முடித்து, சிறிது நேரம் கழித்து – சற்று யோசித்த பிறகு இவ்வாறு தீர்மானமாகச் சொன்னாள் நெல்லி.

"அம்மா, தன் தந்தையைப் பற்றி என்னிடம் அடிக்கடி பேசுவதுண்டு. 'இல்லை அம்மா, தாத்தா இறந்து போய் விட்டார்' என்று நேற்று நான் சொன்னபோது மிகவும் துயரமடைந்து அழுதாள் அவள். அவர் இறக்கவில்லையென்றும், என்னிடம் வேண்டுமென்றே யாரோ அப்படிச் சொல்லியிருக்கிறார்களென்றும் சொன்னாள். நாம் வழக்கமாகப் பிச்சையெடுப்பது போல் அவரும் தெருக்களில் நடந்து பிச்சையெடுத்துக் கொண்டிருக்கிறார் என்றாள் அம்மா. 'நாம் முதலில் அவரைச் சந்தித்தோமே, அப்போது நான் கூட அவர் காலில் விழுந்தேனே? அஸோர்காவும் என்னைக் கண்டுபிடித்ததல்லவா? அந்த இடத்தில்தான் அவர் நடந்து கொண்டிருக்கிறார் என்றும் அம்மா சொன்னாள்."

"அது வெறும் கனவுதான் நெல்லி. நோயுற்றதால் வரும் கனவு. நீ இப்போது நோய்வாய்ப்பட்டிருக்கிறாய்."

"நானும்கூட அது கனவென்றுதான் நினைத்திருந்தேன்" என்று தொடங்கினாள் நெல்லி.

"அதனால்தான் அதைப் பற்றி நான் யாரிடமும் பேசவில்லை. உங்களிடம் சொல்வதற்காகவே காத்திருந்தேன். ஆனால் இன்று நீங்கள் வருவதற்காகக் காத்திருந்த நான் தூங்கிப் போனபோது தாத்தாவே என் கனவில் வந்துவிட்டார். அவர் எனக்காகக் காத்துக் கொண்டு தன் வீட்டில் உட்கார்ந்திருந்தார். மிகவும் மெலிந்து போய் அச்சுறுத்தும் வகையில் இருந்தார். இரண்டு நாட்களாகத் தானும் அஸோர்காவும் எதுவுமே சாப்பிடவில்லை என்று சொல்லியபடி என்னிடம் கோபப்பட்டுத் திட்டினார். தன்னிடம் மூக்குப்பொடியே இல்லையென்றும், அதில்லாமல் தன்னால் இருக்கவே முடியாதென்றும் சொன்னார். அம்மா இறந்த பின் அவரை ஒருமுறை நான் பார்க்கச் சென்ற சமயத்தில் அதையே சொல்லியிருக்கிறார். அப்போது அவர் மிகவும் முடியாமல் இருந்தார். அதனால் எதையுமே அவரால் புரிந்துகொள்ள முடிய வில்லை.

அன்றும் அதையே என்னிடம் அவர் சொன்னபோது நான் பாலத்தில் போய் நின்று பிச்சையெடுத்து அவருக்கு ரொட்டியும், வேக வைத்த உருளைக்கிழங்கும், மூக்குப்பொடியும் வாங்கித் தர நினைத்தேன். நான் அங்கே போய் நின்றுகொண்டிருப்பதாகவே எனக்குத் தோன்றியது. சட்டென்று பார்த்தால் தாத்தா என் பக்கத்தில் நின்றுகொண்டிருந்தார். எனக்கு எவ்வளவு காசு சேர்ந்தது என்று நோட்டம் விட்டபடி அதை அப்படியே எடுத்துக் கொண்டு விட்டார். "இது ரொட்டிக்கு, மூக்குப் பொடிக்கு இன்னும் கொஞ்சம் கொண்டு வா" என்றார். நான் காசைப் பிச்சையெடுப்பேன். அவர் என்னிடம் வந்து அதைப் பிடுங்கிக் கொண்டு போய்விடுவார். எல்லாவற்றையும் அவரிடம் தந்து விட்டேன் என்றும் எனக்கென்று எதுவும் வைத்துக் கொள்ள மாட்டேன் என்றும் அவரிடம் சொன்னேன். 'இல்லை, நீ என்னுடையதைத் திருடுகிறாய். நீ ஒரு திருடி என்று புப்னோவா என்னிடம் சொல்லியிருக்கிறாள். அதனால்தான் என்னோடு கூட இருக்கச் சொல்லி நான் உன்னைக் கூப்பிடவே இல்லை. ஐந்து கோபெக் காசு ஒன்றைக் காணவில்லை. எங்கே அது? என்ன செய்தாய் அதை?' என்று என்னிடம் கத்தினார். அவர் என்னை நம்பவில்லையே என்று நான் அழுதேன். ஆனால் அவர் என் பேச்சைக் காதில் போட்டுக்கொள்ளாமல் 'நீ அதைத் திருடி விட்டாய்' என்ற சத்தம் போட்டுக்கொண்டே இருந்தார். பிறகு அங்கேயே அந்தப் பாலத்திலேயே வைத்து வலிக்க

வலிக்க என்னை அடித்தார். நான் மிகவும் அழுதேன். அதனால்தான் அவர் கட்டாயம் உயிருடன் இருப்பாரென்றும், எங்காவது தனியே நடந்து கொண்டு நான் வருவதற்காகக் காத்துக்கொண்டிருப்பாரென்றும் நான் கற்பனை செய்துகொள்ளத் தொடங்கிவிட்டேன் வான்யா."

நான் மறுபடியும் அவளைச் சமாதானப்படுத்த முயற்சித்தேன். அது கனவே தவிர உண்மையில்லை என்று திரும்பத் திரும்பச் சொல்லிப் புரிய வைத்தேன். கடைசியில் ஒரு வழியாக அவளை ஒத்துக்கொள்ள வைப்பதில் வெற்றியடைந்தேன். தன் தாத்தா கனவில் வரக்கூடுமென்று எண்ணுவதால் தூங்கவே பயமாக இருக்கிறதென்றாள் அவள். இறுதியாக என்னை அன்போடு தழுவிக்கொண்டாள்.

"ஆனாலும்கூட நான் உங்களைவிட மாட்டேன் வான்யா" என்றபடி தன் சின்னஞ்சிறு முகத்தை என் மீது அழுத்திக் கொண்டாள்.

"தாத்தாவுக்காக இல்லாவிட்டாலும் உங்களைவிடப் போவ தில்லை."

நெல்லிக்கு வந்த வலிப்பு நோய்த் தாக்குதல் வீட்டிலிருந்த எல்லாரையும் கலவரப்படுத்தி இருந்தது. நான் டாக்டரைத் தன்னோடு அழைத்துச் சென்று அவளது நோய் பிடித்த கனவுகளைப் பற்றியெல்லாம் சொன்னேன். அவளது உடல்நலம் பற்றிய அவரது கடினமான கணிப்பு என்ன என்பதைச் சொல்லுமாறு கேட்டுக் கொண்டேன்.

"எவராலும் எதையும் உறுதியாகச் சொல்ல முடியாது" என்று சற்று யோசனையோடு சொன்னார் அவர்.

"இப்போதைக்கு என்னால் ஊகம் மட்டுமே செய்ய முடியும். அவள் எப்படியிருக்கிறாள் என்பதையும் கவனித்துக்கொண்டேதான் இருக்கிறேன். ஆனால், எதையுமே தீர்மானமாகச் சொல்ல முடியாது. எப்படிப் பார்த்தாலும் நோயிலிருந்து அவளால் மீள முடியாது. அவள் இறந்துதான் போவாள். நீ என்னிடம் மன்றாடிக் கேட்டுக்கொண்டதால் அவர்களிடம் அதை நான் சொல்லவில்லை. ஆனால் எனக்கு வருத்தமாகத்தான் இருக்கிறது. எவ்வளவு சீக்கிரம் முடியுமோ, அவ்வளவு சீக்கிரம் நாளைக்குள் நான் வேறொரு ஆலோசனை பெற்று வந்து சொல்கிறேன். ஒருவேளை அந்த ஆலோசனையால் அந்த நோயின் போக்கு வேறு வகையாகக் கூட மாறலாம். ஆனாலும் அந்தக் குட்டிப் பெண்ணுக்காக நான் மிகவும் வருத்தப்படுகிறேன். அவளை என் சொந்தக் குழந்தையாகவே நினைத்து வருந்துகிறேன். எவ்வளவு நல்ல குழந்தை, இனிமையான குழந்தை, எப்படி ஒரு விளையாட்டுத்தனமான மனம் அவளுக்கு?"

நிகோலாய் செர்கிச் சற்று அதிகமாகவே பதட்டமடைந்தார்.

"நான் என்ன நினைத்து வைத்திருக்கிறேன் தெரியுமா வான்யா? அவளுக்குப் பூக்கள் மீது மிகவும் பிரியம் உண்டு. நாம் என்ன செய்யலாம் தெரியுமா? நெல்லியும், ஹென்ரிச்சுமாய்ச் சேர்ந்து அவளது அம்மாவுக்குச் சொன்னதை அவள் விவரித்தாளே, அதுபோல நாளைக் காலையில் அவள் எழுந்திருக்கும்போது நாம் எல்லோரும் அவளுக்குப் பூக்களால் வரவேற்பு தருவோம். இன்று அதைப் பற்றி எவ்வளவு உணர்ச்சிகரமாக விவரித்தாள் அவள்?"

"உணர்ச்சிவசப்படுவதுதான் அவள் பிரச்சினையே" என்றேன் நான். "இப்போது இப்படியெல்லாம் அவள் உணர்ச்சிவசப்படக் கூடாது. அது அவளுக்கு நன்மை செய்யாது."

"அது சரிதான் வான்யா! ஆனால், இனிமையான உணர்வுகள் வித்தியாசமானவை யில்லையா? என் மீதும், என் அனுபவத்தின் மீதும் நம்பிக்கை வை பையா! மனதுக்கு இதமான உணர்வுகள் கெடுதல் செய்யாது. நோயைக்கூடக் குணமாக்கிவிடும். உடல் நலத்துக்கும் தீங்கு செய்யாது."

தான் முன்வைத்த திட்டத்தில் தானே கிளர்ச்சியுற்றவராக இருந்த முதியவர் ஒரு பரவச நிலையில் இருந்தார். அவரைத் தடுக்க முயற்சிப்பதில் பயன் இல்லை. டாக்டரிடம் அது குறித்துக் கேட்டேன். அவர் அதைப் பற்றி யோசித்துப் பார்ப்பதற்குள் நிகோலாய் செர்கிச் தன் தொப்பியை எடுத்து மாட்டிக்கொண்டு எல்லா ஏற்பாடுகளும் செய்வதற்காகக் கிளம்பிவிட்டார்.

"வான்யா உனக்குத் தெரியுமா? இங்கே அருகில் ஒரு 'நர்சரி' இருக்கிறது. மிகப் பெரிய நர்சரி அது. அங்கே பூக்களும் விற்கிறார்கள். விலை மிக மலிவு. அவ்வளவு மலிவாகக் கிடைப்பது உண்மையிலேயே ஆச்சரியம்தான். ஆனா ஆண்ட்ரேயேவ்னாவிடம் அதை அழுத்தமாக எடுத்துச் சொல். இல்லையென்றால் இவ்வளவு செலவாகிறதே என்று அவள் கோபித்துக்கொள்வாள். சரிதானே? நான் கிளம்புகிறேன். அப்புறம் இன்னொரு விஷயம் பையா! நீ இப்போது எங்கே கிளம்பிக்கொண்டிருக்கிறாய்? வேலை எதுவு மில்லை. முடித்துவிட்டேன் என்றுதானே சொன்னாய். அப்புறம் வீட்டுக்குப் போக ஏன் இத்தனை அவசரப்படுகிறாய்? இன்று இரவு இங்கேயே மாடியில் படுத்துக்கொள். முன்பு படுத்துக் கொள்வாயே, ஞாபகமிருக்கிறதா, அதே இடம்தான்! உன் கட்டில், மெத்தை எல்லாம் பழையபடி அப்படியேதான் இருக்கின்றன. யாரும் எதையும் தொடவே இல்லை. ஃபிரான்ஸ் நாட்டு அரசர் போல அதில் படுத்து நன்றாக உறங்கு, சரியா? இங்கேயே தங்கியிரு. நாளைக் காலையில் நாம் எல்லோரும் சீக்கிரமே விழித்துக்கொள்வோம்.

அவர்கள் பூக்களைக் கொண்டு வந்துவிடுவார்கள். எட்டு மணிக்குள் அந்த அறை முழுவதையுமே நாம் அலங்கரித்து விடலாம். நடாஷா நமக்கு உதவி செய்வாள். உன்னையும் என்னையும்விடக் கூடுதல் ரசனை உள்ளவள் அவள் என்பது உனக்குத் தெரியும். சரிதானே? ஒத்துக்கொள்கிறாயல்லவா? இங்கே தங்கியிருப்பாய் தானே?"

அந்த இரவு நான் அங்கே தங்கியிருக்க வேண்டுமென்பது முடிவாகி விட்டது. நிகோலாய் செர்கிச் மலர்களுக்கான ஏற்பாட்டைச் செய்வதில் மும்முரமாகி விட்டார். டாக்டரும், மாஸ்லோபோயேவும் விடைபெற்றுச் சென்றார்கள். இக்மெனெவ் தம்பதியர் பதினோரு மணியளவில் – சற்றுச் சீக்கிரமாகவே படுத்துத் தூங்கிவிட்டார்கள்.

விடைபெற்றுச் செல்லும்போது மாஸ்லோபோயேவ் ஏதோ ஒரு யோசனையுடன் இருந்ததுபோல் காணப்பட்டான். என்னிடம் ஏதோ சொல்ல ஆரம்பித்தவன் அதை அப்படியே நிறுத்திக் கொண்டு விட்டான்.

இக்மெனெவ் தம்பதியருக்கு 'குட் நைட்' சொல்லி விட்டு மாடிக்குப் போனபோது மாஸ்லோபோயேவ் அங்கே இருந்ததைக் கண்டு வியப்படைந்தேன். அங்கே இருந்த குட்டி மேசையில் அமர்ந்தபடி எனக்காகக் காத்திருந்த அவன் ஏதோ புத்தகத்தைப் புரட்டிக்கொண்டிருந்தான்.

"பாதி வழி போனதுமே திரும்பி வந்துவிட்டேன் வான்யா! இப்போது உன்னிடம் சொல்லி விடுவதுதான் நல்லது. இப்படி உட்கார்! முட்டாள்தனமான வேலைதான் நான் செய்வது. உண்மையில் எரிச்சலாகக்கூட இருக்கிறது."

"ஏன்... என்ன விஷயம்?"

"உன் போக்கிரி இளவரசன் வால்காவ்ஸ்கி இருக்கிறானே, அவன் என்னை இரண்டு வாரங்களுக்கு முன்பு எரிச்சல்படுத்தி விட்டான். அவன் என்னைப் படுத்தி வைத்த பாட்டில் இன்னமும்கூட என் ரத்தம் கொதிக்கிறது."

"ஏன் என்ன ஆயிற்று? விஷயம் என்ன என்பதைச் சொல். அந்த வால்காவ்ஸ்கியோடு இன்னும் கூடத் தொடர்பில் இருக்கிறாயா நீ...? அதுவே எனக்குத் தெரியாதே?"

"'என்ன ஆயிற்று' என்று நீயும்கூடக் கேட்க ஆரம்பித்து விட்டாயா? என்னவோ 'என்ன நடந்தது என்று கடவுளுக்குத்தான் தெரியும்' என்பது போல. நீயும் அப்படியே என் அலெக்ஸாண்ட்ரா செமியோனோவ்னாவைப் போலத்தான் இருக்கிறாய்! அப்பா... தாங்க முடியவில்லை, இந்தப் பெண்கள் அப்படிக் கேட்பதை!

ஒரு காக்கை கரையட்டும். 'என்ன ஆயிற்று' என்பதுதான் உடனே அவர்கள் கேட்கும் கேள்வி."

"சரி... சரி... கோபப்படாதே."

"எனக்குத் துளிக் கூடக் கோபமில்லை. ஆனால் எது வருகிறதோ அதை அப்படியே எடுத்துக் கொள்ள வேண்டும். மிகைப்படுத்தக் கூடாது. நான் சொல்ல வருவது அதைத்தான்."

அவன் இன்னும்கூட என்னோடு எரிச்சலாக இருப்பவன் போலக் கொஞ்ச நேரம் பேச்சை நிறுத்தினான். நானும் அவன் அமைதியைக் கெடுக்காமல் இருந்தேன்.

"இதோ பார் வான்யா" என்று மறுபடியும் பேச ஆரம்பித்தான் அவன்.

"எனக்கு ஒரு துப்புக் கிடைத்திருக்கிறது. உண்மையில் சொல்லப் போனால் அது சரியான தடயம்தானா என்பதும் இன்னும் எனக்குத் தெரியவில்லை. ஆனால், விஷயங்களை ஒன்றோடொன்று கூட்டிக் கழித்துப் பார்க்கும்போது எனக்குத் தோன்றும் முடிவு, நெல்லி ஒருவேளை வால்காவ்ஸ்கியின் சட்டபூர்வமான மகளாக இருக்கலாமோ என்பதுதான்."

"உண்மையாகவா?"

"பார்த்தாயா? மறுபடியும் உண்மையாகவா என்று சத்தம் போடுகிறாய். உன்னைப் போன்ற மனிதர்களுடன் பேசவே முடியாதப்பா!" என்று எரிச்சலோடு என்னைப் பார்த்துக் கையை ஆட்டியபடி கத்தினான் அவன்.

"மூளையில்லாத முட்டாளே! நான் சொன்ன விஷயம் உண்மையானது என்றோ உறுதிப்படுத்தப்பட்ட தகவல் என்றோ எங்கேயாவது சொன்னேனா? வால்காவ்ஸ்கியின் சட்டபூர்வமான மகள் அவள்தான் என்பது உறுதியாக நிரூபிக்கப்பட்டு விட்டது என்று எங்கேயாவது சொன்னேனா நான்?"

"சரி... சரி... அதை விடு என் நண்பா" என்று உணர்ச்சி வயப்பட்டவனாய் அவன் பேச்சை இடைமறித்தேன்..

"கடவுளுக்குப் பொதுவாகக் கேட்கிறேன். தயவு செய்து கத்தாமல் தெளிவாக, சுருக்கமாக விஷயங்களைச் சொல். நானும் அமைதியாக உன்னைப் புரிந்து கொள்கிறேன் என்று சத்தியம் செய்கிறேன் இந்த விஷயம் எவ்வளவு முக்கியமானது, அதன் விளைவுகள் எப்படிப்பட்டவை என்பது உனக்குத் தெரியாதா?"

"விளைவுகள் வரக் கூடும் என்கிறாய்... ஆனால் அது எப்படி வரும்? அதற்கான ஆதாரங்கள் எங்கே? விஷயம் ஒன்றும் அவ்வளவு எளிமையானதில்லை...! இப்போது உன்னிடம் மட்டும்

ரகசியமாக இதைச் சொல்லிக் கொண்டிருக்கிறேன். ஏன் இதைச் சொல்கிறேன் என்பதைப் பிறகு விளக்கமாகச் சொல்கிறேன். அதற்கு ஒரு காரணம் இல்லாமல் இருக்காது என்பது உனக்கு நிச்சயமாகப் புரிந்திருக்கும். அதனால் வாயை மூடிக் கொண்டு நான் சொல்வதை மட்டும் கேட்டுக் கொள். இது நம் இருவருக்கும் இடையில் மட்டுமேயான ரகசியம் என்பதைப் புரிந்து கொள்."

"இது தொடர்பான விஷயங்களைச் சொல்கிறேன். கேட்டுக் கொள். குளிர்காலத்தின்போது ஸ்மித் இறப்பதற்கு முன்பே வால்காவ்ஸ்கி வார்சாவிலிருந்து திரும்பி வந்து விட்டான். வந்த உடனேயே இந்த விஷயத்தைப் பற்றி விசாரிக்கவும் தொடங்கி விட்டான். அதாவது பல நாட்களுக்கு முன்பே! கிட்டத்தட்ட ஒரு வருடத்துக்கும் முன்னாலிருந்தே அவன் அந்த வேலையைத் தொடங்கி விட்டான். ஆனால் அப்போது அவன் கண்டுபிடிக்க நினைத்த விஷயம் வேறு. இப்போது அறிந்து கொள்ள எண்ணும் விஷயம் வேறு. அதற்கு முக்கியமான காரணம் தொடர்புக் கண்ணி விடுபட்டுப் போனதுதான். பாரீசில் ஸ்மித்தின் மகளை அவன் கைவிட்டு வந்து பதின்மூன்று வருடங்களாகி விட்டன. ஆனாலும் – அவளைப் பிரிந்து விட்டாலும் – தொடர்ந்து அவள் மீது ஒரு கண் வைத்துக் கொண்டேதான் இருந்தான் அவன். இன்று ஹென்ரிச் என்பவனைப் பற்றி நெல்லி பேசினாளல்லவா? அவனோடு அவள் வாழ்ந்து கொண்டிருந்ததும் வால்காவ்ஸ்கிக்குத் தெரியும். நெல்லி அவளோடு இருப்பதும், அவள் உடல்நலமில்லாமல் இருப்பதும் – எல்லாமே அவனுக்குத் தெரியும். ஆனால் சட்டென்று ஏதோ ஒரு கட்டத்தில் அவளைப் பற்றிய விஷயங்களைத் தொடர்ந்து கண்காணிக்க முடியாமல் – அதற்கான வழி அவனுக்கு அடைபட்டு விட்டது. ஒருவேளை அந்த ஹென்ரிச் இறந்து போய் ஸ்மித்தின் மகள் பீட்டர்ஸ்பர்க்குக்கு வந்த பிறகு தகவலுக்கான பாதை அவனுக்கு அடைபட்டிருக்கலாம். ரஷ்யாவுக்குள் எந்தப் பெயரில் அவள் வசித்தாலும் அவளை மிக எளிதாக பீட்டர்ஸ் பர்க்கில் வைத்தே அவன் கண்டுபிடித்திருக்கலாம். ஆனால், அவன் வெளிநாட்டில் ஏற்பாடு செய்திருந்த உளவாளிகள் தவறான தகவல்களால் அவனைக் குழப்பி விட்டு விட்டார்கள். தெற்கு ஜெர்மனியின் ஏதோ ஒரு மூலையில் இருக்கும் மிகச் சிறிய நகரம் ஒன்றில் அவள் வாழ்வதாக அவர்கள் தகவல் கொடுத்து விட்டார் கள்.

அவர்களேகூட அஜாக்கிரதை உணர்வால் ஏமாந்து விட்டார் கள் என்றுதான் சொல்ல வேண்டும். வேறொரு பெண்ணை ஸ்மித்தின் மகள் என்று தவறாகக் கருதி விட்டதால் ஏற்பட்ட பிழை அது. அதிலேயே ஒரு வருடத்துக்கு மேல் ஓடி விட்டது.

பிறகு இளவரசர் மனதிலேயே அது குறித்த பல சந்தேகங்கள் ஏற்படத் தொடங்கி விட்டன. இந்தப் பெண் அவள் இல்லையோ என்று அவர்கள் தந்த ஒரு சில தகவல்களை வைத்து சீக்கிரமாகவே சந்தேகப்படத் தொடங்கி விட்டான் அவன். பிறகு வால்காவ்ஸ்கி யின் உண்மையான அந்தப் பெண்-ஸ்மித்தின் மகள்-எங்கே ஓடிப் போனாள் என்ற கேள்வி எழுந்தது அப்போது தான் (அதற்கான சரியான ஆதாரம் எதுவும் இல்லையென்றாலும்) அவள் பீட்டர்ஸ் பர்க்கில் இருக்கக் கூடுமோ என்று அவனுக்குத் தோன்றியது. வெளிநாட்டில் அவளைத் தேடும் வேட்டை ஒரு பக்கம் நடந்து கொண்டிருக்க, அதே போன்ற தேடலை இங்கேயும் தொடங்கினான் அவன். ஆனால் அதை அதிகாரபூர்வமானதாக - வெளிப் படையானதாக ஆக்க அவன் விரும்பவில்லை. அப்போதுதான் யாரோ என் பெயரை அவனிடம் பரிந்துரை செய்திருக்க வேண்டும். துப்பறியும் வேலையை நான் தனிப்பட்ட முறையில் செய்து வருகிறேன் என்பது போல அவனிடம் யாரோ சொல்லி யிருக்க, என்னை அவன் கூப்பிட்டு விட்டான். விவரம் முழுவதை யும் என்னிடம் சொன்னாலும் வெளிப்படையாகச் சொல்லாமல், ஒளிவுமறைவாக தெளிவில்லாத வகையிலேதான் என்னிடம் சொன்னான் அவன். கேடு கெட்ட ஒரு மனிதன் அவன். அவன் சொன்ன கதையில் நிறைய ஓட்டைகள் இருந்தன. ஒன்றுக்கொன்று சம்பந்தமில்லாமல்-ஒரே விஷயத்தை வெவ்வேறு வகையாகத் திரும்பத் திரும்பச் சொன்னான் அவன். ஆனால் எவ்வளவுதான் தந்திரமாக நடந்து கொண்டாலும் அப்படி எல்லாவற்றையும் மறைத்துவிட முடியுமா என்ன? முதலில் என்னவோ, அவனிடம் மிகப் பணிவாகத்தான் நடந்து கொண்டேன். அவன் சொன்ன தையெல்லாம் கேட்டேன். பிறகு எப்போதுமே நான் பின்பற்றி வந்திருக்கும் இயற்கையின் விதியைப் பற்றி யோசித்துப் பார்த்தேன். ஏனென்றால் அது இயற்கை வகுத்திருக்கும் இயல்பான விதி. அதன்படி அவன் சொன்னதைப் பற்றி ஆராய்ந்து பார்க்கும்போது எனக்கு இரண்டு விஷயங்கள் மனதில் பட்டன. ஒன்று அவன் தன் உண்மையான நோக்கத்தைத் தான் என்னிடம் சொல்லி யிருக்கிறானா என்ற சந்தேகம். இரண்டாவது அவன் வெளிப் படுத்தும் முதல் நோக்கத்துக்குப் பின்னால் மறைவான வேறொரு உள்நோக்கமும் இருக்கிறது என்பது. அப்படி இருந்தால் என் அன்பு நண்பா, உன் கவிதைத்தனமான மூளைகூட அவன் என்னை சுரண்டிக் கொண்டிருக்கிறான் என்பதைக் கண்டுபிடித்து விடும். அவன் கொடுத்த வேலைக்கு ஒரு ரூபிள் மதிப்பு என்றால், அதற்குள்ளே மறைந்திருந்த வேலை நான்கு ரூபிள் மதிப்புடையதாக கூட இருக்கலாமே? நான்கு ரூபிள் மதிப்பு பெறும் வேலையை

ஒரு ரூபிளுக்குச் செய்து கொடுத்தால் நான் ஒரு முட்டாள்தானே? அதனால் நான் அதைப் பற்றி ஆராயத் தொடங்கினேன். பல வகையான ஊகங்கள் செய்தேன். சிறிது சிறிதாக எனக்கு விஷயம் தெளிவாக ஆரம்பித்தது. எனக்கு ஒரு சில விஷயங்கள் அவனிட மிருந்து கிடைக்கும். வேறொருவரிடமிருந்து சில தகவல்களைப் பெற்றேன். மூன்றாவதாக என் சொந்த அறிவைப் பயன்படுத்தினேன். நான் ஏன் அப்படிச் செய்ய வேண்டும். என் நோக்கம் என்ன வென்று நீ கேட்கலாம். சொல்கிறேன். கேட்டுக் கொள். குறிப்பிட்ட ஏதோ ஒரு விஷயத்தில் ஒரு வகையான பயமும், கலவரமும் கொண்டிருந்தான் வால்காவ்ஸ்கி என்பது எனக்கு நன்றாகப் புலப்பட்டது. ஆனால் நன்றாக யோசித்துப் பார்த்தால் போயும் போயும் ஏன் அவன் அப்படிப் பயப்பட வேண்டும் என்றுதான் தோன்றும். ஒரு தகப்பனிடமிருந்து மகனைப் பிரித்துக் கொண்டு வந்தான். ஒரு குழந்தையோடு அவளைக் கை விட்டு விட்டான். அதில் என்ன அதிசயம் இருக்கிறது? அவனுடைய நிலையில் வைத்துப் பார்க்கும் போது அது ஒரு வசீகரமான இனிமையான குறும்பு மட்டும்தான் இல்லையா? இளவரசனைப் போன்ற அந்தஸ்தில் உள்ள ஒரு மனிதன் அதில் பயப்பட எதுவுமில்லையே? ஆனாலும் அவன் பயந்திருந்தான். அதுவே என்னைச் சந்தேகப்பட வைத்தது. எனக்கு மிகவும் சுவாரசியமான தடயங்கள், தகவல்கள் கிடைத்தன பையா! யார் மூலம் தெரியுமா? அந்த ஹென்ரிச் வழியாகத்தான். அவன் எப்போதோ இறந்து போய் விட்டான். ஆனால் அவனுக்கு ஒரு முறைப் பெண் இருந்தாள். அவள் வழியாகத்தான் எனக்குப் பல விஷயங்கள் கிடைத்தன (அவள் பீட்டர்ஸ்பர்க்கில் இருக்கும் ஒரு பேக்கரி கடைக்காரரைத் திருமணம் செய்து கொண்டு இங்கே வாழ்ந்து வருகிறாள்).

ஒரு காலத்தில் ஹென்ரிச் மீது பைத்தியக்காரத்தனமான காதல் கொண்டிருந்தவள் அவள். தொந்தியும் தொப்பையுமான அந்த பேக்கரிக்காரனோடு வாழ்ந்து எட்டு குழந்தைகளைப் பெற்றெடுத்த பிறகும்கூடப் பதினைந்து வருடங்களாக ஹென்ரிச்சைத் தொடர்ந்து காதலித்துக் கொண்டுதான் இருக்கிறாள் அவள். சிக்கலான பல தந்திரங்கள் செய்து முக்கியமான ஒரு விஷயத்தை அவளிடமிருந்து தெரிந்து கொண்டேன். ஜெர்மானியர்களுக்கே உரிய வழக்கப்படி ஹென்ரிச் அவளுக்குக் கடிதங்கள் எழுதியிருக் கிறான். தன் நாட்குறிப்பை அனுப்பியிருக்கிறான், இறப்பதற்கு முன் தன்னைக் குறித்த சில ஆவணங்களையும் அனுப்பியிருக்கிறான் என்பதுதான் அது. அந்த முட்டாள் பெண்ணுக்குக் கூட கடிதங் களில் இருந்த முக்கியமான எந்த விவரமும் புரியவில்லை. நிலவைப்

பற்றியும், 'அகஸ்டின்'* பாலைப் பற்றியும் 'வீலாண்ட்'** குறித்தும் அவன் ஆங்காங்கே எழுதியிருக்கும் சிறு குறிப்புக்கள் மட்டுமே அவளுக்குப் புரிந்தன. ஆனால் அந்தக் கடிதங்களிலிருந்து தேவை யான பல விஷயங்கள் எனக்குக் கிடைத்தன. புதிய துப்பு ஒன்றும்கூட எனக்குத் தட்டுப்பட்டு விட்டது. ஸ்மித்தைப் பற்றி, அவரது பணத்தை எடுத்துக் கொண்டு அவரது மகள் ஓடியது பற்றி, பிறகு வால்காவ்ஸ்கியிடம் அது வந்து சேர்ந்தது பற்றி என்று எல்லாவற்றையுமே நான் கண்டுபிடித்து விட்டேன். உணர்ச்சிபூர்வமான சில சிறிய சொற்கள், குழப்பமான சில சொற்பிரயோகங்கள், பல வகையான உருவகங்கள் இவற்றுக்கு நடுவே ஒளிந்து கிடந்த அந்த மிக முக்கியமான உண்மையை எப்படியோ நான் கண்டுபிடித்து விட்டேன். ஆனால் வான்யா மறுபடியும் சொல்கிறேன். எதுவுமே அப்படி வெளிப்படையாகத் தெரியும்படி சொல்லப்பட்டிருக்க வில்லை. அந்த முட்டாள் ஹென்ரிச் வேண்டுமென்றேதான் அப்படிச் சொல்லவில்லை. அதைப் பற்றி வாயே திறக்கவில்லை. குறிப்பாக, புதிர்கள் போல் மட்டுமே ஆங்காங்கே ஏதோ எழுதி யிருந்தான் அவன்.

அவன் குறிப்பாகச் சொல்லியிருந்ததையெல்லாம் என் மனதுக்குள் போட்டு ஒன்றோடொன்று இணைத்துப் பார்த்த போதுதான் படிப்படியாக என்னுள் அந்த உண்மை வெளிச்சமாகத் தொடங்கியது. இளவரசர் சட்டபூர்வமாகத்தான் ஸ்மித்தின் பெண்ணை மணந்து கொண்டிருக்கிறார். அந்தத் தகவலில் பிழையில்லை, அது சரியானதுதான். ஆனால் அவர்கள் எங்கே, எப்பொழுது, எப்படித் திருமணம் செய்து கொண்டார்கள், அது வெளிநாட்டிலா, இங்கேயா? அப்படியானால் அந்த ஆவணங்கள் எங்கே?–இவை ஒன்றும் தெரியவில்லை. ஒரு சின்ன துப்புகூட அதைப் பற்றிக் கிடைக்கவில்லை. வான்யா என் அருமை நண்பா! இந்த விஷயங்களை இரவும் பகலுமாகத் தேடி நான் முடியைப் பிய்த்துக் கொண்டிருப்பதுதான் மிச்சம்."

"கடைசியில் ஒரு வழியாக ஸ்மித் இருக்கும் இடத்தையும் கண்டுபிடித்து விட்டேன். அவனோ அங்கிருந்து வெளியில் சென்று இறந்து போனான். அவனை உயிரோடு பார்க்க முடியாமல் போய் விட்டது. பிறகு எந்தப் பெண்ணை நான் கண்காணித்துக் கொண்டிருந்தேனோ அவள் வாஸிலெய்வ்ஸ்கி தீவில் இறந்து விட்டாள் என்பது தற்செயலாக எனக்குத் தெரிய வந்தது. அந்தத் தடத்தைப் பற்றிக் கொண்டு தேடவும், விசாரிக்கவும் தொடங்கினேன்.

---

* அகஸ்டின் : புகழ் பெற்ற வியன்னா பாடல் (1800).

** 'வீலாண்ட்' : ஐரோப்பியத் தொன்மைக் கதை.

வாஸிலெய்வ்ஸ்கி தீவுக்கு விரைந்தேன். அப்போதுதான் நாம் சந்தித்தோம். அது உனக்கு நினைவிருக்கிறதா வான்யா? அந்தச் சந்தர்ப்பத்தில் நிறைய இடங்களை என்னால் கண்டுபிடிக்க முடிந்தது. குறிப்பாகச் சொல்லப் போனால் அந்தக் கட்டடத்தில் நெல்லியும் கூட எனக்கு மிகவும் உதவியாக இருந்தாள்."

"இதோ பார்" என்றபடி பேச்சை இடைமறித்தேன்.

"நெல்லிக்கு அந்த விஷயம் தெரியுமென்றா நினைக்கிறாய்?"

"எந்த விஷயம்?"

"தான் இளவரசன் வால்காவ்ஸ்கியின் மகள் என்று."

"ஏன் இப்போது உனக்கே தெரியுமே அவள் இளவரசரின் மகள் தானென்று?" என்று என்னைச் சற்று கோபத்துடன் பார்த்தபடி கத்தினான் அவன்.

"இப்படிப்பட்ட பயனற்ற கேள்விகளை ஏன் கேட்கிறாய் முட்டாளே? தான் அவனுடைய மகள் என்பது மட்டுமல்ல. தான் அவனது சட்டபூர்வமான மகள் என்பதுகூட அவளுக்குத் தெரியும். நான் சொல்வது புரிகிறதா?"

"அப்படி இருக்கவே இருக்காது" என்று கத்தினேன்.

"அப்படி இருக்காது என்றுதான் முதலில் நானும் எனக்குள் சொல்லிக் கொண்டேன். இப்போதும்கூட சில சமயம் அப்படிச் சொல்லிக் கொள்ளத்தான் செய்கிறேன். ஆனால் உண்மை அதுதான்...! எல்லா சாத்தியக் கூறுகளையும் பார்த்தால் அதுதான் உண்மையாக இருக்க முடியும்."

"இல்லை மாஸ்லோபோயேவ், அப்படி இருக்க முடியாது. உன் கற்பனை தறி கெட்டு ஓடுகிறது" என்று கத்தினேன் நான். அவளுக்கு அது தெரியாது என்பது மட்டும் இல்லை. அவள் அவனது சட்டபூர்வமான குழந்தையும் இல்லை. அவளது அம்மாவிடம் அதை நிரூபிப்பதற்கான சட்டபூர்வமான ஆவணங்கள் இருந்திருந்தால், பீட்டர்ஸ்பர்க்கில் இத்தனை துன்பங்களைச் சகித்துக் கொண்டு பேசாமல், இருந்திருப்பாளா? எல்லாவற்றுக்கும் மேல் தன் குழந்தையை இப்படிப்பட்ட துரதிருஷ்டமான நிலையில் அனாதையாக விட்டிருப்பாளா? நீ சொல்வதெல்லாம் அபத்தம்! அப்படி இருக்க வாய்ப்பே இல்லை."

"நானும் அதையேதான் யோசித்துப் பார்த்தேன். சொல்லப் போனால் இன்று, இந்த நிமிடம் வரையிலும்கூட அது எனக்கு ஒரு புதிராகத்தான் இருக்கிறது. ஆனால் இன்னொரு விஷயம் நீ நினைத்துப் பார்க்க வேண்டும். ஸ்மித்தின் மகள் இந்த உலகத்திலேயே பெரிய பைத்தியக்காரி. வழக்கத்திற்கு மாறான வினோத

குணம் படைத்தவள். எல்லா விஷயங்களைப் பற்றியும் அளவுக்கு அதிகமாக... உச்சபட்சமாக மிகைப்படுத்திப் பார்க்கும் குணம். ஒரு விஷயத்தை எடுத்துக்கொள்ளலாமே. முதலிலிருந்தே தேவதைகள் நிறைந்த சொர்க்க பூமியைக் கனவு கண்டவள் அவள். அவள் கொண்டிருந்த காதல் எல்லையற்றது, அவள் வைத்திருந்த நம்பிக்கையும் அளவு கடந்தது. அதனால் அளவு கடந்த துயரமே அவளைப் பைத்தியமாக்கி இருக்கக்கூடும் என்று நான் உறுதியாக நம்புகிறேன். தான் அவனுக்குச் சலித்துப் போய்விட்டோமே, அவன் தன்னைக் கைவிட்டு விட்டானே என்பதுகூட அவளை அதிகம் பாதிக்கவில்லை. ஆனால் அவனைப் பற்றிய தன் கணிப்பு தவறாகி விட்டதே, அவன் தன்னை ஏமாற்றிக் கைவிடக் கூடும் என்பதை உணர்ந்துகொள்ளத் தவறிவிட்டோமே, தான் தேனாக நினைத்தவன் வெறும் சேற்றுக் குப்பையாக மாறித் தன்னை இழிவு படுத்தி விட்டானே, அவமானப்படுத்தி விட்டானே என்பதுதான் அவள் கொண்ட பெரிய துயரம். யதார்த்தத்தைப் பார்க்காமல் எப்போதும் கற்பனையிலேயே சிறகடித்து வந்த அவளது உள்ளத்தால் அந்த மாற்றத்தை ஏற்றுக்கொள்ள முடியவில்லை. எல்லாவற்றுக்கும் மேலாக அவள்பட்ட அவமதிப்பு. தனக்கு இழைக்கப்பட்ட மிகப் பெரிய அவமதிப்பாக அவள் அதை உணர்ந்தாள். அவள் அவனைக் கண்டு பயந்தாள். அதைவிட அதிகமாக அவன்மீது அளவுகடந்த வெறுப்பை உண்டாக்கியது அவளது சுயகௌரவம். அவனைப் பார்க்கவே விருப்பமில்லாமல் கூசிச் சுருங்கிப் போனாள் அவள். அவனுடன் கொண்ட எல்லா வகையான தொடர்புகளையும் கத்தரித்தாள். எல்லா ஆவணங்களையும் கிழித்துப்போட்டாள். பணத்தைத் தூசாக எண்ணி, அதை வாங்க மறுத்து, அதன்மீது காறி உமிழ்ந்தாள். அந்தப் பணம் தன்னுடையதில்லை, தன் தந்தையுடையது என்பதை அவள் அப்போது நினைவில் கொள்ளவில்லை. தன்னை அவமானப்படுத்தி ஏமாற்றியவனைத் தன் ஆன்ம பலத்தால் நசுக்கிப் போடுவதே அவளது நோக்கமாக இருந்தது. அவன், தன்னைச் சுரண்டிய ஒரு திருடன் என்பதால் காலம் முழுவதும் அவனை வெறுக்க உறுதி பூண்டாள். அவனது மனைவி என்று குறிப்பிடப்படுவதுகூடத் தன்னை அகௌரவப்படுத்துவதாகவே இருக்கும் என்று அவள் எண்ணினாள். விவாகரத்து என்பது ரஷ்யாவில் இல்லை என்றாலும் எல்லா விதங்களிலும் அவர்கள் பிரிந்துவிட்டார்கள். அதற்குப் பிறகு அவனிடம் போய் அவள் எப்படி உதவி கேட்க முடியும்? மரணப் படுக்கையில் இருந்தபோது அந்தப் பைத்தியக்காரி, தன் மகள் நெல்லியிடம் சொன்ன வார்த்தைகள் நினைவிருக்கிறதா உனக்கு? "அவர்களிடம் மட்டும் போகாதே! வேலைக்குப் போ. அப்படியே

மடிந்து போனாலும் போ. ஆனால் யார் வந்து கூப்பிட்டாலும் அவர்களிடம் மட்டும் போகாதே" இந்த நிலையிலும் கூடத் தன்னைத் தேடி யாராவது வரக்கூடுமோ என்று நெல்லியின் தாய் நம்பிக்கொண்டிருந்திருக்கிறாள். அவ்வாறு வந்தால் அவர்களைப் பழி தீர்க்க, அவர்கள் மீது மீண்டும் (வெறுப்பைக் கொட்ட ஒரு சந்தர்ப்பம் கிடைக்கக்கூடும் என்று நினைத்திருக்கிறாள். வெறுப்பு மட்டுமே அவளது உணவாக இருந்திருக்கிறது). இப்போது நெல்லி பேசியதிலிருந்து எனக்கு நிறைய விஷயம் கிடைத்தது நண்பா! இப்போதும்கூட அவளிடமிருந்து தகவல் பெற முடியுமா என்று பார்த்துக்கொண்டிருக்கிறேன் நான். நெல்லியின் அம்மா உடல் நலமில்லாமல் காசநோயுடன் இருந்தது உண்மைதான். குறிப்பாக அந்த வியாதி, கசப்புணர்வையும், எரிச்சலையும் மேலும் மேலும் அதிகரிக்கக் கூடியதுதான். ஆனாலும், கூட புப்னோவாவுடன் கூட இருக்கும் ஒரு பெண்ணிடமிருந்து நெல்லியின் தாய் வால் காவ்ஸ்கிக்கு ஒரு கடிதம் எழுதினாள் என்ற உறுதியான செய்தி எனக்குத் தெரிய வந்தது. ஆம்... அது நிச்சயமான தகவல்தான்! அவனுக்கு அவள் எழுதினாள் என்பது உண்மைதான்."

"அப்படியா... அவள் கடிதம் எழுதினாளா? அவனுக்கு அது கிடைத்ததா?" என்று பொறுமையின்றிக் கத்தினேன் நான்.

"அதுதான் விஷயம்! அவனுக்கு அது கிடைத்ததா, இல்லையா என்பது எனக்குத் தெரியாது. ஒருமுறை ஸ்மித்தின் மகள், அந்தப் பெண்ணை ஒரு உதவிக்காக அணுகியிருக்கிறாள் (புப்னோவாவின் வீட்டில் ஆபாசமான தோற்றத்தோடு ஒரு பெண்ணைப் பார்த் தாயே ஞாபகமிருக்கிறதா? அவள் இப்போது சிறையில் இருக் கிறாள்). நெல்லியின் தாய் ஒரு கடிதத்தை எழுதி, இந்தக் குறிப்பிட்ட பெண்ணிடம் கொடுத்து உரியவரிடம் சேர்க்கச் சொல்லியிருக்கிறாள். ஆனால் உடனேயே அதைத் திரும்ப வாங்கிக் கொண்டு விட்டாள். அது நடந்தது அவள் இறப்பதற்கு மூன்று வாரங்களுக்கு முன்பு. இதில் கவனிக்க வேண்டிய விஷயம் ஒன்று இருக்கிறது. ஒரு தடவை அதை அனுப்ப நினைத்துத் திரும்பப் பெற்றுக்கொண்டு விட்டாலும் வேறு எப்போதாவது அதை அவள் அனுப்பியும் இருக்கலாமே? ஆனால் அதை அவள் அனுப்பி விட்டாளா, இல்லையா என்பதெல்லாம் எனக்குத் தெரியாது. ஆனால் அவள் அனுப்பியிருக்க மாட்டாள் என்று நம்புவதற்கு ஒரு காரணம் இருக் கிறது. அவள் பீட்டர்ஸ்பர்க்கில்தான் வசித்து வந்தாள். குறிப்பாக எந்த இடத்தில் இருந்தாள் என்பதையே அவள் இறந்த பிறகுதான் உறுதியாகத் தெரிந்துகொண்டான் வால்காவ்ஸ்கி. அவனுடைய மனதில் அப்போது எவ்வளவு நிம்மதியும், ஆனந்தமும் கிடைத் திருக்கும் என்பதை என்னால் எண்ணிப் பார்க்க முடிகிறது."

“ஆமாம். தன் தந்தைக்கு ஏதோ ஒரு கடிதம் வந்ததென்றும் அதிலிருந்த விஷயம் அவரை மிகவும் திருப்திப்படுத்துவதாகவும், மகிழ்ச்சியளிப்பதாகவும் இருந்ததென்று அல்யோஷா ஒருமுறை சொன்னான். ஆனால் அது சமீபத்தில்... இரண்டு மாதங்களுக்கு முன்புதான். சரி, பிறகு? என்ன நடந்தது சொல். அப்புறம் வால்காவ்ஸ்கியை எப்படிச் சமாளித்தாய்?”

“எப்படிச் சமாளிப்பதா? ஒரு விஷயத்தைப் புரிந்துகொள். நான் கண்டுபிடித்த செய்தியில் எனக்கு மிக உறுதியான தார்மீக நம்பிக்கை இருந்தது உண்மைதான். ஆனால் அதற்கு ஒரு சிறிய ஆதாரம்கூட இல்லையே? அவ்வளவு முயற்சி செய்த பிறகும் ஒரு ஆதாரம் கூடக் கிடைக்கவில்லையே? என் நிலைமை எப்படி இருந்திருக்கும். யோசித்துப் பார். நான் வேறு நாடுகளில் விசாரித்துப் பார்த்திருக்கலாம். ஆனால்... எங்கே விசாரிப்பது என்று எனக்குத் தெரியவில்லை. நான் மிகப் பெரிய போராட்டத்தில் இருப்பதை உணர்ந்துகொண்டேன். அவனைவிட அதிகமான விஷயங்கள் எனக்குத் தெரியும் என்பது போலக் காட்டிக்கொண்டு அவ்வப்போது ஜாடைமாடையாக குறிப்பாக எதையாவது சொல்லி அவனைப் பயங்காட்ட மட்டும்தான் என்னால் முடிந்தது.”

“அப்புறம் என்ன நடந்தது?”

“அவன் அசைந்து கொடுக்கவில்லை. ஆனாலும் ஏதோ ஒரு வகையில் அவன் பயந்துவிட்டான். இப்போதுகூட பயத்துடன்தான் இருக்கிறான்.

நாங்கள் பலமுறை சந்தித்தோம்! ஒவ்வொரு முறையும் ‘லாசரஸ்’ போலவே உயிர்த்தெழுந்து வந்தான் அவன். ஒரு கட்டத்தில் தன் கதை முழுவதையும் அவன் என்னிடம் கொட்டத் தொடங்கிவிட்டான். எனக்கு எல்லாம் தெரியும் என்ற எண்ணம். அப்போதுதான் அவனுக்குத் தோன்றியிருக்க வேண்டும். அவன் உணர்ச்சிபூர்வமாக, நன்றாகத்தான் பேசினான். ஆனால் வெட்கமில்லாமல் புளுகிக்கொண்டும் இருந்தான். அப்போதுதான் அவனுக்கு என்னிடம் எந்த அளவு பயம் இருக்கிறது என்பது எனக்குத் தெரிந்தது. அவன் சொல்வதை வாய் பேசாமல் கேட்டுக் கொண்டு, அதே நேரத்தில் அவனைவிட அதிக விஷயம் எனக்குத் தெரியும் என்பது போல நடிக்கவும் செய்தேன். அவனைப் பயமுறுத்த – மிகவும் பயமுறுத்த–வேண்டுமென்றே முயற்சித்தேன். வேண்டுமென்றே அவனை மிரட்டவும், அவனிடம் மடத்தனமாக நடந்து கொள்ளவும் ஆரம்பித்தேன். அப்போதாவது என்னை ஒரு மூடன் என்று நினைத்துக்கொண்டு ஏதாவது விஷயங்களை வெளியே விடமாட்டானா என்று நினைத்தேன். அவன் அதைக் கண்டுபிடித்து விட்டான். போக்கிரி. இன்னொரு முறை

குடிபோதையில் இருப்பதுபோல பாவனை செய்தேன். அதுவும் அவனிடம் பலிக்கவில்லை. தந்திரக்கார நரி! நான் சொல்வதை உன்னால் புரிந்துகொள்ள முடிகிறதா வான்யா? அவனுக்கு என்னிடம் எந்த அளவு பயம் இருக்கிறது என்பதையும் நான் கண்டுபிடிக்க வேண்டும். அதே சமயத்தில் அவனைவிட எனக்கு நிறைய விஷயம் தெரியும் என்றும் அவனை நம்ப வைக்க வேண்டும்."

"சரி... முடிவில் என்ன ஆயிற்று?"

"எதுவும் இல்லை... எனக்குச் சரியான ஆதாரங்கள், தகவல்கள் தேவைப்பட்டன. ஆனால் நான் அவனைப் பற்றி அவதூறு பரப்பி அவன் பெயரைக் கெடுத்துவிட வாய்ப்பிருக்கிறது என்பதை மட்டும் அவன் புரிந்துகொண்டான். அப்படிப்பட்ட வதந்திக்குத் தான் அவன் பயந்தான். அவன் அதற்குப் பெரிதும் பயந்ததற்குக் காரணம் இங்கே சில தொடர்புகளை உண்டாக்கிக் கொள்ள ஆரம்பித்து விட்டதுதான். அவன் திருமணம் செய்து கொள்ளப் போகிறான், தெரியுமா உனக்கு?"

"இல்லை தெரியாது."

"அடுத்த வருடம் செய்துகொள்ளப் போகிறான். ஒரு வருடத்துக்கு முன்னரே எதிர்கால மணப்பெண்ணையும் தேர்ந்தெடுத்து விட்டான். அப்போது அவளுக்குப் பன்னிரண்டு வயது. இப்போது பதினைந்து. பாவம் அந்தக் குழந்தை இன்னும் அந்த வயதுக்குரிய கையில்லாத மேல் சட்டையுடன்தான் இருக்கிறாள். அவள் பெற்றோர் மகிழ்ந்து போயிருக்கிறார்கள். இப்போது பார்த்தாயா... தன் மனைவி இறக்க வேண்டும் என்பதில் அவன் எவ்வளவு குறியாக இருந்திருப்பான். புரிகிறதா? இந்தச் சின்னப் பெண் ஒரு தளபதியின் மகள். பணக்காரக் குடும்பம். குவியல் குவியலாய்ப் பணம். நீயோ நானோ அப்படிப்பட்ட ஒரு திருமணத்துக்கு ஒருநாளும் ஒப்பமாட்டோம் வான்யா...! நான் உயிரோடு இருக்கும் வரை ஒரே ஒரு விஷயத்துக்கு மட்டும் என்னை நானே ஒருபோதும் மன்னித்துக்கொள்ள மாட்டேன்" என்று கத்தியபடி தன் கை முஷ்டியால் மேசையின் மீது ஓங்கிக் குத்தினான் மாஸ்லோபோயேவ்.

"இரண்டு வாரத்துக்கு முன்பு அந்தக் கேடுகெட்ட மனிதன் என்னைத் தோற்கடித்து விட்டான் வான்யா?"

"எப்படி?"

"நடந்தது இதுதான். தொடர்ந்து துப்பறிவதற்கு என்னிடம் உருப்படியாக எதுவும் இல்லை என்பதை அவன் அறிந்து கொண்டு விட்டான் என்பதை நான் கண்டுகொண்டேன். அந்த விஷயத்தை நான் நீட்டித்துக்கொண்டே போகப் போக என்னால் செய்யக் கூடியது எதுவுமில்லை என்பதை அவனும் சீக்கிரம் புரிந்து

கொண்டு விடுவான் என்பதை நானும் உணர்ந்து கொண்டேன். அதனால் அவனிடமிருந்து இரண்டாயிரம் ரூபிள்கள் பெற்றுக் கொள்ள நானும் ஒப்புக்கொண்டு விட்டேன்."

"என்ன...? இரண்டாயிரம் ரூபிள்கள் வாங்கிக்கொண்டாயா?"

"வெள்ளிக் காசுகள் வான்யா! என் தொண்டையில் முள்ளாக அது அடைக்கத்தான் செய்தது. ஆனாலும் அதை நான் வாங்கிக் கொண்டேன். நீயே நினைத்துப் பார்...! நான் செய்த வேலைக்குப் போயும் போயும் இரண்டாயிரமா? அதை வாங்கிக்கொள்வதே அவமானம்தான். அவன் என் முகத்தில் காறி உமிழ்ந்ததைப் போலிருந்தது எனக்கு."

"மாஸ்லோபோயேவ் நீ செய்த வேலைக்கு நான் இன்னும் எதுவும் பணம் தரவில்லை" என்றான் அவன். (ஆனால் நாங்கள் பேசிக்கொண்டதுபோல நூற்றைம்பது ரூபிள்களை அவன் முன்பே எனக்குக் கொடுத்துவிட்டான்).

"நல்லது... நான் இனிமேல் வரமாட்டேன். இதோ இரண்டாயிரம் ரூபிள். நமக்குள் உள்ள கணக்கெல்லாம் இதோடு தீர்ந்துவிட்டதென்று நம்புகிறேன்" என்றான் அவன். 'முழுவதும் தீர்ந்துவிட்டது' என்று அந்தக் கேவலமான முகத்தைக்கூடப் பார்க்காமல் நான் பதிலளித்தேன். "நீ எனக்குச் செய்த வேலை மிகவும் குறைவுதான். ஆனால் உன்னைப் போல ஒரு முட்டாளுக்கு நான் இதைக் கொடுப்பது என் நல்ல மனதால் மட்டுமே" என்று அந்த முகத்தில் எழுதப்பட்டிருந்திருக்கும் என்பது எனக்குத் தெரியும். அவனிடமிருந்து எப்படி விடைபெற்று வந்தேன். எதுவும் எனக்கு ஞாபகமில்லை."

"ஆனால் நீ செய்தது மிகவும் இழிவானது மாஸ்லோபோயேவ்" என்று கத்தினேன்.

"நெல்லிக்காக நீ என்ன செய்தாய்?"

"நான் செய்தது இழிவானது மட்டும் இல்லை. மிகப் பெரிய குற்றம். அருவருக்கக்கூடிய அசிங்கம். அது விவரிக்க முடியாத தவறுதான்."

"கடவுளே! நெல்லிக்கு வேண்டியதையாவது அவன் கொடுத்தாக வேண்டும்தானே?"

"கட்டாயம் கொடுத்தாக வேண்டும். ஆனால் அவனை எப்படி எதை வைத்து வற்புறுத்த முடியும்? எப்படி அவனை மிரட்ட முடியும்? அதற்கெல்லாம் வழியே இல்லை. அவனை அச்சுறுத்தவே முடியாது. நான் அவனிடமிருந்து பணத்தை வாங்கிக்கொண்டு விட்டதால் அவனைப் பற்றி நான் கொண்டிருந்த

சந்தேகங்களுக்கெல்லாம் விலை இரண்டாயிரம் ரூபிள்கள் வெள்ளிக்காசுகள்தான் என்று நானே ஒத்துக்கொண்டது போல ஆகிவிட்டது. எனக்கு நானே அப்படி ஒரு விலை வைத்துக் கொண்டுவிட்டேன். இனிமேல் அவனை எப்படிப் பயமுறுத்த முடியும்?"

"எல்லாம் அவ்வளவுதானா? நெல்லியைப் பொறுத்தவரை எல்லாமே தொலைந்தது தொலைந்ததுதானா?" என்று விரக்தியோடு ஓலமிட்டேன்.

"நிச்சயமாக அப்படி ஆகிவிடாது! உன் மீது ஆணை" என்று தீவிர வைராக்கியத்துடன் உலுக்கிவிட்டதுபோல் பேச ஆரம்பித்தான் மாஸ்லோபோயேவ்.

"அப்படியெல்லாம் அவனை எளிதில் விட்டுவிட மாட்டேன். மீண்டும் முதலிலிருந்து எல்லாவற்றையும் தொடங்குவேன் வான்யா! என் மனதுக்குள் அப்படித்தான் முடிவு செய்து வைத்திருக்கிறேன். இரண்டாயிரத்தை நான் வாங்கிக்கொண்டால் என்ன? அதனால் என்ன வந்தது இப்போது? அது எக்கேடு கெட்டும் போகட்டும். நான் பட்ட அவமானத்துக்காக, நான் அந்த ராஸ்கலால் ஏமாற்றப்பட்டதற்காக – என்னை ஏமாற்றிவிட்டு அவன் என்னைப் பார்த்துச் சிரித்ததற்காக–அந்தத் தொகையை வாங்கிக் கொண்டதாக நினைத்துக் கொள்கிறேன். அந்தப் போக்கிரி என்னை ஏமாற்றி முட்டாளாக்கி விட்டான். ஆனால் நான் விட மாட்டேன்... யாரும் என்னைப் பார்த்துச் சிரிக்கவோ, முட்டாளாக்கவோ நான் விடமாட்டேன். இபபோது நான் நெல்லி யிலிருந்தே எல்லாவற்றையும் தொடங்கப் போகிறேன் வான்யா. நான் கவனித்துப் பார்த்தவரை அதற்கான எல்லாத் துப்புகளும் அவளிடமிருந்தே கிடைக்கக்கூடும் என்று எனக்குத் தோன்றுகிறது. அவளுக்கு எல்லாமே தெரியும்! ஆம்... அது சம்பந்தப்பட்ட எல்லா வற்றையும் அவள் அறிந்திருக்கிறாள். அவள் தாயே அவளிடம் அவற்றைச் சொல்லியிருக்கிறாள். ஜன்னி கண்டு பிதற்றியபோது, அநாதரவாய்ச் சோர்வுற்றுக் கிடந்தபோது அவள், நெல்லியிடம் நிச்சயம் எல்லாமே சொல்லியிருக்கிறாள். சொல்லிக் கொள்ள நெல்லியைத் தவிர அவளுக்கு வேறு யாருமே இல்லாததால் நெல்லியிடம் சொல்லியிருப்பாள். நமக்கு ஏதாவது சில பழைய ஆவணங்கள்கூடக் கிடைக்க வாய்ப்பிருக்கிறது" என்று உணர்ச்சி வசப்பட்ட நிலையில் கைகளை ஒன்றோடொன்று கோர்த்துக் கொண்டே சொன்னான் அவன்.

"நான் ஏன் இங்கேயே வட்டமடித்துச் சுற்றிக்கொண்டிருக்கிறேன் என்பது இப்போது புரிகிறதா வான்யா?"

"நிச்சயமாக உன்னோடு நான் கொண்டிருக்கும் நட்புதான் அதற்கு முதல் காரணம். ஆனால் அதோடு நெல்லியின் மீதும் ஒரு கண் வைத்துக்கொள்வதை மிகவும் முக்கியமாக நினைக்கிறேன். இன்னுமொரு விஷயம் வான்யா! நீ விரும்புகிறாயோ, இல்லையோ கட்டாயம் உன்னால் எனக்கொரு உதவி வேண்டியிருக்கிறது. காரணம் நெல்லிக்கு உன் மீது ஒட்டுதல் இருப்பதால் உன் செல்வாக்குதான் அவளிடம் எடுபடும்."

"கட்டாயம்...! உறுதியாக அதைச் செய்கிறேன்" என்று சத்தமாகச் சொன்னேன்.

"நீ செய்யப் போவதெல்லாம் பாவப்பட்டுப் புண்பட்டுப் போயிருக்கும் அந்த அனாதைக் குழந்தை நெல்லிக்காகத்தான். அது, அவளது நன்மைக்காகத்தான் இருக்குமே தவிர, உன் தனிப்பட்ட லாபத்துக்காக இருக்காதென்றே நம்புகிறேன்."

"என் அப்பாவிப் பையா! யாருடைய லாபத்துக்காக நான் செய்தாலென்ன? அதைப் பற்றி உனக்கென்ன வந்தது? விஷயத்தைச் செய்து முடிப்பதுதான் முக்கியம். அந்த அனாதைக் குழந்தைக்குத் தான் முதல் முக்கியத்துவம் என்பது நிச்சயம். அதில் மாற்றமே இல்லை. அது இயல்பான மனிதத்தன்மை. ஆனால் அதே சமயத்தில் என்னைப் பற்றியும் நான் சற்று அக்கறை எடுத்துக் கொண்டால், அதை வைத்து என்னைக் கடுமையாக எடை போட்டு விடாதே வான்யா! நானும் ஒரு பாவப்பட்ட ஏழைதான். ஏழை மக்களை அவமதிக்க அந்த மனிதனுக்கு எந்த உரிமையும் இல்லை. நியாயமாக எனக்கு உரியதைத் தராமல் ஏமாற்றி என்னை முட்டாளாக்கி கேலி செய்து சிரிக்கும் ஒரு போக்கிரியை அப்படியே போகட்டும் என்று நான் விட்டுவிடுவேன் என்றா நினைக்கிறாய்? சரி, நாளைக் காலை பார்ப்போம்."

*

ஆனால் திட்டமிட்டபடி மறுநாள் எங்கள் மலர் அலங்காரம் கைகூடவில்லை. நெல்லியின் நிலை மிகவும் மோசமானதால் அவளால் அறையை விட்டு வெளியே வர முடியவில்லை. அதன் பிறகு அவள் அறையிலிருந்து ஒருபோதும் வெளியே வரவில்லை.

இரண்டு வாரம் சென்றபின் அவள் இறந்து போனாள். கடைசி இரண்டு வாரங்கள் அவள் அனுபவித்த அவஸ்தையால், அவள் தன் முழுமையான சுயநினைவுக்கு மீளவே இல்லை. வினோதமான கற்பனைகளிலிருந்தும் அவள் விடுபடவில்லை. அவளது மனமே இருண்டு போனது போல் இருந்தது. இறக்கும் வரை, தன் தாத்தா தன்னைக் கூப்பிடுவது போலவும், தான்

வராமல் இருப்பதில் அவர் கோபம் கொள்வது போலவும் கைத்தடியால் தன்னை அடிப்பது போலவும், ரொட்டியும், மூக்குப் பொடியும் வாங்கிவரச் சொல்வது போலவும் அவள் உறுதியாக நம்பிக்கொண்டே இருந்தாள். தூக்கத்தில் அடிக்கடி அழுதாள். தூங்கியெழுந்ததும் தன் அம்மாவைப் பார்த்ததாகச் சொல்வாள்.

மிக அரிதாக—ஒரு சில சமயங்களில் அவள் மனம் தெளிவாகும். அப்படிப்பட்ட ஒரு தருணத்தில் நாங்கள் இருவர் மட்டும் தனியாக இருந்தபோது, என் பக்கம் பார்த்தபடி காய்ச்சலால் கொதிக்கும் மெலிந்துபோன தன் சிறு கரங்களால் என் கையைப் பற்றிக் கொண்டு, "வான்யா நான் இறந்து போன பிறகு நீங்கள் நடாஷாவைத் திருமணம் செய்துகொள்வதாக எனக்கு வாக்குத் தர வேண்டும்" என்றாள். அப்படிப்பட்ட ஒரு எண்ணம் தொடர்ந்து நீண்ட காலமாகவே அவள் மனதில் இருந்திருக்கும் என்று நினைக்கிறேன். நான் எந்தப் பதிலும் சொல்லாமல் அவளை நோக்கிப் புன்னகை செய்தேன். என் புன்னகையைப் பார்த்துவிட்டு அவளும் குறும்பாகத் தன் விரலை என் பக்கம் சுட்டிக்காட்டிச் சிரித்தாள். பிறகு உடனே என்னை முத்தமிடத் தொடங்கிவிட்டாள்.

அவள் இறப்பதற்கு மூன்று நாட்கள் முன்—இனிமையான ஒரு கோடைக்காலத்து மாலை வேளையில், தன் படுக்கையறையின் ஜன்னல் திரைச்சீலைகளை இறக்கி விட்டுவிட்டு ஜன்னல்களையும் திறந்து வைக்குமாறு கேட்டுக்கொண்டாள் அவள். ஜன்னல் வழியே தோட்டம் தெரிந்தது. மறைந்து கொண்டிருந்த சூரிய ஒளியின் பின்னணியில் அடர்த்தியாகக் காட்சியளித்த பசுமையான அந்தத் தோட்டத்தையே நெடுநேரம் உற்றுப் பார்த்துக் கொண்டி ருந்தாள் அவள். எங்கள் இருவரை மட்டும் தனியே விட்டு விட்டு அங்கிருந்து அகன்று செல்லுமாறு மற்றவர்களிடம் திடீரென்று சொன்னாள் அவள்.

அவள் மிக மிக பலவீனமாக ஆகிவிட்டிருந்ததால், காதிலேயே விழாத மிக மெல்லிய குரலில் "வான்யா" என்று என்னை அழைத்தாள்.

"நான் சீக்கிரம் இறந்து விடுவேன். நீங்கள் என்னை எப்போதும் நினைவில் வைத்துக்கொள்ள வேண்டும் என்பதே என் ஆசை. என் ஞாபகமாக உங்களிடம் இதைத் தருவதாக இருக்கிறேன்" என்றபடி தன் கழுத்தில் சிலுவையோடு சேர்ந்தபடி தொங்கிக் கொண்டிருந்த தாயத்தைச் சுட்டிக்காட்டினாள் அவள்.

"அம்மா இறக்கும் தருவாயில் இதை என்னிடம் கொடுத்தாள். நான் இறந்த பிறகு, இதை என்னிடமிருந்து கழற்றி நீங்கள் எடுத்துக் கொள்ளுங்கள். அதைத் திறந்து பார்த்து, உள்ளே இருப்பதை

வாசியுங்கள். இதை உங்களுக்கு மட்டும்தான் கொடுக்கிறேன், இது வேறு யாருக்கும் இல்லை என்று எல்லோரிடமும் இன்றே நான் சொல்லிவிடப் போகிறேன். அதில் எழுதியிருப்பதை நீங்கள் படித்துப் பார்த்ததும், அவனிடம் சென்று நான் இறந்துவிட்டதைச் சொல்லுங்கள். ஆனால் அவனை நான் மன்னிக்கவே இல்லை என்பதைக் கட்டாயம் அவனிடம் தெரிவியுங்கள். சில நாட்களாக நான் புனித நூல் வாசித்துக் கொண்டிருந்ததையும் அவனிடம் சொல்லுங்கள். நம் எதிரிகள் எல்லோரையும் நாம் மன்னித்துவிட வேண்டும் என்று அது சொல்கிறது. அதை நான் வாசித்திருந்த போதும் அவனை நான் மன்னிக்கவே இல்லை. மன்னிக்கவும் மாட்டேன். அம்மா இறந்து போய்க்கொண்டிருந்த அந்த நேரத்தில்– அவளால் பேசக்கூட முடியாமல் போன அந்தத் தருணத்தில்– நான் அவனைச் சபிக்கிறேன் என்றுதான் அவள் இறுதியாகச் சொன்னாள். அதனால் நானும் அவனைச் சபிக்கிறேன். எனக்காக இல்லை? என் அம்மாவுக்காக! அம்மா எப்படி இறந்து போனாள் என்பதையும், புப்னோவாவின் வீட்டில் நான் எப்படித் தனித்து விடப்பட்டேன் என்பதையும், அங்கே நீங்கள் என்னைப் பார்த்த தையும் எல்லாவற்றையுமே அவனிடம் சொல்லுங்கள். அவனிடம் செல்வதைவிட புப்னோவாவிடம் இருப்பது எவ்வளவோ மேல் என்று நான் நினைத்ததையும் சொல்லுங்கள்."

இதைச் சொல்லும் போது நெல்லியின் முகம் வெளுத்துப் போனது. கண்களில் கோபக்கனல் அடித்தது. அவளது இதயம் பயங்கரமாகப் படபடத்தது. அப்படியே தலையணையில் சரிந்து விட்ட அவளால் ஓரிரு நிமிடங்கள் எதுவுமே பேச முடியவில்லை.

"அவர்களையெல்லாம் இங்கே கூப்பிடுங்கள் வான்யா" என்றாள் பலவீனமான குரலில். "அவர்களிடமிருந்தெல்லாம் விடைபெற்றுக்கொள்ள விரும்புகிறேன். நீங்கள் எனக்கு விடை கொடுங்கள் வான்யா."

இறுதி முறையாக என்னை ஆரத் தழுவிக்கொண்டாள்.

மற்றவர்கள் எல்லாரும் உள்ளே வந்தார்கள். அவள் இறந்து கொண்டிருக்கிறாள் என்பதைக் கிழவரால் ஏற்றுக்கொள்ள முடியவில்லை. அதை அவரால் ஜீரணிக்க முடியவில்லை. கடைசித் தருணம் வரை அவர் அவள் குணமாகி விடுவாள் என்றுதான் எங்களிடம் வாதிட்டுக்கொண்டிருந்தார் அவர். கவலையால் மெலிந்து போயிருந்த அவர், அவளது இறுதி நாட்களில் இரவும் பகலும் அவள் படுக்கைக்கு அருகிலேயே அமர்ந்திருந்தார். கடைசியாக வந்த சில இரவுகளில் அவர் உறங்கவே இல்லை. நெல்லி செய்யும் சின்னச் சின்னக் குறும்புகள், அவளது குட்டிக் குட்டி விருப்பங்கள் ஆகியவற்றை எதிர்பார்த்தபடி – அவற்றை

அவளிடமிருந்து வெளிப்படச் செய்ய முயற்சித்துக் கொண்டிருந்தார் அவர். பிறகு அழுதுகொண்டே அவள் அறையை விட்டு வந்து எங்களோடு சேர்ந்துகொள்வார். ஆனால் அடுத்த நிமிடமே அவள் குணமாகி விடுவாள் என்று புலம்பியபடி எங்களையும் தேற்ற ஆரம்பிப்பார். அந்த அறையை மலர்களால் நிறைத்தார் அவர். ஒருமுறை வெள்ளை ரோஜாக்களும், சிவப்பு ரோஜாக்களும் கலந்த அற்புதமான பெரிய பூங்கொத்து ஒன்றை அவளுக்காக வாங்கி வந்தார் அவர். நெல்லி எல்லாவற்றையும் பார்த்து மிகவும் நெகிழ்ந்து போனாள். நாற்புறமும் தன்னைச் சூழ்ந்திருக்கும் அன்புள்ளங்களுக்கு அவள் இதயம், தன் ஆத்மார்த்தமான நன்றியைச் சொல்லிக் கொண்டே இருந்தது.

அவள் எங்களிடம் விடைபெற்றுக் கொள்வதாகச் சொன்ன அன்று மாலை! அவளுக்கு எப்போதைக்குமாய் விடைதர கிழவருக்கு மனமே இல்லை. நெல்லி அவரைப் பார்த்துப் புன்னகைத்தாள். அன்று மாலை முழுவதும் குதூகலமாய் இருக்க முயற்சி செய்தாள். அவரிடம் வேடிக்கையாகப் பேசினாள். சிரிக்கவும் செய்தாள். நாங்கள் ஓரளவு நம்பிக்கையோடு அவளது அறையிலிருந்து வெளியே வந்தோம். ஆனால், மறுநாளே அவளால் எதுவும் பேச முடியவில்லை. இரண்டு நாள் கழித்து அவள் இறந்து போனாள்.

அவளது சின்னஞ்சிறு சவப்பெட்டியை மலர்களால் அலங் கரித்தபடி வாடி, வதங்கிக் கிடந்த அவள் முகத்தை விரக்தியோடு வெறித்துப் பார்த்துக் கொண்டிருந்தார் கிழவர். இறப்பிலும் கூடப் புன்னகை அவள் முகத்தில் தங்கி இருந்தது. கைகள் நெஞ்சில் கோர்த்து வைக்கப்பட்டிருந்தன. அவளைத் தன் சொந்தக் குழந்தை போலவே எண்ணிக் கதறி அழுதார் அவர். நடாஷாவும், நானும் அவரைத் தேற்ற முயற்சித்தாலும் அது சாத்தியமாகவில்லை. அவளது நல்லடக்கம் முடிந்த பிறகு அவரது உடல்நலம் மிகவும் குன்றிப்போயிற்று.

நெல்லியின் கழுத்திலிருந்த தாயத்தை ஆனா ஆண்ட்ரேயேவ்னா என்னிடம் எடுத்துக் கொடுத்தாள். இளவரசன் வால்காவ்ஸ்கிக்கு நெல்லியின் தாய் எழுதிய கடிதம் அதில் இருந்தது. நெல்லி இறந்த அன்று அதை நான் வாசித்தேன். அவனை அதில் சபித்திருந்தாள் நெல்லியின் தாய். தன்னால் அவரை மன்னிக்க முடியாதென்றும் சொல்லியிருந்தாள். அவனால் கைவிடப்பட்ட பிறகு தான் வாழ்ந்த வாழ்க்கையையும், நெல்லி அனுபவிக்க நேர்ந்த கொடூரங்களையும் குறிப்பிட்டு விட்டு அந்தக் குழந்தைக்கு அவன் ஏதாவது செய்ய வேண்டுமென்று அவனிடம் கேட்டுக்கொண்டிருந்தாள்.

"அவள் உங்களுடையவள்" என்று தொடங்கி எழுதியிருந்தாள் நெல்லியின் தாய்.

"அவள் உங்கள் மகள். அவள் உங்கள் சட்டபூர்வமான மகள் என்பது உங்களுக்கே தெரியும். நான் இறந்துபோன பிறகு உங்களிடம் வந்து அந்தக் கடிதத்தைக் கொடுக்குமாறு நெல்லியிடம் சொல்லியிருக்கிறேன். ஒதுக்கித் தள்ளி விடாமல் நீங்கள் ஏற்றுக் கொண்டால் ஒருவேளை நான் உங்களை மன்னிக்கலாம். பிறகு அந்த இறுதித் தீர்ப்பு நாளன்று நானே கூடக் கடவுளின் சன்னி தானத்தில் நின்றபடி உங்கள் பாவங்களை மன்னிக்குமாறு அவரை மன்றாடி வேண்டுவேன். கடிதத்தில் என்ன எழுதப்பட்டிருக்கிறது என்பது நெல்லிக்குத் தெரியும். அவளுக்கு வாசித்துக் காட்டி விட்டேன். எல்லாவற்றையும் அவளிடம் சொல்லியும் இருக்கிறேன். அவளுக்கு எல்லா விஷயங்களும் தெரியும்!... ஆம், எல்லாமே தெரியும்."

ஆனால், நெல்லி தன் தாயின் ஆணையை நிறைவேற்றவில்லை. எல்லாமே அவளுக்குத் தெரிந்திருந்தாலும் அவள் வால்காவ்ஸ்கியிடம் செல்லவில்லை. அவனை மன்னிக்காமலேயே இறந்தும் போனாள் அவள்.

நெல்லியின் இறுதிச் சடங்கு முடிந்து திரும்பியதும் நானும் நடாஷாவும் தோட்டத்துக்குச் சென்றோம். பகல் வெப்பம் மிகுதியாக இருந்தது. வானம் துல்லியமான ஒளியுடன் இருந்தது. அவர்கள் கிளம்பிச் செல்ல இன்னும் ஒரு வாரம் மட்டுமே இருந்தது. நடாஷா என்னை நெடுநேரம் வித்தியாசமாகப் பார்த்துக் கொண்டே இருந்தாள்.

"வான்யா" என்று என்னை அழைத்தாள்.

"எல்லாமே ஒரு கனவு மாதிரி இருக்கிறது, இல்லையா?"

"எது கனவு?" என்று கேட்டேன்.

"எல்லாம்... எல்லாமேதான்" என்றாள் அவள்.

"கடந்த வருடம் நடந்து முடிந்த எல்லாமேதான்! வான்யா...! உன் மகிழ்ச்சியை நான் ஏன் அப்படிச் சிதைத்தேன்?"

"நாம் எப்போதும் போல ஒன்றாக மகிழ்ச்சியாகவே இருந்திருக்கலாம்" என்று அவள் நினைத்ததை அவள் கண்கள் அப்போது எனக்கு உணர்த்திக்கொண்டிருந்தன.

●